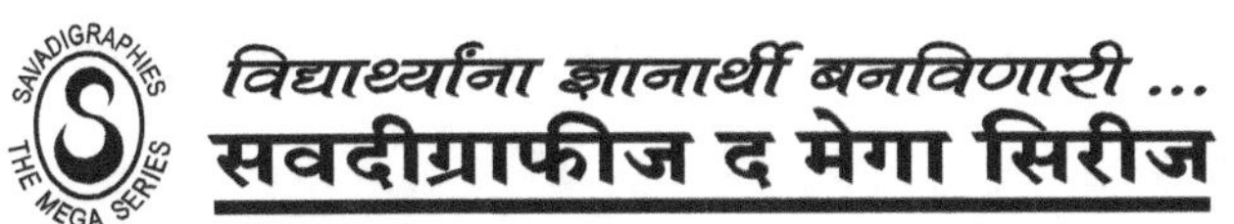
विद्यार्थ्यांना ज्ञानार्थी बनविणारी ...
सवदीग्राफीज द मेगा सिरीज

MPSC : PSI, STI, Asst. Main & CST Exams

महाराष्ट्राचा भूगोल

सुधारित व अद्यावत सातवी आवृत्ती

महाराष्ट्राची आर्थिक पाहणी सन 2015-16 च्या आधारे

■ **लेखक** ■

'द मेगा स्टेट' कार

ए. बी. सवदी सर

M. Sc.

NIRALI PRAKASHAN
ADVANCEMENT OF KNOWLEDGE

N1532

महाराष्ट्राचा भूगोल

ISBN : 978-93-80725-69-5

प्रथम आवृत्ती : नोव्हेंबर २०११

सुधारित व अद्ययावत सहावी आवृत्ती : एप्रिल २०१५

सुधारित व अद्ययावत सातवी आवृत्ती : जून २०१६

पुनर्मुद्रण : जानेवारी २०१७, मे २०१७

© **सौ. अरुणावती अ. सवदी**

➡ अक्षरजुळणीकार : श्री. नितीन भुतडा

◈ नकाशाकार : श्री. सुनील हेर्लेकर, सौ. योजना ग. देशपांडे

▣ मुखपृष्ठ : श्री. रवींद्र वाळोदरे

प्रकाशक (CPT)

निराली प्रकाशन

अभ्युदय प्रगती, १३१२, शिवाजीनगर,

जे. एम. रोड, पुणे – ४११ ००५

☏ (०२०) २५५ १२३३६/३७/३९

फॅक्स : (०२०) २५५ ११३७९ E-mail : niralipune@pragationline.com

बुक स्टॉल

मुंबई : **प्रगती बुक कॉर्नर**

जैन भुवन, इंदिरा निवास, १११-अ, भवानी शंकर मार्ग, दादर, **मुंबई** – ४०००२८.

☏ २४२२ ३५२६ / ६६६२ ५२५४ E-mail : pbcmumbai@pragationline.com

पुणे : **प्रगती बुक सेंटर**

◈ १५७, बुधवार पेठ, **पुणे** – २. ☏ (०२०) २४४५ ८८८७ / ६६०२ २७०७.

◈ ६७६/ब, बुधवार पेठ, जोगेश्वरी मंदिरासमोर, **पुणे** – २. ☏ (०२०) ६६०१ ७७८४

E-mail : pbcpune@pragationline.com

◈ २८/अ, बुधवार पेठ, अंबर चेंबर्स, अप्पा बळवंत चौक, **पुणे** – २. ☏ (०२०) ६६२८१६६९.

प्रमुख वितरक केंद्रे

निराली प्रकाशन :

◈ **पुणे :**

✷ ११९, बुधवार पेठ, जोगेश्वरी मंदिर मार्ग, **पुणे** – ४११ ००२. ☏ (०२०) २४४५ २०४४, ६६०२ २७०८.

फॅक्स : (०२०) २४४५ १५३८.

✷ सर्व्हे नं. २८/२५ धायरी-कात्रज रोड, पारी कंपनीजवळ, **पुणे** – ४११ ०४१. ☏ (०२०) २४६९ ०२०४

फॅक्स : (०२०) २४६९ ०३१६.

◈ **मुंबई :** ३८५, एस.व्ही.पी. मार्ग, रसधारा को. ऑप. हाउसिंग सोसायटी लि., गिरगाव, **मुंबई** – ४०० ००४.

☏ (०२२) २३८५ ६३३९/२३८६ ९९७६ फॅक्स : (०२२) २३८६ ९९७६. Email : niralimumbai@pragationline.com

इतर वितरक

◈ **निराली प्रकाशन**

जळगाव : ३४, व्ही. व्ही. गोलानी मार्केट, नवी पेठ, **जळगाव** –४२५ ००१. ☏ (०२५७) २२२ ०३९५

कोल्हापूर : न्यू महाद्वार रोड, केदारलिंग प्लाझा, पहिला मजला, आय.डी.बी.आय. बँकेसमोर,

कोल्हापूर – ४१६ ०१२. मोबाईल नं. : ९८५००४६१५५ / ९७६७७ १७१९३

नागपूर : **प्रतिभा बुक्स डिस्ट्रिब्युटर्स**

लोकरत्न कमर्शिअल कॉम्प्लेक्स, दुकान नं. ३, पहिला मजला, झांशी राणी स्क्वेअर, सीताबर्डी,

नागपूर – ४४० ०१२. ☏ (०७१२) २५४७ १२९

www.pragationline.com info@pragationline.com

To Order ☞ E-mail : bookorder@pragationline.com Fax : (020) 24451538

चि. निषाद व चि. विहान

या आमच्या नातवांना
आशीर्वादपर सादर !

– आजी आणि आजोबा

'महाराष्ट्राचा भूगोल' –
सातव्या सुधारित आवृत्तीच्या निमित्ताने
मनोगत . . .

'महाराष्ट्राचा भूगोल', सवदीग्राफीज आणि निराली प्रकाशन हा एक ट्रेडमार्क भावी शासकीय अधिकारीवर्गात रूढ झालेला आहे. याचे संपूर्ण श्रेय आम्ही अधिकारीवर्गास प्रदान करीत असताना अवर्णनीय आनंद होत आहे.

ग्रंथाची सुधारित आवृत्तीची निर्मिती करताना नेहमीप्रमाणे केंद्रीय आणि राज्यस्तरीय आर्थिक पाहणी, 2015-16 हा प्रमुख आधार घेतलेला आहे. अशा अधिकृत माहिती आणि सांख्यिकीचे संश्लेषण व विश्लेषण प्रक्रिया करणे एक धांडोळाच असतो. अशी समुद्रमंथनामधून जे निष्कर्ष बाहेर पडतात ती एका अर्थाने रत्नेच असतात. याची मांडणी करताना आढावा, तक्ते, नकाशे, आलेख, आकृत्या इत्यादींच्या आधारे ग्रंथाचे रूप आणखीनच खुलते. आमच्या भावी अधिकाऱ्यांना त्यांच्या कारकिर्दीचे एक प्रकारचे प्रशिक्षण लाभते.

'महाराष्ट्राचा भूगोल' या ग्रंथास पूरक 'सवदीज् महाराष्ट्राचा प्रगत ॲटलास' आहे याची जाणीव ठेवावी ही आग्रहाची विनंती. याची नुकतीच सुधारित तिसरी आवृत्ती प्रकाशित झालेली आहे. याचा आपणास निश्चितच फायदा होईल.

मनोगत मांडत आहे तेव्हा एक महत्त्वाची बाब बरेच दिवस सांगावयाची राहून जाते आहे त्याची मनी खूणगाठ बांधून घ्या.

आपण जेव्हा एखाद्या सभा–समारंभांना जातो तेव्हा आपण आपले व्यक्तिमत्त्व खुलविण्यासाठी आकर्षक वस्त्रप्रावरणे लेवून जातो नाही का ?

तसेच भावी शासकीय अधिकाऱ्यांनो, उच्च पदांची वाटचाल आक्रमित करतानाही पुस्तक/ग्रंथांची फुटकळ पानांच्या झेरॉक्स प्रती ओरबाडून ही वाटचाल दगडाळ–खडकाळ करू नका. स्वाभिमानाने पुस्तके/ग्रंथ खरेदी करून नवीन पुस्तकाच्या पानांच्या गंधाने पुलकित होऊन राजमार्गने मोठ्या अभिमानाने लाल गालिच्यावरून दमदार पावले टाकीत पदग्रहण करा. तेव्हा आम्हा लेखक आणि प्रकाशकांना केलेल्या श्रमाचे चीज झाल्यासारखे वाटेल.

'महाराष्ट्राचा भूगोल' या ग्रंथाची सातवी आवृत्ती निराली प्रकाशनचे **श्री. दिनेशभाई फुरिया** आणि **श्री. जिग्नेशभाई फुरिया** यांच्या सहकार्यामुळे निघू शकली.

नवीन नकाशे आणि आलेखाकृत्यांचे नीटस काम आमच्या युनिटमधील कौ. योजना ग. देशपांडे यांनी केले. पूर्वीच्या नकाशांचे सुबक काम कार्टोग्राफर श्री. सुनील हेर्लेकर यांनी केलेले आहे. निराली प्रकाशनचे नकाशे अतिशय सुस्पष्ट, वाचनीय आणि मननीय असतात अशी विद्याजगतात ख्याती आहे.

मुखपृष्ठाचे काम श्री. रवींद्र वाळीदरे यांनी कल्पकतेने छानच केले.

ग्रंथाचे डीटीपीकरण श्री. नितीन गि. भुतडा यांनी सजगपणे केले; शिवाय त्याचापण खारीचा वेगळा वाटा असतो.

मुद्रितशोधन कौ. संध्या रमेश कोंडे-देशमुख यांनी काळजीपूर्वक केले.

श्री. दामोदरप्रसाद गौड ग्रंथाची छपाई न होता सुबक छपाई कशी होईल ते पाहत असतात.

ग्रंथाच्या मार्केटिंगची जबाबदारी श्री. रवींद्र गायकवाड, श्री. गोपाल भुतडा, श्री. मल्लिकार्जुन मुंडे, श्री. वीरधवल शिंदे आणि व्हाईट हाऊसचे श्री. भरत शाह व त्यांचे सहकारी व्यावसायिकदृष्ट्या यशस्वीपणे पार पाडतात.

कौ. अरुणावती सवदी माझी शारीरिक व मानसिक प्रकृती सांभाळत असल्याने ग्रंथनिर्मिती होत असते.

'महाराष्ट्राचा भूगोल' या ग्रंथाच्या सातव्या आवृत्तीचे स्वागत विद्यार्थीजग करील अशी अपेक्षा करीत आहे.

परीक्षक, वाचक व समीक्षक यांच्या सूचनांचा स्वीकार करीन आणि पुढील आवृत्तीत त्यांचा समावेश करीन असे आश्वासन देऊन मनोगत पूर्ण करतो.

१८ जून, २०१६
(शके १९३८, ज्येष्ठ शु. १५ – वटपौर्णिमा)

– ए. बी. सवदी

'अरुणोदय' बंगला,
223, आर. के. नगर सोसायटी – 1
कोल्हापूर – 416 013.
दूरध्वनी : (0231) 2639 143
भ्रमणध्वनी : 7721823781

भारतीय सर्वेक्षण विभाग : नकाशा प्रमाणपत्र

'महाराष्ट्राचा भूगोल' या पुस्तकातील भारताच्या नकाशात व महाराष्ट्राच्या नकाशात दर्शविलेल्या भारताच्या बाह्य सीमा व समुद्रतटीय रेषा भारतीय सर्वेक्षण विभाग, डेहराडून यांनी खालील पत्र क्रमांकानुसार प्रमाणित केलेल्या आहेत.

- **मंजुरी क्र. सं. नं. टी. बी. 94 - 62 - ए/ए - 1 Date : 13 / 01 / 1995**
- **मंजुरी क्र. सं. नं. टी. बी. 2433/62 - ए - 3 /ए - 1 Date : 12 / 08 / 2005**
- **मंजुरी क्र. सं. पं. टी. बी. 265/62 - ए - 3 /ए - 1 Date : 18 / 01 / 2007**

1. *Based upon Survey of India map with the permission of the Surveyor General of India.*
2. *© Government of India copyright - 2007.*
3. *The responsibility for correctness of internal detail shown on the map rests with the publisher.*
4. *The territorial waters of India extend into the sea to a distance of twelve nautical miles measured from the appropriate based-line.*
5. *The boundary of Meghalaya shown on this map is as interpreted from the North Eastern Areas (Reorganisation) Act, 1971; but has yet to be verified.*
6. *The administrative headquarters of Chandigadh, Haryana and Punjab are at Chandigadh.*

STATUTORY WARNING

'महाराष्ट्राचा भूगोल'
ग्रंथाच्या सातव्या आवृत्तीची ठळक वैशिष्ट्ये

- ओघवत्या परंतु वैशिष्ट्यपूर्ण भाषाशैलीमध्ये सुलभ विवेचन.

- विविध स्पर्धा परीक्षार्थींना महाराष्ट्र भूगोलाचा सहजगत्या परिचय.

- नवीन अभ्यासक्रमानुसार, १००० पेक्षा बहुपर्यायी प्रश्नांचा समावेश.

- पुढील प्रश्नपत्रिकेमधील महाराष्ट्र भूगोलाचे प्रश्न यांचा समावेश :
    - साहाय्यक कक्ष अधिकारी मुख्य परीक्षा (Asst. Main Exam.) : २०१५ व २०१६
    - पोलीस उपनिरीक्षक मुख्य परीक्षा (PSI Main Exam.) : २०१४
    - विक्रीकर निरीक्षक मुख्य परीक्षा (STI Main Exam.) : २०१४ व २०१५

- नकाशे मोठ्या आकारात आणि अद्ययावत असल्याने अतिशय सुस्पष्ट व आनुषंगिक माहिती नकाशावाचनाद्वारा उपलब्ध.

- ठाणे व पालघर जिल्ह्याची नकाशासह माहिती.

- ग्रंथामध्ये शासकीय अधिकृत (महाराष्ट्राची आर्थिक पाहणी, २०१५-१६ आणि भारतीय जनगणना - २०११ : अंतिम आकडेवारी) आकडेवारीचा समावेश. संकलन, विश्लेषण व संशोधनद्वारा अनुमान - एक प्रमुख वैशिष्ट्य.

- भूगोलाचे आलेखांद्वारा आकडेवारीच्या आधारे महाराष्ट्र दर्शन.

- आकडेवारी व निष्कर्षांची स्वतंत्र तक्त्यामध्ये मांडणी. त्याद्वारे परीक्षार्थींना अन्य अनुमाने काढता येणे सहज शक्य.

- संक्षिप्त स्वरूपात प्रत्येक प्रकरणाचा तक्त्याद्वारा सुलभ परिचय.

- इंटरनेट व वेबसाईटच्या आधारे अद्ययावत माहिती.

- विविध वर्तमानपत्रे व मासिकांच्या माहिती स्रोताच्या आधारे पुस्तकाला स्वतःचे आयाम.

- अनेक बहुपर्यायी प्रश्नांचे स्पष्टीकरण.

'सवदीग्राफीज द मेगा सिरीज'ला पर्याय अशक्य !

महाराष्ट्र पोलीस अॅकॅडमीमध्ये *SWORD OF HONOUR* ची मानकरी – 110 वर्षांत पहिली महिला

WOMAN CADET BAGS TOP AWARD AT POLICE ACADEMY FOR THE FIRST TIME

Women cadets ruled the passing out parade at the **Maharashtra Police Academy (MPA) on 7th June, 2016 with Meena Bhivsen Tupe** bagging the top award – **Sword of Honour** – for the first time in its 110 year history.

Two more feathers – Ahilyabai Holkar Award (Best Woman Performer) and Yashwantrao Chavan Gold Cup (Best All-round Cadet) – **were added to Tupe's cap** at the 113th passing out parade of the academy since its inception in 1906.

As many as 749 cadets – 503 men and 246 women – passed out of the batch.

And of the 10 awards given under various categories, seven went to women officers of the MPA that trains deputy superintendents and police sub-inspectors.

Among the winners were **Poonam Mohanrao Suryawanshi from Latur,** who lifted the Dr. Ambedkar Cup for the best cadet in law award.

Shubhangi Shamrao Magdum from Kolhapur achieved the Savitribai Phule Cup (Best women Cadet in Indoor Subjects) and the Silver Baton (Best Cadet).

Another cadet from **Beed, Deepmala Madhukarrao Jadhav,** was declared the best in drill.

Among the men, **Prashant Anandrao Munde from Beed** won the N. M. Kamthe Gold Cup for being judged the best cadet in rifle and revolver shooting.

Dhanaji Sarjerao Deokar from Kolhapur was judged the best cadet in cultural activities.

Pradeep Vinayak Lad of Sangli was the second best trainee.

Tupe's achievement found a special mention in the speech of chief minister who was the chief guest of the passing out parade in his capacity of home minister. *"Tupe has created history and it is a proud moment for the state. She has set a true example of women empowerment. It is important that women enter the main-stream in all sectors and hold strategic positions. The country and society cannot progress without women contribution."* he said.

Welcoming the cadets in the police force, Chief Minister said the new generation of police have to be proactive and be updated with technology and updated knowledge. **"Cyber crime and economic offences are one of the biggest challenges that the police department is facing.** It is expected that the new generation could handle such cases," he added.

Beed's Pride Wields Sword of Honour

Meena Bhivsen Tupe's Sword of honour shone like gold on 7th June, 2016.

The 27 year old cadet from Marathwada created history as she became the first woman officer of the Maharashtra Police Academy to bag the Sword of Honour and lead the passing out parade in the 110 years of the institute's history.

Tupe, who is from Beed where her father owns four acres of agriculture land, has seen a lot of struggle in the drought-hit district and **described her days at the police academy as "the golden period of her life".**

"I have been tilling fields ever since I was a child and have struggled at every stage of life to study. My three elder sisters have never studied beyound Class - VII and all of them are married now. My brother too could not pursue higher studies. For the past seven years, most responsibilities of the family were with me. But I was determined to change the situation and continued studying **despite all obstacles, some of which even came from my relatives and villagers,"** she told TOL.

The achiever from Kamkheda village toped her college in the BA examination and went on to complete D.Ed. She entered the force as a constable in 2010 and received training at an institute in Khandala, where she was judged the best cadet. And this was the turning point in her life.

"I was inspired by the lady officers at the institute and decided to appear for the **MPSC examination which cleared in 2013.** After entering the police academy, my aim was the Ahilyabai Holkar Award by becoming the best women performer. But I also wished to get my name engraved as the best trainee cadet," she said.

Meena Bhivsen Tupe scored 785 out of 1,100 in academics and 359 out of 480 in physical training.

Tupe said it was unfortunate that most of the women were looked down upon by their male counterparts in terms of performance. "But such an attitude motivated me further. Women here have undergone training at the same difficulty levels as of men and can even perform better. **Today, it is a memorable and proud moment in my life," said the women who would serve as a PSI with the Aurangabad rural police.**

Maharashtra Police Academy directory Nawal Bajaj said Tupe has been an overall performer. She has been good in shooting and overall conduct at the academy.

Source : *Times of India, 9th June, 2016; Kolhapur.*

अभ्यासक्रम

I.	पोलीस उपनिरीक्षक मुख्य परीक्षा (PSI)	II.	विक्रीकर निरीक्षक मुख्य परीक्षा (STI)
III.	सहायक मुख्य परीक्षा (Asst.)	IV.	संयुक्त चाळणी परीक्षा (CST)

➡ **मुख्य परीक्षा : नवीन अभ्यासक्रम :**

महाराष्ट्राचा रचनात्मक (Physical) भूगोल, मुख्य रचनात्मक (Physiographic) विभाग, हवामान, पर्जन्यमान व तापमान, पर्जन्यातील विभागवार बदल, नद्या, पर्वत व डोंगर, राजकीय विभाग, प्रशासकीय विभाग, नैसर्गिक संपत्ती : वने व खनिजे, मानवी व सामाजिक भूगोल – लोकसंख्या (Population), स्थलांतरांची लोकसंख्या (Migration of Population) व त्याचे Source आणि Destination वरील परिणाम, ग्रामीण वस्त्या व तांडे, झोपडपट्ट्या व त्यांचे प्रश्न, संत गाडगेबाबा ग्राम स्वच्छता अभियान.

खालील पदांसाठी घेण्यात येणाऱ्या संयुक्त चाळणी परीक्षेचा (CST) अभ्यासक्रम :

1. प्रशासकीय अधिकारी, उच्च शिक्षण संचालनालय, महाराष्ट्र शिक्षण सेवा, गट – अ
   (प्रशासन शाखा – लिपिक संवर्ग)

2. सहायक ग्रंथालय संचालक, ग्रंथपाल, वितरण-अधिकारी आणि समन्वय अधिकारी, महाराष्ट्र राज्य ग्रंथालय सेवा, गट – ब

3. उपसंचालक, व्यवसाय शिक्षण आणि प्रशिक्षण-नि-उपशिक्षणार्थी सल्लागार (वरिष्ठ), व्यवसाय शिक्षण व प्रशिक्षण संचालनालय, महाराष्ट्र शिक्षण सेवा, गट – अ (तांत्रिक)

4. प्रबंधक, व्यवसाय शिक्षण व प्रशिक्षण संचालनालय, महाराष्ट्र शिक्षण सेवा, गट – ब (अतांत्रिक)

5. प्रबंधक, शासकीय अभियांत्रिकी महाविद्यालय/शासकीय तंत्रनिकेतन, महाराष्ट्र अभियांत्रिकी महाविद्यालयीन शिक्षण सेवा, गट – ब

6. वरिष्ठ अधिव्याख्याता, जिल्हा शिक्षण व प्रशिक्षण संस्था, महाराष्ट्र शिक्षण सेवा, गट – अ (शिक्षण प्रशिक्षण शाखा) (चालू रिक्त पदे)

7. वरिष्ठ अधिव्याख्याता, जिल्हा शिक्षण व प्रशिक्षण संस्था, महाराष्ट्र शिक्षण सेवा, गट – अ (शिक्षण प्रशिक्षण शाखा) (अनुशेषाची पदे)

8. वरिष्ठ अधिव्याख्याता, जिल्हा शिक्षण व प्रशिक्षण संस्था, महाराष्ट्र शिक्षण सेवा, गट – अ (शिक्षण प्रशिक्षण शाखा) (चालू रिक्त पदे)

9. वरिष्ठ अधिव्याख्याता, जिल्हा शिक्षण व प्रशिक्षण संस्था, महाराष्ट्र शिक्षण सेवा, गट – अ (शिक्षण प्रशिक्षण शाखा) (अनुशेषाची पदे)

10. तालुका क्रीडा अधिकारी, क्रीडा व युवक सेवा संचालनालय, सामान्य राज्य सेवा, गट – ब

11. जिल्हा क्रीडा अधिकारी, क्रीडा व युवक सेवा संचालनालय, सामान्य राज्य सेवा, गट – अ

12. सहायक प्रशासकीय अधिकारी, महाराष्ट्र भूजल सेवा, भूजल सर्वेक्षण व विकास यंत्रणा, गट – ब

संयुक्त चाळणी परीक्षेचा अभ्यासक्रम वरीलप्रमाणे. (महाराष्ट्राचा भूगोल : 30 गुण)

(फक्त 'संत गाडगेबाबा ग्राम स्वच्छता अभियान' वगळून)

●●●

अनुक्रमणिका

1. राजकीय आणि प्रशासकीय विभाग .... 1.1 - 1.24

महाराष्ट्राचे भारतातील स्थान – महाराष्ट्राचे प्रशासकीय विभाग – महाराष्ट्राच्या काही भागांना लाभलेली वैशिष्ट्यपूर्ण प्रादेशिक नावे – प्रशासकीय विभागांचे नकाशे.

2. रचनात्मक (प्राकृतिक) भूगोल .... 2.1 - 2.18

महाराष्ट्राचे मुख्य रचनात्मक (प्राकृतिक) विभाग : (1) कोकण किनारपट्टी (2) सह्याद्री पर्वत किंवा पश्चिम घाट, सह्याद्रीच्या व सातपुडा पर्वताच्या डोंगररांगा (3) महाराष्ट्र पठार किंवा दख्खन पठारी प्रदेश किंवा देश.

3. नदीप्रणाली .... 3.1 - 3.22

नद्यांच्या मार्गानुसार विभागणी – नद्यांच्या जलविभाजकांनुसार प्रदेशाची विभागणी.

महाराष्ट्रातील नद्यांची खोरी : (1) गोदावरी नदीचे खोरे (2) भीमा नदीचे खोरे (3) कृष्णा नदीचे खोरे (4) तापी नदीचे खोरे (5) नर्मदा नदीचे खोरे (6) कोकण नद्या किंवा कोकण खोरे.

4. हवामान .... 4.1 - 4.30

महाराष्ट्रातील हवामानाचे स्वरूप.

महाराष्ट्रातील ऋतू :

(1)   **उन्हाळा/उन्हाळ्यातील हवामानाची परिस्थिती :** तापमान – हवेचा दाब व वारे – पर्जन्य [मार्च ते मे (उन्हाळा) काळातील पर्जन्य] – सापेक्ष आर्द्रता.

(2)   **पावसाळा/नैर्ऋत्य मान्सून वाऱ्याच्या काळातील हवामानाची परिस्थिती :** भारतीय मान्सूनची संकल्पना – वातावरणशास्त्रामधील संज्ञा – मान्सूनचे स्वरूप – पर्जन्यामधील विभागवार बदल – सापेक्ष आर्द्रता – पावसाचे दिवस.

(3)   **हिवाळा – हिवाळ्यातील हवामानाची परिस्थिती किंवा ईशान्य मान्सून काळातील हवामानाची परिस्थिती :** संक्रमणाचा महिना 'ऑक्टोबर' – हिवाळ्यातील सर्वसाधारण तापमान – हिवाळ्यातील सरासरी किमान तापमान : डिसेंबर – हवेचा दाब व वारे – पर्जन्य – सापेक्ष आर्द्रता – हिवाळ्यातील हवेचे इतर आविष्कार.

महाराष्ट्रातील अवर्षणाचे स्वरूप – मान्सून 2015 – संपूर्ण महाराष्ट्र टँकरग्रस्त – मराठवाड्यात विक्रमी टँकर.

डॉ. त्रिवार्था यांच्या मतानुसार महाराष्ट्रातील हवामानाचे विभाग

5. वने .... 5.1 - 5.38

महाराष्ट्रातील वनांचे प्रमुख प्रकार :

(1)   उष्ण कटिबंधीय सदाहरित अरण्ये

(2)   उष्ण कटिबंधीय निमसदाहरित अरण्ये – कोकणातील अरण्ये – किनाऱ्यालगतची खाजण अरण्ये – पश्चिम घाट किंवा सह्याद्री पर्वतामधील अरण्ये.

(3)   उपउष्ण कटिबंधीय सदाहरित अरण्ये

(4)   उष्ण कटिबंधीय आर्द्र पानझडी अरण्ये किंवा उष्ण कटिबंधीय मान्सून अरण्ये

(5)   उष्ण कटिबंधीय रूक्ष पानझडी अरण्ये

(6)   उष्ण कटिबंधीय काटेरी अरण्ये

वनांचे इतर प्रकार :

महाराष्ट्र वनविभागाद्वारा महाराष्ट्रातील वनांचे प्रकार : वनविभागांची संरचना – महाराष्ट्रातील वनक्षेत्रे व त्यांची टक्केवारी.

महाराष्ट्रातील वनांचे जिल्हावार स्वरूप : महाराष्ट्रातील वनांचे जास्त व कमी क्षेत्र असणारे पाच जिल्हे.

महाराष्ट्रातील वनांचे वर्गीकरण व त्याचे जिल्ह्यानुसार स्वरूप

महाराष्ट्रातील वन विभाग/वनवृत्त/वन विभागानुसार वनक्षेत्र

महाराष्ट्रातील राष्ट्रीय उद्याने व अभयारण्ये – वनजीव संपदा – व्याघ्र प्रकल्प – सामाजिक वनीकरण – वनशेती – वृक्षारोपण – वनसंरक्षण – वनसंवर्धन – अरण्यांचे महत्त्व.

महाराष्ट्रातील खनिजसंपत्ती :

(1) मँगनीज (2) लोहखनिज (3) बॉक्साइट (4) क्रोमाईट (5) चुनखडी (6) डोलोमाईट

(7) कायनाईट व सिलिमनाईट (8) इतर खनिजे

लोकसंख्याशास्त्रीय घटक :

I. जन्म-मृत्यूचे प्रमाण II. वयोगट

III. काम करणाऱ्या लोकांची विभागणी IV. भाषावार लोकसंख्या

V. ग्रामीण लोकसंख्या

VI. नागरी लोकसंख्या :

महाराष्ट्रातील नागरिकीकरणाचा 1901 ते 1991 पर्यंतचा संक्षिप्त आढावा – 2001 सालच्या जनगणनेनुसार नागरी लोकसंख्येची काही वैशिष्ट्ये – शहरांच्या वर्गवारीनुसार नागरी लोकसंख्येचे स्वरूप .

VII. अनुसूचित जाती व जमाती :

महाराष्ट्रामधील अनुसूचित जाती व अनुसूचित जमातींची लोकसंख्या – 2001

अनुसूचित जाती व अनुसूचित जमाती यांच्या एकत्रित लोकसंख्येची जिल्ह्यातील एकूण लोकसंख्येशी टक्केवारी – 2001.

महाराष्ट्र : लोकसंख्याशास्त्रीय घटक (सर्वांत पहिला व शेवटचा जिल्हा) – 2001

1. महाराष्ट्राची लोकसंख्या (सन 2011) 2. लोकसंख्येची दशवार्षिक वाढ (सन 2001 – 2011)

3. लोकसंख्येची घनता (सन 2011) 4. लिंग-गुणोत्तर (सन 2011)

5. बालिका-बालकांची संख्या (सन 2011) 6. बालिका-बालकांचे लिंग-गुणोत्तर (सन 2011)

7. साक्षरता (सन 2011) 8. अनुसूचित जाती व जमातीच्या लोकसंख्येचे स्वरूप (सन 2011)

9. ग्रामीण-नागरी लोकसंख्या (सन 2011) 10. शहर संकुले / नागरी समूह (सन 2011)

11. राहणीमान (सन 2011) 12. गणना घरे व कुटुंबे (सन 2011)

13. वयोगटानुसार लोकसंख्या (सन 2011) 14. झोपडपट्ट्यांमधील लोकसंख्या (सन 2011)

15. प्रशासकीय विभागानुसार लोकसंख्याशास्त्रीय घटकांची वैशिष्ट्ये (सन 2011)

16. अपंग (निशक्त) लोकसंख्येचे स्वरूप

17. आर्थिक उपक्रमानुसार कामगारांची टक्केवारी

18. आर्थिक कार्यात मुख्यतः काम करणारे व सीमांतिक कामगारांचा सहभाग

19. किशोरवयीन व युवा लोकसंख्या (2011)

20. धर्मनिहाय लोकसंख्या (2011)

21. महाराष्ट्र - सहावी आर्थिक गणना (2013 - 14)

∎∎∎

साहाय्यक कक्ष अधिकारी (मुख्य) परीक्षा

2015

1. युनेस्कोच्या जागतिक वारसा यादीत समाविष्ट करण्यात आलेले भारताचे सातवे स्थळ कोणते ?

   (1) रानी की वाव

   (2) हिमालयीन नॅशनल पार्क

   (3) सुंदरबन

   (4) पश्चिमी घाट

2. कोणता जिल्हा एके काळी 'सारसनगरी' म्हणून ओळखला जात होता ?

   (1) अकोला   (2) अमरावती   (3) औरंगाबाद   (4) गोंदिया

3. . . . . नगरपरिषदांचे रूपांतर महानगरपालिकेमध्ये करण्यात आले.

   (a) लातूर   (b) चंद्रपूर   (c) हिंगोली   (d) परभणी

   पर्यायी उत्तरे :

   (1) फक्त (a), (b), (c)

   (2) फक्त (a), (b), (d)

   (3) फक्त (a), (c), (d)

   (4) फक्त (b), (c), (d)

4. रंगराजन समितीच्या अहवालानुसार भारताच्या कोणत्या राज्यात सर्वांत जास्त गरीब लोक आहेत ?

   (1) उत्तर प्रदेश   (2) बिहार   (3) मध्य प्रदेश   (4) पश्चिम बंगाल

5. विधाने वाचून खालील पर्यायांपैकी योग्य पर्याय निवडा :

   विधान – 1 : रेगूर मृदा ही मुख्यत्वे नद्यांच्या खोऱ्यात, पठारी प्रदेशात सापडते.

   विधान – 2 : जास्त पावसाच्या प्रदेशात तांबडी व जांभी मृदा तर किनारी प्रदेशात करड्या रंगाची मृदा आढळते.

   पर्यायी उत्तरे :

   (1) विधान (1) बरोबर

   (2) विधान (2) बरोबर

   (3) दोन्ही विधाने बरोबर

   (4) दोन्ही विधाने चूक

6. क्षेत्रफळाच्या दृष्टीने महाराष्ट्रातील विभाग उतरत्या क्रमाने लावा :

   (1) पुणे, औरंगाबाद, नागपूर, अमरावती

   (2) कोकण, पुणे, नाशिक, औरंगाबाद

   (3) औरंगाबाद, नाशिक, पुणे, अमरावती

   (4) औरंगाबाद, नाशिक, पुणे, नागपूर

7. महाराष्ट्राची मृदा व हवामान फळांच्या वाढीसाठी पोषक असल्याने अनेक प्रकारच्या फळांचे उत्पादन केले जाते.

   (a) सिंधुदुर्ग जिल्ह्यात सर्वांत जास्त जागेत फळांचे उत्पादन घेतले जाते.

   (b) महाराष्ट्रात भारताच्या एकूण केळी उत्पादनाच्या 20 टक्के उत्पादन होते.

   (c) लातूर जिल्ह्यात द्राक्षाचे उत्पादन होत नाही.

   पर्यायी उत्तरे :

   (1) विधान (a) आणि विधान (b) बरोबर आहेत.

   (2) विधान (a) आणि विधान (c) बरोबर आहेत.

   (3) विधान (b) आणि विधान (c) बरोबर आहेत.

   (4) विधान (a), (b) आणि विधान (c) बरोबर आहेत.

8. जोड्या जुळवून योग्य पर्याय शोधा.

	खडक श्रेणी		जिल्हे
(a)	गोंडवना श्रेणीचे खडक	(i)	भंडारा, गोंदिया
(b)	विंध्य श्रेणीचे खडक	(ii)	सावंतवाडी, वेंगुर्ला
(c)	आर्कियन श्रेणीचे खडक	(iii)	यवतमाळ, गडचिरोली
(d)	धारवाड श्रेणीचे खडक	(iv)	चंद्रपूर

पर्यायी उत्तरे :

	(a)	(b)	(c)	(d)
(1)	(iii)	(iv)	(ii)	(i)
(2)	(ii)	(iii)	(i)	(iv)
(3)	(iv)	(ii)	(iii)	(i)
(4)	(i)	(iii)	(iv)	(ii)

9. महाराष्ट्राच्या नकाशामध्ये अधोरेखित केलेल्या ठिकाणी कोणत्या प्रकारच्या खनिजांचे उत्पादन केले जाते ?

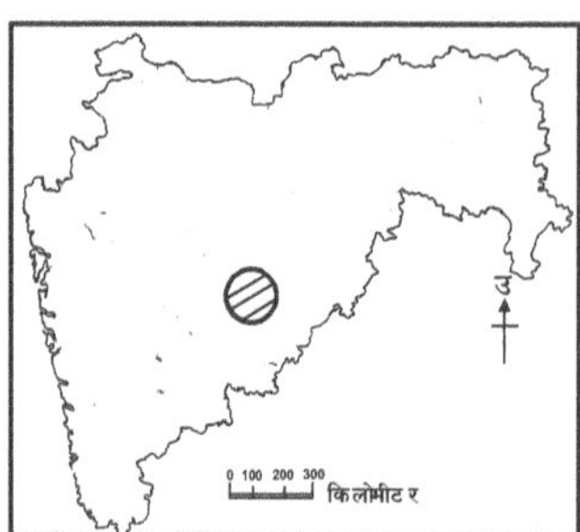

(1) बॉक्साइट

(2) दगडी कोळसा

(3) डोलोमाईट

(4) चुनखडी

10. मुंबई उपनगर जिल्ह्यामध्ये . . . . खेडी आहेत.

(1) शून्य   (2) 7   (3) 8   (4) 87

11. महाराष्ट्राच्या कोकण विभागामध्ये . . . . महानगरपालिका आहेत.

(1) 4   (2) 8   (3) 5   (4) 7

उत्तरसूची ः साहाय्यक कक्ष अधिकारी (मुख्य) परीक्षा ः 2015

1.	2	2.	4	3.	2	4.	1	5.	3	6.	4
7.	1	8.	1	9.	4	10.	4	11.	2		

2016

1. महाराष्ट्राच्या सह्याद्री भागातील शिखर व जिल्हा यांच्या योग्य जोड्या लावा.

शिखर	जिल्हा
(a) मांगी – तुंगी	(I) सातारा
(b) तोरणा	(II) नाशिक
(c) कळसूबाई	(III) अहमदनगर
(d) महाबळेश्वर	(IV) पुणे

पर्यायी उत्तरे :

	(a)	(b)	(c)	(d)
(1)	(II)	(III)	(I)	(IV)
(2)	(II)	(IV)	(III)	(I)
(3)	(II)	(I)	(IV)	(III)
(4)	(III)	(IV)	(I)	(II)

2. खालील माहितीवरून खडक समूहाचे नाव ओळखा.

(अ) संपूर्ण भंडारा व गोंदिया जिल्हा, नागपूर, रत्नागिरी व सिंधुदुर्ग यांचा काही भाग.

(ब) साकोली व सौंसर मालेतील अति प्राचीन रूपांतरित खडक.

(क) साधारण कालखंड 400 कोटी वर्षांचा

(ड) महाराष्ट्रातील 10.5 टक्के क्षेत्र व्यापलेले आहे.

(1) कडप्पा प्रणाली   (2) डेक्कन ट्रॅप

(3) कॅम्ब्रियन समूह   (4) विंध्ययन प्रणाली

3. महाराष्ट्रात तापी नदीचे खोरे कोणत्या डोंगररांगा दरम्यान आढळते ?

(1) सातमाळा, अजंठा आणि हरिश्चंद्र बालाघाट रांगा

(2) सातपुडउ आणि सातमाळा अजंठा रांगा

(3) सातपुडा आणि सह्याद्री रांगा

(4) हरिश्चंद्र बालाघाट आणि महादेव रांगा

4. महाराष्ट्रामध्ये आढळणारी अभयारण्ये/राष्ट्रीय उद्याने यांचा पूर्वेकडून पश्चिमेकडे असणारा क्रम सांगा.

(1) नवेगाव, चिखलदरा, अणेर, देवळगाव-रेहकुरी, फणसाड

(2) चिखलदरा, अणेर, नवेगाव, देवळगाव-रेहकुरी, फणसाड

(3) फणसाड, देवळगाव-रेहकुरी, चिखलदरा, अणेर, नवेगाव

(4) अणेर, देवळगाव-रेहकुरी, फणसाड, नवेगाव, चिखलदरा

5. येरला नदी खोऱ्यातील खालीलपैकी कोणते जलसिंचन प्रकल्प आहेत ?

(1) वरूज, मायनी, भाकूचीवाडी   (2) वानगाव, वालूज, भांबर्डे

(3) टाक, काकुर्डे, अंतरी   (4) येळीव, शाळगाव, कर्दवळी

उत्तरसूची : साहाय्यक कक्ष अधिकारी (मुख्य) परीक्षा : 2016

1. [2]   2. [3]   3. [2]   4. [1]   5. [1]

पोलीस उपनिरीक्षक (मुख्य) परीक्षा : 2014

1. (a) महाराष्ट्रातील नदीप्रणाल्यांचे सर्वांत मोठे क्षेत्र गोदावरी असून सर्वांत कमी नर्मदा नदीचे आहे.

   (b) गोदावरी नदीखालोखाल क्षेत्र भीमा नदीप्रणालीचे क्षेत्रफळ असून त्या खालोखाल कोकणातील नदीप्रणाल्यांचा क्रमांक लागतो.

   वरीलपैकी कोणते विधान/विधाने बरोबर आहेत ?

   (1) (a) आणि (b) बरोबर

   (2) (a) बरोबर, (b) चूक

   (3) (a) चूक, (b) बरोबर

   (4) (a) आणि (b) चूक

2. खालीलपैकी गटात न बसणारी नदी शोधा :

   (1) दूधगंगा   (2) पंचगंगा   (3) गिरणा   (4) सीना

3. (a) महाराष्ट्रातील लोकसंख्येची दशवार्षिक वाढ (2001 - 2011) दरम्यान 15.99 टक्के असून अनुक्रमे ठाणे, पुणे आणि औरंगाबाद या जिल्ह्यांकरिता सर्वाधिक होती.

   (b) महाराष्ट्रातील लोकसंख्येची दशवार्षिक वाढ (2001-2011) ही मुंबई शहर, रत्नागिरी आणि सिंधुदुर्ग या जिल्ह्यांकरिता उणे टक्केवारीत असून ती मुंबई शहर जिल्ह्यांकरिता सर्वांत कमी आहे.

   वरीलपैकी कोणते विधान/विधाने **बरोबर** आहेत ?

   (1) (a) आणि (b) बरोबर

   (2) (a) बरोबर, (b) चूक

   (3) (a) चूक, (b) बरोबर

   (4) (a) आणि (b) चूक

4. महाराष्ट्रात खालील चार वनांच्या प्रकारातील :

   (i) उष्ण कटिबंधीय निम्न सदाहरित वने   (ii) उष्ण कटिबंधीय आर्द्र पानझडी वने

   (iii) उष्ण कटिबंधीय शुष्क पानझडी वने   (iv) उष्ण कटिबंधीय काटेरी वने

   (a) उष्ण कटिबंधीय आर्द्र पानझडी वने सर्वाधिक आढळतात.

   (b) उष्ण कटिबंधीय काटेरी वने सर्वांत कमी आढळतात.

   पर्यायी उत्तरे :

   (1) (a) बरोबर, (b) चूक (a) आणि

   (2) (b) बरोबर, (a) चूक

   (3) न (a) बरोबर, न (b) बरोबर

   (4) दोन्ही (a) आणि (b) चूक

5. (a) अजंठा डोंगररांग तापी आणि गोदावरी खोरी वेगळी करते.

   (b) अजंठा डोंगररांग पश्चिम घाटातून चांदूर डोंगराच्या माध्यमातून निघते.

   पर्यायी उत्तरे :

   (1) (a) बरोबर, (b) चूक

   (2) (b) बरोबर, (b) चूक

   (3) न (a) बरोबर, न (b) बरोबर

   (4) दोन्ही (a) आणि (b) बरोबर

उत्तरसूची : साहाय्यक (मुख्य) परीक्षा : 2015

1. $\boxed{2}$ 2. $\boxed{3}$ 3. $\boxed{1}$ 4. $\boxed{3}$ 5. $\boxed{4}$

विक्रीकर निरीक्षक (मुख्य) परीक्षा

2014

1. पुढील दोन विधानांपैकी कोणते योग्य आहे ?

(अ) महाराष्ट्राच्या पश्चिमेकडे वाहणाऱ्या नद्यांचा क्रम उत्तरेकडून दक्षिणेकडे धमणगंगा, उल्हास, वैतरणा, वशिष्ठी, सावित्री आणि कार्ली असा आहे.

(ब) भातसा व काळू उल्हास नदीच्या महत्त्वाच्या उपनद्या आहेत.

(1) केवळ अ योग्य आहे.   (2) केवळ ब योग्य आहे.

(3) अ आणि ब दोन्ही योग्य आहेत.   (4) अ आणि ब दोन्ही योग्य नाहीत.

2. पुढील दोन विधानांपैकी कोणते योग्य आहे ?

(अ) लक्ष्मी, सावित्री, वाराणशी या महाराष्ट्रात घेतल्या जाणाऱ्या भाताच्या प्रजाती आहेत.

(ब) रत्न, रायभोग, काळी मूछ या महाराष्ट्रात घेतल्या जाणाऱ्या कापसाच्या प्रजाती आहेत.

(1) केवळ अ योग्य आहे.   (2) केवळ ब योग्य आहे.

(3) अ आणि ब दोन्ही योग्य आहेत.   (4) अ आणि ब दोन्ही योग्य नाहीत.

3. महाराष्ट्र राज्यातील पूर्ववाहिनी नद्यांनी किती टक्के क्षेत्र व्यापले आहे ?

(1) 65 टक्के   (2) 69 टक्के   (3) 75 टक्के   (4) 81 टक्के

4. ब्रह्मगिरी पर्वतातून उगम पावून पूर्वेकडे 1,450 कि.मी. वाहत जाऊन बंगालच्या उपसागराला खालीलपैकी कोणती नदी मिळते ?

(1) तापी   (2) नर्मदा   (3) कृष्णा   (4) यांपैकी एकही नाही.

5. जोड्या लावा :

टेकड्या		जिल्हा	
(A)	गलना	I.	गोंदिया
(B)	दरकेसा	II.	नागपूर
(C)	चिरोली	III.	धुळे
(D)	गरमसुर	IV.	गडचिरोली

पर्यायी उत्तरे :

	(A)	(B)	(C)	(D)			(A)	(B)	(C)	(D)
(1)	I	III	II	IV		(2)	III	I	IV	II
(3)	II	IV	III	I		(4)	IV	II	I	III

6. खालील आकृतीत महाराष्ट्र राज्यातील चार जिल्ह्यांचे नकाशे दाखविले आहेत.

   खालीलपैकी कोणता क्रम डावीकडून उजवीकडे बरोबर आहे ?

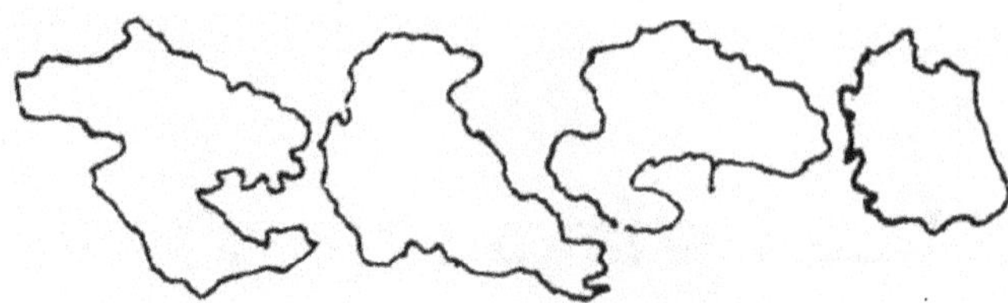

   (1) यवतमाळ, ठाणे, पुणे, अहमदनगर   (2) ठाणे, पुणे, यवतमाळ, अहमदनगर

   (3) अहमदनगर, पुणे, यवतमाळ, ठाणे   (4) ठाणे, अहमदनगर, यवतमाळ, पुणे

7. महाराष्ट्रात डोलोमाइट खालीलपैकी कोणत्या जिल्ह्यात आढळतो ?

   (1) अमरावती – अकोला   (2) यवतमाळ – रत्नागिरी

   (3) भंडारा – जळगाव   (4) नागपूर – नांदेड

उत्तरसूची : विक्रीकर निरीक्षक (मुख्य) परीक्षा : 2014

1.	2	2.	4	3.	3	4.	4
5	2	6.	3	7.	2		

2015

1. खालील विधाने पाहा :

   (a) लोहखनिज प्रामुख्याने धारवाड श्रेणी व जांभा खडकात सापडते.

   (b) रेडी बंदर कोळसा निर्यातीसाठी प्रसिद्ध आहे.

   पर्यायी उत्तरे :

   (1) विधान (a) बरोबर आहे.   (2) विधान (b) बरोबर आहे.

   (3) विधान (a) आणि (b) बरोबर आहेत.   (4) विधान (a) आणि (b) बरोबर नाहीत.

2. सन 2001 च्या जनगणनेप्रमाणे मुंबईमध्ये सुमारे किती टक्के लोक झोपडपट्टीमध्ये राहत होते ?

   (1) 55%   (2) 49%   (3) 50%   (4) 34%

3. खालील विधानांचा विचार करा :

   (a) पश्चिम महाराष्ट्र विभागातील ठाणे वनवृत्तातील अलिबाग या एकमेव वनविभागाचे वनक्षेत्र 1000 चौ.कि.मी. पेक्षा जास्त असून त्या खालोखाल ठाणे व डहाणू वनविभाग यांचा क्रम लागतो.

   (b) विदर्भ विभागातील यवतमाळ वनवृत्तातील अनुक्रमे बुलडाणा, पुसद व यवतमाळ या तिन्ही वन विभागांचे वनक्षेत्र 1000 चौ.कि.मी. पेक्षा जास्त आहे.

   पर्यायी उत्तरे :

   (1) (a) आणि (b) बरोबर   (2) (a) बरोबर, (b) चूक

   (3) (a) चूक, (b) बरोबर   (4) (a) आणि (b) चूक

4. खाली प्रस्तुत माहितीवरून डोंगररांगा ओळखा :

(a) गोदावरी व तापी नद्यांची जलविभाजक.

(b) ही डोंगररांग तुटक-तुटक असून तिची सर्वसाधारण दिशा ही पश्चिम-पूर्व आहे.

(c) पूर्वेस मंद उतार तर पश्चिमेस तीव्र उतार आहे.

(d) पूर्वेकडे उंची कमी होत जाते.

पर्यायी उत्तरे :

(1) सातमाळा – अजिंठा   (2) हरिश्चंद्र – बालाघाट

(3) शंभू – महादेव   (4) हिंगोली – मुदखेड डोंगर

5. घाट व त्यांचे स्थान यांच्या योग्य जोड्या जुळवून योग्य पर्याय शोधा.

घाट	स्थान
(a) थळघाट	(i) महाबळेश्वर – महाड
(b) खंबाटकी घाट	(ii) अहमदनगर – ठाणे
(c) माळशेज घाट	(iii) मुंबई – नाशिक
(d) आंबेनळी घाट	(iv) पुणे – सातारा

पर्यायी उत्तरे :

	(a)	(b)	(c)	(d)			(a)	(b)	(c)	(d)
(1)	(i)	(iii)	(ii)	(iv)		(2)	(iv)	(ii)	(i)	(iii)
(3)	(iii)	(iv)	(ii)	(i)		(4)	(ii)	(i)	(iv)	(iii)

उत्तरसूची : विक्रीकर निरीक्षक (मुख्य) परीक्षा : 2015

1. **1**   2. **2**   3. **1**   4. **1**   5. **3**

महाराष्ट्रामधील ठाणे जिल्ह्याचे विभाजन
नवीन ठाणे जिल्हा व
पालघर जिल्ह्याची निर्मिती

महाराष्ट्र शासनाने ऑगस्ट 2014 मध्ये ठाणे जिल्ह्याचे विभाजन केले. यामुळे नवीन ठाणे जिल्हा व पालघर जिल्ह्याची निर्मिती झाली. महाराष्ट्रात पालघर हा 36 वा जिल्हा झाला.

नवीन ठाणे जिल्ह्यामधील तालुके – 7 :

(1) ठाणे (2) भिवंडी (3) शहापूर (4) कल्याण (5) उल्हासनगर (6) अंबरनाथ (7) मुरबाड.

पालघर जिल्ह्यामधील तालुके – 8 :

(1) मोखाडा (2) डहाणू (3) विक्रमगड (4) जव्हार (5) तळासरी (6) वाडा (7) पालघर (8) वसई.

नवीन ठाणे जिल्हा व पालघर जिल्ह्याची नवीन माहिती :

ठाणे जिल्ह्याचे विभाजन होऊन नवीन ठाणे जिल्हा व पालघर जिल्ह्यासंबंधीची भौगोलिक स्वतंत्र माहिती उपलब्ध झालेली नाही. तथापि, लोकसंख्याशास्त्रीय घटकांमधील काही घटकांची तालुकावार माहिती जनगणना 2011 नुसार प्राप्त झालेली आहे.

लोकसंख्याशास्त्रीय घटकांमधील काही घटकांची नवीन ठाणे व पालघर जिल्ह्यासंबंधी माहिती :

लोकसंख्याशास्त्रीय घटक :

1. कुटुंबाची संख्या
2. एकूण लोकसंख्या
3. बाल-लोकसंख्या (0 ते 6 वर्षे)
4. अनुसूचित जाती
5. अनुसूचित जमाती
6. साक्षरता लोकसंख्या
7. सर्वसाधारण लिंग-गुणोत्तर
8. बाल लिंग-गुणोत्तर
9. साक्षरता दर

आनुषंगिक लोकसंख्याशास्त्रीय घटकाची माहिती नकाशाच्या आधारे तसेच काही निष्कर्ष देत आहे.

नवीन ठाणे जिल्हा : लोकसंख्याशास्त्रीय घटक (अ)

क्र.	नवीन ठाणे जिल्हा - तालुके	कुटुंबांची संख्या	एकूण लोकसंख्या	बाल-लोकसंख्या	अनुसूचित जाती लोकसंख्या	अनुसूचित जमाती लोकसंख्या
1.	ठाणे	8,99,330	37,87,036	4,30,026	2,57,085	74,940
2.	भिवंडी	2,34,249	11,41,386	1,50,767	42,861	92,664
3.	शहापूर	64,924	3,14,103	41,172	18,028	1,12,183
4.	कल्याण	3,77,146	15,65,417	1,62,318	1,51,774	54,516
5.	उल्हासनगर	1,11,799	5,06,098	51,267	86,680	6,576
6.	अंबरनाथ	1,30,986	5,65,340	65,053	75,686	36,221
7.	मुरबाड	40,908	1,90,652	22,938	10,997	47,343
	एकूण	18,59,342	80,70,032	9,23,541	6,43,111	4,24,443

नवीन ठाणे जिल्हा : लोकसंख्याशास्त्रीय घटक (ब)

क्र.	नवीन ठाणे जिल्हा - तालुके	साक्षरता लोकसंख्या	सर्वसाधारण लिंग-गुणोत्तर	बाल लिंग-गुणोत्तर (0-6 वर्षे)	साक्षरता दर
1.	ठाणे	30,13,249	872	904	79.57
2.	भिवंडी	7,85,669	746	936	68.83
3.	शहापूर	2,07,246	957	945	65.98
4.	कल्याण	12,66,907	908	906	80.93
5.	उल्हासनगर	3,97,938	881	906	78.63
6.	अंबरनाथ	4,35,622	914	915	77.05
7.	मुरबाड	1,27,755	961	947	67.01
	एकूण	62,34,386	891	923	74.00

पालघर जिल्हा : लोकसंख्याशास्त्रीय घटक (अ)

क्र.	पालघर जिल्हा - तालुके	कुटुंबांची संख्या	एकूण लोकसंख्या	बाल-लोकसंख्या	अनुसूचित जाती लोकसंख्या	अनुसूचित जमाती लोकसंख्या
1.	तळासरी	27,942	1,54,818	26,733	2,043	1,40,273
2.	डहाणू	82,139	4,02,095	60,433	6,513	2,77,904
3.	विक्रमगड	26,845	1,37,625	21,962	341	1,26,368
4.	जव्हार	29,099	1,40,187	23,284	1,445	1,28,462
5.	मोखाडा	17,789	83,453	14,678	1,622	76,842
6.	वाडा	39,303	1,78,370	24,120	4,482	1,01,709
7.	पालघर	1,28,526	5,50,166	69,554	16,999	1,68,152
8.	वसई	3,18,180	13,43,402	1,62,841	53,533	98,298
	एकूण	6,69,823	29,90,116	4,03,605	86,978	11,18,008

पालघर जिल्हा : लोकसंख्याशास्त्रीय घटक (ब)

क्र.	नवीन ठाणे जिल्हा - तालुके	साक्षरता लोकसंख्या	सर्वसाधारण लिंग-गुणोत्तर	बाल लिंग-गुणोत्तर (0-6 वर्षे)	साक्षरता दर
1.	तळासरी	73,269	1,026	1,015	47.33
2.	डहाणू	2,05,656	1,015	977	51.15
3.	विक्रमगड	73,767	1,009	963	53.60
4.	जव्हार	67,128	1,022	998	47.88
5.	मोखाडा	38,841	1,002	954	46.54
6.	वाडा	1,12,639	939	957	63.15
7.	पालघर	3,87,826	907	958	70.49
8.	वसई	10,33,649	893	917	76.94
	एकूण	19,92,775	977	967	57.14

टीप : _________ सर्वांत जास्त सांख्यिकीय तालुका   - - - - - - सर्वांत कमी सांख्यिकीय तालुका

Source : *Population Census Abstract - 2011, Maharashtra State*

नवीन ठाणे जिल्हा व पालघर जिल्हा :
लोकसंख्याशास्त्रीय घटकांचे पहिले व शेवटचे तालुके

नवीन ठाणे जिल्हा

क्र.	घटक	सर्वांत पहिला तालुका	मूल्य	सर्वांत शेवटचा तालुका	मूल्य
1.	कुटुंबांची संख्या	ठाणे	8,99,330	मुरबाड	40,908
2.	एकूण लोकसंख्या	ठाणे	37,87,036	मुरबाड	1,90,652
3.	बाल लोकसंख्या	ठाणे	4,30,026	मुरबाड	22,938
4.	अनुसूचित जाती	ठाणे	2,57,085	मुरबाड	10,997
5.	अनुसूचित जमाती	शहापूर	1,12,183	उल्हासनगर	6,576
6.	साक्षरता लोकसंख्या	ठाणे	30,13,249	मुरबाड	1,27,755
7.	लिंग–गुणोत्तर	मुरबाड	961	भिवंडी	746
8.	बाल लिंग–गुणोत्तर	मुरबाड	947	ठाणे	904

पालघर जिल्हा

क्र.	घटक	सर्वांत पहिला तालुका	मूल्य	सर्वांत शेवटचा तालुका	मूल्य
1.	कुटुंबांची संख्या	वसई	3,18,180	मोखाडा	17,789
2.	एकूण लोकसंख्या	वसई	13,43,402	मोखाडा	83,453
3.	बाल लोकसंख्या	वसई	1,62,841	मोखाडा	14,678
4.	अनुसूचित जाती	वसई	53,533	विक्रमगड	341
5.	अनुसूचित जमाती	डहाणू	2,77,904	मोखाडा	76,842
6.	साक्षरता लोकसंख्या	वसई	10,33,649	मोखाडा	38,841
7.	लिंग–गुणोत्तर	तळासरी	1,026	वसई	893
8.	बाल लिंग–गुणोत्तर	तळासरी	1,015	वसई	917
9.	साक्षरता दर	वसई	76.94	मोखाडा	46.54

Source : *Population Census Abstract - 2011, Maharashtra State*

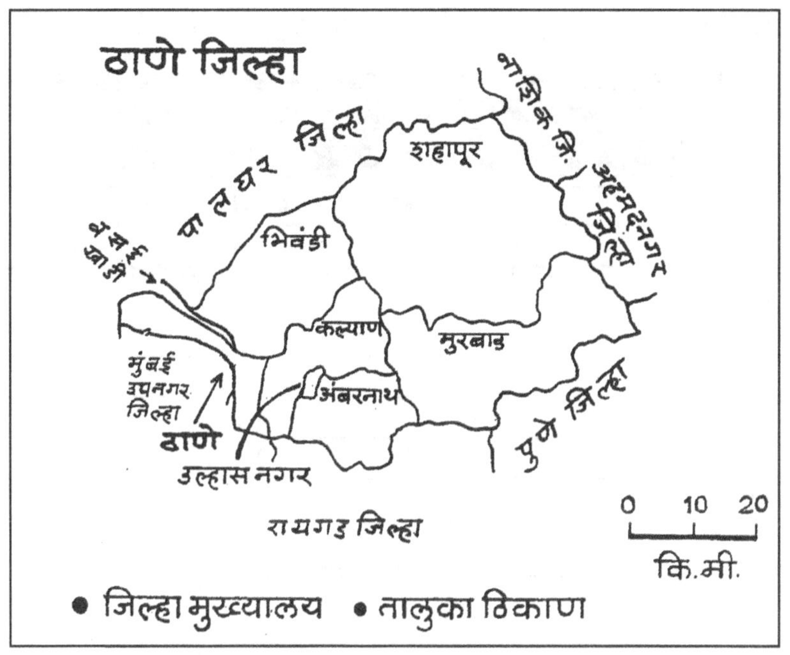

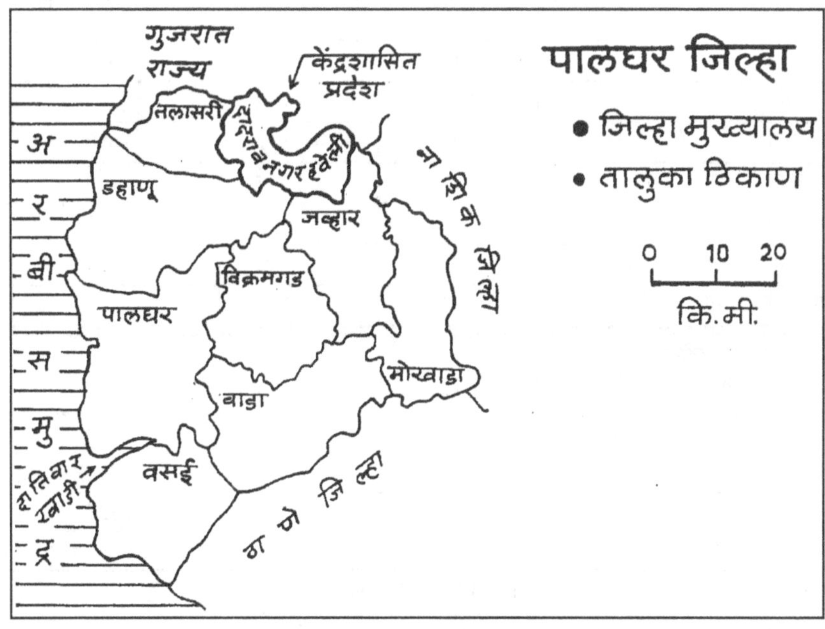

नकाशा क्र. 1 : राजकीय नकाशा : ठाणे जिल्हा व पालघर जिल्हा

महाराष्ट्र राज्याचा संक्षिप्त आढावा (वर्ष 2016 - 17)

दृष्टिक्षेपात महाराष्ट्र (वर्ष 2015 - 16)

बाब	1960 - 61	2000 - 01	2010 - 11	2015 - 16
1. भौगोलिक क्षेत्र (हजार चौ.कि.मी.)	306	308	308	308
2. प्रशासकीय रचना				
महसुली विभाग	4	6	6	6
जिल्हे	26	35	35	36
तालुके	229	353	355[@@]	355[@@]
वस्ती असलेली गावे	35,851	41,095	40,959	40,959
वस्ती नसलेली गावे	3,016	2,616	2,706	2,706
शहरे[#]	266	378	534	534
3. जनगणनेनुसार लोकसंख्या (हजारात)	(1961)	(2001)	(2011)	(2011)
एकूण	39,554	96,879	1,12,374	1,12,374
पुरुष	20,429	50,401	58,243	58,243
स्त्रिया	19,125	46,478	54,131	54,131
ग्रामीण	28,391	55,778	61,556	61,556
नागरी	11,163	41,101	50,818	50,818
अनुसूचित जाती	2,227	9,882	13,276	13,276
अनुसूचित जमाती	2,397	8,577	10,510	10,510
लोकसंख्या घनता (प्रति चौ.कि.मी.)	129	315	365	365
साक्षरता प्रमाण (टक्के)	35.1	76.9	82.3	82.3
स्त्री–पुरुष प्रमाण (स्त्रिया प्रति हजार पुरुष)	936	922	929	929
नागरी लोकसंख्येचे प्रमाण (टक्के)	28.22	42.43	45.2	45.2
4. राज्य उत्पन्न (चालू किमतीनुसार)				
राज्य उत्पन्न (₹ कोटी)	2,249	2,43,584	9,50,771	17,48,771[++]
कृषी व संलग्न कार्य क्षेत्र (₹ कोटी)	585	32,711	1,22,932	1,71,898[+††]
उद्योग क्षेत्र (₹ कोटी)	553	64,942	2,63,512	4.90,096[+††]
सेवाक्षेत्र (₹ कोटी)	1,111	1,45,931	5,64,326	8,39,651[+††]
दरडोई राज्य उत्पन्न (₹)	576	28,540	84,858	1,47,399[+]

* अस्थायी   + पहिले सुधारित अंदाज (पायाभूत वर्ष : 2011-12)

[†] बाजार किमतीनुसार अंदाज   [††] मूळ किमतीनुसार अंदाज   [#] गणना शहरांसह

[@@] मुंबई व मुंबई उपनगर जिल्ह्यामधील बांद्रा, अंधेरी आणि बोरिवली तालुके वगळून.

[@] जलसंपदा विभाग, महाराष्ट्र शासन यांच्या दि. 26 ऑगस्ट, 2016 रोजीच्या शासन निर्णया अन्वये माहिती संकलनाच्या पद्धतीबाबत सूचना निर्गमित करण्यात आल्या आहेत.

टीप : राज्य उत्पन्नाचे 1960-61 ते 2010-11 चे अंदाज घटक खर्चावर आधारित आहेत.

पुढे चालू ▶

बाब	1960 - 61	2000 - 01	2010 - 11	2015 - 16
5. पर्जन्य (सरासरीशी तुलना) – टक्केवारी			102.3	94.9
6. कृषी (क्षेत्र हजार हेक्टरमध्ये)				
निव्वळ पेरणी क्षेत्र	17,878	17,844	17,406	उपलब्ध नाही.
पिकांखालील स्थूल क्षेत्र	18,823	21,619	23,175	उपलब्ध नाही.
स्थूल सिंचित क्षेत्र	1,220	3,852	@	@
त्यापैकी लाभ क्षेत्र^	226$	1,764##	2,955##	2,447##
स्थूल सिंचित क्षेत्राचे पिकाखालील एकूण स्थूल क्षेत्राशी प्रमाण (टक्के)	6.5	17.8	उपलब्ध नाही.	उपलब्ध नाही.
7. प्रमुख पिकांखालील क्षेत्र (हजार हेक्टरमध्ये)				
तांदूळ	1,300	1,512	1,516	1,503
गहू	907	754	1,307	911
ज्वारी	6,284	5,094	3,060	3,217
बाजरी	1,635	1,800	1,035	801
सर्व तृणधान्ये	10,606	9,824	8,985	7,667
सर्व कडधान्ये	2,349	3,557	4,038	3,544
सर्व अन्नधान्ये	12,955	13,382	13,023	11,210
ऊस क्षेत्र	155	687	1,041	उपलब्ध नाही.
ऊसतोडणी क्षेत्र	155	595	965	987
कापूस	2,500	3,077	3,942	4,207
भुईमूग	1,083	490	395	309
8. प्रमुख पिकांचे उत्पादन (हजार टनात)				
तांदूळ	1,369	1,930	2,691	2,593
गहू	401	948	2,301	981
ज्वारी	4,224	3,988	3,452	1,205
बाजरी	489	1,087	1,123	333
सर्व तृणधान्ये	6,755	8,497	12,317	6,896
सर्व कडधान्ये	989	1,637	3,096	1,432
सर्व अन्नधान्ये	7,744	10,134	15,413	8,328
ऊस	10,404	49,569	85,691	69,235
कापूस (रुई)▪	1,673	1,803	7,473	3,914
भुईमूग	800	470	470	334

* अस्थायी $ 1961 - 62 $$ 1991 - 92

@ विशेष तपास पथकाच्या शिफारशीनुसार पुढील कार्यवाहीसाठी विविध समित्या/उपसमित्या गठित करण्यात आलेल्या आहेत.

प्रकल्पाच्या लाभक्षेत्रातील कालव्यावरील, उपसा व धरणातून नदी-नाल्यामध्ये सांडलेल्या तसेच लाभक्षेत्रातील विहिरीद्वारे प्रत्यक्ष सिंचित क्षेत्र.

^ जलसंपदा विभागाकडून निर्मित लाभक्षेत्र.

▪ कापसाचे उत्पादन 170 कि.ग्रॅ.ची एक गासडी याप्रमाणे हजार गासड्यांमध्ये.

पुढे चालू ▶

	बाब	1960 - 61	2000 - 01	2010 - 11	2015 - 16
9.	कृषी उत्पादनाचा निर्देशांक◈	–	127.4	223.8	141.2
10.	कृषी गणना		(2000 - 01)	(2005 - 06)	(2010-11)
	वहिती खातेदारांची संख्या (हजारात)	–	12,138	13,716	13,699
	वहिती क्षेत्र (हजार हेक्टर्समध्ये)	–	20,103	20,005	19,767
	वहितीचे सरासरी क्षेत्र (हेक्टर)	–	1.66	1.46	1.44
11.	पशुधन गणना	(1961)	(1997)	(2007)	(2012)
	एकूण पशुधन (हजारात)	26,048	39,638	35,955	32,489
	एकूण कोंबड्या – बदके (हजारात)	10,578	35,392	64,756 (2003)	77,795 (2003)
	ट्रॅक्टर	1,427	79,893	1,05,611	1,05,611
12.	वनक्षेत्र (चौ.कि.मी.)	63,544	61,935	61,939	61,622*
13.	औद्योगिक गुंतवणूक$	–		(2015 - 16)	(2016 - 17)
	मंजूर प्रकल्प (संख्या)	–	–	19,175	19,437
	प्रस्तावित गुंतवणूक (₹ कोटी)	–	–	11,09,158	11,37,783
14.	वीज (दशलक्ष कि. वॅ. तास)				
	एकूण निर्मिती	3,268	61,209	83,017	1,13,787
	एकूण वापर	2,720	47,289	87,396	1,16,743
	औद्योगिक वापर	1,853	18,363	34,416	40,231
	कृषी वापर	15	9,940	16,257	28,236
	घरगुती वापर	260	11,172	19,546	27,001
15.	बँका (अनुसूचित वाणिज्यिक)		(जून 2001)	(जून 2010)	(जून 2015)
	बँक कार्यालये	उपलब्ध नाही.	6,294 (मार्च 2001)	8,037	11,404
	ग्रामीण लोकसंख्येसाठी बँक कार्यालये	उपलब्ध नाही.	2,294	2,170	3,131
16.	शिक्षण※				
	प्राथमिक शाळा	34,594	65,960	75,695	98,219
	विद्यार्थी (हजारात)	4,178	11,857	10,626	16,044
	माध्यमिक शाळा (उच्च माध्यमिकसह)	2,468	15,389	21,357	25,029
	विद्यार्थी (हजारात)	858	9,267	10,711	6,424

* अस्थायी ◈ पाया : त्रैवार्षिक सरासरी (1979 - 82 = 100)

※ वर्ष 2011-12 पासून सदर माहितीचा आधार बदलला असल्यामुळे सदर माहिती प्राथमिक शाळा (पहिली ते आठवी) व माध्यमिक शाळा (उच्च माध्यमिकसह) (नववी ते बारावी) या स्वरूपात प्राप्त झाली असून पूर्वीची माहिती प्राथमिक शाळा (पहिली ते सातवी) व माध्यमिक शाळा (उच्च माध्यमिकसह) (आठवी ते बारावी) या स्वरूपात आहे. तसेच सदर माहितीचा आधार यु–डीआयएसई आहे.

$ ऑगस्ट 1991 ते नोव्हेंबर

पुढे चालू ▶

बाब	1960 - 61	2000 - 01	2010 - 11	2015 - 16
17. आरोग्य		(2001)	(2011)	(2015)
रुग्णालये	उपलब्ध नाही.	1,102	1,368	1,402
दवाखाने	उपलब्ध नाही.	1,544	3,012	3,087
दर लाख लोकसंख्येमागे खाटा	उपलब्ध नाही.	106	103	108 (2015)
जन्मदर @	34.7	20.7	16.7	16.3
मृत्युदर @	13.8	7.5	6.3	5.8
अर्भक मृत्युदर @	86	45	25	21
18. वाहतूक				
रेल्वेमार्गांची लांबी (कि.मी.)	5,056	5,459	5,984	6,127
एकूण रस्त्यांची लांबी (कि.मी.)[•]	39,241	2,16,968	2,41,712	3,00,789
त्यांपैकी पृष्ठांकित	24,852	1,78,999	2,21,182	2,45,214
मोटार वाहने (हजारात)	100	6,607	16,990	29,394
19. सहकार				
प्राथमिक कृषी पतसंस्था	21,400	20,551	21,451	21,102*
सभासद (लाखात)	22	101	150	151*
सहकारी संस्थांची एकूण संख्या	31,565	1,58,016	2,24,306	1,96,907*
एकूण सभासद (लाखात)	42	430	530	499*
सहकारी संस्थांचे एकूण खेळते भांडवल (₹ कोटी)	291	1,34,440	2,48,434	3,60,545*
20. स्थानिक स्वराज्य संस्था				(2016-17)[$]
जिल्हा परिषदा	25	33	33	34
ग्रामपंचायती	21,636	27,735	27,913	28,332
पंचायत समित्या	295	321	351	351
नगर परिषदा	219	228	222	234
महानगरपालिका	3	15	23	27
नगर पंचायत	–	3	4	124
कटक मंडळे	7	7	7	7

* अस्थायी

@ नमुना नोंदणी पाहणी

[•] सार्वजनिक बांधकाम विभाग व जिल्हा परिषदांच्या देखभालीखालील रस्ते.

[◉] ऑगस्ट 2014 : पालघर जिल्हा परिषद

[$] राज्य निवडणूक आयोगाच्या अहवालानुसार. (31 डिसेंबर, 2016 रोजीची)

स्रोत : महाराष्ट्राची आर्थिक पाहणी (2016 - 17), पान क्र. 3 ते 5

संदर्भ : महाराष्ट्राची आर्थिक पाहणी (2016 - 17)

बाब	परिमाण	महाराष्ट्र	भारत	भारताशी तुलना (टक्केवारी)
(1)	(2)	(3)	(4)	(5)
1. लोकसंख्या (2011)				
1.1 एकूण लोकसंख्या	हजारात	1,12,374	12,10,855	9.3
(अ) पुरुष	हजारात	58,243	6,23,270	9.3
(ब) स्त्रिया	हजारात	54,131	5,87,585	9.2
1.2 (अ) ग्रामीण लोकसंख्या	हजारात	61,556	8,33,749	7.4
(ब) ग्रामीण लोकसंख्येची एकूण लोकसंख्येशी टक्केवारी	टक्के	54.8	68.9	–
1.3 (अ) नागरी लोकसंख्या	हजारात	50,818	3,77,106	13.5
(ब) नागरी लोकसंख्येची एकूण लोकसंख्येशी टक्केवारी	टक्के	45.2	31.1	–
1.4 स्त्री–पुरुष प्रमाण	दर हजार पुरुषांमागे स्त्रियांची संख्या	929	943	–
1.5 लोकसंख्येतील शेकडा वाढ (2001 - 2011)	टक्के	16.0	17.7	–
1.6 साक्षरता प्रमाण	टक्के	82.3	73.0	–
1.7 अनुसूचित जाती व जमातींची लोकसंख्या	हजारात	23,786	3,05,924	7.8
1.8 एकूण काम करणारे	हजारात	49,428	4,81,889	10.3
1.9 भौगोलिक क्षेत्र (2011)	लाख चौ.कि.मी.	3.08	32.9	9.4
2. कृषी (2013 - 14)				
2.1 निव्वळ पेरणी क्षेत्र	हजार हेक्टर	17,368	1,41,428	12.3
2.2 पिकांखालील स्थूल क्षेत्र	हजार हेक्टर	23,380	2,00,859	11.6
2.3 स्थूल सिंचित क्षेत्र	हजार हेक्टर	उपलब्ध नाही.	95,772	–
2.4 स्थूल सिंचित क्षेत्राची एकूण पिकाखालील स्थूल क्षेत्राशी टक्केवारी	टक्के	उपलब्ध नाही.	47.7	–

पुढे चालू ▶

बाब	परिमाण	महाराष्ट्र	भारत	भारताशी तुलना (टक्केवारी)
(1)	(2)	(3)	(4)	(5)
2. कृषी (2013 - 14)				
2.5 प्रमुख पिकांखालील क्षेत्रे (2011-12 ते 2013-14 या वर्षांची सरासरी)				
(1) तांदूळ	हजार हेक्टर	1,569	43,632	3.6
(2) गहू	हजार हेक्टर	897	30,111	3.0
(3) ज्वारी	हजार हेक्टर	3,368	6,084	55.4
(4) बाजरी	हजार हेक्टर	796	7,962	10.0
(5) एकूण तृणधान्ये	हजार हेक्टर	7,705	99,359	7.8
(6) एकूण अन्नधान्ये (तृणधान्ये व कडधान्ये)	हजार हेक्टर	11,129	1,23,524	9.0
(7) ऊस क्षेत्र	हजार हेक्टर	1,096	5,010	21.9
तोडणी क्षेत्र		966	उपलब्ध नाही.	–
(8) कापूस	हजार हेक्टर	4,171	12,038	34.6
(9) भुईमूग	हजार हेक्टर	319	5,163	6.2
3. पशुधन गणना				
3.1 एकूण पशुधन (2012)	हजारात	32,489	5,12,057	6.3
3.2 व्हील ट्रॅक्टर्स (2003)	हजारात	106	2,361	4.5
3.3 सिंचनाकरिता वापरलेली डिझेल इंजिने व इलेक्ट्रिक पंप (2003)	हजारात	1,174	15,684	7.5
4. वने				
4.1 एकूण वन क्षेत्र (2015)	चौ.कि.मी.	61,622	7,64,566	8.1
5. उद्योग				
5.1 औद्योगिक गुंतवणूक[$]				
(अ) मंजूर प्रकल्प	संख्या	19,437	1,08,310	17.9
(ब) प्रस्तावित गुंतवणूक	₹ कोटी	10,37,783	1,14,10,426	10.0

[$] ऑगस्ट 1991 ते नोव्हेंबर 2016

पुढे चालू ➡

बाब	परिमाण	महाराष्ट्र	भारत	भारताशी तुलना (टक्केवारी)
(1)	(2)	(3)	(4)	(5)
6. वीज (2014 - 15)				
6.1 एकूण निर्मिती	दशलक्ष कि.वॅ. तास	1,03,779	11,16,850	9.3
6.2 एकूण वापर[#]	दशलक्ष कि.वॅ. तास	1,12,855	8,14,250	13.9
6.3 (अ) औद्योगिक वापर	दशलक्ष कि.वॅ. तास	41,522	2,84,074	14.6
(ब) औद्योगिक वापराची एकूण वापराशी टक्केवारी	टक्के	36.8	34.9	--
7. बँका (अनुसूचित वाणिज्यिक) (मार्च 2016)				
7.1 बँक कार्यालये	संख्या	11,789	1,32,587	9.0
7.2 बँक कार्यालये असलेली शहरे व गावे (मार्च 2015)	संख्या	3,076	44,755	6.9
8. राज्य / राष्ट्रीय उत्पन्न (2015-16)				
8.1 नॉमिनल उत्पन्न	₹ कोटी	17,48,771[+]	1,20,83,093[+]	14.5
8.2 चालू किमतीनुसार दरडोई उत्पन्न	₹	1,47,399[+]	94,178[+]	–
8.3 बाजार किमतीनुसार स्थूल राज्य उत्पन्न/देशांतर्गत स्थूल उत्पन्न	₹ कोटी	20,01,223[+]	1,36,75,331[+]	14.6
8.4 दरडोई स्थूल राज्य उत्पन्न / देशांतर्गत स्थूल उत्पन्न	₹	1,52,853	98,565	–

+   पहिले सुधारित अंदाज

\#   वितरण परवानाधारकामार्फत ग्राहकांना केलेली वीज विक्री

संदर्भ : महाराष्ट्राची आर्थिक पाहणी (2016 - 17), पान क्र. 6 व 7

महाराष्ट्र राज्य अर्थव्यवस्था
(वर्ष 2016 - 17)

राज्य उत्पन्न

- वास्तविक (रिअल) (सन 2011-12 च्या स्थिर किमतीनुसार) स्थूल राज्य उत्पन्नात सन 2016-17 च्या पूर्वानुमानानुसार राज्य अर्थव्यवस्था मागील वर्षाच्या तुलनेत 9.4 टक्के विक्री दराने वाढेल असे अपेक्षित आहे.

- कृषी व संलग्न कार्य क्षेत्रात मागील वर्षाच्या तुलनेत 12.5 टक्के वाढ अपेक्षित असून उद्योग व सेवा–क्षेत्रांमध्ये अनुक्रमे 6.7 टक्के व 10.8 टक्के वाढ अपेक्षित आहे.

- पूर्वानुमानानुसार सन 2016-17 साठी वास्तविक (रिअल) स्थूल राज्य उत्पन्न ₹ 18,15,498 कोटी अपेक्षित आहे. देशाची अर्थव्यवस्था सन 2016-17 मध्ये 7.1 टक्क्यांनी वाढणे अपेक्षित आहे.

- पहिल्या सुधारित अंदाजानुसार सन 2015-16 चे वास्तविक (रिअल) स्थूल राज्य उत्पन्न ₹ 16,59,776 कोटी होते; व ते मागील वर्षाच्या ₹ 15,30,211 कोटी स्थूल राज्य उत्पन्नापेक्षा 8.5 टक्क्यांनी अधिक आहे. चालू किमतीनुसार सन 2015-16 चे सांकेतिक (नॉमिनल) स्थूल राज्य उत्पन्न ₹ 20,01,223 कोटी होते; ते मागील वर्षी ₹ 17,73,744 कोटी होते. सन 2015-16 मध्ये राज्याचे दरडोई उत्पन्न ₹ 1,47,399 होते तर ते मागील वर्षी ₹ 1,32,341 होते.

किमती

- राज्याच्या ग्रामीण व नागरी भागाचा सरासरी ग्राहक किमती निर्देशांक (पायाभूत वर्ष 2003) एप्रिल ते डिसेंबर 2016 या कालावधीत अनुक्रमे 266.5 व 255.5 होता. सरासरी ग्राहक किमती निर्देशांकावर आधारित एप्रिल ते डिसेंबर 2016 या कालावधीत ग्रामीण भागात वर्ष–ते वर्ष चलनवाढीचा दर 3.6 टक्के तर नागरी भागात 3.5 टक्के होता.

लोकवित्त

- राज्याची सन 2016-17 मध्ये अर्थसंकल्पीय अंदाज (अअं) नुसार, अपेक्षित महसुली जमा ₹ 2,20,810 कोटी आहे तर सन 2015-16 चे सुधारित अंदाज (सुअं) नुसार ती ₹ 1,98,321 कोटी होती. सन 2016-17 (अअं) नुसार कर महसूल आणि करेतर महसूल अनुक्रमे ₹ 11,75,849 कोटी आणि ₹ 44,961 कोटी अपेक्षित आहे. एप्रिल ते डिसेंबर 2016 या कालावधीत प्रत्यक्ष महसुली जमा ₹ 1,40,864 कोटी (अर्थसंकल्पीय अंदाजाच्या 63.8 टक्के) असून ती गतवर्षाच्या त्याच कालावधीच्या तुलनेत 11.4 टक्के वाढ दर्शविते.

- राज्यशासनाच्या सन 2016-17 (अअं) नुसार महसुली खर्च ₹ 2,24,455 कोटी अपेक्षित असून तो सन 2015-16 (सुअं) नुसार ₹ 2,07,611 कोटी आहे.

महसुली आणि वित्तीय तूट

- अर्थसंकल्पीय अंदाजाप्रमाणे सन 2016-17 नुसार अपेक्षित महसुली तूट, वित्तीय तूट आणि आण्विक ऋणभार अनुक्रमे ₹ 3,645 कोटी; ₹ 35,031 कोटी; ₹ 3,56,213 कोटी आहे. सन 2016-17 (अअं) नुसार वित्तीय तुटीचे स्थूल राज्य उत्पन्नाशी प्रमाण 1.5 टक्के तसेच ऋणभाराचे स्थूल राज्य उत्पन्नाशी प्रमाण 15.7 टक्के अपेक्षित असून ते चौदाव्या वित्त आयोगाने 'एकत्रित वित्तीय सुधारणेचा मार्ग' या अंतर्गत दिलेल्या राजकोषीय मर्यादित आहे.

- सन 2016-17 (अअं) नुसार भांडवली जमेचा एकूण जमेतील आणि भांडवली खर्चाच्या एकूण खर्चातील हिस्सा अनुक्रमे 14.1 टक्के व 12.7 टक्के अपेक्षित आहे.

संस्थांद्वारे वित्तपुरवठा

- राज्यातील अनुसूचित वाणिज्यिक बँकांच्या 31 मार्च, 2016 रोजी एकूण ठेवी व एकूण कर्जे अनुक्रमे ₹ 21.78 लाख कोटी व ₹ 22.35 लाख कोटी होते; तर कर्ज–ठेवी प्रमाण 102.7 टक्के होते. देशातील अनुसूचित वाणिज्यिक बँकांच्या एकूण ठेवी व स्थूल कर्ज यामध्ये राज्यातील बँकांचा हिस्सा अनुक्रमे 24.0 टक्के व 28.7 टक्के होता.

- सन 2016-17 ची राज्यासाठी प्राधान्य क्षेत्राकरिता वार्षिक कर्ज योजना 2.55 लाख कोटीची असून ती मागील वर्षापक्षा 36.4 टक्क्यांनी जास्त आहे.

- मार्च, 2016 अखेर 7.9 लाख स्व–सहायता गटाची एकूण बचत ₹ 857 कोटी होती; तर मार्च 2015 अखेर 7.2 लाख स्व–सहायता गटाची एकूण बचत ₹ 903.8 कोटी होती. मार्च 2016 अखेर सुमारे 2.08 लाख स्व–सहायता गटाकडे एकूण ₹ 1,697 कोटी कर्ज थकीत होते तर मार्च 2015 अखेर एकूण ₹ 1,532.8 कोटी कर्ज थकीत होते

- प्रधानमंत्री जन–धन योजनेअंतर्गत 10 फेब्रुवारी, 2017 पर्यंत राज्यात सुमारे ₹ 3,925 कोटीच्या ठेवींसह सुमारे 1.76 कोटी बँक–खाती उघडण्यात आली

- सन 2015-16 मध्ये मुद्रा योजनेअंतर्गत राज्यात 35.3 लाख – 'शिशु' (₹ 50,000 पर्यंत) अंतर्गत 33.4 लाख; 'किशोर' (₹ 50,000 ते ₹ 2 लाख) अंतर्गत 1.5 लाख; आणि 'तरुण' (₹ 5 लाख ते ₹ 2 लाख) अंतर्गत 0.4 लाख लाभार्थ्यांना एकूण ₹ 13,372 कोटी कर्ज वितरित करण्यात आले. सन 2016-17 मध्ये 10 फेब्रुवारी, 2017 पर्यंत 23.7 लाख – 'शिशु' अंतर्गत 21.7 लाख; 'किशोर' अंतर्गत 1.6 लाख; आणि 'तरुण' अंतर्गत 0.4 लाख लाभार्थ्यांना एकूण ₹ 11,204 कोटी कर्ज वितरित करण्यात आले.

कृषी व संलग्न कार्ये

- दोन वर्षांच्या दुष्काळाच्या कालावधीनंतर सन 2016-17 मध्ये राज्यात चांगला (सरासरीच्या 94.9 टक्के) पाऊस पडला. राज्यातील एकूण 355 तालुक्यांपैकी (मुंबई शहर व मुंबई उपनगर जिल्ह्यांतील तालुके वगळून) 58 तालुक्यांत अपुरा, 216 तालुक्यांत सरासरीएवढा तर 81 तालुक्यांत सरासरीपेक्षा अधिक पाऊस पडला.

- सन 2016 च्या खरीप हंगामामध्ये 152.12 लाख हेक्टर क्षेत्रावर पेरणी पूर्ण करण्यात आली. मागील वर्षाच्या तुलनेत तृणधान्ये, कडधान्ये, तेलबिया आणि कापूस यांच्या उत्पादनात अनुक्रमे 80 टक्के, 187 टक्के, 142 टक्के आणि 83 टक्के वाढ अपेक्षित असून उसाच्या उत्पादनात 28 टक्के घट अपेक्षित आहे.

- सन 2016-17 मध्ये रब्बी पिकांखालील क्षेत्र 51.31 लाख हेक्टर आहे. मागील वर्षाच्या तुलनेत तृणधान्ये, कडधान्ये आणि तेलबिया यांच्या उत्पादनात अनुक्रमे 62 टक्के, 90 टक्के आणि 36 टक्के वाढ अपेक्षित आहे.

- मध्यम व लघु पाटबंधारे (राज्यक्षेत्र) जलाशयामध्ये मिळून एकत्रितपणे 15 ऑक्टोबर 2015 रोजीचा एकूण उपयुक्त जलसाठा 18,072 दशलक्ष घनमीटर होता व तो प्रकल्प आराखड्यानुसार उपयुक्त जलसाठा क्षमतेच्या सुमारे 44.4 टक्के होता.

- 'जलयुक्त शिवार अभियान' अंतर्गत सन 2015-16 मध्ये निवडण्यात आलेल्या एकूण 6,202 गावांपैकी 4,374 गावे 'पाणी टंचाईमुक्त' करण्यात आली आणि 11,82,230 हजार घन मीटर जलसाठ्याची निर्मिती करण्यात आली. सन 2016-17 मध्ये एकूण 5,281 गावे निवडण्यात आली.

- सन 2015-16 मध्ये ₹ 40,581 कोटी रकमेच्या पीक कर्ज वित्तीय संस्थांद्वारे वाटप करण्यात आले; जे सन 2014-15 मध्ये ₹ 34,100 कोटी होते. सन 2015-16 मध्ये ₹ 32,284 कोटी रकमेचे कृषी मुदत कर्जाचे वाटप करण्यात आले तर सन 2014-15 मध्ये प्राथमिक कृषी सहकारी पतपुरवठा संस्थांनी सन 2015-16 मध्ये शेतकऱ्यांना एकूण ₹ 13,293 कोटी कर्ज वितरित करण्यात आले. त्यांपैकी अल्प व अत्यल्प भूधारक शेतकऱ्यांना ₹ 7,089 कोटी (53.3 टक्के) कर्ज वितरित करण्यात आले.

- शासकीय व सहकारी दुधसंस्थांचे सन 2016-17 मध्ये डिसेंबरपर्यंत दैनिक सरासरी दूध संकलन 44.43 लाख लीटर होते तर सन 2015-16 मध्ये दुधाचे एकूण उत्पादन 10.1 दशलक्ष मेट्रिक टन होते; तर ते सन 2014-15 मध्ये 9.5 दशलक्ष मेट्रिक टन होते.

- सागरी व गोड्या पाण्यातील अंदाजित मत्स्य उत्पादन सन 2016-17 मध्ये डिसेंबरपर्यंत अनुक्रमे 3.49 लाख मेट्रिक टन व 0.81 लाख मेट्रिक टन होते तर सन 2015-16 मध्ये ते अनुक्रमे 4.34 लाख मेट्रिक टन व 1.46 लाख मेट्रिक टन होते.

उद्योग व सहकार

- ऑगस्ट 1991 ते नोव्हेंबर 2016 या कालावधीत राज्यात ₹ 11,37,783 कोटी प्रस्तावित गुंतवणुकीच्या 19,437 औद्योगिक प्रकल्पांना मान्यता देण्यात आली. त्यांपैकी ₹ 2,69,814 कोटी (23.7 टक्के) प्रस्तावित गुंतवणुकीचे 8,664 प्रकल्प (44.6 टक्के) कार्यान्वित झाले.

- राज्यात सप्टेंबर 2015 अखेर ₹ 56,552 कोटी गुंतवणुकीचे व 29.2 लाख रोजगार असलेले सुमारे 2.44 लाख सूक्ष्म, लघू व मध्यम उपक्रम कार्यरत होते.

- केंद्रशासनाने प्रकाशित केलेल्या वार्षिक उद्योग पाहणी, 2014-15 च्या अस्थायी निष्कर्षाप्रमाणे स्थूल मूल्यवृद्धीत (₹ 2,39,076 कोटी) राज्य अग्रस्थानी आहे व देशाच्या स्थूल मूल्यवृद्धीत राज्याचा हिस्सा 20.5 टक्के आहे.

- प्रस्तावित दिल्ली-मुंबई इंडस्ट्रिअल कॉरिडोर हा नवीन औद्योगिक शहरे 'स्मार्ट शहरे' म्हणून विकसित करण्यात आले आणि त्यांना पायाभूत सुविधा क्षेत्रातील अद्ययावत तंत्रज्ञान पुरविण यासाठीच देशातील सर्वांत महत्त्वाकांक्षी पायाभूत सुविधा कार्यक्रम आहे. या कार्यक्रमात राज्यातील शेंद्रा-बिडकीन आणि दिघी बंदर या दोन औद्योगिक क्षेत्रांचा समावेश आहे. या कॉरिडॉरचा एक भाग म्हणून सुनियोजित आणि हरित स्मार्ट औद्योगिक शहर अशा 10,000 एकर क्षेत्रात वसलेल्या औरंगाबाद औद्योगिक शहराचा (ऑरिक) विकास केला जात आहे.

- सहाव्या आर्थिक गणनेनुसार राज्यात 61.4 लाख आस्थापना असून त्यामधील 9.2 लाख (15.0 टक्के) आस्थापना या वस्तुनिर्माण क्षेत्रात (संघटित तसेच असंघटित) कार्यरत होत्या व त्यातील रोजगार 29.18 लाख होता.

- राज्यात 31 मार्च, 2016 रोजी सुमारे 4.99 कोटी सभासद असलेल्या 1.97 लाख सहकारी संस्था होत्या. त्यांपैकी 11 टक्के कृषी पतपुरवठा, 11 टक्के बिगर–कृषी पतपुरवठा तर 78 टक्के इतर संस्था होत्या. एकूण 20.3 टक्के सहकारी संस्था तोट्यात होत्या; त्यांपैकी 29.2 टक्के कृषी पतपुरवठा संस्था होत्या.

पायाभूत सुविधा

ऊर्जा

- राज्यातील विजेची स्थापित क्षमता 31 डिसेंबर, 2016 रोजी 34,416 मेगावॅट होती. डिसेंबर 2016 अखेर 82,441 दशलक्ष युनिट्स वीजनिर्मिती झाली. सन 2016-17 मध्ये डिसेंबरपर्यंत राज्यातील एकूण विजेचा वापर 82,145 दशलक्ष युनिट्स असून त्यात मागील वर्षीच्या तत्सम कालावधीच्या तुलनेत 4.8 टक्के वाढ दिसून येते.

- महावितरणची सन 2015-16 मध्ये 15,948 मेगावॅट सरासरी कमाल विजेची मागणी 98 मेगावॅट तुटीचे भारनियमन करून भागविण्यात आली. सन 2016-17 मध्ये डिसेंबरपर्यंतची 16,304 मेगावॅट सरासरी कमाल मागणी होती व शून्य भारनियमन होते.

- सन 2015-16 मध्ये महापारेषणची पारेषण हानी, महावितरणची वितरण हानी आणि एकत्रित तांत्रिक व व्यावसायिक हानी अनुक्रमे 3.9 टक्के, 14.15 टक्के व 19.7 टक्के होती.

- मार्च 2016 अखेर सार्वजनिक बांधकाम विभाग व जिल्हा परिषदेच्या देखभालीखालील रस्त्यांची लांबी सुमारे 3.01 लाख कि.मी. होती. सुमारे 99 टक्के गावे बारमाही वा हंगामी रस्त्यांनी जोडलेली होती.

- मुंबई व नागपूर यांना जोडणारा 'मुंबई–नागपूर समृद्धी कॉरिडॉर' हा आठ पदरी (710 कि.मी. लांब व 120 मी. रुंद) द्रुतगती महामार्ग कार्यान्वित आहे. या महामार्गामुळे मुंबई–नागपूर अंतर सहा तासात गाठता येईल. या प्रकल्पावर ₹ 40,000 कोटी खर्च अपेक्षित आहे.

- राज्यातील रस्त्यावरील वाहनांची 1 जानेवारी, 2017 रोजी एकूण संख्या 294 लाख (दर लाख लोकसंख्येमागे 24,411 वाहने आणि प्रति कि.मी. रस्त्यामागे 98 वाहने) होती.

- नागपूर मेट्रो रेल प्रकल्प हा 38,215 कि.मी. लांबी आणि पुणे मेट्रो रेल प्रकल्प हा 31,254 कि.मी. लांबीचा असून त्यांची कामे प्रगतिपथावर आहेत.

- सन 2015-16 मध्ये मोठी बंदरे व लहान बंदरे यांच्यामार्फत झालेली एकत्रित मालवाहतूक 1,539.86 लाख मेट्रिक टन होती; तर ती मागील वर्षी 1,528.19 लाख मेट्रिक टन होती.

- सन 2015-16 मध्ये राज्यातील विमानतळांवरून झालेली देशांतर्गत व आंतरराष्ट्रीय मालवाहतूक अनुक्रमे 2.49 लाख मेट्रिक टन व 4.97 लाख मेट्रिक टन होती; तर सन 2014-15 साठी तत्सम आकडेवारी अनुक्रमे 2.42 लाख मेट्रिक टन व 4.87 लाख मेट्रिक टन होती. सन 2015-16 मध्ये देशांतर्गत व आंतरराष्ट्रीय विमानतळांवरून झालेली प्रवासी वाहतूक अनुक्रमे 372.2 लाख व 117.1 लाख होती. ती मागील वर्षच्या तुलनेत अनुक्रमे 19.2 टक्के व 3.0 टक्के अधिक होती.

- स्मार्ट शहर अभियानांतर्गत राज्यातील बृहन्मुंबई, ठाणे, कल्याण–डोंबिवली, पिंपरी–चिंचवड, नाशिक, अमरावती, सोलापूर, नागपूर, पुणे, औरंगाबाद या दहा शहरांचा समावेश आहे.

सामाजिक क्षेत्र

- जनगणना 2011 अनुसार, राज्याची एकूण लोकसंख्या 11.24 कोटी असून त्यामध्ये स्त्रियांचे प्रमाण 48.2 टक्के आहे. नागरी लोकसंख्येचे प्रमाण 45.2 टक्के आहे. राज्याचा दशवार्षिक लोकसंख्या वृद्धिदर 16.0 टक्के असून तो मागील दशकाच्या तुलनेत 6.7 टक्के अंकांनी कमी आहे.

- राज्यातील स्त्री–पुरुष प्रमाण 929 असून 0 ते 16 वर्षे वयोगटातील बालकांमध्ये ते 894 आहे तर अखिल भारतीय स्तरावर ते अनुक्रमे 943 व 919 आहे. राज्यातील साक्षरतेचे प्रमाण 82.3 टक्के आहे. साक्षरतेचे प्रमाण अनुसूचित जातीमध्ये 79.7 टक्के आणि अनुसूचित जमातीमध्ये ते 65.7 टक्के आहे.

- सन 2015-16 मध्ये घेण्यात आलेल्या पाचव्या 'रोजगार व बेरोजगार पाहणी' नुसार, राज्यातील नित्य मुख्य कार्यस्थितीनुसार 15 वर्षे व त्यावरील व्यक्तींसाठी श्रमशक्ती सहभाग दर 52.7 टक्के, काम करणाऱ्यांचे लोकसंख्येशी प्रमाण 51.6 टक्के व बेरोजगारीचा दर 2.1 टक्के होता.

- सन 2016-17 मध्ये एकूण 1,04,970 प्राथमिक (इयत्ता पहिली ते आठवी) शाळा होत्या व त्यातील पटावरील विद्यार्थ्यांची संख्या सुमारे 159.86 लाख होती. सन 2016-17 मध्ये माध्यमिक व उच्च माध्यमिक (इयत्ता नववी ते बारावी) 25,737 शाळा होत्या व त्यातील पटावरील विद्यार्थ्यांची संख्या 66.15 लाख होती.

- सन 2015-16 मध्ये पिण्याच्या पाण्याची सोय उपलब्ध असणाऱ्या शाळांची टक्केवारी 99.7 टक्के आणि मुलींसाठी शौचालये (वापरायोग्य) उपलब्ध असलेल्या शाळांची टक्केवारी 99.4 टक्के होती.

- अखिल भारतीय उच्च शिक्षण पाहणी अहवालानुसार, उच्च शिक्षणातील सन 2015-16 मधील पटसंख्या 39.87 लाख होती. सन 2015-16 करिता स्त्री–पुरुष असमानता निर्देशांक 0.86 होता.

- सन 2015 मधील जन्मदर, अर्भक मृत्युदर व मृत्युदर हे अनुक्रमे 16.3, 21 व 5.8 होते. माता मृत्यू प्रमाण सन 2011 ते 2013 या कालावधीकरिता 68 होते.

- 'महाराष्ट्र मानव विकास अहवाल, 2012' नुसार राज्याचा मानव विकास निर्देशांक 0.752 आहे. मुंबईचा (मुंबई शहर व मुंई उपनगर जिल्ह्यांचा एकत्रित) मानव विकास निर्देशांक सर्वाधिक (0.841) आहे तर नंदुरबार जिल्ह्याचा मानव विकास निर्देशांक सर्वांत कमी (0.604) आहे. राज्यातील एकूण जिल्ह्यांपैकी 27 जिल्ह्यांचे मानव विकास निर्देशांक राज्याच्या मानव विकास निर्देशांकापेक्षा कमी आहेत.

स्रोत : महाराष्ट्राची आर्थिक पाहणी (2016 - 17), पान क्र. 9 ते 12

महाराष्ट्र राज्य (1 मे, 1960 पासून पुढे) (सवदींज् महाराष्ट्राचा प्रगत ॲटलास : पान क्र. 4 पाहा.)

महाराष्ट्र राज्याची स्थापना 1 मे, 1960 रोजी झाली. महाराष्ट्रात 26 जिल्हे होते आणि प्रशासकीय विभाग 4 होते. याचे स्वरूप पुढीलप्रमाणे : (नकाशा क्र. 1.1 पाहा.) सध्या महाराष्ट्रात 36 जिल्हे आणि प्रशासकीय विभाग 6 आहेत.

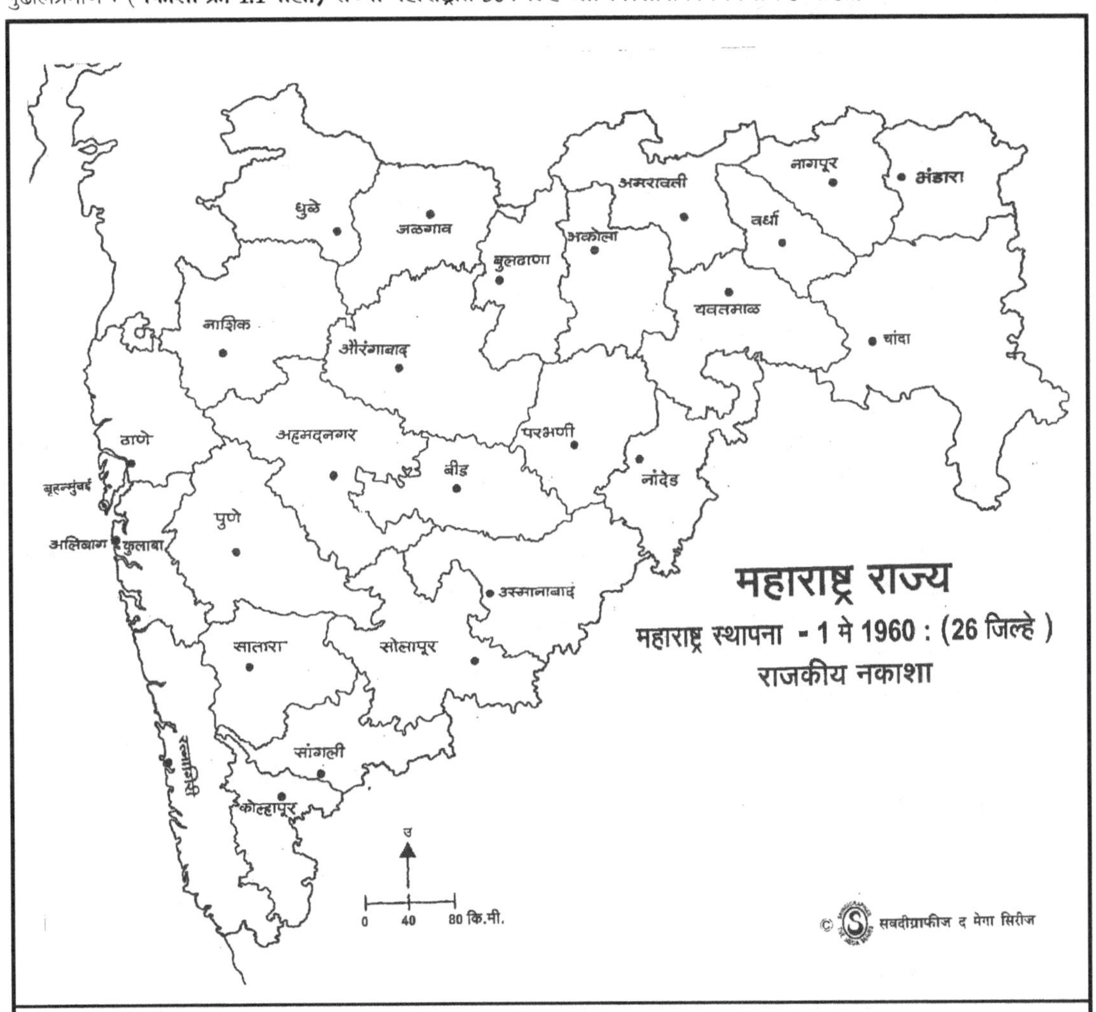

महाराष्ट्र राज्य (स्थापना वेळेचे जिल्हे) – सन 1960 :

कोकण विभाग : (1) बृहन्मुंबई (2) ठाणे (3) कुलाबा (4) रत्नागिरी.

पुणे विभाग : (5) पुणे (6) सातारा (7) सांगली (8) कोल्हापूर (9) सोलापूर (10) नाशिक (11) अहमदनगर (12) धुळे (13) जळगाव.

औरंगाबाद विभाग : (14) औरंगाबाद (15) बीड (16) परभणी (17) उस्मानाबाद (18) नांदेड.

नागपूर विभाग : (19) नागपूर (20) वर्धा (21) भंडारा (22) चांदा (23) अमरावती (24) बुलडाणा (25) अकोला (26) यवतमाळ.

नकाशा क्र. 1.1 : महाराष्ट्र राज्य (सन 1960 - स्थापना वर्ष)

भारतातील महाराष्ट्राचे स्थान

1. **स्थान :**

❋ **भारत :** उत्तर गोलार्धात भारत असून पूर्व गोलार्धातील आशिया खंडातील भारत हा महत्त्वाचा देश आहे. हिमालयाच्या दक्षिणेकडे अगदी हिंदी महासागरापर्यंत पसरलेला आशियाचा हा एक मोठा भूभाग आहे. यास '**भारतीय उपखंड**' असे म्हणतात. या उपखंडात भारत, पाकिस्तान, बांगलादेश, श्रीलंका, भूतान, नेपाळ, अफगाणिस्तान व माली यांचा समावेश होतो; याला 'सार्क' (SAARC – South Asian Association for Regional Co-operation) असे म्हणतात.

❋ **महाराष्ट्र :** भारतामधील **29 घटकराज्यांपैकी (नवीन तेलंगण राज्य) 'महाराष्ट्र राज्य' हे एक राज्य आहे.** भारताच्या मध्यवर्ती भागात महाराष्ट्र राज्य असून उत्तर भारत व दक्षिण भारतास एकत्रित आणणारी विशाल भूमी आहे. **(नकाशा क्र. 1.2 पाहा.)**

2. **अक्षवृत्तीय व रेखावृत्तीय विस्तार :** महाराष्ट्राचा अक्षांश विस्तार 15° 44' उत्तर अक्षवृत्त ते 22° 6' उत्तर अक्षवृत्त असून रेखांश विस्तार 72° 36' पूर्व रेखावृत्त ते 80° 54' पूर्व रेखावृत्त आहे. **(नकाशा क्र. 1.3 पाहा.)**

(संदर्भ : मराठी विश्वकोश खंड **12** ; 'महाराष्ट्र राज्य', पान 1469)

3. **आकार :** भारतीय द्वीपकल्पाचा एक भाग महाराष्ट्र पठार (दख्खन पठार) आहे. **महाराष्ट्राचा सर्वसाधारण आकार त्रिकोणाकृती** असून दक्षिणेकडे चिंचोळा तर उत्तरेकडे रुंद होत गेलेला आहे. त्याचा पाया कोकणात व त्याचे निमुळते टोक पूर्वेस गोंदियाकडे आहे.

4. **लांबी, रुंदी व क्षेत्रफळ :** पश्चिमेस अरबी समुद्रापासून पूर्वेस साधारणपणे पूर्व घाटापर्यंत महाराष्ट्र पसरलेला आहे. **महाराष्ट्राची पश्चिम-पूर्व लांबी सुमारे 800 कि.मी.** असून महाराष्ट्रातील समुद्रकिनाऱ्यालगतच्या जिल्ह्यांची लांबी **(1) बृहन्मुंबई जिल्हा (मुंबई व मुंबई उपनगर) : 114 कि.मी.; (2) ठाणे व पालघर जिल्हा : 127 कि.मी.; (3) रायगड जिल्हा : 122 कि.मी.; (4) सिंधुदुर्ग जिल्हा : 120 कि.मी. आहे. महाराष्ट्राची समुद्रकिनाऱ्याची (उत्तर-दक्षिण) एकूण लांबी 720 कि.मी. आहे.** (संदर्भ : मराठी विश्वकोश खंड 12 ; 'महाराष्ट्र राज्य', पान 1469). **महाराष्ट्राचे क्षेत्रफळ 3,07,713 चौ.कि.मी. आहे.** क्षेत्रफळाच्या दृष्टीने भारतात राजस्थान (3,42,239 चौ.कि.मी.) व मध्य प्रदेश (3,08,346 चौ.कि.मी.) असून त्या खालोखाल महाराष्ट्राचा तिसरा क्रमांक आहे. **महाराष्ट्राने देशाचा 9.36 टक्के प्रदेश व्यापलेला आहे.**

5. **नैसर्गिक सीमा :** महाराष्ट्राच्या **वायव्य** भागात सातमाळा डोंगररांगा, गाळणा टेकड्या व सातपुडा पर्वतरांगेतील अक्राणी टेकड्या; **उत्तरेस** सातपुडा पर्वतरांगा व त्याच्या पूर्वेस गाविलगड टेकड्या आहेत तर **ईशान्येस** दरकेसा टेकड्या; **पूर्वेस** चिरोली टेकड्या व भामरागड डोंगर या नैसर्गिक सीमा निर्माण करतात. **दक्षिणेस** पठारावर हिरण्यकेशी नदी व कोकणात तेरेखोल नदी तर **पश्चिमेस** अरबी समुद असा **महाराष्ट्राच्या नैसर्गिक सीमा आहेत.**

6. **राजकीय सीमा व सरहद्दी :** महाराष्ट्राच्या **वायव्य** भागात गुजरात राज्य आणि दादरा व नगर हवेली हे संघराज्य क्षेत्र आहे. **उत्तरेस** मध्य प्रदेश, **पूर्वेस** छत्तीसगड तर **आग्नेयेस** तेलंगण या राज्यांच्या सीमारेषा आहेत. **दक्षिणेस** कर्नाटक व गोवा ही राज्ये आहेत. **पश्चिमेस** अरबी समुद्र आहे. **(नकाशा क्र. 1.3 पाहा.)**

महाराष्ट्राच्या सरहद्दी :

- **वायव्येस** गुजरात राज्याला **ठाणे, पालघर, नाशिक, धुळे, नंदुरबार** या पाच जिल्ह्यांच्या सरहद्दी भिडतात. केंद्रशासित प्रदेश (संघराज्य क्षेत्र) दादरा व नगर हवेलीशी पालघर जिल्ह्याची सरहद आहे.
- **उत्तरेकडे** मध्य प्रदेशबरोबर **नंदुरबार, धुळे, जळगाव, बुलडाणा, अमरावती, नागपूर, भंडारा व गोंदिया** या **आठ जिल्ह्यांच्या सरहद्दी आहेत.**
- **पूर्वेस** छत्तीसगड राज्याशी **गोंदिया व गडचिरोली** या दोन जिल्ह्यांच्या सरहद्दी आहेत.
- **आग्नेयेस** तेलंगण राज्याला **गडचिरोली, चंद्रपूर, यवतमाळ व नांदेड** या चार जिल्ह्यांच्या सरहद्दी आहेत.
- **दक्षिणेस** कर्नाटकाला **सिंधुदुर्ग, कोल्हापूर, सांगली, सोलापूर** तसेच **उस्मानाबाद, लातूर, नांदेड** या सात जिल्ह्यांच्या सरहद्दी आहेत.
- सरतेशेवटी, अगदी **दक्षिणेस** गोवा राज्याबरोबर **सिंधुदुर्ग जिल्ह्याची सरहद** आहे.

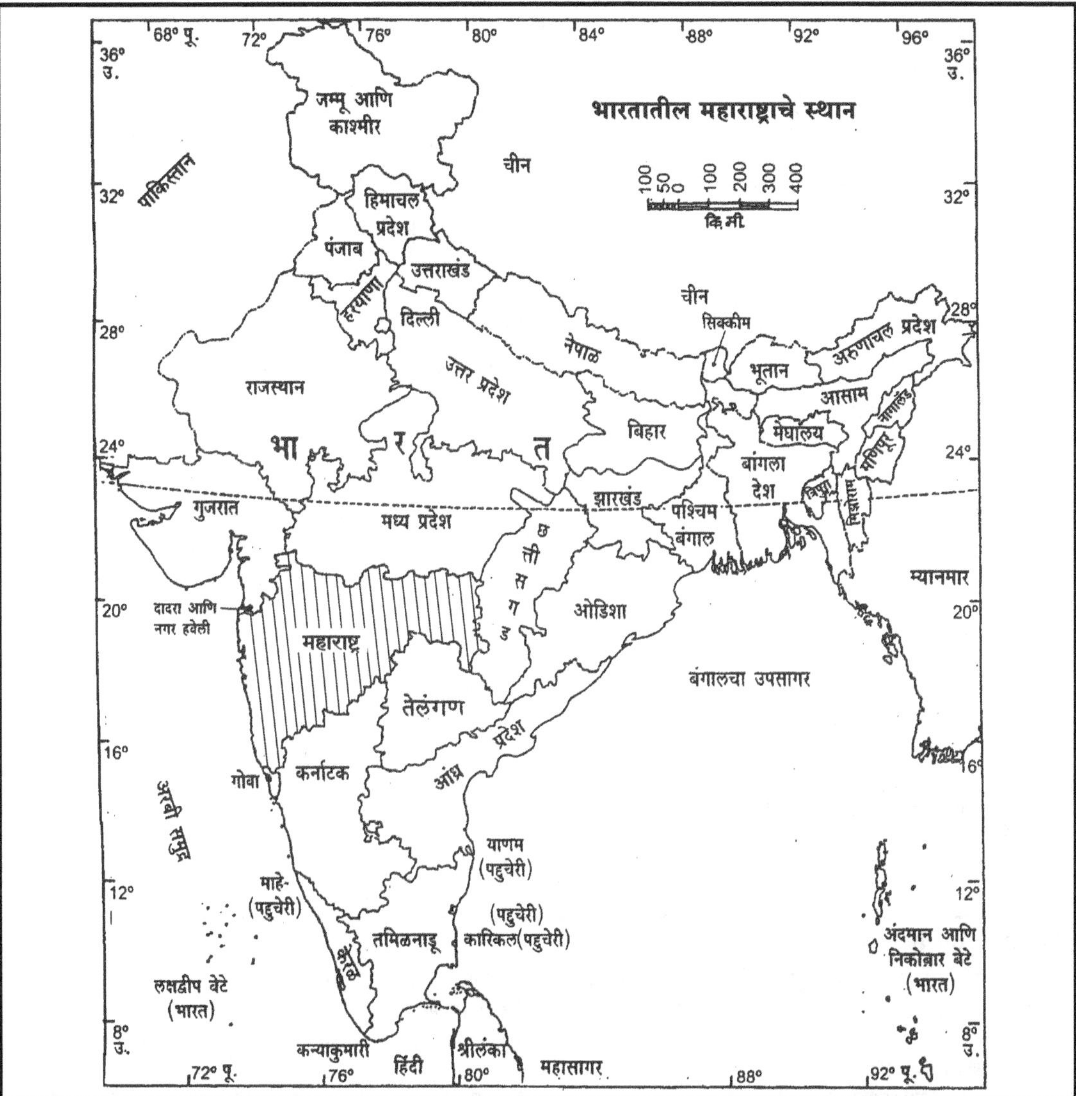

भारतातील महाराष्ट्राचे स्थान :

भारतातील 29 घटकराज्यांपैकी 'महाराष्ट्र राज्य' हे एक राज्य आहे. भारताच्या साधारण मध्यवर्ती भागात महाराष्ट्र असून उत्तर भारत व दक्षिण भारतात एकत्रित आणणारी विशाल भूमी आहे. भारतीय द्वीपकल्पाचा एक भाग महाराष्ट्र पठार आहे. महाराष्ट्राची पश्चिम-पूर्व लांबी 800 कि.मी. असून दक्षिणोत्तर रुंदी 720 कि.मी. आहे. महाराष्ट्राचे क्षेत्रफळ सुमारे 3,07,713 चौ.कि.मी. आहे. आंध्र प्रदेशचे विभाजन होऊन नवीन तेलंगण राज्य 29 वे राज्य म्हणून निर्माण झाले.

नकाशा क्र. 1.2 : भारतातील महाराष्ट्राचे स्थान

- The territorial waters of India extend into the sea to a distance of twelve nautical miles measured from the appropriate base line.
- Base upon survey of India with the permission of the Surveyor General of India.
- © Government of Indian Copyright Act.
- The administrative Headquarters of Haryana, Punjab and Chandigarh are at Chandigarh.
- The Boundary of Meghalaya show on this map is interpreted from the North - Eastern Areas (Reorganisation) Act, 1971; but has yet to be verified.
- The boundaries of three new states namely Uttaranchal, Jharkhand and Chhattisgarh are shown New States emerged in the year 2000.

महाराष्ट्र – राजकीय नकाशा

महाराष्ट्रात 1 मे, 1960 रोजी एकूण 26 जिल्हे होते. यथावकाश सिंधुदुर्ग, लातूर, जालना, गडचिरोली व मुंबई उपनगर असे पाच जिल्हे उदयास आले. 1 जुलै, 1998 रोजी नंदुरबार व वाशीम असे दोन नवीन जिल्हे निर्माण झाले. 1 मे, 1999 रोजी परभणी जिल्ह्याचे विभाजन होऊन हिंगोली तर भंडारा जिल्ह्याचे विभाजन होऊन गोंदिया जिल्ह्याची निर्मिती झाली. ऑगस्ट 2014 मध्ये ठाणे जिल्ह्याचे विभाजन होऊन पालघर जिल्हा निर्माण झाला. सध्या महाराष्ट्रात 36 एकूण जिल्हे आहेत.

नकाशा क्र. 1.3 : महाराष्ट्र राज्य – राजकीय नकाशा (जिल्हा सरहद्दी व मुख्यालयासह)

7.   **राजकीय स्वरूप** : 1 मे, 1960 रोजी महाराष्ट्रात 26 जिल्हे, 235 तालुके, 289 शहरे व 3,577 खेडी होती; तेव्हा मुंबई (कोकण), पुणे, औरंगाबाद व नागपूर असे चार प्रशासकीय विभाग होते.

- यानंतर नाशिक व अमरावती असे दोन प्रशासकीय विभाग निर्माण झाले. (2009 साली महाराष्ट्र शासनाकडे लातूर प्रशासकीय विभाग करावा असा प्रस्ताव होता; परंतु तो पूर्णत्वास गेला नाही.) (**संदर्भ** : महाराष्ट्राची आर्थिक पाहणी, पान क्र. 79). **सध्या महाराष्ट्रात एकूण सहा प्रशासकीय विभाग आहेत.**

- महाराष्ट्रात **कुलाबा जिल्ह्याचे नामांतर 'रायगड'** करण्यात आले.

- तसेच यथावकाश **सिंधुदुर्ग, लातूर, जालना, गडचिरोली व मुंबई उपनगर** असे नवीन पाच जिल्हे उदयास आले. प्रथम रत्नागिरी जिल्ह्याचे विभाजन होऊन सिंधुदुर्ग तर चंद्रपूर जिल्ह्याचे विभाजन होऊन गडचिरोली जिल्हे निर्माण झाले.

- त्यानंतर औरंगाबाद जिल्ह्याचे विभाजन होऊन जालना तर उस्मानाबाद जिल्ह्याचे विभाजन होऊन लातूर हे जिल्हे निर्माण झाले; तेव्हा एकूण 30 जिल्हे झाले. मुंबई जिल्ह्याचे विभाजन करून **मुंबई उपनगर** हा 31 वा जिल्हा निर्माण केला.

- 1 जुलै, 1998 रोजी धुळे व अकोला जिल्ह्याचे विभाजन होऊन अनुक्रमे **नंदुरबार व वाशीम** असे दोन नवीन जिल्हे निर्माण झाले; तेव्हा महाराष्ट्रात 33 जिल्हे होते.

- यानंतर मे 1999 मध्ये परभणी जिल्ह्याचे विभाजन होऊन **हिंगोली** तर भंडारा जिल्ह्याचे विभाजन होऊन **गोंदिया** जिल्ह्याची निर्मिती झाली.

- ऑगस्ट 2014 मध्ये ठाणे जिल्ह्याचे विभाजन होऊन पालघर जिल्हा निर्माण झाला. सध्या महाराष्ट्रात एकूण 36 जिल्हे आहेत. महाराष्ट्रात सध्या एकूण 355 तालुके आहेत. (महाराष्ट्र शासनाने मुंबई उपनगर जिल्ह्याचे अंधेरी, बोरिवली व कुर्ला असे तीन तालुके केलेले आहेत. ते फक्त शासकीय कारभारासाठी आहेत. अन्यथा महाराष्ट्रात एकूण 355 तालुके आहेत.) (**संदर्भ :** महाराष्ट्राची आर्थिक पाहणी, 2011-12, पान क्र. 79). (**तक्ता क्र. 1.3 पाहा.**)

प्रशासकीय विभागानुसार कोकण विभाग (47 तालुके) (मुंबई उपनगरातील 3 तालुके वगळता); पुणे विभाग (58 तालुके); नाशिक जिल्हा (54 तालुके); औरंगाबाद विभाग (76 तालुके); अमरावती विभाग (56 तालुके); नागपूर विभाग (64 तालुके) याप्रमाणे तालुके आहेत.

2001 सालच्या जनगणनेनुसार, महाराष्ट्रात खेड्यांची संख्या 41,095 होती. राज्याच्या ग्रामीण भागात 34 जिल्हा परिषदा, 351 पंचायत समित्या आणि 27,873 ग्रामपंचायती आहेत.

2011 सालच्या जनगणनेनुसार, महाराष्ट्रात खेड्यांची संख्या 43,663 आहे. तसेच शहरांची संख्या (555) आहे. स्थानिक प्रशासनासाठी सन 2014 अनुसार राज्यात 34 जिल्हा परिषदा, 351 पंचायत समित्या व 27,873 ग्रामपंचायती आहेत तर नागरी भागात 26 महानगरपालिका, 226 नगरपरिषदा, 13 नगरपंचायती व 7 कटक (कँटोन्मेंट) बोर्डस् आहेत.

(**संदर्भ :** महाराष्ट्राची आर्थिक पाहणी, 2013-14, पान क्र. 3).

महाराष्ट्राचे प्रशासकीय विभाग

महाराष्ट्राचे एकूण सहा प्रशासकीय विभाग आहेत, ते पुढीलप्रमाणे :

(अ) कोकण विभाग	(ब) पुणे विभाग	(क) नाशिक विभाग
(ड) औरंगाबाद विभाग	(इ) अमरावती विभाग	(ई) नागपूर विभाग **(नकाशा क्र. 1.4 पाहा.)**

तक्ता क्र. 1.1 : महाराष्ट्राचे प्रशासकीय विभाग

विभाग	जिल्ह्यांची संख्या	जिल्हे
(अ) कोकण विभाग	7	(1) मुंबई शहर (2) मुंबई उपनगर (3) ठाणे (4) पालघर (5) रायगड (6) रत्नागिरी (7) सिंधुदुर्ग.
(ब) पुणे विभाग	5	(8) पुणे (9) सातारा (10) सांगली (11) कोल्हापूर (12) सोलापूर.
(क) नाशिक विभाग	5	(13) नाशिक (14) अहमदनगर (15) धुळे (16) नंदुरबार (17) जळगाव.
(ड) औरंगाबाद विभाग	8	(18) औरंगाबाद (19) जालना (20) बीड (21) परभणी (22) हिंगोली (23) उस्मानाबाद (24) लातूर (25) नांदेड.
(इ) अमरावती विभाग	5	(26) अमरावती (27) बुलडाणा (28) अकोला (29) वाशीम (30) यवतमाळ.
(ई) नागपूर विभाग	6	(31) नागपूर (32) वर्धा (33) भंडारा (34) गोंदिया (35) चंद्रपूर (36) गडचिरोली.
एकूण जिल्हे	**36**	

तक्ता क्र. 1.2 : महाराष्ट्रातील जिल्हे (क्षेत्रफळ : चौ.कि.मी.)

प्रशासकीय विभाग/जिल्हे	क्षेत्रफळ (चौ.कि.मी.)	प्रशासकीय विभाग/जिल्हे	क्षेत्रफळ (चौ.कि.मी.)	प्रशासकीय विभाग/जिल्हे	क्षेत्रफळ (चौ.कि.मी.)
(अ) कोकण विभाग	30,728	(क) नाशिक विभाग	57,493	(इ) अमरावती विभाग	46,027
1. मुंबई शहर	157	13. नाशिक	15,530	26. अमरावती	12,210
2. मुंबई उपनगर	446	14. अहमदनगर	17,048	27. बुलडाणा	9,661
3. ठाणे	4,214	15. धुळे	8,095	28. अकोला	5,429
4. पालघर	5,344	16. नंदुरबार	5,055	29. वाशीम	5,145
5. रायगड	7,152	17. जळगाव	11,765	30. यवतमाळ	13,582
6. रत्नागिरी	8,208				
7. सिंधुदुर्ग	5,207				
(ब) पुणे विभाग	57,275	(ड) औरंगाबाद विभाग	64,813	(ई) नागपूर विभाग	51,377
8. पुणे	15,643	18. औरंगाबाद	10,107	31. नागपूर	9,892
9. सातारा	10,480	19. जालना	7,718	32. वर्धा	6,309
10. सांगली	8,572	20. बीड	10,693	33. भंडारा	3,896
11. कोल्हापूर	7,685	21. परभणी	6,517	34. गोंदिया	5,425
12. सोलापूर	14,895	22. हिंगोली	4,524	35. चंद्रपूर	11,443
		23. उस्मानाबाद	7,569	36. गडचिरोली	14,412
		24. लातूर	7,157	■ महाराष्ट्र	3,07,713
		25. नांदेड	10,528		

-------------- सर्वांत लहान जिल्हा   _________ सर्वांत मोठा जिल्हा

संदर्भ : *India, 2001* ; महाराष्ट्र शासन, 2014

तक्ता क्र. 1.3 : महाराष्ट्र : जिल्हावार प्रशासकीय विभागानुसार तालुक्यांची संख्या (ऑगस्ट 2014)

प्रशासकीय विभाग जिल्हा	तालुक्यांची संख्या	प्रशासकीय विभाग जिल्हा	तालुक्यांची संख्या	प्रशासकीय विभाग जिल्हा	तालुक्यांची संख्या
I. कोकण विभाग	■ 47	II. पुणे विभाग	58	III. नाशिक विभाग	54
1. मुंबई शहर	एकही नाही.	1. पुणे	14	1. नाशिक	15
2. मुंबई उपनगर	■ 3	2. सातारा	11	2. अहमदनगर	14
3. ठाणे	7	3. सांगली	10	3. धुळे	4
4. पालघर	8	4. कोल्हापूर	12	4. नंदुरबार	6
5. रायगड	15	5. सोलापूर	11	5. जळगाव	15
6. रत्नागिरी	9				
7. सिंधुदुर्ग	8				

पुढे चालू ➭

प्रशासकीय विभाग जिल्हा	तालुक्यांची संख्या	प्रशासकीय विभाग जिल्हा	तालुक्यांची संख्या	प्रशासकीय विभाग जिल्हा	तालुक्यांची संख्या
IV. औरंगाबाद विभाग	76	V. अमरावती विभाग	56	VI. नागपूर विभाग	64
1. औरंगाबाद	9	1. अमरावती	14	1. नागपूर	14
2. जालना	8	2. बुलडाणा	13	2. वर्धा	8
3. बीड	11	3. अकोला	7	3. भंडारा	7
4. परभणी	9	4. वाशीम	6	4. गोंदिया	8
5. हिंगोली	5	5. यवतमाळ	16	5. चंद्रपूर	15
6. उस्मानाबाद	8			6. गडचिरोली	12
7. लातूर	10				
8. नांदेड	16				

- **मुंबई उपनगर** जिल्ह्यात अंधेरी, बोरिवली व कुर्ला असे तीन तालुके असून ते फक्त शासकीय कारभारासाठी आहेत.

- वरील तीन तालुके वगळल्यास कोकण प्रशासकीय विभागात 47 तालुके आहेत.

- महाराष्ट्र : 355 तालुके

महाराष्ट्राच्या काही भागांना लाभलेली वैशिष्ट्यपूर्ण प्रादेशिक नावे

कोकण : सह्याद्री पर्वत व अरबी समुद्राच्या दरम्यान असलेल्या अरुंद किनारपट्टीचे **कोकण** आहे. कोकणात ऑगस्ट 2014 नुसार एकूण सात जिल्हे आहेत. (नकाशा क्र. 1.5 पाहा.)

देश : सह्याद्रीच्या पूर्व बाजूला महाराष्ट्राचा **'देश'** हा प्रादेशिक विभाग असून महाराष्ट्राच्या विकासात देशाचा वाटा महत्त्वपूर्ण आहे. यामध्ये पुणे विभागातील पुणे, सातारा, सांगली, कोल्हापूर व सोलापूर हे पाच जिल्हे व नाशिक विभागातील नाशिक व अहमदनगर जिल्ह्यांचा समावेश होतो. **देशात एकूण सात जिल्हे आहेत.**

घाटमाथा : सह्याद्री पर्वताच्या उंचवट्याचा भाग 'घाटमाथा' म्हणून ओळखला जातो.

मावळ : सह्याद्रीच्या पूर्वेकडील उतरणीचा भाग 'मावळ प्रांत' या नावाने ओळखला जातो.

खानदेश : अशाच प्रकारे **'खानदेश'** हा देखील एक प्रादेशिक विभाग सुप्रसिद्ध आहे. उत्तर महाराष्ट्रातील तापी खोऱ्यातील धुळे, नंदुरबार व जळगाव जिल्ह्यांना 'खानदेश' असे म्हणतात. खानदेशमध्ये जमीन सुपीक व काळी असून त्या ठिकाणाचा कापूस व केळी महाराष्ट्रात प्रसिद्ध आहे. **खानदेशात तीन जिल्हे समाविष्ट आहेत.**

मराठवाडा : मध्य महाराष्ट्रातील गोदावरीच्या खोऱ्यास **'मराठवाडा'** हे प्रादेशिक नाव आहे. हा प्रदेश तसा रूक्ष प्रदेश आहे; परंतु गोदावरी तीरावर नेवासे व पैठणसारखी पवित्र तीर्थक्षेत्रे आहेत. मराठवाड्यात औरंगाबाद प्रशासकीय विभागाचा समावेश होतो. **मराठवाड्यात एकूण आठ जिल्हे आहेत.**

विदर्भ : नागपूर विभागास **'विदर्भ'** किंवा **'वऱ्हाड'** या नावाने व्यवहारात संबोधले जाते; आपण 'वऱ्हाडी माणसं' आहोत असे अभिमानाने नागपूरकर सांगतात. तेथील सुपीक काळी जमीन व कापूस-संत्री यांचा अगदी निकटचा संबंध 'वऱ्हाड' या शब्दाशी आहे. यामध्ये अमरावती विभाग (पाच जिल्हे) व नागपूर प्रशासकीय विभागाचा (सहा जिल्हे) समावेश होतो. **विदर्भात एकूण अकरा जिल्हे आहेत.**

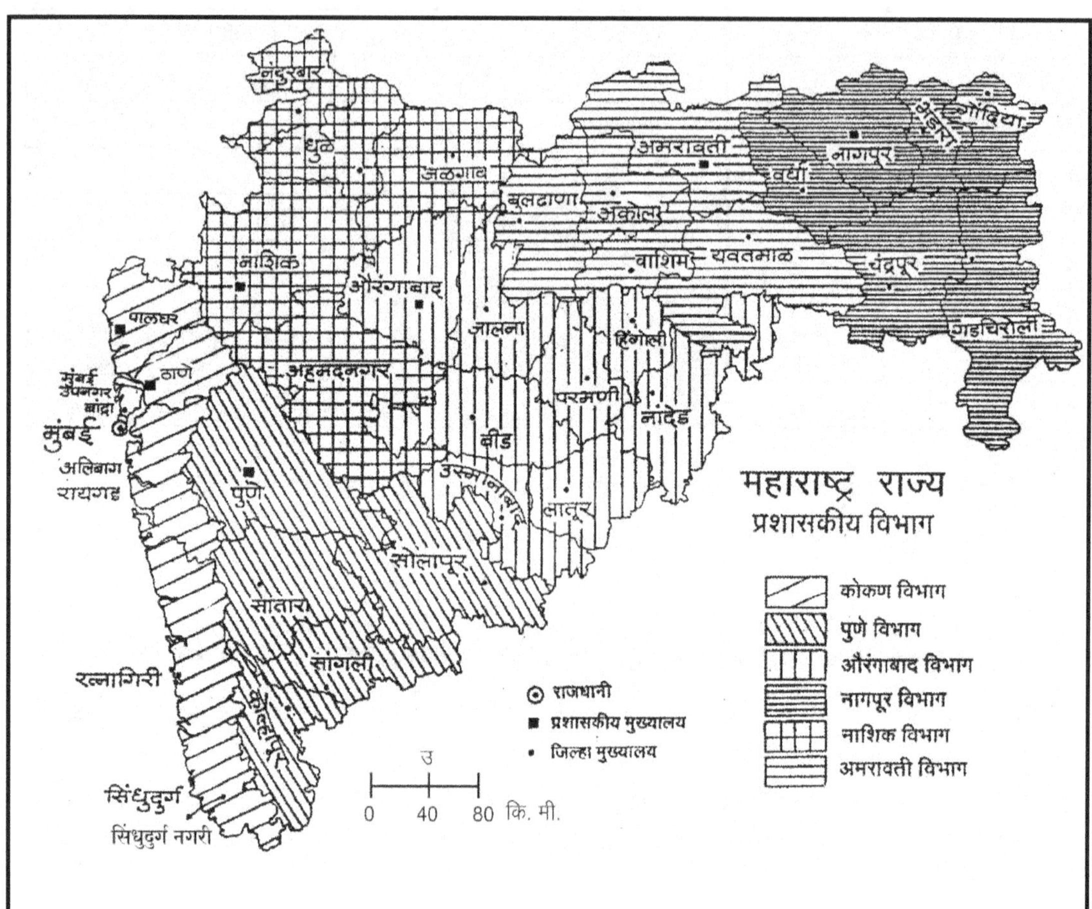

महाराष्ट्र : प्रशासकीय विभाग

महाराष्ट्रात प्रशासकीय विभाग सहा आहेत. (अ) कोकण विभाग (7 जिल्हे); (ब) पुणे विभाग (5 जिल्हे); (क) नाशिक विभाग (5 जिल्हे); (ड) औरंगाबाद विभाग (8 जिल्हे); (इ) अमरावती विभाग (5 जिल्हे); (ई) नागपूर विभाग (6 जिल्हे). महाराष्ट्रात 1 मे, 1960 रोजी 26 जिल्हे होते. सध्या सन 2014 नुसार 36 जिल्हे आहेत. महाराष्ट्रात सर्वांत मोठा प्रशासकीय विभाग औरंगाबाद विभागाच्या आठ जिल्ह्यांचा तर सर्वांत कमी प्रशासकीय विभाग नाशिक विभाग, पुणे विभाग व अमरावती विभाग प्रत्येकी पाच जिल्ह्यांचा आहे.

नकाशा क्र. 1.4 : महाराष्ट्र राज्य – प्रशासकीय विभाग

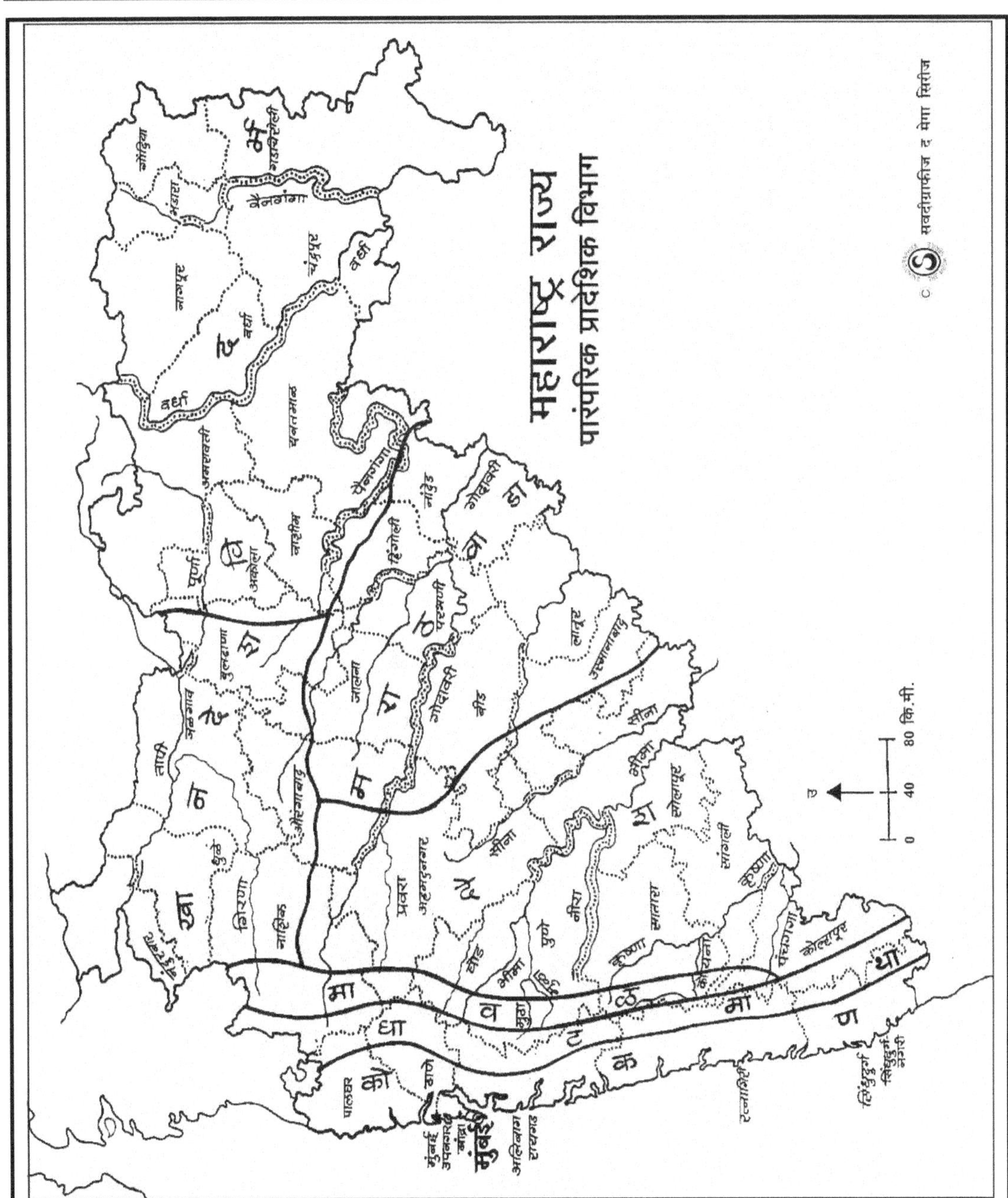

महाराष्ट्र : पारंपरिक प्रादेशिक विभाग

    महाराष्ट्रात कोकण देश, घाटमाथा, मावळ, खानदेश, मराठवाडा व विदर्भ आहेत. कोकणात सहा जिल्हे, देशावर सात जिल्हे, खानदेशात तीन जिल्हे, मराठवाड्यात आठ जिल्हे व विदर्भात अकरा जिल्हे आहेत. विदर्भाला 'व-हाड' असेही म्हणतात.

नकाशा क्र. 1.5 : महाराष्ट्राचे पारंपरिक प्रादेशिक विभाग

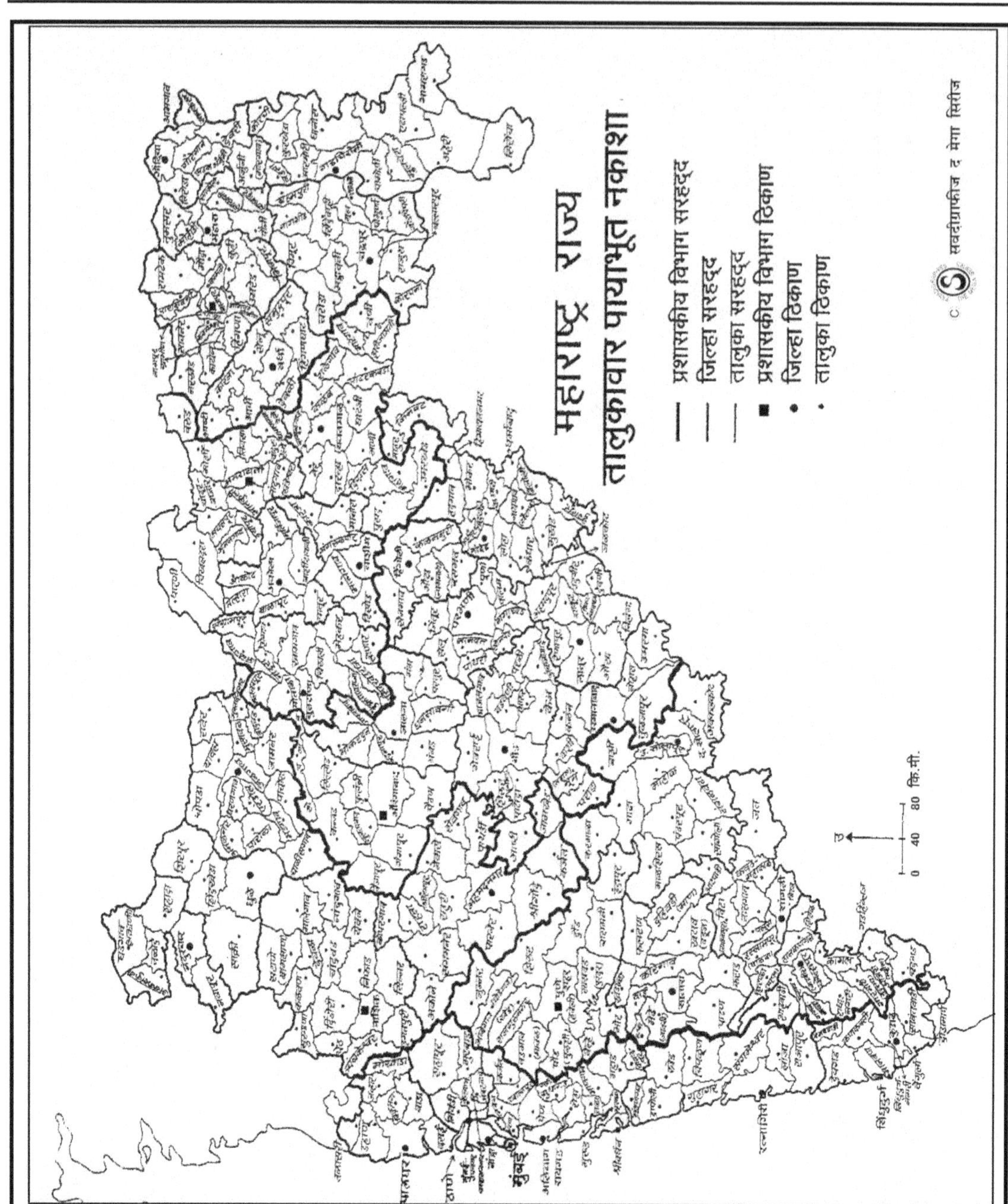

महाराष्ट्र : तालुकावार पायाभूत नकाशा :

    महाराष्ट्रात कोकण विभागात 47 तालुके; पुणे विभागात 59 तालुके; नाशिक विभागात 54 तालुके; औरंगाबाद विभागात 76 तालुके; अमरावती विभागात 56 तालुके; नागपूर विभागात 63 तालुके आहेत. महाराष्ट्रात एकूण 355 तालुके आहेत. (मुंबई उपनगर जिल्ह्यातील तीन तालुके वगळून).

नकाशा क्र. 1.6 : महाराष्ट्र – तालुकावार पायाभूत नकाशा

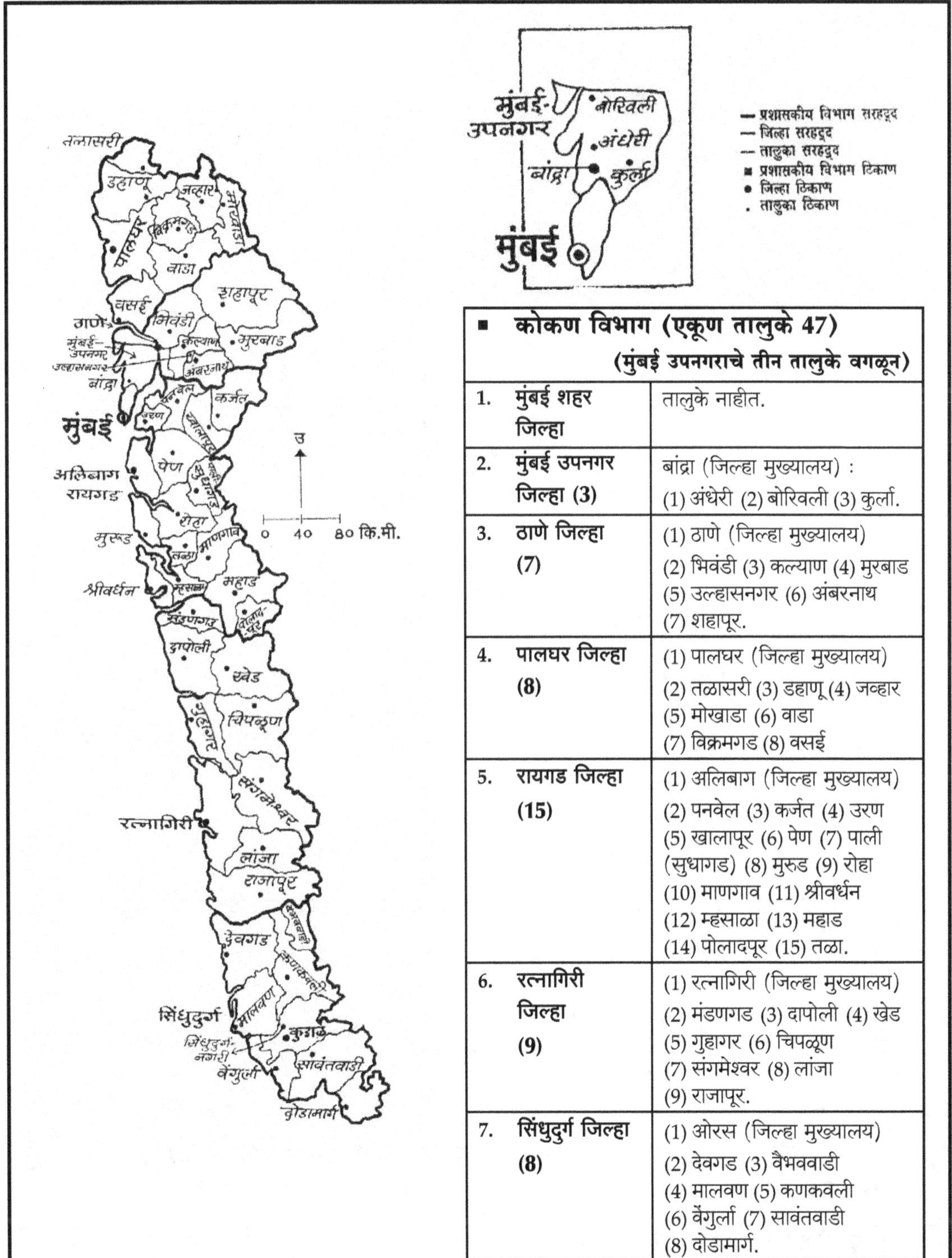

■ **कोकण विभाग (एकूण तालुके 47)**

(मुंबई उपनगराचे तीन तालुके वगळून)

1.	मुंबई शहर जिल्हा	तालुके नाहीत.
2.	मुंबई उपनगर जिल्हा (3)	बांद्रा (जिल्हा मुख्यालय) : (1) अंधेरी (2) बोरिवली (3) कुर्ला.
3.	ठाणे जिल्हा (7)	(1) ठाणे (जिल्हा मुख्यालय) (2) भिवंडी (3) कल्याण (4) मुरबाड (5) उल्हासनगर (6) अंबरनाथ (7) शहापूर.
4.	पालघर जिल्हा (8)	(1) पालघर (जिल्हा मुख्यालय) (2) तळासरी (3) डहाणू (4) जव्हार (5) मोखाडा (6) वाडा (7) विक्रमगड (8) वसई
5.	रायगड जिल्हा (15)	(1) अलिबाग (जिल्हा मुख्यालय) (2) पनवेल (3) कर्जत (4) उरण (5) खालापूर (6) पेण (7) पाली (सुधागड) (8) मुरूड (9) रोहा (10) माणगाव (11) श्रीवर्धन (12) म्हसाळा (13) महाड (14) पोलादपूर (15) तळा.
6.	रत्नागिरी जिल्हा (9)	(1) रत्नागिरी (जिल्हा मुख्यालय) (2) मंडणगड (3) दापोली (4) खेड (5) गुहागर (6) चिपळूण (7) संगमेश्वर (8) लांजा (9) राजापूर.
7.	सिंधुदुर्ग जिल्हा (8)	(1) ओरस (जिल्हा मुख्यालय) (2) देवगड (3) वैभववाडी (4) मालवण (5) कणकवली (6) वेंगुर्ला (7) सावंतवाडी (8) दोडामार्ग.

नकाशा क्र. 1.7 : महाराष्ट्र – कोकण विभाग

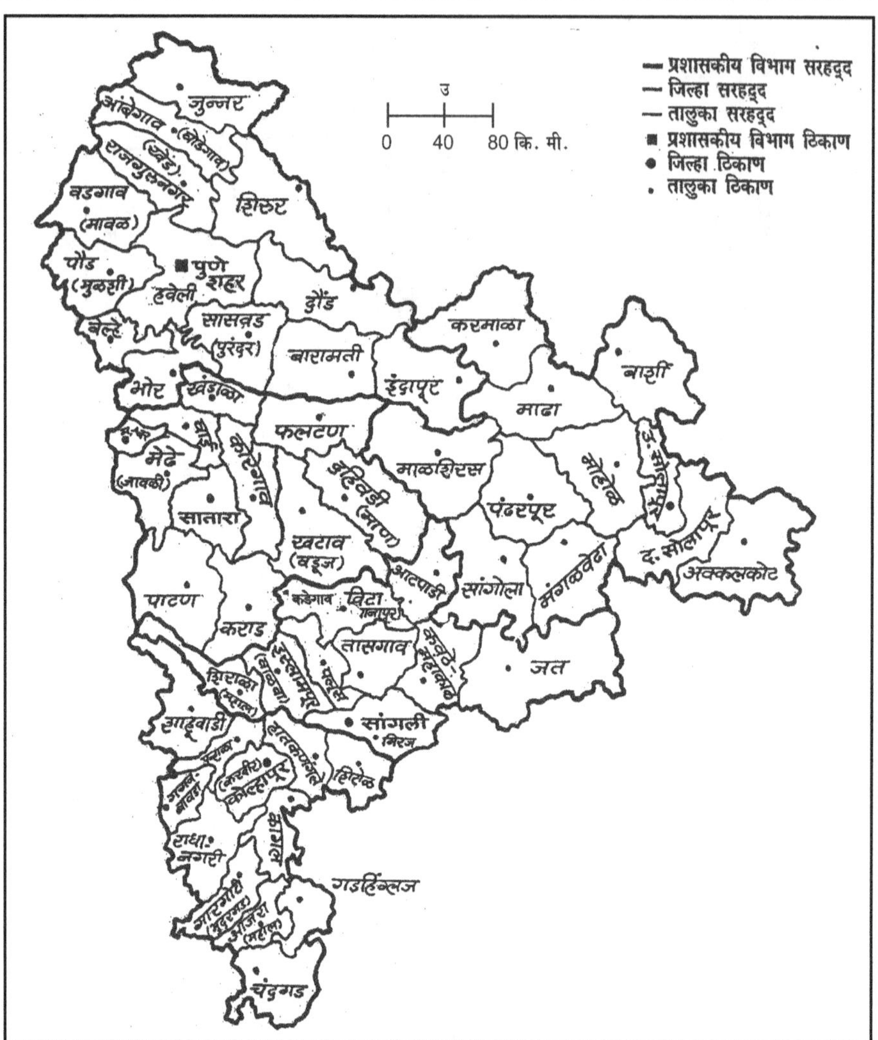

■ पुणे विभाग (एकूण तालुके 58)

1.	**पुणे जिल्हा (14)**	(1) पुणे शहर (जिल्हा मुख्यालय) (2) जुन्नर (3) आंबेगाव (घोडेगाव) (4) वडगाव (मावळ) (5) राजगुरुनगर (खेड) (6) शिरूर (7) पौड (मुळशी) (8) हवेली (9) दौंड (10) वेल्हे (11) सासवड (पुरंदर) (12) भोर (13) बारामती (14) इंदापूर.
2.	**सातारा जिल्हा (11)**	(1) सातारा (जिल्हा मुख्यालय) (2) खंडाळा (3) महाबळेश्वर (4) वाई (5) फलटण (6) मेढे (जावळी) (7) कोरेगाव (8) खटाव (वडूज) (9) दहिवडी (माण) (10) पाटण (11) कराड.
3.	**सांगली जिल्हा (10)**	(1) शिराळा (महाल) (2) विटा (खानापूर) (3) आटपाडी (4) इस्लामपूर (वाळवा) (5) तासगाव (6) कवठे–महांकाळ (7) जत (8) मिरज (9) पलूस (10) कडेगाव.
4.	**कोल्हापूर जिल्हा (12)**	(1) कोल्हापूर–करवीर (जिल्हा मुख्यालय) (2) शाहूवाडी (3) पन्हाळा (4) हातकणंगले (5) गगनबावडा (6) शिरोळ (7) कागल (8) राधानगरी (9) गारगोटी (भुदरगड) (10) गडहिंग्लज (11) आजरा (महाल) (12) चंदगड.
5.	**सोलापूर जिल्हा (11)**	(1) उत्तर सोलापूर (सोलापूर जिल्हा मुख्यालय) (2) करमाळा (3) माढा (4) बार्शी (5) माळशिरस (6) पंढरपूर (7) मोहोळ (8) सांगोला (9) मंगळवेढा (10) दक्षिण सोलापूर (11) अक्कलकोट.

नकाशा क्र. 1.8 : महाराष्ट्र – पुणे विभाग

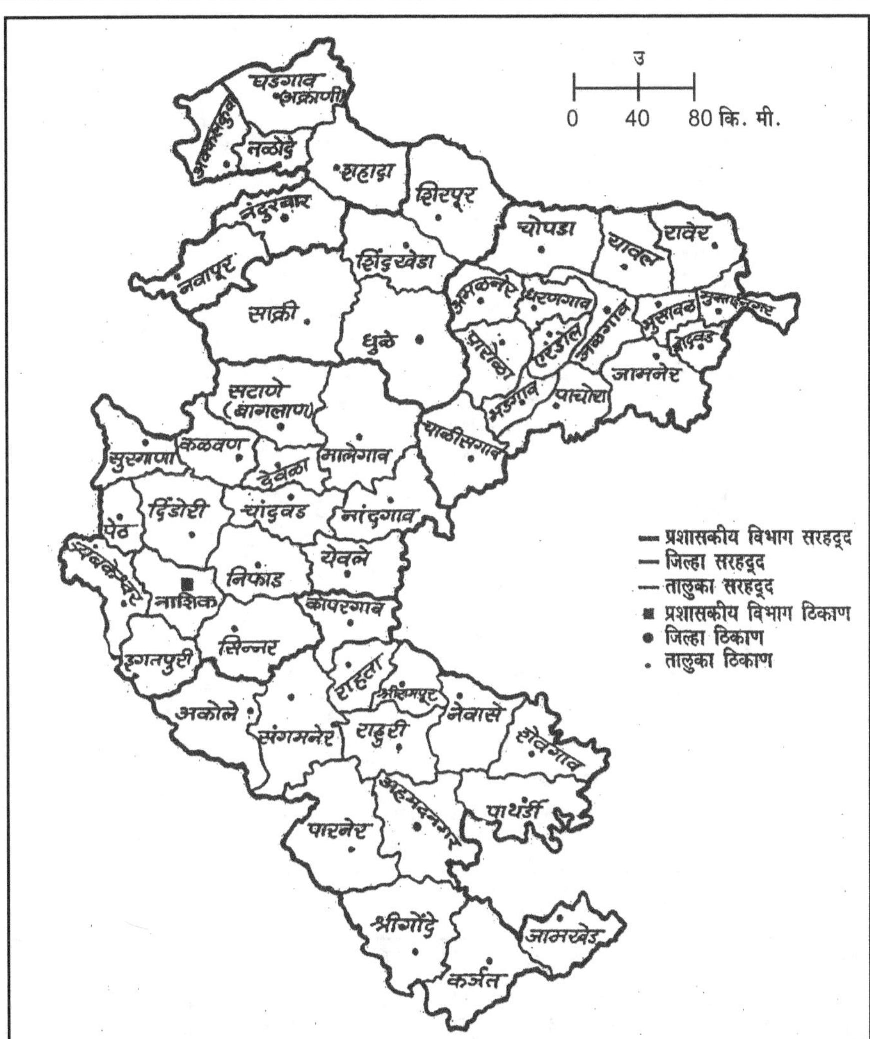

■	**नाशिक विभाग (एकूण तालुके 54)**	
1.	**नाशिक जिल्हा (15)**	(1) नाशिक (जिल्हा मुख्यालय) (2) सटाणा (बागलाण) (3) सुरगाणा (4) कळवण (5) मालेगाव (6) पेठ (7) दिंडोरी (8) चांदवड (9) निफाड (10) नांदगाव (11) येवला (12) इगतपुरी (13) सिन्नर (14) त्र्यंबकेश्वर (15) देवळा.
2.	**अहमदनगर जिल्हा (14)**	(1) अहमदनगर (2) कोपरगाव (3) अकोले (4) संगमनेर (5) श्रीरामपूर (6) राहुरी (7) नेवासे (8) पारनेर (9) शेवगाव (10) पाथर्डी (11) श्रीगोंदे (12) कर्जत (13) जामखेड (14) राहता.
3.	**धुळे जिल्हा (4)**	(1) धुळे (जिल्हा मुख्यालय) (2) शिरपूर (3) शिंदखेडा (4) साक्री.
4.	**नंदुरबार जिल्हा (6)**	(1) नंदुरबार (जिल्हा मुख्यालय) (2) अक्कलकुवा (3) धडगाव (अक्राणी) (4) तळोदे (5) शहादा (6) नवापूर.
5.	**जळगाव जिल्हा (15)**	(1) जळगाव (जिल्हा मुख्यालय) (2) चोपडा (3) यावल (4) रावेर (5) अमळनेर (6) एरंडोल (7) भुसावळ (8) मुक्ताईनगर (9) पारोळा (10) भडगाव (11) पाचोरा (12) जामनेर (13) चाळीसगाव (14) धरणगाव (15) बोदवड.

नकाशा क्र. 1.9 : महाराष्ट्र – नाशिक विभाग

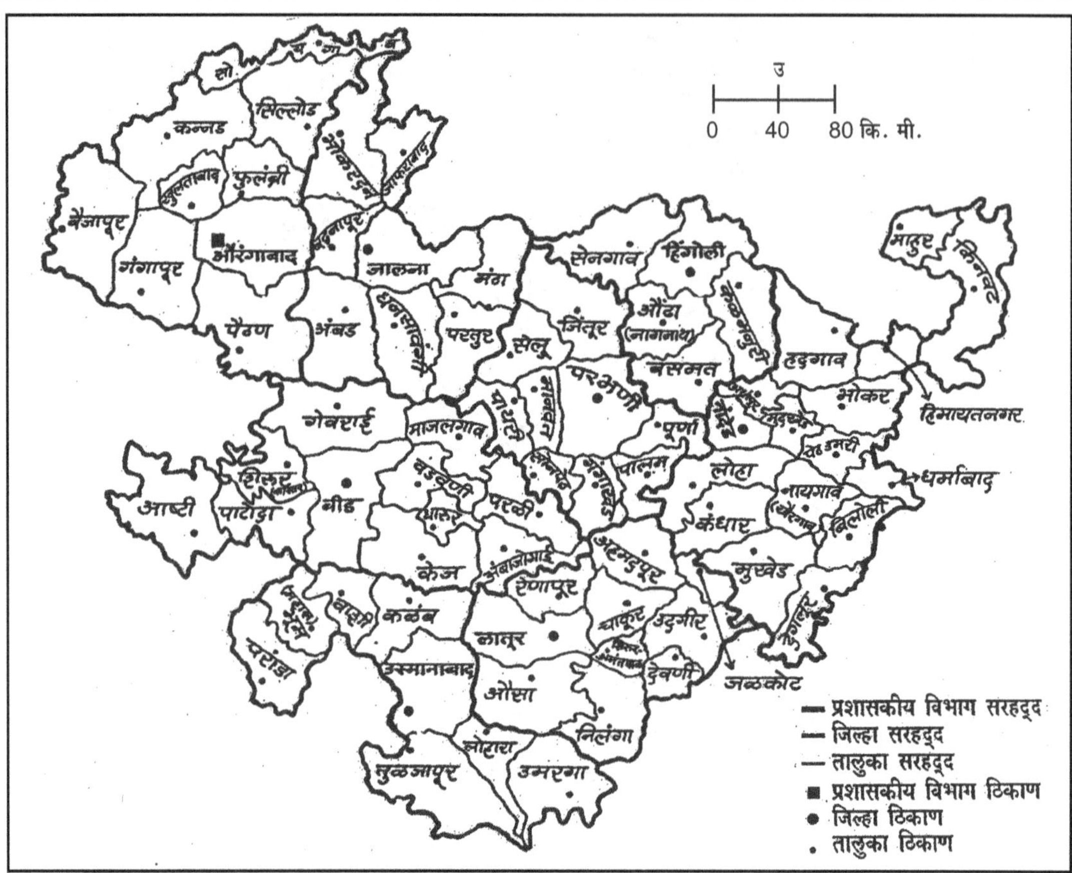

■	औरंगाबाद विभाग (एकूण तालुके 76)	
1.	औरंगाबाद जिल्हा (9)	(1) औरंगाबाद (जिल्हा मुख्यालय) (2) सोयगाव (3) कन्नड (4) सिल्लोड (5) वैजापूर (6) खुलताबाद (7) गंगापूर (8) पैठण (9) फुलंब्री.
2.	जालना जिल्हा (8)	(1) जालना (जिल्हा मुख्यालय) (2) भोकरदन (3) जाफराबाद (4) अंबड (5) परतूर (6) मंठा (7) घनसावंगी (8) बदनापूर.
3.	बीड जिल्हा (11)	(1) बीड (जिल्हा मुख्यालय) (2) गेवराई (3) आष्टी (4) पाटोदा (5) माजलगाव (6) केज (7) अंबेजोगाई (8) वडवणी (9) शिरूर (कासार) (10) परळी (11) धारूर.
4.	परभणी जिल्हा (9)	(1) परभणी (जिल्हा मुख्यालय) (2) जिंतुर (3) पाथरी (4) गंगाखेड (5) सोनपेठ (6) मानवत (7) सेलू (8) पालम (9) पूर्णा.
5.	हिंगोली जिल्हा (5)	(1) हिंगोली (जिल्हा मुख्यालय) (2) कळमनुरी (3) बसमत (4) औंढा नागनाथ (5) सेनगाव.
6.	उस्मानाबाद जिल्हा (8)	(1) उस्मानाबाद (जिल्हा मुख्यालय) (2) भूम (महाल) (3) कळंब (4) परांडा (5) तुळजापूर (6) उमरगा (7) वाशी (8) लोहारा.
7.	लातूर जिल्हा (10)	(1) लातूर (जिल्हा मुख्यालय) (2) अहमदपूर (3) औसा (4) निलंगा (5) उदगीर (6) देवणी (7) शिरूर अनंतपाळ (8) जळकोट (9) रेणापूर (10) चाकूर.
8.	नांदेड जिल्हा (16)	(1) नांदेड (जिल्हा मुख्यालय) (2) किनवट (3) हदगाव (4) भोकर (5) कंधार (6) बिलोली (7) मुखेड (8) देगलूर (9) मुदखेड (10) हिमायतनगर (11) माहूर (12) धर्माबाद (13) पेठ उमरी (14) अर्धापूर (15) लोहा (16) नायगाव (खैरगाव).

नकाशा क्र. 1.10 : महाराष्ट्र – औरंगाबाद विभाग

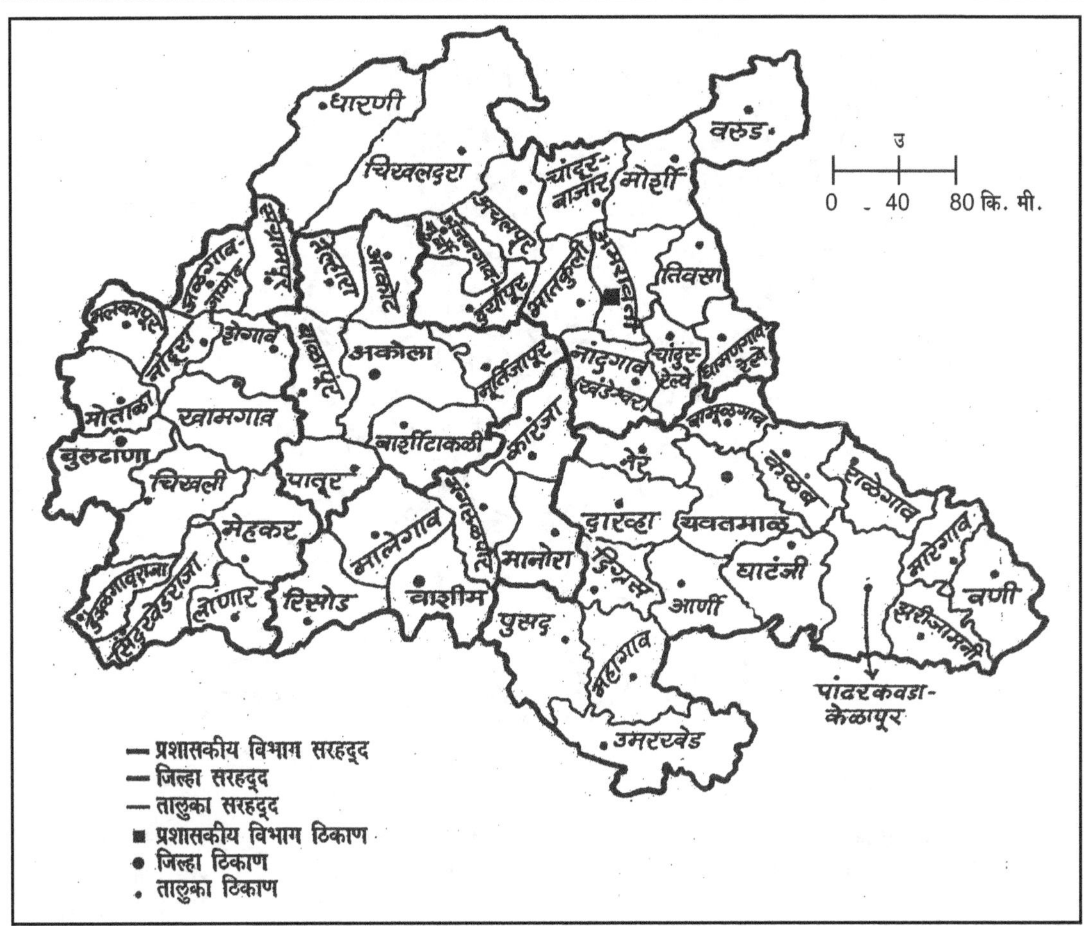

■	अमरावती विभाग (एकूण तालुके 56)
1.	**अमरावती जिल्हा (14)** (1) अमरावती (जिल्हा मुख्यालय) (2) धारणी (मेळघाट) (3) चिखलदरा (4) अचलपूर (5) चांदूर बाजार (6) मोर्शी (7) वरूड (8) अंजनगाव-सुर्जी (9) भातकुली (10) तिवसा (11) दर्यापूर (12) नांदगाव (खेडेश्वर) (13) चांदूर रेल्वे (14) धामणगाव रेल्वे.
2.	**बुलढाणा जिल्हा (13)** (1) बुलडाणा (जिल्हा मुख्यालय) (2) जळगाव (जामोद) (3) संग्रामपूर (4) मलकापूर (5) नांदुरा (6) शेगाव (7) मोताळा (8) खामगाव (9) चिखली (10) मेहकर (11) देऊळगाव राजा (12) सिंदखेड राजा (13) लोणार.
3.	**अकोला जिल्हा (7)** (1) अकोला (जिल्हा मुख्यालय) (2) तेल्हारा (3) आकोट (4) बाळापूर (5) मूर्तिजापूर (6) पातूर (7) बार्शी-टाकळी.
4.	**वाशीम जिल्हा (6)** (1) वाशीम (जिल्हा मुख्यालय) (2) कारंजा (3) मालेगाव (4) मंगरूळपीर (5) रिसोड (6) मानोरा.
5.	**यवतमाळ जिल्हा (16)** (1) यवतमाळ (जिल्हा मुख्यालय) (2) बाभुळगाव (3) नेर (4) दारव्हा (5) कळंब (6) राळेगाव (7) दिग्रस (8) घाटंजी (9) पांढरकवडा (केळापूर) (10) मारेगाव (11) वणी (12) पुसद (13) महागाव (14) उमरखेड (15) आर्णी (16) झरी जामनी.

नकाशा क्र. 1.11 : महाराष्ट्र – अमरावती विभाग

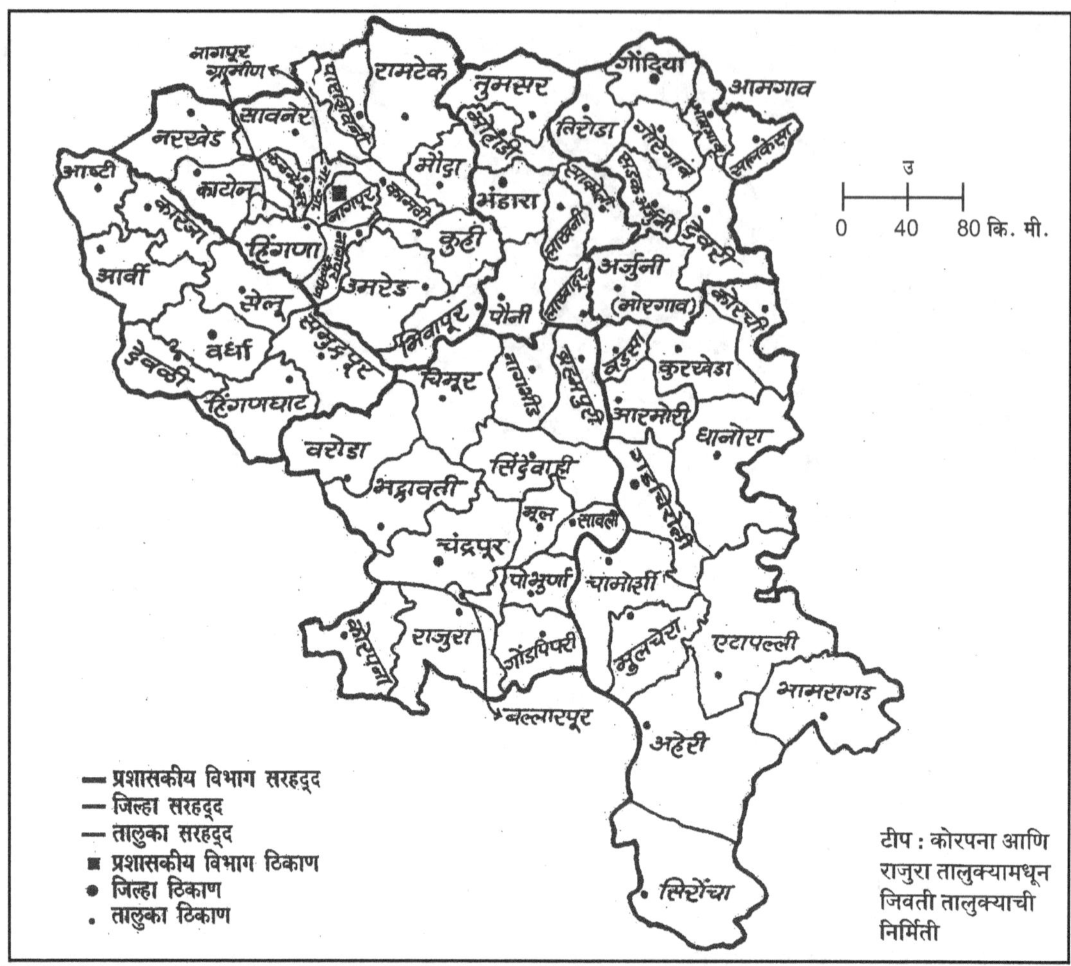

■ नागपूर विभाग (एकूण तालुके 64)		
1.	**नागपूर जिल्हा (14)**	(1) नागपूर (जिल्हा मुख्यालय) (2) नरखेड (3) सावनेर (4) पारशिवनी (5) रामटेक (6) काटोल (7) कळमेश्वर (8) कामठी (9) मौदा (10) हिंगणा (11) नागपूर ग्रामीण (तीन भाग) (12) उमरेड (13) कुही (14) भिवापूर.
2.	**वर्धा जिल्हा (8)**	(1) वर्धा (जिल्हा मुख्यालय) (2) आष्टी (3) कारंजा (4) आर्वी (5) सेलू (6) देवळी (7) हिंगणघाट (8) समुद्रपूर.
3.	**भंडारा जिल्हा (7)**	(1) भंडारा (जिल्हा मुख्यालय) (2) तुमसर (3) मोहोडी (4) साकोली (5) पौनी (6) लाखांदूर (7) लाखणी.
4.	**गोंदिया जिल्हा (8)**	(1) गोंदिया (जिल्हा मुख्यालय) (2) तिरोडा (3) गोरेगाव (4) आमगाव (5) देवरी (6) सालकेसा (7) अर्जुनी मोरगाव (8) सडक अर्जुनी.
5.	**चंद्रपूर जिल्हा (15)**	(1) चंद्रपूर (जिल्हा मुख्यालय) (2) चिमूर (3) नागभीड (4) ब्रह्मपुरी (5) वरोडा (6) भद्रावती (7) सिंदेवाही (8) मूल (9) राजुरा (10) गोंडपिपरी (11) बल्लारपूर (12) पोंभुर्णा (13) सावली (14) कोरपना (15) जिवती (कोरपना व राजुर याच्या मध्ये)
6.	**गडचिरोली जिल्हा (12)**	(1) गडचिरोली (जिल्हा मुख्यालय) (2) कुरखेडा (3) आरमोरी (4) धानोरा (5) चामोर्शी (6) एटापल्ली (7) अहेरी (8) सिरोंचा (9) भामरागड (10) कोरची (11) वडसा देसाईगंज (12) मुलचेरा.

नकाशा क्र. 1.12 : महाराष्ट्र – नागपूर विभाग

तक्ता क्र. 1.4 : महाराष्ट्र – तालुक्यांची जिल्हावार संख्या (ऑगस्ट 2014 नुसार)

तालुक्यांची संख्या	जिल्हे	एकूण तालुके	जिल्ह्यांची संख्या	तालुक्यांची संख्या	जिल्हे	एकूण तालुके	जिल्ह्यांची संख्या
एकही नाही.	मुंबई शहर	–	1	10	(1) लातूर (2) सांगली	20	2
3	मुंबई उपनगर	3	1	11	(1) सातारा (2) सोलापूर (3) बीड	33	3
4	धुळे	4	1	12	(1) कोल्हापूर (2) गडचिरोली	24	2
5	हिंगोली	5	1	13	(1) बुलडाणा	13	1
6	(1) नंदुरबार (2) वाशीम	12	2	14	(1) पुणे (2) अहमदनगर (3) अमरावती (4) नागपूर	56	4
7	(1) अकोला (2) भंडारा (3) ठाणे	21	3	15	(1) रायगड (2) नाशिक (3) जळगाव (4) चंद्रपूर	60	4
8	(1) सिंधुदुर्ग (2) जालना (3) उस्मानाबाद (4) वर्धा (5) गोंदिया (6) पालघर	48	6	16	(1) नांदेड (2) यवतमाळ	32	2
9	(1) रत्नागिरी (2) औरंगाबाद (3) परभणी	27	3		एकूण	358[■]	35

■   मुंबई उपनगर जिल्ह्याचे अंधेरी, बोरिवली व कुर्ला धरून; अन्यथा महाराष्ट्रात 355 तालुके आहेत.

तक्ता क्र. 1.5 : महाराष्ट्र – जिल्ह्यांची पुनर्रचना

क्र.	नवीन जिल्हा पुनर्रचना	जिल्ह्याचे विभाजन	दिनांक व वर्ष	क्र.	नवीन जिल्हा पुनर्रचना	जिल्ह्याचे विभाजन	दिनांक व वर्ष
1.	सिंधुदुर्ग	रत्नागिरी	1 मे, 1981	6.	वाशीम	अकोला	1 जुलै, 1998
2.	जालना	औरंगाबाद	1 मे, 1981	7.	नंदुरबार	धुळे	1 जुलै, 1998
3.	लातूर	उस्मानाबाद	16 ऑगस्ट, 1982	8.	हिंगोली	परभणी	1 मे, 1999
4.	गडचिरोली	चंद्रपूर	26 ऑगस्ट, 1982	9.	गोंदिया	भंडारा	1 मे, 1999
5.	मुंबई उपनगर	बृहन्मुंबई	1990	10.	पालघर	ठाणे	1 ऑगस्ट, 2014

- ■   'कुलाबा' जिल्ह्याचे नाव बदलून 'रायगड' जिल्हा : 1 जानेवारी, 1981
- ■   द्विभाषिक मुंबई राज्याची स्थापना : 1956
- ■   महाराष्ट्र राज्याची स्थापना : 1 मे, 1960

■ नवीन ठाणे जिल्हा

महाराष्ट्र शासनाने 1 ऑगस्ट, 2014 रोजी मूळ ठाणे जिल्ह्याचे विभाजन करून नवीन ठाणे जिल्हा व पालघर जिल्ह्याची निर्मिती केली.

क्षेत्रफळ : कोकणात ठाणे जिल्ह्याचे भौगोलिक स्थान पालघर जिल्ह्याच्या दक्षिणेस आहे. ठाणे जिल्ह्याचे क्षेत्रफळ 4,214 चौ.कि.मी. आहे.

सीमा : ठाणे जिल्ह्याच्या वायव्य व उत्तरेस पालघर जिल्हा आहे. ईशान्येस नाशिक जिल्हा, पूर्वेस अहमदनगर जिल्हा, आग्नेयेस पुणे जिल्हा, दक्षिणेस रायगड जिल्हा आणि मुंबई उपनगर जिल्हा, पश्चिम कोपऱ्यात अरबी समुद्र आहे.

तालुके : ठाणे जिल्ह्यात सात तालुके आहेत :

(1) ठाणे (जिल्हा मुख्यालय) (2) भिवंडी (3) शहापूर (4) कल्याण (5) उल्हासनगर (6) अंबरनाथ (7) मुरबाड.

प्राकृतिक रचना : ठाणे जिल्ह्याचा बराचसा भाग सखल मैदानाचा आहे. पूर्व भागात डोंगराळ व उताराचा आहे. ठाणे खाडीच्या पूर्वेस समुद्राला समांतर उत्तर-दक्षिण दिशेने टेकड्यांची कटक (Ridge) पाहावयास मिळते. यामुळे किनाऱ्यापासून सखल प्रदेश अलग झाला आहे. या टेकड्या समुद्रकिनाऱ्यापासून 6 ते 10 कि.मी. अंतरावर आहेत. ठाणे जिल्ह्यातून मुख्यतः उल्हास नदी वाहते.

खाड्या : ठाणे जिल्ह्याच्या पश्चिम किनाऱ्यालगत अनेक खाड्या आहेत. यामध्ये भरतीचे पाणी शिरते व बराचसा सखल भाग जलमय होतो. मोठ्या खाड्या भिवंडी व चिंचणी आहेत. ठाणे खाडी खऱ्या अर्थाने खाडी नाही तर सागराने वेढलेला खोलगट भाग आहे.

बेटे : सालसेट – ठाणे जिल्ह्यात सालसेट बेटाचा उत्तर भाग आहे. ते मुख्य भूमीपासून उल्हास खाडीद्वारा अलग झालेले आहे. भूभागाच्या पुनरुद्धारामुळे खाडी मुंबई बेटाशी जोडलेले आहे.

तलाव : शहापूरच्या उत्तर भागात ऊर्ध्व भातसा येथे धरण बांधून भातसा तलाव निर्माण केला आहे. भिवंडी तालुक्यात तानसा नदीवर धरण बांधून तानसा तलाव निर्माण केला आहे.

तक्ता क्र. 1.6 : लोकसंख्याशास्त्रीय घटक (नवीन ठाणे जिल्हा) (जनगणना 2011 अंतिम आकडेवारी)

	घटक	मूल्य		घटक	मूल्य
1.	एकूण लोकसंख्या	80,70,032	6.	साक्षरता दर	74.00
2.	बाल लोकसंख्या	9,23,541	7.	अनुसूचित जाती	6,43,111
3.	सर्वसाधारण लिंग-गुणोत्तर	891	8.	अनुसूचित जमाती	4,24,443
4.	बाल लिंग-गुणोत्तर	923	9.	कुटुंबांची संख्या	18,59,342
5.	साक्षरता लोकसंख्या	62,34,386			

Source : *Population Census Abstract, 2011 – Maharashtra State*

■ पालघर जिल्हा

महाराष्ट्र शासनाने 1 ऑगस्ट, 2014 रोजी ठाणे जिल्ह्याचे विभाजन करून पालघर जिल्ह्याची निर्मिती केली. महाराष्ट्राचा 36 वा जिल्हा पालघर जिल्हा आहे.

स्थान व क्षेत्रफळ : कोकणामधील सर्वांत उत्तरेकडे पालघर जिल्हा आहे. पालघर जिल्ह्याचे क्षेत्रफळ 5,344 चौ.कि.मी. आहे.

सीमा : पालघर जिल्ह्याच्या उत्तरेला गुजरात राज्याचा बलसाड जिल्हा आणि केंद्रशासित प्रदेश दादरा व नगर हवेली आहे. ईशान्य व पूर्वेला नाशिक जिल्हा आहे. दक्षिण व आग्नेयेला ठाणे जिल्हा आहे तर पश्चिमेला अरबी समुद्र आहे.

तालुके : पालघर जिल्ह्यात आठ तालुके आहेत :

(1) पालघर (जिल्हा मुख्यालय) (2) तळासरी (3) डहाणू (4) विक्रमगड (5) जव्हार, (6) मोखाडा, (7) वाडा (8) वसई.

प्राकृतिक रचना : कोकणामधील अति उत्तरेकडे पालघर जिल्हा असून एक सखल प्रदेश आहे. पूर्वेकडे सह्याद्री पर्वताचा तीव्र उताराचा भाग आहे. दक्षिण भागात उल्हास नदीचे खोरे तर उत्तरेला डोंगराळ वैतरणा नदीचे खोरे आहे. अधूनमधून उंचवट्याचे भागही आहेत.

पालघर मुख्यालयापासून काही शहरांची अंतरे मोखाडा (112 कि.मी.), जव्हार (75 कि.मी.), विक्रमगड (60 कि.मी.).

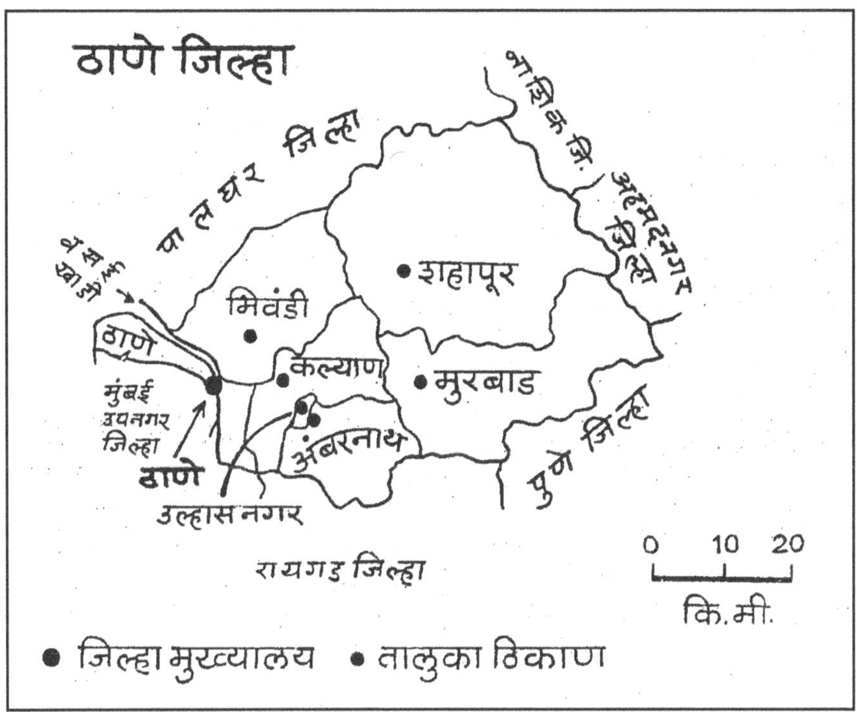

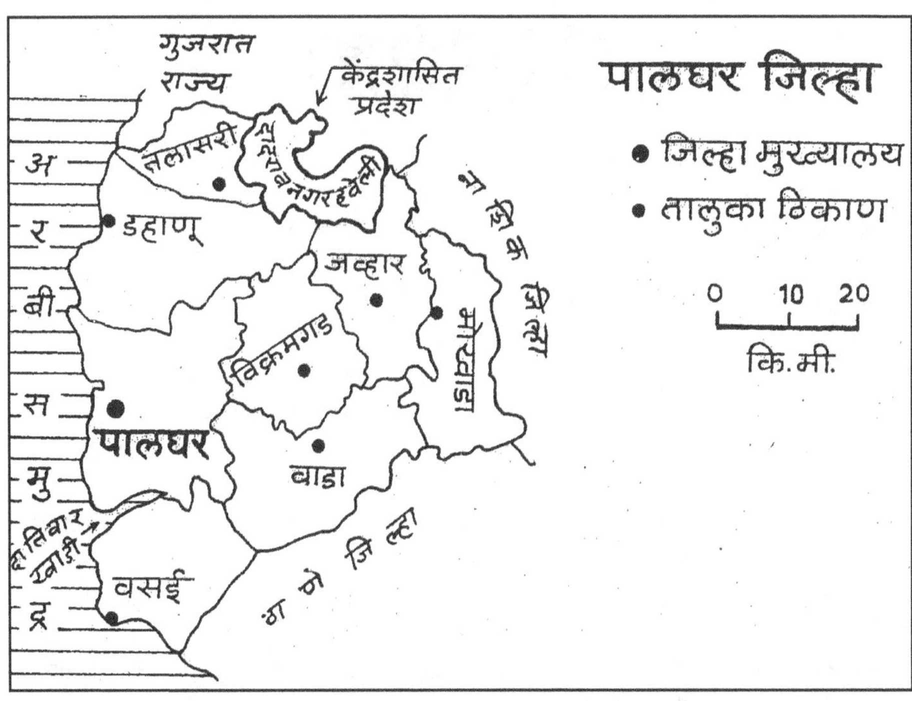

नकाशा क्र. 1.13 : महाराष्ट्र – ठाणे व पालघर जिल्हा

नदीप्रणाली : पालघर जिल्ह्यामधून प्रामुख्याने वैतरणा आणि उल्हास या दोन नद्या वाहतात.

(1)　वैतरणा : वैतरणा नदीचा उगम नाशिक जिल्ह्यात त्र्यंबक डोंगरात होतो. याचे भौगोलिक स्थान गोदावरी नदीच्या उगमाच्या विरुद्ध बाजूस आहे.

वैतरणा नदीची लांबी 154 कि.मी. आहे. कोकणामधील सर्वांत मोठी नदी वैतरणा आहे. वैतरणा नदी ही वाडा, शहापूर व पालघर तालुक्यात वाहते आणि शेवटी अरबी समुद्राला अर्नाळा खाडीमधून मिळते. पालघर जिल्ह्याचा जवळजवळ उत्तर भाग वैतरणा नदीच्या खोऱ्याने व्यापलेला आहे. महत्त्वाचा उपनद्या पिंजाल, सूर्या, दहेरजा आणि तानसा आहेत.

(2)　उल्हास नदी : उल्हास नदीचा उगम लोणावळ्याजवळ तुंगार्लीच्या उत्तरेस आहे. बोरघाटातून पालघर जिल्ह्यात उतरते. तिला अनेक उपनद्या आहेत. यांपैकी पालघर जिल्ह्यात बारवी आणि भातसा या महत्त्वाच्या उपनद्या आहेत.

तक्ता क्र. 1.7 : लोकसंख्याशास्त्रीय घटक (पालघर जिल्हा) (जनगणना 2011 अंतिम आकडेवारी)

	घटक	मूल्य		घटक	मूल्य
1.	एकूण लोकसंख्या	29,90,116	6.	साक्षरता दर	57.14
2.	बाल लोकसंख्या	4,03,605	7.	अनुसूचित जाती	86,978
3.	सर्वसाधारण लिंग–गुणोत्तर	977	8.	अनुसूचित जमाती	11,18,008
4.	बाल लिंग–गुणोत्तर	893	9.	कुटुंबांची संख्या	6,69,823
5.	साक्षरता लोकसंख्या	19,92,775			

Source : *Population Census Abstract, 2011 – Maharashtra State*

गरम पाण्याचे झरे : पालघर जिल्ह्यात गरम पाण्याचे अनेक झरे आहेत. उदाहरणार्थ, वसई तालुक्यात तानसा नदीच्या खोऱ्यात अकलोली, गणेशपुरी आणि वज्रेश्वरी येथे गरम पाण्याचे झरे आहेत.

पालघर तालुक्यात कोकनेर (मसवण) व सातिवली येथेही गरम पाण्याचे झरे आहेत.

तलाव : वैतरणा नदीवर ऊर्ध्व वैतरणा तलाव आणि निम्न वैतरणावर गोडक सागर तलाव बांधलेला आहे.

बहुपर्यायी प्रश्न

1. महाराष्ट्र राज्याची स्थापना .... रोजी झाली.

(1)　1 नोव्हेंबर, 1956　　　　(2)　15 ऑगस्ट, 1947

(3)　26 जानेवारी, 1950　　　　(4)　1 मे, 1960

2. भाषावार प्रांतरचनेनुसार सध्याचा महाराष्ट्र व .... मिळून मुंबई राज्य निर्माण झाले.

(1)　गुजरात　　　　(2)　मध्य प्रदेश　　　　(3)　कर्नाटक　　　　(4)　गोवा

3. कोकण, पश्चिम महाराष्ट्र, खानदेश, मराठवाडा व विदर्भ मिळून .... याची स्थापना झाली.

(1)　मुंबई प्रांत　　　　(2)　महाराष्ट्र राज्य　　　　(3)　मुंबई राज्य　　　　(4)　मुंबई इलाखा

4. महाराष्ट्राचा अक्षांश विस्तार .... उत्तर अक्षवृत्त ते .... उत्तर अक्षवृत्त दरम्यान आहे.

(1)　15° 44', 22° 6'　　(2)　15° 6', 22° 44'　　(3)　8° 4', 37° 6'　　(4)　8° 6', 37° 4'

5. महाराष्ट्राचा रेखांश विस्तार .... पूर्व रेखावृत्त ते .... पूर्व रेखावृत्त दरम्यान आहे.

(1)　68° 7', 97° 25'　　(2)　72° 54', 80° 36'　　(3)　72° 36', 80° 54'　　(4)　68° 25', 97° 6'

6. महाराष्ट्राचा सर्वसाधारण आकार .... आहे.

(1)　त्रिकोणाकृती　　　　(2)　चौकोनी　　　　(3)　अनियमित　　　　(4)　वर्तुळाकृती

7. महाराष्ट्राचा पाया .... मध्ये आहे, तर त्याचे निमुळते टोक पूर्वेस .... कडे आहे.

(1)　खानदेश, कोल्हापूर　　(2)　विदर्भ, वेंगुर्ला　　(3)　कोकण, गोंदिया　　(4)　दक्षिण महाराष्ट्र, धुळे

8. महाराष्ट्राचे क्षेत्रफळ .... चौ. कि. मी. आहे.

(1)　3,70,267　　　　(2)　3,07,713　　　　(3)　32,87,263　　　　(4)　26,78,323

9. महाराष्ट्राची पश्चिम-पूर्व लांबी सुमारे .... कि.मी. आहे.

   (1) 600   (2) 700   (3) 720   (4) 800

10.✱ कोकणची उत्तर-दक्षिण रुंदी .... कि. मी. आहे.

   (1) 720   (2) 750   (3) 800   (4) 700

11. महाराष्ट्राचा भारतात क्षेत्रफळाच्या दृष्टीने .... क्रमांक आहे.

   (1) दुसरा   (2) तिसरा   (3) चौथा   (4) सहावा

12. महाराष्ट्राने भारताचा ....% प्रदेश व्यापलेला आहे.

   (1) 6   (2) 5   (3) 9   (4) 10

13. महाराष्ट्राच्या .... नैसर्गिक सीमा सातपुडा पर्वतरांग व गाविलगड टेकड्या निर्माण करतात.

   (1) पश्चिमेकडील   (2) दक्षिणेकडील   (3) उत्तरेकडील   (4) पूर्वेकडील

14. महाराष्ट्राच्या उत्तरेस .... आहे.

   (1) मध्य प्रदेश   (2) गुजरात   (3) तेलंगण   (4) छत्तीसगड

15. महाराष्ट्राच्या वायव्येस गुजरात राज्याला ठाणे, पालघर, नाशिक, धुळे व .... जिल्ह्याच्या सरहद्दी भिडतात.

   (1) जळगाव   (2) अमरावती   (3) मुंबई उपनगर   (4) नंदुरबार

16. महाराष्ट्राच्या दक्षिणेला गोवा राज्याबरोबर .... जिल्ह्याची सरहद्द आहे.

   (1) रत्नागिरी   (2) कोल्हापूर   (3) सिंधुदुर्ग   (4) सांगली

17. महाराष्ट्र राज्य स्थापनेच्या वेळी एकूण .... जिल्हे होते.

   (1) 31   (2) 30   (3) 26   (4) 28

18. 1960 साली महाराष्ट्रात एकूण प्रशासकीय विभाग .... होते.

   (1) 4   (2) 5   (3) 6   (4) 3

19. महाराष्ट्र राज्यनिर्मितीनंतर नवीन .... जिल्हे निर्माण झाले.

   (1) 4   (2) 10   (3) 5   (4) 6

20. महाराष्ट्रात अलीकडे .... हे जिल्हे उदयास आले.

   (1) हिंगोली व गोंदिया   (2) नंदुरबार व वाशीम

   (3) सिंधुदुर्ग व गडचिरोली   (4) लातूर व जालना

21. ऑगस्ट 2014 नुसार महाराष्ट्रात एकूण .... जिल्हे आहेत.

   (1) 30   (2) 28   (3) 36   (4) 26

22. महाराष्ट्रात .... प्रशासकीय विभागात सर्वांत जास्त जिल्हे आहेत.

   (1) कोकण   (2) पुणे   (3) नागपूर   (4) औरंगाबाद

23.✱ महाराष्ट्रात प्रशासकीय विभागात सर्वांत कमी जिल्ह्यांची संख्या .... आहे.

   (1) 4   (2) 6   (3) 5   (4) 7

24. महाराष्ट्रात पूर्वीच्या कुलाबा जिल्ह्याचे नामांतर .... करण्यात आले.

   (1) सिंधुदुर्ग   (2) रायगड   (3) मुंबई उपनगर   (4) जालना

25.✱ महाराष्ट्रात प्रादेशिक विभागानुसार सर्वांत जास्त जिल्हे .... मध्ये समाविष्ट होतात.

   (1) कोकण   (2) देश   (3) मराठवाडा   (4) विदर्भ

26. महाराष्ट्रात सर्वांत कमी जिल्हे .... या प्रादेशिक विभागात आहेत.

   (1) खानदेश   (2) कोकण   (3) देश   (4) मराठवाडा

27. विदर्भात .... नवीन जिल्हा निर्माण झाला.

   (1) नंदुरबार   (2) हिंगोली   (3) गोंदिया   (4) वाशिम

28. मुंबई उपनगर जिल्ह्याचे मुख्यालय .... आहे.

   (1) अंधेरी   (2) बांद्रा   (3) बोरिवली   (4) कुर्ला

29. सिंधुदुर्ग जिल्ह्याचे ठिकाण .... आहे.

   (1) देवगड   (2) रत्नागिरी

   (3) सिंधुदुर्ग नगरी (ओरोस)   (4) वेंगुर्ले

30. महाराष्ट्रात एकूण .... प्रशासकीय विभाग आहेत.
    (1) चार   (2) पाच   (3) सात   (4) सहा

31.★ महाराष्ट्रात एका जिल्ह्यात सर्वांत जास्त तालुक्यांची संख्या .... आहे.
    (1) 16   (2) 11   (3) 13   (4) 12

32.★ महाराष्ट्रात एका जिल्ह्यात 15 तालुके असणारे एकूण .... जिल्हे आहेत.
    (1) 4   (2) 2   (3) 7   (4) 5

33. महाराष्ट्र राज्याच्या .... बाजूला कर्नाटक व गोवा ही राज्ये आहेत.
    (1) दक्षिण   (2) पूर्व   (3) पश्चिम   (4) उत्तर

34. महाराष्ट्राच्या वायव्य भागात .... च्या सीमारेषा आहेत.
    (1) मध्य प्रदेश   (2) आंध्र प्रदेश
    (3) गुजरात राज्य, दादरा व नगर-हवेली   (4) कर्नाटक व गोवा

35. महाराष्ट्राच्या पूर्वेस .... या नैसर्गिक सीमा निर्माण करतात.
    (1) सातमाळा डोंगररांगा व गाळणा टेकड्या   (2) सातपुडा पर्वतरांगा व गाविलगड टेकड्या
    (3) चिरोली टेकड्या, गायखुरी व भामरागड डोंगर   (4) अरबी समुद्र

36. महाराष्ट्राच्या पूर्वेस .... ला गोंदिया व गडचिरोली जिल्ह्याच्या सरहद्दी भिडलेल्या आहेत.
    (1) गुजरात   (2) तेलंगण   (3) कर्नाटक   (4) छत्तीसगड

37.★ महाराष्ट्रात सर्वांत जास्त तालुके .... विभागात आहेत.
    (1) औरंगाबाद   (2) नागपूर   (3) पुणे   (4) अमरावती

38.★ महाराष्ट्रात सर्वांत कमी तालुके .... विभागात आहेत.
    (1) नाशिक   (2) पुणे   (3) नागपूर   (4) कोकण (मुंबई)

39. महाराष्ट्रात .... जिल्ह्यात एकही तालुका नाही.
    (1) मुंबई उपनगर   (2) मुंबई शहर   (3) धुळे   (4) हिंगोली

40.★ महाराष्ट्रात एकूण तालुक्यांची संख्या .... आहे.
    (1) 235   (2) 457   (3) 355   (4) 335

41. महाराष्ट्रात .... व .... जिल्ह्यांत तालुक्यांची संख्या 32 आहे.
    (1) नांदेड व यवतमाळ   (2) ठाणे व नांदेड
    (3) यवतमाळ व रायगड   (4) नाशिक व जळगाव

42. महाराष्ट्रात औरंगाबाद विभागात सर्वांत जास्त तालुक्यांची संख्या .... आहे.
    (1) 64   (2) 58   (3) 56   (4) 76

43.★ कोकण विभागात .... जिल्हे आहेत.
    (1) 8   (2) 7   (3) 8   (4) 5

44. कोकण प्रशासकीय विभागामधील मुंबई उपनगर जिल्हा धरून तालुक्यांची संख्या .... आहे.
    (1) 50   (2) 58   (3) 54   (4) 64

45. महाराष्ट्रात .... या प्रशासकीय विभागामधील तालुक्यांची संख्या 56 आहे.
    (1) नाशिक   (2) पुणे   (3) औरंगाबाद   (4) अमरावती

46.★ महाराष्ट्रात सर्वांत जास्त क्षेत्रफळाचा .... जिल्हा आहे.
    (1) पुणे   (2) नाशिक   (3) अहमदनगर   (4) सोलापूर

47.★ महाराष्ट्रात सर्वांत कमी क्षेत्रफळाचा .... जिल्हा आहे.
    (1) मुंबई उपनगर   (2) मुंबई शहर   (3) भंडारा   (4) सिंधुदुर्ग

48. पूर्वीच्या चंद्रपूर जिल्ह्यापासून .... जिल्ह्याची निर्मिती झाली.
    (1) गडचिरोली   (2) गोंदिया   (3) लातूर   (4) हिंगोली

49. पूर्वीच्या रत्नागिरी जिल्ह्यापासून .... जिल्ह्याची निर्मिती झाली.

(1) रायगड   (2) मुंबई उपनगर   (3) नंदुरबार   (4) सिंधुदुर्ग

50. पूर्वीच्या उस्मानाबाद जिल्ह्यापासून लातूर जिल्ह्याची निर्मिती .... या प्रादेशिक विभागात झाली.

(1) विदर्भ   (2) पश्चिम महाराष्ट्र   (3) मराठवाडा   (4) खानदेश

51. महाराष्ट्रात मुंबई उपनगर हा .... वा जिल्हा निर्माण झाला.

(1) 31   (2) 35   (3) 33   (4) 34

52. पूर्वीच्या अकोला जिल्ह्याचे विभाजन होऊन .... जिल्हा निर्माण झाला.

(1) नंदुरबार   (2) हिंगोली   (3) गोंदिया   (4) वाशिम

53.✦ महाराष्ट्रात सर्वांत जास्त क्षेत्रफळ असलेला .... प्रशासकीय विभाग आहे.

(1) पुणे   (2) औरंगाबाद   (3) नाशिक   (4) नागपूर

54.✦ महाराष्ट्रात सर्वांत कमी क्षेत्रफळ असलेला .... प्रशासकीय विभाग आहे.

(1) अमरावती   (2) नागपूर   (3) नाशिक   (4) कोकण

55. सह्याद्री पर्वताच्या उंचवट्याचा भाग .... म्हणून ओळखला जातो.

(1) खानदेश   (2) मावळ   (3) घाटमाथा   (4) देश

56. महाराष्ट्रात वऱ्हाड या प्रादेशिक विभागात एकूण .... जिल्हे आहेत.

(1) 11   (2) 8   (3) 3   (4) 6

57. सह्याद्रीच्या पूर्वेकडील उतरणीच्या भागास .... असे संबोधले जाते.

(1) कोकण   (2) मावळ प्रांत   (3) घाटमाथा   (4) खानदेश

58. महाराष्ट्राच्या पूर्वेला .... राज्याची सीमा आहे.

(1) छत्तीसगड   (2) तेलंगण   (3) मध्य प्रदेश   (4) कर्नाटक

59. महाराष्ट्राच्या 'देश' या पारंपरिक प्रदेशामध्ये .... जिल्हे आहेत.

(1) 7   (2) 8   (3) 6   (4) 5

60. खानदेशात .... जिल्ह्यांचा समावेश होतो.

(1) 5   (2) 4   (3) 6   (4) 3

उत्तरसूची

1.	4	2.	1	3.	2	4.	1	5.	3	6.	1
7.	3	8.	2	9.	4	10.	1	11.	2	12.	3
13.	3	14.	1	15.	4	16.	3	17.	3	18.	1
19.	2	20.	1	21.	3	22.	4	23.	3	24.	2
25.	4	26.	1	27.	3	28.	2	29.	3	30.	4
31.	1	32.	4	33.	1	34.	3	35.	3	36.	4
37.	1	38.	4	39.	2	40.	3	41.	1	42.	4
43.	2	44.	1	45.	4	46.	3	47.	2	48.	1
49.	4	50.	3	51.	1	52.	4	53.	2	54.	4
55.	3	56.	1	57.	2	58.	1	59.	1	60.	4

स्पष्टीकरण

10.   स्पष्टीकरणासाठी पान क्र. 1.3 वरील चौथा मुद्दा पाहावा.

23.   महाराष्ट्रामध्ये प्रशासकीय विभागात सर्वांत कमी जिल्ह्यांची संख्या 5 आहे. यामध्ये पुणे विभाग, नाशिक विभाग आणि अमरावती विभाग असे एकूण तीन प्रशासकीय विभाग आहेत.

25.   महाराष्ट्रात प्रादेशिक विभागानुसार सर्वांत जास्त जिल्हे विदर्भामध्ये असून
(अमरावती विभाग : 6, नागपूर विभाग : 5) त्यांची एकूण जिल्ह्यांची संख्या 11 आहे.

31.   महाराष्ट्रामध्ये एका जिल्ह्यात सर्वांत जास्त तालुक्यांची संख्या 16 असणारे एकूण दोन जिल्हे :
(i) नांदेड जिल्हा (ii) यवतमाळ जिल्हा.

32.   महाराष्ट्रात एका जिल्ह्यात 15 तालुके असणारे एकूण 4 जिल्हे आहेत :
(i) रायगड जिल्हा (ii) नाशिक जिल्हा (iii) जळगाव जिल्हा (iv) चंद्रपूर जिल्हा.

37.   महाराष्ट्रात सर्वांत जास्त तालुक्यांची संख्या औरंगाबाद प्रशासकीय विभागात (76 तालुके) असून या खालोखाल नागपूर विभाग : 64 जिल्हे आणि पुणे विभाग : 58 जिल्हे आहेत.

38.   महाराष्ट्रात सर्वांत कमी तालुके कोकण विभागात आहे. कोकण विभागात 47 तालुके मुंबई उपनगरामधील 3 तालुके (अंधेरी, बोरिवली व कुर्ला) मिळून 50 तालुके आहेत.

40.   महाराष्ट्रात एकूण तालुक्यांची संख्या 355 आहे असे महाराष्ट्र आर्थिक पाहणी 2011-2012 मध्ये महाराष्ट्र शासनाने गृहीत धरले आहे. मुंबई उपनगरामधील 3 तालुक्यांचा समावेश केलेला नाही.

43.   कोकणात पूर्वी सहा जिल्हे होते. 1 ऑगस्ट, 2014 रोजी सातवा जिल्हा पालघर जिल्ह्याची निर्मिती झाली.

46.   महाराष्ट्रात सर्वांत जास्त क्षेत्रफळाचा जिल्हा अहमदनगर याचे क्षेत्रफळ 17,048 चौ.कि.मी. आहे. या खालोखाल –
(i) पुणे जिल्हा (15,643 चौ. कि. मी.) (ii) नाशिक जिल्हा (15,530 चौ. कि. मी.) आहे.

47.   महाराष्ट्रात सर्वांत कमी क्षेत्रफळाचा जिल्हा मुंबई शहर आहे. त्याचे क्षेत्रफळ 157 चौ. कि. मी. आहे. यानंतर
(i) मुंबई उपनगर जिल्हा (446 चौ. कि. मी.) (ii) भंडारा जिल्हा (3,895 चौ. कि. मी.) आहे.

53.   महाराष्ट्रात सर्वांत जास्त क्षेत्रफळ असलेला औरंगाबाद प्रशासकीय विभाग आहे. याचे क्षेत्रफळ 64,813 चौ. कि. मी. आहे. या खालोखाल (i) नाशिक विभाग (57,493 चौ. कि. मी.) (ii) पुणे विभाग (57,275 चौ. कि. मी.) आहेत.

54.   महाराष्ट्रात सर्वांत कमी क्षेत्रफळ असलेला कोकण प्रशासकीय विभाग आहे. त्याचे क्षेत्रफळ 30,728 चौ. कि. मी. आहे. यानंतर अमरावती विभागाचा (46,027 चौ. कि. मी.) क्रमांक आहे.

🌼 🌼 🌼

2

रचनात्मक (प्राकृतिक) भूगोल

महाराष्ट्राचे प्रमुख प्राकृतिक विभाग

1. कोकण किनारपट्टी

महाराष्ट्राच्या पश्चिम भागात दक्षिणोत्तर पसरलेली लांब व चिंचोळी किनारपट्टी कोकण आहे. या किनारपट्टीच्या पूर्वेस दक्षिणोत्तर समांतर दिशेने सह्याद्री पर्वत भिंतीसारखा उभा आहे तर त्याच्या पश्चिमेस अरबी समुद्र पसरलेला आहे. **सह्याद्री पर्वत व अरबी समुद्र यांच्या दरम्यान असलेल्या या लांबट चिंचोळ्या सखल भागाला 'कोकण' असे म्हणतात.**

कोकणची निर्मिती : महाराष्ट्राच्या पश्चिमेला व अरबी समुद्राला लागून असलेल्या सह्याद्री पर्वताचा प्रस्तरभंग (Fault) होऊन कोकण किनारपट्टी तयार झाली. तसेच मुंबईजवळील जलमग्न अरण्यांचा प्रदेश असे दर्शवितो की, किनारपट्टीवर समुद्राची पातळी उंचावली गेली असावी. म्हणजेच किनाऱ्याचे निमज्जन (खचणे) झालेले आहे. ज्वालामुखी क्रियेचे अवशेष गरम पाण्याच्या रूपाने आढळतात. उदाहरणार्थ, वज्रेश्वरी येथील गरम पाण्याचे झरे.

लांबी, रुंदी व क्षेत्रफळ : कोकण किनारपट्टीची दक्षिणोत्तर लांबी 720 कि. मी. आहे. उत्तरेस डहाणूपासून दक्षिणेस वेंगुर्ल्यापर्यंत किंवा उत्तरेस दमणगंगा नदीपासून दक्षिणेस तेरेखोल नदीपर्यंत कोकणचा विस्तार आहे.

पश्चिम घाटामुळे कोकणची रुंदी मात्र सर्वत्र सारखी नाही. सरासरी रुंदी 30 ते 60 कि. मी. आहे. मुंबईच्या उत्तरेस तुलनात्मकदृष्ट्या सह्याद्री पर्वत पठाराकडे वळल्याने तिची रुंदी अधिक आहे. उत्तरेकडे काही भागांत किनारपट्टी 90 ते 95 कि.मी. रुंद आहे. उदाहरणार्थ, उल्हास नदीच्या खोऱ्यात कोकणची रुंदी सुमारे 100 कि. मी. आहे तर दक्षिण कोकणात काही भागांत ती 40 ते 45 कि.मी. इतकी कमी अरुंद आहे. **कोकणचे भौगोलिक क्षेत्रफळ सुमारे 30,394 चौ. कि. मी. आहे.**

कोकणची प्राकृतिक रचना : सह्याद्री पर्वतामधून निघालेले डोंगराचे कडे पश्चिमेस किनाऱ्यापर्यंत जातात. त्यामुळे कोकणचा सर्वच भाग म्हणजे एक सलग मैदान नाही. हा डोंगरदऱ्यांनी व्यापलेला परंतु कमी उंचीचा सखल भाग आहे. अनेक ठिकाणी कमी उंचीच्या टेकड्या व डोंगरांचे सुळके आढळतात. सह्याद्री पर्वतामधून निघून अरबी समुद्रास मिळणाऱ्या नद्यांच्या खोऱ्यात सखल व काहीसा मैदानी भाग आढळतो. **किनाऱ्याजवळ वाळूचे पट्टे आहेत.** किनारपट्टीजवळ सखल भागाची समुद्रसपाटीपासून सरासरी उंची सुमारे 15 मीटर इतकीच आहे. **किनाऱ्यापासून पूर्वकडे सह्याद्रीच्या पायथ्यापर्यंत ही उंची सुमारे 250 मीटरपर्यंत वाढते.** सह्याद्रीच्या पायथ्याशी उतार मंद आहे. प्रदेशाचा सर्वसाधारण उतार पूर्व-पश्चिम दिशेने आहे.

उपविभाग : उत्तर कोकण व दक्षिण कोकण : कोकणचे दोन उपविभाग पाडले जातात. त्यापैकी पहिला म्हणजे उत्तर कोकण व दुसरा दक्षिण कोकण आहे. **उत्तर कोकणात मुंबई शहर, मुंबई उपनगर, ठाणे, पालघर, रायगड तर दक्षिण कोकणात रत्नागिरी व सिंधुदुर्ग जिल्ह्यांचा समावेश** होतो. उत्तर कोकणापेक्षा दक्षिण कोकण अधिक खडकाळ, डोंगराळ असून शहरे कमी व वाहतुकीच्या सोईही कमी आहेत.

खलाटी व वलाटी : कोकणामध्ये सखल प्रदेशाची उंची पश्चिमेकडून पूर्वेकडे वाढत जाते. त्याचे उंचीनुसार खलाटी व वलाटी असे दोन भाग पडतात. पश्चिमेकडील अरबी समुद्राच्या सखल भागाला **'खलाटी'** असे म्हणतात. त्याची **समुद्रसपाटीपासूनची उंची फार कमी आहे.** खलाटीच्या पूर्वेस जो डोंगराळ भाग आहे त्याला **'वलाटी'** असे म्हणतात. या प्रदेशाची **साधारण उंची 275 ते 300 मीटरपर्यंत** आहे. जसजसे सह्याद्रीच्या पायथ्यालगत जावे तसतशी त्याची उंची वाढत जाते.

खाड्या : कोकणामधील नद्या सह्याद्री पर्वतात उगम पावून खाली उतरतात व सखल भागातून वाहत अरबी समुद्रास मिळतात. सागरास भरती येते, तेव्हा भरतीचे पाणी नद्यांच्या मुखातून बरेच आतपर्यंत येते. **भरतीचे पाणी नदीच्या मुखात जेथपर्यंत आत शिरते तेवढ्या नदीच्या भागाला 'खाडी' असे म्हणतात.**

कोकणचा किनारा अनेक खाड्यांनी बनलेला आहे. मुंबईच्या उत्तरेस **दातीवार व वसईची खाडी** आहे; तर वसईच्या दक्षिणेस जयगडपर्यंत **धरमतर, राजपुरी, बाणकोट, दाभोळ व जयगडच्या खाड्या** आहेत तर त्याच्या दक्षिणेस **विजयदुर्गची खाडी, कर्लीची खाडी व कोकणच्या दक्षिण सरहद्दीजवळ तेरेखोलची खाडी** आहे.

कोकणची किनारपट्टी रिया प्रकारची आहे. किनाऱ्यावरील खडकात मालवण व हर्णे या दरम्यान गुहा आढळतात.

सागरी किल्ले : महाराष्ट्रात काही किल्ले जसे उंच पर्वत-पठाराच्या माथ्यावर आहेत तसेच काही किल्ले सागर किनाऱ्यावर किंवा समुद्रातील खडकांवर बांधलेले आहेत. त्यांना 'सागरी किल्ले' असे म्हणतात. शिवाजी महाराजांच्या काळात व त्यानंतर बऱ्याच काळपर्यंत सीमांवरचे हे जागते पहारेकरी होते. उदाहरणार्थ, **वसईचा किल्ला, जंजिरा, सुवर्णदुर्ग, विजयदुर्ग आणि सिंधुदुर्ग किल्ले.**

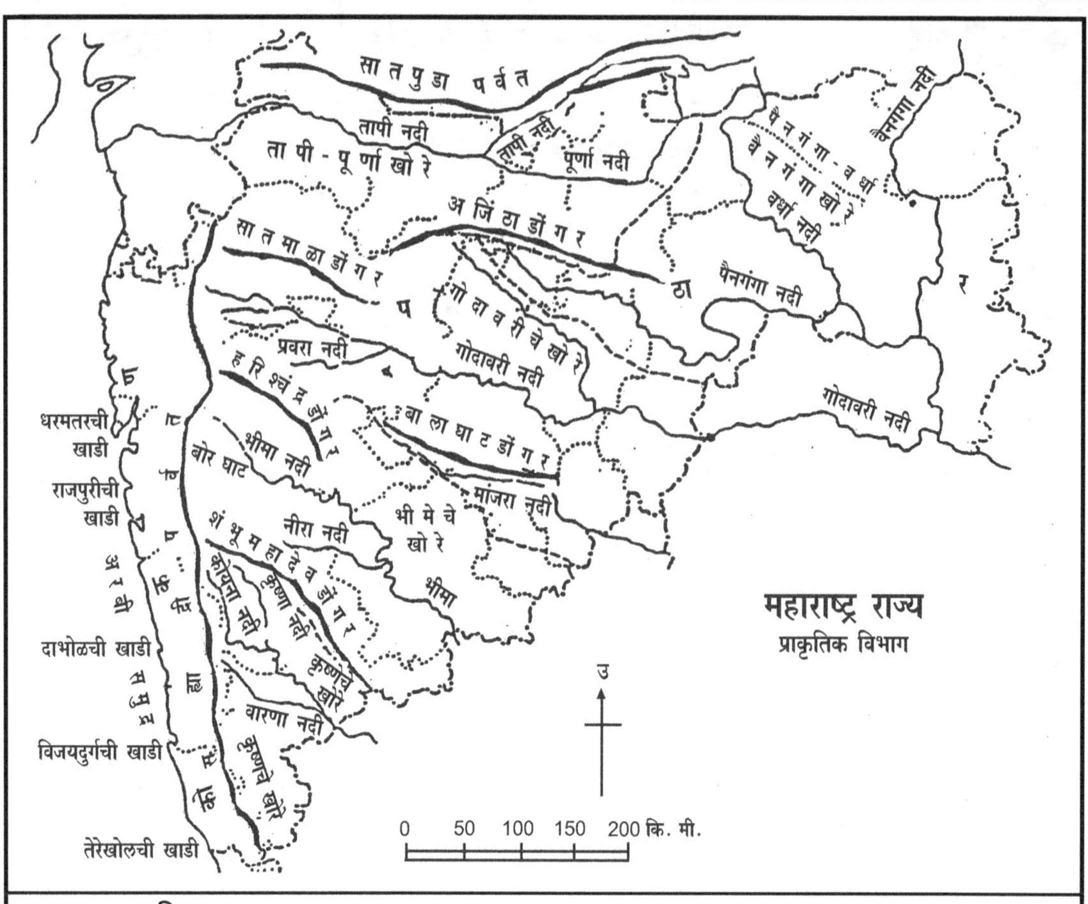

महाराष्ट्र – प्राकृतिक रचना :

    महाराष्ट्राचे प्राकृतिकदृष्ट्या कोकण किनारपट्टी, सह्याद्री पर्वत – डोंगराळ प्रदेश व महाराष्ट्र पठार असे तीन प्रमुख विभाग पडतात. अरुंद चिंचोळ्या किनारपट्टीचा भाग सखल व डोंगराळ आहे. किनारपट्टीस सह्याद्री पर्वत समांतर आहे. सह्याद्रीपासून शंभू–महादेव डोंगररांगा, हरिश्चंद्र–बालाघाट डोंगररांगा व सातमाळा डोंगररांगा पठारावर आहे. महाराष्ट्राचा बराचसा भाग दख्खनच्या पठाराने व्यापलेला आहे.

नकाशा क्र. 2.1 : महाराष्ट्र – प्राकृतिक रचना

    बंदरे : महाराष्ट्राच्या कोकण किनारपट्टीवर **मुंबई हे नैसर्गिक आणि आंतरराष्ट्रीय महत्त्वाचे बंदर आहे.** भारताचा बराचसा व्यापार याच बंदरातून चालतो. मुंबई बंदराचा ताण कमी करण्यासाठी **मुंबईजवळच न्हावा-शेवा हे बंदर उभारलेले आहे. मुंबईच्या दक्षिणेस अलिबाग, मुरूड, श्रीवर्धन, जयगड, रत्नागिरी, मालवण व वेंगुर्ला यांसारखी बंदरे आहेत.** या बंदरांची परस्परांत वाहतूक चालते. **महाराष्ट्रात एकूण 49 बंदरे आहेत.**

    ही बंदरे फार पूर्वीपासून व्यापारासाठी प्रसिद्ध होती. प्राचीन व मध्ययुगीन काळात ग्रीस, रोम, इजिप्त व अरबस्तानबरोबर व्यापार चालत असे.

    कोकण किनारपट्टीजवळ अरबी समुद्रात सापडलेला 'बॉम्बे हाय' खनिज तेलसाठा तसेच वसई आणि रत्नागिरी येथे सापडलेले तेल यामुळे कोकणचा विकास होण्यास बराच वाव आहे.

    बेटे : मुंबई, साष्टी, खांदेरी, उंदेरी, कुरटे, जंजिरा, घारापुरी व अंजदीव ही बेटे कोकणातच समाविष्ट होतात.

2. सह्याद्री पर्वत किंवा पश्चिम घाट, सह्याद्रीच्या व सातपुडा पर्वताच्या पर्वतरांगा

भारताच्या पश्चिम किनारपट्टीस सह्याद्री समांतर पर्वत आहे. हा पर्वत **दख्खनच्या पठाराची पश्चिम सरहद्द निश्चित** करतो. उत्तरेस सातमाळा डोंगरापासून दक्षिणेस कन्याकुमारीपर्यंत सह्याद्री पसरलेला आहे. त्याची **लांबी सुमारे 1,600 कि. मी.** आहे. यापैकी महाराष्ट्रात 750 कि. मी. लांबीचा सह्याद्री पर्वत आहे. यास '**पश्चिम घाट**' या नावानेही ओळखले जाते. त्याची सरासरी उंची 915 ते 1,220 मीटर आहे. (**संदर्भ : मराठी विश्वकोश खंड 17, पान क्र. 875**) महाराष्ट्रमध्ये सह्याद्रीची उंची उत्तरेकडे वाढत जाते तर दक्षिणेकडे कमी होत जाते. सह्याद्री पर्वत आपली विशाल नजर पश्चिमेस असलेल्या अरबी समुद्रावर फिरवित असतो. समुद्रकिनाऱ्यास समांतर असणारा हा पर्वत किनाऱ्यापासून सरासरी 30 ते 60 कि. मी. अंतरावर आहे.

पश्चिम किनारपट्टीच्या मैदानी प्रदेशाकडून (कोकणकडून) पर्वताकडे पाहिल्यास **सह्याद्री सरळ भिंतीसारखा** दिसतो. किनाऱ्याच्या सखल प्रदेशावरून सरळ कड्यासारख्या दिसणाऱ्या **भूप्रदेशाची उंची काही ठिकाणी 1,000 मी. पर्यंत आहे. पश्चिमेकडे सह्याद्रीचा उतार एकदम तीव्र आहे.**

पूर्वेकडून पाहिल्यास पठारावर सह्याद्रीचा उतार इतका मंद आहे की, ती एक डोंगरांची रांग वाटते आणि हा मंद उताराचा प्रदेश हळूहळू दख्खनच्या पठारात विलीन होत जातो. वैतरणा व सावित्री नद्यांच्या उगमाच्या क्षेत्राजवळ सह्याद्री पर्वत कंकणाकृती झालेला आहे.

सह्याद्री पर्वत नद्यांचा जलविभाजक

दख्खनच्या पठाराच्या पश्चिमेस असलेल्या सह्याद्री पर्वतावरून कोकणचा सखल प्रदेश पाहता येतो. **सह्याद्री पर्वतरांगांमुळे अरबी समुद्रास मिळणाऱ्या पश्चिमवाहिनी नद्यांचे आणि बंगालच्या उपसागरास मिळणाऱ्या पूर्ववाहिनी नद्यांचे जलविभाजक वेगवेगळे झालेले आहेत.** याशिवाय किनारपट्टीचा सखल प्रदेश आणि देशावरचा पठारी प्रदेश अलग झालेला आहे. उत्तर-दक्षिण दिशेने सह्याद्री रांग असून समुद्रकिनाऱ्यास सर्व ठिकाणी समांतर आहेच असे नाही. **सह्याद्रीच्या घाटमाथ्याची उंची निरनिराळी आहे आणि प्रत्येक ठिकाणी ती जलविभाजक आहेच असे नाही.** नद्यांच्या अपक्षरण (खनन) कार्यामुळे जलविभाजकांचे स्थान बदललेले आहे.

दख्खनच्या पठारावरील नद्यांच्या उगमस्थानाचे प्रदेश

दख्खनच्या पठारावरील महत्त्वाच्या नद्यांची उगमस्थाने सह्याद्री पर्वतामध्ये आहेत.

(1) गंगा नदीच्या खालोखाल महत्त्वाची असलेली **गोदावरी नदी** महाराष्ट्रात उगम पावून पूर्वेकडे वाहते. **नाशिक जिल्ह्यात त्र्यंबकेश्वरजवळ गोदावरीचा उगम** आहे. नाशिक शहरात येईपर्यंत गोदावरी नदी 20 कि. मी. लांबीच्या घळईतून वाहते.

(2) कृष्णा नदीची महत्त्वाची उपनदी **भीमा** आहे. सह्याद्रीमध्ये गोदावरी नदीच्या उगमाच्या दक्षिणेस सुमारे 100 कि. मी. अंतरावर **भीमाशंकर येथे भीमा नदी उगम** पावते.

(3) भीमा नदीच्या दक्षिणेस **महाबळेश्वर येथे कृष्णा नदीचा उगम** आहे, तसेच **कोयना** नदीही तेथूनच उगम पावते.

वरील महत्त्वाच्या नद्यांप्रमाणेच **गोदावरी, भीमा आणि कृष्णा नद्यांच्या बऱ्याच उपनद्यांचा उगम सह्याद्री पर्वतामध्ये झाला** आहे.

सह्याद्री पर्वतामधील महत्त्वाची शिखरे

सह्याद्री पर्वतात अनेक महत्त्वाची शिखरे आहेत. त्यांपैकी काही शिखरांचा उल्लेख येथे करण्यात आलेला आहे.

(1) **सह्याद्री पर्वतातील सर्वांत उंच शिखर कळसूबाई आहे.** त्याची उंची **1,646 मी.** आहे. त्याचे भौगोलिक स्थान गोदावरीची उपनदी प्रवरा नदीच्या उगमाजवळ (इगतपुरीजवळ) आहे.

(2) नाशिकच्या उत्तरेस सुमारे 90 कि. मी. अंतरावर **साल्हेर शिखर दोन क्रमांकाचे** आहे. त्याची **उंची 1,567 मी.** आहे.

(3) हरिश्चंद्रगडाची उंची 1,424 मी. आहे.

(4) नाशिकच्या उत्तरेस **सप्तशृंगी (1,416 मी.), त्र्यंबकेश्वर (1,304 मी.)** ही महत्त्वाची शिखरे आहेत.

याशिवाय नाशिक जिल्ह्यात **तौला**, धुळे जिल्ह्यात **हनुमान**, नंदुरबार जिल्ह्यात **अस्तंभा**, पुणे जिल्ह्यात **तोरणा** यांसारखी शिखरे महत्त्वाची आहेत.

घाटमाथा किंवा पर्वतमाथा व किल्ले

घाटमाथा/पर्वतमाथा : सह्याद्री पर्वताच्या व त्याच्या शिखरांवर उंच व रुंद सपाट प्रदेशाला 'घाटमाथा' असे म्हणतात. बऱ्याच ठिकाणी ते संपूर्णपणे सपाट प्रदेशाचे आहेत. उदाहरणार्थ, नेरळजवळील **माथेरान**, साताऱ्याजवळील **पाचगणी व महाबळेश्वर** (1,438 मी.) हे प्रसिद्ध घाटमाथे आहेत. **ही थंड हवेची ठिकाणे म्हणूनही प्रसिद्ध आहेत.**

किल्ले : सह्याद्री पर्वताच्या अशा अनेक घाटमाथ्यांवर **शिवनेरी, रायगड, सिंहगड, प्रतापगड, पन्हाळगड (पन्हाळा), विशाळगड** यांसारखे अनेक किल्ले बांधण्यात आलेले आहेत. शिवाजी महाराजांच्या काळात या किल्ल्यांचा नीट बंदोबस्त ठेवलेला होता व या किल्ल्यांनी महाराष्ट्राचे परकीय आक्रमणापासून संरक्षण केले होते.

घाट व खिंड : पर्वतांच्या रांगा जेव्हा लांबच-लांब पसरलेल्या असतात तेव्हा त्या उंच, लांब रांगांमध्ये कमी उंचीचा भाग असतो. या अशा कमी उंचीच्या भागास 'खिंड' असे म्हणतात.

नद्यांच्या अपक्षरण (खनन) कार्यामुळेही पर्वतरांगांची सलगता खंडित होते. त्या खिंड म्हणून ओळखल्या जातात. या **खिंडीमधून** वाहतुकीचे मार्ग जातात. वाहतुकीच्या या ठिकाणाला 'घाट' असे म्हणतात.

सह्याद्री पर्वतात अशा प्रकारचे पुढील महत्त्वाचे घाट आहेत. **सह्याद्री पर्वतात उत्तरेकडून दक्षिणेकडे पर्वतरांगांवरून गेल्यास थळघाट, माळशेज, आंबेनळी, बोरघाट, कुंभार्ली घाट, आंबा घाट, फोंडा घाट आणि आंबोली घाट** यांसारखे महत्त्वाचे घाट आढळतात. हे घाट म्हणजे कोकण व महाराष्ट्र पठार यांना जोडणारे दुवे आहेत. (नकाशा क्र. 2.2 पाहा.)

1.   **थळघाट :** नाशिकच्या नैर्ऋत्येस 35 कि. मी. अंतरावर थळघाट आहे. **मुंबईहून नाशिककडे जाणारा रेल्वेमार्ग कसाराजवळ थळघाटातूनच जातो.**

2.   **बोरघाट :** पुण्याच्या वायव्येस 70 कि. मी. अंतरावर बोरघाट आहे. **पुणे-मुंबई दरम्यानचा रेल्वेमार्ग खंडाळ्याजवळून** असलेल्या बोरघाटातून जातो.

सह्याद्री पर्वतातील इतर जे घाट आहेत ते कोकण व देश यांचा संपर्क साधण्यासाठी अत्यंत उपयुक्त आहेत. **कुंभार्ली घाटातून कोकणात चिपळूण-पोफळी भागात जाता येते तर आंबा घाटातून रत्नागिरीकडे जाता येते. फोंडा आणि आंबोली घाट मालवण, वेंगुर्ला आणि दक्षिणेस गोव्याकडे जाण्यासाठी अत्यंत उपयुक्त आहेत.**

राजकीय स्वरूप : सह्याद्रीच्या पर्वतमय भागात **नाशिक, अहमदनगर, पुणे, सातारा, सांगली व कोल्हापूर जिल्ह्यांत** पश्चिम भागाचा तर पालघर, ठाणे, रायगड, रत्नागिरी व सिंधुदुर्ग जिल्ह्याच्या काही पूर्व भागांचा समावेश होतो.

सह्याद्री पर्वताच्या डोंगररांगा किंवा डोंगराळ प्रदेश

सह्याद्री पर्वताच्या लहान-मोठ्या डोंगररांगा सह्याद्रीपासून सर्वसाधारणपणे पूर्वेकडे जातात. तापी-पूर्णा खोऱ्यांच्या दक्षिणेस या रांगा पसरलेल्या आहेत. महाराष्ट्राच्या प्राकृतिक रचनेचे ते एक वैशिष्ट्य आहे असे म्हणावयास हरकत नाही. या सर्व डोंगररांगांची निर्मिती मुख्य सह्याद्री पर्वतापासून झालेली आहे आणि यांच्या साधारण दिशा वायव्य-आग्नेय आहेत. स्थानिक आधारतल रेषेच्या वर डोंगरांची उंची 200 ते 300 मी. दरम्यान आहे. **बऱ्याच ठिकाणी डोंगरास तीव्र कडे आहेत.** पठारावरून वाहणाऱ्या नद्यांचे या **डोंगररांगा उपजलविभाजक** आहेत. महत्त्वाच्या डोंगररांगा तसेच त्यांच्या लहान टेकड्यांना भिन्न-भिन्न स्थानिक नावे आहेत.

सह्याद्री पर्वताच्या खालील तीन मोठ्या डोंगररांगा आहेत.

(अ) शंभू-महादेव डोंगररांगा (ब) हरिश्चंद्र-बालाघाट डोंगररांगा (क) सातमाळा-अजिंठा डोंगररांगा.

(अ) शंभू-महादेव डोंगररांगा : सह्याद्री पर्वतापासून ही डोंगररांग सुमारे 18° उत्तर अक्षवृत्तापासून आग्नेय दिशेने जाते. रायरेश्वरापासून शिंगणापूरपर्यंत पसरलेल्या रांगेला 'शंभू-महादेव डोंगररांग' असे म्हणतात. या डोंगररांगा सातारा व सांगली जिल्ह्यांतून पुढे कर्नाटकात जातात. **भीमा नदीच्या खोऱ्याच्या दक्षिणेस शंभू-महादेव डोंगर आहे. यामुळे भीमा व कृष्णा या नद्यांची खोरी वेगवेगळी झालेली आहेत. महाराष्ट्रात पठारावरील दक्षिणेकडील सर्वांत मोठी शंभू-महादेव डोंगररांग आहे.** शंभू-महादेव डोंगरावर काही ठिकाणी सपाट माथ्याचे प्रदेश आहेत. उदाहरणार्थ, वाईजवळील **पाचगणी व महाबळेश्वर – 'टेबल लँड'** या नावाचे पाचगणी पठार प्रसिद्ध आहे.

(ब) हरिश्चंद्र-बालाघाट डोंगररांगा : गोदावरीच्या दक्षिणेस हरिश्चंद्र-बालाघाट डोंगररांगा आहेत. तिच्यामुळे **गोदावरी व भीमा** यांची खोरी वेगळी होतात. या डोंगररांगांच्या **पश्चिम भागास 'हरिश्चंद्र घाट' व पूर्व भागास 'बालाघाट'** या नावाने ओळखले जाते. पुढे हीच रांग आग्नेयस वळून तेलंगणामधील हैदराबादपर्यंत जाते. **शंभू-महादेव डोंगररांगांप्रमाणेच या डोंगररांगांवरही सपाट**

माथ्याचे प्रदेश आहेत. उदा., अहमदनगर जिल्ह्यातील हरिश्चंद्रगडापासून पूर्वेकडे पसरलेली सह्याद्रीची शाखा अकोळनेरजवळ पठारात विलीन होऊन जेऊरजवळ पुन्हा डोके वर काढते. पूर्वेस डोंगराची उंची 600 मीटर आहे. **बालाघाट हा सपाट माथ्याचा प्रदेश आहे.**

(क) सातमाळा-अजिंठा डोंगररांगा : गोदावरी व तापी नदीच्या खोऱ्यांना वेगळी करणारी सातमाळा-अजिंठा डोंगररांग आहे. पूर्वेकडे हिची उंची कमी-कमी होत जाते. नाशिक जिल्ह्यात सातमाळा डोंगररांग आहे. अजिंठा टेकड्यांचा उतार उत्तरेकडे तीव्र असून दक्षिणेकडे गोदावरी नदीच्या खोऱ्याकडे मंद आहे. **देवगिरीचा (दौलताबाद) इतिहासप्रसिद्ध किल्ला व अजिंठ्याची जगप्रसिद्ध लेणी याच डोंगरात उत्तरेकडील उतारावर वाघूर नदीच्या वळणाच्या खडकात आहे.** ही डोंगररांग तुटक-तुटक असून तिची साधारण दिशा पश्चिम-पूर्व आहे. **वेरूळ डोंगरात वेरूळ लेणी आहेत.** डोंगराच्या **पश्चिम भागास 'सातमाळा डोंगर'** असे म्हणतात. **नाशिक जिल्ह्याच्या वायव्य कोपऱ्यात सातमाळा डोंगर सुरू होतो.** पुढे यांच्या रांगा मनमाडच्या पलीकडे अंकाई-टंकाईपासून 'अजिंठा टेकड्या' म्हणून ओळखल्या जातात. सातमाळा-अजिंठा डोंगररांगांच्या पूर्वेस उतार मंद स्वरूपाचा आहे तर पश्चिम बाजूस तीव्र उतार आढळतो.

अन्य डोंगर किंवा टेकड्या

महाराष्ट्रात काही वैशिष्ट्यपूर्ण डोंगर किंवा टेकड्या पठारावर आढळतात. उदा., धुळे जिल्ह्यात **गाळणा डोंगर,** औरंगाबाद जिल्ह्यात **वेरूळ डोंगर,** हिंगोली व नांदेड जिल्ह्यांत अनुक्रमे **हिंगोली व मुदखेड डोंगर** आहेत. विदर्भात नागपूर जिल्ह्यात **गरमसूर डोंगर,** गोंदिया जिल्ह्यात **दरकेसा टेकड्या,** भंडारा जिल्ह्यात **गायखुरी डोंगर,** गडचिरोली जिल्ह्यात **चिरोली टेकड्या, भामरागड व सूरजागड डोंगर** आहेत. पूर्वेकडे अजिंठ्यापासून डोंगरांचे दोन सुळके होतात. त्यापैकी एक रांग देवगिरी सिंदखेडवरून दक्षिणेस परभणी व नांदेड जिल्ह्यातून जाते. तिला **'निर्मल रांग'** असे म्हणतात तर उत्तरेस असणारी रांग यवतमाळ जिल्ह्यातून जाते.

सातपुडा पर्वतरांग व डोंगररांगा

महाराष्ट्राच्या उत्तर सरहद्दीजवळ सातपुडा रांग पसरलेली आहे. **महाराष्ट्रात सातपुडा पर्वतरांगेचा फारच थोडा भाग समाविष्ट** होतो. **पूर्व-पश्चिम दिशेने पसरलेल्या सातपुडा पर्वतरांगेमुळे नर्मदा व तापी नदीचे खोरे अलग झालेले आहे.**

सातपुडा पर्वताच्या डोंगररांगा : महाराष्ट्रामध्ये सातपुड्याच्या काही डोंगररांगा उत्तर महाराष्ट्रात विखुरलेल्या आहेत. नंदुरबार जिल्ह्यात पश्चिम भागात **तोरणमाळ हे एक लहान आकाराचे पठार** असून त्याची उंची 1,036 मी. आहे तर त्या भागातील **सर्वांत जास्त उंचीचे शिखर अस्तंभा डोंगर असून त्याची उंची 1,325 मी. आहे.** या डोंगररांगांवरून तापी नदीचे पात्र पाहावयास मिळते.

सातपुडा पर्वतरांगांचा काही भाग अमरावती जिल्ह्याच्या उत्तर भागात आढळतो. त्यास **गाविलगड टेकड्या** असे म्हणतात. त्याची रुंदी 20 ते 40 कि. मी. आहे. या ठिकाणी डोंगरांची उंची 1,000 मी. पेक्षा जास्त आहे. येथील **वैराट हा डोंगर** महत्त्वाचा आहे. वैराट शिखराची उंची 1,177 मी. तर **चिखलदराची** उंची 1,115 मी. आहे. अमरावतीच्या गाविलगड टेकड्यांचा दक्षिण उतार **अतिशय तीव्र स्वरूपाचा** आहे. 1,200 मी. पासून एकदम 300 मी. पर्यंत प्रदेशाची उंची कमी होते. या तीव्र कड्याची लांबी बरीच जास्त आहे.

3. महाराष्ट्र पठार किंवा दख्खन पठारी प्रदेश किंवा देश

सह्याद्री पर्वताच्या पूर्वेस विशाल असा पठारी प्रदेश पसरलेला आहे. त्यास 'महाराष्ट्र पठार' किंवा 'दख्खन पठारी प्रदेश' असे म्हटले जाते. सर्वसामान्य लोक त्यास व्यवहारात 'देश' असे म्हणतात. हा पठारी प्रदेश मूळ दख्खनच्या पठाराचा सर्वांत मोठा भाग आहे. **नद्यांच्या खोऱ्यांनी महाराष्ट्र पठार तयार झालेले आहे.** डोंगरांच्या दरम्यान आलटून-पालटून नद्यांची खोरी आढळतात. **पठाराचा सर्वसाधारण उतार पश्चिमेकडून पूर्वेकडे आहे.** या पठाराची पश्चिम सरहद्द सह्याद्री पर्वताने निश्चित केलेली आहे तर उत्तर व पूर्व सरहद्द सर्वसाधारणपणे 300 मी. समोच्च रेषेने तयार झालेली आहे. **महाराष्ट्र पठाराची पूर्व-पश्चिम लांबी 750 कि. मी.** आहे. हे अंतर सह्याद्री पर्वताच्या पूर्व उतारापासून विदर्भातील गोंदिया जिल्ह्यातील दरकेसा टेकड्या, गडचिरोली जिल्ह्यातील

सूरजागड, भामरागड व चिरोली टेकड्यापर्यंत आहे. महाराष्ट्र पठाराची **दक्षिणोत्तर रुंदी सुमारे 750 कि. मी.** आहे. हे अंतर उत्तरेस सातपुडा पर्वतापासून दक्षिणेस कोल्हापूर जिल्ह्यापर्यंत आहे. पठाराचा उतार पश्चिमेकडून जसजसे पूर्वेकडे जावे तसतसा 1,000 मीटरला 1 मी. याप्रमाणे कमी-कमी होत जातो. **पठाराची सर्वसाधारण उंची 450 मी.** आहे. **महाराष्ट्राचा 90 टक्के भूभाग दख्खनच्या पठाराने व्यापलेला आहे.** पठाराची उंची पश्चिम भागात 600 मीटर तर पूर्व भागात 300 मीटर आहे. विदर्भात वर्धा-वैनगंगेच्या खोऱ्यात असलेल्या डोंगरांची उंची 400 ते 450 मीटर दरम्यान आहे.

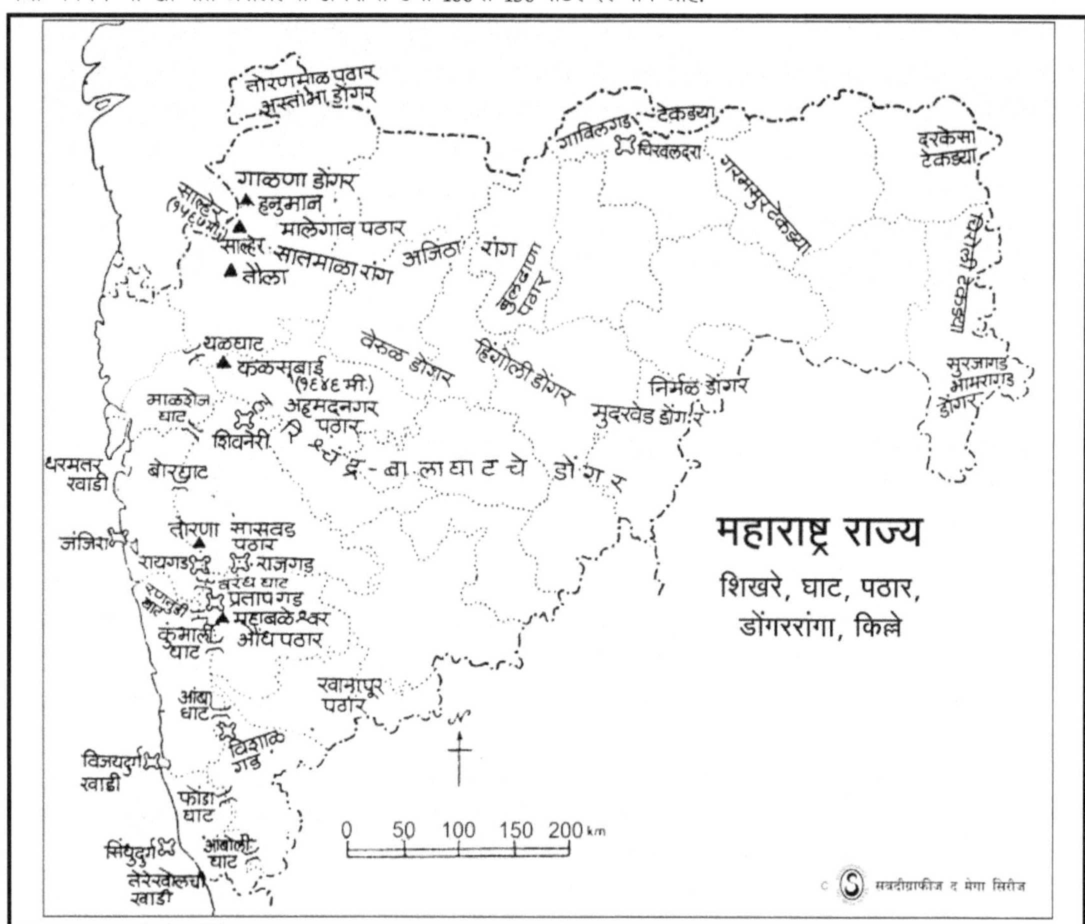

महाराष्ट्र : शिखरे, खिंडी (घाट), पठार व डोंगररांगा :

महाराष्ट्रात सर्वांत उंच शिखर कळसूबाई आहे. याचप्रमाणे साल्हेर, तौला, हनुमान ही महत्त्वाची शिखरे आहेत. थळ, बोर, कुंभार्ली, आंबा, फोंडा व आंबोली घाट महत्त्वाचे आहेत. तोरणमाळ, मालेगाव, अहमदनगर, सासवड, औंध, खानापूर, बुलडाणा ही पठारे आहेत. तसेच अस्तंभा, गाळणा, वेरूळ, हिंगोली, गाविलगड, गरमसूर, दरकेसा, चिरोली, सूरजगड व भामरागड डोंगर आहेत. शिवनेरी, रायगड, प्रतापगड, विशाळगड यांसारखे डोंगरी किल्ले आणि अर्नाळा, जंजिरा, विजयदुर्ग आणि सिंधुदुर्ग यांसारखे जलदुर्ग आहेत.

नकाशा क्र. 2.2 : महाराष्ट्र – शिखरे, खिंडी, पठार, डोंगर

महाराष्ट्र पठाराची निर्मिती

महाराष्ट्र पठाराची निर्मिती ज्वालामुखीच्या उद्रेकामुळे झालेली आहे. सुमारे 70 दशलक्ष वर्षांपूर्वी दख्खनच्या प्रदेशात भूपृष्ठावर प्रचंड भेग पडून **भ्रंशमूलक उद्रेक झाला आणि लाव्हारसाचे संचयन झाले.** अशा प्रकारचे उद्रेक अधूनमधून सतत होत गेले व प्रत्येक वेळी लाव्हारसाचे संचयन झाले. **लाव्हारसापासून महाराष्ट्र पठार तयार झाल्याने त्यास 'दख्खन लाव्हा' या नावानेही** ओळखले जाते. लाव्हारसाचे अशा प्रकारचे संचयन **सुमारे 29 वेळा उद्रेक होऊन सरतेशेवटी पठार तयार झाले.**

हा लाव्हारस प्रामुख्याने बेसिक प्रकारचा आहे. दख्खनच्या पठाराच्या पश्चिम बाजूस विस्तीर्ण कडा आहेत व त्यापासून पश्चिम घाटाची निर्मिती झाली. मुंबई समुद्राच्या बाजूकडे पठाराची जाडी जास्त आहे.

दख्खनची पठारे

दख्खनच्या पठारी प्रदेशात **डोंगररांगांवर काही भागांत लहान-लहान पठारे** तयार झालेली आहेत.

(1) बालाघाट डोंगरावर **अहमदनगर-बालाघाट पठार** तयार झालेले आहे. या **पठारामुळे उत्तरेस गोदावरी व दक्षिणेस भीमा नदीचे खोरे अलग** झालेले आहे. या पठाराची पश्चिमेकडील उंची 850 मी. व पूर्वेकडील उंची 600 मी. आहे. या पठाराचा उतार सर्वसाधारणपणे वायव्य-आग्नेय असून त्याचे मोठ्या प्रमाणात अपक्षरण (खनन) झालेले आहे. या प्रदेशातून मुळा आणि सीना नद्या वाहतात.

(2) शंभू-महादेव डोंगरांच्या उंचवट्याच्या भागात **सासवडचे पठार** आहे.

(3) तसेच **औंध पठार आणि खानापूर-जत पठारही** आहेत.

(4) सातमाळा-अजिंठा डोंगरावरील सपाट प्रदेश **बुलडाणा पठार व मालेगाव पठार** आहे.

(5) मराठवाड्यात **मांजरा पठार** आहे.

(6) उत्तरेकडे धुळे-नंदुरबार जिल्ह्यात सातपुडा रांगांमुळे **तोरणमाळ पठार** आहे.

दख्खनच्या पठारावरील खोऱ्यांचा प्रदेश

महाराष्ट्राचा पठारी प्रदेश किंवा दख्खनचे पठार मुख्यत्वेकरून नद्यांच्या खोऱ्यांसाठी प्रसिद्ध आहे. कारण या नद्यांच्या खोऱ्यांनी पठाराचा बराचसा भाग व्यापलेला आहे. **सह्याद्रीमध्ये उगम पावलेल्या गोदावरी, भीमा व कृष्णा या नद्या पूर्वेकडे वाहत जातात.** डोंगररांगांचा मृदू खडकांचा भाग नदीप्रवाहाने झिजलेला आहे तर अतिशय कठीण खडक डोंगर म्हणून शिल्लक राहिलेला आहे. वरील डोंगररांगांमुळेच महाराष्ट्र पठाराचे नद्यांच्या खोऱ्याच्या रूपाने भाग पडलेले आहेत.

महाराष्ट्र पठारावर उत्तरेकडून दक्षिणेकडे आल्यास नद्यांची पुढील खोरी पाहावयास मिळतात :

(1) तापी-पूर्णा खोरे (2) गोदावरी खोरे (3) प्राणहिता खोरे (4) भीमा खोरे (5) कृष्णा खोरे.

1. **तापी-पूर्णा खोरे :** महाराष्ट्र पठारावरील तापी-पूर्णा खोरे जरी भूगर्भशास्त्रीयदृष्ट्या व लोकांच्या बोलीभाषेने विशेषतः महाराष्ट्राशी निगडित असले तरी अनेक बाबतीत भिन्नता आढळते. विशेषतः भूरचनेच्या दृष्टीने पाहता महाराष्ट्रातील गोदावरी, भीमा, कृष्णा नद्या पश्चिमेकडून पूर्वेकडे वाहतात तर **तापी नदी मात्र पूर्वेकडून पश्चिमेकडे वाहते.** उत्तरेस तापी-पूर्णा खोरे मध्य प्रदेशापासून **सातपुडा पर्वतरांगांमुळे पठाराच्या इतर भागांपासून अलग झालेले आहे. तापी-पूर्णा खोरे हा वास्तविक पाहता खचदरीचा प्रदेश आहे.** पश्चिमेकडे ते गुजरातच्या मैदानाकडे उतरत जाते तर पूर्वेस साधारण प्रतीच्या जलविभाजकामुळे वर्धा खोऱ्यापासून वेगळे झालेले आहे. **मध्य प्रदेशात सातपुडा पर्वतरांगांमध्ये तापी नदी उगम पावते** आणि पश्चिमेकडे वाहत जाते. **तापी नदीला 'पूर्णा' ही उपनदी मिळते.** तापी-पूर्णा खोऱ्याचा खचदरीचा भाग उत्तरेकडे आणि दक्षिणेकडे सातपुडा पर्वत व सातमाळा-अजिंठा डोंगररांगांनी मर्यादित झालेला असून **पात्रामधून या रांगा तीव्र कड्यासारख्या भासतात.**

2. **गोदावरी खोरे :** महाराष्ट्रातील सर्वांत जास्त विस्ताराचे गोदावरी खोरे आहे. उत्तरेस सातमाळा-अजिंठा डोंगररांगांमुळे गोदावरी खोरे हे तापी खोऱ्यापासून अलग झालेले आहे तर दक्षिणेकडील बालाघाट डोंगररांग ही भीमा खोऱ्यापासून गोदावरी खोरे अलग करते.

गोदावरी खोऱ्याचा पश्चिमेकडील विस्तार अरुंद आहे. जसजशी नदी पूर्वेकडे वाहत जाते तसतसा तिचा विस्तार मात्र रुंद होत जातो. गोदावरी नदीस दोन्ही तीरावरून **अनेक उपनद्या येऊन मिळतात.** उदा., **दुधना, पूर्णा, प्रवरा, सिंदफणा** वगैरे. या खोऱ्यांची सर्वसाधारण उंची 300 ते 550 मी. आहे. गोदावरी खोऱ्याच्या उगमाच्या क्षेत्राजवळ पश्चिमेस **प्रदेशाची** उंची 1,000 ते 1,500 मी. आहे व ती पूर्वेकडे झपाट्याने कमी होते. **गोदावरी खोऱ्याचा आकार एखाद्या नरसाळ्याप्रमाणे दिसतो.**

बालाघाटच्या दोन डोंगररांगांमधून अंबेजोगाईच्या दक्षिणेस मांजरा नदी वाहते. महाराष्ट्राच्या सीमेवर गोदावरी नदीस मांजरा नदी मिळते. त्यामुळे गोदावरीचे ते एक उपखोरेच आहे.

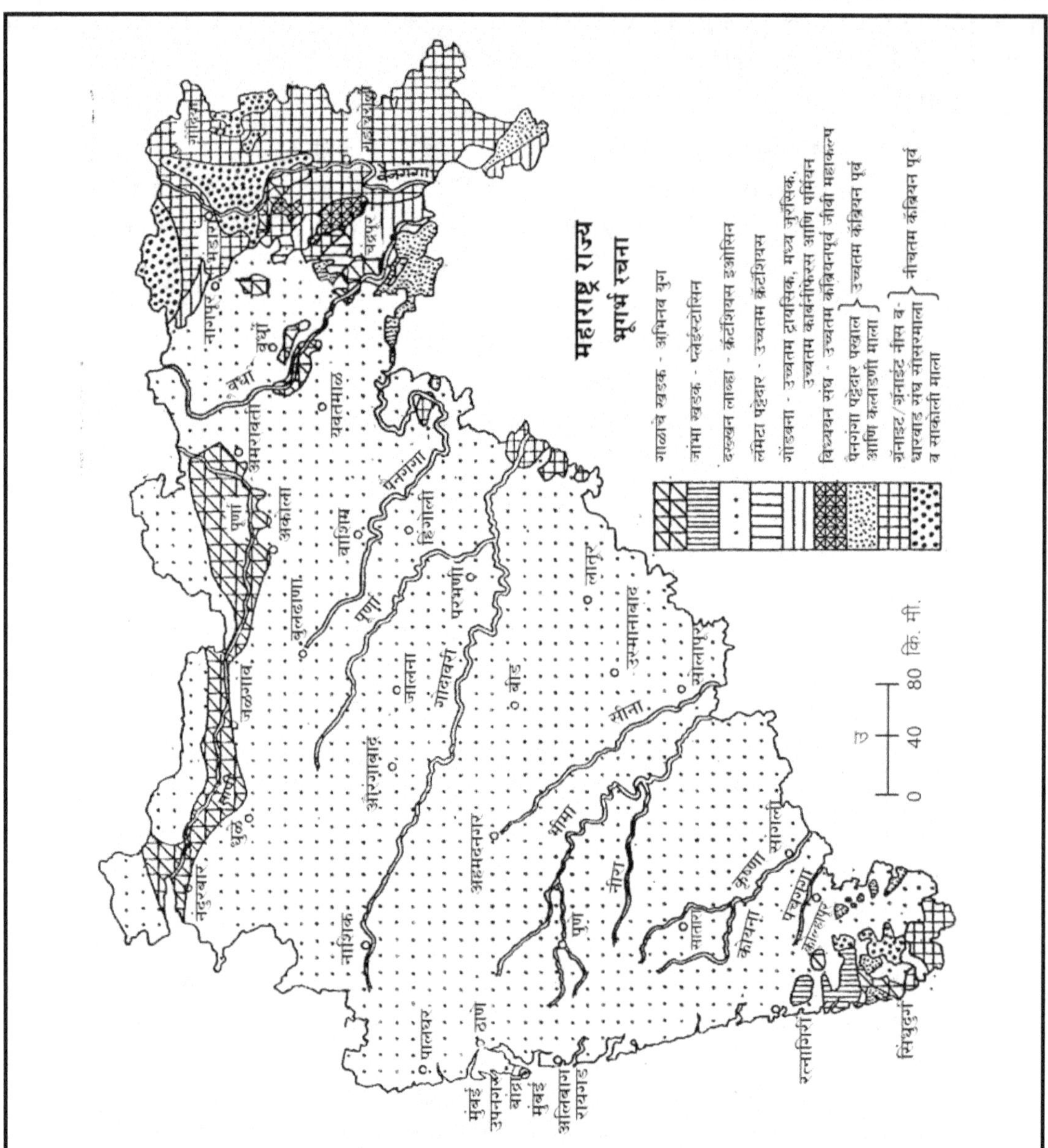

महाराष्ट्र – भूगर्भ रचना :

विदर्भात चंद्रपूर, गडचिरोली; अल्प प्रमाणात भंडारा व गोंदिया जिल्हा; मराठवाड्यात नांदेड; कोकणात सिंधुदुर्ग जिल्ह्यात **आर्कियन खडक** आहेत. **धारवाड सिरीजमध्ये** विदर्भाच्या पूर्व भागात नागपूर, भंडारा व गोंदिया जिल्ह्यात **सौसर सिरीज**, चिलपी घाट थर, गोंडाईट सिरीज खडक आढळतात. **कडाप्पा प्रकारचा खडक** 'कलाडगी सिरीज' या नावाने कोल्हापूर व सिंधुदुर्ग जिल्ह्यात आढळतात. विंध्ययन प्रकारचे खडक चंद्रपूर जिल्ह्यात गोंडवनाकालीन खडकात कोळशाची निर्मिती झालेली आहे. विदर्भात कन्हान खोरे व वर्धा खोऱ्यात तसेच अमरावती व गडचिरोली जिल्ह्यात गोंडवनाकालीन खडक आहेत. भ्रंशमूलक उद्रेकाने लाव्हारस, शेकडो चौ.कि.मी. पसरून **दख्खन पठाराची** निर्मिती झालेली आहे तर तापी-पूर्णाच्या खचदरीमध्ये आणि वर्धा, वैनगंगा व प्राणहिता खोऱ्यात गाळाचे संचयन झाले आहे.

नकाशा क्र. 2.3 : महाराष्ट्र – भूगर्भ रचना

3.   **प्राणहिता खोरे :** विदर्भाच्या पूर्वेकडील भाग वर्धा, वैनगंगा, पैनगंगा व प्राणहिता या नद्यांच्या खोऱ्यांनी व्यापलेला आहे. प्रदेशाचा सर्वसाधारण उतार उत्तर-दक्षिण दिशेने आहे. या सर्व नद्या नागपूर मैदानावरून वाहत जाऊन गोदावरी नदीस मिळतात.

4.   **भीमा खोरे :** जरी भीमा ही कृष्णा नदीची उपनदी असली तरी **महाराष्ट्रात संपूर्णपणे स्वतंत्ररीत्या भीमा नदी वाहते;** म्हणून भीमा खोऱ्याचा 'स्वतंत्र खोरे' म्हणून विचार केला जातो. ती सह्याद्रीमध्ये भीमाशंकर येथे उगम पावून सुमारे 500 कि. मी. पूर्वेस वाहत जाते आणि कर्नाटकात कृष्णा नदीस मिळते. **भीमा नदीच्या खोऱ्याचे क्षेत्र मध्य महाराष्ट्रात** पसरलेले आहे. उत्तरेस हरिश्चंद्र-बालाघाट डोंगररांगा व दक्षिणेस शंभू-महादेव डोंगररांगा यामुळे भीमा खोरे मर्यादित झालेले आहे. **भीमेला घोड, सीना तसेच मुळा, नीरा व माण या नद्या येऊन मिळतात.** या खोऱ्याच्या पश्चिमेस सह्याद्री पर्वत व पायथ्यालगत मावळ प्रदेश आहे. तेथील रांगा उत्तर-दक्षिण असून त्यावर अनेक शिखरे पाहावयास मिळतात. टेकड्यांचा दुसरा गट पूर्वेकडे असून तो सपाट माथ्यांचा आहे व तो हळूहळू पठारात विलीन होत जातो.

5.   **कृष्णा खोरे :** महाराष्ट्रात नद्यांच्या खोऱ्यांच्या दृष्टीने पाहता **सर्वांत कमी क्षेत्र कृष्णा खोऱ्याचे आहे.** कृष्णा खोऱ्याने **राज्याचा दक्षिण भाग व सह्याद्रीचा पूर्व भाग व्यापलेला आहे.** कृष्णा खोऱ्याची मर्यादा पश्चिमेस सह्याद्री पर्वत व पूर्वेस शंभू-महादेव रांगांनी निश्चित झालेली आहे. या खोऱ्यामध्ये कृष्णा नदीस अनेक उपनद्या मिळतात व त्या लहान-लहान डोंगररांगांनी अलग झालेल्या आहेत. कृष्णेस मिळणाऱ्या महत्त्वाच्या उपनद्या कोयना, वारणा, पंचगंगा, येरळा या आहेत.

महाराष्ट्र : प्राकृतिक रचना

■ **कोकण किनारपट्टी :**

लांबी : सुमारे 720 कि. मी.; **रुंदी :** सरासरी 30 ते 60 कि. मी.; **क्षेत्रफळ :** 30,394 चौ. कि. मी.

उपविभाग : (1) उत्तर कोकण : मुंबई शहर, मुंबई उपनगर, ठाणे, पालघर व रायगड.

         (2) दक्षिण कोकण : रत्नागिरी व सिंधुदुर्ग.

खलाटी : सागराजवळील सखल भाग.   **वलाटी :** पूर्वेकडील डोंगराळ भाग (275 ते 300 मी.)

सागरी किल्ले : (1) अर्नाळा (2) जंजिरा (3) सुवर्णदुर्ग (4) विजयदुर्ग (5) सिंधुदुर्ग.

बंदरे : (1) मुंबई : नैसर्गिक व आंतरराष्ट्रीय बंदर (2) न्हावा-शेवा : आंतरराष्ट्रीय बंदर.

प्रादेशिक महत्त्वाची बंदरे : (1) अलिबाग (2) मुरूड (3) श्रीवर्धन (4) जयगड (5) रत्नागिरी (6) मालवण (7) वेंगुर्ला.

बेटे : (1) मुंबई (2) साष्टी (3) खांदेरी व उंदेरी (4) घारापुरी व अंजदीव बेटे.

■ **पश्चिम घाट किंवा सह्याद्री पर्वत :**

नद्यांचा जलविभाजक : पश्चिमवाहिनी व पूर्ववाहिनी नद्यांचा जलविभाजक.

प्रमुख नद्यांची उगमस्थाने : (1) गोदावरी-त्र्यंबकेश्वर (नाशिक) (2) भीमा-भीमाशंकर (3) कृष्णा व कोयना - महाबळेश्वर. याशिवाय या नद्यांच्या काही उपनद्या व कोकणातील नद्यांची उगमस्थाने सह्याद्री पर्वतात.

घाटमाथा : (1) माथेरान (2) पाचगणी (3) महाबळेश्वर.

महाराष्ट्रातील महत्त्वाची शिखरे

शिखर	उंची (मी.)	जिल्हा	शिखर	उंची (मी.)	जिल्हा
कळसूबाई	**1,646**	अहमदनगर	अस्तंभा	1,325	नंदुरबार
साल्हेर	**1,567**	नाशिक	त्र्यंबकेश्वर	1,304	नाशिक
महाबळेश्वर	1,438	सातारा	तौला	1,231	नाशिक
हरिश्चंद्रगड	1,424	अहमदनगर	वैराट	1,177	अमरावती
सप्तशृंगी	1,416	नाशिक	चिखलदरा	1,115	अमरावती
तोरणा	1,404	पुणे	हनुमान	1,063	धुळे

महाराष्ट्रातील खाड्या

खाडी	नदी	जिल्हा	खाडी	नदी	जिल्हा
दातीवार	तानसा व वैतरणा	ठाणे	केळशी	भारजा	रत्नागिरी
वसई	उल्हास	ठाणे	दाभोळ	वशिष्ठी	रत्नागिरी
ठाणे	उल्हास	ठाणे	जयगड	शास्त्री	रत्नागिरी
मनोरी	दहिसर	मुंबई उपनगर	भाट्ये	काजळी	रत्नागिरी
मालाड		मुंबई उपनगर	पूर्णगड	मुचकुंदी	रत्नागिरी
माहीम	माहीम	मुंबई उपनगर/ मुंबई शहर	जैतापूर	काजवी	रत्नागिरी
पनवेल		रायगड	विजयदुर्ग	शुक	रत्नागिरी/सिंधुदुर्ग
धरमतर	पाताळगंगा	रायगड	देवगड	देवगड	सिंधुदुर्ग
राजपुरी		रायगड	आचरा	आचरा	सिंधुदुर्ग
बाणकोट	सावित्री	रायगड/रत्नागिरी	कालावली	गड	सिंधुदुर्ग
			कर्ली	कर्ली	सिंधुदुर्ग

महाराष्ट्रातील महत्त्वाचे किल्ले

किल्ला	जिल्हा	किल्ला	जिल्हा	किल्ला	जिल्हा
ब्रह्मगिरी	नाशिक	लिंगाणा	रायगड	राजगड	पुणे
साल्हेर-मुल्हेर	नाशिक	सुधागड	रायगड	तोरणा	पुणे
अंकाई-टंकाई	नाशिक	सिंहगड	पुणे	प्रतापगड	सातारा
हरिश्चंद्रगड	अहमदनगर	पुरंदर	पुणे	मकरंदगड	सातारा
रतनगड	अहमदनगर	शिवनेरी	पुणे	सज्जनगड	सातारा
रायगड	रायगड	लोहगड	पुणे	वासोटा	सातारा
कर्नाळा	रायगड	राजमाची	पुणे	वसंतगड	सातारा
प्रबळगड	रायगड	रोहिडेश्वर	पुणे	पन्हाळा	कोल्हापूर
सरसगड	रायगड	विसापूर	पुणे	विशाळगड	कोल्हापूर

महाराष्ट्रातील सर्व किल्ल्यांची यादी 'द मेगा स्टेट महाराष्ट्र' या ग्रंथात प्रकरण **21** मध्ये पाहावीत.

महाराष्ट्रातील प्रमुख घाट

घाट	मार्ग	घाट	मार्ग
थळ (कसारा) घाट	मुंबई-नाशिक	कुंभार्ली घाट	कराड-चिपळूण
बोरघाट	पुणे-मुंबई	आंबा घाट	कोल्हापूर-रत्नागिरी
खंबाटकी घाट	पुणे-सातारा	आंबोली घाट	सावंतवाडी-बेळगाव
दिवा घाट	पुणे-बारामती	फोंडा घाट	कोल्हापूर-पणजी
कन्नड घाट	धुळे - औरंगाबाद		

सह्याद्री पर्वताच्या डोंगररांगा : (अ) शंभू-महादेव डोंगररांगा (ब) हरिश्चंद्र-बालाघाट डोंगररांगा

(क) सातमाळा-अजिंठा डोंगररांगा : जगप्रसिद्ध अजिंठा व वेरूळची लेणी, दौलताबाद किल्ला, निर्मल रांग.

सातपुडा पर्वताच्या डोंगररांगा : नंदुरबार जिल्ह्यात अस्तंभा डोंगर (1,325 मी.);

अमरावती जिल्ह्यात गाविलगड टेकड्या, वैराट डोंगर.

महाराष्ट्र किंवा दख्खनचा पठारी प्रदेश : पश्चिम-पूर्व लांबी – 750 कि. मी., उत्तर-दक्षिण लांबी : 750 कि. मी.

दख्खनवरील पठारे

पठार	जिल्हा	पठार	जिल्हा
अहमदनगर पठार	अहमदनगर	खानापूर पठार	सांगली
सासवड पठार	पुणे	मालेगाव पठार	नाशिक
औंध पठार	सातारा	बुलडाणा पठार	बुलडाणा
पाचगणी पठार (टेबललँड)	सातारा	तोरणमाळ पठार	नंदुरबार

दख्खन पठारावरील अन्य डोंगर (टेकड्या)

डोंगर	जिल्हा	डोंगर	जिल्हा
गाळणा डोंगर	धुळे-नंदुरबार	गरमसूर डोंगर	नागपूर
अजिंठा डोंगर	औरंगाबाद	दरकेसा टेकड्या	गोंदिया
वेरूळ डोंगर	औरंगाबाद	चिरोली डोंगर	गडचिरोली
हिंगोली डोंगर	हिंगोली	भामरागड	गडचिरोली
मुदखेड डोंगर	नांदेड	सूरजागड	गडचिरोली

महाराष्ट्र : जिल्हावार पर्वत/डोंगर/डोंगररांगा/टेकड्या

जिल्हा	पर्वत/डोंगर/डोंगररांगा/टेकड्या	जिल्हा	पर्वत/डोंगर/डोंगररांगा/टेकड्या
मुंबई जिल्हा व मुंबई उपनगर जिल्हा	पाली, ॲन्टॉप हिल, शिवडी, खंबाला, मलबार हिल.	ठाणे व पालघर जिल्हा	सह्याद्री
रायगड, सिंधुदुर्ग व रत्नागिरी जिल्हा	सह्याद्री	जळगाव जिल्हा	सातपुडा, सातमाळा, अजिंठा, शिरसोली व हस्तीचे डोंगर.
धुळे जिल्हा	धानोरा व गाळणाचे डोंगर	नंदुरबार जिल्हा	सातपुडा व तोरणमाळचे डोंगर.
नाशिक जिल्हा	सह्याद्री, गाळणा, साल्हेर, मुल्हेर, वणी, चांदवड, सातमाळा रांगा.	अहमदनगर जिल्हा	सह्याद्री, कळसूबाई, अदुला, बाळेश्वर, हरिश्चंद्रगड डोंगररांगा.
पुणे जिल्हा	सह्याद्री, हरिश्चंद्र, शिंगी, तसुबाई, पुरंदर, ताम्हिणी, अंबाला डोंगररांगा.	सातारा जिल्हा	सह्याद्री, परळी, बामणोली, महादेव, यवतेश्वर, मेंढोशी, आगाशीव, औंध, म्हस्कोबा, सीताबाई रांगा.
सांगली जिल्हा	आष्टा, होनाई, शुकाचार्य, कमलभैरव, बेलगबाड, आडवा, मल्लिकार्जुन, मुचुंडी, दंडोबा रांग.	कोल्हापूर जिल्हा	सह्याद्री, पन्हाळा, उत्तर व दक्षिण दूधगंगा, चिकोडी रांग.
सोलापूर जिल्हा	महादेव, बालाघाट, शुकाचार्य.	औरंगाबाद जिल्हा	अजिंठा, सातमाळा, सुरपालनाथ.
जालना जिल्हा	अजिंठ्याची रांग, जांबुवंत टेकडी.	परभणी जिल्हा	उत्तरेस अजिंठ्याचे डोंगर, दक्षिणेस बालाघाट रांग.

पुढे चालू ➧

<table>
<tr><td colspan="4" align="center">महाराष्ट्र : जिल्हावार पर्वत/डोंगर/डोंगररांगा/टेकडी</td></tr>
<tr><td>जिल्हा</td><td>पर्वत/डोंगर/डोंगररांगा/टेकड्या</td><td>जिल्हा</td><td>पर्वत/डोंगर/डोंगररांगा/टेकड्या</td></tr>
<tr><td>हिंगोली जिल्हा</td><td>अजिंठ्याची डोंगररांग, हिंगोलीचे डोंगर.</td><td>नांदेड जिल्हा</td><td>सातमाळा, निर्मल, मुदखेड, बालाघाटचे डोंगर.</td></tr>
<tr><td>लातूर जिल्हा</td><td>बालाघाटचे डोंगर.</td><td>उस्मानाबाद जिल्हा</td><td>बालाघाट, तुळजापूर व नळदुर्ग डोंगर.</td></tr>
<tr><td>बीड जिल्हा</td><td>बालाघाटचे डोंगर.</td><td>बुलडाणा जिल्हा</td><td>–</td></tr>
<tr><td>अकोला जिल्हा</td><td>गाविलगडचे व अजिंठ्याचे डोंगर.</td><td>वाशीम जिल्हा</td><td>–</td></tr>
<tr><td>अमरावती जिल्हा</td><td>सातपुडा, गाविलगडच्या रांगा, पोहऱ्याचे व चिरोडीचे डोंगर.</td><td>यवतमाळ जिल्हा</td><td>अजिंठ्याचे डोंगर व पुसदच्या टेकड्या.</td></tr>
<tr><td>वर्धा जिल्हा</td><td>रावणदेव, गरमसूर, मालेगाव, नांदगाव, ब्राह्मणगाव टेकड्या.</td><td>नागपूर जिल्हा</td><td>सातपुड्याचे डोंगर, गरमसूर, महादागड, पिल्कापार टेकड्या.</td></tr>
<tr><td>भंडारा जिल्हा</td><td>आंबागडचे डोंगर, गायखुरी व भीमसेन टेकड्या.</td><td>गोंदिया जिल्हा</td><td>नवेगाव, प्रतापगड, चिंचगड व दरकेसाचे डोंगर.</td></tr>
<tr><td>चंद्रपूर जिल्हा</td><td>पेरजागड व चांदुरगडचे डोंगर, चिमूर व मूल टेकड्या.</td><td>गडचिरोली जिल्हा</td><td>चिरोली, टिपागड, सिरकोडा, सूरजागड, भामरागड, चिकियाला डोंगररांग.</td></tr>
</table>

बहुपर्यायी प्रश्न

1.✱ कोकण किनारपट्टीची लांबी सुमारे . . . . कि. मी. आहे.

    (1) 700   (2) 800   (3) 720   (4) 620

2. कोकणची सरासरी रुंदी . . . . कि. मी. आहे.

    (1) 40 ते 50   (2) 90 ते 95   (3) 30 ते 60   (4) 15 ते 30

3. कोकणच्या सखल भागास . . . . म्हणतात.

    (1) वलाटी   (2) देश   (3) खलाटी   (4) काणकोण

4. मुंबईच्या उत्तरेस . . . . ची खाडी आहे.

    (1) धरमतर   (2) वसई   (3) बाणकोट   (4) कर्ली

5. कोकणच्या दक्षिण सरहद्दीजवळ . . . . ची खाडी आहे.

    (1) दातीवरे   (2) जयगड   (3) विजयदुर्ग   (4) तेरेखोल

6. सुवर्णदुर्ग हा . . . . किल्ला आहे.

    (1) भुईकोट   (2) सागरी   (3) घाटमाथा   (4) डोंगरमाथा

7. खांदेरी व उंदेरी ही . . . . आहेत.

    (1) खाड्या   (2) सागरी किल्ले   (3) बंदरे   (4) बेटे

8. कोकण विभागातील मुंबईजवळील बंदर . . . . आहे.

    (1) मुरूड   (2) रत्नागिरी   (3) न्हावा-शेवा   (4) वेंगुर्ला

9. कोकणची उत्तर व दक्षिण सीमा अनुक्रमे . . . . यांनी निश्चित झाली आहे.

    (1) दातीवार व तेरेखोलची खाडी   (2) वसईची खाडी व तेरेखोलची खाडी

    (3) दातीवारची खाडी व कर्लीची खाडी   (4) वसईची खाडी व कर्लीची खाडी

10. सह्याद्री पर्वतास . . . . असेही म्हणतात.

    (1) पूर्व घाट   (2) पश्चिम घाट   (3) घाटमाथा   (4) बोरघाट

11. सह्याद्री पर्वताची सरासरी उंची . . . . मीटर दरम्यान आहे.

(1) 915 ते 1,220   (2) 1,500 ते 1,600   (3) 1,000 ते 1,200   (4) 800 ते 1,000

12. अरबी समुद्रास समांतर असणारा सह्याद्री पर्वत किनाऱ्यापासून . . . . कि. मी. अंतरावर आहे.

(1) 60 ते 80   (2) 15 ते 30   (3) 80 ते 100   (4) 30 ते 60

13.✶ महाराष्ट्रामध्ये सह्याद्री पर्वतरांगेवरून दक्षिणेकडून उत्तरेकडे गेल्यास त्याची उंची . . . . जाते.

(1) कमी होत   (2) समान राहत   (3) वाढत   (4) असमान होत

14. कोकण किनाऱ्याच्या सखल प्रदेशाकडून सह्याद्रीकडे पाहिल्यास . . . . दिसतो.

(1) डोंगररांगेसारखा   (2) सपाट पठारासारखा

(3) खोलगट खोऱ्यासारखा   (4) सरळ कड्यासारखा

15. . . . . नद्यांच्या उगमाच्या क्षेत्राजवळ सह्याद्री पर्वत कंकणाकृती झालेला आहे.

(1) दातीवरे व उल्हास   (2) वैतरणा व सावित्री   (3) मुचकुंद व वशिष्ठी   (4) कर्ली व तेरेखोल

16. त्र्यंबकेश्वर येथे . . . . नदीचा उगम होतो.

(1) गोदावरी   (2) गिरणा   (3) प्रवरा   (4) दारणा

17. कृष्णा व कोयना नद्यांचा उगम . . . . येथे आहे.

(1) माथेरान   (2) भीमाशंकर   (3) महाबळेश्वर   (4) पन्हाळा

18. महाराष्ट्रातील सर्वांत उंच शिखर . . . . आहे.

(1) साल्हेर   (2) सप्तश्रृंगी   (3) हनुमान   (4) कळसूबाई

19. . . . . जवळ माथेरान हा प्रसिद्ध घाटमाथा आहे.

(1) लोणावळा   (2) नेरळ   (3) नेरूळ   (4) कोल्हापूर

20. नाशिक-मुंबई मार्गावर . . . . घाट आहे.

(1) थळ   (2) दिवा   (3) आंबा   (4) कुंभार्ली

21. फोंडा घाट हा . . . . मार्गासाठी उपयुक्त आहे.

(1) पुणे-मुंबई   (2) पुणे-सातारा   (3) मुंबई-नाशिक   (4) कोल्हापूर-पणजी

22. रेल्वे व रस्ते या दोन्ही मार्गांसाठी . . . . सोईचा आहे.

(1) अंबोली घाट   (2) खंबाटकी घाट   (3) दिवा घाट   (4) बोरघाट

23. साल्हेर-मुल्हेर हे किल्ले . . . . जिल्ह्यात आहेत.

(1) अहमदनगर   (2) नाशिक   (3) पुणे   (4) कोल्हापूर

24. पुणे जिल्ह्यात . . . . किल्ला आहे.

(1) सिंहगड   (2) विशाळगड   (3) सुधागड   (4) हरिश्चंद्रगड

25. महाराष्ट्रातील एका जिल्ह्याचे नाव . . . . या किल्ल्यावरून पडले आहे.

(1) राजगड   (2) सुधागड   (3) मकरंदगड   (4) रायगड

26. भीमा नदीच्या खोऱ्याच्या दक्षिणेस . . . . आहे.

(1) हरिश्चंद्र घाट   (2) सातमाळा डोंगर

(3) शंभूमहादेव डोंगररांगा   (4) बालाघाट

27. सातमाळा-अजिंठा डोंगररांग ही . . . . खोऱ्यांना वेगळी करते.

(1) तापी व गोदावरी   (2) प्राणहिता व गोदावरी

(3) गोदावरी व भीमा   (4) भीमा व कृष्णा

28. . . . . वर वेरूळची जगप्रसिद्ध लेणी आहेत.

(1) बालाघाट   (2) निर्मल रांग   (3) वेरूळ डोंगर   (4) सातमाळा डोंगर

29. परभणी व नांदेड जिल्ह्यांतून जाणाऱ्या डोंगरांना . . . . म्हणतात.

(1) गाळणा डोंगर   (2) मेळघाट   (3) निर्मलरांगा   (4) हिंगोली

30. दरकेसा टेकड्या . . . . जिल्ह्यात आहेत.
   (1) गोंदिया   (2) नागपूर   (3) चंद्रपूर   (4) गडचिरोली

31. सातपुडा पर्वतरांगांमधील अमरावती जिल्ह्याच्या उत्तर भागात . . . . आहेत.
   (1) अस्तंभा डोंगर   (2) गाविलगड टेकड्या   (3) मुदखेड डोंगर   (4) चिकोडी डोंगर

32. महाराष्ट्र पठाराची निर्मिती . . . . मुळे झाली आहे.
   (1) भूप्रक्षोभ   (2) भ्रंशमूलक उद्रेक   (3) भूकंप   (4) संचयन

33. वायव्येकडे नंदुरबार जिल्ह्यात सातपुडा रांगेवर . . . . पठार तयार झाले आहे.
   (1) तोरणमाळ   (2) तोरणा   (3) औंध   (4) मालेगाव

34. गडचिरोली जिल्ह्यात . . . . आहेत.
   (1) भामरागड डोंगर   (2) अस्तंभा डोंगर   (3) खानापूर पठार   (4) सासवड पठार

35. बालाघाट डोंगरावर . . . . पठार आहे.
   (1) बुलडाणा   (2) औंध   (3) महाबळेश्वर   (4) अहमदनगर

36. 'टेबललँड' या नावाने . . . . पठार प्रसिद्ध आहे.
   (1) पाचगणी   (2) तोरणमाळ   (3) सासवड   (4) बुलडाणा

37. तापी-पूर्णा खोरे हा . . . . आहे.
   (1) रुंद खोऱ्याचा प्रदेश   (2) खचदरीचा प्रदेश   (3) पूर्ववाहिनी   (4) तणावक हालचालींचा प्रदेश

38. . . . . खोऱ्याचा आकार एखाद्या नरसाळ्यासारखा आहे.
   (1) भीमा   (2) कृष्णा   (3) गोदावरी   (4) तापी

39. प्राणहिता नदीचे खोरे . . . . पसरलेले आहे.
   (1) दक्षिण महाराष्ट्र   (2) मध्य महाराष्ट्र   (3) उत्तर महाराष्ट्र   (4) पूर्व महाराष्ट्र

40. पश्चिमेस सह्याद्री पर्वत व पूर्वेस शंभूमहादेव डोंगररांगांनी . . . . खोरे निश्चित झालेले आहे.
   (1) भीमा   (2) वैनगंगा   (3) कोकण   (4) कृष्णा

41. सासवड पठार, औंध पठार व खानापूर पठार . . . . च्या उंचवट्याच्या भागात आहेत.
   (1) सातपुडा पर्वत   (2) बालाघाट   (3) शंभूमहादेव डोंगर   (4) हरिश्चंद्र घाट

42. कोकणचा विस्तार उत्तरेस . . . . नदीपासून दक्षिणेस . . . . नदीपर्यंत आहे.
   (1) वैतरणा, गड   (2) दमणगंगा, तेरेखोल
   (3) वैतरणा, तेरेखोल   (4) दमणगंगा, गड

43. महाराष्ट्राच्या पश्चिमेला व अरबी समुद्राला लागून असलेल्या सह्याद्री पर्वताचा . . . . होऊन कोकण किनारपट्टी निर्माण झाली.
   (1) उत्थापन   (2) प्रस्तरभंग   (3) निमज्जन   (4) भूकंप

44. . . . . क्रियेचे अवशेष गरम पाण्याच्या रूपाने कोकणात आढळतात.
   (1) भूकंप   (2) त्सुनामी   (3) भूप्रक्षोभ   (4) ज्वालामुखी

45. कोकण एक सलग मैदान नाही तर . . . . आहे.
   (1) सपाट पठारी   (2) खोलगट बशीसारखे
   (3) डोंगरदऱ्यांनी युक्त कमी उंचीचा सखल भाग   (4) वरीलपैकी कोणतेही नाही.

46. कोकण किनाऱ्यापासून पूर्वेकडे सह्याद्रीच्या पायथ्यालगत प्रदेशाची उंची . . . .
   (1) वाढत जाते.   (2) कमी-कमी होत जाते.
   (3) सारखी राहते.   (4) वरीलपैकी कोणतेही नाही.

47. उत्तर कोकणापेक्षा दक्षिण कोकण . . . . आहे.
   (1) सपाट   (2) पठारी
   (3) मैदानी   (4) अधिक खडकाळ व डोंगराळ

48. कोकणच्या पूर्वेस जो डोंगराळ भाग आहे याला . . . . असे म्हणतात.

    (1) खलाटी   (2) घाटमाथा   (3) वलाटी   (4) मावळ प्रांत

49. कोकणची किनारपट्टी . . . . प्रकारची आहे.

    (1) रिया   (2) फियॉर्ड

    (3) दाल्मेशियन   (4) वरीलपैकी कोणतेही नाही.

50. कोकण किनारपट्टीवरील खडकात मालवण ते हर्णे दरम्यान . . . . आढळतात.

    (1) सागरी स्तंभ   (2) सागरी गुहा   (3) नैसर्गिक कमान   (4) सागरी दांडे

51. कोकणामधील जंजिरा . . . . आहे.

    (1) डोंगरी किल्ला   (2) भुईकोट किल्ला

    (3) सागरी किल्ला   (4) वरीलपैकी कोणतेही नाही.

52. कोकण किनारपट्टीजवळ . . . . येथे खनिज तेलसाठा सापडल्याने औद्योगिक क्षेत्रात आमूलाग्र बदल झाला.

    (1) मुंबई हाय   (2) वसई

    (3) रत्नागिरी   (4) वरीलपैकी कोणतेही नाही.

53. वसईची खाडी ही . . . . नदीवर आहे.

    (1) वैतरणा   (2) दहिसर   (3) माहीम   (4) उल्हास

54. काजवी नदीवर . . . . खाडी आहे.

    (1) मनोरी   (2) जैतापूर   (3) भाट्ये   (4) जयगड

55. दाभोळची खाडी . . . . जिल्ह्यात आहे.

    (1) रायगड   (2) सिंधुदुर्ग   (3) रत्नागिरी   (4) ठाणे

56. भारताच्या पश्चिम किनारपट्टीला सह्याद्री पर्वत . . . . आहे.

    (1) समांतर   (2) आडवा

    (3) तिरपा   (4) वरीलपैकी कोणतेही नाही.

57. महाराष्ट्रात सह्याद्री पर्वताची लांबी सुमारे . . . . आहे.

    (1) 300 कि. मी.   (2) 720 कि. मी.   (3) 750 कि. मी.   (4) 540 कि. मी.

58. सह्याद्री पर्वतरांगेवरून उत्तरेकडून दक्षिणेकडे गेल्यास त्याची उंची . . . .

    (1) तेवढीच राहते.   (2) वाढत जाते.

    (3) असमान होत जाते.   (4) कमी-कमी होत जाते.

59. सह्याद्री पर्वत पूर्वेकडून पाहिल्यास ती एक . . . . वाटते.

    (1) पर्वताची रांग   (2) डोंगराची रांग   (3) पठाराची रांग   (4) मैदानी स्वरूप

60. सह्याद्री पर्वत नद्यांचा . . . . आहे.

    (1) काटछेद   (2) संगम क्षेत्र   (3) जलविभाजक   (4) वरीलपैकी कोणतेही नाही.

61. सह्याद्री पर्वताच्या नद्यांच्या . . . . कार्यामुळे जलविभाजकाची स्थाने बदललेली आहेत.

    (1) अपक्षरण (खनन)   (2) वहन   (3) निक्षेपण (संचयन)   (4) वरीलपैकी कोणतेही नाही.

62. महाबळेश्वरला . . . . नदीचा उगम आहे.

    (1) गोदावरी   (2) भीमा   (3) पूर्णा   (4) कृष्णा

63. महाराष्ट्रामधील सर्वांत उंच कळसूबाई शिखराचे भौगोलिक स्थान . . . . जवळ आहे.

    (1) नाशिक   (2) इगतपुरी   (3) धुळे   (4) महाबळेश्वर

64. महाराष्ट्रात नाशिकच्या उत्तरेस दुसऱ्या क्रमांकाचे . . . . शिखर आहे.

    (1) सप्तशृंगी   (2) त्र्यंबकेश्वर   (3) साल्हेर   (4) तौला

65. चिखलदरा शिखर . . . . जिल्ह्यात आहे.

    (1) धुळे   (2) नंदुरबार   (3) अहमदनगर   (4) अमरावती

66. . . . . जवळील पाचगणी व महाबळेश्वर प्रसिद्ध घाटमाथे आहेत.

    (1) सातारा   (2) सांगली   (3) कोल्हापूर   (4) रत्नागिरी

67. कर्नाळा किल्ला . . . . जिल्ह्यात आहे.

    (1) ठाणे   (2) रायगड   (3) सिंधुदुर्ग   (4) पुणे

68. अहमदनगर जिल्ह्यात . . . . आहे.

    (1) अंकाई-टंकाई   (2) राजमाची   (3) हरिश्चंद्रगड   (4) वासोटा

69. पुणे-सातारा महामार्गावर . . . . घाट आहे.

    (1) थळ   (2) कुंभार्ली   (3) फोंडा   (4) खंबाटकी

70. आंबाघाट . . . . मार्गावर आहे.

    (1) कोल्हापूर - रत्नागिरी   (2) नाशिक - मुंबई   (3) कराड - चिपळूण   (4) पुणे - मुंबई

71. तोरणमाळ पठार . . . . जिल्ह्यात आहे.

    (1) बुलडाणा   (2) नंदुरबार   (3) अहमदनगर   (4) धुळे

72. रायरेश्वरापासून शिंगणापूरपर्यंत पसरलेल्या रांगेला . . . . असे म्हणतात.

    (1) हरिश्चंद्र - बालाघाट डोंगर   (2) सातमाळा - अजिंठा डोंगर

    (3) शंभूमहादेव डोंगर   (4) वरीलपैकी कोणतेही नाही.

73. हरिश्चंद्र-बालाघाट डोंगररांगेमुळे . . . . खोरी वेगळी होतात.

    (1) तापी - गोदावरी   (2) भीमा - कृष्णा   (3) कोकण - देश   (4) गोदावरी व भीमा

74. गोदावरी व तापी नद्यांच्या खोऱ्यांना वेगळी करणारी . . . . आहे.

    (1) हरिश्चंद्र - बालाघाट डोंगररांग   (2) सातमाळा - अजिंठा डोंगररांग

    (3) शंभूमहादेव डोंगररांग   (4) वरीलपैकी कोणतेही नाही.

75. तोरणमाळ पठारावरील सर्वांत जास्त उंचीचे शिखर . . . . आहे.

    (1) अस्तंभा डोंगर   (2) अजिंठा डोंगर   (3) गरमसूर टेकड्या   (4) भामरागड डोंगर

76. गाविलगड टेकड्या . . . . जिल्ह्यात आहेत.

    (1) भंडारा   (2) धुळे   (3) अमरावती   (4) जळगाव

77. धुळे जिल्ह्यात . . . . आहे.

    (1) सूरजा डोंगर   (2) दरकेसा डोंगर   (3) आंबागड डोंगर   (4) गाळणा डोंगर

78. दख्खन पठाराचा सर्वसाधारण उतार . . . . आहे.

    (1) उत्तर-दक्षिण   (2) दक्षिण-उत्तर   (3) पश्चिम-पूर्व   (4) पूर्व-पश्चिम

79. महाराष्ट्र पठाराची पश्चिम-पूर्व लांबी . . . . आहे.

    (1) 800 कि. मी.   (2) 600 कि. मी.   (3) 950 कि. मी.   (4) 500 कि. मी.

80. दख्खन पठाराची सर्वसाधारण उंची . . . . आहे.

    (1) 350 मी.   (2) 450 मी.   (3) 550 मी.   (4) 300 मी.

81. महाराष्ट्र पठाराची निर्मिती . . . . पासून झाली आहे.

    (1) भ्रंशमूलक उद्रेक   (2) ज्वालामुखी उद्रेक   (3) भूकंप   (4) त्सुनामी

82. महाराष्ट्र पठाराचा लाव्हारस . . . . प्रकारचा आहे.

    (1) ॲसिड   (2) उदासीन   (3) बेसिक   (4) यांपैकी नाही.

83. महाराष्ट्र पठाराची सर्वांत जास्त जाडी . . . . च्या बाजूकडे आहे.

    (1) पठाराच्या पूर्व   (2) कळसूबाई शिखर   (3) महाबळेश्वर पठार   (4) मुंबई समुद्र

84. धुळे-नंदुरबार जिल्ह्यात सातपुडा रांगेवर . . . . आहे.

    (1) सासवड पठार   (2) तोरणमाळ पठार

    (3) अहमदनगर - बालाघाट पठार   (4) मालेगाव पठार

85. मांजरा पठार . . . . आहे.
    (1) मराठवाडा भागावर
    (2) सातमाळा-अजिंठा डोंगरावर
    (3) शंभूमहादेव डोंगराच्या उंचवट्यावर
    (4) अहमदनगर-बालाघाट पठारावर

86. दख्खनचे पठार प्रामुख्याने . . . . साठी प्रसिद्ध आहे.
    (1) डोंगररांगा
    (2) घाटा
    (3) नद्यांच्या खोऱ्या
    (4) थंड हवेच्या ठिकाणा

87. महाराष्ट्र पठारावर बऱ्याचशा नद्या पश्चिम-पूर्व वाहतात, फक्त . . . . नदी पूर्व-पश्चिम वाहते.
    (1) प्राणहिता
    (2) तापी-पूर्णा
    (3) भीमा
    (4) गोदावरी

88. तापी-पूर्णा नद्यांच्या पात्रामधून उत्तरेकडील सातपुडा पर्वत आणि दक्षिणेकडील सातमाळा-अजिंठा डोंगररांगा . . . . सारख्या भासतात.
    (1) सौम्य कड्या
    (2) साधारण कड्या
    (3) तीव्र कड्या
    (4) यांपैकी नाही.

89. भीमा नदीचे खोरे . . . . मध्ये पसरलेले आहे.
    (1) उत्तर महाराष्ट्र
    (2) पूर्व महाराष्ट्र
    (3) दक्षिण महाराष्ट्र
    (4) मध्य महाराष्ट्र

90. प्राणहिता खोऱ्याचा सर्वसाधारण उतार . . . . आहे.
    (1) उत्तर-दक्षिण
    (2) पश्चिम-पूर्व
    (3) पूर्व-पश्चिम
    (4) दक्षिण-उत्तर

91. योग्य जोड्या लावा.

यादी – I (शिखरे)	यादी – II (जिल्हा)
(अ) तोरणा	(i) धुळे
(ब) हनुमान	(ii) अमरावती
(क) तौला	(iii) नाशिक
(ड) वैराट	(iv) पुणे

    (1) (अ – i), (ब – ii), (क – iii), (ड – iv)
    (2) (अ – ii), (ब – i), (क – iv), (ड – iii)
    (3) (अ – iv), (ब – i), (क – iii), (ड – ii)
    (4) (अ – iv), (ब – iii), (क – ii), (ड – i)

92. महाराष्ट्रामधील खाड्यांच्या संदर्भात खालील विधानांवर विचार करा.
    (A) पाताळगंगा नदीवर धरमतर खाडी आहे.
    (B) शुक नदीवर विजयदुर्ग खाडी आहे.
    (1) (A) बरोबर (B) चूक
    (2) (A) चूक (B) बरोबर
    (3) दोन्हीही बरोबर
    (4) दोन्हीही चूक

93. दख्खनवरील पठारांच्या योग्य जोड्या लावा.

यादी – I (पठारे)	यादी – II (जिल्हे)
(अ) सासवड पठार	(i) नाशिक
(ब) औंध पठार	(ii) पुणे
(क) मालेगाव पठार	(iii) नंदुरबार
(ड) तोरणमाळ पठार	(iv) सातारा

    (1) (अ – i), (ब – ii), (क – iii), (ड – iv)
    (2) (अ – iv), (ब – ii), (क – iii), (ड – i)
    (3) (अ – iii), (ब – iv), (क – i), (ड – ii)
    (4) (अ – ii), (ब – iv), (क – i), (ड – iii)

94. महाराष्ट्रामधील खालील डोंगररांगांचा उत्तरेकडून दक्षिणेकडे क्रम लावा.
    (1) सातमाळा रांगा, दंडोबा रांग, गाळण्याचे डोंगर, चिकोडी रांग
    (2) गाळण्याचे डोंगर, सातमाळा रांगा, दंडोबा रांग, चिकोडी रांग
    (3) चिकोडी रांग, दंडोबा रांग, सातमाळा रांगा, गाळण्याचे डोंगर
    (4) दंडोबा रांग, गाळण्याचे डोंगर, चिकोडी रांग, सातमाळा रांग

95. मनोरी खाडी . . . . जिल्ह्यात आहे.
    (1) मुंबई उपनगर
    (2) ठाणे
    (3) मुंबई शहर
    (4) रायगड

96. दख्खनच्या पठाराचा मूलभूत खडक . . . . आहे.
    (1) आर्कियन
    (2) धारवाड
    (3) कडाप्पा
    (4) विंध्ययन

97. विदर्भाच्या पूर्व भागात . . . . प्रकारचे खडक आहेत.
    (1) बेसाल्ट
    (2) जलजन्य
    (3) बॅथोलिथ
    (4) रूपांतरित

98. अग्निजन्य खडकाच्या स्फटिकमय खडकाबरोबर मोठ्या प्रमाणात रूपांतर व जलजन्य प्रकारची प्रक्रिया होऊन तयार होणाऱ्या खडकास . . . . म्हणतात.

    (1) कडाप्पा खडक   (2) बेसाल्ट

    (3) गोंडवनकालीन खडक   (4) धारवाड खडक

99. धारवाड खडकात प्रामुख्याने . . . . आढळते.

    (1) लोहखनिज   (2) मँगनीज   (3) कोळसा   (4) चुनखडी

100. महाराष्ट्रात दक्षिण व पूर्व भागात आढळणाऱ्या कडाप्पा खडकाला . . . . सिरीज म्हणतात.

    (1) कलाडगी   (2) धारवाड   (3) कामटी   (4) सौसर

101. गोंडवनकालीन खडकात प्रामुख्याने . . . . आढळतो.

    (1) डोलोमाईट   (2) मँगनीज   (3) कोळसा   (4) लोहखनिज

उत्तरसूची

1. **3**	2. **3**	3. **3**	4. **2**	5. **4**	6. **2**
7. **4**	8. **3**	9. **1**	10. **2**	11. **1**	12. **4**
13. **3**	14. **4**	15. **2**	16. **1**	17. **3**	18. **4**
19. **2**	20. **1**	21. **4**	22. **4**	23. **2**	24. **1**
25. **4**	26. **3**	27. **1**	28. **3**	29. **3**	30. **1**
31. **2**	32. **2**	33. **1**	34. **1**	35. **4**	36. **1**
37. **2**	38. **3**	39. **4**	40. **4**	41. **3**	42. **2**
43. **2**	44. **4**	45. **3**	46. **1**	47. **4**	48. **3**
49. **1**	50. **2**	51. **3**	52. **1**	53. **4**	54. **2**
55. **3**	56. **1**	57. **3**	58. **4**	59. **2**	60. **3**
61. **1**	62. **4**	63. **1**	64. **3**	65. **4**	66. **1**
67. **2**	68. **3**	69. **4**	70. **1**	71. **2**	72. **3**
73. **4**	74. **2**	75. **1**	76. **3**	77. **4**	78. **3**
79. **1**	80. **2**	81. **1**	82. **3**	83. **4**	84. **2**
85. **1**	86. **3**	87. **2**	88. **3**	89. **4**	90. **1**
91. **3**	92. **3**	93. **4**	94. **2**	95. **1**	96. **1**
97. **3**	98. **4**	99. **2**	100. **1**	101. **3**	

स्पष्टीकरण

1. कोकण किनारपट्टीची लांबी 720 कि.मी. आहे.

13. महाराष्ट्रामध्ये सह्याद्री पर्वतरांगेवरून दक्षिणेकडून उत्तरेकडे गेल्यास त्याची उंची वाढत जाते.
    संदर्भासाठी मराठी विश्वकोश खंड 17, पान क्र. 875 पाहा.

<table><tr><td>**3**</td><td></td></tr></table>

नदीप्रणाली

नद्यांच्या मार्गानुसार विभागणी

महाराष्ट्रातून वाहणाऱ्या नद्यांच्या मार्गानुसार त्यांचे चार विभाग पाडले जातात :

(1) दख्खनच्या पठारावर वायव्य-आग्नेय दिशेने वाहणाऱ्या नद्या (2) विदर्भातील उत्तर-दक्षिण दिशेने वाहणाऱ्या नद्या (3) उत्तर महाराष्ट्रात खानदेशात पूर्व-पश्चिम दिशेने वाहणाऱ्या नद्या (4) कोकण किनारपट्टीवरील पूर्व-पश्चिम दिशेने वाहणाऱ्या नद्या.

नद्यांच्या जलविभाजकानुसार प्रदेशाची विभागणी

महाराष्ट्रात सह्याद्री पर्वत व काही प्रमाणात सातपुडा पर्वतरांगांतील टेकड्या प्रमुख जलविभाजक आहेत. सह्याद्री पर्वतातून दख्खनच्या पठारावर पूर्वेकडे पसरलेल्या **सातमाळा-अजिंठा डोंगररांगा, हरिश्चंद्र-बालाघाट डोंगररांगा आणि शंभू-महादेव डोंगररांगा या दुय्यम जलविभाजक आहेत;** कारण सह्याद्री पर्वतातून उगम पावणाऱ्या मुख्य नद्यांना या डोंगरावरून वाहणाऱ्या उपनद्या येऊन मिळतात.

महाराष्ट्रात सह्याद्री पर्वत मुख्य जलविभाजक गृहीत धरून नद्यांचे दोन विभाग होतात :

(1) **पूर्ववाहिनी नद्या** (2) **पश्चिमवाहिनी नद्या** (नकाशा क्र. 3.1 पाहा.)

1. **पूर्ववाहिनी नद्या :** सह्याद्री पर्वतामध्ये उगम पावून दख्खनच्या पठारावरून पूर्वेकडे वाहत जाणाऱ्या नद्यांना **'पूर्ववाहिनी नद्या'** असे म्हणतात. या नद्यांपैकी काही नद्या कोणत्या तरी एखाद्या नदीस मिळतात तर मोठ्या नद्या महाराष्ट्रातून पुढे कर्नाटक, तेलंगण व आंध्र प्रदेशातून वाहत जाऊन बंगालच्या उपसागरास मिळतात. दख्खनच्या पठारावरून गोदावरी, भीमा व कृष्णा या नद्या पूर्वेस तसेच आग्नेय दिशेस वाहत जातात.

2. **पश्चिमवाहिनी नद्या :** सह्याद्री पर्वतात उगम पावून पश्चिमेकडे संपूर्ण पर्वत ओलांडून कोकण किनारपट्टीवरून वाहत जाणाऱ्या नद्यांना **'पश्चिमवाहिनी नद्या'** असे म्हणतात. कोकणात वैतरणा, उल्हास, सावित्री यांसारख्या पश्चिमवाहिनी नद्या आहेत. या नद्या अरबी समुद्रास मिळतात.

दख्खनच्या पठारावरील वैशिष्ट्यपूर्ण भूरचनेमुळे **सातपुडा पर्वतरांगांमध्ये उगम पावणाऱ्या तापी-पूर्णा नद्या** पूर्वेकडून पश्चिमेकडे वाहत जाऊन अरबी समुद्रास मिळतात. तसेच **नर्मदा नदी** महाराष्ट्राच्या वायव्य सरहद्दीला स्पर्श करून पश्चिमेस वाहते.

महाराष्ट्रातील नद्यांची खोरी

महाराष्ट्रात प्रमुख जलविभाजक सह्याद्री पर्वत असून पठारावरील डोंगररांगा आहेत. यामुळे महाराष्ट्रात नद्यांची खोरी निर्माण झालेली आहेत. त्याचप्रमाणे उपखोरीही पाहावयास मिळतात. याचे स्वरूप तक्ता क्र. 3.1 मध्ये दिलेले आहे.

तक्ता क्र. 3.1 : महाराष्ट्रातील नद्यांची खोरी

क्र.	नद्यांची प्रमुख खोरी	नद्यांची उपखोरी
1.	गोदावरी खोरे	(1) गोदावरी मुख्य खोरे (2) गोदावरी-पूर्णा खोरे (3) मांजरा खोरे (4) पैनगंगा खोरे (5) वर्धा खोरे (6) वैनगंगा खोरे (7) प्राणहिता खोरे (8) इंद्रावती खोरे.
2.	भीमा खोरे	(1) भीमा मुख्य खोरे (2) सीना खोरे.
3.	कृष्णा खोरे	—
4.	तापी खोरे	(1) तापी-पूर्णा खोरे (2) तापी पूर्व खोरे.
5.	कोकण	(1) उत्तर कोकण (2) मध्य कोकण (3) दक्षिण कोकण
6.	नर्मदा खोरे	—

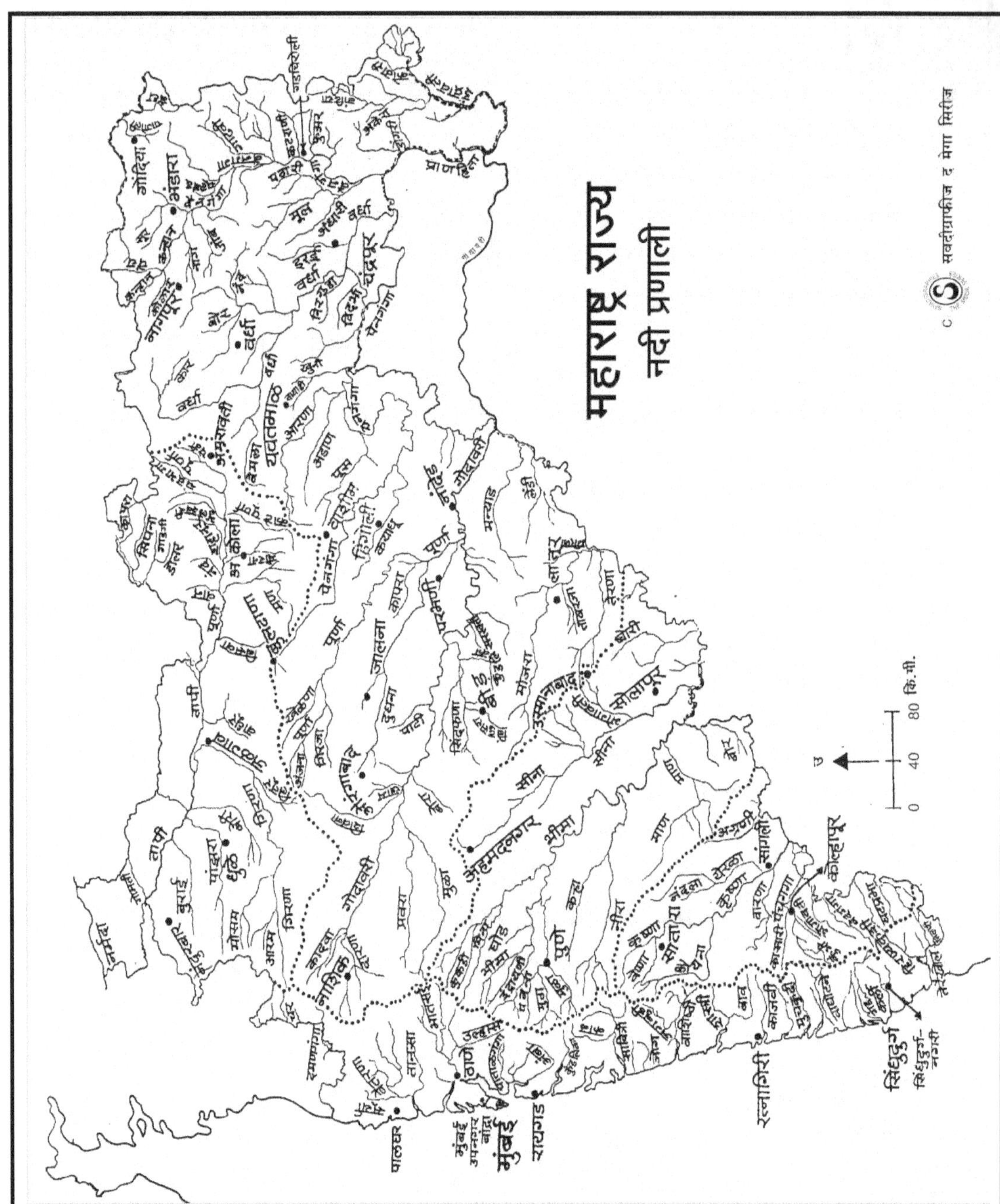

महाराष्ट्र - नदीप्रणाली : महाराष्ट्रात सह्याद्रीच्या जलविभाजकामुळे पूर्ववाहिनी नद्या वाहतात. सातमाळा-अजिंठा डोंगररांगा, हरिश्चंद्र-बालाघाट डोंगररांगा व शंभू-महादेव डोंगररांगा या उपजलविभाजकामुळे अनुक्रमे गोदावरी, भीमा व कृष्णा नद्या पठारावरून पूर्वेकडे कर्नाटक, तेलंगण व आंध्र प्रदेशातून वाहत जाऊन बंगालच्या उपसागरास मिळतात. उत्तर महाराष्ट्रात पूर्व-पश्चिम दिशेने तापी-पूर्णा व नर्मदा नदी वाहत जाते तर कोकणात वैतरणा, उल्हास, सावित्री यांसारख्या नद्या अरबी समुद्रास मिळतात.

नकाशा क्र. 3.1 : महाराष्ट्र - नदीप्रणाली

1. गोदावरी नदीचे खोरे

दक्षिण भारतातील व आपल्या महाराष्ट्रातील सर्वांत मोठी नदी गोदावरी असून ती दख्खनच्या पठारावर पश्चिम घाटापासून पूर्व घाटापर्यंत वाहून पुढे बंगालच्या उपसागरास मिळते. महाराष्ट्रातील नव्हे, तर भारतातील गंगा नदीच्या खालोखाल ही एक पवित्र नदी मानली जाते; तिला **'दक्षिण भारताची गंगा'** असेही म्हणतात.

नदीप्रणालीचे क्षेत्र : सह्याद्री पर्वतात नाशिक जिल्ह्यात त्र्यंबकेश्वराच्या ब्रह्मगिरी टेकडीवर गोदावरीचा उगम झालेला आहे व बारा ज्योतिर्लिंगापैकी हे एक ज्योतिर्लिंग आहे. गोदावरीचे उगमस्थान अरबी समुद्रापासून पूर्वेकडे फक्त 80 कि.मी. अंतरावर आहे.

गोदावरी नदीच्या प्रवाहाची सर्वसाधारण दिशा पूर्व व आग्नेयेस आहे. दख्खनच्या पठारावरून वाहणारी ही नदी महाराष्ट्र, तेलंगण व आंध्र प्रदेशातून वाहत जाऊन मुखाजवळ त्रिभुज प्रदेश निर्माण करून पूर्वेस बंगालच्या उपसागरास जाऊन मिळते. गोदावरीची एकूण लांबी सुमारे 1,465 कि. मी. असून तिचे नदीप्रणालीचे क्षेत्र 3,13,389 चौ. कि. मी. आहे. यापैकी **महाराष्ट्रात नदीचा प्रवाह 668 कि.मी. असून नदीप्रणालीचे क्षेत्र 1,53,779 चौ.कि.मी. आहे. महाराष्ट्रातील गोदावरी खोऱ्यामधून दरवर्षी सुमारे 37,830 दशलक्ष घनमीटर पाण्याचा प्रवाह वाहतो.**

राजकीय क्षेत्र : गोदावरी खोऱ्यामध्ये प्रवाहाच्या पहिल्या टप्प्यात **नाशिक जिल्ह्याचा दक्षिण भाग, नगर जिल्ह्याचा उत्तर भाग व मराठवाड्यातील सर्व जिल्हे** येतात. याशिवाय पूर्व भागात यवतमाळ, वर्धा, नागपूर, भंडारा, गोंदिया, चंद्रपूर व गडचिरोली हे विदर्भाचे जिल्हे गोदावरी खोऱ्याने व्यापलेले आहेत. **संपूर्ण गोदावरी खोऱ्याने महाराष्ट्राचे 49 टक्के क्षेत्र व्यापलेले आहे.**

गोदावरी खोऱ्याचे विभाग

महाराष्ट्रात गोदावरी नदीच्या खोऱ्याचे विभाग पुढीलप्रमाणे :

(1) गोदावरी नदीचे खोरे (2) गोदावरी-पूर्णा नदीचे खोरे (3) मांजरा नदीचे खोरे (4) पैनगंगा नदीचे खोरे (5) वर्धा नदीचे खोरे (6) वैनगंगा नदीचे खोरे (7) प्राणहिता नदीचे खोरे (8) इंद्रावती नदीचे खोरे. (नकाशा क्र. 3.2 पाहा.)

1.   **गोदावरी नदीचे मुख्य खोरे :** गोदावरीचा ब्रह्मगिरी टेकड्यात उगम झाल्यावर नदी डोंगराळ भाग ओलांडून खाली येते. नाशिकला येईपर्यंत नदीचे पात्र अरुंद असून तिचा प्रवाह खडकाळ प्रदेशातून आहे. गोदावरीच्या **उजव्या तीरावरून किंवा दक्षिणेकडून दारणा, प्रवरा, मुळा, बोर, सिंदफणा, बिंदुसरा, कुंडलिका** या नद्या मिळतात; तर **डाव्या तीराकडून किंवा उत्तरेकडून कादवा, शिवना, खाम** या नद्या मिळतात. गोदावरी नदी ही अहमदनगर-औरंगाबाद, बीड जिल्ह्यांची उत्तर सरहद्द, औरंगाबाद-जालना जिल्ह्याशी निगडित आहे. पुढे तेलंगणामधून नांदेड जिल्ह्यातून गोदावरी नदी पूर्वेकडे वाहते आणि पुन्हा गडचिरोली जिल्ह्याच्या दक्षिण सरहद्दीजवळून महाराष्ट्रात प्रवेश करते. येथे उत्तर-दक्षिण दिशेने वाहणाऱ्या प्राणहिता आणि इंद्रावती नद्या मिळतात.

कळसूबाई शिखराजवळ उगम पावणारी **दारणा नदी** नाशिकच्या दक्षिणेला 24 कि. मी. अंतरावर उजव्या किनाऱ्याने गोदावरीला मिळते. आणखी 17 कि. मी. अंतरावर डावीकडून नांदूर येथे **कादवा नदी** मिळते. हरिश्चंद्र डोंगरावर भंडारदराजवळ **प्रवरा नदी** उगम पावते. **प्रवरा व मुळा नदीच्या** संयुक्त प्रवाहावर नेवासे वसलेले आहे. पुढे गोदावरीस प्रवाह उजवीकडून मिळतो. सातमाळाच्या डोंगरात **शिवना नदी** उगम पावून दक्षिणेला वाहते व गोदावरीस मिळते. याशिवाय बालाघाट डोंगरात बीड जिल्ह्यातून उगम पावणारी **सिंदफणा नदी** पैठणच्या पूर्वेस मिळते.

2.   **गोदावरी-पूर्णा नदीचे खोरे :** अजिंठ्याच्या डोंगरात पूर्णा (दक्षिण पूर्णा) उगम पावते व पूर्णा स्थानकाच्या दक्षिणेकडे परभणीवरून आलेली पूर्णा नदी डावीकडून गोदावरीस येऊन मिळते. त्या आधी **पूर्णा व दुधना** नद्यांचा संगम होतो. पूर्णा नदीला डाव्या तीरावरून **खेळणा**; तर उजव्या तीरावरून **अंजना, गिरजा, कापरा, दुधना** या नद्या मिळतात.

3.   **मांजरा नदीचे खोरे :** बीड जिल्ह्यात पाटोदा पठारावरील अंबेजोगाईच्या दक्षिणेकडे **मांजरा नदी** वाहते. नंतर लातूर जिल्ह्यात लातूर व निलंगा तालुक्यांमधून वाहते. पुढे कर्नाटकमध्ये काही अंतर गेल्यावर पुन्हा लातूर जिल्ह्याच्या सरहद्दीवरून वाहते आणि नांदेडवरून पुढे गेल्यावर महाराष्ट्राच्या सीमेवर कोंडलवाडीजवळ उजवीकडून गोदावरीस मांजरा नदी मिळते. या खोऱ्यात **तावरजा, तेरणा, गिरणा, लेंडी, मन्याड** या नद्याही वाहतात. बीड जिल्ह्याची दक्षिण सरहद्द मांजरा नदीमुळे निर्माण होते.

नाशिक ते नांदेड दरम्यान गोदावरी नदी बेसाल्ट खडकमय भागातून वाहते. हा खडक कठीण स्वरूपाचा असल्याने अपक्षरण कार्य कमी असते. सह्याद्री व डोंगररांगांवरून वाहणाऱ्या उपनद्यांमधून गोदावरी खोऱ्यात गाळाचे मैदान निर्माण झाले आहे.

मुख्य गोदावरीच्या खोऱ्यात नाशिक, नेवासे, औरंगाबाद, जालना, पैठण, परभणी, बीड, नांदेड, उदगीर वगैरे महत्त्वाची शहरे आहेत.

पूर्व विदर्भातील नद्या : पूर्व विदर्भातून वाहणाऱ्या वर्धा व वैनगंगा यांचा साधारण प्रवाह उत्तर-दक्षिण दिशेने असून त्या गोदावरीस मिळतात. मराठवाड्यातून उगम पावलेली पैनगंगा नदी पूर्वेकडे वाहत जाते.

4. **पैनगंगा नदीचे खोरे :** अजिंठा टेकड्यात आग्नेय उतारावर (20° 31' उ. अ. व 76° 2' पू. रे.) पैनगंगा नदीचा उगम होतो. पैनगंगा ही नदी बुलडाणा व यवतमाळ पठारावरून पूर्वेकडे वाहत जाते आणि यवतमाळच्या पूर्व सरहद्दीवर बल्लारपूर येथे वर्धा नदीला पैनगंगा मिळते. पैनगंगा नदी ही वाशीम व यवतमाळ जिल्ह्यांच्या दक्षिण सीमा आहेत. पैनगंगा नदीस उजव्या किनाऱ्याने कयाधू तर डाव्या किनाऱ्याने पूस, अडाण, आरणा, वाघाडी, खुनी या उपनद्या मिळतात.

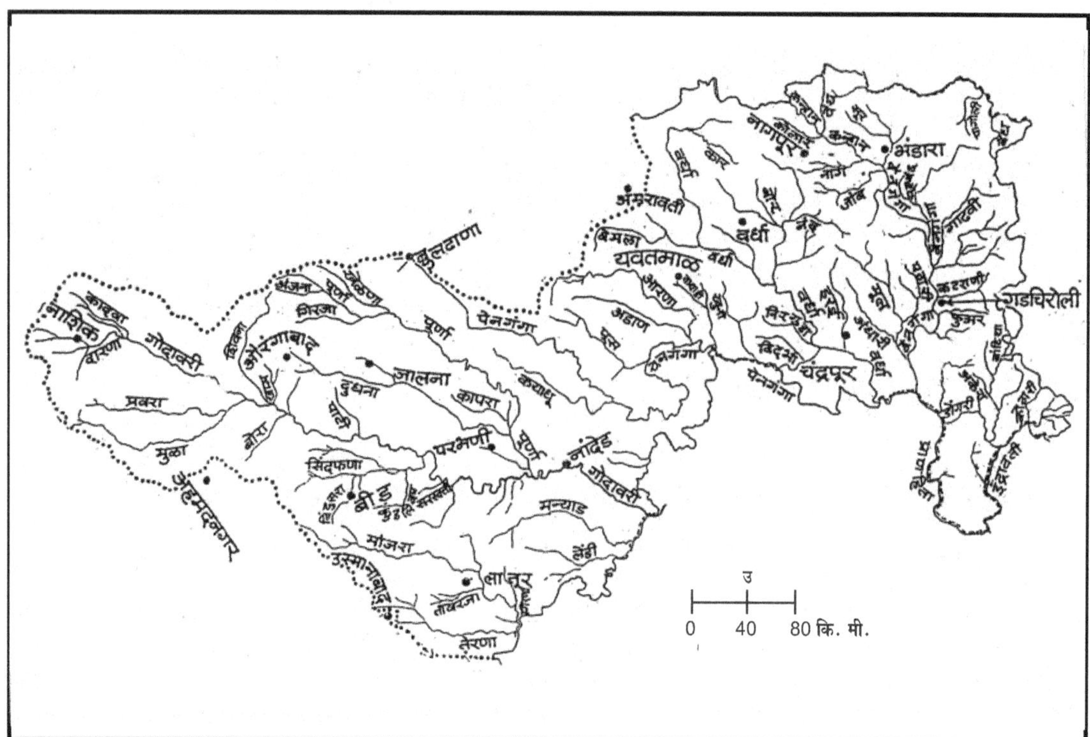

गोदावरी नदीचे खोरे :

नाशिकजवळील त्र्यंबकेश्वर येथे गोदावरी नदी उगम पावून पूर्व व आग्नेय दिशेने मुख्यत्वेकरून मराठवाड्यातून वाहत जाते.

उत्तरेस सातमाळा-अजिंठा डोंगररांगा व दक्षिणेस बालाघाट डोंगररांगांनी मर्यादित झालेल्या गोदावरीस उजव्या तीराने प्रवरा, सिंदफणा व मांजरा तर डाव्या तीराने दक्षिण पूर्णा, दुधना या उपनद्या येऊन मिळतात.

विदर्भातून वर्धा, वैनगंगा, पैनगंगा मिळून 'प्राणहिता' नदीचे खोरे तयार होते. पुढे प्राणहिता व इंद्रावती या नद्या गोदावरीस मिळतात.

नकाशा क्र. 3.2 : महाराष्ट्र - गोदावरीचे खोरे

5. **वर्धा नदीचे खोरे :** मध्य प्रदेशात बैतूल जिल्ह्यात सातपुडा रांगांच्या दक्षिण उतारावर वर्धा नदीचा उगम होतो आणि पूर्वेकडे तापी खोऱ्यात वाहणाऱ्या पूर्णा नदीपासून अगदी तकलादू जलविभाजकाने वेगळी झालेली आहे. साधारणपणे उत्तर-दक्षिण दिशेने वर्धा नदी 455 कि. मी. वाहते. वर्धा नदीला **उजव्या किनाऱ्याने वेमला, निरगुडा व विदर्भ तर डाव्या किनाऱ्याने कार, बोर, नंद व इरई या उपनद्या मिळतात.** वर्धा नदी ही वर्धा-अमरावती जिल्हा व पुढे यवतमाळ जिल्ह्याची पूर्व सरहद्द निर्माण करते.

6. **वैनगंगा नदीचे खोरे :** महाराष्ट्राच्या सरहद्दीबाहेर मध्य प्रदेशात मैकल पर्वतरांगांत शिवनी जिल्ह्यात दरकेसा टेकड्यांजवळ भाकल येथे वैनगंगा नदी उगम पावून दक्षिणेकडे सुमारे 300 कि. मी. अंतर जाते. नागपूरच्या मैदानावरून वाहत येणाऱ्या **कन्हान, पेंच** तसेच गोंदिया जिल्ह्यातून येणारी **बाघ** या सर्व नद्या वैनगंगेस मिळतात. चंद्रपूर जिल्ह्यात **वर्धा व वैनगंगा या नदीचा संगम चंद्रपूरच्या दक्षिणेस** होतो. यापुढे तिला **'प्राणहिता'** या नावाने ओळखले जाते. याशिवाय **नाग, अंधारी, सुर, गाढवी** वगैरे उपनद्या वैनगंगेस मिळतात. चंद्रपूर-गडचिरोली जिल्ह्यांची उत्तर-दक्षिण सरहद्द वैनगंगा नदीमुळे निर्माण होते.

7. **प्राणहिता नदीचे खोरे :** वर्धा व पैनगंगा नद्यांचा एकत्रित प्रवाह व पुढे वैनगंगेबरोबरील संयुक्त प्रवाहास 'प्राणहिता नदी' असे म्हणतात. ती महाराष्ट्र व तेलंगणातील सुमारे 117 कि. मी. सरहद्द तयार करते. गडचिरोली जिल्ह्यात सरहद्दीवर गोदावरीला प्राणहिता नदी येऊन मिळते.

8. **इंद्रावती नदीचे खोरे :** मध्य प्रदेशात उगम पावणारी इंद्रावती नदी विदर्भाच्या गडचिरोली जिल्ह्याची आग्नेय सरहद्द निर्माण करून वाहते व ती पुढे गोदावरी नदीस मिळते. इंद्रावती नदीला बांदिया, अकेरा, डोंगरी व कोठारी या उपनद्या मिळतात.

गोदावरी आणि तिच्या उपनद्यांनी नदीच्या खोऱ्यातील दख्खनच्या लाव्हाची झीज केलेली आहे. खोऱ्याची सरासरी उंची 350 ते 550 मी. दरम्यान आहे. गोदावरी खोऱ्यात जसजसे पूर्वेकडे जावे तसतसा तिचा विस्तार कमी होत जातो. नांदेडजवळ तर खोऱ्याची रुंदी फक्त 50 कि. मी. आहे, तर त्यामानाने खोऱ्याच्या वरच्या बाजूस त्यांची रुंदी 150 ते 200 कि. मी. आहे. गोदावरी खोऱ्याचे उत्तर व दक्षिणेस जलविभाजक स्पष्टपणे दिसतात आणि ते तीव्र उताराचे आहेत. उत्तरेकडील सातमाळा व अजिंठा डोंगरांची मोठ्या प्रमाणात नदीने झीज केलेली आहे. दक्षिणेस बालाघाट रांगेमधील लहान-लहान नद्यादेखील नद्यांच्या उगमाच्या क्षेत्रात अपक्षरणाचे कार्य मोठ्या प्रमाणात करतात व काही ठिकाणी नदीचौर्यदेखील पाहावयास मिळते.

उदाहरणार्थ, अंबेजोगाईजवळ मांजरा नदीच्या काही फाट्यांचे नदीचौर्य वाण नदीने केलेले आहे.

2. भीमा नदीचे खोरे

गोदावरी नदीच्या खालोखाल महाराष्ट्रात कृष्णा नदीचे खोरे आहे. परंतु **कृष्णा नदीची उपनदी भीमा हिने महाराष्ट्राचा बराचसा भाग व्यापलेला आहे.** तसेच भीमा नदी कृष्णेला महाराष्ट्राच्या सरहद्दीबाहेर मिळत असल्याने **भीमा नदीचा स्वतंत्रपणे विचार केला जातो.**

नदीप्रणालीचे क्षेत्र : भीमा नदीचा उगम पुण्याजवळ भीमाशंकर (19° 4' उ. अ. व 73° 32' पू. रे.) येथे आहे. महाराष्ट्रातील पाच ज्योतिर्लिंगांपैकी एक आहे. खंडाळ्याच्या उत्तरेस 40 कि. मी. अंतरावर भीमा नदीचे उगमस्थान आहे. बालाघाट डोंगराच्या उत्तरेस गोदावरी नदी वाहते तर दक्षिणेस भीमा नदीचे खोरे आहे. नंतर भीमा नदी **आग्नेयेस 451 कि. मी. अंतर वाहत जाते** आणि कर्नाटकात रायचूरजवळ कुरुगुड्डी येथे कृष्णा व भीमा या नद्यांचा संगम होतो. महाराष्ट्रात भीमा नदीप्रणालीचे क्षेत्रफळ 46,184 चौ. कि. मी. आहे.

राजकीय क्षेत्र : भीमा खोऱ्यात पुणे व सोलापूर जिल्ह्यांचा संपूर्णपणे समावेश होतो तर सातारा जिल्ह्याचे खंडाळा, फलटण व दहिवडी (माण) तालुके; नगर जिल्ह्याच्या दक्षिणेकडील श्रीगोंदा, कर्जत व जामखेड तालुके; मराठवाड्यातील बीड जिल्ह्यातील आष्टी तालुका आणि उस्मानाबाद जिल्ह्यातील परांडा, भूम, तुळजापूर व उमरगा हे तालुके समाविष्ट होतात.

उपनद्या : भीमा नदीस उजव्या किनाऱ्याने म्हणजे दक्षिणेकडून भामा, इंद्रायणी, मुळा-मुठा, नीरा व माण या नद्या मिळतात तर डाव्या किनाऱ्याने म्हणजे उत्तरेकडून वेळ, घोड व सीना या नद्या येऊन मिळतात. (नकाशा क्र. 3.3 पाहा.)

भीमा नदीचा प्रवाहमार्ग : भीमा नदीचा उगम सुमारे 1,000 मी. पेक्षा जास्त उंचीच्या डोंगरावर भीमाशंकर येथे होतो व पहिल्या 8 कि. मी. च्या अंतरामध्येच नदी एकदम खाली कोसळते आणि 200 मी. उंचीच्या प्रदेशावरून वाहू लागते. सुरुवातीस नदीचा प्रवाह पूर्वेस आहे. नंतर तो आग्नेयेस होतो. त्यानंतर भीमा नदी भामनेर खोऱ्याच्या अतिशय खडकाळ आणि अरुंद दरीमधून सुमारे 50 ते 55 कि. मी. वाहते. त्यानंतर मार्गामध्ये **भामा आणि इंद्रायणी नद्या** उजव्या किनाऱ्याने आणि **वेळ नदी** येऊन मिळाल्यावर प्रवाह ईशान्येकडे वळतो. काही अंतरानंतर हा प्रवाह दक्षिणेकडे वाहू लागतो आणि रांजणगावाजवळ उजव्या बाजूने **मुळा-मुठा** या नद्या येऊन मिळतात. नंतर भीमा नदी आग्नेयेस वळते व नागमोडी वळणाने 20-22 कि. मी. गेल्यावर **भीमा व घोडनदीचा** संगम होतो. घोडनदीला डाव्या किनाऱ्यापासून कुकडी व मीना नद्या मिळतात. पुढे टेंभुर्णीजवळ उजव्या किनाऱ्याने भोर तालुक्यातून वाहत येणारी नीरा नदी येऊन मिळते. या आधी **नीरा व कऱ्हा नद्यांचा संगम** होतो. **पवित्र तीर्थक्षेत्र पंढरपुरातून भीमा नदी वाहत जाते** व त्यानंतर उजव्या किनाऱ्याने येणारी **माण नदी** भीमेला मिळते.

सीना खोरे : भीमेच्या डाव्या किनाऱ्याने सीना नदी वाहते. अहमदनगर जिल्ह्यात सीनेचा उगम होतो. तिला **भोगावती व बोरी** या उपनद्या येऊन मिळतात. नंतर सीना नदी ही भीमेला सोलापूर जिल्ह्यात मिळते.

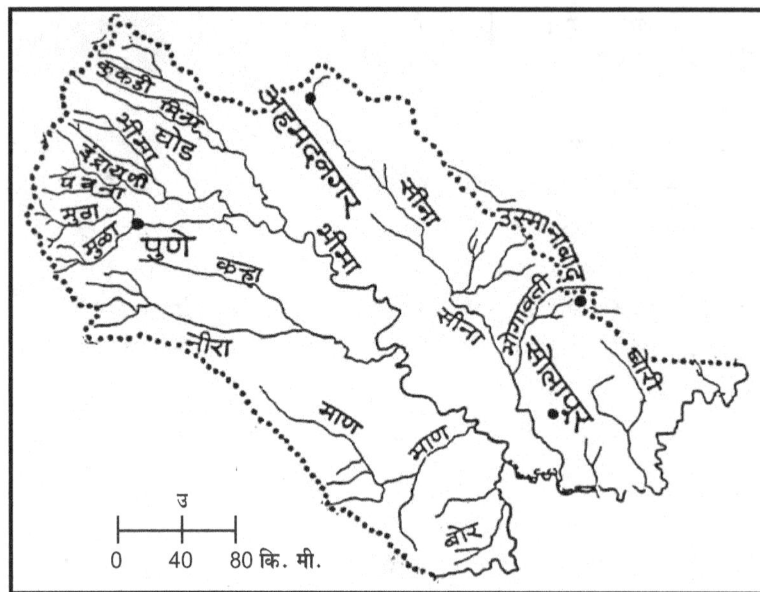

नकाशा क्र. 3.3 : महाराष्ट्र – भीमा नदीचे खोरे

भीमा नदीचे खोरे :

    भीमा नदी पुण्याजवळ भीमाशंकर येथे उगम पावून आग्नेय दिशेने वाहते. पुणे, सोलापूर व काही प्रमाणात सातारा, नगर, बीड व उस्मानाबाद जिल्ह्यांचा काही भाग आपल्या खोऱ्यात समाविष्ट करते. उत्तरेस हरिश्चंद्र-बालाघाट डोंगररांगा व दक्षिणेस शंभू-महादेव डोंगररांगांनी मर्यादित झालेल्या भीमा नदीस उजव्या काठाने इंद्रायणी, मुळा-मुठा, नीरा व माण तर डाव्या काठाने घोड व सीना या उपनद्या येऊन मिळतात.

भीमा नदीस मिळणाऱ्या प्रमुख उपनद्या

1.   **वेळ नदी :** सह्याद्रीचा एक सुळका 'धाकले' येथे या नदीचा उगम होतो. ही नदी आग्नेयेस वाहताना भीमा नदीस समांतर वाहते आणि तळेगाव-ढमढेरेच्या खाली 8 कि. मी. अंतरावर भीमा नदीस मिळते. या नदीची लांबी 64 कि. मी. आहे.

2.   **घोडनदी :** घोडनदीच्या उगमाचे स्थान सह्याद्री पर्वतावर असून **भीमा नदीच्या उगमाच्या उत्तरेस 15 कि. मी.** अंतरावर आहे. सुमारे 24 कि. मी.च्या अंतरामध्ये प्रदेशाची 200 मी. उंची कमी होते. तिला **कुकडी व मीना** या उपनद्या येऊन मिळतात व शिरूरजवळ भीमा नदीस घोडनदी येऊन मिळते.

3.   **भामा नदी :** भीमाशंकरच्या दक्षिणेस 10 कि. मी. अंतरावर भामा नदीचा उगम होतो. तिच्या खोऱ्यास 'भामनेर' असेही म्हणतात. पिंपळगावजवळ ती भीमा नदीस येऊन मिळते.

4.   **इंद्रायणी नदी :** लोणावळ्याच्या नैर्ऋत्येस 5 कि. मी. अंतरावर कुरवंडे खेड्याजवळ नदीचा उगम होतो. नंतर ती पूर्वेस वाहते. डाव्या किनाऱ्याने तिला **आंद्र/आंध्र नदी** मिळते. नंतर **देहू आणि आळंदी या पवित्र तीर्थक्षेत्री इंद्रायणी वाहत जाते.** नंतर भीमा व इंद्रायणीचा संगम होतो.

5.   **मुळा-मुठा :** बोरघाटच्या दक्षिणेस मुळा नदीचा उगम होतो. त्यानंतर ती पौड गावाजवळून वाहते; नंतर ती पूर्वेस वळते. मार्गात **पवना** व पुढे पुण्याजवळ उजव्या किनाऱ्याने **मुठा नदीस** येऊन मिळते. **मुळा-मुठेचा संयुक्त प्रवाह रांजणगावजवळ भीमा नदीस मिळतो.** मुठा नदीचा उगमही सह्याद्रीतील डोंगरामध्ये होतो. प्रवाहाचा पहिला भाग पुणे जिल्ह्यातील भोर तालुक्यात आहे. पुढे **मुठा नदी पुणे शहरातून वाहते व मुळा नदीस मिळते.**

6.   **नीरा :** भोर तालुक्यात नीरा नदीचा उगम होतो. नंतर ती ईशान्येस वाहते व काही अंतर पुणे व सातारच्याची सरहद्द निर्माण करते. नंतर नीरा व कन्हा नद्यांचा संगम होतो व शेवटी भीमा नदीस मिळते.

    भीमा खोऱ्यात पुणे, अहमदनगर, बारामती, फलटण, पंढरपूर, सोलापूर, बार्शी, उस्मानाबाद आदी शहरे वसली आहेत.

3. कृष्णा नदीचे खोरे

    महाराष्ट्र पठारावरून वाहणाऱ्या गोदावरी नदीच्या खालोखाल महत्त्वाची 'कृष्णा' ही नदी आहे. दख्खनच्या पठारावर पश्चिम घाटापासून पूर्व घाटापर्यंत वाहून पुढे बंगालच्या उपसागरास मिळते.

नदीप्रणालीचे क्षेत्र : कृष्णा नदीचा उगम सातारा जिल्ह्यात महाबळेश्वरला 1,220 मीटर उंचीवर 17° 59' उ. अ. व 73° 38' पू. रे. येथे झालेला आहे. 'क्षेत्र महाबळेश्वर' येथे कृष्णा, वेण्णा, कोयना, गायत्री व सावित्री या पाच नद्यांची उगमक्षेत्रे पाहावयास मिळतात. कृष्णा नदीच्या उगमाच्या ठिकाणापासून पश्चिमेस 65 कि. मी. अंतरावर अरबी समुद्र आहे. कृष्णा नदीचा उतार सुरुवातीस दक्षिणेस आहे. नंतर नदीचा प्रवाह पूर्वेस व आग्नेयेस होतो. महाराष्ट्र, कर्नाटक व आंध्र प्रदेशातून कृष्णा नदी वाहत जाते व शेवटी त्रिभुज प्रदेश निर्माण होऊन मच्छलीपट्टणजवळ बंगालच्या उपसागरास जाऊन मिळते.

कृष्णा नदीची एकूण लांबी 1,400 कि. मी. असून नदीप्रणालीचे क्षेत्र 2,58,948 चौ. कि. मी. आहे. महाराष्ट्रात कृष्णा नदीचा प्रवाह फक्त 282 कि. मी. लांबीचा असून तिचे नदीप्रणालीचे क्षेत्र 28,700 चौ. कि. मी. आहे. महाराष्ट्रात कृष्णा नदीचे खोरे व भीमा उपनदीचे खोरे मिळून वार्षिक पाण्याचा प्रवाह 27,920 दशलक्ष घनमीटर आहे.

राजकीय क्षेत्र : कृष्णा नदीच्या खोऱ्यात **सातारा (भीमा खोऱ्याचे खंडाळा, फलटण व माण तालुके वगळून); सांगली (जत व खानापूरचा पूर्व भाग वगळून) व संपूर्ण कोल्हापूर जिल्ह्याचा समावेश होतो.**

पश्चिमेस सह्याद्री पर्वत व पूर्वेस शंभू-महादेव डोंगरांच्या रांगा यांच्या दरम्यान कृष्णा नदी वाहते. तसेच **सर्वसाधारणपणे नदीप्रवाहाची दिशा उत्तर-दक्षिण असून ती सह्याद्री पर्वतास बऱ्याच अंशी महाराष्ट्रात समांतर आहे. महाराष्ट्रातील कृष्णा नदीच्या खोऱ्यास 'अप्पर कृष्णा खोरे' असेही म्हटले जाते.** कृष्णा नदीच्या उगमाच्या क्षेत्रात महाबळेश्वरच्या परिसरात पावसाचे प्रमाण 500 ते 625 सें. मी. च्या दरम्यान आहे.

कृष्णा नदीला बहुतेक सर्व नद्या उजव्या किनाऱ्याने किंवा पश्चिम व दक्षिणेकडून मिळतात. वेण्णा, कोयना, वारणा, पंचगंगा, दूधगंगा व वेदगंगा या नद्या उजव्या किनाऱ्याने तर येरळा नदी डाव्या किनाऱ्याने कृष्णेस मिळते.

कृष्णा नदीचा प्रवाहमार्ग

कृष्णा नदीचा उगम महाबळेश्वर येथे झाल्यावर ती आग्नेयेस वाहू लागते. त्यानंतर कृष्णा नदी वाई क्षेत्रास पावन करून सातारा जिल्ह्यात माहुली येथे येते. येथे कृष्णा व वेण्णा नद्यांचा संगम होतो. नंतर कृष्णा नदी दक्षिणवाहिनी होते. पूर्वेकडील सुळक्यांना वळसा घालून माहुलीपासून सुमारे 50 कि. मी. अंतरावर **कऱ्हाड येथे कृष्णा व कोयनेचा प्रीतिसंगम होतो.** सातारा जिल्ह्यात या नद्यांव्यतिरिक्त **कुडळी, उरमोडी व तारळी** या नद्या वाहतात. **वारणा नदी** पूर्व व पुढे आग्नेय दिशेने 130 कि. मी. वाहत जाते व सांगलीजवळ उजव्या किनाऱ्याने कृष्णेस मिळते. कोल्हापूर व सांगली जिल्ह्यांतून वाहणारी **पंचगंगा** नदी कुरुंदवाडजवळ कृष्णा नदीस मिळते. तेथून **जवळच श्रीक्षेत्र नृसिंहवाडी (नरसोबाची वाडी) येथे दत्ताचे जागृत देवस्थान आहे.** कोल्हापूर जिल्ह्यात दक्षिण भागातून वाहणाऱ्या **दूधगंगा व वेदगंगा** या नद्या ईशान्येकडे वाहत जाऊन त्यांचा संगम होतो व कुरुंदवाडच्या पुढे 15 कि. मी. अंतरावर कृष्णा नदीस हा संयुक्त प्रवाह येऊन मिळतो. कोल्हापूर जिल्ह्याची उत्तर सरहद्द वारणा नदीप्रवाहाने निश्चित होते. डाव्या किनाऱ्याने कृष्णा नदीस फक्त **येरळा** नदी मिळते. नदीचा उगम सातारा जिल्ह्यात खटाव (वडूज) तालुक्यात शंभू-महादेव डोंगरात होतो. भिलवडीजवळ कृष्णा नदीस येरळा नदी मिळते.

कृष्णा नदीच्या महत्त्वाच्या उपनद्या

1.   **कोयना : कोयना नदीचा उगम कृष्णा नदीप्रमाणेच क्षेत्र महाबळेश्वर येथे होतो.** नंतर ही दक्षिणेकडे वाहते. सातारा जिल्ह्यातील ही महत्त्वाची नदी दक्षिणेकडे हेळवाकपर्यंत 65 कि. मी. पर्यंत वाहते. तेथे कोयना धरण बांधलेले आहे. वीजनिर्मितीसाठी तेथील पाणी बोगद्यातून पश्चिमेस पोफळी येथे सोडले जाते. हेळवाकनंतर कोयनेचा प्रवाह एकदम पूर्वेकडे वळतो आणि आणखी 65 कि. मी. गेल्यावर कऱ्हाड येथे कृष्णा व कोयनेचा संगम होतो.

2.   **पंचगंगा : कोल्हापूर जिल्ह्यातील जीवनवाहिनी म्हणून पंचगंगा ओळखली जाते.** ती पाच नदीप्रवाहांपासून तयार झालेली आहे म्हणून तिला 'पंचगंगा' असे म्हणतात. **कुंभी, कासारी, तुळशी व भोगावती या चार उपनद्या व पाचवी सरस्वती गुप्त नदी मानली जाते.** अशी ही पंचगंगा नदी कृष्णेस मिळते.

कोल्हापूर जिल्ह्यातून दक्षिण भागातून दूधगंगा, वेदगंगा, घटप्रभा व ताम्रपर्णी नद्या वाहतात.

कृष्णा नदीच्या खोऱ्यात महाबळेश्वर, वाई, सातारा, कराड, सांगली, मिरज, कोल्हापूर तसेच किर्लोस्करवाडी, इस्लामपूर यांसारखी शहरे आहेत.

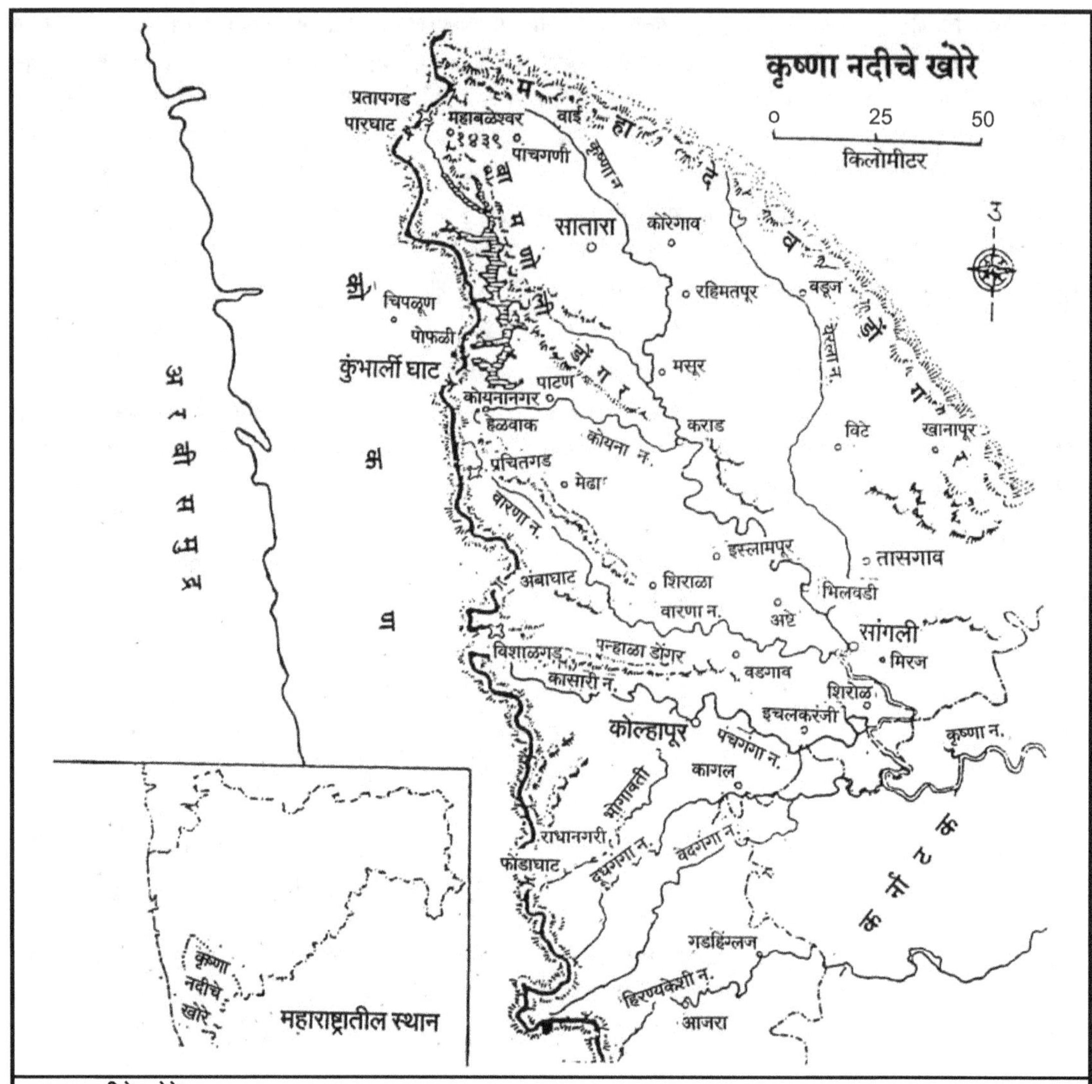

कृष्णा नदीचे खोरे :

वाईजवळ महाबळेश्वर येथे कृष्णा नदी उगम पावून आग्नेय दिशेने सातारा, सांगली व कोल्हापूर जिल्ह्यातून वाहत जाते. पश्चिमेस सह्याद्री पर्वत, ईशान्येस शंभू-महादेव डोंगररांगा कृष्णेचे खोरे मर्यादित करीत असून तिला उजव्या काठाने कोयना, वारणा, पंचगंगा, दूधगंगा व वेदगंगा तर डाव्या काठाने फक्त येरळा नदी येऊन मिळते.

नकाशा क्र. 3.4 : महाराष्ट्र - कृष्णा नदीचे खोरे

4. तापी नदीचे खोरे

आपण आतापर्यंत वर्णन केलेल्या सर्व नद्या पूर्ववाहिनी व आग्नेयवाहिनी होत्या. त्या सर्व सह्याद्री पर्वतामध्ये उगम पावून बंगालच्या उपसागरास जाऊन मिळतात. तापी नदी मात्र पूर्वेकडून पश्चिमेकडे वाहते. दक्षिणेस सातमाळा-अजिंठा डोंगररांगा आणि उत्तरेस सातपुडा पर्वत यांच्या दरम्यान तापी नदी वाहते.

नदीप्रणालीचे क्षेत्र : तापी नदीचा उगम मध्य प्रदेशात सातपुडा पर्वतरांगांवर मुलताई येथे होतो. नदीचा प्रवाह पूर्वेकडून पश्चिमेकडे आहे. मध्य प्रदेश, महाराष्ट्र व गुजरात या राज्यांतून वाहत जाऊन सुरत येथे अरबी समुद्रास तापी नदी मिळते.

तापी नदीची एकूण लांबी 724 कि. मी. असून नदीप्रणालीचे क्षेत्र 65,150 चौ. कि. मी. आहे. यापैकी महाराष्ट्रात तापी नदीची लांबी 208 कि. मी. असून नदीप्रणालीचे क्षेत्र 31,660 चौ. कि. मी. आहे. महाराष्ट्रात तापी नदीच्या खोऱ्यातून दरवर्षी पाण्याचा प्रवाह सुमारे 7,250 दशलक्ष घनमीटर वाहतो.

तापी नदीच्या उपनद्या

तापी नदीस विदर्भाच्या पश्चिम भागातून वाहत येणारी **पूर्णा नदी** मिळते. **ही तापीची मुख्य उपनदी आहे. तापी नदीला उजव्या किनाऱ्याने चंद्रभागा, भुलेश्वरी, शहानूर, नंदवान या उपनद्या मिळतात.** बहुतेक सर्व नद्या सातमाळा-अजिंठा डोंगरात उगम पावून दक्षिणोत्तर वाहून डाव्या **किनाऱ्याने तापीला मिळतात. या उपनद्या पेढी, काटेपूर्णा, मोरना, मण व नळगंगा** आहेत; तर तापी-पूर्णेच्या संयुक्त प्रवाहास पुढे पश्चिमेकडे **वाघूर, गिरणा, बोरी, पांझरा, बुराई** या उपनद्या येऊन मिळतात. (नकाशा क्र. 3.5 पाहा.)

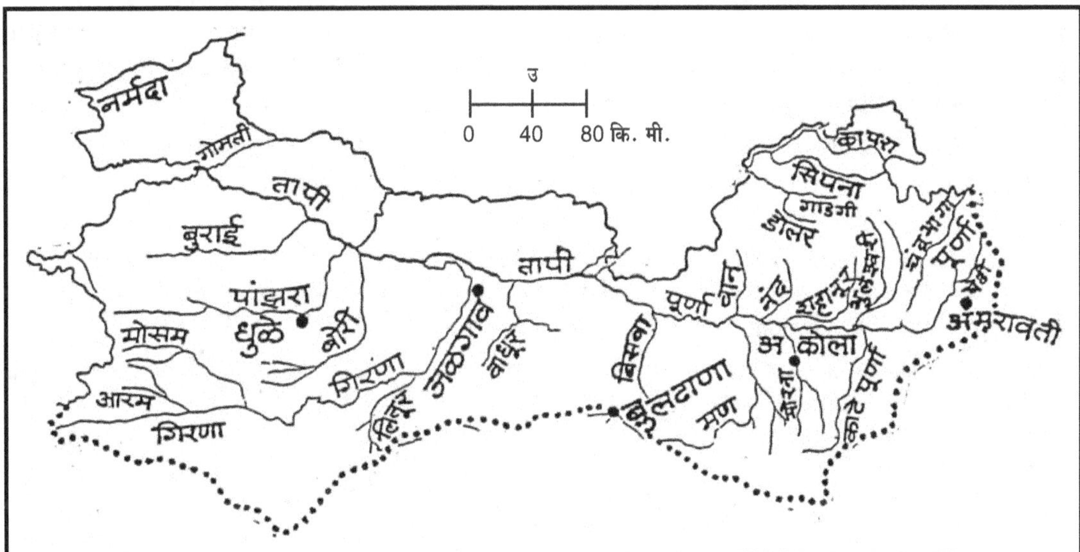

तापी नदीचे खोरे :

मध्य प्रदेशात सातपुडा पर्वतात तापी नदी उगम पावून महाराष्ट्रात पूर्व-पश्चिम दिशेने खानदेशातून वाहते. तिला विदर्भातील अमरावती, अकोला व बुलडाणा या जिल्ह्यातून वाहणारी पूर्णा नदी येऊन मिळते. उत्तरेस सातपुडा पर्वतरांग, दक्षिणेस सातमाळा-अजिंठा डोंगररांगांनी मर्यादित झालेल्या तापी-पूर्णा नदीला डाव्या काठाने काटेपूर्णा, मोरना, मण, नळगंगा, वाघूर, गिरणा, बोरी, पांझरा व बुराई या उपनद्या मिळतात. उजव्या काठाने कोणत्याही फारशा महत्त्वाच्या नद्या मिळत नाहीत.

नकाशा क्र. 3.5 : महाराष्ट्र – तापी नदीचे खोरे

राजकीय क्षेत्र : तापी-पूर्णा खोऱ्याने **पश्चिम विदर्भाचा अमरावती, अकोला, वाशीम व बुलडाणा जिल्ह्यांचा भाग** व्यापलेला आहे तर यानंतर जळगाव, धुळे व नंदुरबार हे जिल्हे या खोऱ्यात समाविष्ट होतात.

तापी नदीचे प्रवाहमार्ग : उत्तर महाराष्ट्रात तापी-पूर्णा खोरे आहे. **तापी नदीचे क्षेत्र खचदरीच्या भागात आहे, यामुळे नदी खोल घळईमधून वाहत जाते. अमरावती जिल्ह्याची वायव्य सरहद्द तापीच्या घळईमुळे** निर्माण झालेली आहे. तापी नदीच्या दक्षिणेस मेळघाट व गाविलगडचे डोंगर तर उत्तरेस कालीभीतचे डोंगर आहेत. अमरावती जिल्ह्यातून पूर्व-पश्चिम दिशेने **कापरा, सिपना, गाडगी व डोलर या उपनद्या तापी नदीला मिळतात. त्यानंतर मध्य प्रदेशातील बऱ्हाणपूर खिंडीतून महाराष्ट्रात जळगाव जिल्ह्यात रावेर शहराजवळ तापी नदी पुन्हा प्रवेश करते.** जळगाव, धुळे व नंदुरबार जिल्ह्यांतून वाहताना नदीचा प्रवाह **पूर्व-पश्चिम दिशेने असून जवळजवळ सरळ आहे.** नंदुरबार जिल्ह्यातील प्रकाशे शहराच्या थोड्या पश्चिमेस गुजरातमध्ये तापी नदी प्रवेश करते.

तापी-पूर्णा खोऱ्याची साधारण रुंदी 240 कि. मी. आहे. खोऱ्याच्या उत्तरेस तापी नदीला अगदी **जवळून समांतर अशी सातपुडा पर्वतरांग** आहे. त्याची दक्षिण बाजू लहान-लहान प्रवाहाने झिजलेली असून **पायथ्याशी शिलापद किंवा पिडमाँट** तयार झालेले आहेत. तसेच तो भाग ओबडधोबड प्रदेशाचा बनलेला असून **बिहडची निर्मिती** झालेली आहे. तापी नदीच्या खोल घळईने काठाचे भागही झिजलेले आहेत. या नदीचा मानवी दृष्टिकोनातून मर्यादित स्वरूपात उपयोग होतो.

तापी नदीची मुख्य उपनदी 'पूर्णा'

तापी नदीची मुख्य उपनदी पूर्णा असून तिचा उगम या खोऱ्यात पूर्वेस असलेल्या गाविलगड डोंगराच्या दक्षिण उतारावर होतो. नंतर ती दक्षिणेकडे अमरावती जिल्ह्यात येते व पश्चिमेला वळते. पुढे अकोला व बुलडाणा जिल्ह्यांतून पश्चिमेस पूर्णा नदी वाहत जाऊन त्या ठिकाणी **तापी नदी जळगाव जिल्ह्यात शिरते.** तेथे श्रीक्षेत्र चांगदेवजवळ पूर्णा मिळते. हे ठिकाण भुसावळच्या पूर्वेस आहे.

पूर्णा नदीच्या ज्या **उपनद्या गाविलगड टेकड्यांतून** येतात त्या **उत्तर-दक्षिणेस वाहतात व एकदम पश्चिमेस वळून पूर्णा नदीस मिळतात.** उदाहरणार्थ, **पेढी नदी.** दक्षिणेस असलेल्या अजिंठा डोंगरातून उगम पावणाऱ्या नद्या दक्षिणोत्तर वाहत जाऊन पूर्णा नदीला मिळतात. या सर्व उपनद्या **एकमेकांना समांतर आहेत.** अकोला व वाशीम जिल्ह्यांतून काटेपूर्णा, मोरना व मण या उपनद्या डाव्या काठाने तसेच बुलडाणा जिल्ह्यातून नळगंगा नदी दक्षिणोत्तर दिशेने वाहत जाऊन ती पूर्णेस मिळते.

तापी व पूर्णा नद्यांचा संयुक्त प्रवाह : तापी व पूर्णेचा संयुक्त प्रवाह **जळगाव, धुळे व नंदुरबार जिल्ह्यांतून वाहत जातो.** या प्रदेशाला 'खानदेश' असेही म्हणतात. डाव्या किनाऱ्याने तापी नदीस मिळणारी दुसरी महत्त्वाची उपनदी **गिरणा** आहे. तिचा उगम दक्षिणेस सातमाळ्याच्या उत्तर सुळक्यावरील चांदोर टेकडीत होतो व नदी पूर्वेस मालेगाव पठारावरून वाहत जाते. नंतर ती उत्तरेस वळून जळगाव जिल्ह्यात तापी नदीस मिळते. **गिरणा नदीला उजव्या किनाऱ्याने पांजण नदी व डाव्या किनाऱ्याने मोसम नदी** मिळते. याशिवाय धुळ्याच्या जवळून वाहणाऱ्या **बोरी व पांझरा नद्या** प्रथम पूर्व दिशेने व नंतर दक्षिणोत्तर वाहत जाऊन तापी नदीस मिळतात. तसेच पश्चिम-पूर्व दिशेने **बुराई नदी** वाहत जाऊन तीदेखील तापीस मिळते.

तापी नदीच्या खोऱ्यात अमरावती, अकोला, चाळीसगाव, बुलडाणा, जळगाव, भुसावळ, धुळे व नंदुरबार यांसारखी महत्त्वाची शहरे आहेत.

5. नर्मदा नदीचे खोरे

भारतात नर्मदा नदीची एकूण लांबी 1,312 कि.मी. असून क्षेत्रफळ 98,795 चौ. कि. मी. आहे.

आपल्या महाराष्ट्रातून नर्मदा नदीचा काही भाग वाहतो; हे नेहमी सर्वसामान्य लोकांकडून विसरले जाते. **महाराष्ट्राच्या वायव्य कोपऱ्यात नंदुरबार जिल्ह्याची सुमारे 54 कि. मी. सरहद्द नर्मदा नदीच्या प्रवाहामुळे तयार होते. ती अतिशय खोल घळईतून वाहते** आणि सातपुडा रांगांत असलेल्या अक्राणी टेकड्यांमुळे तापी नदीपासून अलग झालेली आहे. भौगोलिकदृष्ट्या या भागातून नर्मदा नदी पार करणे अवघड असते.

6. कोकण नद्या / कोकण खोरे

नदीप्रणालीचे क्षेत्र : पूर्वेस सह्याद्री पर्वत व पश्चिमेस अरबी समुद्र यामुळे कोकण किनारपट्टी मुळातच अरुंद झालेली आहे. शिवाय सह्याद्रीच्या पश्चिमेकडे तीव्र उतार आहे. या दोन कारणांमुळे **कोकणातील नद्या लांबीने खूप आखूड असून वेगाने वाहतात व अरबी समुद्रास मिळतात.** उत्तरेस दमणगंगा नदी व दक्षिणेस तेरेखोल नदीपर्यंत 720 कि. मी. लांबीच्या व 30 ते 60 कि. मी. रुंदीच्या या कोकण किनारपट्टीमधून या नद्या वाहत जातात. **या नद्यांची लांबी 49 ते 155 कि. मी. दरम्यान** असून कोकणातून वाहणाऱ्या या नद्यांमधून **वार्षिक पाण्याचा प्रवाह 42,480 दशलक्ष घनमीटर आहे.**

उल्हास नदी : कोकणामधील सर्वांत लांब उल्हास नदी असून तिची लांबी 122 कि.मी. आहे. तिचे पाणलोट क्षेत्र 4,637 चौ.कि.मी. आहे. उल्हास नदीचा उगम रायगड जिल्ह्यातील राजमाची टेकड्यांच्या उत्तर भागात होतो. नदी उत्तरेकडे वाहत जाते. नंतर पश्चिमेकडे वाहत जाऊन ठाण्याजवळ तिचे दोन फाटे होतात. एक पश्चिमेस व दुसरा दक्षिणेस जातो. याची मुख्य शाखा वायव्येस घोडबंदरला वळते आणि वसई खाडीमधून अरबी समुद्राला मिळते. दक्षिण शाखा ठाणे खाडीमार्गे मुंबई बंदरास मिळते.

उल्हास नदीप्रणाली क्षेत्रात आणि आसपास महत्त्वाची शहरे – कर्जत, बदलापूर, उल्हासनगर, कल्याण, दिवा-डोंबिवली, ठाणे आहेत. उल्हास नदीच्या महत्त्वाच्या उपनद्या पेज, बारवी, भिवपुरी, मुरबाडी, काळू, भातसा, पोशीर शिलार आहेत. उल्हास नदीप्रणालीच्या क्षेत्रांपैकी 55.7 टक्के क्षेत्र भातसा आणि काळू नदीप्रणालीने व्यापलेले आहे.

कोकणातील नद्या व देशातील नद्या यांमध्ये अनेक बाबतींत फरक

(1) **देशावरील नद्या पूर्ववाहिनी** आहेत तर **कोकणातील नद्या पश्चिमवाहिनी** आहेत.

(2) या नद्यांचा उगम जरी सह्याद्री पर्वतामध्ये होत असला तरी **देशावरून वाहणाऱ्या नद्या जास्त लांबीच्या** आहेत; तर **कोकणातील नद्या अतिशय आखूड** आहेत.

(3) देशावरील नद्यांचे उतार सर्वसाधारण संथ स्वरूपाचे आहेत. त्यांची खोरी रुंद असून त्यांचा विविध प्रकारे उपयोग होतो; तर याउलट कोकणातील नद्या सरळ कड्यासारख्या असणाऱ्या सह्याद्री पर्वतावरून अतिशय वेगाने वाहत येतात आणि अरुंद व खडकाळ प्रदेशावरून लगेच समुद्रास मिळतात. त्यांचा उपयोग मर्यादित स्वरूपात होतो.

कोकणातील नद्यांचे 'खाडी' हे एक वैशिष्ट्य

सह्याद्रीच्या पश्चिम भागात मोठ्या प्रमाणात पाऊस पडतो. पावसाळ्यात कोकणातील नद्या दुथडी भरून वाहतात. या नद्या समुद्रास मिळताना वाहून आणलेला गाळ मुखाजवळ साचल्याने वाळूचे दांडे निर्माण झालेले आहेत. नद्यांच्या मुखाजवळील सागराचे पाणी नदीमध्ये शिरते व पाणी खारट बनते. कोकणातून वाहणाऱ्या नद्यांच्या मुखाजवळ खाड्या निर्माण झालेल्या आहेत याचा उल्लेख मागील प्रकरणात केलेला आहे. नद्यांच्या किनाऱ्यालगतच्या प्रदेशात दलदल असून प्रवाहात भरतीचे पाणी शिरते.

कोकणातील नद्या :

पूर्वेस सह्याद्री पर्वत व पश्चिमेस अरबी समुद्र यामुळे मर्यादित झालेल्या चिंचोळ्या कोकणातून अतिशय वेगाने नद्या वाहतात. उत्तरेकडून दक्षिणेकडे दमणगंगा, वैतरणा, उल्हास, सावित्री, तेरेखोल यांसारख्या प्रमुख नद्या साधारणपणे एकमेकांस समांतर दिशेने वाहत जाऊन अरबी समुद्रास मिळतात. नद्यांच्या मुखाशी खाड्या तयार झालेल्या आहेत.

उदा., वसईची खाडी, धरमतरची खाडी, दाभोळची खाडी, जयगडची खाडी वगैरे.

नकाशा क्र. 3.6 : कोकणातील नद्या (कोकण खोरे)

विभागवार नद्या : कोकणच्या लांब परंतु अरुंद किनारपट्टीचे उत्तर कोकण, मध्य कोकण व दक्षिण कोकण असे तीन विभाग पाडले जातात. **(नकाशा क्र. 3.6 पाहा.)**

(1) उत्तर कोकणातून दमणगंगा, सूर्या, वैतरणा, तानसा, काळू, भातसई, उल्हास व मुरबाडी या नद्या वाहतात.

(2) मध्य कोकणातून पाताळगंगा, आंबा, कुंडलिका, काल, सावित्री, वशिष्ठी, शास्त्री या नद्या वाहतात.

(3) दक्षिण कोकणातून काजवी, मुचकुंदी, वाघोटने, शुक, गड, कर्ली व तेरेखोल या नद्या वाहतात.

कोकणामधील वरील नद्यांपैकी वैतरणा व उल्हास या नद्या जास्त लांबीच्या आहेत. या नद्यांच्या मुखाजवळ त्यांचा प्रवाह किनाऱ्यास समांतर आहे, याचे मुख्य कारण तेथे असणाऱ्या डोंगरांच्या काही रांगा होय.

उगमाजवळ मोठ्या प्रमाणात झीज

कोकणातून अतिशय वेगाने वाहणाऱ्या या नद्यांनी त्यांच्या उगमाच्या क्षेत्रात तेथील प्रदेशाची मोठ्या प्रमाणात झीज केलेली आहे आणि हळूहळू जलविभाजक पूर्वेकडे सरकत आहेत. अनेक ठिकाणी नदीचौर्याची शक्यता निर्माण झालेली आहे. विशेषतः त्र्यंबक घाटात आणि ताम्हणी भागात नदीचौर्य आढळते. वैतरणा आणि सावित्री नद्यांनी पूर्वेकडे वाहणाऱ्या काही प्रवाहांचा मार्ग आपल्या पात्रामध्ये वळवून घेतलेला आहे.

महाराष्ट्राच्या राजधानीचे स्थान कोकणात आहे. मुंबईचा फार मोठ्या प्रमाणात विकास झालेला आहे. मुंबई, ठाणे, कल्याण इत्यादी औद्योगिकदृष्ट्या प्रगत शहरे कोकणात आहेत. त्या मानाने अलिबाग, रत्नागिरी, चिपळूण व वेंगुर्ला या शहरांचा कमी विकास झालेला आहे.

महाराष्ट्राची नदीप्रणाली : 3 - अ

मुख्य नदीचे खोरे	लांबी व क्षेत्र (भारत व महाराष्ट्र)	राजकीय क्षेत्र	उपखोरे	उजव्या किनाऱ्याने मिळणाऱ्या उपनद्या	डाव्या किनाऱ्याने मिळणाऱ्या उपनद्या
गोदावरी नदी	**भारत :** लांबी : 1,465 कि. मी. क्षेत्रफळ : 3,13,389 चौ.कि.मी. **महाराष्ट्र :** लांबी : 668 कि. मी. क्षेत्रफळ : 1,53,779 चौ.कि.मी.	**नाशिक** जिल्ह्याचा दक्षिण भाग; **अहमदनगर** जिल्ह्याचा उत्तर भाग; **मराठवाड्यातील** सर्व जिल्हे; **विदर्भातील** वाशीम, यवतमाळ, वर्धा, नागपूर, भंडारा, गोंदिया, चंद्रपूर व गडचिरोली जिल्हे.	गोदावरी मुख्य खोरे	दारणा, प्रवरा, मुळा, बोरा, सिंदफणा (बिंदुसरा), कुंडलिका, सरस्वती.	कादवा, शिवना, खाम.
			गोदावरी–पूर्णा खोरे	अंजना, गिरजा, कापरा, दुधना.	खेळणा.
			मांजरा नदीचे खोरे	तावरजा, तेरणा, गिरणा.	मन्याड, लेंडी.
			पैनगंगा खोरे	कयाधू	पूस, आरणा, वाघाडी, खुनी.
			वर्धा खोरे	वेमला, निरगुडा, विदर्भ.	कार, बोर, नंद, इरई.
			वैनगंगा खोरे	कन्हान (पेंच, कोलार) नाग, मूल, अंधारी, पठारी.	सुर, चुलबंद, गाढवी, खोब्रागडी, बाघ, कटराणी, फुअर, बांदिया, डोंगरी.
			प्राणहिता–इंद्रावती खोरे	—	कोठारी.

पुढे चालू ➤

मुख्य नदीचे खोरे	लांबी व क्षेत्र (भारत व महाराष्ट्र)	राजकीय क्षेत्र	उपखोरे	उजव्या किनाऱ्याने मिळणाऱ्या उपनद्या	डाव्या किनाऱ्याने मिळणाऱ्या उपनद्या
भीमा नदी	**महाराष्ट्र :** लांबी : 451 कि. मी. क्षेत्रफळ : 46,184 चौ. कि. मी.	**पुणे व सोलापूर** हे दोन्ही जिल्हे, **साताऱ्यातील** खंडाळा, फलटण व माण तालुके,	भीमा खोरे	भामा, इंद्रायणी, मुळा–मुठा, पवना, वेळ, कऱ्हा, नीरा, माण, बोर.	कुकडी, पुष्पावती, मीना, घोड.
		मराठवाड्यातील बीड जिल्ह्यातील आष्टी व उस्मानाबाद जिल्ह्यातील परांडा, भूम, तुळजापूर, उमरगा तालुके.	सीना खोरे	–	भोगावती, बोरी.
कृष्णा नदी	**भारत :** लांबी : 1,400 कि. मी. क्षेत्रफळ : 2,58,948 चौ. कि. मी. **महाराष्ट्र :** लांबी : 282 कि. मी. क्षेत्रफळ : 28,700 चौ. कि. मी.	**सातारा :** खंडाळा, माण व फलटण तालुका वगळून; **सांगली :** जत व खानापूरचा पूर्व भाग वगळून; **संपूर्ण कोल्हापूर जिल्हा.**	कृष्णा खोरे	कोयना, वारणा, पंचगंगा [कुंभी, कासारी, तुळशी, भोगावती व सरस्वती (गुप्त)], दूधगंगा, वेदगंगा, घटप्रभा, ताम्रपर्णी.	येरळा, नंदला, अग्रणी.
तापी नदी	**भारत :** लांबी : 724 कि. मी. क्षेत्रफळ : 65,150 चौ. कि. मी. **महाराष्ट्र :** लांबी : 208 कि. मी. क्षेत्रफळ : 31,660 चौ. कि. मी.	**पश्चिम विदर्भाचा** अमरावती, अकोला व बुलडाणा. **खानदेशचे** जळगाव, धुळे व नंदुरबार जिल्हे.	पूर्णा-तापी खोरे	चंद्रभागा, भुलेश्वरी, नंद, वान.	कापरा, सिपना, गाडगी, डोलर (अमरावती जिल्ह्यातील तापीच्या उपनद्या) पेढी, काटेपूर्णा, मोरना, मण, नळगंगा, बिसवा.
			तापी-पूर्णा खोरे	गोमई	वाघूर, गिरणा (अरम, लितूर, मोसम) बोरी, पांझरा, बुराई.

पुढे चालू ➤

मुख्य नदीचे खोरे	लांबी व क्षेत्र (भारत व महाराष्ट्र)	राजकीय क्षेत्र	उपखोरे	उजव्या किनाऱ्याने मिळणाऱ्या उपनद्या	डाव्या किनाऱ्याने मिळणाऱ्या उपनद्या
कोकण	नद्यांची लांबी : 49 ते 155 कि.मी. क्षेत्रफळ : 30,394 चौ. कि. मी.	मुंबई शहर, मुंबई उपनगर, ठाणे, पालघर, रायगड, रत्नागिरी, सिंधुदुर्ग.	उत्तर कोकण	**स्वतंत्र नद्या :** दमणगंगा, वरोळी, सूर्या, वैतरणा (दहरेजा, पिंजाल, लोहानी, बांद्री उपनद्या), तानसा, भातसई, काळू, उल्हास (मुरबाडी, बारबी उपनद्या).	
			मध्य कोकण	**स्वतंत्र नद्या :** पाताळगंगा, आंबा, कुंडलिका, काळ, गांधार, भोगावती, घोड, सावित्री, भारजा, जोग, वशिष्ठी (जगबुडी उपनदी), शास्त्री (बाव उपनदी).	
			दक्षिण कोकण	**स्वतंत्र नद्या :** काजळी, मुचकुंदी, काजवी, शुक, देवगड आचरा, गड, कर्ली (कार्ली उपनदी), तेरेखोल, कळणा, तिलारी.	
नर्मदा नदी	**भारत :** लांबी : 1,312 कि.मी. क्षेत्रफळ : 98,795 चौ.कि.मी. **महाराष्ट्र :** लांबी : 54 कि.मी. क्षेत्रफळ : –	नंदुरबार जिल्ह्याची वायव्य सरहद्द	–	–	–

महाराष्ट्रातील नद्यांची खोरी : 3 – ब

1. गोदावरी खोरे

धरणे : (1) गंगापूर धरण (नाशिक) : गोदावरी – देशातील पहिले.

       (2) जायकवाडी प्रकल्पांतर्गत : (अ) पैठण (नाथसागर जलाशय, औरंगाबाद जिल्हा) : गोदावरी नदी (ब) दारणा धरण (नाशिक) दारणा नदी (क) भंडारदरा धरण (अहमदनगर) : प्रवरा नदी (ड) सिंदफणा धरण : सिंदफणा नदी (इ) येलदरी व सिद्धेश्वर धरण (हिंगोली) : दक्षिण पूर्णा नदी (ई) मन्याड धरण (नांदेड) : मन्याड नदी

संगमावरील शहरे/ठिकाणे : (1) टोके (अहमदनगर) : गोदावरी व प्रवरा; (2) सिरोंचा (गडचिरोली) : गोदावरी व प्राणहिता; (3) नेवासे (अहमदनगर) : प्रवरा व मुळा; (4) संगमनेर (अहमदनगर) : प्रवरा व महाळुंगी.

नदीकाठावरील महत्त्वाची शहरे : गोदावरी नदी : नाशिक, पैठण, गंगाखेड, कोपरगाव व नांदेड.

खोऱ्यातील प्रमुख शहरे : नाशिक, औरंगाबाद, जालना, बीड व नांदेड.

पुढे चालू ➤

2. पैनगंगा नदीचे खोरे

धरणे : (1) इसापूर धरण (यवतमाळ) : पैनगंगा नदी; (2) पूस धरण (यवतमाळ) : वनवाली येथे पूस नदीवर;

(3) सायखेड धरण (यवतमाळ) : खुनी नदी; (4) वाघाडी धरण (यवतमाळ) : वाघाडी नदी

संगमावरील शहरे/ठिकाणे : (1) हिवरा (जि. यवतमाळ) : पैनगंगा-पूस नदी;

(2) जुगद (जि. यवतमाळ) : पैनगंगा-वर्धा नदी.

नदीकाठावरील महत्त्वाची शहरे : (1) पैनगंगा नदी : मेहेकर (बुलडाणा); (2) पूस नदी : पुसद व महागाव (यवतमाळ);

(3) वाघाडी नदी : घाटंजी (यवतमाळ); (4) खुनी नदी : पांढरकवडा (यवतमाळ);

(5) अरुणावती नदी : अर्णी.

खोऱ्यातील प्रमुख शहरे : उमरखेड, पुसद, दिग्रस, घाटंजी व पांढरकवडा.

3. वर्धा नदीचे खोरे

धरणे : (1) बोर धरण : बोरी नदी; (2) पोथरा धरण : पोथरी नदी.

संगमावरील शहरे/ठिकाणे : (1) नांदेसावंगी (यवतमाळ) : वर्धा व बेंबळा नदी

(2) रामतीर्थ (यवतमाळ) : वर्धा व रामगंगा नदी

नदीकाठावरील महत्त्वाची शहरे/ठिकाणे : वर्धा नदी : पुलगाव (वर्धा).

खोऱ्यातील प्रमुख शहरे : (1) अमरावती : वरूड, मोर्शी व तिवसा; (2) वर्धा : आष्टी, आर्वी पुलगाव;

(3) चंद्रपूर : वरोडा, भद्रावती, राजुरा व चंद्रपूर;

(4) यवतमाळ : बाभूळगाव, कळंब, राळेगाव, मारेगाव, वणी व राजूर.

4. वैनगंगा नदीचे खोरे

धरणे : (1) इटियाडोह धरण : गाढवी नदी; (2) दीना धरण : दीना नदी.

संगमावरील शहरे/ठिकाणे : (1) घुग्गुसजवळ वाढा (चंद्रपूर) : वर्धा व पैनगंगा नदी

(2) काटी गावाजवळ (गोंदिया) : वैनगंगा व वाघ नदी

(3) भंडारा (भंडारा) : वैनगंगा व सूर नदी

(4) चपराळा (गडचिरोली) : वर्धा व वैनगंगा नदीचा संगम पुढे 'प्राणहिता नदी' या नावाने प्रवाह.

(5) अहेरी व सिरोंचा (गडचिरोली) : प्राणहिता नदी

(6) सिरोंचाजवळ नगरम (गडचिरोली) : गोदावरी व प्राणहिता (वर्धा व वैनगंगा) नदी

(7) भामरागड (गडचिरोली) : इंद्रावती, पर्लकोटा व मापुलगौतम यांचा त्रिवेणी संगम.

नदीकाठावरील महत्त्वाची शहरे : वैनगंगा नदी : पवनी, भंडारा, गडचिरोली, चार्मोशी, अहेरी व सिरोंचा.

खोऱ्यातील प्रमुख शहरे : भंडारा, तुमसर, गोंदिया व गडचिरोली.

5. भीमा नदीचे खोरे

धरणे : (1) घोड प्रकल्प : घोड नदी; (2) वीर धरण : नीरा नदी; (3) भाटघर धरण : येळवंडी नदी (नीरेची उपनदी);

(4) पानशेत धरण : मुठा नदीची उपनदी अंबी; (5) खडकवासला धरण : मुठा नदी;

(6) वरसगाव धरण : मुळा नदी (मुठेची उपनदी); (7) मुळशी धरण : मुळा नदी; (8) उजनी धरण : भीमा.

पुढे चालू ➤

5. भीमा नदीचे खोरे

संगमावरील शहरे/ठिकाणे : (1) पुणे : मुळा-मुठा नदी; (2) शिरूर (पुणे) कुकडी व घोड नद्यांच्या संगमाजवळ;

(3) रांजणगाव- अष्टविनायकांपैकी एक (पुणे) मुळा-मुठा संयुक्त प्रवाह व भीमा नदी;

(4) नीरा-नरसिंगपूर : भीमा व नीरा.

नदीकाठावरील महत्त्वाची शहरे : (1) पुणे : मुळा-मुठा नदी; (2) इंद्रायणी-देहू व आळंदी; (3) जेजुरी-कन्हा नदी;

(4) पंढरपूर-भीमा नदी

खोऱ्यातील प्रमुख शहरे : पुणे, सोलापूर, बारामती, फलटण, बार्शी.

6. कृष्णा नदीचे खोरे

धरणे : (1) धोम धरण (सातारा) : वाईजवळ कृष्णा नदी;

(2) कोयना धरण (शिवसागर सातारा) : हेळवाकजवळ कोयना नदी

(3) चांदोली धरण (सांगली) : चांदोलीजवळ वारणा नदी;

(4) राधानगरी धरण (कोल्हापूर) : भोगावती.

(5) काळम्मावाडी धरण (कोल्हापूर) : दूधगंगा नदी

(6) तुळशी धरण (कोल्हापूर) : तुळशी

संगमावरील शहरे/ठिकाणे : (1) माहुली (सातारा) : कृष्णा व वेण्णा;

(2) कन्हाड (सातारा) : कृष्णा व कोयना नदी;

(3) नृसिंहवाडी (कोल्हापूर) : कृष्णा व पंचगंगा नदी;

(4) हरिपूर (सांगली) : कृष्णा व वारणा नदी

(5) भिलवडी (सांगली) : कृष्णा व येरळा

नदीकाठावरील महत्त्वाची शहरे : कृष्णा नदी : वाई, कराड, सांगली, औदुंबर, नृसिंहवाडी; पंचगंगा नदी : कोल्हापूर.

खोऱ्यातील शहरे : वाई, सातारा, कन्हाड, सांगली व कोल्हापूर.

7. तापी नदीचे खोरे

धरणे : (1) महान धरण (अकोला) : काटेपूर्णा नदी;

(2) नळगंगा धरण (बुलडाणा) : नळगंगा नदी;

(3) दहिगाव व जामदे येथील धरणे (जळगाव) : गिरणा नदी;

(4) सुसरी धरण (जळगाव) : गोमती नदी;

(5) सय्यदनगर येथील धरण (धुळे) : पांझरा नदी;

(6) फोफर धरण : बुराई नदी;

(7) अनेर धरण : अनेर नदी.

संगमावरील शहरे/ठिकाणे : (1) मुदावड (धुळे) : तापी व पांझरा नदी; (2) प्रकाशे (नंदुरबार) : तापी व गोमती नदी.

नदीकाठावरील महत्त्वाची शहरे : (1) पातूर (अकोला) : निर्गुणा नदीकाठावर; (2) शेगाव (बुलडाणा) : मास नदीकाठावर;

(3) मोर्णा नदी : अकोला; (4) नळगंगा नदी : मलकापूर (बुलडाणा);

(5) तिस्तूर नदी : चाळीसगाव (जळगाव); (6) पांझरा नदी : धुळे;

(7) कान नदी : साक्री गाव; (8) अरुणावती : शिरपूर; (9) बुराई : सिंदखेडा

(10) गोमती : शहादा

पुढे चालू ➢

7. तापी नदीचे खोरे

खोऱ्यातील प्रमुख शहरे : (1) अकोला : मूर्तिजापूर, अकोला, पातूर, बालापूर;

(2) बुलडाणा : खामगाव, मलकापूर;

(3) जळगाव : भुसावळ, जळगाव, अमळनेर;

(4) धुळे : धुळे, साक्री;

(5) नंदुरबार : नंदुरबार, शहादा, तळोदा, नवापूर

8. नर्मदा नदीचे खोरे

धडगाव (नंदुरबार) : नर्मदेच्या उदई उपनदीच्या काठावर.

9. कोकण खोरे

संगमावरील शहरे/ठिकाणे : महाड (रायगड) : सावित्री व गांधार नदी

नदीकाठावरील महत्त्वाची शहरे : (1) पेण (रायगड) : भोगावती नदी; (2) शहापूर (ठाणे) : भातसई नदी;

(3) कर्जत (रायगड) : उल्हास नदी; (4) पोलादपूर (रायगड) : सावित्री;

(5) माणगाव (रायगड) : घोड नदी; (6) पाली (रायगड) : अंबा नदी;

(7) खालापूर (रायगड) : पाताळगंगा नदी; (8) रोहा (रत्नागिरी) कुंडलिका नदी;

(9) दापोली (रत्नागिरी) : जोग नदी; (10) चिपळूण (रत्नागिरी) : वशिष्ठी नदी;

(11) राजापूर (रत्नागिरी) : काजवी नदी; (12) कणकवली (सिंधुदुर्ग) : गड नदी.

बहुपर्यायी प्रश्न

1. विदर्भाच्या पूर्व भागात नद्या . . . . दिशेने वाहतात.
   (1) पूर्व-पश्चिम　　(2) दक्षिण-उत्तर　　(3) पश्चिम-पूर्व　　(4) उत्तर-दक्षिण
2. पूर्व-पश्चिम दिशेने . . . . मध्ये नद्या वाहतात.
   (1) खानदेश　　(2) पश्चिम महाराष्ट्र　　(3) मराठवाडा　　(4) पूर्व विदर्भ
3. महाराष्ट्रात . . . . ही प्रमुख जलविभाजक आहे.
   (1) शंभूमहादेव डोंगररांग　　　　(2) हरिश्चंद्र-बालाघाट डोंगररांग
   (3) सह्याद्री पर्वत　　　　(4) सातमाळा-अजिंठा डोंगररांग
4. महाराष्ट्राच्या वायव्य सरहद्दीला . . . . नदी स्पर्श करून जाते.
   (1) तेरेखोल　　(2) इंद्रावती　　(3) नर्मदा　　(4) गोदावरी
5. महाराष्ट्रात . . . . नदीला सर्वांत जास्त उपखोरी आहेत.
   (1) कृष्णा　　(2) गोदावरी　　(3) तापी　　(4) नर्मदा
6. गोदावरीच्या खोऱ्याने महाराष्ट्राचे . . . . क्षेत्र व्यापलेले आहे.
   (1) 25%　　(2) 80%　　(3) 49%　　(4) 60%
7. गोदावरीचा उगम नाशिक जिल्ह्यात . . . . येथे झालेला आहे.
   (1) अस्तंभा　　(2) गाळणा　　(3) ब्रह्मगिरी　　(4) महाबळेश्वर
8. महाराष्ट्राचे सर्वांत जास्त क्षेत्रफळ . . . . नदीने व्यापलेले आहे.
   (1) कृष्णा　　(2) भीमा　　(3) तापी　　(4) गोदावरी
9. प्रवरा, सिंदफणा व दुधना या . . . . नदीच्या उपनद्या आहेत.
   (1) कृष्णा　　(2) भीमा　　(3) तापी　　(4) गोदावरी
10. गोदावरी नदीचे . . . . उपखोरे आहे.
    (1) सीना　　(2) पैनगंगा　　(3) पंचगंगा　　(4) वैनगंगा

11. कन्हान, पेंच व बाघ या उपनद्या . . . . खोऱ्यात आहेत.
    (1) वर्धा (2) पैनगंगा (3) वैनगंगा (4) इंद्रावती

12. भीमा नदीचा उगम . . . . येथे आहे.
    (1) त्र्यंबकेश्वर (2) महाबळेश्वर (3) भीमाशंकर (4) अजिंठा डोंगर

13. भीमा नदीला डाव्या किनाऱ्याने मुख्यतः . . . . नदी मिळते.
    (1) सीना (2) मांजरा (3) इंद्रावती (4) पूर्णा

14. कृष्णा, कोयना, वेण्णा, गायत्री व सावित्री या पाच नद्यांचा उगम एका ठिकाणी . . . . येथे होतो.
    (1) ब्रह्मगिरी (2) मुलताई (3) क्षेत्र महाबळेश्वर (4) मैकल

15. संपूर्ण . . . . जिल्ह्याचा समावेश कृष्णा नदीच्या खोऱ्यात होतो.
    (1) धुळे (2) गडचिरोली (3) सिंधुदुर्ग (4) कोल्हापूर

16. नीरा नदी . . . . जिल्ह्याची सरहद्द निर्माण करते.
    (1) नाशिक व अहमदनगर (2) सोलापूर व सांगली
    (3) कोल्हापूर व सांगली (4) पुणे व सातारा

17. कृष्णा नदीला डाव्या किनाऱ्याने फक्त . . . . नदी मिळते.
    (1) कोयना (2) सीना (3) येरळा (4) पूर्णा

18. कऱ्हाड येथे . . . . नद्यांचा संगम होतो.
    (1) कृष्णा व कोयना (2) भीमा व सीना
    (3) गोदावरी व प्राणहिता (4) तापी व पूर्णा

19. कोल्हापूर जिल्ह्याची जीवनवाहिनी . . . . आहे.
    (1) पैनगंगा (2) पंचगंगा (3) पाताळगंगा (4) पेंच

20. दक्षिणेस सातमाळा-अजिंठा डोंगररांगा व उत्तरेस सातपुडा पर्वत यांच्या दरम्यान . . . . नदी वाहते.
    (1) गोदावरी (2) भीमा (3) तापी (4) वैनगंगा

21.★ महाराष्ट्रात पुन्हा प्रवेश करणाऱ्या . . . . नद्या आहेत.
    (1) 1 (2) 3 (3) 4 (4) यापैकी कोणतेही नाही.

22. तापी नदीची मुख्य उपनदी . . . . आहे.
    (1) पूर्णा (2) पैनगंगा (3) सीना (4) कोयना

23. तापी खोऱ्यात उपनद्या प्रामुख्याने . . . . दिशेने वाहतात.
    (1) पूर्व-पश्चिम (2) उत्तर-दक्षिण आणि दक्षिण-उत्तर
    (3) पश्चिम-पूर्व (4) यापैकी कोणतेही नाही.

24. . . . . नदी खोल घळईमधून वाहते.
    (1) भीमा (2) प्राणहिता (3) नर्मदा (4) तेरेखोल

25. महाराष्ट्रात . . . . नदीची लांबी सर्वांत कमी आहे.
    (1) गोदावरी (2) तापी (3) कृष्णा (4) नर्मदा

26. . . . . मधील नद्या अतिशय आखूड असतात.
    (1) खानदेश (2) पश्चिम महाराष्ट्र (3) कोकण (4) विदर्भ

27. कोकणात सर्वांत जास्त लांबीची नदी . . . . ही आहे.
    (1) उल्हास (2) वैतरणा (3) सावित्री (4) वशिष्ठी

28. चंद्रपूर जिल्ह्यात प्रसिद्ध . . . . तलाव आहे.
    (1) भंडारदरा (2) तानसा (3) खडकवासला (4) ताडोबा

29. लोणार सरोवर . . . . जिल्ह्यात आहे.
    (1) बुलडाणा (2) अकोला (3) जळगाव (4) पुणे

30. ठाणे जिल्ह्यात . . . . येथे गरम पाण्याचे झरे आहेत.
    (1) चांगदेव (2) साव (3) वज्रेश्वरी (4) उनपदेव

31. महाराष्ट्रात सर्वसाधारण नदीप्रणाली . . . . आहे.
    (1) पश्चिमवाहिनी (2) पूर्ववाहिनी (3) दक्षिणवाहिनी (4) उत्तरवाहिनी

32. पूर्व विदर्भातील नद्या . . . . ला मिळतात.
   (1) तापी   (2) कृष्णा   (3) गोदावरी   (4) भीमा

33. प्रवरा व मुळा नदीचा संयुक्त प्रवाह . . . . येथे गोदावरीस मिळतो.
   (1) नेवासे   (2) नांदूर   (3) पैठण   (4) पूर्णा स्थानक

34. भीमा खोऱ्यात . . . . जिल्ह्याचा संपूर्णपणे समावेश होतो.
   (1) अहमदनगर   (2) सातारा   (3) उस्मानाबाद   (4) पुणे

35. पवित्र तीर्थक्षेत्र पंढरपुरातून . . . . नदी वाहते.
   (1) नीरा   (2) भीमा   (3) मांजरा   (4) पूर्णा

36. मुळा-मुठेचा संयुक्त प्रवाह . . . . जवळ भीमा नदीस मिळतो.
   (1) रांजणगाव   (2) शिरूर   (3) टेंभुर्णी   (4) पिंपळगाव

37. कुरुंदवाडजवळ कृष्णेला . . . . नदी मिळते.
   (1) वेण्णा   (2) पंचगंगा   (3) वारणा   (4) दूधगंगा-वेदगंगा

38. मध्य प्रदेशातील बऱ्हाणपूर खिंडीतून महाराष्ट्रात जळगाव जिल्ह्यात . . . . शहराजवळ तापी नदी पुन्हा प्रवेश करते.
   (1) शहादा   (2) अमरावती   (3) रावेर   (4) बुलडाणा

39. जळगाव जिल्ह्यातील श्री क्षेत्र चांगदेवजवळ . . . . संगम होतो.
   (1) कृष्णा-कोयना   (2) तापी-पूर्णा   (3) वर्धा-वैनगंगा   (4) मुळा-मुठा

40. उत्तरेस सातपुडा पर्वतरांग व दक्षिणेस सातमाळा-अजिंठा डोंगरांनी . . . . खोरे मर्यादित झालेले आहे.
   (1) कृष्णा   (2) वर्धा   (3) तापी-पूर्णा   (4) सीना

41. कोकणातील नद्या . . . . वाहिनी आहेत.
   (1) पश्चिम   (2) उत्तर   (3) पूर्व   (4) दक्षिण

42. कोकणातील नद्यांचे . . . . हे वैशिष्ट्य आहे.
   (1) चंद्राकृती सरोवरे   (2) पूरमैदाने   (3) खाडी   (4) त्रिभुज प्रदेश

43. मध्य कोकणातून पाताळगंगा, वशिष्ठी व . . . . नद्या वाहतात.
   (1) दमणगंगा   (2) वैतरणा   (3) तेरेखोल   (4) शास्त्री

44. . . . . मध्ये महाराष्ट्राचा तलावांचा प्रदेश आहे.
   (1) पूर्व विदर्भ   (2) कोकण   (3) दक्षिण महाराष्ट्र   (4) खानदेश

45. तानसा, विहार व वैतरणा तलाव . . . . ला पाणीपुरवठा करतात.
   (1) पुणे   (2) नागपूर   (3) मुंबई   (4) औरंगाबाद

46. पालघर जिल्ह्यात . . . . व . . . . या महत्त्वाच्या नद्या आहेत.
   (1) काजवी-मुचकुंदी   (2) वैतरणा व उल्हास   (3) सावित्री व वशिष्ठी   (4) मुळा व मुठा

47. भूभागाच्या पुनरुद्धारामुळे (Reclamation) . . . . खाडी मुंबई बेटाशी जोडलेले आहे.
   (1) ठाणे   (2) वैतरणा   (3) उल्हास   (4) भातसा

48. गोदावरी खोऱ्याची . . . . प्रमुख उपखोरी आहेत.
   (1) 7   (2) 6   (3) 4   (4) 8

49. कोकणामध्ये . . . . उपखोरी आहेत.
   (1) 3   (2) 2   (3) 4   (4) 5

50. भारतात गंगा नदीच्या खालोखाल . . . . ला पवित्र नदी मानली जाते.
   (1) कृष्णा   (2) तापी   (3) भीमा   (4) गोदावरी

51. . . . . संयुक्त प्रवाहावर नेवासे वसलेले आहे.
   (1) बिंदुसरा आणि सिंदफणा   (2) प्रवरा आणि मुळा
   (3) कृष्णा व पंचगंगा   (4) तापी व पूर्णा

52. गोदावरी आणि पूर्णा या नद्यांचा संगम . . . . स्थानकाच्या दक्षिणेस होतो.
   (1) नेवासे   (2) कोंडळवाडी   (3) पूर्णा   (4) बल्लारपूर

53. अजिंठा टेकड्यात . . . . नदीचा उगम होतो.
   (1) पैनगंगा   (2) मांजरा   (3) पूर्णा   (4) वर्धा

54. वर्धा आणि वैनगंगा नद्यांचा संगम . . . . च्या दक्षिणेस होतो.

   (1) जालना   (2) वर्धा   (3) भंडारा   (4) चंद्रपूर

55. . . . . नद्यांच्या संगमानंतर संयुक्त प्रवाहास 'प्राणहिता' या नावाने ओळखले जाते.

   (1) कादवा आणि दारणा   (2) वर्धा – वैनगंगा

   (3) पैनगंगा आणि कयाधू   (4) कन्हान आणि पेंच

56. महाराष्ट्रात गोदावरी खोऱ्यात जसजसे पूर्वेकडे जावे तसतसा तिचा विस्तार . . . .

   (1) वाढत जातो.   (2) तसाच राहतो.

   (3) कमी-कमी होत जातो.   (4) वरीलपैकी कोणतेही नाही.

57. कर्नाटकात रायचूरजवळ कुरूगुडी येथे . . . . नद्यांचा संगम होतो.

   (1) कृष्णा व भीमा   (2) कृष्णा व पंचगंगा

   (3) घटप्रभा व मलप्रभा   (4) गोदावरी व पैनगंगा

58. भीमा खोऱ्यात . . . . जिल्ह्यांचा संपूर्णपणे समावेश होतो.

   (1) अहमदनगर व सातारा   (2) बीड व उस्मानाबाद

   (3) सांगली व कोल्हापूर   (4) पुणे व सोलापूर

59. भामनेर खोऱ्यातून भीमा नदी वाहताना . . . . मधून वाहत जाते.

   (1) सपाट व रुंद दरी   (2) अतिशय खडकाळ व अरुंद दरी

   (3) संथपणे रुंद दरी   (4) वरीलपैकी कोणतेही नाही.

60. भीमा खोऱ्यात रांजणगावजवळ . . . . या नद्या येऊन मिळतात.

   (1) नीरा व कन्हा   (2) सीना व भोगावती   (3) मुळा व मुठा   (4) कुकडी व मीना

61. भीमा नदीच्या डाव्या बाजूला सर्वांत मोठे . . . . नदीचे खोरे आहे.

   (1) सीना   (2) माण   (3) नीरा   (4) मुळा-मुठा

62. . . . . नदीच्या काठावर देहू-आळंदी तीर्थक्षेत्रे आहेत.

   (1) भीमा   (2) पंचगंगा   (3) इंद्रायणी   (4) कृष्णा

63. कृष्णा नदीचा उतार सुरुवातीस . . . . आहे; नंतर या नदीचा प्रवाह पूर्वेस व आग्नेयेस आहे.

   (1) उत्तरेस   (2) दक्षिणेस

   (3) पश्चिमेस   (4) वरीलपैकी कोणतेही नाही.

64. महाराष्ट्रात कृष्णा नदीचा प्रवाह फक्त . . . . कि. मी. लांबीचा आहे.

   (1) 54   (2) 208   (3) 49   (4) 282

65. पश्चिमेस सह्याद्री पर्वत आणि ईशान्येस शंभूमहादेव डोंगररांगा यांच्या दरम्यान . . . . आहे.

   (1) कृष्णा खोरे   (2) भीमा खोरे   (3) गोदावरी खोरे   (4) तापी खोरे

66. कृष्णा नदीच्या खोऱ्यात संपूर्ण . . . . जिल्ह्याचा समावेश होतो.

   (1) सातारा   (2) उस्मानाबाद   (3) कोल्हापूर   (4) सोलापूर

67. महाराष्ट्रामधील कृष्णा नदीच्या खोऱ्यास . . . . कृष्णा खोरे असेही संबोधले जाते.

   (1) लोअर   (2) अप्पर

   (3) मिडल   (4) वरीलपैकी कोणतेही नाही.

68. कृष्णा नदीला बहुतेक सर्व उपनद्या . . . . मिळतात.

   (1) उत्तरेकडून   (2) पूर्वेकडून

   (3) पश्चिम व दक्षिणेकडून   (4) वरीलपैकी कोणतेही नाही.

69. कुरुंदवाडजवळ . . . . नद्यांचा संगम होतो.

   (1) कृष्णा व कोयना   (2) कृष्णा व वारणा   (3) कृष्णा व येरळा   (4) कृष्णा व पंचगंगा

70. तापी नदी . . . . आहे.

   (1) पश्चिमवाहिनी   (2) पूर्ववाहिनी   (3) उत्तरवाहिनी   (4) दक्षिणवाहिनी

71. मध्य प्रदेशात सातपुडा पर्वतरांगेवर मुलताई येथे . . . . नदीचा उगम होतो.

    (1) पूर्णा   (2) तापी   (3) वर्धा   (4) वैनगंगा

72. तापी नदीची मुख्य उपनदी . . . . आहे.

    (1) पैनगंगा   (2) सीना   (3) पूर्णा   (4) इंद्रावती

73. तापी नदीचे खोरे . . . . आहे.

    (1) रुंद   (2) चौकोनाकृती   (3) गोलाकृती   (4) अरुंद

74. अमरावती जिल्ह्याची वायव्य सरहद्द तापी नदीच्या . . . . मुळे निर्माण झालेली आहे.

    (1) निदरी   (2) घळई

    (3) सर्वसाधारण नदीपात्र   (4) वरीलपैकी कोणतेही नाही.

75. तापी नदीच्या खोऱ्यात सातपुडा पर्वतरांगेची दक्षिण बाजू लहान-लहान प्रवाहाने झिजलेली असून पायथ्याशी . . . . तयार झालेले आहेत.

    (1) शिलापद किंवा पिडमाँट   (2) मैदान   (3) अरुंद दरी   (4) वरीलपैकी कोणतेही नाही.

76. तापी आणि पूर्णा नद्यांचा संगम . . . . जवळ होतो.

    (1) श्रीक्षेत्र नृसिंहवाडी   (2) चंद्रपूर   (3) पैठण   (4) श्रीक्षेत्र चांगदेव

77. तापी खोऱ्यात मिळणाऱ्या बऱ्याच उपनद्या . . . . वाहतात.

    (1) पश्चिम-पूर्व   (2) समांतर

    (3) काटछेदरीत्या   (4) वरीलपैकी कोणतेही नाही.

78. महाराष्ट्राच्या वायव्य सरहद्दीजवळून . . . . नदी वाहते.

    (1) तापी   (2) इंद्रावती   (3) नर्मदा   (4) तेरेखोल

79. उत्तरेस दमणगंगा नदी व दक्षिणेस तेरेखोल नदी यांच्या दरम्यान . . . . चा विस्तार आहे.

    (1) कोकण किनारपट्टी   (2) खानदेश   (3) मराठवाडा   (4) विदर्भ

80. कोकणामधील नद्या लांबीने . . . . असून वेगाने वाहतात.

    (1) खूप लांब   (2) खूप आखूड

    (3) मध्यम लांब   (4) वरीलपैकी कोणतेही नाही.

81. कोकणामधील नद्यांचे . . . . हे मुख्य वैशिष्ट्य आहे.

    (1) चंद्राकृती सरोवरे   (2) त्रिभुज प्रदेश   (3) खाडी   (4) पूरमैदान

82. कोकण नद्यांच्या पश्चिम घाटामधील उगमाच्या क्षेत्राजवळ . . . . शक्यता निर्माण झालेली आहे.

    (1) रांजण खळगे   (2) पंखाच्या आकाराची मैदाने

    (3) पूरतट   (4) नदीचौर्य

83. नर्मदा नदी खोल . . . . वाहते.

    (1) घळईतून   (2) निदरी

    (3) वळणदार प्रवाहामधून   (4) वरीलपैकी कोणतेही नाही.

84. योग्य जोड्या लावा.

यादी - I (उपनद्या)	यादी - II (मुख्य नदी)
(अ) कुकडी	(i) गोदावरी
(ब) काटेपूर्णा	(ii) भीमा
(क) सिंदफणा	(iii) कृष्णा
(ड) दूधगंगा	(iv) तापी

    (1) (अ – iv), (ब – iii), (क – ii), (ड – i)   (2) (अ – iv), (ब – i), (क – iii), (ड – ii)

    (3) (अ – ii), (ब – iv), (क – i), (ड – iii)   (4) (अ – i), (ब – ii), (क – iii), (ड – iv)

85. महाराष्ट्राच्या नदीप्रणाली संदर्भात खालील विधानावर विचार करा.

(A) भीमा नदीची मांजरा उपनदी आहे.

(B) तापी नदीची पेढी उपनदी आहे.

(1) (A) बरोबर, (B) चूक   (2) (A) चूक, (B) बरोबर

(3) दोन्हीही बरोबर   (4) दोन्हीही चूक

उत्तरसूची

1. 4	2. 1	3. 3	4. 3	5. 2	6. 3
7. 3	8. 4	9. 4	10. 2	11. 3	12. 3
13. 1	14. 3	15. 4	16. 4	17. 3	18. 1
19. 2	20. 3	21. 2	22. 1	23. 2	24. 3
25. 4	26. 3	27. 2	28. 4	29. 1	30. 3
31. 2	32. 3	33. 1	34. 4	35. 2	36. 1
37. 2	38. 3	39. 2	40. 3	41. 1	42. 3
43. 4	44. 1	45. 3	46. 2	47. 3	48. 4
49. 1	50. 4	51. 2	52. 3	53. 1	54. 4
55. 2	56. 3	57. 1	58. 4	59. 2	60. 3
61. 1	62. 3	63. 2	64. 4	65. 1	66. 3
67. 2	68. 3	69. 4	70. 1	71. 2	72. 3
73. 4	74. 2	75. 1	76. 4	77. 2	78. 3
79. 1	80. 2	81. 3	82. 4	83. 1	84. 3
85. 2					

स्पष्टीकरण

21. गोदावरी, मांजरा व तापी या तीन नद्या महाराष्ट्रात पुन्हा प्रवेश करतात.

4

हवामान

महाराष्ट्रातील ऋतू

(1) उन्हाळा : मार्च ते मे ; **(2) पावसाळा :** जून ते सप्टेंबर ; **(3) हिवाळा :** ऑक्टोबर ते फेब्रुवारी.

याचा आपण सखोलपणे अभ्यास करणार आहोत.

I.	**उन्हाळा : उन्हाळ्यातील हवामानाची परिस्थिती**

तापमान

21 मार्चनंतर उत्तर गोलार्धात सूर्यकिरणे **लंबरूप** पडण्यास प्रारंभ होतो. तसेच **दिनमानाचा कालही वाढत** जातो. महाराष्ट्राचे भौगोलिक स्थान सुमारे 16° उ. अ. ते 22° उ. अ. दरम्यान असल्याने या काळात **तापमान वाढत जाते.** कोकण किनारपट्टीस अरबी समुद्राच्या सान्निध्यामुळे खारे वारे व मतलई वारे यांचा फायदा मिळतो तर दख्खनचे पठार हे सह्याद्री पर्वतामुळे अरबी समुद्रापासून अलग झालेले आहे. मराठवाडा व विदर्भ हे भाग खंडांतर्गत प्रदेशात येत असल्याने त्यांना सागरी वाऱ्यांचा फायदा मिळत नाही. यामुळे **कोकण व पठारावरील तापमानामध्ये बरीच तफावत पडते.**

1. **दैनिक कमाल तापमान :** कोकणात दैनिक कमाल तापमान 30° ते 33° से. च्या दरम्यान आढळते. रत्नागिरीस 32° से. तर मुंबईला 33° से. तापमान असते. याच काळात दख्खनच्या पठारावर ते 35° ते 40° से. पर्यंत वाढते. पुण्याला 37° से. व सोलापूरला 41° से. पर्यंत तापमान वाढत जाते. तसेच आणखी पूर्वेकडे गेल्यास विदर्भमध्ये अतिशय कडक उन्हाळा अनुभवास येतो. **नागपूर व अमरावती भागात तर 42° ते 43° से. च्या आसपास तापमान असते. उन्हाळ्यात ऐन मोसमात खानदेश व विदर्भात 46° ते 48° से. पर्यंत तापमान वाढत असल्याची नोंद आहे तर कोकणात जास्तीतजास्त तापमान 41° से. पेक्षा जास्त वाढत नाही.**

2. **दैनिक किमान तापमान :** उत्तर कोकणात दैनिक किमान तापमान 26° ते 31° से. तर दक्षिण कोकणात 24° ते 27° से. दरम्यान असते. पुणे व सोलापूरला दैनिक किमान तापमान अनुक्रमे 22° से. व 25° से. तर अमरावती व नागपूर भागात 28° से. च्या आसपास दैनिक किमान तापमान असते.

3. **दैनिक तापमान कक्षा :** उन्हाळ्यात काही महत्त्वाच्या शहराच्या दैनिक तापमान कक्षा पाहिल्या असता असे आढळते की, **कोकणात दैनिक तापमान कक्षा 5° ते 6° से. दरम्यान असते** तर त्या मानाने पठारावर दैनिक तापमान कक्षा वाढत जाते. **पुणे, सोलापूर, नागपूर या भागात तापमान कक्षा 15° से. पेक्षा जास्त असते.** मे महिन्यातील अतिशय कडक ऊन असणाऱ्या दिवसाचे तापमान पाहिले असता आपल्या लक्षात येते की, विदर्भमध्ये किती असह्य उन्हाळा असतो.

उदाहरणार्थ, **नागपूरमध्ये दिवसाचे तापमान 48° से. पर्यंत वाढत जाते तर रात्रीचे तापमान 19° से. पर्यंत खाली घसरते. म्हणजेच त्या ठिकाणी दैनिक तापमान कक्षा 29° से. पर्यंत असते.** म्हणूनच विदर्भासारख्या प्रदेशात हवामान विषम स्वरूपाचे आहे. याचे असेही कारण आहे की, हा प्रदेश भारताच्या मध्य भागात असून तो अरबी समुद्रापासून व बंगालच्या उपसागरापासून अति दूर असल्याने थंड सागरी वाऱ्यांचा उपयोग तापमानातील ही तफावत कमी करण्यास होऊ शकत नाही.

- **मे महिन्याचे सरासरी कमाल तापमान (कालखंड 1941 ते 1990) :**

  - महाराष्ट्रात मे महिन्यात 42.5° से. पेक्षा जास्त सरासरी कमाल तापमान विदर्भाच्या पूर्व भागात भंडारा, गोंदिया व चंद्रपूर हे संपूर्ण जिल्हे तर नागपूर जिल्ह्याच्या पूर्व भागात; वर्धा जिल्ह्याच्या पूर्व भागात आणि गडचिरोलीच्या उत्तर भागात आढळते. **महाराष्ट्रात सर्वांत जास्त तापमानाची नोंद यवतमाळ जिल्ह्यात पुसदला 8 एप्रिल, 1990 रोजी 49.9° से. झालेली आहे.**

  - या खालोखाल जळगाव व वर्धा (48.4° से.), बीड (48.5° से.), चंद्रपूर व अमरावती (48.3° से.), सिरोंचा (48.2° से.), नागपूर (47.8° से.), अकोला (47.2° से.), नंदुरबार (46.1° से.), गोंदिया (46.1° से.) अशी नोंद आहे.

    यावरून असे लक्षात येईल की, **महाराष्ट्रात मराठवाडा, खानदेश आणि विदर्भात मे महिन्यात सरासरी कमाल तापमान 40° से. पेक्षा जास्त पाहावयास मिळते.**

हवेचा दाब व वारे

उन्हाळ्यात असे तापमान वाढत गेल्याने साहजिकच हवेचा दाब कमी-कमी होत जातो आणि **कोकण किनारपट्टीस समभार रेषा समांतर जातात.** उन्हाळ्याच्या सुरुवातीस समभार रेषांमधील अंतर जास्त असल्यामुळे वायुभाराचा उतार मंद स्वरूपाचा असतो. **एप्रिल व मे महिन्यात** जसजसा उन्हाळा कडक होत जातो तसतशा **समभार रेषा जवळजवळ** येऊ लागतात आणि **वायुभार तीव्र होत जातो.** अरबी समुद्रावरील जास्त दाबाच्या प्रदेशाकडून वारे वाहू लागतात व **किनारपट्टीवर दुपारच्या कडक उन्हानंतर आरोह प्रकारचा पाऊस पडतो;** तर मराठवाडा व विदर्भात उन्हाळ्याच्या शेवटच्या कालखंडात धुळीची वादळे निर्माण होतात. तसेच या खंडांतर्गत प्रदेशात **उन्हाळा तीव्र स्वरूपाचा असल्याने अमरावती, अकोला, नागपूर तसेच खानदेशात धुळे व जळगाव जिल्ह्यात उष्माघाताने काही लोक दगावल्याची उदाहरणे आहेत.**

पर्जन्य

उन्हाळा ऋतू जरी पावसाचा नसला तरी **एप्रिल व मे महिन्यात** अधूनमधून वळवाचा पाऊस पडत असतो व **काही वेळेस ढगांचा गडगडाट, विजांचा कडकडाट होऊन वादळी वारे** वाहतात; ते पाऊस देतात. कोल्हापूर जिल्ह्यात या काळात 8 ते 13 सें.मी. पाऊस पडतो. इतर ठिकाणी पावसाचे प्रमाण 2 ते 5 सें.मी. असते. महाराष्ट्रात एप्रिल व मे महिन्यात जो पाऊस पडतो याला भारतीय उपखंडातील हवामानाची परिस्थिती बऱ्याच अंशी कारणीभूत आहे.

हिवाळ्यात वायव्य भारतात तयार झालेला जास्त दाबाचा पट्टा सूर्य कर्कवृत्ताकडे येत असल्याने हळूहळू दक्षिणेकडे सरकतो. एप्रिल महिन्यात हा जास्त दाबाचा पट्टा भारताच्या दक्षिण भागात असतो व त्याचा बराचसा प्रदेश सागरावरही असतो. यावेळी **वायव्य भारतात कमी दाबाचा प्रदेश तयार होत असतो; परंतु तो अजूनही कमजोरच असतो.** या कमी दाबाच्या प्रदेशाकडे दक्षिणेकडील जास्त दाबाच्या प्रदेशाकडून वारे वाहू लागतात. हे वारे काही प्रमाणात समुद्रावरून वाहत येतात. ते एप्रिल व मे महिन्यात महाराष्ट्राच्याही काही भागावरून वाहत जाऊन पाऊस देतात. या वेळेस आंब्याचा बहर असतो म्हणून या पावसास 'आंबेसरी' असे म्हणतात.

- ◼ **मार्च ते मे (उन्हाळा) काळातील पर्जन्य :**

  - • **2.5 ते 5 सें.मी. पावसाचे प्रदेश :** महाराष्ट्रात दक्षिण मराठवाडा, पश्चिम विदर्भ व पश्चिम महाराष्ट्रातील नाशिकचा दक्षिण भाग, अहमदनगर, पुणे, साताऱ्यातील खंडाळा, फलटण, दहिवडी व सोलापूर जिल्ह्यात पावसाचे प्रमाण 2.5 ते 5 सें.मी. आहे.

  - • **5 ते 7.5 सें.मी. पावसाचे प्रदेश :** सिंधुदुर्ग जिल्ह्याचा सावंतवाडी वगळता संपूर्ण जिल्हा; रत्नागिरी जिल्ह्यातील राजापूर, लांजा, संगमेश्वर, चिपळूण; कोल्हापूर जिल्ह्याचा पश्चिम भाग; सातारा जिल्ह्याचा पश्चिम व दक्षिण भाग; सांगली जिल्ह्याचा उत्तर व पश्चिम भाग, कवठे-महांकाळ, जत याचप्रमाणे गडचिरोलीच्या दक्षिण भागात उन्हाळ्यातील पावसाचे प्रमाण 5 ते 7.5 सें.मी. आहे.

  - • **7.5 ते 10 सें.मी. पावसाचे प्रदेश :** कोल्हापूर जिल्ह्यातील करवीर, हातकणंगले, शिरोळ, गारगोटी, आजरा व चंदगड तालुके; सिंधुदुर्ग जिल्ह्यात सावंतवाडी याचप्रमाणे सांगली जिल्ह्यात इस्लामपूर (वाळवा) व सांगली तालुक्यात उन्हाळ्यात पावसाचे प्रमाण 7.5 सें.मी. ते 10 सें.मी. पाऊस पडतो.

  - • उत्तर महाराष्ट्र व कोकणात मुंबई, ठाणे, पालघर, रायगड जिल्ह्याचा उत्तर भाग, पूर्व विदर्भ तसेच औरंगाबादचा बराचसा भाग, जालना, परभणी व हिंगोलीच्या उत्तर भागात उन्हाळ्यात 1 ते 2.5 सें.मी. पावसाची नोंद होते.

  - • **10 ते 12 सें.मी. पावसाचे प्रदेश :** महाराष्ट्रात उन्हाळ्यात सर्वांत जास्त पाऊस कोल्हापूर जिल्ह्यात गडहिंग्लज व चंदगड तालुक्याच्या काही भागात 10 सें.मी. ते 12.5 सें.मी. दरम्यान पडतो.

II.   पावसाळा : नैर्ऋत्य मान्सून वाऱ्याच्या काळातील हवामानाची परिस्थिती

भारतीय मान्सूनची संकल्पना

भारतीय मान्सूनची संकल्पना समजण्यासाठी मान्सूनची ठळक वैशिष्ट्ये पाहू. **या सर्वसामान्य भारतीयांच्या मते, मान्सून म्हणजे पाऊस होय** तर खलाशांच्या दृष्टिकोनातून होडी वल्हविण्यासाठी सागरात वाऱ्याची दिशा कशी आहे ? वातावरण शास्त्रज्ञांच्या मते, **मान्सून म्हणजे भारतीय उपखंडामधील जानेवारी व जुलै काळातील प्रचलित वाऱ्याची उलट-सुलट दिशा होय.**

मान्सूननिर्मितीच्या बाबतीत परंपरागत स्पष्टीकरण : उन्हाळ्यात आशिया खंडाच्या अंतर्गत प्रदेशाचे तापमान जास्त असल्याने हवेचा अतिशय कमी दाबाचा प्रदेश निर्माण होतो. भारतीय उपखंडाच्या वायव्य भागात हवेचे स्वतंत्र कमी दाबाचे केंद्र निर्माण होते. दक्षिण गोलार्धातील हिंदी महासागरावरील जास्त दाबाच्या प्रदेशाकडून वारे विषुववृत्त ओलांडून या कमी दाबाच्या केंद्राकडे आकर्षिले जातात; म्हणून त्यांना 'नैर्ऋत्य मान्सून वारे' असे म्हणतात. मान्सूनचे तंत्र समजण्यासाठी अनेक प्रयत्न केले आहेत. **मान्सूनच्या निर्मितीच्या बाबतीत सुरुवातीचे असे एक मत होते की, भूखंड व सागराची उष्णता ग्रहणशक्ती भिन्न असल्याने भूखंडाचे तापमान जास्त असते. त्या मानाने सागराचे तापमान कमी असते व त्या अनुषंगाने वातावरणामधील हवेच्या दाबामध्ये फरक आढळतो. म्हणून सागराकडून भूखंडाकडे वारे वाहू लागतात.**

वातावरणशास्त्रामधील संज्ञा

मान्सूनचे स्वरूप समजण्यापूर्वी वातावरणशास्त्रातील दोन संज्ञा समजावून घेऊ या.

1.   **आंतर उष्ण कटिबंधीय केंद्रीभवन पट्टा** (Inter Tropical Convergence Zone, ITCZ) : **हिंदी महासागरात विषुववृत्ताजवळ स्थित असलेल्या कमी दाबाच्या विस्तीर्ण प्रदेशास 'आंतर उष्ण कटिबंधीय केंद्रीभवन पट्टा' असे म्हणतात.** ऋतुमानानुसार या पट्ट्याचे स्थानांतरण होते. यावर मान्सूनचे आगमन व निर्गमन अवलंबून असते.

2.   **पश्चिमी जेट स्ट्रीम :** पश्चिम आशियात भूपृष्ठापासून सुमारे 3 कि.मी. उंचीवर वाहणाऱ्या वाऱ्यांना 'पश्चिमी जेट स्ट्रीम' असे म्हणतात. याचाही प्रभाव मान्सून हवामानावर पडतो.

मान्सूनचे स्वरूप

दक्षिण आशियातील पावसाची कारणमीमांसा शास्त्रीय पद्धतीने अभ्यासलेली आहे. यामुळे मान्सूनचे स्वरूप थोड्या प्रमाणात समजू शकते. आपण मान्सूनच्या पुढील बाबींचा अभ्यास करणार आहोत :

(अ) मान्सूनचे आगमन व मान्सूनची वाटचाल   (ब) पर्जन्यक्षमप्रणाली व मान्सूनच्या पावसाचे वितरण

(क) मान्सूनचा खंड   (ड) मान्सूनचे निर्गमन

(अ) मान्सूनचे आगमन व मान्सूनची वाटचाल :

सर्वसाधारणपणे मान्सूनचे आगमन ही एक अतिशय गुंतागुंतीची प्रक्रिया आहे. **उन्हाळ्यात भूभाग व जलभाग तापणे हे मान्सूनचे तंत्र आहे. यामुळे भारतीय उपखंडाकडे मान्सून वारे वाहू लागतात.**

(1) आंतर उष्ण कटिबंधीय केंद्रीभवन पट्ट्याचे उत्तरेकडे सरकणे : हिंदी महासागराच्या उत्तरेकडील भूप्रदेश उन्हाळ्यात तापल्यामुळे वायव्य भागात कमी दाबाचे केंद्र निर्माण होते तर हिंदी महासागराच्या दक्षिण भागात हवेचा दाब जास्त असतो. **हिंदी महासागरातील** आग्नेय व्यापारी वारे 40° पू. रे. ते 60° पू. रे. दरम्यान विषुववृत्त ओलांडून दिशा बदलून नैर्ऋत्य मान्सून वारे वाहतात व वायव्य भागातील कमी दाबाच्या केंद्राकडे वाहू लागतात.

(2) वायव्य भागातील कमी दाबाचे केंद्र व आंतर उष्ण कटिबंधीय केंद्रीभवन पट्ट्यामधील नाते : भारतीय उपखंडामधील वायव्य भागातील कमी दाबाचे केंद्र व आंतर उष्ण कटिबंधीय केंद्रीभवन पट्ट्यांचे नाते आहे. आग्नेय व्यापारी वाऱ्याने विषुववृत्त ओलांडून भारताच्या पश्चिम किनाऱ्यावर नैर्ऋत्य मान्सून वारे वाहणे या संदर्भात हे घटक महत्त्वाची कामगिरी पार पाडतात.

(3) पश्चिमी जेट स्ट्रीमच्या निर्गमनानंतरच आंतर उष्ण कटिबंधीय केंद्रीभवन पट्टा व पूर्वीय जेट स्ट्रीमचे आगमन : हिमालयाच्या दक्षिण भागात स्थित असलेल्या पश्चिमी जेट स्ट्रीमचे निर्गमन झाल्यावरच आंतर उष्ण कटिबंधीय केंद्रीभवन पट्टा उत्तरेकडे सरकतो. पूर्वीय जेट स्ट्रीमदेखील पश्चिमी जेट स्ट्रीमच्या निर्गमनानंतरच प्रदेशात आढळतात.

(4) मान्सूननिर्मितीची संकल्पना : उन्हाळ्यात हिमालय व तिबेटचा 4 ते 5 दशलक्ष चौ.कि.मी. चा प्रदेश अतिशय तापतो व यापासून पूर्वीय जेट स्ट्रीमची निर्मिती होते. उंचीवरच्या प्रदेशात उष्णतेचे उत्सर्जन होऊन तपांबराच्या मध्य भागात घड्याळाच्या काट्याच्या दिशेने उच्च भूमीपासून विरुद्ध दिशेला मुख्य हवेचे दोन प्रवाह निर्माण होतात.

यापैकी एक हवेचा प्रवाह विषुववृत्ताकडे वाहू लागतो, की जो भूपृष्ठाजवळ विषुववृत्त ओलांडतो. यामुळे रिकामी झालेली त्याची जागा घेण्यास जाऊ लागतो व दुसरा प्रवाह ध्रुवाकडे वळतो. यापैकी **पहिला प्रवाह भारतावर 'पूर्वीय जेट स्ट्रीम' तर दुसरा प्रवाह पूर्व-मध्य आशियात 'पश्चिमी जेट स्ट्रीम' म्हणून स्थित होतो.**

श्रीलंकेत मे महिन्याच्या शेवटच्या आठवड्यात नैर्ऋत्य मान्सून वाऱ्याचे आगमन होते. केरळमध्ये तिरुअनंतपुरमला 1 जूनला मान्सूनचा पहिला पाऊस पडतो. त्यानंतर कोलकत्याला 7 जूनला, मुंबईला 10 जूनला नैर्ऋत्य मान्सून वारे येतात. यापुढे उत्तरेकडे मान्सूनचे आगमन होते. भारतात सर्वत्र 15 जुलैपर्यंत मान्सून वारे वाहू लागतात.

**(ब)	पर्जन्यक्षमप्रणाली व मान्सूनच्या पावसाचे वितरण :**

❈	**आर्द्र काल व शुष्क काल :** सर्वसामान्य माणसाच्या दृष्टीने मान्सून म्हणजे पाऊस असाच निगडित आहे. अर्थात, मान्सूनचा पाऊस कधीच सातत्याने पडत नाही तर तो अधूनमधून पडतो. आर्द्र कालाच्या पाठोपाठ शुष्क काल येतो.

❈	**पावसाचे वितरण :** बंगालच्या उपसागरात निर्माण झालेल्या उष्ण कटिबंधीय आवर्तामुळे भारतीय मैदानी प्रदेशात पाऊस पडतो. नैर्ऋत्य मान्सून वाऱ्याच्या अरबी समुद्राच्या शाखेमुळे भारताच्या पश्चिम किनारपट्टीला पाऊस मिळतो. पश्चिम घाटामुळे पडणारा हा पाऊस प्रतिरोध पर्जन्याचा असतो. पश्चिम किनारपट्टीजवळील विषुववृत्तीय जेट स्ट्रीमच्या स्थानावर पश्चिम किनारपट्टीवरील पाऊस अवलंबून असतो.

❈	**मान्सून द्रोणी व आवर्ताचा संबंध :** बंगालच्या उपसागरात निर्माण होणाऱ्या उष्ण कटिबंधीय आवर्ताची वारंवारिता दरवर्षी बदलत असते. आंतर उष्ण कटिबंधीय केंद्रीभवन पट्ट्याच्या स्थानावर आवर्ताचा मार्ग अवलंबून असतो; **याला भारतीय मौसम विज्ञानात 'मान्सून द्रोणी'** (Mansoon Trough) **म्हणतात. ज्याप्रमाणे मान्सून द्रोणीचा आस आंदोलित होत जातो त्याप्रमाणे आवर्ताचा मार्गही बदलतो. यामुळे पावसाची तीव्रता व दरवर्षी पडणाऱ्या वितरणामध्ये फरक पडतो.**

पश्चिम किनारपट्टीपासून पूर्व व ईशान्येकडे तर भारतीय मैदानावर व द्वीपकल्पाच्या उत्तर भागात वायव्येकडे गेल्यास पावसाचे प्रमाण कमी-कमी होत जाते.

**(क)	मान्सूनचा खंड :**

नैर्ऋत्य मान्सूनच्या काळात पावसात सर्वसाधारणपणे खंड पडतो. हा खंड बऱ्याच वेळा एक वा दोन आठवडे किंवा आणखी काही आठवडेही असू शकतो; यालाच 'मान्सूनमधील खंड' असे म्हणतात.

पाऊस न पडण्याची अनेक कारणे असू शकतात. यांपैकी प्रमुख कारणे पुढीलप्रमाणे :

•	पाऊस घेऊन येणारे **उष्ण कटिबंधीय आवर्ते वारंवार निर्माण न झाल्याने** अशा प्रकारचा खंड पडतो.

•	उत्तर भारतात **मान्सून द्रोणीच्या स्थानामुळे** पाऊस पडत नाही.

•	भारताच्या **पश्चिम किनारपट्टीला समांतर वारे वाहत असतील** तर पश्चिम किनारपट्टीवर पाऊस येत नाही.

•	**पश्चिम राजस्थानात वातावरणाच्या निम्न स्तरावर तापीय परिस्थितीमुळे** पाऊस पडत नाही. तापमानाच्या विपरीततेमुळे घेऊन जाणाऱ्या वाऱ्यांना उंचीवर जाता येत नाही.

**(ड)	मान्सूनचे निर्गमन :**

वायव्य भारतामधून सप्टेंबरमध्ये मान्सूनचे निर्गमन होते. बहुतेक सर्व भागांमधून मान्सूनचे निर्गमन होते. द्वीपकल्पाच्या दक्षिण भागातून मध्य ऑक्टोबरला मान्सूनचे निर्गमन होते. **मान्सूनचे निर्गमन होत असताना बंगालच्या उपसागरावरून वारे वाहतात. बाष्प गोळा करताना व ईशान्य मान्सून वारे म्हणून तमिळनाडूच्या किनारपट्टीवर पाऊस देतात.**

नैर्ऋत्य मान्सून काळातील पर्जन्य (कालखंड : 1941 ते 1990)

**1.	300 सें.मी. पेक्षा जास्त पावसाचे प्रदेश : (नकाशा क्र. 4.1 पाहा.)**

•	महाराष्ट्रात कोकण व सह्याद्री पर्वताच्या घाटमाथ्यावर नैर्ऋत्य मान्सून काळात 300 सें.मी. पेक्षा जास्त पाऊस पडतो.

•	**कोकणात सिंधुदुर्ग, रत्नागिरी व रायगड जिल्हा तसेच नाशिक, पुणे, सातारा व कोल्हापूर जिल्ह्यांच्या पश्चिम भागात नैर्ऋत्य मान्सूनच्या पावसाचे प्रमाण 300 सें.मी. पेक्षा जास्त आहे.** कोकणातील जिल्ह्यांचा प्रत्यक्ष किनारपट्टीचा चिंचोळा भाग वगळता सर्वत्र 300 सें.मी. पेक्षा जास्त पाऊस पावसाळ्यात पडतो. पावसाळ्यात सरासरी पाऊस सिंधुदुर्ग जिल्हा (319 सें.मी.), रत्नागिरी जिल्हा (346 सें.मी.) व रायगड जिल्हा (334 सें.मी.) येथे पाऊस पडतो. सन 1901 ते 1950 च्या मानाने सन 1941 ते 1990 या कालखंडात सिंधुदुर्ग जिल्ह्यात + 42 सें.मी.; रत्नागिरी जिल्हा + 36 सें.मी. व रायगड जिल्ह्यात + 47 सें.मी. ने वाढ झालेली आहे.

■	**महाराष्ट्रात नैर्ऋत्य मान्सून काळात जास्त पाऊस पडणारी महत्त्वाची ठिकाणे पुढीलप्रमाणे :**

•	**घाटमाथ्यावर सिंधुदुर्ग जिल्ह्यात आंबोली (707 सें.मी. : जुनी नोंद); सातारा जिल्ह्यात महाबळेश्वर (561 सें.मी.); कोल्हापूर जिल्ह्यात गगनबावडा (547 सें.मी.); रायगड जिल्ह्यात माथेरान (497 सें.मी.) आणि भिरा (478 सें.मी.); तर पुणे जिल्ह्यात खंडाळा (443 सें.मी.) आणि लोणावळा (434 सें.मी.) येथे पाऊस पडतो.**

- **नैर्ऋत्य मान्सून काळातील पावसाचे दिवस** : 300 सें.मी. पेक्षा जास्त पाऊस पडणाऱ्या प्रदेशात सन 1941 ते 1990 या कालखंडात सर्वांत जास्त पावसाचे दिवस कोल्हापूर जिल्ह्याच्या गगनबावडा (104 दिवस) आहेत. या खालोखाल महाबळेश्वर (102 दिवस), रायगड जिल्ह्याचा भिरा व माथेरान आणि सिंधुदुर्ग जिल्ह्यात सावंतवाडी येथे प्रत्येकी पावसाचे 98 दिवस आहेत.

- **सन 1901 ते 1950 आणि सन 1941 ते 1990 या कालखंडातील 300 सें.मी. पेक्षा जास्त पाऊस पडणाऱ्या प्रदेशातील पावसामधील फेरबदल** : या पट्ट्यात मंडणगड (+ 35 सें.मी.), लोणावळा (+ 24 सें.मी.), कर्जत (+ 15 सें.मी.), माथेरान व इगतपुरीला 4 सें.मी. ने वाढ झालेली आहे.

  नैर्ऋत्य पावसात गगनबावड्यास 35 सें.मी. ने घट झालेली आहे. यानंतर महाबळेश्वर (– 33 सें.मी.), राधानगरी (– 30 सें.मी.), कणकवली (– 26 सें.मी.), लांजा (– 6 सें.मी.) व खंडाळ्यात 6 सें.मी. ने पावसात घट झालेली आहे.

2. **200 ते 300 सें.मी. दरम्यान पाऊस असणारे प्रदेश (कालखंड 1941 ते 1990)** :

- कोकण किनारपट्टीचा उत्तर-दक्षिण प्रत्यक्ष चिंचोळा पट्टा, मुंबई, मुंबई उपनगर, ठाणे व पालघर जिल्हा याचप्रमाणे नाशिक जिल्ह्याच्या पश्चिम भागातील त्र्यंबकेश्वर, नाशिक तालुक्याचा पश्चिमेचा संपूर्ण पेठ तालुका याचप्रमाणे पुणे जिल्ह्याचा पश्चिम भागाचा वेल्हे, कोल्हापूरच्या दक्षिणेकडील चंदगड, विदर्भात गोंदिया जिल्ह्याच्या ईशान्य भागात नैर्ऋत्य मान्सून काळात 200 ते 300 सें.मी. पाऊस पडतो.

- **नैर्ऋत्य मान्सून काळात कोकण किनारपट्टीलगत व परिसरात 200 ते 300 सें.मी. दरम्यान पाऊस पडणारी प्रमुख ठिकाणे** : सिंधुदुर्ग जिल्ह्यात वेंगुर्ला (283 सें.मी.) व देवगड (231 सें.मी.); रत्नागिरी जिल्ह्यात रत्नागिरी (292 सें.मी.), हर्णे (237 सें.मी.), मुंबई शहर (205 सें.मी.), मुंबई उपनगर (232 सें.मी.); ठाणे जिल्ह्यात ठाणे (248 सें.मी.), शहापूर (256 सें.मी.); पालघर जिल्ह्यात वाडा (274 सें.मी.), वसई (215 सें.मी.) येथे पाऊस पडतो.

- याशिवाय पश्चिम घाटाच्या पूर्वेलगत नाशिक जिल्ह्यात त्र्यंबकेश्वर (246 सें.मी.), पेठ (217 सें.मी.); पुणे जिल्ह्यात वेल्हे (240 सें.मी.); तर कोल्हापूर जिल्ह्यात दक्षिणेस चंदगडला 261 सें.मी. नैर्ऋत्य मान्सून पावसाची नोंद आहे.

- **नैर्ऋत्य मान्सून काळातील सन 1901 ते 1950 आणि सन 1941 ते 1990 या कालखंडातील 200 ते 300 सें.मी. दरम्यान पाऊस पडणाऱ्या प्रदेशातील पावसामधील फेरबदल** : वरील पट्ट्यात बऱ्याच ठिकाणी पावसाचे प्रमाण वाढलेले आहे. उदाहरणार्थ, पनवेल (+ 44 सें.मी.), रत्नागिरी (+ 48 सें.मी.), मुंबई उपनगर (+ 41 सें.मी.), वेंगुर्ला (+ 36 सें.मी.), मुंबई शहर (+ 36 सें.मी.), ठाणे (+ 35 सें.मी.), चंदगड (+ 20 सें.मी.) आणि त्र्यंबकेश्वरला 17 सें.मी. ने वाढ झालेली आहे तर हर्णे बंदरात 9 सें.मी. ने नैर्ऋत्य पावसाची घट झालेली आहे.

- **नैर्ऋत्य मान्सून काळातील (कालखंड : 1941 ते 1990) 200 ते 300 सें.मी. दरम्यान पाऊस पडणाऱ्या प्रदेशातील पावसाचे दिवस** : या पट्ट्यात नैर्ऋत्य पावसाचे दिवस 69 ते 93 दरम्यान आहे. सर्वांत जास्त पावसाचे दिवस रायगड जिल्ह्यात 93 आहेत. या खालोखाल वेंगुर्ल्याला 89 दिवस, रत्नागिरी व खालापूरला प्रत्येकी 88 दिवस आहेत. गुहागरला 84 दिवस आहेत. सर्वांत कमी नैर्ऋत्य पावसाचे दिवस मुंबई उपनगरात 69 आहेत. यानंतर मुंबई शहरात 70 दिवस व वसईला 71 दिवस आहेत. उल्हासनगरला 72 दिवस नैर्ऋत्य मान्सून काळातील पावसाचे दिवस आहेत.

3. **100 ते 200 सें.मी. दरम्यान पाऊस असणारे प्रदेश (कालखंड 1941 ते 1990)** :

पश्चिम घाटाच्या पूर्वेस उत्तरेला नंदुरबारपासून दक्षिणेस कोल्हापूरपर्यंत असलेल्या अरुंद पट्ट्यात नैर्ऋत्य मान्सून काळात 100 ते 200 सें.मी. दरम्यानची पावसाची नोंद होते. यामध्ये नाशिक, नंदुरबार, पुणे, सातारा व कोल्हापूर जिल्ह्यांच्या पश्चिम भागाचा समावेश होतो. नैर्ऋत्य मान्सून काळात या पट्ट्यात सर्वांत जास्त पाऊस नाशिक जिल्ह्यातील सुरगणा येथे (189 सें.मी.) पडतो. या खालोखाल सातारा जिल्ह्यात पाचगणी (186 सें.मी.); कोल्हापूर जिल्ह्यात आजरा (171 सें.मी.), शाहुवाडी (150 सें.मी.); पुणे जिल्ह्यात पौडला 150 सें.मी. पाऊस पडतो.

- याशिवाय विदर्भात संपूर्ण भंडारा, गडचिरोली तसेच गोंदिया जिल्ह्याचा ईशान्य व चंद्रपूर जिल्ह्याचा नैर्ऋत्य भाग वगळता उरलेल्या प्रदेशात आणि नागपूर जिल्ह्याच्या पूर्व भागात पावसाळ्यात 100 ते 150 सें.मी. पाऊस पडतो. अमरावती जिल्ह्याच्या उत्तर भागातील गाविलगड डोंगररांगेमधील धारणी व चिखलदरा तालुक्याच्या बऱ्याचशा भागाचा समावेश या पावसाच्या विभागात होतो.

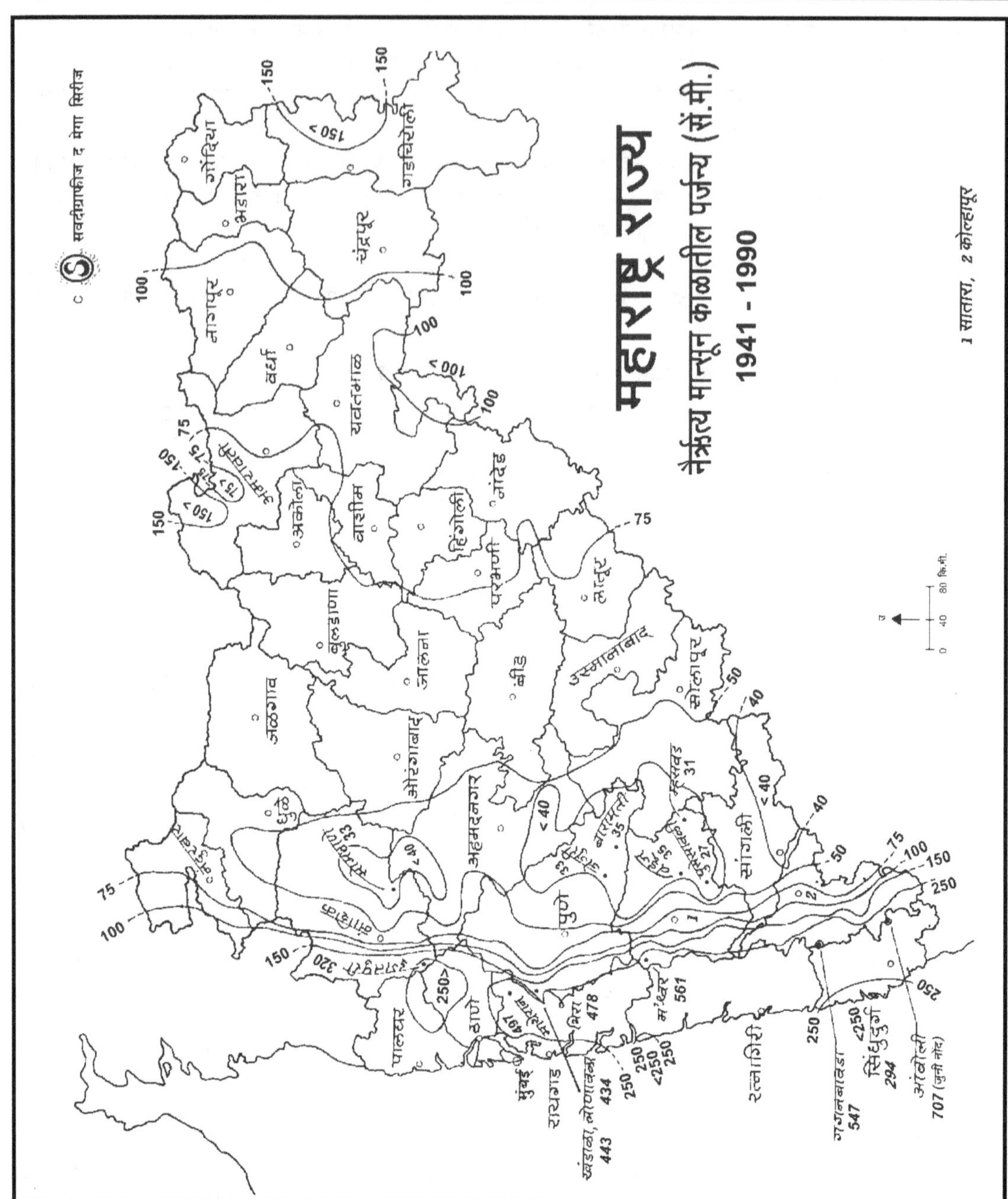

नकाशा क्र. 4.1 : महाराष्ट्र – नैर्ऋत्य मान्सून काळातील पर्जन्य

4.   80 ते 100 सें.मी. दरम्यान पाऊस असणारे प्रदेश (कालखंड 1941 ते 1990) :

पश्चिम महाराष्ट्रात 100 सें.मी. समपर्जन्य रेषेला समांतर 75 सें.मी. पर्जन्य रेषा असून तो उत्तर-दक्षिण पट्टा आहे. उत्तरेस नंदुरबार जिल्ह्यातील अक्कलकुवा, अक्राणी, तळोदा व नवापूर तालुका. असाच पट्टा नाशिक, जळगाव, पुणे, सातारा व कोल्हापूर जिल्ह्यात आहे. मराठवाड्यात हिंगोली, नांदेडचा ईशान्य भाग, पश्चिम विदर्भ व पूर्व विदर्भाच्या काही भागांचा

समावेश होतो. सर्वांत जास्त पाऊस नागपूर जिल्ह्यात थरसा (100 सें.मी.) येथे पडतो. याखालोखाल यवतमाळ जिल्ह्यात वणी (95 सें.मी.), यवतमाळ (94 सें.मी.); वर्धा जिल्ह्यात हिंगणघाट येथे 98 सें.मी. पाऊस पडतो. याशिवाय नागपूर (91 सें.मी.), वर्धा (90 सें.मी.), नांदेड (86 सें.मी.), हिंगोली (83 सें.मी.), वाशीम (91 सें.मी.), सातारा (88 सें.मी.) व कोल्हापूर (84 सें.मी.) येथे पावसाची नोंद आहे.

5. **60 ते 80 सें.मी. दरम्यान पाऊस असणारे प्रदेश (कालखंड 1941 ते 1990) :**

- **नैर्ऋत्य मान्सून काळात 60 ते 80 सें.मी. पाऊस पडणारा सर्वांत मोठा प्रदेश मराठवाडा (हिंगोली व नांदेड वगळून); खानदेशात धुळ्याचा पूर्व भाग, जळगाव जिल्हा; पश्चिम विदर्भात बुलडाणा, अकोला, अमरावती जिल्ह्यात आहे.**

- **पश्चिम घाटाच्या पूर्वेकडे गेल्यास पावसाचे प्रमाण घटत जाते. उत्तरेस नंदुरबारपासून दक्षिणेस जळगाव-कोल्हापूरपर्यंत असणाऱ्या नाशिक, पुणे, सातारा व सांगलीसह साधारणपणे जिल्ह्याच्या मध्य भागात पावसाळ्यात पावसाचे प्रमाण 60 ते 80 सें.मी. पाऊस पडतो.**

6. **50 ते 60 सें.मी. दरम्यान पाऊस असणारे प्रदेश (कालखंड 1941 ते 1990) :**

- मध्य महाराष्ट्राच्या नैर्ऋत्य मान्सून काळातील 50 सें.मी. पेक्षा कमी पाऊस पडणाऱ्या प्रदेशासभोवताली उत्तर महाराष्ट्रातील धुळे, जळगाव, नाशिक व अहमदनगर; पश्चिम महाराष्ट्रातील सांगली जिल्हा वगळता सर्व जिल्हे तसेच मराठवाड्यात औरंगाबाद, उस्मानाबाद, जालना व बीड जिल्ह्यात एक ते तीन ठिकाणी 50 ते 60 सें.मी. पावसाचे प्रदेश आहेत.

- या पट्ट्यात बहुतेक ठिकाणी नैर्ऋत्य मान्सून काळात 55 ते 60 सें.मी. पाऊस पडतो. उदाहरणार्थ, सोलापूर जिल्ह्यात अक्कलकोट येथे 60 सें.मी. तर जळगाव जिल्ह्यात एदलाबाद, जालना जिल्ह्यात अंबड आणि जाफराबादला प्रत्येकी 59 सें.मी. पावसाची नोंद होते.

- नाशिक जिल्ह्यात चांदोर, बीड जिल्ह्यात चौसाळा आणि सोलापूरला 50 सें.मी. पाऊस पडतो; तर अहमदनगर जिल्ह्यात शेवगाव, उस्मानाबाद जिल्ह्यात परांडा, धुळे जिल्ह्यात सिंदखेडा आणि बीड जिल्ह्यात नैर्ऋत्य मान्सून काळात 51 सें.मी. पावसाची नोंद होते.

7. **40 ते 50 सें.मी. दरम्यान पाऊस असणारे प्रदेश (कालखंड 1941 ते 1990) :**

- **महाराष्ट्रात नैर्ऋत्य मान्सून काळात 40 ते 50 सें.मी. पाऊस पडणारा प्रदेश प्रामुख्याने उत्तर महाराष्ट्र व पश्चिम महाराष्ट्रात आहे.**

- खानदेशातील धुळे जिल्ह्याचा मध्य भाग, पश्चिम महाराष्ट्रात नाशिक जिल्ह्याचा मध्य व पूर्व भाग, अहमदनगर जिल्ह्याचा मध्य भाग, सोलापूर जिल्ह्याचा मध्य भाग याचप्रमाणे पुणे, सातारा, सांगली हे जिल्हे; मावळच्या पूर्वेची अरुंद पट्टी व कोल्हापूर जिल्ह्याच्या पूर्वेच्या भागात पावसाळ्यात 40 ते 50 सें.मी. पाऊस पडतो.

- धुळे जिल्ह्यात साक्री (45 सें.मी.); नाशिक जिल्ह्याच्या मध्य व पूर्वेस येवला (44 सें.मी.), निफाड (41 सें.मी.), नांदगाव (47 सें.मी.), मालेगाव (43 सें.मी.) येथे पावसाळ्यातील पावसाचे प्रमाण आहे.

- अहमदनगर जिल्ह्यात कर्जत (44 सें.मी.), अकोले (44 सें.मी.), अहमदनगर (46 सें.मी.), नेवासा, पाथर्डी, पारनेर, श्रीरामपूर, राहुरी येथे पावसाळ्यात 40 ते 46 सें.मी. दरम्यान पाऊस पडतो.

- सातारा जिल्ह्यात औंध (44 सें.मी.); सांगली जिल्ह्यात इस्लामपूर (47 सें.मी.), तासगाव व विटा (प्रत्येकी 42 सें.मी.); सोलापूर जिल्ह्यात करमाळा (48 सें.मी.), माढा व पंढरपूर (प्रत्येकी 47 सें.मी.) येथे नैर्ऋत्य मान्सून काळात पावसाची नोंद होते.

8. **30 ते 40 सें.मी. दरम्यान पाऊस असणारे प्रदेश (कालखंड 1941 ते 1990) :**

- **पश्चिम महाराष्ट्रात पुणे, सातारा, सांगली जिल्ह्याचा पूर्व भाग याचप्रमाणे नाशिक, अहमदनगर व सोलापूर जिल्ह्याच्या पश्चिम भागात नैर्ऋत्य मान्सूनच्या काळातील पावसाचे प्रमाण जेमतेम 30 ते 40 सें.मी. आहे. याला खऱ्या अर्थाने दुष्काळी प्रदेश म्हणता येईल. अलीकडे अशा प्रदेशांना 'अवर्षणग्रस्त प्रदेश' असे संबोधले जाते.**

- **अवर्षणग्रस्त प्रदेशात पावसाळ्यातील सर्वांत कमी पावसाची नोंद सातारा जिल्ह्यात म्हसवड येथे 31.04 सें.मी. असून पावसाचे दिवस फक्त 19 आहेत. यानंतर नाशिक जिल्ह्यात सोमठाणे येथे 32.85 सें.मी. पाऊस असून पावसाचे 24 दिवस आहेत.**

- पुणे जिल्ह्यात बारामती (35 सें.मी.); दौंड, जेजुरी, इंदापूर, शिरूर (38 सें.मी.) आणि तळेगाव-दाभाडे येथे पावसाळ्याच्या चार महिन्यात पाऊस पडतो.

- सातारा जिल्ह्यात फलटण, वडूज व खंडाळा-पारगाव तालुक्यात चार महिन्यात 31 ते 38 सें. मी. पाऊस पडतो. फलटण (33.68 सें.मी.), वडूज व खंडाळा, पारगाव येथे प्रत्येकी पावसाचे 35 दिवस आहेत.

- याचप्रमाणे सांगली जिल्ह्याचा मध्य व पूर्व भागातील सांगली, मिरज, जत येथे प्रत्येकी 38 सें.मी. पावसाची नोंद आहे.

- कोल्हापूर जिल्ह्याच्या ईशान्य कोपऱ्यात कुरुंदवाड (36 सें.मी.) येथे अत्यंत कमी पाऊस पडतो.

- सोलापूर जिल्ह्यातही पश्चिम भागात अकलूज (36 सें.मी.), माळशिरस (37 सें.मी.) येथे कमी पाऊस पडतो.

- याचप्रमाणे अहमदनगर जिल्ह्यात संगमनेर (35 सें.मी.), कोपरगाव (38 सें.मी.) येथे पाऊस पडतो.

अर्थात बारामती, सांगली, शिरोळ, अकलूज, राहुरी इत्यादी तालुक्यांमध्ये शासनाने जलसिंचनाच्या सुविधा केलेल्या आहेत.

9.   **महाराष्ट्रातील सर्वांत कमी पावसाचा (30 सें.मी. पेक्षा कमी) प्रदेश (कालखंड 1941 ते 1990) :**

- महाराष्ट्रात नैर्ऋत्य मान्सून काळातील सर्वांत कमी पावसाची नोंद सातारा जिल्ह्यात पुसेसावळी (27.28 सें.मी.) येथे आहे. येथे वार्षिक पाऊस 38.75 सें.मी. पडतो. एवढ्या कमी पावसात पिके, मानवी जीवन अतिशय खडतर असते.

III.   **हिवाळा :**   **हिवाळ्यातील हवामानाची परिस्थिती किंवा ईशान्य मान्सून काळातील हवामानाची परिस्थिती**

संक्रमणाचा महिना : ऑक्टोबर

नैर्ऋत्य मान्सून वाऱ्याचा काळ सप्टेंबरला संपतो आणि नोव्हेंबरपासून खऱ्या अर्थाने हिवाळा चालू होतो. ऑक्टोबर हा महिना पावसाळा व हिवाळा यांच्या दरम्यानचा संक्रमणाचा मानला जातो. जमीन हळूहळू वाळत चाललेली असते. **प्रखर सूर्यप्रकाश असतो आणि हवेमध्ये बाष्पाचे प्रमाण भरपूर असल्याने असह्य उकाडा अनुभवास येतो. अशा प्रकारच्या हवेलाच आपण 'ऑक्टोबर हीट' असे म्हणतो.** महाराष्ट्रामधून नैर्ऋत्य मान्सून वाऱ्याचे निर्गमन सप्टेंबरच्या मध्यापासून सुरू होते आणि हळूहळू ईशान्य मान्सून वारे वाहू लागतात. **ऑक्टोबरमध्ये काही वादळे वारे येऊन पाऊस पडण्याची शक्यता असते.**

ऑक्टोबर महिन्यात दिवसाचे तापमान वाढलेले असते. **कोकण किनारपट्टीवर दिवसाचे तापमान 29° ते 30° से. असते तर दख्खनच्या पठारावर 29° ते 34° से. पर्यंत तापमान आढळते.** तर याच प्रदेशात रात्रीचे तापमान अनुक्रमे 24° ते 27° से. आणि 20° ते 27° से. असते. या काळात **सापेक्ष आर्द्रता किनारपट्टीवर 60 ते 80 टक्के असते तर दख्खनच्या पठारावर 60 ते 75 टक्के असते.** ही आर्द्रता सकाळच्या हवेची असते तर संध्याकाळी हवेमध्ये सापेक्ष आर्द्रतेचे प्रमाण 25 ते 50 टक्के असते.

नैर्ऋत्य मान्सून वारे निघून गेल्यानंतर मान्सूनोत्तर काळात **अरबी समुद्रावर चक्रीय वादळाची काही वेळा निर्मिती होते. अशा वेळी कोकण किनारपट्टीलगत अति वेगाने वारे वाहतात.** काही वेळा त्यांचा जोर फारच असतो आणि या वाऱ्यामुळे मोठ्या प्रमाणात पाऊस पडतो. बऱ्याच वेळा ही वादळे कोकण किनारपट्टीवर येतात आणि प्रदेशाचे नुकसान होते.

हिवाळ्यामधील सर्वसाधारण हवामान

22-23 सप्टेंबरनंतर दक्षिण गोलार्धात सूर्यकिरण लंबरूप पडण्यास प्रारंभ होतो तर उत्तर गोलार्धात सूर्यकिरण तिरपे पडू लागतात. दिनमानाचा काल कमी होत जाऊन रात्रमानाचा काल वाढत जातो. यामुळे महाराष्ट्रात ऋतुमानात बदल होत जातो. नोव्हेंबर ते डिसेंबरपर्यंत हिवाळा ऋतू पाहावयास मिळतो. या काळात **सर्वसाधारण थंड व कोरडी हवा असते. आकाश निरभ्र असते. वाऱ्याची मंद झुळूक वाहत असते.** एकंदरीत हवा सुखकारक आणि आल्हाददायक असते. महाराष्ट्रातील हाच कालखंड सर्वांत कमी तापमानाचा असतो.

हिवाळ्यातील तापमान

1. **दैनिक कमाल तापमान** : महाराष्ट्रात हिवाळ्यात प्रामुख्याने महाद्वीपीय उष्ण कटिबंधीय वायुराशी पसरलेल्या असतात. **कोकण किनारपट्टीवर दैनिक कमाल तापमान 30° से. असते तर खंडांतर्गत भागात 28° ते 30° से. तापमान आढळते.** कोकणातील मुंबई व रत्नागिरी येथे दैनिक कमाल तापमान सुमारे 31° से. च्या आसपास असते. दख्खनच्या पठारावर हिवाळ्यात काही ठिकाणी सर्वांत जास्त तापमानाची नोंद 38° ते 39° से. असते.

2. **दैनिक किमान तापमान** : दक्षिण कोकणात डिसेंबरमध्ये दैनिक किमान तापमान 21° ते 22° से. असते तर उत्तर कोकणात हेच तापमान 17° ते 20° से. आढळते. विदर्भ व मराठवाड्यात दैनिक किमान तापमानात 13° ते 16° से. आढळते. **ऐन हिवाळ्यात रात्रीचे तापमान बरेच कमी होते. दख्खनच्या उत्तर भागात कमी तापमान आढळते तर अगदी क्वचितप्रसंगी 10° ते 11° से. तापमान आढळते;** तर एखाद्या वेळी गोठणबिंदूपर्यंतही तापमान खाली उतरते.

3. **दैनिक तापमान कक्षा** : हिवाळ्यात दैनिक तापमान कक्षेमध्येही फरक पाहावयास मिळतो. सर्वसामान्यपणे **कोकण किनारपट्टीवर दैनिक तापमान कक्षा 10° से. असते तर पठारावर 15° ते 20° से. असते. याच पठारावर विदर्भमध्ये हिवाळ्यात रात्रीचे तापमान 4° ते 5° से. पर्यंत कमी होत जाते.** सर्वांत जास्त तापमान कक्षा पाहता असे आढळते की, सोलापूर, अमरावती, नागपूर भागात तापमान कक्षा 25° ते 27° से. आहे तर पुण्यात दैनिक तापमान कक्षा सर्वांत जास्त 31° से. आढळून आली आहे. कोकणात मात्र दैनिक तापमान कक्षा 21° ते 22° से. आहे.

4. **सरासरी मासिक तापमान** : हिवाळ्यात सरासरी मासिक तापमानाचा विचार केला असता असे आढळते की, बऱ्याचशा समताप रेषा पश्चिम-पूर्व दिशेने असून त्या एकमेकास समांतर असतात. उदाहरणार्थ, महाराष्ट्राच्या मध्यातून 22.5° से. तर उत्तर महाराष्ट्रातून 20° से. समताप रेषा असते. दक्षिण कोकणातून वायव्य-आग्नेय दिशेने 25° से. समताप रेषा जाते.

■ हिवाळ्यातील सरासरी किमान तापमान : डिसेंबर

महाराष्ट्रात हिवाळ्यात संपूर्ण खानदेश, पश्चिम महाराष्ट्रात नाशिक जिल्हा, बराचसा अहमदनगर जिल्हा, पुणे जिल्ह्यातील जुन्नर, घोडेगाव, राजगुरुनगर, शिरूर, पुणे (हवेली) तालुके; मराठवाड्यात औरंगाबादचा पश्चिम भाग याचप्रमाणे विदर्भात अमरावती जिल्ह्याच्या उत्तर भागातील धारणी, चिखलदरा, वरूड; नागपूर व भंडारा जिल्ह्याचा उत्तर भाग याशिवाय चंद्रपूर व गडचिरोलीच्या मध्य भागात डिसेंबर महिन्याचे सरासरी किमान तापमान 10° से. ते 12.5° से. पाहावयास मिळते.

पश्चिम घाट व सांगली जिल्ह्यातील जत तालुक्याचा पूर्व भाग, सोलापूर जिल्ह्याचा पूर्व भाग, उस्मानाबाद जिल्ह्यातील उमरगा, तुळजापूर आणि लातूर जिल्ह्यातील निलंगा तालुक्यात, कोकणात घाटालगतच्या भागात डिसेंबर महिन्याचे सरासरी किमान तापमान 15° से. ते 17.5° से. पर्यंत असते.

कोकण किनारपट्टीलगत 20° से. ते 22.5° से. दरम्यान डिसेंबरचे सरासरी किमान तापमान असते तर त्याला लागून असणाऱ्या प्रदेशात 17.5° से. ते 20° से. पर्यंत किमान तापमानाची नोंद होते.

महाराष्ट्राच्या उर्वरित भागात म्हणजे दक्षिण महाराष्ट्र, बऱ्याच प्रमाणात मराठवाडा व पश्चिम विदर्भ, पूर्व विदर्भात नागपूर जिल्ह्याचा दक्षिण भाग, वर्धा, भंडारा, गोंदिया, चंद्रपूरच्या उत्तर भागात हिवाळ्याचे सरासरी किमान तापमान 12.5° ते 15° से. दरम्यान आहे.

पर्जन्य

हिवाळ्यामध्ये बऱ्याच ठिकाणी हवा अतिशय स्वच्छ असते. त्यामुळे **पावसाचे प्रमाण बरेच कमी असते.**

- **कोकणात आणि पठारांच्या पश्चिम भागात हवा जवळजवळ कोरडी असून पाऊस पडला तर तो 2 ते 3 सें.मी. पेक्षा जास्त पडत नाही.**

- महाराष्ट्राच्या पूर्व भागात विदर्भमध्ये बंगालच्या उपसागरावरून वाहणाऱ्या चक्रीय वादळामुळे वारे त्या भागात गेल्यास काही प्रमाणात पाऊस पडतो. त्याचा **फायदा तेथील हिवाळ्यातील रब्बी पिकांना होतो. विदर्भातील एकूण पावसापैकी सुमारे 5 ते 7 टक्के पाऊस हिवाळ्यात पडतो.**

- हिवाळ्यात पूर्व विदर्भ आणि पश्चिम विदर्भात अमरावती व यवतमाळ जिल्ह्यात 2.5 सें.मी. ते 5 सें.मी. दरम्यान पर्जन्य पडते.

- संपूर्ण मराठवाडा, पश्चिम विदर्भात बुलडाणा, अकोला व वाशीम जिल्हा आणि खानदेशात जळगाव जिल्ह्याच्या पूर्व भागात हिवाळ्यात 1 सें.मी. ते 2.5 सें.मी. दरम्यान पाऊस पडतो.

- कोकण, पश्चिम महाराष्ट्र, खानदेशात धुळे व नंदुरबार जिल्ह्यात हिवाळ्यात पर्जन्याचे प्रमाण 1 सें.मी. पेक्षा कमी असते.

हिवाळ्यातील हवेचे इतर आविष्कार

दऱ्यांच्या खोऱ्यात अनेक ठिकाणी तापमानाची विपरीतता पाहावयास मिळते. **पहाटेच्या वेळी दंव व धुके पडलेले असते.** अर्थात, सकाळी ऊन पडल्यानंतर ते हळूहळू नाहीसे होते. भारताच्या **वायव्य भागात पश्चिमी वारे वाहतात.** ते थंड ध्रुवीय वायुराशींचे असल्याने प्रदेशाचे **तापमान झपाट्याने कमी करतात. तापमान गोठणबिंदूपर्यंत खाली घसरते. अशा विशिष्ट हवेला 'थंडीची लाट'** असे म्हणतात. **या थंडीच्या लाटेचा तडाखा उत्तर महाराष्ट्र व विदर्भाला फार मोठ्या प्रमाणावर बसतो.** उत्तर भारतात थंडीच्या लाटेमुळे काही लोक मृत्युमुखी पडतात. अशी आपत्ती महाराष्ट्रात सहसा पाहावयास मिळत नाही. पिकांवर थंडीच्या लाटेचा विपरीत परिणाम होतो.

वार्षिक पर्जन्याचे वितरण

1. 300 सें.मी. पेक्षा जास्त पाऊस असणारे प्रदेश (अतिशय जास्त पाऊस) (कालखंड 1941 ते 1990) :

- **महाराष्ट्रात कोकण व पश्चिम घाटामध्ये पावसाचे वार्षिक प्रमाण 300 सें.मी. पेक्षा जास्त आहे.** किनारपट्टीलगत हा जास्त पाऊस पडत नाही तर त्याच्या पूर्वेस पावसाचे प्रमाण 300 सें.मी. पेक्षा जास्त आढळते. हा पावसाचा पट्टा दक्षिणोत्तर आणि चिंचोळा आहे.

- किनारपट्टीच्या जसजसे अधिकाधिक पूर्वेकडे जावे तसतसा सह्याद्री पर्वताचा पायथ्यालगतचा भाग येतो आणि एकदम सरळ भिंतीसारखा सह्याद्री पर्वत पुढे उभा राहतो. यामुळे अरबी समुद्रावरून येणारे बाष्पयुक्त वारे सह्याद्री पर्वतावर येऊन धडकतात.

- **मान्सूनची धडक आल्याने घाटमाथ्यावरही पावसाचे प्रमाण 400 सें.मी. पेक्षा जास्त असते. घाटमाथ्यावर आंबोली (745 सें.मी.; सन 1901 ते 1950 दरम्यानची नोंद), महाबळेश्वर (589 सें.मी.), माथेरान (528 सें.मी.) या ठिकाणी जास्त पाऊस पडतो. दख्खनच्या पठारावरून वाहणाऱ्या गोदावरी, भीमा, कृष्णा या मुख्य नद्या व त्यांच्या बऱ्याच उपनद्यांची उगमस्थाने सह्याद्री पर्वतावरच आहेत व तेथेही पावसाचे प्रमाण 400 सें.मी. पेक्षा जास्त आहे.** या पावसामुळेच नद्यांना पाणीपुरवठा होतो.

- रायगड जिल्ह्यात भिरा येथे वार्षिक पाऊस 500 सें.मी. आहे.

- कोल्हापूर जिल्ह्यात पश्चिम भागात वार्षिक पाऊस गगनबावडा (586 सें.मी.), राधानगरी (368 सें.मी.); पुणे जिल्ह्यातील लोणावळा (450 सें.मी.), खंडाळा (461 सें.मी.); नाशिक जिल्ह्यातील इगतपुरी (335 सें.मी.) येथे वार्षिक पावसाची नोंद आहे.

- **कोकणात व सह्याद्री पर्वतावर दक्षिणेकडून उत्तरेकडे गेल्यास पावसाचे प्रमाण कमी-कमी होत जाते.**

पावसाचे वार्षिक दिवस : महाराष्ट्रात सर्वांत जास्त पाऊस (300 ते 750 सें.मी.) पडणाऱ्या कोकण व सह्याद्री पर्वतावर पावसाचे वार्षिक दिवस साधारणपणे 90 ते 143 दिवस आहेत. म्हणजे तीन ते चार महिने पाऊस पडतो. **महाराष्ट्रात सर्वांत जास्त वार्षिक पावसाचे दिवस रायगड जिल्ह्यात पनवेल येथे 143 दिवस आहेत.** या खालोखाल सिंधुदुर्ग जिल्ह्यात आंबोली (125 दिवस, सन 1901 ते 1950 ची नोंद); कोल्हापूर जिल्ह्यात गगनबावडा (122 दिवस); सातारा जिल्ह्यात महाबळेश्वर (119 दिवस) अशी पावसाची नोंद झालेली आहे.

अद्यापपर्यंत सर्वांत जास्त वार्षिक पर्जन्य : महाराष्ट्रात आतापर्यंतच्या सर्वांत जास्त पावसाची नोंद कोल्हापूर जिल्ह्यात गगनबावडा येथे सन 1975 मध्ये 938 सें.मी. झालेली आहे. या खालोखाल महाबळेश्वरला सन 1914 मध्ये 847 सें.मी. पाऊस पडला असून सन 1961 मध्ये 842 सें.मी. पावसाची नोंद झालेली आहे.

या गटामधील सर्वांत कमी वार्षिक पर्जन्य : सर्वांत कमी वार्षिक पर्जन्याची नोंद रायगड जिल्ह्यात पेण येथे 1941 साली 130 सें.मी. आहे. यानंतर रत्नागिरी जिल्ह्यात 1967 साली राजापूर येथे व 1941 साली दापोली येथे 153 सें.मी. पाऊस पडला.

वार्षिक पाऊस 300 सें.मी. पेक्षा जास्त पाऊस पडणाऱ्या प्रदेशामधील चोवीस तासांतील सर्वांत जास्त पाऊस पडणारी ठिकाणे : रायगड जिल्ह्यात भिरा येथे 24 जुलै, 1989 रोजी चोवीस तासात 71.3 सें.मी. पाऊस पडला. या खालोखाल माथेरानला 24 जुलै, 1921 रोजी 65.7 सें.मी.; रोहा येथे 18 जून, 1886 रोजी 63 सें.मी. व कर्जतला 18 जुलै, 1958 रोजी 60.5 सें.मी. पाऊस पडला.

वार्षिक पाऊस 300 सें.मी. पेक्षा जास्त पाऊस पडणाऱ्या प्रदेशामधील चोवीस तासांतील सर्वात कमी पाऊस पडणारी ठिकाणे : रत्नागिरी जिल्ह्यात कणकवली येथे 30 जून, 1954 रोजी 32.5 सें.मी. पावसाची नोंद झाली. लांजा येथे 25 जून, 1958 रोजी 33 सें.मी.; सिंधुदुर्ग जिल्ह्यात वेंगुर्ला येथे 25 जून, 1985 रोजी 33.4 सें.मी. पावसाची नोंद झाली.

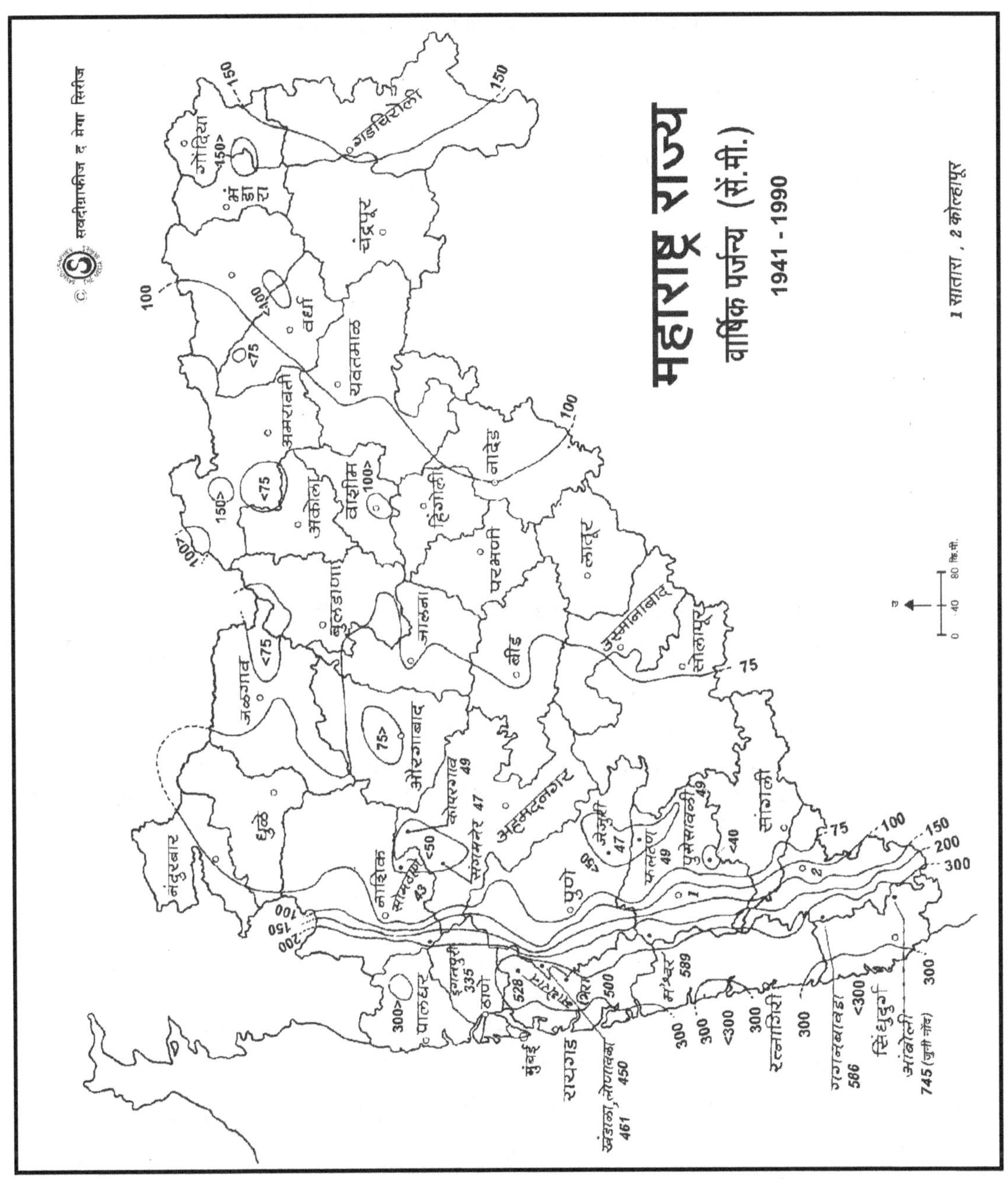

नकाशा क्र. 4.2 : महाराष्ट्र – वार्षिक पर्जन्याचे वितरण (कालखंड : 1941 ते 1990)

2. 200 ते 300 सें.मी. दरम्यान पाऊस असणारे प्रदेश (जास्त पाऊस) (कालखंड 1941 – 1990 – 2005) :

- अरबी समुद्रालगतचा कोकण किनारपट्टीलगतचा उत्तर-दक्षिण चिंचोळा भाग आणि घाटमाथ्याच्या लगेच पूर्वेस असलेल्या मावळ भागात पावसाचे प्रमाण 200 ते 300 सें.मी. आहे.

- कोकणात या पट्ट्यात देवगड (265 सें.मी.), हर्णे (252 सें.मी.), मुरूड (246 सें.मी.) व अलिबाग (224 सें.मी.) दक्षिणेकडून उत्तरेकडे असे पावसाचे प्रमाण कमी-कमी होत गेल्याचे पाहावयास मिळते.

- मावळ भागाचा टापू सह्याद्री पर्वतास उत्तर-दक्षिण दिशेने असून त्याला बिलगून आहे. **नाशिक, पुणे, सातारा व कोल्हापूर जिल्ह्याच्या पश्चिम भागांचा यामध्ये समावेश होतो.**

- कोकणात सिंधुदुर्ग, रत्नागिरी व रायगड जिल्ह्याच्या किनारपट्टीच्या प्रदेशात आणि ठाणे व पालघर जिल्ह्यात वार्षिक पर्जन्याचे प्रमाण 200 ते 300 सें.मी. आहे. **या पट्ट्यात सर्वांत जास्त वार्षिक पावसाची नोंद पालघर जिल्ह्यात वाडा येथे 287 सें.मी. आहे.** या खालोखाल श्रीवर्धन (286 सें.मी.), गुहागर (275 सें.मी.), शहापूर (266 सें.मी.), कल्याण (200 सें.मी.) आहे.

- मुंबई शहर जिल्ह्यात वार्षिक पाऊस 214 सें.मी. व मुंबई उपनगर जिल्ह्यात 241 सें.मी. पाऊस पडतो. कुलाबा येथे 213 सें.मी., सांताक्रूझ येथे 239 सें.मी. पाऊस पडतो तर बोरिवली येथे 261 सें.मी. पावसाची नोंद आहे.

- कोल्हापूर जिल्ह्यात चंदगडला वार्षिक पाऊस 290 सें.मी. पडतो. सातारा जिल्ह्यात पाचगणीला 220 सें.मी. पाऊस पडतो.

- पुणे जिल्ह्यात वेल्हे येथे 258 सें.मी. पाऊस पडतो.

- नाशिक जिल्ह्याच्या पश्चिम भागात त्र्यंबकेश्वर (260 सें.मी.) व पेठ (227 सें.मी.) येथे वार्षिक पावसाची नोंद आहे.

> - **महाराष्ट्रात मुंबई (सांताक्रूझ) येथे 27 जुलै, 2005 रोजी चोवीस तासांमधील विक्रमी पावसाची नोंद 94.24 सें.मी. झालेली आहे.**

वार्षिक पर्जन्याचे दिवस : सन 1941 ते 1990 या कालखंडात महाराष्ट्रात 200 ते 300 सें.मी. पाऊस पडणाऱ्या कोकण व घाटमाथ्याच्या काही भागात वार्षिक पर्जन्याचे 75 ते 101 दिवस आहेत. म्हणजेच सुमारे अडीच ते तीन महिने पावसाचे आहेत. **या पावसाच्या प्रदेशात कोल्हापूर जिल्ह्यातील चंदगड येथे वार्षिक पर्जन्याच्या 101 दिवसांची नोंद अशी सर्वांत जास्त आहे.** या खालोखाल सिंधुदुर्ग जिल्ह्यात देवगड येथे 93 दिवस पर्जन्य आहे. बऱ्याच ठिकाणी वार्षिक पावसाचे 85 ते 95 दिवस आहेत.

3. 100 ते 200 सें.मी. दरम्यान पाऊस असणारे प्रदेश (मध्यम पाऊस) (कालखंड 1941 ते 1990) :

- एक चिंचोळा पट्टा मावळच्या पूर्वेस उत्तर-दक्षिण दिशेने आढळतो.

- **महाराष्ट्राच्या पूर्व भागात विदर्भमिध्ये या पावसाचा सर्वांत महत्त्वाचा टापू आहे.** यामध्ये चंद्रपूर, गडचिरोली, भंडारा, गोंदिया हे पूर्ण जिल्हे समाविष्ट होतात. नागपूर, वर्धा व यवतमाळ जिल्ह्यांतील पूर्व भागात पावसाचे हेच प्रमाण आढळते. मराठवाड्यातील नांदेड जिल्ह्याचा ईशान्य कोपरा व पूर्व भागात मध्यम पावसाची नोंद होते.

- नंदुरबार जिल्ह्यात नवापूरला वार्षिक पाऊस (118 सें.मी.); पुणे जिल्ह्यात पौड-मुळशी (168 सें.मी.); कोल्हापूर जिल्ह्यात गारगोटी (162 सें.मी.) व पन्हाळा (163 सें.मी.) अशी पावसाची नोंद आहे.

- मराठवाड्यात नांदेड जिल्ह्यात किनवट येथे वार्षिक पाऊस (120 सें.मी.) पडतो.

- विदर्भात अमरावती जिल्ह्यात चिखलदरा (170 सें.मी.) व धारणी (126 सें.मी.); भंडारा जिल्ह्यात साकोली (151 सें.मी.) व गोंदिया (139 सें.मी.); नागपूर जिल्ह्यात देवलापूर (118 सें.मी.); वर्धा जिल्ह्यात हिंगणघाट (111 सें.मी.); चंद्रपूर जिल्ह्यात शिंदेवाडी (144 सें.मी.); गडचिरोली जिल्ह्यात धानोरी (181 सें.मी.); यवतमाळ जिल्ह्यात पांढरकवडा (115 सें.मी.) येथे वार्षिक पावसाची नोंद आहे.

4. वार्षिक पर्जन्य 75 ते 100 सें.मी. दरम्यान पाऊस असणारे प्रदेश (कालखंड 1941 ते 1990) :

- पश्चिम महाराष्ट्रात नाशिक जिल्ह्यात वार्षिक पर्जन्याची नोंद कळवण आणि दिंडोरी येथे प्रत्येकी 81.3 सें.मी. आहे. याचप्रमाणे अहमदनगर जिल्ह्यात जामखेड (71.1 सें.मी.); पुणे जिल्ह्यात जुन्नर (75.56 सें.मी.); सातारा जिल्ह्यात कोरेगाव (76.7 सें.मी.); सोलापूर जिल्ह्यात (75.5 सें.मी.) आणि कोल्हापूर जिल्ह्यात कागल (88.5 सें.मी.) येथे वार्षिक पाऊस पडतो.

- खानदेशात जळगाव जिल्ह्यात निम्म्यापेक्षा जास्त वेधशाळा केंद्रात वार्षिक पावसाचे प्रमाण 75 ते 100 सें.मी. दरम्यान आहे. उदाहरणार्थ, जामनेर (81.9 सें.मी.), पाचोरा (81.8 सें.मी.); नंदुरबार जिल्ह्यात नंदुरबार (89.0 सें.मी.) येथे वार्षिक पाऊस पडतो.

- मराठवाड्यात वार्षिक पावसाची नोंद बीड जिल्ह्यात माजलगाव (80.7 सें.मी.); जालना जिल्ह्यात (75.8 सें.मी.); परभणी व हिंगोली जिल्ह्यात पावसाचे प्रमाण 90 ते 100 सें.मी. दरम्यान आहे.

- लातूर जिल्ह्यात अहमदपूर (92.5 सें.मी.) येथे पाऊस पडतो; तर नांदेड जिल्ह्यात बसर वगळता सर्वत्र पावसाचे प्रमाण 94 ते 99 सें.मी. दरम्यान आहे.

- पश्चिम विदर्भात बहुतेक ठिकाणी पावसाचे प्रमाण 75 सें.मी. पेक्षा जास्त आहे. अकोला, वाशिम व बुलडाणा जिल्ह्यात हे प्रमाण आढळते.

5. वार्षिक पर्जन्य 60 ते 75 सें.मी. दरम्यान पाऊस असणारे प्रदेश (कालखंड 1941 ते 1990) :

- महाराष्ट्रात पश्चिम महाराष्ट्र, खानदेश व मराठवाड्यात 60 ते 75 सें.मी. पाऊस पडणारा प्रदेश आहे.

- पश्चिम महाराष्ट्रात अहमदनगर (61 सें.मी.), नाशिक (66 सें.मी.), पुणे (71.7 सें.मी.), कराड (74.8 सें.मी.), सांगली (62.1 सें.मी.), सोलापूर जिल्ह्यात 67 सें.मी. पाऊस पडतो.

- खानदेशात धुळे (64.4 सें.मी.), नंदुरबार (72.4 सें.मी.); जळगाव जिल्ह्यात भुसावळ (71.6 सें.मी.) येथे वार्षिक पावसाची नोंद आहे.

- मराठवाड्यात औरंगाबाद जिल्ह्यात औरंगाबाद (74.8 सें.मी.); जालना जिल्ह्यात जाफराबाद (70.1 सें.मी.); बीड जिल्ह्यात आष्टी (64.8 सें.मी.); उस्मानाबाद जिल्ह्यात परांडा (65.6 सें.मी.) येथे वार्षिक पाऊस पडतो.

- विदर्भात अमरावती जिल्ह्यात दर्यापूर (69.9 सें.मी.); बुलडाणा जिल्ह्यात शेगाव (71.9 सें.मी.) येथे वार्षिक पावसाची नोंद आहे.

6. वार्षिक पर्जन्य 50 ते 60 सें.मी. दरम्यान पाऊस असणारे प्रदेश (कालखंड 1941 ते 1990) :

मध्य महाराष्ट्रात पुणे, सातारा, सांगली, सोलापूर, अहमदनगर व नाशिक जिल्हे; खानदेशात धुळे जिल्हा आणि मराठवाड्यात औरंगाबाद व बीड जिल्हे यांचा समावेश वार्षिक पर्जन्य 50 ते 60 सें.मी. पाऊस पडणाऱ्या प्रदेशात होतो.

- मध्य महाराष्ट्रात पुणे जिल्ह्यात दौंड (50.21 सें.मी.), बारामती (51.65 सें.मी.), इंदापूर (52.55 सें.मी.); सातारा जिल्ह्यात वडूज (52.01 सें.मी.); सांगली जिल्ह्यात सांगली व मिरज (56 ते 57 सें.मी.); सोलापूर जिल्ह्यात माळशिरस (52 सें.मी.); अहमदनगर जिल्ह्यात बऱ्याच ठिकाणी 55 ते 59 सें.मी. पाऊस पडतो.

- खानदेशात धुळे जिल्ह्यात साक्री (54 सें.मी.) येथे वार्षिक पावसाची नोंद आहे.

- मराठवाड्यात औरंगाबाद जिल्ह्यात वैजापूर (53 सें.मी.); बीड जिल्ह्यात रोटी (60 सें.मी.) येथे वार्षिक पावसाची नोंद आहे.

वार्षिक पावसाचे दिवस : मध्य महाराष्ट्रात सर्वांत कमी पावसाचे दिवस पुणे जिल्ह्यात दौंड व अहमदनगर जिल्ह्यात राहुरी येथे प्रत्येकी 30 दिवस आहेत. यानंतर अहमदनगर जिल्ह्यात मिरजगाव व श्रीरामपूर आणि बीड जिल्ह्यात रोटी येथे वार्षिक पावसाचे 31 दिवस आहेत. मध्य महाराष्ट्रात बऱ्याच ठिकाणी या गटामध्ये पावसाचे 32 ते 36 दिवस आहेत.

सर्वांत जास्त वार्षिक पर्जन्य : सर्वांत जास्त वार्षिक पर्जन्याची नोंद 1987 साली अहमदनगर जिल्ह्यात श्रीरामपूरला 128 सें.मी. होती. या खालोखाल 1945 साली सातारा जिल्ह्यात दहिवडी (116 सें.मी.); अहमदनगर जिल्ह्यात 1974 साली राहुरी व 1948 साली नेवासा येथे प्रत्येकी 114 सें.मी. ची नोंद होती. 1976 साली धुळे जिल्ह्यात वार्षिक पाऊस 113 सें.मी. झाला तर अहमदनगर जिल्ह्यात अकोले येथे 112 सें.मी. पाऊस पडला.

सर्वांत कमी वार्षिक पर्जन्य : पुणे जिल्ह्यात 1945 साली इंदापूरला 10.51 सें.मी. आहे. यानंतर नाशिक जिल्ह्यात 1972 साली नंदगावला 11.71 सें.मी. पाऊस झाला तर पुणे जिल्ह्यात 1972 साली बारामती येथे 12.4 सें.मी. पावसाची नोंद आहे. अहमदनगर जिल्ह्यात 1972 साली राहुरी येथे 14.3 सें.मी. व मिरजगावला 15.64 सें.मी. पाऊस झाला.

चोवीस तासांमधील सर्वात जास्त पावसाची नोंद : महाराष्ट्रात वार्षिक पाऊस 50 ते 60 सें.मी. पडणाऱ्या प्रदेशात 24 तासांमधील सर्वात जास्त पावसाची नोंद अहमदनगर जिल्ह्यात नेवासे येथे 31 ऑगस्ट, 1974 रोजी 41.8 सें.मी. झालेली आहे. या खालोखाल नाशिक जिल्ह्यात येवला येथे 15 ऑक्टोबर, 1951 रोजी 27.58 सें.मी. पाऊस पडला. अहमदनगर जिल्ह्यात अकोले येथे 5 जून, 1976 रोजी 25.6 सें.मी. व नाशिक जिल्ह्यात नंदगाव येथे 15 ऑक्टोबर, 1951 रोजी 24.38 सें.मी. पावसाची नोंद झालेली आहे.

7. वार्षिक पर्जन्य 50 सें.मी. पेक्षा कमी पाऊस असणारे प्रदेश (कालखंड 1941 ते 1990) :

मध्य महाराष्ट्रात सातारा, पुणे, नाशिक व अहमदनगर जिल्ह्याच्या पूर्व भागात वार्षिक पर्जन्य 50 सें.मी. पेक्षा कमी पावसाचा प्रदेश आहे.

> • महाराष्ट्रात सर्वात कमी वार्षिक पावसाची नोंद सातारा जिल्ह्यात पुसेसावळी येथे फक्त 38.75 सें.मी. आहे.

- या व्यतिरिक्त सातारा जिल्ह्यात फलटण (48.88 सें.मी.) आणि म्हसवड (49.88 सें.मी.) येथे वार्षिक पावसाची नोंद आहे.
- पुणे जिल्ह्यात जेजुरी येथे वार्षिक पाऊस फक्त 47.15 सें.मी. आहे.
- नाशिक जिल्ह्यात सोमठाणे (43.06 सें..मी.) व कोळेगाव माळ येथे वार्षिक पाऊस 46.78 सें.मी. पडतो.
- अहमदनगर जिल्ह्यात कोपरगाव (49.11 सें.मी.) आणि संगमनेर (46.75 सें.मी.) येथे वार्षिक पावसाची नोंद आहे.

वार्षिक पावसाचे दिवस : महाराष्ट्रात सर्वात कमी वार्षिक पावसाचे दिवस सातारा जिल्ह्यात म्हसवड; पुणे जिल्ह्यात जेजुरी; नाशिक जिल्ह्यात सोमठाणे व कोळेगाव माळ येथे प्रत्येकी फक्त 30 दिवसांची नोंद आहे.

महाराष्ट्रात सर्वात कमी पाऊस पडणाऱ्या सातारा जिल्ह्यातील पुसेसावळी येथे फक्त 35 दिवस पाऊस पडतो.

सर्वात जास्त वार्षिक पर्जन्य : अहमदनगर जिल्ह्यात कोपरगाव येथे 1956 साली 105.18 सें.मी. पाऊस पडला. या खालोखाल म्हसवड (1961 साली 95.92 सें.मी.); जेजुरी (1979 साली 93.83 सें.मी.); सोमठाणे (1956 साली 87.64 सें.मी.); पुसेसावळी (1946 साली 87.19 सें.मी.) अशी नोंद झालेली आहे.

सर्वात कमी वार्षिक पर्जन्य : सर्वात कमी वार्षिक पावसाची नोंद सातारा जिल्ह्यात म्हसवड येथे 1972 साली फक्त 10.99 सें.मी. झालेली आहे. यानंतर संगमनेर (1972 साली 11.23 सें.मी.), कोळेगावमाळ (1972 साली 12.08 सें.मी.), सोमठाणे (1972 साली 12.49 सें.मी.) आणि पुसेसावळी (1972 साली 12.79 सें.मी.) येथे नोंद झालेली आहे.

चोवीस तासामधील सर्वात जास्त पाऊस : वार्षिक पर्जन्य 50 सें.मी. पेक्षा कमी पाऊस पडणाऱ्या प्रदेशात चोवीस तासात सर्वात जास्त पावसाची नोंद सातारा जिल्ह्यात म्हसवड येथे 18 जून, 1961 रोजी 33.03 सें.मी. झालेली आहे. या खालोखाल कोपरगावला 15 ऑक्टोबर, 1951 रोजी 33.02 सें.मी. आणि जेजुरीला 26 जुलै, 1979 रोजी 20.0 सें.मी. झालेली आहे.

भारतीय हवामान खात्याने महाराष्ट्रातील पावसाच्या वितरणासंबंधी केलेले मूल्यमापन

भारतामध्ये हवामानातील विविध घटकांची नोंद करण्याचे काम भारतीय हवामान खाते करते. आपण सर्वसाधारणपणे उन्हाळा, पावसाळा व हिवाळा असे तीन ऋतू मानतो. परंतु **भारतीय हवामान खात्याने मान्सून वाऱ्याचे आगमन आणि निर्गमन यांचा अभ्यास करून चार ऋतू मानलेले आहेत** :

(1) नैर्ऋत्य मान्सून काळ　　(जून ते सप्टेंबर)　　　(2) मान्सूनोत्तर काळ　　(ऑक्टोबर ते डिसेंबर)

(3) ईशान्य मान्सून काळ　　(जानेवारी व फेब्रुवारी)　　(4) मान्सून-पूर्व काळ　　(मार्च ते मे)

महाराष्ट्रातील पावसाच्या वितरणाचा त्यांनी सखोल अभ्यास केलेला आहे. तसेच प्रादेशिक विभागात पाऊस कसकसा पडतो हे पुढील आकडेवारीवरून लक्षात येईल. त्यावरून काढण्यात आलेली अनुमाने पुढे दिलेली आहेत.

पावसाच्या वितरणासंबंधी अनुमाने :

- हवामान खात्याच्या मतानुसार, **महाराष्ट्रात सरासरी पाऊस सुमारे 142 सें.मी.** पडतो. यापैकी **नैऋत्य मान्सून वाऱ्याच्या काळात 87 टक्के पाऊस** तर उरलेला पाऊस वर्षातील आठ महिने पडतो. जानेवारी व फेब्रुवारीत पाऊस जवळजवळ पडत नाही.

- प्रादेशिक विभागणीनुसार महाराष्ट्रातील पावसाचे वितरण पाहिले असता, **कोकणामध्ये सर्वांत जास्त पावसाची नोंद (287 सें.मी.)** होते तर **पूर्वेस असलेल्या विदर्भात 110 सें.मी.** पाऊस पडतो. **मध्य महाराष्ट्र (92 सें.मी.)** व **मराठवाडा (77 सें.मी.)** येथे पाऊस पडतो.

- महाराष्ट्राच्या **सर्वच भागात प्रादेशिक विभागणीत जून ते सप्टेंबर या काळात किमान 84 टक्के पाऊस पडतो.** मध्य महाराष्ट्र व मराठवाड्यात मान्सूनोत्तर काळात अनुक्रमे 5 टक्के व 11 टक्के पाऊस पडतो तर मराठवाड्यात मान्सूनपूर्व काळात 4 टक्के पाऊस पडतो.

तक्ता क्र. 4.1 : पर्जन्याचे प्रादेशिक प्रमाण

प्रदेश	वार्षिक पर्जन्य (सें.मी.)	ऋतुमानानुसार वार्षिक पर्जन्याचे वितरण (टक्केवारीत)			
		नैऋत्य मान्सून (जून ते सप्टेंबर)	मान्सूनोत्तर (ऑक्टो. ते डिसें.)	ईशान्य मान्सून (जाने. व फेब्रु.)	मान्सूनपूर्व (मार्च ते मे)
1. कोकण	287	87	9	1	3
2. मध्य महाराष्ट्र	92	94	5	–	1
3. मराठवाडा	77	84	11	1	4
4. विदर्भ	100	87	7	3	3

Ref. : *Monsoon by Das*

महाराष्ट्रातील अवर्षणाचे स्वरूप

तक्ता क्र. 4.2 : महाराष्ट्र – 1941 ते 1990 दरम्यानच्या पन्नास वर्षे कालखंडामधील जिल्हावार अवर्षणाची एकूण वर्षे

प्रशासकीय विभाग	जिल्हे (अवर्षणाची एकूण वर्षे)
◆ कोकण विभाग	• मुंबई शहर (6) • मुंबई उपनगर (6) • ठाणे व पालघर (5) • रायगड (5) • रत्नागिरी (5) • सिंधुदुर्ग (5).
◆ नाशिक विभाग	• नाशिक (6) • धुळे (3) • नंदुरबार (8) • जळगाव (8) • अहमदनगर (6).
◆ पुणे विभाग	• पुणे (10) • सातारा (6) • सांगली (6) • कोल्हापूर (2) • सोलापूर (6).
◆ औरंगाबाद विभाग	• औरंगाबाद (6) • जालना (8) • बीड (10) • लातूर (5) • उस्मानाबाद (8) • नांदेड (8) • परभणी (10) • हिंगोली (10).
◆ अमरावती विभाग	• अमरावती (7) • बुलडाणा (4) • अकोला (7) • वाशिम (5) • यवतमाळ (8).
◆ नागपूर विभाग	• नागपूर (7) • वर्धा (5) • भंडारा (4) • गोंदिया (6) • चंद्रपूर (8) • गडचिरोली (8).

तक्ता क्र. 4.3 : महाराष्ट्र – जिल्हावार अवर्षणाची सलग वर्षे (Years of Successive Drought)

क्र.	अवर्षणाची सलग वर्षे	बाधित जिल्हे	क्र.	अवर्षणाची सलग वर्षे	बाधित जिल्हे
1.	1985 - 1986	अहमदनगर	13.	1972 - 1973	मुंबई शहर
2.	1984 - 1985	अकोला	14.	1971 - 1972 ; 1984 - 1985	नांदेड
3.	1984 - 1985 - 1986	औरंगाबाद	15.	1951 - 1952 ; 1985 - 1986 - 1987	नंदुरबार
4.	1945 - 1946 ; 1984 - 1985 - 1986	बीड	16.	1971 - 1972 ; 1984 - 1985 - 1986	उस्मानाबाद
5.	1971 - 1972 ; 1984 - 1985	बुलडाणा	17.	1951 - 1952 ; 1971 - 1972	परभणी
6.	1971 - 1972 ; 1984 - 1985	गडचिरोली	18.	1981 - 1982 ; 1985 - 1986 - 1987	पुणे
7.	1984 - 1985	गोंदिया	19.	1985 - 1986	सांगली
8.	1943 - 1944 - 1945 ; 1984 - 1985	हिंगोली	20.	1986 - 1987	ठाणे–पालघर
9.	1971 - 1972 ; 1984 - 1985	जळगाव	21.	1984 - 1985	वर्धा
10.	1984 - 1985 - 1986	जालना	22.	1971 - 1972	वाशिम
11.	1971 - 1972	कोल्हापूर	23.	1971 - 1972	यवतमाळ
12.	1971 - 1972	लातूर			

संदर्भ : *Climate of Maharashtra, India Meteorological Department, Page No. 9, Edn., 2005*

तक्ता क्र. 4.4 : महाराष्ट्र – तीव्र अवर्षणाची (Severed Drought) वर्षे

(सामान्य वार्षिक पर्जन्याच्या पन्नास टक्क्यांपेक्षा कमी पर्जन्य)

क्र.	तीव्र अवर्षणाची वर्षे	बाधित जिल्हे		क्र.	तीव्र अवर्षणाची वर्षे	बाधित जिल्हे	
1.	1972	अहमदनगर	(38%)	8.	1972	नांदेड	(41%)
2.	1972	औरंगाबाद	(46%)	9.	1972	उस्मानाबाद	(36%)
3.	1972	बीड	(40%)	10.	1985	पुणे	(49%)
4.	1941 ; 1950	हिंगोली	(40%, 43%)	11.	1968	सातारा	(45%)
5.	1972	जालना	(41%)	12.	1972	सोलापूर	(37%)
6.	1972	लातूर	(34%)	13.	1965	वाशिम	(45%)
7.	1941	मुंबई शहर	(42%)				

महाराष्ट्र – सन 1991 ते 2015 दरम्यानच्या कालखंडामधील अवर्षण वर्षे

महाराष्ट्रात सन 1991 ते 2015 दरम्यान 25 वर्षांच्या कालखंडात 13 वर्षे अवर्षणाची होती. दिवसेंदिवस पावसाचे प्रमाण कमी-कमी होत जात आहे. यामुळे गंभीर समस्या निर्माण झालेल्या आहेत आणि होत आहेत.

मध्यम अवर्षणाची वर्षे : 1994, 1996, 2001, 2003, 2004, 2007, 2008 (सात वर्षे)

तीव्र अवर्षणाची वर्षे : 2000, 2002, 2009, 2012, 2014, 2015.

अवर्षणाची सलग वर्षे : 2000 ते 2004 ; 2007 ते 2009 ; 2014 - 15

महाराष्ट्रात प्रामुख्याने मध्य महाराष्ट्र, मराठवाडा, विदर्भात अवर्षण पाहावयास मिळते.

मान्सून 2015

मान्सूनचे आगमन कोकणातील रत्नागिरी व सिंधुदुर्ग जिल्ह्यांत 8 जून, 2015 रोजी झाले व 14 जून, 2015 पर्यंत तो राज्यात सर्वदूर पोहोचला. राज्यात जून, जुलै, ऑगस्ट, सप्टेंबर व ऑक्टोबर या महिन्यांत सरासरीच्या तुलनेत अनुक्रमे 103.5 टक्के, 32.3 टक्के, 54.9 टक्के, 74.7 टक्के व 49.9 टक्के पाऊस पडला.

सन 2015 मध्ये राज्यात अपुरा (सरासरीच्या 59.4 टक्के) पाऊस पडला. राज्याच्या कृषी विभागाकडून मुंबई शहर व मुंबई उपनगर जिल्ह्यांतील तालुके वगळता सर्व 355 तालुक्यांतील पावसाची नोंद करण्यात येते. राज्यातील 355 तालुक्यांपैकी 278 तालुक्यांमध्ये अपुरा, 75 तालुक्यांमध्ये सरासरीएवढा आणि 2 तालुक्यांमध्ये – अकोले (जि. अहमदनगर) व महाबळेश्वर (जि. सातारा) प्रमाणाबाहेर पाऊस पडला.

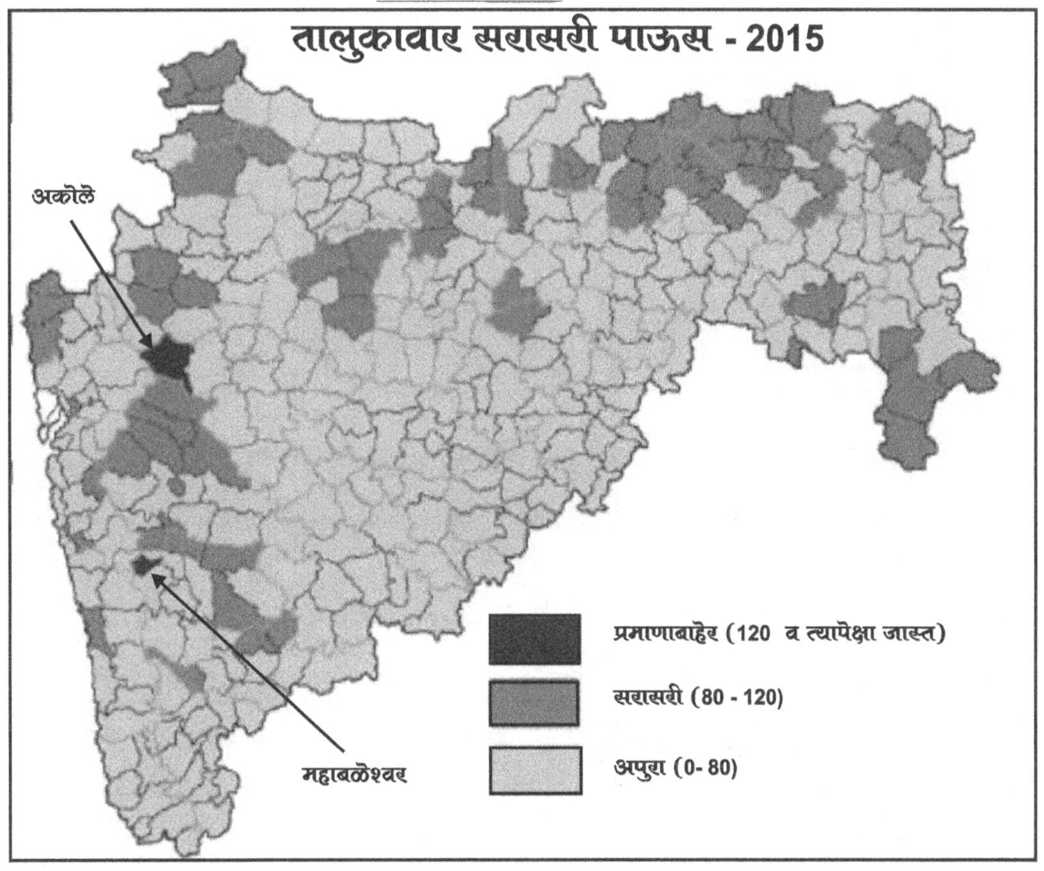

नकाशा क्र. 4.3 : महाराष्ट्र – तालुकावार सरासरी पाऊस (सन 2015)

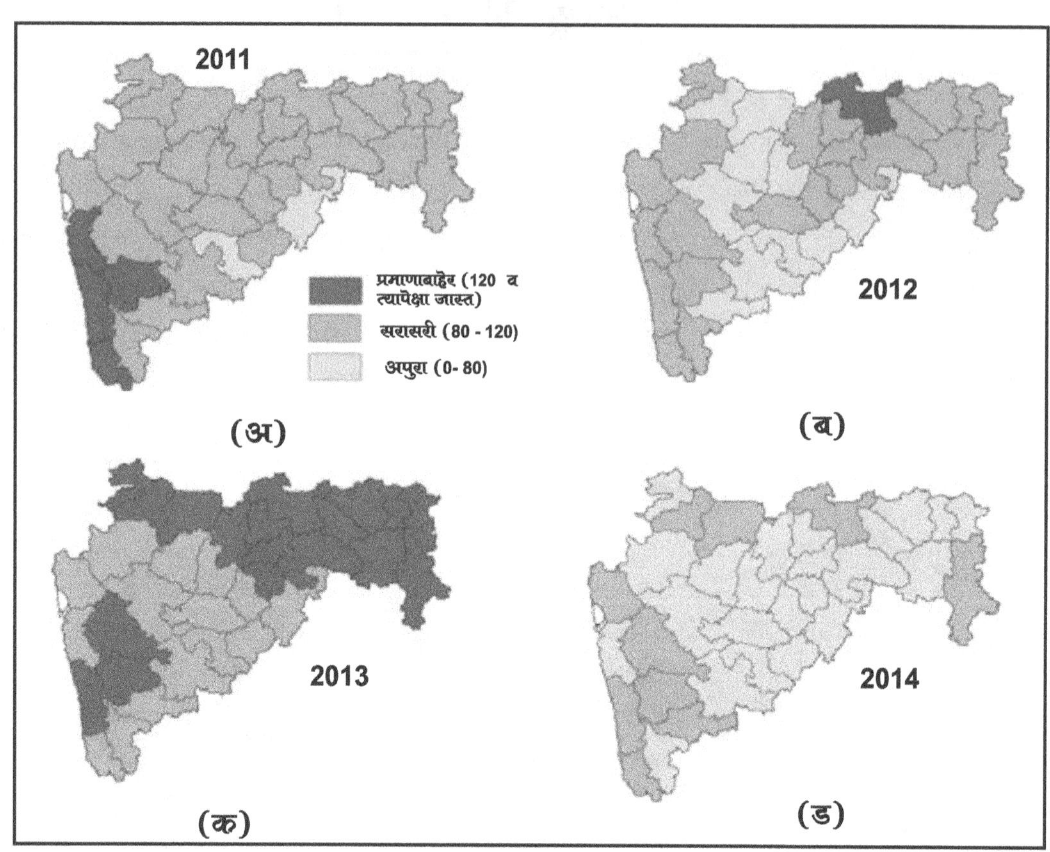

नकाशा क्र. 4.4 : महाराष्ट्र – सन 2011 ते 2014 दरम्यान पर्जन्याचे स्वरूप

पावसाच्या स्थूल वर्गवारीनुसार जिल्हे व तालुक्यांचे वर्गीकरण तक्ता क्र. 4.5 मध्ये तर पावसाच्या प्रमाणानुसार तालुक्यांचे महिनानिहाय वर्गीकरण तक्ता क्र. 4.6 मध्ये दिलेले आहे.

तक्ता क्र. 4.5 : महाराष्ट्र – पावसाच्या स्थूल वर्गवारीनुसार जिल्हे व तालुक्यांचे वर्गीकरण

पावसाची स्थूल वर्गवारी (सरासरीशी टक्केवारी)	जिल्ह्यांची संख्या[#]			तालुक्यांची संख्या[#]		
	2013	2014	2015	2013	2014	2015
प्रमाणाबाहेर (120 व अधिक)	18	0	0	186	17	2
सरासरी (80 – 120)	15	10	5	153	112	75
अपुरा (40 – 80)	0	23	28	16	213	254
तुरळक (0 – 40)	0	0	1	0	13	24

[#] मुंबई शहर व मुंबई उपनगर हे जिल्हे आणि त्यांच्यातील तालुके वगळून.

संदर्भ : कृषी आयुक्तालय, महाराष्ट्र शासन. (ii) महाराष्ट्राची आर्थिक पाहणी, 2015 - 16; पान 77

तक्ता क्र. 4.6 : महाराष्ट्र – पावसाच्या प्रमाणानुसार तालुक्यांचे महिनानिहाय वर्गीकरण

पावसाची वर्गवारी (सरासरीशी टक्केवारी)	तालुक्यांची संख्या[#]									
	जून		जुलै		ऑगस्ट		सप्टेंबर		ऑक्टोबर	
	2014	2015	2014	2015	2014	2015	2014	2015	2014	2015
120 व अधिक	2	132	86	3	94	42	76	46	14	10
100 – 120	1	58	66	3	26	24	48	46	16	20
80 – 100	6	63	61	7	62	32	61	83	14	38
60 – 80	10	54	61	25	77	67	49	90	27	40
40 – 60	50	36	43	65	72	82	46	63	51	39
20 – 40	126	12	37	108	23	70	49	24	75	44
0 – 20	160	0	1	144	1	38	26	3	158	164

[#] मुंबई शहर व मुंबई उपनगर हे जिल्हे आणि त्यांच्यातील तालुके वगळून.

संदर्भ : (i) कृषी आयुक्तालय, महाराष्ट्र शासन. (ii) महाराष्ट्राची आर्थिक पाहणी, 2015 - 16; पान 77 व 78

संपूर्ण महाराष्ट्र टँकरग्रस्त

झालेला अपुरा पाऊस आणि आता वाढलेला उन्हाचा कडाका यामुळे राज्यातील 3,798 गावे आणि 6,217 वाड्यांमध्ये पाणीटंचाईने उग्र रूप धारण केले आहे. मराठवाडा आणि पश्चिम महाराष्ट्रात टँकरची संख्या सर्वाधिक असून राज्यभरातील टँकरची संख्या तब्बल पाच हजारांवर पोहोचली आहे. कोरड्या विहिरी, शुष्क झालेले पाण्याचे स्रोत आणि आटलेली धरणे यामुळे उन्हाळ्याचा कहर असलेल्या मे महिन्यात टंचाईग्रस्त गावांना पाणीपुरवठा करताना प्रशासनाला कसरत करावी लागत आहे.

बेभरवशी टँकर, टँकरच्या अपुऱ्या खेपा, मुश्किलीने मिळणारे पाणी आणि पाण्यासाठी करावी लागणारी पायपीट याला कंटाळलेल्या मराठवाड्यातील अनेक कुटुंबांनी राज्यातील अन्य भागांत आश्रय घेतला आहे. या कुटुंबांनी पुण्या-मुंबईसारख्या मोठ्या शहरांमध्ये स्थलांतर करण्यास सुरुवात केली आहे. राज्यात सन 1972 च्या दुष्काळानंतर प्रथमच आता स्थलांतराचा वेग वाढला असल्याचे प्रशासनाकडून सांगण्यात येत आहे.

तक्ता क्र. 4.7 : महाराष्ट्र – राज्यातील टंचाईची स्थिती (सन 2015)

टंचाईग्रस्त गावे	जिल्हानिहाय टँकर	टंचाईग्रस्त गावे	जिल्हानिहाय टँकर	टंचाईग्रस्त गावे	जिल्हानिहाय टँकर
बीड	866	अहमदनगर	710	पालघर	32
औरंगाबाद	758	सांगली	127	रायगड	18
जालना	480	पुणे	105	ठाणे	16
उस्मानाबाद	379	सातारा	102	रत्नागिरी	11
नांदेड	317	**पुणे विभाग**		**कोकण विभाग**	
लातूर	285	▪ टंचाईग्रस्त गावे : 317		▪ टंचाईग्रस्त गावे : 117	
परभणी	225	▪ वाड्या-वस्त्या : 2,163		▪ वाड्या : 364	
मराठवाडा विभाग					
▪ टंचाईग्रस्त गावे : 2,500		▪ राज्यातील टंचाईग्रस्त भाग : 3,798 गावे आणि 6,217 वाड्या			
▪ वाड्या-वस्त्या : 922		▪ एकूण टँकर : सुमारे पाच हजार			
▪ एकूण टँकर : 3,340					

पावसाची अवकृपा आणि कडाक्याचा उन्हाळा यामुळे यंदा टंचाईची स्थिती अतिशय गंभीर झाली आहे. विशेषतः मराठवाड्यात आणि पश्चिम महाराष्ट्रातील काही जिल्ह्यांमध्ये टंचाईचे प्रमाण मोठे आहे.

मराठवाड्यात बीड व औरंगाबादमध्ये सर्वांत भीषण टंचाई आहे. मराठवाड्यातील धरणांमध्येही केवळ दोन टक्के पाणीसाठा असल्याने माणसे व जनावरांसाठी रेल्वेने पाणीपुरवठा करण्यात येत आहे.

पश्चिम महाराष्ट्रातील पुणे, सातारा, सांगली जिल्ह्यांसह नगरमध्ये टंचाईची तीव्रता अधिक आहे. पुणे जिल्ह्यात यंदा 64 गावे व 600 वाड्यांमध्ये पाण्याचे दुर्भिक्ष्य आहे. नगर जिल्ह्यामधील टंचाईग्रस्त गावांमध्ये दिवसेंदिवस भर पडत असून सध्यःस्थितीत 439 गावे आणि 2,412 वाड्या टँकरग्रस्त आहेत. नाशिक जिल्ह्यातील 159 गावे व 356 वाड्यांना 156 टँकरने पाणी देण्यात येत आहे.

मराठवाड्यात विक्रमी टँकर

दुष्काळचक्रात अडकलेला मराठवाड्याला आता केवळ टँकरचा आधार आहे. पर्जन्यमानाची घसरलेली आकडेवारी पाहता सन 2016 मध्ये मराठवाड्यात टँकरने साडेतीन हजारांचा टप्पा पार केला आहे. गेल्या सहा वर्षांच्या तुलनेत हा आकडा सर्वाधिक आहे.

दुष्काळाचे चटके सोसणाऱ्या मराठवाड्यातील पाणीटंचाई दिवसेंदिवस तीव्र होत असून सध्या विभागातील 2,622 गावे आणि 951 वाड्यांमधील 53,30,000 नागरिकांची तहान 3,516 टँकरद्वारे भागविण्यात येत असल्याचे भीषण वास्तव आहे.

यंदाच्या दुष्काळात पाण्यामुळे लातूर शहराची मोठी चर्चा आहे. मात्र 2010 हे वर्ष वगळता आतापर्यंत लातूर जिल्ह्यातील टँकर संख्येने दुहेरी आकडाही गाठला नाही. यंदा मात्र ही संख्या तीनशेवर गेली आहे. बीड जिल्ह्याचाही गेल्या सहा वर्षांच्या तुलनेत यंदा टँकरचा आकडा दहापट वाढला आहे. परभणी, हिंगोली या जिल्ह्यांना यापूर्वी इतर जिल्ह्यांच्या तुलनेत फारसा पाणीटंचाईचा सामना करावा लागला नाही; मात्र या वर्षी परिस्थिती बिकट झाली आहे. बीड जिल्ह्यानंतर सर्वाधिक टँकर औरंगाबाद जिल्ह्यात सुरू आहेत. जालना, नांदेड व उस्मानाबाद जिल्ह्यांमध्येही टँकरचा आकडा झपाट्याने वाढत आहे. त्यात मे महिन्याभरात वाढ होण्याची शक्यता आहे.

तक्ता क्र. 4.8 : मराठवाडा – मे महिन्यातील वर्षनिहाय टँकर

जिल्हा	2010	2011	2012	2013	2014	2015	2016
औरंगाबाद	96	19	83	659	82	451	808
जालना	43	02	41	511	02	219	515
परभणी	49	01	04	20	00	13	231
हिंगोली	33	03	10	10	00	06	38
नांदेड	357	01	89	162	03	187	331
बीड	82	27	137	495	73	361	890
लातूर	180	00	29	03	00	62	303
उस्मानाबाद	04	01	73	215	49	113	400

एकीकडे पाण्याची सोय करत असताना प्रशासनाला कसरत करावी लागत आहे. मात्र दुसरीकडे टँकरच्या फेऱ्यांच्या माध्यमातून पैसे उकळण्याचे प्रकार अनेक ठिकाणी सुरू आहेत. या संदर्भात प्रशासनाकडे तक्रारीही प्राप्त होत असतात. टँकर हा पाणीटंचाईवरील सर्वांत शेवटचा उपाय असला तरी हा पर्याय सहजतेने वापरण्यात येतो. बीडीओच्या स्तरावर टँकरच्या फेऱ्यांवर वॉच ठेवण्यात येते. पाणीटंचाईची तीव्रता पाहता बहुतांश टँकरला ग्लोबल पोझिशनिंग सिस्टिमसारख्या (जीपीएस) सुविधा लावण्यात आल्या की नाही याची बारकाईने चौकशी बहुतांश ठिकाणी होत नसल्याचे चित्र आहे.

वैशाख वणवा – मे 2016 : सर्वाधिक तापमान

उन्हाळा कडक असेल त्या वर्षी पावसाळाही चांगला असतो, हा सर्वसामान्यांचा अनुभवातून आलेला अंदाज. त्यामुळे पावसाच्या आशेने उन्हाळ्याला सामोरे जाण्याची प्रथा आहे. मात्र कधी-कधी हा उन्हाळा जीवघेणा ठरतो. याच मोसमात शेतीची कामे हाती घ्यावी लागतात आणि भर उन्हात काम केल्याने 'सनस्ट्रोक' म्हणजे उष्माघात होतो. काही वेळा तापावर भागते, पण फटका तीव्र असेल तर मृत्यू ओढवतो. नागपूर शहरात उष्माघाताने तीन जण दगावले. या मोसमात तेथे एकूण नऊ जणांचा उष्माघाताने बळी घेतला तर खानदेशात उष्माघाताने चौदा जण मृत्युमुखी पडले. मे महिन्याचा दुसरा आठवडा उलटताच राज्यभर

वैशाख वणवा पेटला. बहुसंख्य जिल्ह्यांमध्ये तापमानाने चाळीशी ओलांडली. दमट टापूत घामाच्या धारांमुळे उन्हाचा फटका तीव्रतेने बसत नाही; पण कोरड्या वातावरणात त्याची धग असह्य होते. मराठवाडा-विदर्भात तिसऱ्या आठवड्यात तापमानाने अशी काही उसळी घेतली की सकाळी आठपासूनच झळा सुरू होत गेल्या. अशा वेळी भरपूर पाणी पिण्याचा सल्ला दिला जातो. पण पाण्याचीही टंचाई. त्यामुळे तडजोड आलीच. तप्त उन्हात पाणीही मिळाले नाही तर अक्षरशः तडफड होते. ती या विभागामधील लोकांनी अनुभवली. 20 मे, 2016 रोजी अकोल्यात 46.3 तर परभणीत 46 पर्यंत तापमान वाढले. बीडमध्ये 44 आणि मराठवाड्याच्या इतर सर्व जिल्ह्यांमध्ये सरासरी 42 अंशाचे तापमान नोंदविले गेले. तत्पूर्वी, 17 मे, 2016 रोजी अकोल्यात 46.5 आणि वर्धा जिल्ह्यात 46 अंश; तर नागपुरात 45.9 अंश तापमानाची नोंद झाली. 18 मे, 2016 रोजी औरंगाबादला 43.8 असे गेल्या दहा वर्षांतील सर्वाधिक तापमान नोंदविले गेले. वास्तविक पाहता, फेब्रुवारीपासून तापमान वाढण्यास सुरुवात झाली होती; परंतु एप्रिलपर्यंत ते पस्तिशीपर्यंत घुटमळत होते. मे महिन्याच्या तिसऱ्या आठवड्यात मात्र हा दाह तीव्र झाला. शेवटच्या आठवड्यात काही भागात अवकाळी पाऊस आणि सोसाट्याचा वारा सुरू झाल्यामुळे मराठवाड्यातील तापमान किंचित घसरले आहे. 26 मेपर्यंत देशभरात ही लाट कायम राहील असा हवामान खात्याचा अंदाज होता. अर्थात, केवळ महाराष्ट्रच नव्हे; तर राजस्थान, तेलंगणा, गुजरात, ओडिशासह तेराहून अधिक राज्यांमध्ये उष्णतेची लाट आली आहे. यंदा तेलंगणात 49 तर ओडिशात तब्बल 79 जण उष्माघाताने मृत्युमुखी पडले. राजस्थानातील पालोदी गावात 20 मे, 2016 रोजी 51° से. तापमान नोंदविले गेले. त्या राज्यात सर्वाधिक 50.56° से. तापमान सन 1956 मध्ये अलवर जिल्ह्यात नोंदविले गेले होते. यावरून सन 2016 ची उन्हाळ्याची तीव्रता लक्षात येते. दिल्ली, मुंबई, कोलकता व चेन्नई अशा सर्वच मोठ्या शहरांमध्ये उन्हाचे चटक बसत आहेत.

डॉ. त्रिवार्था यांच्या मतानुसार महाराष्ट्रातील हवामानाचे विभाग

अमेरिकन हवामानशास्त्रज्ञ डॉ. त्रिवार्था यांच्या मतानुसार महाराष्ट्रात हवामानाचे पुढील विभाग आहेत. (नकाशा क्र. 4.5)

1. **उष्ण कटिबंधीय वर्षारण्याचा हवामान विभाग** (*Tropical Monsoon Rain Forest Climate – AM*) :

प्रदेश : कोकणामधील सर्व जिल्हे; याचप्रमाणे पुणे, सातारा व कोल्हापूर जिल्ह्यांच्या पश्चिम भागाचा यात समावेश केला जातो.

कोकणचे हवामान वैशिष्ट्य : दैनिक तापमान 22° से. पेक्षा जास्त, सापेक्ष आर्द्रता 50 टक्क्यांपेक्षा जास्त व वार्षिक तापमान कक्षा 5° पेक्षा कमी व नैर्ऋत्य मान्सून काळात भरपूर पर्जन्य यामुळे कोकणचे हवामान उष्ण, सम व दमट असते.

पठारावरील पश्चिमी भागाच्या हवामानाचे वैशिष्ट्य : दैनिक तापमान 18° से. पेक्षा जास्त, हिवाळ्यात सापेक्ष आर्द्रता कमी तर अन्य काळात सापेक्ष आर्द्रता 50 टक्क्यांपेक्षा जास्त. पावसाचे प्रमाण 100 सें.मी. पेक्षा जास्त असते.

2. **उष्ण कटिबंधीय निम्न शुष्क हवामानाचा किंवा स्टेपी हवामानाचा प्रदेश** (*Tropical Semi or Steppe Climate – Bsh*) :

प्रदेश : पश्चिम महाराष्ट्र व खानदेशचे सर्व जिल्हे आणि मराठवाड्याचा औरंगाबाद, बीड, उस्मानाबाद, लातूर या जिल्ह्यांचा यात समावेश होतो.

हवामानाची वैशिष्ट्ये :

- वार्षिक पर्जन्य 60 ते 80 सें.मी. व सापेक्ष आर्द्रता 50 टक्क्यांपेक्षा कमी असते.
- बराचसा पाऊस नैर्ऋत्य मान्सून काळात पडतो. अन्य काळात सापेक्ष आर्द्रता 30 टक्क्यांपेक्षा कमी असते.
- वार्षिक तापमान 18° से. पेक्षा जास्त असते. हिवाळा वगळता 22° से. पेक्षा जास्त तापमान असते.

3. **उष्ण कटिबंधीय दमट कोरडे किंवा मान्सून सॅव्हाना हवामानाचा विभाग** :

(Tropical Wet and Dry or Monsoon Savana Climate – AW)

प्रदेश : विदर्भ व मराठवाड्याच्या पूर्व भागाचा समावेश मान्सून सॅव्हाना हवामानाच्या प्रदेशात होतो.

पठारावरील पश्चिमी भागाच्या हवामानाचे वैशिष्ट्य : दैनिक तापमान 18° से. पेक्षा जास्त, हिवाळ्यात सापेक्ष आर्द्रता कमी तर अन्य काळात सापेक्ष आर्द्रता 50 टक्क्यांपेक्षा जास्त. पावसाचे प्रमाण 100 सें.मी. पेक्षा जास्त असते.

हवामानाची वैशिष्ट्ये :

- हिवाळ्यातील तापमान 18° से. ते 22° से. दरम्यान असते तर अन्य काळात 22° से. पेक्षा तापमान जास्त असते.
- वार्षिक पावसाचे प्रमाण 70 सें.मी. पर्यंत आहे. पावसाळ्यात सापेक्ष आर्द्रतेचे प्रमाण 50 टक्क्यांपेक्षा जास्त असते तर उन्हाळ्यात 30 टक्क्यांपेक्षा कमी असते.

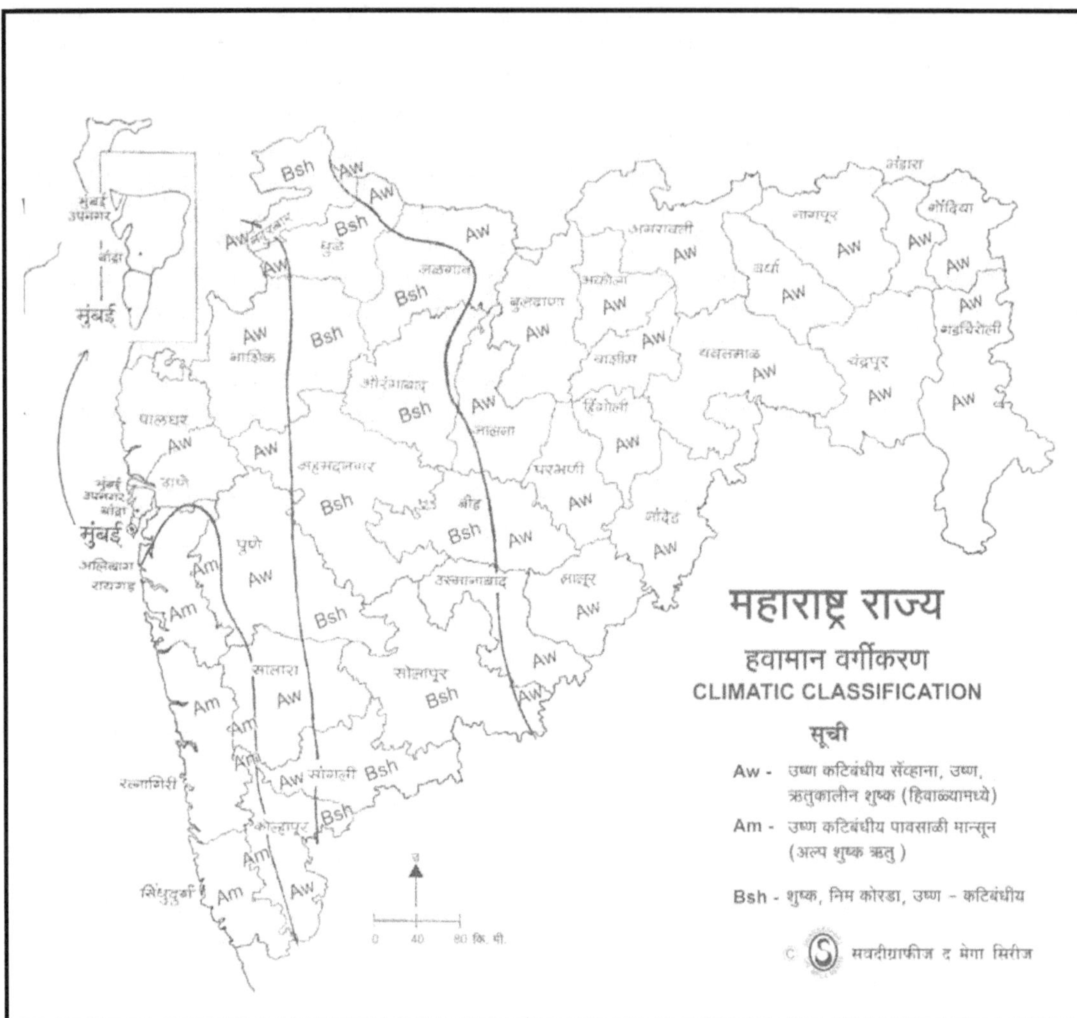

महाराष्ट्र – हवामान वर्गीकरण :

1. **AW - उष्ण कटिबंधीय सॅव्हाना व उष्ण :** संपूर्ण विदर्भ; मराठवाड्यातील सर्व जिल्हे. यामध्ये उस्मानाबाद, बीड, जालना जिल्ह्याचा पूर्व भाग; खानदेशात जळगाव व अहमदनगर; धुळे जिल्ह्याचा पश्चिम भाग; संपूर्ण ठाणे व पालघर जिल्हा.

2. **AM - उष्ण कटिबंधीय पावसाळी मान्सून (अल्प शुष्क ऋतू) :** कोकणात संपूर्ण रायगड, रत्नागिरी व सिंधुदुर्ग जिल्हे; याशिवाय पश्चिम घाटालगतचा पुणे, सातारा, सांगली व कोल्हापूर जिल्ह्याचा पश्चिम भाग.

3. **Bsh - शुष्क, निमओसाड, उष्ण कटिबंधीय :** उत्तरेस नंदुरबारपासून ते दक्षिणेस कोल्हापूरपर्यंत. साधारण बहुतेक नंदुरबार, अहमदनगर, सोलापूर व सांगली जिल्हे. शिवाय धुळे जिल्ह्याचा मध्य भाग; नाशिक, पुणे, सातारा, सांगली, कोल्हापूर जिल्ह्याचा पूर्व भाग; तसेच औरंगाबाद, बीड, उस्मानाबाद जिल्ह्याचा पश्चिम भाग.

नकाशा क्र. 4.5 : महाराष्ट्र – डॉ. त्रिवार्था यांच्या मतानुसार हवामानाचे विभाग

बहुपर्यायी प्रश्न

1. कोकणचे हवामान .... असते.
   - (1) कोरडे
   - (2) विषम
   - (3) सम
   - (4) थंड

2. पठारावरील हवामान .... असते.
   - (1) दमट
   - (2) विषम
   - (3) सम
   - (4) समशीतोष्ण

3. उन्हाळ्यात पठारावर दैनिक तापमान कक्षा ....
   - (1) वाढते.
   - (2) कमी होते.
   - (3) फारसी बदलत नाही.
   - (4) तशीच राहते.

4. एप्रिल–मे महिन्यात पडणाऱ्या पावसास .... म्हणतात.
   - (1) आंबेसरी
   - (2) मृगसरी
   - (3) वर्षासरी
   - (4) माघारीचा पाऊस

5. उन्हाळ्यात नागपूरला सापेक्ष आर्द्रता .... असते.
   - (1) भरपूर
   - (2) साधारण
   - (3) मध्यम
   - (4) बरीच कमी

6. दक्षिण कोकणातून उत्तर कोकणात गेल्यास पावसाचे प्रमाण ....
   - (1) वाढत जाते.
   - (2) कमी होत जाते.
   - (3) तेवढेच राहते.
   - (4) फारसा फरक पडत नाही.

7. सह्याद्री पर्वताच्या घाटमाथ्यावर उत्तरेकडून दक्षिणेकडे गेल्यास पावसाचे प्रमाण ....
   - (1) कमी होत जाते.
   - (2) तेवढेच राहते.
   - (3) वाढत जाते.
   - (4) फारसा फरक पडत नाही.

8. सह्याद्री पर्वताच्या पूर्वेकडे गेल्यास लगेचच .... निर्माण होतो.
   - (1) अवर्षणग्रस्त प्रदेश
   - (2) अति पर्जन्याचा प्रदेश
   - (3) कायम दुष्काळी प्रदेश
   - (4) पर्जन्यछायेचा प्रदेश

9. महाराष्ट्र पठारावरील अवर्षणग्रस्त प्रदेशात पावसाचे प्रमाण .... दरम्यान असते.
   - (1) 25 ते 50 सें. मी.
   - (2) 50 ते 100 सें. मी.
   - (3) 5 ते 25 सें. मी.
   - (4) 100 ते 150 सें. मी.

10. महाराष्ट्रात सर्वांत जास्त पाऊस .... येथे पडतो.
    - (1) आंबोली
    - (2) महाबळेश्वर
    - (3) माथेरान
    - (4) कळसूबाई

11. पर्जन्यछायेच्या प्रदेशात .... चा समावेश होतो.
    - (1) महाड
    - (2) वाई
    - (3) महाबळेश्वर
    - (4) उस्मानाबाद

12. नैर्ऋत्य मान्सूनच्या दोन्ही शाखांपासून प्रामुख्याने .... मध्ये पाऊस पडतो.
    - (1) कोकण
    - (2) विदर्भ
    - (3) पश्चिम महाराष्ट्र
    - (4) मराठवाडा

13. मध्य महाराष्ट्रात पावसाचे दिवस .... असतात.
    - (1) 75 ते 95
    - (2) 60 ते 65
    - (3) 30 ते 50
    - (4) 100 ते 125

14. पावसाळा व हिवाळा यांच्या दरम्यानचा .... हा संक्रमणाचा महिना म्हणून ओळखला जातो.
    - (1) नोव्हेंबर
    - (2) सप्टेंबर
    - (3) ऑक्टोबर
    - (4) डिसेंबर

15. हिवाळ्यात विदर्भामध्ये रात्रीचे तापमान .... पर्यंत कमी होत जाते.
    - (1) $4°$ ते $5°$ से.
    - (2) $5°$ ते $10°$ से.
    - (3) $10°$ ते $15°$ से.
    - (4) $15°$ ते $20°$ से.

16. महाराष्ट्रात सर्वांत जास्त पावसाचे प्रमाण .... आहे.
    - (1) खानदेश
    - (2) विदर्भ
    - (3) कोकण व पश्चिम घाट
    - (4) पश्चिम महाराष्ट्र

17. महाराष्ट्राच्या एकूण क्षेत्रफळापैकी .... प्रदेश अवर्षणग्रस्त आहे.

   (1)   20%   (2)   30%   (3)   40%   (4)   50%

18. नैर्ऋत्य मान्सून काळात महाराष्ट्रात .... पाऊस पडतो.

   (1)   40%   (2)   50%   (3)   70%   (4)   87%

19. महाराष्ट्रात नैर्ऋत्य मान्सून काळात सर्वांत कमी पाऊस .... जिल्ह्यात पडतो.

   (1)   सातारा   (2)   पुणे   (3)   अहमदनगर   (4)   सोलापूर

20.★ महाराष्ट्रात सर्वांत जास्त पावसाच्या दिवसाची नोंद .... येथे झालेली आहे.

   (1)   आंबोली   (2)   महाबळेश्वर   (3)   गगनबावडा   (4)   सावंतवाडी

21. उन्हाळ्यात दैनिक तापमान कक्षा .... ला सर्वांत जास्त असते.

   (1)   मुंबई   (2)   पुणे   (3)   सोलापूर   (4)   नागपूर

22. महाराष्ट्रात हवामानदृष्ट्या सर्वांत महत्त्वाचा काळ .... याचा असतो.

   (1)   ईशान्य मान्सून काळ   (2)   नैर्ऋत्य मान्सून काळ

   (3)   मान्सूनपूर्व काळ   (4)   मान्सूनोत्तर काळ

23. महाराष्ट्राच्या हवामानावर .... याचा प्रामुख्याने प्रभाव पडतो.

   (1)   सह्याद्री पर्वत   (2)   दख्खन पठार   (3)   कोकण   (4)   पठारावरील डोंगररांगा

24. महाराष्ट्रात सर्वसाधारणपणे .... महिन्यात सर्वांत जास्त पाऊस पडतो.

   (1)   ऑगस्ट   (2)   जून   (3)   जुलै   (4)   डिसेंबर

25. सह्याद्री पर्वताच्या पूर्वेकडील भागात पर्जन्याचे प्रमाण .... असते.

   (1)   वाढत   (2)   कमी होत   (3)   तेवढेच   (4)   साधारण

26. महाराष्ट्रात .... मध्ये पावसाचे प्रमाण सर्वांत जास्त असते.

   (1)   कोकण   (2)   सह्याद्री पर्वतातील नद्यांचे उगमस्थान

   (3)   विदर्भ   (4)   मावळ

27. महाराष्ट्रात नैर्ऋत्य मान्सून वाऱ्याच्या आगमन व निर्गमनामध्ये .... असते.

   (1)   निश्चितता   (2)   नियमितता   (3)   ठरावीक दिवशी   (4)   अनिश्चितता

28. मान्सून काळातील पावसात पडणारा खंड .... मध्ये असतो.

   (1)   जुलै व ऑगस्ट   (2)   ऑक्टोबर व नोव्हेंबर

   (3)   डिसेंबर व जानेवारी   (4)   एप्रिल व मे

29. कोकणात बाष्पाचे प्रमाण नेहमी .... च्या आसपास असते.

   (1)   40%   (2)   85% ते 90%   (3)   70%   (4)   20%

30. उष्ण कटिबंधीय वर्षारण्याचा हवामान विभाग .... मध्ये आहे.

   (1)   पश्चिम महाराष्ट्र   (2)   कोकण   (3)   खानदेश   (4)   विदर्भ

31. महाराष्ट्राच्या वार्षिक पर्जन्याच्या वितरणाचे प्रतिनिधित्व .... जिल्हा करतो.

   (1)   नाशिक   (2)   पुणे   (3)   कोल्हापूर   (4)   सातारा

32. महाराष्ट्रात पावसाचे प्रमाण 300 ते 500 सें. मी. असणारा व ज्याची उंची 600 ते 1,500 मीटर आहे असा प्रदेश .... या नावाने ओळखला जातो.

   (1)   अवर्षणग्रस्त   (2)   पर्जन्यछाया   (3)   निश्चित पर्जन्य   (4)   घाटमाध्याचा विभाग

33. महाराष्ट्रात पर्जन्यछायेचा प्रदेश हा .... आहे.

   (1)   रुंद व सलग पट्टा   (2)   अरुंद व अलग पट्टा

   (3)   अरुंद व सलग पट्टा   (4)   रुंद व अलग पट्टा

34. महाराष्ट्रात रब्बी ज्वारीचे क्षेत्र .... मध्ये आढळते.

   (1) पर्जन्यछायेचा प्रदेश   (2) अवर्षण प्रदेश

   (3) निश्चित पावसाचा प्रदेश   (4) जास्त पर्जन्याचा प्रदेश

35. महाराष्ट्र पठारावर .... हवामान आहे.

   (1) कोरडे   (2) सम   (3) आर्द्रतायुक्त   (4) वर्षारण्य

36. महाराष्ट्राच्या हवामानाचा सर्वांत अधिक महत्त्वाचा प्राकृतिक घटक .... आहे.

   (1) पश्चिम महाराष्ट्र   (2) सह्याद्री पर्वत   (3) मराठवाडा   (4) विदर्भ

37. सह्याद्रीच्या घाटमाथ्यावर .... हवामान असते.

   (1) आर्द्र व थंड हवामान   (2) उष्ण, सम व दमट

   (3) उष्ण, विषम व कोरडे   (4) वरीलपैकी कोणतेही नाही.

38. महाराष्ट्र पठारावर .... हवामान असते.

   (1) उष्ण, सम व दमट   (2) आर्द्र व थंड

   (3) उष्ण, विषम व कोरडे   (4) वरीलपैकी कोणतेही नाही.

39. उन्हाळ्यात कोकण आणि महाराष्ट्र पठारावर तापमानात .... असते.

   (1) बरीच तफावत   (2) साधारण तापमान

   (3) समान तापमान   (4) वरीलपैकी कोणतेही नाही.

40. उन्हाळ्यात ऐन मोसमात .... मध्ये 46° से. ते 48° से. पर्यंत तापमान वाढत असल्याची नोंद आहे.

   (1) कोकण   (2) अमरावती

   (3) खानदेश व पूर्व विदर्भ   (4) वरीलपैकी कोणतेही नाही.

41. नागपूरमध्ये मे महिन्यात दैनिक तापमान कक्षा .... पर्यंत आढळते.

   (1) 10° ते 12° से.   (2) 15° ते 18° से.   (3) 21° ते 24° से.   (4) 29° से.

42. उन्हाळ्यामध्ये खानदेश आणि विदर्भात .... मुळे काही लोक दगावतात.

   (1) थंडीची लाट   (2) उष्माघात

   (3) अति पर्जन्य   (4) वरीलपैकी कोणतेही नाही.

43. महाराष्ट्रात उन्हाळ्यामध्ये सर्वांत जास्त पाऊस .... जिल्ह्याच्या काही भागात 10 ते 12.5 सें. मी. दरम्यान पडतो.

   (1) गडचिरोली   (2) नंदुरबार   (3) कोल्हापूर   (4) अहमदनगर

44. .... येथे उन्हाळ्यामध्येही सापेक्ष आर्द्रतेचे प्रमाण जास्त असते.

   (1) कोकण   (2) विदर्भ   (3) खानदेश   (4) मराठवाडा

45. महाराष्ट्रात हवामानदृष्ट्या सर्वांत महत्त्वाचा काळ .... आहे.

   (1) हिवाळा   (2) मान्सूनपूर्व   (3) उन्हाळा   (4) पावसाळा

46. .... यांच्या मते, मान्सून म्हणजे भारतीय उपखंडामधील जानेवारी व जुलै या काळातील प्रचलित वाऱ्याची उलट-सुलट दिशा होय.

   (1) सर्वसामान्य भारतीय   (2) खलाशी

   (3) वातावरणशास्त्रज्ञ   (4) वरीलपैकी कोणतेही नाही.

47. .... मध्ये विषुववृत्ताजवळ स्थित असलेल्या कमी दाबाच्या विस्तीर्ण प्रदेशाला 'आंतर उष्णकटिबंधीय केंद्रीभवन पट्टा' (Inter Tropical Convergence Zone, ITCZ) असे म्हणतात.

   (1) पॅसिफिक   (2) हिंदी

   (3) अटलांटिक   (4) वरीलपैकी कोणतेही नाही.

48. .... मध्ये भूपृष्ठापासून सुमारे 3 कि. मी. उंचीवर वाहणाऱ्या वाऱ्यांना 'पश्चिमी जेट स्ट्रीम' असे म्हणतात.

   (1) पश्चिम आशिया   (2) पूर्व आशिया   (3) मध्य आशिया   (4) दक्षिण आशिया

49. सर्वसाधारणपणे मान्सूनचे आगमन ही एक .... प्रक्रिया आहे.
    (1) साधी व सोपी   (2) थोडी गुंतागुंतीची
    (3) अतिशय गुंतागुंतीची   (4) वरीलपैकी कोणतेही नाही.

50. नैर्ऋत्य मान्सून वाऱ्याच्या निर्मितीत आंतर उष्णकटिबंधीय केंद्रीभवन पट्ट्याचे .... कडे सरकणे होते.
    (1) दक्षिणे   (2) पश्चिमे   (3) पूर्वे   (4) उत्तरे

51. नैर्ऋत्य मान्सून संदर्भात भारतीय उपखंडाच्या .... भागातील कमी दाबाचे केंद्र आणि आंतर उष्णकटिबंधीय केंद्रीभवन पट्ट्यामधील नाते असते.
    (1) ईशान्य   (2) वायव्य   (3) उत्तर   (4) यांपैकी नाही.

52. पश्चिमी जेट स्ट्रीमच्या .... नंतरच आंतर उष्णकटिबंधीय केंद्रीभवन पट्टा आणि पूर्वीय जेट स्ट्रीमचे आगमन होते.
    (1) निर्गमन   (2) आगमन   (3) स्थिरता   (4) यांपैकी नाही.

53. भारतात नैर्ऋत्य मान्सूनचे केरळला साधारण आगमन .... रोजी होते.
    (1) 7 जून   (2) 10 जून   (3) 1 जून   (4) 15 जून

54. मुंबईला नैर्ऋत्य मान्सूनचे आगमन सुमारे .... दरम्यान होते.
    (1) 5 जून   (2) 10 जून   (3) 7 जून   (4) 20 जून

55. आंतर उष्णकटिबंधीय केंद्रीभवन पट्ट्याच्या स्थानावर .... अवलंबून असतो.
    (1) थंड हवेची लाट   (2) उष्ण हवेची लाट   (3) प्रत्यावर्ताचा मार्ग   (4) आवर्ताचा मार्ग

56. नैर्ऋत्य मान्सूनच्या आवर्ताच्या मार्गास भारतीय मौसम विज्ञानात .... असे म्हणतात.
    (1) मान्सून शंक्वाकृती (Monsoon Wedge)   (2) मान्सून द्रोणी (Monsoon Trough)
    (3) मान्सून ग्रीवा (Monsoon Col)   (4) वरीलपैकी कोणतेही नाही.

57. नैर्ऋत्य मान्सूनच्या काळात सर्वसाधारणपणे मध्यंतरी पाऊस पडत नाही, याला .... असे म्हणतात.
    (1) मान्सून खंड   (2) मान्सून विलंब   (3) मान्सून प्रलंब   (4) यांपैकी नाही.

58. भारतात मान्सूनचे निर्गमन होत असताना बंगालच्या उपसागरावरून वारे वाहून .... किनारपट्टीवर पाऊस देतात.
    (1) आंध्र प्रदेश   (2) कोकण   (3) कारवार   (4) तमिळनाडू

59. महाराष्ट्रात वार्षिक पर्जन्यांपैकी नैर्ऋत्य मान्सूनमुळे .... टक्के पाऊस पडतो.
    (1) 60   (2) 70   (3) 85   (4) 75

60. महाराष्ट्रात पावसाळ्यात पावसाचे मासिक प्रमाण आणि प्रादेशिक वितरण .... असते.
    (1) समान   (2) तफावत व विविधता
    (3) असमान   (4) यांपैकी नाही.

61. विदर्भात सर्वांत जास्त पाऊस .... मध्ये पडतो.
    (1) ऑगस्ट   (2) जुलै   (3) सप्टेंबर   (4) जून

62. महाराष्ट्रात सर्वसाधारणपणे .... महिन्यात सर्वांत जास्त पाऊस पडतो.
    (1) जून   (2) ऑगस्ट   (3) सप्टेंबर   (4) जुलै

63. महाराष्ट्रात .... मध्ये सप्टेंबर महिन्यात पावसाचे प्रमाण जास्त असते.
    (1) जास्त पावसाचा प्रदेश   (2) मध्यम पावसाचा प्रदेश
    (3) अवर्षणग्रस्त प्रदेश   (4) कमी पावसाचा प्रदेश

64. महाराष्ट्रात चार महिन्यांच्या कालखंडात .... येथे पावसाचे प्रमाण बरेच कमी असते.
    (1) कोकण   (2) मध्य महाराष्ट्र
    (3) सह्याद्री पर्वतरांगेचा घाटमाथा   (4) पूर्व विदर्भ

65. महाराष्ट्रात घाटमाथ्यावर .... पडते.
    (1) अति कमी पर्जन्य   (2) साधारण पर्जन्य
    (3) मध्यम पर्जन्य   (4) अति जास्त पर्जन्य

66. सह्याद्री पर्वत ओलांडल्यावर महाराष्ट्र पठारावर पावसाचे प्रमाण ....

    (1) झपाट्याने वाढत जाते.   (2) साधारण असते.

    (3) झपाट्याने कमी होत जाते.   (4) यांपैकी नाही.

67. सह्याद्री पर्वताच्या पूर्वेकडे .... या खोऱ्यातील दक्षिणोत्तर पट्ट्यात अवर्षणग्रस्त प्रदेश आहे.

    (1) गोदावरी   (2) भीमा   (3) कृष्णा   (4) वरील सर्व.

68. दख्खन पठारावरील अवर्षणग्रस्त प्रदेश ओलांडल्यावर मराठवाड्यात .... पडते.

    (1) पुन्हा कमी पर्जन्य   (2) साधारण वाढते पर्जन्य

    (3) तेवढेच पर्जन्य   (4) यांपैकी नाही.

69. विदर्भात पश्चिमेकडून पूर्वेकडे गेल्यास पावसाळ्यात पावसाचे प्रमाण ....

    (1) वाढते.   (2) कमी होत जाते.   (3) तेवढेच राहते.   (4) यांपैकी नाही.

70. महाराष्ट्रात पावसाळ्यात सर्वांत जास्त आर्द्रता .... मध्ये आढळते.

    (1) मध्य महाराष्ट्र   (2) उत्तर महाराष्ट्र   (3) विदर्भ   (4) कोकण

71.✶ महाराष्ट्रात मान्सून काळात सर्वांत जास्त पावसाचे दिवस .... येथे आहेत.

    (1) महाबळेश्वर   (2) गगनबावडा   (3) आंबोली   (4) यांपैकी नाही.

72.✶ महाराष्ट्रात मान्सून काळात पावसाचे सर्वांत कमी दिवस .... येथे आहेत.

    (1) सातारा जिल्ह्यात म्हसवड   (2) सातारा जिल्ह्यात फलटण

    (3) सोलापूर जिल्ह्यात अकलूज   (4) पुणे जिल्ह्यात बारामती व दौंड

73. महाराष्ट्रात पावसाळा आणि हिवाळा यांच्या दरम्यान संक्रमणाचा महिना .... आहे.

    (1) फेब्रुवारी   (2) एप्रिल   (3) ऑक्टोबर   (4) यांपैकी नाही.

74. प्रखर सूर्यप्रकाश आणि असह्य उकाडा अनुभवास येतो, अशा प्रकारच्या हवेला .... असे म्हणतात.

    (1) ऑक्टोबर हीट   (2) मे हीट   (3) मार्च हीट   (4) यांपैकी नाही.

75. महाराष्ट्रात हिवाळ्यात प्रामुख्याने .... असते.

    (1) अति थंड व दमट हवा   (2) साधारण थंड कोरडी हवा

    (3) मध्यम थंड व पर्जन्ययुक्त हवा   (4) यांपैकी नाही.

76. दख्खनच्या पठारावर हिवाळ्यात .... भागात तापमान बरेच कमी आढळते.

    (1) दक्षिण   (2) पूर्व   (3) पश्चिम   (4) उत्तर

77. हिवाळ्यात सर्वांत जास्त तापमान कक्षा .... येथे आहे.

    (1) सोलापूर   (2) नागपूर   (3) पुणे   (4) अमरावती

78. हिवाळ्यात डिसेंबर महिन्यात सरासरी किमान तापमान .... दरम्यान असते.

    (1) $10°$ ते $12.5°$ से.   (2) $12.5°$ ते $15°$ से.

    (3) $7.5°$ ते $10°$ से.   (4) यांपैकी नाही.

79. महाराष्ट्रात हिवाळ्यात विदर्भ भागात पावसाचे प्रमाण .... दरम्यान असते.

    (1) 2 ते 3 सें.मी.   (2) 1 ते 2.5 सें.मी.   (3) 2.5 ते 5.0 सें.मी.   (4) यांपैकी नाही.

80. हिवाळ्यात थंडीच्या लाटेचा तडाखा .... ला फार मोठ्या प्रमाणात बसतो.

    (1) दक्षिण महाराष्ट्र   (2) उत्तर महाराष्ट्र व विदर्भ

    (3) कोकण   (4) मध्य महाराष्ट्र

81. घाटमाथ्यावर मान्सूनची धडक आल्याने पावसाचे प्रमाण .... पेक्षा जास्त असते.

    (1)   200 सें. मी.   (2)   300 सें. मी.   (3)   100 सें. मी.   (4)   400 सें. मी.

82. महाराष्ट्रात सर्वांत जास्त वार्षिक पावसाचे दिवस .... येथे आहेत.

    (1)   गगनबावडा (कोल्हापूर)   (2)   आंबोली (सिंधुदुर्ग)

    (3)   महाबळेश्वर (सातारा)   (4)   सावंतवाडी व बांदा (सिंधुदुर्ग)

83. महाराष्ट्रात वार्षिक पावसाचे सर्वांत कमी दिवस अकलूज (सोलापूर), दौंड (पुणे) व म्हसवड (सातारा) येथे फक्त .... दिवस आहेत.

    (1)   31   (2)   32   (3)   30   (4)   33

84. महाराष्ट्रात हिवाळ्यात सर्वांत जास्त सापेक्ष आर्द्रतेचे प्रमाण .... मध्ये असते.

    (1)   विदर्भ   (2)   कोकण   (3)   दक्षिण महाराष्ट्र   (4)   मराठवाडा

85. ✱ महाराष्ट्रातील खालील ठिकाणे वार्षिक पर्जन्याच्या उतरत्या क्रमाने कोणती ते सांगा.

    (1)   आंबोली, गगनबावडा, महाबळेश्वर, माथेरान

    (2)   आंबोली, माथेरान, महाबळेश्वर, गगनबावडा

    (3)   आंबोली, महाबळेश्वर, गगनबावडा, माथेरान

    (4)   आंबोली, गगनबावडा, माथेरान, महाबळेश्वर

86. महाराष्ट्राच्या वार्षिक पर्जन्याच्या वितरणाचे प्रतिनिधित्व करणारा जिल्हा कोणता आहे ?

    (1)   पुणे   (2)   कोल्हापूर   (3)   सातारा   (4)   नाशिक

87. महाराष्ट्राच्या वार्षिक पर्जन्याच्या वितरणाचे प्रतिनिधित्व करणाऱ्या कोल्हापूर जिल्ह्यामधील ठिकाणांच्या योग्य जोड्या लावा.

यादी - I (वार्षिक पर्जन्याचे वितरण)	यादी - II (वार्षिक पर्जन्य)
(अ) अतिशय जास्त पाऊस	(i) कुरुंदवाड
(ब) जास्त पाऊस	(ii) गारगोटी
(क) मध्यम पाऊस	(iii) गगनबावडा
(ड) अत्यंत कमी पाऊस	(iv) चंदगड

    (1)   (अ – iv), (ब – iii), (क – ii), (ड – i)

    (2)   (अ – iv), (ब – iii), (क – i), (ड – ii)

    (3)   (अ – i), (ब – ii), (क – iii), (ड – iv)

    (4)   (अ – iii), (ब – iv), (क – ii), (ड – i)

88. ✱ महाराष्ट्रामध्ये सर्वांत जास्त वार्षिक पावसाचे दिवस .... येथे आहेत.

    (1)   गगनबावडा   (2)   आंबोली

    (3)   महाबळेश्वर   (4)   बांदा

89. महाराष्ट्रामध्ये पर्जन्याच्या प्रादेशिक विभाग प्रमाणाच्या योग्य जोड्या लावा.

यादी - I (प्रादेशिक विभाग)	यादी - II (वार्षिक पर्जन्य)
(अ) कोकण	(i) 77
(ब) मध्य महाराष्ट्र	(ii) 110
(क) मराठवाडा	(iii) 92
(ड) विदर्भ	(iv) 287

(1) (अ – i), (ब – ii), (क – iii), (ड – iv)

(2) (अ – iv), (ब – iii), (क – i), (ड – ii)

(3) (अ – i), (ब – iv), (क – ii), (ड – iii)

(4) (अ – iv), (ब – iii), (क – ii), (ड – i)

90. महाराष्ट्राच्या संदर्भात खालील विधानांवर विचार करा.

(A) सह्याद्री पर्वताच्या पूर्वेकडील पर्जन्याचे प्रमाण घटत जाते.

(B) गोदावरी, भीमा व कृष्णा खोऱ्यांच्या दक्षिणोत्तर पट्ट्यामध्ये अवर्षणग्रस्त प्रदेश आहे.

(1) (A) चूक, (B) बरोबर   (2) (A) बरोबर, (B) चूक

(3) दोन्हीही चूक   (4) दोन्हीही बरोबर

उत्तरसूची

1. **3**	2. **2**	3. **1**	4. **1**	5. **4**	6. **2**
7. **3**	8. **4**	9. **1**	10. **1**	11. **2**	12. **2**
13. **3**	14. **3**	15. **3**	16. **3**	17. **1**	18. **4**
19. **1**	20. **3**	21. **4**	22. **2**	23. **1**	24. **3**
25. **2**	26. **2**	27. **4**	28. **1**	29. **3**	30. **2**
31. **3**	32. **4**	33. **3**	34. **2**	35. **1**	36. **2**
37. **1**	38. **3**	39. **1**	40. **3**	41. **4**	42. **2**
43. **3**	44. **1**	45. **4**	46. **3**	47. **2**	48. **1**
49. **3**	50. **4**	51. **2**	52. **1**	53. **3**	54. **2**
55. **4**	56. **2**	57. **1**	58. **4**	59. **3**	60. **2**
61. **1**	62. **4**	63. **3**	64. **2**	65. **4**	66. **3**
67. **4**	68. **2**	69. **1**	70. **4**	71. **2**	72. **1**
73. **3**	74. **1**	75. **2**	76. **4**	77. **3**	78. **1**
79. **3**	80. **2**	81. **4**	82. **1**	83. **3**	84. **2**
85. **3**	86. **2**	87. **4**	88. **1**	89. **2**	90. **4**

स्पष्टीकरण

31. कोल्हापूर जिल्ह्यात अतिशय जास्त पाऊस (गगनबावडा : 621 सें.मी.); जास्त पाऊस (चंदगड : 270 सें.मी.); मध्यम पाऊस (गारगोटी : 150 सें.मी.); कमी पाऊस (50 ते 100 सें.मी. दरम्यान) : शिरोळ (58 सें.मी.), कोल्हापूर (99 सें.मी.); अत्यंत कमी पाऊस (कुरुंदवाड : 48 सें.मी.) असे प्रदेश असल्याने कोल्हापूर जिल्हा महाराष्ट्राच्या वार्षिक पर्जन्याचे प्रतिनिधित्व करतो.

20, 71 व 88. महाराष्ट्रात सर्वांत जास्त पावसाचे दिवस गगनबावडा येथे आहेत. गगनबावडा (129 दिवस), आंबोली (125 दिवस), महाबळेश्वर (119 दिवस), बांदा (110 दिवस).

72. मान्सून काळात महाराष्ट्रात सर्वांत कमी पावसाचे दिवस सातारा जिल्ह्यात (म्हसवड : 19 दिवस); सोलापूर जिल्ह्यात अकलूज; सातारा जिल्ह्यात फलटण; पुणे जिल्ह्यात बारामती येथे प्रत्येकी 21 दिवस आहेत.

85. महाराष्ट्रात वार्षिक पर्जन्याच्या उतरत्या क्रमाने आंबोली (745 सें.मी.), महाबळेश्वर (623 सें.मी.), गगनबावडा (621 सें.मी.), माथेरान (517 सें.मी.) ही ठिकाणे आहेत.

<table><tr><td>**5**</td><td></td><td>**वने**</td></tr></table>

महाराष्ट्रातील वनांचे/अरण्यांचे प्रमुख प्रकार

महाराष्ट्रात वनस्पतींचे प्रमुख वैशिष्ट्यपूर्ण प्रकार पाहावयास मिळतात :

(1)   उष्ण कटिबंधीय सदाहरित अरण्ये

(2)   उष्ण कटिबंधीय निमसदाहरित अरण्ये

(3)   उप-उष्ण कटिबंधीय सदाहरित अरण्ये

(4)   उष्ण कटिबंधीय आर्द्र पानझडी अरण्ये/उष्ण कटिबंधीय मान्सून अरण्ये

(5)   उष्ण कटिबंधीय रूक्ष पानझडी अरण्ये

(6)   उष्ण कटिबंधीय काटेरी अरण्ये

1.   उष्ण कटिबंधीय सदाहरित अरण्ये

प्रदेश : महाराष्ट्रात कोकण भागात **सह्याद्रीच्या पायथ्यालगत सिंधुदुर्ग जिल्ह्यात सावंतवाडी परिसरात** ही सदाहरित अरण्ये पाहावयास मिळतात. **वार्षिक पर्जन्य सुमारे 200 सें.मी.** किंवा त्यापेक्षा जास्त असणाऱ्या प्रदेशात व जांभा मृदेच्या भागात उष्ण कटिबंधीय सदाहरित अरण्ये पाहावयास मिळतात.

वृक्षांचे स्वरूप : प्रदेशातील भरपूर पाऊस, आर्द्रतेचे जास्त प्रमाण व जमिनीमध्ये ह्यूमसचे मुबलक प्रमाण असल्याने **घनदाट वनस्पतींचे आच्छादन** पाहावयास मिळते. **वृक्षांची उंची 45 ते 60 मी.** दरम्यान असते. घनदाट अरण्यांमध्ये कमी उंचीच्या वनस्पतींचीदेखील वाढ होते.

वृक्षांचे प्रकार : सदाहरित अरण्यांमध्ये **नागचंपा, पांढरा, सिडार, फणस, कावसी, जांभूळ** वगैरे वृक्ष आढळतात. त्या घनदाट अरण्यात अधूनमधून **बांबू आणि कळक** यांचे विविध प्रकार आहेत.

आर्थिक महत्त्व : सदाहरित अरण्यात असलेल्या वनस्पतींचा **आर्थिकदृष्ट्या मर्यादित प्रमाणात उपयोग होतो.** त्याचे कारण या वनस्पतींपासून तयार होणारे **लाकूड अतिशय कठीण असल्याने** ते टिंबर म्हणून वापरण्यास योग्य असत नाही; तरीही तेथील वृक्षांची तोड बऱ्याच प्रमाणात झालेली आहे. वृक्षांचे वनसंवर्धन होणे अत्यंत आवश्यक आहे; कारण त्यांच्या साहाय्याने मृदसंधारण होते. भूमिगत पाण्याची पातळी वाढते आणि सर्वांत महत्त्वाचे म्हणजे मूळ वनस्पती तोडल्यानंतर त्या ठिकाणी त्याच प्रकारच्या वनस्पतींची निर्मिती होत नाही. कमी प्रतीच्या वनस्पती येऊ लागतात.

2.   उष्ण कटिबंधीय निमसदाहरित अरण्ये

प्रदेश : वार्षिक पर्जन्य 200 सें.मी. पेक्षा कमी असणाऱ्या प्रदेशात निमसदाहरित अरण्ये आढळतात. सदाहरित अरण्ये आणि पानझडीची अरण्ये यांच्या संक्रमण अवस्थेत ही अरण्ये आहेत. **पश्चिम किनारपट्टीवर कोकणामध्ये त्यांचा एक सलग पट्टा पाहावयास मिळतो.** त्याचप्रमाणे **सह्याद्री पर्वताच्या पश्चिम भागात घाटमाथ्यावरही काही वनस्पती आढळतात.** विशेषतः **आंबोली, लोणावळा, इगतपुरी** या परिसरात निमसदाहरित अरण्ये आहेत. (नकाशा क्र. 5.1 पाहा.)

वृक्षांचे स्वरूप : उष्ण कटिबंधीय निमसदाहरित अरण्यात आढळणारे **वृक्ष सदाहरित अरण्यांपेक्षा कमी उंचीचे असतात.** या अरण्यातील **वृक्षांची पाने गळण्याचा हंगाम वेगवेगळा असतो.** यामुळे वर्षभरात सर्वसाधारण स्वरूपात हिरवीगार वनश्री पाहावयास मिळते. अधूनमधून काही पानझडी वृक्षही असतात.

वृक्षांचे प्रकार : निमसदाहरित अरण्यात **किंदल, रानफणस, नाना, कदंब, शिसम, बिबळा** वगैरे वृक्ष आढळतात. **बांबूची वने कमी प्रमाणात आहेत.**

आर्थिक महत्त्व : निमसदाहरित अरण्यातील वृक्षांचा आर्थिकदृष्ट्या बराच उपयोग होतो. विशेषतः **आईन, नाना, वावळी** हे वृक्ष महत्त्वाचे आहेत.

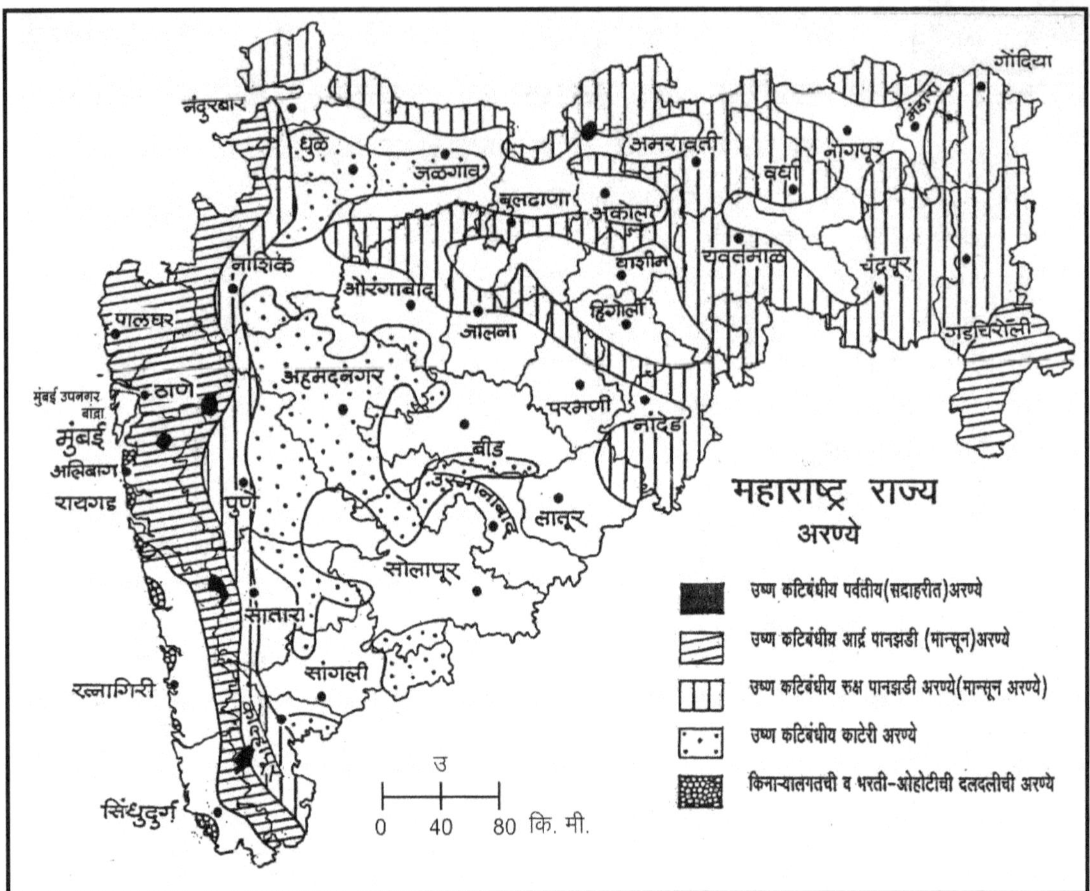

महाराष्ट्र – अरण्ये :

उष्ण कटिबंधीय सदाहरित अरण्ये सावंतवाडी परिसरात असून वनस्पतीचे दाट आच्छादन आहे. निमसदाहरित अरण्ये कोकण व घाटमाथ्यावर आहेत. उप-उष्ण कटिबंधीय सदाहरित अरण्ये महाबळेश्वर व पाचगणी भागात आहेत. आर्द्र पानझडी अरण्ये पर्जन्यच्छायेच्या प्रदेशात व पूर्व विदर्भात आहेत. रूक्ष पानझडी अरण्ये देशावर कमी पावसाच्या प्रदेशात आहेत. काटेरी अरण्ये मुख्यतः फक्त मध्य महाराष्ट्र, मराठवाडा व विदर्भात आढळतात.

नकाशा क्र. 5.1 : महाराष्ट्र – अरण्ये

3. उप-उष्ण कटिबंधीय सदाहरित अरण्ये

प्रदेश : सह्याद्री पर्वतावर 250 सें.मी. पेक्षा जास्त पाऊस असणाऱ्या प्रदेशात ही अरण्ये आहेत. महाबळेश्वर, पाचगणी, माथेरान व भीमाशंकरच्या परिसरात उप-उष्ण सदाहरित अरण्ये आहेत. उत्तर महाराष्ट्रात गाविलगड टेकड्यांवरही ही अरण्ये आहेत.

वृक्षांचे स्वरूप : सह्याद्री पर्वतामधील वर उल्लेखिलेल्या प्रदेशातील **पावसाचे भरपूर प्रमाण, तुलनात्मकदृष्ट्या मध्यम स्वरूपाचे तापमान, दीर्घकाळ पाऊस आणि आर्द्रता** या सर्व घटकांमुळे सदाहरित वृक्षे आढळतात. तेथील जांभा जमिनीचाही प्रभाव वनस्पतींच्या वितरणावर झालेला आहे. अरण्यातील वृक्षांची फार मोठ्या प्रमाणात तोड करण्यात आली असून त्यांचे लहान-लहान पट्टे राहिलेले आहेत.

वृक्षांचे प्रकार : उप-उष्ण सदाहरित अरण्यात **जांभळा, अंजन, हिरडा, आंबा, बेहडा, कारवी** वगैरे महत्त्वाचे वृक्ष आहेत.

आर्थिक महत्त्व : अरण्यातील **अनेक वृक्षांचा आर्थिकदृष्ट्या उपयोग होतो.** महाबळेश्वरच्या परिसरातील जावळीच्या खोऱ्यात शिवकाळात अतिघनदाट वनस्पती होत्या. त्यानंतर मात्र वनस्पतींची तोड मोठ्या प्रमाणात झाली आहे. **हिरडा** वृक्षाचे लाकूड चांगले मजबूत असते. अशाच तऱ्हेने इतर वृक्षांचाही उपयोग केला जातो व **मधुमक्षीपालन** हा एक महत्त्वाचा लघुउद्योगधंदा आहे.

4. उष्ण कटिबंधीय आर्द्र पानझडी अरण्ये / उष्ण कटिबंधीय मान्सून अरण्ये

प्रदेश : महाराष्ट्रात ही अरण्ये प्रामुख्याने **चंद्रपूर व गडचिरोली जिल्ह्यांच्या पूर्व भागात चिरोल व नवेगाव टेकड्यांवर आहेत.** तो परिसर **'आलापल्ली अरण्ये'** म्हणून ओळखला जातो. याशिवाय **भंडारा व गोंदिया जिल्ह्याचा काही भाग,** सातपुडा पर्वतरांगांतील गाविलगड टेकड्या (मेळघाट) यांचा समावेश होतो. **उत्तर कोकणातील ठाणे व पालघर जिल्ह्यातील** डोंगररांगा तसेच सह्याद्री पर्वतातील घाटमाथा ओलांडल्यानंतर **'पर्जन्यछायेचा प्रदेश'**; याशिवाय सह्याद्री पर्वतापासून निघणाऱ्या **शंभू-महादेव, हरिश्चंद्र-बालाघाट आणि सातमाळा** डोंगररांगांच्या पश्चिम भागात आर्द्र पानझडी अरण्ये पाहावयास मिळतात. **कोल्हापूर, नाशिक, ठाणे, पालघर, धुळे व नंदुरबार जिल्ह्यांत पानझडी अरण्ये आहेत.**

वृक्षांचे स्वरूप : या प्रदेशात **वार्षिक पाऊस 120 ते 160 सें.मी.** असून तो प्रामुख्याने पावसाळ्यात जून ते सप्टेंबर या चार महिन्यांच्या काळात नैर्ऋत्य मान्सून वाऱ्यांपासून पडतो आणि वर्षातील बाकीचे आठ महिने जवळजवळ कोरडे असतात. पावसाळ्यात उपलब्ध होणाऱ्या **पाण्याचा पुरवठा वनस्पतींना वर्षभर पुरेसा असत नाही.** म्हणजेच वर्षातील बाराही महिने वनस्पती हिरव्यागार राहण्याइतपत जमिनी ओल्या राहत नाहीत. विशेषतः **उन्हाळ्यात जास्त उष्णतेमुळे जमिनीत ओलावा** वनस्पतींना पुरत राहावा म्हणून अनेक वनस्पतींची पाने गळून पडतात. त्यामुळे या पर्णहीन वनस्पती पुन्हा पावसाळा सुरू होईपर्यंत कशातरी तग धरू शकतात. म्हणूनच अशा वैशिष्ट्यपूर्ण वृक्षांना **'पानझडीची अरण्ये'** असे म्हणतात. या अरण्यांमध्ये घनदाट वृक्षांचे प्रमाण मध्यम स्वरूपाचे असते. **काही सदाहरित वृक्ष अधूनमधून असतात. वृक्षांची उंची 30 ते 40 मीटर असते.** काही भागांमध्ये स्थलांतरित शेतीमुळे आता अरण्ये तुरळक राहिलेली आहेत.

वृक्षांचे प्रकार : आर्द्र पानझडी अरण्यात **प्रमुख वनस्पती सागवान** आहेत. याशिवाय **आईन, हिरडा, बिबळा, लेंडी, येरूळ, किंडल, कुसुम, आवळा, शिसम, सिरस** वगैरे वृक्ष आढळतात. **बांबूची वने** पाहावयास मिळतात. व्यवहारात ते वासे म्हणून प्रसिद्ध आहेत.

आर्थिक महत्त्व : आर्द्र पानझडी अरण्यातील अनेक वृक्ष आर्थिकदृष्ट्या महत्त्वाचे आहेत. **सर्वांत महत्त्वाचा वृक्ष सागवान आहे.** पूर्वीच्या काळी महाराष्ट्रात सागाची प्रचंड झाडे होती. जुन्या प्रचंड वाड्याचे लाकूडकाम सागवानाचे असे. आता मात्र हे वृक्ष मर्यादित प्रदेशातच राहिलेले आहेत. चंदनाचे वृक्षही अधूनमधून आढळतात. या अरण्यातील अनेक वृक्षांची देखभाल वनखात्यामार्फत केली जाते. **चंद्रपूर व गडचिरोली जिल्ह्यातील 'आलापल्ली अरण्यामधील'** वृक्षाची भारतातील प्रसिद्ध **वृक्षांमध्ये गणना केली जाते. महाराष्ट्रात चंदनाची काही झाडे आढळतात.**

ज्ञानेश्वरांनी म्हटले आहे की, || चांदु वो चांदणें चांपे वो चन्दने, देवकी नंदनेंवीण नावडे वो ||

5. उष्ण कटिबंधीय रूक्ष पानझडी अरण्ये

प्रदेश : सातपुडा पर्वतरांगा आणि अजिंठा डोंगररांगांत रूक्ष पानझडी अरण्ये आढळतात. **घाटमाथ्याच्या पूर्वेस** पायथ्यालगत असणाऱ्या **कमी उंचीच्या टेकड्यांवरही ही** अरण्ये पाहावयास मिळतात. अशाच प्रकारे **विदर्भात डोंगराळ भाग** या अरण्यांनी व्यापलेला आहे.

वृक्षांचे स्वरूप : वार्षिक पर्जन्य 80 ते 120 सें.मी. असणाऱ्या प्रदेशात रूक्ष पानझडी अरण्ये आढळतात. त्यांचे सलग पट्टे नाहीत. ते अधूनमधून पाहावयास मिळतात. पानझडी वृक्ष उंच असतात. काही ठिकाणी **कमी उंचीचे वृक्षही आढळतात.** अधूनमधून **गवताळ प्रदेशही** असतो. पावसाळ्यातच फक्त वनस्पती हिरव्यागार दिसतात. कोरड्या हवामानात **पाण्याच्या अभावामुळे बरेचसे वृक्ष पर्णहीन** असतात.

वृक्षांचे प्रकार : उष्ण कटिबंधीय रूक्ष पानझडी अरण्यात **सागवान, धावडा, शिसम, तेंदू, पळस, बीजसाल, लेंडी, हेडी, बेल, खैर, अंजन** वगैरे वृक्ष असतात.

आर्थिक महत्त्व : या अरण्यांमधील **अनेक वनस्पतींचा उपयोग टिंबर म्हणून** व्यापारी दृष्टीने केला जातो तसेच **इंधन म्हणून लाकडाचा वापर मोठ्या प्रमाणात करतात.** खैरसारख्या वनस्पतींचा उपयोग कात निर्माण करण्यासाठी केला जातो. पानझडी वृक्ष अरण्यांमध्ये **मानवाचे अतिक्रमण मोठ्या प्रमाणात झालेले आहे. त्यामुळे अनेक झाडे तोडून बरीचशी जमीन पिकाच्या लागवडीखाली** आणण्यात आली आहे. या अरण्यांमध्ये महत्त्वाचे वृक्ष नाहीसे होऊ नयेत म्हणून काही उपाययोजना केलेल्या आहेत.

6. उष्ण कटिबंधीय काटेरी अरण्ये

प्रदेश : दख्खनच्या पठारावर **मध्य महाराष्ट्रात** नद्यांच्या खोऱ्याच्या लागवडीच्या परिसरात असणाऱ्या **डोंगररांगांवर व कमी उंचीच्या पठारावर काटेरी झाडे आढळतात. पुणे, सातारा, सांगली व अहमदनगरच्या पूर्व भागात तसेच सोलापूर, मराठवाडा व विदर्भ भागातही** टेकड्यांवर काटेरी अरण्ये आहेत.

वृक्षांचे स्वरूप : वार्षिक पर्जन्य 80 सें.मी. पेक्षा कमी असणाऱ्या प्रदेशात ही अरण्ये आढळतात. या प्रदेशात **अधूनमधून उत्तम प्रकारचे वृक्ष पाहावयास मिळतात.** यावरून असे लक्षात येते की, पूर्वी या परिसरात चांगल्या प्रकारच्या वनस्पती असल्या पाहिजेत; परंतु त्यांचा मानवाने नंतर नाश केल्याचे स्पष्टपणे जाणवते. पठारावर **ज्या-ज्या भागात पाण्याची उपलब्धता आहे तेथे हिरव्यागार वनस्पती असतात. कोरड्या हवामानास जुळवून घेणाऱ्या काटेरी वनस्पतींचे प्रमाण जास्त आहे.** अशा वनस्पती कोरड्या हवामानातदेखील जगू शकतात.

वृक्षांचे प्रकार : काटेरी अरण्यात **बाभूळ, खैर, हिवर** हे वृक्ष सर्वत्र आढळतात. **निंब झाड** अनेक ठिकाणी पाहावयास मिळते.

आर्थिक महत्त्व : काटेरी अरण्यात आढळणाऱ्या वृक्षांचा उपयोग आर्थिकदृष्ट्या बऱ्याच बाबतीत केला जातो. **तारवडसारख्या** झुडपाचा उपयोग टॅनिंगसाठी केला जातो. विविध प्रकारची झाडे जळणासाठी तोडली जातात.

महाराष्ट्र वन विभागाद्वारा महाराष्ट्रातील वनांचे प्रकार

1.   **दक्षिण उष्ण कटिबंधीय सदाहरित वने :** महाराष्ट्रातील पश्चिमेकडील उंच पर्वतरांगांच्या उतारावरील नद्यांच्या पाणलोट क्षेत्राच्या संरक्षणाबरोबर जलसंधारणाचे महत्त्वाचे कार्य करतात. यामध्ये प्रामुख्याने आंबा, किंजळ, अंजन, पार जांभूळ, हिरडा इत्यादी वृक्ष प्रजाती आढळतात.

महाराष्ट्रातील वने या नकाशात जी 'सदाहरित वने' दाखविली आहेत ती वस्तुतः 'सामी सदाहरित वने' या सदरात मोडतात.

2.   **दक्षिण उष्ण कटिबंधीय पानगळतीची सदाहरित वने :** ठाणे व पालघर जिल्हा, सह्याद्रीच्या डोंगराळ भागातील काही सुरक्षित खोरी आणि गडचिरोली व चंद्रपूर या जिल्ह्यात आढळतात. सागवान, खैर, शिसव, सादडा, किंजळ, धावडा, बीजसाल, कुंभी, तिवस वगैरे मौल्यवान वृक्षजाती व तीन-चार प्रकारचे बांबू या वनस्पती प्रकारांनी ही वने समृद्ध आहेत. महाराष्ट्रात याचे क्षेत्र 3,410 चौ.कि.मी. आहे. एकूण वनक्षेत्राशी दमट वनांची 5.5 टक्केवारी आहे.

3.   **दक्षिण उष्ण कटिबंधीय पानगळतीची शुष्क वने :** महाराष्ट्रातील सर्वांत जास्त वनक्षेत्र पानगळतीच्या शुष्क वनांनी व्यापलेले आहे. यात प्रामुख्याने नाशिक, खानदेश व विदर्भाचे सर्व जिल्हे आणि औरंगाबाद व नांदेड जिल्ह्याचे काही भाग यांचा समावेश होतो. विदर्भातील या वनात वाढणाऱ्या सागवानला देशातील लाकडाच्या बाजारपेठेत विशेषतः स्तरकाष्ठासाठी फार मोठी मागणी आहे. याचे क्षेत्र 10,326 कि.मी. असून त्याची टक्केवारी 16 टक्के आहे.

चांगल्या प्रतीच्या या लाकडांना पाच ते सहा हजार रुपये घनमीटरपर्यंत सरासरीने ठोक किंमत पडते. सागाखेरीज सावर, मोह, टेंभुर्णी, बीजसाल, अंजन, बांबू, चंदन, शिसम वगैरे इतर मौल्यवान वृक्ष वनस्पती या वनात आढळतात.

4.   **दक्षिण उष्ण कटिबंधीय काटेरी वने : पुणे, अहमदनगर, सांगली, सातारा, सोलापूर, मराठवाड्यातील बहुतेक जिल्हे, खानदेश व पश्चिम विदर्भातील काही भाग या कमी पावसाच्या प्रदेशात काटेरी वने अस्तित्वात आहेत.** यात बाभळी, हिवर, चंदन, सालाई, गराडी यांसारखी खुरट्या वाढीची झाडे व इतर मरु-वनस्पती या गवताचे प्रकार आढळतात. महाराष्ट्रात काटेरी वनांचे सर्वांत जास्त क्षेत्र 40,602 चौ.कि.मी. म्हणजे 63 टक्के आहे.

5.　　दक्षिण उष्ण कटिबंधीय समशीतोष्ण रुंदपर्णी पर्वतीय वने : फक्त कोल्हापूर, सातारा, रायगड व पुणे या जिल्ह्यांतील घाटमाथ्यावरील विशिष्ट भागात आढळतात (उदा., आंबोली, महाबळेश्वर, माथेरान, भीमाशंकर परिसर). भूजल संरक्षणाच्या दृष्टीने ही वने महत्त्वाची आहेत. जांभूळ, अंजन, फणस, आंबा, हिरडा, बेहडा, अर्जुन वगैरे प्रमुख वृक्ष असणाऱ्या या वनातून हिरडा, फळे, शिकेकाई, मध, मेण इत्यादी गौण वनस्पती मिळतात. महाराष्ट्रात रुंदपर्णी पर्वतीय वनांचे 9,850 चौ.कि.मी. क्षेत्र आहे. याची टक्केवारी 15 आहे.

6.　　सागरी किनारी व भरती-ओहोटीची दलदलीची वने : महाराष्ट्राच्या सिंधुदुर्ग, ठाणे व पालघर या जिल्ह्यांच्या पश्चिम सागरी किनाऱ्यावरील खाड्या व दलदलीच्या भागात ही वने आढळतात. ही वने समुद्रतटाच्या संरक्षणाचे महत्त्वाचे कार्य करतात. यामध्ये प्रामुख्याने ॲव्हिसिनिया, रायझोफोरा या वृक्ष प्रजातींचा समावेश होतो.

महाराष्ट्रातून दलदलीच्या वनांचे क्षेत्र फक्त 147 चौ.कि.मी. असून याची टक्केवारी नगण्य म्हणजे 0.5 टक्के आहे. रायगड जिल्ह्यात सर्वांत जास्त क्षेत्र 95 चौ.कि.मी. व मुंबई उपनगरात 37 चौ.कि.मी. आहे.

वनविभागाची संरचना व वनवृत्ते

महाराष्ट्रात प्रधान मुख्य वनसंरक्षक असून त्यांचे प्रमुख कार्यालय नागपूर येथे आहे. राज्यस्तरावर एकूण नऊ कार्यालये आहेत. प्रत्येकाचे पदाधिकारी मुख्य वनसंरक्षक असतात. यांचे स्वरूप पुढीलप्रमाणे :

वनविभागाची संरचना : (1) प्रधान मुख्य वनसंरक्षक (2) प्रशासन (3) विकास (4) उत्पादन (5) संधारण (6) मूल्यांकन व राष्ट्रीयीकरण (7) वन्य जीव (8) संरक्षण (9) धोरण व तंत्रज्ञान.

प्रादेशिक वनवृत्ते : महाराष्ट्रात वनविभागात एकूण अकरा प्रादेशिक वनवृत्ते आहेत. प्रत्येक वनवृत्ताचे वनसंरक्षक प्रमुख असतात. प्रादेशिक वनवृत्ते पुढीलप्रमाणे :

1. ठाणे	4. पुणे	7. अमरावती	10. चंद्रपूर
2. नाशिक	5. कोल्हापूर	8. यवतमाळ	11. गडचिरोली
3. धुळे	6. औरंगाबाद	9. नागपूर	

कार्यात्मिक वनवृत्ते : महाराष्ट्रात वनविभागात एकूण नऊ कार्यात्मिक वनवृत्ते आहेत. वनसंरक्षक हे प्रत्येक वनवृत्ताचे प्रमुख असतात. कार्यात्मिक वनवृत्ते पुढीलप्रमाणे :

1. पुणे : कार्य आयोजना	4. बोरिवली : वन्य जीव	7. नागपूर : मूल्यनिर्धारण घटक
2. नागपूर : कार्य आयोजना	5. नाशिक : वन्य जीव	8. पुणे : संशोधन
3. नागपूर : वन्य जीव	6. अमरावती : व्याघ्र प्रकल्प	9. पुणे : वन शिक्षण

महाराष्ट्र – वनांचे जिल्हावार वितरण : 2011 - 12

महाराष्ट्रात सन 2011-12 नुसार, वन विभागातील वनांचे क्षेत्र 59,745 चौ.कि.मी. आणि महसूल विभागातील वनांचे क्षेत्र 1,613 चौ.कि.मी. आहे. **महाराष्ट्रात सन 2011-12 नुसार, एकूण वनांचे क्षेत्र 61,358 चौ.कि.मी. आहे. एकूण भौगोलिक क्षेत्रांपैकी फक्त 19.94 टक्के क्षेत्र आहे.** वास्तविक पाहता, पर्यावरण संतुलनदृष्ट्या भूमीच्या 33 टक्के क्षेत्र वनाखाली असावयास पाहिजे.

महाराष्ट्रातील वनक्षेत्राचे पहिले तीन जिल्हे : महाराष्ट्रात सन 2011-12 नुसार वनक्षेत्रात सर्वांत पहिला जिल्हा गडचिरोली असून त्याचे वनक्षेत्र 14,265 चौ.कि.मी. (राज्याचे वनक्षेत्र 23.25%) आहे. या खालोखाल ठाणे व पालघर जिल्हा (3,881 चौ.कि.मी./6.33%) व अमरावती जिल्ह्याचा (3,482 चौ.कि.मी./5.67%) क्रमांक आहे.

महाराष्ट्रातील वनक्षेत्राचे शेवटचे तीन जिल्हे : महाराष्ट्रात सन 2011-12 नुसार वनक्षेत्रात सर्वांत शेवटचा जिल्हा मुंबई शहर (1.74 चौ.कि.मी.) असून या खालोखाल लातूर जिल्हा (40.06 चौ.कि.मी.) व रत्नागिरी जिल्ह्याचा (69.95 चौ.कि.मी.) क्रमांक आहे.

3,000 ते 4,000 चौ.कि.मी. वनक्षेत्र असणारे जिल्हे : महाराष्ट्रात चंद्रपूर (3,468 चौ.कि.मी.); नाशिक (3,442 चौ.कि.मी.) व यवतमाळ (3,031 चौ.कि.मी.) जिल्ह्याची वनक्षेत्रे आहेत.

2,000 ते 3,000 चौ.कि.मी. वनक्षेत्र असणारे जिल्हे : यामध्ये विदर्भातील नागपूर (2,523 चौ.कि.मी.), गोंदिया; खानदेशातील धुळे व नंदुरबार तर पश्चिम महाराष्ट्रातील खानदेशचा समावेश होतो.

1,000 ते 2,000 चौ.कि.मी. वनक्षेत्र असणारे जिल्हे : या गटात पुढील जिल्ह्यांचा समावेश होतो : पश्चिम महाराष्ट्रातील अहमदनगर (1,905 चौ.कि.मी.), कोल्हापूर, सातारा; खानदेशात जळगाव; विदर्भात भंडारा; मराठवाड्यात नांदेड; कोकणात रायगड हे जिल्हे येतात.

500 ते 1,000 चौ.कि.मी. वनक्षेत्र असणारे जिल्हे : औरंगाबाद (925 चौ.कि.मी.) व सांगली (552 चौ.कि.मी.) हे जिल्हे.

100 ते 500 चौ.कि.मी. वनक्षेत्र असणारे जिल्हे : या गटात सात जिल्हे आहेत. प्रामुख्याने मध्य मराठवाडा, पश्चिम विदर्भातील दक्षिण भाग व सोलापूर जिल्ह्यांचा समावेश होतो.

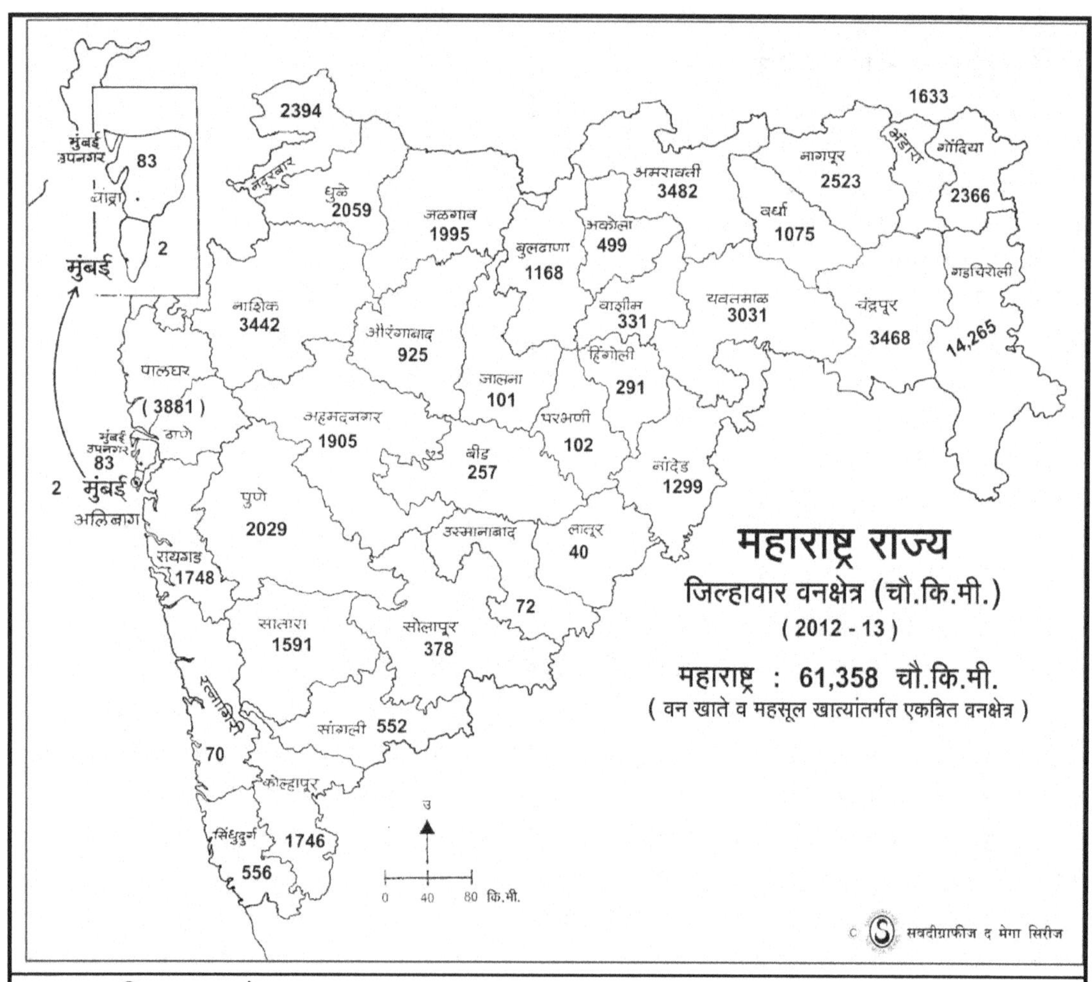

महाराष्ट्र – जिल्हावार वनक्षेत्र :

पहिले तीन जिल्हे :   (1) गडचिरोली (14,265); (2) ठाणे-पालघर (3,881); (3) अमरावती (3,482).

शेवटचे तीन जिल्हे :   (1) मुंबई शहर (1.74); (2) लातूर (40.06); (3) रत्नागिरी (69.95).

नकाशा क्र. 5.2 : जिल्हावार वनक्षेत्र

महाराष्ट्रामधील राखीव वने, संरक्षित वने व अवर्गीकृत वनांचे स्वरूप : 2011 - 12

(Nature of Reserved Forest Protected Forest and Unclassified Forest in Maharashtra : 2011-12)

(अ) राखीव वने *(Reserved Forest)* :

महाराष्ट्रात सन 2011-12 नुसार राखीव वनांचे क्षेत्र 51548.45 चौ.कि.मी. असून याचे एकूण वनक्षेत्राशी 84.01 टक्केवारी आहे.

राखीव वनक्षेत्रामधील पहिले तीन जिल्हे : महाराष्ट्रात राखीव वनक्षेत्रामध्ये सर्वांत पहिला क्रमांक गडचिरोली जिल्ह्याचा (12,441 चौ.कि.मी.) असून या खालोखाल अमरावती जिल्हा (3,463 चौ.कि.मी.) व यवतमाळ या जिल्ह्यांचा समावेश आहे.

राखीव वनक्षेत्रामध्ये वरील जिल्ह्यांव्यतिरिक्त नाशिक जिल्हा (3,190 चौ.कि.मी.), यवतमाळ (2,970 चौ.कि.मी.), ठाणे व पालघर (2,881 चौ.कि.मी.) व चंद्रपूर (2,644 चौ.कि.मी.) हे जिल्हे आहेत.

राखीव वनक्षेत्रामधील शेवटचे तीन जिल्हे : महाराष्ट्रात राखीव वनक्षेत्रामध्ये सर्वांत शेवटचा जिल्हा लातूर (11.76 चौ.कि.मी.) असून यानंतर मुंबई उपनगर (23.61 चौ.कि.मी.) व रत्नागिरी जिल्हे (50.62 चौ.कि.मी.) आहेत.

मुंबई शहरात राखीव वने नाहीत.

(ब) संरक्षित वने *(Protected Forest)* :

महाराष्ट्रात सन 2011-12 अनुसार संरक्षित वनांचे क्षेत्र 6,727 चौ.कि.मी. असून त्याची एकूण वनक्षेत्राशी 10.96 टक्केवारी आहे.

संरक्षित वनक्षेत्रामधील पहिले तीन जिल्हे : महाराष्ट्रामध्ये संरक्षित वनक्षेत्रात सर्वांत पहिला क्रमांक गडचिरोली जिल्ह्याचा (1,601 चौ.कि.मी.) असून या खालोखाल ठाणे व पालघर (989 चौ.कि.मी.) व नागपूर (840 चौ.कि.मी.) या जिल्ह्यांचा क्रमांक आहे.

याशिवाय गोंदिया (730 चौ.कि.मी.), चंद्रपूर (694 चौ.कि.मी.), कोल्हापूर (384 चौ.कि.मी.), वर्धा (332 चौ.कि.मी.), भंडारा (285 चौ.कि.मी.) याचा संरक्षित वनात वाटा वैशिष्ट्यपूर्ण आहे.

संरक्षित वनक्षेत्रामधील शेवटचे तीन जिल्हे : महाराष्ट्रामध्ये संरक्षित वनक्षेत्रात सर्वांत शेवटचा क्रमांक रत्नागिरी जिल्ह्याचा (फक्त 0.03 चौ.कि.मी.) असून यानंतर सांगली (फक्त 0.1 चौ.कि.मी.) व पुणे (फक्त 0.13 चौ.कि.मी.) या जिल्ह्यांचा क्रमांक लागतो.

सिंधुदुर्ग, सोलापूर, परभणी व वाशीम या जिल्ह्यांत संरक्षित वनक्षेत्रे नाहीत.

(क) अवर्गीकृत वने *(Unclassified Forest)* :

महाराष्ट्रात सन 2011-12 अनुसार अवर्गीकृत वनांचे क्षेत्र 3,082 चौ.कि.मी. असून त्याची एकूण वनक्षेत्राशी 5.02 टक्केवारी आहे.

अवर्गीकृत वनक्षेत्रामधील पहिले तीन जिल्हे : महाराष्ट्रात अवर्गीकृत वनक्षेत्रामध्ये सर्वांत पहिला क्रमांक गोंदिया जिल्ह्याचा (398 चौ.कि.मी.) असून या खालोखाल सिंधुदुर्ग (392 चौ.कि.मी.) व नागपूर (283 चौ.कि.मी.) या जिल्ह्यांचा क्रमांक लागतो.

याशिवाय भंडारा (245 चौ.कि.मी.), वर्धा (224 चौ.कि.मी.), गडचिरोली (222 चौ.कि.मी.), रायगड (170 चौ.कि.मी.), पुणे (166 चौ.कि.मी.), नंदुरबार (163 चौ.कि.मी.) यांचा वाटा महत्त्वपूर्ण आहे.

अवर्गीकृत वने जळगाव जिल्ह्यात नाहीत.

अवर्गीकृत वनक्षेत्रामधील शेवटचे तीन जिल्हे : महाराष्ट्रात अवर्गीकृत वनक्षेत्रात सर्वांत शेवटचा जिल्हा बुलडाणा (3.37 चौ.कि.मी.) असून यानंतर अमरावती (3.98 चौ.कि.मी.) व सोलापूर (4.61 चौ.कि.मी.) या जिल्ह्यांचा क्रमांक लागतो.

तक्ता क्र. 5.1 : महाराष्ट्र – वनप्रकारानुसार वनक्षेत्राचे जिल्हावार वितरण (चौ.कि.मी.)
(वन व महसूल विभाग) : 2011 - 12 (प्रकाशित 2013)

अ. क्र. Sr. No.	जिल्हा District	राखीव वने Reserved Forest	संरक्षित वने Protected Forest	अवर्गीकृत वने Unclassified Forest	एकूण Total
I.	कोकण विभाग				
1.	मुंबई शहर	–	1.74	–	1.74▪
2.	मुंबई उपनगर	23.61	38.13	20.78	82.52
3.	ठाणे व पालघर	2,880.54	988.52	11.95	3,881.01
4.	रायगड	1,407.38	171.24	169.70	1,748.32
5.	रत्नागिरी	50.62	0.03	29.30	69.95
6.	सिंधुदुर्ग	163.97	–	391.7	555.67
II.	नाशिक विभाग				
7.	नाशिक	3,190.04	244.61	7.52	3,442.17
8.	धुळे	2,035.93	4.56	19.15	2,059.94
9.	नंदुरबार	2,184.97	46.06	162.79	2,393.82
10.	जळगाव	1,992.43	2.44	–	1,994.87
11.	अहमदनगर	1,834.98	25.80	44.10	1,904.88
III.	पुणे विभाग				
12.	पुणे	1,862.67	0.13	166.19	2,028.99▪
13.	सातारा	1,467.33	48.51	74.95	1,590.79
14.	सांगली	456.09	0.10	96.12	552.31
15.	सोलापूर	373.14	–	4.61	377.75
16.	कोल्हापूर	1,225.04	383.51	137.28	1,745.83
IV.	औरंगाबाद विभाग				
17.	औरंगाबाद	894.01	16.27	14.24	924.52
18.	जालना	82.72	12.91	5.55	101.18
19.	नांदेड	1,218.83	30.78	49.53	1299.14▪
20.	परभणी	82.26	–	19.53	101.79
21.	हिंगोली	249.38	2.75	38.68	290.81
22.	बीड	199.31	38.25	19.27	256.83
23.	उस्मानाबाद	53.38	12.92	5.47	71.77
24.	लातूर	11.76	10.53	17.77	40.06

पुढे चालू ↴

अ. क्र. Sr. No.	जिल्हा District	राखीव वने Reserved Forest	संरक्षित वने Protected Forest	अवर्गीकृत वने Unclassified Forest	एकूण Total
V.	अमरावती विभाग				
25.	बुलडाणा	1,064.53	100.36	3.37	1,168.26
26.	अकोला	463.87	15.27	19.93	499.07
27.	वाशीम	302.96	–	27.99	330.95
28.	अमरावती	3,462.65	15.67	3.98	3,482.30
29.	यवतमाळ	2,970.41	32.26	28.16	3,030.83
VI.	नागपूर विभाग				
30.	वर्धा	519.21	332.28	223.73	1,075.27
31.	नागपूर	1,399.48	840.53	283.04	2,523.05
32.	भंडारा	1,103.22	284.81	245.03	1,633.06
33.	गोंदिया	1,237.30	730.18	398.09	2,365.57
34.	चंद्रपूर	2,643.54	694.20	130.41	3,468.15
35.	गडचिरोली	12,440.89	1,601.39	222.48	14,264.76
	वन विभाग	50,642.67	6,682.88	2,419.57	59,745.12
	महसूल विभाग	905.78	44.16	662.82	1,612.76
■	एकूण महाराष्ट्र	**51,548.45**	**6,727.04**	**3,082.39**	**61,357.88**

टीप :   सर्वांत पहिला जिल्हा   सर्वांत शेवटचा जिल्हा

■   मुंबई शहर जिल्ह्याचे वनक्षेत्र नगण्य असल्याने सर्वांत शेवटचा जिल्हा : लातूर

Source : *Maharashtra Forest Department – Statistical Outline, 2013; Pages 15 to 18.*

महाराष्ट्र – प्रादेशिक विभागानुसार वनक्षेत्र (सन 2011-12)

(Maharashtra : Region-wise Forest Area : 2011-12)

महाराष्ट्र शासनाच्या वन विभागाने महाराष्ट्राची खालीलप्रमाणे प्रादेशिक विभागणी केलेली आहे.

1. **विदर्भ** : विदर्भमध्ये सन 2011-12 नुसार, सर्वांत जास्त वनक्षेत्र 33,198 चौ.कि.मी. आहे. महाराष्ट्राच्या एकूण वनक्षेत्राशी विदर्भाशी वन टक्केवारी 54.11 आहे तर महाराष्ट्राच्या भौगोलिक क्षेत्राशी याचे प्रमाण 10.79 टक्के आहे.

तक्ता क्र. 5.2	
प्रादेशिक विभाग	**प्रशासकीय विभाग**
1. विदर्भ	• नागपूर विभाग • अमरावती विभाग
2. मराठवाडा	• औरंगाबाद विभाग
3. पश्चिम विभाग	• कोकण विभाग • नाशिक विभाग • पुणे विभाग

2. **मराठवाडा** : मराठवाड्यात वनक्षेत्र सर्वांत कमी असून ते 2,883 चौ.कि.मी. आहे. महाराष्ट्राच्या एकूण वनक्षेत्राशी मराठवाडा वन टक्केवारी फक्त 4.7 आहे तर महाराष्ट्राच्या भौगोलिक क्षेत्राशी याचे प्रमाण फक्त 0.94 टक्के आहे.

3. **पश्चिम महाराष्ट्र प्रादेशिक विभाग (कोकण विभाग, नाशिक विभाग, पुणे विभाग)** : पश्चिम महाराष्ट्राचे वनक्षेत्र 25,277 चौ.कि.मी. आहे. महाराष्ट्राच्या एकूण वनक्षेत्राशी पश्चिम महाराष्ट्र वन टक्केवारी 41.2 आहे तर महाराष्ट्राच्या भौगोलिक क्षेत्राशी याचे प्रमाण 41.2 टक्के आहे.

महाराष्ट्र – जिल्हावार खाजण वने/कच्छ वने/तिवर वने (सन 2011-12)

(Maharashtra : District-wise Mangrove Cover : 2011-12)

महाराष्ट्रात कोकण किनारपट्टीलगत सर्व जिल्ह्यांमध्ये खाजण वने/कच्छ वने/तिवर वने पसरलेली आहेत. सन 2011-12 अनुसार, महाराष्ट्रामध्ये एकूण खाजण वने फक्त 186 चौ.कि.मी. क्षेत्रात विस्तारली आहेत. यांपैकी मध्यम दाट खाजण वने 69 चौ.कि.मी. तर खुली खाजण वने 117 चौ.कि.मी. आहे.

तक्ता क्र. 5.3 : महाराष्ट्र – जिल्हावार खाजण वने/कच्छ वने/तिवर वने (चौ.कि.मी.)

(सन 2011-12)

क्र.	जिल्हा	भौगोलिक क्षेत्र	अति दाट वने	मध्यम घनदाट वने	खुली खाजण वने	एकूण
1.	मुंबई शहर	157	0	0	2	02
2.	मुंबई उपनगर	446	0	23	20	43
3.	रायगड	7,152	0	10	52	62
4.	रत्नागिरी	8,208	0	12	11	23
5.	सिंधुदुर्ग	5,207	0	2	1	03
6.	ठाणे व पालघर	9,558	0	22	31	53
	एकूण	30,728	0	69	117	186

सूचना :
- अति घनदाट खाजण वने : 70 टक्क्यांपेक्षा जास्त खाजण वने
- मध्यम दाट खाजण वने : 40 टक्के ते 70 टक्के दरम्यान मध्यम दाट खाजण वने
- खुली खाजण वने : 10 टक्के ते 40 टक्के दरम्यान खुली खाजण वने

टीप : _________ सर्वांत पहिला जिल्हा - - - - - - सर्वांत शेवटचा जिल्हा

Source : *(i) ISFR : 2012 ; (ii) Statistical Outline, 2013; Maharashtra Forest Department, Page 22.*

खाजण वनांची विभागणी : खाजण वनांची विभागणी पुढीलप्रमाणे केली जाते.

(अ) अति घनदाट खाजण वने *(Very Dense Mangrove)* : कोकणात कोणत्याही जिल्ह्यात अति घनदाट खाजण वने नाहीत हे वास्तव स्वीकारले पाहिजे अशी वस्तुस्थिती आहे.

(ब) मध्यम दाट खाजण वने *(Moderately Dense Mangrove)* : कोकणात सन 2011-12 अनुसार, सर्वांत जास्त मध्यम दाट खाजण वनांचे क्षेत्र मुंबई उपनगर जिल्ह्यात (23 चौ.कि.मी.) असून या खालोखाल ठाणे व पालघर (22 चौ.कि.मी.), रत्नागिरी (12 चौ.कि.मी.) व रायगड (10 चौ.कि.मी.) या जिल्ह्यांचा क्रमांक लागतो. मुंबई शहरात मध्यम घनदाट खाजण वने नाहीत.

(क) खुली खाजण वने *(Open Mangrove)* : कोकणात प्रत्येक जिल्ह्यात खुली खाजण वने आहेत. कोकणात खुल्या खाजण वनांचे एकूण क्षेत्र 117 चौ.कि.मी. आहे. याचे सर्वांत जास्त क्षेत्र रायगड जिल्ह्यात (62 चौ.कि.मी.) आहे. या खालोखाल ठाणे व पालघर (53 चौ.कि.मी.), मुंबई उपनगर (43 चौ.कि.मी.) व रत्नागिरी (23 चौ.कि.मी.) या जिल्ह्यांचा क्रमांक लागतो.

महाराष्ट्र : आदिवासी जिल्ह्यामधील वनाच्छादनाचे स्वरूप

महाराष्ट्रात सह्याद्री पर्वत, सातपुडा पर्वतरांगा आणि त्यांच्यापासून पसरलेल्या डोंगररांगा परिसरात आदिवासी जमातींचे वास्तव्य आहे. त्यांच्या जीवनात वनांना अनन्यसाधारण महत्त्व आहे. या दृष्टीने अति घनदाट वने, मध्यम दाट वने, खुली वने याचप्रमाणे खुरटी झाडेही महत्त्वपूर्ण आहेत.

आदिवासींचे (अनुसूचित जमाती) प्रमुख जिल्हे : महाराष्ट्रात ज्या जिल्ह्यात पर्वत/डोंगररांगा आहेत त्या भागात साधारणपणे तीन लाख किंवा त्यापेक्षा जास्त आदिवासी वास्तव्य करतात यांना 'आदिवासी जिल्हे' गृहीत धरले जातात.

महाराष्ट्रात वनविभागाने जाहीर केलेले प्रमुख आदिवासी जिल्हे पुढीलप्रमाणे :

1. ठाणे-पालघर	5. धुळे	9. पुणे	13. नागपूर
2. पालघर	6. नंदुरबार	10. नांदेड	14. गोंदिया
3. रायगड	7. जळगाव	11. अमरावती	15. चंद्रपूर
4. नाशिक	8. अहमदनगर	12. यवतमाळ	16. गडचिरोली

प्रमुख आदिवासी जिल्ह्यातील एकूण वनाच्छादनाचे स्वरूप : महाराष्ट्रात सन 2011-12 अनुसार, 15 आदिवासी जिल्ह्यांत एकूण वनांचे क्षेत्र (36,515 चौ.कि.मी.) आणि खुरट्या झाडांचे क्षेत्र (2,392 चौ.कि.मी.) आहे. एकूण वनात प्रमुख आदिवासी जिल्ह्यात अति घनदाट वनांचे क्षेत्र (8,232 चौ.कि.मी.); मध्यम दाट वनांचे क्षेत्र (14,313 चौ.कि.मी.) तर खुल्या वनांचे क्षेत्र (13,970 चौ.कि.मी.) आहे.

प्रमुख पंधरा आदिवासी जिल्ह्यांमधील अति घनदाट वनांचे स्वरूप : महाराष्ट्रात प्रमुख आदिवासी जिल्ह्यात सर्वांत जास्त घनदाट वनांचे क्षेत्र गडचिरोली जिल्ह्यात (4,733 चौ.कि.मी.) आहे. या खालोखाल चंद्रपूर (1,340 चौ.कि.मी.) व गोंदिया (884 चौ.कि.मी.) या जिल्ह्यांचा क्रमांक लागतो तर आदिवासी जिल्ह्यात सर्वांत कमी अति घनदाट वनांचे क्षेत्र रायगड जिल्ह्यात फक्त 13 चौ.कि.मी. आहे. यानंतर जळगाव (52 चौ.कि.मी.) व नांदेड (60 चौ.कि.मी.) या जिल्ह्यांचा क्रमांक लागतो.

प्रमुख आदिवासी जिल्ह्यांपैकी ठाणे, पालघर, नाशिक, धुळे, नंदुरबार, अहमदनगर, पुणे या जिल्ह्यांत अति घनदाट वने नाहीत.

प्रमुख आदिवासी जिल्ह्यांमधील मध्यम दाट वनांचे स्वरूप : प्रमुख आदिवासी जिल्ह्यात सर्वांत जास्त मध्यम दाट वनांचे क्षेत्र गडचिरोली जिल्हा (3,392 चौ.कि.मी.) असून या खालोखाल चंद्रपूर (1,588 चौ.कि.मी.) व अमरावती (1,455 चौ.कि.मी.) या जिल्ह्यांचा क्रमांक आहे. तर आदिवासी जिल्ह्यात सर्वांत कमी मध्यम दाट वनांचे क्षेत्र अहमदनगर जिल्ह्यात (69 चौ.कि.मी.) असून यानंतर धुळे (70 चौ.कि.मी.) व नाशिक (351 चौ.कि.मी.) या जिल्ह्यांचा क्रमांक लागतो.

प्रमुख आदिवासी जिल्ह्यांमधील खुल्या वनांचे स्वरूप : प्रमुख आदिवासी जिल्ह्यात सर्वांत जास्त खुल्या वनांचे क्षेत्र गडचिरोली जिल्हा (1,969 चौ.कि.मी.) असून यानंतर ठाणे व पालघर (1,631 चौ.कि.मी.) आणि रायगड (1,603 चौ.कि.मी.) या जिल्ह्यांचा क्रमांक लागतो. आदिवासी जिल्ह्यात सर्वांत कमी खुल्या वनाचे क्षेत्र अहमदनगर जिल्हा (217 चौ.कि.मी.) असून यानंतर धुळे (251 चौ.कि.मी.) व गोंदिया (303 चौ.कि.मी.) या जिल्ह्यांचा क्रमांक लागतो.

प्रमुख आदिवासी जिल्ह्यांमधील खुरट्या झाडांचे स्वरूप : महाराष्ट्रात प्रमुख आदिवासी जिल्ह्यात सर्वांत जास्त खुरट्या झाडाचे क्षेत्र अहमदनगर जिल्हा (555 चौ.कि.मी.) असून या खालोखाल पुणे (493 चौ.कि.मी.) व नाशिक (319 चौ.कि.मी.) या जिल्ह्यांचा क्रमांक लागतो.

प्रमुख आदिवासी जिल्ह्यात सर्वांत कमी खुरट्या झाडांचे क्षेत्र गडचिरोली जिल्ह्यात (20 चौ.कि.मी.) आहे. यानंतर नंदुरबार (30 चौ.कि.मी.) व गोंदिया (37 चौ.कि.मी.) या जिल्ह्यांचा क्रमांक लागतो.

महाराष्ट्रातील राष्ट्रीय उद्याने व अभयारण्ये

महाराष्ट्रातील राष्ट्रीय उद्याने

महाराष्ट्रात एकूण सहा राष्ट्रीय उद्याने आहेत. यांचा आपण परिचय करून घेऊ :

(1) ताडोबा राष्ट्रीय उद्यान (चंद्रपूर)

(2) नवेगाव राष्ट्रीय उद्यान (गोंदिया)

(3) पेंच राष्ट्रीय उद्यान (नागपूर)

(4) बोरिवली राष्ट्रीय उद्यान (मुंबई उपनगर व ठाणे)

(5) गुगामाळ राष्ट्रीय उद्यान (अमरावती)

(6) चांदोली राष्ट्रीय उद्यान (सांगली, सातारा, कोल्हापूर व रत्नागिरी)

याशिवाय महाराष्ट्रात मेळघाट व्याघ्र प्रकल्प आणि एकमेव मालवण सागरी उद्याने आहेत. याचीही आपण थोडक्यात माहिती पाहू.

1. ताडोबा राष्ट्रीय उद्यान – ताडोबा अंधारी व्याघ्र प्रकल्प (चंद्रपूर)

चंद्रपूर जिल्ह्यात 'ताडोबा राष्ट्रीय उद्यान' आहे. चंद्रपूरपासून ताडोबाचे अंतर 45 कि.मी. आहे. नागपूरपासून ताडोबा 145 कि.मी. वर आहे. ताडोबा हे महाराष्ट्रातले पहिले राष्ट्रीय उद्यान आहे. त्याचे एकूण क्षेत्र 115.14 चौ.कि.मी. आहे. अरण्यात 'ताडोबा' नावाचा देव आहे. हा आदिवासींचा देव आहे. त्यावरून या राष्ट्रीय उद्यानास ताडोबाचे नाव देण्यात आले.

• बांबू हे मुख्य वृक्ष आहे. ताडोबा पानझडीचे वन आहे. • 250 प्रकारचे रानपक्षी जंगलात आहेत. • ताडोबाच्या अरण्यात वाघ व बिबळे आहेत. • विविधरंगी फुलपाखरे व इतर कीटकांच्या अनेक जाती आहेत. • ताडोबात एक विशाल सरोवर आहे. • ताडोबा सरोवराशिवाय पार्कमध्ये अनेक लहान-लहान पाणवठे आहेत. **आंबटहिरा पाणवठा गर्द वनराईत आहे.** या वनराईत सुवर्णपाठी सुतार, नीळकंठ, मराठा सुतार इत्यादी अनेक पक्ष्यांचे दर्शन घडते. **पाणवठ्याजवळच सांबराचे लोटणाची जागा आहे. या ठिकाणाच्या चिखलात सांबरे पाठीवर लोळतात, त्या जागेला 'सांबर लोटण' असे म्हणतात.** • ताडोबातले मगरपालन केंद्र **आशिया खंडातले उत्तम मगरपालन केंद्र आहे.** आतापर्यंत ताडोबा मगरपालन केंद्रात दोनशे मगरांचा जन्म झाला आहे. काहींना ताडोबा सरोवरात सोडण्यात आले तर काही मगरी बोरिवलीच्या तुळशी तलावात सोडल्या. काही मगरी हैदराबादच्या मगर प्रकल्पास पुरविण्यात आल्या. • ताडोबा सरोवर म्हणजे जंगलाचा आत्मा आहे. सायंकाळी सरोवरावर पाणी पिण्यासाठी वन्य प्राण्यांच्या रांगा लागतात. • पंचधारा, चितळ मैदान, ससारोड, पांढरपवनी, वसंत बंधारा, जांबूनबोडी या ठिकाणी वन्य प्राणी निरीक्षणासाठी मचाणे व मनोरे बांधण्यात आले आहेत.

2. नवेगाव राष्ट्रीय उद्यान (गोंदिया)

नवेगाव राष्ट्रीय उद्यान गोंदिया जिल्ह्यातील 'अर्जुनी मोरगाव' तालुक्यात आहे. सातपुडा पर्वतरांगांतील 133.88 चौ.कि.मी. वन नवेगाव राष्ट्रीय उद्यानात आहे. या राष्ट्रीय उद्यानाची स्थापना 22 नोव्हेंबर, 1975 रोजी झाली. पवनीचे अरण्यपुत्र श्री. माधवराव पाटील यांच्या प्रयत्नाने 'नवेगाव राष्ट्रीय उद्यान' स्थापन झाले.

• अभयारण्यात 'नवेगाव बांध' नावाचे एक विशाल सरोवर आहे. सरोवराचा सारा परिसर घनदाट जंगलाने व्यापलेला आहे. सरोवराकाठी वनखात्याची सुंदर वनविश्रांती स्थाने आहेत. • नवेगाव राष्ट्रीय उद्यानात पट्टेवाले वाघ, बिबळे वाघ, गवे, सांबर, चौशिंगे, भेकर, नीलगाई, रानडुकरे, अस्वले, भुईअस्वले, रानकुत्री आहेत. • अजगर, नाग, शेषनाग, हरणटोल, घोणस, घुरनागिन, ननाटी, विरोळे, वृक्षसर्प, दुतोंड्या, घोरपड, सरडे, रानपाली इत्यादी सरपटणारे प्राणी आहेत. • नवेगाव राष्ट्रीय उद्यानात 350 प्रकारचे पक्षी दिसतात. त्यांपैकी 100 जातींचे पक्षी स्थलांतरित आहेत. सर्व पक्ष्यांत रानपक्ष्यांची संख्या अधिक आहे. अरण्यात मोर जास्त आहेत. • हिवाळ्यात अनेक पाहुणे पक्षी नवेगाव सरोवरावर उतरतात. त्यात कच्छच्या रणातून येणारे रोहित, लडाख तिबेटवरून येणारी चक्रवाक बदके आणि युरोप-सैबेरियावरून येणारे शेकाटे आहेत. • नवेगाव सरोवरातील पक्षी निरीक्षण करण्यासाठी काठावर सुंदर निरीक्षण कुटी आहे. • आगेझरी पहाडाच्या कड्याला आग्यामोहोळांची पोळी लटकलेली असतात. आगेझरी पहाडावर गवताळ पठार आहे. या पठारावर बिबळे वाघ, अस्वले, गवे व सांबर-चितळांचा वावर आहे. • वनात बोदराईचे मंदिर आहे. बोदराई ही आदिवासींची देवी आहे. • बोद म्हणजे गवा. गव्यांची राई म्हणून 'बोदराई' नाव पडले. या भागात गव्यांचा वावर आहे. या पहाडावर श्रावणात शेकडो मोर नाचतात; म्हणून त्याला 'मोरनाची' म्हणतात. • पहाडातून नाल्याचे पाणी बदबद आवाज करीत खाली पडते;

म्हणून त्याला 'बदबद्या नाला' असे म्हणतात. • चुटियाच्या दाट जंगलातून जांभूळ झरीवर एक पाणवठा आहे. • मधमाशांच्या पोळ्यातले मध पिण्यासाठी अस्वल अंजनाच्या झाडांवर चढते. गोंड आदिवासी या झाडाला 'अस्वलीचे झाड' म्हणतात. • नवेगाव राष्ट्रीय उद्यानात एक सुंदर पक्षी संग्रहालय आहे.

अरण्यपुत्र माधवराव पाटलांचा सत्कार : राष्ट्रीय उद्यानाजवळच पवनी गाव आहे. तेथे अरण्यपुत्र माधवराव पाटलांचा वाडा आहे. निसर्ग रक्षणाची चळवळ त्यांनी उभारली. पक्षी, वन्य प्राणी, झाडे-झुडपे यांचे त्यांना ज्ञान आहे. जगप्रसिद्ध पक्षीशास्त्रज्ञ डॉ. सलिम अली यांनी त्यांचा गौरव केला.

3. इंदिरा गांधी राष्ट्रीय उद्यान - व्याघ्र प्रकल्प : पेंच (नागपूर)

नागपूरपासून 60 कि.मी. अंतरावर 'पवनी' गाव आहे. यापासून 20 कि.मी. अंतरावर पेंच - इंदिरा गांधी राष्ट्रीय उद्यान आणि व्याघ्र प्रकल्प आहे. • पेंच नदीवर 'तोतलाडोह' या ठिकाणी विशाल धरण बांधले आहे. याला 'तोतलाडोह' असे म्हणतात. तोतलाडोहाच्या परिसरातील 257.98 चौ.कि.मी. वन आहे. • पूर्वेस सातपुड्यातला उंच गोलिया पहाड आहे. हा नागपूर जिल्ह्यातील सर्वांत उंच पहाड आहे. सातपुड्याच्या रांगातील इंदिरा गांधी राष्ट्रीय उद्यानात साग, बीजा, साजा, हळद, तेंदू, बांबू, तिवस, शिसम, पळस, सावर, आवळा, धावडा, मोह इत्यादी झाडांची गर्दी आहे. अनेक औषधी वनस्पती व वेली आहेत. • 'पिंपरीया' येथे वनक्षेत्रपालाचे कार्यालय आहे. सिल्लारी येथे गोंड आदिवासींची वस्ती आहे. सिल्लारीजवळ 'बुधलजीरा' नावाचे लाकडी प्रवेशद्वार आहे. • बुधलजीरा प्रवेशद्वारातून पुढे निघाल्यावर लाल मातीचा सुंदर रस्ता लागतो. या मातीचे बारकाईने निरीक्षण करा. त्यात तुम्हास पट्टेवाला वाघ किंवा बिबळ्या वाघाच्या पाऊलखुणा दिसतील. इंदिरा गांधी राष्ट्रीय उद्यानात ढाण्या वाघ, बिबळे, रानगवे, रानम्हशी, सांबर, चितळ, नीलगाय, चौशिंगा, चिंकारा, भेकर, रानडुकरे, कोल्हे, लांडगे, अस्वले इत्यादी वन्य प्राणी आहेत. • अजगर, नाग, घोणस, ननाटी, घोरपड, सरडे हे सरपटणारे प्राणी आहेत. • हळद्या, स्वर्गीय नर्तक, पारवे, सुतार, तांबट, मोर, घुबड, कोकीळ, बुलबुल, मैना, गरुड, नीलकंठ, कोतवाल, भारद्वाज इत्यादी नाना प्रकारच्या पक्ष्यांचे दर्शन तुम्हांस होईल. • तोतलाडोहावर जल पक्षी आढळतात तसेच हिवाळ्यात अनेक स्थलांतरित पक्षी येतात. युरोप व सैबेरियातून आलेले उंच लाल पायांचे शेकाटे दिसतात. • राष्ट्रीय उद्यानात राणीडोह, लामणडोह, खारी तलाव, तोतलाडोह इत्यादी पाणवठे आहेत. राणीडोह, लामणडोह, तोतलाडोह व झिलमिली येथे वन्य प्राणी निरीक्षण मनोरे बांधण्यात आले आहेत.

गोंड आदिवासींचा नागदेव : बोदलझीरा नाला ओलांडल्यावर नागदेव पहाडी लागेल. येथे एक प्रचंड शिला आहे. तो गोंड आदिवासींचा नागदेव आहे. आदिवासी त्याची पूजा करतात. दरवर्षी नागदेवाची यात्रा भरते. सातपुड्यातील सारे आदिवासी या यात्रेसाठी जमतात.

निवासस्थान : पर्यटकांसाठी राष्ट्रीय उद्यानात सुंदर निवासस्थाने आहेत. सिल्लारी, घाटपेंढ्री, राणीडोह, कोलितमारा, सावेघाट या ठिकाणी निवासस्थाने आहेत.

4. संजय गांधी राष्ट्रीय उद्यान : बोरिवली (मुंबई उपनगर व ठाणे)

मुंबईच्या उत्तरेस मुंबई उपनगरात 40 कि.मी. अंतरावर 'बोरिवली' आहे. याच ठिकाणी घनदाट झाडाझुडपांचा एक प्रदेश आहे. तेथे 'संजय गांधी राष्ट्रीय उद्यान' आहे. या उद्यानाचे एकूण क्षेत्र 103.09 चौ.कि.मी. आहे. यांपैकी मुंबई उपनगराचे 44.45 चौ.कि.मी. आणि ठाणे जिल्ह्याचे 58.64 चौ.कि.मी. क्षेत्र आहे. त्याची स्थापना 4 फेब्रुवारी, 1983 रोजी करण्यात आली. या उद्यानास सदाहरित, निमहरित व खारफुटी अशी तीन प्रकारची वृक्षवने आहेत. मुंबईला पाणीपुरवठा करण्यासाठी तुळशी व पोवई हे दोन तलाव बोरिवली अरण्यात बांधलेले आहेत.

• बिबळ्या वाघ हा बोरिवलीतील अरण्यातला मुख्य प्राणी आहे. • बोरिवलीत 'लायन सफारी पार्क' आहे. हा सिंह विहार पर्यटकांचे खास आकर्षण बनला आहे. • अजगर, नाग, शेषनाग, मण्यार, डुरक्या साप, कवड्या साप, धामण, फुरसे, घोणस, हरण टोळ इत्यादी विषारी व बिनविषारी साप बोरिवली उद्यानात आहेत. • विविध रंगीबेरंगी बेडूक आहेत. पावसाळ्यात अनेक रंगरूपांचे बेडूक आपल्या आवाजांनी सारं जंगल भारून टाकतात. त्यात राणा, महाराणा, नाखवा हे बेडूक झाडावर चढणारे आहेत.

सुंदर काळ्या-पिवळ्या रंगाचा बेडूक येथे दिसतो. तो बेडूक विषारी आहे. • **फुलपाखरे :** रंगीबेरंगी फुलपाखरांच्या 150 जाती या उद्यानात आहेत. जगात दुर्मीळ झालेल्या फुलपाखरांच्या चार जाती बोरिवली उद्यानात पाहावयास मिळतात. • संजय गांधी उद्यानात 250 जातींचे पक्षी आहेत. • **स्थलांतरित जल पक्षी :** हिवाळ्यात हिमालय, सैबेरिया, युरोप व मध्य आशियातून अनेक पाहुणे तुळशी व पोवईच्या जलाशयावर येतात. त्यात शेकाटे, चक्रवाक, इतर बदके, दलदल ससाणे, पिवळा धोबी, सीगल्स, रंगीत करकोचे, राजबगळे, नदीसुरय, जांभळा बगळा, अवाक, उघडचोच करकोचा, रंगीत करकोचा, बंड्या या स्थानिक स्थलांतरित पक्ष्यांचे थवे उद्यानातील जलाशयावर आढळतात. • नैसर्गिक वनस्पती गणातील पस्तीस प्रजाती बोरिवलीच्या वनात आढळतात. त्या वनस्पतीत अनेक दुर्मीळ वनस्पतींचा समावेश आहे. सात वर्षांनी फुलणारी कारवी येथे आहे. तिला सुंदर निळी फुले येतात. • आंबाडा, सीताशोक, पांढरी रुई, बचनाग, कांदडी, कुडा, रक्तचंदन या औषधी वनस्पती बोरिवली उद्यानात पाहावयास मिळतात. • वसई खाडीला लागून उद्यानाचे 25 चौ.कि.मी. क्षेत्राचे खारफुटीचे जंगल आहे. त्याला 'मंगलवन/वेलावन' असे म्हणतात. • खडकात कोरलेल्या कान्हेरी लेणी पाहावयास मिळतात. बौद्ध काळातील ही लेणी दोन हजार वर्षांपूर्वी कोरलेली असून आहेत. या ठिकाणी 109 विहार आहेत.

5. गुगामाळ राष्ट्रीय उद्यान : अमरावती

विदर्भात अमरावती जिल्ह्यात मेळघाटच्या एकूण क्षेत्रांपैकी 1,288 चौ.कि.मी. क्षेत्र मध्यम लगत संरक्षित क्षेत्र आहे; त्याला इंग्रजीत 'सेमी कोअर एरिया' असे म्हणतात. मेळघाट व्याघ्र प्रकल्पाचे 308 चौ.कि.मी. क्षेत्र अतिसंरक्षित क्षेत्र आहे; त्याला 'कोअर एरिया' असे म्हणतात. या भागात गाविलगड आहे. राष्ट्रीय निसर्ग संपत्तीच्या दृष्टीने हा भाग महत्त्वाचा आहे. म्हणून हा भाग आता 'गुगामाळ राष्ट्रीय उद्यान' म्हणून जाहीर करण्यात आला आहे.

• घाटातली निसर्गशोभा पाहण्यासारखी आहे. पळस, साग, पांगारा, तेंदू, आवळा, धावडा, मोह या झाडांची वनराई दिसते. या परिसरात कुंभी, आंबा, साग, हळद, पिंपरी, आंबा, मोह, तेंदू, बांबू या झाडांची गर्दी आहे. सातपुडा पर्वताच्या हिरव्या रांगा आहेत. • मेळघाट अभयारण्यात कोलकाज, सेमाडोह, रायपूर, जरींदा, तारुबंदा, धारगड, चौराकुंड, हतरू, माखल, ढाकणा या ठिकाणी वनविश्रांती गृहे आहेत. • पळस, साग, पांगारा, तेंदू, आवळा, धावडा, मोह या झाडांची वनराई दिसते. या परिसरात कुंभी, आंबा, साग, हळद, पिंपरी, आंबा, मोह, तेंदू, बांबू या झाडांची गर्दी आहे. सातपुडा पर्वताच्या हिरव्या रांगा आहेत. • रायपूर घाटात पांढरा कढई, हिरवागार आंबा, पळस या झाडाझुडपांची वनराई दिसते. त्यांना बिलगलेल्या वेली दिसतात. घाटात आदिवासींचा रुमाल्या देव आहे. • येथे एक सुंदर निसर्ग संग्रहालय आहे. मेळघाटचे वन्यजीवन, वनसंपत्ती व आदिवासी संस्कृती यांचे दर्शन या संग्रहालयात होते. • ससे, रानउंदीर, रानघुशी, हरणाची पिल्ले, पक्षी, खारी यांची शिकार रानमांजर करते. • या परिसरातील झाडांवर उडत्या खारींचा निवास आहे. • सांबराची जोडी सहज दर्शन देऊन जाते. या परिसरात सांबराच्या जोड्या पुनःपुन्हा दिसतात. • डोहावर रानगवे हमखास दिसतात. रानगवा हत्तीच्या खालोखाल ताकदवान प्राणी आहे. • नशीब असेल तर मेळघाटामध्ये वाघ व बिबळ्याचे दर्शन घडते; परंतु त्यासाठी बरीच भटकंती करावी लागते.

6. चांदोली राष्ट्रीय उद्यान : सांगली, सातारा, कोल्हापूर व रत्नागिरी

वारणा नदीवर चांदोली येथे एक धरण बांधण्यात आले आहे; त्याला 'चांदोली धरण' असे म्हणतात. सांगली जिल्ह्यातील 'बत्तीस शिराळा' तालुक्यात हे धरण आहे. या धरणाच्या पाणलोट क्षेत्रात नैसर्गिक जंगल आहे. त्यात अनेक प्रकारचे वन्य प्राणी आहेत. त्यांच्या संरक्षणासाठी 1985 साली चांदोली अभयारण्याची स्थापना झाली. या उद्यानाचे वनक्षेत्र 309 चौ.कि.मी. आहे. त्यात सांगली, सातारा, कोल्हापूर व रत्नागिरी जिल्ह्यातील वनक्षेत्रांचा समावेश आहे. सांगली जिल्ह्यातील एकोणीस गावांचा त्यात समावेश आहे. कोल्हापूर जिल्ह्यातील नऊ गावांचा समावेश आहे. सातारा जिल्ह्यातील तीन व रत्नागिरी जिल्ह्यातील एका गावाचे वनक्षेत्र या उद्यानात येते. नुकताच याला राष्ट्रीय उद्यानाचा दर्जा दिलेला आहे.

सबदीग्राफीज द मेगा सिरीज
महाराष्ट्र राज्य
राष्ट्रीय उद्याने व अभयारण्ये (क्षेत्र: चौ.कि.मी.)
राष्ट्रीय उद्याने
वन्यप्राणी अभयारण्य
पक्षी अभयारण्य
सागरी उद्यान
गेम रिझर्व्ह (मायणी-(पक्षी),मालखेड व टिपेश्वर-(वन्यप्राणी))
डोंगरी वन पक्षी निरीक्षण स्थळे
सागरी पक्षी निरीक्षण स्थळे
टीप: 1) अभयारण्ये व राष्ट्रीय उद्यानांचे आकार सर्वसाधारण
2) 15 चौ.कि.मी. पेक्षा कमी असलेली अभयारण्ये - याने चिन्हांकित
टीप: वन्यप्राणी अभयारण्ये: पुणे-मयुरेश्वर (सुपे),अहमदनगर-(रेहेकुरी),अकोला-(नरनाळा)
सांगली-(सागरेश्वर) पक्षी अभयारण्ये: रायगड-(कर्नाळा),राष्ट्रीय उद्यान: पुणे-(सिंहगड)
टीप: अभयारण्य क्षेत्राचे प्रमाण - 1 चौ.से.मी. = 667 चौ.कि.मी. ,0.1 चौ.से.मी. (1 चौ.मि.मी.) = 6.76 चौ.कि.मी.
टीप : माळढोक अभयारण्याचे क्षेत्र 8496.44 चौ.कि.मी. वरून 1229.24 चौ.कि.मी. पर्यंत कमी करण्यात आले.
तोरणगड
मेळघाट (1150)
टाकणा-कोलकाझ (362)
ढाकणा-कोलकाझ
गुगामल (211)
चिखलदरा
पेंच (257)
रामटेक
गोंदिया
नवेगाव (153)
नवेगाव (134)
अनेरधरण (83)
पाल-यावल (178)
नरनाळा (12)
अमरावती
कारंजा
नागपूर
भंडारा
धुळे
जळगाव
अकोलखेडा (127)
अकोला
ज्ञानगंगा (205)
मालखेड
बोर (61)
वर्धा
साल्हेर
मुल्हेर
ज्ञानगंगा
काटेपूर्ण (74)
वाशीम
यवतमाळ
ताडोबा (117)
अंधारी (509)
गोराळा औट्रम घाट (262)
बुलढाणा
टिपेश्वर (149)
चंद्रपूर
गडचिरोली
बोर्डी
धोलवड
नांदूर-मधमेश्वर (100)
नाशिक
म्हैसमाळ
औरंगाबाद
गायकवाडी (341)
जालना
हिंगोली
पैनगंगा (325)
चपराळा (135)
हेमलेकसा
अलापल्ली
भामरागड (104)
इगतपुरी-कसारा
तानसा (305)
पालघर
संजय गांधी (87)
माहिम
ठाणे
भीमाशंकर
कळसुबाई-हरिश्चंद्रगड (362)
अहमदनगर
परभणी
नांदेड
माथेरान
कर्नाळा (4)
रेहेकुरी मायणी (2)
सागलगाव मयुर (30)
बीड
मुंबई
किहीम
अलिबाग
रायगड
आंबरणे
पुणे
सिंहगड
नान्नज
मेहेकरी-रामलिंग घाट (22)
लातूर
उस्मानाबाद
वाळवणी
श्रीवर्धन
फणसाड (70)
मयुरेश्वर (सुपे) (5)
महाबळेश्वर
सातारा
सोलापूर
गुहागर
हेदवी
कोयना उद्यान (424)
मायणी
रत्नागिरी
पूर्णगड
गोंदोली (309)
सागरेश्वर (11)
सांगली
विजयदुर्ग
देवगड
आचरे
सिंधुदुर्ग (29)
मालवण-सागरी उद्यान
विशाळगड
कोल्हापूर
राधानगरी (351)
आंबोली
चंदगड
उ
0 40 80

• चांदोलीचे जंगल निमसदाहरित जंगल आहे. चांदोलीचे वन सदाहरित आहे. जंगलाचा काही भाग निमसदाहरित आहे. वर्षभर जे जंगल हिरवे दिसते; त्याला 'सदाहरित वने' असे म्हणतात. • अनंत प्रकारची, आकाराची व रंगरूपाची झाडे-झुडपे या राष्ट्रीय उद्यानात आहेत. • या उद्यानात पट्टेवाले वाघ व बिबळे वाघ आहेत. याशिवाय या उद्यानात गव्यांची संख्या बरीच आहे. • सरडे, रंगीत सरडे, घोरपडी, नाग, अजगर, फुरसे, मण्यार, कांडोर, दुतोंड्या, धामण, हरणटोळ, वृक्षसर्प, ननाटी, विरोळे या प्रकारचे सरपटणारे प्राणी चांदोली राष्ट्रीय उद्यानात आढळतात. **चांदोली राष्ट्रीय उद्यानात फुलपाखरांचा स्वर्ग आहे.** फुलपाखरांच्या अगणित जाती चांदोलीत पाहावयास मिळतात. त्यांचे स्वर्गीय रंगरूप व आकार पाहताना अवर्णनीय आनंद वाटतो. जगात नामशेष झालेल्या फुलपाखरांच्या अनेक जाती चांदोली राष्ट्रीय उद्यानात आहेत. • या उद्यानात दीडशे जातींचे पक्षी आहेत. कृष्णगरुड, सर्पगरुड, बहिरे ससाणे, नागरी व कापशी घारी, घुबडे, पिंगळे, रातवा हे आहेत. या अनेक जातींचे शिकारी पक्षी चांदोली राष्ट्रीय उद्यानात पाहावयास मिळतात.

■ मेळघाट व्याघ्र प्रकल्प : अमरावती

भारतीय वाघांचे जतन व त्यांचे संवर्धन करावे यासाठी 'जागतिक वन्य प्राणी विश्व निधी' या संस्थेने हालचाल केली. त्याची स्थापना 1982 साली करण्यात आली. पंतप्रधान कै. इंदिरा गांधी यांनी या संस्थेला मदत केली. अमरावती जिल्ह्यातील 'चिखलदरा' व 'धारणी' तालुक्याच्या वनक्षेत्रांचा मेळघाटात समावेश आहे. त्याचे एकूण वनक्षेत्र 1597.23 चौ.कि.मी. आहे. सारे जंगल उष्ण प्रदेशीय मिश्र पानझडीचे आहे.

मेळघाट - घाटांचा मेळ : चोहोबाजूंनी येथे घाट व रस्ते एकत्र आले आहेत म्हणून त्याला 'मेळघाट' असे म्हणतात.

• मेळघाटच्या वनात 250 प्रकारच्या वृक्ष-लता-वेली आहेत. बांबूची बेटे विपुल आहेत. • औषधी वनस्पती मेळघाट वनात आहेत. • मेळघाट व्याघ्र प्रकल्पात कोणत्याही प्राणी व पक्ष्यांच्या शिकारीस पूर्ण बंदी आहे. • प्राण्यांना संरक्षण मिळाल्याने वाघांची संख्या वाढली आहे. इतर प्राण्यांची संख्याही वाढलेली आहे. पट्टेवाले वाघ, बिबळे, वाघ, रानकुत्री याशिवाय रानगवे, सांबरे, भेकर, रानडुकरे, वानरे, चितळ, नीलगायी, चौशिंगा हे प्राणी मेळघाट अरण्यात आहेत. • सरपटणाऱ्या प्राण्यांच्या एकूण सोळा जाती मेळघाटमध्ये आहेत. • अरण्यातून वाहणाऱ्या नद्यांमध्ये वीस प्रकारचे मासे आहेत. काही डोहात मगरी व घोरपडी आहेत. • मेळघाटमध्ये 250 प्रकारचे पक्षी आहेत. त्यात काही स्थलांतरित पक्षी आहेत.

■ मालवण सागरी राष्ट्रीय उद्यान : सिंधुदुर्ग

गुजरात राज्यात कच्छच्या आखातात एक सागरी राष्ट्रीय उद्यान स्थापन झाले आहे. दुसरे सागरी उद्यान तमिळनाडूतील रामेश्वर जिल्ह्यात 'मन्नार' येथे आहे. देशातील तिसरे सागरी उद्यान सिंधुदुर्ग जिल्ह्यातील मालवणच्या सागरी किनारी असून महाराष्ट्रातील हे पहिले राष्ट्रीय सागरी उद्यान आहे. 13 एप्रिल, 1987 रोजी मालवण सागरी उद्यानाची जाहीर घोषणा झाली. या उद्यानात 29,122 चौ.कि.मी. सागरी क्षेत्राचा समावेश करण्यात आला. त्यात सर्जेकोट खाडीपासून मालवण बंदर, सिंधुदुर्ग किल्ला, कर्ली नदीमुख ते देवबागेपर्यंतच्या जलक्षेत्राचा समावेश आहे. त्यात 3,182 चौ.कि.मी. क्षेत्र अतिसंरक्षित क्षेत्र आहे. 25.94 चौ.कि.मी. क्षेत्र मध्यममलगत क्षेत्र आहे. त्यात देवगड व वेंगुर्ल्याच्या सागरी परिसराचा समावेश आहे.

• मालवणच्या समुद्रात अनेक दुर्मीळ सागरी जीव आहेत. त्यात सागरी कासव, कोरल, डॉल्फिन, स्टार फिश, मोती शिंपले, खेकडे, कोळंबी, समुद्र साप, बटरफ्लाय फिश, बेबी टायगर व शार्क या सागरी वन्य जीवांचा समावेश होतो. • गादा, तुसी, गोहरा, पाट्या, पालू, खडकपालू, मुसो, मादवी, बाण, तव, कोतला, वालचिंगटी, तांबुसा या नावांचे मोठे मासे मालवणच्या सागरात आढळतात. खरबा, करकाटा, शिंगटी, गिलगडी, पिलोज, खवली, गिलबा, केंड, माखल या नावाचे लहान मासे आहेत. ही सर्व नावे स्थानिक मालवणी भाषेतली आहेत. • मोरशिंपी, मुळेशिंपी व शिवलाशिंपी या तीन प्रकारचे शिंपले मालवणला आढळतात. शंखांचे तर अनेक प्रकार आहेत. सहा प्रकारचे प्रवाळ व मोती शिंपल्यांचे भांडार मालवणला सागराच्या पोटात आहे. पाणकुत्री आहेत. एकूण 350 प्रकारचे जलचर आहेत. • ग्रॅसिलेरिया, टर्बेनिरिया, सरगासम, गेलिडेरिया या पाणवनस्पती असून 125 प्रकारची अल्गी आहेत. अल्गीला 'सागरातील ताण' असे म्हणतात. तसेच अनेक सागरी प्राण्यांचे अवशेष मालवणच्या समुद्रात सापडतात.

• सर्जेकोट खाडीपासून सिंधुदुर्गपर्यंतचा जलप्रवास आनंददायी आणि प्रसन्न वाटतो. खाली पाचूसारखा हिरवा सागर असतो. डोक्यावर निळेभोर आकाश असते. किनाऱ्याला हिरवी वनश्री दिसते. किनाऱ्यावर पांढऱ्याशुभ्र मऊ वाळूचा गलिचा आहे.

त्यावर नारळ, पोफळी व सुरूची झाडे आहेत. • पांढरेशुभ्र समुद्र-पक्षी मच्छीमार नावेभोवती घिरट्या घालताना दिसतात. • मालवणच्या किनाऱ्यावर अनेक पक्ष्यांचे दर्शन घडते. त्यात भारतीय पक्षी असतात. परदेशावरून आलेले पाहुणे पक्षी असतात. • अनेक रंगीबेरंगी जलपक्षी व रानपक्षी मालवणला दिसतात. • मोठा मलबारी धनेश हा कोकणचे वैभव आहे. हा धनेश गरुडाच्या आकाराचा असतो. त्याचा रंग काळा-पांढरा असतो. • सागरी गरुड तर सागरावरील पक्ष्यांचा राजा आहे. जिथे प्रदूषण नसेल त्याच सागरकिनारी सागरी गरुड राहतो. त्याला स्वच्छ सागरी पर्यावरणाचे प्रतीक समजतात. मालवणच्या किनाऱ्यावर एक उंच इरईचे झाड आहे. या झाडावर सागरी गरुडाचे घरटे आहे. सागरी गरुडाचे कुटुंब या घरट्यात वर्षनुवर्षे राहते. सागरी गरुड त्याच झाडावरील तेच घरटे शंभर वर्षे वापरतात. • सर्जेकोटच्या खाडीत मंगलवन आहे; त्याला 'खारफुटीचे जंगल' असे म्हणतात. त्यामुळे समुद्राच्या लाटांची गती रोखली जाते व किनाऱ्याचे रक्षण होते. • मालवणी सागरी उद्यानाचा गाभा म्हणजे सिंधुदुर्ग किल्ला आहे.

■ महाराष्ट्र : पश्चिम घाट (युनेस्को जागतिक वारसा)

पश्चिम घाटातील 39 ठिकाणांचा जागतिक वारसा स्थळांच्या यादीत समावेश करण्यात आला; त्यामध्ये **कोल्हापूर जिल्ह्यातील राधानगरी अभयारण्य; सांगली जिल्ह्यातील चांदोली अभयारण्य; सातारा जिल्ह्यातील कास पठार व कोयना अभयारण्याला जागतिक वारसा स्थळाचा दर्जा प्राप्त झाला. या निर्णयामुळे पश्चिम घाटातील सौंदर्यावर शिक्कामोर्तब झाला.** हा वारसा जपण्याची जबाबदारी आता आपली आहे. हा वारसा जपतानाच येथील पर्यावरण राखण्यासाठी ठोस पावले उचलणे आवश्यक आहे. या परिसराचा पर्यटनदृष्ट्या विकास साधला जाईल आणि रोजगारासह विविध संधी उपलब्ध होतील हे नक्की. मात्र येथील पर्यावरण जपण्यासाठी सर्वांनी एक होऊन काम करण्याची नितांत आवश्यकता आहे.

1.   **कास पठार :** 'कास' हे गाव या परिसरात आढळणाऱ्या 'कासा' या वृक्षावरून व 'कासाईदेवी' या ग्रामदेवतेवरून पडले. साताऱ्यापासून 23 किलोमीटरवर असलेल्या कास पठारावर सुमारे दीड हजार वनस्पतींचे प्रकार नोंदविले आहेत. यांपैकी 'रेड डेटा बुक' पुस्तकात नोंद असलेल्या 624 अस्तित्व धोक्यात असलेल्या वनस्पतींपैकी 46 वनस्पती या पठारावर आढळतात. ऑगस्ट, सप्टेंबर, ऑक्टोबर या महिन्यात पठार छोट्या-छोट्या वैशिष्ट्यपूर्ण रानफुलांच्या ताटव्यांनी आच्छादले जाते.

कास तलाव व अवघड वासोटा : साताऱ्याला पाणीपुरवठा करणारा कास तलाव, भांबवली वनराई धबधबा, घाटाई देवराई, शिवसागर जलाशय, बामणोली बोटिंग क्लब, श्री क्षेत्र शेंबडी मठ, वासोटा किल्ला, तापोळा.

दीडशेवर दुर्मीळ वनस्पती : हिरडा, जांभूळ, कासा, उंबर, अंजनी, भोमा, गेळा, पिसा, करवंद व तोरणे आदी दीडशेवर दुर्मीळ वनस्पती आढळतात.

फुलपाखरे : रेड हेलेन, ब्ल्यू टायगर, सिल्व्हर लाईन, सनबीम, पेन्टेड लेडी, ओकलिफ आदी बत्तीस प्रकारची फुलपाखरे.

शिक्रा, गरुड व बुलबुल : शिक्रा, गरुड, रानवे, धनेश, बुलबुल, कोकीळ आदी तीसहून अधिक पक्षी; सरडे, दहा प्रकारचे साप, बेडूक.

बिबट्यांसह दहा प्रकारचे वन्य प्राणी : बिबट्या, रानडुक्कर, भेकर, सायाळ, खवलेमांजर, मुंगूस, तरस आदी दहा प्रकारच्या वन्य प्राण्यांचा प्रामुख्याने वावर.

फुल प्रजाती : स्मिथिया, युट्रिक्युलारिया, निम्फॉइड्स (कुमुदिनी), पोगोस्टेमॉन, सेनिसिओ, भारंग, अपोनोजेटॉन, सातारन्सीस (वायतुरा), ड्रॉसेरा, सिरोपेजिया, इम्पेशियन्स, मुरडानिया, आर्किड्स इत्यादी.

2.   **कोयना अभयारण्य :** कोयना अभयारण्याची 1985 साली घोषणा झाली; मात्र अद्याप त्याची अंतिम अधिसूचना जाहीर झालेली नाही. या क्षेत्रात जानेवारी 2010 मध्ये सह्याद्री व्याघ्र प्रकल्प जाहीर झाला. महाबळेश्वर, जावळी, पाटण या तालुक्यातील पन्नास गावांचा अभयारण्यात समावेश आहे.

• धरण : कोयना; • जलाशय : शिवसागर; • पश्चिम महाराष्ट्रातील पहिला व्याघ्र प्रकल्प; • क्षेत्रफळ 423.55 चौ.कि.मी.; • दोन ते पाच वाघांचा वावर; • जंगल हे सदाहरित, निमसदाहरित, मिश्र पानगळीचे व डोंगराळ आहे.

विस्तीर्ण जलाशय व धबधबे : कोयना धरण, शिवसागर जलाशय, पंडित नेहरू उद्यान, वासोटा किल्ला, ओझर्डे धबधबा, कोयना जलविद्युतनिर्मिती प्रकल्प.

दुर्मीळ वनौषधींचे आगार : जांभूळ, ऐन, अंजनी, किंजळ, हिरडा, आवळा, आसना, पिसा, कुंभा, आपटा, गारंबी, नरक्या, दवणा, मुरुडशेंग, शिकेकाई, बुरुंबी, वावडिंग व दुर्मीळ वनौषधी.

फुलपाखरे व जलचर : फुलपाखरे, कीटक प्रजाती, मधमाश्या, सोंडेमाशी, पतंग, कासव, रोहू, कटला, शिंगाडा, वाम, महाशिर, शिंगळ आदी.

पंचरंगी कवडा व हरियल खास : रानकोंबडी, धनेश, मलबार धनेश, हरियल, गरुड, स्वर्गीय नर्तक, पंचरंगी कवडा, नदीसुरय, बहिरा ससाणा, रातवा, घुबड, मोरघार, मोर, पहाडी-कस्तुर, किंगफिशर इत्यादी.

वाघांचे राज्य : वाघ, बिबट्या, गवा, सांबर, अस्वल, रानडुक्कर, रानकुत्रा, भेकर, ससा, पिसोरी (गेळा), चौशिंगा, शेकरू, साळींदर इत्यादी.

अजगर व फुरसे : अजगर, नाग, घोणस, मण्यार, धामण, हरणटोळ, दिवड, चिपडा, फुरसे इत्यादी.

इतर : घोरपड, विंचू, इंगळी, विविध सरडे, पाल, उंदीर, जळवा इत्यादी.

3.　**चांदोली राष्ट्रीय उद्यान :** सांगलीच्या पश्चिमेला शिराळा तालुक्यात 85 किलोमीटरवर हे उद्यान वसले आहे. 317.67 चौ.कि.मी. परिसरात हे उद्यान पसरलेले आहे. पश्चिम घाटातील निमसदाहरित जंगल व 34 टी.एम.सी.चे मातीचे धरण आहे. सांगली, रत्नागिरी, सातारा व कोल्हापूर या जिल्ह्यांत हे उद्यान पसरलेले आहे. येथे सरासरी दीड हजार मिलिमीटर पाऊस कोसळतो. प्रस्तावित सह्याद्री व्याघ्र प्रकल्पात याचा समावेश होतो. 2005 साली त्याला राष्ट्रीय उद्यानाचा दर्जा मिळाला.

- जिल्हा : सांगली;　• धरण : चांदोली;　• जलाशय : वसंतसागर;　• महाराष्ट्रातील सहावे राष्ट्रीय उद्यान;
- क्षेत्रफळ : 317.67 चौ.कि.मी. • निमसदाहरित जंगल.

4.　**राधानगरी अभयारण्य :** राधानगरी अभयारण्य म्हणजे पूर्वीचे दाजीपूर गवा अभयारण्य. राज्यातील हे पहिले अभयारण्य. राजर्षी छत्रपती शाहू महाराज यांनी या अभयारण्याची स्थापना केली. खास शिकारीसाठी ते राखून ठेवले होते; त्या वेळी त्याचे क्षेत्रफळ अवघे 20 चौ.कि.मी. होते. 1985 साली या अभयारण्याचे क्षेत्रफळ वाढवून ते 351.16 चौ.कि.मी. करण्यात आले. गव्यांचा मुक्त वावर हे येथील खास वैशिष्ट्य. त्याच्या संवर्धन व संरक्षणासाठी अभयारण्याची निर्मिती.

- धरण : राधानगरी;　• जलाशय : लक्ष्मी तलाव;　• महाराष्ट्रातील पहिले धरण;　• सदाहरित जंगल;　• सात वाघांचे अस्तित्व.

राऊतवाडी व रमणवाडीचे धबधबे : राधानगरी धरण व राधानगरी गाव. स्वयंचलित दरवाजे, काळम्मावाडी दूधगंगा धरण. तेथील मिनी वृंदावन, राऊतवाडी, रामणवाडी धबधबे, उगवाई मंदिर, काळा डंग व पाट्याचा डंग.

नरक्याचे कोठार : साग, हिरडा, बेहडा, अंजन, कांचन, सुरंगी, रामेदा, कारवी, नाना, किंजळ, बांबू, सर्वाधिक नरक्या (अमृता) आढळतो.

सव्वाशेहून अधिक फुलपाखरे : कीटक प्रजाती, मधमाश्या, सोंडेमाशी, पतंग, पेन्टेड लेडीसह सव्वाशेहून अधिक फुलपाखरे.

पक्षी : गरुड, ससाणा, बाज, हरियल, रानकवडा आदी दोनशेहून अधिक पक्षी.

गव्यांचे मोठे आश्रयस्थान : वाघ, गवा, बिबट्या, सांबर, शेकरू, काळा बिबट्या, हरीण, चितळ, रानडुक्कर, तरस, ससा, साळींदर, अस्वल, कोल्हा इत्यादी.

मण्यार व घोणसचे आगार : फुरसे, पटेरी मण्यार, घोणस, नाग आदी शंभरहून अधिक जातींचे साप येथे आढळतात.

तक्ता क्र. 5.4 : महाराष्ट्रातील काही अभयारण्ये

अभयारण्ये	वनस्पती	प्राणी	पक्षी	वैशिष्ट्ये
⊙ **पुणे विभाग**				
1. **भीमाशंकर अभयारण्य :** **विस्तार :** **पुणे :** ता. खेड, ता. आंबेगाव-वनगावे. **रायगड :** ता. कर्जत. **ठाणे :** ता. मुरबाड. • बारा ज्योतिर्लिंगांपैकी एक तीर्थस्थान. • भीमाशंकर शंकराची पिंड, भीमेचा उगम. • पुण्याहून 120 कि.मी. अंतरावर. • अभयारण्याची स्थापना : 10 ऑक्टोबर, 1985. • क्षेत्रफळ : 103.78 चौ.कि.मी.	जांभूळ, आंबा, हिरडा, उंबर, बेहडा, करंबळ, करप, काटेकोंबळ, करंज, मोह इत्यादी. शिवाय वेहळा, तेल्या चांबळ, बोंड ही गगनचुंबी झाडे. **औषधी वनस्पती :** खुळखुळा, भूतमारी, चिंगरी, रामेठा, आंबिरी, रानदवणा, तमालपत्र, दारुहळद, आंबोळी, भालवण, चंद्रिका. **देवराया व मंदिरे :** कमलजाई, वरसूमाई, भाकादेवी, वनदेवी, बहिरोबा इत्यादी देवराया व मंदिरे. आहुप्याच्या कड्याजवळ गर्द देवराई, पाच हजारांवर जुने वृक्ष.	शेकरू, ऊदमांजर, तरस, कोल्हा, भेकर, सांबर, रानडुक्कर, बिबळा, चितळ, रानमांजर, पिसुरी हरण, साळींदर, खवल्या मांजर, वानर, रानमुंगूस. **सरपटणारे प्राणी :** नाग, धामण, अजगर, सरडा, रानपाली, मांडूळ, ननाटी, हरणटोळ, विरुळा.	पतंगासारखी लांब शेपटी असलेला स्वर्गीय नर्तक, वनकपोत, पारवे, बुलबुल, तांबट, सुतार, हसरा कस्तूर, मोर, धनेश, राखी रानकोंबड्या, कोतवाल, सापमार गरुड, ससाणे, कोकीळ, फुलटोच्या, सातभाई, रातवा, शृंगी घुबड, कृष्ण गरुड.	• **खारीच्या कुळामधील मोठी खार शेकरू :** यांच्या रक्षणासाठी भीमाशंकर अभयारण्याची निर्मिती मुख्य प्राणी, शेपूट कोल्ह्यासारखी झुपकेदार, लांब मिशा, पाठीवर गर्द तपकिरी रंग, इतरत्र पांढरट. झाडावर राहते. उंचावर घरटी. त्याच्या विष्ठेतून बाहेर पडणाऱ्या बिया रुजतात. रोपे उगवतात. यामुळे भीमाशंकरला नैसर्गिक झाडे. महादेव कोळी व कातकरी आदिवासी. • बॉम्बे पॉईंट, वनस्पती पॉईंट, नागफणी पॉईंट, हनुमान तळे.
2. **कोयना अभयारण्य :** **विस्तार :** **सातारा जिल्हा :** पाटण व मेढा (जावळी) तालुक्याचा समावेश. **क्षेत्रफळ :** 423.55 चौ.कि.मी.	**गगनचुंबी सदाहरित वृक्ष :** अंजन, सांबर, असेना, मोमा, पिसा ऐन, बेहडा, जांभूळ हिरडा, आंबा, हडका, शिवण, कुंभी, कटक, ओंब, आवळा, कारवी इत्यादी अजस्र वृक्ष. झाडांची घनदाटता खूप. सूर्यप्रकाश दिसत नाही.	रानगवा, तरस, लांडगा, कोल्हा, बिबळ्या, अस्वल, शेकरू, भेकर, रानमांजर, अगडबंब वानरे, देहाची माकडे, पट्टेवाले वाघ, सांबर, रानडुक्कर, सायाळी, ससे इत्यादी.	घारी, गिधाडे, गरुड, स्वर्गीय नर्तक, हसरा कस्तूर, रानकोंबड्या, सुभग, तांबट, सुतार मोर. मधमाशा, कीटक.	• **इंदवली मेट :** बामणोलीपासून शिवसागरामधून 10-15 कि.मी.च्या जलप्रवासाने वासोट्या किल्ल्याचा पायथा. नंतर इंद्रावली मेट (नाफे) गवताळ प्रदेश. • **वासोटा किल्ला :** चढण दगडधोंड्याची निसरडी. वासोटा वनदुर्ग, घनदाट झाडी, बेलाग ताशीव कळ्याची नैसर्गिक तटबंदी.

पुढे चालू ⌐

अभयारण्ये	वनस्पती	प्राणी	पक्षी	वैशिष्ट्ये
2.　कोयना अभयारण्य : अभयारण्याचे तीन भाग : (1) इंदवली मेट (2) वासोटा (3) महार खोरे. कोयना नदीवर कोयना धरण व शिवसागर जलाशयाचा परिसर. नावेचा प्रवास. सातारा : बामणोली, महाबळेश्वर : तापोळे. पाटण : लाँचचा प्रवास.	औषधी वनस्पती : कारवी, कढीपत्ता, शिकेकाई, चिल्लार, तमालपत्र, वावर्डिंग, रामेठा, गारंबी इ. फुलझाडे : पांढऱ्या शुभ्र फुलांची रानजाई, रंगीबेरंगी फुलझाडे, लता-वेली, काटेरी वेली, करवंदाच्या जाळ्या, दीडशे प्रकारची झाडे, चारशे जातींच्या औषधी वनस्पती.	पाणवठ्यावर वन्य प्राण्यांच्या पायाचे ठसे. जांभळीच्या झाडावर सशांच्या आकाराचा शेकरू. सरपटणारे प्राणी : नाग, अजगर, मण्यार, फुरसे, मांडूळ, धामण.	–	• बाबूकडा : 1,800 मी. उंच. महाराष्ट्रात दुसऱ्या क्रमांकाचा कडा, तुफान वारे. • कोकण दर्शन : हिरवे तळ कोकण, मारुती, चंडिका, नागेश्वर मंदिर, वासोट्यांवर उन्हाळ्यातही हुडहुडी भरणारी थंडी. महादेव कोळी, वारली, आदिवासी व धनगर.
3.　सागरेश्वर अभयारण्य : विस्तार : सांगली जिल्हा – खानापूर तालुका – तुपारी, दह्यारी, कुंभारगाव. ताकारी डोंगरात सागरेश्वर अभयारण्य. सागरेश्वराचे प्राचीन मंदिर. एकावन्न छोट्या मंदिरांचा परिसर. सुरेख देवराई. पूर्वी घनदाट अरण्ये, नंतर भूमी उजाड व ओसाड. वृक्षमित्र धो. म. मोहिते यांनी परिसराचा कायापालट केला. क्षेत्रफळ : 10.87 चौ.कि.मी.	पानझडीचे शुष्क वन : पळस, उंबर, सावर, अंजन, बाभूळ, जांभूळ, खैर, धावडा, हिरव, साग, सादडा, टेंभुर्णी, आंबा, बिब्बा, लिंब इत्यादी. रानमाळावर करवंद, नेप्ती, बोराडी, निंबाणी, तरवड, बेल, केवडा, चाफा.	काळवीट, चितळ, कोल्हे, लांडगे, खोकड, तरस, ससे, साळींदर, रानमांजर, नीलगाय, भेकर. सरपटणारे प्राणी : घोरपड, नाग, धामण, सरडे.	ससाणा, गरूड, घार, लाल डोळ्यांची कापशी घार, भारद्वाज, सातभाई, सुगरणी, कोकिळा, कोतवाल मैना, खाटिक, शिंपी, धोबी, पोपट, धनेश, वटवट्या इत्यादी. पाणवठ्यावर : बगळा, टिटवी, पाणकोंबडा.	• मृग विहार : 84 एकरात उद्यान, काळवीट, चितळ, नीलगाय, भेकर. • अंबिका घाट : महान गुंड शिळा, शिखरावर तुफान वारा. फेटा उडतो. • उडवी पॉइंट : कृष्णा आणि सोनहिरा खोरे. किर्लोस्कर पॉइंट व रणशूळ शिखर. याशिवाय घोडेबील, कोल्हेबील, पळसबागेत निरीक्षण मनोरा. पॅगोडा व बालोद्यान – लिंगदरा धबधबा
4.　राधानगरी – दाजीपूरचे गवा अभयारण्य : विस्तार : कोल्हापूर जिल्हा – राधानगरी तालुका. क्षेत्रफळ : 351.16 चौ.कि.मी. कोल्हापूरपासून 80 कि.मी. अंतरावर फोंडा घाटाच्या माध्यावर अभयारण्य.	गर्द वनराई : अंजन, हाडका, हिरडा, जांभूळ, वेत, रानबिबे, गेल, आवळा, उंबर, आंबा, काळवान, काजू, कोकम, ऐन, नाना, माहरूख, कैंजळ. कारवी, घाणेरी, करवंदीच्या जाळ्या रामेठा वनस्पती विषारी.	गवा, वाघ, सांबर, रानडुक्कर, अस्वल, भेकर, सायाळ, कोल्हा, तरस, वानर, माकड, रानकुत्रा, मुंगूस, ससा, ऊदमांजर, बिबळा.	होले, दयाळ, कोतवाल, पिंगळा, तुरेवाले चंडोल, रानकोंबडे, पोपट, गरूड, ससाणे, कापशी घार, नागरी घार, कोकीळ, हिरवे कवडे, घुबड, धनेश इत्यादी दोनशे प्रकारचे पक्षी.	लक्ष्मीदर्शन पॉइंटवरून लक्ष्मी तलाव दृश्यमान. • गवा : दोन मीटर उंच, चार मीटर लांब. वजन 900 ते 1,000 कि.ग्रॅ. गव्यांचा कळप. मरगज पाणवठा, गडगड्याचा ओढा, सांबरकोंड नाला. गवताळ मैदानानंतर कोकण दर्शन मनोरा. फोंडा, शिवगड, मालवण सागरी परिसर दर्शन, वनवैभव.

अभयारण्ये	वनस्पती	प्राणी	पक्षी	वैशिष्ट्ये
⊙ **नाशिक विभाग**				
5. **रेहकुरी काळवीट अभयारण्य :** **विस्तार :** अहमदनगर जिल्हा – कर्जत. श्रीगोंदा, जामखेड, नेवासा तालुक्यांमध्येही काळवीटांचे वास्तव्य. अहमदनगरपासून 80 कि.मी. फेब्रुवारी 1980 मध्ये स्थापना. समुद्रसपाटीपासून 520 मी. उंची क्षेत्रफळ 2.17 चौ.कि.मी.	**माळरानात अभयारण्य :** रेहकुरीच्या माळरानात काळवीटासाठी हेम्रॉटा, पवाना, कुदा, कुसळी; डोंगरी, मारवेल गवताची लागवड. शिसू, खैर, कडुनिंब, बाभूळ, बोर, हिवर, पर्जन्य वृक्ष निलगिरी.	**हरिणाचे दोन गट :** 1) **सारंग :** शिंगांना फाटे, शिंग दरवर्षी गळून पुन्हा नवीन उदा., सांबर, चितळ, भेकर, बारशिंगा, पारंग. 2) **कुरंग :** शिंगांना फाटे नसतात. दरवर्षी गळत नाहीत. उदा., काळवीट, नीलगाय, चिंकारा, चौसिंगा, कोल्हे, लांडगे, तरस, सायाळी, मुंगूस, खोकड. **सरपटणारे प्राणी :** नाग, अजगर, खोकड, धामण, विविध रंगांचे सरडे, सापसुरळ्या, रानपाली. **कीटक :** टोळ, फुलपाखरे, भुंगे, किडे, मुंग्या.	**सत्तर प्रकारचे पक्षी :** दयाळ, बुलबुल, कांचन, कोतवाल, चंडौल, मैना, काटेरी झुडपावर खंड्या, खाटीक, सुतार, भारद्वाजशिवाय ससाणे, गरुड तसेच माळढोक मोर. तलावावर पांढऱ्या मानेचा करकोचा, वंचक, बगळे, पाणकावळा, पाणकोंबडा, बदक, काळा शेराटी.	**काळवीट :** माळरानावर. नर आणि माद्यांचे कळप वेगळे. नराच्या डोक्यावर पीळदार शिंगे, पाठीवर व पोटावर बाजूला काळा रंग, कृष्णमृगही म्हणतात. नरापेक्षा मादी लहान, शिंगे नाहीत. विणीच्या हंगामात नर व मादी एकत्र. भावुक सुंदर डोळे. जगात फक्त भारतात काळवीट. सर्व प्राण्यांमध्ये काळवीट वेगवान. शेजारच्या पिकांवर धाड. शिवाय हिवर व बाभळीचा पाला खातात.
6. **कळसूबाई हरिश्चंद्र अभयारण्य :** **विस्तार :** अहमदनगर जिल्हा – अकोले तालुका. **क्षेत्रफळ :** 361.71 चौ.कि.मी. 25 फेब्रुवारी, 1986 रोजी स्थापना. सह्याद्रीच्या डोंगरदऱ्यांनी व्याप्त.	जांभूळ, हिरडा, करप, करंबळ, काटेकोंबळ, सादड, करवंद, निवडुंग, कारवी, आंबा मळवाचे झाड (भुकेचे झाड), चांदा इत्यादी प्रकारचे वृक्ष. **वेली :** अडुळसा, चिल्लार, धसई, घाणेरी, मोगली एरंड, नागफणी इत्यादी. **गवत :** मारवेल, कुसाळी, डोंगरी, बोरू, धानवा भुरी इत्यादी अकरा प्रकारचे गवत.	बिबळा, कोल्हे, लांडगे, तरस, रानडुकरे, रानमांजर, ऊदमांजर, सायाळी, वानर, माकड, नीलगाय, भेकर, चिंकार, ससा, सांबर, शेकरू.	**87 प्रकारचे पक्षी :** मोर, पोपट, दयाळ, रानसातभाई, खाटीक, तांबट, शिंपी, धोबी, सुतार, स्वर्गीय नर्तक, कापशी धार इत्यादी. **जलपक्षी :** बगळा, पाणकावळा, पाणकोंबडा.	**हरिश्चंद्रगड :** खिरेश्वरपासून चढणीची पाऊलवाट, चढउतार व घसरडे खडक, हिरवीगार टोलारखिंड, पुढे आधारासाठी लोखंडी पाईपचे कठडे, **गडावर तारामतीचे हिरवेगार शिखर,** हरिश्चंद्रेश्वर मंदिर, शिल्पे, गुहा, देवतांच्या मूर्ती, भव्य पाषाण मूर्ती, **सह्याद्रीमधील उंच कडा, कोकणकडा,** रौद्रस्वरूप.

पुढे चालू ↴

अभयारण्ये	वनस्पती	प्राणी	पक्षी	वैशिष्ट्ये
6. **कळसूबाई हरिश्चंद्र अभयारण्य :** **अभयारण्याचे तीन विभाग :** 1) हरिश्चंद्रगड व सभोवतालची वने 2) कळसूबाई शिखराचा परिसर. 3) भंडारदरा धरण पाणलोट क्षेत्र. **महाराष्ट्रातील सर्वांत उंच शिखर कळसूबाई :** 1,646 मी. गड व कडेकपारीयुक्त, शिल्पकलेने नटलेली अनेक मंदिरे, गुंफा व लेणी.	–	**सरपटणारे प्राणी :** नाग, अजगर, फुरसं, धामण, दुर्तोड्या, ननाटी, हरणटोल, घोणस, मण्यार, विरोळा, वृक्षसर्प, माशा, मधमाशा, कीटक, किडे, फुलपाखरे.	**विविध प्रकारची फुले :** पिवळ्या फुलांच्या बुटक्या सोनकीची झुडपे, पिवळ्या हळदी फुलांची घाटुर्ली, पांढऱ्या शुभ्र फुलांच्या गुच्छांच्या आसावली इत्यादी.	**कळसूबाई :** रानवाट, चढणीची कट, लोखंडी शिडी, शिखरावर तुफान वारे, कळसूबाईचे छोटे मंदिर, जागा फक्त दोघा-तिघांना उभे राहण्याएवढी. दऱ्या-खोऱ्याचे, देहभान हरणारे दृश्य, हिरवीगार झाडे. **भंडारदरा :** प्रवरा नदीच्या धरणाचा निसर्गरम्य परिसर, विलोभनीय रंधा धबधबा, रतनवाडीला अमृतेश्वराचे शिल्प वैभव.
⊙ **अमरावती विभाग**				
7. **पैनगंगा अभयारण्य :** **विस्तार :** नांदेड व यवतमाळ जिल्ह्यांच्या सरहद्दीलगत. पैनगंगा नदीच्या मध्यामधून वाहते. अभयारण्याची स्थापना 25 फेब्रुवारी, 1986. **क्षेत्रफळ :** 324.62 चौ.कि.मी.	**पानझडी शुष्क वन :** लाल-केसरी फुलांचा पळस, साग, जांभूळ, ऐन, सावर, आवळा, देवकांचन, करंज, शीसम, पांडल, तेंदू, पांढरा कुडा.	पट्टेवाला वाघ, बिबळा, काळवीट, चितळ, भेकर, चौसिंगा, सांबर, नीलगाय, कोल्हा, रानडुक्कर, सायाळी, ससा, वानर, अस्वल, रानमांजर, ऊदमांजर, चिंकारा, हरिण. **सरपटणारे प्राणी :** धामण, नाग, अजगर, ननाटी, मण्यार, घोरपड, सरडा, सापसुरळ्या.	टकाचोर, सूर्यपक्षी, मुनिया, सातभाई, कस्तूर, हळद्या, हितर, जंगली कबुतर, हरियाल, पारवे, गरुड. **पाणवठ्यावर जलपक्षी :** मोरबगळा, सर्पपक्षी, पाणडुबा, राजबगळा, खंड्या, बगळ्या, शेराटी, पाणकोंबडा, पाणकावळा, वंचक सागरी घार, मच्छमार, गरुड, शिवाय सरी, नयनसरी, चक्रांग, बदक व स्थलांतरित पक्षी.	**वनगावे :** एकंबा, कोरट, दरारी, देवराल इ. **तपासणी नाकी :** खरबी चिखली, मोरचंडी. **वनविश्रांती गृहे :** हरबी, सौंदभी, विटरगाव, चिखली, कोरटगाव. **निरीक्षण कुट्या :** टेवराला, मोरचंडी, जलधारा, सवरी. अभयारण्यात वन्य प्राण्यांसाठी गवत व फळझाडांची लागवड. चाटण क्षेत्रात मिठाच्या ढेपा.
8. **टिपेश्वर अभयारण्य :** **विस्तार :** यवतमाळ जिल्हा - वणी तालुका, पैनगंगा नदीखोऱ्यात अभयारण्य. **क्षेत्रफळ :** 148.63 चौ. कि. मी. यवतमाळपासून 92 कि.मी.	साग, धावडा, ऐन, सालई, पळस, आवळा, अंजन, तेंदू, मोह, तिवस, बांबू, रोहन गवत व फळझाडांची लागवड.	नीलगाय, चितळ, सांबर, भेकर, रानडुक्कर. **सरपटणारे प्राणी :** मुंगूस, घोरपड, अजगर, नाग, सरडा.	मोर, दयाळ, हळद्या, गरुड, कोतवाल, सातभाई मैना, पैनगंगा डोहात मगर.	अनेक ठिकाणी निरीक्षण मनोरे. निवासासाठी सुंदर वनविश्रांती गृह. परिसर निसर्गरम्य. टेकड्या सदा हिरव्यागार. टिपरदरी येथे सुंदर तलाव. छोटे-छोटे बंधारे. काळेश्वर, कोपमंदिर व भीमकुंड तीर्थस्थाने.

पुढे चालू ↴

अभयारण्ये	वनस्पती	प्राणी	पक्षी	वैशिष्ट्ये
⊙ **नागपूर विभाग**				
9. अंधारी अभयारण्य : **विस्तार :** चंद्रपूर जिल्हा – चंद्रपूर वन विभाग. स्थापना 1985. **क्षेत्रफळ :** 509.27 चौ.कि.मी. अंधारी नदीखोऱ्यात अभयारण्य.	साग, पळस, ऐन, तेंदू, बांबू, काटेसावर, धावडा, हिरडा, सालई, बेल, धामण, कट उंबर, धोबण या झाडांची दाटी, हिरवीगार वनश्री.	वाघ, भेकर, सांबर, गवा, बिबळा, अस्वल, चितळ, वानर, सायाळी, रानमांजर, ऊदमांजर, कोल्हा, लांडगा. **सरपटणारे प्राणी :** नाग, अजगर, धामण, मण्यार, शॉमिलिऑन, शेंदरी व इतर रंगांचे सरडे.	स्वर्गीय नर्तक, दयाळ, मैना, धनेश, भारद्वाज, पोपट, हळदीया, हळद्या, कोतवाल, तांबट, सुतार, पावश्या, कोकीळ, पोपट. **जलपक्षी :** काळा शेराटी, कवडा, बगळा, टिटवी, बंड्या, पाणकोंबडा, पानतरी, पाणकावळा.	**आदिवासी गवे :** शिगलपळस, आंबेउतारा, पाणीघार, रानतळोदी, गावाजवळ सुंदर तळे, जलपक्ष्यांचे वास्तव्य, शिवझरी नाला – वनराई, निरीक्षण मनोरे.
10. चपराळा अभयारण्य : **विस्तार :** गडचिरोली जिल्हा – अल्लापल्ली वनविभाग. वनगावे. 25 फेब्रुवारी, 1986 रोजी स्थापना. **क्षेत्रफळ :** 134.78 चौ. कि. मी. वैनगंगा व प्राणहिताचे खोरे. मांडिसा गोंड आदिवासी. चंद्रपूरपासून 23 कि. मी.	**शुष्क पानझडी मिश्र वन :** साग प्रमुख वृक्ष, तेंदू, मोहा, धावडा, रोहन, करम, हळद, गराडी, कुडा, ऐन, वड, पिंपळ, डिकामाली. अनेक झुडपे आणि औषधी वनस्पती.	ढाण्या वाघ, बिबळा, सांबर, चितळ, चौसिंगा, अस्वल, नीलगाय, भेकर, रानडुक्कर, खवले मांजर, सायाळी, ससे. **सरपटणारे प्राणी :** नाग, अजगर, मण्यार, घोरपड, सरडे.	मैना, चंडोल, सुगरण, बुलबुल, कांचन, सातभाई, मोर, फुलचुखी, सूर्यपक्षी, सुतार खंड्या, स्वर्गीय नर्तक, कोतवाल इत्यादी. जॉर्डनचा धाविक दुर्मीळ पक्षी. **जलपक्षी :** बगळा, करकोचा, पाणकोंबडा, पाणकावळा, बंड्या. वेगनूर, राखीव वनात नामशेष झालेल्या गुलाबी बदकाचे दर्शन झाल्याचे सांगतात.	**सागवान :** चपराळा अभयारण्य सागवाना- साठी प्रसिद्ध. पश्चिम भागात 70 ते 80% क्षेत्रावर सागाची झाडे. वैनगंगा आणि प्राणहिता नद्या वाहतात. अरण्य यात्रा आनंददायी. अनेक जुने तलाव, नवीन बंधारे, धानूर जुना तलाव, वर्षभर पाणी. वन्य प्राण्यांसाठी गवत व फळझाडांची लागवड. वनविश्रांती गृहे – चपराळा व आष्टी. निरीक्षण कुटीर – मार्कंडा व चौडमपल्ली.
11. नागझिरा अभयारण्य : **विस्तार :** भंडारा जिल्हा – साकोली तालुका. साकोलीपासून 22 कि.मी. **स्थापना :** 30 जून, 1970. **क्षेत्रफळ :** 152.8 चौ.कि.मी. **वनगावे :** थाडेझरी, कोसमतोंडी, पिटेझरी, चोरखमारा, मुरडोली, गोविंदतोल. **आदिवासी :** गवार गोंड व राज गोंड.	साग, येण, बेहडा, हिरडा, सालई, अंजन, चिंचवा, पांढर, चारोळी, धोबण, हळदू इत्यादी. **औषधी वनस्पती :** खैर, शिवण, बिबा, मुरुडशिंग, रानतंबाखू, जटाशंकर रानतूर, रानआले, रानद्राक्ष, बिदारी कंद इत्यादी. **गवताच्या जाती :** कुसऱ्या कोल्ह्या, रांड्या, उससुल्या.	हत्ती पट्टेवाला वाघ, बिबळा, रानगवा, चितळ, रानकुत्री, सांबर, भेकर, नीलगाय, रानडुक्कर, चौसिंगा, अस्वल, सायाळी इत्यादी. **सरपटणारे प्राणी :** नाग, अजगर, मण्यार, धामण, हरणटोळ, ताम्रसर्प, वृक्षसर्प, दुतोंड्या, सरडा, घोरपड.	धनेश, काळ्या डोक्याचा हळद्या, मैना, सर्पगरुड, हरियाल, बुलबुल, दयाळ, चातक, पावश्या, कोकीळ, हुप्पी.	लाल माती, निळे आकाश व गर्द हिरवी वनराई, रानवारा. **नागझिरा तलाव :** संस्कृतमध्ये नाग म्हणजे हत्ती व झिरा म्हणजे हत्तीचे कळप. तलावाकाठी सुंदर वनविश्रांती गृह. **सुरेख संग्रहालय :** पेंढा भरून ठेवलेले वन्य प्राणी, तलावासभोवती नागदेव पहाडी, गायखुरी व कपड्यादेव पहाडी.

पुढे चालू ⏎

अभयारण्ये	वनस्पती	प्राणी	पक्षी	वैशिष्ट्ये
⊙ **कोकण विभाग**				
12. तानसा अभयारण्य : **विस्तार :** ठाणे व पालघर जिल्हा - शहापूर तालुका. तानसा व वैतरणा नद्यांचे पाणलोट क्षेत्र. **स्थापना :** 16 सप्टेंबर, 1985. **क्षेत्रफळ :** 304.81 चौ. कि. मी. **आदिवासी :** कोळी, महादेव, ठाकर, वारली व कुणबी.	**सदाहरित व पानझडी वृक्ष :** साग, डोन, खैर, काटेसावर, बांबू, धामण, दोंडा, पळस, आंबा, अंजन, आपटा इत्यादी. **वनस्पती, वेली व झुडपे :** बेकोटावेल, आंबट, बिटुकली वेल, वाघकेवडा, कंद, बेडसिंग, मुरुडसिंग, कोकम इत्यादी.	पट्टेवाला वाघ, बिबळा वाघ, सांबर, भेकर, चितळ, कोल्हा, ससा, रानडुक्कर, पिसारा हरिण, तरस इत्यादी. **सरपटणारे प्राणी :** नाग, अजगर, धामण, फुरसे, मण्यार, दुतोंड्या, ननाटी, दिवड, सरडे व घोरपड.	कोतवाल, धनेश, दयाळ, भारद्वाज, कस्तूर, शंकर, हरियाल, खंड्या, वेडा राघू, हळद्या, पोपट, चंडोल, लोहोर, घुबड, पिंगळा, तांबट, सुतार, धोबी, शिंजीर.	तानसाच्या टेकडीवर सुंदर लाकडी वन-विश्रांती गृह. घनदाट अरण्य, लिंगी डोंगराच्या पायथ्याशी अनेक वनस्पती. माहुली गड 700 मीटर उंच. सभोवती घनदाट अरण्य. वैतरणा धरणाचा परिसर. घोटी डोंगराचा दुर्गम भाग. तानसा धरणाच्या जलाशयात एक हिरवे बेट. अभयारण्यात सुंदर बालोद्यान.

तक्ता क्र. 5.5 : (अ) महाराष्ट्र - अभयारण्ये (31 डिसेंबर, 2012 ची स्थिती) ✳ नवीन अभयारण्ये

अभयारण्ये	जिल्हा/ जिल्हे	क्षेत्रफळ (चौ.कि.मी.)	अभयारण्ये	जिल्हा/ जिल्हे	क्षेत्रफळ (चौ.कि.मी.)
I. कोकण विभाग					
1. कर्नाळा (पक्षी)	रायगड	12.155	4. मालवण सागरी	सिंधुदुर्ग	29.122
2. तानसा	ठाणे	304.81	5. तुंगारेश्वर	ठाणे	85.70
3. फणसाड	रायगड	69.79			
II. पुणे विभाग					
6. राधानगरी (गवा)	कोल्हापूर	351.16	9. सागरेश्वर (गेम, रिझर्व्ह)	सांगली	10.877
7. कोयना	सातारा	423.55	10. मयूरेश्वर	पुणे	5.145
8. भीमाशंकर	पुणे व ठाणे	130.78			
III. नाशिक विभाग					
11. यावल	जळगाव	177.52	15. नांदूर-मधमेश्वर (पक्षी)	नाशिक	100.12
12. रेहेकुरी (देऊळगाव-काळवीट)	अहमदनगर	2.17	16. अनेर धरण	धुळे	82.94
13. माळढोक (पक्षी)	अहमदनगर व सोलापूर	1229.24	17. भोरगड संवर्धन राखीव	नाशिक	3.49
14. कळसूबाई (हरिश्चंद्रगड)	अहमदनगर	361.71			

पुढे चालू ↳

अभयारण्ये	जिल्हा/ जिल्हे	क्षेत्रफळ (चौ.कि.मी.)	अभयारण्ये	जिल्हा/ जिल्हे	क्षेत्रफळ (चौ.कि.मी.)
IV. औरंगाबाद विभाग					
18. गौताळा (ऑट्रम घाट)	औरंगाबाद व जळगाव	260.61	21. येडशी-रामलिंग घाट	औरंगाबाद	22.374
19. जायकवाडी (पक्षी)	औरंगाबाद	341.05	22. * नवीन माळढोक	उस्मानाबाद -सोलापूर	1.98
20. नायगाव (मोर)	बीड	29.901			
V. अमरावती विभाग					
23. पेनगंगा	यवतमाळ- नांदेड	424.89	28. नर्नाळा (पक्षी)	अकोला	12.35
24. मेळघाट (व्याघ्र प्रकल्प)	अमरावती	788.75	29. टिपेश्वर	यवतमाळ	148.632
25. काटेपूर्णा	अकोला	73.69	30. वान	अमरावती	211.006
26. अंबा बरवा	बुलढाणा	127.11	31. * लोणार	बुलढाणा	3.831
27. ज्ञानगंगा	बुलढाणा	205.21	32. * करंजा-सोहोल (काळवीट)	अकोला	18.321
VI. नागपूर विभाग					
33. बोर	वर्धा- नागपूर	61.1	39. * उमरेड-कऱ्हांडला	भंडारा- नागपूर	189.29
34. नागझिरा	गोंदिया- भंडारा	152.81	40. * नवीन नागझिरा	गोंदिया	151.34
35. चपराळा	गडचिरोली	134.78	41. * नवीन नवेगाव	गोंदिया	122.76
36. अंधारी	चंद्रपूर	509.27	42. * नवीन बोर	नागपूर- वर्धा	60.69
37. भामरागड	गडचिरोली	104.38	■ **अभयारण्याचे एकूण क्षेत्रफळ**		**7718.978 चौ.कि.मी.**
38. * मानसिंगदेव	नागपूर	182.58			

तक्ता क्र. 5.5 : (ब) महाराष्ट्र – राष्ट्रीय उद्याने (31 डिसेंबर, 2012 ची स्थिती)

राष्ट्रीय उद्याने	जिल्हा/ जिल्हे	क्षेत्रफळ (चौ.कि.मी.)	राष्ट्रीय उद्याने	जिल्हा/ जिल्हे	क्षेत्रफळ (चौ.कि.मी.)
1. ताडोबा	चंद्रपूर	116.550	4. पेंच (इंदिरा गांधी)	नागपूर	259.710
2. संजय गांधी	ठाणे - मुंबई उपनगर	86.985	5. गुगामल	अमरावती	361.670
3. नवेगाव	गोंदिया	133.880	6. चांदोली	सातारा, सांगली, कोल्हापूर, रत्नागिरी	317.670
			■ **राष्ट्रीय उद्यानाचे एकूण क्षेत्रफळ**		**1276.055 चौ.कि.मी.**
▶ **महाराष्ट्र – अभयारण्ये व राष्ट्रीय उद्यानाचे एकूण क्षेत्रफळ**					**8995.033 चौ.कि.मी.**

Source :   *(i)*   *APCCF (Eco-Tourism and Wildlife Administration)*

          (ii)   *Maharashtra Forest Department – Statistical Outline, 2013; Pages 86-87.*

व्याघ्र प्रकल्प (Tiger Project)

1972 साली हा भारताचा 'राष्ट्रीय प्राणी' म्हणून घोषित केला. जंगलातील वाघांची भरपूर संख्या ही त्याला लागणारे भक्ष्य मुबलक तसेच वनस्पती मोठ्या प्रमाणात उपलब्ध असल्याचे दर्शवितात. यामुळेच वाघ हा जंगलाची समृद्धी दर्शविणारा प्राणी मानला जातो.

व्याघ्र प्रकल्पाचा उद्देश : आपल्या राष्ट्रीय प्राण्यांचे संरक्षण, संवर्धन करणे, त्यासाठी मानवी अतिक्रमणापासून दूर अशा ठिकाणी राष्ट्रीय उद्यान किंवा अभयारण्य निर्माण करून त्या ठिकाणी नैसर्गिक खुल्या वातावरणात त्यांना ठेवून त्यांचे जतन करणे व त्यांची संख्या वाढविणे असे आहे.

भारतातील या यशस्वी योजनेचे जनक आहेत वनखात्याचे माजी संचालक श्री. कैलास सांकला. त्यांनी आपले संपूर्ण जीवन या कार्यासाठी वाहून घेतले. व्याघ्र प्रकल्प योजना भारतात सर्वांत प्रथम कॉर्बेट राष्ट्रीय उद्यानात सुरू करण्यात आली. या प्रकल्पाव्यतिरिक्त भारतातील बॉम्बे नॅचरल हिस्टरी सोसायटी, वर्ल्ड वाईल्ड फंड व इंटरनॅशनल युनियन फॉर द कॉन्सर्वेशन ऑफ नेचर अँड नॅचरल रिसोर्सेस यांसारख्या आंतरराष्ट्रीय संघटना. त्याचप्रमाणे दि वर्ल्ड हेरिटेज कन्व्हेन्शन, मॉन अँड बायोस्फिअर, वर्ल्ड नॅशनल पार्क काँग्रेस इत्यादी मान्यवर संस्था वाघांच्या संरक्षण व संवर्धनासाठी आपापल्या परीने कार्य करीत आहेत.

वन्यजीव गणना सन 2014 च्या गणनेनुसार महाराष्ट्रात 190 वाघ आहेत तर वन्यजीव गणना सन 2005 नुसार ते अनुक्रमे 268 व 717 होते.

राष्ट्रीय व्याघ्र संरक्षण प्राधिकरण व राष्ट्रीय वन्यजीव संस्था याच्या मार्गदर्शनाखाली लाइन ट्रान्झॅक्ट पद्धतीने सन 2010 मध्ये करण्यात आलेल्या सर्वेक्षणाच्या मार्च 2011 च्या स्थितिदर्शक अहवालानुसार राष्ट्रीय व्याघ्र संरक्षण प्राधिकरणाने महाराष्ट्रातील वाघांची अंदाजित संख्या 160 ते 196 दरम्यान असून सरासरीने ती 169 असल्याचे दर्शविले आहे.

♦महाराष्ट्रातील व्याघ्र प्रकल्प व क्षेत्र

(1) मेळघाट (1500.49 चौ.कि.मी.)	(2) ताडोबा-अंधारी (619.76 चौ.कि.मी.)
(3) पेंच (257.26 चौ.कि.मी.)	(4) सह्याद्री (741.22 चौ.कि.मी)
(5) नवेगाव (133.88 चौ.कि.मी.)	(6) नागझिरा (152.81 चौ.कि.मी.)

✱ राष्ट्रीय उद्याने/अभयारण्याचे क्षेत्र 14,050.70 चौ.कि.मी. आहे.

♦संदर्भ : महाराष्ट्राची आर्थिक पाहणी (2014-15), पान क्र. 90

वने (2013-14)

राज्यात कृषिव्याप्त क्षेत्रानंतर दुसरे मोठे क्षेत्र वनाखाली आहे. कृषी व संलग्न कार्यांच्या स्थूल राज्य उत्पन्नात वने या क्षेत्राचा सन 2013–14 मधील वाटा 2.2 टक्के होता. राज्याचे एकूण वनक्षेत्र 61,733.81 चौ. कि. मी. (अस्थायी) आहे. राष्ट्रीय वन धोरण 1988 नुसार वनक्षेत्राचे प्रमाण 33 टक्के असावे या उद्दिष्ट्याच्या तुलनेत राज्याच्या भौगोलिक क्षेत्राच्या 20.1 टक्के एवढे वनक्षेत्र आहे. राज्यातील वनक्षेत्र वन विभाग (55,368.6 चौ. कि. मी.), महाराष्ट्र वन विकास महामंडळ (मवविम) (3,590.2 चौ. कि. मी.), खाजगी वनक्षेत्र (1,162.4 चौ. कि. मी.), महसूल विभाग (1,612.8 चौ. कि. मी.) यांच्या प्रशासकीय अधिपत्याखाली आहे. एकूण वनक्षेत्रापैकी 50,882.8 चौ.कि.मी. राखीव, 6,733.2 चौ.कि.मी. संरक्षित वन व 4117.9 चौ.कि.मी. अवर्गीकृत वन आहे.

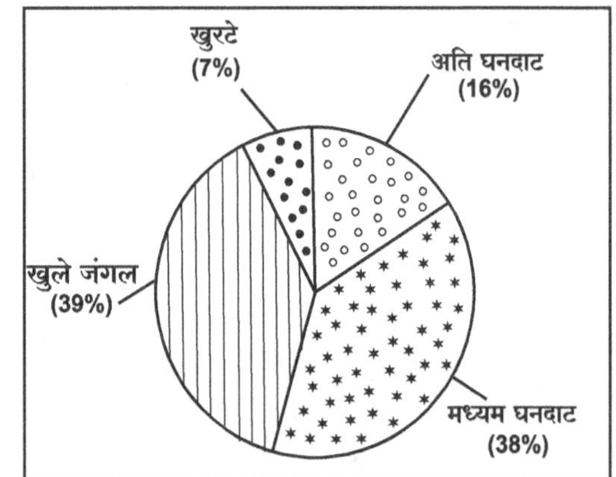

आलेख क्र. 5.1 : वनाच्या वृक्षाच्छादनाच्या घनतेनुसार क्षेत्र (2013)

राज्यातील वनांच्या वृक्षाच्छादनाची वर्गवारी उपग्रहाकडून मिळालेल्या माहितीच्या आधारे करण्यात आली असून त्यानुसार वृक्षाच्छादन घनतेची वर्गवारी अति घनदाट जंगल (जेथे वृक्षाच्छादनाची घनता 70 टक्क्यांपेक्षा जास्त आहे). मध्यम दाट जंगल (जेथे ही घनता 40 ते 70 टक्क्यांपर्यंत आहे). खुले वन (जेथे ही घनता 10 ते 40 टक्के इतकी आहे) व खुरटे वन (जेथे ही घनता 10 टक्क्यांपेक्षा कमी आहे) अशा चार वर्गांत केली आहे. उर्वरित वनक्षेत्रात पाण्याखालील क्षेत्र व वृक्षविरहित भागाचा समावेश आहे.

सामाजिक वनीकरण

महाराष्ट्रामध्ये सामाजिक वनीकरणाचा कार्यक्रम वर्ष 1982 पासून सुरू करण्यात आला. ग्रामीण जनतेची जळाऊ लाकडाची व वैरणाची गरज भागविण्यामध्ये सामाजिक वनीकरण विभागाची महत्त्वाची भूमिका आहे.

रस्ते, लोहमार्ग, कालवे, नद्यांचे प्रवाह, शाळा–महाविद्यालये, शासकीय मालकीच्या मोकळ्या जागा, नापीक क्षेत्रे इत्यादी ठिकाणी वृक्षारोपण केले जाते. हा कार्यक्रम 'सामाजिक वनीकरण' यामध्ये समाविष्ट होतो.

इंधन व इमारतीसाठी लाकूड पुरविणे, जनावरांना चारा उपलब्ध करून देणे, शेतजमिनीचे संरक्षण, लोकांना करमणुकीसाठी उद्याने तयार करणे इत्यादी सामाजिक वनीकरणाची उद्दिष्टे आहेत.

सन 2014-15 मध्ये वीस कलमी कार्यक्रमांतर्गत सामाजिक वनीकरण विभागाकडून सुमारे 530 हेक्टर व 1,716 कि.मी. सामूहिक जमिनीवर 16.12 लाख रोपांची लागवड करण्यात आली असून खाजगी जमिनीवरील वृक्षारोपणासाठी सुमारे 73.16 लाख रोपे पुरविण्यात आली. सन 2015-16 मध्ये डिसेंबरपर्यंत सामाजिक वनीकरण विभागाकडून 22 लाख रोपांची लागवड सुमारे 432 हेक्टर व 1,110 कि.मी. सामूहिक जमिनीवर करण्यात आली असून खाजगी जमिनीवरील लागवडीकरिता 16 लाख रोपे पुरविण्यात आली.

तक्ता क्र. 5.6 : महाराष्ट्र – प्रमुख योजनांखालील वर्षनिहाय वृक्षारोपण (क्षेत्र : हेक्टर)

	योजना	वर्ष			
		2012 - 13	2013 - 14	2014 - 15	2015 - 16 [+]
1.	महात्मा गांधी ग्रामीण रोजगार हमी योजना – गट लागवड	629	631	234	211
2.	महात्मा गांधी ग्रामीण रोजगार हमी योजना : रस्त्यांच्या बाजूला वृक्षारोपण (कि.मी.)	1,179	1,346	1,672	928
3.	एकात्मिक पाणलोट व्यवस्थापन कार्यक्रम	185	573	0	0
4.	राष्ट्रीय बांबू अभियान	130	241	39	30
5.	निवडलेल्या पाणलोट क्षेत्रातील वनेतर सामूहिक जमिनीवर वृक्ष लागवड कार्यक्रम	231	338	125	147

[+] डिसेंबरपर्यंत

संदर्भ :   (i)   प्रधान मुख्य वनसंरक्षक व महासंचालक, सामाजिक वनीकरण यांचे कार्यालय, महाराष्ट्र शासन;

         (ii)   महाराष्ट्राची आर्थिक पाहणी, 2015 - 16; पान 93.

वनशेती

शेतीबरोबरच वनांचीही लागवड म्हणजे वनशेती होय. उपलब्ध असलेल्या शेतजमिनीचा कमाल वापर व अधिक काळ शेती किंवा वनाखाली जमीन असणे हाच प्रमुख उद्देश वनशेतीचा आहे. यामध्ये वन उत्पादने, फळे व चारा यांचे उत्पन्न घेतले जाते. यामुळे वेगाने वाढणाऱ्या वनस्पतींची मोठ्या प्रमाणावर लागवड करण्याचे कार्यक्रम तज्ज्ञांच्या मार्गदर्शनाखाली हाती घेण्यात आलेले आहेत. सुरुवातीच्या काळात वृक्ष लागवडीच्या क्षेत्रात पीक पट्टे घेतात. अलीकडे सर्वत्र निलगिरी व सुबाभूळ यांची स्वतंत्र लागवड अनेक ठिकाणी आढळते.

वृक्षारोपण

वृक्षारोपण हा वीस कलमी कार्यक्रमाचा एक भाग असून याची अंमलबजावणी मुख्यतः वन विभाग, म.वि.वि.म. व सामाजिक वनीकरण संचालनालय यांच्यामार्फत करण्यात येते.

तक्ता क्र. 5.7 : महाराष्ट्र – वृक्षारोपणांतर्गत क्षेत्र व खर्च

वर्ष	वन विभाग		म.वि.वि.म.		सामाजिक वनीकरण		
	क्षेत्र (हेक्टर)	खर्च (₹ कोटी)	क्षेत्र (हेक्टर)	खर्च (₹ कोटी)	क्षेत्र (हेक्टर)	खर्च (₹ कोटी)	पुरविलेली रोपे (कोटी)
2011 - 12	31,369	67.90	4,011	9.47	3,916	13.67	1.32
2012 - 13	70,157	133.97	4,847	10.36	2,106	14.29	0.77
2013 - 14	58,646	109.76	3,969	8.57	2,528	16.06	2.14
2014 - 15	85,356	102.90	3,314	8.87	1,453	21.37	0.89
2015 - 16*+	51,866	29.47	2,898	8.55	1,029	12.24	0.38

* अस्थायी   + डिसेंबरपर्यंत

संदर्भ :   (i)   प्रधान मुख्य वनसंरक्षक व महासंचालक, सामाजिक वनीकरण यांचे कार्यालय, महाराष्ट्र शासन;

         (ii)   महाराष्ट्राची आर्थिक पाहणी, 2015 - 16; पान 93.

राज्यशासनाने दरवर्षी जिल्हा परिषद (कृषी व शिक्षण विभाग) तसेच इतर विभाग (वन, औद्योगिक, सा.बां.वि., जलसिंचन विभाग) यांच्या मदतीने शंभर कोटी वृक्षारोपण करण्याचा निर्णय घेतलेला आहे.

वनसंरक्षण

महाराष्ट्रात उपलब्ध असलेल्या वनस्पतींच्या प्रकारांचे संरक्षण करणे आवश्यक आहे. कारण राज्यामध्ये एकूण भौगोलिक क्षेत्रफळापैकी फक्त 17 टक्के क्षेत्र अरण्याखाली आहे. राष्ट्रीय वनधोरणानुसार राज्यामध्ये एकूण जमिनीच्या 33.33 टक्के अरण्ये असावयास पाहिजे. यासाठीच उपलब्ध असलेल्या वनस्पतींचे संरक्षण करणे आणि नवीन वनस्पतींचे संवर्धन करणे जरुरीचे आहे.

वन उत्पादने

राज्यातील वनांद्वारे इमारती लाकूड, जळाऊ लाकूड ही प्रमुख व बांबू, तेंदू, पत्ता, डिंक, गवत इत्यादी गौण वन उत्पादने मिळतात. या सर्व वनोत्पादनांचा राज्याचे उत्पन्न वाढविण्यात व स्थानिकांना रोजगार पुरविण्यात महत्त्वाचा वाटा आहे.

तक्ता क्र. 5.8 : महाराष्ट्र – वनोत्पादने व त्याचे मूल्य (₹ कोटी)

वनोत्पादने	परिमाण	2014 - 15*		2015 - 16++	
		उत्पादन	मूल्य	उत्पादन	मूल्य
(अ) मुख्य वनोत्पादने					
इमारती लाकूड	लाख घन मीटर	1.11	187.52	1.14	245.61
जळाऊ लाकूड	लाख घन मीटर	1.89	20.57	1.95	35.38
एकूण (अ)		**3.00**	**208.09**	**3.09**	**280.99**
(ब) गौण वनोत्पादने					
बांबू	लाख मे. टन	0.23	30.26	1.58	30.24
तेंदू	लाख स्टँडर्ड बॅग्ज	4.62	56.21	2.14	64.72
गवत	मेट्रिक टन	483	0.13	403	0.04
डिंक	क्विंटल	2,022	2.76	2,272	2.94
इतर (लाख, हिरडा, शिकेकाई)		–	9.59	–	10.57
एकूण (ब)			**98.95**		**108.51**
एकूण (अ+ब)			**307.04**		**389.50**

*अस्थायी   ++ अपेक्षित

संदर्भ :   (i)   प्रधान मुख्य वनसंरक्षक व महासंचालक, सामाजिक वनीकरण यांचे कार्यालय, महाराष्ट्र शासन;

         (ii)   महाराष्ट्राची आर्थिक पाहणी, 2015 - 16; पान 92.

वृक्षारोपणाच्या महत्त्वाच्या योजना : (1) निवडलेल्या पाणलोट क्षेत्रातील वनेत्तर सामूहिक जमिनीवर वृक्ष लागवड कार्यक्रम (2) पश्चिम घाट विकास कार्यक्रम (3) रोजगार हमी योजनेंतर्गत खासगी पडीक जमिनीवर वृक्ष लागवड व कुरण विकास (4) महात्मा गांधी ग्रामीण रोजगार हमी योजना – महाराष्ट्र (5) एकात्मिक पाणलोट व्यवस्थापन कार्यक्रम (6) राष्ट्रीय बांबू मिशन.

वनसंवर्धन

वनसंवर्धनासाठी अनेक योजना अमलात आणण्याचा प्रयत्न केला जातो. यामध्ये पुढील महत्त्वाचे विकास प्रकल्प आहेत :

1.   **मृदसंधारण** : कित्येक वर्षे जमिनीचा गैरवापर, अरण्यांची निष्काळजीपणाने केलेली नासधूस, अनियंत्रितपणे गवताळ कुरणांचा केलेला वापर अशा अनेक कारणांमुळे जमिनीची धूप फार मोठ्या प्रमाणात झालेली आहे. जमिनीवरील वनस्पतींचे आच्छादन नष्ट झाल्यामुळे केवळ वनस्पतींचा ऱ्हास झालेला नाही, तर सुपीक जमिनही वाहून गेलेली आहे आणि पाण्याची पातळी अधिकाधिक खोलवर जाऊन त्याचा शेतीवर अनिष्ट परिणाम झालेला आहे. **जमिनीची धूप थांबविण्यासाठी उपाय अमलात आणले पाहिजेत.**

2.   **झाडांची नवीन लागवड** : या योजनेखाली **रोपवाटिका तयार करणे, इमारती लाकूड व सरपणाचे लाकूड पुरविणाऱ्या झाडांची लागवड करणे** यांचा समावेश आहे.

3.   **शेतांच्या सभोवती वन्य झाडांची लागवड** : ग्रामीण भागात जळाऊ लाकडाची मागणी पुरविणे ही एक गंभीर समस्या बनत आहे. या दृष्टीने **गावातील पडीक जमिनीत झाडे लावण्याची योजना आखली जाते.**

4.   **वनांचा विस्तार** : या योजनेखाली **रस्त्यांच्या दुतर्फा झाडांची लागवड केली जाते.** त्यामुळे रस्त्यावर सावली मिळते व झाडांच्या लाकडाचाही उपयोग होतो.

-   **संत तुकाराम वनग्राम योजना :**

वनाच्या व वन्य जीवांच्या महत्त्वाबाबत जागृती निर्माण करणे, अवैध वृक्षतोड आणि अतिक्रमण इत्यादींपासून वनांचे संरक्षण करण्याकरिता 2006-07 साली संत तुकाराम वनग्राम योजना सुरू करण्यात आली. या योजनेंतर्गत सन 2015-16 नुसार 15,500 गावांमध्ये सुमारे 29.70 लाख सभासद असलेल्या एकूण 12,517 संयुक्त वन व्यवस्थापन समित्या गठित करण्यात आल्या आहेत. संयुक्त वन व्यवस्थापन समित्यांकडून 27.04 लाख हेक्टर वनक्षेत्राचे व्यवस्थापन केले जाते.

सर्वोत्कृष्ट काम करणाऱ्या जिल्हा आणि राज्य स्तरावरील तीन समित्यांना तसेच मराठवाड्यातील एका समितीला 2008-09 साली 'संत तुकाराम वनग्राम योजना उत्कृष्ट संयुक्त वन व्यवस्थापन समिती' पुरस्कार देण्यात आला. या योजनेअंतर्गत 2011-12 साली 112.65 लाख ₹ खर्च करण्यात आले तर सन 2013-14 साली 62.96 लाख रुपयांचा खर्च झाला.

अरण्यांचे महत्त्व

1.   **सम हवामान** : एखाद्या प्रदेशात वनस्पतींचे आच्छादन भरपूर प्रमाणात असल्यास सम हवामान निर्माण होते. तापमानाची विषमता कमी होते. सापेक्ष आर्द्रता वाढते. यामुळे हवेतील कोरडेपणा जवळजवळ नाहीसा होतो. **अरण्यांमुळे प्रदेशातील पावसाचे प्रमाण वाढते.** हवा स्वच्छ आणि निरोगी राहते. उन्हाळ्यात धुळीचा व वादळांचा त्रास होत नाही.

2.   **जमिनीची धूप मर्यादित** : प्रदेशावर वनस्पतींचे आच्छादन असल्यावर वृक्षांची मुळे आणि गवताळ कुरणे जमीन घट्ट धरून ठेवतात. वनस्पतींच्या पानावर मुसळधार पाऊस प्रथम पडतो. त्यामुळे त्याचा जोर कमी होतो. **जमिनीची धूप कमी होते.** बरेचसे पाणी जमिनीत मुरते. कोरड्या हवामानातदेखील जमिनीची फारशी धूप होत नाही.

3.   **पाणीपुरवठ्यात वाढ** : वनस्पतींच्या आच्छादनाचा सर्वांत महत्त्वाचा फायदा म्हणजे महाराष्ट्रासारख्या राज्यात पावसाचे पाणी जे फक्त चार महिन्यांत मिळते, त्यापैकी बरेचसे पाणी जमिनीत मुरते. नद्यांचे प्रवाह नियंत्रित होतात. विनाशकारी पुरांचे प्रमाण कमी होते. **भूमिगत पाण्याची पातळी वाढल्यामुळे वर्षातील उरलेल्या आठ महिन्यात झऱ्यांमार्फत नद्या, तलाव, विहिरी यांना पाणी मिळते.**

4.   **खते** : अरण्यांमध्ये वनस्पतींच्या पानांपासून **कंपोस्ट खत** मिळते. त्याचा कृषी उत्पन्नाच्या वाढीसाठी उपयोग होतो.

5.   **चारा व वैरण** : अरण्यांमधून गुरे आणि जनावरांना आवश्यक असणारा **चारा आणि वैरण उपलब्ध** होते.

6.   **जंगल व्यवसाय** : अरण्यांमध्ये **लाकूड तोडणे, कंदमुळे, फळे गोळा करणे** व विविध प्रकारच्या उद्योगधंद्यांवर अनेक लोकांची गुजराण चालते.

<table>
<tr><th colspan="5" align="center">महाराष्ट्रातील वनस्पतींचे प्रमुख प्रकार</th></tr>
<tr><th>अरण्ये</th><th>प्रदेश</th><th>वृक्षांचे स्वरूप</th><th>वृक्षांचे प्रकार</th><th>आर्थिक महत्त्व</th></tr>
<tr>
<td>1. उष्ण कटिबंधीय सदाहरित अरण्ये</td>
<td>200 सें.मी. पेक्षा जास्त पर्जन्य असणाऱ्या सिंधुदुर्ग जिल्ह्यातील सावंतवाडीचा परिसर.</td>
<td>घनदाट वनस्पतीचे आच्छादन. उंची 45 ते 60 मी. कमी उंचीच्या वनस्पतीही दृश्यमान.</td>
<td>नागचंपा, पांढरा सिडार, फणस इत्यादी. तसेच बांबू व कळकांचे विविध प्रकार.</td>
<td>कठीण लाकडामुळे टिंबरच्या वापरास मर्यादा, बरीच वृक्षतोड.</td>
</tr>
<tr>
<td>2. उष्ण कटिबंधीय निमसदाहरित अरण्ये</td>
<td>200 सें. मी. पेक्षा कमी पर्जन्य असणाऱ्या किनारपट्टीवर सलग पट्टा. घाटमाध्यावर आंबोली, लोणावळा, इगतपुरी परिसर.</td>
<td>कमी उंची, पानगळीचा हंगाम वेगवेगळा, पानझडी वृक्षांचे अस्तित्व.</td>
<td>किंदल, रानफणस, नाणा, कदंब, शिसम, बिबळा इत्यादी.</td>
<td>आर्थिकदृष्ट्या उपयुक्त उदा., आईन, नाणा, वावळी.</td>
</tr>
<tr>
<td>3. उपउष्ण कटिबंधीय सदाहरित अरण्ये</td>
<td>250 सें.मी. पेक्षा जास्त पर्जन्य असणाऱ्या महाबळेश्वर, माथेरान, भीमाशंकर व गाविलगड टेकड्या.</td>
<td>सदाहरित वृक्ष, त्याची मोठ्या प्रमाणात तोड, लहान–लहान पट्टे अस्तित्वात.</td>
<td>जांभूळ, हिरडा, अंजन, आंबा, बेहडा, कारवी इत्यादी.</td>
<td>हिरडा वृक्षाचे मजबूत लाकूड, अन्य वृक्षांचा उपयोग, मधुमक्षिका पालन, लघुउद्योगधंदा.</td>
</tr>
<tr>
<td>4. आर्द्र पानझडी किंवा मान्सून अरण्ये</td>
<td>120 ते 160 सें.मी. पर्जन्य पडणाऱ्या पूर्व विदर्भ, मेळघाट, शंभू-महादेव, हरिश्चंद्र-बालाघाट व सातमाळा डोंगरांचा पश्चिम भाग.</td>
<td>पूर्व विदर्भात 'आलापल्ली अरण्ये' प्रसिद्ध पानझडी अरण्ये. मध्यम घनदाट वृक्ष. अधूनमधून सदाहरित वृक्ष. उंची 30 ते 40 मी.</td>
<td>प्रमुख सागवानाशिवाय आईन, हिरडा, बिबळा, लेंडी, येरूळ, किंदल, कुसुम, आवळा, शिसम, सिरस इत्यादी बांबूची वने.</td>
<td>आर्थिकदृष्ट्या अनेक वृक्ष महत्त्वाचे. सागवान वृक्ष चंद्रपूर व गडचिरोली जिल्ह्यामधील 'आलापल्ली अरण्ये' भारतात प्रसिद्ध.</td>
</tr>
<tr>
<td>5. रूक्ष पानझडी अरण्ये</td>
<td>80 ते 120 सें.मी. पर्जन्य पडणाऱ्या सातपुडा, अजिंठा डोंगररांगा, पठारावरील कमी उंचीच्या टेकड्या.</td>
<td>सलग पट्टे नाहीत. उंच व कमी उंचीचे वृक्ष, गवताळ प्रदेश. पावसाळ्यात हिरवीगार वनश्री. कोरड्या हवामानात बरेचसे वृक्ष पर्णहीन.</td>
<td>सागवान, धावडा, शिसम, तेंदू, पळस, बीजसाल, लेंडी, हेडी, बेल, खैर, अंजन इत्यादी.</td>
<td>अनेक वनस्पतींचा टिंबर म्हणून वापर जळण. मोठ्या प्रमाणात वृक्षतोड व जमीन लागवडीखाली.</td>
</tr>
<tr>
<td>6. काटेरी अरण्ये</td>
<td>80 सें.मी. पेक्षा कमी पर्जन्य असणाऱ्या पठारावर मध्य महाराष्ट्रात खोऱ्यांचा परिसर तसेच डोंगररांगा, पुणे, सातारा, सांगलीचा पूर्व भाग, सोलापूर, मराठवाडा व विदर्भ.</td>
<td>अधूनमधून उत्तम वृक्ष, बऱ्याचशा वृक्षांचा नाश. पाण्याच्या उपलब्धतेनुसार हिरवीगार वनश्री. कोरड्या हवामानात काटेरी वनस्पती.</td>
<td>बाभूळ, खैर, हिवर, निंब.</td>
<td>जळण, टॅनिन.</td>
</tr>
</table>

7. **आदिवासी लोकांचे वसतिस्थान** : अरण्यांमध्ये **अनेक आदिवासी लोक वास्तव्य** करतात. कातकरी, गोंड, भिल्ल, वारली वगैरे आदिवासी लोक अरण्यांमध्येच राहतात.

8. **औद्योगिक लाकूड व इतर उत्पादनास आवश्यक कच्चा माल** : विविध प्रकारच्या वृक्षांपासून औद्योगिक लाकूड अरण्यांमधूनच मिळते. तसेच सॉ-मिल, आगपेट्या, प्लायवूड, कागद, फायरबोर्ड वगैरेंसाठी आवश्यक कच्चा माल अरण्यातूनच उपलब्ध होतो.

9. **वन्य प्राण्यांचे वसतिस्थान** : जंगलामध्ये वन्यप्राणी व अनेक प्रकारचे पक्षी राहतात.

अशा रीतीने मानवास अरण्याचे महत्त्व प्रत्यक्ष आणि अप्रत्यक्षरीत्या आहे. शेतीव्यवसाय अप्रत्यक्षरीत्या अरण्यांवरच अवलंबून आहे; कारण त्यामुळे जमिनीची धूप थांबते. पिके घेतली जातात. पिकांना आवश्यक असणारा पाणीपुरवठा झऱ्यांमुळे होतो.

बहुपर्यायी प्रश्न

1. कोकणामधील उंचावरील प्रदेशातील जांभा जमिनीवर .... पाहावयास मिळतात.
   (1) खाजण अरण्ये   (2) वर्षारण्ये   (3) पानझडी अरण्ये   (4) समशीतोष्ण अरण्ये

2. उपउष्ण कटिबंधीय सदाहरित अरण्ये .... पाऊस पडणाऱ्या प्रदेशात आढळतात.
   (1) 50 सें. मी. पेक्षा कमी   (2) 50 ते 100 सें. मी.
   (3) 100 ते 150 सें. मी.   (4) 200 सें. मी. पेक्षा जास्त

3. विदर्भाच्या पूर्व भागात असलेल्या वनस्पतींचा प्रदेश .... या नावाने ओळखला जातो.
   (1) आलापल्ली अरण्ये   (2) पानझडी अरण्ये   (3) चिरोली अरण्ये   (4) काटेरी अरण्ये

4. आर्द्र पानझडीच्या अरण्यात .... ही प्रमुख वनस्पती आहे.
   (1) पाईन   (2) सागवान   (3) बांबू   (4) बाभूळ

5. .... सारख्या वनस्पतींचा उपयोग कातनिर्मितीसाठी करतात.
   (1) हिरडा   (2) जांभूळ   (3) खैर   (4) शिसम

6. काटेरी अरण्यात .... ही सर्वत्र आढळणारी वनस्पती आहे.
   (1) नागचंपा   (2) चंदन   (3) तेंदू   (4) बाभूळ

7. महाराष्ट्रात .... जिल्ह्यात अरण्याची टक्केवारी जास्त आहे.
   (1) सिंधुदुर्ग   (2) गडचिरोली   (3) औरंगाबाद   (4) सोलापूर

8. महाराष्ट्रात चंद्रपूर जिल्ह्यात .... हे सर्वांत मोठे राष्ट्रीय उद्यान आहे.
   (1) ताडोबा   (2) पेंच   (3) नवेगाव   (4) बोरिवली

9. मेळघाट अभयारण्य .... साठी राखीव आहे.
   (1) काळवीट   (2) गवा   (3) व्याघ्र   (4) पक्षी

10. कोल्हापूर जिल्ह्यात .... येथे वनोद्यान आहे.
    (1) पन्हाळा   (2) आंबोली   (3) अजंठा   (4) तोरणमाळ

11. गोंदिया जिल्ह्यात .... हा वन्य पशू-पक्ष्यांनी समृद्ध असा प्रदेश आहे.
    (1) चपराळ   (2) तानसा   (3) नवेगाव   (4) यावल

12. महाराष्ट्रात चंद्रपूर जिल्ह्यात .... ठिकाणी कागदाची मोठी गिरणी आहे.
    (1) खोपोली   (2) बल्लारपूर   (3) नवापूर   (4) सोनगड

13. महाराष्ट्रातील कोरड्या हवामानामध्ये .... आढळतात.
    (1) उष्ण कटिबंधीय सदाहरित अरण्ये   (2) उपउष्ण कटिबंधीय सदाहरित अरण्ये
    (3) निमसदाहरित अरण्ये   (4) काटेरी अरण्ये

14. .... वर काही ठिकाणी उपउष्ण सदाहरित अरण्ये आहेत.
    (1) कोकण   (2) घाटमाथा   (3) मावळ   (4) पर्जन्यछायेचा प्रदेश

15. महाराष्ट्र पठारावर .... पाहावयास मिळतात.
    (1) पानझडी अरण्ये   (2) समशीतोष्ण अरण्ये   (3) खाजण अरण्ये   (4) वर्षारण्ये

16. महाराष्ट्रात .... मध्ये खाजण अरण्ये आहेत.
    (1) खानदेश   (2) पूर्व विदर्भ
    (3) खाड्यांचा दलदलीचा प्रदेश   (4) मराठवाडा

17. पानझडीची अरण्ये व सदाहरित अरण्ये यांच्या संक्रमण अवस्थेत .... अरण्ये आहेत.
    - (1) सदाहरित
    - (2) खाजण
    - (3) काटेरी
    - (4) निमसदाहरित

18. उप-उष्ण कटिबंधीय सदाहरित अरण्ये .... परिसरात आढळतात.
    - (1) महाबळेश्वर
    - (2) पन्हाळा
    - (3) औरंगाबाद
    - (4) सावंतवाडी

19. खाजण वनस्पतीपासून .... उपलब्ध होते.
    - (1) कात
    - (2) तेल
    - (3) डिंक
    - (4) इंधन

20. महाराष्ट्रात आलापल्ली अरण्ये .... मध्ये आढळतात.
    - (1) कोकण
    - (2) चंद्रपूर व गडचिरोली
    - (3) पश्चिम घाट
    - (4) सातपुडा पर्वत

21. वार्षिक पर्जन्य .... असणाऱ्या प्रदेशात उष्ण कटिबंधीय रूक्ष पानझडी अरण्ये आढळतात.
    - (1) 120 ते 160 सें. मी.
    - (2) 80 ते 120 सें. मी.
    - (3) 250 सें. मी. पेक्षा जास्त
    - (4) 80 सें. मी. पेक्षा कमी

22. .... मध्ये अरण्ये बरीच कमी आहेत.
    - (1) कोकण
    - (2) पश्चिम घाट
    - (3) मराठवाडा
    - (4) पूर्व विदर्भ

23. महाराष्ट्रात .... अरण्यासाठी विशेष प्रसिद्ध आहे.
    - (1) प्रमुख नद्यांच्या उगमाजवळचा प्रदेश
    - (2) पर्जन्यछायेचा प्रदेश
    - (3) पठारावरील डोंगररांगा
    - (4) मध्य महाराष्ट्र

24. टिंबरमध्ये सर्वांत मौल्यवान लाकूड .... आहे.
    - (1) खैर
    - (2) शिसम
    - (3) बाभूळ
    - (4) सागवान

25. पेंच राष्ट्रीय उद्यान .... जिल्ह्यात आहे.
    - (1) नागपूर
    - (2) गोंदिया
    - (3) ठाणे
    - (4) गडचिरोली

26. पक्षी अभयारण्यासाठी .... प्रसिद्ध आहे.
    - (1) देऊळगाव-रेहेकुरी
    - (2) मेळघाट
    - (3) कर्नाळा
    - (4) किनवट

27. माळढोक अभयारण्य .... साठी प्रसिद्ध आहे.
    - (1) व्याघ्र
    - (2) पक्षी
    - (3) काळवीट
    - (4) गवा

28. येलदरी वनोद्यान .... जिल्ह्यात आहे.
    - (1) औरंगाबाद
    - (2) धुळे
    - (3) परभणी
    - (4) गडचिरोली

29. अमरावती जिल्ह्यात .... वनोद्यान आहे.
    - (1) तोरणमाळ
    - (2) उजनी-भिगवण
    - (3) चिखलदरा
    - (4) रामटेक

30. सिंधुदुर्ग जिल्ह्यात सावंतवाडी परिसरात .... अरण्ये आहेत.
    - (1) उष्ण कटिबंधीय निमसदाहरित
    - (2) उष्ण कटिबंधीय सदाहरित
    - (3) उपउष्ण कटिबंधीय सदाहरित
    - (4) उष्ण कटिबंधीय मान्सून

31. उष्ण कटिबंधीय सदाहरित अरण्यात .... आच्छादन आढळते.
    - (1) पानझडी वनांचे
    - (2) रूक्ष पानझडी वनांचे
    - (3) काटेरी वनांचे
    - (4) घनदाट वनस्पतींचे

32. उष्ण कटिबंधीय निमसदाहरित अरण्ये .... पाऊस असणाऱ्या प्रदेशात आढळतात.
    - (1) सह्याद्री पर्वतावर 250 सें. मी. पेक्षा जास्त
    - (2) 80 सें. मी. पेक्षा कमी
    - (3) 200 सें. मी. पेक्षा जास्त
    - (4) 200 सें. मी. पेक्षा कमी

33. सदाहरित अरण्ये आणि पानझडी अरण्ये यांच्या संक्रमण अवस्थेमध्ये .... अरण्ये आहेत.

  (1) उपउष्ण कटिबंधीय सदाहरित   (2) उष्ण कटिबंधीय निमसदाहरित

  (3) उष्ण कटिबंधीय काटेरी अरण्ये   (4) यांपैकी नाही.

34. उष्ण कटिबंधीय सदाहरित अरण्यांमध्ये वृक्षांची उंची .... दरम्यान असते.

  (1) 45 ते 60 मी.   (2) 15 ते 20 मी.   (3) 20 ते 30 मी.   (4) 30 ते 45 मी.

35. वार्षिक पर्जन्य 200 सें. मी. पेक्षा कमी असणाऱ्या प्रदेशात .... अरण्ये आढळतात.

  (1) उपउष्ण कटिबंधीय सदाहरित   (2) उष्ण कटिबंधीय आर्द्र पानझडी

  (3) उष्ण कटिबंधीय काटेरी   (4) उष्ण कटिबंधीय निमसदाहरित

36. महाराष्ट्रात उष्ण कटिबंधीय निमसदाहरित अरण्ये .... येथे आढळतात.

  (1) कोकण व पश्चिम घाट   (2) चंद्रपूर व गडचिरोली

  (3) सातपुडा पर्वत व अजिंठा डोंगररांगा   (4) मध्य महाराष्ट्राच्या डोंगररांगा

37. उष्ण कटिबंधीय निमसदाहरित अरण्यांमध्ये वृक्षांची पाने गळण्याचा हंगाम .... असतो.

  (1) उन्हाळ्यात   (2) हिवाळ्यात   (3) वेगवेगळा   (4) यांपैकी नाही.

38. उष्ण कटिबंधीय सदाहरित अरण्यात असलेल्या वनस्पतींचा आर्थिकदृष्ट्या .... उपयोग होतो.

  (1) मोठ्या प्रमाणात   (2) मर्यादित प्रमाणात   (3) साधारण स्वरूपात   (4) यांपैकी नाही.

39. उष्ण कटिबंधीय सदाहरित अरण्यात वनस्पतीपासून तयार झालेले लाकूड .... असल्याने ते टिंबर म्हणून वापरण्यास योग्य असत नाही.

  (1) अतिशय मृदू   (2) साधारण कठीण   (3) साधारण मृदू   (4) अतिशय कठीण

40. उष्ण कटिबंधीय निमसदाहरित अरण्यात बांबूची वने .... प्रमाणात असतात.

  (1) मुबलक   (2) मध्यम   (3) कमी   (4) साधारण

41. उष्ण कटिबंधीय निमसदाहरित अरण्यातील वृक्षांचा आर्थिकदृष्ट्या .... उपयोग होतो.

  (1) बराच   (2) कमी   (3) साधारण   (4) यांपैकी नाही.

42. कोकण आणि त्याच्या लगतच्या डोंगराळ प्रदेशात .... अरण्ये आढळतात.

  (1) उप-उष्ण कटिबंधीय सदाहरित   (2) उष्ण कटिबंधीय रूक्ष पानझडी

  (3) उष्ण कटिबंधीय मान्सून   (4) उष्ण कटिबंधीय सदाहरित व निमसदाहरित अरण्ये

43. कोकण किनाऱ्यालगतच्या प्रदेशात तसेच खाड्यांच्या काठावरील गाळाच्या जमिनीत .... पाहावयास मिळतात.

  (1) काटेरी अरण्ये   (2) खाजण अरण्ये

  (3) पश्चिम घाटातील अरण्ये   (4) उष्ण कटिबंधीय रूक्ष पानझडी अरण्ये

44. खाजण वनस्पतींचा उपयोग .... यासाठी होतो.

  (1) सागरी मीठ तयार करणे.   (2) काही रोगांवर इलाज करणे.

  (3) सागर किनाऱ्याची झीज कमी करणे.   (4) यांपैकी नाही.

45. स्वातंत्र्यपूर्व काळात बर्डवूड या इंग्रजी अधिकाऱ्याने महाबळेश्वर व माथेरान येथील वनस्पतींचे संशोधन करून असे नमूद केले की, या प्रदेशात .... प्रकारच्या वनस्पती आहेत.

  (1) 676   (2) 500   (3) 550   (4) 456

46. उप-उष्ण कटिबंधीय सदाहरित अरण्ये 250 सें. मी. पेक्षा जास्त पाऊस असणाऱ्या .... मध्ये आढळतात.

  (1) कोकण   (2) सह्याद्री पर्वतरांग   (3) सह्याद्रीचा पूर्व उतार   (4) यांपैकी नाही.

47. उप-उष्ण कटिबंधीय सदाहरित अरण्यामधील .... जमिनीचा प्रभाव वनस्पतींच्या वितरणावर होतो.

  (1) जांभा   (2) काळी   (3) पिवळसर   (4) गाळयुक्त

48. उप-उष्ण कटिबंधीय सदाहरित अरण्यातील वृक्षांचा आर्थिकदृष्ट्या .... उपयोग होतो.

   (1) अल्प   (2) साधारण   (3) बरा   (4) चांगला

49. उप-उष्ण कटिबंधीय सदाहरित अरण्यात .... एक महत्त्वाचा लघुउद्योगधंदा आहे.

   (1) पशुपालन   (2) वराहपालन   (3) मधुमक्षिकापालन   (4) शेळीपालन

50. महाराष्ट्रात .... परिसरातील वनांना 'आलापल्ली अरण्ये' असे म्हणतात.

   (1) धुळे व नंदुरबार   (2) चंद्रपूर व गडचिरोली जिल्ह्याचा पूर्व भाग

   (3) कोकण   (4) सह्याद्री पर्वत

51. मान्सून काळाच्या चार महिन्यात 120 ते 160 सें. मी. पाऊस पडणाऱ्या प्रदेशात .... अरण्ये आढळतात.

   (1) उष्ण कटिबंधीय रूक्ष पानझडी   (2) उप-उष्ण कटिबंधीय सदाहरित

   (3) उष्ण कटिबंधीय निमसदाहरित   (4) उष्ण कटिबंधीय आर्द्र पानझडी

52. .... असणाऱ्या प्रदेशामधील वनस्पर्तींना पानझडीची अरण्ये असे म्हणतात.

   (1) वर्षभर भरपूर पाऊस   (2) उन्हाळ्यात पर्णहीन

   (3) वर्षभर अपुरा पाऊस   (4) यांपैकी नाही.

53. उष्ण कटिबंधीय मान्सून अरण्यामधील काही भागामधील .... मुळे अरण्ये तुरळक राहिलेली आहेत.

   (1) स्थलांतरित शेती   (2) व्यापारी शेती   (3) फळबाग शेती   (4) यांपैकी नाही.

54. आर्द्र पानझडी अरण्यात प्रामुख्याने .... वनस्पती आहे.

   (1) आईन   (2) खाजण   (3) सागवान   (4) यांपैकी नाही.

55. .... मधील वृक्षांची भारतामधील प्रसिद्ध वृक्षांमध्ये गणना केली जाते.

   (1) काटेरी अरण्या   (2) आलापल्ली अरण्या

   (3) खाजण अरण्या   (4) यांपैकी नाही.

56. .... ही महाराष्ट्रातील पश्चिमेकडील उंच पर्वतरांगांच्या उतारावरील नद्यांच्या पाणलोट क्षेत्राच्या संरक्षणाबरोबर जलसंधारणाचे महत्त्वाचे कार्य करतात.

   (1) सागरकिनारी आणि भरती-ओहोटीची दलदलीची वने

   (2) दक्षिण उष्ण कटिबंधीय काटेरी वने

   (3) दक्षिण उष्ण कटिबंधीय पान गळतीची शुष्क वने

   (4) दक्षिण उष्ण कटिबंधीय सदाहरित वने

57. महाराष्ट्रातील सर्वांत जास्त वनक्षेत्र .... वनांनी व्यापलेले आहे.

   (1) दलदलीच्या   (2) पान गळतीची शुष्क

   (3) काटेरी   (4) समशीतोष्ण रुंदपर्णी पर्वतीय

58. महाराष्ट्रात दक्षिण उष्ण कटिबंधीय काटेरी वनांचे क्षेत्र .... टक्के आहे.

   (1) 16   (2) 63   (3) 15   (4) 5.5

59. दक्षिण उष्ण कटिबंधीय समशीतोष्ण रुंदपर्णी पर्वतीय वने .... अशा विशिष्ट भागात आढळतात.

   (1) कोल्हापूर, सातारा, रायगड व पुणे जिल्ह्यातील घाटमाथा

   (2) पश्चिम सागरी किनारी खाड्या व दलदली भाग

   (3) मराठवाड्यातील सर्व जिल्हे

   (4) खानदेश आणि विदर्भातील सर्व जिल्हे

60. महाराष्ट्रात वन विभागात .... प्रादेशिक वनवृत्ते आहेत.

   (1) 9   (2) 4   (3) 6   (4) 11

61. महाराष्ट्रात सर्वांत जास्त वनांचे क्षेत्र .... जिल्ह्यात आहे.
    (1) परभणी　　　(2) गडचिरोली　　　(3) चंद्रपूर　　　(4) अमरावती

62. महाराष्ट्रात सर्वांत जास्त वनांचे क्षेत्र असणाऱ्या गडचिरोली जिल्ह्यात राज्याची वनांची .... टक्केवारी आहे.
    (1) 8.8　　　(2) 5.66　　　(3) 21.5　　　(4) 5.5

63.✶ महाराष्ट्रात सर्वांत कमी वनांचे क्षेत्र .... जिल्ह्यात आहे.
    (1) लातूर　　　(2) मुंबई उपनगर　　　(3) उस्मानाबाद　　　(4) रत्नागिरी

64. महाराष्ट्रात सर्वांत कमी वनक्षेत्र असणाऱ्या लातूर जिल्ह्यात .... चौ.कि.मी. वनक्षेत्र आहे.
    (1) 61　　　(2) 44　　　(3) 40.06　　　(4) 66

65. महाराष्ट्रात सर्वांत जास्त वनक्षेत्र असलेल्या गडचिरोली जिल्ह्याच्या भौगोलिक क्षेत्राचे .... टक्के क्षेत्र वनांचे आहे.
    (1) 52　　　(2) 98　　　(3) 43　　　(4) 40

66. महाराष्ट्रात राखीव वनक्षेत्राचे सर्वांत जास्त क्षेत्र .... जिल्ह्यात आहे.
    (1) अमरावती　　　(2) गडचिरोली　　　(3) चंद्रपूर　　　(4) यवतमाळ

67. महाराष्ट्रात सर्वांत जास्त संरक्षित क्षेत्र .... जिल्ह्यात आहे.
    (1) ठाणे　　　(2) नागपूर　　　(3) चंद्रपूर　　　(4) गडचिरोली

68. महाराष्ट्रात .... वन विभाग आहेत.
    (1) 65　　　(2) 58　　　(3) 35　　　(4) 41

69. महाराष्ट्रात एकूण .... राष्ट्रीय उद्याने आहेत.
    (1) 6　　　(2) 5　　　(3) 4　　　(4) 3

70. चांदोली राष्ट्रीय उद्यानात पुढील जिल्ह्यांचा समावेश होतो.
    (1) रत्नागिरी, सिंधुदुर्ग, कोल्हापूर, सातारा　　　(2) कोल्हापूर, पुणे, सांगली, सिंधुदुर्ग
    (3) सांगली, सातारा, कोल्हापूर, रत्नागिरी　　　(4) सातारा, सिंधुदुर्ग, रत्नागिरी, कोल्हापूर

71. गुगामाळ राष्ट्रीय उद्यान .... जिल्ह्यात आहे.
    (1) गोंदिया　　　(2) चंद्रपूर　　　(3) अमरावती　　　(4) मुंबई उपनगर व ठाणे

72.✶ महाराष्ट्रात एकूण .... अभयारण्ये आहेत.
    (1) 40　　　(2) 32　　　(3) 45　　　(4) 42

73. महाराष्ट्रात .... प्रशासकीय विभागात सर्वांत जास्त नवीन अभयारण्ये आहेत.
    (1) नाशिक　　　(2) नागपूर　　　(3) कोकण　　　(4) नागपूर

74. अमरावती व नागपूर प्रशासकीय विभागात प्रत्येकी .... अभयारण्ये आहेत.
    (1) 10　　　(2) 8　　　(3) 5　　　(4) 7

75. भारताने 1972 साली .... हा 'राष्ट्रीय प्राणी' म्हणून घोषित केला.
    (1) सिंह　　　(2) बिबळ्या　　　(3) व्याघ्र　　　(4) हत्ती

76. वनसंवर्धनासाठी .... योजना राबविल्या जातात.
    (1) सामाजिक वनीकरण　　　(2) वनशेती　　　(3) वृक्षारोपण　　　(4) वरील सर्व

77. वनांच्या व वन्यजीवांच्या महत्त्वाच्या बाबतीत जागृती करण्यासाठी .... योजना राबविली जाते.
    (1) सर्व शिक्षा अभियान　　　(2) संत गाडगेबाबा ग्राम स्वच्छता अभियान
    (3) संत तुकाराम वनग्राम　　　(4) यांपैकी नाही.

78. भीमाशंकर अभयारण्य .... जिल्ह्यात विस्तारलेले आहे.

    (1) औरंगाबाद - अहमदनगर   (2) रायगड

    (3) पुणे - ठाणे - रायगड   (4) वर्धा - नागपूर

79. जळगाव - औरंगाबाद जिल्ह्यात .... अभयारण्य विस्तारलेले आहे.

    (1) नागझिरा   (2) गौताळा - औट्रमघाट

    (3) नरनाळा   (4) सागरेश्वर

80. महाराष्ट्रात .... पक्षी अभयारण्य आहे.

    (1) कर्नाळा   (2) माळढोक   (3) जायकवाडी   (4) वरील सर्व.

81. महाराष्ट्रात व्याघ्र अभयारण्य .... येथे आहे.

    (1) मेळघाट   (2) भीमाशंकर   (3) ज्ञानगंगा   (4) अंधारी

82. महाराष्ट्रात एकमेव सागरी अभयारण्य .... येथे आहे.

    (1) तानसा   (2) मालवण   (3) लोणार   (4) फणसाड

83. भारतात व्याघ्र प्रकल्प या योजनेचे जनक .... आहेत.

    (1) जिम कार्बेट   (2) सलीम अली   (3) होमी भाभा   (4) कैलास सांकला

84. शेतजमिनीचा कमाल वापर व अधिक काळ शेती हा मुख्य उद्देश .... चा आहे.

    (1) सामाजिक वनीकरण   (2) वृक्षारोपण   (3) वनशेती   (4) यांपैकी नाही.

85. वनसंवर्धनामध्ये .... योजनेची अंमलबजावणी केली जाते.

    (1) मृदसंधारण   (2) शेताच्या सभोवती वन्य झाडांची लागवड

    (3) वनांचा विस्तार   (4) वरील सर्व

86. ताडोबा राष्ट्रीय उद्यान .... जिल्ह्यामध्ये आहे.

    (1) चंद्रपूर   (2) गोंदिया   (3) नागपूर   (4) अमरावती

87. सांबर लोटण जागा .... या राष्ट्रीय उद्यानामध्ये आहे.

    (1) नवेगाव   (2) बोरिवली   (3) पेंच   (4) ताडोबा

88. भारतामधील .... सागरी उद्यान सिंधुदुर्ग जिल्ह्यातील मालवण सागरी राष्ट्रीय उद्यान आहे.

    (1) पहिले   (2) दुसरे   (3) तिसरे   (4) चौथे

89. पेंच राष्ट्रीय उद्यानास .... असे नाव देण्यात आले.

    (1) पंडित जवाहरलाल नेहरू राष्ट्रीय उद्यान   (2) संजय गांधी राष्ट्रीय उद्यान

    (3) इंदिरा गांधी राष्ट्रीय उद्यान   (4) महात्मा गांधी राष्ट्रीय उद्यान

90. आशिया खंडामधील एक उत्तम मगरपालन केंद्र .... राष्ट्रीय उद्यानामध्ये आहे.

    (1) गुगामाळ   (2) ताडोबा   (3) नवेगाव   (4) मालवण सागरी

91. गोंड आदिवासींचा नागदेव .... मध्ये आहे.

    (1) संजय गांधी राष्ट्रीय उद्यान   (2) नवेगाव

    (3) गुगामाळ   (4) इंदिरा गांधी राष्ट्रीय उद्यान

92. पवनीचे अरण्यपुत्र श्री. माधवराव पाटील यांच्या प्रयत्नाने .... राष्ट्रीय उद्यान स्थापन झाले.

    (1) नवेगाव   (2) पेंच   (3) चांदोली   (4) ताडोबा

93. मेळघाटचा बराचसा भाग .... राष्ट्रीय उद्यानाचा आहे.
    (1) ताडोबा   (2) संजय गांधी   (3) गुगामाळ   (4) पेंच

94. चांदोली राष्ट्रीय उद्यानाला .... च्या अगणित जाती आहे.
    (1) गवा   (2) फुलपाखरे   (3) बांबू   (4) पक्षी

95. महाराष्ट्रामधील पहिले .... राष्ट्रीय उद्यान आहे.
    (1) नवेगाव   (2) ताडोबा   (3) पेंच   (4) गुगामाळ

96. जोड्या लावा.

वैशिष्ट्ये		राष्ट्रीय उद्यान	
(अ)	तोतलाडोह	(i)	मालवण सागरी उद्यान
(ब)	लायन सफारी पार्क	(ii)	नवेगाव राष्ट्रीय उद्यान
(क)	मलबारी धनेश	(iii)	बोरिवली राष्ट्रीय उद्यान
(ड)	अस्वलीचे झाड	(iv)	इंदिरा गांधी राष्ट्रीय उद्यान

    (1) (अ – i), (ब – ii), (क – iii), (ड – iv)   (2) (अ – iv), (ब – iii), (क – ii), (ड – i)
    (3) (अ – iv), (ब – iii), (क – i), (ड – ii)   (4) (अ – i), (ब – iii), (क – iv), (ड – ii)

97. भारतामधील सर्वांत मोठे सदर्न बर्डविंग आणि सर्वांत लहान ज्युवेल फुलपाखरू महाराष्ट्रात कोणत्या राष्ट्रीय उद्यानामध्ये आढळते ?
    (1) नवेगाव राष्ट्रीय उद्यान   (2) चांदोली राष्ट्रीय उद्यान
    (3) राजीव गांधी राष्ट्रीय उद्यान   (4) पेंच राष्ट्रीय उद्यान

98. योग्य जोड्या लावा.

यादी – I (राष्ट्रीय उद्याने)		यादी – II (जिल्हा)	
(अ)	संजय गांधी राष्ट्रीय उद्यान	(i)	अमरावती
(ब)	गुगामाळ राष्ट्रीय उद्यान	(ii)	चंद्रपूर
(क)	ताडोबा राष्ट्रीय उद्यान	(iii)	मुंबई उपनगर व ठाणे
(ड)	पेंच राष्ट्रीय उद्यान	(iv)	नागपूर

    (1) (अ – i), (ब – iii), (क – iv), (ड – ii)   (2) (अ – iv), (ब – iii), (क – ii), (ड – i)
    (3) (अ – iii), (ब – i), (क – ii), (ड – iv)   (4) (अ – iii), (ब – ii), (क – iv), (ड – i)

99. खालीलपैकी कोणते विधान चुकीचे आहे ?
    (1) कर्नाळ पक्षी अभयारण्य रायगड जिल्ह्यात आहे.   (2) टिपेश्वर अभयारण्य यवतमाळ जिल्ह्यात आहे.
    (3) चपराळा अभयारण्य गडचिरोली जिल्ह्यात आहे.   (4) अनेर धरण अभयारण्य जळगाव जिल्ह्यात आहे.

100. योग्य जोड्या लावा.

यादी – I (वनांचे प्रकार)		यादी – II (वन प्रकरणामधील वार्षिक पर्जन्य)	
(अ)	उष्ण कटिबंधीय सदाहरित अरण्ये	(i)	80 ते 120 सें.मी.
(ब)	उष्ण कटिबंधीय आर्द्र पानझडी अरण्ये	(ii)	200 सें.मी. पेक्षा जास्त
(क)	उष्ण कटिबंधीय रूक्ष पानझडी अरण्ये	(iii)	80 सें.मी. पेक्षा कमी
(ड)	उष्ण कटिबंधीय काटेरी अरण्ये	(iv)	120 ते 160 सें.मी.

    (1) (अ – ii), (ब – iv), (क – i), (ड – iii)   (2) (अ – iv), (ब – ii), (क – iii), (ड – i)
    (3) (अ – ii), (ब – iii), (क – i), (ड – iv)   (4) (अ – i), (ब – iv), (क – ii), (ड – iii)

उत्तरसूची

1.	2	2.	4	3.	1	4.	2	5.	3	6.	4
7.	2	8.	1	9.	3	10.	1	11.	3	12.	2
13.	4	14.	2	15.	1	16.	3	17.	4	18.	1
19.	4	20.	2	21.	2	22.	3	23.	1	24.	4
25.	1	26.	3	27.	3	28.	3	29.	3	30.	2
31.	4	32.	3	33.	2	34.	1	35.	4	36.	1
37.	3	38.	2	39.	4	40.	3	41.	1	42.	4
43.	2	44.	3	45.	1	46.	2	47.	1	48.	4
49.	3	50.	2	51.	4	52.	2	53.	1	54.	3
55.	2	56.	4	57.	3	58.	2	59.	1	60.	4
61.	2	62.	3	63.	1	64.	3	65.	2	66.	2
67.	4	68.	2	69.	1	70.	3	71.	3	72.	4
73.	2	74.	1	75.	3	76.	4	77.	3	78.	3
79.	2	80.	4	81.	1	82.	2	83.	4	84.	3
85.	4	86.	1	87.	4	88.	3	89.	1	90.	2
91.	4	92.	1	93.	3	94.	2	95.	2	96.	3
97.	2	98.	3	99.	4	100.	1				

स्पष्टीकरण

63. मुंबई शहराचे वनक्षेत्र फक्त 1.74 चौ.कि.मी. नगण्य मानल्यास महाराष्ट्रात लातूर जिल्ह्याचे वनक्षेत्र (40.06 चौ.कि.मी.) सर्वांत कमी आहे.

72. महाराष्ट्रात 34 + नवीन अभयारण्ये (8) धरून एकूण 42 अभयारण्ये आहेत. (संदर्भ : तक्ता क्र. 5.5 पाहावा.)

खनिजसंपत्ती

महाराष्ट्रातील खनिजसंपत्ती

महाराष्ट्रातील खनिजसंपत्तीची मुख्य क्षेत्रे

1. **पूर्व विदर्भ :** चंद्रपूर, गडचिरोली, भंडारा, गोंदिया, नागपूर व यवतमाळ जिल्हे.

2. **कोकण व दक्षिण महाराष्ट्र :** सिंधुदुर्ग, रत्नागिरी, रायगड, ठाणे व कोल्हापूर जिल्हे.

या दोन क्षेत्रांत प्रामुख्याने महाराष्ट्राची खनिजसंपत्ती केंद्रित झालेली आहे. महाराष्ट्रात प्रमुख खनिजांच्या उत्खननासाठी 285 खनिजपट्टे व गौण खनिजांचे 203 खनिजपट्टे आहेत.

खनिजसंपत्ती

महाराष्ट्रात प्रमुख खनिजे आढळतात :

(1)	मँगनीज	(2)	लोहखनिज	(3)	बॉक्साइट	(4)	क्रोमाईट
(5)	चुनखडी	(6)	डोलोमाईट	(7)	कायनाईट व सिलिमनाईट	(8)	इतर खनिजे

■ मँगनीज

भारतात मँगनीजचा साठा सुमारे 161 दशलक्ष टन असून यांपैकी 40 टक्के साठा एकट्या महाराष्ट्रात आहे. **मँगनीजचे प्रमुख साठे भंडारा व नागपूर जिल्ह्यांमध्ये** असून त्या खालोखाल सिंधुदुर्ग जिल्ह्याचा उल्लेख केला जातो.

भंडारा व गोंदिया : भंडारा जिल्ह्यातील मँगनीजचे साठे हे भारतातील मोठ्या साठ्यांपैकी एक आहेत. ते गोंडाइट मालेच्या खडकाशी निगडित असून त्यामध्ये 'सिलोमिलोन' हे मुख्य खनिज आढळते. विलग झालेले धातुपाषाणाचे लहान-मोठे दगड उतारावरून घरंगळत येऊन किंवा विशिष्ट क्षेत्रात एकत्रित आल्यामुळे तयार होणारे साठेदेखील आढळतात. **प्रमुख साठे तुमसर तालुक्यात डोंगरी, बुद्रुक, कुरमुडा, सीतासावंगी व चिखलाजवळ आहेत.** इतर लहान-लहान साठे तेरा ठिकाणी विखुरलेले आहेत.

नागपूर : नागपूर जिल्ह्यात मँगनीजचा पट्टा **सावनेर तालुक्यातील 'खापा'** या गावापासून सुरू होतो. तो पूर्वेस रामटेक तालुक्यात जाऊन भंडारा जिल्ह्यातील भंडारा तालुक्यापर्यंत आहे. मँगनीजचा पट्टा पुढे मध्य प्रदेशात जातो. नागपूर जिल्ह्यात कांद्री, मनसळ, रामडोंगरी, कोदेगाव, गुमगाव, पारशिवनी व खापा भागात मँगनीजचे साठे आहेत. वैशिष्ट्यपूर्ण मँगनीजचा पट्टा सावनेर-रामटेक आहे.

पूर्व विदर्भात मँगनीजच्या काही महत्त्वाच्या खाणी गुमगाव, रामडोंगरी, कोदेगाव, मनसळ, कांदी, जुनेवाणी, माटक, बेलडोंगरी, गोगुलडोह, मांद्री, पारसिवनी, पाली, चिखला, डोंगरी बुद्रुक, सीतासावंगी व इदरबुची या ठिकाणी आहेत.

या प्रदेशातील मँगनीजचे उत्पादन उघड्या खाणीतून घेतले जाते. **कन्हान व तुमसर** येथे **फेरो-मँगनीज** बनविण्याची संयंत्रे उभारण्यात आलेली आहेत. निम्न प्रतीचे मँगनीज खनिज हे भिलाई पोलाद कारखान्यात वापरले जाते तर उच्च प्रतीच्या मँगनीजच्या खनिजाचा काही भाग निर्यात केला जातो.

सिंधुदुर्ग : सिंधुदुर्ग जिल्ह्यात **सावंतवाडी व वेंगुर्ला परिसरात** जांभा खडकात विस्कळीतपणे विखुरलेल्या धोंड्याच्या स्वरूपात मँगनीज आढळते. हा धातुपाषाण **हलक्या श्रेणीचा असून देगवे, आडाळी, कालपोजवळ** आढळतो. **सावंतवाडी तालुक्यातील डिंगणे, नेतडे, सासोली** तसेच **कणकवली तालुक्यात फोंडा** येथे मँगनीजचे साठे आहेत.

■ लोहखनिज

भारतात लोहखनिजाचा अंदाजे साठा 1,346 कोटी टनांचा आहे. यांपैकी 20 टक्के लोहखनिज महाराष्ट्रात आहे. महाराष्ट्रात लोहखनिजाचे महत्त्वाचे साठे चंद्रपूर, गडचिरोली, गोंदिया, नागपूर व सिंधुदुर्ग या जिल्ह्यांमध्ये आहेत. उत्तम प्रकारचे खनिज **धारवाडी संघाच्या खडकाशी निगडित** असते. यामधील **हेमेटाईट** हे महत्त्वाचे खनिज आहे. ते उघड्या खाणीतून काढले जाते. **टॅकोनाईट व जांभा खडकात लोहखनिज** आढळते. चंद्रपूर, गडचिरोली, नागपूर व गोंदिया या जिल्ह्यांमध्ये टॅकोनाईट आणि रायगड, कोल्हापूर, रत्नागिरी, सिंधुदुर्ग व सातारा या जिल्ह्यांमध्ये जांभा खडकात लोहखनिज आढळते.

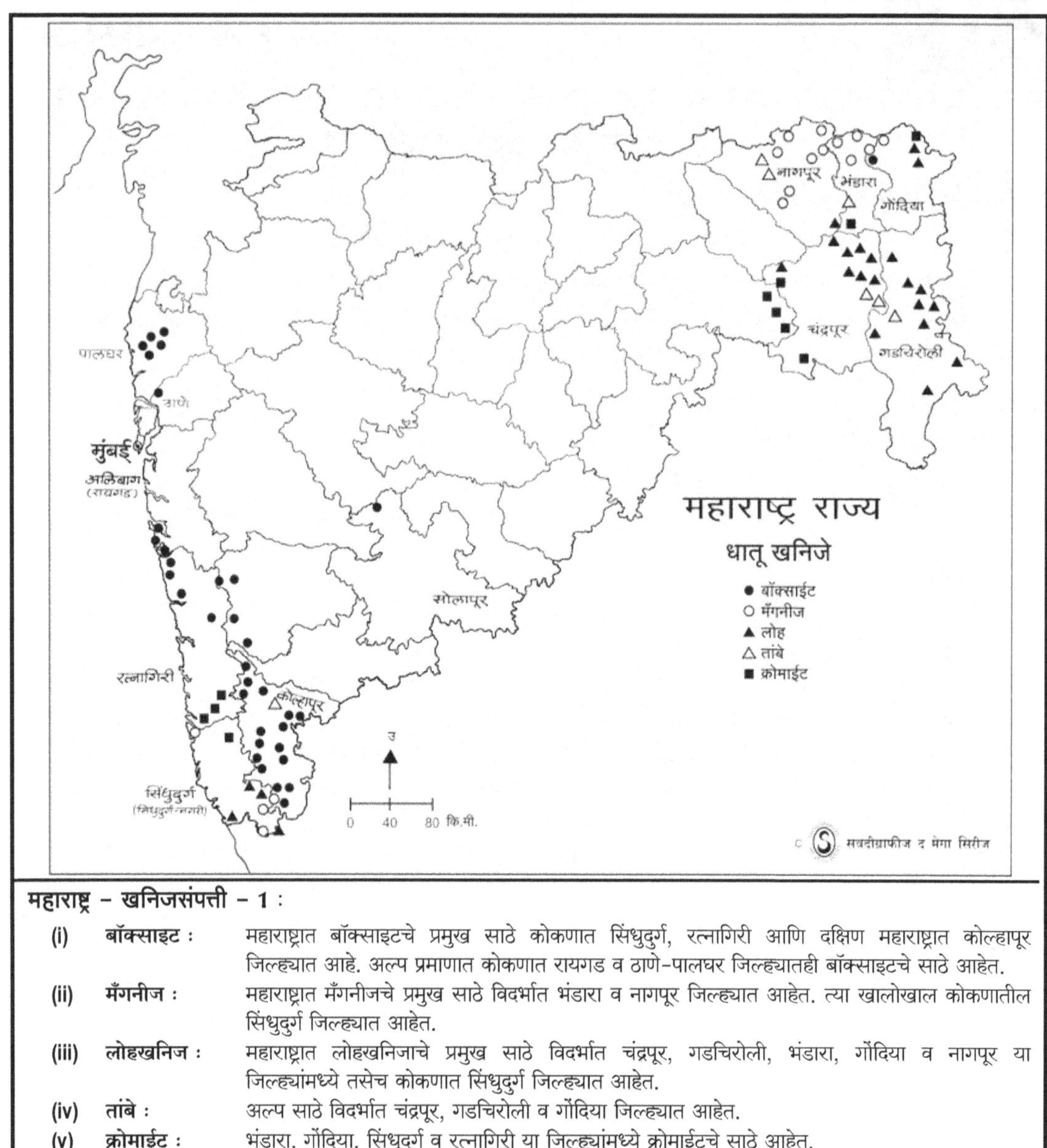

महाराष्ट्र – खनिजसंपत्ती – 1 :

(i)	**बॉक्साइट :**	महाराष्ट्रात बॉक्साइटचे प्रमुख साठे कोकणात सिंधुदुर्ग, रत्नागिरी आणि दक्षिण महाराष्ट्रात कोल्हापूर जिल्ह्यात आहे. अल्प प्रमाणात कोकणात रायगड व ठाणे–पालघर जिल्ह्यातही बॉक्साइटचे साठे आहेत.
(ii)	**मँगनीज :**	महाराष्ट्रात मँगनीजचे प्रमुख साठे विदर्भात भंडारा व नागपूर जिल्ह्यात आहेत. त्या खालोखाल कोकणातील सिंधुदुर्ग जिल्ह्यात आहेत.
(iii)	**लोहखनिज :**	महाराष्ट्रात लोहखनिजाचे प्रमुख साठे विदर्भात चंद्रपूर, गडचिरोली, भंडारा, गोंदिया व नागपूर या जिल्ह्यांमध्ये तसेच कोकणात सिंधुदुर्ग जिल्ह्यात आहेत.
(iv)	**तांबे :**	अल्प साठे विदर्भात चंद्रपूर, गडचिरोली व गोंदिया जिल्ह्यात आहेत.
(v)	**क्रोमाईट :**	भंडारा, गोंदिया, सिंधुदुर्ग व रत्नागिरी या जिल्ह्यांमध्ये क्रोमाईटचे साठे आहेत.

<h3 align="center">नकाशा क्र. 6.1 : महाराष्ट्र – खनिजसंपत्ती – 1</h3>

पूर्व विदर्भ : या विभागात जलजन्य खडकात लोहखनिज आढळते. **लोहारा, असोला, देवळगाव, बिआसी, पिंपळराव, फुसेर, रत्नपूर, सुरजागड, वाढवी, दामकोट, मातबरसी, कच्चा टेकडी, मुखारा, हितपार, गुंदावास, मेटा, पोयारकोटी, घांग्रामेटा इत्यादी ठिकाणी लोहखनिजाचे साठे आहेत. मखीला, मेंडेडोर, मुऱ्हेगाव, विठालगाव, लंकाछाह आणि पाडूर या भागातदेखील लोहखनिजाचे साठे सापडले आहेत.**

येथील लोह पाषाण स्थूल असून यामध्ये 61 ते 71 टक्के लोह असते. सुरजागड विभागात अंदाजे 275 दशलक्ष टन लोहखनिजाचा साठा आहे. गडचिरोली जिल्ह्यात **सुरजागड भागातील साठे चांगल्या प्रतीचे आहेत.** ते बिडाच्या लोखंडाच्या कारखान्यात पुरेसे आहेत.

चंद्रपूर : लोहखनिजसंपत्तीदृष्ट्या महाराष्ट्र समृद्ध आहे. **चिमूर तालुक्यात पिंपळगाव, भिसी व असोला (गुंजेवाही);** **ब्रह्मपुरी तालुक्यात रत्नपूर व लोहार डोंगरी** येथे लोहखनिजाच्या खाणी आहेत.

गडचिरोली : चंद्रपूरप्रमाणेच खनिजसंपत्तीने विपुल असलेला जिल्हा म्हणजे गडचिरोली होय. गडचिरोली व देऊळगावचा परिसर लोहखनिजासाठी प्रसिद्ध आहे. याचप्रमाणे **सुरजागड, भामरागड, दमकोट व पडवी** या भागात उच्च प्रतीचे लोहखनिज आहे.

गोंदिया : गोंदिया जिल्ह्यात अग्निजन्य खडकात लोहखनिज सापडते. **गोरेगाव तालुक्यात आंबेतलाव व खुर्सीपार** येथे **मॅग्नेटाईट प्रकारचे लोहखनिज आढळते.** येथील साठे 6.2 दशलक्ष टनाचे असून यामध्ये 54 टक्के लोह आढळते.

सिंधुदुर्ग : सिंधुदुर्ग जिल्ह्यात **वेंगुर्ला तालुक्यात** रेडी, टाका, असोली, आजगाव, शिरोडा व नानोसा तर **सावंतवाडी तालुक्यात** तळोणे, गुल्दावे, किन्हाळा, कवठाणी, सताडी, सातोली, अरीस, ठाकूरवाडी, नळेवाडी, मातोंड, ठबोले व तेंडोली या ठिकाणी लोहखनिजाचे साठे आहेत.

रेड्डीनजीक अरबी समुद्राच्या सन्मुख असलेल्या बुटक्या टेकड्यात 2 कि.मी. लांबीपर्यंत लोहखनिजाचे साठे पसरलेले आहेत. येथील खनिज पाषाणास्थूल सच्छिद्र व भुसभुशीत प्रकारचे असून ते पट्टेदार हेमेटाईट-क्वार्ट्झाइटसोबत आढळते. **रेड्डी व बांदा या भागातील लोहखनिज धारवाड संघातील** खडकात असून यावर जांभा खडकाचा थर आहे. यामध्ये **50 टक्के लोह** आहे. उपलब्ध साठ्यांमध्ये जास्तीतजास्त लोहखनिज भुकटीच्या स्वरूपात सापडते. **रेड्डी येथील लोहखनिज साठे महत्त्वाचे आहेत.**

कोल्हापूर : कोल्हापूर जिल्ह्यात **शाहूवाडी व राधानगरी तालुक्यात** लोहखनिजाचे साठे आहेत.

■ बॉक्साइट

जांभा खडकात बॉक्साइटचे साठे असतात. बॉक्साइटचा उपयोग मुख्यत्वेकरून अ‍ॅल्युमिनिअम निर्मितीसाठी केला जातो. सुमारे 80 टक्के बॉक्साइट हे अ‍ॅल्युमिनिअमसाठी वापरले जाते. उरलेले बॉक्साइट हे सिमेंट, लोह व पोलाद उत्पादनासाठी वापरतात. भारतातील सुमारे 21 टक्के बॉक्साइटचे उत्पादन महाराष्ट्रात होते.

महाराष्ट्रात कोल्हापूर, रत्नागिरी, सिंधुदुर्ग, रायगड, ठाणे, पालघर, सांगली व सातारा या जिल्ह्यांमध्ये बॉक्साइटचे साठे आहेत. भरपूर पर्जन्य, उष्ण व दमट हवामान असणाऱ्या जांभा खडकाच्या प्रदेशात बॉक्साइटचे साठे आहेत. राज्यात बॉक्साइटचे सुमारे 68 दशलक्ष साठे असून ते उच्च प्रतीचे आहेत.

कोल्हापूर : कोल्हापूर जिल्ह्यात **शाहूवाडी, राधानगरी व चंदगड तालुक्यात** बॉक्साइटचे साठे आहेत. कोल्हापूर जिल्ह्यात **बॉक्साइटचे महत्त्वाचे साठे राधानगरी, गारगोटी, वाकी, रांगेवाडी, उदगिरी, धनगरवाडी, मोगलगड, मानबेट, नागरतासवाडी व कासारवाडा** येथे आहेत. **कोल्हापूर जिल्ह्यात बॉक्साइट हे इंडियन अ‍ॅल्युमिनिअम कंपनीच्या बेळगाव येथील अ‍ॅल्युमिनिअम कारखान्यात धातूनिर्मितीकरिता उपयोगात आणले जाते.**

रायगड : रायगड जिल्ह्यातील बॉक्साइटचे साठे प्रामुख्याने **मुरूड, रोहा व श्रीवर्धन तालुक्यात** केंद्रित झालेले आहेत.

(1)	**मुरूड तालुका**	:	सुणेगाव, काशिद, सावरोली, उसरोली, सारवे, देसते, डोहणे, चिखलगाव, महालोर, बोराशी, वांझाली व करंबळीवाडी येथे बॉक्साइटचे साठे आहेत.
(2)	**रोहा तालुका**	:	गोपाळवट, भासगवणी बोरहण, तांबेवाडी, केळनर व खापरी येथे बॉक्साइट आढळते.
(3)	**श्रीवर्धन तालुका**	:	बावे, भारखेड, पुनेखेली, खुजारे, देवकुल, मानेरी, वेळास, आदगांव, सायगांव, कुरवडे, वाकलघर, शेखाडी, कांदिली व डांगोरी येथेही बॉक्साइटचे साठे आहेत.

रायगड जिल्ह्यात बॉक्साइटचे सुमारे दहा दशलक्ष टन साठे आहेत. येथील बॉक्साइट हे रासायनिक व धात्विक प्रतीचे असून त्यात **अ‍ॅल्युमिनिअमचे प्रमाण 45 ते 52 टक्के** आहे. रायगड जिल्ह्यातील काही बॉक्साइट निर्यात केले जाते.

ठाणे व पालघर : ठाणे जिल्ह्यात सालसेट बेट व तुगार टेकड्यांच्या प्रदेशात बॉक्साइटचे साठे आहेत. येथील अंदाजित साठे 1.3 दशलक्ष टनांचे असून ते कनिष्ठ प्रतीचे आहेत.

मुंबई उपनगर : बोरिवली, जोगेश्वरी व गोरेगाव भागातही बॉक्साइटचे साठे आहेत.

सिंधुदुर्ग : सिंधुदुर्ग जिल्ह्यात **आंबोली घाटाच्या परिसरात** बॉक्साइटचे साठे आहेत.

रत्नागिरी : रत्नागिरी जिल्ह्यात **दापोली व मंडणगड तालुक्यातही** बॉक्साइट सापडते. येथील अंदाजे साठे 3.25 दशलक्ष टन आहेत.

सातारा : सातारा जिल्ह्यातील साठे अल्प प्रमाणात व कनिष्ठ प्रतीचे असल्याने विशेष महत्त्वाचे नाहीत.

सांगली : सांगली जिल्ह्यात शिराळा तालुक्यात अल्प प्रमाणात बॉक्साइट आहे.

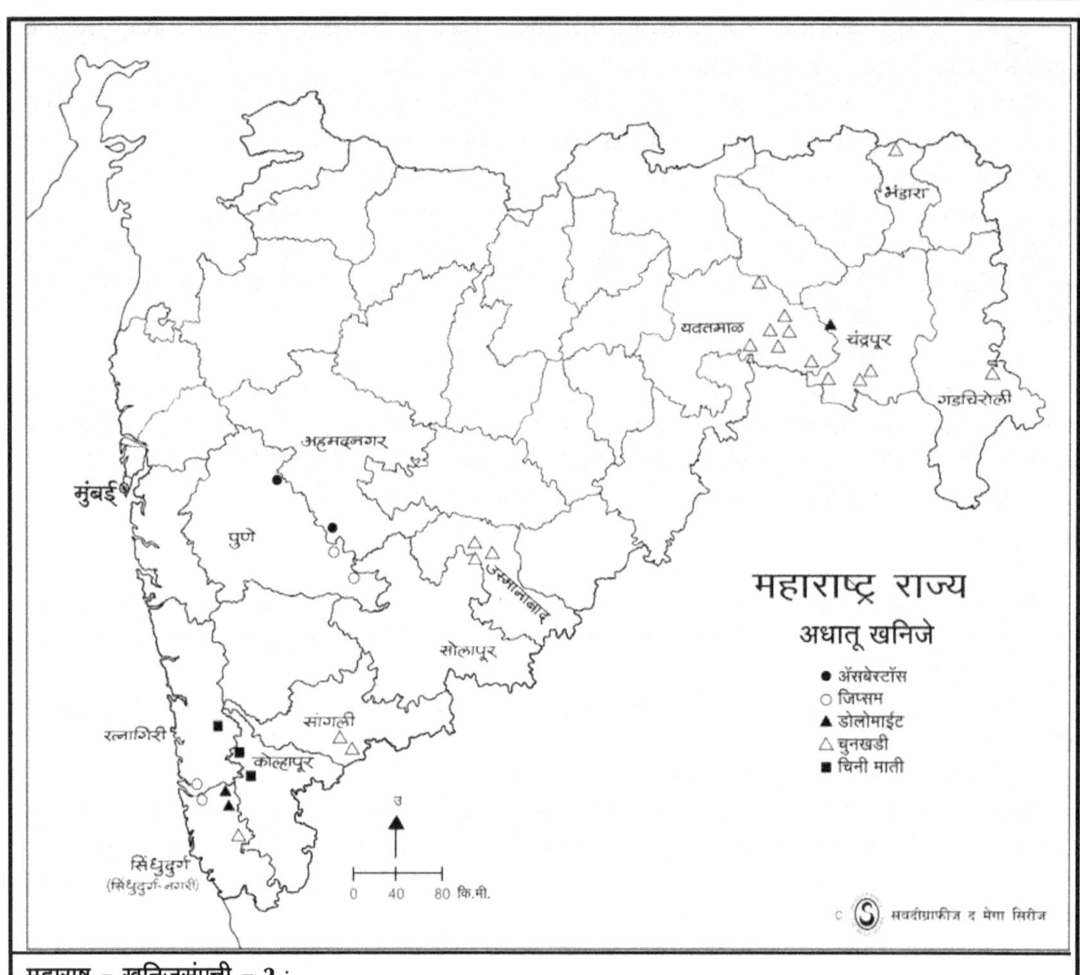

महाराष्ट्र – खनिजसंपत्ती – 2 :

(i)	अॅस्बेस्टॉस :	पुणे व अहमदनगर जिल्ह्यात आहेत.
(ii)	जिप्सम :	पुणे व सिंधुदुर्ग जिल्ह्यात जिप्समचे साठे आहेत.
(iii)	डोलोमाईट :	विदर्भात नागपूर, चंद्रपूर, यवतमाळ व गडचिरोली; कोकणात रत्नागिरी जिल्ह्यात डोलोमाईट आढळते.
(iv)	चुनखडी :	विदर्भात यवतमाळ, चंद्रपूर, नागपूर, गडचिरोली; कोकणात सिंधुदुर्ग व रत्नागिरी तर पश्चिम महाराष्ट्रात सांगली, सातारा व अहमदनगर जिल्ह्यात चुनखडीचे साठे आहेत.
(v)	चिनी माती :	प्रामुख्याने रत्नागिरी व कोल्हापूर जिल्ह्यात आढळते.

नकाशा क्र. 6.2 : महाराष्ट्र – खनिजसंपत्ती – 2

महाराष्ट्र – खनिजसंपत्ती – 3 :

(i)	अभ्रक :	पूर्व विदर्भात अभ्रकाचे साठे गडचिरोली जिल्ह्यात आहेत.
(ii)	इल्मेनाईट :	रत्नागिरी जिल्ह्यात इल्मेनाईटचे साठे आहेत.
(iii)	बेराईट्स :	प्रामुख्याने चंद्रपूर जिल्ह्यात आहेत.
(iv)	गारगोटी :	गारगोटीचे साठे सिंधुदुर्ग जिल्ह्यात आहेत.
(v)	सिलिकायुक्त वाळू :	सिंधुदुर्ग व रत्नागिरी जिल्ह्यात सिलिकायुक्त वाळू आढळते.

▪ क्रोमाईट

धातू उद्योग, किमती खड्यावर प्रक्रिया करणारे उद्योग व रसायन उद्योगात क्रोमाईटचा उपयोग होतो. **भारतातील एकूण क्रोमाईटच्या साठ्यांपैकी सुमारे 10 टक्के साठा (5 कोटी टन) महाराष्ट्रात असून ते भंडारा, गोंदिया, सिंधुदुर्ग व रत्नागिरी या जिल्ह्यांमध्ये आहेत.** सिंधुदुर्ग जिल्ह्यात कणकवली, जानोली व बागदा; भंडारा या जिल्ह्यांत मौनी तर नागपूर जिल्ह्यात टाका येथे क्रोमाईटचे साठे आहेत.

▪ चुनखडी

चुन्याचा मूलभूत पदार्थ चुनखडक आहे. बांधकामात जोडण्यासाठी लागणारा चुना हा चुनखडक भाजून तयार केला जातो. भरपूर प्रमाणात विखुरलेल्या मातीत चुनखडीच्या रूपात असलेल्या कंकरापासून चुना उपलब्ध होतो. ट्रॅव्हरटीन किंवा काल्फ टुफा, सागरातील शंख-शिंपले, अर्वाचीन काळातील पोवळ्यांचा चुनखडक भट्टीत भाजून चुना तयार करतात. योग्य प्रकारचा टुफा, मृण्मय चुन्याचा खडक किंवा बहुधा त्याचे खडक, चुनखडक व माती योग्य प्रमाणात मिसळून पोर्टलँड सिमेंट तयार करतात.

महाराष्ट्रात भारताच्या चुनखडीचा 9 टक्के साठा व उत्पादन फक्त 2 टक्के आहे. महाराष्ट्रात चुनखडीचे अंदाजे साठे 4,000 दशलक्ष टन इतके आहेत. महाराष्ट्रात चुनखडीचे साठे बऱ्याच ठिकाणी आढळत असून ते विविध प्रकारच्या भूवैज्ञानीय प्रस्तर समूहाशी निगडित आहेत. **महाराष्ट्रात चुनखडीचे साठे प्रामुख्याने यवतमाळ, गडचिरोली व चंद्रपूर या जिल्ह्यांत विंध्ययन खडकात आहेत.** अंतर-ट्रॉपी थरामधील चुनखडी तसेच कंकर हे नागपूर, नांदेड, धुळे, नंदुरबार, पुणे, नगर, सांगली, सिंधुदुर्ग, रत्नागिरी व सातारा या जिल्ह्यांमध्ये आढळतात.

चंद्रपूर : बारीक कणांचा आणि करड्या रंगाचा चुनखडक चंद्रपूर जिल्ह्यात **वरोडा तालुक्यात** आलेवाही रेल्वेस्टेशनजवळ पुरुकेपार, कोंडारा, कामागोहन, मरथा आणि नीलजाईजवळ चुनखडी सापडते. तसेच **राजुरा तालुक्यात** सांगोडा, अवरपूर, चांदूर, गंगापूर-बाकर्डी, नारंदा-पिप्री-वानुजा येथे चुनखडकाचे पट्टे आहेत. **चंद्रपूर जिल्ह्यात चुनखडीचे अंदाजे साठे 1,026 दशलक्ष टन आहेत.**

यवतमाळ : यवतमाळ जिल्ह्यात चुनखडीचे साठे सर्वांत जास्त असून त्याचे अंदाजे साठे 2,900 दशलक्ष टन आहेत. राजूर स्टेशनजवळ मांजरी व वांजरी येथे साधारणपणे बऱ्यापैकी चुनखडीचे साठे आहेत. मुकटवन, शिंदोला, चानकापरमडोह या ठिकाणी चुनखडीचा साठा आहे.

अहमदनगर : अहमदनगर जिल्ह्यात 75 टक्के कॅल्शिअम कार्बोनेट असलेला **टुफा व कामूर, कंडुर व खांडेरावाडी** येथे आढळतो.

इतर जिल्हे : धुळे-नंदुरबार जिल्ह्यातील चुनखडीचे साठे कनिष्ठ दर्जाचे असून अंदाजे साठे 40 दशलक्ष टन आहेत. त्याचप्रमाणे नांदेड, पुणे व सांगली या जिल्ह्यांत कनिष्ठ दर्जाचे चुनखडीचे साठे आहेत. याचा उपयोग प्रामुख्याने चुनाभट्टीत होतो. नांदेड जिल्ह्यात चुनखडीचे साठे 3 दशलक्ष टन आहेत.

▪ डोलोमाईट

डोलोमाईटच्या एकूण उत्पादनापैकी 90 टक्के उत्पादन लोह-पोलादनिर्मितीसाठी वापरले जाते व उरलेले खत कारखान्यात वापरतात. विंध्ययन युगातील चुनखडीच्या खडकाबरोबर **डोलोमाईट व डोलोमाईटयुक्त चुनखडीचे साठे प्रामुख्याने यवतमाळ, चंद्रपूर व गडचिरोली या जिल्ह्यांमध्ये आहेत.** याशिवाय रत्नागिरी व नागपूर जिल्ह्यात डोलोमाईट आढळते. सौसर प्रस्तर समूहाशी निगडित असलेले डोलोमाईटचे साठे मात्र केवळ नागपूर जिल्ह्यात आहेत. भारताच्या डोलोमाईटचा एकूण साठ्यांपैकी फक्त 1 टक्का साठा महाराष्ट्रात आहे.

तक्ता क्र. 6.1 : महाराष्ट्रातील जिल्हावार प्रमुख खनिजसंपत्तीचे वितरण

	जिल्हे	खनिजसंपत्ती
1.	भंडारा – गोंदिया	मँगनीज, लोहखनिज, क्रोमाईट, कायनाईट, क्वार्टझाईट, सिझियम, व्हॅनेडियम.
2.	नागपूर	मँगनीज, लोहखनिज, चुनखडी, डोलोमाईट, जांभा, संगमरवर, टंगस्टन, गॅलिअम, अभ्रक, रेतीवाळू.
3.	चंद्रपूर	लोहखनिज, चुनखडी, ग्रॅनाईट, वालुकाश्म, बराईट, तांबे.
4.	गडचिरोली	लोहखनिज, चुनखडी, डोलोमाईट, ग्रॅनाईट, तांबे.
5.	कोल्हापूर	बॉक्साइट, जांभा, बराइट, लोहखनिज, चिनी माती, सिलिका.
6.	सिंधुदुर्ग	मँगनीज, लोहखनिज, क्रोमाईट, चुनखडी, डोलोमाईट, सिलिकामय वाळू, ग्रॅनाईट, गेरू, शिरगोळ.
7.	रत्नागिरी	बॉक्साइट, क्रोमाईट, इल्मेनाईट, शिरगोळा, डोलोमाईट, सिलिका, वाळू, बराईट, खनिज तेल, कुरूंद.
8.	रायगड	बॉक्साइट, मीठ, खनिज तेल, लोहखनिज (तुरळक), खनिज तेल, मिठागरे.
9.	ठाणे–पालघर	बॉक्साइट, मीठ, खनिज जल, बांधकाम दगड, रेती.
10.	सांगली	बॉक्साइट, चुनखडी.

तक्ता क्र. 6.2 : महाराष्ट्रातील खनिजसंपत्ती व प्रमुख उत्पादक जिल्हे

	खनिज	जिल्हे		खनिज	जिल्हे
1.	मँगनीज	भंडारा, गोंदिया, नागपूर, सिंधुदुर्ग	13.	क्वार्टझाईट	भंडारा व गोंदिया
2.	लोहखनिज	चंद्रपूर, गडचिरोली, भंडारा, गोंदिया, नागपूर व सिंधुदुर्ग	14.	संगमरवर	नागपूर
3.	बॉक्साइट	कोल्हापूर, रत्नागिरी, रायगड, ठाणे, पालघर, सांगली व सातारा	15.	बराईट	कोल्हापूर, रत्नागिरी व चंद्रपूर
4.	क्रोमाईट	भंडारा, गोंदिया, सिंधुदुर्ग व रत्नागिरी	16.	अभ्रक	पूर्व विदर्भ
5.	चुनखडी	यवतमाळ, गडचिरोली, चंद्रपूर, नागपूर, नांदेड, सांगली, अहमदनगर, सिंधुदुर्ग, रत्नागिरी व सातारा	17.	बांधकाम सामग्री, चिनी माती, लिथोमार्च, काव, पिवळी व पांढरी माती	सर्वत्र उपलब्ध
6.	डोलोमाईट	यवतमाळ, रत्नागिरी, गडचिरोली, नागपूर, चंद्रपूर	18.	टंगस्टन	नागपूर
7.	कायनाईट	भंडारा व गोंदिया	19.	गॅलियम	नागपूर
8.	सिलिकामय वाळू	सिंधुदुर्ग व रत्नागिरी	20.	सिझियम	भंडारा व गोंदिया
9.	जांभा	कोकण, पूर्व विदर्भ, कोल्हापूर व सातारा	21.	व्हॅनेडियम	भंडारा व गोंदिया
10.	बेसाल्ट	पूर्व विदर्भ व कोकण वगळता सर्वत्र	22.	मीठ	कोकण
11.	ग्रॅनाईट व पट्टिताश्म	चंद्रपूर, गडचिरोली व सिंधुदुर्ग	23.	खनिज जल	कोकण
12.	वालुकाश्म	चंद्रपूर, नागपूर व अमरावती			

■ कायनाईट व सिलिमनाईट

हिऱ्यांना पैलू पाडण्याच्या उद्योगात याचप्रमाणे काचसामान, रसायन उद्योग, सिमेंट उद्योग व विजेची उपकरणे निर्मिती उद्योगात कायनाईटचा उपयोग होतो. भारताच्या कायनाईटच्या एकूण उत्पादनांपैकी 15 टक्के उत्पादन महाराष्ट्रात होते. **महाराष्ट्रात भंडारा-गोंदिया जिल्ह्यात कायनाईटचे साठे आहेत.**

भंडारा : भंडारा जिल्ह्यातील **साकोली तालुक्यात** दहेगाव, पिंपळगाव, मोगरा, मिरगाव आणि **भंडारा तालुक्यात** गार्कार्भोंगा येथे कायनाईट व सिलिमनाईटचे साठे आहेत.

पूर्व महाराष्ट्र – खाण क्षेत्र :

महाराष्ट्रात पूर्व भागात खनिजसंपत्तीचे केंद्रीकरण झालेले आहे. दगडी कोळसा, मँगनीज, लोहखनिज व चुनखडक हे प्रमुख्याने आढळतात. चंद्रपूर जिल्ह्यात सर्वांत जास्त प्रमाणात खनिजसंपत्ती आहे. यामध्ये चंद्रपूर, राजुरा, बल्लारपूर, भद्रावती, चिमूर, ब्रह्मपुरी व वरोडा परिसर प्रसिद्ध आहे.

यानंतर नागपूर जिल्ह्यात नागपूर, सावनेर, रामटेक, कामठी व उमरेड; यवतमाळ जिल्ह्यात दिग्रस, उमरखेड, मारेगाव व वणी; भंडारा जिल्ह्यात भंडारा व तुमसर आणि गोंदिया जिल्ह्यात गोरेगाव परिसरात खनिजसंपत्ती आहे.

नकाशा क्र. 6.3 : पूर्व महाराष्ट्र - खाणक्षेत्र

प्रमुख खनिजांचे उत्पादन व मूल्य (सन 2014 - 15)

(1) **कच्चे लोखंड (लोहखनिज) :** 2014-15 सालानुसार, लोहखनिजाचे उत्पादन 20.76 लाख टन असून त्याचे मूल्य ₹ 28,177 लाख आहे.

(2) **चुनखडी :** 2014-15 सालानुसार, चुनखडीचे उत्पादन 126.0 लाख टन असून त्याचे मूल्य ₹ 22,680 लाख आहे.

(3) **कच्चे मँगनीज :** 2014-15 सालानुसार, कच्च्या मँगनीजचे उत्पादन 6.79 लाख टन असून याचे मूल्य ₹ 57,423 लाख आहे.

(4) **बॉक्साइट :** 2014-15 सालानुसार, बॉक्साइटचे उत्पादन 24.38 लाख टन असून मूल्य ₹ 18,035 लाख आहे.

(5) **कोळसा :** 2014-15 सालानुसार, कोळशाचे उत्पादन 352.85 लाख टन असून मूल्य ₹ 6,08,298 लाख आहे.

बहुपर्यायी प्रश्न

1. महाराष्ट्रातील खनिजसंपत्तीचे प्रमुख क्षेत्र .... मध्ये आहे.
   (1) पूर्व विदर्भ   (2) खानदेश   (3) मराठवाडा   (4) पश्चिम महाराष्ट्र

2. महाराष्ट्रात मँगनीजचे प्रमुख साठे .... या जिल्ह्यांत आहेत.
   (1) कोल्हापूर व सांगली   (2) रत्नागिरी व सिंधुदुर्ग
   (3) भंडारा व नागपूर   (4) उस्मानाबाद व लातूर

3. चंद्रपूर व गडचिरोली जिल्ह्यांत .... प्रकारचे लोहखनिज सापडते.
   (1) मॅग्नेटाईट   (2) हेमेटाईट   (3) लिमोनाईट   (4) सिडेराईट

4. सिंधुदुर्ग जिल्ह्यातील .... येथील लोहखनिज साठे महत्त्वाचे आहेत.
   (1) शिरोडा   (2) ठाकूरवाडी   (3) मातोंड   (4) रेडी

5. पश्चिम महाराष्ट्रात बॉक्साइटचे साठे .... जिल्ह्यात आढळतात.
   (1) नाशिक   (2) पुणे   (3) कोल्हापूर   (4) सोलापूर

6. महाराष्ट्रात चुनखडीचे सर्वांत जास्त साठे .... जिल्ह्यात आहेत.
   (1) चंद्रपूर   (2) यवतमाळ   (3) अहमदनगर   (4) धुळे

7. सौसर प्रस्तर समूहाशी निगडित असलेले डोलोमाईटचे साठे फक्त .... जिल्ह्यात आहेत.
   (1) यवतमाळ   (2) भंडारा   (3) चंद्रपूर   (4) नागपूर

8. कायनाईट व सिलिमनाईटचे साठे प्रामुख्याने .... जिल्ह्यात आहेत.
   (1) भंडारा व गोंदिया   (2) गडचिरोली   (3) वर्धा   (4) यवतमाळ

9. आर्कियन व गोंडवन प्रस्तर समूहाशी मातीचे महत्त्वाचे साठे .... जिल्ह्यात आहेत.
   (1) नागपूर   (2) अमरावती   (3) कोल्हापूर   (4) धुळे

10. सिझियम व व्हॅनेडिअमसारखी दुर्मीळ मूलद्रव्ये .... जिल्ह्यात आहेत.
    (1) नागपूर   (2) सिंधुदुर्ग   (3) भंडारा व गोंदिया   (4) सातारा

11. महाराष्ट्र हे खनिजसंपत्तीकरिता प्रसिद्ध राज्य ....
    (1) आहे.   (2) नाही.   (3) आहे असे नाही.   (4) यांपैकी नाही.

12. महाराष्ट्रात बरीचशी खनिजसंपत्ती .... खडकाच्या बाह्य क्षेत्रात विशेषतः स्फटिकयुक्त व रूपांतरित खडकात आढळते.
    (1) अग्निजन्य   (2) जलजन्य   (3) शिलावरण   (4) यांपैकी नाही.

13. महाराष्ट्रात खनिज .... चे साठे सर्वांत जास्त आहेत.
    (1) मँगनीज   (2) लोहखनिज   (3) दगडी कोळसा   (4) बॉक्साइट

14. महाराष्ट्रात पूर्व विदर्भाच्या खालोखाल .... मध्ये खनिजसंपत्ती केंद्रित झालेली आहे.
    (1) खानदेश   (2) पश्चिम विदर्भ   (3) मराठवाडा   (4) कोकण

15. महाराष्ट्रात प्रमुख खनिजांच्या उत्खननासाठी .... खनिजपट्टे आहेत.
    (1) 150   (2) 285   (3) 190   (4) 325

16. भारतामधील मँगनीजचे .... टक्के साठे एकट्या महाराष्ट्रात आहेत.
    (1) 40   (2) 50   (3) 60   (4) 30

17. महाराष्ट्रात मँगनीजचे प्रमुख साठे भंडारा व नागपूर जिल्ह्यांच्या खालोखाल .... जिल्ह्यात आहेत.
    (1) सातारा   (2) ठाणे   (3) सिंधुदुर्ग   (4) गडचिरोली

18. महाराष्ट्रात लोहखनिजाचे प्रमुख साठे .... मध्ये आहेत.

    (1) पश्चिम महाराष्ट्र   (2) उत्तर महाराष्ट्र   (3) कोकण   (4) विदर्भ

19. भारतामधील मँगनीजच्या मोठ्या साठ्यांपैकी एक साठा महाराष्ट्रात .... जिल्ह्यात आहे.

    (1) रत्नागिरी – सिंधुदुर्ग   (2) भंडारा   (3) रायगड – ठाणे   (4) यांपैकी नाही.

20. पूर्व विदर्भातील मँगनीजचे उत्पादन .... मधून घेतले जाते.

    (1) उघड्या खाणी   (2) खोल खाणी   (3) बंदिस्त खाणी   (4) यांपैकी नाही.

21. सिंधुदुर्ग जिल्ह्यात मँगनीजचे साठे जांभा खडकात .... धोंड्याच्या स्वरूपात आढळतात.

    (1) सघन   (2) स्फटिकमय

    (3) विस्कळीतपणे विखुरलेल्या   (4) यांपैकी नाही.

22. भारतामधील लोहखनिजाच्या साठ्यांपैकी .... टक्के साठे महाराष्ट्रात आहेत.

    (1) 25   (2) 20   (3) 15   (4) 40

23. महाराष्ट्रात लोहखनिजदृष्ट्या .... जिल्हा समृद्ध आहे.

    (1) कोल्हापूर   (2) यवतमाळ   (3) चंद्रपूर   (4) रायगड

24. सिंधुदुर्ग जिल्ह्यात रेड्डी येथील .... साठे महत्त्वाचे आहेत.

    (1) बॉक्साइट   (2) मँगनीज   (3) चुनखडी   (4) लोहखनिज

25. महाराष्ट्रात .... चे साठे उच्च प्रतीचे आहेत.

    (1) बॉक्साइट   (2) जिप्सम   (3) अभ्रक   (4) क्वार्टझाईट

26. .... जिल्ह्यातील बॉक्साइट बेळगाव येथील अॅल्युमिनिअम कारखान्याकडे पाठविले जाते.

    (1) सातारा   (2) रायगड   (3) कोल्हापूर   (4) सांगली

27. .... जिल्ह्यातील काही बॉक्साइट निर्यात केले जाते.

    (1) रत्नागिरी   (2) ठाणे   (3) कोल्हापूर   (4) रायगड

28. धातूउद्योग किमती खड्यावर प्रक्रिया करणारे उद्योग व रसायन उद्योगात .... चा उपयोग होतो.

    (1) चुनखडी   (2) क्रोमाईट   (3) अभ्रक   (4) कायनाईट

29. महाराष्ट्रात प्रामुख्याने .... मध्ये जांभा खडक आढळतो.

    (1) कोकण   (2) मराठवाडा   (3) उत्तर महाराष्ट्र   (4) पश्चिम महाराष्ट्र

30. .... खडक पूर्व विदर्भ व कोकण वगळता सर्वत्र आढळतो.

    (1) बेसाल्ट   (2) रूपांतरित   (3) जलजन्य   (4) यांपैकी नाही.

31. महाराष्ट्रात सर्वांत जास्त खनिजसंपत्ती .... जिल्ह्यात आढळते.

    (1) सिंधुदुर्ग   (2) नागपूर   (3) कोल्हापूर   (4) चंद्रपूर

32. अभ्रकाच्या दृष्टीने .... जिल्ह्यामधील साठा महत्त्वपूर्ण आहे.

    (1) रायगड   (2) गोंदिया   (3) सिंधुदुर्ग   (4) कोल्हापूर

33. महाराष्ट्रात .... मध्ये मीठ तयार केले जाते.

    (1) पश्चिम महाराष्ट्र   (2) कोकण किनारपट्टी   (3) पूर्व महाराष्ट्र   (4) मध्य महाराष्ट्र

34. .... जिल्ह्यात सिलिका वाळूचे साठे बऱ्याच ठिकाणी आहेत.

    (1) सिंधुदुर्ग   (2) गडचिरोली   (3) सांगली   (4) यांपैकी नाही.

35. .... मध्ये आढळणाऱ्या गरम झऱ्यातील खनिज जल हे काही रोगांवर उपयुक्त असते.

    (1) पूर्व विदर्भ   (2) दक्षिण महाराष्ट्र   (3) कोकण   (4) यांपैकी नाही.

36. महाराष्ट्रामध्ये मँगनीज कोणत्या जिल्ह्यात आढळते ?

(1) भंडारा   (2) नागपूर   (3) सिंधुदुर्ग   (4) वरील सर्व

37. खनिजसाठ्यासंदर्भात योग्य जोड्या लावा.

यादी – I (खनिज)	यादी – II (जिल्हा/प्रदेश)
(अ) कायनाईट	(i) पूर्व विदर्भ व कोकण वगळता सर्वत्र
(ब) बेसाल्ट	(ii) कोकण
(क) संगमरवर	(iii) भंडारा व गोंदिया
(ड) मीठ	(iv) नागपूर

(1) (अ – iv), (ब – iii), (क – ii), (ड – i)   (2) (अ – i), (ब – iii), (क – ii), (ड – iv)

(3) (अ – iii), (ब – i), (क – iv), (ड – ii)   (4) (अ – ii), (ब – iv), (क – iii), (ड – i)

38. महाराष्ट्राच्या खनिजसंपत्ती बाबतीत खालील विधानावर विचार करा.

(A) कोकणामधील दक्षिण भागात जांभा खडक आढळतो.

(B) भारतामधील मँगनीजचा 40% साठा महाराष्ट्रात आहे.

(1) (A) चूक, (B) बरोबर   (2) (A) बरोबर, (B) चूक

(3) दोन्ही चूक   (4) दोन्ही बरोबर

39. खालीलपैकी कोणते विधान चूक आहे ?

(A) उत्तम प्रतीचे लोहखनिज धारवाडी संघाच्या खडकाशी निगडित असते.

(B) चुनखडकाबरोबर डोलोमाईटयुक्त चुनखडीचे साठे आढळतात.

(C) कलाडगी प्रस्तरसमूहासोबत सिलिकामय वाळूचे साठे आढळतात.

(D) अग्निजन्य खडकामध्ये बराईट आढळते.

(1) (D)   (2) (A)   (3) (B)   (4) कोणतेही नाही.

40. महाराष्ट्रामध्ये .... या खनिजाचे सर्वांत जास्त उत्पादन होते.

(1) बॉक्साइट   (2) चुनखडी   (3) कच्चे लोखंड   (4) कच्चे मँगनीज

उत्तरसूची

1.	1	**2.**	3	**3.**	2	**4.**	4	**5.**	3	**6.**	2
7.	4	**8.**	1	**9.**	1	**10.**	3	**11.**	2	**12.**	1
13.	3	**14.**	4	**15.**	2	**16.**	1	**17.**	3	**18.**	4
19.	2	**20.**	1	**21.**	3	**22.**	2	**23.**	3	**24.**	4
25.	1	**26.**	3	**27.**	4	**28.**	2	**29.**	1	**30.**	1
31.	4	**32.**	3	**33.**	2	**34.**	1	**35.**	3	**36.**	4
37.	3	**38.**	4	**39.**	4	**40.**	2				

लोकसंख्या (सन 1901 - 2001)

लोकसंख्या ही एक सर्वांत महत्त्वाची साधनसंपत्ती आहे. मनुष्यबळ विकासासाठी लोकसंख्याशास्त्रीय घटकांची सर्वांगीण आणि सखोल विवेचन करण्याची नितांत गरज असते. याच्या आधारे लोकसंख्येचे भौगोलिक, आर्थिक, सामाजिक तसेच राजकीय स्वरूप लक्षात येते. त्याची सद्यःस्थिती, समस्यांच्या स्वरूपाची तीव्रता जाणवते. मानव विकास साधण्यासाठी भूगोलकार, अर्थतज्ज्ञ, समाजशास्त्रज्ञ, नियोजनकार विचार करून कोणत्या उपाययोजना केल्या पाहिजेत. त्या कशा प्रकारे राबविल्या पाहिजेत याचा आराखडा तयार केला जातो.

लोकसंख्याशास्त्रीय घटक

1. जन्म-मृत्यूचे प्रमाण
2. वयोगट
3. काम करणाऱ्या लोकांची विभागणी
4. भाषावार लोकसंख्या
5. ग्रामीण लोकसंख्या
6. नागरी लोकसंख्या
7. अनुसूचित जाती-जमाती

1. जन्म-मृत्यूचे प्रमाण

1. जन्म प्रमाण :

सन 1921 ते 1991 च्या दरम्यान दरहजारी जन्म प्रमाणाची आकडेवारी पाहिली असता असे आढळले की, सन 1961 पर्यंत जन्माचे प्रमाण दरहजारी 40 च्या पुढेच होते. सन 1941 च्या जनगणनेच्या वेळी तर ते 47 होते. सन 1971 च्या जनगणनेत जन्माचे प्रमाण दरहजारी 36 पर्यंत घसरल्याचे आढळून येते. त्याचे प्रमुख कारण शासनाने राबविलेला कुटुंबनियोजन कार्यक्रम होय. परंतु एकूण लोकसंख्येत बरीच वाढ झाल्याचे जाणवते. याचे महत्त्वाचे कारण म्हणजे मृत्यु प्रमाणातील घट, विशेष वैद्यकीय सुविधा आणि आयुष्यमानातील वाढ होय. 1991 साली जन्माचे प्रमाण दरहजारी 25 पर्यंत खाली आले. 2001 साली जन्माचे प्रमाण दरहजारी 21 पर्यंत कमी झाले. 2008 साली 17.9 पर्यंत खाली आले. 2011 साली स्थूल जन्मदर 16.7 पर्यंत खाली आला.

(i) ग्रामीण भागामधील जन्मदर : महाराष्ट्रात नमुना नोंदणी पध्दतीप्रमाणे जन्म प्रमाण असे आढळते की, 2001 सालानुसार ग्रामीण जन्मदर दरहजारी 21.1 होते तर 2004 साली 19.9 होते. यानंतर यामध्ये घट होत गेलेली आहे. **2008 सालानुसार ग्रामीण जन्मदर 18.4 पर्यंत खाली आला.** 2001 सालच्या तुलनेत ग्रामीण जन्मदरात दरहजारी 2.7 दराने घट झालेली आहे.

(ii) नागरी भागामधील जन्मदर : महाराष्ट्रात नमुना नोंदणी पध्दतीप्रमाणे 2001 सालानुसार नागरी जन्मदर 20.2 होते तर 2005 साली 18.2 होते. **2008 सालानुसार नागरी जन्मदर 17.2 पर्यंत खाली आला.** 2001 सालच्या तुलनेत नागरी जन्मदरात दरहजारी 3 दराने घट झालेली आहे.

(iii) महाराष्ट्रात एकूण जन्मदर : महाराष्ट्रात 2001 सालानुसार दरहजारी 20.7 जन्मदर आहे. यामध्ये घट होऊन **2008 साली हे प्रमाण 17.9 पर्यंत खाली आले.**

2. मृत्यू प्रमाण :

मृत्यू प्रमाणाचा आढावा घेतल्यास असे दिसून येते की, सन 1911 ते 1921 दरम्यान मृत्यू प्रमाण दरहजारी 38 एवढे होते. सन 1951 च्या जनगणनेपर्यंत ते 25 पर्यंत घसरले तर सन 1971 च्या जनगणनेमध्ये मृत्यू प्रमाण दरहजारी फक्त 13 होते. सन 1991 च्या जनगणनेपर्यंत हेच प्रमाण 8 पर्यंत खाली आलेले आहे. **2001 साली मृत्यू प्रमाण 7.5 झाले.**

सन 2011 च्या जनगणनेनुसार स्थूल मृत्युदर फक्त 6.3 आहे.

(i) ग्रामीण भागामधील मृत्युदर : नमुना नोंदणी पध्दतीप्रमाणे 2001 सालानुसार ग्रामीण मृत्युदर दरहजारी 8.5 आहे. 2004 साली यामध्ये बऱ्यापैकी घट होऊन तो 6.8 पर्यंत स्थिरावला; परंतु **2005 साली यामध्ये वाढ होऊन 7.4 पर्यंत उंचावला तर 2008 सालीही तेवढाच होता.**

(ii) नागरी भागामधील मृत्युदर : महाराष्ट्रात ग्रामीण भागापेक्षा नागरी भागामध्ये मृत्युदर कमी आहे. नागरी भागात 2001 सालानुसार मृत्युदर दरहजारी 5.9 आहे; तो 2005 साली 5.7 पर्यंत खाली आला तर 2006 साली यामध्ये वाढ होऊन नागरी मृत्युदर 5.8 पर्यंत उंचावला. **2008 साली तो 5.6 पर्यंत किंचित घटला.**

(iii) महाराष्ट्रात एकूण मृत्युदर : महाराष्ट्रात 2001 साली एकूण मृत्युदर दरहजारी 7.5 होता; तो 2004 साली 6.2 पर्यंत खाली आला. परंतु पुढील चार वर्षांमध्ये मृत्युदरात वाढ झाली. **2008 साली एकूण मृत्युदर 6.6 होते.**

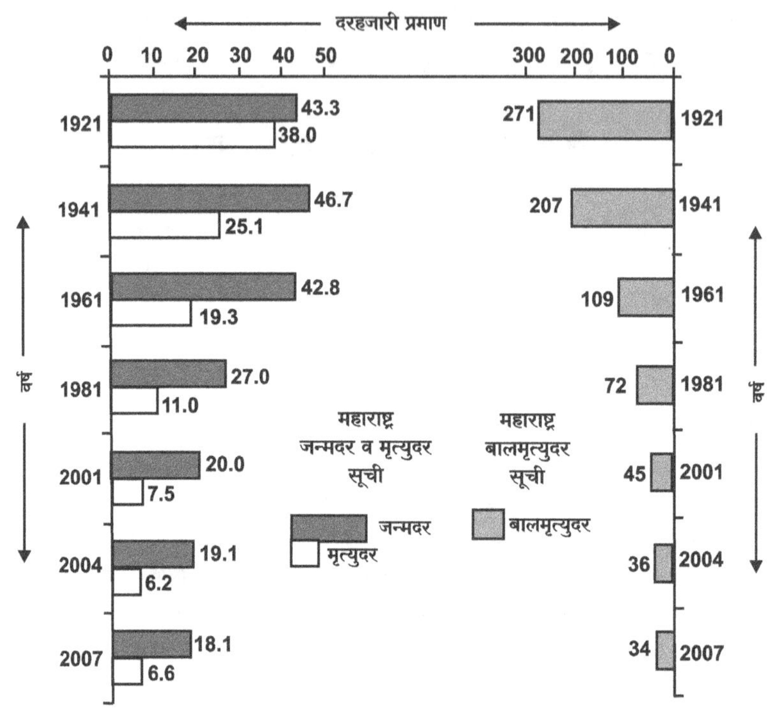

आलेख क्र. 7.1 : महाराष्ट्र – जन्मदर, मृत्युदर व बाल-मृत्युदर

3. बालमृत्यू प्रमाण :

आपल्या महाराष्ट्रात विसाव्या शतकाच्या मध्यापर्यंत बालमृत्यूचे प्रमाण जास्त होते. सन 1921 च्या जनगणनेमध्ये ते दरहजारी 271 एवढे प्रचंड होते आणि ही एक चिंतेची बाब होती. हे प्रमाण घटत जाऊन सन 1951 मध्ये 208 पर्यंत खाली आले. यामुळे 1971 साली बालमृत्यू प्रमाण दरहजारी 96 पर्यंत खाली आले. 1991 साली बालमृत्यूचे प्रमाण दरहजारी 54 एवढे खाली आले. **भारतात तसेच महाराष्ट्रात 'पल्स पोलिओ' सारखे कार्यक्रम यशस्वी झाल्याने बालकांचे आरोग्य सुधारण्यास मदत झालेली आहे. 2001 साली बालमृत्यू प्रमाण दरहजारी 45 पर्यंत खाली आले आहे. 2008 सालानुसार बालमृत्यू प्रमाण दरहजारी 33 आहे.**

(i) ग्रामीण भागामधील बाल-मृत्युदर : महाराष्ट्रात नागरी भागापेक्षा ग्रामीण भागामध्ये बालमृत्यू प्रमाण जास्त आहे. याचे प्रमुख कारण ग्रामीण भागात गर्भवती महिलेची प्रसूतीपूर्व आणि प्रसूतीनंतर योग्य प्रकारे काळजी घेतली जात नाही. याचप्रमाणे नवजात बालकाचीही चांगली देखभाल घेतली जात नाही.

महाराष्ट्रात ग्रामीण भागात 2001 सालानुसार, बाल-मृत्युदर एक हजार जीवित जन्मामागे 55 आहे. यानंतर 2004 साली ते 42 पर्यंत खाली आले. **2008 साली ग्रामीण बाल-मृत्युदर 40 पर्यंत खाली घसरला.**

(ii) नागरी भागामधील बाल-मृत्युदर : महाराष्ट्रात ग्रामीण भागापेक्षा नागरी भागामध्ये बालमृत्यू प्रमाण निम्म्यापेक्षा कमी आहे. याचे प्रमुख कारण म्हणजे नागरी भागामध्ये ग्रामीण परिसरापेक्षा निश्चित चांगल्या वैद्यकीय सुविधा आहेत आणि याचा फायदा घेतला जातो. तसेच लोकही जागरूक आहेत.

महाराष्ट्रात नागरी भागामध्ये 2001 सालानुसार, बाल-मृत्युदर एक हजारी जीवित जन्मामागे 28 आहे. यानंतर किंचित घट होऊन **2008 सालानुसार बाल-मृत्युदर 23 वर स्थिरावला आहे.**

(iii)   **महाराष्ट्रात एकूण बाल-मृत्युदर :** महाराष्ट्रात नमुना नोंदणी पद्धतीने 2001 सालानुसार एकूण बाल-मृत्युदर 45 आहे. यानंतर 2004 साली यामध्ये घट होऊन एकूण बाल-मृत्युदर 36 पर्यंत खाली आला. **2008 साली तो 33 वर स्थिरावला.**

2011 सालच्या जनगणनेनुसार, अर्भक मृत्युदर 25 आहे.

2.   वयोगट

महाराष्ट्राच्या लोकशास्त्रीय प्ररूपात वयोगटाचा अभ्यास करणे महत्त्वाचे ठरेल.

1991 व 2001 सालच्या जनगणनेनुसार, लोकसंख्येची वयोगटामधील टक्केवारी व तिची वैशिष्ट्ये :

- बालगटाची (0 - 6 वर्षे) टक्केवारी 17.11 टक्क्यांवरून 14.11 टक्क्यांनी सुमारे 3 टक्क्यांनी घटलेली आहे आणि यामध्ये **बालिकांची संख्या - मुलींची संख्या कमी होत आहे, ही शोचनीय बाब आहे.**

- 7 ते 14 वयोगटातही थोडी घट झालेली आहे.

- 15 ते 49 वयोगटात म्हणजे कार्यकारी गटात मात्र 50.36 टक्क्यांवरून 52.73 टक्क्यांनी सुमारे 2.5 टक्क्यांनी वाढ झालेली दिसते. त्या मानाने 50 ते 59 वयोगटात अल्प प्रमाणात घट झालेली आहे.

- 60 वर्षांच्या ज्येष्ठ नागरिकांमध्ये मात्र 6.98 टक्क्यांवरून 8.73 टक्क्यांपर्यंत वाढ झालेली आहे हे विशेष ! याचा अर्थ, **या दशकात ज्येष्ठ नागरिकांचे प्रमाण वाढलेले आहे. (तक्ता क्र. 7.1 पाहा.)**

तक्ता क्र. 7.1 : वयोगटामधील लोकसंख्या आणि त्याची टक्केवारी (2001)

वयोगट	सन 1991 लोकसंख्या (लाख)	टक्केवारी (%)	सन 2001 लोकसंख्या (लाख)	टक्केवारी (%)
0 – 6	134.97	17.11	136.70	14.11
7 – 14	146.02	18.50	174.28	17.99
15 – 49	397.49	50.36	510.85	52.73
50 – 59	52.49	6.65	61.23	6.32
60 +	55.09	6.98	84.57	8.73
वयाचा उल्लेख नाही.	3.16	0.40	1.16	0.12
एकूण	**789.22**	**100.00**	**968.79**	**100.00**

संदर्भ : महाराष्ट्राची आर्थिक पाहणी, 2004-05 ; पान 148

1991 व 2001 सालच्या जनगणनेनुसार, वयोगटामधील लोकसंख्या व तिची वैशिष्ट्ये :

- 0 – 6 वर्षांच्या वयोगटातील संख्येत फारशी वाढ झालेली नाही. 135 लाखांवरून फक्त 137 लाखांपर्यंत वाढ झाली.

- 7 ते 14 वयोगटात 28 लाखांची भर पडली आहे.

- **15 ते 49 वयोगटात 397 लाखांवरून 511 लाखांपर्यंत म्हणजे सर्वांत जास्त 214 लाखांनी वाढ झालेली आहे.**

- 50 ते 59 वयोगटात सुमारे 9 लाखांची वाढ झालेली आहे.

- 60 वर्षांच्या ज्येष्ठ नागरिकांमध्ये बऱ्यापैकी म्हणजे सुमारे 30 लाखांनी वाढ झालेली आहे.

3.   काम करणाऱ्या लोकांची विभागणी

महाराष्ट्रात 2001 सालच्या जनगणनेनुसार, काम करणाऱ्या एकूण लोकांची संख्या 411.73 लाख आहे. यांपैकी काम करणाऱ्या पुरुषांची संख्या 268.52 लाख तर स्त्रियांची संख्या 143.21 लाख आहे.

काम करणाऱ्या व्यक्तीचे कार्यप्रकारानुसार पुढील प्रकार पडतात : (1) शेतकरी (2) शेतमजूर (3) घरगुती उद्योग (4) इतर सेवा.

1. शेतकरी :

- 2001 सालच्या जनगणनेनुसार, महाराष्ट्रात शेतकऱ्यांची एकूण संख्या 118.13 लाख आहे. यांपैकी मुख्यतः काम करणारे शेतकरी 108.82 लाख आहेत तर सीमांतिक शेतकरी 16.32 लाख आहेत.

- महाराष्ट्रात शेतीमध्ये काम करणाऱ्या पुरुषांची संख्या 66.81 लाख आहे. तर स्त्रियांची संख्या 51.33 लाख आहे. यांची एकत्रित संख्या 118.13 लाख आहे.

- शेतामध्ये काम करणाऱ्या पुरुषांपैकी मुख्यतः शेतकरी 61.81 लाख तर सीमांतिक शेतकरी 5 लाख आहेत.

- शेतामध्ये काम करणाऱ्या स्त्रियांपैकी मुख्यतः स्त्री-शेतकऱ्यांची संख्या 40.01 लाख तर सीमांतिक स्त्री-शेतकऱ्यांची संख्या 11.32 लाख आहे.

महाराष्ट्रात काम करणाऱ्या लोकांच्या संख्येत शेतकऱ्यांचा सर्वप्रथम क्रमांक असून या खालोखाल शेतमजुरांचा क्रमांक आहे.

2. शेतमजूर :

- 2001 सालच्या जनगणनेनुसार, महाराष्ट्रात काम करणाऱ्या शेतमजुरांची एकूण संख्या 108.15 लाख आहे. यांपैकी मुख्यतः शेतमजुरांची संख्या 76.41 लाख तर सीमांतिक शेतमजुरांची संख्या 31.74 लाख आहे.

- महाराष्ट्रात पुरुष शेतमजुरांची एकूण संख्या 49.24 लाख आहे. यांपैकी मुख्यतः पुरुष शेतमजूर 39.82 लाख तर सीमांतिक पुरुष शेतमजूर 9.82 लाख आहेत.

- महाराष्ट्रात पुरुष शेतमजुरांपेक्षा स्त्री-शेतमजुरांची संख्या जास्त आहे. एकूण स्त्री-शेतमजुरांची संख्या 58.91 लाख आहे. यांपैकी मुख्यतः स्त्री शेतमजुरांची संख्या 37 लाख तर सीमांतिक स्त्री-शेतमजुरांची संख्या 21.91 लाख आहे.

3. घरगुती उद्योग :

- 2001 सालच्या जनगणनेनुसार, महाराष्ट्रात घरगुती उद्योग करणाऱ्या लोकांची संख्या 10.89 लाख आहे. यांपैकी मुख्यतः घरगुती उद्योग करणाऱ्यांची संख्या 8.10 लाख तर सीमांतिक घरगुती उद्योग करणाऱ्यांची संख्या 2.79 लाख आहे.

- महाराष्ट्रात घरगुती उद्योग करणाऱ्या पुरुषांची संख्या 5.67 लाख असून यांपैकी मुख्यतः घरगुती उद्योग करणाऱ्या पुरुषांची संख्या 4.94 लाख तर सीमांतिक घरगुती उद्योग करणाऱ्या पुरुषांची संख्या 73,000 आहे.

- महाराष्ट्रात घरगुती उद्योग करणाऱ्या स्त्रियांची संख्या 5.22 लाख आहे. यांपैकी मुख्यतः घरगुती उद्योग करणाऱ्या स्त्रियांची संख्या 3.16 लाख तर सीमांतिक घरगुती उद्योग करणाऱ्या स्त्रियांची संख्या 2.06 लाख आहे.

4. इतर सेवा :

- 2001 सालच्या जनगणनेनुसार, महाराष्ट्रात इतर सेवा करणाऱ्यांची एकूण संख्या 174.55 लाख आहे. यांपैकी मुख्यतः इतर सेवा करणाऱ्यांची संख्या 161.15 लाख आहे तर सीमांतिक इतर सेवा करणाऱ्यांची संख्या 13.40 लाख आहे.

- महाराष्ट्रात इतर सेवा करणाऱ्या पुरुषांची एकूण संख्या 146.81 लाख आहे. यांपैकी मुख्यतः इतर सेवा करणाऱ्या पुरुषांची संख्या 138 लाख असून सीमांतिक इतर सेवा करणाऱ्या पुरुषांची संख्या 8.81 लाख आहे.

- महाराष्ट्रात इतर सेवा करणाऱ्या स्त्रियांची एकूण संख्या 27.75 लाख आहे. यांपैकी मुख्यतः इतर सेवा करणाऱ्या स्त्रियांची संख्या 23.15 लाख तर सीमांतिक इतर सेवा करणाऱ्या स्त्रियांची संख्या 4.60 लाख आहे.

महाराष्ट्रात एकूण काम करणाऱ्यांचे स्वरूप

- 2001 सालच्या जनगणनेनुसार, महाराष्ट्रात एकूण काम करणाऱ्या पुरुषांची संख्या 268.52 लाख असून यांपैकी मुख्यतः काम करणाऱ्या पुरुषांची संख्या 244.16 लाख तर सीमांतिक काम करणाऱ्या पुरुषांची संख्या 24.36 लाख आहे.

- महाराष्ट्रात एकूण काम करणाऱ्या स्त्रियांची संख्या 143.21 लाख आहे. यांपैकी मुख्यतः एकूण काम करणाऱ्या स्त्रियांची संख्या 103.32 लाख तर सीमांतिक एकूण काम करणाऱ्या स्त्रियांची संख्या 39.89 लाख आहे.

जिल्हावार मुख्यतः काम करणाऱ्यांची एकूण लोकसंख्येशी टक्केवारी (सन 2001)

1. **महाराष्ट्रामधील पहिले पाच जिल्हे : 2001 सालच्या जनगणनेनुसार, महाराष्ट्रात मुख्यतः काम करणाऱ्यांच्या एकूण लोकसंख्येच्या टक्केवारीमध्ये हिंगोली जिल्ह्याचा (41.82%) प्रथम क्रमांक आहे.** या खालोखाल बुलडाणा (40.71%), अहमदनगर (39.87%), कोल्हापूर (39.59%) आणि वाशिम (38.78%) या जिल्ह्यांचा क्रमांक लागतो.

2. **महाराष्ट्रामधील शेवटचे पाच जिल्हे : 2001 सालच्या जनगणनेनुसार, महाराष्ट्रात मुख्यतः काम करणाऱ्यांच्या एकूण लोकसंख्येच्या टक्केवारीमध्ये सर्वांत शेवटचा जिल्हा सिंधुदुर्ग (26.91%) आहे.** यानंतर रायगड (30.10%), नागपूर (31.54%), भंडारा (32.17%), गोंदिया (32.64%) या जिल्ह्यांचा क्रमांक लागतो.

जिल्हावार कृषीविषयक काम करणाऱ्यांची एकूण लोकसंख्येशी टक्केवारी (सन 2001)

1.   **महाराष्ट्रामधील पहिले पाच जिल्हे :** 2001 सालच्या जनगणनेनुसार, महाराष्ट्रात कृषीविषयक काम करणाऱ्यांची एकूण लोकसंख्येच्या टक्केवारीमध्ये **वाशीम जिल्ह्याचा (83.78%) सर्वप्रथम क्रमांक आहे.** या खालोखाल हिंगोली (82.89%), गडचिरोली (82.22%), नंदुरबार (81.55%) आणि बुलडाणा (80.59%) या जिल्ह्यांचा क्रमांक लागतो.

2.   **महाराष्ट्रामधील शेवटचे पाच जिल्हे :** 2001 सालच्या जनगणनेनुसार, महाराष्ट्रात कृषीविषयक काम करणाऱ्यांची एकूण लोकसंख्येच्या टक्केवारीमध्ये **सर्वांत शेवटचा जिल्हा बृहन्मुंबई (0.18%) आहे.** यानंतर ठाणे (21.87%), पुणे (39.54%), रायगड व कोल्हापूर (58.01%) या जिल्ह्यांचा क्रमांक लागतो.

महाराष्ट्रात काम करणाऱ्या स्त्रियांचा सहभाग दर (सन 2001)

1.   **महाराष्ट्रामधील पहिले पाच जिल्हे :** 2001 सालच्या जनगणनेनुसार, महाराष्ट्रात काम करणाऱ्या स्त्रियांच्या सहभाग दरात एकूण लोकसंख्येच्या टक्केवारीमध्ये **गडचिरोली जिल्ह्याचा (46.89%) सर्वप्रथम क्रमांक आहे.** या खालोखाल गोंदिया (43.29%), हिंगोली (41.62%), भंडारा (41.56%) आणि नंदुरबार (40.97%) या जिल्ह्यांचा क्रमांक लागतो.

2.   **महाराष्ट्रामधील शेवटचे पाच जिल्हे :** 2001 सालच्या जनगणनेनुसार, महाराष्ट्रात काम करणाऱ्या स्त्रियांच्या सहभाग दरात एकूण लोकसंख्येच्या टक्केवारीमध्ये **सर्वांत शेवटचा जिल्हा बृहन्मुंबई (13.06%) आहे.** यानंतर ठाणे (19.62%), नागपूर (22.77%), अकोला (36.93%), पुणे (27.10%) या जिल्ह्यांचा क्रमांक लागतो.

4. भाषावार लोकसंख्या

महाराष्ट्राची मातृभाषा मराठी असून 80 टक्क्यांपेक्षा जास्त लोक मराठी भाषिक आहेत. याशिवाय गुजराथी, तेलगू, तमिळ, कानडी, हिंदी बोलणारेही लोक आहेत. यामध्ये गुजराथी लोकांचे प्रमाण जास्त आहे. मुंबई शहरात त्यांनी प्रामुख्याने वास्तव्य केलेले आहे. तसेच अल्प प्रमाणात महाराष्ट्राच्या इतर शहरी भागातही ते राहतात. फाळणीच्या काळातील परिस्थितीमुळे जे सिंधी निर्वासित आले त्यांनीदेखील मुंबईत राहणे पसंत केले. याचप्रमाणे उल्हासनगरला त्यांची वस्ती जास्त आहे. कालांतराने व्यवसायानिमित्त राज्याच्या इतर भागात ते राहू लागले. महाराष्ट्राची मुख्य भाषा मराठी असली तरी या बोलीभाषेचे उच्चार, बोलण्याचा ढंग वगैरेंच्या बाबतीत प्रादेशिक तफावत बरीच जाणवते. पुण्याची मराठी भाषा शुद्ध मानतात. खानदेशी मनुष्य थोडा हेल काढून बोलतो. सातारा–कोल्हापूरकडील मराठी भाषेचा नूर तर वेगळाच आहे. वऱ्हाडमधील लोकांवर बोलण्यात हिंदी भाषेचा प्रभाव पडलेला आहे. मराठवाड्याची भाषादेखील भिन्न आहे. कोकणी भाषा तर आपले प्रादेशिक वैशिष्ट्य जतन करून आहे. असे जरी असले तरी आपण सर्व महाराष्ट्रीयन आहोत याचाही त्यांना अभिमान आहे.

महाराष्ट्रात भारतामधील सर्व भाषा बोलणारे लोक राहतात हे महाराष्ट्राचे एक वैशिष्ट्य सांगता येईल. महाराष्ट्रात भारतातील पंधरा भाषा बोलणारे लोकांचे वास्तव्य आहे. **(जनगणना, 2001)**

1.   **मराठी (6.66 कोटी) :** महाराष्ट्रात अर्थात मराठी भाषा बोलणाऱ्यांची संख्या सर्वांत जास्त आहे. त्याची लोकसंख्या सुमारे 6 कोटी 66 लाख आहे. एकूण लोकसंख्येशी मराठी बोलणाऱ्यांची टक्केवारी 72.21 आहे.

2.   **हिंदी (1.07 कोटी) :** महाराष्ट्रात मराठीच्या खालोखाल हिंदी भाषिकांची संख्या 1 कोटी 7 लाख आहे. याची टक्केवारी 11.57 आहे.

3.   **उर्दू (सुमारे 69 लाख) :** महाराष्ट्रात तिसऱ्या क्रमांकावर उर्दू भाषा बोलणाऱ्यांची संख्या 68.95 लाख आहे. याची टक्केवारी 7.47 आहे.

महाराष्ट्रात मराठी, हिंदी आणि उर्दू भाषा बोलणाऱ्यांची एकत्रित टक्केवारी 91.25 आहे.

4.   **गुजराथी (23.15 लाख) :** महाराष्ट्रात गुजराथी बोलणाऱ्यांची संख्या 23.15 लाख आहे. याची टक्केवारी 2.51 आहे.

5.   **तेलगू (सुमारे 14 लाख) :** महाराष्ट्रात तेलगू बोलणाऱ्यांची संख्या सुमारे 14 लाख आहे. याची टक्केवारी 1.52 आहे.

6.   **कन्नड (सुमारे 12.5 लाख) :** महाराष्ट्रात कन्नड भाषा बोलणाऱ्यांची संख्या 12.5 लाख असून टक्केवारी 1.36 आहे.

7. **एक टक्क्यापेक्षा कमी भाषा बोलणारे लोक :** महाराष्ट्रात सिंधी (7.09 लाख, 0.77%); तमिळ (5.28 लाख, 0.57%); मल्याळम् (4.06 लाख, 0.44%); बंगाली (3.10 लाख, 0.34%); पंजाबी (2.69 लाख, 0.29%) इत्यादी भाषा बोलणारे लोक राहतात.

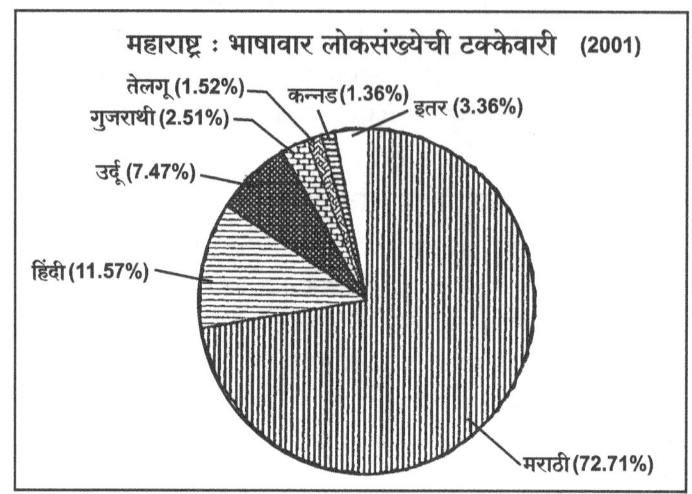

आलेख क्र. 7.2 : महाराष्ट्र – भाषावार लोकसंख्येची टक्केवारी (2001)

8. **अल्प भाषा बोलणारे लोक :** महाराष्ट्रात उडिया (94,000); काश्मिरी (5,344); आसामी (2,516); संस्कृत (408) भाषा बोलणारे अल्प भाषिकदेखील आहेत.

9. **इतर भाषा बोलणारे लोक :** महाराष्ट्रात इतर भाषा बोलणाऱ्यांची संख्या 7.64 लाख आहे. याची टक्केवारी 0.83 आहे.

5. ग्रामीण लोकसंख्या

महाराष्ट्रात ग्रामीण लोकसंख्येच्या टक्केवारीत सातत्याने घट होत आहे. 1921 साली ग्रामीण लोकसंख्या 81.5 टक्के होती तर 2001 साली याचे प्रमाण 57.6 टक्क्यांपर्यंत घसरलेले आहे. याच काळात असे दिसते की, नागरी लोकसंख्येच्या टक्केवारीत सातत्याने वाढ होत आहे. 1921 साली नागरी लोकसंख्या 18.5 टक्के तर 2001 साली यामध्ये 42.4 टक्क्यांपर्यंत वाढ झाली. **(आलेख क्र. 7.4 पाहा.)**

- 1921 साली ग्रामीण भागात 81.5 टक्के लोक राहत होते. सन 1941 ते 1951 या काळात मात्र एकदम 71 टक्क्यांपर्यंत उतरले. याचे प्रमुख कारण असे आहे की, मुंबईसारख्या शहरांकडे खेड्यातील लोकांची कामधंद्यासाठी लागलेली रीघ होय. 1971 साली ग्रामीण भागातील लोकसंख्येचे प्रमाण 69 टक्के होते.

- पन्नास वर्षांच्या काळात ग्रामीण लोकसंख्या 104 टक्क्यांनी वाढल्याचे दिसून येते.

- ग्रामीण लोकसंख्येच्या टक्केवारीत सातत्याने घटच होत आहे. 1991 साली महाराष्ट्रात ग्रामीण-नागरी लोकसंख्येचे प्रमाण 61% : 39% होते. 2001 साली महाराष्ट्रातील 57.6 टक्के लोक ग्रामीण व 42.4 टक्के लोक नागरी भागात राहत होते.

तक्ता क्र. 7.2 : ग्रामीण व शहरी लोकवस्तीचे प्रमाण (टक्केवारीत)

वर्ष	1921	1931	1941	1951	1961	1971	1981	1991	2001	2011
ग्रामीण	81.5	81.4	78.9	71.3	71.8	68.8	65	61.3	57.6	54.8
शहरी	18.5	18.6	21.1	28.7	28.2	31.2	35	38.7	42.4	45.2

संदर्भ : महाराष्ट्र – 1973-74 व संकलित

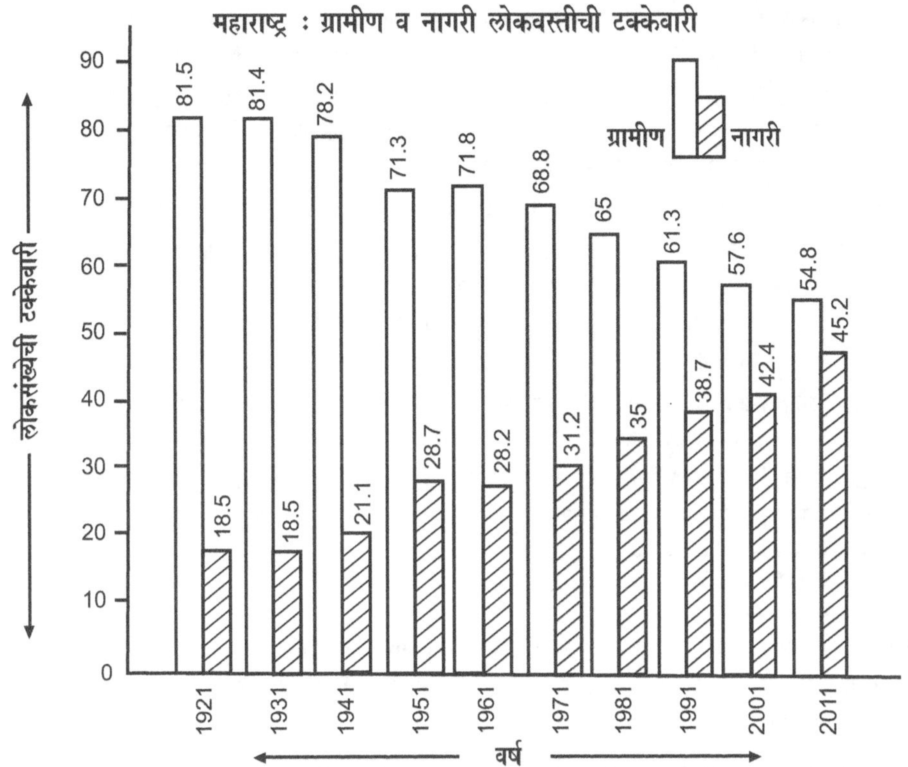

आलेख क्र. 7.3 : महाराष्ट्र – ग्रामीण व नागरी लोकसंख्येची टक्केवारी

- सन 2001 च्या जनगणनेनुसार, ग्रामीण भागात 558 लाख लोक राहत होते. यांपैकी पुरुषांची संख्या (285 लाख) तर स्त्रियांची संख्या (273 लाख) आहे. सन 1991 ते 2001 या दशकात ग्रामीण लोकसंख्येत 15.3 टक्क्यांनी वाढ झालेली आहे.

- सन 2011 च्या जनगणनेनुसार, ग्रामीण भागात 54.8 टक्के लोक तर नागरी भागात 45.2 टक्के लोक राहत होते.

महाराष्ट्राच्या ग्रामीण लोकसंख्येचे जिल्हावार वितरण – 2001

2001 सालच्या जनगणनेनुसार, महाराष्ट्राची ग्रामीण लोकसंख्या 5,57,77,600 आहे तर नागरी लोकसंख्या 4,09,75,600 आहे. महाराष्ट्रात नागरी लोकसंख्येपेक्षा ग्रामीण लोकसंख्या 1,48,02,000 ने जास्त आहे.

1.   **ग्रामीण लोकसंख्येचे पहिले पाच जिल्हे :** 2001 सालच्या जनगणनेनुसार, महाराष्ट्रात सर्वांत जास्त ग्रामीण **लोकसंख्या अहमदनगर जिल्ह्यात 32,36,900 (5.80%) आहे.** या खालोखाल नाशिक : 30,56,200 (5.48%); जळगाव : 26,29,900 (4.71%); सोलापूर : 26,24,300 (4.70%); कोल्हापूर : 24,72,800 (4.33%) असे जिल्ह्यांचे क्रमांक आहेत.

महाराष्ट्राच्या एकूण ग्रामीण लोकसंख्येपैकी लोकसंख्येच्या पहिल्या पाच जिल्ह्यांत 23 टक्के लोक राहतात.

2.   **ग्रामीण लोकसंख्येचे शेवटचे पाच जिल्हे :** 2001 सालच्या जनगणनेनुसार, महाराष्ट्रात सर्वांत कमी ग्रामीण लोकसंख्या **सिंधुदुर्ग जिल्ह्यात 7,86,500 आहे.** यानंतर हिंगोली (8,33,100); वाशीम (8,41,800); गडचिरोली (9,03,000); वर्धा (9,11,700) असे जिल्ह्यांचे क्रमांक आहेत.

3.   **ग्रामीण लोकसंख्या 20 ते 25 लाख दरम्यान असणारे जिल्हे :** पश्चिम महाराष्ट्रातील कोल्हापूर (24.73 लाख) व सातारा (24.11 लाख) हे जिल्हे; कोकणामधील ठाणे जिल्हा (22.29 लाख); मराठवाड्यामधील नांदेड जिल्हा (21.87 लाख) आणि विदर्भामधील यवतमाळ जिल्हा (20.01 लाख) यांचा या गटात समावेश होतो. या पाच जिल्ह्यांत मिळून महाराष्ट्राची 1 कोटी 13 लाख ग्रामीण लोकसंख्या राहते व तिची महाराष्ट्राच्या एकूण ग्रामीण लोकसंख्येशी टक्केवारी 20.26 आहे.

4. **ग्रामीण लोकसंख्या 15 ते 20 लाख दरम्यान असणारे जिल्हे :** कोकणामधील रायगड (16.73 लाख) व रत्नागिरी (15.05 लाख) हे जिल्हे; पश्चिम महाराष्ट्रमधील सांगली जिल्हा (19.5 लाख) याचप्रमाणे मराठवाड्यामधील औरंगाबाद (18.1 लाख), बीड (17.74 लाख), लातूर (15.9 लाख) याशिवाय विदर्भातील बुलडाणा (17.59 लाख) व अमरावती (17.08 लाख) यांचा समावेश या गटात होतो. या आठ जिल्ह्यांत मिळून महाराष्ट्राची 1 कोटी 38 लाख ग्रामीण लोकसंख्या वास्तव्य करते व तिची महाराष्ट्राच्या एकूण ग्रामीण लोकसंख्येशी टक्केवारी 24.69 आहे.

5. **ग्रामीण लोकसंख्या 10 ते 15 लाख दरम्यान असणारे जिल्हे :** खानदेशात धुळे (12.62 लाख) व नंदुरबार (11.09 लाख) हे जिल्हे; मराठवाड्यात जालना (13.05 लाख), परभणी (10.42 लाख), उस्मानाबाद (12.53 लाख) हे जिल्हे; विदर्भात अकोला (10.03 लाख), नागपूर (14.54 लाख), गोंदिया (10.57 लाख), चंद्रपूर (14.06 लाख) हे जिल्हे; यांचा या गटात समावेश होतो. या नऊ जिल्ह्यांत मिळून महाराष्ट्राची 1 कोटी 9 लाख ग्रामीण लोकसंख्या राहते व तिची महाराष्ट्राच्या एकूण ग्रामीण लोकसंख्येशी टक्केवारी 19.53 आहे.

6. **ग्रामीण लोकसंख्या 5 ते 10 लाख दरम्यान असणारे जिल्हे :** कोकणातील सिंधुदुर्ग जिल्हा (7.87 लाख); मराठवाड्यातील हिंगोली जिल्हा (8.33 लाख); विदर्भामधील वाशिम (8.42 लाख), वर्धा (9.12 लाख), भंडारा (9.60 लाख), गडचिरोली (9.03 लाख) या जिल्ह्यांचा या गटात समावेश होतो. या पाच जिल्ह्यांत मिळून महाराष्ट्राची 52.37 लाख ग्रामीण लोकसंख्या राहते व तिची महाराष्ट्राच्या एकूण ग्रामीण लोकसंख्येशी टक्केवारी 9.39 आहे.

6. नागरी लोकसंख्या

भारतातील राज्यांपैकी महाराष्ट्र हे एक राज्य नागरिकीकरणात आघाडीवर आहे. इतर राज्यांच्या तुलनेने पाहता, महाराष्ट्रात नागरिकीकरणाचा वेग जास्त आहे. याचे प्रमुख कारण औद्योगिकीकरणाची सुरुवात महाराष्ट्रात प्रथम सुरू झाली व त्याचा फायदा नागरिकीकरणाच्या प्रक्रियेस मिळाला.

महाराष्ट्रातील नागरिकीकरणाचा सन 1901 ते 1991 पर्यंतचा संक्षिप्त आढावा

- महाराष्ट्रात 1901 व 1911 सालच्या आकडेवारीनुसार फक्त 15 ते 17 टक्के लोक नगरात राहत होते. खऱ्या अर्थाने नागरिकीकरणास फारसा प्रारंभ झालेला नव्हता.

- सन 1921 ते 1971 च्या जनगणनेची आकडेवारी पाहिली असता असे आढळते की, महाराष्ट्रात नागरी विकास हळूहळू परंतु सातत्याने झालेला आहे.

- सन 1921 ते 1941 दरम्यान नागरी प्रमाण 19 ते 21 टक्के दरम्यान होते. त्यानंतर मात्र पुढील दशकात त्यामध्ये एकदम 29 टक्क्यांनी वाढ झाली.

- 1971 साली 31 टक्के लोक नगरात राहत होते. या काळातील नागरी लोकसंख्येच्या वाढीचे प्रमाण पाहता असे दिसून येते की, 1921 ते 1931 दरम्यान नागरी लोकसंख्येत 16 टक्क्यांनी वाढ झाली तर पुढील दशकात 27 टक्के वाढ झाल्याचे दिसून येते.

- **सन 1941 ते 1951 च्या दशकात मात्र नागरी लोकसंख्येच्या वाढीच्या प्रमाणाने उच्चांक गाठला व त्या काळात लोकसंख्येत 62 टक्क्यांनी वाढ झाली. अर्थात, ही प्रचंड वाढ होण्याचे कारण असे की त्या काळात ग्रामीण भागातून फार मोठ्या संख्येने लोकांनी नगराकडे स्थलांतर केले.**

- त्यानंतरच्या पुढील दशकात मात्र नागरी लोकसंख्येची वाढ 21 टक्क्यांनी झाली तर 1961 ते 1971 दरम्यान वाढीचे प्रमाण 41 टक्के होते.

- सन 1921 ते 1971 या दरम्यानच्या काळातील नागरी लोकसंख्येची वाढ पाहता असे आढळून येते की, ती 307 टक्क्यांनी वाढली आहे. यावरून असे लक्षात येईल की, **महाराष्ट्रात अनेक नगरे आणि महानगरातील लोकवस्ती अतिशय झपाट्याने वाढत आहे.**

- 1981 साली नागरी लोकसंख्यावाढीचे प्रमाण 40 टक्के होते तर 1991 साली हेच प्रमाण 39 टक्के लोक होते.

2001 सालच्या जनगणनेनुसार, नागरी लोकसंख्येची काही वैशिष्ट्ये

- सन 2001 च्या जनगणनेनुसार, महाराष्ट्रात नागरी लोकसंख्येची टक्केवारी 42.4 म्हणजे 411 लाख लोक नागरी भागात राहतात. यापैकी 219 लाख पुरुष तर 192 लाख स्त्रिया आहेत.

- **भारतात तमिळनाडू राज्याचा नागरी लोकसंख्येच्या टक्केवारीत (43.9) पहिला क्रमांक आहे तर महाराष्ट्राचा त्याच्या खालोखाल दुसरा क्रमांक आहे.**

- महाराष्ट्रात नागरी लोकसंख्येपैकी 50 टक्के लोक फक्त सात महानगरांमध्ये वास्तव्य करतात. बृहन्मुंबई (मुंबई शहर व मुंबई उपनगर) या मेगा सिटीमध्ये महाराष्ट्रातील नागरी लोकसंख्येपैकी एक-तृतीयांश लोक राहतात तर महाराष्ट्राच्या एकूण लोकसंख्येपैकी बृहन्मुंबईमध्ये 12.4 टक्के लोक राहत आहेत.

- **सन 1991 व 2001 या दशवार्षिकची महानगरांची वाढ पाहता काही वैशिष्ट्ये पाहावयास मिळतात :**

    (i) **बृहन्मुंबईची लोकसंख्येत प्रत्यक्ष वाढ 20 लाख झालेली आहे व ती राज्यात सर्वांत जास्त आहे.** यापैकी 11 लाख लोक स्थलांतरित आहेत.

    (ii) पुणे शहरात या दशकात सुमारे 10 लाखांनी म्हणजेच मुंबई मेगा सिटीच्या निम्म्याने वाढ झालेली आहे हे विशेष !

    (iii) नागपूर, ठाणे, नाशिक व पिंपरी-चिंचवड महानगरात या दशकातील वाढ चार ते पाच लाखांच्या दरम्यान आहे.

    (iv) **लोकसंख्येच्या दशवार्षिक वाढीच्या टक्केवारीदृष्ट्या विचार करता, पिंपरी-चिंचवड महानगरात 95 टक्क्यांनी वाढ झालेली आहे व त्याचा महाराष्ट्रात प्रथम क्रमांक आहे.** या खालोखाल नाशिक (66%) व पुणे (62%) या महानगराचा क्रमांक लागतो.

शहरांच्या वर्गवारीनुसार नागरी लोकसंख्येचे स्वरूप (2001)

'नागरी' याचा अर्थ, ज्या वसाहतीला नगर परिषद महानगरपालिका किंवा कॅन्टोन्मेंट आहे; ज्याची किमान लोकसंख्या 5,000 आहे. ज्या वसाहतीमध्ये 75 टक्के पुरुष कामगार बिगर-शेतीव्यवसायात आहेत व ज्या वसाहतीची लोकसंख्येची घनता दर चौ.कि.मी. ला किमान 400 आहे.

शहरांची लोकसंख्येनुसार वर्गवारी : शहराची वर्गवारी सहा वर्गांत केलेली आहे.

पहिला वर्ग : 1,00,000 पेक्षा जास्त लोकवस्ती	तिसरा वर्ग : 20,000 – 49,999	पाचवा वर्ग : 5,000 – 9,999
दुसरा वर्ग : 50,000 – 99,999	चौथा वर्ग : 10,000 – 19,999	सहावा वर्ग : 5,000 पेक्षा कमी लोकवस्ती

महाराष्ट्रात 1951 साली 352 शहरे होती तर 1961 साली शहरांची संख्या 238 एवढी कमी झाली.

भारतीय जनगणनेद्वारे 'शहराची' सुधारित व्याख्या : संख्या कमी होण्याचे कोणतेही नैसर्गिक किंवा भौगोलिक कारण नव्हते तर भारतीय जनगणनेची नागरी लोकवस्तीची वर उल्लेख केल्याप्रमाणे व्याख्या केली. यामध्ये बिगर-शेतीव्यवसायात 75 टक्के पुरुष कामगार व घनता दर चौ.कि.मी. 400 लोक ही आणखी कलमे समाविष्ट केली. यापूर्वी वसाहतीची फक्त किमान लोकसंख्या 5,000 एवढाच उल्लेख होता.

शिवाय बऱ्याच खेड्यांची लोकवस्ती यापेक्षाही जास्त होती व त्याचा समावेश 'शहर' म्हणून झालेला होता. म्हणूनच महाराष्ट्रात 1951 साली पाचव्या वर्गाच्या शहरांची संख्या 188 होती; ती 1961 साली 73 वर स्थिरावली. त्याचप्रमाणे सहाव्या वर्गाच्या शहरांची संख्या 36 वरून 14 वर आली. या पुढील विश्लेषण शहरांच्या वर्गवारीमध्ये केलेले आहे.

■ पहिल्या वर्गाची शहरे

महाराष्ट्रात 1951 साली पहिल्या वर्गाची (एक लाख लोकवस्तीपेक्षा जास्त) नऊ शहरे होती. याची संख्या 1971 साली 18 शहरे झाली तर 1991 साली 27 शहरे आहेत. 2001 सालानुसार, यांची संख्या 40 पर्यंत वाढलेली आहे.

याच काळात महाराष्ट्रात पहिल्या वर्गाच्या शहरात **1951 साली 50 लाख**; 1971 साली 11 लाख तर **1991 साली 2 कोटी 7 लाख लोक राहत आहेत** असे आढळते. 2001 सालानुसार, 3 कोटी 19 लाख लोक राहत आहेत. टक्केवारीने पाहता, 1951 साली महाराष्ट्रात पहिल्या वर्गात नागरी लोकसंख्येपैकी 54 टक्के; 1971 साली 71 टक्के तर 1991 साली 78 टक्के नागरी लोक राहत होते. 2001 सालानुसार, 77.73 टक्के लोक राहत आहेत. यावरून असे लक्षात येते की, राज्यात पहिल्या वर्गाच्या शहरांचा वाटा सर्वांत जास्त आहे.

पहिल्या वर्गाच्या काही शहरांची वैशिष्ट्ये :

मुंबई शहर व मुंबई उपनगर : बृहन्मुंबईची वाढ झपाट्याने झालेली आहे. 1951 साली बृहन्मुंबईची लोकसंख्या 30 लाख होती. ती 1971 साली 60 लाख झाली. म्हणजे वीस वर्षांत दुप्पट झाली तर **1991 साली 99 लाखांपर्यंत वाढ झालेली आहे.** याचा अर्थ, पुढील वीस वर्षांत लोकसंख्या पुन्हा दीड पटीने झालेली आहे. या काळात दशवार्षिक वाढ 38 ते 53 टक्क्यांपर्यंत झालेली आहे. सन 1991 नंतर बृहन्मुंबईचे दोन जिल्हे निर्माण करण्यात आले. एक मुंबई शहर जिल्हा व दुसरा मुंबई उपनगर जिल्हा होय.

2001 साली मुंबई शहराची लोकसंख्या 33 लाख तर मुंबई उपनगराची लोकसंख्या 86 लाख झालेली आहे. याचप्रमाणे ठाणे जिल्ह्यात कल्याण-डोंबिवलीची लोकसंख्या सुमारे बारा लाखांपर्यंत गेली आहे तर ठाण्याची लोकवस्ती सुमारे 12.6 लाख आहे.

पुणे : पुणे शहराची **1951 साली 6 लाख लोकसंख्या होती.** ती 1971 साली 11 लाखांपर्यंत वाढली. वीस वर्षांत जवळजवळ दुप्पट झाली तर **1991 साली 25 लाखांपर्यंत लोकसंख्या वाढत गेली.** सन 1971 ते 1991 दरम्यान लोकसंख्येची एकूण वाढ दुपटीपेक्षा जास्त झालेली आहे. **पुणे शहराची वाढ याचप्रमाणे त्याच्या परिसरात उभारलेले औद्योगिक कारखाने यामुळे पिंपरी-चिंचवडची नवीन नगरपालिका स्थापन केलेली आहे.** 2001 साली पुण्याची लोकसंख्या 25 लाख तर पिंपरी-चिंचवडची लोकसंख्या दहा लाखांपर्यंत वाढली.

नागपूर : मुंबई व पुणे शहराच्या मानाने **नागपूरच्या लोकसंख्येची वाढ मर्यादित स्वरूपात आढळते.** नागपूरची **1951 साली लोकसंख्या 5 लाख होती.** ती 1971 साली 9 लाखांपर्यंत वाढली तर **1991 साली 17 लाखांपर्यंत झाली.** लोकसंख्येच्या दशवार्षिक वाढीचा वेग सन 1951 ते 61 दरम्यान 42 टक्के होता तर 1981 ते 1991 दरम्यान तो 28 टक्क्यांपर्यंत खाली आलेला आहे. 2001 साली नागपूरची लोकसंख्या 20.5 लाख आहे.

नाशिक : नाशिक नगराची वाढही झपाट्याने होत आहे. 2001 साली नाशिकची लोकसंख्या 11 लाख झालेली आहे.

महाराष्ट्रात (1) बुलडाणा (2) रायगड (3) सातारा (4) उस्मानाबाद (5) रत्नागिरी (6) गडचिरोली (7) सिंधुदुर्ग या जिल्ह्यांमध्ये एक लाख लोकवस्तीचे एकही शहर नाही.

■ दुसऱ्या वर्गाची शहरे (50,000 ते 99,999 लोकसंख्या)

1951 साली 11 शहरे होती तर 1991 साली 28 शहरांपर्यंत संख्या वाढली. 2001 सालानुसार, शहरांची संख्या 44 पर्यंत वाढली. दुसऱ्या वर्गाच्या शहरांच्या **नागरी लोकसंख्येत 7 ते 8 टक्के वाटा आहे.** अशा शहराची एकूण लोकसंख्या 1951 साली 7 लाख होती; ती 1991 साली सुमारे 20 लाखांपर्यंत वाढली. 2001 सालानुसार, शहरांची लोकसंख्या 31.15 लाखांपर्यंत वाढली.

■ तिसऱ्या वर्गाची शहरे (20,000 ते 49,999 लोकसंख्या)

1951 साली फक्त 29 होती; ती 1971 साली 60 झाली. म्हणजे वीस वर्षांत जवळजवळ दुप्पट झाली तर 1991 साली तिसऱ्या वर्गाच्या शहरांची संख्या 103 पर्यंत वाढली. 2001 सालानुसार, शहरांची संख्या 135 पर्यंत वाढली.

तिसऱ्या वर्गाच्या शहरांची 1951 साली एकूण लोकसंख्या 8 लाख होती; ती 1991 साली सुमारे 32 लाख झाली. म्हणजे चाळीस वर्षांच्या काळात चौपट वाढ झालेली आहे.

2001 सालानुसार, तिसऱ्या वर्गाच्या शहरांची लोकसंख्या 41.72 लाखांपर्यंत वाढली. महाराष्ट्रातील एकूण नागरी लोकसंख्येपैकी तिसऱ्या वर्गाच्या शहरात 10.15 टक्के लोक राहतात. महाराष्ट्रात 20,000 ते 49,999 लोकसंख्या असणाऱ्या तिसऱ्या वर्गाच्या लोकसंख्येत झपाट्याने वाढ झालेली आहे.

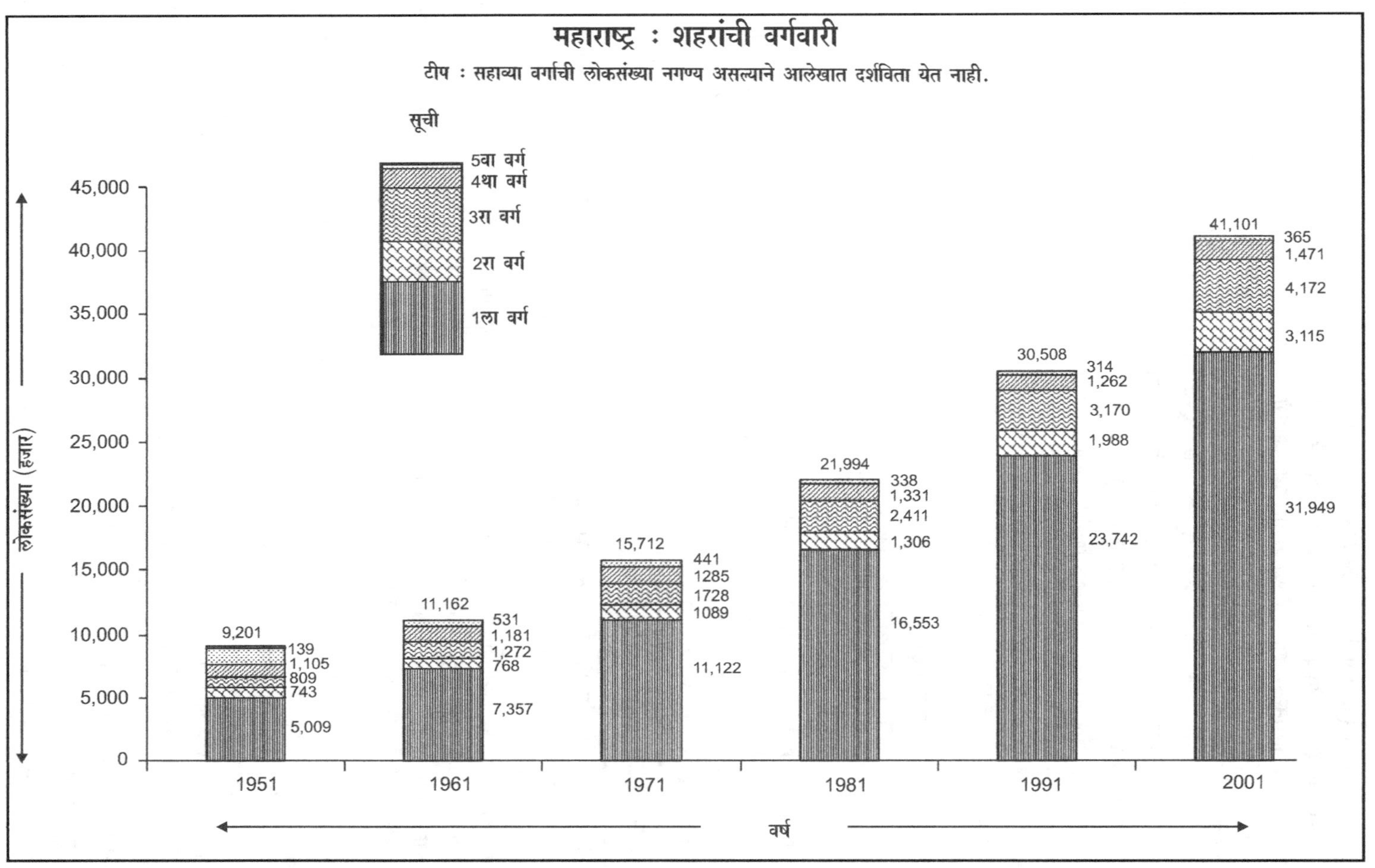

आलेख क्र. 7.4 : महाराष्ट्र – शहरांची वर्गवारी (2001)

■ **चौथ्या वर्गांची शहरे (10,000 ते 19,999 लोकसंख्या)**

1951 साली चौथ्या वर्गाच्या शहरांची संख्या 79 होती; ती 1971 व 1981 साली 91 होती तर **1991 साली शहरांची संख्या 83 पर्यंत आली.** 2001 सालानुसार, शहरांची संख्या 101 पर्यंत वाढली.

चौथ्या वर्गाच्या शहरांची **1951 साली एकूण लोकसंख्या 11 लाख होती;** ती 1971 साली 12.85 लाख झाली. **2001 सालानुसार, लोकसंख्या 14.71 लाखांपर्यंत वाढली.** नागरी लोकसंख्येची टक्केवारी पाहताना मात्र चौथ्या वर्गाच्या शहरामध्ये घट झालेली आढळते. 1951 साली या गटाच्या नागरी लोकसंख्येची टक्केवारी 12 होती; ती 1971 साली 8 टक्क्यांपर्यंत खाली आली तर **2001 सालानुसार याची घसरण 3.58 टक्क्यांपर्यंत झालेली आहे.**

■ **पाचव्या वर्गांची शहरे (5,000 ते 9,999 लोकसंख्या)**

महाराष्ट्रात 1951 साली पाचव्या वर्गाच्या शहरांची संख्या 188 होती; ती 1961 साली 73 पर्यंत घसरली. याचे कारण भारतीय जनगणनेने नगराची व्याख्या बदलली. यामध्ये बिगर-शेतीव्यवसायाचे 75 टक्क्यांपेक्षा जास्त प्रमाण व लोकसंख्येची किमान घनता 400 यांचा समावेश केला. 1981 साली पाचव्या वर्गाच्या शहरांची संख्या 42 टक्क्यांपर्यंत खाली आली तर 2001 सालानुसार शहरांची संख्या 50 पर्यंत वाढलेली आहे.

महाराष्ट्रात पाचव्या वर्गाच्या शहरांची लोकसंख्या 1951 साली 13.29 लाख होती; ती 1971 साली 4.41 लाखांपर्यंत एवढी खाली आली तर 1991 साली 3.14 लाखांवर स्थिरावली. 2001 सालानुसार, पाचव्या वर्गाच्या शहरांची लोकसंख्या 3.65 लाखांपर्यंत झाली.

पाचव्या वर्गाच्या शहरांच्या टक्केवारीमध्ये झपाट्याने घट होत आहे. 1951 साली या वर्गाची नागरी लोकसंख्येची टक्केवारी 18 होती; ती 1971 साली 3 टक्क्यांपर्यंत खाली घसरली तर 2001 सालानुसार शहरांची लोकसंख्येची टक्केवारी फक्त 0.89 टक्के आहे.

■ **सहाव्या वर्गांची शहरे (5,000 पेक्षा कमी लोकसंख्या)**

महाराष्ट्रात सहाव्या वर्गाच्या शहरांचा वाटा एकूण नागरी लोकसंख्येत नगण्य आहे. याची संख्या 1951 साली 36 होती. ती 1991 साली फक्त 9 झाली. 2001 सालानुसार, शहरांची संख्या 8 आहे. याचप्रमाणे याच काळात सहाव्या वर्गाच्या शहरांची लोकसंख्या 1.4 लाखांवरून ती 29,000 पर्यंत घसरलेली आहे.

7.   अनुसूचित जाती-जमाती

अनुसूचित जाती : भारतीय घटनेच्या कलम 341 अन्वये राष्ट्रपर्तींच्या आदेशानुसार, भारतीय समाजातील काही जातीय गटांना 'अनुसूचित जाती' असे घोषित केले आहे. सन 1950 मध्ये अमलात आलेल्या स्वतंत्र भारताच्या राज्यघटनेने 'अनुसूचित जाती' या शब्दप्रयोगाचा स्वीकार केला.

सर्वसाधारणपणे मागासवर्गीय सामाजिक गट सूचित करण्याच्या हेतूने 'अनुसूचित जाती' हा शब्दप्रयोग केलेला आढळतो. भारतीय राज्यघटनेने कलम 366 अन्वये अनुसूचित जातीची व्याख्या केलेली आहे.

"भारतीय घटनेपुरता विचार करावयाचा झाल्यास घटनेच्या कलम 341 अनुसार, ज्या जाती, वंश जनजाती अथवा जाती यांचे भाग अथवा त्यातील गट यांचा अनुसूचित जाती म्हणून उल्लेख केला असेल त्या सामाजिक गटांना 'अनुसूचित जाती' असे मानले जाईल."

अनुसूचित जमाती : *"भारतीय राज्यघटनेच्या कलम 341 (1) अनुसार, राष्ट्रपर्तींनी घोषित केलेल्या जमातींना 'अनुसूचित जमाती' असे म्हणतात."* यात एकाकी, डोंगरावर व जंगलात राहणारे व ज्यांना आधुनिक संस्कृती व जीवनाचा परिचय होऊ शकला नाही अशांचा समावेश होतो. अशा लोकांना 'गिरिजन' किंवा 'आदिवासी' असे म्हणतात. यांचे मागासलेपण हे मुख्यतः आर्थिक व सांस्कृतिक आहे. इतर सर्व भारतीयांपेक्षा शैक्षणिक, आर्थिक, सांस्कृतिकदृष्ट्या मागासलेला समाज म्हणजे 'अनुसूचित जमाती' होय.

महाराष्ट्रात डोंगराळ प्रदेशात घनदाट अरण्यात आदिवासी लोकांचे वास्तव्य आढळते. ते बऱ्याच भागात विखुरलेले आहेत. राज्यात आदिवासी लोकांचे वास्तव्य प्रामुख्याने सह्याद्री पर्वत, सातपुडा पर्वतरांगा व गोंडवन विभागात (विदर्भ व मराठवाडा) पाहावयास मिळते.

आदिवासी लोकांचे वर्गीकरण पुढीलप्रमाणे केले जाते :   I. अनुसूचित जाती   II. अनुसूचित जमाती

I.   अनुसूचित जाती

महाराष्ट्र शासनाने वर्गीकृत जातींची यादी प्रसिद्ध केलेली आहे. अनुसूचित जातींमध्ये महार, मातंग, चर्मकार यांची लोकसंख्या जास्त आहे. याचप्रमाणे होलिया, होलार, ढोर, खाटिक, मेदगी, मेहतर, डोंब, बेरड, शेणवी इत्यादींचा समावेश अनुसूचित जातींमध्ये केलेला आहे. महाराष्ट्रात अनुसूचित जातींमध्ये नवबौद्धांचा समावेश केलेला आहे.

सन 1991 च्या जनगणनेनुसार, अनुसूचित जातींची लोकसंख्या 87,58,000 आहे. त्याचे एकूण लोकसंख्येशी सुमारे 11 टक्के प्रमाण आहे. अनुसूचित जातींमध्ये साक्षरतेचे प्रमाण 56 टक्के आहे. 1981 साली अनुसूचित जातीची लोकसंख्या 44,80,000 होती. त्याचे एकूण लोकसंख्येशी प्रमाण 7.1 टक्के होते.

2001 सालच्या जनगणनेनुसार, अनुसूचित जातींची लोकसंख्या 98.82 लाख आहे. यांपैकी पुरुषांची संख्या (50.63 लाख) व स्त्रियांची संख्या (48.19 लाख) आहे. ग्रामीण भागात अनुसूचित जातींचे 61.7 लाख लोक राहतात. राज्यात अनुसूचित जातींचे प्रमाण 10.2 टक्के आहे.

तक्ता क्र. 7.3 : महाराष्ट्रातील अनुसूचित जाती

1. अगेर	2. अनमुक	3. आरेमाला
4. आरवा माला	5. बहना, बहाना	6. बाकड, बंट
7. बलाही, बलाई	8. बसोर, बुरुड, बांसोर, बासोडी	9. बेडाजंगम, बुडगाजंगम
10. बेरड	11. भांबी, भांभी, असादरू, असोदी, चामडिया, चमार, चमारी, चांभार, चमगार, हरळय्या, हराळी, खालपा, माचीगार, मोचीगार, मादर, मादिक, मोची, तेलगू मोची, कोमटी मोची, राणीगार, रोहिदास, नोना, रामनामी, रोहित, समगार, सतनामी, सूरज्यवंशी, सूरज्यरामनामी.	
12. भंगी, मेहतर, ओलगाना, सखी, मलकाना, हलालखोर, लालवेगी, वाल्मीकी, कोरार, झाडमल्ली.		
13. बिंदला	14. ब्यागारा	15. चलवादी, चन्नया
16. चेन्नदासर, होलया, होलेया दसारी	17. डक्कल, डोक्कलवार	18. चढोर कक्कय्या, दासर कंकय्या, डोहोर
19. डोम, डुमार	20. येल्लमलवार, येल्लमलवंडलु	21. गंडा, गंडी
22. गरोडा, गारो	23. घासी, घासीया	24. हल्लीर
25. हलसार, हसलार, हुलसवार, हलसवार	26. होलार, व्हलार	27. होलय, होलेर, होलेया, होलिया
28. कैकाडी (अकोला, अमरावती, भंडारी, बुलडाणा, नागपूर, वर्धा व यवतमाळ जिल्हे आणि राजुरा तालुका सोडून चंद्रपूर जिल्ह्यात)		29. कटिया, पथरिया
30. खंगार, कनेरा, मिरधा	31. खाटिक, चिकवा, चिकवी	32. कोलपूल-वंडलु
33. कोरी	34. लिंगडेर	35. मादगी
36. मादिगा	37. महारा, मेहरा, तराळ, घेगू-मेगू	38. माह्यावंशी, घेड, वणकर, मारू-वणकर
39. माला	40. माला दासरी	41. माला हन्नाई
42. माला जंगम	43. माला मस्ती	44. माला साले, नेटकानी
45. माला संन्याशी	46. मांग, मातंग, मिनिमादिग, दखनी, मांग, मांग-म्हशी, मदारी, गारुडी, राधेमांग	
47. मांग-गारोडी, मांग-गारुडी	48. मन्ने	49. मस्ती
50. मेघवाल, मेंघवार	51. मिठा अयलवार	52. मुक्री
53. नाडिया हादी	54. पासी	55. सांसी
56. शेणवा, चेणवा, सेडमा, रावत	57. सिंधोल्लू, चिंदोल्लू	58. तिरगार, तिरबंदा
59. तुरी		

महाराष्ट्रातील अनुसूचित जातींमध्ये एकूण 59 जातींचा समावेश केलेला आहे. याची यादी वरील तक्ता क्र. 7.4 मध्ये दिलेली आहे.

II. अनुसूचित जमाती

महाराष्ट्रात अनुसूचित जमाती सुमारे 47 आहेत. यांचे वास्तव्य प्रामुख्याने डोंगराळ भागात व अरण्यात आहे. यांचे वास्तव्य पुढील प्रदेशात आढळते. (अ) सह्याद्री पर्वतमय प्रदेश (ब) सातपुडा पर्वतमय प्रदेश (क) गोंडवन प्रदेश (विदर्भ व मराठवाडा).

1. सह्याद्री पर्वतमय प्रदेश : महाराष्ट्रात सह्याद्री पर्वतरांगांचा प्रदेश व्यापलेले कोकणातील ठाणे, रायगड तसेच पश्चिम महाराष्ट्रातील नाशिक, अहमदनगर, पुणे जिल्ह्यात मुख्यत्वेकरून पश्चिम भागात अनुसूचित जमाती राहतात. सह्याद्री पर्वतमय प्रदेशात महादेव कोळी, वारली, पारधी, ठाकर, मल्हार, कोळी, भिल्ल, काथोळी, कातकरी इत्यादी अनुसूचित जमाती वास्तव्य करतात.

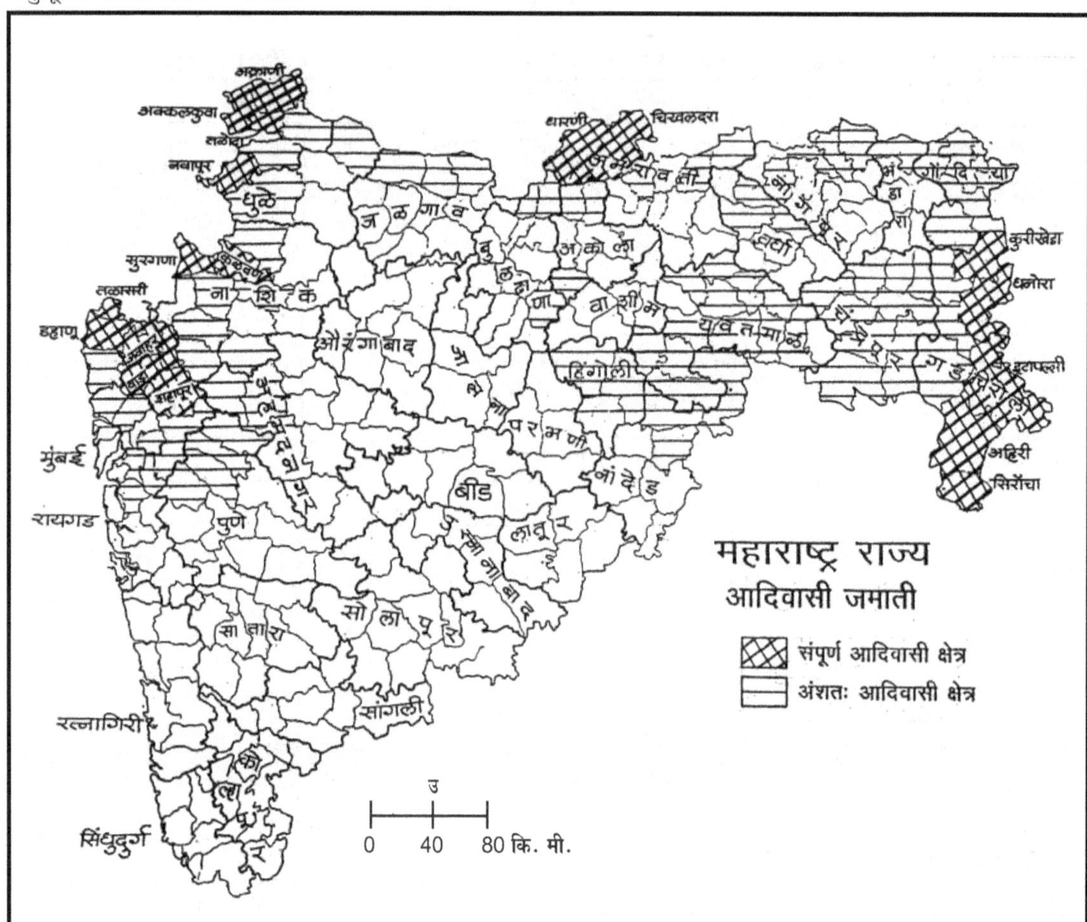

आदिवासी जमाती :

महाराष्ट्रात सह्याद्री पर्वतरांगेत ठाणे, रायगड तसेच नाशिक, अहमदनगर व पुणे जिल्ह्याचा पश्चिम भाग; सातपुडा पर्वतरांगेत नंदुरबार, धुळे, जळगाव व अमरावती तसेच अकोला व बुलडाणा जिल्हा; विदर्भात यवतमाळ, वर्धा, नागपूर, भंडारा, गोंदिया, चंद्रपूर व गडचिरोली तर मराठवाड्यात नांदेड व परभणी-हिंगोली जिल्ह्यात अनुसूचित जमाती राहतात. विदर्भात गडचिरोली जिल्ह्यात कुरखेडा, धानोरा, इटापल्ली, अहेरी, सिरोंचा; नंदुरबार जिल्ह्यात अक्राणी, अक्कलकुवा, नवापूर; अमरावती जिल्ह्यात धारणी व चिखलदरा; ठाणे जिल्ह्यात तळासरी, डहाणू, जव्हार, मोखाडे व जव्हार तालुके; नाशिक जिल्ह्यात सुरगणा व कळवण तालुक्यात अनुसूचित जमातींचे केंद्रीकरण झालेले आहे.

नकाशा क्र. 7.1 : महाराष्ट्र - आदिवासी जमाती

ठाणे जिल्ह्यात तळासरी, डहाणू, जव्हार, मोखाडे व जव्हार तालुके तसेच **नाशिक जिल्ह्यात** सुरगणा व कळवण तालुके; येथे मुख्यत्वेकरून अनुसूचित जमातींचे केंद्रीकरण झालेले आहे.

ठाणे जिल्ह्यातील पालघर, वसई, वाडा, भिवंडी, कल्याण व उल्हासनगर; **रायगड जिल्ह्यातील** पनवेल, खालापूर, कर्जत व पेण; **नाशिक जिल्ह्यातील** सटाणा, दिंडोरी, नाशिक, इगतपुरी व सिन्नर; **अहमदनगर जिल्ह्यातील** जुन्नर; **पुणे जिल्ह्यात** आंबेगाव, खेड व मावळ तालुक्यात अनुसूचित जमाती विखुरलेल्या आहेत.

2.   **सातपुडा पर्वतमय प्रदेश** : महाराष्ट्रात उत्तर भागात सातपुडा पर्वताच्या काही रांगा पसरलेल्या आहेत. धुळे, नंदुरबार, जळगाव व अमरावती त्याचप्रमाणे अकोला व बुलडाणा या जिल्ह्यांत अनुसूचित जमाती राहतात. सातपुडा पर्वतरांगांच्या परिसरात गोमित, पारधी, भिल्ल, कोरकू, गोंड, ढाणका इत्यादी अनुसूचित जमाती वास्तव्य करतात.

नंदुरबार जिल्ह्यातील अक्राणी, अक्कलकुवा, नवापूर तसेच **अमरावती जिल्ह्यात** धारणी व चिखलदरा तालुक्यात अनुसूचित जमातींचे केंद्रीकरण झालेले आहे.

नंदुरबार जिल्ह्यातील शहादा आणि **धुळे जिल्ह्यातील** साक्री व शिरपूर; **जळगाव जिल्ह्यातील** चोपडा, यावल व रावेर; **अमरावती जिल्ह्यातील** मोर्शी व वरुड; **अकोला जिल्ह्यातील** तेल्हारा, अकोट व पातूर; तसेच **बुलडाणा जिल्ह्यातील** मेहेकर तालुक्यात अनुसूचित जमाती विखुरलेल्या आहेत.

3.   **गोंडवन प्रदेश (विदर्भ व मराठवाडा)** : महाराष्ट्रात गोंडवन प्रदेशात विदर्भातील यवतमाळ, वर्धा, नागपूर, भंडारा, गोंदिया, चंद्रपूर व गडचिरोली जिल्हे तसेच मराठवाड्यातील नांदेड, परभणी व हिंगोली या जिल्ह्यांत अनुसूचित जमातींचे वास्तव्य आढळते. गोंडवन प्रदेशात हळबा, पारधी, कोळंब, अध, गोंड, माडिया-गोंड, कोथा इत्यादी अनुसूचित जमाती राहतात.

गडचिरोली जिल्ह्यात कुरखेडा, धानोरा, एटापल्ली, अहेरी व सिरोंचा तालुक्यात अनुसूचित जमातींचे केंद्रीकरण झालेले आहे.

यवतमाळ जिल्ह्यातील दारव्हा व वणी तालुके वगळून उरलेले सर्व तालुके; **वर्धा जिल्ह्यातील** करंजा, सेलू, आर्वी; **नागपूर जिल्ह्यातील** काटोल, रामटेक व पारशिवनी; **भंडारा जिल्ह्यातील** तुमसर, तिरोडा; **गोंदिया जिल्ह्यातील** गोंदिया, आमगाव, सालेकसा, गोरेगाव, देवरी, मोरगाव (अर्जुनी); **संपूर्ण चंद्रपूर जिल्हा** तसेच **गडचिरोली जिल्ह्यातील** चार्मोशी, गडचिरोली व आरमोरी तालुक्यातील अनुसूचित जमाती विखुरलेल्या आहेत.

मराठवाड्यात अनुसूचित जमातींचे प्रमाण कमी आहे. **नांदेड जिल्ह्यात** किनवट, हदगाव, भोकर तर **हिंगोली जिल्ह्यात** हिंगोली व कळमनुरी तालुक्यात अनुसूचित जमाती विखुरलेल्या आहेत.

अनुसूचित जमातींची लोकसंख्या :

(1)   महाराष्ट्रात अनुसूचित जमातींची लोकसंख्या 1981 साली सुमारे 58 लाख होती तर 1991 साली ती 73 लाखांपर्यंत वाढली. महाराष्ट्रातील एकूण लोकसंख्येशी अनुसूचित जमातींची टक्केवारी 9.3 आहे.

(2)   अनुसूचित जमातींमध्ये सन 1991 च्या जनगणनेनुसार, साक्षरतेचे सरासरी प्रमाण सुमारे 37 टक्के आहे. यामध्ये पुरुषांचे प्रमाण 49 टक्के तर स्त्रियांचे प्रमाण फक्त 24 टक्के आहे.

(3)   सन 2001 च्या जनगणनेनुसार, महाराष्ट्रात अनुसूचित जमातींची लोकसंख्या 85.77 लाख आहे. यामध्ये पुरुषांची संख्या (43.68 लाख) व स्त्रियांची संख्या (42.49 लाख) आहे.

(4)   राज्यात अनुसूचित जमाती 8.5 टक्के आहेत. ग्रामीण भागात अनुसूचित जमातींचे 87.3 टक्के लोकांचे वास्तव्य आहे.

(5)   सन 1991 च्या जनगणनेनुसार, महाराष्ट्रात **विमुक्त जाती व भटक्या जमातींची** लोकसंख्या सुमारे 20 लाख आहे.

महाराष्ट्रामधील अनुसूचित जाती व अनुसूचित जमातींची लोकसंख्या – 2001

(अ) अनुसूचित जातींची लोकसंख्या वितरण – 2001

महाराष्ट्रात 2001 सालच्या जनगणनेनुसार, अनुसूचित जातींची लोकसंख्या 98,81,656 असून तिची एकूण लोकसंख्येशी टक्केवारी 10.20 आहे.

▪   **वैशिष्ट्ये :**

1.   **अनुसूचित जातींच्या लोकसंख्येनुसार पहिले पाच जिल्हे :** 2001 सालच्या जनगणनेनुसार, महाराष्ट्रात अनुसूचित जातींच्या लोकसंख्येमध्ये सर्वांत प्रथम क्रमांक पुणे जिल्हा : **7.62 लाख (7.71%)** आहे. या खालोखाल नागपूर : 6.96 लाख (7.0%); सोलापूर : 5.78 लाख (5.85%); नांदेड : 4.98 लाख (5.04%); अहमदनगर : 4.85 लाख (4.90%) असे जिल्ह्यांचे क्रमांक येतात. **महाराष्ट्रामधील वरील पाच जिल्ह्यांची मिळून अनुसूचित जातींच्या लोकसंख्येची टक्केवारी 30.5 आहे.**

2.   **अनुसूचित जातींच्या लोकसंख्येनुसार शेवटचे पाच जिल्हे :** 2001 सालच्या जनगणनेनुसार, महाराष्ट्रात अनुसूचित जातींच्या लोकसंख्येमध्ये सर्वांत शेवटचा जिल्हा रत्नागिरी (24,515) आहे. यानंतर सिंधुदुर्ग (38,536); नंदुरबार (41,412); रायगड (53,667); हिंगोली (1,07,697) असे जिल्ह्यांचे क्रमांक येतात.

3.   **प्रशासकीय विभागानुसार अनुसूचित जातींच्या लोकसंख्येचे स्वरूप :** महाराष्ट्रात प्रशासकीय विभागानुसार अनुसूचित जातींची सर्वांत जास्त लोकसंख्या पुणे विभागात (23.49 लाख) तर सर्वांत कमी लोकसंख्या अमरावती विभागात (12.72 लाख) आहे.

4.   **अनुसूचित जातींची लोकसंख्या 4.01 ते 5 लाख दरम्यान असणारे जिल्हे :** महाराष्ट्रात या गटात पाच जिल्हे आहेत. अनुसूचित जातींची लोकसंख्या कोल्हापूर जिल्ह्यात (4.50 लाख) असून या खालोखाल अमरावती (4.47 लाख), नाशिक (4.27 लाख), लातूर (4.04 लाख), मुंबई उपनगर (4.02 लाख) असे जिल्ह्यांचे क्रमांक येतात.

5.   **अनुसूचित जातींची लोकसंख्या 3.01 ते 4 लाख दरम्यान असणारे जिल्हे :** या गटात तीन जिल्हे आहेत. अनुसूचित जातींची लोकसंख्या औरंगाबाद जिल्ह्यात (3.76 लाख) असून या खालोखाल ठाणे (3.40 लाख) आणि सांगली (3.13 लाख) हे जिल्हे येतात.

6.   **अनुसूचित जातींची लोकसंख्या 2.01 ते 3 लाख दरम्यान असणारे जिल्हे :** या गटात आठ जिल्ह्यांचा समावेश होतो. अनुसूचित जातींची लोकसंख्या चंद्रपूर जिल्ह्यात (2.97 लाख) तर भंडारा जिल्ह्यात (2.02 लाख) आहे. या दरम्यान उतरत्या क्रमाने जळगाव (2.87 लाख), बीड (2.81 लाख), यवतमाळ (2.53 लाख), सातारा व उस्मानाबाद (2.46 लाख), बुलडाणा (2.42 लाख) हे जिल्हे येतात.

7.   **अनुसूचित जातींची लोकसंख्या 1.01 ते 2.0 लाख दरम्यान असणारे जिल्हे :** या गटात दहा जिल्ह्यांचा समावेश होतो. अनुसूचित जातींची लोकसंख्या मुंबई शहरात (1.83 लाख) तर गडचिरोली जिल्ह्यात (1.08 लाख) आहे. महाराष्ट्रामधील उर्वरित जिल्ह्यांची अनुसूचित जातींची लोकसंख्या यांच्या दरम्यान आहे.

(ब) अनुसूचित जमातींची लोकसंख्या वितरण – 2001

महाराष्ट्रात 2001 सालच्या जनगणनेनुसार, अनुसूचित जमातींची लोकसंख्या 85,77,276 असून तिची एकूण लोकसंख्येशी टक्केवारी 8.85 आहे.

■   **वैशिष्ट्ये :**

1.   **अनुसूचित जमातींच्या लोकसंख्येनुसार पहिले पाच जिल्हे :** 2001 सालच्या जनगणनेनुसार, महाराष्ट्रात अनुसूचित जमातींच्या लोकसंख्येमध्ये सर्वांत प्रथम क्रमांक ठाणे जिल्हा : 11.99 लाख असून त्याची टक्केवारी 13.98 आहे. या खालोखाल नाशिक : 11.94 लाख (13.92%); नंदुरबार : 8.6 लाख (10.02%); यवतमाळ : 4.73 लाख (5.52%); नागपूर : 4.44 लाख (5.18%) असे जिल्ह्यांचे क्रमांक आहेत. **महाराष्ट्रातील एकूण अनुसूचित जमातींच्या लोकसंख्येपैकी वरील पाच जिल्ह्यांत मिळून 48.62 टक्के लोक राहतात.**

2.   **अनुसूचित जमातींच्या लोकसंख्येनुसार शेवटचे पाच जिल्हे :** 2001 सालच्या जनगणनेनुसार, महाराष्ट्रात अनुसूचित जमातींच्या लोकसंख्येमध्ये सर्वांत शेवटचा जिल्हा सिंधुदुर्ग (4,952) आहे. यानंतर सांगली (17,855); रत्नागिरी (20,102); मुंबई शहर (20,666); कोल्हापूर (21,387) असे जिल्ह्यांचे क्रमांक आहेत.

3.   **प्रशासकीय विभागानुसार अनुसूचित जमातींच्या लोकसंख्येचे स्वरूप :** 2001 सालच्या जनगणनेनुसार, महाराष्ट्रात अनुसूचित जमातींची सर्वांत जास्त लोकसंख्या नाशिक विभागात (32.37 लाख) असून सर्वांत कमी लोकसंख्या पुणे विभागात (3.92 लाख) आहे.

4.   **अनुसूचित जमातींची लोकसंख्या 4.01 ते 5 लाख दरम्यान असणारे जिल्हे :** या गटात वर उल्लेखिलेल्या जिल्ह्यांव्यतिरिक्त धुळे (4.44 लाख) आणि जळगाव (4.36 लाख) या जिल्ह्यांचा समावेश होतो.

5.   **अनुसूचित जमातींची लोकसंख्या 3.01 ते 4 लाख दरम्यान असणारे जिल्हे :** या गटात चंद्रपूर (3.75 लाख), गडचिरोली (3.72 लाख), अमरावती (3.57 लाख) आणि अहमदनगर (3.03 लाख) या जिल्ह्यांचा समावेश होतो.

तक्ता क्र. 7.4 : महाराष्ट्रातील अनुसूचित जमाती (जिल्हा व तालुकावार वितरण)

प्रदेश/जिल्हा	तालुके	प्रमुख अनुसूचित जमाती
सह्याद्री पर्वतमय प्रदेश		
1. ठाणे	**शहापूर**, भिवंडी, कल्याण व उल्हासनगर.	महादेव कोळी, वारली, पारधी, गोंड, कोकण, ठाकर, मल्हारकोळी, भिल्ल, काथोडी
2. पालघर	**तळासरी**, **डहाणू**, **जव्हार**, **मोखाडे**, पालघर, वसई, वाडा व विक्रमगड.	महादेव कोळी, वारली, पारधी, गोंड, कोकण, ठाकर, मल्हारकोळी, भिल्ल, काथोडी
3. रायगड	पनवेल, खालापूर, कर्जत व पेण.	ठाकर, वारली, कातकरी
4. नाशिक	**सुरगणा**, **कळवण**, सटाणा, दिंडोरी, नाशिक, इगतपुरी, सिन्नर.	ठाकर, कातकरी, महादेव कोळी, वारली, पारधी.
5. अहमदनगर	अकोले, संगमनेर.	महादेव कोळी, कातकरी, वारली, ठाकर.
6. पुणे	जुन्नर, आंबेगाव, राजगुरुनगर (खेड), मावळ.	महादेव कोळी, कातकरी, वारली, ठाकर.
सह्याद्री पर्वतमय प्रदेश		
7. नंदुरबार	**अक्राणी**, **अक्कलकुवा**, **नवापूर**, शहादा.	गोमित, पारधी, भिल्ल.
8. धुळे	साक्री, शिरपूर.	
9. जळगाव	चोपडा, यावल, रावेर.	भिल्ल
10. अमरावती	**धारणी**, **चिखलदरा**, मोर्शी, वरुड.	कोरकू, गोंड, ढाणका.
11. बुलडाणा	मेहेकर	
गोंडवन प्रदेश (विदर्भ व मराठवाडा)		
12. नांदेड	किनवट, हदगाव, भोकर.	
13. हिंगोली	हिंगोली, कळमनुरी.	
14. यवतमाळ	राळेगाव, कळंब, बाभूळगाव, नेर, पुसद, महागाव, उमरखेड, दिग्रस, घाटंजी, केळापूर, मारेगाव, यवतमाळ, आरणी, झरी, जामनी (दारव्हा व वणी वगळून सर्व तालुके).	
15. वर्धा	करंजा, सेलू, आर्वी	
16. नागपूर	काटोल, रामटेक, पारशिवनी	गोंड
17. भंडारा	तुमसर	
18. गोंदिया	तिरोडा, गोंदिया, आमगाव, सालकेसा, गोरेगाव, देवरी, अर्जुनी (मोरगाव), मारेगाव.	
19. चंद्रपूर	संपूर्ण जिल्हा	माडिया गोंड, कोया, हळबा.
20. गडचिरोली	**कुरखेडा**, **धानोरा**, **एटापल्ली**, **अहेरी**, **सिरोंचा**, चार्मोशी, गडचिरोली, आरमोरी.	माडिया गोंड, कोया, हळबा, गोंड.

टीप : ठळक अक्षरातील तालुक्यात अनुसूचित जमातींचे केंद्रीकरण झालेले आहे.

6. **अनुसूचित जमातींची लोकसंख्या 2.01 ते 3 लाख दरम्यान असणारे जिल्हे :** या गटात रायगड (2.69 लाख), पुणे (2.62 लाख) व नांदेड (2.54 लाख) या जिल्ह्यांचा समावेश होतो.

7. **अनुसूचित जमातींची लोकसंख्या 1.01 ते 2.0 लाख दरम्यान असणारे जिल्हे :** या गटात गोंदिया (1.96 लाख), वर्धा (1.54 लाख), बुलडाणा (1.15 लाख), अकोला व औरंगाबाद (1 लाख) या जिल्ह्यांचा समावेश होतो.

8. **अनुसूचित जमातींची लोकसंख्या 25,001 ते 1 लाख दरम्यान असणारे जिल्हे :** या गटात आठ जिल्ह्यांचा समावेश होतो. अनुसूचित जमातींची लोकसंख्या भंडारा जिल्ह्यात (98,000) तर उस्मानाबाद जिल्ह्यात (28,000) आहे. महाराष्ट्रामधील उर्वरित जिल्ह्यांची अनुसूचित जमातींची लोकसंख्या यांच्या दरम्यान आहे.

(क) अनुसूचित जाती व अनुसूचित जमाती यांच्या एकत्रित लोकसंख्येची जिल्ह्यातील एकूण लोकसंख्येशी टक्केवारी - 2001

2001 सालच्या जनगणनेनुसार, महाराष्ट्रात अनुसूचित जाती व अनुसूचित जमाती यांच्या एकूण लोकसंख्येशी टक्केवारी 19.1 आहे तर त्याची लोकसंख्या 1,84,58,932 आहे.

■ **वैशिष्ट्ये :**

1. **अनुसूचित जाती व अनुसूचित जमातींच्या एकत्रित लोकसंख्येची जिल्ह्यातील एकूण लोकसंख्येच्या टक्केवारीनुसार पहिले पाच जिल्हे :** 2001 सालच्या जनगणनेनुसार, महाराष्ट्रात सर्वांत प्रथम क्रमांक नंदुरबार जिल्हा असून त्याची टक्केवारी 68.7 आहे. या खालोखाल गडचिरोली (49.5); नाशिक (32.5); चंद्रपूर (32.5) आणि धुळे (32.4) असे जिल्ह्यांचे क्रमांक आहेत.

2. **अनुसूचित जाती व अनुसूचित जमातींच्या एकत्रित लोकसंख्येची जिल्ह्यातील एकूण लोकसंख्येच्या टक्केवारीनुसार शेवटचे पाच जिल्हे :** 2001 सालच्या जनगणनेनुसार, महाराष्ट्रात सर्वांत शेवटचा जिल्हा रत्नागिरी असून त्याची टक्केवारी फक्त 2.6 आहे. यानंतर सिंधुदुर्ग (5.0), बृहन्मुंबई (5.69), सातारा (9.5), परभणी (12.3) असे जिल्ह्यांचे क्रमांक आहेत.

3. **प्रशासकीय विभागानुसार अनुसूचित जाती व अनुसूचित जमातींच्या एकत्रित लोकसंख्येच्या टक्केवारीचे स्वरूप :** 2001 सालच्या जनगणनेनुसार, महाराष्ट्रात सर्वांत जास्त टक्केवारी नाशिक विभागाची (29.14) असून सर्वांत कमी टक्केवारी कोकण विभागाची (10.56) आहे.

4. **अनुसूचित जाती व अनुसूचित जमातींच्या एकत्रित लोकसंख्येची जिल्ह्यातील एकूण लोकसंख्येशी टक्केवारी :**

(i) **30.01 ते 40 टक्के दरम्यान असणारे जिल्हे :** या गटात वर उल्लेखिलेले जिल्हे वगळून अमरावती (30.8%) आणि गोंदिया (30.3%) या जिल्ह्यांचा समावेश होतो.

(ii) **20.01 ते 30 टक्के दरम्यान असणारे जिल्हे :** या गटात मराठवाड्यामधील नांदेड (26.1%) व लातूर (21.7%) हे जिल्हे; विदर्भातील यवतमाळ (29.5%), नागपूर (28.0%), भंडारा (26.4%), वर्धा (25.3%) आणि वाशीम (22.9%) या जिल्ह्यांचा समावेश होतो.

(iii) **10.01 ते 20 टक्के दरम्यान असणारे जिल्हे :** या गटात अनुसूचित जाती व अनुसूचित जमातींच्या एकत्रित लोकसंख्येची टक्केवारी असणारे जिल्हे जास्त म्हणजे पंधरा असल्याने याची दोन उपगटात विभागणी केली आहे.

(a) **15.01 ते 20 टक्के दरम्यान असणारे जिल्हे :** या गटात नऊ जिल्हे येतात. अनुसूचित जाती व अनुसूचित जमातींच्या एकत्रित टक्केवारीत सर्वांत जास्त टक्केवारी जळगाव जिल्हा (19.6%) असून सर्वांत कमी टक्केवारी बुलडाणा जिल्हा (16%) आहे. या दरम्यान अहमदनगर (19.5%), हिंगोली (19.0%), उस्मानाबाद (18.4%), ठाणे (18.1%), सोलापूर (16.8%), औरंगाबाद (16.5%), अकोला (16.5%) हे जिल्हे उतरत्या क्रमाने येतात.

(b) **10.1 ते 15 टक्के दरम्यान असणारे जिल्हे :** या गटात सर्वांत जास्त टक्केवारी रायगड जिल्ह्याची (14.6%) असून सर्वांत कमी टक्केवारी परभणी जिल्ह्याची (12.3%) आहे. या दरम्यान बीड (14.1%), कोल्हापूर (13.4%), जालना (13.2%), सांगली (12.8%) हे जिल्हे उतरत्या क्रमाने येतात.

महाराष्ट्र : लोकसंख्याशास्त्रीय घटक
(सर्वांत पहिला आणि शेवटचा जिल्हा : 2001)

घटक	पहिला जिल्हा	शेवटचा जिल्हा
मुख्यतः काम करणाऱ्यांची एकूण लोकसंख्येशी टक्केवारी	हिंगोली (41.82%)	सिंधुदुर्ग (26.61%)
कृषीविषयक काम करणाऱ्यांची एकूण लोकसंख्येशी टक्केवारी	वाशीम (83.78%)	बृहन्मुंबई (0.18%) व ठाणे (21.87%)
काम करणाऱ्या स्त्रियांचा सहभाग दर	गडचिरोली (46.89%)	बृहन्मुंबई (13.06%)
दरडोई निव्वळ उत्पन्न (वर्ष 2008–09)	बृहन्मुंबई (₹ 89,343)	वाशीम (₹ 23,628)
कुटुंबांची संख्या	मुंबई उपनगर (18.38 लाख)	हिंगोली (1.81 लाख)
पुरुषांची संख्या	मुंबई उपनगर (47.42 लाख)	सिंधुदुर्ग (4.18 लाख)
स्त्रियांची संख्या	मुंबई उपनगर (38.99 लाख)	सिंधुदुर्ग (4.51 लाख)
एकूण पुरुष-स्त्रियांची संख्या	मुंबई उपनगर (86.40 लाख)	सिंधुदुर्ग (8.69 लाख)
बेघर व्यक्तींची संख्या	ठाणे (51,888)	हिंगोली (1,286)
संस्थांमध्ये राहणाऱ्या व्यक्ती	पुणे (98,856)	सिंधुदुर्ग (5,036)
बेघर आणि संस्थांमध्ये राहणाऱ्या व्यक्ती	ठाणे (1,43,134)	हिंगोली (7,691)
ग्रामीण लोकसंख्या (2001)	अहमदनगर (32.37 लाख)	सिंधुदुर्ग (7.86 लाख)
गावांची संख्या (2001)	नाशिक (1,923)	हिंगोली (672)
ओसाड गावांची संख्या	वर्धा (378)	धुळे (3)
कोकणामध्ये सिंधुदुर्ग जिल्हा आर्थिकदृष्ट्या मागास असूनही एकही ओसाड गाव नाही, हे विशेष !		
नागरी लोकसंख्या (2001)	मुंबई उपनगर (85.88 लाख)	गडचिरोली (67,000)
अनुसूचित जातींची लोकसंख्या	पुणे (7.62 लाख)	रत्नागिरी (24,515)
अनुसूचित जमातींची लोकसंख्या (2001)	ठाणे (11.99 लाख)	सिंधुदुर्ग (4,952)

बहुपर्यायी प्रश्न

1. 2001 सालच्या जनगणनेनुसार महाराष्ट्रात . . . . शहर संकुले आहेत.

    (1) 14　　　　　(2) 16　　　　　(3) 12　　　　　(4) 18

2. सह्याद्री पर्वतरांगा, सातपुडा पर्वतरांगा व पूर्व विदर्भात लोकवस्ती . . . . आहे.

    (1) अति दाट　　　(2) दाट　　　　(3) मध्यम　　　(4) विरळ

3. मुंबईला लोकसंख्येची घनता . . . . आहे.

    (1) मध्यम　　　(2) दाट　　　　(3) अति दाट　　　(4) विरळ

4. मराठवाड्यात . . . . घनतेची लोकवस्ती आहे.

    (1) दाट　　　　(2) मध्यम　　　(3) अति दाट　　　(4) विरळ

5. . . . . मध्ये कमी घनतेची लोकवस्ती आढळते.

    (1) निश्चित पावसाचा प्रदेश　　　　(2) अवर्षणप्रवण क्षेत्र

    (3) जास्त पावसाचा प्रदेश　　　　(4) मध्यम पावसाचा प्रदेश

6. .... असणाऱ्या प्रदेशात लोकवस्ती मध्यम ते दाट आहे.
   - (1) काळी मृदा
   - (2) जांभी मृदा
   - (3) गाळाची मृदा
   - (4) तांबडी व पिवळसर मृदा

7. .... दाट अरण्याच्या जिल्ह्यात विरळ लोकवस्ती आहे.
   - (1) रत्नागिरी व सिंधुदुर्ग
   - (2) सातारा व सांगली
   - (3) चंद्रपूर व गडचिरोली
   - (4) नगर व नाशिक

8. द्वितीय श्रेणी व्यवसाय असणाऱ्या .... परिसरात दाट लोकवस्ती आहे.
   - (1) लातूर-उस्मानाबाद
   - (2) जळगाव-भुसावळ
   - (3) पंढरपूर-सोलापूर
   - (4) पिंपरी-चिंचवड

9. मुंबई-ठाणे औद्योगिक परिसरात लोकसंख्येची घनता .... आहे.
   - (1) अति दाट
   - (2) दाट
   - (3) कमी
   - (4) मध्यम

10. महाराष्ट्रात सर्वांत जास्त स्थलांतर .... आहे.
    - (1) नागरीकडून ग्रामीणकडे
    - (2) ग्रामीणकडून ग्रामीणकडे
    - (3) ग्रामीणकडून नगराकडे
    - (4) नगराकडून नगराकडे

11. महाराष्ट्रात 2026 सालाची अंदाजित लोकसंख्या .... कोटी असेल.
    - (1) 12.99 कोटी
    - (2) 11.24 कोटी
    - (3) 14.00 कोटी
    - (4) 11 कोटी

12. पालघर जिल्ह्याचा अंतर्गत भाग वनांचा आणि आदिवासी लोकांचा .... लोकवस्तीचा आहे.
    - (1) घनदाट
    - (2) मध्यम
    - (3) विरळ
    - (4) सर्वसाधारण

13. पश्चिम महाराष्ट्रामधील 'साखर पट्ट्याच्या' प्रदेशात .... लोकवस्ती आहे.
    - (1) दाट
    - (2) विरळ
    - (3) कमी
    - (4) मध्यम

14. पुणे औद्योगिक पट्ट्यात .... लोकवस्ती आहे.
    - (1) अति दाट
    - (2) मध्यम
    - (3) विरळ
    - (4) कमी

15. मराठवाड्यात औरंगाबाद परिसरात .... लोकवस्तीची घनता आहे
    - (1) सर्वसाधारण
    - (2) मध्यम
    - (3) विरळ
    - (4) दाट

16. महाराष्ट्रात 2001 सालच्या जनगणनेनुसार, जन्मदर दरहजारी लोकसंख्येमागे .... आहे.
    - (1) 20.7
    - (2) 18.5
    - (3) 17.9
    - (4) 19.1

17. महाराष्ट्रात 2001 सालच्या जनगणनेनुसार, मृत्युदर दरहजारी लोकसंख्येमागे .... आहे.
    - (1) 6.6
    - (2) 8.5
    - (3) 7.5
    - (4) 6.8

18. महाराष्ट्रात 2001 सालच्या जनगणनेनुसार, बालमृत्यूचे प्रमाण दरहजारी .... आहे.
    - (1) 72
    - (2) 36
    - (3) 33
    - (4) 45

19. 2001 सालच्या जनगणनेनुसार, महाराष्ट्रात 15 ते 49 वयोगटात सर्वांत जास्त .... वाढ झालेली आहे.
    - (1) 214 लाख
    - (2) 137 लाख
    - (3) 28 लाख
    - (4) 30 लाख

20. 2001 सालच्या जनगणनेनुसार, काम करणाऱ्या एकूण लोकांची संख्या सुमारे .... आहे.
    - (1) 269 लाख
    - (2) 412 लाख
    - (3) 143 लाख
    - (4) 108 लाख

21. 2001 सालच्या जनगणनेनुसार, काम करणाऱ्या लोकांमध्ये .... लोकांची संख्या जास्त आहे.
    - (1) शेतकरी
    - (2) शेतमजूर
    - (3) इतर सेवा करणारे
    - (4) घरगुती उद्योग

22. 2001 सालच्या जनगणनेनुसार, महाराष्ट्रात हिंदी भाषिकांची टक्केवारी . . . . आहे.
    (1) 12%   (2) 7%   (3) 3%   (4) 2.5%

23. 2001 सालच्या जनगणनेनुसार, महाराष्ट्रात मुस्लीमधर्मीयांची टक्केवारी . . . . आहे.
    (1) 6%   (2) 1%   (3) 11%   (4) 8%

24. 2002 सालानुसार महाराष्ट्रात दारिद्र्यरेषेखालील ग्रामीण कुटुंबांची टक्केवारी . . . . आहे.
    (1) 51%   (2) 45%   (3) 25%   (4) 36%

25. महाराष्ट्रात दारिद्र्यरेषेखालील ग्रामीण कुटुंबांच्या टक्केवारीत सर्वप्रथम . . . . जिल्हा आहे.
    (1) नंदुरबार   (2) गोंदिया   (3) गडचिरोली   (4) धुळे

26. 2008-09 सालानुसार, महाराष्ट्रात दरडोई निव्वळ उत्पन्नाच्या आधारे सर्वप्रथम क्रमांक . . . . जिल्ह्याचा आहे.
    (1) पुणे   (2) ठाणे   (3) बृहन्मुंबई   (4) नागपूर

27. 2001 सालच्या जनगणनेनुसार महाराष्ट्रात एकूण लोकसंख्येशी अनुसूचित जातीच्या लोकसंख्येची . . . . टक्केवारी आहे.
    (1) 10.20%   (2) 15%   (3) 7.0%   (4) 6%

28. 2001 सालच्या जनगणनेनुसार, महाराष्ट्रात अनुसूचित जातीच्या लोकसंख्येत . . . . जिल्ह्याचा सर्वप्रथम क्रमांक आहे.
    (1) नागपूर   (2) पुणे   (3) सोलापूर   (4) नांदेड

29. 2001 सालच्या जनगणनेनुसार, महाराष्ट्रात एकूण लोकसंख्येशी अनुसूचित जमातींची . . . . टक्केवारी आहे.
    (1) 10.00%   (2) 6%   (3) 8.85%   (4) 12%

30. 2001 सालच्या जनगणनेनुसार, अनुसूचित जमातीच्या लोकसंख्येत . . . . जिल्ह्याचा सर्वप्रथम क्रमांक आहे.
    (1) नंदुरबार   (2) यवतमाळ   (3) नाशिक   (4) ठाणे

31. महाराष्ट्रात सन 1921 पर्यंत लोकसंख्येला . . . . मुळे आळा बसलेला होता.
    (1) जास्त मृत्यू प्रमाण   (2) साथीचे रोग
    (3) वैद्यकीय सुविधांची अनुपलब्धता   (4) वरील सर्व.

32. महाराष्ट्रात सन 1921 नंतर लोकसंख्येत . . . . यामुळे वाढ होत गेली.
    (1) मृत्यूच्या प्रमाणात घट   (2) आयुष्यमानात वाढ
    (3) वैद्यकीय सुविधांची उपलब्धता   (4) वरील सर्व.

33. महाराष्ट्रात सन 1921 च्या जनगणनेच्या वेळी दरहजारी जन्माचे प्रमाण 47 होते, ते 1971 साली . . . . पर्यंत खाली घसरले.
    (1) 43   (2) 36   (3) 39   (4) 33

34. महाराष्ट्रात 2001 साली जन्मप्रमाण दरहजारी 21 होते, ते 2008 साली . . . . पर्यंत खाली आणले.
    (1) 17.9   (2) 19.0   (3) 16   (4) 19.6

35. महाराष्ट्रात 1971 च्या जनगणनेमध्ये मृत्युप्रमाण 13 होते, ते 2001 साली जनगणनेमध्ये . . . . पर्यंत खाली आले.
    (1) 10.5   (2) 6.0   (3) 7.5   (4) 8.5

36. महाराष्ट्रात 1921 च्या जनगणनेनुसार, बालमृत्यू प्रमाण दरहजारी . . . . होते.
    (1) 271   (2) 171   (3) 225   (4) 151

37. महाराष्ट्रात 2008 साली बालमृत्यू प्रमाण . . . . होते.
    (1) 45   (2) 33   (3) 54   (4) 96

38. महाराष्ट्रात बालिकांचे प्रमाण . . . . आहे.

    (1) वाढत   (2) साधारण वाढत   (3) तेवढेच   (4) कमी होत

39. महाराष्ट्रात ज्येष्ठ नागरिकांचे प्रमाण . . . . आहे.

    (1) वाढत   (2) कमी होत   (3) तेवढेच   (4) यांपैकी नाही.

40. महाराष्ट्रात 2001 सालच्या जनगणनेनुसार, काम करणाऱ्या लोकांमध्ये . . . . लोकांची संख्या सर्वांत कमी आहे.

    (1) शेतकरी   (2) इतर सेवा करणारे   (3) घरगुती उद्योग   (4) शेतमजूर

41. महाराष्ट्रात 2001 सालच्या जनगणनेनुसार, मुख्यतः काम करणाऱ्यांच्या जिल्हावार एकूण लोकसंख्येच्या टक्केवारीमध्ये . . . . जिल्ह्याचा प्रथम क्रमांक आहे.

    (1) बुलडाणा   (2) हिंगोली   (3) कोल्हापूर   (4) अहमदनगर

42. महाराष्ट्रात 2001 सालच्या जनगणनेनुसार, मुख्यतः काम करणाऱ्यांच्या जिल्हावार एकूण लोकसंख्येच्या टक्केवारीमध्ये . . . . जिल्ह्याचा शेवटचा क्रमांक आहे.

    (1) रायगड   (2) नागपूर   (3) गोंदिया   (4) सिंधुदुर्ग

43. महाराष्ट्रात 2001 सालच्या जनगणनेनुसार, कृषीविषयक काम करणाऱ्यांच्या जिल्हावार एकूण लोकसंख्येच्या टक्केवारीमध्ये . . . . जिल्ह्याचा प्रथम क्रमांक आहे.

    (1) हिंगोली   (2) वाशिम   (3) गडचिरोली   (4) नंदुरबार

44. महाराष्ट्रात 2001 सालच्या जनगणनेनुसार, स्त्रियांच्या सहभाग दरात . . . . जिल्ह्याचा प्रथम क्रमांक आहे.

    (1) गोंदिया   (2) हिंगोली   (3) गडचिरोली   (4) भंडारा

45. महाराष्ट्रात 2001 सालच्या जनगणनेनुसार, मराठी आणि हिंदी भाषिकांच्या खालोखाल . . . . . भाषिकांचा क्रमांक आहे.

    (1) उर्दू   (2) इतर   (3) गुजराथी   (4) यांपैकी नाही.

46. महाराष्ट्रात 2001 सालच्या जनगणनेनुसार, हिंदू आणि मुस्लीमधर्मीयांच्या खालोखाल . . . . . . धर्मीयांचा क्रमांक आहे.

    (1) इतर   (2) जैन   (3) बौद्ध   (4) यांपैकी नाही.

47. महाराष्ट्रात प्रामुख्याने . . . . चे प्राबल्य असणाऱ्या जिल्ह्यातील ग्रामीण भागात दारिद्र्यरेषेखालील ग्रामीण कुटुंबांची टक्केवारी जास्त आहे.

    (1) आदिवासी जमाती   (2) आदिवासी जाती   (3) अल्पसंख्याक   (4) यांपैकी नाही.

48. महाराष्ट्रात 2008-09 सालानुसार दरडोई निव्वळ उत्पन्नानुसार, सर्वांत कमी उत्पन्नाचा . . . . जिल्हा आहे.

    (1) लातूर   (2) गडचिरोली   (3) नांदेड   (4) वाशिम

49. 2001 सालच्या जनगणनेनुसार, महाराष्ट्राची ग्रामीण लोकसंख्या . . . . कोटी आहे.

    (1) 5.58   (2) 6.15   (3) 4.1   (4) 5.08

50. महाराष्ट्रात 2001 सालच्या जनगणनेनुसार, सर्वांत जास्त ग्रामीण लोकसंख्या . . . . जिल्ह्यात आहे.

    (1) अहमदनगर   (2) जळगाव   (3) नाशिक   (4) सोलापूर

51. महाराष्ट्रात 2001 सालच्या जनगणनेनुसार, सर्वांत कमी ग्रामीण लोकसंख्या असणारा . . . . जिल्हा आहे.

    (1) हिंगोली   (2) वर्धा   (3) वाशिम   (4) सिंधुदुर्ग

52. 2001 सालच्या जनगणनेनुसार, महाराष्ट्राची नागरी लोकसंख्या . . . . कोटी आहे.

    (1) 4.1   (2) 5.08   (3) 6.15   (4) 5.58

53. महाराष्ट्रात . . . . या दशकात नागरी लोकसंख्येच्या वाढीच्या टक्केवारीने उच्चांक गाठला.

    (1) 2001-11   (2) 1991-2001   (3) 1941-1951   (4) 1981-1991

54. 2001 सालच्या जनगणनेनुसार, लोकसंख्यावाढीच्या टक्केवारीमध्ये . . . . या नगराचा प्रथम क्रमांक आहे.

    (1) पिंपरी-चिंचवड   (2) नाशिक   (3) पुणे   (4) नागपूर

55. 2001 सालच्या जनगणनेनुसार, लोकसंख्येच्या दशवार्षिक वाढीचा पिंपरी-चिंचवडचा दर . . . . आहे.

    (1) 66%   (2) 62%   (3) 55%   (4) 95%

56. महाराष्ट्रात 2001 सालच्या जनगणनेनुसार, एक लाख लोकसंख्येपेक्षा जास्त लोकसंख्या असणाऱ्या नगरांची संख्या . . . . होती.

    (1) 27   (2) 40   (3) 18   (4) 9

57. महाराष्ट्रात 100% नागरी लोकवस्ती असणारे . . . . जिल्हे आहेत.

    (1) ठाणे   (2) मुंबई शहर व मुंबई उपनगर

    (3) नागपूर   (4) पुणे

58. 2001 सालच्या जनगणनेनुसार, सर्वांत कमी नागरी लोकसंख्येची टक्केवारी . . . . जिल्ह्याची आहे.

    (1) अहमदनगर   (2) चंद्रपूर   (3) सिंधुदुर्ग   (4) रत्नागिरी

59. आदिवासी जमातीचे वास्तव्य . . . . प्रदेशात आहे.

    (1) पठारी   (2) मैदानी   (3) त्रिभुज   (4) डोंगराळ व अरण्ये

60. महाराष्ट्रात 2001 सालच्या जनगणनेनुसार, अनुसूचित जातींच्या लोकसंख्येनुसार सर्वांत शेवटचा जिल्हा . . . . आहे.

    (1) सिंधुदुर्ग   (2) रत्नागिरी   (3) रायगड   (4) नंदुरबार

61. महाराष्ट्रात 2001 सालच्या जनगणनेनुसार, अनुसूचित जमातीच्या लोकसंख्येनुसार सर्वांत शेवटचा जिल्हा . . . . आहे.

    (1) मुंबई शहर   (2) कोल्हापूर   (3) सिंधुदुर्ग   (4) सांगली

62. महाराष्ट्रात अनुसूचित जाती व अनुसूचित जमाती यांच्या एकत्रित लोकसंख्येच्या टक्केवारीत सर्वांत पहिला जिल्हा . . . . आहे.

    (1) गडचिरोली   (2) नंदुरबार   (3) नाशिक   (4) चंद्रपूर

63. महाराष्ट्रात अनुसूचित जाती व अनुसूचित जमाती यांच्या एकत्रित लोकसंख्येच्या टक्केवारीत सर्वांत शेवटचा जिल्हा . . . . आहे.

    (1) सिंधुदुर्ग   (2) बृहन्मुंबई   (3) रत्नागिरी   (4) परभणी

64. महाराष्ट्रामध्ये 2010-2011 सालानुसार दरडोई उत्पन्न . . . . आहे.

    (1) ₹ 96,468   (2) ₹ 87,686   (3) ₹ 43,058   (4) ₹ 1,27,176

65. महाराष्ट्रामध्ये 2010-2011 सालानुसार बृहन्मुंबईचे सर्वांत जास्त दरडोई उत्पन्न . . . . आहे.

    (1) ₹ 1,25,562   (2) ₹ 1,27,176   (3) ₹ 1,41,138   (4) ₹ 96,458

उत्तरसूची

1.	1	2.	4	3.	3	4.	2	5.	2	6.	1
7.	3	8.	4	9.	1	10.	3	11.	1	12.	3
13.	4	14.	1	15.	2	16.	1	17.	3	18.	4
19.	1	20.	2	21.	3	22.	1	23.	3	24.	4
25.	1	26.	3	27.	1	28.	2	29.	3	30.	4
31.	4	32.	4	33.	2	34.	1	35.	3	36.	1
37.	2	38.	4	39.	1	40.	3	41.	2	42.	4
43.	2	44.	3	45.	1	46.	3	47.	1	48.	4
49.	1	50.	1	51.	4	52.	1	53.	3	54.	1
55.	4	56.	2	57.	2	58.	4	59.	4	60.	2
61.	2	62.	2	63.	3	64.	2	65.	3		

8 महाराष्ट्र : जनगणना – 2011 (अंतिम आकडेवारी)

आपण महाराष्ट्र : जनगणना – 2011 यांचा पुढील मुद्द्यांच्या आधारे अभ्यास करणार आहोत :

1. महाराष्ट्राची लोकसंख्या (सन 2011)
2. लोकसंख्येची दशवार्षिक वाढ (सन 2001 – 2011)
3. लोकसंख्येची घनता (सन 2011)
4. लिंग-गुणोत्तर (सन 2011)
5. बालिका-बालकांची संख्या (सन 2011)
6. बालिका-बालकांचे लिंग-गुणोत्तर (सन 2011)
7. साक्षरता (सन 2011)
8. अनुसूचित जाती व जमातीच्या लोकसंख्येचे स्वरूप (सन 2011)
9. ग्रामीण-नागरी लोकसंख्या (सन 2011)
10. शहर संकुले / नागरी समूह
11. राहणीमान (दरडोई उत्पन्न : 2013-14)
12. गणना घरे व कुटुंबे
13. वयोगटानुसार लोकसंख्या
14. झोपडपट्ट्यांमधील लोकसंख्या
15. प्रशासकीय विभागानुसार लोकसंख्याशास्त्रीय घटकांची वैशिष्ट्ये
16. अपंग (निशक्त) लोकसंख्येचे स्वरूप
17. आर्थिक उपक्रमानुसार कामगारांची टक्केवारी
18. आर्थिक कार्यात मुख्यतः काम करणारे व सीमांतिक कामगारांचा सहभाग
19. किशोरवयीन व युवा लोकसंख्या (सन 2011)
20. धर्मनिहाय लोकसंख्या (सन 2011)
21. सहावी आर्थिक गणना (सन 2013 - 14)

महत्त्वाची टीप : ठाणे जिल्ह्याचे विभाजन झाल्याने उपलब्ध नवीन ठाणे व पालघर जिल्ह्याच्या आकडेवारीमुळे लोकसंख्याशास्त्रीय घटकात बदल झालेले आहेत याची विशेष नोंद घ्यावी.

1. महाराष्ट्राची लोकसंख्या (सन 2011) (नवीन ठाणे व पालघर जिल्ह्याची स्वतंत्र आकडेवारी)

सन 2011 च्या अंतिम जनगणनेनुसार, महाराष्ट्राची लोकसंख्या 11,23,74,333 (सुमारे 11 कोटी 24 लाख/11.24 कोटी) आहे. भारतातील लोकसंख्येत, • प्रथम क्रमांक : उत्तर प्रदेश (19.96 कोटी); दुसरा क्रमांक : महाराष्ट्र (11.24 कोटी); तिसरा क्रमांक : बिहार (10.41 कोटी) या राज्यांचा लागतो.

- सन 2011 च्या अंतिम जनगणनेनुसार, भारताची लोकसंख्या 1,21,01,93,422 (सुमारे 121 कोटी) आहे. महाराष्ट्रात देशातील 9.29 टक्के लोकसंख्या आहे.
- सन 2001 च्या अंतिम जनगणनेनुसार, महाराष्ट्राची लोकसंख्या 9,68,78,627 (सुमारे 9.69 कोटी) होती.
- सन 2001 ते 2011 या दशकात 1,54,95,706 (सुमारे 1.55 कोटी) लोकसंख्येची भर पडली.

1. **लोकसंख्येनुसार महाराष्ट्रातील पहिले व शेवटचे पाच जिल्हे – 2011 :**

- **महाराष्ट्रातील सर्वांत जास्त लोकसंख्येचा जिल्हा - पुणे :** सन 2011 च्या अंतिम जनगणनेनुसार, पुणे जिल्ह्याची लोकसंख्या सर्वांत जास्त म्हणजे 94,29,408 (सुमारे 94.3 लाख) आहे. राज्याच्या एकूण लोकसंख्येपैकी 8.39 टक्के लोक पुणे जिल्ह्यात राहतात. ठाणे जिल्ह्याच्या विभाजनापूर्वी महाराष्ट्रात लोकसंख्येमध्ये पहिला क्रमांक होता.
- **पुणे जिल्ह्याच्या खालोखाल मुंबई उपनगर व नवीन ठाणे :** पुणे जिल्ह्यानंतर दुसरा क्रमांक मुंबई उपनगर जिल्ह्याचा असून त्याची लोकसंख्या 93,56,962 (सुमारे 93.57 लाख) असून याची टक्केवारी 8.30 आहे. यानंतर तिसरा क्रमांक नवीन ठाणे जिल्हा असून त्याची लोकसंख्या 80,70,032 (80.7 लाख) असून याची टक्केवारी 7.18 आहे.
- **2001 सालच्या जनगणनेनुसार लोकसंख्यादृष्ट्या पहिल्या तीन जिल्ह्यांची स्थिती :** 2001 साली महाराष्ट्रातील लोकसंख्येत पहिला क्रमांक मुंबई उपनगर (8.9%); दुसरा क्रमांक ठाणे (8.4%); तिसरा क्रमांक पुणे (7.5%) असे क्रमांकानुसार जिल्हे होते.

- सन 2011 च्या अंतिम जनगणनेनुसार, नवीन ठाणे जिल्ह्याची लोकसंख्या 80,70,032 (80.7 लाख) आहे. यानंतर नाशिक (61.07 लाख) व नागपूर (46.54 लाख) या जिल्ह्यांचा क्रमांक लागतो.
- महाराष्ट्रातील पहिल्या पाच जिल्ह्यांमध्ये राज्यातील सुमारे 37 टक्के लोकसंख्या वास्तव्य करते.

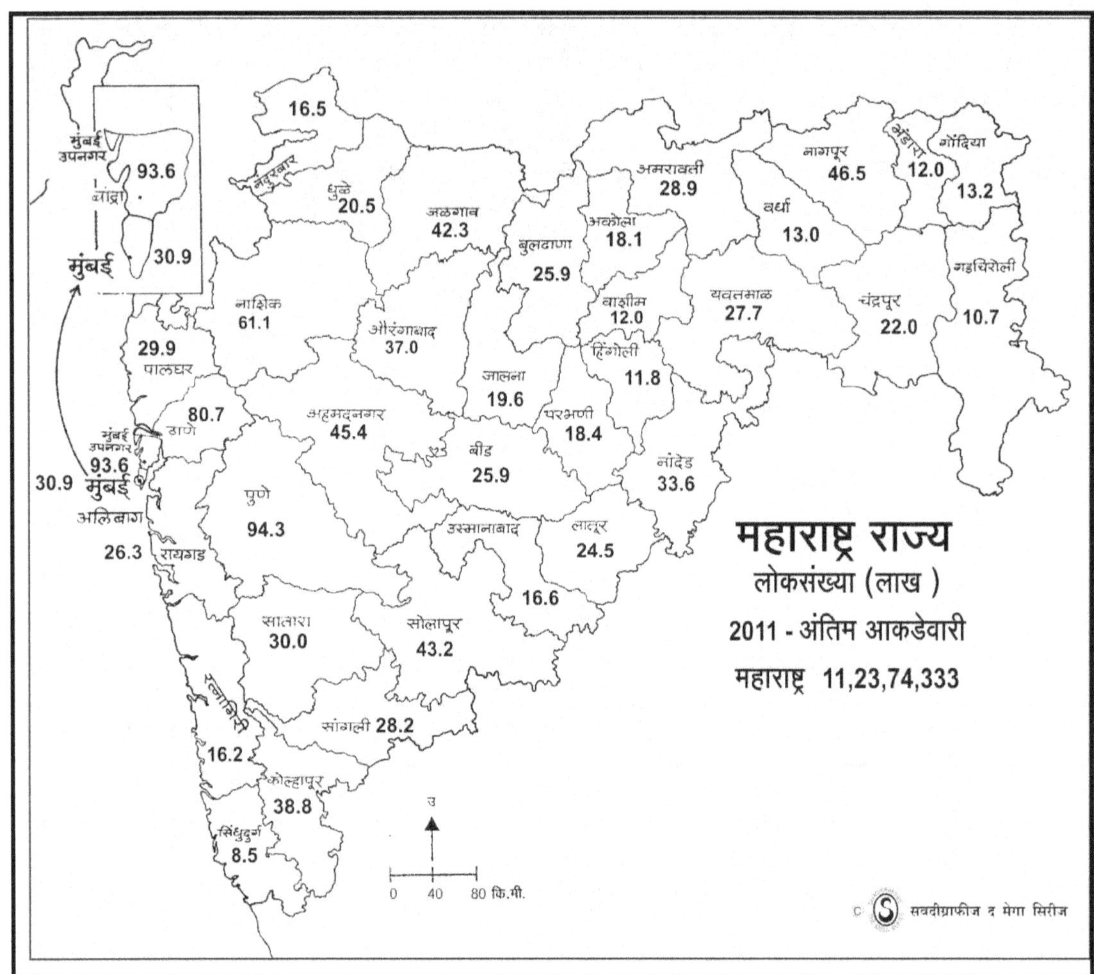

महाराष्ट्र – लोकसंख्या – 2011 (अंतिम आकडेवारी) :

महाराष्ट्रातील लोकसंख्येनुसार पहिले पाच जिल्हे : (1) पुणे (94,29,408), (2) मुंबई उपनगर (93,56,962), (3) नवीन ठाणे (80,70,032), (4) नाशिक (61,01,107), (5) नागपूर (46,53,570).

महाराष्ट्रातील लोकसंख्येनुसार शेवटचे पाच जिल्हे : (1) सिंधुदुर्ग (8,49,651), (2) गडचिरोली (10,72,942), (3) हिंगोली (11,77,345), (4) वाशिम (11,97,160), (5) भंडारा (12,00,324).

नकाशा क्र. 8.1 : महाराष्ट्र – लोकसंख्या – 2011

- **महाराष्ट्रातील सर्वांत कमी लोकसंख्येचा जिल्हा – सिंधुदुर्ग :** सन 2011 च्या अंतिम जनगणनेनुसार, महाराष्ट्रात सर्वांत कमी लोकसंख्या सिंधुदुर्ग जिल्ह्याची (फक्त 8.50 लाख) आहे. याची राज्यामधील टक्केवारी जेमतेम 0.8 आहे. यानंतर गडचिरोली जिल्ह्याचा वाटा फक्त एक टक्का आहे. लोकसंख्येच्या दृष्टीने अन्य छोटे जिल्हे हिंगोली, वाशिम व भंडारा असून यांचा प्रत्येकाचा वाटा सुमारे 1.1 टक्का आहे. वर्धा व गोंदिया या जिल्ह्यांची लोकसंख्येची टक्केवारी प्रत्येकी 1.2 आहे.

तक्ता क्र. 8.1 : महाराष्ट्र – लोकसंख्या (सन 2011 : अंतिम आकडेवारी)

घटक	1	2	3	4	5
पहिले पाच जिल्हे	पुणे	मुंबई उपनगर	नवीन ठाणे	नाशिक	नागपूर
लोकसंख्या	94,29,408	93,56,962	80,70,032	61,01,187	46,53,570
टक्केवारी	8.39	8.30	7.18	5.44	4.14
शेवटचे पाच जिल्हे	सिंधुदुर्ग	गडचिरोली	हिंगोली	वाशिम	भंडारा
लोकसंख्या	8,49,651	10,72,942	11,77,345	11,97,160	12,00,334
टक्केवारी	0.76	0.95	1.05	1.06	1.07

संदर्भ : भारतीय जनगणना, 2011 (अंतिम आकडेवारी)

2. **महाराष्ट्रामधील पुरुष लोकसंख्येचे वितरण – 2011 :**

सन 2011 च्या अंतिम जनगणनेनुसार, महाराष्ट्रात पुरुषांची लोकसंख्या 5,82,43,056 (सुमारे 5.82 कोटी) आहे.

- **महाराष्ट्रातील सर्वांत जास्त पुरुष लोकसंख्येचा जिल्हा – ठाणे व पालघर :** सन 2011 च्या अंतिम जनगणनेनुसार, सर्वांत जास्त पुरुष लोकसंख्येचा जिल्हा ठाणे-पालघर (58.79 लाख) आहे. राज्यामधील 10.71 टक्के पुरुष ठाणे-पालघर जिल्ह्यात वास्तव्य करतात.

- ठाणे-पालघर जिल्ह्यानंतर पुरुष लोकसंख्येत मुंबई उपनगर : 50.25 लाख (8.61%) व पुणे : 49.36 लाख (8.46%) या जिल्ह्यांचा क्रमांक लागतो.

- यानंतर पुरुष लोकसंख्येत नाशिक (31.64 लाख) व नागपूर (23.89 लाख) या जिल्ह्यांचा क्रमांक लागतो.

- महाराष्ट्रातील पहिल्या पाच जिल्ह्यांमध्ये राज्यातील सुमारे 36.65 टक्के पुरुष लोकसंख्या वास्तव्य करते.

तक्ता क्र. 8.2 : महाराष्ट्र – पुरुष लोकसंख्या (सन 2011 : अंतिम आकडेवारी)

घटक	1	2	3	4	5
पहिले पाच जिल्हे	ठाणे-पालघर	मुंबई उपनगर	पुणे	नाशिक	नागपूर
पुरुष लोकसंख्या	58,79,387	50,25,165	49,36,362	31,64,261	23,88,558
टक्केवारी	10.7	8.61	8.46	5.42	4.09
शेवटचे पाच जिल्हे	सिंधुदुर्ग	गडचिरोली	भंडारा	हिंगोली	वाशिम
पुरुष लोकसंख्या	4,16,695	5,42,813	6,04,371	6,09,386	6,21,228
टक्केवारी	0.71	0.93	1.04	1.04	1.06

संदर्भ : भारतीय जनगणना, 2011 (अंतिम आकडेवारी)

- **महाराष्ट्रातील सर्वांत कमी पुरुष लोकसंख्येचा जिल्हा – सिंधुदुर्ग :** सन 2011 च्या अंतिम जनगणनेनुसार, महाराष्ट्रात सर्वांत कमी पुरुष लोकसंख्येचा जिल्हा सिंधुदुर्ग (1.17 लाख) असून त्याची टक्केवारी 0.71 आहे.

- यानंतर पुरुष लोकसंख्येत गडचिरोली : 5.43 लाख (0.93%) व भंडारा : 6.04 लाख (1.04%) या जिल्ह्यांचा क्रमांक लागतो.

- या खालोखाल पुरुष लोकसंख्येत हिंगोली : 6.09 लाख (1.04%) व वाशिम : 6.21 लाख (1.06%) या जिल्ह्यांचा क्रमांक लागतो.

3.   **महाराष्ट्रामधील स्त्री लोकसंख्येचे वितरण – 2011 :**

सन 2011 च्या अंतिम जनगणनेनुसार, महाराष्ट्रात स्त्रियांची लोकसंख्या 5,41,31,277 (सुमारे 5.41कोटी) आहे.

- **महाराष्ट्रातील सर्वांत जास्त स्त्री लोकसंख्येचा जिल्हा - ठाणे व पालघर :** सन 2011 च्या अंतिम जनगणनेनुसार, सर्वांत जास्त स्त्री लोकसंख्येचा जिल्हा ठाणे-पालघर (51.75 लाख) आहे. राज्यामधील 9.58 टक्के स्त्रिया ठाणे-पालघर जिल्ह्यात वास्तव्य करतात.

- ठाणे-पालघर जिल्ह्यानंतर स्त्री लोकसंख्येत पुणे : 44.91 लाख (8.31%) व मुंबई उपनगर : 43.07 लाख (7.97%) या जिल्ह्यांचा क्रमांक लागतो.

- या खालोखाल स्त्री लोकसंख्येत नाशिक : 29.45 लाख (5.45%) व नागपूर : 22.65 लाख (4.19%) या जिल्ह्यांचा क्रमांक लागतो.

- महाराष्ट्रातील पहिल्या पाच जिल्ह्यांमध्ये राज्यातील स्त्री लोकसंख्येची टक्केवारी 35.5 आहे.

- **महाराष्ट्रातील सर्वांत कमी स्त्री लोकसंख्येचा जिल्हा - सिंधुदुर्ग :** सन 2011 च्या अंतिम जनगणनेनुसार, महाराष्ट्रात सर्वांत कमी स्त्री लोकसंख्येचा जिल्हा सिंधुदुर्ग (4.32 लाख) असून त्याची टक्केवारी 0.8 आहे.

- यानंतर स्त्री लोकसंख्येत गडचिरोली : 5.29 लाख (0.98%) व हिंगोली : 5.70 लाख (1.05%) हे जिल्हे येतात.

- या खालोखाल स्त्री लोकसंख्येत वाशिम : 5.75 लाख (1.07%) व भंडारा : 5.94 लाख (1.1%) हे जिल्हे येतात.

तक्ता क्र. 8.3 : महाराष्ट्र - स्त्री लोकसंख्या (सन 2011 : अंतिम आकडेवारी)

घटक	1	2	3	4	5
पहिले पाच जिल्हे	ठाणे-पालघर	पुणे	मुंबई उपनगर	नाशिक	नागपूर
स्त्री लोकसंख्या	51,74,744	44,90,597	43,07,316	29,44,791	22,64,613
टक्केवारी	9.58	8.31	7.97	5.45	4.19
शेवटचे पाच जिल्हे	सिंधुदुर्ग	गडचिरोली	हिंगोली	वाशिम	भंडारा
स्त्री लोकसंख्या	4,32,173	5,28,982	5,69,587	5,75,486	5,94,439
टक्केवारी	0.80	0.98	1.05	1.07	1.1

संदर्भ : भारतीय जनगणना, 2011 (अंतिम आकडेवारी)

तक्ता क्र. 8.4 : महाराष्ट्र - सर्वसाधारण, पुरुष व स्त्री लोकसंख्या
सर्वांत जास्त व सर्वांत कमी लोकसंख्येचे जिल्हे (सन 2011 : अंतिम आकडेवारी)

घटक	सर्वांत जास्त लोकसंख्या : ठाणे-पालघर जिल्हा		सर्वांत कमी लोकसंख्या : सिंधुदुर्ग जिल्हा	
सर्वसाधारण लोकसंख्या	–		8.49	लाख
पुरुष लोकसंख्या	58.79	लाख	4.17	लाख
स्त्री लोकसंख्या	51.75	लाख	4.32	लाख

संदर्भ : भारतीय जनगणना, 2011 (अंतिम आकडेवारी)

4.   **महाराष्ट्रातील लोकसंख्येच्या जिल्हावार वितरणाची वैशिष्ट्ये – 2011 :**

(i)   **90 लाख ते 1 कोटी दरम्यान लोकसंख्या असणारे जिल्हे :** या गटात दोन जिल्ह्यांचा समावेश होतो.

- सन 2011 च्या अंतिम जनगणनेनुसार, महाराष्ट्रात लोकसंख्यादृष्ट्या पहिल्या क्रमांकावर पुणे जिल्हा (94.29 लाख) आहे. 2001 साली पुणे जिल्ह्याची लोकसंख्या (72.2 लाख) होती. याचा अर्थ, गेल्या दहा वर्षांत लोकसंख्येत सुमारे 22 लाखांनी वाढ झालेली आहे.

- यानंतर महाराष्ट्रात लोकसंख्यादृष्ट्या दुसऱ्या क्रमांकावर मुंबई उपनगर जिल्हा (93.57 लाख) आहे. 2001 साली मुंबई उपनगर जिल्ह्याची लोकसंख्या (85.9 लाख) होती. गेल्या दहा वर्षांत मुंबई उपनगर जिल्ह्यातील लोकसंख्येत 7.67 लाखांनी वाढ झाली.

- सन 1991 ते 2001 या दशकामध्ये लोकसंख्येची वाढ 18.4 लाख होती. याचा अर्थ, मुंबई उपनगर जिल्ह्यात लोकसंख्येची वाढ त्या मानाने कमी झालेली आहे आणि लोकसंख्यावाढीचा कल नवीन ठाणे जिल्ह्याकडे वळलेला आहे.

(ii) 40 ते 50 लाख दरम्यान लोकसंख्या असणारे जिल्हे : या गटात चार जिल्ह्यांचा समावेश होतो. या गटात सर्वांत जास्त लोकसंख्येत नंदुरबार जिल्ह्याचा (46.5 लाख) क्रमांक लागतो. या खालोखाल अहमदनगर (45.53 लाख), सोलापूर (43.18 लाख), जळगाव (42.30 लाख) या जिल्ह्यांचा क्रमांक लागतो.

(iii) 30 ते 40 लाख दरम्यान लोकसंख्या असणारे जिल्हे : या गटात पाच जिल्ह्यांचा समावेश होतो. या गटात सर्वांत जास्त लोकसंख्या कोल्हापूर जिल्हा (38.76 लाख) आहे. या खालोखाल औरंगाबाद, नांदेड, मुंबई शहर (31.46 लाख), सातारा (30.04 लाख) या जिल्ह्यांचा क्रमांक लागतो.

(iv) 20 ते 30 लाख दरम्यान लोकसंख्या असणारे जिल्हे : या गटात नऊ जिल्ह्यांचा समावेश होतो. या गटात सर्वांत जास्त लोकसंख्या अमरावती जिल्हा (28.88 लाख) आहे. या खालोखाल सांगली, यवतमाळ, रायगड, बुलडाणा, बीड, लातूर, चंद्रपूर, धुळे (20.51 लाख) या जिल्ह्यांचा क्रमांक लागतो.

(v) 10 ते 20 लाख दरम्यान लोकसंख्या असणारे जिल्हे : या गटात बारा जिल्ह्यांचा समावेश होतो. या गटात सर्वांत जास्त लोकसंख्या जालना जिल्हा (19.58 लाख) आहे. या खालोखाल परभणी (18.36 लाख), अकोला, उस्मानाबाद, नंदुरबार, रत्नागिरी, गोंदिया, वर्धा, भंडारा, वाशिम, हिंगोली (11.77 लाख), गडचिरोली (10.73 लाख) या जिल्ह्यांचा क्रमांक लागतो.

(vi) 10 लाखांपेक्षा कमी लोकसंख्येचा जिल्हा – सिंधुदुर्ग : सन 2011 च्या अंतिम जनगणनेनुसार, महाराष्ट्रात सर्वांत कमी लोकसंख्येचा जिल्हा सिंधुदुर्ग (8.50 लाख) आहे.

---

2. लोकसंख्येची दशवार्षिक वाढ (सन 2001 – 2011) : अंतिम आकडेवारी
(ठाणे-पालघर जिल्हा एकत्रित)

---

1. लोकसंख्या दशवार्षिक वाढीसंदर्भात काही निष्कर्ष (सन 1991 ते 2001 दरम्यान) :

(i) सन 2001 ते 2011 या दशवार्षिक काळामधील लोकसंख्यावाढीचे स्वरूप :

- सन 2001 ते 2011 या दशवार्षिक काळात महाराष्ट्रात लोकसंख्यावाढीचा दर 15.99 टक्के आहे तर राष्ट्रीय स्तरावर वाढीचा दर 17.64 टक्के आहे. भारतीय स्तरापेक्षा महाराष्ट्रात लोकसंख्यावाढीचा दर 2.65 टक्क्याने कमी आहे.

- सन 1991 ते 2001 या दशवार्षिक कालखंडात लोकसंख्यावाढीचा दर 22.73 टक्के होता. याचा अर्थ, लोकसंख्यावाढीचा दर 6.74 बिंदूंनी (Percentile Points) घटला.

- भारतात लोकसंख्यावाढीच्या दरात महाराष्ट्राचा एकविसावा क्रमांक आहे.

(ii) लोकसंख्या दशवार्षिक वाढीच्या दरामधील फेरबदल (सन 1901 ते 2011 दरम्यान) :

- सन 1901 ते 1941 या कालावधीत महाराष्ट्राच्या लोकसंख्यावाढीच्या दरामध्ये वारंवार फेरबदल झालेले आहेत.

- सन 1901 ते 1911 या दशकात लोकसंख्यावाढीचा दर 10.74 टक्के होता; परंतु पुढील दशकामध्ये तो – 2.91 टक्क्यांपर्यंत खाली आला तर सन 1921 ते 1931 दरम्यान वाढीचा दर 14.91 टक्क्यांपर्यंत उंचावला.

- सन 1931 ते 1941 या दशकात पुन्हा – 11.99 टक्क्यांपर्यंत खाली आला. यानंतर सातत्याने पुढील जनगणना वर्षांमध्ये लोकसंख्यावाढीचा दर वाढत गेला.

- **सन 1961 ते 1971 दरम्यान वाढीचा सर्वोच्च दर 27.45 टक्के होता.** यानंतर वाढीचा दर कमी-कमी होत गेला.

- सन 1981 ते 1991 या दशकात 1.2 टक्के अल्पशी वाढ झाली.

- **सन 2001 ते 2011 या दशकात लोकसंख्यावाढीचा दर 15.99 टक्के आहे.**

2.　　सन 1901 ते 1921 या दरम्यान जिल्हावार लोकसंख्यावाढीच्या दराची वैशिष्ट्ये :

- भारतीय जनगणनेमध्ये सन 1911 ते 1921 हे दशक लोकसंख्यावाढीच्या दराच्या संदर्भात ऋणात्मक म्हणता येईल. महाराष्ट्रामध्येही हीच परिस्थिती होती. याची प्रमुख कारणे प्लेगसारख्या साथीच्या रोगांची लागण आणि टंचाईची परिस्थिती निर्माण झालेली होती.

- महाराष्ट्रात सन 1911 ते 1921 या दशकात सरासरी लोकसंख्यावाढीचा दर – 2.91 टक्के होता. या दशकात ऋणात्मक वाढीचा दर बावीस जिल्ह्यांमध्ये होता.

- महाराष्ट्रात सन 1911 ते 1921 या दशकात सर्वांत जास्त ऋणात्मक वाढीचा दर बीड जिल्हा (– 25.12%) होता. या खालोखाल अहमदनगर (– 22.32%), औरंगाबाद (– 19.08%), जालना (– 14.93%) हे जिल्हे क्रमांकानुसार येतात. ऋणत्मक वाढीच्या दरात सर्वांत शेवटचा क्रमांक ठाणे जिल्हा (– 1.12%) होता.

- सन 1901 ते 1911 या दशकातदेखील कोल्हापूर (– 9.17%), सांगली (– 4.95%), सातारा (– 1.69%) आणि रायगड (– 0.93%) या जिल्ह्यांमध्ये ऋणात्मक वाढीचा दर होता.

- महाराष्ट्रात सन 1911 ते 1921 या दशकात उर्वरित तेरा जिल्ह्यांत धनात्मक लोकसंख्यावाढीचा दर होता. सर्वांत जास्त लोकसंख्यावाढीचा दर धुळे व नंदुरबार जिल्ह्यात (+ 6.20%) होता तर सर्वांत कमी वाढीचा दर कोल्हापूर जिल्ह्यात (+ 0.25%) होता.

- सन 1901 ते 1961 या कालखंडात महाराष्ट्राच्या सर्व जिल्ह्यांमध्ये लोकसंख्यावाढीच्या दरात अनेक चढ-उतार पाहावयास मिळतात.

- महाराष्ट्रात लोकसंख्येच्या दशवार्षिक वाढीच्या दरात वैशिष्ट्यपूर्ण दशक – सन 1961 ते 1971 : सन 1961 ते 1971 या दशकात महाराष्ट्रातील बारा जिल्ह्यांमध्ये सर्वांत जास्त लोकसंख्यावाढीचा दर होता. यामध्ये **प्रथम क्रमांक मुंबई उपनगर जिल्ह्याचा असून 110.14 टक्के नोंद झालेली आहे.** महाराष्ट्रात अद्यापपर्यंतची लोकसंख्यावाढीच्या दराची सर्वोत्तम वाढ आहे. अर्थात, मुंबई उपनगर जिल्ह्याचा लोकसंख्यावाढीचा दर लक्षणीय आहे. प्रामुख्याने आंतरजिल्हा आणि आंतरराज्यीय स्थलांतरामुळे लोकसंख्या वाढलेली आहे.

　　यानंतर दुसरा क्रमांक गडचिरोली (35.16%) व तिसरा क्रमांक चंद्रपूर (31.26%) या जिल्ह्यांचा लागतो.

　　वरील जिल्ह्यांव्यतिरिक्त सन 1961 ते 1971 या दशकात लोकसंख्यावाढीचा दर जास्त असणारे जिल्हे यवतमाळ, कोल्हापूर, उस्मानाबाद, वाशिम, अमरावती, गोंदिया, सांगली, भंडारा, वर्धा हे होते.

- महाराष्ट्रात लोकसंख्येच्या दशवार्षिक वाढीच्या दरात दुसरे वैशिष्ट्यपूर्ण दशक – सन 1981 ते 1991 : सन 1961 ते 1971 या दशकात महाराष्ट्रातील बारा जिल्ह्यांमध्ये सर्वांत जास्त लोकसंख्यावाढीचा दराची नोंद केली आहे. यामध्ये प्रथम क्रमांक ठाणे-पालघर जिल्हा (56.62%) असून यानंतर औरंगाबाद जिल्ह्याचा (39.56%) क्रमांक लागतो. या खालोखाल नांदेड, पुणे व जालना या तीन जिल्ह्यांत लोकसंख्यावाढीचा दर साधारणपणे 33 टक्के होता. या गटात हिंगोली, परभणी, रायगड, लातूर, बुलडाणा, सोलापूर रत्नागिरी (11.92%) या जिल्ह्यांचा समावेश होतो.

3.　　सन 2001 ते 2011 या दशकामधील लोकसंख्यावाढीच्या दराचे स्वरूप (अंतिम आकडेवारी) :

(i)　　दशवार्षिक लोकसंख्यावाढीचा दर 35 टक्क्यांपेक्षा जास्त असणारा जिल्हा – ठाणे व पालघर : सन 2001 ते 2011 या दशकात महाराष्ट्रात सर्वांत जास्त लोकसंख्यावाढीचा दर ठाणे-पालघर जिल्हा (36.01%) आहे. 110 वर्षांचा आढावा घेता असे आढळते की, सन 1911 ते 1921 या दशकाचा अपवाद वगळता, सन 1901 ते 1911 पासून 1981 ते 1991 पर्यंत ठाणे जिल्ह्याच्या लोकसंख्यावाढीच्या दराचा आलेख चढता आहे. सन 1981 ते 1991 या दरम्यान लोकसंख्यावाढीचा कमाल दर 56.62 टक्के होता तर सन 1990-91 दरम्यान थोडा खाली म्हणजे 54.92 टक्के झाला.

(ii)　　दशवार्षिक लोकसंख्यावाढीचा दर 25.01 ते 35 टक्के दरम्यान (उच्च वाढीचा दर) असणारे जिल्हे :

(a)　　30.10 ते 35 टक्के दरम्यान असणारा जिल्हा – पुणे : या गटात सन 2001 ते 2011 या दशकात लोकसंख्यावाढीचा दर पुणे जिल्हा (30.37%) आहे. लोकसंख्यावाढीचा दर सन 1981 ते 1991या दशकात 32.85 टक्के होता; तो सन 1991 ते 2001 या दशकात 30.73 टक्क्यांपर्यंत खाली आला.

(b)　　25.01 ते 30 टक्के दरम्यान असणारे जिल्हे : या गटात सन 2001 ते 2011 या दशकात लोकसंख्यावाढीचा दर
- औरंगाबाद जिल्हा (27.8%) आहे. सन 1981 ते 1991 दरम्यान लोकसंख्यावाढीचा कमाल दर 39.56 टक्के होता.
- यानंतर नंदुरबार (25.66%) जिल्ह्याचा क्रमांक असून हाच त्यांचा वाढीचा कमाल दर आहे.

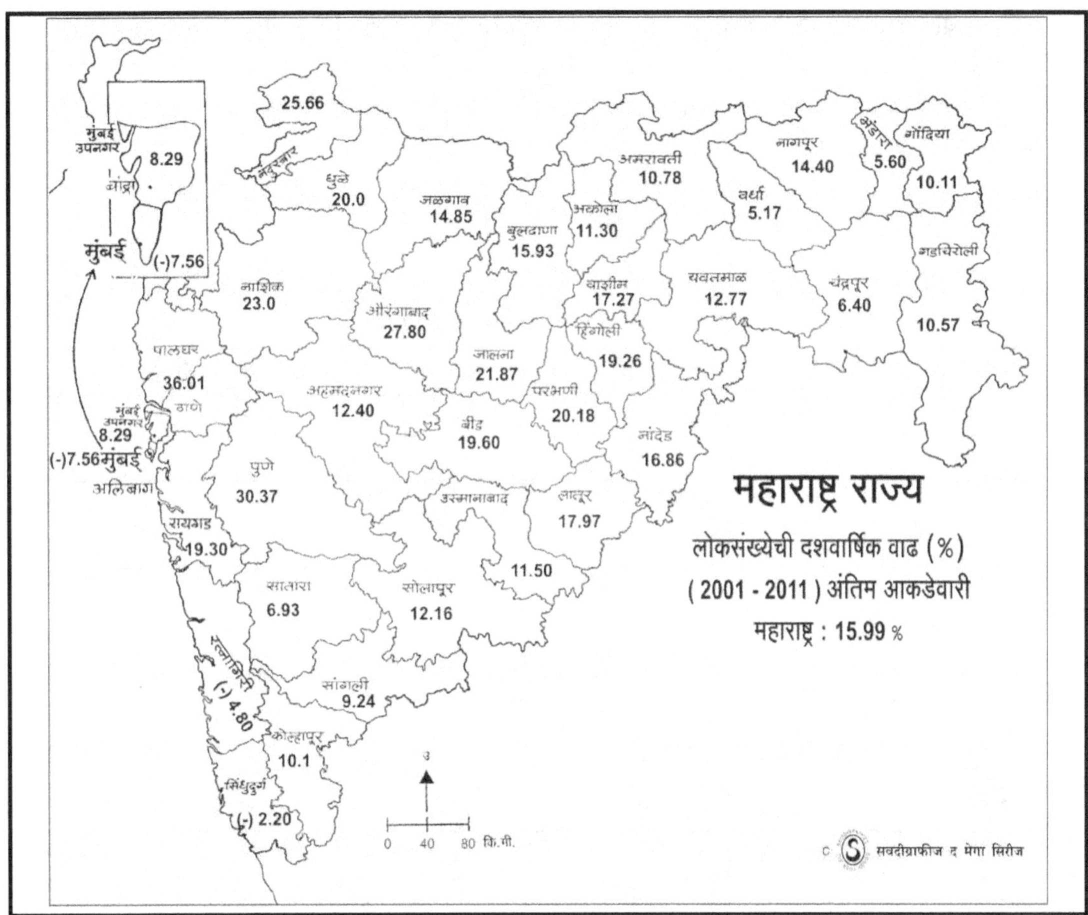

महाराष्ट्र – लोकसंख्येची दशवार्षिक वाढ (टक्केवारी) – 2001 - 2011 (अंतिम आकडेवारी) :

महाराष्ट्रातील लोकसंख्येच्या दशवार्षिक वाढीनुसार पहिले पाच जिल्हे (आकडे टक्केवारीत) :

(1) ठाणे (36.01), (2) पुणे (30.37), (3) औरंगाबाद (27.8), (4) नंदुरबार (25.5), (5) नाशिक (23).

महाराष्ट्रातील लोकसंख्येच्या दशवार्षिक वाढीनुसार शेवटचे पाच जिल्हे (आकडे टक्केवारीत) :

(1) मुंबई शहर (– 7.56), (2) रत्नागिरी (– 4.8), (3) सिंधुदुर्ग (– 2.2) (4) वर्धा (+ 5.17), (5) भंडारा (+ 5.6)

नकाशा क्र. 8.2 : महाराष्ट्र – लोकसंख्येची दशवार्षिक वाढ – 2001 ते 2011

(iii) दशवार्षिक लोकसंख्यावाढीचा दर 20.01 ते 25 टक्के दरम्यान (मध्यम उच्च वाढीचा दर) असणारे जिल्हे : या गटात तीन जिल्हे आहेत. नाशिक (23%), जालना (21.87%), परभणी (20.18%) या जिल्ह्यांचा समावेश होतो.

सन 1951 ते 1961 या दशकात वाढीचा कमाल दर नाशिक जिल्ह्यात 29.75 टक्के होता.

(iv) दशवार्षिक लोकसंख्यावाढीचा दर 15.01 ते 20 टक्के दरम्यान (मध्यम वाढीचा दर) असणारे जिल्हे : या गटात आठ जिल्हे आहेत. धुळे जिल्ह्याचा (20.0%) प्रथम क्रमांक येतो. या खालोखाल बीड, हिंगोली, रायगड, लातूर, वाशिम व बुलडाणा (15.93%) या जिल्ह्यांचा समावेश होतो.

(v) दशवार्षिक लोकसंख्यावाढीचा दर **10.01 ते 15 टक्के दरम्यान (मध्यम निम्न वाढीचा दर)** असणारे जिल्हे :
या गटात दहा जिल्हे आहेत. जळगाव (14.85%) व नागपूर (14.40%) हे जिल्हे आघाडीवर आहेत. या खालोखाल यवतमाळ, अहमदनगर, सोलापूर, उस्मानाबाद, अकोला व अमरावती (10.78%) या जिल्ह्यांचे क्रमांक लागतात. लोकसंख्यावाढीचा दर कोल्हापूर जिल्ह्यात (0.10%) आहे.

सन 1971 ते 1981 या दशकात लोकसंख्यावाढीचा कमाल दर नागपूर जिल्ह्यात (33.26%) होता; यानंतर तो कमी-कमी होत आला. सन 1991 ते 2001 या दशकात तो 23.74 टक्के होता.

तक्ता क्र. 8.5 : महाराष्ट्र - लोकसंख्यावाढीच्या दराचे टक्केवारीनुसार जिल्ह्यांचे वर्गीकरण
(सन 2001 ते 2011 : अंतिम आकडेवारी)

उच्च वाढीचा दर (25 टक्क्यांच्या वर)		मध्यम निम्न वाढीचा दर (10.01 ते 15 टक्के)			
जिल्हे	टक्केवारी	जिल्हे	टक्केवारी	जिल्हे	टक्केवारी
1. ठाणे-पालघर	+ 36.01	1. जळगाव	+ 14.85	6. उस्मानाबाद	+ 11.50
2. पुणे	+ 30.37	2. नागपूर	+ 14.40	7. अकोला	+ 11.30
3. औरंगाबाद	+ 27.80	3. यवतमाळ	+ 12.77	8. अमरावती	+ 10.78
4. नंदुरबार	+ 25.66	4. अहमदनगर	+ 12.40	9. गडचिरोली	+ 10.57
मध्यम उच्च वाढीचा दर (20.01 ते 25 टक्के)		5. सोलापूर	+ 12.16	10. गोंदिया	+ 10.11
1. नाशिक	+ 23.00	**निम्न वाढीचा दर (0.1 ते 10 टक्के)**		**ऋणात्मक वाढीचा दर (0 टक्क्यापेक्षा कमी)**	
2. जालना	+ 21.87	1. कोल्हापूर	+ 10.10		
3. परभणी	+ 20.18	2. सांगली	+ 9.24	1. मुंबई शहर	− 7.56
मध्यम वाढीचा दर (15.01 ते 20 टक्के)		3. मुंबई उपनगर	+ 8.29	2. रत्नागिरी	− 4.80
1. धुळे	+ 20.00	4. सातारा	+ 6.93	3. सिंधुदुर्ग	− 2.20
2. बीड	+ 19.60	5. चंद्रपूर	+ 6.40		
3. हिंगोली	+ 19.26	6. भंडारा	+ 5.60		
4. रायगड	+ 19.30	7. वर्धा	+ 5.17		
5. लातूर	+ 17.97				
6. वाशिम	+ 17.27				
7. नांदेड	+ 16.86				
8. बुलडाणा	+ 15.93				

संदर्भ : (i) भारतीय जनगणना, 2011 (अंतिम आकडेवारी); (ii) Cenus Operations; Maharashtra

(vi) दशवार्षिक लोकसंख्यावाढीचा दर **0.1 ते 10 टक्के दरम्यान (निम्न वाढीचा दर)** असणारे जिल्हे :

(a) **5.01 ते 10 टक्के दरम्यान असणारे जिल्हे :** या गटात सांगली (9.24%), मुंबई उपनगर (8.01%), सातारा (6.93%), चंद्रपूर (6.40%), भंडारा (5.60%) या जिल्ह्यांचा समावेश होतो.

(b) **0.1 ते 5 टक्के दरम्यान असणारा जिल्हा - वर्धा :** या गटात वर्धा जिल्ह्याचा समावेश असून लोकसंख्यावाढीचा दर 5.17 टक्के आहे.

मुंबई उपनगर जिल्ह्याच्या लोकसंख्यावाढीच्या दराची वैशिष्ट्ये : सन 1901 ते 2011 या कालखंडात मुंबई उपनगर जिल्ह्याचा लोकसंख्यावाढीचा दर नेहमीच धनात्मक राहिलेला आहे. यामध्ये बरेच चढ-उतार झालेले आहेत.

- सन 1901 ते 1911 या दशकात लोकसंख्यावाढीचा दर 23.79 टक्के होता; तो सन 1921 ते 1931 या दशकात नीचांक 1.26 टक्क्यांपर्यंत खाली आला. यानंतर मात्र 1961 ते 1971 या दशकापर्यंत सातत्याने वाढत गेला.

- सन 1931 ते 1941 या दशकात लोकसंख्यावाढीचा दर 28.87 टक्के होता; त्याने सन 1941 ते 1951 या दशकात 66.2 टक्क्यांपर्यंत मजल मारली.

- **सन 1951 ते 1961 या दशकात 107.41 टक्क्यांपर्यंत आघाडी घेतली. नंतर सन 1961 ते 1971 या दशकात लोकसंख्या दशवार्षिक वाढ सर्वांत कमाल म्हणजे 110.14 टक्के झाली. महाराष्ट्रात दशवार्षिक वाढीचा सर्वांत जास्त दर मुंबई उपनगर जिल्ह्याचा (110.14%) नोंद केला गेला.**

- यानंतर मात्र लोकसंख्यावाढीच्या दरात मुंबई उपनगर जिल्ह्याची सातत्याने घट झालेली आहे.

- सन 1971 ते 1981 या दशकात लोकसंख्यावाढीचा दर 70.97 टक्क्यांपर्यंत खाली उतरला.

- सन 2001 ते 2011 या दशकात दशवार्षिक वाढीचा दर फक्त 8.29 टक्के आहे.

(vii) दशवार्षिक लोकसंख्यावाढीचा दर 0 टक्क्यापेक्षा कमी (ऋणात्मक वाढीचा दर) असणारे जिल्हे : सन 2001 ते 2011 या दशकात महाराष्ट्रातील सर्वांत जास्त ऋणात्मक वाढीचा दर मुंबई शहर जिल्हा (– 7.56) आहे. या खालोखाल रत्नागिरी (– 4.80%) व सिंधुदुर्ग (– 2.20%) या जिल्ह्यांचा क्रमांक लागतो.

3. लोकसंख्येची घनता (सन 2011 : अंतिम आकडेवारी) (ठाणे व पालघर जिल्हा स्वतंत्र)

सन 2011 च्या अंतिम जनगणनेनुसार, महाराष्ट्रातील लोकसंख्येची घनता दर चौ.कि.मी. ला 365 असून राष्ट्रीय स्तरावर ती घनता 382 आहे. राष्ट्रीय स्तरापेक्षा महाराष्ट्राची लोकसंख्येची घनता 17 बिंदूने कमी आहे.

सन 2001 मध्ये महाराष्ट्राची घनता 315 होती. याचा अर्थ, दशवार्षिक कालखंडात लोकसंख्येच्या घनतेमध्ये 50 बिंदूंनी वाढ झालेली आहे.

1. **महाराष्ट्रातील लोकसंख्येच्या घनतेनुसार पहिले पाच जिल्हे :**

- सन 2011 च्या अंतिम जनगणनेनुसार, महाराष्ट्रात लोकसंख्येची सर्वांत जास्त घनता मुंबई उपनगर जिल्हा (20,980) आहे. 2001 साली या जिल्ह्याची घनता 19,373 होती. सन 2011 मधील घनतेमध्ये 1,607 ने वाढ झालेली आहे.

- **लोकसंख्येच्या घनतेमध्ये दुसरा क्रमांक मुंबई शहर (19,652) आहे. 2001 साली मुंबई शहराची लोकसंख्येची घनता 21,261 होती. याचा अर्थ, मुंबई शहराच्या लोकसंख्येच्या घनतेत 1,609 ने घट झालेली आहे. मुंबई शहरातील काही लोकांनी मुंबई उपनगर व ठाणे या जिल्ह्यात स्थलांतर केलेले आहे.**

- लोकसंख्येच्या घनतेमध्ये तिसरा क्रमांक ठाणे जिल्हा (1,900) आहे.

- लोकसंख्येच्या घनतेमध्ये चौथा क्रमांक पुणे जिल्हा (603) आहे. 2001 साली पुणे जिल्ह्याची लोकसंख्या घनता 462 होती. सन 2001 ते 2011 या दशकात पुणे जिल्ह्याच्या घनतेमध्ये 141 बिंदूंनी वाढ झालेली आहे.

- लोकसंख्येच्या घनतेमध्ये पाचवा क्रमांक कोल्हापूर जिल्हा (504) आहे. 2001 सालच्या जनगणनेच्या तुलनेने लोकसंख्येची घनता 46 बिंदूंनी वाढलेली आहे.

2. **महाराष्ट्रातील लोकसंख्येच्या घनतेनुसार शेवटचे पाच जिल्हे :**

- सन 2011 च्या अंतिम जनगणनेनुसार, महाराष्ट्रात लोकसंख्येची सर्वांत कमी घनता गडचिरोली जिल्हा (74) आहे. गडचिरोली जिल्ह्याची 2001 सालची घनता 67 होती. यामध्ये 7 बिंदूंनी वाढ झालेली आहे.

- लोकसंख्येच्या घनतेमध्ये शेवटून दुसरा क्रमांक सिंधुदुर्ग जिल्हा (163) आहे. 2001 साली सिंधुदुर्ग जिल्ह्याची लोकसंख्येची घनता 167 होती. याचा अर्थ, सिंधुदुर्ग जिल्ह्याच्या लोकसंख्येच्या घनतेत – 4 बिंदूंनी घट झालेली आहे.

- लोकसंख्येच्या घनतेमध्ये शेवटून तिसरा क्रमांक चंद्रपूर जिल्हा (193) आहे. सन 2001 च्या तुलनेने चंद्रपूर जिल्ह्याची घनता 12 बिंदूंनी वाढलेली आहे.

- लोकसंख्येच्या घनतेमध्ये शेवटून चौथा क्रमांक रत्नागिरी जिल्हा (197) आहे. 2001 साली या जिल्ह्याची घनता 207 होती. याचा अर्थ, रत्नागिरी जिल्ह्याची घनता – 10 बिंदूंनी घटलेली आहे.

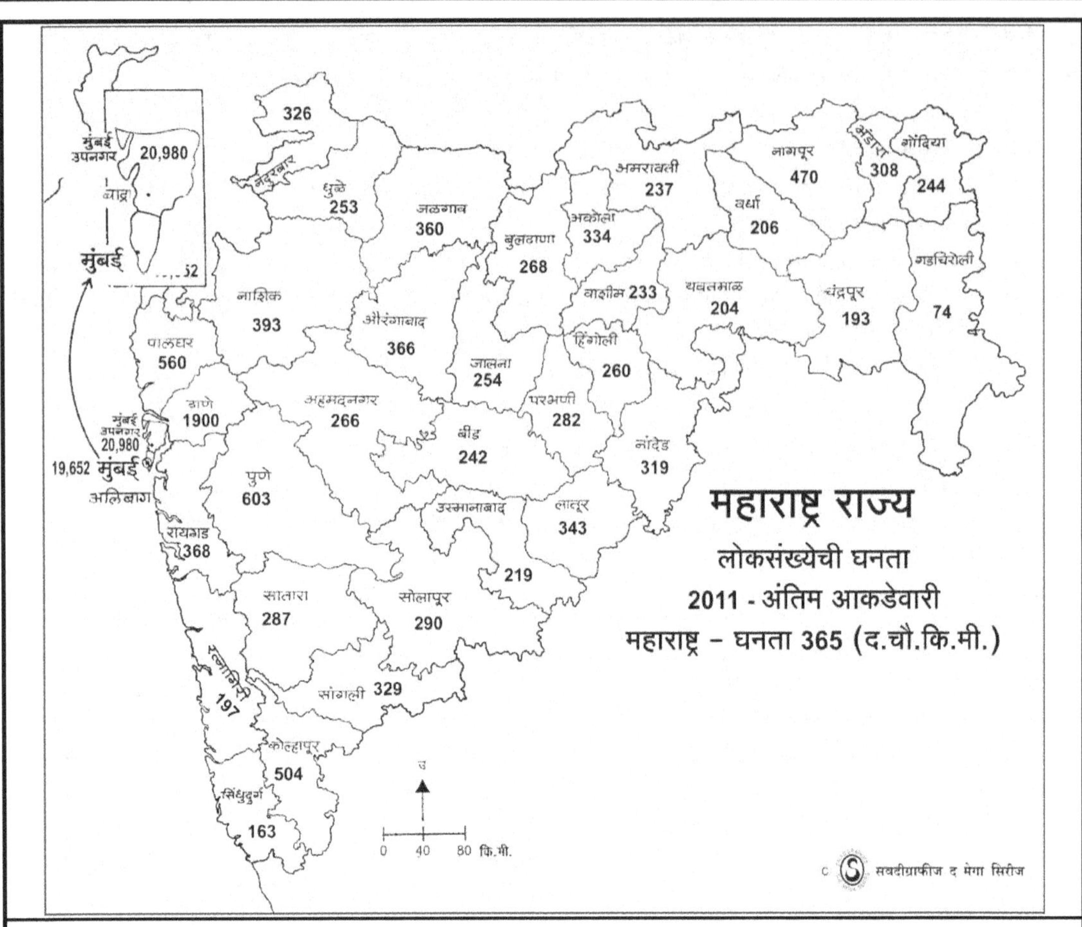

महाराष्ट्र – लोकसंख्येची घनता – 2011 (अंतिम आकडेवारी) :

महाराष्ट्रातील लोकसंख्येच्या घनतेनुसार पहिले पाच जिल्हे :

(1) मुंबई उपनगर (20,980), (2) मुंबई शहर (19,652), (3) ठाणे (1,157), (4) पुणे (603), (5) कोल्हापूर (504).

महाराष्ट्रातील लोकसंख्येच्या घनतेनुसार शेवटचे पाच जिल्हे :

(1) गडचिरोली (74), (2) सिंधुदुर्ग (163), (3) चंद्रपूर (193), (4) रत्नागिरी (197), (5) यवतमाळ (204).

नकाशा क्र. 8.3 : महाराष्ट्र – लोकसंख्येची घनता – 2011

3.   सन 2011 च्या अंतिम जनगणनेनुसार जिल्हावार लोकसंख्येच्या घनतेची वैशिष्ट्ये :

(i)   अति विशेष दाट लोकवस्तीच्या घनतेचा जिल्हा – मुंबई उपनगर (घनता **20,000** पेक्षा जास्त) :

सन 2011 च्या अंतिम जनगणनेनुसार, महाराष्ट्रात अति विशेष दाट लोकवस्तीच्या घनतेचा जिल्हा मुंबई उपनगर (20,980) आहे तर मुंबई शहराची लोकसंख्येची घनता 19,652 आहे.

सन 2011 च्या अंतिम जनगणनेनुसार, मुंबई शहर संकुलाचा एकत्रित विचार केल्यास 603 चौ.कि.मी. क्षेत्राची लोकसंख्येची घनता 20,634 आहे.

मुंबई उपनगर (93,56,962) आणि मुंबई शहर (30,85,415) दोन्ही मिळून 1,24,42,373 लोक राहतात.

(ii) अति दाट लोकवस्तीच्या घनतेचा जिल्हा – नवीन ठाणे (घनता 1,100 ते 1,200) :

सन 2011 च्या अंतिम जनगणनेनुसार, महाराष्ट्रात अति दाट लोकवस्तीच्या घनतेचा नवीन ठाणे जिल्हा (1,900) आहे.

मुंबई शहर, मुंबई उपनगर व ठाणे या जिल्ह्यांचा एकत्रित विचार केल्यास 4,817 चौ.कि.मी. क्षेत्रात सुमारे 205.17 लाख लोक राहतात. यांची एकत्रित लोकसंख्येची घनता 4,259 आहे.

(iii) घनदाट लोकवस्तीच्या घनतेचे जिल्हे - पुणे व कोल्हापूर (घनता 500 ते 800) :

सन 2011 च्या अंतिम जनगणनेनुसार, महाराष्ट्रात घनदाट लोकवस्तीच्या घनतेत पुणे (603) व कोल्हापूर (504) या जिल्ह्यांचा समावेश होतो.

(iv) दाट लोकवस्तीच्या घनतेचा जिल्हा – नागपूर (घनता 400 ते 500) :

सन 2011 च्या अंतिम जनगणनेनुसार, महाराष्ट्रात दाट लोकवस्तीच्या घनतेत नागपूर जिल्ह्याचा (470) समावेश होतो.

तक्ता क्र. 8.6 : महाराष्ट्र – लोकसंख्येच्या घनतेचे पहिले व शेवटचे पाच जिल्हे

(सन 2001 व 2011 : अंतिम आकडेवारी)

सन **2011** मधील घनतेनुसार क्रमांक	जिल्हा		घनता (सन 2011)	घनता (सन 2001)	घनतेमधील फरक (2001 - 2011)	सन **2001** मधील घनतेनुसार क्रमांक
	■ महाराष्ट्रातील लोकसंख्येच्या घनतेनुसार पहिले पाच जिल्हे					
1	1.	मुंबई उपनगर	20,980	19,373	+ 1,607	2
2	2.	मुंबई शहर	19,652	21,261	+ 1,609	1
3	3.	नवीन ठाणे	1,900	उपलब्ध नाही.	उपलब्ध नाही.	उपलब्ध नाही.
4	4.	पुणे	603	462	+ 141	4
5	5.	कोल्हापूर	504	458	+ 46	5
	■ महाराष्ट्रातील लोकसंख्येच्या घनतेनुसार शेवटचे पाच जिल्हे					
35	1.	गडचिरोली	74	67	+ 7	35
34	2.	सिंधुदुर्ग	163	167	– 4	34
33	3.	चंद्रपूर	193	181	+ 12	33
32	4.	रत्नागिरी	197	207	– 10	27
31	5.	यवतमाळ	204	181	+ 23	32

संदर्भ :   (I)   Statement - 3 : Ranking Districts by Population Density 2001 and 2011;

          (ii)   Part - II, Census of India, 2001; An Overview. (iii) भारतीय जनगणना, 2011 (अंतिम आकडेवारी)

(v) मध्यम लोकवस्तीच्या घनतेचे जिल्हे (घनता 300 ते 400) :

सन 2011 च्या अंतिम जनगणनेनुसार, महाराष्ट्रात मध्यम लोकवस्तीच्या घनतेचे दहा जिल्हे आहेत. या गटात प्रथम क्रमांक नाशिक जिल्हा (393) आहे. या खालोखाल रायगड (368), औरंगाबाद (366), जळगाव (360), लातूर (343), अकोला (334), सांगली (329), नांदेड (319), नंदुरबार (326), भंडारा (308) या जिल्ह्यांचा समावेश होतो.

(vi) साधारण लोकवस्तीच्या घनतेचे जिल्हे (घनता 250 ते 300) :

सन 2011 च्या अंतिम जनगणनेनुसार, महाराष्ट्रात साधारण लोकवस्तीच्या घनतेचे नऊ जिल्हे आहेत. या गटात प्रथम क्रमांक सोलापूर जिल्हा (290) आहे. या खालोखाल सातारा जिल्हा (287), परभणी (282), बुलडाणा (268), अहमदनगर (266), हिंगोली (260), जालना (254), धुळे (253), गोंदिया (244) या जिल्ह्यांचा समावेश होतो.

(vii) कमी लोकवस्तीच्या घनतेचे जिल्हे (घनता 200 ते 250) :

सन 2011 च्या अंतिम जनगणनेनुसार, महाराष्ट्रात कमी लोकवस्तीच्या घनतेचे सहा जिल्हे आहेत. या गटात प्रथम क्रमांक बीड जिल्हा (242) आहे. या खालोखाल अमरावती (237), वाशिम (233), उस्मानाबाद (219), वर्धा (206), यवतमाळ (204) या जिल्ह्यांचा समावेश होतो.

(viii) विरळ लोकवस्तीच्या घनतेचे जिल्हे (घनता 200 पेक्षा कमी) :

सन 2011 च्या अंतिम जनगणनेनुसार, महाराष्ट्रात विरळ लोकवस्तीच्या घनतेचे तीन जिल्हे आहेत. या गटात प्रथम क्रमांक रत्नागिरी (197) जिल्हा आहे. या खालोखाल चंद्रपूर (193) व सिंधुदुर्ग (163) हे जिल्हे येतात.

सर्वांत कमी लोकवस्तीच्या घनतेत गडचिरोली जिल्हा (74) आहे.

---

4.   लिंग-गुणोत्तर (सन 2011 : अंतिम आकडेवारी) (ठाणे व पालघर जिल्हा स्वतंत्र)

- सन 2011 च्या अंतिम जनगणनेनुसार, महाराष्ट्रात लिंग-गुणोत्तर 929 : 1000 आहे तर राष्ट्रीय स्तरावर हेच प्रमाण 943 : 1000 आहे. भारतीय स्तरावर महाराष्ट्राचा लिंग-गुणोत्तरामध्ये बाविसावा क्रमांक आहे. राष्ट्रीय सरासरीपेक्षा महाराष्ट्राचे लिंग-गुणोत्तर 14 बिंदूनी कमी आहे.

- सन 2001 ते 2011 या दशवार्षिक कालखंडात महाराष्ट्रात लिंग-गुणोत्तर 922 वरून 929 पर्यंत वाढलेले आहे. ही वाढ फक्त 7 : 1000 या प्रमाणात आहे.

1.   सन 2011 च्या अंतिम जनगणनेनुसार लिंग-गुणोत्तरामधील पहिले पाच जिल्हे :

- सन 2011 च्या अंतिम जनगणनेनुसार, महाराष्ट्रात लिंग-गुणोत्तरात सर्वांत प्रथम क्रमांक रत्नागिरी जिल्हा (1,122) आहे. 2001 साली हे प्रमाण 1,136 होते; तेव्हाही रत्नागिरी प्रथम स्थानावर होता. सन 2001 ते 2011 या दशकात ते – 14 बिंदूनी घटलेले आहे.

- महाराष्ट्रात लिंग-गुणोत्तरात दुसरा क्रमांक सिंधुदुर्ग जिल्हा (1,036) आहे. 2001 साली हे प्रमाण 1,079 होते. सन 2001 ते 2011 या दशकात ते – 43 बिंदूनी कमी झालेले आहे.

- **महाराष्ट्रात लिंग-गुणोत्तरात सर्वांत जास्त घट सिंधुदुर्ग जिल्ह्याची (– 43 बिंदू) असून ही एक चिंताजनक बाब आहे.**

- महाराष्ट्रात लिंग-गुणोत्तरात तिसरा क्रमांक गोंदिया जिल्हा (999) आहे. 2001 साली हे प्रमाण 1,005 होते. सन 2001 ते 2011 या दशकात ते – 6 बिंदूनी घट झालेली आहे.

- महाराष्ट्रात लिंग-गुणोत्तरात चौथा क्रमांक सातारा जिल्हा (988) असून पाचवा क्रमांक भंडारा जिल्ह्याचा (982) आहे.

- लिंग-गुणोत्तरात सन 2001 व 2011 यामधील फरक पाहता असे आढळते की, भंडारा व गडचिरोली (982) हे जिल्हे वगळता महाराष्ट्रातील उरलेल्या पहिल्या चार जिल्ह्यांमध्ये ऋणात्मक फरक आहे. ही बाब अधोरेखित करणारी आहे.

- पालघर जिल्ह्याचे लिंग-गुणोत्तर 977 आहे.

2.   सन 2011 च्या अंतिम जनगणनेनुसार लिंग-गुणोत्तरामधील शेवटचे पाच जिल्हे :

- सन 2011 च्या अंतिम जनगणनेनुसार, महाराष्ट्रात लिंग-गुणोत्तरात सर्वांत कमी लिंग-गुणोत्तर मुंबई शहर (832) आहे. 2001 साली हे प्रमाण 777 होते. याचा अर्थ, सन 2001 ते 2011 या दशकात मुंबई शहराच्या लिंग-गुणोत्तरात + 55 बिंदूनी वाढ झालेली आहे.

- महाराष्ट्रात लिंग-गुणोत्तरात दुसरा क्रमांकावर सर्वांत कमी लिंग-गुणोत्तर मुंबई उपनगर जिल्हा (860) आहे. 2001 साली हे प्रमाण 822 होते. याचा अर्थ, सन 2001 ते 2011 या दशकात मुंबई उपनगर जिल्ह्याच्या लिंग-गुणोत्तरात + 38 बिंदूनी वाढ झालेली आहे.

- महाराष्ट्रात लिंग-गुणोत्तरात तिसऱ्या क्रमांकावर सर्वांत कमी लिंग-गुणोत्तर नवीन ठाणे जिल्हा (891) आहे. 2001 साली हे प्रमाण 858 होते. सन 2001 ते 2011 या दशकात नवीन ठाणे जिल्ह्याच्या लिंग-गुणोत्तरात + 33 बिंदूनी वाढ झालेली आहे.

- मुंबई शहर, मुंबई उपनगर व नवीन ठाणे हे जिल्हे लोकसंख्येत अग्रेसर आहेत. यांच्या लिंग-गुणोत्तरात काही प्रमाणात सुधारणा झालेली आहे, ही एक आशादायक बाब आहे.

- या खालोखाल चौथ्या क्रमांकावर लिंग-गुणोत्तरात पुणे जिल्हा (915) आहे. 2001 साली हे प्रमाण 919 होते. सन 2001 ते 2011 या दशकात पुणे जिल्ह्याच्या लिंग-गुणोत्तरात – 4 बिंदूंनी घट झालेली आहे.

- या खालोखाल पाचव्या क्रमांकावर लिंग-गुणोत्तरात बीड जिल्हा (916) आहे. 2001 साली हे प्रमाण 936 होते. सन 2001 ते 2011 या दशकात पुणे जिल्ह्याच्या लिंग-गुणोत्तरात – 20 बिंदूंनी घट झालेली आहे.

तक्ता क्र. 8.7 : महाराष्ट्र - लिंग-गुणोत्तरानुसार पहिले व शेवटचे पाच जिल्हे
(सन 2001 व 2011 : अंतिम आकडेवारी)

सन **2011** मधील लिंग-गुणोत्तर क्रमांक	जिल्हा	लिंग-गुणोत्तर (सन 2011)	लिंग-गुणोत्तर (सन 2001)	लिंग-गुणोत्तरातील फरक (2001 - 2011)		सन **2001** मधील लिंग-गुणोत्तर क्रमांक
■ महाराष्ट्रातील लिंग-गुणोत्तरानुसार पहिले पाच जिल्हे						
1	1. रत्नागिरी	1122	1136	–	14	1
2	2. सिंधुदुर्ग	1036	1079	–	43	2
3	3. गोंदिया	999	1005	–	6	3
4	4. सातारा	988	995	–	7	4
5	5. भंडारा	982	981	+	1	5
–	6. गडचिरोली	982	976	+	6	–
■ महाराष्ट्रातील लिंग-गुणोत्तरानुसार शेवटचे पाच जिल्हे						
35	1. मुंबई शहर	832	777	+	55	35
34	2. मुंबई उपनगर	860	822	+	38	34
33	3. नवीन ठाणे	891	858	+	33	33
32	4. पुणे	915	919	–	4	32
31	5. बीड	916	936	–	20	31

संदर्भ :   (I)   Statement - 2 : Ranking Districts by Sex Ratio : 2001 and 2011;

         (ii)   Part - II, Census of India, 2001; An Overview. (iii) भारतीय जनगणना, 2011 (अंतिम आकडेवारी)

3.   सन 2011 च्या अंतिम जनगणनेनुसार महाराष्ट्रातील लिंग-गुणोत्तराचे वर्गीकरण :

(i)   **अत्यंत वाईट लिंग-गुणोत्तर (900 पेक्षा कमी)** : सन 2011 च्या अंतिम जनगणनेनुसार, महाराष्ट्रात 900 पेक्षा कमी लिंग-गुणोत्तर असणारे तीन जिल्हे आहेत. मुंबई शहर (832), मुंबई उपनगर (860), नवीन ठाणे (891) या जिल्ह्यांचा समावेश होतो. या जिल्ह्यांची 2001 सालच्या लिंग-गुणोत्तराशी तुलना केल्यास असे आढळते की, मुंबई शहर (55 बिंदू), मुंबई उपनगर (38 बिंदू), ठाणे (33 बिंदू) या जिल्ह्यांची सुधारणा झालेली आहे.

(ii)   **निम्न लिंग-गुणोत्तर (901 ते 925)** : सन 2011 च्या अंतिम जनगणनेनुसार, या गटात पाच जिल्हे आहेत. पुणे (915), बीड (916), औरंगाबाद (923), उस्मानाबाद (924), जळगाव (925) या जिल्ह्यांचा समावेश होतो. सन 2001 ते 2011 या दशकात वरील सर्व जिल्ह्यांत लिंग-गुणोत्तरे घसरलेली आहेत.

लिंग-गुणोत्तरात बीड (20 बिंदू) व औरंगाबाद (8 बिंदू) या जिल्ह्यांची घट झालेली आहे.

तक्ता क्र. 8.8 : महाराष्ट्र – सर्वसाधारण लिंग-गुणोत्तर (सन 2011 : अंतिम आकडेवारी)

I. अत्यंत वाईट लिंग-गुणोत्तर (900 पेक्षा कमी)		III. मध्यम निम्न लिंग-गुणोत्तर (926 ते 940)		V. मध्यम उच्च लिंग-गुणोत्तर (951 ते 970)	
जिल्हे	दरहजारी	जिल्हे	दरहजारी	जिल्हे	दरहजारी
1. मुंबई शहर	832	1. लातूर	928	1. नागपूर	951
2. मुंबई उपनगर	860	2. वाशिम	930	2. अमरावती	951
3. नवीन ठाणे	891	3. बुलडाणा	934	3. यवतमाळ	952
		4. जालना	934	4. कोल्हापूर	957
		5. नाशिक	937	5. रायगड	959
		6. सोलापूर	938	6. चंद्रपूर	961
		7. अहमदनगर	939	7. सांगली	966
II. निम्न लिंग-गुणोत्तर (901 ते 925)		**IV. मध्यम लिंग-गुणोत्तर (941 ते 950)**		**VI. उच्च लिंग-गुणोत्तर (970 पेक्षा जास्त)**	
1. पुणे	915	1. धुळे	946	1. पालघर	977
2. बीड	916	2. वर्धा	946	2. नंदुरबार	978
3. औरंगाबाद	923	3. परभणी	947	3. गडचिरोली	982
4. उस्मानाबाद	924	4. अकोला	942	4. भंडारा	982
5. जळगाव	925	5. हिंगोली	942	5. सातारा	988
		6. नांदेड	943	6. गोंदिया	999
				7. सिंधुदुर्ग	1036
				8. रत्नागिरी	1122

संदर्भ : (i) Part - II, Census of India, 2001; An Overview. (ii) भारतीय जनगणना, 2011 (अंतिम आकडेवारी)

(iii) मध्यम निम्न लिंग-गुणोत्तर (926 ते 940) : सन 2011 च्या अंतिम जनगणनेनुसार, या गटात सात जिल्हे आहेत. या गटातील सर्वांत जास्त लिंग-गुणोत्तर अहमदनगर जिल्हा (939) आहे. या खालोखाल सोलापूर (938), नाशिक (934), जालना (937), बुलडाणा (934), वाशिम (930), लातूर (928) या जिल्ह्यांचा क्रमांक लागतो.

(iv) मध्यम लिंग-गुणोत्तर (941 ते 950) : सन 2011 च्या अंतिम जनगणनेनुसार, या गटात पाच जिल्हे आहेत. या गटात सर्वांत प्रथम क्रमांक परभणी जिल्हा (947) आहे. या खालोखाल धुळे व वर्धा (946), अकोला व हिंगोली (942) या जिल्ह्यांचा क्रमांक लागतो.

(v) मध्यम उच्च लिंग-गुणोत्तर (951 ते 970) : सन 2011 च्या अंतिम जनगणनेनुसार, या गटात सात जिल्हे आहेत. या गटात सर्वांत प्रथम क्रमांक सांगली जिल्हा (966) आहे. या खालोखाल चंद्रपूर (961), रायगड (959), कोल्हापूर (957), यवतमाळ (952), अमरावती व नागपूर (951) या जिल्ह्यांचा क्रमांक लागतो.

(vi) उच्च लिंग-गुणोत्तर (970 पेक्षा जास्त) : सन 2011 च्या अंतिम जनगणनेनुसार, या गटात सात जिल्हे आहेत. या गटात सर्वांत प्रथम क्रमांक रत्नागिरी जिल्हा (1,122) आहे. या खालोखाल सिंधुदुर्ग (1,036), गोंदिया (999), सातारा (988), भंडारा (982), गडचिरोली (982), नंदुरबार (978), पालघर (977) या जिल्ह्यांचा क्रमांक लागतो.

महाराष्ट्र - सर्वसाधारण लिंग-गुणोत्तर - 2011 (अंतिम आकडेवारी) :

महाराष्ट्रातील सर्वसाधारण लिंग-गुणोत्तरानुसार पहिले पाच जिल्हे :

(1) रत्नागिरी (1122), (2) सिंधुदुर्ग (1036), (3) गोंदिया (999), (4) सातारा (988), (5) भंडारा (982).

महाराष्ट्रातील सर्वसाधारण लिंग-गुणोत्तरानुसार शेवटचे पाच जिल्हे :

(1) मुंबई शहर (832), (2) मुंबई उपनगर (860), (3) ठाणे (886), (4) पुणे (915), (5) बीड (916).

नकाशा क्र. 8.4 : महाराष्ट्र - सर्वसाधारण लिंग-गुणोत्तर - 2011

तक्ता क्र. 8.9 : महाराष्ट्र - सर्वसाधारण लिंग-गुणोत्तर : दशवार्षिक वाढ/घट

(सन 2001 - 2011 : अंतिम आकडेवारी)

घटक	1	2	3	4	5
पहिले पाच जिल्हे	मुंबई शहर	मुंबई उपनगर	नवीन ठाणे	नागपूर	चंद्रपूर
दशवार्षिक वाढ/घट	+ 55	+ 38	+ 33	+ 19	+ 13
शेवटचे पाच जिल्हे	जालना	रायगड	बुलढाणा	हिंगोली	परभणी
दशवार्षिक वाढ/घट	− 14	− 17	− 12	− 11	− 11

संदर्भ : भारतीय जनगणना, 2011 (अंतिम आकडेवारी)

4.   लिंग-गुणोत्तरामधील कल (सन 1901 ते 2011) :

सन 1901 ते 2011 या कालखंडातील लिंग-गुणोत्तराचा कल स्पष्ट करते. याच्या आधारे लिंग-गुणोत्तराच्या स्वरूपाचा अंदाज व्यक्त करता येतो.

- नंदुरबार जिल्ह्यात लिंग-गुणोत्तर बहुतांशी स्थिर आहे.

- सोलापूर, कोल्हापूर, सांगली या जिल्ह्यांतही सर्वसाधारणपणे लिंग-गुणोत्तर स्थिर आहे.

- अकोला, अमरावती, नागपूर, बीड, लातूर याचप्रमाणे काही प्रमाणात उस्मानाबाद जिल्ह्यात 1901 सालापासून लिंग-गुणोत्तरात बरेच चढ-उतार आहेत.

- रायगड व सातारा या जिल्ह्यात सापेक्षदृष्ट्या लिंग-गुणोत्तर जरी उच्च स्वरूपाचे असले तरी तेथे लिंग-गुणोत्तरात वारंवार व लक्षणीय चढ-उतार आहेत.

- जळगाव, बुलडाणा, वर्धा, जालना, औरंगाबाद, नाशिक, नवीन ठाणे, पुणे व अहमदनगर या जिल्ह्यांत लिंग-गुणोत्तरात संथ स्वरूपात घसरण आहे.

- भंडारा व चंद्रपूर या जिल्ह्यात लिंग-गुणोत्तर सुस्थितीत असले तरी काळाच्या ओघात उतरता कल आहे.

5.   लिंग-गुणोत्तराची विशेष वैशिष्ट्ये (सन 1901 ते 2011) :

- संपूर्ण महाराष्ट्राचा विचार करता, सन 1901 ते 1971 या कालखंडात लिंग-गुणोत्तरात सातत्याने घट झालेली आहे.

  (i)   1901 साली लिंग-गुणोत्तर 978 होते तर 1971 साली 930 होते.

  (ii)   1981 चा अपवाद वगळता, 2001 साली लिंग-गुणोत्तर 922 होते.

  (iii)   2011 साली महाराष्ट्राचे लिंग-गुणोत्तर 929 आहे.

- सन 1961 मध्ये सर्वांत जास्त लिंग-गुणोत्तर रत्नागिरी जिल्ह्यात (1264 : 1000) होते.

- सन 1911 मध्ये सर्वांत कमी लिंग-गुणोत्तर मुंबई शहर व मुंबई उपनगर (बृहन्मुंबई) (570 : 1000) या जिल्ह्यात होते.

---

5. बालिका-बालकांची संख्या (सन 2011 : अंतिम आकडेवारी) (ठाणे व पालघर स्वतंत्र)

सन 2011 च्या अंतिम जनगणनेनुसार, बालिका-बालकांची एकूण संख्या 1,33,26,517 (1.33 कोटी) आहे. यापैकी बालकांची संख्या 70,35,391 (70.35 लाख) आणि बालिकांची संख्या 62,91,126 (62.91 लाख) आहे.

2001 साली महाराष्ट्रात बालिका-बालकांची एकूण संख्या 1.31 कोटी होती. यापैकी बालकांची संख्या 68.79 लाख तर बालिकांची संख्या 63.09 लाख होती.

सन 2001 व 2011 च्या आकडेवारीशी तुलना करता, बालिका-बालकांची संख्या सुमारे तीन लाखांनी घटलेली आहे. यापैकी बालकांच्या संख्येमध्ये सुमारे 57,000 ने घट झालेली आहे तर बालिकांच्या संख्येत मात्र 2 लाख 73 हजारांनी घट झालेली आहे. ही मात्र सर्वांत चिंताजनक बाब आहे. स्वतःला तथाकथित प्रगत आणि प्रगतिशील राज्य म्हणून घेणाऱ्या महाराष्ट्राला बालिकांची संख्या एवढ्या प्रमाणात घटणे हे बिलकूल शोभनीय नाही.

सन 2011 च्या अंतिम जनगणनेनुसार महाराष्ट्रातील बालिका-बालकांचे जिल्हावार वितरण :

(i)   बालिका-बालकांची 10.1 ते 12 लाख दरम्यान संख्या असणारा महाराष्ट्रातील पहिला जिल्हा - पुणे : सन 2011 च्या अंतिम जनगणनेनुसार, महाराष्ट्रात या गटात सर्वांत पहिला क्रमांक पुणे जिल्हा (11.05 लाख) आहे.

(ii)   बालिका-बालकांची 8.1 ते 10 लाख दरम्यान संख्या असणारे जिल्हे : सन 2011 च्या अंतिम जनगणनेनुसार, महाराष्ट्रात या गटात मुंबई उपनगर (9.31 लाख), नवीन ठाणे जिल्हा (9.24 लाख) आणि नाशिक (8.28 लाख) या जिल्ह्यांचा समावेश होतो.

(iii)   बालिका-बालकांची 5.1 ते 6 लाख दरम्यान संख्या असणारे जिल्हे : सन 2011 च्या अंतिम जनगणनेनुसार, या गटात चार जिल्हे येतात. प्रथम क्रमांक अहमदनगर जिल्हा (5.56 लाख) असून या खालोखाल सोलापूर (5.38 लाख), औरंगाबाद (5.33 लाख) व जळगाव (5.32 लाख) या जिल्ह्यांचा क्रमांक लागतो.

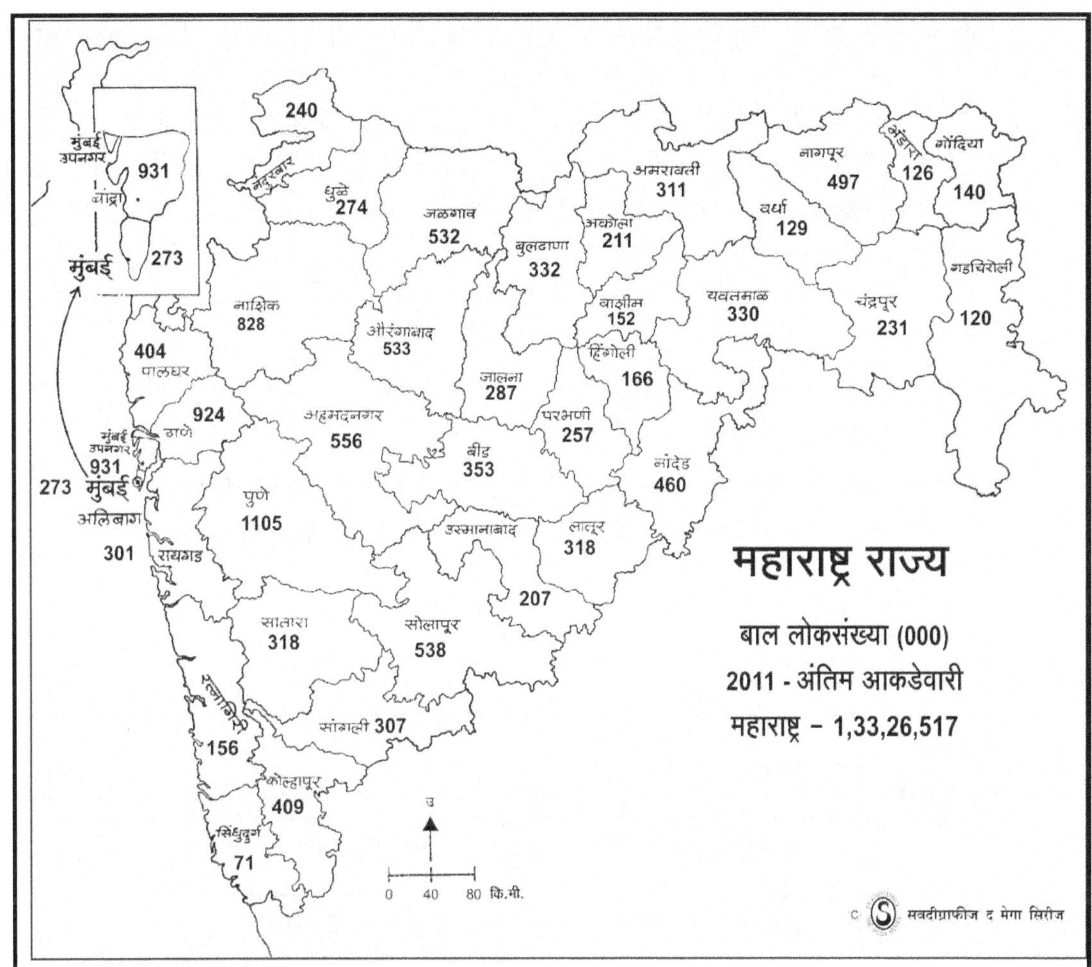

महाराष्ट्र – बाल लोकसंख्या – 2011 (अंतिम आकडेवारी) :

महाराष्ट्रातील बाल लोकसंख्येनुसार पहिले पाच जिल्हे :

(1) ठाणे (13,27,146); (2) पुणे (11,04,959); (3) मुंबई उपनगर (9,30,884); (4) नाशिक (8,27,935), (5) अहमदनगर (5,56,014).

महाराष्ट्रातील बाल लोकसंख्येनुसार शेवटचे पाच जिल्हे :

(1) सिंधुदुर्ग (71,193), (2) गडचिरोली (1,20,272), (3) भंडारा (1,26,025), (4) वर्धा (1,28,901), (5) गोंदिया (1,40,365).

नकाशा क्र. 8.5 : महाराष्ट्र – बाल लोकसंख्या – 2011

(iv) बालिका-बालकांची 4.1 ते 5 लाख दरम्यान संख्या असणारे जिल्हे : सन 2011 च्या अंतिम जनगणनेनुसार, या गटात चार जिल्ह्यांचा समावेश होतो. प्रथम क्रमांक नागपूर जिल्हा (4.97 लाख) असून या खालोखाल नांदेड (4.60 लाख), कोल्हापूर (4.09 लाख), पालघर (4.04 लाख) या जिल्ह्यांचा क्रमांक लागतो.

(v) बालिका-बालकांची 3.1 ते 4 लाख दरम्यान संख्या असणारे जिल्हे : सन 2011 च्या अंतिम जनगणनेनुसार, या गटात आठ जिल्ह्यांचा समावेश होतो. प्रथम क्रमांक बीड जिल्हा (3.53 लाख) असून या खालोखाल बुलडाणा (3.32 लाख), यवतमाळ (3.30 लाख), लातूर व सातारा (3.18 लाख), अमरावती (3.11 लाख), रायगड (3.01 लाख), सांगली (3.07 लाख) या जिल्ह्यांचा क्रमांक लागतो.

(vi) बालिका-बालकांची 2.1 ते 3 लाख दरम्यान संख्या असणारे जिल्हे : सन 2011 च्या अंतिम जनगणनेनुसार, या गटात आठ जिल्हे आहेत. सर्वांत प्रथम क्रमांक जालना जिल्हा (2.87 लाख) आहे. या खालोखाल मुंबई शहर (2.73 लाख), धुळे (2.74 लाख), परभणी (2.57 लाख), नंदुरबार (2.40 लाख), चंद्रपूर (2.31 लाख), अकोला (2.11 लाख), उस्मानाबाद (2.07 लाख) या जिल्ह्यांचा क्रमांक लागतो.

(vii) बालिका-बालकांची 1.1 ते 2 लाख दरम्यान संख्या असणारे जिल्हे : सन 2011 च्या अंतिम जनगणनेनुसार, या गटात सात जिल्हे आहेत. सर्वांत प्रथम क्रमांक हिंगोली जिल्हा (1.66 लाख) आहे. या खालोखाल रत्नागिरी (1.56 लाख), वाशिम (1.52 लाख), गोंदिया (1.40 लाख), वर्धा (1.29 लाख), भंडारा (1.26 लाख), गडचिरोली (1.20 लाख) या जिल्ह्यांचा क्रमांक लागतो.

(viii) बालिका-बालकांची संख्या 1 लाखापेक्षा कमी असणारा जिल्हा - सिंधुदुर्ग : सन 2011 च्या अंतिम जनगणनेनुसार, एक लाखापेक्षा कमी असणारा जिल्हा सिंधुदुर्ग (71,000) आहे.

तक्ता क्र. 8.10 :   महाराष्ट्र - बालिका-बालकांच्या संख्येनुसार (0 ते 6 वर्षे) पहिले व शेवटचे पाच जिल्हे (सन 2011 : अंतिम आकडेवारी)

घटक	1	2	3	4	5
पहिले पाच जिल्हे	पुणे	मुंबई उपनगर	नवीन ठाणे	नाशिक	अहमदनगर
बालिका–बालकांची संख्या	11,04,959	9,30,884	9,23,541	8,27,935	5,56,014
शेवटचे पाच जिल्हे	सिंधुदुर्ग	गडचिरोली	भंडारा	वर्धा	गोंदिया
बालिका–बालकांची संख्या	71,193	1,20,272	1,26,025	1,28,901	1,40,365

संदर्भ : भारतीय जनगणना, 2011 (अंतिम आकडेवारी)

---

6.   बालिका-बालकांचे लिंग-गुणोत्तर (सन 2011 : अंतिम आकडेवारी)
(ठाणे व पालघर जिल्हा स्वतंत्र)

सन 2011 च्या अंतिम जनगणनेनुसार, राष्ट्रीय स्तरावर बालिका-बालकांचे सरासरी गुणोत्तर 919 आहे.

महाराष्ट्रातील बालिका-बालकांचे सरासरी लिंग-गुणोत्तर फक्त 894 आहे तर 2001 साली हेच प्रमाण 913 होते. याचा अर्थ, दर 1,000 बालकांमध्ये – 19 बालिकांची घट झालेली आहे.

1. सन 2011 च्या अंतिम जनगणनेनुसार बालिका-बालकांच्या लिंग-गुणोत्तरामधील पहिले पाच जिल्हे :

- सन 2011 च्या अंतिम जनगणनेनुसार, महाराष्ट्रात बालिका-बालकांचे लिंग-गुणोत्तरात सर्वांत प्रथम क्रमांक पालघर जिल्हा (967) आहे.
- या खालोखाल गडचिरोली (961), गोंदिया (956), चंद्रपूर (953), भंडारा (950) या जिल्ह्यांचा क्रमांक लागतो.

2. सन 2011 च्या अंतिम जनगणनेनुसार बालिका-बालकांच्या लिंग-गुणोत्तरामधील शेवटचे पाच जिल्हे :

- सन 2011 च्या अंतिम जनगणनेनुसार, महाराष्ट्रात बालिका-बालकांचे लिंग-गुणोत्तरात सर्वांत शेवटचा जिल्हा बीड (807) आहे.
- या खालोखाल जळगाव (842), अहमदनगर (852), औरंगाबाद (858), कोल्हापूर (863) या जिल्ह्यांचा क्रमांक लागतो.

तक्ता क्र. 8.11 : महाराष्ट्र - बालिका-बालकांचे लिंग-गुणोत्तरानुसार पहिले व शेवटचे पाच जिल्हे (सन 2011 : अंतिम आकडेवारी)

घटक	1	2	3	4	5
पहिले पाच जिल्हे	पालघर	गडचिरोली	गोंदिया	चंद्रपूर	भंडारा
बाल लिंग-गुणोत्तर	967	961	856	953	950
शेवटचे पाच जिल्हे	बीड	जळगाव	अहमदनगर	औरंगाबाद	कोल्हापूर
बाल लिंग-गुणोत्तर	807	842	852	858	863

संदर्भ : भारतीय जनगणना, 2011 (अंतिम आकडेवारी)

3. सन 2011 च्या अंतिम जनगणनेनुसार महाराष्ट्रातील बालिका-बालकांच्या लिंग-गुणोत्तराचे वितरण :

(i) बालिका-बालकांचे अत्यंत वाईट लिंग-गुणोत्तर (850 पेक्षा कमी) : सन 2011 च्या अंतिम जनगणनेनुसार, महाराष्ट्रात बालिका-बालकांचे लिंग-गुणोत्तर सर्वांत कमी बीड जिल्हा (807) आहे. 2001 साली हेच प्रमाण 894 होते. याचा अर्थ, सन 2001 ते 2011 या दशकात बीड जिल्ह्यात बाल लिंग-गुणोत्तरात 87 बिंदूंनी घट झालेली आहे आणि महाराष्ट्रात सर्वांत जास्त घट आहे, ही एक शोचनीय बाब आहे. या खालोखाल जळगाव जिल्ह्याचा (842) क्रमांक लागतो.

तक्ता क्र. 8.12 : महाराष्ट्र - बाल लिंग-गुणोत्तर : सन 2001 व 2011 यामधील फरक (सन 2001 व 2011 : अंतिम आकडेवारी)

क्र.	जिल्हे	फरक (+ किंवा –)		क्र.	जिल्हे	फरक (+ किंवा –)	
I.	**अत्यंत वाईट लिंग-गुणोत्तर (850 पेक्षा कमी)**			**III.**	**निम्न लिंग-गुणोत्तर**	**(901 ते 925)**	
1.	बीड	–	87	1.	नांदेड	–	19
2.	जळगाव	–	38	2.	अकोला	–	21
II.	**वाईट लिंग-गुणोत्तर**	**(851 ते 900)**		3.	मुंबई उपनगर	–	10
1.	अहमदनगर	–	32	4.	मुंबई शहर	–	08
2.	बुलडाणा	–	53	5.	वर्धा	–	09
3.	औरंगाबाद	–	32	6.	सिंधुदुर्ग	–	22
4.	कोल्हापूर	+	24	7.	यवतमाळ	–	11
5.	वाशिम	–	55	8.	ठाणे-पालघर	–	07
6.	उस्मानाबाद	–	27	**IV.**	**मध्यम निम्न लिंग-गुणोत्तर (926 ते 940)**		
7.	सांगली	+	16	1.	नागपूर	–	11
8.	जालना	–	33	2.	अमरावती	–	06
9.	हिंगोली	–	45	3.	रायगड	–	04
10.	सोलापूर	–	12	4.	रत्नागिरी	–	16`
11.	पुणे	–	19	**V.**	**मध्यम लिंग-गुणोत्तर**	**(941 ते 950)**	
12.	परभणी	–	39	1.	नंदुरबार	–	17
13.	लातूर	–	29	2.	भंडारा	–	06
14.	नाशिक	–	30	**VI.**	**मध्यम उच्च लिंग-गुणोत्तर (951 ते 970)**		
15.	सातारा	+	17	1.	चंद्रपूर	+	14
16.	धुळे	–	09	2.	गोंदिया	–	02
				3.	गडचिरोली	–	05

(ii) बालिका-बालकांचे वाईट लिंग-गुणोत्तर (851 ते 900) : सन 2011 च्या अंतिम जनगणनेनुसार, महाराष्ट्रात या गटात पंधरा जिल्ह्यांचा समावेश आहे. यामध्ये सर्वांत प्रथम क्रमांक धुळे जिल्हा (898) आहे. यानंतर नाशिक (890), लातूर (889), परभणी (884), पुणे व सोलापूर (883), हिंगोली (882), जालना (870), सांगली व उस्मानाबाद (867), वाशिम (863), कोल्हापूर (863), औरंगाबाद (858), बुलडाणा (855) व अहमदनगर (852) या जिल्ह्यांचा क्रमांक लागतो.

(iii) बालिका-बालकांचे निम्न लिंग-गुणोत्तर (901 ते 925) : सन 2011 च्या अंतिम जनगणनेनुसार, महाराष्ट्रात या गटात सात जिल्ह्यांचा समावेश आहे. यामध्ये सर्वांत प्रथम क्रमांक नवीन ठाणे जिल्हा (923) आहे. या खालोखाल यवतमाळ व सिंधुदुर्ग (922), वर्धा (919), मुंबई उपनगर (913), अकोला (912), नांदेड (910) या जिल्ह्यांचा क्रमांक लागतो.

(iv) बालिका-बालकांचे मध्यम निम्न लिंग-गुणोत्तर (926 ते 940) : सन 2011 च्या अंतिम जनगणनेनुसार, महाराष्ट्रात या गटात चार जिल्ह्यांचा समावेश आहे. यामध्ये सर्वांत प्रथम क्रमांक रत्नागिरी जिल्हा (936) आहे. या खालोखाल रायगड व अमरावती (935), नागपूर (931) या जिल्ह्यांचा क्रमांक लागतो.

(v) बालिका-बालकांचे मध्यम लिंग-गुणोत्तर (941 ते 950) : सन 2011 च्या अंतिम जनगणनेनुसार, महाराष्ट्रात या गटात दोन जिल्ह्यांचा समावेश आहे. भंडारा (950) व नंदुरबार (944) या जिल्ह्यांचा क्रमांक लागतो.

(vi) बालिका-बालकांचे मध्यम उच्च लिंग-गुणोत्तर (951 ते 970) : सन 2011 च्या अंतिम जनगणनेनुसार, महाराष्ट्रात या गटात चार जिल्ह्यांचा समावेश आहे. सर्वांत प्रथम क्रमांक पालघर जिल्हा (967) असून या खालोखाल गडचिरोली (961), गोंदिया (956) व चंद्रपूर (953) या जिल्ह्यांचा क्रमांक लागतो.

4. सन 2001 ते 2011 या दशकामधील बाल लिंग-गुणोत्तरातील फरक (ऋणात्मक व धनात्मक) :

महाराष्ट्रात 2001 साली बाल लिंग-गुणोत्तर (913) होते तर 2011 साली हेच प्रमाण (894) होते. याचा अर्थ, बाल लिंग-गुणोत्तरात – 19 बिंदूंनी घट झाली आहे. दुसऱ्या शब्दात सांगावयाचे झाल्यास, 2001 सालच्या तुलनेमध्ये दर 1,000 मुलांमागे आणखी 19 मुलींची तूट झाली आहे. याचे विपरीत परिणाम पुढील पंधरा ते वीस वर्षांत होऊ शकतात.

2001 साली मुलींची कमतरता 87 होती; ती 2011 साली 106 पर्यंत वाढलेली आहे, हे एक अत्यंत विदारक चित्र आहे.

(i) सन 2001 ते 2011 या दशकात बाल लिंग-गुणोत्तरात सर्वांत जास्त फरक असणारा जिल्हा - बीड : सन 2001 ते 2011 या दशकात महाराष्ट्रात बाल लिंग-गुणोत्तरात सर्वांत जास्त फरक असणारा बीड जिल्हा (– 87 बिंदू) आहे.

(ii) सन 2001 ते 2011 या दशकात बाल लिंग-गुणोत्तरात (– 60 ते – 51 बिंदू) फरक असणारा जिल्हा - बुलडाणा : या गटात बाल लिंग-गुणोत्तरात वाशिम जिल्हा (– 55 बिंदू) असून या खालोखाल बुलडाणा जिल्ह्याचा (– 53 बिंदू) समावेश होतो.

(iii) सन 2001 ते 2011 या दशकात बाल लिंग-गुणोत्तरात (– 50 ते – 41 बिंदू) फरक असणारा जिल्हा - हिंगोली : या गटात फक्त हिंगोली जिल्ह्याचा (– 45 बिंदू) समावेश होतो.

(iv) सन 2001 ते 2011 या दशकात बाल लिंग-गुणोत्तरात (– 40 ते – 31 बिंदू) फरक असणारे जिल्हे : या गटात सहा जिल्हे येतात. या गटात परभणी जिल्हा (– 39 बिंदू) आहे. या खालोखाल जळगाव (– 38 बिंदू), जालना (– 33 बिंदू), अहमदनगर व औरंगाबाद (प्रत्येकी – 32 बिंदू), नाशिक (– 30 बिंदू) या जिल्ह्यांचा समावेश होतो.

(v) सन 2001 ते 2011 या दशकात बाल लिंग-गुणोत्तरात (– 30 ते – 21 बिंदू) फरक असणारे जिल्हे : या गटात पाच जिल्हे येतात. या गटात नाशिक जिल्हा (– 30 बिंदू) आहे. या खालोखाल लातूर (– 29 बिंदू), उस्मानाबाद (– 27 बिंदू), सिंधुदुर्ग (– 22 बिंदू), अकोला (– 21 बिंदू) या जिल्ह्यांचा समावेश होतो.

(vi) सन 2001 ते 2011 या दशकात बाल लिंग-गुणोत्तरात (– 20 ते – 11 बिंदू) फरक असणारे जिल्हे : या गटात सहा जिल्हे येतात. या गटात पुणे व नांदेड (प्रत्येकी – 19 बिंदू) या जिल्ह्याखालोखाल नंदुरबार (– 17 बिंदू), रत्नागिरी (– 16 बिंदू), यवतमाळ व नागपूर (– 11 बिंदू) या जिल्ह्यांचा समावेश होतो.

महाराष्ट्र – बाल लिंग–गुणोत्तर – 2011 (अंतिम आकडेवारी) :

महाराष्ट्रातील बाल लिंग–गुणोत्तरानुसार पहिले पाच जिल्हे :

(1) पालघर (967), (2) गडचिरोली (961), (3) गोंदिया (956), (4) चंद्रपूर (953), (5) भंडारा (950)

महाराष्ट्रातील बाल लिंग–गुणोत्तरानुसार शेवटचे पाच जिल्हे :

(1) बीड (807), (2) जळगाव (842), (3) अहमदनगर (852), (4) औरंगाबाद (858), (5) कोल्हापूर (863).

नकाशा क्र. 8.6 : महाराष्ट्र – बाल लिंग-गुणोत्तर – 2011

(vii) सन 2001 ते 2011 या दशकात बाल लिंग-गुणोत्तरात (– 10 ते 0 बिंदू) फरक असणारे जिल्हे : या गटात दहा जिल्हे येतात. या गटात मुंबई उपनगर जिल्हा (– 10 बिंदू) आहे. या खालोखाल धुळे व वर्धा (प्रत्येकी – 9 बिंदू), ठाणे-पालघर (– 7 बिंदू), मुंबई शहर (– 8 बिंदू), अमरावती व भंडारा (– 6 बिंदू), गडचिरोली (– 5 बिंदू), रायगड (– 4 बिंदू), गोंदिया (– 2 बिंदू) या जिल्ह्यांचा समावेश होतो.

महाराष्ट्रातील 36 जिल्ह्यांपैकी 32 जिल्ह्यांमध्ये बाल लिंग-गुणोत्तरामधील फरक ऋणात्मक आहे. याचा अर्थ, 2001 सालापेक्षा 2011 साली बाल लिंग-गुणोत्तर कमी आहे, हे निश्चितच जनतेची सामाजिक जाणीव कोणत्या दिशेने जात आहे याचा विचार करण्याची वेळ आली आहे. राजकीय नेते, सामाजिक नेते आणि कुटुंबांनी गंभीरपणे या महत्त्वाच्या मुद्द्यांकडे पाहण्याची गरज आहे.

(viii) सन 2001 ते 2011 या दशकात बाल लिंग-गुणोत्तरात (+ 1 ते + 25 बिंदू) फरक असणारे जिल्हे : या गटात चंद्रपूर (+ 14 बिंदू), सांगली (+ 16 बिंदू), सातारा (+ 17 बिंदू), कोल्हापूर (+ 24 बिंदू) या जिल्ह्यांचा समावेश होतो.

तक्ता क्र. 8.13 : महाराष्ट्र - बाल लिंग-गुणोत्तर : दशवार्षिक वाढ/घट

(सन 2001 - 2011 : अंतिम आकडेवारी)

घटक	1	2	3	4	5
पहिले पाच जिल्हे	कोल्हापूर	सातारा	सांगली	चंद्रपूर	गोंदिया
दशवार्षिक वाढ/घट	+ 24	+ 17	+ 16	+ 14	– 2
शेवटचे पाच जिल्हे	बीड	वाशिम	बुलडाणा	हिंगोली	परभणी
दशवार्षिक वाढ/घट	– 87	– 55	– 53	– 45	– 39

संदर्भ : भारतीय जनगणना, 2011 (अंतिम आकडेवारी)

बाल लोकसंख्या टक्केवारीची दशवार्षिक घट (सन 2001 ते 2011) :

महाराष्ट्रात सर्वंच जिल्ह्यांत बाल लोकसंख्या टक्केवारीची दशवार्षिक घट (–) झालेली आहे, ही एक चिंताजनक बाब आहे. महाराष्ट्रात सन 2001 ते 2011 या दशवार्षिक काळात बाल लोकसंख्या टक्केवारीची सरासरी दशवार्षिक घट (– 2.88%) आहे.

1. बाल लोकसंख्या टक्केवारीची दशवार्षिक घट (2001 – 2011) असणारे पहिले पाच जिल्हे :

महाराष्ट्रात सन 2001 ते 2011 या दशवार्षिक काळात बाल लोकसंख्या टक्केवारीची सर्वांत जास्त दशवार्षिक घट गडचिरोली जिल्ह्यात (– 5.21%) आहे. या खालोखाल रत्नागिरी (– 4.62%), सिंधुदुर्ग (– 4.05%), गोंदिया (– 3.97), नंदुरबार (– 3.50%) या जिल्ह्यांचा क्रमांक लागतो.

पूर्वी अनुसूचित जमातीच्या (आदिवासी) जिल्ह्यात बाल लोकसंख्येचे प्रमाण चांगले होते; ते आता कमी-कमी होत आहे. म्हणजे शहरी भागाचे लोक आदिवासी भागात आलेले आहे असे म्हणावयाचे का ? आदिवासी लोकांची सामाजिक जाणीव कमी झाली का ?

2. बाल लोकसंख्या टक्केवारीची दशवार्षिक घट (2001 – 2011) असणारे शेवटचे पाच जिल्हे :

महाराष्ट्रात सन 2001 ते 2011 या दशवार्षिक काळात बाल लोकसंख्या टक्केवारीची सर्वांत कमी घट जालना जिल्ह्यात (– 1.83%) आहे. यानंतर मुंबई उपनगर (– 1.84%), पुणे (– 2.08%), जळगाव (– 2.11%), औरंगाबाद (– 2.17%) या जिल्ह्यांचा क्रमांक लागतो.

---

7. साक्षरता (सन 2011 : अंतिम आकडेवारी) (ठाणे व पालघर जिल्हा स्वतंत्र)

साक्षरतेची स्थिती : सन 2011 च्या अंतिम जनगणनेनुसार, महाराष्ट्रात 8,15,54,200 (सुमारे 8.16 कोटी) लोक साक्षर आहेत. यांपैकी पुरुष : 4,52,57,584 (4.53 कोटी) आणि स्त्रिया : 3,62,96,706 (सुमारे 3.69 कोटी) साक्षर आहेत.

- महाराष्ट्रात सर्वांत जास्त निरक्षर लोक पुणे जिल्ह्यात 10,71,181 (10.71 लाख) आहेत.
- महाराष्ट्रात सर्वांत कमी निरक्षर लोक सिंधुदुर्ग जिल्ह्यात 1,05,013 (सुमारे 1.05 लाख) आहेत.

सन 2011 च्या अंतिम जनगणनेनुसार बालिका-बालकांच्या लिंग-गुणोत्तरामधील पहिले पाच जिल्हे :

1. सन 2011 च्या अंतिम जनगणनेनुसार एकूण साक्षरतेचे संख्येनुसार पहिले पाच जिल्हे :

- सन 2011 च्या अंतिम जनगणनेनुसार, महाराष्ट्रात एकूण साक्षरतेत सर्वांत प्रथम क्रमांक मुंबई उपनगर जिल्हा : 78,85,917 (78.86 लाख) आहे.
- या खालोखाल पुणे : 72,88,517 (72.89 लाख); नवीन ठाणे : 62,34,386 (62.34 लाख); नाशिक (42.94 लाख); नागपूर (37.34 लाख) या जिल्ह्यांचा क्रमांक लागतो.

2. **सन 2011 च्या अंतिम जनगणनेनुसार एकूण साक्षरतेचे संख्येनुसार शेवटचे पाच जिल्हे :**

- सन 2011 च्या अंतिम जनगणनेनुसार, महाराष्ट्रात एकूण साक्षरतेत सर्वांत शेवटचा क्रमांक गडचिरोली जिल्हा असून 6,74,958 लोक साक्षर आहेत.

- या खालोखाल सिंधुदुर्ग (6,75,218); हिंगोली (7.74 लाख), वाशिम (8.57 लाख), नंदुरबार (8.92 लाख) या जिल्ह्यांचा क्रमांक लागतो.

तक्ता क्र. 8.14 : *महाराष्ट्र – साक्षरतेचे पहिले आणि शेवटचे पाच जिल्हे*

(सन 2011 : अंतिम आकडेवारी)   **(संख्या लाखात)**

घटक	1	2	3	4	5
पहिले पाच जिल्हे	मुंबई उपनगर	पुणे	नवीन ठाणे	नाशिक	नागपूर
एकूण साक्षर लोक	78.86	72.89	62.34	42.94	37.34
पुरुष	43.05	40.49	उपलब्ध नाही.	24.09	20.05
स्त्री	33.81	32.40	उपलब्ध नाही.	18.85	17.29
शेवटचे पाच जिल्हे	गडचिरोली	सिंधुदुर्ग	हिंगोली	वाशिम	नंदुरबार
एकूण साक्षर लोक	6.75	6.75	7.74	8.57	8.92
पुरुष	3.88	3.57	4.54	4.91	5.40
स्त्री	2.87	3.18	3.20	3.67	3.77

संदर्भ :   Part - II : Census of India, 2011; Table - 4, An Overview.

3. **सन 2011 च्या अंतिम जनगणनेनुसार पुरुष साक्षरतेचे संख्येनुसार पहिले दोन जिल्हे :**

सन 2011 च्या अंतिम जनगणनेनुसार, महाराष्ट्रात पुरुष साक्षरतेत सर्वांत प्रथम क्रमांक मुंबई उपनगर जिल्हा (43.05 लाख) असून या खालोखाल पुणे (40.49 लाख) जिल्ह्याचा क्रमांक लागतो.

4. **सन 2011 च्या अंतिम जनगणनेनुसार पुरुष साक्षरतेचे संख्येनुसार शेवटचे पाच जिल्हे :**

सन 2011 च्या अंतिम जनगणनेनुसार, महाराष्ट्रात पुरुष साक्षरतेत सर्वांत शेवटचा क्रमांक सिंधुदुर्ग जिल्हा (3.57 लाख) आहे. या खालोखाल गडचिरोली (3.88 लाख), हिंगोली (4.54 लाख), वाशिम (4.91) आणि भंडारा (5.40 लाख) असे जिल्ह्यांचे क्रमांक आहेत.

5. **सन 2011 च्या अंतिम जनगणनेनुसार स्त्री साक्षरतेचे संख्येनुसार पहिले दोन जिल्हे :**

सन 2011 च्या अंतिम जनगणनेनुसार, महाराष्ट्रात स्त्री साक्षरतेत सर्वांत प्रथम क्रमांक मुंबई उपनगर जिल्हा (33.81 लाख) असून या खालोखाल पुणे (32.47 लाख) जिल्ह्याचा क्रमांक लागतो.

6. **सन 2011 च्या अंतिम जनगणनेनुसार स्त्री साक्षरतेचे संख्येनुसार शेवटचे पाच जिल्हे :**

सन 2011 च्या अंतिम जनगणनेनुसार, महाराष्ट्रात स्त्री साक्षरतेत सर्वांत शेवटचा क्रमांक गडचिरोली जिल्हा (2.87 लाख) असून या खालोखाल सिंधुदुर्ग (3.18 लाख), हिंगोली (3.20 लाख), वाशिम (3.67 लाख), नंदुरबार (3.77 लाख) असे जिल्ह्यांचे क्रमांक आहेत.

महाराष्ट्रातील साक्षरतेची टक्केवारी (2011)

सन 2011 च्या अंतिम जनगणनेतील टक्केवारीनुसार, महाराष्ट्रात 82.30 टक्के लोक साक्षर आहेत. 1951 साली महाराष्ट्रात फक्त 27.91 टक्के लोक साक्षर होते. यानंतर सातत्याने साक्षरतेची टक्केवारी वाढत गेली आहे.

1. **सन 2011 च्या अंतिम जनगणनेनुसार महाराष्ट्रातील एकूण साक्षरतेच्या टक्केवारीनुसार पहिले पाच जिल्हे :**

सन 2011 च्या अंतिम जनगणनेनुसार, महाराष्ट्रात एकूण साक्षरतेची सर्वांत जास्त टक्केवारी मुंबई उपनगर जिल्हा (89.9) आहे. या खालोखाल मुंबई शहर (89.2), नागपूर (88.4), अकोला (88.0), अमरावती (87.4) असे जिल्ह्यांचे क्रमांक आहेत.

2. सन 2011 च्या अंतिम जनगणनेनुसार महाराष्ट्रातील एकूण साक्षरतेच्या टक्केवारीनुसार शेवटचे पाच जिल्हे :

सन 2011 च्या अंतिम जनगणनेनुसार, महाराष्ट्रात एकूण साक्षरतेची सर्वांत कमी टक्केवारी पालघर जिल्हा (57.14) आहे. या खालोखाल नंदुरबार जिल्हा (64.4), जालना (71.5), धुळे (72.8), परभणी (73.3) असे जिल्ह्यांचे क्रमांक आहेत.

तक्ता क्र. 8.15 : महाराष्ट्र – जनगणनेनुसार साक्षरतेची टक्केवारी (सन 1951 ते 2011)

वर्ष	एकूण साक्षर	पुरुष	स्त्री	वर्ष	एकूण साक्षर	पुरुष	स्त्री
1951	27.91	40.49	14.56	1991	64.87	76.56	52.32
1961	35.08	49.26	19.80	2001	76.88	85.97	67.03
1971	45.77	59.40	31.00	2011	82.30	88.40	75.90
1981	57.24	70.06	43.50				

टीप : (i) 1951, 1961, 1971 या जनगणनेत पाच वर्षांपुढील व्यक्तींची साक्षरतेची टक्केवारी.

(ii) 1981 ते 2011 जनगणनेत सात वर्षांपुढील व्यक्तींची साक्षरतेची टक्केवारी.

संदर्भ : Part - II : Census of India, 2011; An Overview, Page No. 50.

तक्ता क्र. 8.16 : महाराष्ट्र – साक्षरतेच्या टक्केवारीनुसार (पुरुष, स्त्रिया व एकूण साक्षरता) पहिले व शेवटचे पाच जिल्हे (सन 2011 : अंतिम आकडेवारी)

घटक	1	2	3	4	5
■ पुरुष साक्षरतेच्या टक्केवारीनुसार पहिले व शेवटचे पाच जिल्हे :					
पहिले पाच जिल्हे	मुंबई उपनगर	नागपूर	सिंधुदुर्ग	गोंदिया	अकोला
टक्केवारी	94.2	94.7	93.6	93.5	92.8
शेवटचे पाच जिल्हे	नंदुरबार	गडचिरोली	धुळे	बीड	जालना
टक्केवारी	71.9	80.2	82.5	83.09	85.2
■ स्त्री साक्षरतेच्या टक्केवारीनुसार पहिले व शेवटचे पाच जिल्हे :					
पहिले पाच जिल्हे	मुंबई शहर	मुंबई उपनगर	नागपूर	अकोला	अमरावती
टक्केवारी	86.5	86.4	84.5	83.5	83.1
शेवटचे पाच जिल्हे	नंदुरबार	जालना	परभणी	धुळे	नांदेड
टक्केवारी	56.5	61.0	63.6	65.8	66.1
■ एकूण सर्वसाधारण साक्षरतेच्या टक्केवारीनुसार (पुरुष व स्त्री) पहिले व शेवटचे पाच जिल्हे					
पहिले पाच जिल्हे	मुंबई उपनगर	मुंबई शहर	नागपूर	अकोला	अमरावती
टक्केवारी	89.9	89.2	88.4	88.0	87.4
शेवटचे पाच जिल्हे	पालघर	नंदुरबार	जालना	धुळे	परभणी
टक्केवारी	57.14	64.4	71.5	72.8	73.3

संदर्भ : (i) Statement - V, Ranking Districts by Literacy Rate and Sex - 2011;

(ii) Part - II : Census of India, 2011; An Overview.

3.　　**सन 2011 च्या अंतिम जनगणनेनुसार पुरुष साक्षरतेचे टक्केवारीनुसार पहिले पाच जिल्हे :**

सन 2011 च्या अंतिम जनगणनेनुसार, महाराष्ट्रात पुरुष साक्षरतेच्या टक्केवारीत सर्वांत प्रथम क्रमांक मुंबई उपनगर जिल्हा (94.2) आहे. या खालोखाल नागपूर (93.7), सिंधुदुर्ग (93.6), गोंदिया (93.5), अकोला (92.8) असे जिल्ह्यांचे क्रमांक आहेत.

4.　　**सन 2011 च्या अंतिम जनगणनेनुसार पुरुष साक्षरतेचे टक्केवारीनुसार शेवटचे पाच जिल्हे :**

सन 2011 च्या अंतिम जनगणनेनुसार, महाराष्ट्रात पुरुष साक्षरतेच्या टक्केवारीत सर्वांत शेवटचा क्रमांक नंदुरबार जिल्हा (71.9) आहे. यानंतर गडचिरोली (80.2), धुळे (82.5), बीड (83.09), जालना (85.2) असे जिल्ह्यांचे क्रमांक आहेत.

5.　　**सन 2011 च्या अंतिम जनगणनेनुसार स्त्री साक्षरतेचे टक्केवारीनुसार पहिले पाच जिल्हे :**

सन 2011 च्या अंतिम जनगणनेनुसार, महाराष्ट्रात स्त्री साक्षरतेच्या टक्केवारीत सर्वांत प्रथम क्रमांक मुंबई शहर (86.5) आहे. या खालोखाल मुंबई उपनगर (86.4), नागपूर (84.5), अकोला (83.5), अमरावती (83.1) असे जिल्ह्यांचे क्रमांक आहेत.

6.　　**सन 2011 च्या अंतिम जनगणनेनुसार स्त्री साक्षरतेचे टक्केवारीनुसार शेवटचे पाच जिल्हे :**

सन 2011 च्या अंतिम जनगणनेनुसार, महाराष्ट्रात स्त्री साक्षरतेच्या टक्केवारीत सर्वांत शेवटचा क्रमांक नंदुरबार जिल्हा (56.5) आहे. या खालोखाल जालना (61.0), परभणी (63.6), धुळे (65.8), नांदेड (66.1) असे जिल्ह्यांचे क्रमांक आहेत.

सन 2011 च्या अंतिम जनगणनेनुसार, गडचिरोली जिल्ह्याची टक्केवारी (66.3) आहे.

साक्षरतेच्या टक्केवारीची वैशिष्ट्ये (सन 2011)

1.　　**एकूण सर्वसाधारण साक्षरतेची टक्केवारी (2011) :**

- सन 2011 च्या अंतिम जनगणनेनुसार, महाराष्ट्रात साक्षरतेची टक्केवारी 82.30 असून यापेक्षा जास्त साक्षरतेची टक्केवारी तेरा जिल्ह्यांची आहे.

- साक्षरतेच्या सरासरी टक्केवारी व 80 टक्के या दरम्यान दहा जिल्हे आहेत.

- 70 ते 80 टक्के दरम्यान साक्षरतेची टक्केवारी महाराष्ट्रातील अकरा जिल्ह्यांत आहे.

- सर्वांत कमी साक्षरता टक्केवारीत पालघर जिल्ह्याचा (57.14) क्रमांक लागतो.

- धुळे जिल्ह्याचा क्रमांक 25 वरून 31 व्या क्रमांकावर घसरला.

- गडचिरोली व नंदुरबार या जिल्ह्यांचा क्रमांक अनुक्रमे 35 व 36 आहे.

2.　　**पुरुष साक्षरतेची टक्केवारी (2011) :**

- सन 2011 च्या अंतिम जनगणनेनुसार, महाराष्ट्रात पुरुष साक्षरता टक्केवारीपेक्षा (88.4) अठरा जिल्ह्यांची टक्केवारी जास्त आहे.

- 90 ते 80 टक्केवारी दरम्यान पुरुष साक्षरता टक्केवारी सोळा जिल्ह्यांत आहे.

- नंदुरबार जिल्ह्याची पुरुष साक्षरता टक्केवारी (71.9) आहे.

- नागपूर जिल्ह्याचा क्रमांक चौथ्यावरून दुसऱ्यावर आला.

3.　　**स्त्री साक्षरता दर (टक्केवारी) (सन 2011 : अंतिम आकडेवारी) :**

- सन 2011 च्या अंतिम जनगणनेनुसार, महाराष्ट्रात स्त्री साक्षरता दर (75.9%) आहे.

- 2001 साली स्त्री साक्षरता दर (67.0%) होता. सन 2001 ते 2011 या दशवार्षिक काळात स्त्री साक्षर दरात 8.9 टक्क्यांनी वाढ झालेली आहे.

- 2011 सालच्या अंतिम जनगणनेनुसार, स्त्री साक्षरतेची संख्या 45.3 दशलक्ष आहे तर 2001 साली हीच संख्या 26.8 दशलक्ष होती. याचा अर्थ, सन 2001 ते 2011 या दशवार्षिक काळात स्त्री साक्षरतेची संख्या 9.5 दशलक्षांनी वाढली.

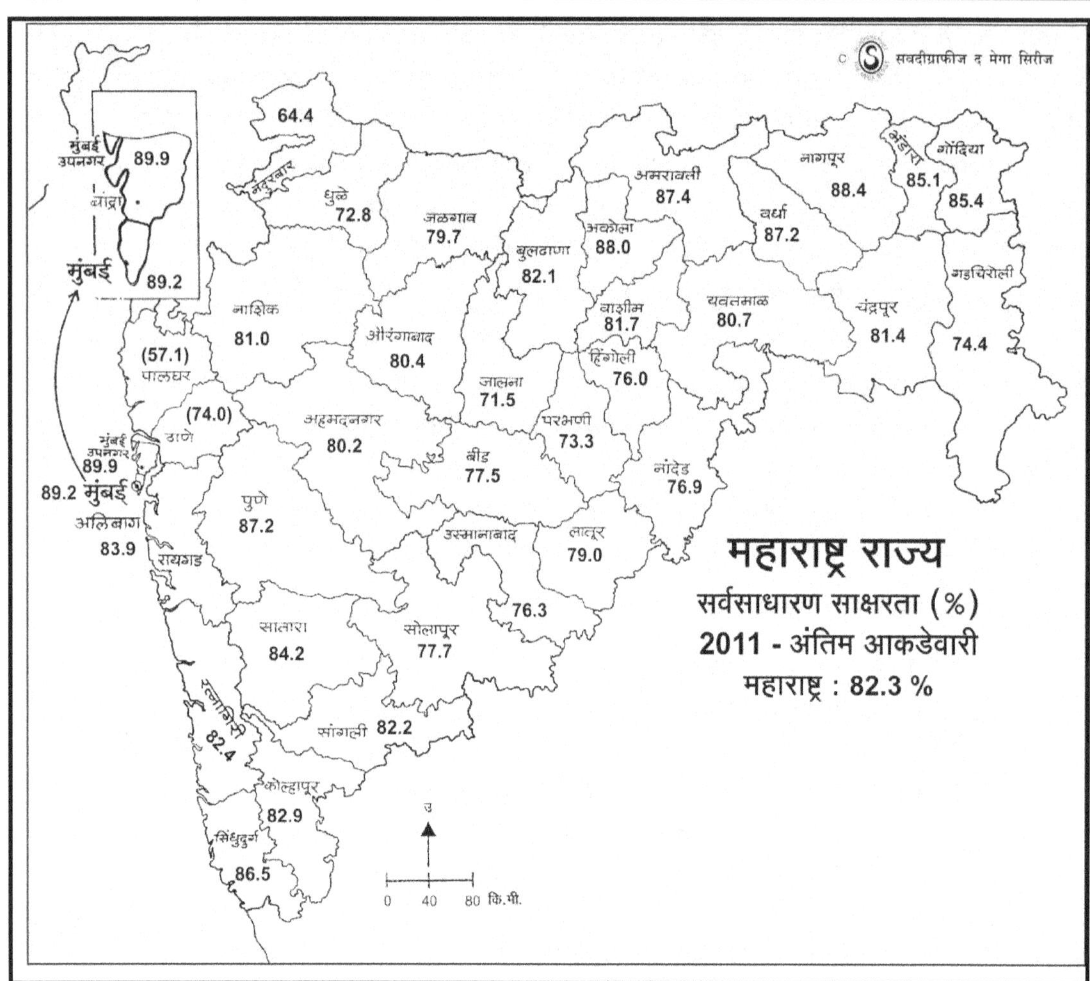

महाराष्ट्र – सर्वसाधारण साक्षरता दर (टक्केवारी) – 2011 (अंतिम आकडेवारी) :

महाराष्ट्रातील सर्वसाधारण (एकूण) साक्षरतेच्या टक्केवारीनुसार पहिले पाच जिल्हे :

(1) मुंबई उपनगर (89.9), (2) मुंबई शहर (89.2), (3) नागपूर (88.4), (4) अकोला (88.0), (5) अमरावती (87.4).

महाराष्ट्रातील सर्वसाधारण (एकूण) साक्षरतेच्या टक्केवारीनुसार शेवटचे पाच जिल्हे :

(1) पालघर (57.1), (2) नंदुरबार (64.4), (3) जालना (71.5), (4) धुळे (72.8), (5) परभणी (73.3),

---

नकाशा क्र. 8.7 : महाराष्ट्र – सर्वसाधारण साक्षरता दर (टक्केवारी) – 2011

(i) **स्त्री साक्षरता दराचे पहिले पाच जिल्हे :** सन 2011 च्या अंतिम जनगणनेनुसार, महाराष्ट्रात स्त्री साक्षरता दरात सर्वांत प्रथम क्रमांक मुंबई शहर जिल्हा (86.5%) आहे. या खालोखाल (2) मुंबई उपनगर (86.4%), (3) नागपूर (84.5%), (4) अकोला (83.5%), (5) अमरावती (83.1%) या जिल्ह्यांचा क्रमांक लागतो.

स्त्री साक्षरता दराच्या पहिल्या पाच जिल्ह्यांमध्ये विदर्भाचे तीन जिल्हे आणि कोकणचे दोन जिल्हे आहेत.

(ii) **स्त्री साक्षरता दराचे शेवटचे पाच जिल्हे :** सन 2011 च्या अंतिम जनगणनेनुसार, महाराष्ट्रात स्त्री साक्षरता दरात सर्वांत शेवटचा क्रमांक नंदुरबार जिल्हा (56.5%) आहे. या खालोखाल (2) जालना (61.0), (3) परभणी (63.6), (4) धुळे (65.8), (5) नांदेड (66.1) या जिल्ह्यांचा क्रमांक लागतो. यानंतर गडचिरोली जिल्ह्याचा (66.3) क्रमांक लागतो.

महाराष्ट्रात स्त्री साक्षरता दराच्या शेवटच्या पाच जिल्ह्यांमध्ये मराठवाड्याचे तीन जिल्हे व नाशिकचे दोन जिल्हे आहेत.

(iii) **स्त्री साक्षरता दर 80 ते 85 टक्के दरम्यान असणारे जिल्हे :** स्त्री साक्षरता दराच्या पहिल्या पाच जिल्ह्यांमधील अकोला व अमरावती वगळता वर्धा व पुणे (81.1%) या जिल्ह्यांचा समावेश या गटात आहे.

(iv) **स्त्री साक्षरता दर 75 ते 80 टक्के दरम्यान असणारे जिल्हे :** या गटात दहा जिल्ह्यांचा समावेश आहे. या गटात सर्वांत प्रथम क्रमांक गोंदिया जिल्हा (79.9%) आहे. या खालोखाल ठाणे-पालघर व सिंधुदुर्ग या जिल्ह्यात (प्रत्येकी 79.8%) स्त्री साक्षरता दर आहे. यानंतर भंडारा (77.1%), रायगड, सातारा, यवतमाळ, बुलडाणा, वाशिम व नाशिक (75.1%) या जिल्ह्यांचा समावेश होतो.

(v) **स्त्री साक्षरता दर 70 ते 75 टक्के दरम्यान असणारे जिल्हे :** या गटात आठ जिल्हे आहेत. सर्वांत प्रथम क्रमांक सांगली जिल्हा (74.6%) आहे. या खालोखाल रत्नागिरी, कोल्हापूर, चंद्रपूर (73.0%) हे जिल्हे येतात. या खालोखाल अहमदनगर, जळगाव व उस्मानाबाद जिल्ह्यांचा क्रमांक असून यांचा साक्षरता दर साधारणतः 70 टक्के आहे.

(vi) **स्त्री साक्षरता दर 65 ते 70 टक्के दरम्यान असणारे जिल्हे :** साक्षरता दराच्या शेवटच्या पाच जिल्ह्यांमध्ये नांदेड व गडचिरोली हे जिल्हे वगळता लातूर (69.6%), हिंगोली, बीड (67.8%) या जिल्ह्यांचा समावेश होतो.

सन 2001 व 2011 या जनगणनेनुसार साक्षरतेच्या प्रमाणामधील फरकाची वैशिष्ट्ये

- पुरुष व स्त्री यांच्या साक्षरतेमधील दरी कमी-कमी होत आहे.
- पुरुष-स्त्री साक्षरतेमधील फरक चौदा जिल्ह्यांमध्ये 15 बिंदूपेक्षा जास्त आहे.
- सिंधुदुर्ग, पुणे, अकोला, वर्धा व ठाणे या जिल्ह्यांमधील पुरुष व स्त्री साक्षरतेमधील फरक 10 बिंदूपेक्षा जास्त परंतु राज्यपातळीच्या 14.34 बिंदूपेक्षा कमी आहे.

तक्ता क्र. 8.17 : महाराष्ट्र - साक्षरता दरामधील बदल (टक्केवारी) - (सन 2001 व 2011)

घटक	2001	2011	बदल
एकूण साक्षर	76.9	82.3	+ 5.4
पुरुष	86.0	88.4	+ 2.4
स्त्री	67.0	75.9	+ 8.9

- अमरावती, नागपूर, मुंबई उपनगर व मुंबई शहर या जिल्ह्यांमध्ये हा फरक 10 बिंदूपेक्षा कमी आहे.
- महाराष्ट्रात पुरुष-स्त्री साक्षरतेमधील सर्वांत जास्त फरक जालना जिल्ह्यात (+ 23.27 बिंदू) तर सर्वांत कमी फरक मुंबई शहर जिल्ह्यात (– 4.51 बिंदू) आहे.
- सन 2011 मध्ये एकूण साक्षरता दर 82.3 आहे तर सन 2001 मध्ये एकूण साक्षरता दर 76.9 होता. याचा अर्थ, 2011 साली एकूण साक्षरता दरात (+ 5.4 बिंदू) वाढ झालेली आहे.

---

8.   अनुसूचित जाती व अनुसूचित जमातीच्या लोकसंख्येचे स्वरूप
(सन 2011 : अंतिम आकडेवारी) (नवीन ठाणे व पालघर जिल्हा स्वतंत्र)

यामध्ये आपण पुढील मुद्द्यांचा अभ्यास करणार आहोत :

I.   महाराष्ट्र : अनुसूचित जाती व जमातीच्या लोकसंख्येचे वितरण : 2011

II.   महाराष्ट्र : अनुसूचित जाती व जमातीच्या लोकसंख्येची जिल्हावार टक्केवारी : 2011

III.   महाराष्ट्र : एकूण अनुसूचित जाती व जमातीच्या लोकसंख्येचे वितरण : 2011

IV.   महाराष्ट्र : एकूण अनुसूचित जाती व जमातीच्या जिल्हावार लोकसंख्येचे टक्केवारी वितरण : 2011

I. महाराष्ट्रातील अनुसूचित जाती व जमातीच्या लोकसंख्येचे वितरण : (सन 2011 : अंतिम आकडेवारी)

(अ) अनुसूचित जार्तींच्या लोकसंख्येचे वितरण - 2011 (नवीन ठाणे व पालघर जिल्हा स्वतंत्र)

महाराष्ट्रात 2011 सालच्या अंतिम जनगणनेनुसार, अनुसूचित जार्तींची लोकसंख्या 1,32,75,898 (सुमारे 1.33 कोटी) असून तिची एकूण लोकसंख्येशी टक्केवारी 11.8 आहे.

- **वैशिष्ट्ये :**

1. **अनुसूचित जार्तींच्या लोकसंख्येनुसार पहिले पाच जिल्हे :** 2011 सालच्या अंतिम जनगणनेनुसार, महाराष्ट्रात अनुसूचित जार्तींच्या लोकसंख्येमध्ये सर्वांत प्रथम क्रमांक पुणे जिल्हा : 11.81 लाख (8.89%) आहे. या खालोखाल (2) नागपूर : 8.68 लाख (6.34%); (3) सोलापूर : 6.5 लाख (4.89%); (4) नवीन ठाणे : 6.43 लाख (4.84%); (5) नांदेड : 6.4 लाख (4.82%) असे जिल्ह्यांचे क्रमांक येतात. **महाराष्ट्राच्या एकूण आदिवासी जातीचे वरील पाच जिल्हे मिळून 40.69 लाख (30.44%) लोक राहतात, हे एक वैशिष्ट्य नोंद करता येईल.**

2. **अनुसूचित जार्तींच्या लोकसंख्येनुसार शेवटचे पाच जिल्हे :** 2011 सालच्या अंतिम जनगणनेनुसार, महाराष्ट्रात अनुसूचित जार्तींच्या लोकसंख्येमध्ये सर्वांत शेवटचा जिल्हा नंदूरबार (47,985) आहे. यानंतर (2) सिंधुदुर्ग (55,586); (3) रत्नागिरी (66,948); (4) पालघर (86,978); (5) गडचिरोली (1,20,745) असे जिल्ह्यांचे क्रमांक येतात.

3. **प्रशासकीय विभागानुसार अनुसूचित जार्तींच्या लोकसंख्येचे स्वरूप :** महाराष्ट्रात प्रशासकीय विभागानुसार अनुसूचित जार्तींची सर्वांत जास्त लोकसंख्या पुणे विभागात (30.11 लाख) तर सर्वांत कमी लोकसंख्या नाशिक विभागात (16.93 लाख) आहे.

4. **अनुसूचित जार्तींची लोकसंख्या 5.01 ते 6.0 लाख दरम्यान असणारे जिल्हे :** 2011 सालच्या अंतिम जनगणनेनुसार, या गटात सात जिल्हे आहेत. अनुसूचित जार्तींची लोकसंख्या मुंबई उपनगर जिल्ह्यात (5.83 लाख) असून या खालोखाल अहमदनगर, नाशिक (5.55 लाख), औरंगाबाद, चंद्रपूर, यवतमाळ व कोल्हापूर (5.04 लाख) या जिल्ह्यांचा समावेश होतो.

5. **अनुसूचित जार्तींची लोकसंख्या 4.01 ते 5.0 लाख दरम्यान असणारे जिल्हे :** या गटात लातूर (4.81 लाख) व बुलडाणा (4.71 लाख) या जिल्ह्यांचा समावेश होतो.

6. **अनुसूचित जार्तींची लोकसंख्या 3.01 ते 4.0 लाख दरम्यान असणारे जिल्हे :** या गटात सात जिल्हे आहेत. या गटात अनुसूचित जार्तींच्या लोकसंख्येत सर्वांत प्रथम क्रमांक जळगाव जिल्हा (3.89 लाख) आहे. या खालोखाल अकोला (3.64 लाख), सांगली, बीड, चंद्रपूर, यवतमाळ व सातारा (3.23 लाख) या जिल्ह्यांचा समावेश होतो.

7. **अनुसूचित जार्तींची लोकसंख्या 2.01 ते 3.0 लाख दरम्यान असणारे जिल्हे :** या गटात सहा जिल्हे येतात. या गटात अनुसूचित जार्तींच्या लोकसंख्येत सर्वांत प्रथम क्रमांक जालना जिल्हा (2.72 लाख) आहे. या खालोखाल उस्मानाबाद (2.65 लाख), परभणी, वाशिम, मुंबई शहर (2.20 लाख), भंडारा (2.0 लाख) या जिल्ह्यांचा समावेश होतो.

8. **अनुसूचित जार्तींची लोकसंख्या 1.01 ते 2.0 लाख दरम्यान असणारे जिल्हे :** या गटात चार जिल्हे येतात. या गटात अनुसूचित जार्तींच्या लोकसंख्येत सर्वांत प्रथम क्रमांक वर्धा जिल्हा (1.89 लाख) आहे. या खालोखाल हिंगोली (1.83 लाख), गोंदिया, रायगड (1.35 लाख) या जिल्ह्यांचा समावेश होतो.

9. **अनुसूचित जार्तींच्या लोकसंख्येनुसार पहिले व शेवटचे पाच तालुके :**

(i) **अनुसूचित जार्तींच्या लोकसंख्येनुसार पहिले पाच तालुके :** 2011 सालच्या अंतिम जनगणनेनुसार, अनुसूचित जातीमध्ये सर्वांत जास्त लोकसंख्येचा तालुका नागपूर शहर (नागपूर) (4,75,425) असून त्याची तालुकावार टक्केवारी (19.8) आहे. या खालोखाल (2) पुणे शहर (पुणे) : 4,46,602 (13.51%); (3) हवेली पुणे : 3,75,246 (15.41%); (4) औरंगाबाद (औरंगाबाद) : 2,89,811 (18.22%); (5) ठाणे (ठाणे) : 2,57,085 (6.79%) या तालुक्यांचा समावेश होतो.

- ✳ **वैशिष्ट्ये :**
- अनुसूचित जार्तींच्या पहिल्या पाच तालुक्यांत पुणे जिल्ह्यामधील दोन तालुक्यांचा समावेश होतो.
- अनुसूचित जार्तींच्या लोकसंख्येची पहिल्या चार तालुक्यांची टक्केवारी 13 ते 20 टक्के दरम्यान आहे.

(ii) अनुसूचित जातींच्या लोकसंख्येनुसार शेवटचे पाच तालुके : 2011 सालच्या अंतिम जनगणनेनुसार, अनुसूचित जातींच्या लोकसंख्येत सर्वांत शेवटचा तालुका विक्रमगड (ठाणे) (341) असून यानंतर (2) पेठ (नाशिक) (617); (3) सुरगणा (नाशिक) (888); (4) जव्हार (ठाणे) (1,445); (5) मोरवाडा (ठाणे) (1,622) या तालुक्यांचा समावेश होतो.

❊ **वैशिष्ट्ये :**

- अनुसूचित जातींच्या लोकसंख्येत शेवटच्या पाच तालुक्यांमध्ये ठाणे जिल्ह्यामधील तीन तालुक्यांचा समावेश होतो.
- नाशिक जिल्ह्यामधील दोन तालुक्यांचा समावेश होतो.
- अनुसूचित जातींच्या लोकसंख्येची वरील पाच तालुक्यांची टक्केवारी दोन टक्क्यांपेक्षाही कमी आहे.

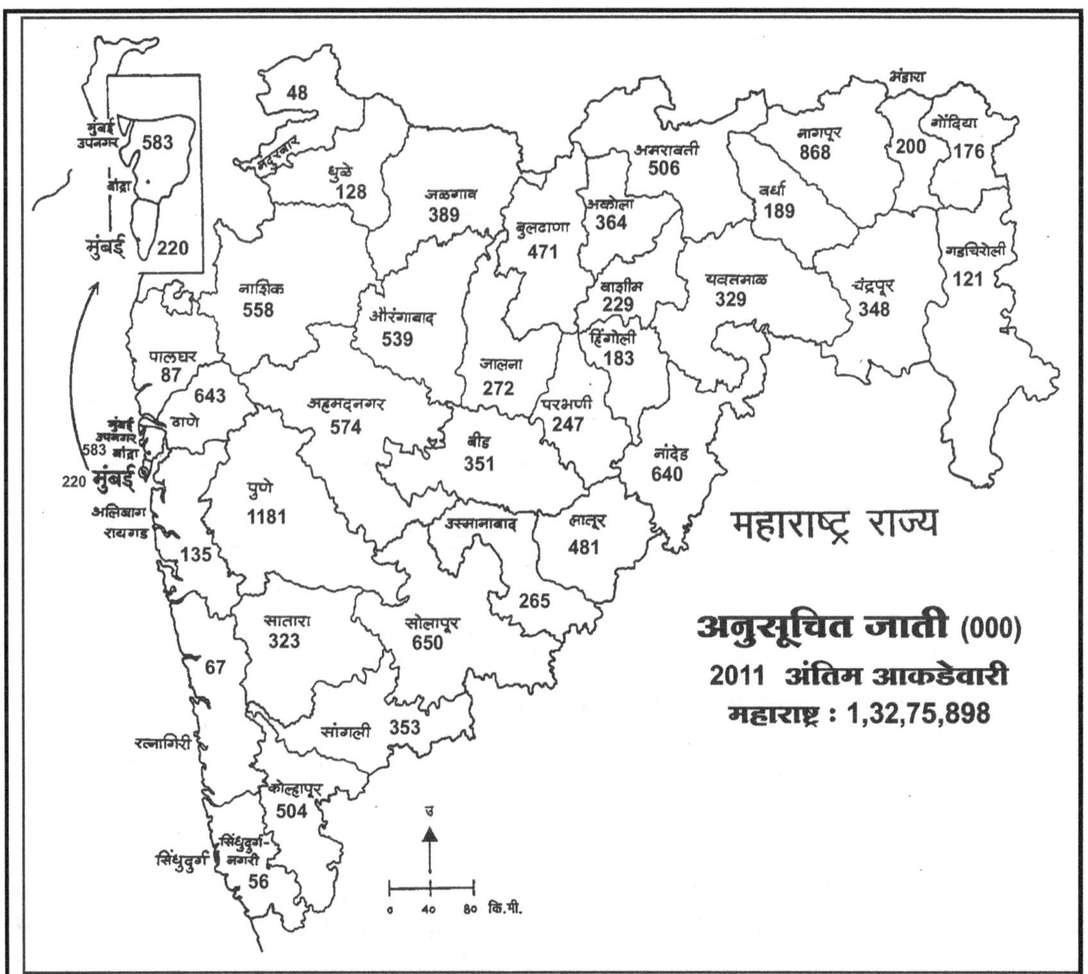

महाराष्ट्र – अनुसूचित जाती – 2011 (अंतिम आकडेवारी) :

महाराष्ट्रातील अनुसूचित जातींच्या लोकसंख्येनुसार पहिले दहा जिल्हे :

(1) पुणे (11,80,703) (2) नागपूर (8,67,713) (3) ठाणे (7,30,089) (4) सोलापूर (6,49,745) (5) नांदेड (6,40,783) (6) मुंबई उपनगर (5,83,302) (7) अहमदनगर (5,73,693) (8) नाशिक (5,54,687) (9) औरंगाबाद (5,39,368) (10) अमरावती (5,06,374).

नकाशा क्र. 8.8 : महाराष्ट्र – अनुसूचित जाती – 2011

तक्ता क्र. 8.18 (अ) : महाराष्ट्र – अनुसूचित जार्तींच्या लोकसंख्येनुसार पहिले व शेवटचे पाच जिल्हे

(सन 2011 : अंतिम आकडेवारी)

घटक	1	2	3	4	5
पहिले पाच जिल्हे	पुणे	नागपूर	सोलापूर	नवीन ठाणे	नांदेड
लोकसंख्या (लाख)	11.81	8.68	6.50	6.43	6.40
महाराष्ट्राशी टक्केवारी (%)	8.89	6.34	4.89	4.84	4.82
शेवटचे पाच जिल्हे	नंदुरबार	सिंधुदुर्ग	रत्नागिरी	पालघर	गडचिरोली
लोकसंख्या (हजार)	47,985	55,586	66,948	86,978	1,20,745
जिल्हावार टक्केवारी (%)	2.91	6.54	4.15	2.91	11.25

तक्ता क्र. 8.18 (ब) : महाराष्ट्र – अनुसूचित जार्तींच्या लोकसंख्येनुसार पहिले व शेवटचे पाच तालुके

(सन 2011 : अंतिम आकडेवारी)

घटक	1	2	3	4	5
पहिले पाच तालुके	नागपूर शहर (नागपूर)	पुणे शहर (पुणे)	हवेली पुणे	औरंगाबाद (औरंगाबाद)	ठाणे (ठाणे)
लोकसंख्या	4,75,425	4,46,602	3,75,246	2,89,811	2,57,085
तालुकावार टक्केवारी (%)	19.8	13.51	15.41	18.22	6.79
शेवटचे पाच तालुके	विक्रमगड (ठाणे)	पेठ (नाशिक)	सुरगणा (नाशिक)	जव्हार (पुणे)	मोखाडा (ठाणे)
लोकसंख्या	341	617	888	1,445	1,622
तालुकावार टक्केवारी (%)	0.25	0.005	0.005	1.02	1.94

संदर्भ : भारतीय जनगणना, 2011 (अंतिम आकडेवारी)

(ब) अनुसूचित जमार्तींच्या लोकसंख्येचे वितरण – 2011　(नवीन ठाणे व पालघर जिल्हा स्वतंत्र)

महाराष्ट्रात 2011 सालच्या अंतिम जनगणनेनुसार, अनुसूचित जमार्तींची लोकसंख्या 1,05,10,213 (सुमारे 1.05 कोटी) असून तिची एकूण लोकसंख्येशी टक्केवारी 9.3 आहे.

■ **वैशिष्ट्ये :**

1.　**अनुसूचित जमार्तींच्या लोकसंख्येनुसार पहिले पाच जिल्हे :** 2011 सालच्या अंतिम जनगणनेनुसार, महाराष्ट्रात अनुसूचित जमार्तींच्या लोकसंख्येमध्ये सर्वांत प्रथम क्रमांक नाशिक जिल्हा : **15.64 लाख (14.88%)** आहे. या खालोखाल (2) नंदुरबार : 11.42 लाख (10.86%); (3) पालघर : 11.18 लाख (10.64%); (4) धुळे : 6.47 लाख (6.16%); (5) जळगाव : 6.04 लाख (5.75%) असे जिल्ह्यांचे क्रमांक येतात. **महाराष्ट्राच्या एकूण आदिवासी जमातीचे वरील पाच जिल्ह्यांमध्ये 54.99 लाख (52.33%) लोक वास्तव्य करतात हे एक वैशिष्ट्य आहे.**

2.　**अनुसूचित जमार्तींच्या लोकसंख्येनुसार शेवटचे पाच जिल्हे :** 2011 सालच्या अंतिम जनगणनेनुसार, महाराष्ट्रात अनुसूचित जमार्तींच्या लोकसंख्येमध्ये सर्वांत शेवटचा जिल्हा सिंधुदुर्ग **(6,976)** आहे. यानंतर (2) सांगली (18,333); (3) रत्नागिरी (20,374); (4) मुंबई शहर (25,093); (5) सातारा (29,635) असे जिल्ह्यांचे क्रमांक येतात. या सर्व जिल्ह्यांची जिल्हावार टक्केवारी एक टक्क्यापेक्षाही कमी आहे. **महाराष्ट्राच्या एकूण आदिवासी जमातीचे वरील पाच जिल्हे मिळून एकूण लोकसंख्या 1,00,411 आहे.**

3. **प्रशासकीय विभागानुसार अनुसूचित जमातींच्या लोकसंख्येचे स्वरूप :** महाराष्ट्रात प्रशासकीय विभागानुसार अनुसूचित जमातींची सर्वांत जास्त लोकसंख्या नाशिक विभागात (43.36 लाख) तर सर्वांत कमी लोकसंख्या कोकण विभागातील सिंधुदुर्ग जिल्ह्यात (6,976) आहे.

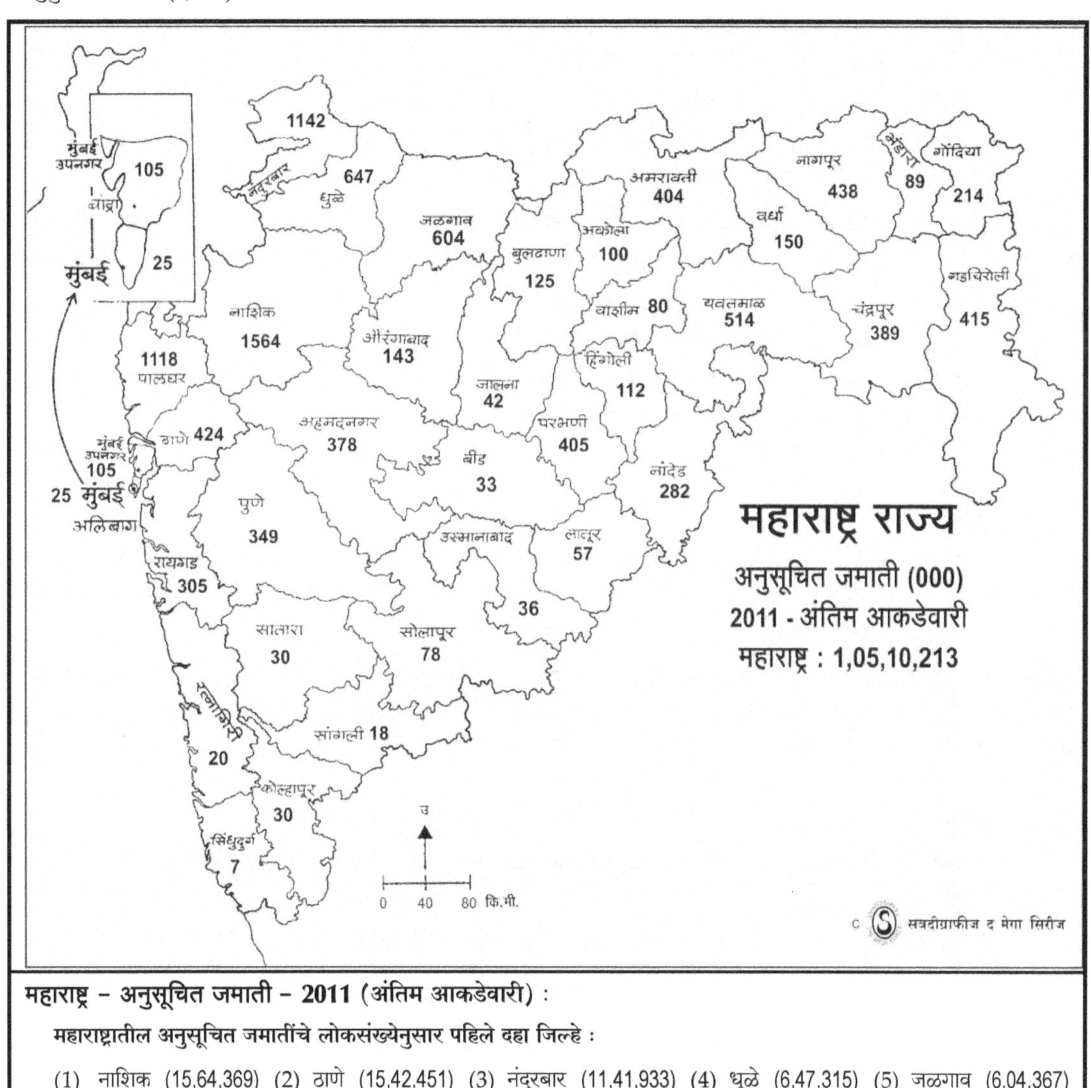

महाराष्ट्र – अनुसूचित जमाती – 2011 (अंतिम आकडेवारी) :

महाराष्ट्रातील अनुसूचित जमातींचे लोकसंख्येनुसार पहिले दहा जिल्हे :

(1) नाशिक (15,64,369) (2) ठाणे (15,42,451) (3) नंदुरबार (11,41,933) (4) धुळे (6,47,315) (5) जळगाव (6,04,367)

(6) यवतमाळ (5,14,057) (7) नागपूर (4,37,571) (8) गडचिरोली (4,15,306) (9) अमरावती (4,04,128) (10) चंद्रपूर (3,89,441)

नकाशा क्र. 8.9 : महाराष्ट्र – अनुसूचित जमाती – 2011

4. **अनुसूचित जमातींची लोकसंख्या 5.01 ते 6.0 लाख दरम्यान असणारा जिल्हा :** 2011 सालच्या अंतिम जनगणनेनुसार, या गटात एकमेव जिल्हा यवतमाळ (5.14 लाख) आहे.

5. **अनुसूचित जमातींची लोकसंख्या 4.01 ते 5.0 लाख दरम्यान असणारे जिल्हे :** या गटात नागपूर (4.38 लाख), नवीन ठाणे (4.24 लाख), गडचिरोली व अमरावती (4.04 लाख) या तीन जिल्ह्यांचा समावेश होतो.

6. **अनुसूचित जमातींची लोकसंख्या 3.01 ते 4.0 लाख दरम्यान असणारे जिल्हे :** या गटात चार जिल्हे आहेत. या गटात अनुसूचित जमातींच्या लोकसंख्येत सर्वांत प्रथम क्रमांक चंद्रपूर जिल्हा (3.89 लाख) आहे. या खालोखाल अहमदनगर (3.78 लाख), पुणे (3.49 लाख), रायगड (3.05 लाख) या जिल्ह्यांचा समावेश होतो.

7. **अनुसूचित जमातींची लोकसंख्या 2.01 ते 3.0 लाख दरम्यान असणारे जिल्हे :** या गटात नांदेड (2.82 लाख) व गोंदिया (2.14 लाख) या जिल्ह्यांचा समावेश होतो.

8. **अनुसूचित जमातींची लोकसंख्या 1.01 ते 2.0 लाख दरम्यान असणारे जिल्हे :** या गटात सहा जिल्हे आहेत. वर्धा (1.5 लाख), औरंगाबाद (1.43 लाख), बुलडाणा (1.25 लाख), हिंगोली (1.12 लाख), मुंबई उपनगर जिल्हा (1.05 लाख) व अकोला (1 लाख) या जिल्ह्यांचा समावेश होतो.

9. **अनुसूचित जमातींची लोकसंख्या 1 लाखापेक्षा कमी असणारे जिल्हे :** महाराष्ट्रातील उर्वरित जिल्ह्यांचा समावेश या गटात होतो. उदाहरणार्थ, वाशिम, सोलापूर, लातूर, जालना, उस्मानाबाद, बीड, सातारा, कोल्हापूर, सांगली, मुंबई शहर, रत्नागिरी, सिंधुदुर्ग.

10. **अनुसूचित जमातींच्या लोकसंख्येनुसार पहिले व शेवटचे पाच तालुके :**

(i) अनुसूचित जमातींच्या लोकसंख्येनुसार पहिले पाच तालुके : 2011 सालच्या अंतिम जनगणनेनुसार, अनुसूचित जमातीमध्ये सर्वांत जास्त लोकसंख्येचा डहाणू तालुका (ठाणे) (2,77,514) असून त्याची तालुकावार टक्केवारी (69.02) आहे. या खालोखाल (2) साक्री (धुळे) : 2,47,970 (53.34%); (3) नवापूर (नंदुरबार) : 2,32,501 (85.52%); (4) शहादा (नंदुरबार) : 2,20,975 (54.20%); (5) अक्कलकुवा (नंदुरबार) : 2,09,586 (85.25%) या तालुक्यांचा समावेश होतो.

❋ **वैशिष्ट्ये :**

- अनुसूचित जमातींच्या पहिल्या पाच तालुक्यात नंदुरबार जिल्ह्यामधील तीन तालुक्यांचा समावेश होतो.
- अनुसूचित जमातीची तालुकावार टक्केवारी पाहता, महाराष्ट्रात नवापूर तालुका (नंदुरबार) (85.52%) सर्वांत प्रथम असून यानंतर अक्कलकुवा तालुका (नंदुरबार) (85.25%) यांचा क्रमांक लागतो.

(ii) अनुसूचित जमातींच्या लोकसंख्येनुसार शेवटचे पाच तालुके : 2011 सालच्या अंतिम जनगणनेनुसार, अनुसूचित जमातींच्या लोकसंख्येत सर्वांत शेवटचा तालुका गगनबावडा (कोल्हापूर) असून तेथे फक्त 159 आदिवासी लोक राहतात. यानंतर (2) वैभववाडी (सिंधुदुर्ग) (207); (3) लांजा (रत्नागिरी) (229); (4) आजरा (कोल्हापूर) (236); (5) भुदरगड (कोल्हापूर) (293) या तालुक्यांचा समावेश होतो.

❋ **वैशिष्ट्ये :**

- अनुसूचित जमातींच्या लोकसंख्येत शेवटच्या पाच तालुक्यांमध्ये कोल्हापूर जिल्ह्यामधील तीन तालुक्यांचा समावेश होतो.
- अनुसूचित जमातींच्या लोकसंख्येची वरील पाच तालुक्यांची टक्केवारी प्रत्येकी 0.50 टक्क्यांपेक्षाही कमी आहे.

तक्ता क्र. 8.19 (अ) : महाराष्ट्र – अनुसूचित जमातींच्या लोकसंख्येनुसार पहिले व शेवटचे पाच जिल्हे (सन 2011 : अंतिम आकडेवारी)

घटक	1	2	3	4	5
पहिले पाच जिल्हे	नाशिक	नंदुरबार	पालघर	धुळे	जळगाव
लोकसंख्या (लाख)	15.64	11.42	11.18	6.47	6.04
महाराष्ट्राशी टक्केवारी (%)	14.88	10.86	10.64	6.16	5.75
शेवटचे पाच जिल्हे	सिंधुदुर्ग	सांगली	रत्नागिरी	मुंबई शहर	सातारा
लोकसंख्या (हजार)	6,976	18,333	20,374	25,093	29,635
जिल्हावार टक्केवारी (%)	0.82	0.65	1.28	0.81	0.99

तक्ता क्र. 8.19 (ब) : महाराष्ट्र – अनुसूचित जमातींच्या लोकसंख्येनुसार पहिले व शेवटचे पाच तालुके
(सन 2011 : अंतिम आकडेवारी)

घटक	1	2	3	4	5
पहिले पाच तालुके	डहाणू (ठाणे)	साक्री (धुळे)	नवापूर (नंदुरबार)	शहादा (नंदुरबार)	अक्कलकुवा (नंदुरबार)
लोकसंख्या	2,77,514	2,47,970	2,32,501	2,20,975	2,09,586
तालुकावार टक्केवारी (%)	69.02	53.34	85.52	54.20	85.25
शेवटचे पाच तालुके	गगनबावडा (कोल्हापूर)	वैभववाडी (सिंधुदुर्ग)	लांजा (रत्नागिरी)	आजरा (कोल्हापूर)	भुदरगड (कोल्हापूर)
लोकसंख्या	159	207	229	236	293
तालुकावार टक्केवारी (%)	0.44	0.47	0.21	0.20	0.19

संदर्भ : भारतीय जनगणना, 2011 (अंतिम आकडेवारी)

II. महाराष्ट्रातील अनुसूचित जाती व जमातींच्या लोकसंख्येची जिल्हावार टक्केवारी

(सन 2011 : अंतिम आकडेवारी) (नवीन ठाणे व पालघर जिल्हा स्वतंत्र)

(अ) अनुसूचित जातींच्या लोकसंख्येची जिल्हावार टक्केवारी – 2011

1. **अनुसूचित जातींच्या लोकसंख्येच्या जिल्हावार टक्केवारीनुसार पहिले पाच जिल्हे :** 2011 सालच्या अंतिम जनगणनेनुसार, अनुसूचित जातींच्या लोकसंख्येच्या जिल्हावार टक्केवारीनुसार सर्वांत प्रथम क्रमांक अकोला जिल्हा (20.17) आहे. या खालोखाल (2) लातूर (19.60); (3) नांदेड (19.45); (4) वाशिम (19.17); (5) नागपूर (18.65) या जिल्ह्यांचा क्रमांक लागतो.

वैशिष्ट्ये : अनुसूचित जातींच्या लोकसंख्येच्या जिल्हावार टक्केवारीनुसार पहिल्या पाच जिल्ह्यांपैकी विदर्भातील तीन जिल्हे तर मराठवाड्यातील दोन जिल्ह्यांचा समावेश होतो.

2. **अनुसूचित जातींच्या लोकसंख्येच्या जिल्हावार टक्केवारीनुसार शेवटचे पाच जिल्हे :** 2011 सालच्या अंतिम जनगणनेनुसार, अनुसूचित जातींच्या लोकसंख्येच्या जिल्हावार टक्केवारीनुसार सर्वांत शेवटचा जिल्हा नंदुरबार (2.91) आहे. या खालोखाल (2) रत्नागिरी (4.15); (3) रायगड (5.12); (4) धुळे (6.22); (5) मुंबई उपनगर (6.23) या जिल्ह्यांचा क्रमांक लागतो.

वैशिष्ट्ये : अनुसूचित जातींच्या लोकसंख्येच्या जिल्हावार टक्केवारीनुसार शेवटच्या पाच जिल्ह्यांपैकी कोकणातील तीन जिल्हे तर खानदेशामधील दोन जिल्ह्यांचा समावेश होतो.

(ब) अनुसूचित जमातींच्या लोकसंख्येची जिल्हावार टक्केवारी – 2011

1. **अनुसूचित जमातींच्या लोकसंख्येच्या जिल्हावार टक्केवारीनुसार पहिले पाच जिल्हे :** 2011 सालच्या अंतिम जनगणनेनुसार, अनुसूचित जमातींच्या लोकसंख्येच्या जिल्हावार टक्केवारीनुसार सर्वांत प्रथम क्रमांक नंदुरबार जिल्हा (69.28) आहे. या खालोखाल (2) गडचिरोली (38.7); (3) धुळे (31.56); (4) नाशिक (25.62); (5) यवतमाळ (18.54) या जिल्ह्यांचा क्रमांक लागतो.

वैशिष्ट्ये : अनुसूचित जमातींच्या लोकसंख्येच्या जिल्हावार टक्केवारीनुसार पहिल्या पाच जिल्ह्यांपैकी नाशिक प्रशासकीय विभागाचे तीन जिल्हे तर विदर्भातील दोन जिल्ह्यांचा समावेश होतो.

2. **अनुसूचित जमातींच्या लोकसंख्येच्या जिल्हावार टक्केवारीनुसार शेवटचे पाच जिल्हे :** 2011 सालच्या अंतिम जनगणनेनुसार, अनुसूचित जमातींच्या लोकसंख्येच्या जिल्हावार टक्केवारीनुसार सर्वांत शेवटचा जिल्हा सांगली (0.65) आहे. या खालोखाल (2) कोल्हापूर (0.78); (3) मुंबई शहर (0.81); (4) सिंधुदुर्ग (0.82); (5) सातारा (0.99) या जिल्ह्यांचा क्रमांक लागतो.

वैशिष्ट्ये : अनुसूचित जमातींच्या लोकसंख्येच्या जिल्हावार टक्केवारीनुसार शेवटच्या पाच जिल्ह्यांपैकी पुणे प्रशासकीय विभागातील तीन जिल्हे तर कोकण विभागातील दोन जिल्ह्यांचा समावेश होतो.

तक्ता क्र. 8.20 (अ) : अनुसूचित जातींच्या लोकसंख्येच्या जिल्हावार टक्केवारीनुसार पहिले आणि शेवटचे पाच जिल्हे – (सन 2011 : अंतिम आकडेवारी)

घटक	1	2	3	4	5
पहिले पाच जिल्हे	अकोला	लातूर	नांदेड	वाशिम	नागपूर
टक्केवारी	20.17	19.60	19.45	19.17	18.65
शेवटचे पाच जिल्हे	नंदुरबार	रत्नागिरी	रायगड	धुळे	मुंबई उपनगर
टक्केवारी	2.91	4.15	5.12	6.22	6.23

तक्ता क्र. 8.20 (ब) : अनुसूचित जमातींच्या लोकसंख्येच्या जिल्हावार टक्केवारीनुसार पहिले आणि शेवटचे पाच जिल्हे – (सन 2011 : अंतिम आकडेवारी)

घटक	1	2	3	4	5
पहिले पाच जिल्हे	नंदुरबार	गडचिरोली	धुळे	नाशिक	यवतमाळ
टक्केवारी	69.28	38.7	31.56	25.62	18.54
शेवटचे पाच जिल्हे	सांगली	कोल्हापूर	मुंबई शहर	सिंधुदुर्ग	सातारा
टक्केवारी	0.65	0.78	0.81	0.82	0.99

संदर्भ : भारतीय जनगणना, 2011 (अंतिम आकडेवारी)

III. महाराष्ट्रातील एकूण अनुसूचित जाती व जमातीच्या लोकसंख्येचे वितरण (सन 2011 : अंतिम आकडेवारी) (नवीन ठाणे व पालघर जिल्हा स्वतंत्र)

सन 2011 च्या अंतिम जनगणनेनुसार, महाराष्ट्रात एकूण अनुसूचित जाती व जमातीची लोकसंख्या 2,37,86,109 (अनुसूचित जाती : 1,32,75,896 + अनुसूचित जमाती : 1,05,10,213) म्हणजे सुमारे 2.38 कोटी आहे. तिची महाराष्ट्राच्या एकूण लोकसंख्येशी टक्केवारी 21.1 आहे.

1. **एकूण अनुसूचित जाती व जमातींच्या लोकसंख्येनुसार पहिले पाच जिल्हे :** सन 2011 च्या अंतिम जनगणनेनुसार, महाराष्ट्रात एकूण अनुसूचित जाती व जमातींच्या लोकसंख्येत सर्वांत प्रथम क्रमांक नाशिक जिल्हा : 21.19 लाख (8.91%) आहे. या खालोखाल (2) पुणे : 15.30 लाख (6.43%); (3) नागपूर : 13.05 लाख (5.49%); (4) अमरावती : 12.11 लाख (5.09%); (5) पालघर : 12.05 लाख (5.07%) असे जिल्ह्यांचे क्रमांक आहेत.

महाराष्ट्राच्या एकूण अनुसूचित जाती व जमातीच्या लोकसंख्येपैकी वरील पाच जिल्ह्यांमध्ये 13.7 लाख (30.97%) लोक वास्तव्य करतात. नंदुरबार जिल्ह्यात 11.9 लाख आदिवासी जाती व जमाती राहतात.

2. **एकूण अनुसूचित जाती व जमातींच्या लोकसंख्येनुसार शेवटचे पाच जिल्हे** : सन 2011 च्या अंतिम जनगणनेनुसार, महाराष्ट्रात एकूण अनुसूचित जाती व जमातींच्या लोकसंख्येत सर्वांत शेवटचा जिल्हा सिंधुदुर्ग असून तिची एकत्रित लोकसंख्या (62,662) आहे. यानंतर (2) रत्नागिरी (87,322); (3) परभणी (2,87,822); (4) भंडारा (2,89,258) आणि (5) हिंगोली (2,94,519) असे जिल्ह्यांचे क्रमांक आहेत.

तक्ता क्र. 8.21 : महाराष्ट्र – एकूण अनुसूचित जाती व जमातींच्या लोकसंख्येचे पहिले व शेवटचे पाच जिल्हे – (सन 2011 : अंतिम आकडेवारी)

घटक	1	2	3	4	5
पहिले पाच जिल्हे	नाशिक	पुणे	नागपूर	अमरावती	पालघर
एकत्रित लोकसंख्या (लाख)	21.19	15.30	13.05	12.11	12.05
महाराष्ट्राशी टक्केवारी (%)	8.91	6.43	5.49	5.09	5.07
शेवटचे पाच जिल्हे	सिंधुदुर्ग	रत्नागिरी	परभणी	भंडारा	हिंगोली
एकत्रित लोकसंख्या	62,662	87,322	2,87,822	2,89,258	2,94,519
जिल्हावार टक्केवारी (%)	7.36	5.43	15.68	24.1	25.01

संदर्भ : भारतीय जनगणना, 2011 (अंतिम आकडेवारी)

3. **एकूण अनुसूचित जाती व जमातींची लोकसंख्या 8.01 ते 10.0 लाख दरम्यान असणारे जिल्हे** : या गटात तीन जिल्हे आहेत. जळगाव (9.94 लाख), नांदेड (9.22 लाख), यवतमाळ (8.43 लाख) या जिल्ह्यांचा समावेश होतो.

4. **एकूण अनुसूचित जाती व जमातींची लोकसंख्या 6.01 ते 8.0 लाख दरम्यान असणारे जिल्हे** : या गटात पाच जिल्हे आहेत. सर्वांत प्रथम क्रमांक धुळे जिल्हा (7.75 लाख) आहे. या खालोखाल चंद्रपूर, सोलापूर, मुंबई उपनगर (6.88 लाख), औरंगाबाद या जिल्ह्यांचा समावेश होतो.

5. **एकूण अनुसूचित जाती व जमातींची लोकसंख्या 4.01 ते 6.0 लाख दरम्यान असणारे जिल्हे** : या गटात सहा जिल्हे आहेत. सर्वांत प्रथम लातूर जिल्हा (5.38 लाख) असून या खालोखाल गडचिरोली, कोल्हापूर (5.35 लाख), अकोला (4.64 लाख), बुलडाणा, रायगड (4.4 लाख) या जिल्ह्यांचा समावेश होतो.

6. **एकूण अनुसूचित जाती व जमातींची लोकसंख्या 3.01 ते 4.0 लाख दरम्यान असणारे जिल्हे** : या गटात पाच जिल्हे आहेत. सर्वांत प्रथम क्रमांक बीड जिल्हा (3.84 लाख) असून या खालोखाल सांगली, सातारा, वर्धा, उस्मानाबाद (3.01 लाख) या जिल्ह्यांचा समावेश होतो.

IV. महाराष्ट्रातील एकूण अनुसूचित जाती व जमातींच्या जिल्हावार लोकसंख्या टक्केवारीचे वितरण (सन 2011 : अंतिम आकडेवारी)

1. **एकूण अनुसूचित जाती व जमातींच्या जिल्हावार लोकसंख्या टक्केवारीमधील पहिले पाच जिल्हे** : सन 2011 च्या अंतिम जनगणनेनुसार, महाराष्ट्रात एकूण अनुसूचित जाती व जमातींच्या जिल्हावार टक्केवारीमध्ये सर्वांत प्रथम क्रमांक नंदुरबार जिल्हा (72.19) आहे. या खालोखाल (2) गडचिरोली (49.95); (3) धुळे (37.78); (4) नाशिक (34.70); (5) चंद्रपूर (33.47) असे टक्केवारीनुसार जिल्ह्यांचे क्रमांक आहेत.

2. **एकूण अनुसूचित जाती व जमातींच्या जिल्हावार लोकसंख्या टक्केवारीमधील शेवटचे पाच जिल्हे** : सन 2011 च्या अंतिम जनगणनेनुसार, महाराष्ट्रात सर्वांत शेवटचा क्रमांक रत्नागिरी जिल्हा (5.43) आहे. या खालोखाल (2) मुंबई उपनगर (7.35); (3) सिंधुदुर्ग (7.36); (4) मुंबई शहर (7.94); (5) सातारा (11.75) असे टक्केवारीनुसार जिल्ह्यांचे क्रमांक आहेत.

3. **एकूण अनुसूचित जाती व जमातींच्या जिल्हावार 30.01 ते 33.0 टक्केवारी दरम्यान लोकसंख्या असणारे जिल्हे :**

या गटात अमरावती (31.52) व यवतमाळ (30.39) या जिल्ह्यांचा समावेश होतो.

4. **एकूण अनुसूचित जाती व जमातींच्या जिल्हावार 25.01 ते 30.0 टक्केवारी दरम्यान लोकसंख्या असणारे जिल्हे :**

या गटात सात जिल्हे आहेत. यामध्ये सर्वांत प्रथम क्रमांक गोंदिया जिल्हा (29.51) आहे. या खालोखाल नागपूर ((28.05), वर्धा, वाशिम, अकोला, नांदेड व हिंगोली (25.01) या जिल्ह्यांचा समावेश होतो.

5. **एकूण अनुसूचित जाती व जमातींच्या जिल्हावार 20.01 ते 25.0 टक्केवारी दरम्यान लोकसंख्या असणारे जिल्हे :**

या गटात सहा जिल्हे आहेत. सर्वांत प्रथम क्रमांक भंडारा जिल्हा (24.10) असून या खालोखाल जळगाव, बुलडाणा, लातूर, अहमदनगर, ठाणे (20.55) या जिल्ह्यांचा समावेश होतो.

6. **एकूण अनुसूचित जाती व जमातींच्या जिल्हावार 15.01 ते 20.0 टक्केवारी दरम्यान लोकसंख्या असणारे जिल्हे :**

या गटात सात जिल्हे आहेत. सर्वांत प्रथम क्रमांक औरंगाबाद जिल्हा (18.44) आहे. या खालोखाल उस्मानाबाद, सोलापूर, रायगड, पुणे (16.22), जालना व परभणी (15.68) या जिल्ह्यांचा समावेश होतो.

7. **एकूण अनुसूचित जाती व जमातींच्या जिल्हावार 11.01 ते 15.0 टक्केवारी दरम्यान लोकसंख्या असणारे जिल्हे :**

या गटात बीड (14.86), कोल्हापूर, सांगली, सातारा (11.75) या जिल्ह्यांचा समावेश होतो.

महाराष्ट्र : जनगणना - 2011 (अंतिम आकडेवारी)

I. महाराष्ट्राची लोकसंख्या - 2011 :

2011 सालच्या अंतिम जनगणनेनुसार, महाराष्ट्राची लोकसंख्या 11,23,74,333 (सुमारे 11 कोटी 24 लाख/11.24 कोटी) आहे. भारतातील लोकसंख्येत उत्तर प्रदेश (सुमारे 19.96 कोटी) खालोखाल महाराष्ट्राचा दुसरा क्रमांक आहे. भारतातील 9.29 टक्के लोकसंख्या महाराष्ट्रात आहे. सन 2001 च्या जनगणनेनुसार, महाराष्ट्राची लोकसंख्या 9,68,78,627 होती. सन 2001 ते 2011 या दशकात 1,54,95,706 लोकसंख्येची भर पडली.

II. लोकसंख्येची दशवार्षिक वाढ - 2011 :

सन 2001 ते 2011 या दशकात महाराष्ट्रात लोकसंख्यावाढीचा दर 15.99 टक्के असून राष्ट्रीय स्तरातील लोकसंख्यावाढीचा दर 17.64 टक्के आहे. गेल्या 1991 ते 2001 या दशकात लोकसंख्यावाढीचा दर 22.73 टक्के होता. याचा अर्थ, लोकसंख्यावाढीच्या दरात 6.74 टक्के बिंदूंनी (Percentage Points) घट झालेली आहे.

भारतात लोकसंख्यावाढीच्या दरात महाराष्ट्राचा एकविसावा क्रमांक आहे.

III. लोकसंख्येची घनता - 2011 :

2011 सालच्या अंतिम जनगणनेनुसार, महाराष्ट्राच्या लोकसंख्येची घनता दर चौ.कि.मी. ला 365 आहे तर राष्ट्रीय स्तरावर घनता 382 आहे.

2001 साली महाराष्ट्राची घनता 315 होती. याचा अर्थ, दशवार्षिक कालखंडात घनतेमध्ये 50 बिंदूंनी वाढ झालेली आहे.

पुढे चालू ↳

IV. लिंग–गुणोत्तर घटक – 2011 :

2011 सालच्या अंतिम जनगणनेनुसार, महाराष्ट्रात पुरुषांची लोकसंख्या 5,82,43,056 (सुमारे 5.82 कोटी) आणि स्त्रियांची लोकसंख्या 5,41,31,277 (सुमारे 5.41 कोटी) आहे.

2001 सालच्या जनगणनेच्या तुलनेनुसार, पुरुष लोकसंख्येत : 79,57,658 (सुमारे 79.58 लाख) आणि स्त्री लोकसंख्येत : 75,33,544 (सुमारे 75.34 लाख) वाढ झालेली आहे.

पुरुष लोकसंख्यावाढीचा दर 15.8 टक्के आणि स्त्री लोकसंख्यावाढीचा दर 16.2 टक्के आहे. स्त्री लोकसंख्यावाढीच्या दरामध्ये तुलनात्मकदृष्ट्या वाढ झाल्याने लिंग-गुणोत्तरात काही प्रमाणात सुधारणा झालेली आहे.

V. लिंग–गुणोत्तर – 2011 :

2011 सालच्या अंतिम जनगणनेनुसार, महाराष्ट्रात लिंग-गुणोत्तर 929 : 1000 आहे. तर राष्ट्रीय स्तरावर हेच प्रमाण 940 : 1000 आहे. राष्ट्रीय स्तरापेक्षा महाराष्ट्रात लिंग-गुणोत्तर 15 बिंदूने कमी आहे, ही बाब शोभनीय नाही.

भारतीय स्तरावर महाराष्ट्राचा लिंग-गुणोत्तरामध्ये बाविसावा क्रमांक आहे.

सन 2001 ते 2011 या दशकात महाराष्ट्रात लिंग-गुणोत्तर 922 वरून 925 पर्यंत वाढलेले आहे.

VI. बाल लोकसंख्या (0 ते 6 वर्षे) – 2011 :

2011 सालच्या अंतिम जनगणनेनुसार, महाराष्ट्रात बाल लोकसंख्या 1,33,26,517 (सुमारे 1.33 कोटी) आहे.

2001 साली बाल लोकसंख्या 1.67 कोटी होती.

सन 2001 ते 2011 या दशकात बाल लोकसंख्येमधील घट – एक चिंताजनक बाब :

सन 2001 ते 2011 या दशकात, एकूण बालांच्या संख्येमध्ये 3.45 एवढी घट झालेली असून ही सर्वांत चिंताजनक बाब आहे. स्वतःला तथाकथित प्रगत आणि प्रगतिशील राज्य म्हणवून घेणाऱ्या महाराष्ट्राला बालिकांची संख्या घटणे हे बिलकूल शोभनीय नाही.

VII. बाल (बालिका–बालक) लिंग–गुणोत्तर – 2011 :

2011 सालच्या अंतिम जनगणनेनुसार, महाराष्ट्रात बालिका-बालकांचे लिंग-गुणोत्तर 894 : 1000 आहे तर राष्ट्रीय स्तरावर हेच प्रमाण 914 : 1000 आहे. राष्ट्रीय स्तरापेक्षा महाराष्ट्रात बाल लिंग-गुणोत्तर 20 बिंदूंनी कमी आहे.

2001 साली महाराष्ट्रात बालिका-बालकांचे गुणोत्तर 913 : 1000 एवढे होते.

सन 2001 ते 2011 या दशकात, महाराष्ट्रात बालिका-बालकांचे गुणोत्तर 19 बिंदूंनी घटलेले आहे, ही काही अभिमानाची गोष्ट नाही.

VIII. साक्षरता प्रमाण – 2011 :

2011 सालच्या अंतिम जनगणनेनुसार, महाराष्ट्रात 8,15,54,290 (सुमारे 8.16 कोटी) लोक साक्षर आहेत. यांपैकी पुरुष साक्षर (सुमारे 4.53 कोटी) तर स्त्री साक्षर (सुमारे 3.63 कोटी) आहेत.

2011 सालच्या अंतिम जनगणनेनुसार, निरक्षर लोकांची संख्या 3,08,20,043 (सुमारे 3.08 कोटी) आहे.

2011 सालच्या अंतिम जनगणनेनुसार, महाराष्ट्रात 82.3 टक्के लोक साक्षर आहेत. राष्ट्रीय स्तरापेक्षा (74.04%) जास्त साक्षर लोक महाराष्ट्रात आहेत.

महाराष्ट्रात पुरुष साक्षरतेचे प्रमाण 88.4 टक्के आणि स्त्री साक्षरतेचे प्रमाण 75.9 टक्के आहे. राष्ट्रीय स्तरावर हेच प्रमाण पुरुष साक्षर (82.4%) आणि स्त्री साक्षर (65.46%) आहे.

तक्ता क्र. 8.22 (अ) : महाराष्ट्र : जनगणना – 2011 (अंतिम सांख्यिकीय माहिती)

प्रशासकीय विभागानुसार   कुटुंबे, महिला प्रमुख असलेली कुटुंबे, लोकसंख्या, बाल-लोकसंख्या, लोकसंख्येची टक्केवारीनुसार दशवार्षिक वाढ, लोकसंख्येची घनता (चौ.कि.मी.)

क्र.	जिल्हे	क्षेत्रफळ (चौ.कि.मी.)	कुटुंबे	महिला प्रमुख असलेली कुटुंबे	लोकसंख्या	बाल लोकसंख्या (0-6 वर्षे)	लोकसंख्येची दशवार्षिक वाढ (%)	लोकसंख्येची घनता (चौ.कि.मी.)
(1)	(2)	(3)	(4)	(5)	(6)	(7)	(8)	(9)
I.	कोकण विभाग	30,728						
1.	मुंबई शहर	157	6,74,339	1,07,000	30,85,411	2,72,886	– 7.56	19,652
2.	मुंबई उपनगर	446	21,05,604	2,54,000	93,56,962	9,30,884	8.29	20,980
3.	नवीन ठाणे	4,214	18,59,342	उ. ना.	80,70,032	9,23,541	उ. ना.	1,900
4.	पालघर	5,344	6,69,823	उ. ना.	29,90,116	4,03,605	उ. ना.	560
5.	रायगड	7,152	6,11,790	73,000	26,34,200	3,00,815	19.30	368
6.	रत्नागिरी	8,208	3,97,115	1,00,000	16,15,069	1,55,560	– 4.8	197
7.	सिंधुदुर्ग	5,207	2,09,839	45,000	8,49,651	71,193	– 2.20	163
II.	नाशिक विभाग	57,493						
8.	नाशिक	15,530	12,22,887	1,04,000	61,07,187	8,27,935	23.0	393
9.	धुळे	8,095	4,08,874	43,000	20,50,662	2,73,507	20.0	253
10.	नंदुरबार	5,055	3,23,521	27,000	16,48,295	2,40,222	25.66	326
11.	जळगाव	11,765	9,03,643	94,000	42,29,917	5,32,005	14.85	360
12.	अहमदनगर	17,048	9,30,024	81,000	45,43,159	5,56,014	12.40	266
III.	पुणे विभाग	57,275						
13.	पुणे	15,643	21,51,503	1,99,000	94,29,408	11,04,959	30.37	603
14.	सोलापूर	14,895	8,73,167	93,000	43,17,756	5,38,453	12.16	290
15.	सातारा	10,480	6,53,735	90,000	30,03,741	3,17,885	6.93	287
16.	सांगली	8,572	5,98,386	74,000	28,22,143	3,06,777	9.24	329
17.	कोल्हापूर	7,685	8,40,240	1,03,000	38,76,001	4,08,942	10.01	504

टीप :   ________________   सर्वांत पहिला जिल्हा

       -----------   सर्वांत शेवटचा जिल्हा

पुढे चालू ⮧

तक्ता क्र. 8.22 (अ) : पुढे चालू . . .

क्र.	जिल्हे	क्षेत्रफळ (चौ.कि.मी.)	कुटुंबे	महिला प्रमुख असलेली कुटुंबे	लोकसंख्या	बाल लोकसंख्या (0-6 वर्षे)	लोकसंख्येची दशवार्षिक वाढ (%)	लोकसंख्येची घनता (चौ.कि.मी.)
(1)	(2)	(3)	(4)	(5)	(6)	(7)	(8)	(9)
IV.	औरंगाबाद विभाग	64,813						
18.	औरंगाबाद	10,107	7,51,915	55,000	37,01,282	5,32,659	27.82	366
19.	जालना	7,718	3,91,701	29,000	19,59,046	2,87,338	21.87	254
20.	बीड	10,693	5,35,835	36,000	25,85,049	3,52,890	19.60	242
21.	लातूर	7,157	4,81,572	33,000	24,54,196	3,17,811	17.97	343
22.	उस्मानाबाद	7,569	3,51,281	31,000	16,57,576	2,07,096	11.50	219
23.	नांदेड	10,528	6,65,434	47,000	33,61,292	4,59,572	16.86	319
24.	परभणी	6,517	3,61,130	24,000	18,36,086	2,57,320	20.18	282
25.	हिंगोली	4,524	2,28,868	<u>16,000</u>	11,77,343	1,65,716	19.26	260
V.	अमरावती विभाग	46,027						
26.	अमरावती	12,210	6,47,451	63,000	28,88,445	3,11,391	10.78	237
27.	बुलडाणा	9,661	5,61,504	47,000	25,86,258	3,32,125	15.84	268
28.	अकोला	5,429	3,95,690	36,000	18,13,906	2,11,080	11.30	334
29.	वाशिम	5,145	2,59,464	22,000	11,97,160	1,52,190	17.27	233
30.	यवतमाळ	13,582	6,46,886	65,000	27,72,348	3,30,180	12.77	204
VI.	नागपूर विभाग	51,377						
31.	नागपूर	9,892	10,41,544	1,12,000	46,53,570	4,97,087	14.40	470
32.	वर्धा	6,309	3,09,846	32,000	13,00,774	1,28,901	5.17	206
33.	भंडारा	3,896	2,78,076	36,000	12,00,334	1,26,025	5.60	308
34.	गोंदिया	5,425	2,92,369	33,000	13,22,507	1,40,365	10.11	244
35.	चंद्रपूर	11,443	5,36,686	58,000	22,04,307	2,31,316	6.40	193
36.	गडचिरोली	14,412	2,50,435	27,000	10,72,942	1,20,272	10.57	<u>74</u>
	महाराष्ट्र	3,07,713	2,44,21,519	25,13,000	11,23,74,333	1,33,26,517	15.99	365

टीप :   _____________   सर्वांत पहिला जिल्हा

       ------------   सर्वांत शेवटचा जिल्हा

Source : _Census of Maharashtra, 2011 and Director of Census Operations, Maharashtra._

तक्ता क्र. 8.22 (ब) : महाराष्ट्र : जनगणना – 2011 (अंतिम सांख्यिकीय माहिती)

प्रशासकीय विभागानुसार   सर्वसाधारण लिंग-गुणोत्तर, बाल लिंग-गुणोत्तर, साक्षर लोकसंख्या, साक्षरता दर (%), अनुसूचित जाती लोकसंख्या, अनुसूचित जमाती लोकसंख्या

क्र.	जिल्हे	क्षेत्रफळ (चौ.कि.मी.)	सर्वसाधारण लिंग-गुणोत्तर	बाल लिंग-गुणोत्तर (0-6 वर्षें)	साक्षर लोकसंख्या	साक्षरता दर (%)	अनुसूचित जाती लोकसंख्या	अनुसूचित जमाती लोकसंख्या
(1)	(2)	(3)	(4)	(5)	(6)	(7)	(8)	(9)
I.	कोकण विभाग	30,728						
1.	मुंबई शहर	157	832	914	25,09,022	89.2	2,19,934	25,093
2.	मुंबई उपनगर	446	860	913	75,75,485	89.9	5,83,302	1,04,560
3.	नवीन ठाणे	4,214	891	923	62,34,386	74.00	6,45,111	4,24,443
4.	पालघर	5,344	977	967	19,92,775	57.16	86.978	11,18,008
5.	रायगड	7,152	959	935	19,39,994	83.89	1,34,952	3,05,125
6.	रत्नागिरी	8,208	1,122	936	11,99,392	82.43	66,948	20,374
7.	सिंधुदुर्ग	5,207	1,036	922	6,66,067	86.54	55,586	6,976
II.	नाशिक विभाग	57,493						
8.	नाशिक	15,530	934	890	43,45,366	80.90	5,54,687	15,64,369
9.	धुळे	8,095	946	898	12,93,916	72.8	1,27,571	6,47,315
10.	नंदुरबार	5,055	978	944	9,06,509	64.4	47,985	11,41,933
11.	जळगाव	11,765	925	842	28,91,882	79.23	3,89,273	6,04,367
12.	अहमदनगर	17,048	939	852	31,51,890	80.22	5,73,698	3,78,230
III.	पुणे विभाग	57,275						
13.	पुणे	15,643	915	883	71,71,723	87.19	11,80,703	3,48,876
14.	सोलापूर	14,895	938	883	29,10,676	77.72	6,49,745	77,592
15.	सातारा	10,480	988	895	22,25,694	84.20	3,23,236	29,635
16.	सांगली	8,572	966	867	20,49,467	82.62	3,53,093	18,333
17.	कोल्हापूर	7,685	957	863	28,25,845	82.90	5,04,461	30,206

टीप :   ———————   सर्वांत पहिला जिल्हा

        - - - - - - - - - -   सर्वांत शेवटचा जिल्हा

पुढे चालू ⌐

तक्ता क्र. 8.22 (ब) : पुढे चालू . . .

क्र.	जिल्हे	क्षेत्रफळ (चौ.कि.मी.)	सर्वसाधारण लिंग-गुणोत्तर	बाल लिंग-गुणोत्तर (0-6 वर्षें)	साक्षर लोकसंख्या	साक्षरता दर (%)	अनुसूचित जाती लोकसंख्या	अनुसूचित जमाती लोकसंख्या
(1)	(2)	(3)	(4)	(5)	(6)	(7)	(8)	(9)
IV.	औरंगाबाद विभाग	64,813						
18.	औरंगाबाद	10,107	923	858	25,03,837	80.4	5,39,368	1,43,366
19.	जालना	7,718	937	870	11,95,523	71.5	2,72,266	42,263
20.	बीड	10,693	916	807	17,18,507	73.53	3,51,254	32,722
21.	लातूर	7,157	928	889	16,50,672	79.03	4,80,913	57,488
22.	उस्मानाबाद	7,569	924	867	11,37,810	76.33	2,65,184	36,039
23.	नांदेड	10,528	943	910	21,89,425	76.94	6,40,483	2,81,695
24.	परभणी	6,517	947	884	11,57,814	73.3	2,47,308	40,514
25.	हिंगोली	4,524	942	882	7,90,743	76.04	1,82,565	1,11,954
V.	अमरावती विभाग	46,027						
26.	अमरावती	12,210	951	935	22,51,875	87.4	5,06,374	4,04,128
27.	बुलडाणा	9,661	934	855	15,79,874	82.09	4,70,895	1,24,837
28.	अकोला	5,429	946	912	14,11,281	88.0	3,64,059	1,00,280
29.	वाशिम	5,145	930	863	8,69,917	81.70	2,29,462	80,471
30.	यवतमाळ	13,582	952	922	20,22,574	80.70	3,28,518	5,14,057
VI.	नागपूर विभाग	51,377						
31.	नागपूर	9,892	951	931	36,73,808	88.4	8,67,713	4,37,571
32.	वर्धा	6,309	946	919	10,19,458	87.22	1,88,830	1,49,507
33.	भंडारा	3,896	982	950	8,99,860	85.14	2,00,372	88,886
34.	गोंदिया	5,425	999	956	10,04,243	85.41	1,75,961	2,14,253
35.	चंद्रपूर	11,443	961	953	15,78,615	81.35	3,48,365	3,89,441
36.	गडचिरोली	14,412	982	961	7,08,365	74.4	1,20,745	4,15,306
	महाराष्ट्र	3,07,713	929	894	8,15,54,290	82.3	1,32,75,896	1,05,10,213

टीप : _______________ सर्वांत पहिला जिल्हा

\- - - - - - - - - सर्वांत शेवटचा जिल्हा

Source : *Census of Maharashtra, 2011 and Director of Census Operations, Maharashtra*

---

9.   ग्रामीण-नागरी लोकसंख्या (सन 2011 : अंतिम आकडेवारी)

(नवीन ठाणे व पालघर जिल्हा एकत्रित)

■ ग्रामीण लोकसंख्येची वैशिष्ट्ये - 2011

- सन 2011 च्या अंतिम जनगणनेनुसार, महाराष्ट्रात ग्रामीण लोकसंख्या 6,15,56,074 (सुमारे 6.16 कोटी) आहे. एकूण लोकसंख्येशी ग्रामीण लोकसंख्येची टक्केवारी (54.77) आहे. राष्ट्रीय स्तरावर हेच प्रमाण (68.54) आहे.

- राष्ट्रीय स्तराच्या मानाने महाराष्ट्रात ग्रामीण लोकसंख्या 13.77 टक्क्यांनी कमी आहे.

- 2001 सालच्या जनगणनेनुसार, महाराष्ट्रात ग्रामीण लोकसंख्या 5,57,78,000 (सुमारे 5.78 कोटी) होती; एकूण लोकसंख्येशी ग्रामीण लोकसंख्येची टक्केवारी (57.60) होती.

- याचा अर्थ, महाराष्ट्रात या दशकात ग्रामीण लोकसंख्या सुमारे तीन टक्क्यांनी कमी झाली; म्हणजेच तीन टक्के लोकसंख्येने नागरी प्रदेशाकडे स्थलांतर केले.

- सन 2001 ते 2011 या दशकात ग्रामीण लोकसंख्येच्या वाढीचा दर सर्वांत जास्त नंदुरबार जिल्ह्यात (23.62%) आहे.

- सन 2001 ते 2011 या दशकात ग्रामीण लोकसंख्येच्या सर्वांत जास्त ऋणात्मक वाढीचा दर रत्नागिरी (– 10.34%), रायगड (– 0.63%), वर्धा (– 3.99%) या जिल्ह्यांचा लागतो.

महाराष्ट्र : ग्रामीण लोकसंख्येचे टक्केवारीनुसार जिल्हावार वितरण (सन 2011 : अंतिम आकडेवारी) :

महाराष्ट्रात सन 2011 च्या जनगणनेनुसार, अंतिम आकडेवारीच्या आधारे ग्रामीण लोकसंख्या 6,15,56,074 (सुमारे 6.16 कोटी) असून एकूण लोकसंख्येशी ग्रामीण लोकसंख्येची टक्केवारी 54.8 टक्के आहे. या काळात ग्रामीण लोकसंख्येत प्रत्यक्ष वाढ 57,79,074 झालेली आहे.

1.   **महाराष्ट्रात सन 2011 नुसार, ग्रामीण लोकसंख्येच्या टक्केवारीनुसार पहिले पाच जिल्हे** : महाराष्ट्रात ग्रामीण लोकसंख्येमध्ये सन 2011 च्या जनगणनेनुसार सर्वांत जास्त ग्रामीण लोकसंख्येची टक्केवारी गडचिरोली जिल्हा (89.0%) आहे. या खालोखाल सिंधुदुर्ग (87.4%), हिंगोली (84.8%), रत्नागिरी (84.7%), नंदुरबार (83.3%) या जिल्ह्यांचा क्रमांक लागतो.

2.   **महाराष्ट्रात सन 2011 नुसार, ग्रामीण लोकसंख्येच्या टक्केवारीनुसार शेवटचे पाच जिल्हे** : महाराष्ट्रात ग्रामीण लोकसंख्येमध्ये सर्वांत शेवटचा जिल्हा ठाणे-पालघर (23.0%) आहे. यानंतर नागपूर (31.7%), पुणे (39.0%), औरंगाबाद (56.0%), नाशिक (57.5%) या जिल्ह्यांचा क्रमांक लागतो.

3.   **ग्रामीण लोकसंख्येचे 80.1 ते 90.0 टक्के दरम्यान असणारे जिल्हे** : वरील पहिल्या पाच जिल्ह्यांशिवाय उस्मानाबाद (83.0%), गोंदिया (82.9%), वाशिम (82.3%), सातारा (81.0%), भंडारा (81.5%), जालना (80.7%) हे जिल्हे या गटात येतात. महाराष्ट्रातील 80 ते 90 टक्के ग्रामीण लोकसंख्या असणारे अकरा जिल्हे आहेत.

4.   **ग्रामीण लोकसंख्येचे 70.1 ते 80.0 टक्के दरम्यान असणारे जिल्हे** : या गटात सर्वांत पहिला क्रमांक अहमदनगर जिल्हा (79.9%) आहे. या खालोखाल बुलडाणा (78.8%), यवतमाळ (78.4%), सांगली व लातूर (74.5%) या जिल्ह्यांचा क्रमांक लागतो.

5.   **ग्रामीण लोकसंख्येचे 60.1 ते 70.0 टक्के दरम्यान असणारे जिल्हे** : या गटात नऊ जिल्हे आहेत. परभणी (69%), जळगाव व कोल्हापूर (प्रत्येकी 68.3%), सोलापूर (67.6%), वर्धा (67.5%), चंद्रपूर (64.8%), अमरावती (64.1%), रायगड (63.2%), आणि अकोला (60.3%) या जिल्ह्यांचा क्रमांक लागतो.

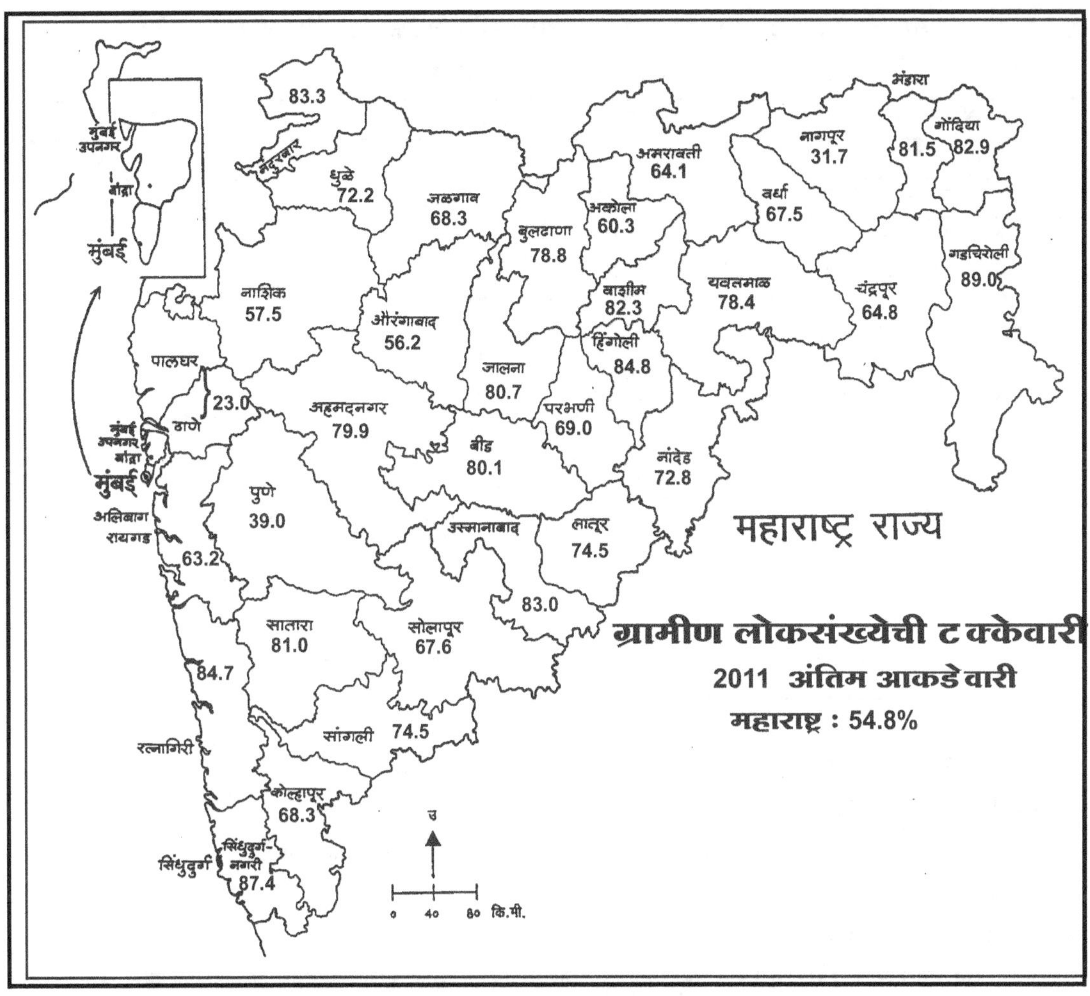

नकाशा क्र. 8.10 : महाराष्ट्र – ग्रामीण लोकसंख्येची टक्केवारी – 2011

■ नागरी लोकसंख्येची वैशिष्ट्ये – 2011

- सन 2011 च्या अंतिम जनगणनेनुसार, महाराष्ट्रात नागरी लोकसंख्या 50,818,259 (सुमारे 5.08 कोटी) आहे. एकूण लोकसंख्येशी नागरी लोकसंख्येची टक्केवारी (45.23) आहे. राष्ट्रीय स्तरावर हेच प्रमाण (31.16) आहे.

- राष्ट्रीय स्तराच्या मानाने महाराष्ट्रात नागरी लोकसंख्या 14.07 टक्क्याने जास्त आहे.

- 2001 सालच्या जनगणनेनुसार, महाराष्ट्रात नागरी लोकसंख्या 4,19,01,000 (सुमारे 4.19 कोटी) होती; एकूण लोकसंख्येशी नागरी लोकसंख्येची टक्केवारी (42.40) होती.

- सन 2011 च्या अंतिम जनगणनेनुसार, भारतात नागरी लोकसंख्येच्या प्रमाणात प्रथम क्रमांक तमिळनाडू (48.45%), दुसरा क्रमांक केरळ (47.72%) तर तिसरा क्रमांक महाराष्ट्र (45.23%) राज्याचे आहे.

- 2001 सालच्या जनगणनेनुसार, नागरी लोकसंख्येच्या प्रमाणात प्रथम क्रमांक तमिळनाडू (43.9%) तर दुसरा क्रमांक महाराष्ट्र (42.4%) राज्याचा होता.

- भारतातील नागरी लोकसंख्यादृष्ट्या विचार करता, महाराष्ट्राचा (5.08 कोटी) प्रथम क्रमांक असून 2001 सालीसुद्धा महाराष्ट्र प्रथम क्रमांकावर होते.

- भारतामधील एकूण नागरी लोकसंख्येपैकी 13.48 टक्के नागरी लोकसंख्या महाराष्ट्रात आहे.

तक्ता क्र. 8.23 : महाराष्ट्र – लोकसंख्याशास्त्रीय घटक : ग्रामीण व नागरी क्षेत्र

(सन 2011 : अंतिम आकडेवारी)

लोकसंख्याशास्त्रीय घटक	ग्रामीण क्षेत्र	नागरी क्षेत्र	ग्रामीण क्षेत्र (%)	नागरी क्षेत्र (%)
एकूण लोकसंख्या	6,15,56,074	5,08,18,259	100%	100%
▪ पुरुष लोकसंख्या	3,15,39,034	2,67,04,022	51.24%	52.54%
▪ स्त्री लोकसंख्या	3,00,17,040	2,41,14,237	48.76%	43.56%
लोकसंख्या लिंग–गुणोत्तर	952	903	–	–
एकूण बाल लोकसंख्या	76,88,954	56,37,563	100%	100%
▪ बालक लोकसंख्या	40,67,399	29,67,992	52.9%	52.65%
▪ बालिका लोकसंख्या	36,21,555	26,69,571	47.1%	47.35%
बाल लिंग–गुणोत्तर	890	899	–	–
साक्षरता	4,14,82,761	4,00,71,529	100%	100%
▪ पुरुष साक्षर	2,33,91,475	2,18,66,109	56.39%	54.57%
▪ स्त्री साक्षर	1,80,91,286	1,82,05,420	43.61%	45.43%
साक्षरतेची टक्केवारी	77.01	88.69	–	–
▪ पुरुष साक्षर	85.15	92.12	–	–
▪ स्त्री साक्षर	68.54	84.89	–	–

संदर्भ : *Census of India, 2011; Final Population Today*

महाराष्ट्र : नागरी लोकसंख्येचे टक्केवारीनुसार जिल्हावार वितरण (सन 2011 : अंतिम आकडेवारी) :

(ठाणे व पालघर जिल्हा एकत्रित)

महाराष्ट्रात सन 2011 च्या जनगणनेनुसार, अंतिम आकडेवारीच्या आधारे नागरी लोकसंख्येची टक्केवारी 45.23 टक्के आहे. प्रत्यक्ष नागरी लोकसंख्या 5,08,18,259 आहे. 2001 साली महाराष्ट्राची लोकसंख्या 4,19,01,000 (सुमारे 4.19 कोटी) होती. या काळात नागरी लोकसंख्येत 81,17,259 ने वाढ झाली.

1. **महाराष्ट्रात सन 2011 नुसार, शंभर टक्के नागरी लोकवस्ती असणारे जिल्हे :** महाराष्ट्रात मुंबई शहर आणि मुंबई उपनगर हे दोन जिल्हे संपूर्णतः नागरी लोकवस्तीचे जिल्हे आहेत.

2. **नागरी लोकसंख्येचे 50.1 ते 75 टक्के दरम्यान असणारे जिल्हे) :** महाराष्ट्रात ठाणे–पालघर जिल्ह्यात नागरी लोकसंख्या 77.0 टक्के आहे. या खालोखाल नागपूर जिल्ह्यात नागरी लोकसंख्येची टक्केवारी 68.3 असून पुणे जिल्ह्यात 61.0 टक्के नागरी लोक वास्तव्य करतात.

3. **महाराष्ट्रात सन 2011 नुसार, नागरी लोकसंख्येच्या टक्केवारीनुसार पहिले पाच जिल्हे :** वर उल्लेख केलेले पाचही जिल्हे – मुंबई शहर, मुंबई उपनगर, ठाणे–पालघर, नागपूर, पुणे हे महाराष्ट्रात नागरी लोकसंख्येच्या टक्केवारीत पहिले पाच जिल्हे आहेत.

4. **महाराष्ट्रात सन 2011 नुसार, नागरी लोकसंख्येच्या टक्केवारीनुसार शेवटचे पाच जिल्हे :** महाराष्ट्रात सन 2011 च्या जनगणनेनुसार, नागरी लोकसंख्येच्या टक्केवारीत सर्वांत शेवटचा जिल्हा गडचिरोली (11.0%) आहे. यानंतर सिंधुदुर्ग (12.6%), हिंगोली (15.2%), रत्नागिरी (16.3%), नंदुरबार (16.7%) या जिल्ह्यांचा क्रमांक लागतो.

5. **नागरी लोकसंख्येचे 40.1 ते 50.0 टक्के दरम्यान असणारे जिल्हे :** या गटात नाशिक (42.5%) आणि औरंगाबाद (43.8%) या दोन जिल्ह्यांचा समावेश होतो.

6. **नागरी लोकसंख्येचे 30.1 ते 40.0 टक्के दरम्यान असणारे जिल्हे :** या गटात सर्वप्रथम अकोला जिल्हा (39.7%) असून यानंतर रायगड (36.8%), अमरावती (35.9%), चंद्रपूर (35.2%), वर्धा (32.5%), सोलापूर (32.4%), कोल्हापूर (31.7%), परभणी (31.0%) या जिल्ह्यांचा समावेश होतो.

7. **नागरी लोकसंख्येचे 20.1 ते 30.0 टक्के दरम्यान असणारे जिल्हे :** या गटात धुळे जिल्ह्याचा (27.8%) प्रथम क्रमांक आहे. या खालोखाल नांदेड (27.2%), लातूर व सांगली (प्रत्येकी 25.5%), यवतमाळ (21.6%), बुलडाणा (21.2%), अहमदनगर (20.1%) या जिल्ह्यांचा समावेश होतो.

यानंतर बीड (19.9%), जालना (19.3%), भंडारा (19.,5%), सातारा (19.0%), वाशिम (17.7%), उस्मानाबाद (17.0%) या जिल्ह्यांचा समावेश होतो.

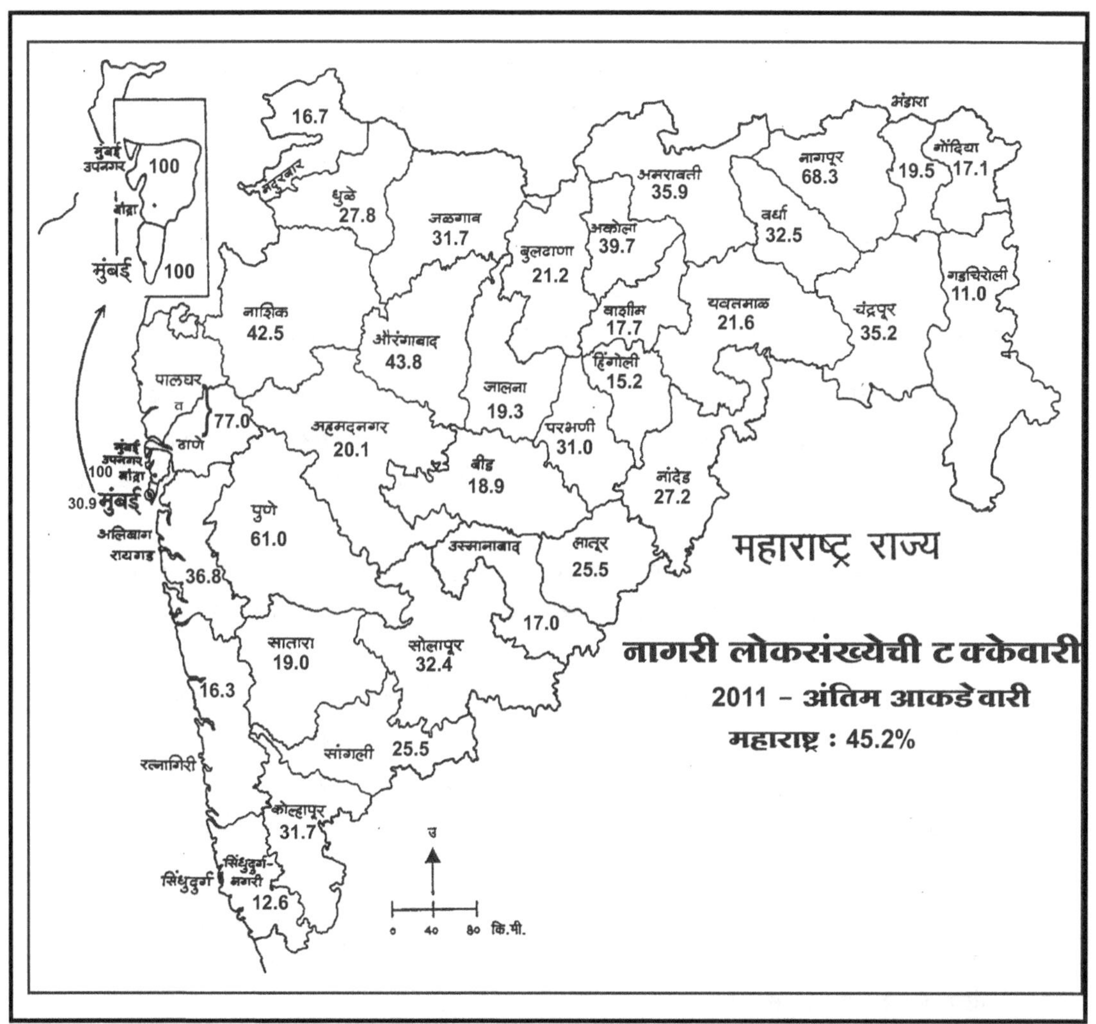

नकाशा क्र. 8.11 : महाराष्ट्र - नागरी लोकसंख्येची टक्केवारी - 2011

- ■ **महाराष्ट्र : सन 2001 ते 2011 आणि सन 1991 ते 2001 या जनगणनेनुसार जिल्हावार नागरी लोकसंख्येच्या दशवार्षिक वाढीच्या टक्केवारीमधील बदलाची वैशिष्ट्ये (ठाणे व पालघर जिल्हा एकत्रित)**

1. **मुंबई शहर व मुंबई उपनगर जिल्हे :** हे दोन्हीही जिल्हे पूर्णतया नागरी असल्याने नागरी टक्केवारीमधील बदलाचा फरक असण्याचा प्रश्न नाही.

2. **महाराष्ट्रात नागरी लोकसंख्येच्या दोन दशवार्षिक वाढीमधील सर्वांत जास्त फरकाचा रायगड जिल्हा :** रायगड जिल्ह्यामधील नागरी लोकसंख्येच्या दशवार्षिक वाढीचा फरक + 12.6 टक्के आहे.

3. **रायगड जिल्ह्याव्यतिरिक्त नागरी लोकसंख्येच्या दोन दशवार्षिक वाढीमधील पहिले चार जिल्हे :** यामध्ये औरंगाबाद (+ 6.3%), वर्धा (6.2%), गोंदिया (+ 5.1%) आणि रत्नागिरी (+ 5.0%) या जिल्ह्यांचा क्रमांक लागतो.

4. **नागरी लोकसंख्येच्या दोन दशवार्षिक वाढ (+ 4%) जास्त असणारे जिल्हे :** ठाणे-पालघर जिल्ह्याची + 4.4 टक्के वाढ झालेली आहे. जेव्हा यांची स्वतंत्र आकडेवारी उपलब्ध होईल तेव्हा ठाणे जिल्ह्याच्या दोन दशवार्षिक वाढीमध्ये निश्चित वाढ झाल्याचे निदर्शनास येईल. या खालोखाल नागपूर (+ 4%), गडचिरोली (4.1%), भंडारा (+ 4.0) या जिल्ह्यांचा क्रमांक लागतो.

- बुलडाणा जिल्ह्यात दोन दशवार्षिक वाढीत फारसा फरक नाही.

- मराठवाड्यात परभणी व हिंगोली जिल्ह्यात अनुक्रमे (– 0.9%) आणि (– 0.4%) अशी ऋणात्मक वाढ झालेली आहे. याचा अर्थ, नागरी लोकसंख्येत घट झालेली आहे.

- ■ **नागरी लोकसंख्येच्या दशवार्षिक वाढीची प्रशासकीय विभागानुसार वैशिष्ट्ये**

- कोकण प्रशासकीय विभागात सिंधुदुर्ग व रत्नागिरी जिल्ह्यात नागरी लोकसंख्येत 3 ते 5 टक्क्यांनी वाढ झालेली दिसते.

- नाशिक प्रशासकीय विभागात नाशिक व जळगाव जिल्ह्यात दोन दशवार्षिक वाढ अनुक्रमे 3.7 टक्के व 3.1 टक्के दर्शविते; तर महाराष्ट्रात सर्वांत जास्त भौगोलिक क्षेत्रफळ असणाऱ्या अहमदनगर जिल्ह्यात ही वाढ फक्त 0.2 टक्के आहे.

- पुणे प्रशासकीय विभागात दोन दशवार्षिक वाढीचे स्वरूप पाहता, पुणे जिल्ह्याची वाढ 2.9 टक्के आहे तर सातारा जिल्ह्यात नागरी लोकसंख्येत 4.8 टक्क्यांनी वाढ झालेली आढळते. सांगली, कोल्हापूर व सोलापूर या जिल्ह्यातील वाढ 1 ते 2 टक्क्यांपर्यंत आहे.

- औरंगाबाद प्रशासकीय विभागात दोन दशवार्षिक वाढीचे स्वरूप असले की, औरंगाबाद (6.3%), बीड व नांदेड (2 ते 3%), उस्मानाबाद व लातूर (1 ते 2%) या दरम्यान वाढ आहे. जालना जिल्ह्यात फक्त 0.2 टक्के वाढ झालेली आहे तर परभणी व हिंगोली या जिल्ह्यात ऋणात्मक वाढ (– 0.9% व 0.4%) दर्शविते.

- अमरावती प्रशासकीय विभागात अमरावती व अकोला जिल्ह्यात 1 ते 2 टक्के नागरी लोकसंख्येची दोन दशवार्षिक वाढीदरम्यान आढळते.

- नागपूर प्रशासकीय विभागाचे विशेष वैशिष्ट्य असे की, दोन दशवार्षिक नागरी लोकसंख्येच्या वाढीत प्रत्येक जिल्ह्यात वाढ झालेली आहे. या प्रशासकीय विभागात सर्वांत जास्त वाढ गोंदिया जिल्ह्याची 5.1 टक्के तर सर्वांत कमी वाढ चंद्रपूर जिल्ह्याची 3.1 टक्के आहे.

- महाराष्ट्रात सन 1991 ते 2001 आणि 2001 ते 2011 या दशवार्षिक दरम्यान नागरी लोकसंख्येची वाढ 2.83 टक्के आहे.

■ महाराष्ट्र : ग्रामीण - नागरी लोकसंख्येचे वितरण - 2011

परंपरेपासून आधुनिकतेची वाटचाल करीत असताना नागरिकीकरणाची पातळी हा एक रूपांतरणाचा निर्देशांक (An Index of Transformation) असतो. सर्वसाधारणपणे असे प्रस्थापित झाले आहे की, नागरिकीकरणाच्या वाढीमुळे दुय्यम आर्थिक क्रियांना चालना मिळते आणि प्राथमिक आर्थिक क्रियांवरील अवलंबन कमी करते. तसेच ती एक आर्थिक वाढ व विकासाची खूण मानली जाते. आर्थिक विकासाचा नागरिकीकरण हा एकसंघ भाग असतो. बऱ्याचशा आधुनिक आर्थिक क्रिया नगरामध्ये कार्यरत असतात आणि उत्पादकतेमध्ये वाढ होते. नगराच्या संदर्भात उत्पन्न प्राप्त करणे तुलनात्मकदृष्ट्या सहज शक्य असते. आर्थिक वाढीचा प्रभाव नागरिकीकरणावर असतो तर नागरिकीकरणाचा चांगला प्रभाव आर्थिक वाढीच्या दरावर होतो.

नागरी लोकसंख्येच्या वितरणासंबंधी महत्त्वाचे मुद्दे (सन 2011 च्या अंतिम जनगणनेनुसार) :

- महाराष्ट्रात मुंबई शहर, मुंबई उपनगर, पुणे, नागपूर या जिल्ह्यांमध्ये सर्वांत जास्त नागरिकीकरण झालेले आहे तर गडचिरोली, सिंधुदुर्ग व हिंगोली या जिल्ह्यांमध्ये किमान नागरिकीकरण झालेले आहे.

- सन 2001 ते 2011 या दशकात नागरी लोकसंख्येची दशवार्षिक वाढ 23.7 टक्के तर ग्रामीण लोकसंख्येची दशवार्षिक वाढ 10.3 टक्के आहे. राष्ट्रीय स्तरावर अनुक्रमे नागरी (31.8%) आणि ग्रामीण (12.2%) आहे.

- सन 2001 ते 2011 या दशकात लोकसंख्येमध्ये 1,54,94,345 (सुमारे 1.55 कोटी) वाढ झालेली आहे. यांपैकी नागरी क्षेत्रात (97,26,551) तर ग्रामीण क्षेत्रात (57,67,794) लोकसंख्येने वाढ झाली.

- मुंबई शहर व मुंबई उपनगर हे जिल्हे शंभर टक्के नागरी आहेत. यानंतर ठाणे (76.92%), नागपूर (68.30%), पुणे (60.89%) हे जिल्हे नागरिकीकरणाचे आहेत.

- महाराष्ट्रात ग्रामीण लोकसंख्येची सर्वांत जास्त टक्केवारी गडचिरोली जिल्हा (89.00) असून या खालोखाल सिंधुदुर्ग (87.40) व हिंगोली (84.83) या जिल्ह्यांचा क्रमांक लागतो.

■ ग्रामीण - नागरी लोकसंख्यावाढीचा दर (टक्केवारी)

पूर्वी असे आढळून आले की, विविध कारणांमुळे ग्रामीण भागातून शहरी भागाकडे लोकसंख्येचे स्थलांतर झालेले आहे.

महाराष्ट्रातील लोकसंख्येमध्ये टक्केवारीनुसार जनगणनेच्या आधारे पुढीलप्रमाणे वाढ झाली आहे : **(तक्ता क्र. 8.24 पाहा.)**

- सन 1991 ते 2001 या दशकात : (1) ग्रामीण क्षेत्र (15.25); (2) नागरी क्षेत्र (34.57); (3) एकूण लोकसंख्या (22.73).

- सन 2001 ते 2011 या दशकात : (1) ग्रामीण क्षेत्र (10.34); (2) नागरी क्षेत्र (23.67); (3) एकूण लोकसंख्या (15.99)

- सन 1991 ते 2001 या दशकात टक्केवारीनुसार नागरी क्षेत्रातील दशवार्षिक वाढीमध्ये स्त्रिया (34.4) व पुरुष (34.7) अशाच प्रकारचे स्वरूप पाहावयास मिळते.

- परंतु सन 2001 ते 2011 या दशकात टक्केवारीनुसार नागरी स्त्रियांची दशवार्षिक वाढ (25.58) ही पुरुषांच्या दशवार्षिक वाढीपेक्षा (21.99) जास्त आहे.

तक्ता क्र. 8.24 : महाराष्ट्र - लोकसंख्यावाढीचा दर (टक्केवारी)
(सन 1991 ते 2001 आणि सन 2001 ते 2011)

घटक	सन 1991 ते 2001			सन 2001 ते 2011		
	लोकसंख्या	पुरुष	स्त्री	लोकसंख्या	पुरुष	स्त्री
एकूण	22.73	23.45	21.95	15.99	15.80	16.21
ग्रामीण	15.25	15.99	14.50	10.34	11.02	9.64
नागरी	34.57	34.70	34.43	23.67	21.99	25.58

संदर्भ : भारतीय जनगणना, 2011 (अंतिम आकडेवारी)

■ ग्रामीण व नागरी क्षेत्रामधील लोकसंख्येचे स्वरूप (तक्ता क्र. 8.25 पाहा.)

- सन 1991 च्या जनगणनेनुसार, ग्रामीण (61.31%) व नागरी (38.69%) लोकसंख्येचा वाटा होता.
- सन 2001 च्या जनगणनेनुसार, ग्रामीण (57.57%) व नागरी (42.43%) लोकसंख्येचा वाटा होता.
- सन 2011 च्या अंतिम जनगणनेनुसार, ग्रामीण (54.77%) व नागरी (45.23%) लोकसंख्येचा वाटा आहे.

तक्ता क्र. 8.25 : महाराष्ट्र – नागरी व ग्रामीण क्षेत्राचा टक्केवारीनुसार लोकसंख्येमधील वाटा
(सन 1991 ते 2011 दरम्यान)

घटक	सन 1991			सन 2001			सन 2011		
	लोकसंख्या	पुरुष	स्त्री	लोकसंख्या	पुरुष	स्त्री	लोकसंख्या	पुरुष	स्त्री
ग्रामीण	61.31	60.10	62.60	57.57	56.46	58.78	54.77	54.13	55.45
नागरी	38.69	39.90	37.40	42.43	43.54	41.22	45.23	45.87	44.55

ग्रामीण क्षेत्र : सन 2001 ते 2011 या दशकात जिल्हा पातळीवर ग्रामीण क्षेत्रात सर्वांत जास्त लोकसंख्यावाढीचा दर नंदुरबार जिल्ह्यात (+ 23.62%) आहे ऋणात्मक वाढीचा दर वर्धा (– 3.99%), रायगड (– 0.63%), रत्नागिरी (– 10.34%), सिंधुदुर्ग (– 5.68%) या जिल्ह्यात आहे.

नागरी क्षेत्र : सन 2001 ते 2011 या दशकात नागरी क्षेत्रात सर्वांत जास्त लोकसंख्यावाढीचा दर रायगड जिल्ह्यात (81.89%) आहे. या खालोखाल गडचिरोली (75.34%), गोंदिया (57.36%), औरंगाबाद (48.70%) या जिल्ह्यांचा समावेश होतो.

महाराष्ट्रात दशवार्षिक लोकसंख्यावाढीचा सर्वांत जास्त ऋणात्मक वाढीचा दर मुंबई शहर (– 5.75%) या जिल्ह्यात आहे.

वरील जिल्हे वगळता सर्व जिल्ह्यांमधील नागरी क्षेत्रात लोकसंख्येचा दशवार्षिक वाढीचा दर 8 टक्क्यांपेक्षा जास्त आहे.

लोकसंख्येचे लिंग-गुणोत्तर : (तक्ता क्र. 8.26 पाहा.)

- 2001 साली महाराष्ट्रात लोकसंख्येचे एकूण लिंग-गुणोत्तर 922 होते; ते 2011 साली 929 पर्यंत उंचावले आहे. त्यामुळे लिंग-गुणोत्तरात काही प्रमाणात सुधारणा झालेली आहे.

- सन 1991 पासून जरी ग्रामीण क्षेत्रात लिंग-गुणोत्तर उच्च स्तरावर असले तरी यामध्ये हळूहळू घट होत चाललेली आहे. सन 1991 मध्ये ग्रामीण क्षेत्रात लिंग-गुणोत्तर 972 होते तर 2001 साली 960 होते. सन 2011 च्या अंतिम जनगणनेनुसार, ग्रामीण क्षेत्रात लिंग-गुणोत्तर 952 आहे

- सन 1991 मध्ये नागरी क्षेत्रात लिंग-गुणोत्तर 875 होते तर 2001 साली 873 होते. सन 2011 च्या अंतिम जनगणनेनुसार, नागरी क्षेत्रात लिंग-गुणोत्तर 903 पर्यंत वाढलेले आहे. नागरी क्षेत्रात चित्र सुधारत चालल्यासारखे दिसत आहे.

- सन 2001 व 2011 मधील बदल पाहता, सन 2011 मध्ये एकूण लोकसंख्येतील लिंग-गुणोत्तरात (+ 7 बिंदू) वाढ झाली असून नागरी क्षेत्रातील लिंग-गुणोत्तरात (+ 30 बिंदू) वाढ झाली आहे. ग्रामीण क्षेत्रात लिंग-गुणोत्तर (– 8 बिंदू) कमी झालेले आहे.

तक्ता क्र. 8.26 : महाराष्ट्र – लोकसंख्येमधील लिंग-गुणोत्तर (सन 1991 ते 2011)

घटक	जनगणना वर्ष			सन 2001 व 2011 मधील बदल
	1991	2001	2011	
एकूण	934	922	929	+ 7
ग्रामीण	972	960	952	– 8
नागरी	875	873	903	+ 30

■ **बालिका-बालकांच्या लोकसंख्येचे स्वरूप (0 ते 6 वर्षे)** (तक्ता क्र. 8.27 पाहा.)

- सन 1991 च्या जनगणनेनुसार, एकूण लोकसंख्येशी बालिका-बालकांच्या लोकसंख्येची टक्केवारी 17.11 आहे. बालिका-बालकांच्या लोकसंख्येची टक्केवारी ग्रामीण क्षेत्रात (18.17%) व नागरी क्षेत्रात (15.42%) होती.

- सन 2001 च्या जनगणनेनुसार, बालिका-बालकांच्या लोकसंख्येची टक्केवारी ग्रामीण क्षेत्रात (15.11) व नागरी क्षेत्रात (12.75) होती.

- सन 2011 च्या अंतिम जनगणनेनुसार, बालिका-बालकांच्या लोकसंख्येची टक्केवारी ग्रामीण क्षेत्रात 12.10 टक्के आणि नागरी क्षेत्रात 10.63 टक्क्यांपर्यंत खाली आलेली आहे.

महाराष्ट्रात प्रत्येक जनगणनेमध्ये बालिका-बालकांची टक्केवारी आणि लिंग-गुणोत्तर कमी-कमी होत जात आहे ही अतिशय चिंताजनक बाब आहे.

तक्ता क्र. 8.27 : महाराष्ट्र - एकूण लोकसंख्येमधील बालिका-बालकांच्या संख्येची टक्केवारी (0 ते 6 वर्षे) (सन 1991 ते 2011)

घटक	सन 1991			सन 2001			सन 2011		
	लोकसंख्या	पुरुष	स्त्री	लोकसंख्या	पुरुष	स्त्री	लोकसंख्या	पुरुष	स्त्री
एकूण	17.11	17.00	17.23	14.11	14.18	14.04	11.43	11.69	11.16
ग्रामीण	18.17	18.36	17.98	15.11	15.46	14.75	12.10	12.54	11.63
नागरी	15.42	14.94	15.96	12.75	12.52	13.02	10.63	10.69	10.56

बालिका-बालकांचे लिंग-गुणोत्तर (0 ते 6 वर्षे) : (तक्ता क्र. 8.28 पाहा.)

महाराष्ट्रात सर्वसाधारण लिंग-गुणोत्तरात काही प्रमाणात सुधारणा होत असली तरी बालिका-बालकांच्या लिंग-गुणोत्तरात मात्र झपाट्याने घट होत आहे.

तक्ता क्र. 8.28 : महाराष्ट्र - बालिका-बालकांचे लिंग-गुणोत्तर (0 ते 6 वर्षे) (सन 1991 ते 2011)

घटक	जनगणना वर्ष			सन 2001 व 2011 मधील बदल
	1991	2001	2011	
एकूण	946	913	894	– 19
ग्रामीण	953	916	890	– 26
नागरी	934	908	899	– 9

सर्वसाधारणपणे नागरी लिंग-गुणोत्तरापेक्षा ग्रामीण क्षेत्रात लिंग-गुणोत्तर उच्च स्तरावर असले तरी सन 2011 च्या अंतिम जनगणनेनुसार, बालिका-बालकांचे लिंग-गुणोत्तर ग्रामीण क्षेत्रापेक्षा नागरी क्षेत्रात ते जास्त आहे. तरीही ग्रामीण व नागरी क्षेत्रात बालिका-बालकांच्या लिंग-गुणोत्तरात झपाट्याने घट होत आहे याकडे दुर्लक्ष करून चालणार नाही.

- सन 1991 ते 2011 या दशवार्षिक कालखंडात ग्रामीण क्षेत्रात 953 पासून 890 पर्यंत खाली आले; सन 2001 ते 2011 या दशकात – 26 बिंदूनी बाल लिंग-गुणोत्तरात घट झाली.

- सन 1991 ते 2011 या दशवार्षिक कालखंडात नागरी क्षेत्रात 934 पासून 899 पर्यंत खाली आले; सन 2001 ते 2001 या दशकात – 9 बिंदूनी बाल लिंग-गुणोत्तरात घट झाली.

■ **साक्षरता प्रमाण**

महाराष्ट्रात काळाच्या ओघात सातत्याने साक्षरांची संख्या वाढत आहे आणि हाच कल 2011 सालीही दिसून आला.

तक्ता क्र. 8.29 : महाराष्ट्र – ग्रामीण व नागरी साक्षरता टक्केवारी (सन 1991 ते 2011)

घटक	सन 1991			सन 2001			सन 2011		
	लोकसंख्या	पुरुष	स्त्री	लोकसंख्या	पुरुष	स्त्री	लोकसंख्या	पुरुष	स्त्री
एकूण	64.87	76.56	52.32	76.88	85.97	67.03	82.3	88.4	90
ग्रामीण	55.52	69.74	40.96	70.36	81.93	58.40	77.01	85.15	68.54
नागरी	79.20	86.41	70.87	85.48	91.03	79.09	88.69	92.12	84.89

संदर्भ : *Census of India, 2011; Rural - Urban Distribution of Population*

- सन 2011 च्या अंतिम जनगणनेनुसार, महाराष्ट्रात एकूण साक्षरतेची टक्केवारी (82.3) आहे. ग्रामीण क्षेत्रात साक्षरता टक्केवारी (77.01) व नागरी क्षेत्रात (88.69) आहे. ग्रामीण व नागरी क्षेत्राच्या दरम्यान साक्षरतेची दरी कमी–कमी होत आहे.

- सन 2011 च्या अंतिम जनगणनेनुसार, महाराष्ट्रात पुरुष साक्षरतेची टक्केवारी ग्रामीण क्षेत्रात (85.15) आहे तर नागरी क्षेत्रात (92.12) आहे.

- सन 2011 च्या अंतिम जनगणनेनुसार, महाराष्ट्रात स्त्री साक्षरतेची टक्केवारी ग्रामीण क्षेत्रात (68.54) आहे तर नागरी क्षेत्रात (84.89) आहे.

- राज्य स्तरावर पुरुष व स्त्री साक्षरतेमधील अंतर (14% बिंदू) आहे; तर ग्रामीण क्षेत्र (19% बिंदू) व नागरी क्षेत्र (9% बिंदू) आहे.

---

10. शहर संकुले / नागरी समूह (सन 2011 : अंतिम आकडेवारी)

■ **शहर संकुलाची व्याख्या**

शहर संकुले/नागरी समूह म्हणजे एखादे शहर व त्यालगतची वाढ किंवा दोन अथवा जास्त भौगोलिकदृष्ट्या संलग्न शहरे त्यांच्या लगतच्या वाढीसह वा वाढीशिवाय मिळून तयार झालेला समूह होय.

सन 2001 च्या जनगणनेनुसार, नागरी समूहात एकूण 20,000 किंवा त्याहून जास्त लोकसंख्या असलेले किमान एक शहर असते.

राज्यात दहा लाख व त्याहून जास्त लोकसंख्या असलेले पाच नागरी समूह व एक शहर आहे. बृहन्मुंबई, पुणे, नागपूर, नाशिक, औरंगाबाद हे नागरी समूह असून वसई-विरार (महानगरपालिका) हे शहर आहे. **(तक्ता क्र. 8.30 पाहा.)**

राज्याच्या एकूण लोकसंख्येत या सहा नागरी समूह/शहरांचा हिस्सा 26.6 टक्के असून राज्यातील नागरी लोकसंख्येतील त्यांचा हिस्सा 58.9 टक्के आहे.

■ **शहर संकुले/नागरी समूहाची लोकसंख्येनुसार वैशिष्ट्ये (सन 2011)** (तक्ता क्र. 8.31 पाहा.)

- महाराष्ट्रातील प्रमुख सहा शहर संकुलांपैकी सर्वांत विशाल व मोठे शहर संकुल बृहन्मुंबई आहे. याची लोकसंख्या 1 कोटी 84 लाख आहे. बालिका-बालांची संख्या 17 लाख असून साक्षर लोकांची संख्या 1 कोटी 51 लाख आहे.

- महाराष्ट्रातील प्रमुख सहा शहर संकुलांमध्ये लिंग-गुणोत्तरात (स्त्री-पुरुष प्रमाण) सर्वांत जास्त नागपूर शहर संकुल (958) असून सर्वांत कमी बृहन्मुंबई शहर संकुल (861) आहे.

- बालिका-बालकांचे लिंग-गुणोत्तर सर्वांत जास्त नागपूर शहर संकुल (920) असून सर्वांत कमी नाशिक शहर संकुल (855) आहे.

- साक्षरतेची सर्वांत जास्त टक्केवारी नागपूर शहर संकुल (93.2) असून साक्षरतेची सर्वांत कमी टक्केवारी औरंगाबाद शहर संकुल (89.2) आहे.

तक्ता क्र. 8.30 : महाराष्ट्र – दहा लाख व त्यापेक्षा जास्त लोकसंख्या असलेले नागरी समूह/शहर

नागरी समूह/शहर	लोकसंख्या (लाख)	लोकसंख्या (0 - 6 वर्षे) (लाख)	साक्षर (लाख)	लिंग-गुणोत्तर (स्त्री-पुरुष प्रमाण)	बाल प्रमाण लिंग-गुणोत्तर (0 - 6 वर्षे)	साक्षरता दर (7 वर्षे व त्यावरील) (टक्केवारी)
बृहन्मुंबई	184	17	151	861	900	90.8
पुणे	51	6	41	899	883	91.4
नागपूर	25	3	21	958	920	93.2
नाशिक	16	2	13	895	855	91.0
औरंगाबाद	12	2	9	918	859	89.2
वसई-विरार (महानगरपालिका)	12	1	10	880	915	91.1

संदर्भ : भारताचे महानिबंधक; महाराष्ट्राची आर्थिक पाहणी, 2011-12; पान 14

तक्ता क्र. 8.31 : महाराष्ट्र – प्रमुख शहर संकुलांची लोकसंख्या (सन 2011)

शहर संकुले	लोकसंख्या	शहर संकुले	लोकसंख्या
1. मुंबई	1,84,14,288	4. नाशिक	15,62,769
2. पुणे	50,49,968	5. औरंगाबाद	11,89,376
3. नागपूर	24,97,777		

संदर्भ : भारतीय जनगणना, 2011 (अंतिम आकडेवारी)

■ महाराष्ट्रातील महानगरपालिका (सन 2011)

महाराष्ट्रात सव्वीस महानगरपालिका असून त्या पुढीलप्रमाणे :

1.	मुंबई	8.	सोलापूर	15.	नांदेड-वाघाळा	22.	अहमदनगर
2.	नवी मुंबई	9.	अमरावती	16.	अकोला	23.	वसई-विरार शहर
3.	पुणे	10.	ठाणे	17.	मालेगाव (नाशिक)	24.	लातूर
4.	औरंगाबाद	11.	कल्याण-डोंबिवली	18.	भिवंडी-निजामपूर	25.	चंद्रपूर
5.	नाशिक	12.	पिंपरी-चिंचवड	19.	मीरा-भाईंदर	26.	परभणी
6.	नागपूर	13.	उल्हासनगर	20.	जळगाव		
7.	कोल्हापूर	14.	सांगली-मिरज-कूपवाड	21.	धुळे		

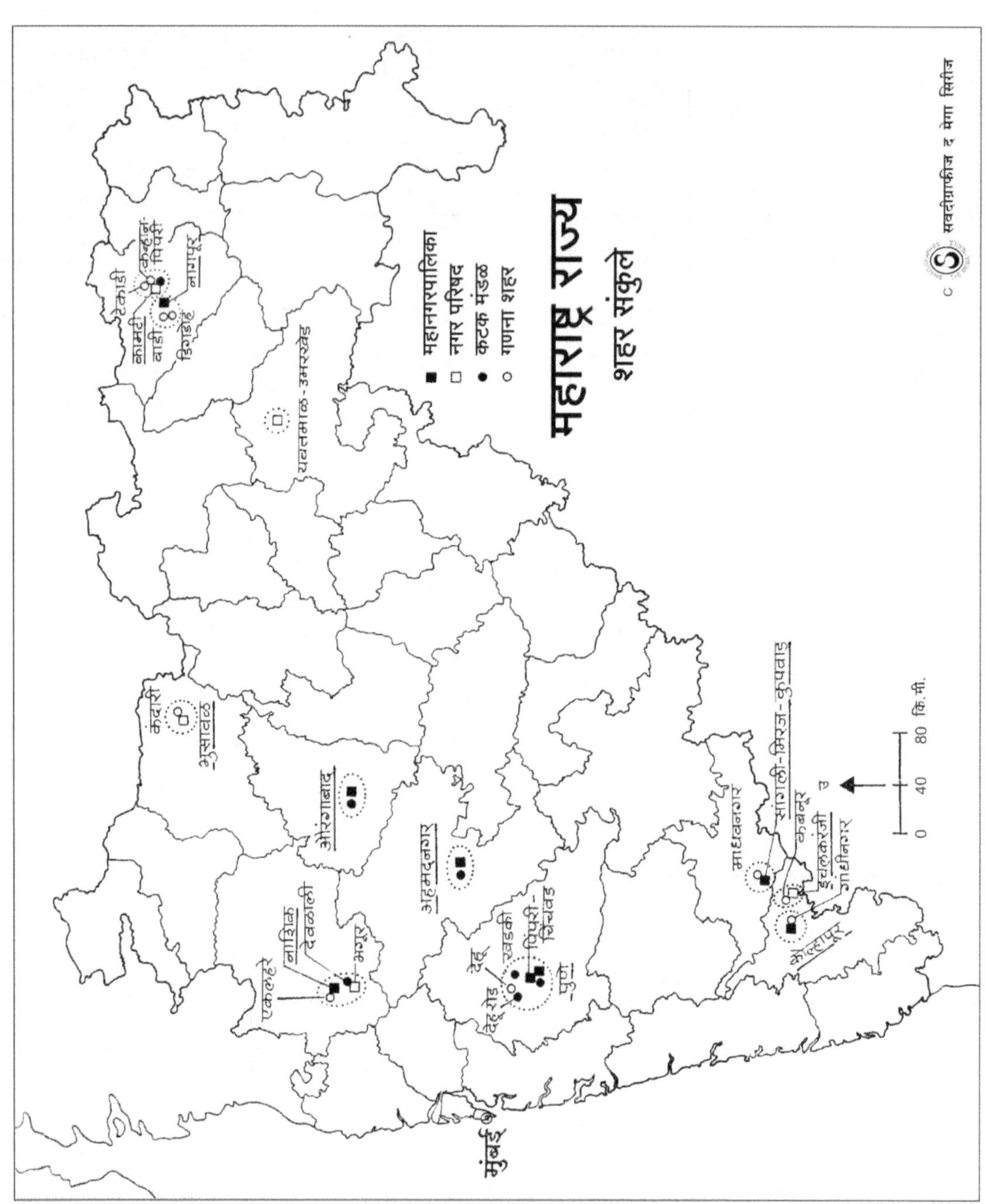

नकाशा क्र. 8.12 : महाराष्ट्रामधील शहर संकुले - 2011

तक्ता क्र. 8.32 : महाराष्ट्र – महानगरपालिकांची लोकसंख्या (प्रमुख व अन्य) (सन 2011)

प्रमुख महानगरपालिकांची लोकसंख्या – 2011			
महानगरपालिका	लोकसंख्या	महानगरपालिका	लोकसंख्या
1. बृहन्मुंबई	1,24,78,447	6. नाशिक	14,86,973
2. पुणे	31,15,431	7. कल्याण–डोंबिवली	12,46,381
3. नागपूर	24,05,421	8. वसई–विरार	12,21,233
4. ठाणे	18,18,872	9. औरंगाबाद	11,71,330
5. पिंपरी–चिंचवड	17,29,359	10. नवी मुंबई	11,19,477

अन्य महानगरपालिकांची लोकसंख्या – 2011			
महानगरपालिका	लोकसंख्या	महानगरपालिका	लोकसंख्या
1. भिवंडी	7,35,681	8. धुळे	3,75,559
2. जळगाव	4,60,228	9. मालेगाव (नाशिक)	5,76,642
3. अहमदनगर	3,79,845	10. सांगली–मिरज–कूपवाड	5,13,961
4. कोल्हापूर	5,61,837	11. सोलापूर	9,51,558
5. परभणी	3,07,170	12. लातूर	3,82,940
6. नांदेड	5,50,439	13. अमरावती	6,47,057
7. अकोला	4,25,817	14. चंद्रपूर	3,20,379

तक्ता क्र. 8.33 : महाराष्ट्र – प्रमुख शहर संकुले व महानगरपालिका वगळता एक लाखांपेक्षा जास्त लोकसंख्या असणारी शहरे/नगरे (सन 2011)

शहरे	लोकसंख्या	शहरे	लोकसंख्या
I. कोकण विभाग		**V. अमरावती विभाग**	
पनवेल (रायगड)	1,80,020	यवतमाळ	1,38,303
II. नाशिक विभाग		अचलपूर (अमरावती)	1,12,311
नंदुरबार	1,11,037	**VI. नागपूर विभाग**	
III. पुणे विभाग		कामठी (नागपूर)	1,35,936
सातारा	1,49,335	गोंदिया	1,32,813
बार्शी (सोलापूर)	1,18,722	वर्धा	1,06,444
IV. औरंगाबाद विभाग		हिंगणघाट (वर्धा)	1,01,805
जालना	2,85,577		
बीड	1,46,709		
उस्मानाबाद	1,11,825		
उदगीर (लातूर)	1,03,550		

तक्ता क्र. 8.34 : महाराष्ट्र – प्रमुख शहर संकुले व महानगरपालिका वगळता 50,000 ते 1,00,000 दरम्यान लोकसंख्या असणारी शहरे/नगरे

(सन 2011)

जिल्हा	शहरे	लोकसंख्या	जिल्हा	शहरे	लोकसंख्या
I. कोकण विभाग			**II. नाशिक विभाग**		
ठाणे जिल्हा	डहाणू	5,0287	नाशिक जिल्हा	मनमाड	80,058
	खारघर	80,612		सिन्नर	65,299
	पालघर	68,930	नंदुरबार जिल्हा	शहादा	61,376
रायगड जिल्हा	खोपोली	71,141	जळगाव जिल्हा	अमळनेर	95,994
रत्नागिरी जिल्हा	चिपळूण	55,139		चाळीसगाव	97,551
	रत्नागिरी	76,229		चोपडा	72,783
III. पुणे विभाग				पाचोरा	59,609
पुणे जिल्हा	लोणावळा	57,698	अहमदनगर जिल्हा	श्रीरामपूर	89,282
	तळेगाव–दाभाडे	56,558		संगमनेर	65,804
	बारामती	54,415		कोपरगाव	65,273
सातारा जिल्हा	कराड	53,879		ओझर	51,609
	फलटण	52,118			
सांगली जिल्हा	उरण इस्लामपूर	67,391			
सोलापूर जिल्हा	पंढरपूर	98,923			
IV. औरंगाबाद विभाग			**V. अमरावती विभाग**		
औरंगाबाद जिल्हा	सिल्लोड	58,230	अमरावती जिल्हा	अंजनगाव सुर्जी	56,380
हिंगोली जिल्हा	हिंगोली	85,103	बुलडाणा जिल्हा	खामगाव	94,191
	बासमत	68,846		मलकापूर	67,740
बीड जिल्हा	परळी	90,975		शेगाव	59,672
	अंबेजोगाई	73,975		चिखली	57,889
नांदेड जिल्हा	देगलूर	54,493	अकोला जिल्हा	अकोट	92,637
VI. नागपूर विभाग			वाशिम जिल्हा	वाशिम	78,387
भंडारा जिल्हा	भंडारा	91,845	यवतमाळ जिल्हा	पुसद	73,046
गडचिरोली जिल्हा	गडचिरोली	54,152			
चंद्रपूर जिल्हा	बल्लारपूर	89,452			
	भद्रावती	60,565			

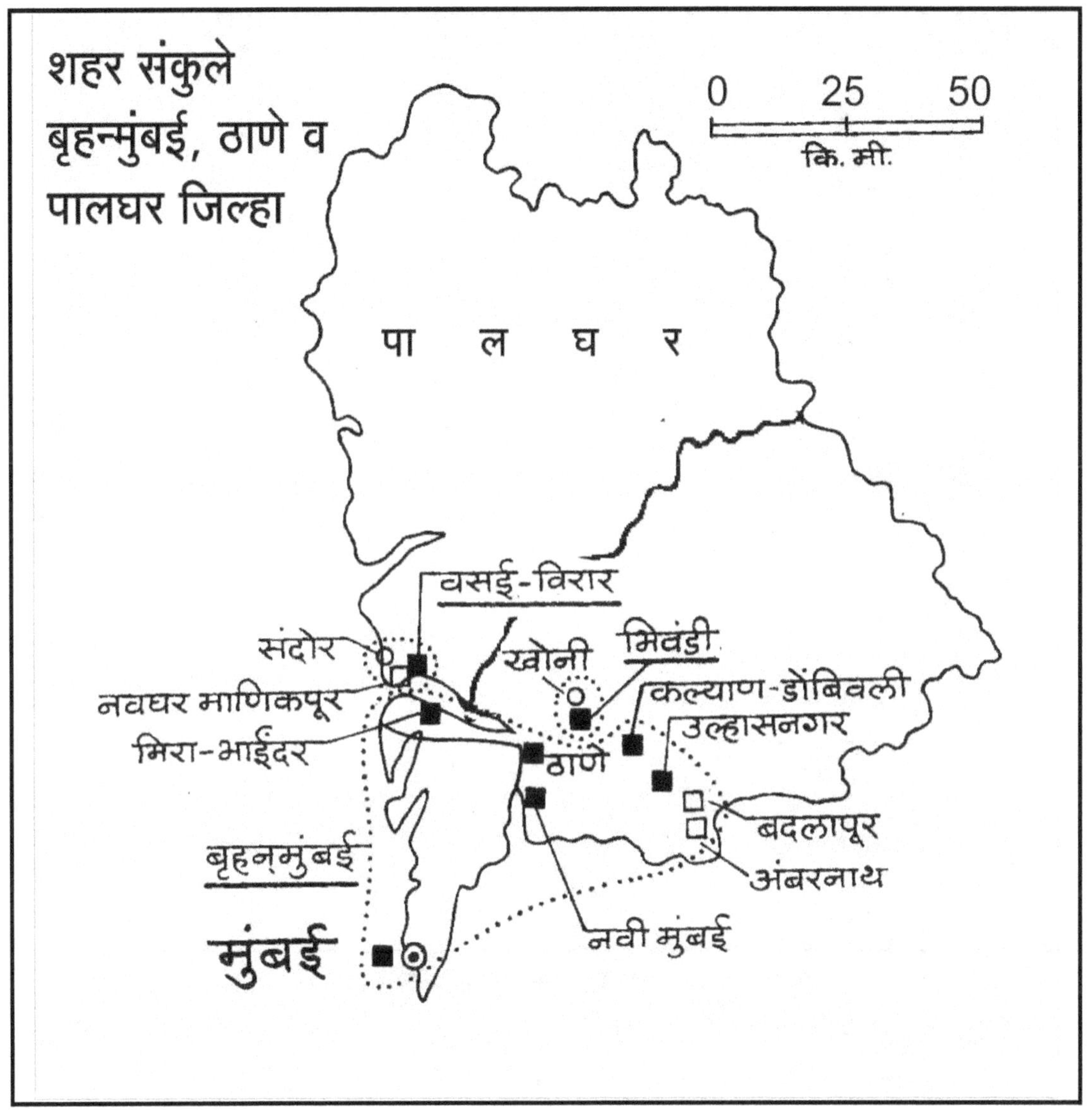

नकाशा क्र. 8.13 : महाराष्ट्र – शहर संकुले (बृहन्मुंबई, ठाणे व पालघर जिल्हा) 2011

■ **महाराष्ट्रातील प्रशासकीय विभागनिहाय लोकसंख्येची निर्देशक वैशिष्ट्ये (सन 2011 : अंतिम आकडेवारी)**

1. **सर्वांत जास्त आणि सर्वांत कमी लोकसंख्या असणारे प्रशासकीय विभाग :** सन 2011 च्या अंतिम जनगणनेनुसार, सर्वांत जास्त लोकसंख्येत कोकण विभाग (2 कोटी 86 लाख) असून सर्वांत कमी लोकसंख्येत अमरावती विभाग (1 कोटी 13 लाख) आहे.

2. **पुरुष लोकसंख्या :** सन 2011 च्या अंतिम जनगणनेनुसार, पुरुषांची सर्वांत जास्त लोकसंख्या कोकण विभागात (1 कोटी 51 लाख) असून सर्वांत कमी लोकसंख्या अमरावती विभागाची (58 लाख) आहे.

3. **स्त्री लोकसंख्या :** सन 2011 च्या अंतिम जनगणनेनुसार, स्त्रियांची सर्वांत जास्त लोकसंख्या कोकण विभागात (1 कोटी 35 लाख) असून सर्वांत कमी लोकसंख्या अमरावती विभागाची (55 लाख) आहे.

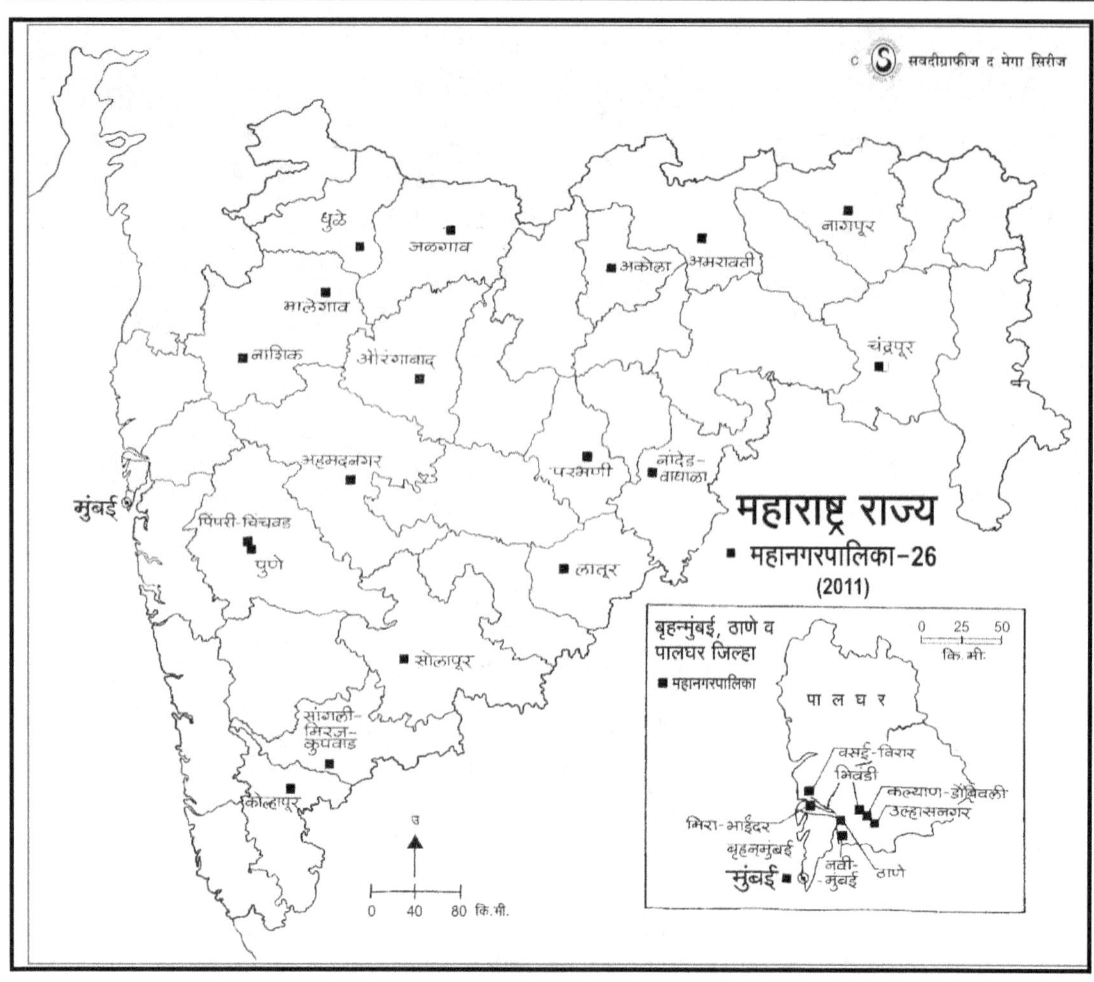

नकाशा क्र. 8.14 : महाराष्ट्र – महानगरपालिका (26) – 2011

4.   **लोकसंख्येची घनता** : सन 2011 च्या अंतिम जनगणनेनुसार, सर्वांत जास्त लोकसंख्येची घनता कोकण विभागाची (932) असून सर्वांत कमी लोकसंख्येची घनता नागपूर विभागाची (229) आहे.

5.   **सर्वसाधारण लिंग-गुणोत्तर (स्त्री-पुरुष प्रमाण)** : सन 2011 च्या अंतिम जनगणनेनुसार, सर्वांत जास्त लिंग-गुणोत्तर (स्त्री-पुरुष प्रमाण) नागपूर विभागाचे (961) आहे तर सर्वांत कमी लिंग-गुणोत्तर (स्त्री-पुरुष प्रमाण) कोकण विभागाचे (891) आहे.

6.   **बाल लिंग-गुणोत्तर (0 ते 6 वर्षे)** : सन 2011 च्या अंतिम जनगणनेनुसार, सर्वांत जास्त बाल लिंग-गुणोत्तर नागपूर विभागाचे (934) असून सर्वांत कमी बाल लिंग-गुणोत्तर औरंगाबाद विभागाचे (856) आहे.

7.   **साक्षरता दर (टक्केवारी)** : सन 2011 च्या अंतिम जनगणनेनुसार, सर्वांत जास्त साक्षरतेची टक्केवारी कोकण विभागाची (87.6) आहे तर सर्वांत कमी साक्षरतेची टक्केवारी औरंगाबाद विभागाची (76.8) आहे.

8.   **साक्षरतेमधील तफावत (%) (स्त्री-पुरुष साक्षरता)** : सन 2011 च्या अंतिम जनगणनेनुसार, साक्षरतेमधील तफावत सर्वांत जास्त औरंगाबाद विभागाची (20.1%) आहे तर सर्वांत कमी तफावत कोकण विभागाची (9.6%) आहे.

तक्ता क्र. 8.35 : महाराष्ट्र – प्रशासकीय विभागनिहाय लोकसंख्येचे निर्देशक
(सन 2011 : अंतिम आकडेवारी)

प्रशासकीय विभाग	लोकसंख्या (लाखात)			लोकसंख्येची घनता	लिंग-गुणोत्तर (स्त्री-पुरुष प्रमाण)	बाल लिंग-गुणोत्तर (0 ते 6 वर्षे)	साक्षरता दर (%)	साक्षरतेमधील तफावत (टक्केवारी)
	एकूण	पुरुष	स्त्री					
कोकण (बृहन्मुंबईसह)	286	151	135	932	891	913	87.6	9.6
कोकण (बृहन्मुंबई वगळून)	162	84	77	536	922	921	85.4	11.7
नाशिक	186	96	90	323	934	864	78.2	16.5
पुणे	235	121	114	409	937	868	83.8	14.7
औरंगाबाद	187	97	90	289	926	856	76.8	20.1
अमरावती	113	58	55	245	940	890	84.2	14.1
नागपूर	117	60	57	229	961	934	85.1	12.7
महाराष्ट्र	1,124	584	540	365	929	894	82.3	14.3

संदर्भ : भारताचे महानिबंधक; महाराष्ट्राची आर्थिक पाहणी, 2011-12; पान 16

11. राहणीमान (दरडोई उत्पन्न : सन 2013-14)

सन 2013-14 मध्ये चालू किमतीनुसार महाराष्ट्राचे दरडोई उत्पन्न ₹ 1,17,091 आहे. 2012-13 साली महाराष्ट्राचे दरडोई उत्पन्न ₹ 1,03,856 होते. याचा अर्थ, महाराष्ट्रात दरडोई उत्पन्नात ₹ 13,235 वाढ झालेली आहे. भारताचे दरडोई राष्ट्रीय उत्पन्न 2013-14 सालानुसार ₹ 80,388 झालेले आहे.

1. दरडोई उत्पन्नानुसार महाराष्ट्रातील पहिले पाच जिल्हे :

सन 2013-14 नुसार, सर्वांत जास्त दरडोई उत्पन्न बृहन्मुंबई (मुंबई शहर व मुंबई उपनगर जिल्हा एकत्रित) (₹ 1,88,739) आहे. मागील वर्षापिक्षा ₹ 22,600 ने जास्त आहे. या खालोखाल ठाणे-पालघर (₹ 1,73,150); पुणे (₹ 1,71,636); रायगड (₹ 1,32,112); नागपूर (₹ 1,23,610) या जिल्ह्यांचा क्रमांक लागतो. (नकाशा क्र. 8.15 पाहा.)

महाराष्ट्रात दरडोई उत्पन्नात कोल्हापूर जिल्ह्याचा (₹ 1,19,783) सहावा क्रमांक आहे. वरीलपैकी मुंबई शहर व मुंबई उपनगर जिल्ह्याची मागील वर्षापिक्षा सर्वांत जास्त वाढ ₹ 20,600 झाली हे विशेष !

2. दरडोई उत्पन्नानुसार महाराष्ट्रातील शेवटचे पाच जिल्हे :

सन 2012-13 नुसार, दरडोई उत्पन्नात सर्वांत शेवटचा क्रमांक हिंगोली जिल्हा (₹ 53,780) आहे. मागील वर्षापिक्षा दरडोई उत्पन्नात ₹ 1,991 ने वाढ झालेली आहे. या खालोखाल नंदुरबार (₹ 56,521); गडचिरोली (₹ 58,603); बीड (₹ 65,369); यवतमाळ (₹ 66,287) या जिल्ह्यांचा क्रमांक लागतो.

नकाशा क्र. 8.15 : महाराष्ट्र – दरडोई जिल्हा उत्पन्न (₹) (सन 2013 - 14)

तक्ता क्र. 8.36 : महाराष्ट्र – प्रशासकीय विभागानुसार दरडोई उत्पन्न (₹)

(सन 2012 - 13 व 2013 - 14)

प्रशासकीय विभाग	वर्ष		उत्पन्नातील वाढ +
	2012-13	2013-14	
1. कोकण विभाग	<u>1,51,676</u>	<u>1,70,587</u>	<u>18,911</u>
2. नाशिक विभाग	79,300	90,799	11,499
3. पुणे विभाग	1,14,653	1,27,856	13,203
4. औरंगाबाद विभाग	65,930	77,440	11,510
5. अमरावती विभाग	66,599	74,057	7,458
6. नागपूर विभाग	88,313	96,715	8,402
महाराष्ट्र	**1,03,856**	**1,17,091**	**13,235**

टीप :   ——————— सर्वात पहिला जिल्हा   .... सर्वात शेवटचा जिल्हा

संदर्भ : महाराष्ट्राची आर्थिक पाहणी 2014-15, पान क्र. 31 व 32

---

12. गणना घरे व कुटुंबे (सन 2011 : अंतिम आकडेवारी)

■ गणना घरे

• महाराष्ट्रात 3.36 कोटी गणना घरे होती. त्यांपैकी 2.98 कोटी घरे वापरात होती. • रिकाम्या गणना घरांचे प्रमाण 11.3 टक्के होते. • गणना घरांच्या एकूण संख्येपैकी ग्रामीण भागात (52.2%) व नागरी भागात (47.8%) घरे होती.

वापरात असलेल्या एकूण गणना घरापैकी • फक्त निवासाकरिता (77.8%); • निवासी तसेच अनिवासी उपयोगासाठी (1.8%); • उर्वरित (20.4%) (केवळ अनिवासी उपयोगासाठी – दुकाने, कार्यालिये, शाळा, रुग्णालये, कारखाना/कार्यशाळा) यासाठी गणना घरे वापरात होती.

■ कुटुंबे

एकूण कुटुंबांपैकी –

- काँक्रीट, स्टीलचे पत्रे, कौले/विटांनी बनविलेल्या छत असलेल्या घरात राहणारी कुटुंबे .... (92.6%)
- काँक्रीट, स्टीलचे पत्रे, कौले/विटा/दगड यांच्या भिंती असलेल्या घरात राहणारी कुटुंबे .... (71.4%)
- मातीच्या जमीन असलेल्या घरात राहणारी कुटुंबे .... (36.1%)
- मोझाईक टाईल्सच्या जमिनी असलेल्या घरात राहणारी कुटुंबे .... (36.8%)

कुटुंबांच्या टक्केवारीनुसार आपण पुढील मुद्द्यांचा अभ्यास करणार आहोत :

1. पिण्याच्या पाण्याचे स्रोत व निवासानुसार पिण्याच्या पाण्याची सुविधा

2. प्रकाशाचा स्रोत   3. शौचालय सुविधा

4. स्नानगृहाची सुविधा   5. सांडपाण्याची सुविधा

6. स्वयंपाकघराची उपलब्धता व स्वयंपाकाचे इंधन   7. कुटुंबाची मालमत्ता

1. पिण्याच्या पाण्याचे स्रोत व निवासानुसार पिण्याच्या पाण्याची सुविधा : पिण्याच्या पाण्याचा राज्यातील प्रमुख स्रोत नळाचे पाणी (67.9%) आहे. पिण्याच्या पाण्याचे इतर स्रोत : विहीर (14.4%); हातपंप (9.9%); कूपनलिका (5.7%) हे आहेत.

पिण्याच्या पाण्याचा मुख्य स्रोत नळ असणाऱ्या कुटुंबाचे प्रमाण नागरी भागात (89.1%) व ग्रामीण भागात (50.2%) होते.

पिण्याच्या पाण्याचा मुख्य स्रोत नळ असणाऱ्या कुटुंबाचे सर्वांत जास्त प्रमाण मुंबई शहर जिल्हा (97.8%) असून सर्वांत कमी प्रमाण गोंदिया (17.5%) व गडचिरोली (19.5%) या जिल्ह्यात आढळते.

सन 2011 च्या अंतिम जनगणनेनुसार, एकूण महाराष्ट्राशी पिण्याच्या पाण्याची उपलब्धतेची टक्केवारी निवासात (59.4), निवासाजवळ (27.5), निवासापासून लांब (13.1) अशी आहे.

2. प्रकाशाचा स्रोत : राज्यातील 83.9 टक्के कुटुंबांचा 'वीज' हा प्रकाशाचा मुख्य स्रोत होता. विजेचा वापर करणारी कुटुंबे नागरी भागात (96.2%) तर ग्रामीण भागात (73.8%) होती. विजेचा वापर करणाऱ्या कुटुंबांचे सर्वांत कमी प्रमाण नंदुरबार (58.3%) व गडचिरोली (59.2%) या जिल्ह्यात आढळले.

'घासलेट/रॉकेल' हा प्रकाशाचा दुसरा मुख्य स्रोत होता; परंतु रॉकेलचा वापर करणाऱ्या कुटुंबांचे प्रमाण केवळ 14.5 टक्के आढळले.

3. शौचालय सुविधा : महाराष्ट्रात • सुमारे 46.9 टक्के कुटुंबांकडे त्यांच्या राहत्या जागेत शौचालयाची सुविधा उपलब्ध नव्हती. • सुमारे 62.0 टक्के ग्रामीण कुटुंब व 28.7 टक्के नागरी कुटुंबांकडे शौचालयाची सुविधा उपलब्ध नव्हती. • सुमारे 34.0 टक्के कुटुंबांना उघड्यावर शौचास जावे लागते तर 12.9 टक्के कुटुंबे सार्वजनिक शौचालयाचा वापर करीत होती.

राहत्या जागेत शौचालयाची सुविधा असणाऱ्या कुटुंबांचे सर्वांत जास्त प्रमाण सिंधुदुर्ग (75.9%) तर सर्वांत कमी प्रमाण बीड (25.1%) या जिल्ह्यात होते.

मराठवाड्यातील औरंगाबाद जिल्हा वगळता सात जिल्हे आणि विदर्भात गडचिरोली, बुलडाणा, वाशिम, यवतमाळ हे चार जिल्हे असे महाराष्ट्रातील एकूण अकरा जिल्ह्यांतील 60 टक्क्यांपेक्षा जास्त कुटुंबांना शौचालयासाठी उघड्यावर जावे लागते; ही एक अतिशय विदारक बाब आहे.

महाराष्ट्रातील शौचालयाच्या उपलब्धतेसाठी एकूण कुटुंबांची टक्केवारी पुढीलप्रमाणे :

राहत्या जागेत (53.1%); सार्वजनिक शौचालये (12.9%), उघड्यावर (34%).

4.   **स्नानगृहाची सुविधा : महाराष्ट्रात** • सुमारे 64.3 टक्के कुटुंबांकडे बंदिस्त स्नानगृह होते व 14.6 टक्के कुटुंबांना उघड्या जागेचा वापर करावा लागत होता. नागरी भागात 86.0 टक्के कुटुंबांच्या राहत्या घरात स्नानगृह उपलब्ध होते तर ग्रामीण भागात हे प्रमाण 46.2 टक्के होते. • सुमारे 4.6 टक्के नागरी आणि 22.9 टक्के ग्रामीण कुटुंबांकडे कोणत्याही प्रकारच्या स्नानगृहाची उपलब्धता नव्हती.

महाराष्ट्रातील स्नानगृहाच्या सुविधेसाठी एकूण कुटुंबांची टक्केवारी पुढीलप्रमाणे :

स्नानगृहाची सुविधा उपलब्ध (64.3%); स्नानगृहाला छत नसलेली (21.1%); स्नानगृहाची सुविधा नसलेली (14.6%) .

5.   **सांडपाण्याची सुविधा** : महाराष्ट्रात • सुमारे 32.5 टक्के कुटुंबांकडे कोणत्याही प्रकारची सांडपाण्याची व्यवस्था नव्हती. • सुमारे 52.2 टक्के ग्रामीण आणि 8.8 टक्के नागरी कुटुंबांकडे कोणत्याही प्रकारची सांडपाण्याची व्यवस्था नव्हती

सांडपाण्यासाठी उघडी गटारे असणाऱ्या कुटुंबांचे प्रमाण ग्रामीण भागात 39.1 टक्के व नागरी भागात 28.4 टक्के होते.

महाराष्ट्रातील सांडपाण्याच्या सुविधेसाठी एकूण कुटुंबांची टक्केवारी पुढीलप्रमाणे :

सांडपाण्याची बंदिस्त सुविधा (33.2%); सांडपाण्याची उघड्यावर सुविधा (34.2%); सांडपाण्याची व्यवस्था नसलेली (32.5%).

6.   **स्वयंपाकघराची उपलब्धता व स्वयंपाकाचे इंधन** : महाराष्ट्रात • सुमारे 72.7 टक्के कुटुंबांकडे त्यांच्या राहत्या जागेत स्वयंपाकघर होते.

- स्वयंपाकाचे मुख्य इंधन एल.पी.जी (43.4%) होते. एल.पी.जी. वापर करणाऱ्या कुटुंबांचे प्रमाण नागरी भागात (74.1%) व ग्रामीण भागात (17.9%) होते.

- स्वयंपाकाचे मुख्य इंधन जळाऊ लाकूड (42.6%) होते. स्वयंपाकासाठी जळाऊ लाकडाचा वापर करणाऱ्या कुटुंबांचे प्रमाण ग्रामीण भागात (68.9%) व नागरी भागात (10.8%) होते.

महाराष्ट्रातील स्वयंपाकघराची उपलब्धता व सुविधेच्या प्रकारानुसार एकूण कुटुंबांची टक्केवारी पुढीलप्रमाणे :

स्वयंपाकघराची उपलब्धता (72.7%); स्वयंपाकघराची स्वतंत्र व्यवस्था नसलेली (22.3%);

उघड्यावर स्वयंपाकाची सुविधा (4.2%); स्वयंपाक न करणारे (0.8%).

✱   महाराष्ट्रातील काही जिल्ह्यांमध्ये –

- गोवऱ्या इंधनाचे प्रमाण एक टक्का किंवा त्यापेक्षाही कमी आहे.

- स्वयंपाकासाठी कोळशाचा वापर 0.2 टक्के किंवा त्यापेक्षाही कमी आहे.

- स्वयंपाकासाठी बायोगॅसचा उपयोग 0.4 टक्क्यांपेक्षाही कमी कुटुंबे करतात.

- स्वयंपाकासाठी विजेचा उपयोग अत्यंत अल्प प्रमाणात म्हणजे 0.1 टक्क्यांपेक्षाही कमी आहे.

7.   **कुटुंबाची मालमत्ता** : महाराष्ट्रात –

- दूरचित्रवाणी संच असलेल्या कुटुंबाचे राज्यातील प्रमाण 56.8 टक्के होते.

- संगणक/लॅपटॉप असलेल्या कुटुंबांचे प्रमाण इंटरनेट सुविधेसह (5.8%) व इंटरनेट सुविधेविना (7.5%) होते.

- सुमारे 69.1 टक्के कुटुंबांकडे दूरध्वनी/भ्रमणध्वनी (मोबाईल) होते.

- महाराष्ट्रात स्वयंचलित दुचाकी असणाऱ्या कुटुंबाचे प्रमाण (24.9%) आणि चारचाकी वाहन असणाऱ्या कुटुंबांचे प्रमाण (5.9%) होते.

तक्ता क्र. 8.37 :   महाराष्ट्र – एकूण कुटुंबे व महिला प्रमुख असणारी कुटुंबे यांच्या संख्येनुसार पहिले व शेवटचे पाच जिल्हे (सन 2011 : अंतिम आकडेवारी)

घटक	1	2	3	4	5
■ **एकूण कुटुंबे ('000) :**					
पहिले पाच जिल्हे	पुणे	मुंबई उपनगर	नवीन ठाणे	नाशिक	नागपूर
कुटुंबांची संख्या	2,152	2,106	1,859	1,120	1,042
शेवटचे पाच जिल्हे	सिंधुदुर्ग	हिंगोली	गडचिरोली	भंडारा	गोंदिया
कुटुंबांची संख्या	210	229	250	278	292
■ **महिला प्रमुख असणारी कुटुंबे ('000) :**					
पहिले पाच जिल्हे	मुंबई उपनगर	ठाणे–पालघर	पुणे	नागपूर	मुंबई शहर
महिला प्रमुख कुटुंबे	254	221	199	112	107
शेवटचे पाच जिल्हे	हिंगोली	वाशिम	परभणी	नंदुरबार	गडचिरोली
महिला प्रमुख कुटुंबे	16	22	24	27	27

संदर्भ : महाराष्ट्राची आर्थिक पाहणी, 2012-13; पान 16

तक्ता क्र. 8.38 :   महाराष्ट्र – निवासानुसार पिण्याच्या पाण्याच्या सुविधांमधील कुटुंबांच्या टक्केवारीनुसार पहिले व शेवटचे पाच जिल्हे (सन 2011 : अंतिम आकडेवारी)

घटक	1	2	3	4	5
■ **निवासात असणाऱ्या पिण्याच्या पाण्याची सुविधाप्राप्त कुटुंबे :**					
पहिले पाच जिल्हे	मुंबई शहर	मुंबई उपनगर	पुणे	सोलापूर	ठाणे–पालघर
कुटुंबांची टक्केवारी	84.9	72.2	75.9	74.5	71.9
शेवटचे पाच जिल्हे	गडचिरोली	गोंदिया	यवतमाळ	वाशिम	हिंगोली
कुटुंबांची टक्केवारी	27.0	32.7	35.7	35.9	36.8
■ **निवासाजवळ असणाऱ्या पिण्याच्या पाण्याची सुविधाप्राप्त कुटुंबे :**					
पहिले पाच जिल्हे	नंदुरबार	गोंदिया	गडचिरोली	भंडारा	बीड
कुटुंबांची टक्केवारी	47.2	46.7	43.3	39.6	39.0
शेवटचे पाच जिल्हे	मुंबई शहर	पुणे	मुंबई उपनगर	ठाणे–पालघर	नागपूर
कुटुंबांची टक्केवारी	13.4	17.7	19.3	20.2	20.7
■ **निवासापासून लांब असणाऱ्या पिण्याच्या पाण्याची सुविधाप्राप्त कुटुंबे :**					
पहिले पाच जिल्हे	वाशिम	गडचिरोली	यवतमाळ	जालना	नांदेड
कुटुंबांची टक्केवारी	32.2	29.7	27.3	25.7	25.6
शेवटचे पाच जिल्हे	मुंबई शहर	कोल्हापूर	पुणे	ठाणे–पालघर	नागपूर
कुटुंबांची टक्केवारी	1.7	6.0	6.4	7.9	8.0

संदर्भ : महाराष्ट्राची आर्थिक पाहणी, 2012-13; पान 17

पिण्याच्या पाण्याचे स्रोतामधील एकूण कुटुंबांशी टक्केवारी (सन 2011 – अंतिम आकडेवारी) :

- नळाचे पाणी : 67.9
- विहीर : 14.4
- हातपंप : 9.9
- कूपनलिका : 5.7
- झरे : 0.3
- नदी व कालवे : 0.4
- टाकी, तळे व तलाव : 0.4
- इतर स्रोत : 1.0

निवासानुसार पिण्याच्या पाण्याचे सुविधांमधील एकूण कुटुंबांची टक्केवारी (सन 2011 – अंतिम आकडेवारी) :

- निवासात : 59.4
- निवासाजवळ : 27.5
- निवासापासून लांब : 13.1

तक्ता क्र. 8.39 :   **महाराष्ट्र – प्रकाशाच्या स्रोतामधील कुटुंबांच्या टक्केवारीनुसार पहिले व शेवटचे पाच जिल्हे (सन 2011 : अंतिम आकडेवारी)**

घटक	1	2	3	4	5
☞ वीज :					
पहिले पाच जिल्हे	मुंबई शहर	मुंबई उपनगर	सिंधुदुर्ग	कोल्हापूर	रत्नागिरी
कुटुंबांची टक्केवारी	98.1	96.9	94.7	93.7	93.4
शेवटचे पाच जिल्हे	नंदुरबार	गडचिरोली	उस्मानाबाद	यवतमाळ	सोलापूर
कुटुंबांची टक्केवारी	58.3	59.2	68.8	69.7	69.3
☞ रॉकेल/घासलेट :					
पहिले पाच जिल्हे	गडचिरोली	नंदुरबार	सोलापूर	उस्मानाबाद	यवतमाळ
कुटुंबांची टक्केवारी	36.6	32.6	28.8	28.3	27.9
शेवटचे पाच जिल्हे	मुंबई शहर	मुंबई उपनगर	सिंधुदुर्ग	कोल्हापूर	रत्नागिरी
कुटुंबांची टक्केवारी	1.5	2.8	4.7	5.6	5.9
☞ प्रकाशाची सुविधा नसलेली :					
पहिले पाच जिल्हे	नंदुरबार	गडचिरोली	परभणी	उस्मानाबाद	नांदेड
कुटुंबांची टक्केवारी	2.4	2.2	2.0	1.9	1.8
शेवटचे पाच जिल्हे	मुंबई शहर	मुंबई उपनगर	ठाणे-पालघर	रत्नागिरी	सिंधुदुर्ग
कुटुंबांची टक्केवारी	0.1	0.2	0.4	0.4	0.4
☞ सौर ऊर्जा :					
पहिले पाच जिल्हे	नंदुरबार	गडचिरोली	अमरावती	रायगड	नाशिक
कुटुंबांची टक्केवारी	5.8	1.4	0.4	0.3	0.3
☞ इतर :					
पहिले पाच जिल्हे	परभणी	जालना	बीड	नांदेड	नंदुरबार
कुटुंबांची टक्केवारी	1.5	1.1	1.1	1.1	0.9

संदर्भ : महाराष्ट्राची आर्थिक पाहणी, 2012-13; पान 18

प्रकाशाच्या स्रोतामधील एकूण कुटुंबांची टक्केवारी (सन 2011 – अंतिम आकडेवारी) :

• वीज	:	83.9	• सौर ऊर्जा	: 0.2
• रॉकेल/घासलेट	:	14.5	• इतर	: 0.5
• प्रकाशाची सुविधा नसलेली	:	0.9		

तक्ता क्र. 8.40 : महाराष्ट्र – शौचालय सुविधांमधील कुटुंबांच्या टक्केवारीनुसार पहिले व शेवटचे पाच जिल्हे (सन 2011 : अंतिम आकडेवारी)

घटक	1	2	3	4	5
☞ **राहत्या घरात सुविधाप्राप्त शौचालये :**					
पहिले पाच जिल्हे	सिंधुदुर्ग	नागपूर	कोल्हापूर	पुणे	सातारा
कुटुंबांची टक्केवारी	75.9	75.7	74.5	73.8	71.2
शेवटचे पाच जिल्हे	बीड	गडचिरोली	उस्मानाबाद	नंदुरबार	परभणी
कुटुंबांची टक्केवारी	25.1	27.0	27.7	28.7	28.8
☞ **सार्वजनिक शौचालये :**					
पहिले पाच जिल्हे	मुंबई उपनगर	मुंबई शहर	रायगड	ठाणे–पालघर	नंदुरबार व कोल्हापूर
कुटुंबांची टक्केवारी	42.9	31.5	19.8	18.8	18.3
शेवटचे पाच जिल्हे	गोंदिया	परभणी	लातूर	हिंगोली	गडचिरोली
कुटुंबांची टक्केवारी	1.0	1.1	1.1	1.2	1.2
☞ **उघड्यावर शौच :**					
पहिले पाच जिल्हे	बीड	गडचिरोली	परभणी	उस्मानाबाद	हिंगोली
कुटुंबांची टक्केवारी	73.2	71.9	70.1	68.9	66.5
शेवटचे पाच जिल्हे	मुंबई शहर	मुंबई उपनगर	नंदुरबार	कोल्हापूर	सातारा
कुटुंबांची टक्केवारी	1.5	2.4	7.2	7.2	13.2

संदर्भ : महाराष्ट्राची आर्थिक पाहणी, 2012-13; पान 19

शौचालय सुविधेची एकूण कुटुंबांची टक्केवारी (सन 2011 – अंतिम आकडेवारी) :

• राहत्या घरात सुविधाप्राप्त शौचालये	:	53.1
• सार्वजनिक शौचालये	:	12.9
• उघड्यावर शौच	:	34

तक्ता क्र. 8.41 : महाराष्ट्र – सांडपाण्याच्या सुविधेमधील कुटुंबांच्या टक्केवारीनुसार पहिले व शेवटचे पाच जिल्हे (सन 2011 : अंतिम आकडेवारी)

घटक	1	2	3	4	5
☞ **सांडपाण्याची बंदिस्त सुविधा :**					
पहिले पाच जिल्हे	मुंबई शहर	मुंबई उपनगर	ठाणे–पालघर	पुणे	नागपूर
कुटुंबांची टक्केवारी	89.5	79.3	62.8	62.8	57.2
शेवटचे पाच जिल्हे	गडचिरोली	उस्मानाबाद	बीड	लातूर	परभणी
कुटुंबांची टक्केवारी	4.4	5.4	5.6	5.8	6.7
☞ **सांडपाण्याची उघड्यावर सुविधा :**					
पहिले पाच जिल्हे	अकोला	अमरावती	जळगाव	परभणी	कोल्हापूर
कुटुंबांची टक्केवारी	73.1	70.2	67.9	62.4	57.8
शेवटचे पाच जिल्हे	मुंबई शहर	पुणे	मुंबई उपनगर	नंदुरबार	ठाणे–पालघर
कुटुंबांची टक्केवारी	8.8	13.5	18.2	18.4	18.6
☞ **सांडपाण्याची व्यवस्था नसलेली :**					
पहिले पाच जिल्हे	गोंदिया	नंदुरबार	सिंधुदुर्ग	अहमदनगर	गडचिरोली
कुटुंबांची टक्केवारी	68.4	68.3	66.5	64.9	63.6
शेवटचे पाच जिल्हे	मुंबई शहर	मुंबई उपनगर	ठाणे–पालघर	अकोला	नागपूर
कुटुंबांची टक्केवारी	1.7	2.6	18.6	19.7	22.0

संदर्भ : महाराष्ट्राची आर्थिक पाहणी, 2012-13; पान 20

सांडपाणी सुविधेची एकूण कुटुंबांची टक्केवारी (सन 2011 – अंतिम आकडेवारी) :

- सांडपाण्याची बंदिस्त सुविधा : 33.2
- सांडपाण्याची उघड्यावर सुविधा : 34.2
- सांडपाण्याची व्यवस्था नसलेली : 32.5

तक्ता क्र. 8.42 : महाराष्ट्र – स्वयंपाकासाठी इंधन प्रकारातील कुटुंबांच्या टक्केवारीनुसार पहिले व शेवटचे पाच जिल्हे (सन 2011 : अंतिम आकडेवारी)

घटक	1	2	3	4	5
☞ **जळाऊ लाकूड :**					
पहिले पाच जिल्हे	गडचिरोली	गोंदिया	वाशिम	भंडारा	हिंगोली
कुटुंबांची टक्केवारी	83.9	82.8	76.4	76.0	75.0
शेवटचे पाच जिल्हे	मुंबई शहर	मुंबई उपनगर	ठाणे–पालघर	पुणे	कोल्हापूर
कुटुंबांची टक्केवारी	1.8	2.1	16.9	19.8	32.8

पुढे चालू ⏎

घटक	1	2	3	4	5
☞ **एल.पी.जी. :**					
पहिले पाच जिल्हे	मुंबई उपनगर	मुंबई शहर	पुणे	ठाणे–पालघर	नागपूर
कुटुंबांची टक्केवारी	78.3	77.6	67.9	66.3	60.2
शेवटचे पाच जिल्हे	हिंगोली	गडचिरोली	गोंदिया	उस्मानाबाद	वाशिम
कुटुंबांची टक्केवारी	12.2	12.6	13.1	14.1	14.3
☞ **रॉकेल/घासलेट :**					
पहिले पाच जिल्हे	मुंबई उपनगर	मुंबई शहर	ठाणे–पालघर	औरंगाबाद	पुणे
कुटुंबांची टक्केवारी	17.6	17.4	14.7	9.8	8.9
शेवटचे पाच जिल्हे	बुलडाणा	वाशिम	नंदुरबार	गडचिरोली	यवतमाळ व गोंदिया
कुटुंबांची टक्केवारी	0.7	0.7	0.8	0.8	0.9
☞ **पीक अवशेष :**					
पहिले पाच जिल्हे	परभणी	जालना	बीड	लातूर	अकोला
कुटुंबांची टक्केवारी	19.9	18.3	16.9	15.2	14.1
शेवटचे पाच जिल्हे	मुंबई शहर	मुंबई उपनगर	ठाणे–पालघर	रायगड	जळगाव, पुणे व भंडारा
कुटुंबांची टक्केवारी	0.4	0.4	0.5	0.7	0.7
☞ **गोवऱ्या :**					
पहिले पाच जिल्हे	कोल्हापूर	सांगली	उस्मानाबाद	लातूर	नंदुरबार
कुटुंबांची टक्केवारी	12.4	4.8	4.7	3.0	2.2
☞ **कोळसा :**					
पहिले चार जिल्हे	चंद्रपूर	नागपूर	यवतमाळ	वर्धा	
कुटुंबांची टक्केवारी	2.2	1.6	0.4	0.4	
☞ **बायोगॅस :**					
पहिले पाच जिल्हे	कोल्हापूर	सांगली	गोंदिया	भंडारा	सिंधुदुर्ग
कुटुंबांची टक्केवारी	9.0	2.3	1.5	1.2	1.1

संदर्भ : महाराष्ट्राची आर्थिक पाहणी, 2012-13; पान 21

स्वयंपाकातील इंधन प्रकारातील एकूण कुटुंबांची टक्केवारी (सन 2011 – अंतिम आकडेवारी) :

- जळाऊ लाकूड : 42.6
- एल.पी.जी. : 43.4
- रॉकेल/घासलेट : 6.5
- पीक अवशेष : 4.5
- गोवऱ्या : 1.2
- कोळसा : 0.2
- बायोगॅस : 0.7
- वीज : 0.1
- इतर : 0.1

1.	एकूण व महिला प्रमुख कुटुंबे	2.	पिण्याचे पाणी	3.	प्रकाशाचा स्रोत
4.	स्वयंपाकासाठी इंधन	5.	शौचालय सुविधा	6.	स्नानगृहाची सुविधा
7.	सांडपाण्याची सुविधा	8.	कुटुंबांची मालमत्ता			

वरील मुद्द्यांसाठी –

सवदीज् महाराष्ट्राचा प्रगत ऑटलास : पान क्र. 59 ते 68 मधील नकाशांचा अभ्यास जरूर करावा !

13. वयोगटानुसार लोकसंख्या (सन 2011 : अंतिम आकडेवारी)

आर्थिकदृष्ट्या सक्रिय लोकसंख्येवर (15 ते 59 वर्षे) अवलंबून असलेले लोकसंख्येचे प्रमाण अवलंबन गुणोत्तर दर्शविते. राज्याच्या अवलंबन गुणोत्तरात सन 2001 मध्ये 691 च्या तुलनेत लक्षणीय घट होऊन ते सन 2011 मध्ये 578 झाले. राष्ट्रीय पातळीवर याच कालावधीत हे प्रमाण 752 वरून 652 पर्यंत कमी झाले आहे. राज्यातील लोकसंख्येच्या वयाची मध्यम 27.1 वर्षे (म्हणजे 50 टक्के लोकसंख्या 27 वर्षे व त्यापेक्षा कमी वयोगटातील आहे.) असून भारतासाठी 24.9 वर्षे आहे. सन 2001 मध्ये राज्य व राष्ट्रीय पातळीवर तत्सम आकडेवारी अनुक्रमे 24.4 वर्षे व 22.7 वर्षे इतकी होती. वयोगटानुसार लोकसंख्येचे प्रमाण व स्त्री-पुरुष प्रमाण तक्ता क्र. 8.42 मध्ये दर्शविलेले आहेत.

तक्ता क्र. 8.43 : वयोगटानुसार लोकसंख्येचे प्रमाण व स्त्री-पुरुष प्रमाण

वयोगट (वर्षे)	लोकसंख्या प्रमाण		स्त्री=पुरुष प्रमाण	
	2001	2011	2001	2011
0 ते 6	14.1	11.9	913	894
07 ते 14	18.0	14.8	918	897
15 ते 26	23.4	23.6	861	891
27 ते 49	29.4	31.9	920	935
50 ते 59	6.3	7.8	922	933
60+	8.7	9.9	1,150	1,114
एकूण	100.0	100.0	922	929

संदर्भ : भारताचे महानिबंधक

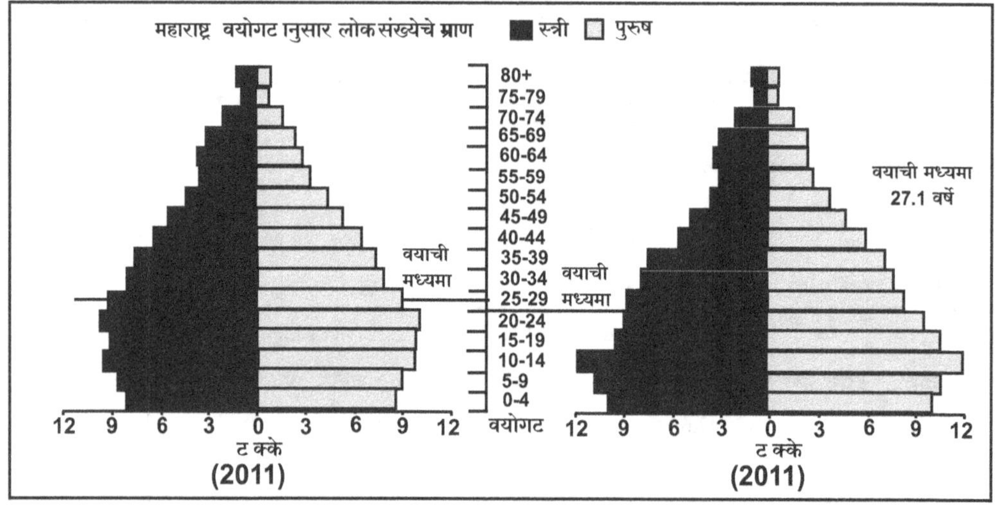

आलेख क्र. 8.1 : महाराष्ट्र – वयोगटानुसार लोकसंख्येचे प्रमाण

14. झोपडपट्ट्यांमधील लोकसंख्या (सन 2011 : अंतिम आकडेवारी)

जनगणना 2011 नुसार राज्यातील 1.18 कोटी लोकसंख्या झोपडपट्ट्यांमध्ये राहत असून देशातील झोपडपट्ट्यांमध्ये राहणाऱ्या एकूण लोकसंख्येपैकी सर्वाधिक प्रमाण (18 टक्के) राज्यामध्ये आहे. राज्यातील शहरी लोकसंख्येशी झोपडपट्टी क्षेत्रामधील लोकसंख्येचे प्रमाण 23.3 टक्के असून सन 2001 मध्ये हे प्रमाण 27.3 टक्के होते. झोपडपट्ट्यांमध्ये राहणाऱ्या लोकसंख्येचा कामातील सहभागाचा दर 38.1 असून तेथील पुरुष व स्त्रियांचे साक्षरतेचे प्रमाण अनुक्रमे 89.3 व 79.0 इतके आहे. राज्यातील झोपडपट्टीक्षेत्रामध्ये स्त्री-पुरुष प्रमाण 872 इतके आहे.

तक्ता क्र. 8.44 : झोपडपट्ट्यांमधील राहणाऱ्या लोकसंख्येबाबत ठळक बाबी

वैशिष्ट्ये		जनगणना	
		2001	2011
लोकसंख्या (कोटीमध्ये)		1.11	1.18
लोकसंख्येचे प्रमाण (अनुसूचित जाती)		11.5	15.7
लोकसंख्येचे प्रमाण (अनुसूचित जमाती)		2.5	3.1
साक्षरतेचे प्रमाण	एकूण	80.9	84.6
	पुरुष	87.6	89.3
	स्त्रिया	72.3	79.0
कामातील सहभागाचा दर	एकूण	34.9	38.1
	पुरुष	53.7	56.5
	स्त्रिया	12.0	17.0
स्त्री-पुरुष प्रमाण (स्त्रिया प्रति '000 पुरुष)		825	872

संदर्भ : (i) भारताचे महानिबंधक ; (ii) महाराष्ट्राची आर्थिक पाहणी, 2013-14; पान 16

15. प्रशासकीय विभागानुसार लोकसंख्याशास्त्रीय घटकांची वैशिष्ट्ये (सन 2011 : अंतिम आकडेवारी)

1. कोकण प्रशासकीय विभाग :

सन 2011 च्या जनगणनेनुसार, महाराष्ट्रात लोकसंख्याशास्त्रीय घटकांच्या वैशिष्ट्यात कोकण प्रशासकीय विभागाचे स्वरूप ठळकपणे लक्षात राहते.

- लोकसंख्याशास्त्रीय आठ घटकांमध्ये महाराष्ट्रात कोकण आघाडीवर आहे.

  (1) एकूण लोकसंख्या : 286 लाख   (5) एकूण साक्षरता प्रमाण : 87
  (2) पुरुष लोकसंख्या : 151 लाख   (6) पुरुष साक्षर : 91
  (3) स्त्री लोकसंख्या : 135 लाख   (7) स्त्री साक्षर : 82
  (4) नागरी लोकसंख्या : 223 लाख   (8) लोकसंख्येची घनता : 931

- कोकणचा पुढील लोकसंख्याशास्त्रीय घटकात सर्वांत शेवटचा क्रमांक आहे.

  (1) ग्रामीण लोकसंख्या : 63 लाख   (2) लिंग-गुणोत्तर : 894

2. नाशिक प्रशासकीय विभाग :

- महाराष्ट्रात नाशिक विभाग अनुसूचित जमातीच्या लोकसंख्येत सर्वांत प्रथम क्रमांक (43.0 लाख) असून त्याचे नाशिक विभागाच्या लोकसंख्येत 23.3 टक्के प्रमाण आहे.

- पुरुष साक्षरता प्रमाणात शेवटचा क्रमांक (85) आहे.

तक्ता क्र. 8.45 : महाराष्ट्रातील विभागनिहाय लोकसंख्येची वैशिष्ट्ये (सन 2011 : अंतिम आकडेवारी)

वैशिष्ट्ये	कोकण	नाशिक	पुणे	औरंगाबाद	अमरावती	नागपूर	राज्य	भारत
लोकसंख्या (लाखात)								
एकूण	286	186	234	187	113	118	1,124	12,109
पुरुष	151	96	121	97	58	60	582	6,233
स्त्रिया	135	90	114	90	55	58	541	5,876
ग्रामीण	63	129	138	137	81	68	616	8,337
नागरी	223	57	97	51	31	50	508	3,771
अनु. जाती	18	17	30	30	19	19	133	2,014
	(6.3)	(9.1)	(12.8)	(15.9)	(16.9)	(16.2)	(11.8)	(16.6)
अनु. जमाती	20	43	5	7	12	17	105	1,043
	(7.0)	(23.3)	(2.2)	(4.0)	(10.9)	(14.4)	(9.4)	(8.6)
स्त्री–पुरुष प्रमाण (स्त्रिया प्रति '000 पुरुष)	894	938	941	931	944	964	929	943
बाल लिंग–गुणोत्तर (वय 0 ते 6 वर्षे)	921	876	880	870	900	941	894	919
साक्षरतेचे प्रमाण (%) (वय 7 वर्षे व त्यावरील)								
एकूण	87	78	83	76	85	85	82	73
पुरुष	91	85	89	85	91	90	88	81
स्त्रिया	82	71	76	67	79	79	76	65
लोकसंख्येची घनता (प्रति चौ.कि.मी.)	931	323	409	289	245	229	365	382

टीप : कंसातील आकडेवारी एकूण लोकसंख्येशी प्रमाण दर्शवितात.   ________ सर्वांत जास्त   ______ सर्वांत कमी

संदर्भ : (i) भारताचे महानिबंधक ; (ii) महाराष्ट्राची आर्थिक पाहणी, 2013-14; पान 13

3. पुणे प्रशासकीय विभाग :

महाराष्ट्रात पुणे विभागाचा ग्रामीण लोकसंख्येत सर्वांत प्रथम क्रमांक (138 लाख) आहे.

- अनुसूचित जमातीमध्ये सर्वांत शेवटचा क्रमांक (5 लाख आणि 2.2 टक्के) आहे.
- अनुसूचित जातीमध्ये संयुक्तपणे औरंगाबाद व पुण्याच्या टक्केवारीत पहिला क्रमांक (30 लाख व 12.8 टक्के) आहे.

4. औरंगाबाद प्रशासकीय विभाग :

- महाराष्ट्रात औरंगाबाद विभागाचा लोकसंख्याशास्त्रीय पाच घटकांमध्ये सर्वांत शेवटचा क्रमांक आहे. ते पुढीलप्रमाणे :

  (1) बाल लिंग-गुणोत्तर : 870   (4) एकूण साक्षरता : 76
  (2) पुरुष साक्षरता : 85   (5) लोकसंख्येची घनता : 289
  (3) स्त्री साक्षरता : 67

- अनुसूचित जातीमध्ये संयुक्तपणे ठाणे व औरंगाबाद विभागाचा पहिला क्रमांक (30 लाख व 15.9 टक्के) आहे.

5. **अमरावती प्रशासकीय विभाग :**

- महाराष्ट्रात अमरावती विभागाचा लोकसंख्याशास्त्रीय चार घटकांमध्ये सर्वांत शेवटचा क्रमांक आहे.

  (1) एकूण लोकसंख्या :   113 लाख   (3) स्त्री लोकसंख्या :   55 लाख

  (2) पुरुष लोकसंख्या :   58 लाख   (4) नागरी लोकसंख्या :   31 लाख

- पुरुष साक्षरतेमध्ये कोकण विभागाबरोबर अमरावती विभागाचा (91) पहिला क्रमांक आहे.

6. **नागपूर प्रशासकीय विभाग :**

- महाराष्ट्रात नागपूर विभागाचा सर्वसाधारण लिंग-गुणोत्तर (964) आणि बाल लिंग-गुणोत्तर (941) यांमध्ये सर्वांत पहिला क्रमांक आहे.

16. अपंग (निशक्त) लोकसंख्येचे स्वरूप (सन 2011 : अंतिम आकडेवारी)

टीप : अपंगांच्या टक्केवारीच्या आधारे त्याची लोकसंख्या निर्देशित आहे.

महाराष्ट्रात अपंग प्रकारानुसार (1) अंध (2) कर्णबधिर (3) मूक/वाचादोष (4) पांगळे (5) मंद बुद्धी (6) मनोरुग्ण (7) इतर अपंग असे लोक वास्तव्य करतात.

महाराष्ट्रात सन 2011 च्या जनगणनेनुसार, अपंगांची लोकसंख्या 29,63,392 (सुमारे 29.63 लाख) आहे. 2001 साली अपंगांची लोकसंख्या 15,69,582 (सुमारे 15.70 लाख) होती. या दहा वर्षांच्या कालखंडात अपंगांच्या लोकसंख्येमध्ये 13,93,800 नी (सुमारे 13.94 लाख) वाढ झालेली आहे. याचा अर्थ, अपंगांच्या लोकसंख्येत 88.8 टक्क्याने वाढ झालेली आहे. ही खरोखर चिंताजनक बाब आहे. या दृष्टीने समाजशास्त्रज्ञ, लोकसंख्याशास्त्रज्ञ, आरोग्यतज्ज्ञ आणि राजकारणी यांनी एकत्रित येऊन या योग्य उपाययोजना आखून त्याची अंमलबजावणी करण्याची आवश्यकता आहे. अन्यथा अपंग ही एक गंभीर समस्या होईल ! या दृष्टीने महाराष्ट्रीय जनतेला प्रबोधन केले पाहिजे.

तक्ता क्र. 8.46 : महाराष्ट्र - अपंग (निशक्त) लोकसंख्या - 2011

अपंग प्रकार	लोकसंख्या	टक्केवारी	अपंग प्रकार	लोकसंख्या	टक्केवारी
1. अंध	5,74,808	19.4	6. मनोरुग्ण	59,268	2.0
2. कर्णबधिर	4,74,143	16.0	7. इतर	5,09,703	17.2
3. मूक/वाचादोष	4,74,143	16.0	8. एकाधिक	1,62,987	5.5
4. पांगळे	5,48,228	18.5	**एकूण**	**29,63,392**	**100**
5. मंद बुद्धी	1,60,023	5.4			

संदर्भ : महाराष्ट्राची आर्थिक पाहणी, 2013-14; पान 15

1. **अपंग लोकसंख्येचे पहिले पाच जिल्हे :** सन 2011 च्या जनगणनेनुसार, महाराष्ट्रात अपंग लोकसंख्येत ठाणे-पालघर जिल्ह्याचा (2,54,383) सर्वांत पहिला क्रमांक असून या खालोखाल मुंबई उपनगर (2,43,281), पुणे (2,26,306), जळगाव (1,39,587), अहमदनगर (1,22,665) या जिल्ह्यांचा समावेश होतो. **या पहिल्या पाच जिल्ह्यांत मिळून अपंग लोकसंख्या (9.86 लाख) आहे. महाराष्ट्रातील एकूण अपंगांपैकी 33.6 टक्के अपंग आहेत.**

2. **अपंग लोकसंख्येचे शेवटचे पाच जिल्हे :** सन 2011 च्या जनगणनेनुसार, महाराष्ट्रात अपंग लोकसंख्येत सर्वांत शेवटचा जिल्हा गडचिरोली असून याची अपंग लोकसंख्या फक्त 23,605 आहे. यानंतर सिंधुदुर्ग (23,790), गोंदिया (26,450), नंदुरबार (28,021), वर्धा (29,918) या जिल्ह्यांचा समावेश होतो.

3. **महाराष्ट्रात 2001 आणि 2011 दरम्यानच्या अपंग लोकसंख्येच्या निव्वळ वाढीचे पहिले व शेवटचे पाच जिल्हे :** महाराष्ट्रात 2001 आणि 2011 सालच्या अपंग लोकसंख्येच्या जनगणनेची तुलना केली असताना असे आढळते की, यांच्या **निव्वळ वाढीमध्ये ठाणे-पालघर जिल्ह्याचा (1,83,976) प्रथम क्रमांक आहे.** या खालोखाल पुणे (1,35,024), मुंबई उपनगर (1,27,471), जळगाव (83,323), कोल्हापूर (64,702) या जिल्ह्यांचा समावेश होतो.

अपंग लोकसंख्येच्या निव्वळ वाढीमध्ये सर्वांत शेवटचा क्रमांक गोंदिया जिल्ह्याचा आहे. सन 2001 च्या तुलनेनुसार 2011 साली अपंगांची लोकसंख्या 280 ने घटलेली आहे हे विशेष ! महाराष्ट्रामधील सन 2011 च्या जनगणनेनुसार गोंदिया हा एकमेव जिल्हा आहे की जेथे अपंगांची लोकसंख्या घटलेली आहे. यानंतर नंदुरबार (4,433), रत्नागिरी (6,688), वर्धा (7,726), हिंगोली (8,914) या जिल्ह्यांचा समावेश होतो.

4. **महाराष्ट्रात अपंग लोकसंख्येचे 2001 आणि 2011 दरम्यानच्या वाढीच्या टक्केवारीनुसार पहिले व शेवटचे पाच जिल्हे** : महाराष्ट्रात 2001 आणि 2011 सालच्या अपंग लोकसंख्येच्या वाढीच्या टक्केवारीची तुलना केली असता असे आढळते की, ठाणे-पालघर जिल्ह्याचा प्रथम क्रमांक आहे. त्याची वाढीची टक्केवारी 261 टक्के आहे. याचा अर्थ, ठाणे-पालघर जिल्ह्यात सन 2001 ते 2011 या दहा वर्षांत अपंगांची लोकसंख्या अडीच पटीने वाढलेली आहे, ही काळजी करण्याची बाब आहे ! यानंतर सांगली (183%), सातारा (159%), जळगाव व पुणे (प्रत्येकी 148%), कोल्हापूर (147.6%) या जिल्ह्यांचा क्रमांक लागतो. **दक्षिण महाराष्ट्रात अपंगांच्या लोकसंख्येचे प्रमाण वाढत आहे हे लक्षात घेण्यासारखे आहे.**

अपंगांच्या लोकसंख्येच्या वाढीच्या टक्केवारीत सर्वांत शेवटचा क्रमांक गोंदिया जिल्ह्याचा (– 1.0%) आहे. याचा अर्थ, गोंदिया जिल्ह्यात अपंगांची लोकसंख्या एक टक्क्याने घटलेली आहे. यानंतर नांदेड (21.7%), रत्नागिरी (24.6%), अमरावती (26.9%), वर्धा (34.8%) या जिल्ह्यांचा क्रमांक लागतो.

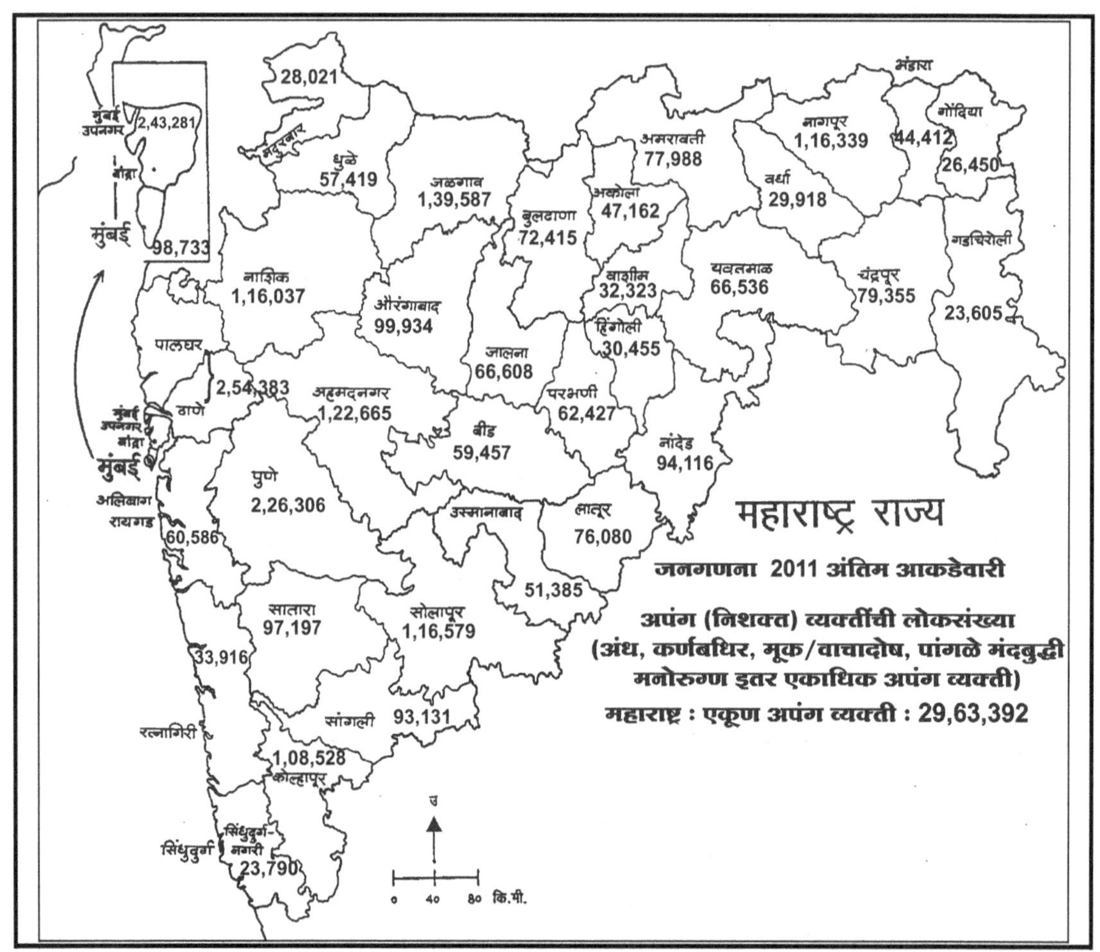

नकाशा क्र. 8.16 : महाराष्ट्र – अपंग (निशक्त) व्यक्तींची लोकसंख्या - 2011

महाराष्ट्रात अपंगांच्या प्रकारानुसार लोकसंख्या व लोकसंख्या टक्केवारीचे स्वरूप (जनगणना 2011)

महाराष्ट्रात सन 2011 च्या जनगणनेनुसार, आपण अपंगांच्या प्रकारानुसार त्याच्या स्वरूपाचा अभ्यास करणार आहोत. अपंगांची लोकसंख्या 29,63,392 (29.63 लाख) आहे.

1.   अंध अपंग :

सन 2011 च्या जनगणनेनुसार, महाराष्ट्रात अंध अपंगांची लोकसंख्या 5,74,898 (सुमारे 5.75 लाख) आहे. महाराष्ट्रात एकूण अपंग लोकसंख्येपैकी **अंध अपंगांची टक्केवारी 19.4 आहे आणि अपंग प्रकारात ही सर्वांत जास्त आहे.**

अंध अपंगांची अन्य वैशिष्ट्ये :

- महाराष्ट्रात पुरुष अंध अपंग 3,11,380 (सुमारे 3.11 लाख) असून एकूण पुरुष अपंगात पुरुष अंध अपंगांची टक्केवारी 18.4 आहे.
- महाराष्ट्रात स्त्री अंध अपंगांची संख्या 2,61,848 (सुमारे 2.62 लाख) असून **एकूण स्त्री अपंगात स्त्री अंध अपंगांची सर्वांत जास्त टक्केवारी 20.6 आहे.**
- अनुसूचित जाती व जमातीमधील अंधांची लोकसंख्या अनुक्रमे 84,912 व 45,725 आहे.
- ग्रामीण व नागरी क्षेत्रात अंध अपंगांची लोकसंख्या अनुक्रमे 3.22 लाख आणि 2.53 लाख आहे.

वरील वर्गवारीचा अभ्यास केल्यावर असे आढळते की, **महाराष्ट्रात ग्रामीण परिसरात अंधांची लोकसंख्या सर्वांत जास्त 3,21,564 आहे.**

2.   कर्णबधिर :

सन 2011 च्या जनगणनेनुसार, महाराष्ट्रात कर्णबधिर अपंगांची लोकसंख्या 4,74,143 (सुमारे 4.74 लाख) असून एकूण अपंग लोकसंख्येत कर्णबधिरांची टक्केवारी 16.0 आहे.

कर्णबधिर अपंगांची अन्य वैशिष्ट्ये :

- महाराष्ट्रात पुरुष कर्णबधिरांची लोकसंख्या 2,65,689 (2.66 लाख) असून एकूण पुरुष अपंगात याची टक्केवारी 15.7 आहे.
- स्त्रियांची कर्णबधिरामधील संख्या सुमारे 2.3 लाख आहे.
- अनुसूचित जाती आणि जमातीमधील अपंगांची संख्या अनुक्रमे सुमारे 59 हजार आणि 38 हजार आहे.
- कर्णबधिरांची ग्रामीण व नागरी क्षेत्रात लोकसंख्या साधारण समान म्हणजे सुमारे 2.4 लाख आहे.

3.   मूक/वाचादोष :

सन 2011 च्या जनगणनेनुसार, महाराष्ट्रात मूक/वाचादोषांची लोकसंख्या 4,74,143 (सुमारे 4.74 लाख) असून एकूण अपंग लोकसंख्येत मूकबधिरांची टक्केवारी 16.0 आहे.

मूक/वाचादोषाची अन्य वैशिष्ट्ये :

- पुरुष व स्त्री मूकबधिरांची लोकसंख्या अनुक्रमे 2.6 लाख आणि 2.1 लाख आहे.
- अनुसूचित जाती आणि जमातीमध्ये कर्णबधिरांची टक्केवारी अनुक्रमे 10 टक्के आणि 9 टक्के आहे.
- ग्रामीण व नागरी क्षेत्रात कर्णबधिरांची लोकसंख्या अनुक्रमे 2.42 लाख आणि 2.32 लाख आहे.

4.   पांगळे :

सन 2011 च्या जनगणनेनुसार, महाराष्ट्रात पांगळ्यांची लोकसंख्या 5,48,228 (सुमारे 5.48 लाख) असून एकूण अपंग लोकसंख्येपैकी 18.5 टक्के पांगळे लोक आहेत. अंध अपंगांच्या खालोखाल पांगळ्यांची लोकसंख्या आहे.

तक्ता क्र. 8.47 : ∎महाराष्ट्र – नि:समर्थ (निशक्त/अपंग) बालकांची संख्या व टक्केवारी (जनगणना 2011 : अंतिम आकडेवारी)

नि:समर्थ बालकांचे प्रकार	एकूण		बालक		बालिका		अनुसूचित जाती		अनुसूचित जमाती		ग्रामीण		नागरी	
	एकूण संख्या	%	बालक संख्या	%	बालिका संख्या	%	अ.जाती संख्या	%	अ.जमाती संख्या	%	ग्रामीण संख्या	%	नागरी संख्या	%
1. अंध	47,385	21.8	25,420	21.4	21,965	22.3	6,548	22.7	4,341	22.0	25,128	20.8	22,257	23.0
2. कर्णबधिर	36,517	16.8	19,243	16.2	17,274	17.3	4,355	15.1	3,374	17.1	16,792	13.9	19,725	20.2
3. मूक/वाचा दोष	18,910	8.7	10,334	8.7	8,576	8.8	1,846	6.4	1,046	5.3	10,389	8.6	8,521	8.9
4. पांगळे	20,215	9.3	12,116	10.2	8,099	8.2	2,193	10.1	2,348	11.3	14,376	11.9	5,839	6.0
5. मंद बुद्धी	10,651	4.9	6,177	5.2	4,474	4.7	1,558	5.4	947	4.8	6,282	5.2	4,369	4.7
6. मनोरुग्ण	1,304	0.6	713	0.6	591	0.6	144	0.5	99	0.5	604	0.5	700	0.7
7. इतर	68,903	31.7	36,824	31.0	32,079	32.5	9,618	33.3	6,471	32.8	38,296	31.7	30,607	31.7
8. एकाधिक	13,476	6.2	7,959	6.7	5,517	5.6	1,875	6.5	1,223	6.2	8,819	7.3	4,657	4.7
एकूण	2,17,361	100.0	1,18,786	100.0	98,575	100.0	28,844	100.0	19,730	100.0	1,20,807	100.0	96,554	100.0

∎ टक्केवारीच्या आधारे बालकांची संख्या काढलेली असल्याने त्याची एकूण बेरीज तंतोतंत जुळणार नाही.

संदर्भ : महाराष्ट्राची आर्थिक पाहणी, 2014-15; पान क्र. 15

पांगळ्या लोकसंख्येची अन्य वैशिष्ट्ये :

- पुरुष पांगळे लोकांची संख्या 3.57 लाख असून याची एकूण पुरुष अपंग लोकसंख्येत 21.1 टक्के आहे. **पुरुष पांगळ्याची लोकसंख्या सर्वांत जास्त आहे.**
- स्त्री पांगळ्याची संख्या 1.91 लाख (15.0%) आहे.
- अनुसूचित जाती व जमातीमध्ये पांगळ्याची लोकसंख्या अनुक्रमे 79 हजार आणि 44 हजार आहे.
- ग्रामीण व नागरी परिसरात पांगळ्याची लोकसंख्या अनुक्रमे 3.63 लाख आणि 1.86 टक्के आहे.
- महाराष्ट्रात स्त्रियांपेक्षा पुरुषांची आणि नागरी क्षेत्रापेक्षा ग्रामीण भागात पांगळ्याची लोकसंख्या जवळजवळ दुपटीने जास्त आहे.

5. **मंद बुद्धी :**

सन 2011 च्या जनगणनेनुसार, महाराष्ट्रात मंद बुद्धी लोकसंख्या 1,60,023 (5.4%) आहे. मंद बुद्धीची सर्वांत जास्त लोकसंख्या ग्रामीण क्षेत्रात 91,637 असून या खालोखाल नागरी क्षेत्रात 67,457 मंद बुद्धी आहेत. **महाराष्ट्रात वर उल्लेख केलेल्या वर्गवारीमध्ये मंद बुद्धी लोकसंख्येची साधारण टक्केवारी 5 आहे.**

6. **मनोरुग्ण :**

सन 2011 च्या जनगणनेनुसार, महाराष्ट्रात मनोरुग्ण 59,268 (सुमारे 59 हजार) असून एकूण अपंगात याची टक्केवारी फक्त 2 टक्के आहे. पुरुष मनोरुग्ण व ग्रामीण क्षेत्रात सर्वांत जास्त म्हणजे सुमारे 33 हजार आहेत.

7. **इतर अपंग :**

सन 2011 च्या जनगणनेनुसार, महाराष्ट्रात इतर अपंगांची लोकसंख्या 5,09,703 (सुमारे 5.1 लाख) आहे. महाराष्ट्रात अंध आणि पांगळे याच्या खालोखाल इतर अपंगांची लोकसंख्या असून याची टक्केवारी 17.2 आहे.

इतर अपंगांची अन्य वैशिष्ट्ये :

- महाराष्ट्रात पुरुष इतर अपंगांची लोकसंख्या सुमारे 2.8 लाख व स्त्री इतर अपंगांची लोकसंख्या 2.3 लाख आहे.
- अनुसूचित जातीमध्ये इतर अपंगांची लोकसंख्या 91 हजार असून याची टक्केवारी 22.4 टक्के आहे.
- महाराष्ट्रात अनुसूचित जातीच्या अपंगात सर्वांत जास्त इतर अपंगांची लोकसंख्या आहे.
- ग्रामीण व नागरी क्षेत्रात इतर अपंगांची लोकसंख्या अनुक्रमे 2.75 लाख आणि 2.40 लाख आहे.

8. **एकाधिक अपंग :**

सन 2011 च्या जनगणनेनुसार, महाराष्ट्रात एकाधिक अपंगांची लोकसंख्या 1,62,987 (सुमारे 1.63 लाख) असून एकूण अपंगाशी एकाधिक अपंगाची टक्केवारी 5.5 आहे.

एकाधिक अपंगांची अन्य वैशिष्ट्ये :

- एकात्मिक अपंगात पुरुषांची लोकसंख्या 95 हजार आणि स्त्रियांची लोकसंख्या 70 हजार आहे.
- अनुसूचित जाती व जमातीमध्ये एकाधिक अपंगांची लोकसंख्या अनुक्रमे 23 हजार (5.6%) आणि 13 हजार (6.1%) आहे.
- ग्रामीण व नागरी परिसरात एकाधिक अपंगाची लोकसंख्या अनुक्रमे 1.1 लाख आणि 58 हजार आहे.

एकूण अपंगांची वर्गवारीनुसार लोकसंख्या :

सन 2011 च्या जनगणनेनुसार, महाराष्ट्रात एकूण अपंगांची लोकसंख्या 29,63,392 आहे.

- पुरुष अपंग व स्त्री अपंगांची लोकसंख्या अनुक्रमे 16.9 लाख आणि 12.7 लाख आहे.
- अनुसूचित जाती व जमातीची अपंगांची लोकसंख्या अनुक्रमे 4.1 लाख आणि 2.2 लाख आहे.
- ग्रामीण व नागरी क्षेत्रात एकूण अपंगांची लोकसंख्या अनुक्रमे 16.7 लाख आणि 13 लाख आहे.

17. आर्थिक उपक्रमानुसार कामगारांची टक्केवारी
(सन 2011 : अंतिम आकडेवारी)

महाराष्ट्रात आर्थिक उपक्रमानुसार कामगारांचे खालील प्रकारे वर्गीकरण केले जाते :

I. शेतकरी

II. शेतमजूर

III. घरगुती उद्योगधंदे

IV. इतर कामगार

I. आर्थिक उपक्रमांमध्ये शेतकऱ्यांचा सहभाग :

सन 2011 च्या जनगणनेनुसार, महाराष्ट्रात शेतकऱ्यांची आर्थिक उपक्रमामध्ये टक्केवारी 25.4 आहे. पुरुष शेतकरी व स्त्री शेतकरी यांची स्वतंत्र टक्केवारी पाहता आर्थिक उपक्रमात पुरुष शेतकऱ्यांची टक्केवारी 23.3 तर स्त्री शेतकऱ्यांची टक्केवारी 29.6 आहे.

आर्थिक उपक्रमांमध्ये शेतकऱ्यांचा सहभाग – वैशिष्ट्ये :

- महाराष्ट्रात जिल्हावार पुरुष शेतकऱ्यांमध्ये सर्वांत पहिला क्रमांक बीड जिल्ह्याचा (46.7%) असून या खालोखाल जालना, अहमदनगर, सातारा व हिंगोली (42.1) या जिल्ह्यांचा समावेश होतो.

- महाराष्ट्रात पुरुष शेतकऱ्यांमध्ये सर्वांत शेवटचा जिल्हा ठाणे-पालघर जिल्ह्याचा (6.0%) आहे. यानंतर नागपूर, रायगड, पुणे व अकोला (18.0%) या जिल्ह्यांचा समावेश होतो.

- महाराष्ट्रात स्त्री-शेतकऱ्यांमध्ये सर्वांत पहिला क्रमांक रत्नागिरी जिल्ह्याचा (51.8%) आहे. या खालोखाल बीड, अहमदनगर, कोल्हापूर व जालना (45.9%) या जिल्ह्यांचा समावेश होतो.

- महाराष्ट्रात स्त्री-शेतकऱ्यांमध्ये सर्वांत शेवटचा क्रमांक अमरावती जिल्ह्याचा (11.5%) असून यानंतर नागपूर, ठाणे-पालघर, अकोला, वर्धा (18.6%) या जिल्ह्यांचा समावेश होतो.

- महाराष्ट्रात एकूण शेतकऱ्यांमध्ये (पुरुष व स्त्री) सर्वांत पहिला क्रमांक बीड जिल्ह्याचा (48.3%) आहे. या खालोखाल अहमदनगर, जालना, सातारा, हिंगोली (42.4%) या जिल्ह्यांचा समावेश होतो.

- महाराष्ट्रात एकूण शेतकऱ्यांमध्ये सर्वांत शेवटचा क्रमांक ठाणे-पालघर जिल्ह्याचा (7.8%) असून यानंतर नागपूर, अमरावती, रायगड व अकोला (16.9%) या जिल्ह्यांचा समावेश होतो.

II. आर्थिक उपक्रमांमध्ये शेतमजुरांचा सहभाग :

सन 2011 च्या जनगणनेनुसार, महाराष्ट्रात आर्थिक उपक्रमामध्ये पुरुष शेतमजुरांची टक्केवारी 20.8 व स्त्री शेतमजुरांची टक्केवारी 39.9 आहे तर शेतमजुरांची एकूण टक्केवारी 27.3 टक्के आहे.

आर्थिक उपक्रमांमध्ये शेतमजुरांचा सहभाग – वैशिष्ट्ये :

- महाराष्ट्रात पुरुष शेतमजुरांमध्ये सर्वांत पहिला क्रमांक वाशिम जिल्ह्याचा (48.1%) असून सर्वांत शेवटचा जिल्हा ठाणे-पालघर (6.4%) आहे.

- महाराष्ट्रात स्त्री-शेतकऱ्यांमध्ये सर्वांत पहिला क्रमांक अमरावती जिल्ह्याचा (71.0%) असून सर्वांत शेवटचा जिल्हा पुणे (17.6%) आहे.

- महाराष्ट्रात एकूण शेतमजुरांमध्ये सर्वांत पहिला क्रमांक नंदुरबार जिल्ह्याचा (55.3%) असून सर्वांत शेवटचा जिल्हा ठाणे-पालघर (0.93%) आहे.

- महाराष्ट्रात शेतकरी व शेतमजुराची एकत्रित आकडेवारी पाहता, पुरुष शेतकरी व शेतमजुराची टक्केवारी 44.1 असून स्त्री-शेतकरी व शेतमजुराची एकत्रित टक्केवारी 69.5 आहे. ती सर्वांत जास्त आहे. एकूण शेतकरी व शेतमजुराची टक्केवारी 52.7 आहे.

- शेतकरी व शेतमजुराच्या एकत्रित टक्केवारीत सर्वांत पहिला क्रमांक वाशिम जिल्ह्याचा (83.5%) असून सर्वांत शेवटचा क्रमांक ठाणे-पालघर जिल्ह्याचा (17.1%) आहे.

तक्ता क्र. 8.48 : महाराष्ट्र – आर्थिक उपक्रमानुसार कामगारांची टक्केवारी (सन 2011)

कामगार	पुरुष	स्त्री	एकूण
I. शेतकरी	23.3	29.6	25.4
II. शेतमजूर (शेतकरी व शेतमजूर)	<u>20.8</u> (44.1)	<u>39.9</u> (69.5)	<u>27.3</u> (52.7)
III. घरगुती उद्योगधंदे	2.1	3.2	2.5
IV. इतर कामगार	53.8	27.3	44.18
	100.0	100.0	100.0

संदर्भ : महाराष्ट्राची आर्थिक पाहणी, 2013-14 ; पान 21

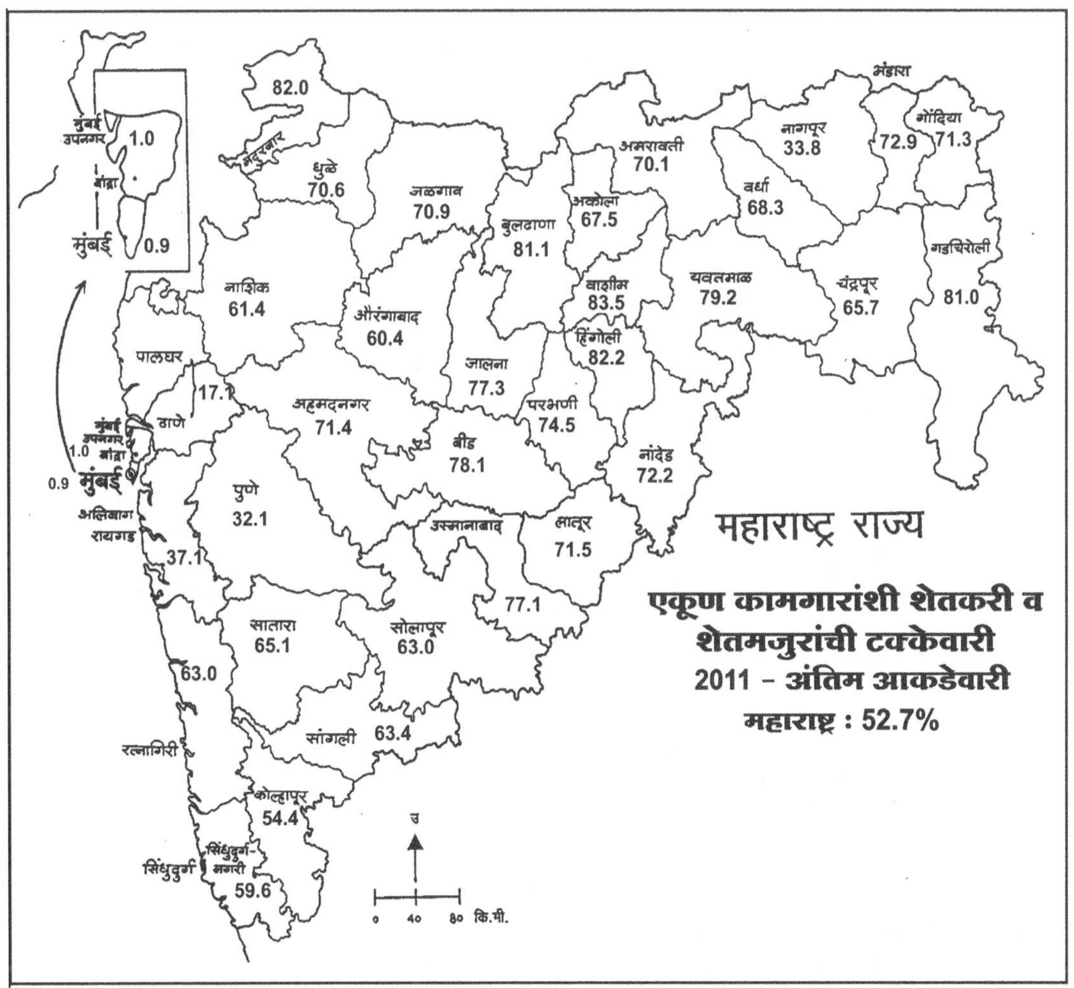

नकाशा क्र. 8.17 : महाराष्ट्र – एकूण कामगारांशी शेतकरी व शेतमजुरांची टक्केवारी

III.   आर्थिक उपक्रमांमध्ये घरगुती उद्योगधंद्याचा सहभाग :

महाराष्ट्रात घरगुती उद्योगधंद्याचा आर्थिक उपक्रमामध्ये फारच अल्प म्हणजे 2.5 टक्के वाटा आहे. घरगुती उद्योगधंद्यात पुरुषांचा सहभाग 2.1 टक्के तर स्त्रियांचा सहभाग 3.2 टक्के आहे.

- सन 2011 च्या जनगणनेनुसार, घरगुती उद्योगधंदे पुरुष-स्त्री एकूण यांचा आढावा घेतला असता असे पाहावयास मिळते. या तीनही आर्थिक उपक्रमात महाराष्ट्रात गोंदिया जिल्ह्याचा सर्वप्रथम क्रमांक आहे तर सर्वांत शेवटचा क्रमांक बुलडाणा जिल्ह्याचा आहे.

IV.   आर्थिक उपक्रमांमध्ये इतर कामगारांचा सहभाग :

सन 2011 च्या जनगणनेनुसार, महाराष्ट्रात इतर कामगारांची आर्थिक उपक्रमामध्ये टक्केवारी 44.18 असून ती सर्वांत जास्त आहे. पुरुष इतर कामगार व स्त्री इतर कामगार यांची आकडेवारी पाहता त्याचा अनुक्रमे 53.8 टक्के व 27.3 टक्के वाटा आहे.

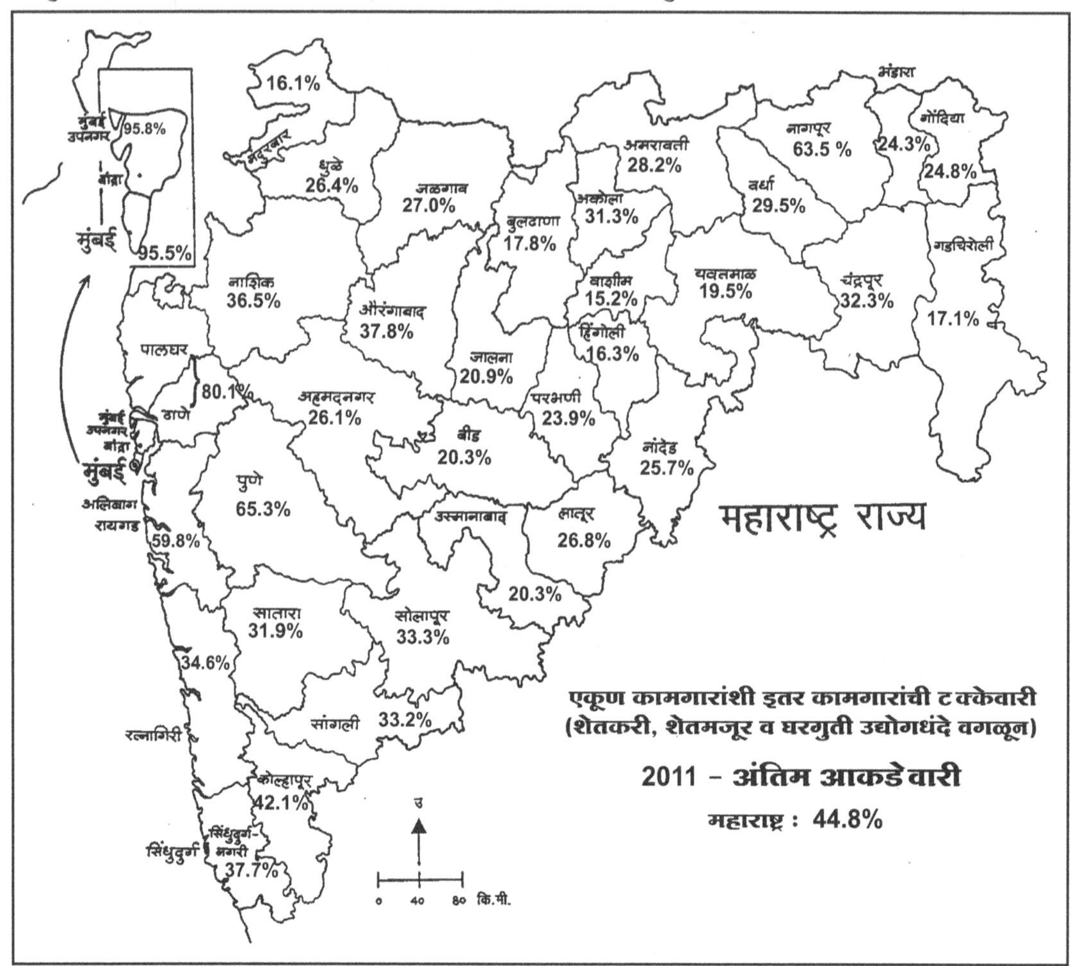

नकाशा क्र. 8.18 : महाराष्ट्र - एकूण कामगारांशी इतर कामगारांची टक्केवारी

आर्थिक उपक्रमांमध्ये इतर कामगारांचा सहभाग - वैशिष्ट्ये :

- महाराष्ट्रात जिल्हावार पुरुष इतर कामगारांमध्ये सर्वांत पहिला क्रमांक मुंबई शहराचा (96.7%) आहे. या खालोखाल मुंबई उपनगर (96.5%), ठाणे-पालघर (64.4%), पुणे (47.5%), नागपूर (71.0%) या जिल्ह्यांचा समावेश होतो.
- महाराष्ट्रात जिल्हावार पुरुष इतर कामगारांमध्ये सर्वांत शेवटचा जिल्हा वाशिम (20.5%) असून या खालोखाल नंदुरबार, गडचिरोली, हिंगोली व बुलडाणा (24.2%) या जिल्ह्यांचा समावेश होतो.

- स्त्री इतर कामगारांमध्ये सर्वांत पहिला क्रमांक मुंबई शहराचा (93.7%) आहे. यानंतर मुंबई उपनगर, ठाणे, पुणे व नागपूर (44.6%) या जिल्ह्यांचा समावेश होतो.

- स्त्री इतर कामगारांमध्ये सर्वांत शेवटचा क्रमांक वाशिम जिल्हा (7.4%) आहे. यानंतर बुलडाणा, हिंगोली, नंदुरबार व यवतमाळ (9.8%) या जिल्ह्यांचा समावेश होतो.

- महाराष्ट्रात एकूण इतर कामगारांमध्ये सन 2011 च्या जनगणनेनुसार सर्वांत पहिला क्रमांक मुंबई उपनगराचा (95.8%) आहे. या खालोखाल मुंबई शहर (95.5%), ठाणे (80.1%), पुणे (65.3%), नागपूर (63.5%) या जिल्ह्यांचा समावेश होतो.

- महाराष्ट्रात एकूण इतर कामगारांमध्ये सर्वांत शेवटचा जिल्हा वाशिम (18.2%) असून यानंतर नंदुरबार, हिंगोली, गडचिरोली व बुलडाणा (17.8%) या जिल्ह्यांचा समावेश होतो.

---

18.   आर्थिक कार्यात मुख्यतः काम करणारे व सीमांतिक कामगारांचा सहभाग
(सन 2011 : अंतिम आकडेवारी)

राज्यातील 4.94 कोटी आर्थिक कार्यात सक्रिय असून त्यापैकी 4.38 कोटी मुख्यतः काम करणारे तर 0.57 कोटी सीमांतिक कामगार आहेत. मागील दहा वर्षांमध्ये राज्याचा कामातील सहभागाचा दर 42.4 टक्क्यांवरून 44 टक्के इतका झाला आहे. राज्यातील एकूण लोकसंख्येपैकी काम करणाऱ्यांचे प्रमाण पुरुषांमध्ये 56 टक्के तर स्त्रियांमध्ये 31.1 टक्के इतके आहे. गडचिरोली जिल्ह्यामध्ये हे प्रमाण सर्वाधिक (54.5 टक्के) असून मुंबई उपनगर जिल्ह्यात सर्वांत कमी (39.9 टक्के) आहे.

तक्ता क्र. 8.49 : महाराष्ट्राच्या कामातील सहभागाच्या दरातील दशवार्षिक बदल

लिंग	जनगणना 2001	जनगणना 2011	जनगणना 2001	जनगणना 2011
	ग्रामीण	शहरी	ग्रामीण	शहरी
पुरुष	53.9	52.4	56.7	55.2
स्त्रिया	43.6	12.6	42.5	16.8
एकूण	48.9	33.8	49.8	36.9

संदर्भ :   (i) भारताचे महानिबंधक ; (ii) महाराष्ट्राची आर्थिक पाहणी, 2013-14; पान 15

1.   एकूण कामगारांशी मुख्य काम करणाऱ्याचा सहभाग :

मुख्य काम करणारे (1) पुरुष (2) स्त्री (3) एकूण अशा प्रकारात आपण अभ्यास करणार आहोत.

- सन 2011 च्या जनगणनेनुसार, महाराष्ट्रात मुख्य काम करणाऱ्या पुरुषांच्या टक्केवारीत सर्वांत पहिला क्रमांक मुंबई शहर व मुंबई उपनगराचा असून याची प्रत्येकी टक्केवारी 95.2 आहे. या खालोखाल सोलापूर (95.2%), पुणे (94.6), लातूर (94.5) या जिल्ह्यांचा समावेश होतो.

  मुख्यतः काम करणाऱ्या पुरुषांच्या टक्केवारीत सर्वांत शेवटचा क्रमांक सिंधुदुर्ग जिल्हा (71.7%) आहे. यानंतर गोंदिया, गडचिरोली, भंडारा, चंद्रपूर (82.8%) या जिल्ह्यांचा समावेश होतो.

- महाराष्ट्रात मुख्यतः काम करणाऱ्या स्त्रियांच्या टक्केवारीत सर्वांत प्रथम क्रमांक अहमदनगर जिल्हा (89.8%) आहे. यानंतर मुंबई उपनगर व बीड (प्रत्येकी 89.%), मुंबई शहर व सोलापूर (प्रत्येकी 88.8%), पुणे (88.2%), परभणी (88.1%) या जिल्ह्यांचा समावेश होतो.

  मुख्यतः काम करणाऱ्या स्त्रियांच्या टक्केवारीत सर्वांत शेवटचा क्रमांक सिंधुदुर्ग जिल्हा (52.6%) आहे. यानंतर गोंदिया, गडचिरोली, भंडारा व चंद्रपूर (65.4%) या जिल्ह्यांचा समावेश होतो.

- महाराष्ट्रात एकूण मुख्यतः काम करणाऱ्या टक्केवारीत सर्वांत पहिला क्रमांक मुंबई शहर (94.2%) आहे. या खालोखाल मुंबई उपनगर (94.1%), सोलापूर (92.9%), पुणे (92.6%), अहमदनगर (92.5%) या जिल्ह्यांचा समावेश होतो.

  महाराष्ट्रात एकूण मुख्यतः काम करणाऱ्या टक्केवारीत सर्वांत शेवटचा क्रमांक गोंदिया जिल्हा (65.2%) असून यानंतर सिंधुदुर्ग (65.3%), गडचिरोली (67.2%), भंडारा (69.3%), चंद्रपूर (76.0%) या जिल्ह्यांचा समावेश होतो.

तक्ता क्र. 8.50 : महाराष्ट्र – आर्थिक उपक्रमानुसार कामगारांची टक्केवारी (सन 2011)

घटक	सर्वांत पहिला जिल्हा	टक्केवारी	सर्वांत शेवटचा जिल्हा	टक्केवारी
शेतकरी :				
शेतकरी – पुरुष	बीड	46.7	ठाणे–पालघर	6.0
शेतकरी – स्त्री	रत्नागिरी	51.8	अमरावती	11.5
शेतकरी – एकूण	बीड	48.3	ठाणे–पालघर	7.8
शेतमजूर :				
शेतमजूर – पुरुष	वाशिम	48.1	ठाणे–पालघर	6.4
शेतमजूर – स्त्री	अमरावती	71.0	पुणे	17.6
शेतमजूर – एकूण	नंदुरबार	55.3	ठाणे–पालघर	0.93
शेतकरी – शेतमजूर एकत्रित	वाशिम	83.5	ठाणे–पालघर	17.1
घरगुती उद्योगधंदे :				
घरगुती उद्योगधंदे – पुरुष	गोंदिया	3.3	बुलडाणा व वाशिम	1.1
घरगुती उद्योगधंदे – स्त्री	गोंदिया	7.1	बुलडाणा	1.1
घरगुती उद्योगधंदे – एकूण	गोंदिया	4.9	बुलडाणा	1.1
इतर कामगार :				
इतर कामगार – पुरुष	मुंबई उपनगर	96.5	वाशिम	20.5
इतर कामगार – स्त्री	मुंबई शहर	93.7	वाशिम	7.4
इतर कामगार – एकूण	मुंबई उपनगर	95.8	वाशिम	15.2

विशेष निष्कर्ष :
- घरगुती उद्योगधंदे – पुरुष, स्त्री आणि एकूण : सर्वांत पहिला जिल्हा – गोंदिया
- घरगुती उद्योगधंदे – पुरुष, स्त्री आणि एकूण : सर्वांत शेवटचा जिल्हा – बुलडाणा
- इतर कामगार : पुरुष, स्त्री आणि एकूण : सर्वांत शेवटचा जिल्हा – वाशिम

संदर्भ : महाराष्ट्राची आर्थिक पाहणी, 2013-14; पान 20

2. एकूण कामगारांशी सीमांतिक कामगारांचा सहभाग :

- सन 2011 च्या जनगणनेनुसार, महाराष्ट्रात सीमांतिक पुरुष कामगारांच्या टक्केवारीत सर्वांत पहिला क्रमांक सिंधुदुर्ग जिल्हा (28.3%) असून या खालोखाल गोंदिया (26.5%), गडचिरोली (25.8%), भंडारा (23.7%) व चंद्रपूर (17.2%) या जिल्ह्यांचा समावेश होतो.

  सीमांतिक पुरुष कामगारांच्या टक्केवारीत सर्वांत शेवटचा क्रमांक मुंबई शहर व मुंबई उपनगर (प्रत्येकी 4.5%) या दोन जिल्ह्यांचा आहे. यानंतर सोलापूर, पुणे, लातूर या जिल्ह्यांचा समावेश होतो.

- महाराष्ट्रात सीमांतिक सर्व कामगारांच्या टक्केवारीत सर्वांत पहिला क्रमांक सिंधुदुर्ग जिल्हा (47.4%) असून यानंतर गोंदिया, गडचिरोली, भंडारा, चंद्रपूर (34.6%) या जिल्ह्यांचा समावेश होतो.

  महाराष्ट्रात सीमांतिक सर्व कामगारांच्या टक्केवारीत सर्वांत शेवटचा क्रमांक अहमदनगर जिल्हा (10.2%) आहे.

तक्ता क्र. 8.51 : (अ) कामगारांची टक्केवारी (सन 2011)

घटक	सर्वांत पहिला जिल्हा	टक्केवारी	सर्वांत शेवटचा जिल्हा	टक्केवारी
मुख्यतः काम करणारे :				
पुरुष	मुंबई शहर व मुंबई उपनगर	95.5	सिंधुदुर्ग	71.7
स्त्री	अहमदनगर	89.8	सिंधुदुर्ग	52.6
एकूण	मुंबई शहर	94.2	गोंदिया	65.2
सीमांतिक काम करणारे :				
पुरुष	सिंधुदुर्ग	28.3	मुंबई शहर व मुंबई उपनगर	4.5
स्त्री	सिंधुदुर्ग	47.4	अहमदनगर	10.2
एकूण	गोंदिया	34.8	मुंबई शहर	5.8

तक्ता क्र. 8.51 : (ब) महाराष्ट्र : एकूण कामगारांशी टक्केवारी (सन 2011)

कामगार	पुरुष	स्त्री	एकूण
मुख्य काम करणारे	91.1	81.9	88.5
सीमांतिक कामगार	8.1	18.1	11.5

संदर्भ : महाराष्ट्राची आर्थिक पाहणी, 2013-14 ; पान 20

19. महाराष्ट्र : किशोरवयीन व युवा लोकसंख्या (जनगणना 2011 : अंतिम आकडेवारी)

■ महाराष्ट्र : किशोरवयीन लोकसंख्या (वय 10 ते 19 वर्षे)

महाराष्ट्रात 2011 जनगणनेच्या अंतिम आकडेवारीनुसार किशोरवयीन लोकसंख्या 2,13,51,123 (सुमारे 2.14 कोटी) आहे. महाराष्ट्रात सर्वांत जास्त किशोरवयीन लोकसंख्या पुणे जिल्ह्यात 16,02,999 (16.03 लाख) असून या खालोखाल मुंबई उपनगर (16 लाख) व नवीन ठाणे जिल्ह्यांचा (14.36 लाख) क्रमांक आहे.

महाराष्ट्रात 2011 च्या जनगणनेनुसार किशोरवयीन लोकसंख्येत सर्वांत शेवटचा जिल्हा सिंधुदुर्ग जिल्ह्याचा (1,46,140) आहे.

तक्ता क्र. 8.52 : महाराष्ट्र – किशोरवयीन लोकसंख्या (वय 10 ते 19 वर्षे) (सन 2011 : अंतिम आकडेवारी)

घटक	1	2	3	4	5
पहिले पाच जिल्हे	पुणे	मुंबई उपनगर	नवीन ठाणे	नाशिक	अहमदनगर
किशोरवयीन लोकसंख्या	16,02,999	16,00,040	14,36,466	12,27,545	8,76,830
शेवटचे पाच जिल्हे	सिंधुदुर्ग	भंडारा	गडचिरोली	वर्धा	हिंगोली
किशोरवयीन लोकसंख्या	1,46,140	2,28,063	2,33,901	2,35,440	2,51,951

संदर्भ : महाराष्ट्राची आर्थिक पाहणी, 2014-15 ; पान 19

यानंतर भंडारा (2.28 लाख) व गडचिरोली जिल्ह्यांचा (2.34 लाख) क्रमांक आहे.

■ महाराष्ट्र : युवा लोकसंख्या (वय 15 ते 24 वर्षे)

2011 च्या अंतिम आकडेवारीनुसार महाराष्ट्रात युवा लोकसंख्या 2,16,88,246 (सुमारे 2.17 कोटी) आहे. महाराष्ट्रात सर्वांत जास्त युवा लोकसंख्या पुणे जिल्ह्यात 18.48 लाख आहे. या खालोखाल मुंबई उपनगर (18.34 लाख) व नवीन ठाणे जिल्ह्याचा (15.40 लाख) क्रमांक आहे.

महाराष्ट्रात युवा लोकसंख्येत सर्वांत शेवटचा जिल्हा सिंधुदुर्ग (1.40 लाख) असून यानंतर गडचिरोली (2.19 लाख) व वाशिम जिल्ह्यांचा (2.23 लाख) क्रमांक आहे.

तक्ता क्र. 8.53 : महाराष्ट्र - युवा लोकसंख्या (वय 15 ते 24 वर्षे) (सन 2011 : अंतिम आकडेवारी)

घटक	1	2	3	4	5
पहिले पाच जिल्हे	पुणे	मुंबई उपनगर	नवीन ठाणे	नाशिक	नागपूर
युवा लोकसंख्या	18,48,164	18,33,965	15,49,446	12,09,223	8,98,139
शेवटचे पाच जिल्हे	सिंधुदुर्ग	गडचिरोली	वाशिम	भंडारा	हिंगोली
युवा लोकसंख्या	1,40,192	2,18,880	2,23,446	2,28,063	2,28,405

संदर्भ : महाराष्ट्राची आर्थिक पाहणी, 2014-15; पान 19

20. धर्मनिहाय लोकसंख्या (जनगणना 2011 : अंतिम आकडेवारी)

I. सर्वसाधारण धर्मनिहाय लोकसंख्या व टक्केवारी

महाराष्ट्रात जनगणनानुसार धर्मनिहाय लोकसंख्येत हिंदू लोकसंख्या 8.97 कोटी असून त्याची टक्केवारी 79.83 आहे. या खालोखाल मुस्लीम लोकसंख्या 12.17 कोटी असून याची टक्केवारी 11.54 आहे. (आलेख क्र. 8.3 पाहा.)

बौद्ध लोकसंख्या 65.3 लाख (5.81%), जैन लोकसंख्या : 14 लाख (1.25%), ख्रिश्चन लोकसंख्या : 10.8 लाख (0.96%), शीख लोकसंख्या : 2.23 लाख (0.2%) आहे.

याशिवाय महाराष्ट्रात इतर धर्म आणि धर्ममते असणाऱ्याची लोकसंख्या 1.79 लाख तर धर्म न सांगितलेली लोकसंख्या 2.86 लाख आहे.

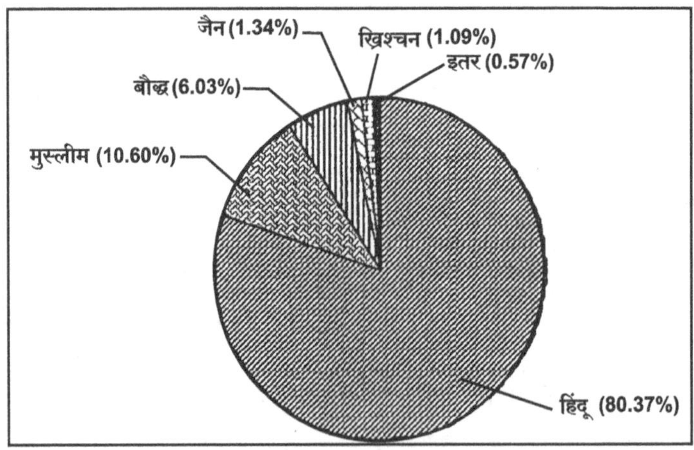

आलेख क्र. 8.2 : महाराष्ट्र - धर्मानुसार लोकसंख्येची टक्केवारी (2001)

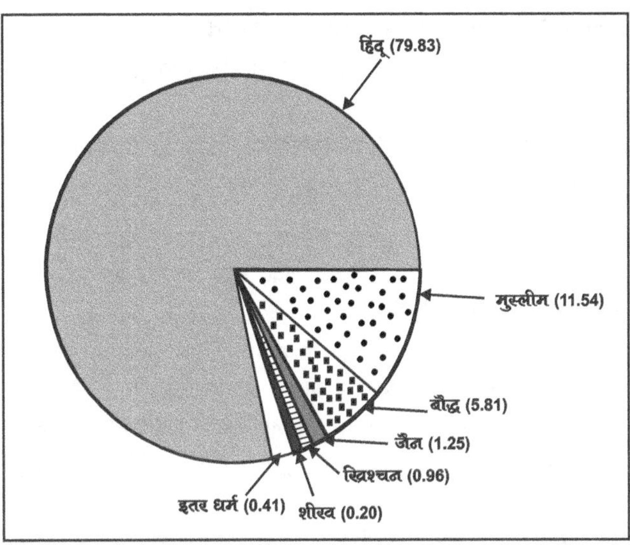

आलेख क्र. 8.3 : महाराष्ट्र – धर्मानुसार लोकसंख्येची टक्केवारी (2011)

तक्ता क्र. 8.54 : महाराष्ट्र – धर्मनिहाय लोकसंख्येच्या टक्केवारीमधील फेरबदल (जनगणना 2001 आणि 2011)

धर्म	जनगणना 2001		जनगणना 2011		फेरबदल (%)
	लोकसंख्या	टक्केवारी	लोकसंख्या	टक्केवारी	
हिंदू	7,78,59,385	80.37	8,97,03,057	79.83	– 0.54
मुस्लीम	1,02,70,485	10.60	1,21,71,152	11.54	+ 0.94
बौद्ध	58,38,710	6.03	65,31,200	5.81	– 0.22
जैन	13,01,843	1.34	14,00,349	1.25	– 0.09
ख्रिश्चन	10,58,313	1.09	10,80,073	0.96	– 0.13
शीख	2,15,337	0.22	2,23,247	0.20	– 0.02
इतर धर्म	2,36,841	} 0.57	1,78,965	} 0.41	– 0.16
धर्म न सांगितलेले	97,713		2,86,290		

संदर्भ : महाराष्ट्राची आर्थिक पाहणी, 2015-16; पान 13

1. **धर्मनिहाय लोकसंख्येच्या टक्केवारीमधील फेरबदल (जनगणना 2001 आणि 2011) :**

- **मुस्लीम लोकसंख्येच्या टक्केवारीत सर्वांत जास्त वाढ** 0.9 टक्के झालेली आहे.
- हिंदू लोकसंख्येच्या टक्केवारीत सर्वांत जास्त घट – 0.54 टक्के झालेली आहे.
- बौद्ध, जैन आणि ख्रिश्चन लोकसंख्येच्या टक्केवारीत अल्प प्रमाणात घट झालेली आहे.
- इतर धर्मीय लोकसंख्येच्या टक्केवारीत अल्प प्रमाणात वाढ झालेली आहे.

2. **धार्मिक लोकसंख्येच्या टक्केवारीचे ग्रामीण – नागरी स्वरूप (2011) :**

- फक्त हिंदूधर्मीय लोकसंख्येची ग्रामीण टक्केवारी (48%) नागरी लोकसंख्येच्या टक्केवारीपेक्षा (31.8%) 16.2 टक्क्यांनी जास्त आहे.
- अन्य सर्व धर्मीयांची लोकसंख्येची नागरी टक्केवारी ग्रामीण लोकसंख्येच्या टक्केवारीपेक्षा जास्त आहे.
- मुस्लीमधर्मीयांची नागरी लोकसंख्येची टक्केवारी (8.4%) ग्रामीण लोकसंख्येच्या टक्केवारीपेक्षा (31.1%) 5.3 टक्क्यांनी जास्त आहे.

- शीख धार्मिक लोकसंख्येची टक्केवारी (0.2%) फक्त नागरी भागात जास्त राहते.
- अन्य धर्मीयांची लोकसंख्येची टक्केवारी ग्रामीण भागापेक्षा नागरी भागात ख्रिश्चन आणि बौद्ध लोक (प्रत्येकी + 0.8%) राहतात.
- बौद्धधर्मीयांची ग्रामीण टक्केवारी (3.0%) नागरी टक्केवारीपेक्षा (2.8%) 0.2 टक्क्यांनी जास्त आहे.

3. **धर्मनिहाय लोकसंख्या :**

- भारताचे महानिबंधक यांचे कार्यालयाकडून धर्मनिहाय लोकसंख्येबाबतची आकडेवारी प्रकाशित करण्यात आली असून त्यानुसार सर्व धर्माच्या लोकसंख्येच्या दशवार्षिक वृद्धिदर कमी झाला आहे. परिणामी, राज्य पातळीवर एकंदरीत वृद्धिदरात 6.7 टक्के अंकांची घट नोंदवली गेली आहे.
- राज्यातील लिंग-गुणोत्तर प्रमाणामध्ये एकंदरीत सात अंकांची सुधारणा झाली असून सन 2001 मधील 922 वरून ते सन 2011 मध्ये 929 इतके झाले आहे. राज्यातील ग्रामीण भागामधील लिंग-गुणोत्तर प्रमाण 2001 मधील 960 वरून कमी होऊन सन 2011 मध्ये 952 झाले आहे तर याच कालावधीमध्ये शहरी भागात ते 873 वरून वाढ होऊन 903 झाले आहे. सन 2011 मध्ये ख्रिश्चन लोकसंख्येकरिता लिंग-गुणोत्तर प्रमाण सर्वाधिक (1,031) असून शीख लोकसंख्येकरिता ते सर्वांत कमी (891) आहे.

तक्ता क्र. 8.55 : महाराष्ट्र – धर्मनिहाय लोकसंख्येची वैशिष्ट्ये (सन 2011)

प्रमुख धर्म	क्षेत्र	लोकसंख्येचे प्रमाण		साक्षरतेचा दर		स्त्री–पुरुष प्रमाण[*]	
		राज्य	भारत	राज्य	भारत	राज्य	भारत
हिंदू	एकूण	79.8	79.8	81.8	73.3	928	939
	ग्रामीण	48.0	56.5	76.7	68.1	951	947
	नागरी	31.8	23.3	89.3	85.3	894	921
मुस्लीम	एकूण	11.5	14.2	83.6	68.5	911	951
	ग्रामीण	3.1	8.5	79.1	63.0	959	958
	नागरी	8.4	5.7	85.2	76.5	893	942
ख्रिश्चन	एकूण	1.0	2.3	92.3	84.5	1,031	1,023
	ग्रामीण	0.1	1.4	83.0	78.7	982	1,008
	नागरी	0.9	0.9	93.3	92.9	1,037	1,046
शीख	एकूण	0.2	1.7	90.9	75.4	891	903
	ग्रामीण	0.0	1.2	79.6	70.9	891	905
	नागरी	0.2	0.5	92.3	86.5	891	898
बौद्ध	एकूण	5.8	0.7	83.2	81.3	970	965
	ग्रामीण	3.0	0.4	79.1	76.7	963	960
	नागरी	2.8	0.3	87.5	87.3	978	973
जैन	एकूण	1.2	0.4	95.3	94.9	964	954
	ग्रामीण	0.2	0.1	91.3	88.6	922	935
	नागरी	1.0	0.3	96.3	96.5	974	959

संदर्भ : (i) भारताचे महानिबंधक यांचे कार्यालय; (ii) महाराष्ट्राची आर्थिक पाहणी, 2015-16; पान 13

4. **महाराष्ट्रातील धर्मनिहाय लोकसंख्येनुसार जिल्हावार पहिले पाच जिल्हे : (तक्ता क्र. 8.56 पाहा.)**

(i) **हिंदू :** महाराष्ट्रात सन 2011 च्या जनगणनेनुसार, सर्वांत जास्त हिंदूंची लोकसंख्या ठाणे–पालघर जिल्ह्यात 87.16 लाख (9.72%) आहे. या खालोखाल पुणे जिल्हा : 80.90 लाख (9.02%); मुंबई उपनगर : 63.37 लाख (7.06%); नाशिक जिल्हा : 52.37 लाख (5.84%) आणि अहमदनगर जिल्हा : 41.07 लाख (4.58%) या जिल्ह्यांचा समावेश होतो.

वरील पाच जिल्ह्यांत मिळून हिंदूधर्मीयांची लोकसंख्या 324.87 लाख असून यांची टक्केवारी 36.22 आहे.

(ii) **मुस्लीम :** महाराष्ट्रात सन 2011 च्या जनगणनेनुसार, सर्वांत जास्त मुस्लीम धर्मीयांची लोकसंख्या मुंबई उपनगरात : 17.96 लाख (13.85%) असून या खालोखाल ठाणे–पालघर : 13.56 लाख (10.45%); औरंगाबाद : 7.87 लाख (6.08%); मुंबई शहर : 7.73 लाख (5.96%); नाशिक : 6.93 लाख (5.34%) यांचा समावेश होतो.

वरील पाच जिल्ह्यांत मिळून 54.05 लाख मुस्लीम राहतात. यांची टक्केवारी 41.67 आहे.

(iii) **बौद्ध :** महाराष्ट्रात सन 2011 च्या जनगणनेनुसार, सर्वांत जास्त बौद्धधर्मीयांची लोकसंख्या नागपूर जिल्ह्यात 6.68 लाख (10.23%) असून या खालोखाल मुंबई उपनगर : 4.70 लाख (7.2%); ठाणे–पालघर : 4.5 लाख (6.89%); अमरावती : 3.84 लाख (5.88%); बुलडाणा : 3.64 लाख (5.57%) या जिल्ह्यांचा समावेश होतो.

वरील पाच जिल्ह्यांत मिळून 23.36 लाख बौद्धधर्मीयांचे वास्तव्य आहे आणि त्याची टक्केवारी 35.77 आहे.

नकाशा क्र. 8.19 : महाराष्ट्र – हिंदूधर्मीयांची लोकसंख्या (सन 2011)

(iv) जैन : महाराष्ट्रात सन 2011 च्या जनगणनेनुसार, सर्वांत जास्त जैनधर्मीयांची लोकसंख्या मुंबई उपनगरात 3.44 लाख असून यांची टक्केवारी 24.57 आहे. या खालोखाल ठाणे-पालघर : 1.72 लाख (12.29%); मुंबई शहर : 1.66 लाख (11.86%); कोल्हापूर : 1.55 लाख (11.07%); पुणे : 1.28 लाख (9.14%) या जिल्ह्यांचा समावेश होतो.

वरील पाच जिल्ह्यांत मिळून जैनधर्मीयांची लोकसंख्या 9.65 लाख असून याची टक्केवारी 68.93 आहे.

(v) शीख : महाराष्ट्रात सन 2011 च्या जनगणनेनुसार, सर्वांत जास्त शीखधर्मीयांची लोकसंख्या मुंबई उपनगरात (40,000) असून याची टक्केवारी 21.08 आहे. या खालोखाल ठाणे-पालघर : 39,000 (17.49%); पुणे : 27,000 (12.11%); नागपूर : 20,000 (8.97%) आणि नांदेड : 14,000 (6.28%) या जिल्ह्यांचा समावेश होतो.

वरील पाच जिल्ह्यांत मिळून शीखधर्मीयांची लोकसंख्या 1.47 लाख असून याची टक्केवारी 65.92 आहे.

(vi) ख्रिश्चन : महाराष्ट्रात सन 2011 च्या जनगणनेनुसार, सर्वांत जास्त ख्रिश्चनाची लोकसंख्या मुंबई उपनगरात 3.22 लाख असून याची टक्केवारी 29.81 आहे. या खालोखाल ठाणे-पालघर : 2.81 लाख (26%); पुणे : 1.35 लाख (12.5%); मुंबई शहर : 85,000 (7.87%) आणि नागपूर : 35,000 (3.24%) या जिल्ह्यांचा समावेश होतो.

वरील पाच जिल्ह्यांत मिळून ख्रिश्चनधर्मीयांची लोकसंख्या 8.58 लाख असून याची टक्केवारी 79.44 आहे.

नकाशा क्र. 8.20 : महाराष्ट्र – मुस्लीमधर्मीयांची लोकसंख्या (सन 2011)

तक्ता क्र. 8.56 : महाराष्ट्र – धर्मनिहाय लोकसंख्येनुसार पहिले पाच जिल्हे (संख्या : 000)

(जनगणना 2011)

घटक	**I. हिंदू लोकसंख्येनुसार पहिले पाच जिल्हे**					
	1	**2**	**3**	**4**	**5**	एकूण
पहिले पाच जिल्हे	ठाणे-पालघर	पुणे	मुंबई उपनगर	नाशिक	अहमदनगर	
लोकसंख्या (000)	8,716	8,090	6,337	5,237	4,107	32,487
टक्केवारी (%)	9.72	9.02	7.06	5.84	4.58	36.22
II. मुस्लीम लोकसंख्येनुसार पहिले पाच जिल्हे						
पहिले पाच जिल्हे	मुंबई उपनगर	ठाणे-पालघर	औरंगाबाद	मुंबई शहर	नाशिक	
लोकसंख्या (000)	1,796	1,356	787	773	693	5,405
टक्केवारी (%)	13.85	10.45	6.08	5.96	5.34	41.67
III. बौद्ध लोकसंख्येनुसार पहिले पाच जिल्हे						
पहिले पाच जिल्हे	नागपूर	मुंबई उपनगर	ठाणे-पालघर	अमरावती	बुलडाणा	
लोकसंख्या (000)	668	470	450	384	364	2,336
टक्केवारी (%)	10.23	7.2	6.89	5.88	5.57	35.77
IV. जैन लोकसंख्येनुसार पहिले पाच जिल्हे						
पहिले पाच जिल्हे	मुंबई उपनगर	ठाणे-पालघर	मुंबई शहर	कोल्हापूर	पुणे	
लोकसंख्या (000)	344	172	166	155	128	965
टक्केवारी (%)	24.57	12.29	11.86	11.07	9.14	68.93
V. शीख लोकसंख्येनुसार पहिले पाच जिल्हे						
पहिले पाच जिल्हे	मुंबई उपनगर	ठाणे-पालघर	पुणे	नागपूर	नांदेड	
लोकसंख्या (000)	47	39	27	20	14	147
टक्केवारी (%)	21.08	17.49	12.11	8.97	6.28	65.92
VI. ख्रिश्चन लोकसंख्येनुसार पहिले पाच जिल्हे						
पहिले पाच जिल्हे	मुंबई उपनगर	ठाणे-पालघर	पुणे	मुंबई शहर	नागपूर	
लोकसंख्या (000)	322	281	135	85	35	858
टक्केवारी (%)	29.81	26	12.5	7.87	3.24	79.44
VII. इतर धर्म आणि धर्ममत लोकसंख्येनुसार पहिले पाच जिल्हे						
पहिले पाच जिल्हे	मुंबई शहर	मुंबई उपनगर	पुणे	ठाणे-पालघर	जळगाव	
लोकसंख्या (000)	31	18	10	10	10	
VIII. धर्म न सांगणाऱ्या लोकसंख्येनुसार पहिले पाच जिल्हे						
पहिले पाच जिल्हे	ठाणे-पालघर	पुणे	मुंबई उपनगर	जळगाव	यवतमाळ	
लोकसंख्या (000)	37	26	23	21	11	

संदर्भ : महाराष्ट्राची आर्थिक पाहणी, 2015-16; पान 17

5. **मुंबई शहर, मुंबई उपनगर, ठाणे जिल्ह्यामधील (मुंबई शहर संकुल) धर्मनिहाय लोकसंख्येचे स्वरूप :**

सन 2011 च्या जनगणनेनुसार मुंबई शहर संकुलात सर्वांत जास्त हिंदू वास्तव्य करतात. यांची लोकसंख्या 169.27 लाख असून याची टक्केवारी 18.87 आहे. या खालोखाल मुस्लीम : 33.56 लाख (25.87%); ख्रिश्चन : 6.88 लाख (63.7%); बौद्ध : 10.54 लाख (16.14%); जैन : 6.82 लाख (48.71%); शीख : 99,000 (44.39%) या धर्मीयांचा क्रमांक लागतो.

मुंबई शहर संकुलामधील धर्मनिहाय लोकसंख्येची टक्केवारी राज्यांच्या धर्मनिहाय एकूण लोकसंख्येच्या अनुसार काढलेली आहे.

तक्ता क्र. 8.57 : महाराष्ट्र – मुंबई शहर संकुलामधील धर्मनिहाय लोकसंख्या (000)
(जनगणना 2011)

धर्मनिहाय	मुंबई शहर	मुंबई उपनगर	ठाणे–पालघर	एकूण
हिंदू	1,874	6,337	8,716	16,927
टक्केवारी	2.01	7.06	9.72	18.87
मुस्लीम	773	1,796	787	3,356
टक्केवारी	5.96	13.85	6.08	25.87
जैन	166	344	172	682
टक्केवारी	11.86	24.57	12.29	48.71
बौद्ध	134	470	450	1,054
टक्केवारी	2.05	7.2	6.89	16.14
शीख	13	47	39	99
टक्केवारी	5.83	21.08	17.49	44.39
ख्रिश्चन	85	322	281	688
टक्केवारी	7.87	29.81	26.0	63.70

संदर्भ : महाराष्ट्राची आर्थिक पाहणी, 2015-16; पान 17

II. धर्मनिहाय लोकसंख्येमधील साक्षरता दराचे स्वरूप (सन 2011)

1. **एकूण साक्षरता दराचे स्वरूप :**

- महाराष्ट्रात सर्वांत जास्त साक्षरतेचा दर जैनधर्मीयांमध्ये 95.3 टक्के आहे. या खालोखाल ख्रिश्चन (92.3%), शीख (90.9%), मुस्लीम (83.6%), बौद्ध (83.2%), हिंदू (81.8%) या धर्मीयांचा क्रमांक लागतो.
- एकूण साक्षरता दरात शेवटचा क्रमांक हिंदूधर्मीयांचा (81.8%) आहे.

2. **ग्रामीण भागातील साक्षरता दराचे स्वरूप :**

- सर्व धर्मीयांमध्ये ग्रामीण भागापेक्षा नागरी भागात साक्षरता दराचे प्रमाण जास्त आहे.
- ग्रामीण भागात सर्वांत जास्त साक्षरता दर जैनधर्मीयांत 91.3 टक्के आहे. या खालोखाल ख्रिश्चन (83.0%), शीख (79.6%), मुस्लीम व बौद्ध (प्रत्येकी 79%) यांचा क्रमांक आहे.
- ग्रामीण भागातील सर्वांत कमी साक्षरता दर हिंदूधर्मीयांत (76.7%) आहे.

3. **नागरी भागातील साक्षरतेचे स्वरूप :**

- नागरी भागात सर्वांत जास्त जैनधर्मीयांत साक्षरता दर 96.3 टक्के आहे. या खालोखाल ख्रिश्चन (93.3%), शीख (92.3%), हिंदू (89.3%), बौद्ध (87.5%) यांचा क्रमांक लागतो.
- नागरी भागात सर्वांत कमी साक्षरता दर मुस्लीमधर्मीयांचा (85.2%) आहे.
- नागरी व ग्रामीण भागातील साक्षरता दरामधील सर्वांत जास्त फरक शीखधर्मीयांत (12.7%) आहे. या खालोखाल हिंदू (12.6%), ख्रिश्चन (10.3%), बौद्ध (8.3%), मुस्लीम (6.1%) यांचा क्रमांक लागतो.
- सर्वांत कमी साक्षरता दराचा फरक जैनधर्मीयांत (5.0%) आहे.

III. महाराष्ट्रात सन 2011 जनगणनानुसार धर्मनिहाय जिल्हावार साक्षरतेचे प्रमाण

सन 2011 जनगणनेनुसार धर्मनिहाय जिल्हावार साक्षरतेचे प्रमाण पाहता काही वैशिष्ट्यपूर्ण निष्कर्ष पाहावयास मिळतात.

- अल्पसंख्याक असणारे जैन, ख्रिश्चन आणि शीखधर्मीयांमधील साक्षरता दर उच्च स्तरावर आहे.
- हिंदू, मुस्लीम आणि बौद्ध धर्मीयांमध्ये साक्षरता दर त्या मानाने कमी आहे.

1. जैनधर्मीयांमधील साक्षरता दर : महाराष्ट्रात सर्व धर्मीयांत जैनधर्मीयांचा साक्षरता दर प्रत्येक जिल्ह्यात **90 टक्क्यांपेक्षा जास्त आहे.** जैन धर्मीयांत सर्वांत जास्त साक्षरता दर वर्धा जिल्ह्यात 98.5 टक्के आहे. या खालोखाल नाशिक (97.4%), मुंबई उपनगर (94.0%), यवतमाळ (96.9%) आणि अहमदनगर (96.8%) या जिल्ह्यांचा क्रमांक लागतो.

2. ख्रिश्चनधर्मीयांमधील साक्षरता दर : महाराष्ट्रात ख्रिश्चनधर्मीयांत 90 टक्क्यांपेक्षा जास्त साक्षरता दर असणारे तेरा जिल्हे आहेत. कोकणामध्ये सिंधुदुर्ग वगळता सर्व जिल्ह्यांत साक्षरता 90 टक्क्यांपेक्षा जास्त आहे. नाशिक प्रशासकीय विभागात नाशिक व अहमदनगर जिल्हे; पुणे प्रशासकीय विभागात पुणे व सांगली; अमरावती विभागात अकोला, अमरावती आणि नागपूर विभागात नागपूर व वर्धा जिल्ह्यात ख्रिश्चनधर्मीयांचा साक्षरता दर 90 टक्क्यांपेक्षा जास्त आहे.

महाराष्ट्रात सर्वांत जास्त ख्रिश्चनधर्मीयांचा साक्षरता दर नागपूर जिल्हा (94.4%) असून या खालोखाल रायगड व पुणे (प्रत्येकी 94.1%), मुंबई उपनगर (97.1%), मुंबई शहर (93.0%), नाशिक (92.9%) या जिल्ह्यांचा क्रमांक लागतो.

3. शीखधर्मीयांमधील साक्षरता दर : महाराष्ट्रात शीख धर्मीयांत दहा जिल्ह्यांत साक्षरता दर 90 टक्क्यांपेक्षा जास्त आहे. कोकण विभागात सिंधुदुर्ग वगळता उर्वरित सर्व जिल्हे; नाशिक विभागात नाशिक; पुणे विभागात पुणे; अमरावती विभागात अकोला; नागपूर विभागात नागपूर व गोंदिया जिल्ह्यात शीखधर्मीयांचा साक्षरता दर 90 टक्क्यांपेक्षा जास्त आहे.

महाराष्ट्रात सन 2011 नुसार, शीख धर्मीयांचा सर्वांत जास्त साक्षरता दर मुंबई उपनगरात (94.9%) असून या खालोखाल मुंबई शहर (94.1%), गोंदिया (92.9%), रायगड व नागपूर (प्रत्येकी 92.8%), पुणे (92.5%) या जिल्ह्यांचा क्रमांक लागतो.

तक्ता क्र. 8.58 : महाराष्ट्र – धर्मनिहाय साक्षरता दराचे पहिले पाच जिल्हे (जनगणना 2011)

	धर्म	घटक	1	2	3	4	5
I.	जैन	पहिले पाच जिल्हे	वर्धा	नाशिक	मुंबई उपनगर	यवतमाळ	अहमदनगर
		साक्षरता दर	98.5	97.4	97.1	96.9	96.5
II.	ख्रिश्चन	पहिले पाच जिल्हे	नागपूर	रायगड व पुणे	मुंबई उपनगर	मुंबई शहर	नाशिक
		साक्षरता दर	94.4	94.1	94.0	93.0	92.9
III.	शीख	पहिले पाच जिल्हे	मुंबई उपनगर	मुंबई शहर	गोंदिया	रायगड व नागपूर	पुणे
		साक्षरता दर	94.9	94.1	92.9	92.8	92.5
IV.	मुस्लीम	पहिले पाच जिल्हे	रत्नागिरी	भंडारा	रायगड	गोंदिया	नागपूर
		साक्षरता दर	91.2	90.9	90.2	89.7	89.6
V.	हिंदू	पहिले पाच जिल्हे	मुंबई उपनगर	मुंबई शहर	अकोला	नागपूर	वर्धा
		साक्षरता दर	90.8	90.0	89.1	87.8	86.7
VI.	बौद्ध	पहिले पाच जिल्हे	नागपूर	मुंबई शहर	गोंदिया	वर्धा	मुंबई उपनगर
		साक्षरता दर	89.9	89.4	87.9	87.8	87.0
VII.	इतर धर्म व धर्ममते	पहिले पाच जिल्हे	मुंबई शहर	पुणे	मुंबई उपनगर	रत्नागिरी	सिंधुदुर्ग
		साक्षरता दर	95.9	90.2	89.6	88.8	88.5
VIII.	धर्म न सांगितलेले	पहिले पाच जिल्हे	मुंबई शहर	सिंधुदुर्ग	अकोला व गोंदिया	नागपूर	पुणे
		साक्षरता दर	87.0	86.8	85.7	85.4	84.6

संदर्भ : महाराष्ट्राची आर्थिक पाहणी, 2015-16; पान 17

4.   **मुस्लीमधर्मीयांमधील साक्षरता दर** : महाराष्ट्रात मुस्लीमधर्मीयांत सर्वांत जास्त साक्षरता दर रत्नागिरी जिल्ह्याचा (91.2%) आहे. या खालोखाल भंडारा (90.9%), रायगड (90.2%), गोंदिया (89.7%), नागपूर (89.6%) या जिल्ह्यांचा क्रमांक लागतो. मुस्लीम धर्मीयांत 80 ते 90 साक्षरता दर असणारे 24 जिल्हे तर 71 ते 80 साक्षरता दर असणारे 8 जिल्हे आहेत.

5.   **हिंदूधर्मीयांमधील साक्षरता दर** : महाराष्ट्रात हिंदूधर्मीयांत 90 टक्क्यांपेक्षा जास्त साक्षरता दर असणारे फक्त मुंबई उपनगर (90.8%) आणि मुंबई शहर (90.0%) असे फक्त दोन जिल्हे आहेत. या खालोखाल अकोला (89.1%), नागपूर (87.8%), वर्धा (86.7%) या जिल्ह्यांचा क्रमांक लागतो.

अन्य धर्मीयांच्या तुलनेने हिंदूधर्मीयांत साक्षरता दराची टक्केवारी कमी आहे; ही बाब या जनगणनेद्वारे लक्षात आलेली आहे.

- हिंदूधर्मीयांत 80 ते 90 टक्के साक्षरता दर असणारे फक्त 18 जिल्हे आहेत तर मुस्लीमधर्मीयांत 24 जिल्हे आहेत.
- हिंदूधर्मीयांत 70 ते 80 टक्के साक्षरता दर असणारे 14 जिल्हे तर मुस्लीमधर्मीयांत 8 जिल्हे आहेत.
- हिंदूधर्मीयांत सर्वांत कमी साक्षरता दर नंदुरबार जिल्ह्यात (62.7%) आहे. मुस्लीमधर्मीयांत परभणी (74.6%), ख्रिश्चनधर्मीयांत नंदुरबार (73.2%), शीखधर्मीयांत जालना (60.2%), बौद्धधर्मीयांत जालना (68.5%), जैनधर्मीयांत जालना (90.2%) हे जिल्हे आहेत.

6.   **बौद्धधर्मीयांमधील साक्षरता दर** : बौद्धधर्मीयांत एकही जिल्हा 90 टक्क्यांपेक्षा साक्षरतेच्या दराचा नाही. बौद्धधर्मीयांत सर्वांत जास्त साक्षरता दर नागपूर जिल्ह्यात (89.9%) आहे. या खालोखाल मुंबई शहर (89.4%), गोंदिया (87.9%), वर्धा (81.8%), मुंबई उपनगर (87.0%) या जिल्ह्यांचा क्रमांक लागतो.

बौद्धधर्मीयांत 80 ते 90 टक्के साक्षरता दर असणारे 22 जिल्हे आहेत आणि एका जिल्ह्यात (जालना) साक्षरता दर 60 ते 70 टक्के दरम्यान आहे.

तक्ता क्र. 8.59 : महाराष्ट्र – महिला साक्षरता दराच्या वर्गीकरणानुसार जिल्हानिहाय गावांची संख्या[#]
(जनगणना 2011)

घटक	1	2	3	4	5	महाराष्ट्र (गावांची संख्या)
I. 50 व त्यापेक्षा कमी महिला साक्षरता दर असणाऱ्या गावांची संख्या						
पहिले पाच जिल्हे	ठाणे-पालघर व नंदुरबार	गडचिरोली	धुळे	नाशिक	जळगाव	महाराष्ट्र
गावांची संख्या	465	443	227	209	195	3,518
II. 51 ते 70 महिला साक्षरता दर असणाऱ्या गावांची संख्या						
पहिले पाच जिल्हे	नांदेड	औरंगाबाद	बीड	अहमदनगर	सोलापूर	महाराष्ट्र
गावांची संख्या	1,212	1,016	1,095	999	959	20,785
III. 71 ते 90 महिला साक्षरता दर असणाऱ्या गावांची संख्या						
पहिले पाच जिल्हे	अमरावती	यवतमाळ	नागपूर	सातारा	पुणे	महाराष्ट्र
गावांची संख्या	1,128	1,115	1,067	943	902	16,070
IV. 90 पेक्षा जास्त महिला साक्षरता दर असणाऱ्या गावांची संख्या						
पहिले पाच जिल्हे	अमरावती	रत्नागिरी	अकोला	वर्धा	सिंधुदुर्ग	महाराष्ट्र
गावांची संख्या	115	53	46	40	38	529
						एकूण महाराष्ट्र 40,902

[#] 0 – 6 वर्षे वयोगटातील मुली असलेली अथवा एकही स्त्री नसलेली गावे वगळून.

संदर्भ : महाराष्ट्राची आर्थिक पाहणी, 2015-16; पान 19

IV. धर्मनिहाय लोकसंख्येमधील लिंग-गुणोत्तराचे स्वरूप (सन 2011)

1. एकूण लिंग-गुणोत्तराचे स्वरूप : महाराष्ट्रात सन 2011 च्या जनगणनेनुसार सर्वांत जास्त लिंग-गुणोत्तराचे प्रमाण ख्रिश्चन धर्मीयांत 1,031 आहे. या खालोखाल बौद्ध (970), जैन (964), हिंदू (928) आणि मुस्लीम (911) या धर्मीयांचा क्रमांक लागतो.

2. ग्रामीण भागातील लिंग-गुणोत्तराचे स्वरूप : महाराष्ट्रात सन 2011 च्या जनगणनेनुसार ग्रामीण भागात सर्वांत जास्त लिंग-गुणोत्तर ख्रिश्चनधर्मीयांत (982) आहे. या खालोखाल बौद्ध (963), मुस्लीम (959), हिंदू (951), जैन (922) या धर्मीयांचा क्रमांक लागतो. ग्रामीण भागात सर्वांत कमी गुणोत्तर शीखधर्मीयांचा फक्त 891 आहे.

3. नागरी भागातील लिंग-गुणोत्तराचे स्वरूप : महाराष्ट्रात सन 2011 च्या जनगणनेनुसार नागरी भागात सर्वांत जास्त लिंग-गुणोत्तर ख्रिश्चनधर्मीयांत 1,037 आहे. या खालोखाल बौद्ध (978), जैन (974), हिंदू (894), मुस्लीम (893) या धर्मीयांचा क्रमांक आहे.

- महाराष्ट्रात नागरी भागात सर्वांत कमी लिंग-गुणोत्तर शीख धर्मीयांत 891 आहे.
- हिंदू आणि मुस्लीम धर्मीयांचे लिंग-गुणोत्तर ग्रामीण भागात जास्त आहे तर ख्रिश्चन, बौद्ध, जैनधर्मीयांत ग्रामीण भागापेक्षा नागरी भागात लिंग-गुणोत्तराचे प्रमाण जास्त आहे.

4. साक्षरतेचे प्रमाण : राज्यातील प्रौढ साक्षरतेच्या दरामध्ये वाढ झाली असून सन 2001 मधील 76.9 टक्क्यांवरून सन 2011 मध्ये ते 82.3 टक्के झाले आहे. सन 2011 मधील महिला साक्षरता दराच्या वर्गीकरणानुसार जिल्हानिहाय गावांची संख्या तक्ता क्र. 8.59 मध्ये दर्शविली आहे.

5. कार्य सहभाग व कार्य न करणारी लोकसंख्या : सन 2011 मध्ये राज्यातील 4.94 कोटी व्यक्तींची आर्थिक कार्यात सक्रिय असल्याची नोंद झाली असून त्यांपैकी 4.37 कोटी मुख्यतः काम करणारे आहेत तर 0.57 कोटी सीमांतिक कामगार आहेत. राज्यातील काम न करणाऱ्या लोकसंख्येचे एकूण लोकसंख्येशी असलेल्या प्रमाणात मागील दशकामध्ये घट झाली असून ते 57.5 टक्क्यांवरून 56 टक्के इतके झाले आहे.

जनगणनेद्वारे काम न करणाऱ्या परंतु कामाच्या शोधात कामासाठी उपलब्ध असलेल्या व्यक्तींबाबतची आकडेवारी उपलब्ध झाली आहे. ज्यानुसार सन 2001 मधील 27.8 लाख व्यक्तींच्या तुलनेत सन 2011 मध्ये 30 लाख व्यक्ती कामाच्या शोधात/कामासाठी उपलब्ध आहेत.

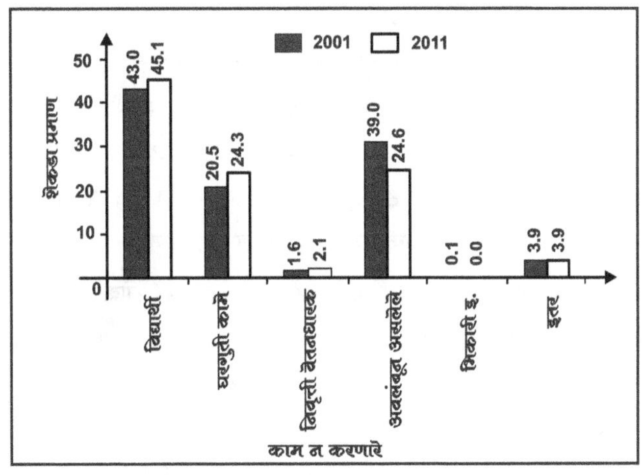

आलेख क्र. 8.4 : महाराष्ट्र - काम न करणाऱ्या व्यक्तींचे प्रमाण

6. विवाहसमयीचे वय : कायद्याने विवाहसमयीचे किमान वय मुली व मुलांकरिता अनुक्रमे 18 व 21 वर्षे आहे. राज्यात सन 2011 मध्ये या वयाखालील 4.8 लाख मुलींची आणि 6.1 लाख मुलांची 'सध्या विवाहित' असल्याची नोंद झाली आहे तर सन 2001 मध्ये ही आकडेवारी 2 लाख मुली व 2.9 लाख मुले अशी होती.

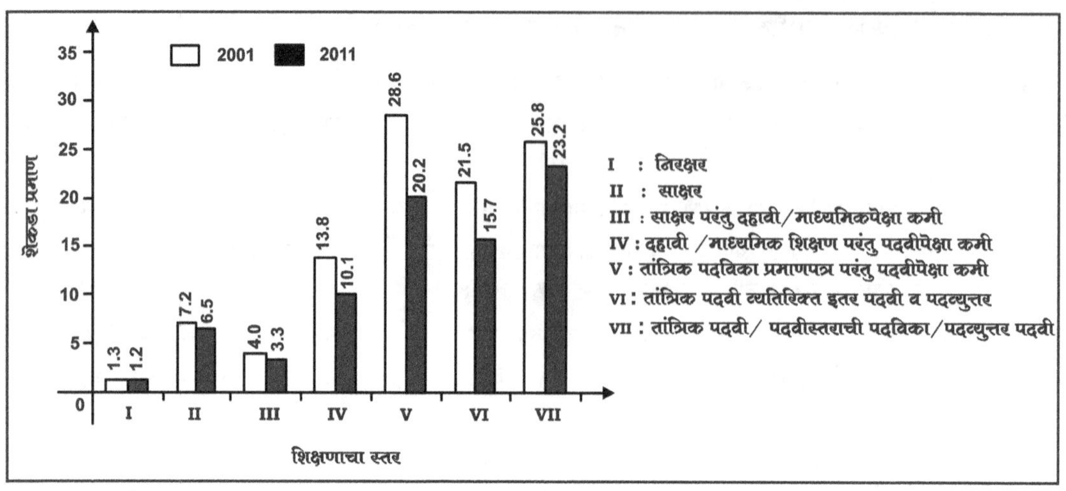

आलेख क्र. 8.5 : महाराष्ट्र – कामाच्या शोधात कामासाठी उपलब्ध असलेल्या व्यक्तींचे शैक्षणिक स्तरानुसार प्रमाण

21. महाराष्ट्र : सहावी आर्थिक गणना (2013 - 14)

आर्थिक गणना ही देशाच्या भौगोलिक सीमांतर्गत असलेल्या आर्थिक कार्यात गुंतलेल्या सर्व आस्थापनाची (फक्त स्वतःच्या उपभोगासाठी केलेले उत्पादन आणि/किंवा वितरण व सेवा वगळून) संपूर्ण मोजणी होय. आर्थिक गणना ही शंभर टक्के केंद्रपुरस्कृत योजना केंद्रीय सांख्यिकी कार्यालय, भारत सरकार यांनी राज्यांच्या अर्थ व सांख्यिकी संचालनालयाच्या सहयोगाने राबविली. आर्थिक गणनेद्वारे आस्थापना व त्यात काम करणाऱ्या कामगारांची संख्या प्राप्त होते. तसेच आकडेवारीतील उणिवा भरून काढण्यासाठी घेण्यात येणाऱ्या पाठपुरावा पाहण्यासाठी आवश्यक असलेली आधारभूत चौकट प्राप्त होण्याबरोबरच विकासाच्या नियोजनासाठीदेखील सहायक ठरते. सहावी आर्थिक गणना सन 2013-14 मध्ये घेण्यात आली. यापूर्वी सन 1977, 1980, 1990, 1998 आणि 2005 मध्ये आर्थिक गणना घेण्यात आल्या होत्या.

सहाव्या आर्थिक गणनेत पीक उत्पादन व लागवड, लोक प्रशासन, संरक्षण, अनिवार्य सामाजिक सुरक्षा सेवा, घरगुती कामगारांचे मालक म्हणून कुटुंबांची कार्ये, विदेशी संघटना व संस्थांची कार्ये तसेच सर्व अनधिकृत कार्ये वगळता सर्व आस्थापनाचा समावेश करण्यात आला आहे. राज्यात अर्थ व सांख्यिकी संचालनालयामार्फत ऑक्टोबर 2013 ते एप्रिल 2014 या कालावधीत सहाव्या आर्थिक गणनेचे क्षेत्रकाम करण्यात आले आहे.

राज्यातील सहाव्या आर्थिक गणनेचे दृष्टिक्षेपात निष्कर्ष तक्ता क्र. 8.60 मध्ये देण्यात आले आहेत.

आस्थापना आणि रोजगार

सहाव्या आर्थिक गणनेनुसार राज्यातील आस्थापनाची संख्या 61.3 लाख असून त्यात काम करणाऱ्या व्यक्तींची संख्या 145.1 लाख आहे. पाचव्या आर्थिक गणनेच्या तुलनेत राज्यातील आस्थापनाच्या संख्येत 45.3 टक्के तर रोजगारामध्ये 28.3 टक्के वाढ झाली आहे. एकूण आस्थापनापैकी ग्रामीण भागात 53.7 टक्के आस्थापना असून त्यामध्ये 41.8 टक्के रोजगार होता तर नागरी भागात 46.3 टक्के आस्थापना असून त्यामध्ये 58.2 टक्के रोजगार होता. **(तक्ता क्र. 8.60 पाहा.)**

तक्ता क्र. 8.60 : महाराष्ट्र – सहाव्या आर्थिक गणनेचे दृष्टिक्षेपात निष्कर्ष (संख्या लाखांत)

बाब	ग्रामीण	नागरी	राज्य
आस्थापनांची संख्या :	32.9	28.4	61.3
त्यांपैकी (i) कुटुंबाच्या निवासाबाहेर निश्चित संरचना असलेले	11.0	17.8	28.8
(ii) कुटुंबाच्या निवासाबाहेर निश्चित संरचना नसलेले	4.2	4.5	8.7
(iii) कुटुंबाच्या निवासी जागेत	17.8	6.1	23.9
हस्तकला / हातमाग आस्थापना	0.4	0.5	0.9
पाचव्या आर्थिक गणनेच्या तुलनेत आस्थापनाच्या संख्येतील वाढ (टक्के)	55.9	34.0	45.3
रोजगारीत व्यक्तींची संख्या	60.6	84.5	145.1
त्यांपैकी (i) वेतनी पुरुष	14.0	41.3	55.3
(ii) वेतनी स्त्रिया	3.9	10.3	14.2
(iii) विना-वेतनी पुरुष	30.6	27.5	58.1
(iv) विना-वेतनी स्त्रिया	12.1	5.4	17.5
पाचव्या आर्थिक गणनेच्या तुलनेत रोजगारीतील वाढ (टक्के)	37.1	22.8	28.3

संदर्भ : (i) अर्थ व सांख्यिकी संचालनालय, महाराष्ट्र शासन ; (ii) महाराष्ट्राची आर्थिक पाहणी, 2015-16; पान 203

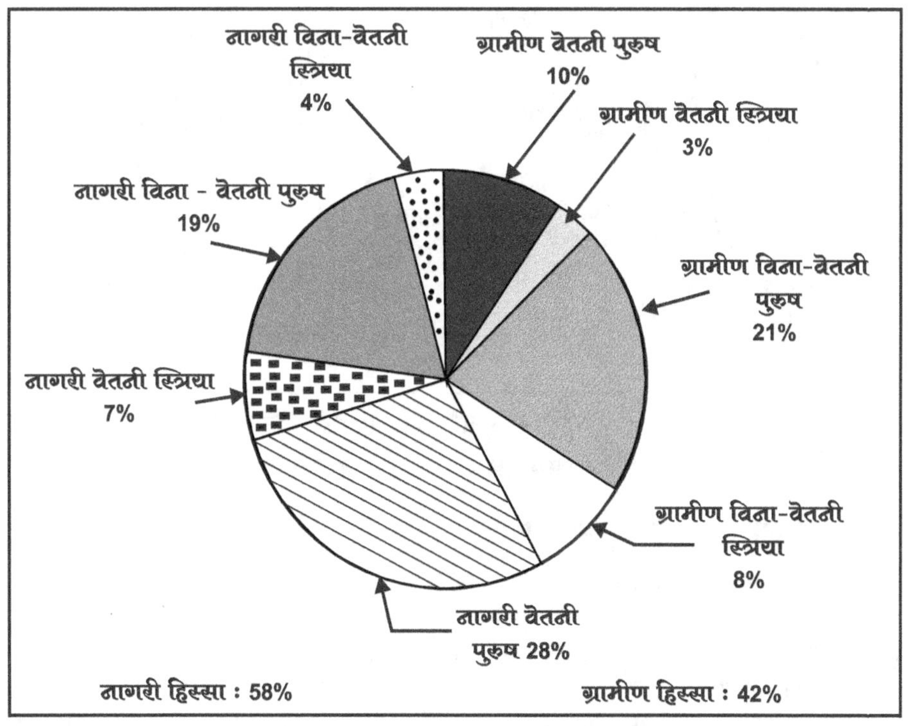

आलेख क्र. 8.6 : महाराष्ट्र – कामगारांची वर्गवारी

तक्ता क्र. 8.61 : महाराष्ट्र – आर्थिक गणनेनुसार आस्थापना व रोजगार

आर्थिक गणना		क्षेत्र			
		ग्रामीण	शहरी	राज्य	मागील गणनेच्या तुलनेत शेकडा बदल
दुसरी	आस्थापना	9.6	8.7	18.3	–
	रोजगार	21.5	46.1	67.6	–
तिसरी	आस्थापना	13.1	13.1	26.2	43.2
	रोजगार	28.5	61.1	89.6	32.7
चौथी	आस्थापना	16.1	16.2	32.3	23.3
	रोजगार	36.9	67.6	104.5	16.5
पाचवी	आस्थापना	21.1	21.2	42.3	30.9
	रोजगार	44.2	68.9	113.1	8.3
सहावी	आस्थापना	32.9	28.4	61.3	45.3
	रोजगार	60.6	84.5	145.1	28.3

संदर्भ : (i) अर्थ व सांख्यिकी संचालनालय, महाराष्ट्र शासन ; (ii) महाराष्ट्राची आर्थिक पाहणी, 2015-16; पान 204

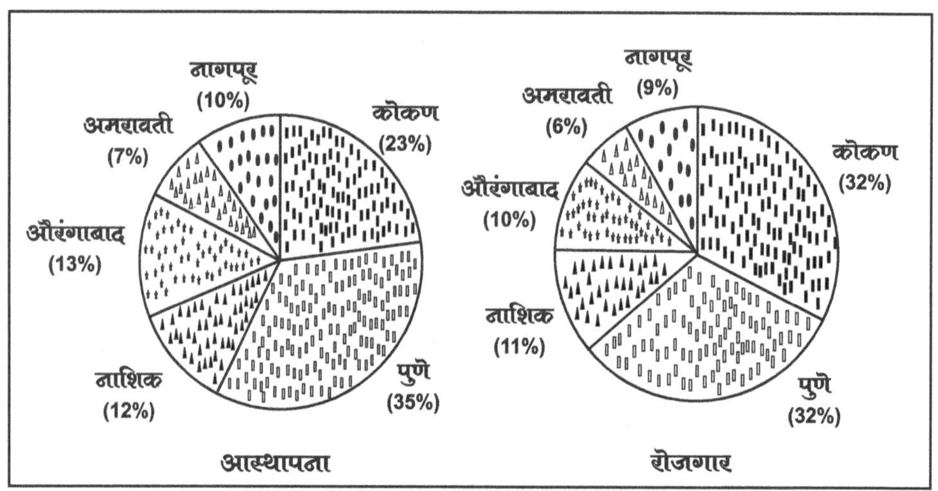

आलेख क्र. 8.7 :   महाराष्ट्र – सहाव्या आर्थिक जनगणनेनुसार विभागवार आस्थापना व त्यातील रोजगार

कृषी व बिगर-कृषी आस्थापना आणि रोजगार

एकूण आस्थापनापैकी (61.3 लाख) कृषी आस्थापना 15.9 लाख (25.9 टक्के) असून पाचव्या आर्थिक गणनेत नोंदविलेल्या आस्थापनेच्या तुलनेत 163.6 टक्क्यांनी अधिक होत्या तर बिगर-कृषी आस्थापना 45.5 लाख (74.1 टक्के) असून पाचव्या आर्थिक गणनेत नोंदविलेल्या आस्थापनेच्या तुलनेत 25.2 टक्क्यांनी अधिक होत्या. राज्यातील एकूण कृषी आस्थापनापैकी 15.1 लाख (95.1 टक्के) विना वेतनी आणि 0.8 लाख (4.9 टक्के) या किमान एका वेतनी कामगारासह आस्थापना होत्या तर राज्यातील एकूण बिगर-कृषी आस्थापनापैकी 29.0 लाख (63.8 टक्के) विना वेतनी आणि 16.5 लाख (36.2 टक्के) या किमान एका वेतनी कामगारासह आस्थापना होत्या.

बहुपर्यायी प्रश्न

1.　2011 सालच्या जनगणनेनुसार महाराष्ट्राची लोकसंख्या सुमारे . . . . आहे.
　　(1)　9.69 कोटी　　　　　　　　　　　(2)　11 कोटी, 24 लाख
　　(3)　7.90 कोटी　　　　　　　　　　　(4)　6.30 कोटी

2.　महाराष्ट्राचा भारतात लोकसंख्येत . . . . क्रमांक आहे.
　　(1)　चौथा　　　　　(2)　तिसरा　　　　　(3)　दुसरा　　　　　(4)　पहिला

3.　महाराष्ट्रात देशातील . . . . लोकसंख्या आहे.
　　(1)　9.29%　　　　　(2)　12.5%　　　　　(3)　8.00%　　　　　(4)　14.09%

4.　2011 सालच्या जनगणनेनुसार, महाराष्ट्रात सर्वांत जास्त लोकसंख्या . . . . जिल्ह्यात आहे.
　　(1)　मुंबई उपनगर　　　　　(2)　नाशिक　　　　　(3)　पुणे　　　　　(4)　ठाणे

5.　2011 सालच्या जनगणनेनुसार महाराष्ट्रात सर्वांत कमी लोकसंख्या . . . . जिल्ह्यात आहे.
　　(1)　हिंगोली　　　　　(2)　वाशिम　　　　　(3)　सिंधुदुर्ग　　　　　(4)　गडचिरोली

6.　2011 सालच्या जनगणनेनुसार, महाराष्ट्रात पुरुष लोकसंख्या . . . . आहे.
　　(1)　6.52 कोटी　　　　　(2)　5.00 कोटी　　　　　(3)　4.50 कोटी　　　　　(4)　5.84 कोटी

7.　2011 सालच्या जनगणनेनुसार, पुरुष लोकसंख्येत सर्वप्रथम क्रमांक . . . . जिल्ह्याचा आहे.
　　(1)　नागपूर　　　　　(2)　पुणे　　　　　(3)　ठाणे　　　　　(4)　मुंबई उपनगर

8.　2011 सालच्या जनगणनेनुसार, स्त्री लोकसंख्येत सर्वप्रथम . . . . क्रमांक आहे.
　　(1)　ठाणे　　　　　(2)　मुंबई उपनगर　　　　　(3)　नाशिक　　　　　(4)　पुणे

9.　2011 सालच्या जनगणनेनुसार, महाराष्ट्रात 1 कोटीपेक्षा जास्त लोकसंख्या असणारा एकमेव जिल्हा . . . . आहे.
　　(1)　पुणे　　　　　(2)　ठाणे　　　　　(3)　मुंबई उपनगर　　　　　(4)　नागपूर

10.　2011 सालच्या जनगणनेनुसार, महाराष्ट्रात लोकसंख्येची दशवार्षिक वाढ . . . . आहे.
　　(1)　12.2%　　　　　(2)　18.5%　　　　　(3)　15.99%　　　　　(4)　10.7%

11.　2011 सालच्या जनगणनेनुसार, महाराष्ट्रात सर्वांत जास्त दशवार्षिक वाढ असलेला . . . . जिल्हा.
　　(1)　मुंबई उपनगर　　　　　(2)　नाशिक　　　　　(3)　पुणे　　　　　(4)　ठाणे

12.　2011 सालच्या जनगणनेनुसार महाराष्ट्रात दशवार्षिक वाढीमध्ये सर्वांत जास्त ऋणात्मक वाढ . . . . या जिल्ह्यात झालेली आहे.
　　(1)　मुंबई उपनगर　　　　　(2)　मुंबई शहर　　　　　(3)　रत्नागिरी　　　　　(4)　सिंधुदुर्ग

13.　2011 सालच्या जनगणनेनुसार महाराष्ट्राच्या लोकसंख्येची घनता . . . . आहे.
　　(1)　315　　　　　(2)　250　　　　　(3)　365　　　　　(4)　204

14.　2011 सालच्या जनगणनेनुसार, महाराष्ट्राच्या लोकसंख्येची सर्वांत जास्त घनता . . . . जिल्ह्यात आहे.
　　(1)　मुंबई उपनगर　　　　　(2)　मुंबई शहर　　　　　(3)　ठाणे　　　　　(4)　पुणे

15.　2011 सालच्या जनगणनेनुसार, महाराष्ट्राच्या लोकसंख्येची सर्वांत कमी घनता . . . . जिल्ह्यात आहे.
　　(1)　सिंधुदुर्ग　　　　　(2)　रत्नागिरी　　　　　(3)　चंद्रपूर　　　　　(4)　गडचिरोली

16.　2011 सालच्या जनगणनेनुसार, महाराष्ट्रात लिंग-गुणोत्तर . . . . आहे.
　　(1)　922　　　　　(2)　930　　　　　(3)　925　　　　　(4)　918

17.　2011 सालच्या जनगणनेनुसार, लिंग-गुणोत्तरामध्ये सर्वप्रथम क्रमांक . . . . जिल्ह्याचा आहे.
　　(1)　सिंधुदुर्ग　　　　　(2)　रत्नागिरी　　　　　(3)　गोंदिया　　　　　(4)　सातारा

18.　2011 सालच्या जनगणनेनुसार, महाराष्ट्रात सर्वांत कमी लिंग-गुणोत्तर . . . . जिल्ह्याचे आहे.
　　(1)　मुंबई शहर　　　　　(2)　मुंबई उपनगर　　　　　(3)　पुणे　　　　　(4)　ठाणे

19. 2011 सालच्या जनगणनेनुसार, 2001–2011 दशकात महाराष्ट्रात लिंग-गुणोत्तरामध्ये सर्वांत जास्त घट . . . . जिल्ह्यात आहे.
    (1) रत्नागिरी   (2) गोंदिया   (3) सातारा   (4) सिंधुदुर्ग

20. 2011 सालच्या जनगणनेनुसार, महाराष्ट्रात बालिका-बालकांची संख्या . . . . आहे.
    (1) 1.31 कोटी   (2) 1.28 कोटी   (3) 2.15 कोटी   (4) 1.50 कोटी

21. 2001 आणि 2011 च्या जनगणनेची तुलना केल्यास बालिका-बालकांच्या संख्येत सुमारे . . . . घट झालेली आहे.
    (1) 1 लाख   (2) 2 लाख   (3) 3 लाख   (4) 4 लाख

22. 2001–2011 या दशकात बालिकांच्या संख्येत . . . . नी घट झालेली आहे.
    (1) 2 लाख 73 हजार   (2) 1.5 लाख   (3) 60 हजार   (4) 2 लाख

23. 2011 सालच्या जनगणनेनुसार, बालिका-बालकांच्या संख्येत . . . . जिल्ह्याचा प्रथम क्रमांक आहे.
    (1) मुंबई उपनगर   (2) ठाणे   (3) पुणे   (4) नाशिक

24. 2011 सालच्या जनगणनेनुसार, महाराष्ट्रात बालिका-बालकांच्या संख्येत सर्वांत शेवटचा क्रमांक . . . . जिल्ह्याचा आहे.
    (1) गडचिरोली   (2) भंडारा   (3) सिंधुदुर्ग   (4) वर्धा

25. 2011 सालच्या जनगणनेनुसार, महाराष्ट्रात बालिका-बालकांचे लिंग-गुणोत्तर . . . . आहे.
    (1) 914   (2) 922   (3) 925   (4) 883

26. 2011 सालच्या जनगणनेनुसार, महाराष्ट्रात बालिका-बालकांच्या लिंग-गुणोत्तरात पहिला क्रमांक . . . . जिल्ह्याचा आहे.
    (1) गडचिरोली   (2) चंद्रपूर   (3) गोंदिया   (4) रत्नागिरी

27. 2011 सालच्या महाराष्ट्रात बालिका-बालकांच्या लिंग-गुणोत्तरात सर्वांत शेवटचा क्रमांक . . . . जिल्ह्याचा आहे.
    (1) जळगाव   (2) बुलडाणा   (3) अहमदनगर   (4) बीड

28. 2001 आणि 2011 च्या जनगणनेनुसार, बालिका-बालकांच्या गुणोत्तरामधील फरक . . . . नी घटलेला आहे.
    (1) 25 बिंदू   (2) 20 बिंदू   (3) 30 बिंदू   (4) 15 बिंदू

29. 2001 आणि 2011 या दशकामधील बालिका-बालकांच्या लिंग-गुणोत्तरामधील सर्वांत जास्त फरक . . . . जिल्ह्याचा आहे.
    (1) जालना   (2) बीड   (3) कोल्हापूर   (4) औरंगाबाद

30. महाराष्ट्रात 2011 सालच्या जनगणनेनुसार . . . . लोक साक्षर आहेत.
    (1) 8.25 कोटी   (2) 9 कोटी   (3) 7.50 कोटी   (4) 10.2 कोटी

31. महाराष्ट्रात 2011 सालच्या जनगणनेनुसार, सर्वांत जास्त साक्षरतेची संख्या . . . . जिल्ह्यात आहे.
    (1) पुणे   (2) मुंबई उपनगर   (3) नाशिक   (4) ठाणे

32. महाराष्ट्रात 2011 सालच्या जनगणनेनुसार, सर्वांत कमी साक्षरतेची संख्या . . . . जिल्ह्यात आहे.
    (1) सिंधुदुर्ग   (2) गडचिरोली   (3) हिंगोली   (4) वाशिम

33. महाराष्ट्रात 2011 सालच्या जनगणनेनुसार, साक्षरतेची टक्केवारी . . . . आहे.
    (1) 76.88   (2) 57.24   (3) 82.91   (4) 64.87

34. 2011 सालच्या जनगणनेनुसार, महाराष्ट्रात एकूण साक्षरतेची सर्वांत जास्त टक्केवारी . . . . जिल्ह्यात आहे.
    (1) मुंबई उपनगर   (2) नागपूर   (3) मुंबई शहर   (4) अमरावती

35. 2011 सालच्या जनगणनेनुसार, महाराष्ट्रात एकूण साक्षरतेच्या सर्वांत कमी टक्केवारीमध्ये . . . . जिल्हा आहे.
    (1) बीड   (2) नंदुरबार   (3) गडचिरोली   (4) जालना

36. महाराष्ट्रात 2011 सालच्या जनगणनेनुसार, पुरुष साक्षरतेच्या टक्केवारीत सर्वप्रथम क्रमांक . . . . जिल्ह्याचा आहे.
    (1) सिंधुदुर्ग   (2) गोंदिया   (3) नागपूर   (4) मुंबई उपनगर

37. महाराष्ट्रात 2011 सालच्या जनगणनेनुसार, पुरुष साक्षरतेच्या टक्केवारीत सर्वांत शेवटचा क्रमांक . . . . . जिल्ह्याचा आहे.
    (1) धुळे   (2) गडचिरोली   (3) नंदुरबार   (4) बीड

38. महाराष्ट्रात 2011 सालच्या जनगणनेनुसार, स्त्री साक्षरतेच्या टक्केवारीत सर्वांत प्रथम क्रमांक . . . . जिल्ह्याचा आहे.
    (1) मुंबई उपनगर   (2) अमरावती   (3) नागपूर   (4) मुंबई शहर

39. 2011 सालच्या जनगणनेनुसार, महाराष्ट्रात ग्रामीण लोकसंख्येची सर्वांत जास्त दशवार्षिक वाढ . . . . जिल्ह्याची आहे.
    (1) गडचिरोली   (2) सिंधुदुर्ग   (3) गोंदिया   (4) नंदुरबार

40. 2011 सालच्या जनगणनेनुसार, महाराष्ट्रात नागरी लोकसंख्येत सर्वांत जास्त दशवार्षिक वाढ . . . . . . जिल्ह्याची आहे.
    (1) मुंबई उपनगर   (2) नाशिक   (3) रायगड   (4) पुणे

41. 2011 सालच्या जनगणनेनुसार, महाराष्ट्रात नागरी लोकसंख्या सुमारे . . . . आहे.
    (1) 58%   (2) 55%   (3) 45%   (4) 39%

42. 2011 सालच्या जनगणनेनुसार, महाराष्ट्रात ग्रामीण लोकसंख्या . . . . आहे.
    (1) 55%   (2) 61%   (3) 58%   (4) 65%

43. 2001–2011 या दशकामध्ये नागरी लोकसंख्येची वाढ सुमारे . . . . आहे.
    (1) 35%   (2) 16%   (3) 20%   (4) 24%

44. 2001–2011 या दशकामध्ये ग्रामीण लोकसंख्येची वाढ सुमारे . . . . आहे.
    (1) 16%   (2) 12%   (3) 10%   (4) 20%

45. महाराष्ट्रात 100% नागरी लोकसंख्या . . . . . . या जिल्ह्यात आहे.
    (1) मुंबई शहर व मुंबई उपनगर   (2) ठाणे
    (3) नागपूर   (4) पुणे

46. 2001–2011 या दशकामध्ये ग्रामीण क्षेत्रामध्ये जिल्हा स्तरावर सर्वांत जास्त लोकसंख्येची वाढ . . . . या जिल्ह्यात झालेली आहे.
    (1) हिंगोली   (2) नंदुरबार   (3) गडचिरोली   (4) गोंदिया

47. 2001–2011 या दशकामध्ये ग्रामीण क्षेत्रात जिल्हा स्तरावर सर्वांत जास्त लोकसंख्येची ऋणात्मक वाढ . . . . या जिल्ह्यात आहे.
    (1) सिंधुदुर्ग   (2) वर्धा   (3) रायगड   (4) रत्नागिरी

48. 2001–2011 या दशकामध्ये नागरी क्षेत्रात जिल्हा स्तरावर सर्वांत जास्त लोकसंख्येची वाढ . . . . . . या जिल्ह्यात आहे.
    (1) रायगड   (2) गडचिरोली   (3) गोंदिया   (4) औरंगाबाद

49. 2001–2011 या दशकामध्ये नागरी क्षेत्रात जिल्हा स्तरावर सर्वांत जास्त लोकसंख्येची ऋणात्मक वाढ . . . . या जिल्ह्यात आहे.
    (1) रत्नागिरी   (2) मुंबई शहर   (3) वर्धा   (4) सिंधुदुर्ग

50. 2011 सालच्या जनगणनेनुसार, एकूण लोकसंख्येशी बालिका-बालकांचे प्रमाण सुमारे . . . . आहे.
    (1) 11%   (2) 14%   (3) 17%   (4) 13%

51. 2001–2011 या दशवार्षिक काळात महाराष्ट्राच्या लोकसंख्येत . . . . कोटींची वाढ झाली.
    (1) 2.10   (2) 1.20   (3) 1.55   (4) 1.70

52. महाराष्ट्रात 2011 सालानुसार, सर्वांत कमी पुरुष लोकसंख्या . . . . जिल्ह्यात आहे.
    (1) गडचिरोली   (2) भंडारा   (3) हिंगोली   (4) सिंधुदुर्ग

53. 2011 सालच्या जनगणनेनुसार, सर्वांत कमी स्त्री लोकसंख्या . . . . जिल्ह्यात आहे.
    (1) वाशिम   (2) सिंधुदुर्ग   (3) हिंगोली   (4) गडचिरोली

54. 2011 सालच्या जनगणनेनुसार, महाराष्ट्रात सर्वांत कमी लोकसंख्या . . . . जिल्ह्यात आहे.
    (1) सिंधुदुर्ग   (2) नंदुरबार   (3) हिंगोली   (4) गडचिरोली

55. महाराष्ट्रात 1911–21 या दशवार्षिक काळात सर्वांत जास्त ऋणात्मक वाढीचा दर . . . . जिल्ह्यात होता.
    (1) अहमदनगर   (2) औरंगाबाद   (3) बीड   (4) जालना

56. 1961–71 या दशवार्षिक काळात सर्वांत जास्त वाढ . . . . . . जिल्ह्यात झाली.
    (1) गडचिरोली   (2) मुंबई उपनगर   (3) चंद्रपूर   (4) यवतमाळ

57. मुंबई उपनगर जिल्ह्यामध्ये 2001 सालच्या घनतेच्या मानाने 2011 साली . . . . बिंदूंनी वाढ झालेली आहे.

   (1)   – 1223   (2)   306   (3)   141   (4)   552

58. 2011 सालच्या जनगणनेनुसार, महाराष्ट्रात सर्वांत कमी घनता गडचिरोली जिल्ह्याची असून 2001 सालच्या घनतेच्या मानाने 2011 साली . . . . बिंदूंनी वाढ झालेली आहे.

   (1)   7   (2)   11   (3)   – 4   (4)   – 11

59. 2011 सालच्या जनगणनेनुसार, अति विशेष दाट लोकवस्ती असलेल्या मुंबई बेटामधील मुंबई शहर आणि मुंबई उपनगर जिल्ह्यांची एकत्रित लोकसंख्येची घनता . . . . आहे.

   (1)   20,925   (2)   20,694   (3)   20,038   (4)   1,157

60. 2001–11 या दशवार्षिक कालखंडात महाराष्ट्रात लिंग-गुणोत्तरामध्ये . . . . ने वाढ झाली आहे.

   (1)   13   (2)   5   (3)   10   (4)   3

61. 2011 सालच्या जनगणनेनुसार, महाराष्ट्रात लिंग-गुणोत्तरामध्ये सर्वांत जास्त घट . . . . जिल्ह्यात आहे.

   (1)   रत्नागिरी   (2)   सिंधुदुर्ग   (3)   गोंदिया   (4)   सातारा

62. 1901 ते 2011 दरम्यान नंदुरबार जिल्ह्यात लिंग-गुणोत्तर . . . . आहे.

   (1)   बरेच चढ-उतार   (2)   संथ स्वरूपात घसरण
   (3)   बहुतांशी स्थिर   (4)   सर्वसाधारण स्थिर

63. रायगड आणि सातारा जिल्ह्यात जरी सापेक्षदृष्ट्या लिंग-गुणोत्तर उच्च स्वरूपाचे असले तरी त्यामध्ये . . . . आहेत.

   (1)   काळाच्या ओघात तरता कल   (2)   बरेच चढ-उतार
   (3)   बहुतांशी स्थिर   (4)   वारंवार व लक्षणीय चढ-उतार

64. भंडारा आणि चंद्रपूर जिल्ह्यात लिंग-गुणोत्तर स्थिर असले तरी . . . . आहे.

   (1)   संथ स्वरूपात घसरण   (2)   वारंवार व लक्षणीय चढ-उतार
   (3)   काळाच्या ओघात उतरता कल   (4)   बहुतांशी स्थिर

65. संपूर्ण महाराष्ट्राचा विचार करता, 1901 ते 2011 दरम्यान लिंग-गुणोत्तरात सातत्याने . . . . आहे.

   (1)   घट झालेली   (2)   स्थिर राहिलेली
   (3)   वाढ झालेली   (4)   यापैकी नाही.

66. महाराष्ट्रात 1961 साली रत्नागिरी जिल्ह्यात सर्वांत जास्त लिंग-गुणोत्तराची . . . . नोंद झालेली आहे.

   (1)   1,123   (2)   1,264   (3)   1,136   (4)   यापैकी नाही.

67. महाराष्ट्रात 1911 साली मुंबई शहर आणि मुंबई उपनगर (बृहन्मुंबई) जिल्ह्यात सर्वांत कमी लिंग-गुणोत्तर . . . . ची नोंद झालेली आहे.

   (1)   838   (2)   857   (3)   822   (4)   570

68. 2011 सालच्या जनगणनेनुसार, महाराष्ट्रात बालिका-बाल लिंग-गुणोत्तर सर्वांत कमी . . . . जिल्ह्यात आहे.

   (1)   जळगाव   (2)   अहमदनगर   (3)   बीड   (4)   बुलडाणा

69. 2001–2011 या दशकातील जनगणनेनुसार, महाराष्ट्रात बालिका-बाल लिंग-गुणोत्तरामधील सर्वांत कमी फरक . . . . जिल्ह्याचा आहे.

   (1)   चंद्रपूर व सातारा   (2)   गडचिरोली   (3)   रत्नागिरी व वर्धा   (4)   ठाणे

70. 2011 सालच्या जनगणनेनुसार, महाराष्ट्रात सर्वांत जास्त निरक्षर लोक . . . . जिल्ह्यात आहेत.

   (1)   पुणे   (2)   ठाणे   (3)   मुंबई उपनगर   (4)   नाशिक

71. 2011 सालच्या जनगणनेनुसार, महाराष्ट्रात स्त्री-साक्षरतेच्या टक्केवारीनुसार सर्वांत शेवटचा क्रमांक . . . . जिल्ह्याचा आहे.

   (1)   जालना   (2)   गडचिरोली   (3)   बीड   (4)   नंदुरबार

72. महाराष्ट्रात पुरुष साक्षर आणि स्त्री साक्षर यांच्यामधील दरी . . . . आहे.

   (1)   वाढत जात   (2)   तेवढीच   (3)   कमी-कमी होत   (4)   यापैकी नाही.

73. 2001 साली 2011 च्या दरम्यान महाराष्ट्रात पुरुष-स्त्री साक्षरतेमधील सर्वांत जास्त फरक . . . . जिल्ह्याचा आहे.

   (1) सातारा   (2) जालना   (3) लातूर   (4) रत्नागिरी

74. महाराष्ट्रात 2001 आणि 2011 च्या दरम्यान पुरुष-स्त्री साक्षरतेमधील सर्वांत कमी फरक . . . . जिल्ह्याचा आहे.

   (1) मुंबई उपनगर   (2) ठाणे   (3) मुंबई शहर   (4) पुणे

75. 2001–2011 या दशकात ग्रामीण लोकसंख्येची सर्वांत जास्त ऋणात्मक वाढ . . . . जिल्ह्यात आहे.

   (1) रत्नागिरी   (2) रायगड   (3) वर्धा   (4) यांपैकी नाही.

76. 2011 सालच्या जनगणनेनुसार, महाराष्ट्रात राष्ट्रीय स्तरापेक्षा नागरी लोकसंख्येची टक्केवारी . . . . ने जास्त आहे.

   (1) 10   (2) 12   (3) 16   (4) 14

77. 2011 सालच्या जनगणनेनुसार, भारतात महाराष्ट्राचा नागरी लोकसंख्येत . . . . . क्रमांक आहे.

   (1) द्वितीय   (2) प्रथम   (3) तृतीय   (4) यांपैकी नाही.

78. 2011 सालच्या जनगणनेनुसार, भारतामधील एकूण नागरी लोकसंख्येपैकी . . . . . % नागरी लोकसंख्या महाराष्ट्रात आहे.

   (1) 11.5   (2) 15.5   (3) 13.48   (4) 18.0

79. 2011 सालच्या जनगणनेनुसार, भारतीय स्तरावर महाराष्ट्राचा नागरी लोकसंख्येच्या टक्केवारीत . . . . क्रमांक आहे.

   (1) प्रथम   (2) तिसरा   (3) द्वितीय   (4) यांपैकी नाही.

80. 2001–2011 या दशकात महाराष्ट्रात नागरी लोकसंख्येची दशवार्षिक वाढ . . . . % आहे.

   (1) 23.7   (2) 25.0   (3) 21.0   (4) 27.0

81. महाराष्ट्रात ग्रामीण लोकसंख्येची सर्वांत जास्त टक्केवारी . . . . जिल्ह्यात आहे.

   (1) सिंधुदुर्ग   (2) हिंगोली   (3) रत्नागिरी   (4) गडचिरोली

82. महाराष्ट्रात 2001–2011 या दशकात स्त्रियांची दशवार्षिक वाढ . . . . % आहे.

   (1) 28.0   (2) 25.6   (3) 23.0   (4) 20.0

83. महाराष्ट्रात 2001–2011 या दशकात जिल्हा पातळीवर ग्रामीण क्षेत्रात सर्वांत जास्त लोकसंख्येचा दशवार्षिक वाढीचा दर . . . . जिल्ह्यात आहे.

   (1) गडचिरोली   (2) रायगड   (3) नंदुरबार   (4) सातारा

84. 2001–2011 या दशकात महाराष्ट्रात नागरी क्षेत्रात सर्वांत जास्त लोकसंख्यावाढीचा दर . . . . जिल्ह्यात आहे.

   (1) रायगड   (2) गडचिरोली   (3) गोंदिया   (4) औरंगाबाद

85. महाराष्ट्रात प्रत्येक जनगणनेमध्ये बालिका-बालकांची टक्केवारी . . . . आहे.

   (1) वाढत   (2) स्थिर   (3) कमी-कमी होत   (4) यांपैकी नाही.

86. महाराष्ट्रामध्ये 2011 सालच्या जनगणनेनुसार दहा लाख व त्याहून जास्त लोकसंख्या असलेले . . . . नागरी समूह/संकुले आहेत.

   (1) सात   (2) सहा   (3) पाच   (4) आठ

87. 2011 सालच्या जनगणनेनुसार महाराष्ट्रामधील सहा नागरी संकुलाने राज्यामधील नागरी लोकसंख्येचा . . . . % हिस्सा व्यापलेला आहे.

   (1) 59   (2) 65   (3) 55   (4) 70

88. 2011 सालच्या जनगणनेनुसार कोणत्या प्रशासकीय विभागाची सर्वांत कमी लोकसंख्या आहे ?

   (1) नागपूर   (2) अमरावती   (3) नाशिक   (4) औरंगाबाद

89. 2011 सालच्या जनगणनेनुसार कोणाच्या प्रशासकीय विभागाचे लिंग-गुणोत्तर सर्वांत जास्त आहे ?

   (1) नागपूर   (2) कोकण   (3) पुणे   (4) नाशिक

90. 2011 सालच्या जनगणनेनुसार साक्षरतेची सर्वांत कमी टक्केवारी कोणत्या प्रशासकीय विभागात आहे ?

   (1) कोकण   (2) नाशिक   (3) पुणे   (4) औरंगाबाद

91. महाराष्ट्रामध्ये 2011 च्या जनगणनेनुसार नागरी समूह/शहरांची संख्या . . . . आहे.

   (1) 6   (2) 5   (3) 4   (4) 3

92. महाराष्ट्रामध्ये 2011 सालच्या जनगणनेनुसार राज्याच्या एकूण लोकसंख्येत सुमारे . . . . हिस्सा आहे.

    (1)   59%   (2)   27%   (3)   35%   (4)   25%

93. 2011 सालच्या जनगणनेनुसार सर्वांत जास्त लिंग-गुणोत्तर, बाल-बालिकांचे सर्वांत जास्त गुणोत्तर आणि साक्षरतेच्या सर्वांत जास्त टक्केवारीमध्ये . . . . शहर संकुलाचा प्रथम क्रमांक आहे.

    (1)   बृहन्मुंबई   (2)   नाशिक   (3)   पुणे   (4)   नागपूर

94. महाराष्ट्रामध्ये 2011 सालच्या जनगणनेनुसार प्रशासकीय विभागात सर्वांत जास्त लोकसंख्या, साक्षरतेची टक्केवारी, लोकसंख्येची घनता, पुरुष आणि स्त्री लोकसंख्येत . . . . प्रशासकीय विभागाचा प्रथम क्रमांक आहे.

    (1)   कोकण   (2)   पुणे   (3)   नागपूर   (4)   नाशिक

95. लोकसंख्येची 2011 सालची वैशिष्ट्ये आणि जिल्हे यांच्या योग्य जोड्या लावा.

यादी – I	यादी – II
(लोकसंख्येची वैशिष्ट्ये)	(जिल्हे)
(अ) सर्वांत कमी लोकसंख्येचा जिल्हा	(i) ठाणे
(ब) सर्वांत जास्त दशवार्षिक वाढीचा जिल्हा	(ii) मुंबई शहर
(क) लिंग-गुणोत्तरात सर्वांत शेवटचा जिल्हा	(iii) मुंबई उपनगर
(ड) साक्षरतेतील टक्केवारी	(iv) सिंधुदुर्ग

    (1)   (अ – i), (ब – ii), (क – iii), (ड – iv)   (2)   (अ – iv), (ब – i), (क – ii), (ड – iii)

    (3)   (अ – i), (ब – iv), (क – iii), (ड – ii)   (4)   (अ – ii), (ब – iv), (क – iii), (ड – ii)

उत्तरसूची

1.	2	2.	3	3.	1	4.	4	5.	3	6.	4
7.	3	8.	1	9.	2	10.	3	11.	4	12.	2
13.	3	14.	1	15.	4	16.	3	17.	2	18.	1
19.	4	20.	2	21.	3	22.	1	23.	2	24.	3
25.	4	26.	1	27.	4	28.	3	29.	2	30.	1
31.	4	32.	2	33.	3	34.	1	35.	2	36.	4
37.	3	38.	1	39.	4	40.	3	41.	3	42.	1
43.	4	44.	3	45.	1	46.	2	47.	4	48.	1
49.	2	50.	1	51.	3	52.	4	53.	2	54.	1
55.	3	56.	2	57.	4	58.	1	59.	2	60.	4
61.	2	62.	3	63.	4	64.	3	65.	1	66.	2
67.	4	68.	3	69.	1	70.	2	71.	4	72.	3
73.	2	74.	3	75.	1	76.	4	77.	2	78.	3
79.	2	80.	1	81.	4	82.	2	83.	3	84.	1
85.	3	86.	2	87.	1	88.	2	89.	1	90.	4
91.	1	92.	2	93.	4	94.	1	95.	2

<table><tr><td>**9**</td><td><h1>स्थलांतर</h1></td></tr></table>

एका क्षेत्रातून दुसऱ्या क्षेत्रात होणारी मानवी हालचाल म्हणजेच स्थलांतर होय. स्थलांतराच्या प्रक्रियेत दोन स्थळातील अंतर, हेतू व स्थलांतराचा कालखंड या तीन घटकांना महत्त्वाचे स्थान असते.

विशिष्ट कालावधीत एका भौगोलिक किंवा राजकीय विभागातून आर्थिक, सामाजिक किंवा राजकीय कारणासाठी दुसऱ्या भौगोलिक किंवा राजकीय विभागात जाऊन वास्तव्य करणे म्हणजेच 'स्थलांतर' होय.

महाराष्ट्रात पुढील स्वरूपाची स्थलांतरे प्रमुख्याने पाहावयास मिळतात :

1. **ग्रामीण – नागरी स्थलांतर :** • नागरी केंद्रात औद्योगिक विकास झालेला असतो. रोजगार सुविधांची उपलब्धता असते. यामुळे कुशल व अकुशल कार्यक्षमतेचे लोक नागरी केंद्राकडे सतत स्थलांतर करतात. • महाराष्ट्रात ग्रामीण भागातील लोक प्रमुख्याने मुंबई-पुणे विभागात स्थलांतर करतात. • मुंबईला स्वातंत्र्यपूर्व काळात गिरणीत काम करण्यासाठी कोकणातून विशेषतः रत्नागिरी व सिंधुदुर्ग या जिल्ह्यातून व देशावरून विशेषतः सातारा, सांगली व कोल्हापूर या भागातून लोक मुंबईत आले. • अन्नधान्याच्या कमी उत्पादनामुळे अवर्षणप्रवण क्षेत्रातून अनेक लोक मोलमजुरीसाठी मुंबईत आले. मुंबईत एकदा आल्यावर ते लोक पुन्हा आपल्या गावाकडे जाण्यास नाखूश असतात. • मुंबईत महाराष्ट्रातून लोक स्थलांतरित होतातच; परंतु त्यापेक्षाही अन्य राज्यांतून विशेषतः कर्नाटक, केरळ, गुजरात, मध्य प्रदेश, उत्तर प्रदेश व बिहारमधूनही लोक मुंबईत आलेले आहेत.

2. **नागरी – ग्रामीण स्थलांतर :** आयुष्यभर नोकरी-उद्योग केल्यावर सेवानिवृत्तीनंतर कित्येक लोक आपल्या खेड्याकडे किंवा अन्य लहान नगराकडे स्थलांतर करताना मोठ्या महानगरातील अति गर्दी, प्रदूषण, राहत्या घरांचा प्रश्न वगैरे कारणांमुळे कमी वस्तीच्या प्रदेशाकडे स्थलांतराची प्रवृत्ती वाढते. विशेषतः मुंबईसारख्या महानगरातून काही लोक सेवानिवृत्तीनंतर पुणे किंवा त्यासारख्या अन्य नगरात एखादी वास्तू बांधून स्थलांतर करण्याची प्रवृत्ती आढळत आहे.

3. **नागरी – नागरी स्थलांतर :** हे स्थलांतर मुख्यत्वे नोकरी-व्यवसायामुळे होते. यामध्ये पुरुषांचे प्रमाण स्त्रियांपेक्षा जास्त असते.

4. **ग्रामीण-ग्रामीण स्थलांतर :** मुख्यत्वेकरून यामध्ये स्त्रियांचे प्रमाण जास्त असते. लग्नानंतर मुली सासरी जातात; त्यामुळे त्यांचे वास्तव्याचे ठिकाण बदलते. व्यवसायासाठी ऋतुकालीनदेखील ग्रामीण-ग्रामीण स्थलांतर होत असते.

<table><tr><td>**महत्त्वाची टीप :**</td><td>स्थलांतरासंबंधी सन 2011 जनगणनेची आकडेवारी प्रसिद्ध न झाल्याने 2001 सालच्या जनगणनेच्या अनुषंगाने स्थलांतराचा आढावा घेतलेला आहे.</td></tr></table>

(अ) महाराष्ट्रात स्थलांतराचे स्थूल स्वरूप

I. महाराष्ट्र राज्यातील जिल्ह्यामधील स्थलांतर

II. भारतामधील इतर राज्यांमधून महाराष्ट्रात स्थलांतर

III. आशियामधून भारताबाहेरच्या देशामधून महाराष्ट्रात स्थलांतर

IV. इतर देशांमधून महाराष्ट्रात स्थलांतर

I. महाराष्ट्र राज्यातील जिल्ह्यामधील स्थलांतर

महाराष्ट्रात राज्यात 2001 सालच्या जनगणनेनुसार, एकूण स्थलांतर 342.25 लाख आहे. यांपैकी पुरुषांची संख्या (124.86 लाख) आणि स्त्रियांची संख्या (217.39 लाख) आहे. **महाराष्ट्रात जिल्ह्यामधील स्थलांतरात पुरुषांपेक्षा स्त्रियांची संख्या सुमारे 92.53 लाखांनी जास्त आहे. याचे एक प्रमुख कारण स्त्रियांचे विवाह होय.**

महाराष्ट्रातील जिल्ह्यामधील स्थलांतराचे उपप्रकार पुढीलप्रमाणे :

1. **गणना जिल्ह्यात इतरत्र स्थलांतर :** एखाद्या जिल्ह्यात इतरत्र होणाऱ्या स्थलांतराचा समावेश यामध्ये होतो.

(i) **स्थलांतरितांची एकूण संख्या :** महाराष्ट्रात 2001 सालच्या जनगणनेनुसार, या प्रकारच्या एकूण स्थलांतरितांची संख्या 221.38 लाख आहे. यांपैकी पुरुषांची संख्या (72.37 लाख) आणि स्त्रियांची संख्या (149.01 लाख) आहे.

एकच जिल्हांतर्गत स्थलांतरामध्ये पुरुषांपेक्षा स्त्रियांचे दुप्पट स्थलांतर झालेले आहे. याचेही प्रमुख कारण मुलीचे पालक विवाह-स्थळ पाहताना त्याच जिल्ह्यामधील स्थळास प्राधान्य देतात आणि हे प्रामुख्याने ग्रामीण भागात प्रकर्षाने पाहावयास मिळते.

(ii) **गणना जिल्ह्यात ग्रामीण भागातून इतरत्र स्थलांतर :** महाराष्ट्रात 2001 सालच्या जनगणनेनुसार, या प्रकारचे एकूण स्थलांतर 170.45 लाख झालेले आहे. यांपैकी पुरुषांची संख्या (48.91 लाख) आणि स्त्रियांची संख्या (121.54 लाख) आहे. पुरुषांपेक्षा स्त्रियांचे स्थलांतर जवळजवळ अडीच पटीपेक्षा जास्त आहे.

(iii) **गणना जिल्ह्यात नागरी भागातून इतरत्र स्थलांतर :** महाराष्ट्रात 2001 सालच्या जनगणनेनुसार, एकूण स्थलांतर 50.93 लाख आहे. यांपैकी पुरुषांची संख्या (23.46 लाख) आणि स्त्रियांची संख्या (27.47 लाख) आहे. यामध्ये पुरुषांपेक्षा स्त्रियांची संख्या चार लाखांनी जास्त आहे.

2. **महाराष्ट्रामधील एका जिल्ह्यामधून इतर जिल्ह्यात स्थलांतर :**

(i) **स्थलांतरितांची एकूण संख्या :** महाराष्ट्रात 2001 सालच्या जनगणनेनुसार, अशा प्रकारच्या एकूण स्थलांतरितांची संख्या 120.87 लाख आहे. यांपैकी 52.49 लाख पुरुषांचे आणि 68.38 लाख स्त्रियांचे जिल्ह्याबाहेर परंतु महाराष्ट्रातच स्थलांतर झाले. यामध्येही पुरुषांपेक्षा स्त्रियांचे स्थलांतर 5.59 लाखांनी जास्त आहे.

महाराष्ट्र राज्याचा विचार करता, एकाच जिल्ह्यामधून आणि जिल्ह्या-जिल्ह्यामधील स्थलांतर सर्वांत जास्त आहे.

(ii) **गणना जिल्ह्यातील ग्रामीण भागातून राज्यातील इतर जिल्ह्यात स्थलांतर :** महाराष्ट्रात 2001 सालच्या जनगणनेनुसार, या प्रकारचे एकूण स्थलांतर 42.21 लाख आहे. यांपैकी पुरुषांचे स्थलांतर 13.89 लाख तर स्त्रियांचे स्थलांतर 28.32 लाख झाले. यामध्येही पुरुषांपेक्षा स्त्रियांचे स्थलांतर दुपटीपेक्षा जास्त आहे.

(iii) **गणना जिल्ह्यातील नागरी भागातून राज्यातील इतर जिल्ह्यात स्थलांतर :** महाराष्ट्रात 2001 सालच्या जनगणनेनुसार, अशा प्रकारचे एकूण स्थलांतर 78.66 लाख आहे. यांपैकी पुरुषांची संख्या (38.60 लाख) आणि स्त्रियांची संख्या (40.06 लाख) आहे.

या प्रकारचे स्थलांतर ग्रामीण भागापेक्षा शहरी भागात सुमारे 36 लाखांनी जास्त म्हणजे खूपच जास्त आहे.

थोडक्यात, महाराष्ट्र राज्यामधील जिल्हांतर्गत आणि आंतरजिल्हा स्थलांतरितांची एकूण संख्या 342.25 लाख आहे. यांपैकी ग्रामीण भागातील स्थलांतरितांची संख्या 212.86 लाख आणि नागरी भागातील स्थलांतरितांची संख्या 129.59 लाख आहे.

II. भारतामधील इतर राज्यांमधून महाराष्ट्रात स्थलांतर

महाराष्ट्रात 2001 सालच्या जनगणनेनुसार, भारतामधील इतर राज्यांमधून महाराष्ट्रात एकूण स्थलांतर 73.13 लाख आहे. यांपैकी पुरुषांची संख्या (41.79 लाख) आणि स्त्रियांची संख्या (31.34 लाख) आहे. अशा प्रकारच्या स्थलांतरामध्ये स्त्रियांपेक्षा पुरुषांची संख्या सुमारे दहा लाखांनी जास्त आहे. **याचे प्रमुख कारण रोजगारासाठी भारताच्या इतर राज्यांमधून स्त्रियांपेक्षा पुरुषांचे स्थलांतर जास्त झालेले आहे.**

अशा प्रकारच्या स्थलांतरामध्ये भारताच्या इतर राज्यांमधील नागरी भागातून 61.48 लाख तर ग्रामीण भागातून 11.65 लाख लोकांचे महाराष्ट्रात स्थलांतर झालेले आहे.

- सन 1991 ते 2001 दरम्यान स्थलांतरित झालेल्या प्रामुख्याने बृहन्मुंबईमध्ये (मुंबई शहर व मुंबई उपनगर) परप्रांतीयांची संख्या 11.2 लाख एवढी आहे. याचप्रमाणे ठाणे, पुणे, नागपूर, कोल्हापूर, नाशिक व रायगड या जिल्ह्यांतही स्थलांतरित मोठ्या प्रमाणात झालेली आहे. याचा ताण महाराष्ट्रात सामाजिक, आर्थिक व राजकीय परिस्थितीवर पडलेला आहे.
- भारताच्या इतर राज्यांमधील ग्रामीण भागातून महाराष्ट्रात स्थलांतरित झालेल्या पुरुषांची संख्या (5.31 लाख) आणि स्त्रियांची संख्या (6.35 लाख) आहे. **पुरुषांपेक्षा स्त्रियांची स्थलांतरित संख्या एक लाखाने जास्त आहे.**
- भारताच्या इतर राज्यांमधील नागरी भागातून महाराष्ट्रात स्थलांतरित झालेल्या पुरुषांची संख्या (36.48 लाख) तर स्त्रियांची संख्या (25 लाख) आहे. नागरी भागातील स्थलांतरात स्त्रियांपेक्षा पुरुषांची संख्या सुमारे 11.50 लाख जास्त आहे.

महाराष्ट्रामध्ये अन्य राज्यांमधून झालेल्या स्थलांतराचे स्वरूप – 2001 :

भारतामधील महाराष्ट्र हे एक औद्योगिकदृष्ट्या प्रगत राज्य आहे. मुंबई, ठाणे, पुणे, नाशिक, नागपूर या शहरांत व परिसरात उद्योगधंद्यांची वाढ झालेली आहे. यामुळे नोकरी, व्यवसाय, रोजगार शिक्षणाच्या चांगल्या सुविधा उपलब्ध होतात. यामुळे महाराष्ट्रात भारताच्या सर्वच्या सर्व उरलेल्या सत्तावीस राज्यांमधून आणि केंद्रशासित प्रदेशामधून स्थलांतरितांचा ओघ वारंवार चालू असतो.

भारताच्या इतर राज्यांमधून महाराष्ट्रात होणाऱ्या स्थलांतरितांमध्ये उत्तर प्रदेशचा सर्वप्रथम क्रमांक आहे. 2001 सालच्या जनगणनेनुसार, उत्तर प्रदेश स्थलांतरितांची राज्यामधील टक्केवारी 28.33 आहे. या खालोखाल कर्नाटक (15.93%), गुजरात (11.6%), मध्य प्रदेश (8.07%), आंध्र प्रदेश (5.90%), राजस्थान (5.89%) व बिहार (4.94%) या प्रमुख सात राज्यांचा क्रमांक लागतो. महाराष्ट्राच्या राज्यवार स्थलांतरामध्ये या सात राज्यांचा वाटा सुमारे 81 टक्के आहे.

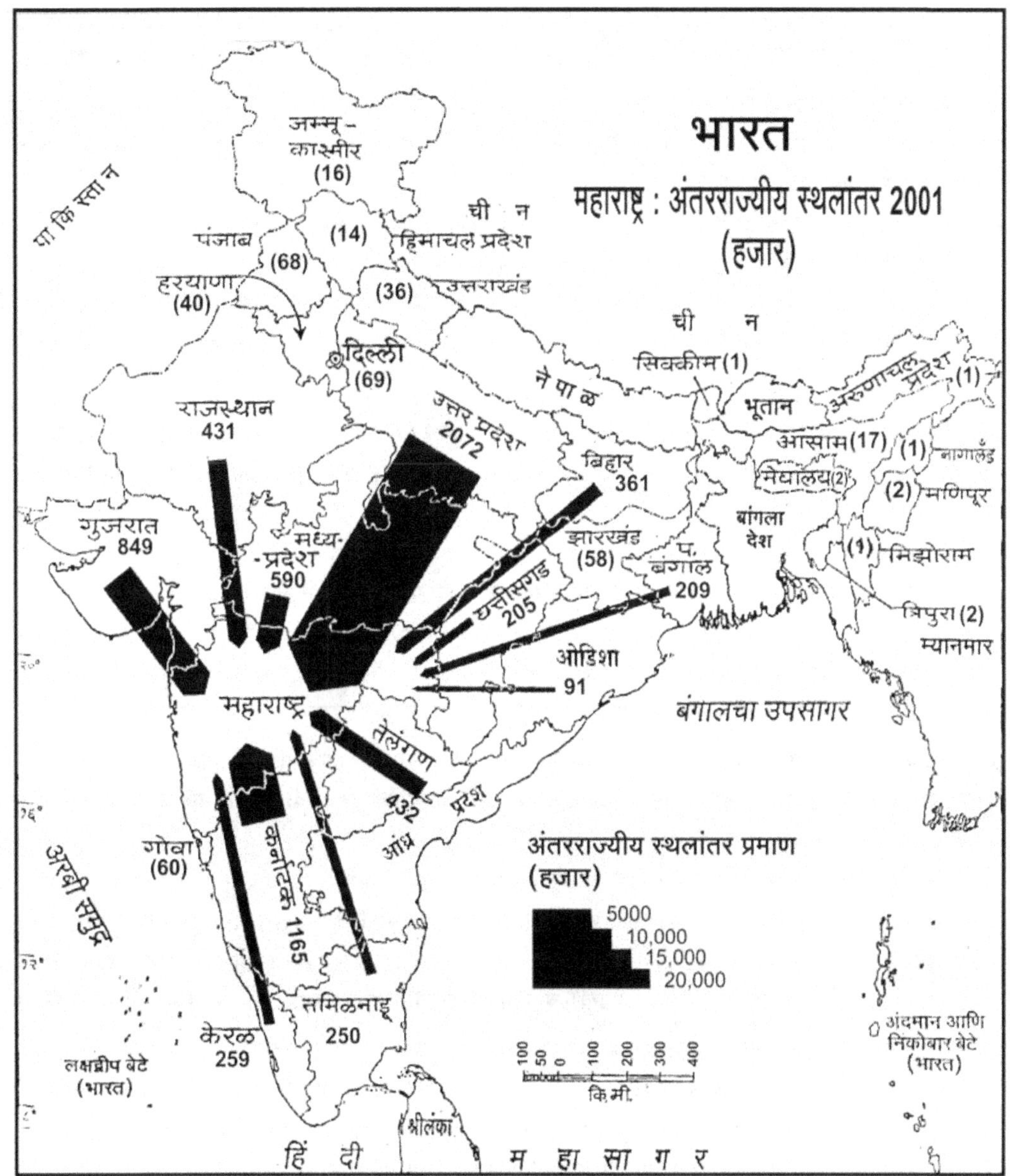

नकाशा क्र. 9.1 : महाराष्ट्रातून अन्य राज्यांमधून झालेल्या स्थलांतराचे स्वरूप – 2001

महाराष्ट्रात स्थलांतरित होणाऱ्या या राज्यांचा थोडक्यात आढावा पाहू या.

(i) **उत्तर प्रदेश (20.72 लाख) : महाराष्ट्रात सर्वांत जास्त स्थलांतरित लोक उत्तर प्रदेशामधून येतात.** यांची एकूण संख्या 20.72 लाख (28.33%) आहे. यापैकी पुरुषांची संख्या (14.26 लाख) आणि स्त्रियांची संख्या (6.46 लाख) आहे. स्थलांतरितांमध्ये स्त्रियांपेक्षा पुरुषांची संख्या 7.8 लाखांनी जास्त आहे. कारण फक्त पुरुषवर्ग रोजगार व नोकरीसाठी जास्त प्रमाणात येतात.

- उत्तर प्रदेशच्या नागरी भागातून महाराष्ट्रात एकूण स्थलांतरित 19.79 लाख लोक आले आहेत. यापैकी पुरुषांची लोकसंख्या (13.60 लाख) तर स्त्रियांची संख्या (6.19 लाख) आहे. स्त्रियांपेक्षा पुरुषांची संख्या 7.4 लाखांनी जास्त आहे.

- उत्तर प्रदेशाच्या ग्रामीण भागातून महाराष्ट्रात एकूण स्थलांतरित फक्त 94,000 लोक आले. यांपैकी पुरुषांची संख्या 66,000 असून स्त्रियांची संख्या फक्त 27,000 आहे. स्त्रियांपेक्षा ग्रामीण पुरुषांची संख्या 39,000 ने जास्त आहे.

(ii)   **कर्नाटक (11.65 लाख)** : 2001 सालानुसार, कर्नाटकमधून महाराष्ट्रात एकूण 11.65 लाख (15.93%) लोक स्थलांतरित झाले. यांपैकी पुरुषांची संख्या (5.36 लाख) तर स्त्रियांची संख्या (6.29 लाख) आहे. **एकूण स्थलांतरात पुरुषांपेक्षा स्त्रियांची संख्या सुमारे एक लाखाने जास्त आहे.**

- कर्नाटकामधील नागरी भागातून महाराष्ट्रात 8.06 लाख लोक महाराष्ट्रात आले. यांपैकी पुरुषांची संख्या (4.04 लाख) आणि स्त्रियांची संख्या (4.02 लाख) आहे. याचा अर्थ, नागरी भागामधून स्त्री-पुरुषांचे स्थलांतर साधारण समान आहे.

- कर्नाटकमधील ग्रामीण भागामधून महाराष्ट्रात 3.59 लाख लोकांनी स्थलांतर केले. यांपैकी पुरुषांची संख्या (1.33 लाख) आणि स्त्रियांची संख्या (2.27 लाख) आहे. **ग्रामीण भागातून पुरुषांपेक्षा स्त्रियांचे स्थलांतर 94,000 ने जास्त आहे.**

(iii)   **गुजरात (8.49 लाख)** : 2001 सालानुसार, गुजरात राज्यामधून महाराष्ट्रात 8.49 लाख (11.61%) लोकांनी स्थलांतर केले. यांपैकी पुरुषांची संख्या (4.12 लाख) आणि स्त्रियांची संख्या (4.37 लाख) आहे. **पुरुषांपेक्षा स्त्रियांची स्थलांतरित संख्या 25,000 ने जास्त आहे.**

- गुजरातच्या नागरी भागातून महाराष्ट्रात 7.66 लाख लोकांनी स्थलांतर केले. यांपैकी पुरुषांची संख्या (3.8 लाख) आणि स्त्रियांची संख्या (3.86 लाख) आहे. **पुरुषांपेक्षा स्त्रियांची संख्या फक्त 6,000 ने जास्त आहे.**

- गुजरातच्या ग्रामीण भागातून महाराष्ट्रात होणारे स्थलांतर नागरी भागापेक्षा अत्यल्प आहे. 2001 सालानुसार, ग्रामीण भागातील एकूण स्थलांतर 82,000 आहे. यांपैकी पुरुषांची संख्या (31,000) आणि स्त्रियांची संख्या (51,000) आहे. **ग्रामीण भागातून पुरुषांपेक्षा स्त्रियांचे 20,000 पेक्षा जास्त स्थलांतर झाले.**

(iv)   **मध्य प्रदेश (5.9 लाख)** : मध्य प्रदेशामधून 5.9 लाख (8.07%) लोकांनी महाराष्ट्रात स्थलांतर केले. यांपैकी पुरुषांची संख्या (2.58 लाख) आणि स्त्रियांची संख्या (3.32 लाख) आहे. **पुरुषांपेक्षा स्त्रियांची स्थलांतरित संख्या 64,000 ने जास्त आहे.**

- मध्य प्रदेशातील नागरी भागामधून महाराष्ट्रात एकूण 3.32 लोकांनी स्थलांतर केले. यांपैकी पुरुषांची संख्या (1.59 लाख) आणि स्त्रियांची संख्या (1.73 लाख) आहे. **पुरुषांपेक्षा स्त्रियांची स्थलांतरित संख्या 14,000 ने जास्त आहे.**

- मध्य प्रदेशामधील ग्रामीण भागातून महाराष्ट्रात एकूण स्थलांतर 2.58 लाख झाले. यांपैकी पुरुषांची संख्या (99,000) आणि स्त्रियांची संख्या (1.59 लाख) आहे. **पुरुषांपेक्षा स्त्रियांची स्थलांतरित संख्या 60,000 ने जास्त आहे.**

(v)   **आंध्र प्रदेश (4.32 लाख)** : आंध्र प्रदेशामधून महाराष्ट्रात 4.32 लाख (5.9%) लोकांनी स्थलांतर केले. यांपैकी पुरुषांची संख्या (2.06 लाख) आणि स्त्रियांची संख्या (2.26 लाख) आहे. **पुरुषांपेक्षा स्त्रियांची स्थलांतरित संख्या 20,000 ने जास्त आहे.**

- आंध्र प्रदेशाच्या नागरी भागातून महाराष्ट्रात 3.33 लाखांनी स्थलांतर केले. यांपैकी पुरुषांची संख्या (1.68 लाख) आणि स्त्रियांची संख्या (1.65 लाख) आहे. **नागरी भागातून पुरुष आणि स्त्रियांचे स्थलांतर साधारण सारखे आहे.**

- आंध्र प्रदेशाच्या ग्रामीण भागातून महाराष्ट्रात 99,000 लोकांनी स्थलांतर केले. यांपैकी पुरुषांची संख्या (37,000) तर स्त्रियांची संख्या (61,000) आहे. **ग्रामीण भागातून पुरुष व स्त्रियांचे स्थलांतर 24,000 ने जास्त आहे.**

(vi)   **राजस्थान (4.31 लाख)** : राजस्थानमधून महाराष्ट्रात एकूण स्थलांतर 4.31 लाख (5.89%) लोकांनी केले. यांपैकी पुरुषांची संख्या (2.62 लाख) आणि स्त्रियांची संख्या (1.69 लाख) आहे. स्त्रियांपेक्षा पुरुषांची संख्या 93,000 ने जास्त आहे.

- राजस्थानच्या नागरी भागामधून महाराष्ट्रात 4.02 लाख लोकांनी स्थलांतर केले. यांपैकी पुरुषांची संख्या (2.43 लाख) आणि स्त्रियांची संख्या (1.59 लाख) आहे. स्त्रियांपेक्षा पुरुषांची स्थलांतरित संख्या 84,000 ने जास्त आहे.

- राजस्थानच्या ग्रामीण भागामधून महाराष्ट्रात होणारे स्थलांतर नागरी भागापेक्षा बरेच कमी म्हणजे फक्त 30,000 आहे. यांपैकी पुरुषांची संख्या (20,000) आणि स्त्रियांची संख्या (10,000) आहे.

(vii) बिहार (3.61 लाख) : 2001 सालानुसार, बिहारमधून महाराष्ट्रात 3.61 लाख (4.94%) लोकांनी स्थलांतर केलेले आहे. यांपैकी पुरुषांची संख्या 2.72 लाख आणि स्त्रियांची संख्या 69,000 आहे.

- बिहारमधील नागरी भागामधून महाराष्ट्रात 3.22 लाख लोकांनी स्थलांतर केले. यांपैकी पुरुषांची संख्या 2.42 लाख तर स्त्रियांची संख्या 81,000 आहे. स्त्रियांपेक्षा पुरुषांची स्थलांतरित संख्या 1.61 लाखांनी जास्त आहे.

- बिहारमधील ग्रामीण भागातून महाराष्ट्रात होणारे स्थलांतर बरेच कमी आहे. याची एकूण स्थलांतरितांची संख्या फक्त 39,000 आहे. यांपैकी पुरुषांची संख्या 31,000 तर स्त्रियांची संख्या जेमतेम 8,000 आहे.

तक्ता क्र. 9.1 : महाराष्ट्र – पूर्वीच्या राहण्याच्या ठिकाणानुसार स्थलांतरित स्त्री-पुरुष – 2001

महाराष्ट्र राज्यात :   **(संख्या : हजारात)**

अ. क्र.	पूर्वीचे राहण्याचे ठिकाण	एकूण स्थलांतरित (000)		
		पुरुष	स्त्रिया	एकूण
1.	गणना जिल्ह्यात इतरत्र	7,237	14,901	22,138
2.	महाराष्ट्रातील इतर जिल्ह्यात	5,249	6,838	12,087
	एकूण (I)	**12,486**	**21,739**	**34,225**

महाराष्ट्रात 2 ते 3 लाख दरम्यान स्थलांतरित झालेल्या लोकांची राज्ये :

महाराष्ट्रात केरळ (2.58 लाख), तमिळनाडू (2.50 लाख), पश्चिम बंगाल (2.09 लाख), छत्तीसगड (2.09 लाख) या राज्यांमधून स्थलांतरित लोक आले. या चार राज्यांमधून महाराष्ट्रात एकूण स्थलांतरापैकी 12.61 टक्के लोक आले. छत्तीसगडचा अपवाद वगळता, अन्य तीन राज्यांमधून स्त्रियांपेक्षा पुरुषांची स्थलांतरित संख्या जास्त आहे.

महाराष्ट्रात 50,000 ते 1 लाख दरम्यान स्थलांतरित झालेल्या लोकांची राज्ये :

महाराष्ट्रात ओडिशा (92,000), दिल्ली (70,000), पंजाब (68,000), गोवा (60,000) आणि झारखंड ही राज्ये मिळून 3.48 लाख लोकांनी स्थलांतर केलेले आहे. यामध्ये गोवा वगळता अन्य राज्यांमधून स्त्रियांपेक्षा पुरुषांचे स्थलांतर जास्त आहे.

महाराष्ट्रात 10,000 ते 50,000 दरम्यान स्थलांतरित झालेल्या लोकांची राज्ये :

महाराष्ट्रात हरियाना (40,000), उत्तराखंड (36,000), आसाम (17,000), जम्मू-काश्मीर (17,000) आणि हिमाचल प्रदेश (13,000) ही राज्ये मिळून 1.21 लाख लोकांनी स्थलांतर केले.

- भारताच्या उर्वरित राज्यांमधून महाराष्ट्रात एक ते दोन हजार लोकांनी स्थलांतर केलेले आहे.

- केंद्रशासित प्रदेशामधून बारा हजार लोकांनी महाराष्ट्रात स्थलांतर केलेले आहे.

III. आशियामधून भारताबाहेरच्या देशामधून महाराष्ट्रात स्थलांतर

या गटांमधून महाराष्ट्रात स्थलांतरित झालेल्या लोकांची संख्या 1.64 लाख आहे. यांपैकी पुरुषांची संख्या (93,000) तर स्त्रियांची संख्या (72,000) आहे.

IV. इतर देशांमधून महाराष्ट्रात स्थलांतर

या गटामधून महाराष्ट्रात स्थलांतरित झालेल्या लोकांची संख्या 14,000 असून पुरुष व स्त्रियांची संख्या समसमान आहे.

(ब) महाराष्ट्रात ग्रामीण आणि नागरी भागांमधून स्थलांतराच्या कारणानुसार स्थलांतरितांचे स्वरूप (सन 2001)

महाराष्ट्रात स्थलांतराची कारणे पुढीलप्रमाणे :

(1) रोजगार (2) व्यवसाय (3) शिक्षण (4) विवाह (5) जन्मानंतर (6) कुटुंबासह (7) इतर.

महाराष्ट्रात वरील कारणांमुळे 2001 सालच्या जनगणनेनुसार, एकूण स्थलांतरितांची संख्या 417.15 लाख आहे. यांपैकी ग्रामीण भागातून 224.5 लाख आणि नागरी भागातून 192.65 लाख लोकांनी स्थलांतर केलेले आहे.

- एकूण स्थलांतरात पुरुषांची संख्या 167.65 लाख तर स्त्रियांची संख्या 249.52 लाख आहे.
- ग्रामीण भागातील स्थलांतरामध्ये पुरुषांचे 68.22 लाख स्थलांतर आणि स्त्रियांचे 156.28 लाख स्थलांतर झाले.
- नागरी भागात स्थलांतरितांची पुरुषांची संख्या 99.42 लाख आणि स्त्रियांची संख्या 93.23 लाख आहे.

महाराष्ट्रात टक्केवारीनुसार स्थलांतराच्या कारणाच्या उतरत्या क्रमाने असे क्रमांक आहेत : (i) विवाहामुळे स्थलांतर सर्वांत जास्त असून त्याची टक्केवारी 35.64 आहे. या खालोखाल (ii) कुटुंबासह स्थलांतर (17.23), (iii) रोजगार (16.55), (iv) इतर कारणांमुळे स्थलांतर (16.42), (v) जन्मानंतर स्थलांतर (12.25), (vi) शिक्षणामुळे स्थलांतर (1.45), (vii) व्यवसायामुळे स्थलांतर नगण्य आहे.

1. रोजगारामुळे स्थलांतर (69.05 लाख) : 2001 सालच्या जनगणनेनुसार, महाराष्ट्रात रोजगारामुळे 69.05 लाख लोकांनी स्थलांतर केले. यांपैकी पुरुषांची संख्या 62.32 लाख (16.55%) आणि स्त्रियांची संख्या बरीच कमी म्हणजे फक्त 6.73 लाख आहे. स्त्रियांपेक्षा पुरुषांची संख्या सुमारे 55 लाखांनी जास्त आहे. याचे मुख्य कारण रोजगारासाठी एकटे पुरुष मोठ्या प्रमाणात बाहेर पडतात.

2001 सालानुसार, ग्रामीण भागातून 17.90 लाख लोकांनी रोजगारासाठी महाराष्ट्रात स्थलांतर केले. यांपैकी पुरुषांची संख्या 14.13 लाख आणि स्त्रियांची संख्या जेमतेम 3.77 लाख आहे. ग्रामीण भागामधून स्त्रियांपेक्षा पुरुषांच्या स्थलांतरितांची संख्या सुमारे दहा लाखांनी जास्त आहे.

नागरी भागामधून रोजगारासाठी एकूण 51.15 लाख लोकांनी महाराष्ट्रात स्थलांतर केलेले आहे. यांपैकी पुरुषांची संख्या (48.20 लाख) तर स्त्रियांची संख्या (फक्त 2.96 लाख) आहे. नागरी भागामधून रोजगारासाठी स्त्रियांपेक्षा पुरुषांच्या स्थलांतरितांची संख्या सुमारे 45 लाख एवढी प्रचंड आहे. ग्रामीण भागापेक्षा नागरी भागामधील रोजगारासाठी पुरुषांची स्थलांतरितांची संख्या सुमारे तीन लाखांनी एवढी जास्त आहे.

2. व्यवसायामुळे स्थलांतर (1.93 लाख) : 2001 सालच्या जनगणनेनुसार, महाराष्ट्रात व्यवसायामुळे 1.93 लाख लोकांनी स्थलांतर केले. यांपैकी पुरुषांची संख्या (1.67 लाख) तर स्त्रियांची संख्या (फक्त 25,000) आहे. रोजगाराप्रमाणेच व्यवसायासाठी प्रामुख्याने पुरुष आपले पूर्वीचे राहण्याचे ठिकाण सोडतात. यामध्ये स्त्रियांपेक्षा पुरुषांची संख्या 1.42 लाखांनी जास्त आहे.

- व्यवसायामुळे ग्रामीण भागातून महाराष्ट्रात 38,000 लोकांनी स्थलांतर केलेले आहे. यांपैकी पुरुषांची संख्या (26,000) तर स्त्रियांची संख्या (फक्त 12,000) आहे.
- नागरी भागातून व्यवसाय करण्यासाठी महाराष्ट्रात स्थलांतर केलेल्यांची एकूण संख्या 2.93 लाख आहे. यांपैकी पुरुषांची संख्या (1.41 लाख) आणि स्त्रियांची संख्या (फक्त 13,000) आहे.

3. शिक्षणामुळे स्थलांतर (6.04 लाख) : 2001 सालच्या जनगणनेनुसार, महाराष्ट्रात शिक्षणामुळे स्थलांतरितांची संख्या 6.04 लाख (1.45%) आहे. यांपैकी मुलांची संख्या (4.41 लाख) आणि मुलींची संख्या (फक्त 1.63 लाख) आहे. शिक्षणामुळे स्थलांतर होणाऱ्या मुलींपेक्षा मुलांची संख्या सुमारे 2.9 लाखांनी जास्त आहे. शिक्षणासाठी मुलींचे स्थलांतर करण्यास पालकांची इच्छा अनेक कारणांमुळे असतेच असे नाही. याचप्रमाणे मुलींचाही बऱ्याच वेळा स्थलांतराचा कल असतोच असे नाही.

- महाराष्ट्रात ग्रामीण भागातून शिक्षणामुळे स्थलांतर केलेल्यांची एकूण संख्या 2.12 लाख असून मुलांची संख्या (1.48 लाख) तर मुलींची संख्या (फक्त 64,000) आहे. मुलींपेक्षा मुलांची संख्या साधारण 2.3 पट आहे.

- महाराष्ट्रात नागरी भागातून शिक्षणामुळे स्थलांतरितांची एकूण संख्या 3.92 लाख आहे. यांपैकी मुलांची संख्या (2.93 लाख) आणि मुलींची संख्या (99,000) आहे. मुलींपेक्षा मुलांची संख्या साधारण तीन पट आहे. ग्रामीण भागापेक्षा नागरी भागातून शिक्षणासाठी मुलींचे स्थलांतर-संख्या व प्रमाण जास्त आहे.

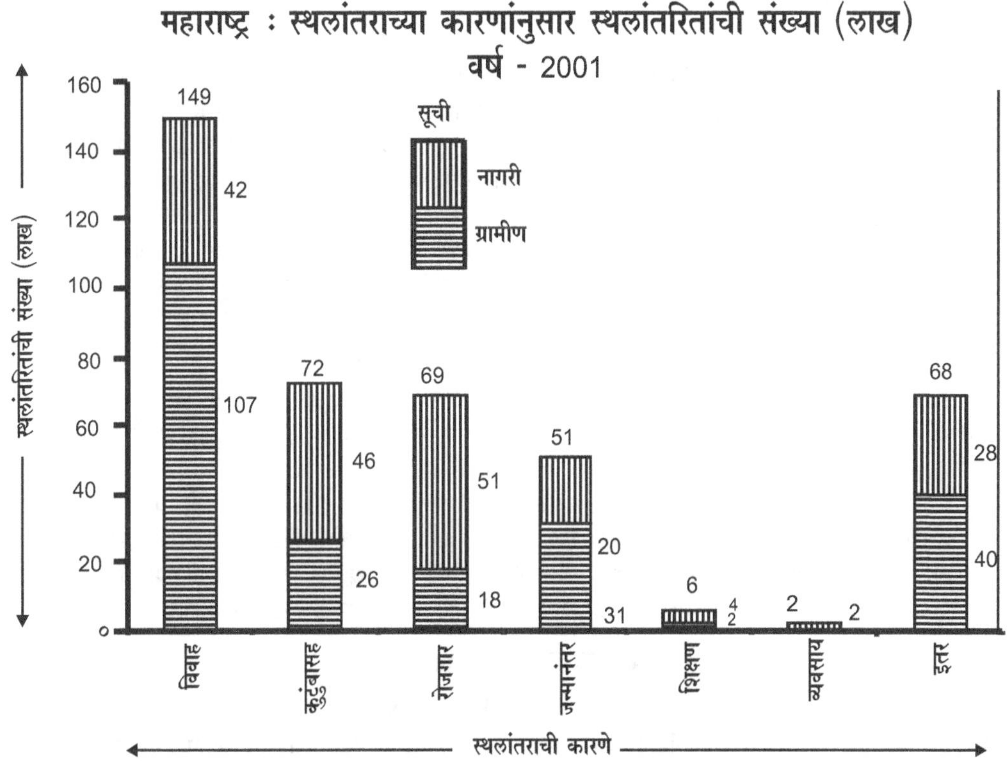

आलेख क्र. 9.1 : महाराष्ट्र – स्थलांतराच्या कारणानुसार स्थलांतरितांची संख्या (लाखात) – 2001

4.   **विवाहामुळे स्थलांतर (148.68 लाख)** : 2001 सालच्या जनगणनेनुसार, महाराष्ट्रात विवाहामुळे होणारे स्थलांतर सर्वांत जास्त आहे. विवाहामुळे झालेल्या एकूण स्थलांतरितांची संख्या 148.68 लाख आहे. त्याची टक्केवारी 35.64 आहे. यांपैकी स्त्रियांच्या स्थलांतरितांची संख्या (147.54 लाख) तर पुरुषांची संख्या (फक्त 1.14 लाख) आहे व ती नगण्य आहे. स्त्रियांचे स्थलांतर प्रामुख्याने महाराष्ट्रात जिल्हांतर्गत आणि आंतरजिल्हा स्थलांतर मोठ्या प्रमाणात आहे. याचप्रमाणे आंतरराज्यीय स्तरावर विवाहामुळे स्थलांतर होऊन महाराष्ट्रात स्थलांतर होणाऱ्या स्त्रियांची संख्या पुरुषांपेक्षा 146.40 लाखांनी जास्त आहे.

- महाराष्ट्रात ग्रामीण भागातून विवाहामुळे होणाऱ्या स्थलांतरितांची एकूण संख्या 106.91 लाख आहे. यांपैकी स्त्रियांची संख्या (106.11 लाख) तर पुरुषांची संख्या (80,000) नगण्य आहे.

- महाराष्ट्रात नागरी भागातून विवाहामुळे होणाऱ्या स्थलांतरितांची एकूण संख्या 41.77 लाख आहे. यांपैकी स्त्रियांची संख्या (41.43 लाख) तर पुरुषांची संख्या (फक्त 34,000) आहे. महाराष्ट्रात विवाहामुळे स्थलांतर होणाऱ्या स्त्रियांची संख्या नागरी भागापेक्षा ग्रामीण भागातून सुमारे 65 लाखांनी जास्त आहे.

5. **जन्मानंतर होणारे स्थलांतर (51.09 लाख)** : 2001 सालच्या जनगणनेनुसार, महाराष्ट्रात जन्मानंतर होणाऱ्या एकूण स्थलांतरितांची संख्या 51.09 लाख (12.25%) आहे. यांपैकी पुरुषांची संख्या (31 लाख) आणि स्त्रियांची संख्या (20 लाख) आहे.

- महाराष्ट्रात ग्रामीण भागातून जन्मानंतर स्थलांतर होणाऱ्या लोकांची एकूण संख्या 31.05 लाख आहे. यांपैकी पुरुषांची संख्या (19.35 लाख) तर स्त्रियांची संख्या (11.70 लाख) आहे. स्त्रियांपेक्षा पुरुषांची संख्या सुमारे 7.50 लाखाने जास्त आहे.

- महाराष्ट्रात नागरी भागातून जन्मानंतर होणाऱ्या स्थलांतरितांची एकूण संख्या 20.04 लाख आहे. यांपैकी पुरुषांची संख्या (11.74 लाख) तर स्त्रियांची संख्या (8.30 लाख) आहे. स्त्रियांपेक्षा पुरुषांची संख्या सुमारे 3.50 लाखाने जास्त आहे.

6. **कुटुंबासह स्थलांतर (71.88 लाख)** : 2001 सालच्या जनगणनेनुसार, महाराष्ट्रात कुटुंबासह एकूण स्थलांतरितांची संख्या 71.88 लाख (17.23%) आहे. **या गटाच्या विवाहामुळे होणाऱ्या स्थलांतराच्या खालोखाल दुसरा क्रमांक आहे.** यांपैकी पुरुषांची संख्या (29.74 लाख) तर स्त्रियांची संख्या (42.14 लाख) आहे. **पुरुषांपेक्षा स्त्रियांची संख्या 12.40 लाखांनी जास्त आहे.**

- महाराष्ट्रात ग्रामीण भागातून कुटुंबासह स्थलांतरितांची एकूण संख्या 26.03 लाख आहे. यांपैकी पुरुषांची संख्या (11.08 लाख) तर स्त्रियांची संख्या (14.96 लाख) आहे. पुरुषांपेक्षा स्त्रियांची संख्या 3.88 लाखांनी जास्त आहे.

- महाराष्ट्रात नागरी भागातून कुटुंबासह स्थलांतरितांची एकूण संख्या 45.85 लाख आहे. यांपैकी पुरुषांची संख्या (18.66 लाख) तर स्त्रियांची संख्या (27.18 लाख) आहे. पुरुषांपेक्षा स्त्रियांची संख्या सुमारे 8.5 लाखांनी जास्त आहे. महाराष्ट्रात कुटुंबासह स्थलांतरितांची स्त्रियांची संख्या ग्रामीण भागापेक्षा नागरी भागामधून सुमारे 12 लाखांनी जास्त आहे.

7. **इतर कारणांमुळे स्थलांतर (68.48 लाख)** : 2001 सालच्या जनगणनेनुसार, महाराष्ट्रात इतर कारणांमुळे होणाऱ्या स्थलांतरितांची संख्या 68.48 लाख (16.42%) आहे. यांपैकी पुरुषांची संख्या (37.26 लाख) आणि स्त्रियांची संख्या (31.26 लाख) आहे. स्त्रियांपेक्षा पुरुषांची संख्या 6 लाखांनी जास्त आहे.

- महाराष्ट्रात ग्रामीण भागातून इतर कारणांमुळे स्थलांतरितांची एकूण संख्या 40.11 लाख आहे. यांपैकी पुरुषांची संख्या (21.13 लाख) आणि स्त्रियांची संख्या (18.98 लाख) आहे. स्त्रियांपेक्षा पुरुषांची संख्या 3.15 लाखांनी जास्त आहे.

- महाराष्ट्रात नागरी भागातून इतर कारणांमुळे स्थलांतरितांची एकूण संख्या 28.37 लाख आहे. यांपैकी पुरुषांची संख्या (16.13 लाख) आणि स्त्रियांची संख्या (12.24 लाख) आहे. स्त्रियांपेक्षा पुरुषांची संख्या 3.89 लाखांनी जास्त आहे.

बुद्धिवंतांचे स्थलांतर
(BRAIN MIGRATION)

बुद्धिवंतांचे स्थलांतर ही एक अतिशय गंभीर समस्या आहे. **स्थलांतराचे आगमन व निर्गमन क्षेत्रात चांगले-वाईट परिणाम होतात.** स्थलांतर करणाऱ्यांमध्ये तरुण व बुद्धिवंतांचा भरणा जास्त असतो.

I. बुद्धिवंतांच्या स्थलांतराचे प्रकार (Types of Brain Migration)

(1) बुद्धिवहन (Brain Drain) : ''निर्गमन क्षेत्रात बुद्धिवंतांच्या स्थलांतरामुळे जी उणीव निर्माण होते तिला 'बुद्धिवहन' असे म्हणतात.''

(2) बुद्धी अतिरिक्तता (Brain Overflow) : ''देशातील लोकसंख्येत आवश्यकतेपेक्षा जास्त तंत्रज्ञ व उच्चविद्याविभूषित लोक असतात व स्थानिक अर्थव्यवस्थेतही बुद्धिवान लोकसंख्या केव्हाही उपलब्ध होते, त्या स्थितीला 'बुद्धी अतिरिक्तता' असे म्हणतात.'' जपान, संयुक्त संस्थाने, जर्मनी या देशांत बुद्धी अतिरिक्तता मोठ्या प्रमाणात उपलब्ध आहे.

(3) बुद्धी आदान-प्रदान (Brain Exchange) : ''दोन राष्ट्रांत बुद्धिवान लोकांची स्थलांतर प्रक्रियेद्वारे अदलाबदल होत असल्यास त्याला 'बुद्धी आदान-प्रदान' असे म्हणतात.''

यामुळे राष्ट्राच्या आर्थिक, सामाजिक, सांस्कृतिक व शैक्षणिक विकासाला चालना मिळते. या प्रक्रियेत सहभागी झालेल्या देशांना पारस्परिक प्रबोधनाचा व वैज्ञानिक संक्रमणाचा लाभ मिळतो.

(4) बुद्धी निर्यात (Brain Export) : ''व्यावसायिक दृष्टिकोनातून एका देशातील बुद्धिवान लोकांना दुसऱ्या देशात नियमित पाठविले जाते. कुशल श्रमिक किंवा तंत्रज्ञानाचा नियमित आर्थिक करारावर पुरवठा करणे म्हणजे 'बुद्धी निर्यात' होय.''

अविकसित व काही प्रमाणात विकसनशील राष्ट्रे अशी बुद्धी निर्यात करून परकीय चलन मिळवितात.

II. बुद्धिवंतांच्या स्थलांतराचे परिणाम (Effects of Brain Migration)

1. **निर्गमन क्षेत्रावरील परिणाम :**

- **बुद्धिवंतांच्या स्थलांतरामुळे निर्गमन क्षेत्रावर वाईट परिणाम होतात. गरीब व विकसनशील-अविकसित देशांना याचा मोठा फटका बसतो.**

- गरीब व अविकसित देश उच्च शिक्षणावर मोठा खर्च करतात. तंत्रज्ञ, शास्त्रज्ञ, अभियंते, वैद्यकीय व्यावसायिक यांच्या शिक्षणावर देशाची गरज म्हणून मोठा खर्च होतो. परंतु पदवी प्राप्त केल्यावर हे तंत्रज्ञ व इतर उच्चविद्याविभूषित लोक मोठ्या पगाराच्या व चांगल्या सेवा-सुविधांच्या अभिलाषेने श्रीमंत विकसित देशांकडे धाव घेतात.

- व्यक्तिगत स्तरावर त्यांचा निर्णय योग्यही असेल. परंतु ज्या समाजाने/शासनाने त्यांच्या शिक्षणावर प्रचंड पैसा खर्च केलेला असतो त्या समाजाची/शासनाची **बुद्धिवंतांकडून राष्ट्राची उन्नती, सेवा घडावी ही अपेक्षा असते. परंतु कित्येक तंत्रज्ञ व बुद्धिवंत स्वतःच्या स्वार्थापोटी विकसित देशात स्थलांतर करतात.**

- भारतासारख्या विकसनशील देशातूनदेखील विकसित देशाकडे मोठ्या प्रमाणात स्थलांतर होत आहे. या स्थलांतरामुळे जी बुद्धिवंतांची उणीव निर्माण होते तिला 'बुद्धिवहन' (Brain Drain) असे म्हणतात.

- बुद्धिवहनामुळे विकसनशील व अविकसित देशाचा आर्थिक विकासाचा वेग मंदावतो.

- स्वातंत्र्यप्राप्तीनंतर भारतातील उच्चशिक्षित लोकांनी संयुक्त संस्थाने, कॅनडा, जर्मनी, ग्रेट ब्रिटन, जपान इत्यादी राष्ट्राने स्थलांतर केल्याने **भारतात बुद्धिवहन समस्या गंभीर बाब आहे.**

2. **आगमन क्षेत्रावरील परिणाम :**

- **श्रीमंत विकसित देशात तरुण, प्रतिभासंपन्न लोकांची भर पडते.**

- आगमन क्षेत्राला या बुद्धिवंतांचा चांगला लाभ होतो. इंग्लंड व अमेरिकेतील वैद्यकीय क्षेत्रात भारतीय वैद्यकीय व्यावसायिकांचा भरणा जास्त आहे.

- **विकसित देशांना तंत्रज्ञ, बुद्धिवंत सहज उपलब्ध झाल्याने त्यांची आर्थिक विकासाची गती अधिक वेगवान होते.**

जगात बुद्धिवहन समस्या दुसऱ्या महायुद्धानंतर प्रकर्षाने जाणवू लागली आहे.

स्थलांतराचे परिणाम

स्थलांतराचे परिणाम निर्गमन क्षेत्रात (Out migration) तसेच आगमन (In migration) क्षेत्रातही दिसून येतात. स्थलांतरामुळे स्थलांतरित व्यक्ती नवीन पर्यावरणात व संस्कृतीत वावरते. यातूनच पुढे सांस्कृतिक देवाण-घेवाण होऊन सांस्कृतिक विकास होतो.

निर्गमन क्षेत्रापेक्षा आगमन क्षेत्रात अधिक चांगले परिणाम दिसून येतात; कारण आगमन क्षेत्रात कार्यक्षम व बुद्धिवंत लोकांची भर पडते.

स्थलांतराचे परिणाम पुढीलप्रमाणे :

1. **लोकसंख्याशास्त्रीय परिणाम :** अंतर्गत स्थलांतरामुळे आगमन क्षेत्रातील तसेच निर्गमन क्षेत्रातील लोकसंख्येच्या आकारावर व रचनेवर परिणाम होतो.

- लोकसंख्या व प्रदेशातील साधनसंपत्तीचे पुनर्स्थानांकन किंवा संतुलन होण्यास मदत होते.

- स्थलांतरामुळे निर्गमन क्षेत्रातील लोकसंख्या घटते तर आगमन क्षेत्रातील लोकसंख्या वाढते.

- लोकसंख्येच्या आकारावर म्हणजे एकूण लोकसंख्या व तिची घनता, तिची वाढ बदलते. तसेच जनन, मर्त्यता, वयोरचना, लिंगरचना व साक्षरता यात संख्यात्मक बदल जाणवतात.

- निर्गमन क्षेत्रात बालके, स्त्रिया व वृद्धांचे प्रमाण वाढते.

- निर्गमन क्षेत्रात बुद्धिवहन (Brain Drain) समस्या निर्माण होते. याउलट, आगमन क्षेत्रात बुद्धिवंतांची व कार्यक्षम लोकसंख्येची भर पडते.

आर्थिक विकासाला आगमन क्षेत्रामधील लोकसंख्या पोषक असते.

2. **आर्थिक परिणाम :**

◆ **आगमन क्षेत्रातील आर्थिक परिणाम :**

- आगमन क्षेत्रात मोठ्या प्रमाणात स्थलांतर घडून आल्यास त्या प्रदेशातील मानव साधनसंपत्तीचे गुणोत्तर बदलते. साधनसंपत्तीवरील ताण वाढतो. आर्थिक विकास व नियोजन यावर प्रतिकूल परिणाम घडून येतो.

- मुळातच न्यून लोकसंख्या असलेल्या प्रदेशात स्थलांतर घडून आल्यास ते आर्थिक विकासाला पोषक ठरते. साधनसंपत्तीचा विकास होतो.

- मात्र अनियोजित व अनिबंधपणे स्थलांतर घडून आल्यास प्राथमिक गरजांची पूर्तता नीट होत नाही. नागरी जीवनाच्या अनेक समस्या उद्भवतात.

- आगमन क्षेत्रात लोकसंख्या वाढल्याने नियोजनाचा आराखडा बदलावा लागतो.
  आरोग्य, शिक्षण, पाणी, वीज, वाहतूक व संदेशवहन, जीवनावश्यक वस्तूंचा पुरवठा यांचा नियोजन आराखडा व उचित अवलंब झाला नाही तर विशेषतः नागरी केंद्रात सार्वजनिक आरोग्याचा प्रश्न निर्माण होतो.

- शहराची निकोप वाढ होत नाही. गलिच्छ वस्त्या, प्रदूषण, सार्वजनिक आरोग्य यांसारखे ज्वलंत प्रश्न निर्माण होतात.

◆ **निर्गमन क्षेत्रातील आर्थिक परिणाम :**

- निर्गमन क्षेत्रात कार्यक्षम लोकसंख्या घटते.

- परावलंबितांचे प्रमाण वाढते.

- आर्थिक उत्पन्नात घट होते.

3. **सामाजिक परिणाम :** स्थलांतरामुळे आगमन व निर्गमन क्षेत्रातील सामाजिक भिन्नतेवर परिणाम होतो. जातिरचना, समाजपद्धती, विवाहप्रणाली, शिक्षण, चालीरीती या सामाजिक अंगांमध्ये विविधता निर्माण होते. सामाजिक अभिसरण व्हायला वेळ लागतो.

◆ **आगमन क्षेत्रातील सामाजिक परिणाम :**

- आगमन क्षेत्रात अल्पसंख्याकांचे प्रमाण वाढून प्रसंगी सामाजिक ताणतणाव निर्माण होतात. सामाजिक स्वास्थ्य धोक्यात येते.

- आगमन क्षेत्रात काही अनुकूल बदलही दिसून येतात. आगमन क्षेत्रात आचार-विचारांचे आदान-प्रदान होते. नवीन जीवनपद्धती-संस्कृती निर्माण होते.

- स्थलांतरित लोक नवीन पर्यावरणाशी व संस्कृतीशी मिळते-जुळते घेतात. ते अधिक सहनशील बनतात.

- आगमन क्षेत्रात बुद्धिवंतांची भर पडल्याने त्यांच्या ज्ञानाचा लाभ मिळतो. आर्थिक विकासाला चालना मिळते.

- आंतरजातीय विवाह, विचारमंथन, समायोजन, उच्च शिक्षण यामुळे सामाजिक संक्रमणाला वाव मिळतो.

◆ **निर्गमन क्षेत्रातील सामाजिक परिणाम :**

- निर्गमन क्षेत्रात स्त्रियांचे प्रमाण वाढल्याने त्या परिस्थितिजन्य आव्हानांना तोंड देण्यासाठी सक्षम बनू लागतात. अनेक जबाबदाऱ्या अंगावर पडल्याने त्या स्वावलंबी होऊ लागतात.

- व्यवसाय पतपेढ्या, संघटना, विक्रीसंस्था, लघुउद्योग, शिक्षण यामध्ये स्त्रियांचा सहभाग वाढू लागतो.

- मात्र निर्गमन क्षेत्रातील साधनसंपत्तीचा पुरेपूर विकास होत नाही.

4. **सांस्कृतिक परिणाम :**

- अंतर्गत स्थलांतरामुळे सांस्कृतिक देवाण-घेवाण होते. विभिन्न चालीरीती, रूढी-परंपरा, नीतिमूल्ये, धार्मिक विचारप्रणाली, सण, उत्सव यांची पारस्परिक ओळख होते. संस्कृती संवर्धनास वाव मिळतो.

- काही वेळेस संस्कृती संक्रमण नीट न झाल्याने अल्पसंख्याक, बहुसंख्याक, गटबाजी, भाषावाद, प्रांतवाद, जातीय संप्रदाय निर्माण होऊन राष्ट्रीय एकात्मता धोक्यात येते. सांस्कृतिक अवमूल्यन वाढू लागते.

- भारतात व जगातील काही राष्ट्रातसुद्धा अंतर्गत स्थलांतरामुळे जातीयवाद, भाषावाद, प्रांतवादासारख्या सांस्कृतिक समस्या निर्माण झालेल्या आहेत.

बहुपर्यायी प्रश्न

1. महाराष्ट्रात स्थलांतराबाबत पुरुषांपेक्षा . . . . यांची संख्या जास्त आहे.

  (1) स्त्रिया   (2) बालके   (3) वयोवृद्ध   (4) अर्भके

2. महाराष्ट्रात . . . . मध्ये पुरुषांपेक्षा स्त्रियांचे स्थलांतर सर्वांत जास्त असते.

  (1) ग्रामीण भागातून नागरी भागात स्थलांतर

  (2) नागरी भागातून ग्रामीण भागात स्थलांतर

  (3) एकाच जिल्ह्यांतर्गत व जिल्ह्या-जिल्ह्यामधील स्थलांतर

  (4) एका नागरी भागातून दुसऱ्या नागरी भागातील स्थलांतर

3. भारताच्या इतर राज्यांमधील स्थलांतरामध्ये स्त्रियांचे स्थलांतर . . . . असते.

  (1) जास्त   (2) कमी   (3) तेवढेच   (4) दुप्पट

4. भारताच्या अन्य राज्यांमधून महाराष्ट्रात होणाऱ्या स्थलांतरात . . . . चा सर्वप्रथम क्रमांक आहे.

  (1) बिहार   (2) गुजरात   (3) कर्नाटक   (4) उत्तर प्रदेश

5. गुजरातच्या ग्रामीण भागातून महाराष्ट्रात होणारे स्थलांतर नागरी भागापेक्षा . . . . आहे.

  (1) कमी   (2) जास्त   (3) अत्यल्प   (4) समसमान

6. कर्नाटकमधून महाराष्ट्रात एकूण स्थलांतरात पुरुषांपेक्षा स्त्रियांची संख्या . . . . असते.

  (1) जास्त   (2) कमी   (3) समसमान   (4) अत्यल्प

7. महाराष्ट्रात . . . . मुळे सर्वांत जास्त स्थलांतर होते.

  (1) कुटुंबा   (2) रोजगार   (3) विवाह   (4) व्यवसाय

8. महाराष्ट्रात ग्रामीण भागातील लोक प्रामुख्याने . . . . विभागात स्थलांतर करतात.

  (1) कोल्हापूर-इचलकरंजी   (2) औरंगाबाद-जालना   (3) नागपूर-वर्धा   (4) मुंबई-पुणे

9. महाराष्ट्रात सर्वांत जास्त . . . . स्थलांतर आहे.

  (1) ग्रामीण-नागरी   (2) नागरी-ग्रामीण   (3) नागरी-नागरी   (4) ग्रामीण-ग्रामीण

10. महाराष्ट्रात उत्तर प्रदेशपेक्षा बिहारमधून होणारे स्थलांतर . . . . आहे.

  (1) जास्त   (2) तेवढेच   (3) बरेच कमी   (4) कमी

11. . . . . स्थलांतरामुळे निर्गमन क्षेत्रावर परिणाम होतात.

  (1) वृद्ध   (2) बुद्धिवंत   (3) स्त्रिया   (4) बालके

12. महाराष्ट्रात जिल्ह्यामधील स्थलांतरात पुरुषांपेक्षा स्त्रियांची संख्या जास्त असण्याचे कारण . . . . आहे.

  (1) जन्मानंतर स्थलांतर   (2) शिक्षणामुळे स्थलांतर

  (3) विवाहामुळे स्थलांतर   (4) कुटुंबासह स्थलांतर

13. महाराष्ट्रात एकाच जिल्ह्यांतर्गत स्थलांतरामध्ये पुरुषांपेक्षा स्त्रियांचे स्थलांतर . . . . प्रमाणात आहे.

  (1) तिप्पट   (2) दुप्पट   (3) चौपट   (4) यांपैकी नाही.

14. महाराष्ट्रात एकाच जिल्ह्यामधील आणि जिल्ह्या-जिल्ह्यामधील स्थलांतर . . . . आहे.

  (1) सर्वांत जास्त   (2) सर्वांत कमी   (3) साधारण   (4) यांपैकी नाही.

15. भारताच्या इतर राज्यांमधील ग्रामीण भागातून महाराष्ट्रात स्थलांतरित झालेल्यांमध्ये पुरुषांपेक्षा स्त्रियांची संख्या . . . . आहे.
    (1) साधारण कमी   (2) जास्त   (3) कमी   (4) साधारण जास्त

16. महाराष्ट्रात उत्तर प्रदेशामधून स्थलांतरितांमध्ये ग्रामीण भागापेक्षा नागरी भागामधून होणारे स्थलांतर . . . . आहे.
    (1) जास्त   (2) कमी   (3) साधारण सारखे   (4) यांपैकी नाही.

17. महाराष्ट्रात गुजरातमधील ग्रामीण भागातून पुरुषांपेक्षा स्त्रियांचे प्रमाण . . . . आहे.
    (1) कमी   (2) जास्त   (3) सारखे   (4) यांपैकी नाही.

18. महाराष्ट्रात उत्तर भारतीयांकडून होणाऱ्या स्थलांतरात व ग्रामीण भागापेक्षा नागरी भागामधून लोक . . . . येतात.
    (1) साधारण   (2) कमी   (3) जास्त   (4) यांपैकी नाही.

19. महाराष्ट्रात . . . . होणारे स्थलांतर सर्वांत कमी आहे.
    (1) शिक्षणामुळे   (2) जन्मानंतर   (3) कुटुंबामुळे   (4) व्यवसायामुळे

20. महाराष्ट्रात . . . . ग्रामीण भागातून नागरी भागात सर्वांत जास्त स्थलांतर होते.
    (1) जन्मानंतर   (2) स्त्री-विवाहामुळे   (3) कुटुंबासह   (4) शिक्षणामुळे

21. महाराष्ट्रात देशातील नागरी भागामधून होणारे सर्वांत जास्त स्थलांतर . . . . होते.
    (1) रोजगारामुळे   (2) स्त्री-विवाहामुळे   (3) कुटुंबासह   (4) इतरांमुळे

22. महाराष्ट्रात स्त्रियांच्या विवाहामुळे होणारे स्थलांतर नागरी भागापेक्षा ग्रामीण भागातून . . . . आहे.
    (1) कमी   (2) बरेच जास्त   (3) साधारण   (4) यांपैकी नाही.

23. बुद्धिवंतांच्या स्थलांतरामुळे . . . . फार मोठा फटका बसतो.
    (1) गरीब देशाला   (2) अविकसित देशाला
    (3) विकसनशील देशाला   (4) वरील सर्व.

24. बुद्धिवंत लोक . . . . देशात स्थलांतर करतात.
    (1) अविकसित   (2) विकसित   (3) गरीब   (4) विकसनशील

25. . . . . स्थलांतरामुळे निर्गमन क्षेत्रावर वाईट परिणाम होतात.
    (1) ग्रामीण लोकांच्या   (2) नागरी लोकांच्या   (3) बुद्धिवंतांच्या   (4) यांपैकी नाही.

26. स्थलांतरामुळे निर्गमन क्षेत्रापेक्षा आगमन क्षेत्रात . . . . परिणाम दिसून येतात.
    (1) अधिक वाईट   (2) अधिक चांगले   (3) साधारण   (4) यांपैकी नाही.

27. श्रीमंत विकसनशील देशात बुद्धिवंत स्थलांतरामुळे . . . . लोकांची भर पडते.
    (1) तरुण, प्रतिभासंपन्न   (2) वयोवृद्ध   (3) बालिका-बालांची   (4) यांपैकी नाही.

28. विकसित देशांना बुद्धिवंत सहज उपलब्ध झाल्याने त्यांची विकासाची गती . . . . होते.
    (1) संथ   (2) अधिक वेगवान   (3) मंद   (4) यांपैकी नाही.

29. स्थलांतरामुळे आगमन व निर्गमन क्षेत्रामधील . . . . यामध्ये संख्यात्मक बदल होतात.
    (1) लोकसंख्या व घनता   (2) लिंग-गुणोत्तर   (3) साक्षरता   (4) वरील सर्व.

30. स्थलांतरामुळे निर्गमन क्षेत्रात . . . . प्रमाण वाढते.
    (1) बालकांचे   (2) स्त्रियांचे   (3) वृद्धांचे   (4) वरील सर्व.

31. बुद्धिवंतांच्या स्थलांतरामुळे निर्गमन क्षेत्रात . . . . समस्या निर्माण होते.
    (1) बुद्धी अतिरिक्तता   (2) बुद्धी आयात   (3) बुद्धिवहन   (4) बुद्धी आदान-प्रदान

32. बुद्धिवंतांच्या स्थलांतरामुळे आगमन क्षेत्रात . . . . भर पडते.
    (1) बुद्धिवंत व कार्यक्षम लोकांची   (2) मजूर लोकसंख्येची
    (3) विवाहित स्त्रियांची   (4) व्यावसायिक लोकांची

33. आगमन क्षेत्रात मोठ्या प्रमाणात स्थलांतर घडून आल्यास त्या प्रदेशामधील . . . . वर प्रतिकूल परिणाम घडून येतो.
    (1) साधनसंपत्ती   (2) आर्थिक विकासा   (3) नियोजना   (4) वरील सर्व.

34. मुळातच न्यून लोकसंख्या असलेल्या प्रदेशात स्थलांतर घडून आल्यास . . . . यासाठी पोषक ठरते.
    (1) औद्योगिक विकास   (2) आर्थिक विकास
    (3) साधनसंपत्तीचा विकास   (4) वरील सर्व.

35. आगमन क्षेत्रात अनियोजित व अनिर्बंधपणे स्थलांतर घडून आल्यास . . . . समस्या निर्माण होतात.
    (1) जीवनावश्यक वस्तूंचा अपुरा पुरवठा   (2) झोपडपट्टी
    (3) प्रदूषण-सार्वजनिक आरोग्य   (4) वरील सर्व.

36. स्थलांतरामुळे आगमन क्षेत्रात व्यक्ती नवीन पर्यावरण व संस्कृतीत वावरल्यामुळे . . . . निर्माण होऊ शकते.
    (1) सांस्कृतिक देवाण-घेवाण   (2) सांस्कृतिक विकास
    (3) सामाजिक सामंजस्य   (4) वरील सर्व.

37. स्थलांतरामुळे निर्गमन क्षेत्रात . . . . होते.
    (1) कार्यक्षम लोकसंख्येत घट   (2) परावलंबितांचे वाढते प्रमाण
    (3) आर्थिक उत्पन्नात घट   (4) वरील सर्व.

38. स्थलांतरामुळे आगमन व निर्गमन क्षेत्रातील . . . . या सामाजिक अंगामध्ये विविधता निर्माण होते.
    (1) जातिरचना-समाजपद्धती   (2) विवाहप्रणाली
    (3) शिक्षण व चालीरीती   (4) वरील सर्व.

39. स्थलांतरामुळे आगमन क्षेत्रात . . . . यामुळे सामाजिक संक्रमणाला वाव मिळतो.
    (1) विचारमंथन-समायोजन   (2) आंतरजातीय विवाह
    (3) उच्च शिक्षण   (4) वरील सर्व.

40. निर्गमन क्षेत्रात . . . . यामध्ये स्त्रियांचा सहभाग वाढतो.
    (1) व्यवसाय-पतपेढ्या   (2) संघटना-शिक्षण
    (3) विक्रीसंस्था-लघुउद्योग   (4) वरील सर्व.

41. स्थलांतरामुळे काही वेळेस संस्कृती संक्रमण नीट न झाल्यास . . . . संप्रदाय निर्माण होऊन राष्ट्रीय एकात्मता धोक्यात येऊ शकते.
    (1) अल्पसंख्याक-बहुसंख्याक   (2) गटबाजी-भाषावाद
    (3) प्रांतवाद-जातीय   (4) वरील सर्व.

उत्तरसूची

1. [1]	2. [3]	3. [2]	4. [4]	5. [3]	6. [1]
7. [3]	8. [4]	9. [1]	10. [3]	11. [2]	12. [3]
13. [2]	14. [1]	15. [4]	16. [1]	17. [2]	18. [3]
19. [4]	20. [2]	21. [1]	22. [2]	23. [4]	24. [2]
25. [3]	26. [2]	27. [1]	28. [2]	29. [4]	30. [4]
31. [3]	32. [1]	33. [4]	34. [4]	35. [4]	36. [4]
37. [4]	38. [4]	39. [4]	40. [4]	41. [4]	

ग्रामीण वसाहती

घरांचे प्रकार

भारतीय जनगणना विभागानुसार घराची व्याख्या : "घर म्हणजे वास्तू किंवा वास्तूचा भाग ज्याला रस्त्यापासून स्वतंत्र प्रवेशद्वार व सामुदायिक अंगण असते."

1.	**बांधकाम साधनसामग्री** : महाराष्ट्रात तसेच संपूर्ण देशभरात घरे बांधण्यासाठी स्थानिक उपलब्ध असलेल्या बांधकाम साधनसामग्रीचा वापर केलेला असतो. दगड, चिखल, कच्च्या विटा, बांबू, वेत, लाकूड, वनस्पर्तींची पाने, झावळ्या, फांद्या, गवत इत्यादींचा वापर केलेला असतो. गरीब लोकांची घरे स्थानिक साधनसामग्रीचा वापर करून बांधलेली असतात. श्रीमंत लोकांची घरे अधिक आरामदायक असतात. यावरून **घरांचे दोन प्रकार पडतात :**

(अ)	**कच्ची घरे** : घराच्या बांधकामासाठी स्थानिक बांधकाम सामग्रीचा वापर केलेला असतो.

(ब)	**पक्की घरे** : पक्क्या भाजीव विटा, सिमेंट, लोखंड, ॲस्बेस्टॉस यांच्या साहाय्याने सिमेंट काँक्रिटच्या भव्य वास्तू बांधलेल्या असतात. (**तक्ता क्र. 10.1 पाहा.**)

तक्ता क्र. 10.1 : भारतीय जनगणनेद्वारा घरांचे प्रकार व बांधकाम सामग्री

घरांचा प्रवर्ग	बांधकाम साधनसामग्री
	भिंती :
पक्क्या	पक्क्या भाजीव विटा, जी.आय. शीट्स किंवा इतर धातू, दगड, सिमेंट काँक्रीट.
कच्च्या	गवत, फांद्या, पाने, वेत, बांबू, चिखल, लाकूड, दगड, कच्च्या विटा.
	छप्पर :
पक्क्या	कौले; पत्रे – लोखंडी, जस्त, इतर धातूचे किंवा ॲस्बेस्टॉसचे पत्रे; आर.सी.सी. काँक्रीट.
कच्च्या	गवत, पाने, वेत, बांबू, फांद्या, काटक्या, लाकूड.

2.	**महाराष्ट्रातील घरांच्या प्रकारांचे प्रादेशिक वितरण** : महाराष्ट्रातील ग्रामीण भागातील पारंपरिक पद्धतीची घरे स्थानिक हवामान व साधनसामग्री यांच्याशी मिळती-जुळती आहेत.

(अ)	**देश/दख्खनच्या/महाराष्ट्र पठारावरील घरे :** • देशावर ज्या भागात पावसाचे प्रमाण कमी आहे अशा भागातील घरे मातीच्या विटांपासून बांधलेली आहेत. स्थानिक काळा दगड भिंतीसाठी वापरतात. • घरांचे छत लाकडी पट्ट्या टाकून झाकून घेतल्यावर त्यावर माती टाकली जाते, याला **'माळवदी किंवा धाब्याची घरे'** असे म्हणतात. देशावर सर्वत्र धाब्याची घरे आहेत. • पूर्वी गावातील सर्वांत मोठी घरे ही बहुधा देशमुख, पाटील वा जहागिरदारांची असत. कृष्णा, भीमा, गोदावरी, तापी या नद्यांच्या खोऱ्यात धाब्याची घरे आढळून येतात. उष्णतेचे दुर्वाहक लाकूड असल्याने उन्हाळ्यात ही घरे थंड राहतात.

अलीकडील काळात मात्र घरांचे स्वरूप बदलत चालले आहे. लाकडाच्या वाढत्या किमती, अपुरा पुरवठा यांमुळे खेड्यातील घरेसुद्धा आता छपरासाठी कौले किंवा सिमेंटचे पत्रे यांचा वापर करीत आहेत. घरांना खिडक्या कमी असतात व एकच प्रवेशद्वार असते.

(ब)	**कोकणातील घरे :** कोकणात 400 सें.मी. पर्यंत भरपूर पाऊस पडतो. याचा परिणाम येथील घरबांधणीवर झाल्याचा दिसून येतो. • घराचे छप्पर उतरते व कौलारू किंवा नारळ-पोफळीच्या पानांनी शाकारलेले असते. अलीकडे धातूचे किंवा सिमेंटचे पत्रेदेखील छपरासाठी वापरले जातात. घरापुढे मोकळे अंगण, तुळशी-वृंदावन तसेच नारळ-पोफळीच्या बागा दिसतात. • कोकणातील घरे परस्परांपासून अलग-अलग दिसून येतात; यामुळे बहुतेक कुटुंबे आत्मनिर्भर असतात. • खलाटी भागातील खेडी ओळीसारखी दिसतात तर वलाटी भागातील खेड्यांच्या रचनेत विविधता आढळते. घरे विखुरलेली तर काही ठिकाणी पुंजक्यासारखी दिसतात.

(क) सह्याद्री घाटमाथा व अन्य पर्वतराईंचा डोंगराळ प्रदेश : सह्याद्री घाटमाथ्यावर प्रमुख्याने भिल्ल, कोळी, वारली, ठाकूर, कातकरी इत्यादी आदिवासी वा आदिवासीसादृश्य जमाती राहतात. जास्त पावसामुळे उतरत्या छपराची घरे बांधतात. बऱ्याच ठिकाणी घरांचे छत वनस्पतींच्या विविध भागांपासून तर भिंती कुडाच्या असतात. घरे विखुरलेली आढळतात. जंगलात घरांचे पुंजके आढळतात. सह्याद्रीच्या घाटमाथ्यावर उंच-सखल टेकड्यांच्या क्षेत्रात शाकारलेली गोलाकार झोपड्यांची निवासस्थाने आढळतात.

ग्रामीण वसाहतीचे प्रकार

महाराष्ट्रातील खेडी एकाच प्रकारची नाहीत. त्यांचे काही ठळक प्रकार आहेत. या विभिन्नतेच्या निर्मितीत भौगोलिक, ऐतिहासिक व सामाजिक घटकांचे योगदान महत्त्वाचे आहे. महाराष्ट्रातील खेड्यांचे प्रकार, त्यांच्या वितरणाची ठळक वैशिष्ट्ये यांचा स्थूल आढावा आपण घेणार आहोत.

1. **विखुरलेल्या/एकाकी वसाहती :**

एक किंवा एकापेक्षा जास्त कुटुंबे जेव्हा परस्परांपासून थोड्या दूर अंतरावर राहतात; यामुळे निर्माण होणाऱ्या वसाहतीला 'विखुरलेल्या वसाहती' असे म्हणतात. सामान्यतः या वसाहती विपरीत हवामानविषयक स्थिती, उंच-सखल डोंगराळ टेकड्यांचा प्रदेश, घनदाट जंगले व गवताळ प्रदेश, कृषीयोग्य जमिनीची कमतरता तसेच विस्तृत कृषिक्षेत्रे, आपल्या कृषिक्षेत्रावर घर करून राहणारे शेतकरी अशा ठिकाणी आढळून येतात. स्वातंत्र्यप्रियता, नवीन आव्हाने स्वीकारण्याची तयारी, चांगले हवामान, नवीन साधनसंपत्तीचा शोध व स्थलांतराची तयारी यामुळेदेखील मूळ वस्तीतून लोक नवीन जागेत जाऊन स्वतंत्र वस्त्या उभारतात. **विखुरलेल्या वस्त्या म्हणजे गृहसमूहातील अंतरात्मक विलगता होय.**

विखुरलेल्या वस्त्यांच्या निर्मितीची कारणे व वितरणाचे स्वरूप :

(अ) प्रतिकूल नैसर्गिक/भौगोलिक परिस्थिती : सह्याद्रीचा घाटमाथा, कोकण किनारपट्टीवरील सखल खलाटीचा भाग, सह्याद्रीच्या पश्चिम उतारावरील पर्वतराई नजीकचा उंच-सखल वलाटीचा प्रदेश, पश्चिम महाराष्ट्रातील मावळ पट्टा, सातपुडा पर्वत व टेकड्यांचा प्रदेश, पूर्व महाराष्ट्रातील टेकड्यांचा प्रदेश येथे उंच-सखल भूप्रदेश, कृषी व वसाहतीसाठी सलग भूमीचा अभाव, मृदेची स्तरीय विविधता, जमिनीचे विभक्तीकरण, पाण्याची अनिश्चितता व विकेंद्रित व्यवसाय इत्यादी घटकांमुळे विखुरलेल्या वसाहती आढळतात.

- **कोकण :** विखुरलेल्या वस्त्यांचे प्राबल्य आहे. कोकणात 'खलाटी' भागातील खेडी ही उत्तर-दक्षिण रेखाकृती दिसतात. गावातील प्रमुख रस्त्याच्या दुतर्फा घरे असतात. एका गावाची सीमा दुसऱ्या गावाच्या वस्तीला मिळालेली असते. एकाच नात्याच्या किंवा एकाच जातीच्या दोन-चार वस्त्याही असतात; यांना पाडा, पडाळ इत्यादी नावाने ओळखले जाते.

पर्वतराईला लागून असलेल्या 'वलाटी' भागातील खेडी एखाद्या ओळीसारखी दिसतात. सपाट जमीन उपलब्ध नसल्याने घरे बऱ्याच प्रमाणात विखुरलेली दिसतात. काही ठिकाणी ती एकत्र पुंजक्यासारखीदेखील आढळतात.

- **पूर्व विदर्भ :** खेड्यांचा आकार लहान असतो. आदिवासी लोकांच्या दहा-वीस झोपड्या मिळून वाडी अस्तित्वात येते. जास्त पर्जन्य, समृद्ध भूजल पातळी, सुपीक जमीन असूनही आदिवासींचा विकास झालेला नाही.

- **महाराष्ट्रातील पर्वतीय व डोंगराळ भाग :** या भागात आदिवासी जमाती राहतात. येथे सलग शेतजमीन नसल्याने अशी विखुरलेली खेडी असतात. महाराष्ट्रातील गोंड, कोलाम, कोरकू इत्यादी वन्य जातींचे वास्तव्य असणाऱ्या वनक्षेत्रात पुंजक्या-पुंजक्यांनी घरे बांधल्याचे आढळते.

(ब) आर्थिक घटक : कृषीवर लक्ष केंद्रित करण्यासाठी मूळ गावात राहण्यापेक्षा शेतात जाऊन वस्ती करतात. महाराष्ट्रात या शेतवस्त्यांना 'वस्ती'/'वाडी' असे म्हणतात. आर्थिक व सामाजिक कारणांच्या प्रभावामुळे वाडीसंस्कृती विकसित होते. कोकणातील कृषी अर्थव्यवस्था कुटुंबप्रधान आहे. एक घर दुसऱ्या घरापासून अलग असल्याने बहुतेक कुटुंबे आत्मनिर्भर असतात.

(क) सामाजिक घटक : जाती-वर्णव्यवस्था, धार्मिक व वांशिक भिन्नता यामुळे विलगतेची प्रवृत्ती वाढत आहे. ग्रामीण वस्त्यांमध्ये उच्चवर्णीय लोक आर्थिक व सामाजिकदृष्ट्या निम्न स्तरातील लोकांना सामावून घ्यायला सहजासहजी तयार नसतात; त्यामुळे सामाजिक दरी वाढत जाते. यामुळे मुख्य ग्रामीण वस्ती व अन्य लोकांची वस्ती असे विकेंद्रित चित्र दिसते. ग्रामीण भागातून रोजगाराच्या शोधार्थ लोक शहराकडे स्थलांतर करतात. नागरी विभागातील ग्रामीण-नागरी सीमांत भागात या लोकांच्या विखुरलेल्या झोपड्या आढळतात.

(ड) राजकीय घटक : प्रादेशिक विकासासाठी धरणे, विद्युत प्रकल्प, वसाहतीकरण, खनिजांचा शोध, संशोधन संस्था, औद्योगिक वसाहती इत्यादी कारणांमुळे मूळ वस्त्यांच्या अस्तित्वाचे प्रश्न येतात. मोठ्या प्रकल्प योजना कार्यान्वित झाल्यावर तेथील जमिनी व खेडी पाण्याखाली जातात. तेथील वसाहतींचे पुनर्वसन करावे लागते. कोयना प्रकल्पाच्या वेळी पाटण व

जावळी तालुक्यातील सोळा वस्त्यांचे विकेंद्रीकरण झाले. नर्मदासागर योजनेमुळे मध्य प्रदेश, महाराष्ट्र व गुजरात राज्यातील 237 खेड्यांचे पुनर्वसन करावे लागणार आहे. यामध्ये महाराष्ट्रातील 33 खेड्यांचे पुनर्वसन होणार आहे. यामुळेदेखील विखुरलेल्या वस्त्यांची निर्मिती होते.

विखुरलेल्या वस्त्यांची वैशिष्ट्ये : • विखुरलेल्या वस्त्यांमध्ये अंतरात्मक विलगता स्पष्टपणे पाहावयास मिळते. • खेडी, वाड्या, वस्त्यांची लोकसंख्या मर्यादित असते. • 200 ते 500 लोकसंख्येच्या अनेक वाड्या व वस्त्या आढळतात. • शेतकरी शेतजमिनीवरच राहत असल्याने दैनंदिन प्रवास वाचतो. • श्रमाची व वेळेची बचत होते. • सामाजिक सेवा उपलब्ध नसतात. • वसाहती पर्यावरणाशी अधिक निकट व त्या प्रदूषणमुक्त असतात. • भांडण, तंटे-बखेडापासून मुक्त असल्याने सामाजिक स्वास्थ्य चांगले असते. • दैनंदिन गरजांच्या पूर्ततेसाठी मध्यवर्ती खेड्यावर अवलंबून असतात. • घरांचे समूह दूर अंतरावर असल्याने सांघिक कार्ये साधण्यात अडचणी येतात.

2.   सघन/केंद्रित वसाहती :

एकापेक्षा जास्त गृहसमूह एकत्र येऊन वस्त्यांचे केंद्रीकरण होते, त्याला 'सघन/केंद्रित वस्ती' असे म्हणतात.

अनेक कुटुंबे जवळजवळ राहतात, त्यामुळे सघन वसाहत निर्माण होते. संरक्षण, समूह प्रवृत्ती, समाजप्रियतेचा गुण व प्राकृतिक मर्यादा यामुळे केंद्रित वसाहती निर्माण होतात.

महाराष्ट्रातील देश किंवा दख्खनचे पठार ब‍याकपैकी सपाट असल्याने केंद्रित वसाहती आढळतात. मध्यभागी लोकवस्ती व सभोवती पसरलेली शेती असते. ओढे, नाले, प्रवाह, नद्या, तळी, सरोवरे अशा पाणवठ्याजवळ गाव वसल्याचे दिसते. शेतीसाठी चांगली जमीन असावी व भरड, मुरमाड जमीन गाव वसविण्यासाठी वापरावी असा संकेत असे. अशा भरड जमिनीचा रंग पांढरट असल्याने गावाच्या वस्तीला 'गाव पांढरी' किंवा 'पांढरी' हा शब्द वापरला जाऊ लागला; त्यामुळे खेड्याच्या वस्तीचा उल्लेख 'पांढरी' किंवा 'गावठाण' या नावाने होऊ लागला.

केंद्रित वसाहतीच्या निर्मितीची कारणे व वितरणाचे स्वरूप :

(अ) प्राकृतिक घटक : • देशावरील नद्यांच्या खोऱ्यात पाण्याची उपलब्धता सहज शक्य आहे तेथे केंद्रित वसाहती आढळतात. • नद्यांच्या खोऱ्यातील जास्तीतजास्त जमीन लागवडीखाली आणलेली असते. यामुळे गावठाणाचा आकार लहान असतो. घरे दाटीदाटीने वसलेली असतात. • डोंगराळ व तीव्र उताराच्या भागात वसाहतीयोग्य भूमी मर्यादित असते; यामुळे कमीतकमी जमीन गावठाणाखाली असते. साहजिकच, वसाहतीचे केंद्रीकरण होते. • प्रतिकूल पर्यावरणात मानवी समूहांना सहकार्य व संरक्षणाची गरज असते. यामुळेदेखील केंद्रित वसाहती निर्माण होतात.

(ब) आर्थिक घटक : महाराष्ट्रातील नद्यांच्या खोऱ्यात सुपीक मृदा, पाणीपुरवठा व वाहतूक सुविधा विकसित झालेल्या आहेत; यामुळे कृषी व कृषीमालावर प्रक्रिया करणाऱ्या उद्योगांचा विकास झालेला आहे. यामुळे तेथे केंद्रित वसाहती निर्माण झालेल्या आहेत.

(क) सामाजिक घटक : नैसर्गिक आपत्ती, परकीय आक्रमणे, चोरी, दरोडेखोरी, हिंसाचार व श्वापदे यांपासून संरक्षणासाठी लोक एकत्र राहतात व केंद्रित वस्ती निर्माण होते. केंद्रीकरणातून मानवाला शिक्षण, आरोग्य, करमणूक, वाहतूक, व्यापार, धार्मिक संस्था व श्रद्धास्थाने या सुविधा मिळतात.

(ड) राजकीय घटक : • महाराष्ट्रात आदिवासी क्षेत्रावर शासनाने लाकूडतोडीला जेव्हा नियंत्रण आणले तेव्हा आदिवासी लोकांनी संघटित होऊन केंद्रित वसाहती निर्माण केल्या. • पंचवार्षिक योजनाकाळात वाहतूक उद्योग, व्यापाराची पुनर्रचना यावर भर देण्यात आला. रस्ते, लोहमार्ग, समुद्रकिनाऱ्याला लागून रेषीय वस्त्या केंद्रित झालेल्या आहेत.

केंद्रित वसाहतीची वैशिष्ट्ये : • वसाहतीमधील घरे परस्परांना जवळजवळ असतात. • संरक्षण, सुरक्षितता, समूह प्रवृत्ती, सांघिक कार्य यामुळे गृहसमूहांचे केंद्रीकरण होते. • वसाहतीमध्ये सामाजिक सेवा उपलब्ध असतात. पंचायत, न्यायदान, शिक्षण, टपालसेवा, सण, उत्सव, प्रार्थनास्थळे, बाजारपेठ, करमणूक केंद्रे अशा सामाजिक सुविधा असतात. यामुळे लोकांच्या सामाजिक धार्मिक व मानसिक गरजा भागविल्या जातात. • केंद्रित वस्त्यांना स्थल व कालसापेक्ष वितरणामुळे विशिष्ट आकार प्राप्त होतो. • वाहतूक मार्ग, नदीकाठी, सागरकिनारी रेषीय केंद्रीकरण, चौरसाकृती किंवा आयताकृती केंद्रीकरण; तर विहीर, तलाव, किल्ला यांच्याभोवती वर्तुळाकार केंद्रीकरण आढळते. • वसाहतींच्या आंतररचनेत विविध जाती, धर्म, पंथ, वंश या विचारप्रणालीमुळे सामान्यतः सजातीय, स्वधर्मीय, सपंथीय समूहाचे विविध विभाग स्वतंत्र परंतु एकजिनसी केंद्रीकरणाच्या रूपात आढळतात.

• केंद्रीकरण अति प्रमाणात झाल्यास सामाजिक, धार्मिक, राजकीय संघर्ष सुरू होतात. यामुळे दुर्बल अल्पसंख्याक घटकांना बाहेर पडावे लागते. केंद्रित वस्त्या भौगोलिक घटकांचा जास्तीतजास्त लाभ उठवू शकतात. त्यामुळे सांस्कृतिकदृष्ट्या त्यांच्यातील विकासाचा स्तर विकेंद्रित वस्त्यांपेक्षा उच्च असतो.

3. संमिश्र/संयुक्त वसाहती :

मुख्य वसाहत व तिच्या सभोवतालच्या अलग-अलग घरांचे समूह मिळून निर्माण होणाऱ्या वसाहतीला 'संमिश्र वसाहत' असे म्हणतात.

ही सघन परंतु विकेंद्रित वसाहत असते. महाराष्ट्रात मुख्य ग्रामीण वस्त्यांच्या सभोवती कृषिक्षेत्रातील वस्त्या किंवा वाड्या मिळून या प्रकारच्या वसाहती बनलेल्या आहेत.

संमिश्र/संयुक्त वसाहतीची वैशिष्ट्ये : • एक गाव व त्या गावाखाली येणाऱ्या छोट्या-छोट्या वाड्या तसेच जुळी खेडी या संयुक्त वसाहती आहेत. • सांस्कृतिक, सामाजिक व शासकीयदृष्ट्या एका वसाहतीच्या वाड्या मूळ वसाहतीशी संलग्न असतात. • काही वेळा एकाच नावाने ओळखली जाणारी जोडखेडी असतात. यातील लहान खेड्यांना 'खुर्द', मोठ्या खेड्यांना 'बुद्रूक' अशी विशेषणे लावली जातात. • नदी किंवा डोंगरामुळे अलग झालेल्या एकाच नावाची अशी दोन गावे महाराष्ट्रात दिसून येतात. पुणे जिल्ह्यातील हवेली तालुक्यात अशी चौदा खेडी आहेत.

4. विखंडित/अपखंडित वसाहती :

एकाच वसाहतीमधील घरांचे समूह अलग-अलग, कमी-जास्त अंतरावर, अनियमित वसलेले असतात, त्यास 'विखंडित/अपखंडित वसाहत' असे म्हणतात.

नदी, टेकडी, डोंगराचा अडथळा, पाणीपुरवठा, शेतजमिनीची उपलब्धता, सामाजिक किंवा व्यावसायिक विकेंद्रीकरणामुळे एकाच वसाहतीचे विखंडन झालेले असते. महाराष्ट्रात सह्याद्रीच्या उतारावर घाटाला लागून पूर्वेकडे व पश्चिमेकडे विखंडित वसाहती आढळतात.

वस्ती आणि वाडी

गावठाणखेरीज वस्ती आणि वाडी निर्माण होण्यास दोन कारणे संभवतात :

(1) काही शेतकरी कुटुंबांना व्यवसायाच्या सोईच्या दृष्टीने आपल्या कृषिक्षेत्रात घर बांधणे सोईचे वाटते. अशी कुटुंबे आपल्या नोकरांबरोबर शेतात राहू लागतात, याला 'वस्ती' या नावाने संबोधले जाते. कालांतराने वस्तीचा विस्तार झाला म्हणजे त्यांना 'वाडी' असे म्हणतात.

(2) दुसरे कारण म्हणजे गाव पंढरीत असणाऱ्या शेती करणाऱ्या प्रमुख जातीखेरीज दुसऱ्या जाती जेव्हा शेती किंवा मेंढपाळीसारखा व्यवसाय करण्यासाठी गावात राहावयास येतात, त्या वेळी ते शक्य असल्यास गावाच्या अधिकाराखालीच स्वतंत्र वसाहत करून राहतात. अशा वसाहतीमधून वाड्यांची निर्मिती होते.

ग्रामीण वसाहतीची प्ररूपे

वसाहतीचे प्रकार व प्ररूपे यांत फरक आहे. वसाहतीचा आकार (Shape) व बाह्य विस्तार यांचा समावेश प्ररूपात होतो. वसाहतीची प्ररूपे/प्रतिरूपे/स्वरूपे ही त्या वसाहतीला जो आकार प्राप्त होतो त्यावरून अभ्यासली जातात.

ग्रामीण वसाहतीची प्ररूपे पुढीलप्रमाणे : (आकृती क्र. 10.1 पाहा.)

1. रेषाकृती/रेखाकृती प्ररूप *(Linear Pattern)* **:** रस्ता, कालवा यांच्या दुतर्फा, नदी व समुद्रकिनाऱ्याच्या काठांवर आणि पर्वतीय प्रदेशाच्या पायथ्याशी एका पंक्तीत घरे वसलेली असतात. अरुंद पट्टीच्या आकाराची ही वसाहत असते; या वसाहतीला 'रेषाकृती प्ररूप' असे म्हणतात.

दोन्ही काठांवर जरी घरे वसलेली असली तरी त्यांची प्रवेशद्वारे परस्परांना समांतर असतात. अलग-अलग घरे किंवा घरांचे समूहदेखील असतात.

रस्त्याच्या दोन्ही बाजूला वसलेली खेडी पाहावयास मिळतात. महाराष्ट्रात मुंबई-पुणे रस्त्यावर अशी अनेक खेडी आहेत.

रेषाकृती/रेखाकृती प्ररूप वैशिष्ट्ये : (1) घरे बहुधा एका रांगेत असतात. कालांतराने त्यांच्या अनेक रांगा होतात. (2) घरे जवळजवळ असतात. (3) वसाहतीवरील रस्ते व गल्ल्या परस्परांना समांतर असतात. (4) रस्त्याच्या बाजूला महत्त्वाची दुकाने असतात. (5) घरांची प्रवेशद्वारे एकाच दिशेला नसतात. (6) भविष्यकालीन वसाहतीचा विकास रस्त्यांच्या दिशेने होतो.

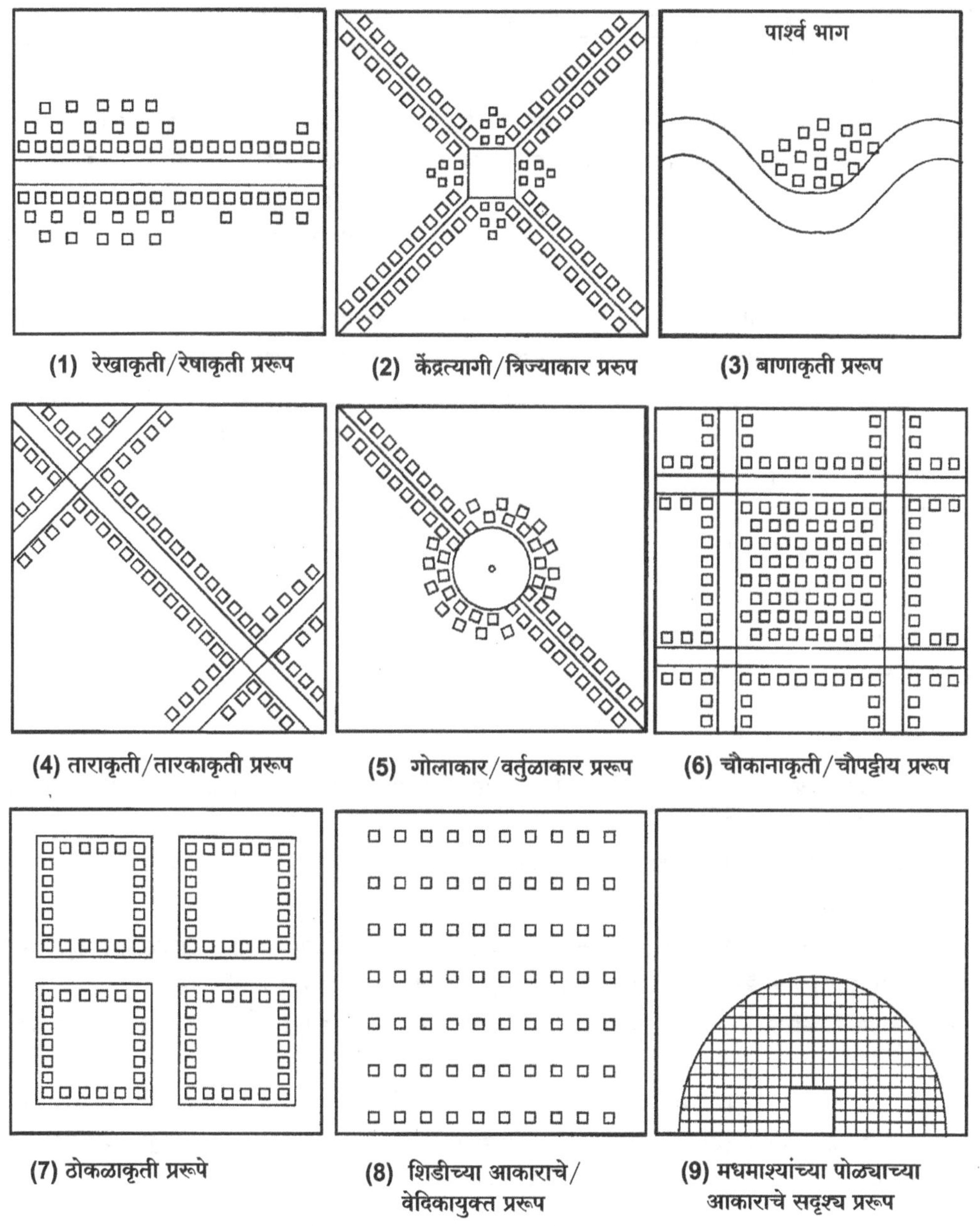

(1) रेखाकृती/रेषाकृती प्ररूप   **(2)** केंद्रत्यागी/त्रिज्याकार प्ररूप   **(3)** बाणाकृती प्ररूप

(4) ताराकृती/तारकाकृती प्ररूप   **(5)** गोलाकार/वर्तुळाकार प्ररूप   **(6)** चौकानाकृती/चौपट्टीय प्ररूप

(7) ठोकळाकृती प्ररूपे   **(8)** शिडीच्या आकाराचे/ वेदिकायुक्त प्ररूप   **(9)** मधमाश्यांच्या पोळ्याच्या आकाराचे सदृश्य प्ररूप

आकृती क्र. 10.1 : वसाहतीची प्ररूपे

2.   **केंद्रत्यागी/त्रिज्याकार प्ररूप** (*Radial Pattern*) : वसाहतीमधील प्रमुख चौकात किंवा मध्यवर्ती महत्त्वाच्या ठिकाणापाशी अनेक मार्ग एकत्र येऊन मिळतात किंवा येथून विविध दिशांना मार्ग बाहेर गेलेले असतात, याला 'केंद्रत्यागी/त्रिज्याकार प्ररूप' असे म्हणतात. • हे मार्ग जेथे एकवटलेले असतात तेथे घरांची गर्दी झालेली असते. घरांच्या समोरून किंवा मागच्या बाजूने रस्ते असू शकतात.

केंद्रत्यागी/त्रिज्याकार प्ररूपाची वैशिष्ट्ये : (1) वसाहतीच्या केंद्रभागापासून बाहेर जसा रस्त्यांचा विकास होत जातो त्याचबरोबर नवीन घरांची स्थापना होत जाते. (2) वसाहतीमधील रस्ते व गल्ल्या परस्परांना समांतर नसतात. जसा केंद्रभाग जवळ

येत जातो तसे रस्ते व गल्ल्यांमधील अंतर कमी होत जाते. (3) वसाहतीच्या मध्यभागी व्यापारी केंद्रे असतात. लोक तेथे वस्तूंची खरेदी-विक्री करतात. (4) केंद्रभागी घरे अत्यंत दाटीने व अनियंत्रितपणे वसलेली असतात तर बाहेरच्या बाजूला रस्त्याला अनुसरून घरे बांधलेली असतात.

3.   **बाणाकृती प्ररूप** (*Arrow Type Pattern*) : **वसाहती नदीच्या टोकदार अग्र वळणाच्या अंतर्गत भागात किंवा समुद्रात घुसलेल्या जमिनीच्या उंच निमुळत्या भूभागावर स्थापन झालेल्या असतात. याला 'बाणाकृती प्ररूप' असे म्हणतात.**

बाणाकृती प्ररूपाची वैशिष्ट्ये : (1) वळणाच्या अग्रभागावर घरांची संख्या कमी असते, तर पार्श्वभागावर तुलनेने घरांची संख्या जास्त असते. (2) पार्श्वभागावर वाहतुकीच्या सोई जास्त असतात. (3) या प्रकारच्या वसाहतींचा भविष्यकालीन विकास पार्श्वभागावरच होत असतो.

4.   **ताराकृती/तारकाकृती प्ररूप** (*Star Pattern*) : **सुरुवातीला केंद्रत्यागी/त्रिज्याकार स्वरूपाच्या वसाहतीचा विकास होत जाऊन नंतरच्या काळात वसाहत वाढत गेल्याने, त्या वसाहतीचे रूपांतर तारकाकृती वसाहतीमध्ये होते.**

सुरुवातीला घरे अनियमित स्वरूपाने गावाच्या मध्यभागातून जाणाऱ्या रस्त्याला अनुसरून असतात; परंतु गावाचा जसा विकास होत जातो त्याबरोबर बाहेरून जाणाऱ्या रस्त्यांना अनुसरून नियमबद्ध घरे बांधलेली असतात.

•   **ताराकृती/तारकाकृती प्ररूपाची वैशिष्ट्ये :** (1) वसाहतीचा आकार ताऱ्याप्रमाणे/चांदणीप्रमाणे असतो. (2) रस्त्याला अनुसरून घरे बांधलेली असतात. (3) वसाहतीच्या बाहेरील बाजूला घरांच्या रांगा परस्परांना समांतर असतात. (4) वसाहतीच्या केंद्रभागी दुकाने व उपाहारगृहे यांसारखी व्यापारी केंद्रे असतात. (5) वसाहतीमधील रस्ते एकमेकांना समांतर असतात.

5.   **गोलाकार/वर्तुळाकार प्ररूप** (*Circular Pattern*) : **तलाव, सरोवर, वटवृक्ष किंवा गावातील एखादी महत्त्वाची वास्तू/घर यांच्याभोवती वर्तुळाकार स्वरूपात घरे बांधलेली असतात, याला 'गोलाकार/वर्तुळाकार प्ररूप' असे म्हणतात.**

या वसाहतीचे पुढील दोन प्रकार पडतात :

(1)   **नाभिक/केंद्रीय वसाहत :** वसाहतीत केंद्रभागी एखादी महत्त्वाची वास्तू असते व तिच्या सभोवती इतर घरे बांधलेली असतात.

(2)   **निहारकाय/नेब्युलर वसाहत :** वसाहतीच्या केंद्रभागी एखादा तलाव, सरोवर, पंचायतीचा चबुतरा किंवा वटवृक्ष असतो व त्याच्या सभोवती घरे बांधलेली असतात.

गोलाकार/वर्तुळाकार प्ररूपाची वैशिष्ट्ये : (1) वसाहतीमधील घरांची प्रवेशद्वारे मध्यवर्ती भागाकडे असतात. (2) प्रत्येक घराला एकच प्रवेशद्वार असते. घरांना दारे-खिडक्या कमी असतात.

6.   **चौकोनाकृती/चौकपट्टीय प्ररूपे** (*Checkerboard Pattern*) : **सपाट मैदानी प्रदेशात ज्या ठिकाणी हमरस्ते किंवा लोहमार्ग परस्परांना ओलांडतात तेथील वसाहतींना 'चौकोनाकृती/चौकपट्टीय प्ररूप' असे म्हणतात.**

मुख्य सडकांच्या व्यतिरिक्त इतर रस्ते व गल्ल्यादेखील समांतर असतात व एकमेकांस समकोनात मिळतात. वसाहतीमधील घरे पंक्तिबद्ध असतात.

उदाहरणार्थ, महाराष्ट्रातील 'कुर्डूवाडी' हे मुंबई-सोलापूर व मिरज-लातूर लोहमार्ग परस्परांना ओलांडतात तेथे वसलेले आहे.

चौकोनाकृती/चौकपट्टीय प्ररूपाची वैशिष्ट्ये : (1) वसाहतीमधील रस्ते परस्परांना समांतर असतात. (2) रस्ते बहुधा/शक्यतो परस्परांना काटकोनात छेदतात. (3) वसाहतीमधील घरांच्या रांगा पाहावयास मिळतात.

7.   **ठोकळाकृती प्ररूप** (*Block Pattern*) : **या प्रकारच्या वसाहती वाळवंटी व निमओसाड प्रदेशात आढळतात.** वाऱ्याबरोबर उडत येणाऱ्या वाळूपासून संरक्षण व्हावे तसेच चोर व दरोडेखोर यांपासून संरक्षण व्हावे या उद्देशाने वसाहतीच्या चारही बाजूंना उंच तटबंदी बांधलेली असते. वसाहतीच्या मध्यभागी जागा सोडलेली असते. या खुल्या जागेमुळे हवा व सूर्यप्रकाश मिळण्यास मदत होते.

ठोकळाकृती प्ररूपाची वैशिष्ट्ये : (1) वसाहतीमधील घरांच्या भिंती उंच असतात. (2) एखाद्या प्राचीन किल्ल्याप्रमाणे ही वसाहत दिसते. (3) वसाहतीभोवती संरक्षक तटबंदी असते. (4) वसाहत शक्यतो उंच जागी असते; त्यामुळे दुरून सहज दृष्टीस पडते.

8. **शिडीच्या आकाराचे/वेदिकायुक्त प्ररूप** (*Terraced Pattern*) : **पर्वतीय भागात उताराला अनुसरून टप्प्याटप्प्याने घरांच्या रांगा बांधलेल्या असतात; त्यामुळे त्यांची रचना शिडीसारखी दिसते, याला 'शिडीच्या आकाराचे प्ररूप' असे म्हणतात.**

दूरवरून पाहिल्यास या घरांच्या ओळी परस्परांना समांतर वाटतात. पर्वतीय प्रदेशांमध्ये अशा प्रकारची वसाहत आढळते.

शिडीच्या आकाराचे/वेदिकायुक्त प्ररूपाची वैशिष्ट्ये : (1) उताराच्या टप्प्यानुसार पायऱ्या-पायऱ्यांप्रमाणे घरे बांधलेली असतात. (2) वसाहतीचा विकास उंचीनुसार होत जातो. (3) घरे व शेतजमीन यांच्या दरम्यान वेडेवाकडे रस्ते असतात. ते पूर्वनियोजित नसतात. (3) घरे मुख्यत: लाकूड, गवत, दगडांपासून बनविलेली असतात. (4) नापीक क्षेत्रावर घरे असतात.

9. **मधमाश्यांच्या पोळ्याच्या आकाराचे/मोहोळसदृश्य प्ररूप** (*Bee-hive Pattern*) : ज्या भागात आक्रमणाची किंवा हिंस पशूंची भीती असते अशा भागात लोक अगदी जवळजवळ गर्दी करतात; तसेच घरांची/झोपड्यांची दारे मध्यभागाकडे असतात, याला 'मधमाश्यांच्या पोळ्याच्या आकाराचे प्ररूप' असे म्हणतात. उदाहरणार्थ, दक्षिण आफ्रिकेतील 'झुलू', भारतातील 'तोडा' या आदिवासी जमातीच्या वसाहती.

• **वैशिष्ट्ये :** (1) घरे टोपलीच्या उलट्या आकाराची असतात. (2) झोपडीला/घराला एकच दरवाजा असतो. (3) वसाहतीला सर्व बाजूंनी काटेरी कुंपण असते; त्यामुळे जंगली प्राण्यांपासून पशूंचे संरक्षण होते.

10. **अनियमित/अनाकार प्ररूप** (*Irregular Pattern*) : या प्रकारच्या वसाहतींना विशिष्ट असा आकार नसतो. लोकांच्या सोईनुसार घरे बांधलेली असतात; यामुळे घरे कोठेही असू शकतात. रस्त्यांचा विचार केलेला नसतो. घरांना अनुसरून नंतर रस्ते केले जातात.

ग्रामीण वसाहतीची कार्ये

ग्रामीण वसाहतींची विविध कार्ये असू शकतात.

1. **प्रमुख कार्ये :**

(अ) कृषी (*Agriculture*) : ग्रामीण वसाहतीचे कृषी हे प्रमुख व महत्त्वाचे कार्य आहे. शेतजमिनीजवळ ही वसाहत स्थापन होते. या वसाहतीत शेती करणाऱ्यांची व त्यावर अवलंबून असणाऱ्यांची संख्या जास्त असते. ''ज्या खेड्यातील जास्तीतजास्त लोक कृषीशी संबंधित व्यवसायात गुंतलेले असतात, त्या खेड्याला कृषी खेडे (Agricultural Village) असे म्हणतात.''

(ब) मासेमारी (*Fishing*) : ''काही खेडी नद्या, सरोवरे व समुद्रकिनाऱ्यावर वसलेली असतात. या खेड्यातील जास्तीतजास्त लोक मासेमारी व्यवसायात गुंतलेले असल्यामुळे या खेड्याला मासेमारी खेडे (Fishing Village) असे म्हणतात.''

या खेड्यातील काही लोक मासेमारी व्यवसायाला आवश्यक असणाऱ्या गोष्टी (उदा., जाळे, बोटी) तयार करण्यात गुंतलेले असतात. प्रत्यक्ष खाजणच्या (Lagoons) भागात लाकडी डांब रोवून पाण्यावर झोपड्या बांधून मासेमारी वसाहत तयार केलेली असते.

(क) खाणकाम (*Mining*) : खनिज उत्खननाच्या ठिकाणी वसाहती निर्माण होतात. पूर्वीच्या काळात खाणकाम वसाहतीचे स्वरूप ग्रामीण होते. आधुनिक काळात मात्र खाणकाम वसाहतीस नागरी स्वरूप आले आहे. खनिजसंपत्ती संपल्यावर या वसाहतीचे कार्य संपते व कालांतराने दुसऱ्या कोणत्याही व्यवसायाला वाव नसल्यास ही वसाहत लोप पावते. प्रत्यक्ष खाणकामाच्या उद्देशातून निर्माण झालेल्या वसाहतीस 'खाणकाम खेडे' (Mining Village) असे म्हणतात.

(ड) लाकूडतोड (*Lumbering*) : लाकूडतोडीच्या उद्देशाने निर्माण झालेली वसाहत स्थायी किंवा अस्थायी असू शकते. ज्या अरण्याच्या प्रदेशात मोठ्या प्रमाणावर व वर्षानुवर्षे लाकूडतोडीचा व्यवसाय चालतो, त्या अरण्याच्या भागात स्थायी वसाहत निर्माण होते. कधी-कधी वर्षातील काही काळच लाकूडतोड चालते. नंतर तेथे लाकूडतोडीस वाव नसेल तर मात्र अस्थायी वसाहत स्थापन होते. समशीतोष्ण कटिबंधातील सूचिपर्णी अरण्याच्या भागात स्थायी स्वरूपाची खेडी आढळतात; कारण या जंगलमय भागात वर्षानुवर्षे लाकूडतोडीचे काम चालूनदेखील तेथील जंगल फारसे कमी होत नाही. प्रत्यक्ष जंगलात किंवा जंगलाजवळ वसलेल्या खेड्यातून लाकूडतोड करणाऱ्यांची संख्या मोठ्या प्रमाणात असेल तर त्या खेड्याला 'लाकूडतोड खेडे' (Lumbering Village) असे म्हणतात.

2. दुय्यम कार्ये :

''प्रमुख कार्याशिवाय ग्रामीण वसाहतीतील काही लोक इतर कार्यातदेखील गुंतलेले असतात, या कार्यांना 'दुय्यम कार्ये' असे म्हणतात.'' दुय्यम कार्ये पुढीलप्रमाणे :

(अ) दुकानदारी (*Shopping*) : ग्रामीण वसाहत अन्नधान्याच्या बाबतीत बऱ्याच प्रमाणात स्वयंपूर्ण असली तरी ती इतर गरजांच्या दृष्टिकोनातून स्वयंपूर्ण नसते. उदाहरणार्थ, किराणा माल, कपडेलत्ते व इतर आवश्यक वस्तू विकत घ्याव्या लागतात; म्हणून व्यापार करणारे दुकानदार त्या वसाहतीत राहतात. हे दुकानदार जवळपासच्या नागरी भागातून वस्तू आणून विकतात व वसाहतीतील इतर लोकांची आवश्यक ती गरज भागवितात. आधुनिक काळात प्रत्येक खेड्यात दुकानदारी कार्य महत्त्वाचे ठरले आहे.

(ब) सामाजिक सेवा (*Social Service*) : ग्रामीण वसाहतीत पोस्ट ऑफिसची सोय, वैद्यकीय सोय, शाळेची सोय असते; पण या सोई सर्वच खेड्यांतून असतील असे सांगता येत नाही. आपल्या महाराष्ट्र व भारतातील खेड्यांतून स्वातंत्र्यानंतर या सोई वाढत आहेत. शासनातर्फे व खाजगी संस्थांतर्फे सामाजिक सेवा बजावल्या जातात. खेड्यांमध्ये दिवसेंदिवस सामाजिक सेवा वाढत आहेत.

(क) धार्मिक कार्ये (*Religious Functions*) खेड्यात देऊळ, मशीद, चर्च असू शकते. हिंदूंचीच संख्या असेल तर त्या वसाहतीत देऊळ असते. तिन्ही धर्मांचे लोक राहत असतील तर तिन्ही प्रकारची धर्मस्थळे त्या खेड्यात असू शकतील. खेड्यातील लोक धर्मावर विश्वास ठेवणारे असल्याने धार्मिक कार्याला फार महत्त्व आहे. निरनिराळ्या धर्मांत कार्य करणारे लोक धार्मिक सेवा बजावताना आढळतात.

उदाहरणार्थ, हिंदूंमध्ये भटजी किंवा पुजारी, मुस्लिमांमध्ये मुल्ला-मौलवी, ख्रिश्चन लोकांमध्ये पाद्री वगैरे.

(ड) शासकीय कार्ये (*Administrative Functions*) भारतीय खेड्यांत ग्रामपंचायतीमार्फत शासकीय कार्य चालते. ग्रामपंचायतीत निवडून आलेले लोक शासकीय सेवा बजावतात व खेड्यात आवश्यक त्या सोई उपलब्ध करून देतात.

तांडे

भारताची खरी ओळख खेड्यांमधूनच होते. अजूनही भारताची पन्नास टक्के जनता ग्रामीण भागातच वास्तव्य करीत आहे. भारतीय मान्सूनचा लहरीपणा आणि नैसर्गिक आपत्तीचा फटका प्रमुख्याने ग्रामीण भागाला बसतो. खेड्यांमध्ये उदरनिर्वाहाची साधने मर्यादित प्रमाणात असतात. विशेषतः गरीब, अर्धपोटी उपासमारीत जीवन जगणाऱ्या लोकांना जीवन जगणे दुरापास्त होते. विपरीत परिस्थितीमध्ये ते तग धरू शकत नाहीत. यामधून काहीतरी रोजगार प्राप्त होईल आणि रोजीरोटीचा प्रश्न काही प्रमाणात सुटेल या आशेने हे लोक शहराकडे धाव घेतात. प्रसंगी हे लोक तांड्यांनी शहराकडे येऊ लागतात. या लोकांची भाबडी आशा असते की, मुंबई-पुणे यांसारख्या महानगरात गेल्याने काहीतरी कामधंदा मिळेल आणि पोटाची खळगी भरली जाईल. महाराष्ट्रात हवामानाची विपरीत परिस्थिती आणि नैसर्गिक आपत्ती आल्यास ग्रामीण भागातील लोकांचे तांडे किंवा झुंडी शहराकडे जातात आणि परिस्थिती सुधारल्यावर बरेच जण पुन्हा गावाकडे जातात किंवा काही जण शहरामध्येच जमेल त्या ठिकाणी राहतात. याची आपण कारणमीमांसा करू.

भारतीय मान्सूनचा लहरीपणा : लक्षावधी भारतीय लोकांचे जीवन मान्सूनवर अवलंबून असते. पावसाचे स्वरूप, वितरण, पावसामधील खंड यावर भारतीय शेती आणि कृषी उत्पन्न अवलंबून असते. भारतीय अवर्षण ही एक अतिशय चिंताजनक बाब आहे. महाराष्ट्रामध्येही अवर्षण पडते. अवर्षणाचा परिणाम ग्रामीण भागात अल्प भूधारक, भूमिहीन शेतकरी, शेतमजूर यांच्यावर होतो. तीव्र अवर्षण काळात पाण्याची तीव्र टंचाई, अन्नधान्याची टंचाई, बेरोजगारी इत्यादींमुळे प्रमुख्याने पुरुष आणि प्रसंगी कुटुंबच्या कुटुंबे काहीतरी काम मिळेल या आशेने शहराकडे जातात. यांची संख्याही भरपूर असते. त्यांचे तांडे असतात असे म्हटले तरी फारसे वावगे होत नाही. याचा ताण नागरी भागावर पडतो, झोपडपट्ट्यांची वाढ होते, बकालपणा वाढत जातो.

नैसर्गिक आपत्ती : अतिपर्जन्यामुळे नद्यांना विनाशकारी पूर येतात. उभी पिके पाण्याखाली जातात, अशा लोकांचेही स्थलांतर होते. बरेच जण शहरातही येतात.

वरील प्रमुख कारणांमुळे लोकांचे तांडे शहराकडे येतात. याचा विपरीत परिणाम नागरी सुविधांवर पडतो आणि नगराचे संतुलन बिघडते.

खेड्यांमधील लोकांचा शहरांकडील ओघ रोखण्यासाठी शासकीय योजना आखून अशा विपरीत परिस्थितीत त्यांना योग्य सुविधा व कामकाज उपलब्ध करून दिल्यास त्यांचा शहराकडील ओघ कमी होईल आणि नागरी संतुलन राखले जाईल.

ग्रामीण गृहनिर्माणच्या शासकीय योजना

इंदिरा आवास योजना : राज्यात इंदिरा आवास योजना ही केंद्रपुरस्कृत योजना, जवाहर रोजगार योजनेचा एक भाग म्हणून एप्रिल, 1989 पासून राबविली जाते. भारत सरकारने या योजनेला 1 जानेवारी, 1996 पासून स्वतंत्र दर्जा दिला असून त्यानंतर ही योजना राज्यात ग्रामीण क्षेत्रात स्वतंत्रपणे राबविली जात आहे. यासाठी 75 टक्के निधी केंद्राकडून प्राप्त होतो व 25 टक्के निधी राज्याकडून प्राप्त होतो. ग्रामीण भागातील दारिद्र्यरेषेखालील, घर नसलेल्या कुटुंबांना घरे बांधून देणे हा या योजनेचा मुख्य उद्देश आहे. या योजनेच्या मार्गदर्शक तत्त्वानुसार 60% अनुदान अनुसूचित जाती/अनुसूचित जमाती लाभार्थ्यांसाठी उपलब्ध केले जाते. टिकाऊ दर्जाची घरे बांधण्यासाठी केंद्रशासनाने 1 एप्रिल, 2008 पासून प्रत्येक घराची किंमत ₹ 35,000 इतकी निश्चित केली आहे. राज्यशासनाने 1 एप्रिल, 2009 पासून राज्याचा अतिरिक्त हिस्सा ₹ 8,500 वरून ₹ 33,500 इतका वाढविण्याचे ठरविले आहे. प्रति घरासाठीचा एकूण खर्च ₹ 70,000 इतका निश्चित करण्यात आला आहे. त्यामध्ये मजुरीच्या स्वरूपातील लाभार्थ्यांचा 1,500 रुपयांचा हिस्सा अंतर्भूत आहे.

भारत सरकारने 2009-10 या वर्षासाठी 2,23,653 घरांचे लक्ष्य निर्धारित केले असून ₹ 457.74 कोटी रकमेची अर्थसंकल्पीय तरतूद केली असून राज्य सरकारने 947.76 कोटी रुपयांची तरतूद केली आहे. डिसेंबर 2009 अखेरपर्यंत 82.013 घरकुलांचे बांधकाम पूर्ण झाले असून 428.54 कोटी ₹ इतका खर्च झाला आहे.

राजीव गांधी ग्रामीण निवारा योजना : इंदिरा आवास योजनेत समावेश न होऊ शकलेल्या व दारिद्र्यरेषेखालील येणाऱ्या ग्रामीण जनतेला निवारा पुरविण्यासाठी राज्य सरकारने 'राजीव गांधी ग्रामीण निवारा योजना' नोव्हेंबर, 2005 मध्ये जाहीर केली आहे. ग्रामीण भागातील दारिद्र्यरेषेवरील कुटुंबांसाठी राज्य सरकारने ही योजना विस्तारित केली आहे. याप्रमाणे 'राजीव गांधी ग्रामीण निवारा योजना-I' ही दारिद्र्यरेषेखालील कुटुंबांसाठी आहे. 'राजीव गांधी ग्रामीण निवारा योजना-II' ही दारिद्र्यरेषेवरील कुटुंबांसाठी आहे व 'सुधारित राजीव गांधी ग्रामीण निवारा योजना-II' ही दारिद्र्यरेषेवरील परंतु अल्प उत्पन्न गटातील कुटुंबांसाठी आहे.

राजीव गांधी ग्रामीण निवारा योजना-I अंतर्गत दारिद्र्यरेषेखालील लाभार्थ्यांना त्यांची स्वतःची घरे बांधण्यासाठी ₹ 28,500 प्रति लाभार्थी अनुदान उपलब्ध केले आहे. लाभार्थ्यांची निवड ग्रामसभेद्वारे होत असून ही योजना जिल्हा परिषदेमार्फत राबविण्यात येते. म्हाडामार्फत दोन हप्त्यात अनुदान दिले जाते. या योजनेंतर्गत 51,510 लाभार्थ्यांचे लक्ष्य असून त्यासाठी 50,834 लाभार्थ्यांना 144.61 कोटी रु. निधी वितरित करण्यात आला आहे. डिसेंबर, 2009 अखेरपर्यंत 45,706 घरांचे काम पूर्ण झाले असून 4,110 घरांचे काम प्रगतिपथावर आहे.

राजीव गांधी ग्रामीण निवारा योजना-II अंतर्गत दारिद्र्यरेषेवरील लाभार्थ्यांसाठी जिल्ह्यातील अग्रगण्य बँकेकडून ₹ 45,000 प्रति लाभार्थी कर्ज पुरविण्यात येते. कर्जावरील व्याज अनुदानाच्या स्वरूपात राज्यशासनाकडून भागविले जाते. या योजनेसाठी 51,510 घरांचे उद्दिष्ट असून ऑक्टोबर 2009 अखेरपर्यंत 48,444 घरांच्या प्रस्तावांना मान्यता देण्यात आली आहे. त्यापैकी 34,372 घरकुलांचे प्रस्ताव बँकेकडे सादर केले असून 3,421 प्रस्तावांना मंजुरी प्राप्त झाली आहे आणि 1,583 घरकुलांना कर्ज वितरित केले आहे. 313 घरकुले पूर्ण झाली असून 635 घरकुलांचे बांधकाम प्रगतिपथावर आहे.

दारिद्र्यरेषेवरील परंतु अल्प उत्पन्न गटातील कुटुंबासाठी घरकुले बांधण्यासाठी शासनाने सुधारित राजीव गांधी ग्रामीण निवारा योजना-II राबविण्याचा निर्णय घेतला असून 1,25,000 घरकुले दोन वर्षांत बांधण्याचा संकल्प केला आहे. या योजनेंतर्गत लाभार्थ्यांसाठी जिल्ह्यातील अग्रगण्य बँकेकडून ₹ 90,000 कर्ज मंजूर करण्यात येते. कर्जावरील व्याज अर्थसाहाय्याच्या स्वरूपात राज्यशासनाकडून भागविले जाते. मासिक हप्ता ₹ 833 इतका निश्चित करण्यात आला आहे. या योजनेसाठी ऑक्टोबर 2009 अखेरपर्यंत 27,398 प्रस्तावांना गृहनिर्माण समितीमार्फत मान्यता देण्यात आली आहे. त्यापैकी 18,196 घरकुलांचे प्रस्ताव बँकेकडे सादर केले आहेत. त्यापैकी 1,312 घरकुलाच्या प्रस्तावांना मान्यता प्राप्त झाली असून 380 घरकुलांसाठी कर्ज वितरित करण्यात आले आहे. त्यापैकी 67 घरकुले पूर्ण झाली असून 262 घरकुलांचे बांधकाम प्रगतिपथावर आहे.

(संदर्भ : महाराष्ट्र आर्थिक पाहणी, 2009-10; पान 169-171)

बहुपर्यायी प्रश्न

1. एक किंवा एकापेक्षा जास्त कुटुंबे जेव्हा परस्परांपासून थोड्या दूर अंतरावर राहतात, यामुळे निर्माण होणाऱ्या वसाहतीला .... असे म्हणतात.
   (1) विखुरलेल्या वसाहती   (2) केंद्रित वसाहती   (3) संमिश्र वसाहती   (4) विखंडित वसाहती

2. एकापेक्षा जास्त गटसमूह एकत्र येऊन वस्त्यांचे केंद्रीकरण होते, याला .... असे म्हणतात.
   (1) संमिश्र वसाहती   (2) विखुरलेल्या वसाहती
   (3) विखंडित वसाहती   (4) केंद्रित वसाहती

3. मुख्य वसाहत आणि तिच्या सभोवतालच्या अलग-अलग घरांचे समूह मिळून निर्माण होणाऱ्या वसाहतीला .... असे म्हणतात.
   (1) विखंडित वसाहती   (2) संमिश्र वसाहती   (3) केंद्रित वसाहती   (4) विखुरलेल्या वसाहती

4. एकाच वसाहतीमधील घरांचे समूह कमी-जास्त अंतरावर, अनियमितपणे वसलेले असतात याला ...... असे म्हणतात.
   (1) केंद्रित वसाहती   (2) विखुरलेल्या वसाहती
   (3) विखंडित वसाहती   (4) संमिश्र वसाहती

5. रस्ता, कालवा यांच्या दुतर्फा, नदी व समुद्रकिनाऱ्याच्या काठावर आणि पर्वतीय प्रदेशाच्या पायथ्याशी एका पंक्तीत घरे वसलेली असतात, याला .... असे म्हणतात.
   (1) रेषाकृती प्ररूप   (2) केंद्रोत्यागी प्ररूप   (3) चौकोनी प्ररूप   (4) वर्तुळाकार प्ररूप

6. वसाहतीतील प्रमुख चौकात किंवा मध्यवर्ती महत्त्वाच्या ठिकाणापाशी अनेक मार्ग एकत्र येऊन मिळतात किंवा येथून विविध दिशांना मार्ग बाहेर गेलेले असतात. हे मार्ग जेथे एकवटलेले असतात तेथे घरांची गर्दी झालेली असते. घरांच्या समोरून किंवा मागच्या बाजूने रस्ते असू शकतात, याला .... असे म्हणतात.
   (1) बाणाकृती प्ररूप   (2) केंद्रोत्यागी प्ररूप   (3) ताराकृती प्ररूप   (4) चौकोनी प्ररूप

7. वसाहती नदीच्या टोकदार अग्र वळणाच्या अग्र भागात किंवा समुद्रात घुसलेल्या जमिनीच्या उंच निमुळत्या भूभागावर स्थापन झालेल्या असतात, त्याला .... असे म्हणतात.
   (1) चौकोनाकृती प्ररूप   (2) त्रिभुजाकृती प्ररूप   (3) बाणाकृती प्ररूप   (4) पंखाकृती प्ररूप

8. सुरुवातीला केंद्रोत्यागी/त्रिज्याकार स्वरूपाच्या वसाहतीचा विकास होत जाऊन नंतरच्या काळात वसाहत वाढत गेल्याने त्या वसाहतीचे रूपांतर .... वसाहतीमध्ये होते.
   (1) अनियमित प्ररूप   (2) गोलाकार प्ररूप   (3) ताराकृती प्ररूप   (4) चौकोनी प्ररूप

9. तलाव, सरोवर किंवा गावाची एखादी वस्तू/घर यांच्याभोवती वर्तुळाकार स्वरूपात घरे बांधलेली असतात, याला .... असे म्हणतात.
   (1) गोलाकार प्ररूप   (2) केंद्रोत्यागी प्ररूप
   (3) शिडीच्या आकाराचे प्ररूप   (4) पंखाकृती प्ररूप

10. सपाट मैदानी प्रदेशात ज्या ठिकाणी हमरस्ते किंवा लोहमार्ग परस्परांना ओलांडतात, तेथील वसाहतींना .... असे म्हणतात.
    (1) रेषाकृती प्ररूप   (2) ठोकळाकृती प्ररूप   (3) अनियमित प्ररूप   (4) चौकोनाकृती प्ररूप

11. पर्वतीय भागात उताराला अनुसरून टप्प्याटप्प्याने घरांच्या रांगा बांधलेल्या असतात. त्यामुळे त्यांची रचना शिडीसारखी दिसते, याला .... असे म्हणतात.
    (1) पंखाकृती प्ररूप   (2) शिडीच्या आकाराचे प्ररूप
    (3) अनियमित प्ररूप   (4) तारकासदृश्य प्ररूप

12. ग्रामीण वसाहतीमध्ये प्रमुख व महत्त्वपूर्ण कार्य .... आहे.
    (1) मासेमारी   (2) लाकूडतोड   (3) कृषी   (4) खाणकाम

13. महाराष्ट्रामधील नद्यांच्या खोऱ्यात केलेल्या सर्वेक्षणातून येथील उत्खननामधून सापडलेली . . . . यावरून प्राचीन महाराष्ट्राची माहिती उपलब्ध होते.

   (1) हत्यारे   (2) प्राण्यांचे सांगाडे   (3) जीवावशेष   (4) यांपैकी सर्व

14. महाराष्ट्रातील मानवी वसाहतीच्या दृष्टीने मध्याश्म युग आणि ताम्रपाषाण युगाच्या संदर्भासाठी . . . . येथे संशोधन करण्यात आले.

   (1) पाटणे (जळगाव)   (2) हातखंबा (रत्नागिरी)

   (3) झामगाव (पुणे)   (4) वरील सर्व.

15. महाराष्ट्रात . . . . या काळात मानव निसर्गतः उगविणारे धान्य गोळा करीत असावा, त्यामुळे शेतीचा शोध लागला.

   (1) इ.स.पू. 3 लाख वर्ष ते इ.स.पू. 10 हजार वर्षे   (2) इ.स.पू. 10 हजार ते इ.स.पू. 4,000 हजार वर्षे

   (3) इ.स.पू. 4,000 ते इ.स.पू. 2,500   (4) इ.स.पू. 2,500 ते इ.स.पू. 12,000

16. महाराष्ट्रात ताम्रपाषाण युगात . . . . यावर अवलंबून असणारी अर्थव्यवस्था होती.

   (1) शेती   (2) पशुपालन   (3) शिकार व मासेमारी (4) वरील सर्व.

17. महाराष्ट्रातील संस्कृतीवर ताम्रपाषाण युगावर . . . . येथील उत्खननावरून खूप प्रकाश पडलेला आहे.

   (1) जोर्वे (अहमदनगर)   (2) नेवासे (दायमाबाद) (अहमदनगर)

   (3) सोनगाव व इनामगाव (पुणे जिल्हा)   (4) वरील सर्व.

18. ताम्रपाषाणयुगीन महाराष्ट्रात ग्रामीण जनतेच्या . . . . गरजांची पूर्तता करणारे कारागीर, कलाकार व तज्ज्ञ लोकांचे गट नगरात वस्ती करून राहत.

   (1) आर्थिक   (2) सामाजिक   (3) सांस्कृतिक   (4) वरील सर्व.

19. महाराष्ट्रातील ताम्रपाषाणयुगीन संस्कृती इ.स.पू. 1200 च्या सुमारास . . . . यामुळे लोप पावली.

   (1) पूर   (2) दुष्काळ   (3) भूकंप   (4) भूप्रक्षोभ

20. लोहयुगीन काळात (इ.स.पू. सातवे-आठवे शतक) लोहाचे तंत्रज्ञान जाणणारा मानव महाराष्ट्रामध्ये विदर्भात . . . . कडून आला असावा.

   (1) दक्षिण   (2) पूर्व   (3) पश्चिम   (4) उत्तर

21. . . . . काळात महाराष्ट्रात नागरी संस्कृतीच्या खुणा दिसू लागल्या.

   (1) इ.स.पू. पहिले शतक   (2) इ.स. पहिले ते तिसऱ्या शतक दरम्यान

   (3) इ.स. पाचवे शतक   (4) इ.स. सहावे शतक

22. महाराष्ट्रात ग्रामनावामध्ये अधिक प्रमाणात . . . . हे प्रत्यय लावले जाते.

   (1) पूर, खेड, नगर   (2) गाव, बली   (3) ओली, घर, पुरी   (4) वरील सर्व.

23. महाराष्ट्रात ग्राम किंवा खेडेचा निर्देश करण्यासाठी . . . . याचा वापर करतात.

   (1) कसबा   (2) मौजे   (3) खुर्द व बुद्रुक   (4) वरील सर्व.

24. महाराष्ट्रात ग्रामीण भागातील पारंपरिक पद्धतीची घरे . . . . मिळती-जुळती असतात.

   (1) भूरचनेशी   (2) स्थानिक हवामानाशी

   (3) स्थानिक साधनसामग्रीशी   (4) वरील सर्व.

25. महाराष्ट्रात पठारावर सर्वसामान्यपणे . . . . बांधली जातात.

   (1) उतरते छप्पर व नारळ-पोफळी पानाने शाकारलेले   (2) माळवदी/धाब्याची घरे

   (3) शाकारलेली गोलाकार घरे   (4) यांपैकी नाही.

26. विखुरलेल्या वसाहती . . . . या प्रदेशात आढळतात.

   (1) विपरीत हवामानाचे प्रदेश   (2) उंच-सखल डोंगराळ प्रदेश

   (3) घनदाट जंगलाचा प्रदेश   (4) वरील सर्व.

27. . . . . यामुळेदेखील मूळ वस्तीतून लोक नवीन जागी जाऊन स्वतंत्र वस्त्या उभारतात.
    (1) नवीन आव्हाने स्वीकारण्याची तयारी   (2) नवीन साधनसंपत्तीचा शोध
    (3) स्थलांतराची तयारी   (4) वरील सर्व.

28. विखुरलेल्या वस्त्या म्हणजे गटसमूहातील . . . . होय.
    (1) अंतरात्मक सलगता   (2) अंतरात्मक विलगता
    (3) अंतरात्मक तुटकता   (4) यांपैकी नाही.

29. महाराष्ट्रात . . . . या भागात विखुरलेल्या वसाहती आढळतात.
    (1) सह्याद्रीचा घाटमाथा   (2) सातपुडा पर्वत व टेकड्यांचा प्रदेश
    (3) पूर्व महाराष्ट्रातील टेकड्यांचा प्रदेश   (4) वरील सर्व.

30. . . . . विखुरलेल्या वस्त्यांचे प्राबल्य आहे.
    (1) मराठवाडा   (2) भीमा नदीचे खोरे   (3) कोकण   (4) यांपैकी नाही.

31. कृषीवर लक्ष केंद्रित करण्यासाठी शेतावर . . . . असतात.
    (1) केंद्रित वसाहती   (2) विखुरलेल्या वसाहती
    (3) विखंडित वसाहती   (4) संमिश्र वसाहती

32. . . . . यामुळे विलगतेची प्रवृत्ती वाढून विखुरलेल्या वसाहती निर्माण होतात.
    (1) जातिवर्ण व्यवस्था   (2) धार्मिक भिन्नता   (3) वांशिक भिन्नता   (4) वरील सर्व.

33. विखुरलेल्या वसाहतीमधील कुटुंबे . . . . असतात.
    (1) परस्परावलंबी   (2) सामंजस्यपूर्ण   (3) आत्मनिर्भर   (4) यांपैकी नाही.

34. विखुरलेल्या वसाहती . . . . मध्ये आढळतात.
    (1) आदिवासी जमाती   (2) आदिवासी जाती   (3) शिक्षित समाज   (4) यांपैकी नाही.

35. प्रादेशिक विकासाकरिता . . . . कारणांमुळे मूळ वस्त्यांचे विकेंद्रीकरण होऊन विखुरलेल्या वसाहती निर्माण होतात.
    (1) धरणनिर्मिती   (2) विद्युत प्रकल्प
    (3) खनिजांचा शोध – औद्योगिक वसाहती   (4) वरील सर्व.

36. विखुरलेल्या वस्त्यांची . . . . वैशिष्ट्ये आहेत.
    (1) अंतरात्मक विलगता   (2) अनेक वाड्या व वस्त्या
    (3) पर्यावरणाशी अधिक निकट   (4) वरील सर्व.

37. केंद्रित वसाहतीची निर्मिती . . . . यामुळे होते.
    (1) संरक्षण   (2) समूह प्रवृत्ती
    (3) समाजप्रियता व प्राकृतिक मर्यादा   (4) वरील सर्व.

38. महाराष्ट्रात . . . . प्रामुख्याने केंद्रित वसाहती आढळतात.
    (1) कोकण   (2) दख्खन पठार
    (3) पश्चिम घाटमाथा   (4) पूर्व विदर्भाचा टेकड्यांचा प्रदेश

39. केंद्रित वसाहतीमध्ये . . . . लोकवस्ती असते.
    (1) परिघाभोवती   (2) चक्रीय   (3) मध्यभागी   (4) यांपैकी नाही.

40. केंद्रित वसाहतीमध्ये सर्वसाधारणपणे . . . . गाव वसविण्यासाठी वापरावी असा संकेत असे.
    (1) खडकाळ जमीन   (2) काळी जमीन
    (3) गाळाची जमीन   (4) भरड व मुरमाड जमीन

41. गावाच्या वस्तीला पांढरी किंवा गावठाण अशा शब्दाचा वापर प्रामुख्याने . . . . वसाहतीसाठी केला जातो.
    (1) केंद्रित   (2) विखुरलेली   (3) खंडित   (4) संयुक्त

42. महाराष्ट्रात केंद्रित वसाहतीची . . . . या प्राकृतिक घटकामुळे होते.
 (1) नद्यांच्या खोऱ्यामधील पाण्याची उपलब्धता (2) खोऱ्यामधील जास्तीत जास्त लागवडीखाली आणणे
 (3) प्रतिकूल पर्यावरणात सहकार्य व संरक्षण (4) वरील सर्व.

43. . . . . या कारणामुळे केंद्रित वसाहतीची निर्मिती होते.
 (1) नद्यांच्या खोऱ्यामधील सुपीक मृदा (2) वाहतूक सुविधा
 (3) कृषिमालावर प्रक्रिया करणारे उद्योग (4) वरील सर्व.

44. . . . . या सामाजिक कारणामुळे केंद्रित वसाहती निर्माण होतात.
 (1) परकीय आक्रमणापासून संरक्षण (2) हिंसाचार व श्वापदे यांचा प्रतिकार
 (3) नैसर्गिक आपत्ती बचाव (4) वरील सर्व.

45. केंद्रित वसाहतीमुळे मानवास . . . . या सुविधा मिळतात.
 (1) शिक्षण – आरोग्य (2) वाहतूक – व्यापार
 (3) करमणूक – श्रद्धास्थाने (4) वरील सर्व.

46. केंद्रित वसाहतीमधील घरे . . . . असतात.
 (1) परस्परांपासून लांब (2) परस्परांपासून जवळ (3) साधारणपणे लांब (4) यांपैकी नाही.

47. केंद्रित वसाहतीमध्ये सामाजिक सुविधा असल्याने लोकांच्या . . . . गरजा भागविल्या जातात.
 (1) सामाजिक (2) आर्थिक (3) धार्मिक (4) वरील सर्व.

48. केंद्रित वसाहर्तीना स्थल व कालसापेक्ष वितरणामुळे . . . . आकार प्राप्त होतात.
 (1) रेषीय केंद्रीकरण (2) चौरसाकृती/आयताकृती केंद्रीकरण
 (3) वर्तुळाकार केंद्रीकरण (4) यांपैकी सर्व

49. केंद्रित वसाहतीमध्ये सामान्यतः . . . . . . समूहाचे विविध विभाग स्वतंत्र परंतु एकजिनसी केंद्रीकरणाच्या रूपात आढळतात.
 (1) सजातीय (2) स्वधर्मीय (3) सपंथीय (4) वरील सर्व.

50. केंद्रित वसाहतीमध्ये केंद्रीकरण अति प्रमाणात झाल्यास . . . . संघर्ष सुरू होतात.
 (1) सामाजिक (2) धार्मिक (3) राजकीय (4) वरील सर्व.

51. केंद्रित वस्त्या प्रामुख्याने . . . . घटकाचा जास्तीतजास्त लाभ उठवू शकतात, यामुळे सांस्कृतिकदृष्ट्या त्यांच्यातील विकासाचा स्तर विकेंद्रित वस्त्यांपेक्षा उच्च असतो.
 (1) भौगोलिक (2) सामाजिक (3) राजकीय (4) यांपैकी नाही.

52. महाराष्ट्रात मुख्य ग्रामीण वस्त्यांच्या सभोवती कृषिक्षेत्रातील वस्त्या किंवा वाड्या मिळून . . . . वसाहती बनलेल्या आहेत.
 (1) विखुरलेल्या (2) केंद्रित (3) संमिश्र (4) विखंडित

53. सांस्कृतिक, सामाजिक व शासकीयदृष्ट्या एका वसाहतीच्या वाड्या संमिश्र वसाहतीमध्ये मूळ वसाहतीशी . . . . असतात.
 (1) संलग्न (2) असंलग्न (3) व्युत्क्रम (4) यांपैकी नाही.

54. नदी किंवा डोंगरामुळे अलग झालेली एकाच नावाची अशी दोन गावे महाराष्ट्रात दिसून येतात. पुणे जिल्ह्यातील हवेली तालुक्यात अशी . . . . खेडी आहेत.
 (1) 10 (2) 12 (3) 14 (4) 16

55. नदी, टेकडी, डोंगराचा अडथळा, पाणीपुरवठा, शेतजमिनीची उपलब्धता, सामाजिक किंवा व्यावसायिक विकेंद्रीकरणामुळे एकाच वसाहतीचे विखंडन झालेले असते, याला . . . . वसाहती असे म्हणतात.
 (1) केंद्रित (2) विखुरलेली
 (3) अपखंडित/विखंडित (4) संमिश्र

56. ग्रामीण वसाहतीच्या दुय्यम कार्यामध्ये . . . . हे महत्त्वपूर्ण कार्य असते.

(1) सामाजिक सेवा   (2) दुकानदारी   (3) धार्मिक कार्ये   (4) शासकीय कार्ये

57. महाराष्ट्रात . . . . आल्यास ग्रामीण भागातील लोकांचे तांडे किंवा झुंडी शहराकडे येतात आणि परिस्थिती सुधारल्यास बरेच जण पुन्हा गावाकडे जातात किंवा काही जण शहरामध्येच जमेल त्या ठिकाणी राहतात.

(1) पूर   (2) दुष्काळ   (3) नैसर्गिक आपत्ती   (4) वरील सर्व.

58. महाराष्ट्रात अवर्षणाचा परिणाम ग्रामीण भागात . . . . यांच्यावर होतो.

(1) शेतकरी   (2) अल्प भूधारक

(3) भूमिहीन शेतकरी व शेतमजूर   (4) वरील सर्व.

59. तीव्र अवर्षण काळात . . . . यामुळे प्रामुख्याने प्रमुख आणि प्रसंगी कुटुंबाची कुटुंबे तांड्यांनी शहराकडे काहीतरी काम मिळेल या आशेने जातात.

(1) पाण्याची तीव्र टंचाई   (2) बेरोजगारी

(3) अन्नधान्याची टंचाई   (4) वरील सर्व.

60. खेड्यामधील लोकांचा शहराकडील ओघ रोखण्यासाठी . . . . उपलब्ध करून दिल्यास त्यांचा शहराकडील ओघ कमी होईल.

(1) शासकीय योजना   (2) योग्य सुविधा

(3) कामकाजाची उपलब्धता   (4) वरील सर्व.

उत्तरसूची

1.	1	2.	4	3.	2	4.	3	5.	1	6.	2
7.	3	8.	3	9.	1	10.	4	11.	2	12.	3
13.	4	14.	4	15.	2	16.	4	17.	4	18.	4
19.	2	20.	1	21.	2	22.	4	23.	4	24.	4
25.	2	26.	4	27.	4	28.	2	29.	4	30.	3
31.	2	32.	4	33.	3	34.	1	35.	4	36.	4
37.	4	38.	2	39.	3	40.	4	41.	1	42.	4
43.	4	44.	4	45.	4	46.	2	47.	4	48.	4
49.	4	50.	4	51.	1	52.	3	53.	1	54.	3
55.	3	56.	2	57.	4	58.	4	59.	4	60.	4

11 गलिच्छ वस्त्या/झोपडपट्ट्या व त्यांचे प्रश्न

गलिच्छ वस्ती/झोपडपट्टीची व्याख्या :

- "अपुऱ्या राहत्या जागेत झालेली माणसांची दाटी, त्या जागेचा खालावलेला दर्जा, अनारोग्यकारक परिसर किंवा स्वच्छतेच्या सोई-सवलतींचा अभाव आणि त्यामुळे तेथील रहिवाशांच्या किंवा एकंदर समाजाच्या आरोग्याला, सुरक्षिततेला किंवा नीतिमत्तेला पोहोचणारा धोका इत्यादी लक्षणांनी युक्त असलेली एखादी इमारत, इमारतींचा समूह किंवा प्रदेश यांना गलिच्छ वस्त्या असे म्हणतात." — संयुक्त राष्ट्र संघटना

- "ज्या परिसरातील घरे राहण्यास निकृष्ट, अपुरी, आरोग्यास घातक, संरक्षण, नैतिकता आणि तेथील निवासी लोकांच्या दृष्टीने हानिकारक असतात त्या परिसरास झोपडपट्टी असे म्हणतात." — फोर्ड

- "अवैधरीत्या गोंधळाने बळकावलेल्या, अविकसित, दुर्लक्षित, दाट लोकसंख्या असलेल्या, मोडकळीस आलेल्या दुर्लक्षित वस्तीला गलिच्छ वस्ती असे म्हटले जाते." — गलिच्छ वस्तीविषयक परिसंवाद

गलिच्छ वस्त्यांचे स्वरूप : • घरे जुनाट असून मोडकळीस आलेली असतात. अपुऱ्या जागेत माणसे कशीबशी राहत असतात. • शयनगृहे व स्नानगृहे यांची, विशेषतः स्त्रियांसाठी स्वतंत्र सोय नसते. • वेगवेगळ्या आकाराची व उंचीची ओबडधोबड घरे अव्यवस्थितपणे एकमेकांना लागून असतात. • घरांभोवती मोकळी जागा नसते. • घरांच्या रांगांमध्ये रस्ता असला तरी तोही कच्चा, ओबडधोबड आणि अरुंद असतो. • हवा व उजेड यांना घरात वाव नसतो. • स्वतंत्र संडासाची सोय नसते. • सांडपाणी वाहून नेण्यासाठी गटारांची सोय नसते. • वीज व पाणी यांचा पुरवठा पुरेसा किंवा अजिबात नसतो. • स्वच्छता आणि आरोग्याच्या दृष्टीने स्थानिक शासनाचे या वस्त्यांकडे मुळीच वा पुरेसे लक्ष नसते. त्यामुळे भोवतालचा परिसर दुर्गंधीयुक्त कचऱ्याने व पाण्याने भरलेला असतो. • गलिच्छ वस्त्यांमध्ये मोडकळीस आलेल्या घरांचा जसा समावेश होतो तसेच बांबू, पत्रे, ताडपत्री इत्यादींनी बांधलेल्या झोपड्याही त्यात येतात.

गलिच्छ वस्ती/झोपडपट्ट्या निर्मितीची कारणे व प्रश्न

भारतात निकृष्ट दर्जाच्या चाळी, झोपडपट्ट्या तसेच भटक्या लोकांच्या तात्पुरत्या वस्त्या या गलिच्छ वस्त्या म्हणून ओळखल्या जातात. गलिच्छ वस्त्या या सार्वत्रिक आहेत व विकसित आणि अविकसित अशा दोन्ही प्रकारच्या देशात त्या दिसून येतात. म्हणून गलिच्छ वस्त्यांचे निर्मूलन हा नागरी शासनाचा, सामाजिक कार्यकर्त्यांचा तसेच नागरी समाजशास्त्रज्ञांचा एक कायमचा प्रश्न बनला आहे.

गलिच्छ वस्ती/झोपडपट्ट्या निर्मितीची कारणे पुढीलप्रमाणे :

(1) औद्योगिकीकरणामुळे ग्रामीण भागातील लोक शहरांकडे येतात ते प्रामुख्याने मोलमजुरी करतात. असे लोक झोपडपट्ट्यांमध्ये राहतात.

(2) ग्रामीण भागातील लोकसंख्येच्या वाढीमुळेदेखील ते शहरांकडे धाव घेतात, कारण खेड्यात सर्वांनाच रोजगार मिळत नाही.

(3) या लोकांना नागरी जीवनाचेदेखील जबरदस्त आकर्षण असते. त्यांची लहानशा जागेतदेखील राहण्याची तयारी असते. यामुळेच बकाल वस्तींची वाढ होते.

(4) दुष्काळ, महापूर यांसारख्या नैसर्गिक संकटाच्या वेळी ग्रामीण भागातील लोक फार मोठ्या प्रमाणात शहरांमध्ये स्थलांतर करतात.

(5) महाराष्ट्रात काही वर्षांपूर्वी दुष्काळ पडला होता तेव्हा बरेच लोक रोजगार मिळविण्याच्या आशेने पुण्या-मुंबईसारख्या शहरांकडे गेले. असे लोक रेल्वेस्थानकावरच वास्तव्य करतात किंवा जवळपासच्या झोपड्यांत राहतात. यामुळेदेखील शहरांमध्ये झोपडपट्ट्यांचा प्रश्न गंभीर होत आहे.

(6) महानगरांमध्ये घरांच्या तीव्र टंचाईमुळेदेखील गरीब लोक अशा झोपडपट्ट्यांमधून राहणे पसंत करतात. गलिच्छ वस्त्यांचा उगम, वाढ व निर्मूलन याविषयीचा अभ्यास सतत चालू आहे. तसेच निर्मूलनाचे प्रयोगही ठिकठिकाणी केले जात आहेत. परंतु गलिच्छ वस्ती संपूर्णपणे कोणत्याच देशातून नष्ट झालेली नाही.

(11.1)

(7) दारिद्र्य, स्पर्धात्मक अशी भांडवलशाही अर्थव्यवस्था आणि शासन व समाज यांची या समस्यांबद्दलची उपेक्षा ही गलिच्छ वस्ती निर्माण होण्यामागील मुख्य कारणे समजली जातात.

(8) समाजातील प्रचलित अर्थव्यवस्थेत व सांस्कृतिक जीवनात समरस वा स्वीकृत न झालेले तसेच आर्थिक-सांस्कृतिकदृष्ट्या अगदी हीन पातळीवर असलेले लोकच गलिच्छ वस्तीत राहणे पत्करतात किंवा तेथेच त्यांना राहणे सोईचे किंवा क्रमप्राप्त ठरते असे म्हटले जाते.

(9) घरांची रचना, त्यांच्या वाढत्या किमती आणि स्वच्छतेच्या सोई-सवलतींचा अभाव यामुळे गलिच्छ वस्त्या निर्माण होतात.

(10) एखाद्या वस्तीत राहणाऱ्या लोकांच्या स्वच्छतेच्या कल्पना आणि सवयी यामुळेही ती वस्ती कालांतराने गलिच्छ बनत जाते. गलिच्छ वस्तीस नागरी समाजरूपी शरीरातील रोग समजावा की नगरवाढीतील एक अपरिहार्य टप्पा समजावा याबद्दल शास्त्रज्ञांमध्ये दुमत आहे.

(11) नागरिकीकरणाच्या सततच्या प्रक्रियेमध्ये शहरातील विविध भागांची औद्योगिक उत्पादने, करमणूक, किरकोळ व ठोक व्यापार, सावकारी पतपेढ्या, वाहतूक व संदेशवहन, तसेच कौटुंबिक वसतिस्थाने या उद्दिष्टांनुसार विभागणी होत जाते. वाढत्या लोकसंख्येनुसार व शहराच्या परिस्थितिजन्य जबाबदारीनुसार विविध प्रकारच्या कार्याकरिता स्वतंत्र यंत्रणा आणि जागा व्यापक प्रमाणात उपलब्ध होणे गरजेचे ठरते. योजनाबद्ध रीतीने या वाढीस वाव करून न दिल्यास वाढ होण्याचे थांबत तर नाहीच, उलट एखाद्या कार्याचे क्षेत्र वाढत जाऊन ते शेजारच्या दुसऱ्या कार्याच्या क्षेत्रावर अतिक्रमण करते व त्या कार्यक्षेत्राला दुसरीकडे हुसकून लावते, असे अनेक शहरांच्या वाढीच्या अभ्यासाने सिद्ध झाले आहे. गलिच्छ वस्तीचे मूळ हे याप्रमाणे एखादे क्षेत्र पूर्वीच्या कार्यास अपात्र किंवा अवास्तव ठरून दुसऱ्याच कार्याचे अतिक्रमण त्यावर होत राहण्यामध्ये आणि त्यामुळे जमिनीच्या किमतीत चढ-उतार होण्यामध्ये आहे असे म्हटले जाते. सर्व शहरांमध्ये सामान्यपणे या प्रक्रियेस अनुसरून गलिच्छ वस्त्या निर्माण झाल्याचे दिसून येते.

(12) शहरातील मध्यवर्ती आर्थिक व्यवहारांची व व्यापारी उलाढालींची व्याप्ती वाढत जाऊन त्यांचे भोवतालच्या कौटुंबिक निवासस्थानाच्या क्षेत्रावर अतिक्रमण होते. त्यामुळे तेथील जमिनीच्या किमती वाढू लागतात आणि घरभाडे वाढते. शिवाय व्यावसायिक व्यवहारांच्या वाढत्या गजबजाटामुळे कौटुंबिक जीवनाला ती वस्तीच अयोग्य ठरते. म्हणून तेथील कुटुंबे उपनगरांकडे किंवा शहराच्या सीमेवरील वस्तीकडे धाव घेतात. त्या ठिकाणच्या राहत्या घरांची दुर्दशा होते. घर केव्हातरी खाली करावे लागणार, म्हणून त्याच्या दुरुस्तीकडेही दुर्लक्ष केले जाते. अशा परिस्थितीत कमी उत्पन्नाची कुटुंबे अनेक अडचणी सोसून तेथे राहणे पत्करतात.

(15) व्यावसायिक व्यवहारांकरिता लांबून येणाऱ्या लोकांना अनेक सुखसोई उपलब्ध करून देणाऱ्या संस्था (उदा., खाणावळी, निवासस्थाने इ.) वा व्यक्ती (उदा., वेश्यागमन) याही असली घरे पसंत करतात. साहजिकच, तेथे अनेक प्रकारचा गलिच्छपणा वाढीस लागतो.

(14) एखाद्या विशिष्ट कार्याकरिता राखून ठेवलेल्या आणि काही काळ रिकाम्या झालेल्या जागेतही विशेषतः बाहेरून कामाच्या शोधार्थ असलेल्या आणि खालच्या दर्जाची कामे करीत असलेल्या लोकांची वस्ती असते. ही बहुधा झोपडपट्टीच असते. त्या जागेच्या किमती जास्त असतात, म्हणून कायमची घरे बांधायला ती जागा परवडत नाही.

(15) शहरविस्ताराच्या प्रक्रियेत विशिष्ट कारणाकरिता राखून ठेवलेल्या किंवा अन्य मोकळ्या जागांवर झोपड्या बांधल्या जातात आणि नंतर त्यांना अन्यत्र हलविणे दुरापास्त होऊन बसते.

(16) शहरविस्ताराच्या प्रक्रियेत लोहमार्ग, इतर संदेशवहनाचे मार्ग आणि उत्पादक व दुरुस्तीकामाचे कारखाने हे महत्त्वाचे घटक समजले जातात. या कारखान्यांच्या नोकरवर्गापैकी जो खालचा वर्ग असेल तो बहुधा दैनंदिन कामाच्या जागेजवळच घर करणे पसंत करतो. म्हणूनच शहराबाहेर लोहमार्गाच्या व इतर मार्गांच्या पट्ट्याला लागून तसेच कारखान्याजवळ झोपडपट्ट्या किंवा निकृष्ट दर्जाची घरे दिसून येतात. लोकांचे दारिद्र्य, घाणेरड्या सवयी आणि इतर सुविधांचा अभाव यामुळे अशा वस्त्या गलिच्छ बनतात.

गलिच्छ वस्ती/झोपडपट्ट्या निर्मूलनाच्या उपाययोजना

गलिच्छ वस्ती नाहीशी करावयाची झाल्यास दोन उपाय मुख्यत्वेकरून सुचविले जातात :

(1) गलिच्छ वस्तीतील लोकांना अन्य ठिकाणी - विशेषतः आरोग्य व राहणीमान यांच्या दृष्टीने योग्य अशा घरात हलविणे व गलिच्छ वस्ती संपूर्णतया नष्ट करणे.

(2) खेड्यातील शेतीचे उत्पादन वाढवून, उपलब्ध शेतजमिनीचे फेरवाटप करून, लहान-लहान शहरांमध्ये उद्योगधंद्याकरिता नव्यांना संधी प्राप्त करून देऊन, अन्य औद्योगिक वा तत्सम वसाहती स्थापून मोठ्या शहराकडे धाव घेणाऱ्यांची संख्या कमी करणे किंवा आटोक्यात आणणे.

यापैकी पहिला उपाय अधिक तातडीने करता येण्यासारखा आहे आणि सध्या अस्तित्वात असलेल्या गलिच्छ वस्त्यांकरिता तो आवश्यकही आहे. याविषयी संयुक्त राष्ट्रांच्या, नागरिकीकरणाविषयीच्या 1968 च्या अहवालात पुढील चार प्रकार सांगितले आहेत :

(1) शहरवाढीस बाधक ठरणाऱ्या वस्तीस अन्यत्र निर्वेध अशा जागी हलविणे.

(2) भविष्यकाळात बाधक ठरणाऱ्या वस्त्यांना आरोग्याच्या सोई-सवलती उपलब्ध करून देऊन त्यांच्यात सुधारणा घडवून आणणे.

(3) स्वतःची घरे बांधू न शकणाऱ्या किंवा बांधू न इच्छिणाऱ्या लोकांची राहण्याची सोय करून देणे.

(4) ज्यांना कशीबशी घरे बांधणे शक्य आहे किंवा ज्यांची तशी इच्छा आहे, अशा व्यक्तींना आवश्यक त्या सोई-सवलती उपलब्ध करून देणे.

वरील उपाय आज अनेक राष्ट्रांत योजले जात आहेत. परंतु गलिच्छ वस्ती-निर्मूलनाचा अंतिम उपाय हाती लागला आहे, असे निश्चितपणे म्हणता येत नाही. नियोजनाच्या अभावी तर गलिच्छ वस्त्या वाढतातच; परंतु नियोजनपूर्वक अगदी नव्याने उभारलेल्या चंदीगडसारख्या शहरातही गलिच्छ वस्त्या कालांतराने निर्माण झाल्या आहेत. यावरून या समस्येचा परिहार आज तरी संपूर्णपणे झाला आहे, असे म्हणता येत नाही.

गलिच्छ वस्तीची समस्या सामाजिक आरोग्य आणि नीतिमत्ता या दृष्टीने अत्यंत महत्त्वाची आहे. गलिच्छ वस्तीत गुन्हेगारी बळावते, अनैतिक व अवैध व्यवहारास तिथे आसरा मिळतो असेही सिद्ध झाले आहे. तसेच गलिच्छ वस्तीचे अस्तित्व हे आधुनिक पक्षीय राजकारणात प्रतिपक्षाविरुद्ध प्रचार करण्याचे एक महत्त्वाचे साधन झाले आहे, हेही निर्विवाद आहे.

भारतातील बहुतेक राज्यांत सरकारी गृहनिर्माण मंडळे स्थापन झालेली असून त्यांच्यामार्फत गलिच्छ वस्त्यांतील लोकांच्या पुनर्वसनासाठी प्रयत्न केला जात आहे. केंद्र सरकारही या बाबतीत मदत देत असून त्यामार्फत गलिच्छ वस्त्या सुधारण्याची एक योजनाही जारी केलेली आहे.

गलिच्छ वस्ती/झोपडपट्टी पुनर्वसनासंबंधी शासनाच्या योजना

निवारा ही मानवाची एक मूलभूत गरज आहे. काळाच्या ओघात गृहनिर्माण हे केवळ निवारा पुरविण्यास मर्यादित नसून रोजगाराची संधी व स्थानिक विकासाची निर्मिती करण्यातील एक मुख्य घटक आहे. घरांची कमतरता दूर करणे ही दारिद्र्यनिर्मूलनातील एक महत्त्वाची बाब आहे. घरांच्या वाढत्या मागणीची पूर्तता करण्यासाठी महाराष्ट्र शासनाने गृहनिर्माण धोरण सक्रिय केले आहे. गरजूंना परवडणारी घरे पुरविण्यासाठी राज्यशासनाने महाराष्ट्र गृहनिर्माण व क्षेत्रविकास प्राधिकरण (म्हाडा) आणि शहर व औद्योगिक विकास महामंडळ मर्यादित (सिडको) यांची स्थापना केली आहे. झोपडपट्टी पुनर्वसन योजना व शिवशाही पुनर्वसन प्रकल्प यांची अंमलबजावणी केल्यामुळे नागरी भागातील झोपडपट्ट्यांच्या पुनर्वसनाला गती प्राप्त झाली आहे. मुंबई महानगर प्रदेश विकास प्राधिकरणाद्वारे (एमएमआरडीए), मुंबई नागरी परिवहन प्रकल्प (एमयूटीपी) व मुंबई नागरी पायाभूत सुविधा प्रकल्प (एमयूआयपी) राबविले जात असून त्या अंतर्गत बृहन्मुंबईतील (मुंबई शहर आणि मुंबई उपनगर) प्रकल्प बाधित कुटुंबांना घरे बांधून दिली जातात. दारिद्र्यरेषेखालील कुटुंबांसाठी व ग्रामीण क्षेत्रातील दुर्बल घटकांसाठी दर्जेदार घरे पुरविण्याच्या दृष्टीने राज्यशासन 'इंदिरा आवास योजना' व 'राजीव गांधी ग्रामीण निवारा योजना' या योजनांची यशस्वीरीत्या अंमलबजावणी करीत आहे.

या क्षेत्राचे महत्त्व लक्षात घेऊन महाराष्ट्र शासनाने दिनांक 23 जुलै, 2007 रोजी गृहनिर्माण धोरण घोषित केले आहे. या धोरणातील काही महत्त्वाची उद्दिष्टे पुढीलप्रमाणे : • राज्यातील अल्प उत्पन्न गट व आर्थिक दुर्बल घटकातील लोकांना परवडणारी घरे उपलब्ध करून देण्यासाठी घरांची निर्मिती करणे. • नागरी व ग्रामीण विकास केंद्राच्या शाश्वत विकासाला प्रोत्साहन देणे, रोजगाराची संधी उपलब्ध करणे, झोपडपट्टीमुक्त शहरे करण्याच्या दृष्टीने झोपडपट्ट्यांचे पुनर्वसन वैशिष्ट्यपूर्ण रीतीने करणे, अल्प उत्पन्न गटातील लोकांसाठी वित्तपुरवठा करणे तसेच बांधकाम व घराची दुरुस्ती-देखभाल सुलभ होण्यासाठी सार्वजनिक व खाजगी भागीदारीला प्रोत्साहन देणे. • प्रगत आणि नावीन्यपूर्ण तंत्रज्ञान या बाबींना प्रोत्साहन देणे. पर्यावरणाच्या दृष्टीने शाश्वत राहतील अशा शहरांची व उपनगरांची निर्मिती करणे.

ही उद्दिष्टे पूर्ण करण्यासाठी पुढील प्रमुख निर्णय घेण्यात आले आहेत : • मुंबई शहर व उपनगर भागात, उपकर भरणाऱ्या व न भरणाऱ्या जुन्या व मोडकळीस आलेल्या इमारतींच्या पुनर्बांधणीसाठी त्यांचे मालक, खासगी विकासक, सहकारी गृहनिर्माण संस्था आणि महानगरपालिका तसेच म्हाडामार्फत नागरी पुनर्विकास योजना राबविणे. • पुनर्विकासासाठी घेण्यात आलेल्या इमारतीमधील भाडेकरूंना किमान 225 ते 300 स्क्वेअर फूट इतकी जागा मोफत देणे. • शहरातील गरीब व गरजू लोकांना भाडेतत्त्वावर तात्पुरता निवारा उपलब्ध करून देण्यासाठी एमएमआरडीए याच्या माध्यमातून महानगर क्षेत्रात पाच लाख घरे बांधणे. • सदनिकांची खरेदी-विक्री ही सदनिकेच्या चटई क्षेत्राच्या आधारावर व्हावी याकरिता महाराष्ट्र मालकी सदनिका हक्क कायदा, 1963 मध्ये सुधारणा करणे.

महाराष्ट्र गृहनिर्माण व क्षेत्रविकास प्राधिकरण

राज्यातील रहिवाशांना निवासाची समान संधी पुरविण्याच्या हेतूने, महाराष्ट्र गृहनिर्माण व क्षेत्रविकास प्राधिकरणाची (म्हाडा) स्थापना 1977 साली करण्यात आली. राज्यात या प्रमुख गृहनिर्माण प्राधिकरणांची उभारणी झाल्याने स्थावर मालमत्तेची मागणी जलदरीत्या वाढत आहे याची जाणीव झाली. झोपडपट्ट्यांचे निर्मूलन करून त्या जागेचा विकास पाणीपुरवठा व वीज यांसारख्या आवश्यक सुविधा पुरवून घरे व सदनिका बांधून त्याद्वारे झोपडपट्टीवासीयांचे पुनर्वसन करण्यात म्हाडा कारणीभूत आहे. मुंबई व राज्याच्या इतर भागात गृहनिर्माण विकासामध्ये वृद्धी करण्यासाठी म्हाडा हे महत्त्वाचे माध्यम आहे. म्हाडाने स्थापनेपासून मार्च 2009 अखेरपर्यंत एकूण 4,22,824 सदनिका बांधल्या असून त्यापैकी 4,188 निवासी सदनिका 2008-09 या वर्षामध्ये बांधल्या आहेत. सन 2009-10 (ऑक्टोबर 2009 पर्यंत) मध्ये 1,239 सदनिका बांधल्या असून त्यावर ₹ 289.44 कोटी इतका खर्च झाला आहे.

म्हाडाने राज्यात विविध गृहनिर्माण मंडळामार्फत एकूण 3,75,957 सदनिका व राजीव गांधी निवारा प्रकल्पाच्या अंतर्गत 18,291 सदनिका बांधल्या असून 28,576 जुन्या व मोडकळीस आलेल्या इमारतींचे पुनर्वसन केले आहे.

तक्ता क्र. 11.1 : विविध गृहनिर्माण मंडळामार्फत म्हाडाने बांधलेल्या सदनिकांचा तपशील
(स्थापनेपासून ते मार्च 2009 पर्यंत)

मंडळ	औद्योगिक	झोपडपट्टी पुनर्वसन	आर्थिक दुर्बल घटक	अल्प उत्पन्न गट	मध्यम उत्पन्न गट	उच्च उत्पन्न गट	इतर	एकूण
मुंबई	29,600	19,184	36,824	71,161	17,714	16,208	15,229	2,05,195
पुणे	1,374	2,628	5,024	21,706	6,484	2,475	3,165	42,856
नाशिक			1,244	1,649	823	116	38	3,853
अमरावती			3,091	1,101	266	200	2	4,660
कोकण	3,472		3,408	11,129	3,996	1,402	13,779	37,186
औरंगाबाद	1,107	1,000	11,321	17,644	3,949	1,116	216	36,353
नागपूर	3,924		10,916	16,825	5,081	2,624	6,471	45,854
राजीव गांधी प्रकल्प निवारा (विशेष प्रकल्प)	ला. ना.	ला. ना.	ला. ना.	ला. ना.	ला. ना.	ला. ना.	18,291	18,291
मुंबईतील इमारती दुरुस्ती	ला. ना.	ला. ना.	ला. ना.	28,451	ला. ना.	ला. ना.	125	28,576

ला. ना. : लागू नाही.   संदर्भ : म्हाडा, मुंबई.

अलीकडे डिसेंबर 2009 मध्ये म्हाडातर्फे आर्थिकदृष्ट्या दुर्बल घटक, अल्प उत्पन्न गट, मध्यम उत्पन्न गट व उच्च उत्पन्न गट यांच्यासाठी परवडण्याजोग्या घरांच्या योजनेखाली एकूण 3,449 घरे विक्रीला होती. या योजनेंतर्गत 5,02,940 एवढ्या अर्जांची विक्री झाली होती व त्यांपैकी 3,28,349 अर्ज म्हाडाने स्वीकृत केले. घरासाठीच्या या अभूतपूर्व मागणीवरून हे सिद्ध होते की, मंदीच्या काळातही परवडणाऱ्या घरासाठी मुंबईत मोठ्या प्रमाणावर मागणी आहे.

जवाहरलाल नेहरू राष्ट्रीय शहरी पुनरुत्थान अभियान

जवाहरलाल नेहरू राष्ट्रीय शहरी पुनरुत्थान अभियान अनेक उपनगर व शहरांचे राहणीमान सुधारण्यासाठी प्रोत्साहित करणारा अर्थपूर्ण कार्यक्रम आहे. भारत सरकारने वाल्मीकी आंबेडकर आवास योजना आणि राष्ट्रीय झोपडपट्टी सुधार कार्यक्रम बंद करून जवाहरलाल नेहरू राष्ट्रीय शहरी पुनरुत्थान अभियान राबविण्याचे ठरविले आहे. राज्यात या अभियानांतर्गत 'शहरी गरिबांकरिता मूलभूत सुविधा' व 'एकात्मिक गृहनिर्माण व झोपडपट्टी विकास कार्यक्रम' राज्यात राबविण्यात येत असून या योजनांचे नियंत्रण करण्यासाठी म्हाडाची 'नोडल एजन्सी' म्हणून नेमणूक केली आहे.

1.   **शहरी गरिबांकरिता मूलभूत सुविधा** : अनियोजितरीत्या वसलेल्या व मूळ सुविधांशिवाय असलेल्या विकसित होणाऱ्या वसाहतींचे नागरिकीकरण करणे हा या योजनेचा मूळ उद्देश आहे. मोठे पायाभूत सुविधा प्रकल्प आणि मूलभूत सुविधा असलेली घरे हे या योजनेचे घटक आहेत. भारत सरकार नागरी पायाभूत सुविधांच्या मोठ्या प्रकल्पासाठी 50% अर्थसाहाय्य देईल तर प्रत्येकी 25 टक्क्यांचा भार राज्य सरकार व अंमलबजावणी यंत्रणा उचलेल. मूलभूत सुविधा असलेली घरे बांधण्यासाठी भारत सरकारचे 50% अर्थसाहाय्य, 30% अनुदान राज्यशासनाकडून, 9% अंमलबजावणी यंत्रणेकडून आणि उर्वरित 11% लाभार्थ्यांचे योगदान (राखीव वर्गासाठी 10 टक्के) असते. ही योजना महाराष्ट्र राज्यातील मुंबई, पुणे, नागपूर, नाशिक व नांदेड या पाच महानगरांमध्ये राबविण्यात येत आहे. भारत सरकारने या शहरांमध्ये 60 प्रकल्पांतर्गत 1,82,841 घरांसाठी ₹ 6,682.11 कोटी मंजूर केले आहेत. मंजूर झालेल्या 1,82,841 घरापैकी ₹ 6,682.11 कोटी मंजूर केले आहेत. मंजूर झालेल्या 1,82,841 घरापैकी 13,692 घरे बांधून पूर्ण झाली असून 74,967 घरांच्या बांधणीचे काम प्रगतिपथावर आहे.

2.   **एकात्मिक गृहनिर्माण व झोपडपट्टी विकास कार्यक्रम** : राज्य सरकारने ही योजना शहरी गरिबांकरिता मूलभूत सुविधा कार्यक्रम राबविण्यात येणारी पाच शहरे वगळून इतर शहरांमधील झोपडपट्टीवासीयांसाठी राबविण्याचे ठरविले आहे. ही योजना समूह पद्धतीचा वापर करून राबविण्याची आहे. राज्यशासनाने नोडल एजन्सी म्हणून म्हाडाची नेमणूक केली आहे. या योजनेंतर्गत भारत सरकारचे 80% अर्थसाहाय्य, राज्य सरकारचे 8% अनुदान (राखीव वर्गासाठी 10%) आणि उर्वरित 12% लाभार्थ्यांचे योगदान (राखीव वर्गासाठी 10%) असते. भारत सरकारने विविध शहरांत 91,065 घरांसाठी 103 प्रकल्प मंजूर केले आहेत. मंजूर प्रस्तावाची एकूण प्रकल्प किंमत ₹ 1,825.92 कोटी असून केंद्रशासनाच्या हिश्शाची रक्कम ₹ 1,160.41 कोटी व राज्यशासनाच्या हिश्शाची रक्कम ₹ 431.70 कोटी आहे तर उर्वरित रक्कम लाभधारकांची व नागरी स्थानिक संस्थांची आहे. मंजूर झालेल्या एकूण 91.065 घरापैकी 4,332 घरांचे काम पूर्ण झाले असून 10,641 घरांचे काम प्रगतिपथावर आहे.

▪   **गृहनिर्माण पुनर्वसन** : राज्यात कित्येक दशकांकरिता झोपडपट्ट्या अनेक शहरांचा अविभाज्य भाग बनला आहे. झोपडपट्टीतील रहिवाशांची झोपड्यांमध्ये व निकृष्ट पर्यावरणामध्ये राहण्यास पसंती नसली तरी परिस्थितीनुसार झोपडपट्टीत राहणाऱ्यांना सर्वसाधारण घरे न परवडणारी व त्यांच्या आवाक्याच्या बाहेरची असल्याचे त्यापासून ते वंचित राहिले आहेत. राज्य सरकारने झोपडपट्टीतील राहणीमानाचा दर्जा वाढविण्यासाठी अनेक उपयुक्त धोरणे राबविली आहेत व झोपडपट्टीवासीयांना त्याच झोपड्यांसाठी मालकी हक्क देणे हे या दिशेने टाकलेले पहिले पाऊल आहे. यामुळे आरोग्यात दर्जेदार सुधारणा होऊन त्यामुळे लोकांच्या ढासळलेल्या आरोग्याच्या दर्जाच्या पातळीत वाढ होईल.

▪   **झोपडपट्टी पुनर्वसन योजना** : झोपडपट्टी पुनर्वसन योजनेंतर्गत मोठ्या प्रमाणात गरिबांना यशस्वीपणे निवारा पुरविला आहे. झोपडपट्टी पुनर्वसन प्राधिकरणांतर्गत योजलेल्या सुरुवातीपासून (1995) ऑक्टोबर 2009 अखेरपर्यंत 582 प्रस्ताव पूर्ण करण्यात आले व 1,11,444 झोपडपट्टीतील कुटुंबीयांचे पुनर्वसन करण्यात आले.

▪   **शिवशाही पुनर्वसन प्रकल्प मर्यादित** : झोपडपट्टी पुनर्वसनाचे काम जलद गतीने होण्याच्या दृष्टीने शिवशाही पुनर्वसन प्रकल्पाची स्थापना 1998 साली करण्यात आली. शिवशाही पुनर्वसन प्रकल्पाच्या सुरुवातीपासून ऑक्टोबर 2009 पर्यंत ₹ 402 कोटी खर्चाच्या 7,649 सदनिका असलेल्या 85 इमारती बांधण्यात आल्या तर 3,024 सदनिका असलेल्या 26 इमारतींचे काम प्रगतिपथावर आहे.

संदर्भ : महाराष्ट्र आर्थिक पाहणी, 2009-10; पान 166 ते 169.

मुंबईतील झोपडपट्ट्यांमध्ये साक्षरतेचे लक्षणीय प्रमाण - एक आश्चर्यकारक बाब !

सर्वसाधारण असा समज असतो की, झोपडपट्ट्यांमध्ये साक्षरतेचे प्रमाण अत्यल्प असते. परंतु मुंबईच्या (मुंबई शहर व मुंबई उपनगर एकत्रित) झोपडवासीयांनी हा समज साफ खोटा आहे हे सप्रमाण दाखवून दिले आहे. बोला, आता तथाकथित उच्च मध्यमवर्गीय व उच्चभ्रू समाजातील लोकांच्या भुवया निश्चितपणे उंचावल्या जाणार ! कदाचित ते खरेही मानणार नाहीत. परंतु हे त्यांचे गृहीत किती तकलादू आहे हे 2001 सालच्या जनगणनेच्या आधारे सप्रमाण सिद्ध झाले आहे याची बऱ्याच जणांना कल्पनादेखील नसेल.

महाराष्ट्र शासनाने 2001 साली स्वतंत्रपणे झोपडवासीयांची जनगणना केली. परंतु त्यांनी अद्यापही अहवाल प्रसिद्ध केला नाही.

भारतीय जनगणना अधिकाऱ्यांनी प्रथमच झोपडपट्टीवासीयांच्या परिसराच्या जनगणनेसाठी समावेश व त्याचा अहवाल पुढीलप्रमाणे :

1.   **मुंबईच्या सुमारे 49 टक्के लोकांचे झोपडपट्टीत वास्तव्य** : 2001 सालच्या जनगणनेनुसार संपूर्ण मुंबईची एकूण लोकसंख्या 119 लाख होती. यांपैकी 58.23 लाख लोक झोपडपट्ट्यांमध्ये राहतात. याचा अर्थ **मुंबईच्या एकूण लोकसंख्येपैकी 48.88 टक्के लोक झोपड्यांमध्ये राहतात.** पूर्वी असा अंदाज वर्तविला जात होता की मुंबईत 60 टक्के लोक झोपडपट्टीत राहतात. यापेक्षा ही टक्केवारी कमी आहे.

2.   **झोपडपट्टीत सुशिक्षितांचे चांगले प्रमाण** : झोपडपट्टी संदर्भात सर्वसाधारण लोकांचे बरेच गैरसमज आहेत. येथे अशिक्षित, निरक्षर लोक राहतात. समाजघातक, गुन्हेगारी करणाऱ्या लोकांचे ते आश्रयस्थान आहे. काही बाबतीत ही शक्यता नाकारता येत नाही. तरीही 2001 सालच्या जनगणनेनुसार आढळलेल्या **मुंबईच्या झोपडपट्टीत सुशिक्षितांचे प्रमाण चांगल्यापैकी आहे. मुंबई महानगराच्या आर्थिक घडामोडीत यांचा वाटा लक्षणीय आहे.**

3.   **उच्चवर्गीयांची झोपडपट्टीवासीयांच्या बाबतीत अनास्था** : ''मुंबईच्या उच्चवर्गीयांना याची जाणीव असत नाही की, यांच्याकडे काम करणारे घरगडी, मोलकरीण व अन्य लोक झोपडपट्टीत राहतात. एवढेच नव्हे तर त्यांच्या ऑफिसचा व कारखान्यांचा बराचसा कर्मचारीवर्ग गलिच्छ वस्त्यांमध्ये राहत असतो. झोपडपट्टीवासीयांना अशा गर्दीच्या अनारोग्य पर्यावरणासह व गलिच्छ वस्त्यांमध्ये राहणे भाग पडते'' असे स्पष्ट मत माजी महानगरपालिका कमिशनर श्री. तिनईकर यांनी व्यक्त केले आहे.

4.   **भारतामधील अन्य महानगरांमधील झोपडपट्टीवासीयांची संख्या** : आपण वर उल्लेख केला आहे की, मुंबई महानगरात झोपडपट्ट्यांमध्ये 58.23 लाख लोक राहतात. या खालोखाल दिल्ली महानगरात 18 लाख झोपडपट्टीत वास्तव्य करतात. यानंतर कोलकता महानगरात 14 लाख व चेन्नई महानगरात 7 लाख लोक झोपड्यांमधून राहतात. यावरून आपणास लक्षात येईल की, मुंबईच्या झोपडपट्टीचा प्रश्न किती गंभीर स्वरूपाचा आहे.

5.   **मुंबई महानगरामधील झोपडपट्ट्यांचे स्वरूप** : भारतीय जनगणनेने 2001 साली मुंबईच्या प्रत्येक वॉर्डाची या दृष्टीने जनगणना केली. त्याचा निष्कर्ष पुढीलप्रमाणे आहे.

(अ) सर्वांत जास्त झोपडपट्टीवासीयांचे केंद्रीकरण कुर्ला-साकीनाका परिसरात : मुंबई महानगरात सर्वांत जास्त झोपडपट्टीवासीयांचे केंद्रीकरण कुर्ला-साकीनाका परिसरात झालेले आहे. 'एल' वॉर्डमधील कुर्ला-साकीनाका भागात 8.66 लाख लोक राहतात.

(ब) 'एम/ई' वॉर्डात 80 टक्क्यांपेक्षा जास्त लोक झोपडपट्टीवासी : मुंबईच्या 'एम' व 'ई' वॉर्डात 8.09 लाख लोक गलिच्छ वस्त्यांमध्ये राहतात. यामध्ये चेंबूर, गोवंडी, मानखुर्द आणि देवनारचा समावेश होतो. या परिसरातील एकूण लोकसंख्येपैकी 80% लोक झोपड्यांमध्ये वास्तव्य करतात. यावरून असे लक्षात येते की, 'एम/ई' वॉर्डात झोपडपट्टीचा प्रश्न किती गंभीर स्वरूपाचा आहे.

(क) दक्षिण मुंबईमध्ये झोपडपट्टीवासीयांचे 11 टक्के प्रमाण : कुर्ला-साकीनाका आणि चेंबूर, गोवंडी, मानखुर्द व देवनारच्या मानाने दक्षिण मुंबईमधील झोपडपट्टीवासीयांचा प्रश्न एवढा गंभीर नाही. येथील 'डी' वॉर्डात मध्य मुंबई, कामाठीपुरा, गिरगाव व मलबार हिल परिसरात झोपडपट्ट्या आहेत. येथील एकूण लोकसंख्येपैकी 11% लोक गलिच्छ वस्त्यांमध्ये राहतात.

(ड) 'ई' वॉर्डामध्ये झोपडपट्टीवासीयांचे 11 टक्के प्रमाण : मुंबईच्या 'ई' वॉर्डातील भायखळा, माझगाव, आग्रीपाडा, ताडदेव आणि मुंबईच्या जुन्या भागात तेथील परिसरातील 11% लोक झोपडपट्टीत राहतात.

मुंबईच्या झोपडपट्ट्यांमधील साक्षरतेचे 83.13 टक्के प्रमाण

(1) मुंबईमध्ये 'एल' वॉर्डमधील कुर्ला-साकीनाका; 'एम/ई' वॉर्डमधील चेंबूर, गोवंडी, मानखुर्द व देवनार; 'डी' वॉर्डमधील मध्य मुंबई, कामाठीपुरा, गिरगाव आणि मलबार हिल आणि 'ई' वॉर्डमधील भायखळा, माझगाव, आग्रीपाडा, ताडदेव आणि जुन्या मुंबईच्या झोपडीमधील साक्षरतेचे प्रमाण पाहिल्यावर सर्वसामान्य मुंबईकरांना आश्चर्याचा धक्का बसेल तर महाराष्ट्रातील अन्य भागातील लोकांना अचंबा वाटल्यास त्यात नवल ते काय !

सर्वसाधारण जनतेला असे वाटत असेल की, मुंबईच्या झोपड्यांमध्ये साक्षरतेचे प्रमाण 15 ते 20 टक्के असेल. फार तर 20 ते 30 टक्के असेल. परंतु नाही; **मुंबईच्या झोपडपट्ट्यांमधील साक्षरतेचे प्रमाण आहे 83.13 टक्के. खरंच धक्का देणारी आकडेवारी आहे आणि हा अहवाल आहे 2001 सालच्या भारतीय जनगणनेचा !**

(2) **मुंबईमध्ये मुस्लीम वस्ती असणाऱ्या परिसरात साक्षरतेचे फक्त 55 टक्के प्रमाण :** मुंबईमध्ये मुस्लीम वस्ती असणाऱ्या मस्जिद, पी-डी-मेलो रोड, महमद अली रोड व उमरवाडी परिसरात साक्षरतेचे फक्त 55 टक्के प्रमाण आहे. महाराष्ट्रात सर्वांत कमी साक्षरतेचे प्रमाण नंदुरबार जिल्ह्यात 56 टक्के आहे. याहीपेक्षा मुंबईच्या मुस्लीम वस्ती असणाऱ्या प्रदेशात यादीपेक्षा कमी म्हणजे साक्षरतेचे प्रमाण 55 टक्के आहे. याचा विचार महाराष्ट्र शासन, सामाजिक विचारवंत, लोकसंख्याशास्त्रज्ञ, भूगोलकार इत्यादींनी करण्याची गरज आहे. अशा वस्त्यांमध्ये साक्षरतेचे प्रमाण वाढविण्याचा जाणीवपूर्वक प्रयत्न केला पाहिजे.

मुंबईच्या झोपडपट्टीमध्ये गरिबी, स्थलांतर व लिंग-गुणोत्तरांचे प्रत्यक्ष संबंध

(1) **मुंबईच्या झोपडपट्ट्यांमध्ये लिंग-गुणोत्तर 769 : 1,000 :** 2001 सालच्या जनगणनेनुसार मुंबईमधील लिंग-गुणोत्तर 774 : 1,000 आहे तर मुंबईच्या झोपडपट्ट्यांमध्ये लिंग-गुणोत्तर प्रमाण 769 : 1,000 आहे.

(2) **गोरेगाव झोडपट्टीमध्ये लिंग-गुणोत्तर 557 : 1,000 :** मुंबई उपनगराच्या गोरेगाव झोपडपट्टीमध्ये लिंग-गुणोत्तराचे प्रमाण सर्वांत कमी म्हणजे 557 : 1,000 आहे. याचे प्रमुख कारण गोरेगाव झोपडपट्टीमध्ये उत्तर भारतीय लोकांचे प्रमाण जास्त आहे. बरेचसे उत्तर भारतीय पुरुषच मुंबईला आलेले आहेत. त्यांच्या बायका मुलखात आहेत.

(3) **मुंबई महानगरामधील लिंग-गुणोत्तराचे घटते प्रमाण :** मुंबई शहर जिल्ह्यात 1991 साली लिंग-गुणोत्तर 791 होते ते 2001 साली 774 पर्यंत घटले तर मुंबई उपनगरामध्ये 1991 साली लिंग-गुणोत्तर प्रमाण 831 होते ते 2001 साली 826 पर्यंत खाली आले.

(4) **महाराष्ट्रातदेखील लिंग-गुणोत्तरात घट :** महाराष्ट्राचे सरासरी लिंग-गुणोत्तर 1991 साली 934 होते ते 2001 साली 922 पर्यंत खाली आले आहे.

(5) **गडचिरोली जिल्ह्यात लिंग-गुणोत्तरात बरीच घट :** महाराष्ट्रात पूर्वेकडे असणाऱ्या गडचिरोली जिल्ह्यात 1991 साली लिंग-गुणोत्तर 952 होते ते 2001 साली 910 पर्यंत खाली आले.

(6) **चंद्रपूर जिल्ह्यात लिंग-गुणोत्तरात वाढ :** विदर्भात गडचिरोली जिल्ह्याच्या पश्चिमेला असणाऱ्या जिल्ह्यात 1991 साली लिंग-गुणोत्तर 900 होते ते 2001 साली 959 पर्यंत वाढले हे विशेष !

(संदर्भ : Times of India, May 11, 2002 News.)

मुंबईची धारावी झोपडपट्टी

ऐतिहासिक पार्श्वभूमी : अठराव्या शतकामध्ये धारावी एक बेट होते. फेब्रुवारी 1739 मध्ये चिमाजीआप्पांनी वसईवर हल्ला केला. यापूर्वी त्यांनी धारावीचा ताबा घेतला.

एकोणिसाव्या शतकाच्या उत्तरार्धात सध्याचे धारावी क्षेत्र प्रामुख्याने खाजण दलदलीचे क्षेत्र होते. तेव्हा तेथे कोळी लोकांची वसाहत होती. जेव्हा दलदली क्षेत्र गाळाने भरण्यात आले तेव्हा मत्स्योद्योग संपुष्टात आला. धारावीजवळील सायन येथील धरणामुळे स्वतंत्र बेट जोडण्यात येऊन तो एक निमुळता भाग बनला. अशा रीतीने मुंबई बेटाच्या रूपांतरणाचा प्रारंभ झाला. या प्रक्रियेमध्ये धारावीच्या मत्स्य शहराला त्याच्या परंपरागत उपजीविकेपासून वंचित राहावे लागले. परंतु नवीन तयार झालेल्या दलदलीने नवीन समाजाला प्रवेशासाठी जागा प्राप्त करून दिली.

गुजरातमधून आलेल्या स्थलांतरितांनी कुंभारांची वसाहत स्थापन केली. महाराष्ट्रीयन कातडी कमविणारे चर्मकार धारावीमध्ये स्थलांतरित झाले आणि त्यांनी कातडी कमविणारा उद्योगधंदा स्थापित केला. उत्तर प्रदेशामधील कशिदाकाम करणाऱ्यासारख्या काही कलाकारांनी येऊन तयार कापडाचा व्यापार सुरू केला.

एकोणिसाव्या शतकाच्या उत्तरार्धामध्ये तमिळनाडूमधून तमिळ, मुस्लीम, आदिद्रविडर आणि नाडर स्थलांतरित म्हणून येऊ लागले. सन 1920 च्या दरम्यान कातडी कमविणाऱ्या प्रदेशाजवळ बऱ्याच लोकांचा ओघ वाढला. 1924 साली मुंबईमधील पहिली तमिळ शाळा आणि धारावीमधील पहिली शाळा बांधण्यात आली. पुढील चार दशकांपर्यंत धारावीमध्ये फक्त एकच शाळा होती. 1930 साली धारावीमधून माहीम रेल्वे स्टेशनपर्यंत जाणारा एकमेव रस्ता बांधण्यात आला.

1960 साली प्रसिद्ध समाजसेवक आणि काँग्रेसचे नेते श्री. एम. व्ही. दोरायस्वामी यांच्या प्रेरणेने हजारो झोपडपट्टीवासीयांचे जीवनमान उंचावण्यासाठी धारावी सहकारी गृहनिर्माण सोसायटीची स्थापना करण्यात आली. धारावी सहकारी गृहनिर्माण सोसायटीने 338 सदनिका आणि 97 दुकाने बांधली. याचे नामकरण 'डॉ. बालिगानगर' असे करण्यात आले.

रहिवासी : धारावीमधील बहुसंख्य रहिवासी 'पराईयार' जातीचे विशेषतः तमिळचे आदिद्रविडर आहेत. इतर जाती आणि जमातींच्या लोकांचेही वास्तव्य आहे. अल्पसंख्याकांमध्ये ख्रिश्चन, मुस्लीम आणि बौद्धवासी आहेत. धारावीचे (Dharavi) पोर्तुगीज स्पेलिंग Daravi आणि ब्रिटिश स्पेलिंग Darravy/Dorrovy आहे.

धारावीचे भौगोलिक स्थान : मुंबईमध्ये मध्य रेल्वे आणि पश्चिम रेल्वे दरम्यानच्या भागात वसलेले आहे. मुंबईच्या सायन, बांद्रा, कुर्ला आणि कलिना उपनगरादरम्यान असून ती एक मोठी झोपडपट्टी आणि एक प्रशासकीय वॉर्ड आहे. धारावीच्या पश्चिमेला माहीम आणि बांद्रा, उत्तरेला मिठी नदी आहे. पुढे ती पश्चिमेकडे मिठी खाडीमधून अरबी समुद्राला मिळते. दक्षिण आणि पूर्वेला सायन व माटुंगा आहे. धारावीचे स्थान आणि सांडपाण्याची अत्यंत साधारण व्यवस्था यामुळे मान्सून काळात विशेषतः पुराला संवेदनशील आहे.

धारावीच्या झोपडपट्टीचे साधारण क्षेत्र सुमारे 175 हेक्टर (0.67 चौ. मैल/1.7 चौ.कि.मी.) आहे.

नॅशनल सॅम्पल सर्व्हे संघटनेने *(National Sample Survey Organization - NSSO)* धारावी झोपडपट्टीचा अभ्यास केलेला आहे. त्यांनी असे निवेदन केले की, भारतामधील एक मोठी झोपडपट्टी आहे.

मुंबईमधील एकूण झोपडपट्टीमधील लोकसंख्या 2001 साली 58 लाख होती. पण मार्च 2011 साली 70 लाख लोकसंख्या ओलांडली.

2011 साली दिल्ली (31.63 लाख), कर्नाटक (36.31 लाख), गुजरात (46.62 लाख), मध्य प्रदेश (63.93 लाख), उत्तर प्रदेश (1.08 कोटी) आणि पश्चिम बंगालमध्ये (85.46 लाख) झोपडपट्टीवासीयांची लोकसंख्या आहे.

भारतामध्ये 2001 साली झोपडपट्टीवासीयांची लोकसंख्या 7.52 कोटी होती, ती 2011 साली 9.3 कोटी झाली.

अर्थव्यवस्था : धारावीमध्ये परंपरागत व्यवसाय मातीची भांडी आणि कापड उद्योगधंद्याव्यतिरिक्त मोठ्या प्रमाणात मुंबईच्या इतर भागामधून आणलेल्या कचऱ्यावर पुनर्वापर प्रक्रिया केली जाते. या परिसरात 5,000 व्यावसायिक आणि एक खोलीमधील 15,000 फॅक्टरीज आहेत.

व्यापार : धारावी झोपडपट्टीमधील वस्तूची जगभर निर्यात होते. एकूण वार्षिक उलाढाल (यांपैकी बरीचशी अनधिकृत) सुमारे 500 दशलक्ष डॉलर्स ते 650 दशलक्ष डॉलर्स दरम्यान चालते.

पुनर्विकास योजना : धारावी झोपडपट्टीच्या पुनर्विकासासाठी 1997 पासून हाँगकाँगमधील पूर्वीच्या ताई-हँग (Tai Hang) झोपडपट्टीसारख्या अनेक योजना आखलेल्या आहेत.

2004 साली पुनर्विकासाचा खर्च 5,000 कोटी (0.01 अब्ज डॉलर्स) अंदाजे काढलेला होता. धारावी विकासासाठी जागतिक स्तरावर निविदा आहेत की, ज्यामध्ये लेहमन ब्रदर्स, दुबईची लिमिटलेस आणि सिंगापूरची कॅपिटललँड लि. सारख्या नामवंत कंपन्या आहेत. 2010 साली धारावी पुनर्विकास योजनेचा अंदाजित खर्च ₹ 15,000 कोटी (0.04 अब्ज डॉलर्स) वर्तविण्यात आला आहे.

धारावी क्षेत्रासाठी प्रस्तावित सर्वांत अलीकडची नागरी पुनर्विकास योजना अमेरिकन प्रशिक्षित वास्तुशिल्पकार मुकेश मेहता यांनी व्यवस्थापकीय केलेली आहे. यानुसार गृहनिर्माण शाळा, बागा आणि रस्त्यासाठी 28,00,000 चौ.मी. क्षेत्र गृहीत धरले असून 57,000 कुटुंबे निवास करू शकतील. याचबरोबर 3,70,000 चौ.मी. जागा निवास आणि व्यापारीदृष्ट्या विकली जाईल. स्थानिक स्तरावर या योजनेला प्रखर विरोध आहे. कारण तेथील बऱ्याचशा रहिवाशांना प्रत्येकी फक्त 225 चौ. फूट (20.9 चौ.मी.) जागा उपलब्ध होणार आहे. याशिवाय 2000 सालापूर्वी वास्तव्य करणारी कुटुंबे घरासाठी प्राप्त असतील तसेच ज्याचा अनधिकृत छोटा व्यवसाय आहे त्यांचा पुनर्विकास होणार नाही. शासनाने असेही निवेदन केले आहे की, ज्या उद्योगांपासून प्रदूषण होत नाही अशा अधिकृत उद्योगांचेच पुनर्वसन केले जाईल.

धारावी झोपडपट्टीच्या अनेक समस्या आहेत. परंतु त्या सोडविण्यासाठी सामाजिक, आर्थिक आणि राजकीय इच्छाशक्ती आणि मानसिकतेची खरी गरज आहे.

संत गाडगेबाबा ग्राम स्वच्छता अभियान

गौतम बुद्धांपासून गाडगेबाबांपर्यंत किंवा महात्मा जोतीराव फुलेंपासून कर्मवीर भाऊराव पाटील यांच्यापर्यंत पाहिले की समाज विकासासाठी काम करणाऱ्या या माणसांना समाजाच्या जाचातून जावे लागले. चांगल्या कामाची आधी उपेक्षा करावी, नंतर विरोध करावा आणि शेवटी स्वीकार करावा अशी समाजाची रीत असते.

स्वच्छता म्हणजे परमेश्वर : स्वच्छता म्हणजे प्रसन्नता, स्वच्छता म्हणजे पवित्रता, स्वच्छता म्हणजे समाधान, स्वच्छता म्हणजे आनंद, स्वच्छता म्हणजे प्रगती, स्वच्छता म्हणजे स्वावलंबन, स्वच्छता म्हणजे सर्वोद्धार, स्वच्छता म्हणजे 'स्व' कडून 'पर' कडे जाणारा मार्ग. स्वच्छता म्हणजे प्रदूषणापासून मुक्तता, स्वच्छता म्हणजे पर्यावरणास पर्याय. स्वच्छता म्हणजे आरोग्य, स्वच्छता म्हणजे स्वच्छता आणि स्वच्छता म्हणजे सर्वोदय. या विचारसूत्रांचा कृतिशील सुंदर आविष्कार म्हणजे गाडगेबाबांचा सफाई यज्ञ !

स्वच्छता – समाजोद्धाराचा खरा मार्ग : 'स्वच्छता' हा मानवी जीवनाचा आधारस्तंभ आहे. अन्न, हवा आणि पाणी शुद्ध स्वरूपात मिळणे हा उत्तम जीवनाचा एक अपरिहार्य भाग आहे. अस्वच्छतेमुळे अन्न, हवा आणि पाणी दूषित होते. त्यामुळे अनेक प्रकारच्या रोगांना निमंत्रण मिळते. आजारपण वाढते. आजारपणाची कैद माणसांना असह्य होते. या कैदेतून सुटका करण्यासाठी पैसा-अडका कमी पडला तर थेट मृत्यूशी भेट होते. जगणे संपते, उरते दुःख. गाडगेबाबांनी मानवी जीवनातील हे दुःख ओळखले. दीर्घायुष्यावरील रामबाण उपाय म्हणून बाबांनी लोकांना 'स्वच्छतेची' देणगी दिली. स्वोद्धारापासून लोकोद्धार करण्याचे दार उघडले. मानवी जीवनात स्वच्छतेचा 'निर्मळ झरा' निर्माण केला. निर्मळतेच्या मंत्राने लोकांचे मन परिवर्तन केले. सर्वांच्या हृदयाची दारे उघडून त्यात निर्मळतेचे वारे सोडून दिले.

झाडू – स्वच्छतेचा नंदादीप : एका अक्षरशून्य माणसाच्या हातातील 'झाडू' हजारो माणसांच्या मनात 'स्वच्छतेचा नंदादीप' तेवत ठेवू शकतो ही शब्दावली गाडगेबाबांनाच शोभून दिसते. ही बिरुदावली बाबांच्या बाबतीतच खरी वाटते. लोकसेवेसाठी आपल्या हाती 'स्वच्छतेचा टॉर्च' घेऊन पुढे-पुढेच जाणाऱ्या गाडगेबाबांनी लोकमनात स्वच्छतेचा अंगार चेतविला.

स्वच्छ गाव – श्रमसंस्कृतीचा सुवर्णकळस : गाडगेबाबांनी हाती खराटा घेऊन सार्वजनिक स्वच्छता केली म्हणजे श्रमसंस्कृतीचे उदात्तीकरण केले. स्वच्छतेला परमेश्वर म्हणा किंवा परमेश्वराला स्वच्छता म्हणा, अशा या प्रमेयात अडकून न पडता स्वच्छता करण्याच्या कामालाच बाबांनी परमेश्वराची सेवा मानली. म्हणून गाडगेबाबांच्या हातातील खराटा हे श्रमसंस्कृतीवर साचलेली धूळ नष्ट करण्याचे साधन आहे.

बाबांनी महारोग्यांची केलेली शारीरिक स्वच्छता हा तर श्रमसंस्कृतीचा एक वस्तुपाठच आहे. गाडगेबाबांनी आपल्या कृतीमधून समाजाला श्रमसंस्कृतीचे महत्त्व पटवून दिले.

स्वच्छता – श्रमदानाच्या संस्काराचा आविष्कार : गाडगेबाबांनी आपल्या महाराष्ट्रात स्वच्छतेचे आंदोलन निर्माण केले. त्यामुळे खेडोपाडी 'स्वच्छतेचे वारे' खेळू लागले. लोकमत जागे झाले. लोकांना सज्ञानी करणारा, लोकांना नम्रता शिकविणारा, लोकांना आरोग्यसंपन्न बनविणारा, लोकांच्या मनात चैतन्य फुलविणारा, लोकांची प्रगती साधणारा आणि लोकमन सदैव प्रफुल्लित ठेवणारा बाबांचा 'खराटा' होता. बाबांनी या स्वच्छता आंदोलनाला श्रमदानाच्या संस्काराचे स्वरूप प्राप्त करून दिले.

स्वच्छता – एक जीवनधर्म : बाबांचा 'खराटा' विषमतेकडून समतेकडे, विसंवादाकडून संवादाकडे, जडतेकडून चैतन्याकडे, विघातकाकडून विधायकाकडे, उदासीनतेकडून उत्साहाकडे, विफलतेकडून सफलतेकडे, विद्वेषाकडून विनयाकडे, अचेतनाकडून सचेतनाकडे, विनाशाकडून विकासाकडे, नैराश्याकडून आनंदाकडे आणि द्वैताकडून अद्वैताकडे घेऊन जाणारे एक सबल साधन होते.

स्वच्छतेच्या चंदनाचा गंध : गाडगेबाबांचा 'खराटा' हा केवळ रस्ते स्वच्छ करणारा खराटा नव्हता. तो माणसांची मने स्वच्छ करणारा खराटा होता. बाबांचा खराटा बाह्य स्वच्छतेकडून आंतरस्वच्छतेकडे नेणारा खराटा होता. बाबांचे हात व पायही चंदनाचे होते.

खराटा धर्म आचार धर्म ठरला : गाडगेबाबांनी दीन-दुःखी, दलित-वंचित आणि शोषित माणसे पाहिली. आकाशात सोडलेल्या बिनदोरीच्या पतंगासारखी, समुद्रात वाऱ्यावर सोडलेल्या होडीसारखी ही माणसे पाहून बाबांचे हृदय मेणबत्तीसारखे पाघळून जात असे. 'तळागाळातील माणसांना कोणीच वाली नाही' हे पाहून बाबा दुःखाने घायाळ होत असत. म्हणून तळागाळातील माणसे बाबांनी आपल्या तळहातावर घेऊन फुलासारखी सांभाळली.

स्वच्छता – सुखी जीवनाची गुरुकिल्ली : घरात, दारात आणि गावात स्वच्छतेची नितांत गरज असते. स्वच्छता ही आपल्या सुखी जीवनाची गुरुकिल्ली आहे. स्वच्छतेशिवाय घरदार आणि गाव कोंडवाड्यासारखेच होईल. कोंडवाडा म्हणजे अनेक दिवसांची मुलखाची घाण. जिथे घाण तिथे रोगराई, जिथे रोगराई तिथे मृत्यूला निमंत्रण. हे ओळखूनच गाडगेबाबांनी स्वच्छतेला शिरोधार्य मानले होते.

स्वच्छता हा माझा जन्मसिद्ध हक्क आहे : गाडगेबाबांनी 'स्वच्छता' हा आपल्या जीवनाचा मानबिंदू मानला होता. विशेषतः 'सार्वजनिक स्वच्छता' हा आपल्या जीवनाचा केंद्रबिंदू ठरविला होता. 'स्वच्छता हा माझा जन्मसिद्ध हक्क आहे' या विचाराने गाडगेबाबांनी स्वच्छतेची मोहीम हाती घेतली होती.

सामाजिक स्वच्छतेचे प्रतीक : गाडगेबाबांच्या अंगावरील चिंध्यांचा अंगरखा हे गरिबीचे प्रतीक आहे. हातातील खराटा हे सामाजिक स्वच्छतेचे प्रतीक आहे. गाडगे हे जीवनाच्या क्षणभंगुरतेचे प्रतीक आहे. बांगडी आणि कवडी हे फाटक्या संसाराचे प्रतीक आहे. गाडगेबाबांची काठी ही समाजाच्या दंभावर, ढोंगावर, कर्मकांडावर, अन्यायावर, अहंकारावर, भ्रष्टाचारावर, दुर्गुणावर, भोंदूगिरीवर, व्यसनाधीनतेवर, अंधश्रद्धेवर, हिंसाचारावर, अज्ञानावर, दैववादावर आणि दुराचारावर कठोर प्रहार करणारी काठी आहे. स्वच्छता, आरोग्य, ज्ञान, संपत्ती, त्याग, सेवा, काटकसर, साधेपणा आणि असंग्रह वृत्तीची आठवण करून देणारा बाबांचा खराटा म्हणजे लोकजीवनात आनंदाचे अंगण निर्माण करणारा खराटा आहे. असे हे गाडगेबाबा म्हणजे गोरगरिबांच्या सुखी आणि संपन्न जीवनासाठी अहोरात्र राबणारा, चिंध्या पांघरलेला साक्षात 'पांडुरंग'च म्हटला पाहिजे.

माणसांच्या चालण्या-बसण्याची जागा झाडणारे गाडगेबाबा हे सामाजिक स्वच्छतेचे एक चालते-बोलते विद्यापीठच होते.

लोकमनात स्वच्छतेच्या घंटेचा गजर : गाडगेबाबांनी समाजातील दुःख, दैन्य, आर्तता, व्याकुलता, घायाळता आणि अस्वच्छता पाहिली. बाबांनी दयार्द्र अंतःकरणाने गरिबांच्या दुःखमय जीवनात सुखाची दिवाळी करण्यासाठी खराट्याचा धर्म स्वीकारला. माणसांच्या बाह्य शुद्धीबरोबरच आत्मशुद्धीची किती गरज आहे हे सक्रियपणे सांगणारा पहिला महापुरुष म्हणजे गाडगेबाबा होय.

खराट्याचे पसायदान : गाडगेबाबा आयुष्यभर माणुसकीच्या आराधनेत रमले. आपल्या त्यागाने, प्रेमाने आणि सेवेने त्यांनी समाजाची दुखणी सुखद केली. समाजाच्या अंगणापर्यंत 'खराटा' नेऊन भिडविला. खराट्याने अंधश्रद्धेचा अंधार नष्ट केला. समाजाला स्वच्छतेच्या सूर्याचे दर्शन घडविले. श्रमदानाचा नगारा वाजवून जनमनात श्रमप्रतिष्ठेचे बीजारोपण केले. आरोग्याचा संदेश घेऊन समाजात व्यसनमुक्तीचा गजर केला. समाजातील विषमता, पाखंडता, कर्मकांडता, मूढता नष्ट केली. समता, प्रेम, बंधुभाव आणि न्याय निर्माण केला. सदाचार, सौजन्य आणि सामंजस्याची शिकवण देणारा असा हा बाबांचा 'खराटा' सार्वजनिक स्वच्छतेचा खराखुरा मानदंड होता. आज कधी नव्हती एवढी 'स्वच्छ माणसांची' समाजाला नितांत गरज आहे. लोकजीवनात 'स्वच्छ हातांची' संख्या वाढावी म्हणून बाबांनी आपल्या हाती खराटा घेतला. समाजात सज्जनांचे संरक्षण साधावे आणि दुर्जनांचे निर्दलन करावे हेच बाबांच्या 'खराट्याचे पसायदान' होते.

संत गाडगेबाबा ग्राम स्वच्छता अभियान : महाराष्ट्र शासन संत गाडगेबाबा ग्राम स्वच्छता अभियान प्रामुख्याने ग्रामीण भागात शौचालयाचा उपयोग करण्यासाठी प्रोत्साहन देण्याच्या दृष्टीने राबविले जात आहे. या अभियानांतर्गत 2000-01 ते 2007-08 सालापर्यंत 8,400 ग्रामपंचायतींना परितोषिके देण्यात आलेली आहेत. आतापर्यंत यासाठी ₹ 260 कोटी खर्च करण्यात आलेले आहेत.

हागणदारीमुक्त पंचायत समिती आणि हागणदारीमुक्त जिल्हा परिषदांतर्गत अनुक्रमे प्रथम परितोषिके पंचायत समिती आणि जिल्हा परिषदेला दिली जातात.

संदर्भ : स्वच्छता – संत गाडगेबाबा; प्रा. रा. तु. भगत

बहुपर्यायी प्रश्न

1. . . . . म्हणजे नागरी जीवनाला झालेला कॅन्सर आहे.
   (1) झोपडपट्ट्या   (2) ग्रामीण वस्त्या   (3) श्रीमंत वस्त्या   (4) मध्यमवर्गीय वस्त्या

2. महाराष्ट्रात काही वर्षांपूर्वी . . . . या आपत्तीमुळे फार मोठ्या प्रमाणात लोक रोजगार मिळण्याच्या आशेने पुण्या-मुंबईसारख्या शहराकडे गेले.
   (1) पूर   (2) अवर्षण   (3) अति उन्हाळा   (4) अति वृष्टी

3. झोपडपट्ट्यांना नागरी समाजरूपी शरीरातील रोग समजावा की नगरवाढीतील एक अपरिहार्य टप्पा समजावा याबद्दल शास्त्रज्ञांमध्ये . . . . आहे.
   (1) एकमत   (2) बहुमत   (3) तटस्थ मत   (4) दुमत

4. एखाद्या विशिष्ट कार्यकरिता राखून ठेवलेल्या आणि काही काळ रिकाम्या झालेल्या जागेतही विशेषतः बाहेरून कामाच्या शोधार्थ असलेल्या आणि खालच्या दर्जाची कामे करीत असलेल्या लोकांची वस्ती बहुधा . . . . असते.
   (1) मध्यमवर्गीय वसाहत   (2) कमी उत्पन्नाची वसाहत
   (3) झोपडपट्टी   (4) श्रीमंत वसाहत

5. झोपडपट्टीचे अस्तित्व हे आधुनिक पक्षीय . . . . मध्ये प्रतिपक्षाविरुद्ध प्रचार करण्याचे एक महत्त्वाचे साधन झालेले आहे.
   (1) राजकारण   (2) अर्थकारण   (3) नीतिमत्ताकारण   (4) ऐतिहासिक कारण

6. शिवशाही पुनर्वसन प्रकल्पाच्या अंमलबजावणीमुळे नागरी भागातील . . . . पुनर्वसनाला गती प्राप्त झालेली आहे.
   - (1) मध्यमवर्गीय वस्ती
   - (2) झोपडपट्ट्या
   - (3) अल्प उत्पन्न गट वस्ती
   - (4) उच्चभ्रू वस्ती

7. 2001 सालच्या जनगणनेनुसार मुंबईमधील . . . . लोकांचे झोपडपट्टीत वास्तव्य आहे.
   - (1) 25%
   - (2) 20%
   - (3) 15%
   - (4) 49%

8. 2001 सालच्या जनगणनेनुसार मुंबई झोपडपट्टीमध्ये साक्षरतेचे प्रमाण . . . . आहे.
   - (1) 83%
   - (2) 60%
   - (3) 55%
   - (4) 40%

9. 2001 सालच्या जनगणनेनुसार मुंबई झोपडपट्टीमध्ये लिंग-गुणोत्तर . . . . आहे.
   - (1) 915
   - (2) 883
   - (3) 769
   - (4) 940

10. झोपडपट्ट्या फक्त भारतातच आहेत असे नाही तर . . . . या पाश्चिमात्य देशातही ही समस्या मोठ्या प्रमाणात आहे.
    - (1) संयुक्त संस्थाने
    - (2) इंग्लंड
    - (3) फ्रान्स
    - (4) वरील सर्व.

11. ''अवैधरीत्या गोंधळाने बळकावलेल्या, अविकसित, दुर्लक्षित, दाट लोकसंख्या असलेल्या, मोडकळीस आलेल्या, दुर्लक्षित वस्तीला गलिच्छ वस्ती असे म्हटले जाते'' ही व्याख्या . . . . यांनी केली.
    - (1) संयुक्त राष्ट्र संघटना
    - (2) फोर्ड
    - (3) गलिच्छ वस्तीविषयक परिसंवादाद्वारा
    - (4) यांपैकी नाही.

12. गलिच्छ वस्त्यांची प्रमुख वैशिष्ट्ये . . . . आहेत.
    - (1) जुनाट घरे व अपुऱ्या जागा
    - (2) स्वतंत्र संडास, स्नानगृहे, शयनगृहांचा अभाव
    - (3) वीज व पाणी यांचा अपुरा पुरवठा
    - (4) वरील सर्व.

13. गलिच्छ वस्त्यांचे निर्मूलन हा . . . . एक कायमचा प्रश्न बनला आहे.
    - (1) नागरी शासन
    - (2) सामाजिक कार्यकर्ते
    - (3) नागरी समाजशास्त्रज्ञ
    - (4) वरील सर्व.

14. गलिच्छ वस्ती निर्माण होण्याची प्रमुख कारणे . . . . आहेत.
    - (1) ग्रामीण भागातील लोकांचे स्थलांतर
    - (2) नैसर्गिक आपत्तीचा तडाखा
    - (3) दारिद्र्य, स्पर्धात्मक भांडवलशाही अर्थव्यवस्था
    - (4) वरील सर्व.

15. . . . . या विषयीचा अभ्यास चालू आहे तसेच निर्मूलनाचे प्रयोगही ठिकठिकाणी चालू आहेत; परंतु झोपडपट्टी संपूर्णपणे कोणत्याच देशातून नष्ट झालेली नाही.
    - (1) झोपडपट्टीचा उगम
    - (2) झोपडपट्टीची वाढ
    - (3) झोपडपट्टीचे निर्मूलन
    - (4) वरील सर्व.

16. . . . . लोकच झोपडपट्टीमध्ये राहणे पत्करतात किंवा तेथेच त्यांना राहणे सोईचे किंवा क्रमप्राप्त ठरते.
    - (1) समाजातील प्रचलित अर्थव्यवस्थेत न सामावू शकणारे.
    - (2) सांस्कृतिक जीवनात समरस वा स्वीकृत न झालेले.
    - (3) आर्थिक-सांस्कृतिकदृष्ट्या अगदी निम्न पातळीवर असलेले.
    - (4) वरील सर्व.

17. गलिच्छ वस्त्या . . . . यामुळे निर्माण होतात.
    - (1) घरांच्या रचना
    - (2) घरांच्या वाढत्या किमती
    - (3) स्वच्छतेच्या सोई-सवलतींचा अभाव
    - (4) वरील सर्व.

18. एखाद्या वस्तीत राहणाऱ्या लोकांच्या . . . . यामुळेही ती वस्ती कालांतराने गलिच्छ बनत जाते.
    - (1) स्वच्छतेच्या कल्पना
    - (2) सवयी
    - (3) विशिष्ट प्रवृत्ती
    - (4) वरील सर्व.

19. गलिच्छ वस्तीचे मूळ . . . . या प्रक्रियेस अनुसरून गलिच्छ वस्त्या निर्माण झाल्याचे दिसून येते.
    - (1) एखादे क्षेत्र पूर्वीच्या कार्यास अपात्र किंवा अवास्तव ठरविणे.
    - (2) दुसऱ्याच कार्याचे यावर अतिक्रमण होत राहणे.
    - (3) जमिनीच्या किमतीमध्ये चढ-उतार
    - (4) वरील सर्व.

20. . . . . या बहुधा झोपडपट्ट्या असतात.
    (1) एखाद्या विशिष्ट कार्याकरिता राखून ठेवलेल्या जागेवर वस्ती
    (2) काही काळ रिकाम्या झालेल्या जागेवर वस्ती
    (3) निम्न दर्जाची काम करणाऱ्याची वस्ती
    (4) वरील सर्व.

21. शहरीकरणाच्या प्रक्रियेत . . . . अशा वस्त्या झोपडपट्टी बनतात.
    (1) लोहमार्गाचा पट्टा   (2) रस्तेमार्गाचा पट्टा
    (3) कारखान्याजवळची निकृष्ट घरे   (4) वरील सर्व.

22. मोठ्या नगरांकडे धाव घेणाऱ्या लोकांची संख्या आटोक्यात आणण्यासाठी . . . . . . उपाययोजना अमलात आणता येतील.
    (1) खेड्यातील शेतीचे उत्पादन वाढविणे.
    (2) उपलब्ध शेतजमिनीचे फेरवाटप करणे.
    (3) लहान-लहान शहरांमध्ये उद्योगधंद्यांकरिता नव्या संधी प्राप्त करून देणे.
    (4) वरील सर्व.

23. झोपडपट्ट्यांमधील लोकांना . . . . उपाय योजणे.
    (1) आरोग्यसंपन्न घरात हलविणे.   (2) राहणीमानदृष्ट्या योग्य घरात हलविणे.
    (3) झोपडपट्टी पूर्णतया नष्ट करणे.   (4) वरील सर्व उपाय.

24. संयुक्त राष्ट्रसंघाने झोपडपट्टी निर्मूलनासाठी . . . . उपाययोजना अहवालात नमूद केल्या आहेत.
    (1) शहरवाढीस बाधक ठरणाऱ्या वस्तीस अन्यत्र निर्वेंध जागी हलविणे.
    (2) आरोग्याच्या सोई-सवलती उपलब्ध करून वस्त्या सुधारणे.
    (3) स्वतःची घरे बांधू शकणाऱ्या किंवा बांधू न इच्छिणाऱ्या लोकांची सोय करणे आणि ज्यांना फक्त निवारा पाहिजे त्यांना आवश्यक सोई पुरविणे.
    (4) वरील सर्व.

25. झोपडपट्टीची समस्या . . . . या दृष्टीने अत्यंत महत्त्वाची आहे.
    (1) सामाजिक   (2) आरोग्य   (3) नीतिमत्ता   (4) वरील सर्व.

26. झोपडपट्टीमध्ये . . . . यांना आसरा मिळतो.
    (1) गुन्हेगारी प्रवृत्ती   (2) अनैतिक व्यवहार   (3) अवैध व्यवहार   (4) वरील सर्व.

27. महाराष्ट्रात नागरी भागातील झोपडपट्ट्यांच्या पुनर्वसनासाठी . . . . या योजना राबविल्या जात आहेत.
    (a) महाराष्ट्र गृहनिर्माण व क्षेत्र विकास प्राधिकरण (म्हाडा)
    (b) शहर व औद्योगिक विकास महामंडळ मर्यादित (सिडको)
    (c) झोपडपट्टी पुनर्वसन योजना
    (d) शिवशाही पुनर्वसन प्रकल्प
    (1) (a) (c) (d)   (2) (a) (b) (c)   (3) (a) (b)   (4) (c) (d)

28. महाराष्ट्रात दारिद्र्यरेषेखालील कुटुंबासाठी व ग्रामीण क्षेत्रातील दुर्बल घटकांसाठी दर्जेदार घरे पुरविण्यासाठी राज्यशासन . . . . योजनांची यशस्वीरीत्या अंमलबजावणी करीत आहे.
    (a) मुंबई महानगर प्रदेश विकास प्राधिकरण (एमएमआरडीए)
    (b) इंदिरा आवास योजना
    (c) मुंबई नागरी पायाभूत सुविधा प्रकल्प (एमयूआयपी)
    (d) राजीव गांधी ग्रामीण विकास योजना
    (1) (a) (b) (c)   (2) (b) (c) (d)   (3) (b) (d)   (4) (a) (c) (d)

29. . . . . या द्वारे झोपडपट्टीवासीयांचे पुनर्वसन करण्यात म्हाडा कामगिरी बजावित आहे.
    (1) झोपडपट्ट्यांचे निर्मूलन करणे.
    (2) त्या जागेचा विकास करण्याकरिता पाणीपुरवठा व वीजपुरवठा या आवश्यक सुविधा पुरविणे.
    (3) झोपडपट्टीवासीयांना घरे व सदनिका बांधणे.
    (4) वरील सर्व.

30. महाराष्ट्र शासन 'एकात्मिक गृहनिर्माण व झोपडपट्टी विकास कार्यक्रम' . . . . यासाठी राबवित आहे.
    (1) शहरी गरिबांकरिता मूलभूत सुविधा कार्यक्रम राबविणे.
    (2) राज्यामधील या योजनेमधून पाच मोठी शहरे वगळणे.
    (3) इतर शहरांमधील झोपडपट्टीवासीयांसाठी समूह पद्धतीने राबविणे.
    (4) वरील सर्व.

31. एकात्मिक गृहनिर्माण व झोपडपट्टी विकास कार्यक्रम राबविण्यासाठी . . . . या प्रकारे अर्थसाहाय्य प्राप्त होते.
    (1) भारत सरकारचे 80% अर्थसाहाय्य
    (2) राज्य सरकारचे 8% अनुदान (राखीव वर्गासाठी 10%)
    (3) उर्वरित 12% लाभार्थ्यांचे योगदान (राखीव वर्गासाठी 10%)
    (4) वरील सर्व.

32. राज्य सरकार झोपडपट्टीतील राहणीमानाचा दर्जा वाढविण्यासाठी . . . . . . यासारखी अनेक उपयुक्त धोरणे राबवित आहे.
    (1) झोपडपट्टीवासीयांना त्याच झोपड्यांसाठी मालकी हक्क देणे.
    (2) आरोग्यात दर्जेदार सुधारणा करणे.
    (3) लोकांच्या ढासळलेल्या आरोग्याच्या दर्जाच्या पातळीत वाढ करणे.
    (4) वरील सर्व.

33. महाराष्ट्र शासनाने झोपडपट्टी पुनर्वसन योजनेंतर्गत . . . . या द्वारे यशस्वीपणे निवारा पुरविला आहे.
    (1) 1955 पासून 2009 ऑक्टोबरपर्यंत 582 प्रस्ताव पूर्ण
    (2) 1,11,444 झोपडपट्टीतील कुटुंबीयांचे पुनर्वसन
    (3) मोठ्या प्रमाणात गरिबांना यशस्वीपणे निवारा पुरविला गेला.
    (4) वरील सर्व.

34. झोपडपट्टी पुनर्वसनाचे काम जलद गतीने होण्याच्या दृष्टीने 'शिवशाही पुनर्वसन प्रकल्प मर्यादित'ची स्थापना करून या अंतर्गत . . . . हे कार्य करण्यात आले.
    (1) 1998 ते ऑक्टोबर 2009 पर्यंत ₹ 402 कोटी खर्च
    (2) 7,649 सदनिका असलेल्या 85 इमारतींचे बांधकाम पूर्ण
    (3) 3,024 सदनिका असलेल्या 26 इमारतींचे काम प्रगतिपथावर
    (4) वरील सर्व.

35. एकोणिसाव्या शतकाच्या उत्तरार्धात मुंबईमधील धारावी झोपडपट्टी क्षेत्र प्रामुख्याने . . . . क्षेत्र होते.
    (1) साग वृक्ष   (2) काटेरी वृक्ष   (3) खाजण दलदल   (4) यांपैकी नाही.

36. धारावी झोपडपट्टीत प्रारंभी . . . . यांचे वास्तव्य होते.
    (1) गुजरातमधील स्थलांतरित कुंभार
    (2) महाराष्ट्रीयन कातडी कमविणारे स्थलांतरित चर्मकार व कातडी कमविण्याचा उद्योगधंदा स्थापित
    (3) उत्तर प्रदेशामधील कशिदाकाम करणाऱ्या कलाकारांद्वारा तयार कापडाच्या व्यापारास सुरुवात
    (4) वरील सर्व.

37. एकोणिसाव्या शतकाच्या उत्तरार्धात धारावीमध्ये तमिळनाडूमधून . . . . स्थलांतरित वास्तव्य करू लागले.
    (1) तमिळ, मुस्लीम   (2) आदिद्रविडर   (3) नाडर   (4) वरील सर्व.

38. 1960 साली प्रसिद्ध समाजसेवक . . . . यांच्या प्रेरणेने धारावी झोपडपट्टीवासीयांचे जीवनमान उंचावण्यासाठी धारावी सहकारी गृहनिर्माण सोसायटीची स्थापना केली.
    (1) कामराज नाडर   (2) एम.व्ही. दोरायस्वामी
    (3) अण्णा हजारे   (4) यांपैकी नाही.

39. मुंबईमधील एकूण झोपडपट्टीमधील 2011 सालची लोकसंख्या सुमारे . . . . आहे.
    (1) 40   (2) 50   (3) 70   (4) 60

40. भारतामध्ये 2001 साली झोपडपट्टीवासीयांची लोकसंख्या 7.52 कोटी होती, ती 2011 साली . . . . कोटी झाली.

    (1)   8.0   (2)   9.3   (3)   12.0   (4)   14.0

41. धारावी झोपडपट्टीच्या अनेक समस्या सोडविण्यासाठी . . . . ची खरी गरज आहे.

    (1)   सामाजिक - आर्थिक   (2)   राजकीय इच्छाशक्ती

    (3)   मानसिकता   (4)   वरील सर्व.

42. महाराष्ट्रात ग्राम स्वच्छता अभियान . . . . यांनी खऱ्या अर्थाने राबविले.

    (1)   महात्मा जोतीराव फुले   (2)   बाबा आमटे

    (3)   संत गाडगेबाबा   (4)   कर्मवीर भाऊराव पाटील

43. स्वच्छता म्हणजे . . . . या विचारसूत्राचा कृतिशील सुंदर आविष्कार म्हणजे गाडगेबाबांचा सफाई यज्ञ.

    (1)   प्रसन्नता, पवित्रता, समाधान   (2)   प्रगती, स्वावलंबन, सर्वोद्धार

    (3)   प्रदूषणापासून पर्याय, आरोग्य, सर्वोदय   (4)   वरील सर्व.

44. संत गाडगेबाबांनाच . . . . ही बिरुदावली शोभून दिसते.

    (1)   सूतकताई - स्वावलंबनाचा मार्ग

    (2)   झाडू - स्वच्छतेचा नंदादीप

    (3)   दलितांचा जीर्णोद्धार

    (4)   यांपैकी नाही.

45. गाडगेबाबांनी हाती खराटा घेऊन स्वच्छता केली म्हणजे . . . . उदात्तीकरण केले.

    (1)   साधना संस्कृती   (2)   बुद्धिसंस्कृती   (3)   श्रमसंस्कृती   (4)   यांपैकी नाही.

46. महाराष्ट्र शासन संत गाडगेबाबा ग्राम स्वच्छता अभियान प्रामुख्याने ग्रामीण भागात . . . . याचा उपयोग करण्यासाठी प्रोत्साहन देण्यासाठी राबविले जाते.

    (1)   शौचालय   (2)   सांडपाण्यासाठी गटारे

    (3)   खडीचे रस्ते   (4)   यांपैकी नाही.

उत्तरसूची

1. 1	**2.** 2	**3.** 4	**4.** 3	**5.** 1	**6.** 2
7. 4	**8.** 1	**9.** 3	**10.** 4	**11.** 3	**12.** 4
13. 4	**14.** 4	**15.** 4	**16.** 4	**17.** 4	**18.** 4
19. 4	**20.** 4	**21.** 4	**22.** 4	**23.** 4	**24.** 4
25. 4	**26.** 4	**27.** 4	**28.** 3	**29.** 4	**30.** 4
31. 4	**32.** 4	**33.** 4	**34.** 4	**35.** 3	**36.** 4
37. 4	**38.** 2	**39.** 3	**40.** 2	**41.** 4	**42.** 3
43. 4	**44.** 2	**45.** 3	**46.** 1		

12 **मृदा आणि जलसिंचन**

I. मृदा

महाराष्ट्रातील मृदेचे पुढील प्रकार पडतात :

(1) काळी मृदा/रेगूर (रेगूड) मृदा (2) जांभा मृदा (3) गाळाची मृदा (4) तांबडी मृदा आणि पिवळसर मृदा.

1. काळी मृदा/रेगूर (रेगूड) मृदा

महाराष्ट्रात **सर्वांत महत्त्वाची मृदा दख्खनच्या पठारावरील कापसाची काळी मृदा आहे.** तिने दख्खनच्या पठारावरील **सर्वांत जास्त प्रदेश व्यापलेला आहे.**

प्रदेश : सह्याद्री पर्वताच्या पूर्वेकडे **घाटमाथा ओलांडल्यावर संपूर्ण प्रदेश काळ्या मृदेचा असून विदर्भातील पूर्वेकडील प्रदेश वगळता सर्वत्र काळी मृदा आढळते.** अर्थात, रेगूर मृदेचे स्वरूप सर्वत्र सारखे असतेच असे नाही. मृदेच्या थराची जाडी बदलत असते त्याप्रमाणे रंगही गडद काळ्या रंगाचा असून फिकट होत असतो.

महाराष्ट्रात सर्वांत उत्तम प्रकारची कापसाची काळी मृदा ही गोदावरी, भीमा, कृष्णा तसेच तापी नदीच्या खोऱ्यात आढळते. त्याचप्रमाणे त्यांच्या उपनद्यांच्या खोऱ्यातदेखील काळी मृदा आहे, तिला 'कापसाची मृदा' असेही संबोधले जाते. जवळच्या उंचवट्याच्या प्रदेशातही अशा प्रकारची मृदा आढळते; परंतु त्या ठिकाणी मृदेचा थर कमी-कमी होत जातो आणि तिचा रंग फिकट होत जातो. हळूहळू मृदेची सुपीकता कमी होते आणि जास्त उंचीवर तिचे रूपांतर तांबड्या मृदेत होऊ लागते. काळ्या मृदेचे प्रामुख्याने दोन उपप्रकार पडतात : **(1) मैदानावरील मध्यम काळी मृदा (2) दरीमधील खोल काळी मृदा.**

गुणधर्म :

- काळ्या मृदेचे रंगानुसार विविध प्रकार पडतात. उदाहरणार्थ, **गडद काळी मृदा, मध्यम काळी मृदा, उथळ काळी मृदा.**
- **नद्यांच्या खोऱ्यात मृदेची सुपीकता जास्त प्रमाणात असते; परंतु पठारी भागात मात्र सुपीकता कमी-कमी होत जाते. पठारावरील मृदा ही फिकट रंगाची, पातळ व मध्यम प्रतीची असते.**
- **काळ्या मृदेचे वैशिष्ट्य म्हणजे तिच्यामध्ये ओलावा टिकवून धरण्याची क्षमता असते.**
- मृदू कण आणि रासायनिक द्रव्यांमधील चुनखडीच्या प्रमाणामुळे सुपीकता कमी होत नाही.
- उन्हाळ्यात **कोरड्या हवेत काळी मृदा भुसभुशीत होते.** तसेच मृदेच्या वरच्या थरास **कडक उन्हामुळे मोठ्या भेगा पडतात.**
- अशा भेगांमध्ये मृदेचे सुटे कण जातात तसेच हवादेखील खेळती राहते.
- **मान्सूनचा पाऊस सुरू झाल्यावर या मृदेवरील भेगा नाहीशा होतात व ही सुपीक मृदा पिकास अत्यंत अनुकूल असते.**
- **कापसाच्या काळ्या मृदेचा एक महत्त्वाचा दोष म्हणजे मृदेमध्ये वाजवीपेक्षा जास्त पाणी असल्यास किंवा अतिरिक्त जलसिंचन झाल्यास जमिनीत पाणी साचून ती दलदलयुक्त होते.**
- **क्षारयुक्त मृदा पुन्हा कोणत्याही उपायाने पिकाखाली आणता येत नाही.**

पिके : महाराष्ट्रातील सर्वोत्तम मृदेत काळी मृदा प्रसिद्ध आहे. **खरीप व रब्बी या दोन्ही हंगामातील पिकांची लागवड या मृदेत केली जाते. कापूस, गहू, ऊस, ज्वारी, जवस** तसेच कडधान्यांचे उत्पादनही घेतले जाते.

पश्चिम महाराष्ट्रात जलसिंचनाच्या उत्तम सोई उपलब्ध झाल्यामुळे उसाचे क्षेत्र वाढले आहे. तसेच काही प्रमाणात कापसाची लागवड केली जाते. विशेषतः गोदावरी, भीमा व कृष्णा नद्यांच्या खोऱ्यातील पिकांचे स्वरूप बदलत असून प्रामुख्याने अन्नधान्य पिकापेक्षा ऊस, कापूस, भुईमूग वगैरेंसारखी नगदी पिके घेण्याकडे शेतकऱ्यांचा कल वाढलेला दिसतो. विदर्भात **कापूस हे तर सर्वांत महत्त्वाचे पीक आहे. त्याखेरीज संत्र्यांच्या बागादेखील सर्वत्र आहेत. खानदेशमध्ये तापी नदीच्या खोऱ्यात कापसाच्या खालोखाल केळीच्याही बागा** व इतर पिकेही आहेत. पठारावरील कमी पावसाच्या प्रदेशात ज्वारी, बाजरी, मका यांसारख्या भरड धान्यांची पिके घेतली जातात.

(12.1)

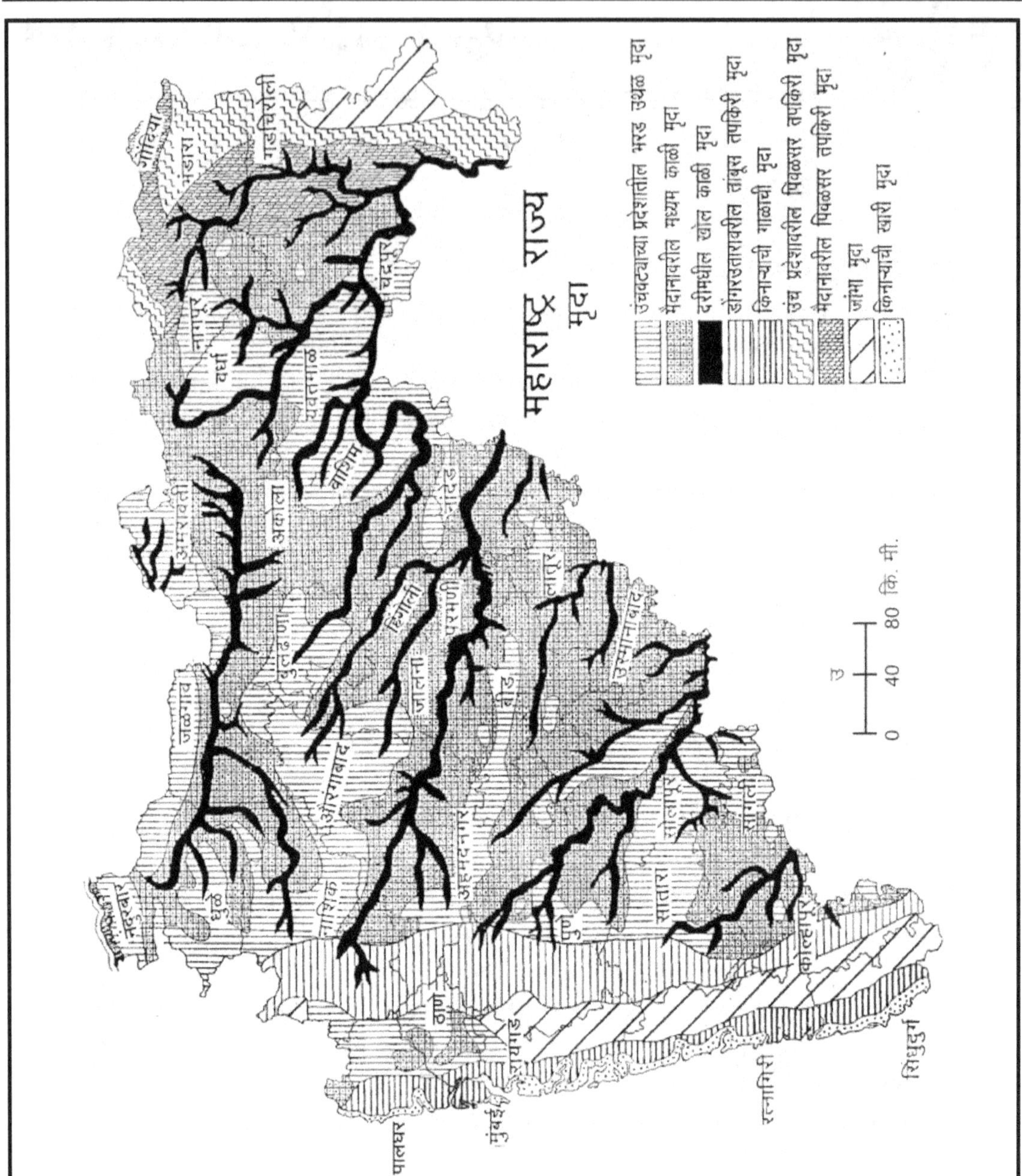

महाराष्ट्र – कृषी विभागाद्वारे मृदा प्रकार :

महाराष्ट्रात पठारावर उंचवट्याच्या प्रदेशात **भरड उथळ मृदा** आहे. मैदानावर मध्यम **काळी मृदा** आढळते. गोदावरी, कृष्णा, भीमा, तापी या नद्यांच्या खोऱ्यात अत्यंत सुपीक **खोल काळी मृदा** आहे. घाटमाध्यावर व डोंगरउतारावर **तांबूस तपकिरी मृदा** आढळते. कोकण किनारपट्टीलगत गाळाची मृदा आहे तर पूर्व विदर्भात **उंचवट्याच्या प्रदेशावरील पिवळसर तपकिरी मृदा** आढळते. महाराष्ट्र **पठाराच्या मैदानावरील पिवळसर तपकिरी मृदा** आहे. कोकणात रायगड, रत्नागिरी व सिंधुदुर्ग या जिल्ह्यांत व घाटमाध्याकडे **जांभा मृदा** आढळते तर किनाऱ्यालगत काही भागात **खारी मृदा** आढळते.

नकाशा क्र. 12.1 : महाराष्ट्र – राष्ट्रीय मृदा, सर्वेक्षण व महाराष्ट्र कृषी विभागाद्वारे निर्मित मृदा प्रकार

2. जांभा मृदा

प्रदेश : महाराष्ट्रात दक्षिण भागात **कोकणातील रत्नागिरी, सिंधुदुर्ग व रायगड**; पश्चिम महाराष्ट्रातील **कोल्हापूर जिल्ह्यात** व सह्याद्रीच्या घाटमाथ्यावर तसेच तेथील डोंगराळ भागात जांभा मृदा आढळते. गडचिरोलीच्या पूर्व भागात जांभा मृदा आहे.

गुणधर्म : उंच डोंगराळ प्रदेशात तसेच सखल प्रदेशातही जांभा मृदा आढळते.

- **जांभा खडकामध्ये बॉक्साइटचे साठे विपुल प्रमाणात पाहावयास मिळतात.** सह्याद्री पर्वताच्या 1,000 मी. उंचीच्या प्रदेशात आढळणाऱ्या जमिनीमधील मूळ खडकाचा वरचा थर वहनाने निघून गेलेला आहे; कारण तेथे पावसाचे प्रमाण जास्त आहे. जांभा मृदेचा थर **तांबूस तपकिरी किंवा पिवळसर तांबड्या छटांचा असतो.**

- **उंचावरच्या प्रदेशातील जांभा मृदा** अतिशय पातळ, उथळ व खडकाळ स्वरूपाची असते. **तिच्यात ओलावा टिकवून धरण्याची क्षमता असत नाही.**

- रत्नागिरी व सिंधुदुर्गच्या **सखल भागामध्ये जांभा मृदेचे** संचयन झालेले आहे. अशा सखल प्रदेशातील **जांभा मृदेचा रंग गडद तपकिरी असतो. मृदेमध्ये ओलावा टिकवून धरण्याची क्षमता असते.**

पिके : जांभा मृदा जरी साधारण सुपीक असली तरी तिची सुपीकता दख्खनच्या पठारावरील काळ्या मृदेपेक्षा कमी असते. या मृदेपासून कोकणामध्ये **रत्नागिरी व सिंधुदुर्ग जिल्ह्यात प्रामुख्याने फळबागांची लागवड मोठ्या प्रमाणात केलेली आहे.** त्यामध्ये त्यांनी प्राविण्य संपादन केलेले आहे. रत्नागिरीमधील हापूस आंबा महाराष्ट्रातच नव्हे तर जगात प्रसिद्ध आहे. त्याची निर्यात करून परकीय चलन मिळते. याशिवाय काजू, चिकू वगैरे फळझाडांचे उत्पादन मिळते.

3. किनाऱ्याची गाळाची मृदा

प्रदेश : महाराष्ट्रात कोकण किनारपट्टीलगत सखल प्रदेशात गाळाची मृदा आहे; तिला 'भाबर मृदा' असेही म्हणतात. ही मृदा कोकणात उत्तर-दक्षिण दिशेने किनारपट्टीलगत असून अतिशय चिंचोळ्या प्रदेशात आढळते.

पिके : ही मृदा **वाळूमिश्रित लोम प्रकारची** असते. या मृदेत **प्रामुख्याने तांदळाचे पीक** घेतले जाते तसेच किनाऱ्यालगतच्या प्रदेशात **नारळ व पोफळीच्या बागा** आढळतात.

4. तांबडी आणि पिवळसर मृदा

प्रदेश : महाराष्ट्रात तांबडी व पिवळसर मृदा मर्यादित प्रदेशात पसरलेली आहे. सह्याद्रीच्या पर्वतमय भागात विशेषतः **उत्तर कोकणलगत तसेच विदर्भाच्या पूर्व भागात वर्धा व वैनगंगा नद्यांच्या खोऱ्यात तांबडी व पिवळसर मृदा** तयार झालेली आहे.

गुणधर्म :

- तांबड्या मृदेची रचना, रंग, खोली, रासायनिक पदार्थांचे प्रमाण, सुपीकता यांच्यात स्थिरता असत नाही.

- पूर्णपणे तांबूस व लाल तांबडी मृदा असत नाही. तिचा **रंग तपकिरी, पिवळा किंवा राखाडीदेखील असू शकतो.**

- **उंचावरच्या प्रदेशात तांबडी मृदा पातळ थराची, कमी सुपीक,** वाळूमिश्रित, सच्छिद्र व फिकट रंगाची असते. परंतु सखल प्रदेशात खोल थरांची व रासायनिक पदार्थांनी युक्त गडद रंगाची सुपीक-लोम प्रकारची असते.

पिके : उंचावरच्या प्रदेशातील **तांबड्या मृदेत भरड धान्ये, प्रामुख्याने बाजरीसारख्या पिकांचे** उत्पादन घेतले जाते. **विदर्भामध्ये** भंडारा, गोंदिया, चंद्रपूर व गडचिरोली या जिल्ह्यांत आढळणारी मृदा नापीक प्रकारचीच आहे. तेथे पावसाचे प्रमाण जास्त असल्याने **तांदळाची लागवड** केली जाते. परंतु इतरत्र मात्र भरड धान्ये घेतली जातात.

तक्ता क्र. 12.1 : महाराष्ट्र राज्याचे निरनिराळे कृषी हवामान विभाग, जमिनीचे प्रकार आणि प्रमुख पिके

क्र.	विभागाचे नाव	विभागाचे चिन्ह	पर्जन्यमान (सें.मी.)	जमिनीचे प्रकार	प्रमुख पिके
1.	जांभा खडकाचा अति पावसाचा विभाग	व्ही. आर. एल.	250 पेक्षा जास्त (250 ते 400)	जांभा खडकापासून तयार झालेल्या (1) वरच्या उतारावरील लाल व लालसर तपकिरी रंगाच्या भरड, वाळूसर पोयट्याच्या जमिनी. (2) खालचा उतार व सपाटीवरील पिवळसर व तांबूस तपकिरी रंगाच्या चिकण पोयटा पोताच्या जमिनी.	भात, नागली, वरी आणि सावा यांसारखी पहाडी धान्य पिके. भारी जमिनीत भात आणि त्यानंतर वालसारखी पिके.
2.	जांभा खडकाच्या जमिनी नसलेला अति पावसाचा विभाग	व्ही. आर. एन.	200 ते 300	बेसाल्ट खडकापासून वरच्या उतारावर बनलेल्या – (1) तांबूस तपकिरी रंगाच्या पण जांभा खडकाच्या नसलेल्या उथळ ते मध्यम खोलीच्या भरड जमिनी.	वरी, नागली, सावा इत्यादी पहाडी पिके.
				(2) सपाटीवरील मध्यम ते खोल, भुरकट काळ्या रंगाच्या चिकण पोयटा ते चिकण पोताच्या जमिनी.	प्रमुख पीक भात, नंतर वाल, नवीन सिंचन क्षेत्रात गहू, भुईमूग यांसारखी पिके घेण्यात येऊ लागली आहेत.
				(3) खाडीलगतच्या खार जमिनी.	खार जातीचा भात.
3.	घाट विभाग	जी.एच.	350 पेक्षा जास्त व काही-काही जागी (500) त्याहून जास्त	सह्याद्री पर्वतरांगांतील उत्तरेकडून दक्षिणेकडे जाणारी उंच, सरखल अरुंद पट्टी मुख्यत्वेकरून डोंगराळ भाग. उथळ जमिनी पश्चिमेकडील उतारावरील लालसर रंगाच्या मध्यम खोलीच्या भरड ते चिकण पोताच्या जंगली व वरकस जमिनी.	वरी, सावा, कारळा यांसारखी डोंगरावरील पिके वरकस जमिनीत घेतली जातात व बराचसा भाग जंगलाखाली आहे.
4.	संक्रमण विभाग - 1 : लाल ते लालसर तपकिरी जमिनी	टी. आर. 1	250 ते 175	मुख्यतः लाल ते तपकिरी रंगाच्या बदलत्या खोलीच्या आणि पोताच्या जमिनी.	भात, नागली, कारळा.
5.	संक्रमण विभाग - 2 : करड्या काळ्या जमिनी	टी. आर. 2	175 ते 70	मुख्यतः करड्या काळ्या बदलत्या पोताच्या जमिनी (भरड वाळूसर पोयटा ते चिकण पोयटा आणि चिकण पोताच्या जमिनी).	बाजरी, भुईमूग, ज्वारी, भात इत्यादी खरिपाची पिके व भाजीपाल्याची पिके.

पुढे चालू ⌐

क्र.	विभागाचे नाव	विभागाचे चिन्ह	पर्जन्यमान (सें.मी.)	जमिनीचे प्रकार	प्रमुख पिके
6.	अवर्षण (कमी पावसाचा) विभाग	एस. सी.	पूर्व व पश्चिमेकडे (50 ते 70)	कार खडकापासून बनलेल्या निरनिराळ्या खोलीच्या व पोताच्या भुरकट काळ्या ते काळ्या, चुनखडीयुक्त जमिनी –	
				(1) उताराच्या वरच्या बाजूस चढ-उताराच्या उथळ, भरड पोताच्या जमिनी.	बहुतांशी पडीक, काही क्षेत्रांत हुलगा, मटकी व बाजरी.
				(2) उताराचे मध्यावर मध्यम खोलीच्या, वाळूसर पोयटा ते चिकण पोयट्याच्या भुरकट काळ्या जमिनी.	बाजरी, भुइमूग, मूग, मटकी, ज्वारी व सूर्यफूल.
				(3) सपाटीवरील व लवणातील गडद तपकिरी ते काळ्या रंगाच्या चिकण पोताच्या भारी जमिनी. लवणातील काही जमिनी खारबट चोपण झालेल्या.	खरिपामध्ये तूर; रब्बीमध्ये ज्वारी, गहू, हरभरा; सिंचनक्षेत्रात ऊस, भाजीपाल्याची पिके व करडई.
7.	निश्चित पावसाचा मुख्यतः खरीप पिकांचा विभाग	ए. आर. के.	70 ते 90	कार खडकापासून बनलेल्या वरच्या उतारावरील उथळ ते मध्यम खोलीच्या भुरकट काळ्या वाळूसर ते चिकण पोयटा पोताच्या जमिनी.	मूग, भुईमूग व खरीप ज्वारी, सूर्यफूल.
				सपाटावरील व नदीकाठच्या मध्यम ते जास्त खोलीच्या काळ्या गाळ पोयटा ते चिकण पोताच्या जमिनी.	ज्वारी, कापूस, तूर, हरभरा, गहू, सिंचनाखाली ऊस.
8.	मध्यम ते साधारण जास्त पावसाचा कार खडकापासून बनलेल्या जमिनींचा विभाग	एम. एच. आर.	90 ते 125	कार खडकापासून बनलेल्या मध्यम ते खोल निरनिराळ्या खोलीच्या तपकिरी ते गडद रंगाच्या चिकण पोयटा ते चिकण पोताच्या चुनखडीच्या जमिनी. अति भार खोल जमिनी कमी निचर्‍याच्या असल्याने चोपणपणा आढळून येतो.	खरिपामध्ये मूग, तूर, सोयाबीन, कापूस, ज्वारी, भुईमूग व भारी जमिनीत रब्बीमध्ये ज्वारी, गहू, हरभरा व सिंचन क्षेत्रामध्ये ऊस, संत्री लागवड.
9.	जास्त पावसाचा मिश्र खडकापासून बनलेल्या जमिनींचा विभाग.	एच. आर. एम.	125 पेक्षा जास्त	मिश्र खडकापासून बनलेल्या पिवळसर तपकिरी ते लाल रंगाच्या भरड, वाळूसर चिकण पोयट्याच्या चुना नसलेल्या किंवा अल्प चुन्याच्या उथळ ते मध्यम खोलीच्या जमिनी.	खरिपामध्ये भात, सोयाबीन, तूर, ज्वारी. रब्बीमध्ये गहू, हरभरा, ज्वारी.

संदर्भ : महाराष्ट्रातील जमिनी, पृष्ठ क्र. 39 व 40; महाराष्ट्र राज्य कृषी आयुक्तालय, पुणे.

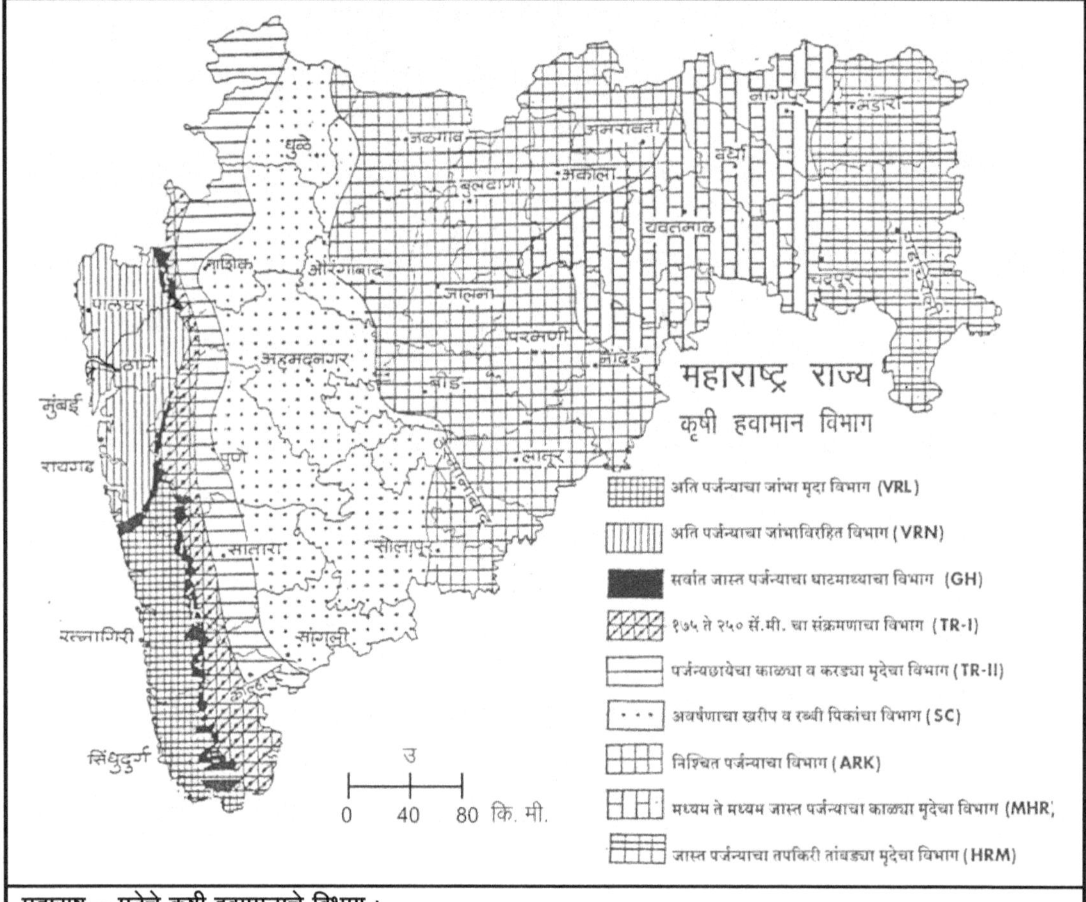

महाराष्ट्र – मृदेचे कृषी हवामानाचे विभाग :

महाराष्ट्रात प्राकृतिक रचना, हवामान, मृदा व पिकांचे स्वरूप यांचा अभ्यास करून कृषी हवामानदृष्ट्या पुढील नऊ विभाग आहेत :

(1) सर्वांत जास्त पर्जन्याचा घाटमाथ्याचा विभाग; (2) अति पर्जन्याचा जांभा मृदा विभाग; (3) अति पर्जन्याचा जांभाविरहित विभाग; (4) 125 ते 300 सें.मी. चा संक्रमणाचा तांबड्या व तांबूस तपकिरी मृदेचा विभाग; (5) जास्त पर्जन्याचा तपकिरी व तांबड्या मृदेचा विभाग; (6) मध्यम ते मध्यम जास्त पर्जन्याचा काळ्या मृदेचा विभाग; (7) निश्चित पर्जन्याचा विभाग; (8) अवर्षण खरीप व रब्बी पिकांचा विभाग; (9) पर्जन्यछायेचा काळ्या व करड्या मृदेचा विभाग.

नकाशा क्र. 12.2 : महाराष्ट्र – मृदेचे कृषी हवामानदृष्ट्या विभाग

बहुपर्यायी प्रश्न

I. मृदा

1. खडकांच्या विघटनामुळे . . . . हा घटक मोठ्या प्रमाणात मृदेस मिळतो.

    (1) सिलिका   (2) ऑक्सिजन   (3) ऑल्युमिनिअम   (4) लोह

2. वनस्पतीच्या अपूर्णावस्थेतील कुजण्याच्या प्रक्रियेस . . . . म्हणतात.

    (1) नत्रयुक्त चक्र   (2) ह्युमस   (3) पर्यावरण   (4) प्रदूषण

3. . . . . मध्ये वैशिष्ट्यपूर्ण मूलद्रव्ये नसतील तर त्यापासून तयार होणाऱ्या मृदेमध्येदेखील अशा द्रव्यांची अनुपस्थिती असते.

    (1) जनन खडक   (2) हवामान   (3) वनस्पती   (4) खनिज

4. महाराष्ट्रात परिपक्व मृदा म्हणून . . . . चा उल्लेख करतात.
   (1) गाळाची मृदा   (2) तांबडी मृदा   (3) जांभा मृदा   (4) काळी मृदा

5. जमिनीमधील ओलावा टिकवून धरण्याची क्षमता . . . . मध्ये असते.
   (1) काळी मृदा   (2) दलदलीची मृदा   (3) तांबूस व तपकिरी मृदा   (4) जांभा मृदा

6. काळ्या मृदेमध्ये अतिरिक्त जलसिंचन झाल्यास ती . . . . बनते.
   (1) सुपीक   (2) नापीक   (3) दलदलयुक्त   (4) ओसाड

7. काळ्या मृदेमध्ये प्रामुख्याने . . . . पिके घेतली जातात.
   (1) फळ बागायत   (2) नगदी   (3) अन्नधान्य   (4) मळ्याची

8. विदर्भातील काळ्या जमिनीत . . . . हे महत्त्वाचे उत्पादन घेतले जाते.
   (1) तंबाखू   (2) संत्री   (3) भुईमूग   (4) ऊस

9. जांभा मृदा प्रामुख्याने . . . . व . . . . जिल्ह्यांत आढळते.
   (1) चंद्रपूर व गडचिरोली   (2) औरंगाबाद व जालना
   (3) रत्नागिरी व सिंधुदुर्ग   (4) नगर व नाशिक

10. रत्नागिरी जिल्ह्यातील . . . . ची प्रसिद्धी जगात सर्वत्र आहे.
    (1) द्राक्षे   (2) संत्री   (3) हापूस आंबा   (4) कापूस

11. . . . . व . . . . खोऱ्यांत तांबडी व पिवळसर मृदा आढळते.
    (1) तापी व नर्मदा   (2) कृष्णा व भीमा   (3) गोदावरी व पूर्णा   (4) वर्धा व वैनगंगा

12. गवताळ कुरणांमुळे मृदेची धूप . . . .
    (1) वाढते.   (2) कमी होते.
    (3) तेवढीच राहते.   (4) लक्षणीय बदल होत नाही.

13. प्रदेशाच्या . . . . मुळे जमिनीची धूप कमी होते.
    (1) जंगलतोड   (2) मंद उतार   (3) मुसळधार पाऊस   (4) भटकी शेती

14. जमिनीच्या धुपेचा गंभीर परिणाम . . . . क्षेत्रावर सर्वांत प्रथम होतो.
    (1) वाहतूक   (2) उद्योग   (3) कृषी   (4) पशुव्यवसाय

15. जमिनी घट्ट धरून ठेवण्यासाठी . . . . आवरण आवश्यक आहे.
    (1) वनस्पती   (2) पीक   (3) उद्यान   (4) पानमळा

16. वनस्पतींच्या वाढीसाठी . . . . हा सर्वांत महत्त्वाचा घटक आहे.
    (1) नायट्रोजन   (2) ऑक्सिजन   (3) कार्बन   (4) पोटॅशिअम

17. महाराष्ट्र पठारावर . . . . या जनक खडकापासून काळी मृदा निर्माण झालेली आहे.
    (1) अग्निजन्य   (2) कडाप्पा   (3) जांभा   (4) बेसाल्ट

18. पिकांच्या प्रकारानुसार . . . . चे नाव ठेवले गेले.
    (1) गाळाची मृदा   (2) काळी मृदा   (3) जांभा मृदा   (4) तांबूस मृदा

19. उन्हाळ्यात भुसभुशीत व पावसाळ्यात चिखलयुक्त हे . . . . चे वैशिष्ट्य आहे.
    (1) पिवळसर मृदा   (2) जांभा मृदा   (3) काळी मृदा   (4) गाळाची मृदा

20. . . . . मध्ये गडद काळी मृदा आढळते.
    (1) सह्याद्री पर्वत   (2) महाराष्ट्र पठारावरील नद्यांची खोरी
    (3) कोकण   (4) मावळ

21. लोह व ॲल्युमिनिअमचे प्रमाण . . . . मध्ये जास्त असते.
    (1) काळी मृदा   (2) गाळाची मृदा   (3) जांभा मृदा   (4) पिवळसर मृदा

22. . . . . मध्ये गाळाची मृदा आढळते.
    (1) कोकणच्या सखल प्रदेशात   (2) घाटमाथा
    (3) खानदेश   (4) विदर्भ

23. पूर्व विदर्भात अतिशय जुन्या ग्रॅनाईट व नीस खडकावर विदारणाची क्रिया होऊन . . . . तयार झालेली आहे.

    (1) गाळाची मृदा   (2) काळी मृदा   (3) जांभा मृदा   (4) तांबडी मृदा

24. महाराष्ट्रात . . . . मध्ये मृदेची धूप मोठ्या प्रमाणात होते.

    (1) सह्याद्री पर्वत   (2) किनारपट्टी   (3) पर्जन्यछायेचा प्रदेश   (4) मराठवाडा

25. भूप्रदेशाच्या खाचखळग्यांची काळजी काही प्रमाणात . . . . घेत असतो.

    (1) मानव   (2) प्राणी   (3) निसर्ग   (4) भूगर्भ

26. अतिपर्जन्याचा जांभाविरहित विभाग . . . . मध्ये आहे.

    (1) उत्तर कोकण   (2) पूर्व विदर्भ   (3) दक्षिण कोकण   (4) मराठवाडा

27. जास्त पर्जन्याच्या तपकिरी मृदेचा विभाग . . . . मध्ये आहे.

    (1) खानदेश   (2) पश्चिम घाट   (3) पूर्व विदर्भ   (4) कोकण

28. महाराष्ट्रात अतिपर्जन्याचा जांभा मृदा विभाग . . . . मध्ये आहे.

    (1) उत्तर कोकण   (2) पूर्व विदर्भ   (3) दक्षिण कोकण   (4) मावळ

उत्तरसूची

1.	1	2.	2	3.	1	4.	4	5.	1	6.	3
7.	2	8.	2	9.	3	10.	3	11.	4	12.	2
13.	2	14.	3	15.	1	16.	1	17.	4	18.	2
19.	3	20.	2	21.	3	22.	1	23.	4	24.	1
25.	3	26.	1	27.	3	28.	3				

II. जलसिंचन

महाराष्ट्रातील जलसिंचनाचे कमाल क्षेत्र : महाराष्ट्रात पाणीपुरवठा होण्याच्या दृष्टीने केंद्र सरकारच्या मदतीने राज्यात अनेक मोठे व लहान पाटबंधारे प्रकल्प उभारलेले आहेत. त्यांच्या साहाय्याने पिकांना पाणीपुरवठा तसेच शहरी व ग्रामीण भागातील लोकांना पिण्याचे पाणी उपलब्ध होते. **महाराष्ट्रात जास्तीतजास्त किंवा कमाल सिंचनक्षमता सुमारे 71 लाख हेक्टर समजली जाते. यापैकी भूपृष्ठावरील जलसंपत्तीचा वाटा 53 लाख हेक्टर आणि भूगर्भांतर्गत जलसंपत्तीचा वाटा 18 लाख हेक्टर असेल;** भूपृष्ठावरील पाण्यापासून भिजविता येईल अशा 53 लाख हेक्टर जमिनीपैकी मोठ्या व मध्यम प्रकल्पांद्वारे 41 लाख हेक्टर जमीन आणि लघु पाटबंधारे योजनेखाली 12 लाख हेक्टर जमीन भिजविता येईल. **आपल्या महाराष्ट्राचे एकूण भौगोलिक क्षेत्र सुमारे 3.07 कोटी हेक्टर असून त्यापैकी 2.11 कोटी हेक्टर जमीन शेतीखाली येऊ शकेल. यावरून असे लक्षात येईल की, महाराष्ट्रात शेतजमिनीच्या कमाल सुमारे 2 कोटी हेक्टरपैकी फक्त 71 लाख हेक्टर जमिनीलाच पाणीपुरवठा होऊ शकेल. एकूण शेतजमिनीपैकी जलसिंचनाचे प्रमाण फक्त 26 टक्के असेल.**

महाराष्ट्रात जलसिंचनाचे पुढील प्रकार प्रचलित आहेत :

(1) विहीर जलसिंचन   (2) तलाव जलसिंचन   (3) उपसा जलसिंचन

(4) ठिबक सिंचन   (5) तुषार सिंचन   (6) कालवे.

तक्ता क्र. 12.2 : महाराष्ट्र - जलसिंचन प्रकारानुसार प्रमुख जिल्हे

	जलसिंचन प्रकार	प्रमुख जिल्हे		जलसिंचन प्रकार	प्रमुख जिल्हे
1.	विहीर जलसिंचन	अहमदनगर, नाशिक, पुणे.	3.	ठिबक जलसिंचन	नाशिक, अहमदनगर, औरंगाबाद, अमरावती, जळगाव.
2.	तलाव जलसिंचन	भंडारा, गोंदिया, चंद्रपूर, गडचिरोली	4.	तुषार जलसिंचन	जळगाव, अमरावती, बुलडाणा.

कालवे

महाराष्ट्रात जलसिंचन प्रकारात विहिरींच्या खालोखाल कालव्यांद्वारे सुमारे 23 टक्के क्षेत्र अमलात आणले जाते. महाराष्ट्रात मुख्यत्वेकरून दख्खनच्या पठारावर कृष्णा, गोदावरी, भीमा आणि त्यांच्या उपनद्यांच्या क्षेत्रात पाटबंधारे योजना अमलात आणून कालव्याद्वारे जमिनीला पाणीपुरवठा केला जातो. पाटबंधारे योजनेमध्ये मोठे, मध्यम आणि लघु पाटबंधारे असे उपप्रकार पाडले आहेत. या सर्व योजना शासनामार्फत राबविल्या जातात.

महाराष्ट्रात विशेषतः दख्खनच्या पठारावर पश्चिम महाराष्ट्र आणि मध्य महाराष्ट्रात सातत्याने अवर्षण पडते. अशा प्रदेशात पाणीपुरवठ्याची गरज आहे याचा विचार करून अवर्षण क्षेत्र निश्चित करण्यात आले. महाराष्ट्रात 94 तालुके अवर्षणग्रस्त आहेत.

तक्ता क्र. 12.3 : महाराष्ट्र – प्रमुख जलसिंचन योजना

विभाग/जिल्हे	पूर्ण प्रकल्प	अपूर्ण प्रकल्प	नियोजित प्रकल्प
◆ **पुणे विभाग** पुणे	माणिकडोह, वाडज, डिंभे वरसगाव, पानशेत, खडकवासला, वीर	चासकमान	देवघर
सातारा	धोम, कण्हेर, कोयना		
कोल्हापूर	तुळशी, राधानगरी	वारणा, दूधगंगा, तिलारी	
सोलापूर	उजनी	बुधिहाळ	
◆ **नाशिक विभाग** नाशिक	वाघड, आळंदी, ओझरखेड, पालखेड, गंगापूर, गिरणा	सुपले, चाणकपूर, पुणेगाव, मुकणे, दारणा, कादवा	वाकी, भावली
अहमदनगर	भंडारदरा, ओझर, मुळा, कुकडी	घोड	
जळगाव	दहिगाव, जामडा	वाघुरे	अप्पर तापी
◆ **औरंगाबाद विभाग** औरंगाबाद	जायकवाडी		
बीड	माजलगाव		
परभणी-हिंगोली	येलदरी, सिद्धेश्वरी, पूर्णा		
नांदेड	मन्याड	विष्णुपुरी	
उस्मानाबाद	मांजरा		
◆ **अमरावती विभाग** अमरावती	तापी		
बुलडाणा	जयगाव, नळगंगा		हातनूर, खडकपूर्णा
अकोला-वाशीम	वाण		
यवतमाळ	पैनगंगा, पूस	अरुणावती	बेंबला, लोअर पैनगंगा
◆ **नागपूर विभाग** नागपूर	रामटेक, लोअर वेण्णा	पेंच	
वर्धा		अप्पर वर्धा, लोअर वर्धा	
भंडारा-गोंदिया	बाघ, इटियाडोह	भवनथडी, घोसी	धापेवाडा
चंद्रपूर	असोला-मेंढा	हूमन	अंधारी
गडचिरोली		तुलतुली	बाती
◆ **कोकण विभाग** ठाणे-पालघर		भातसा	सूर्या, वैतरणा

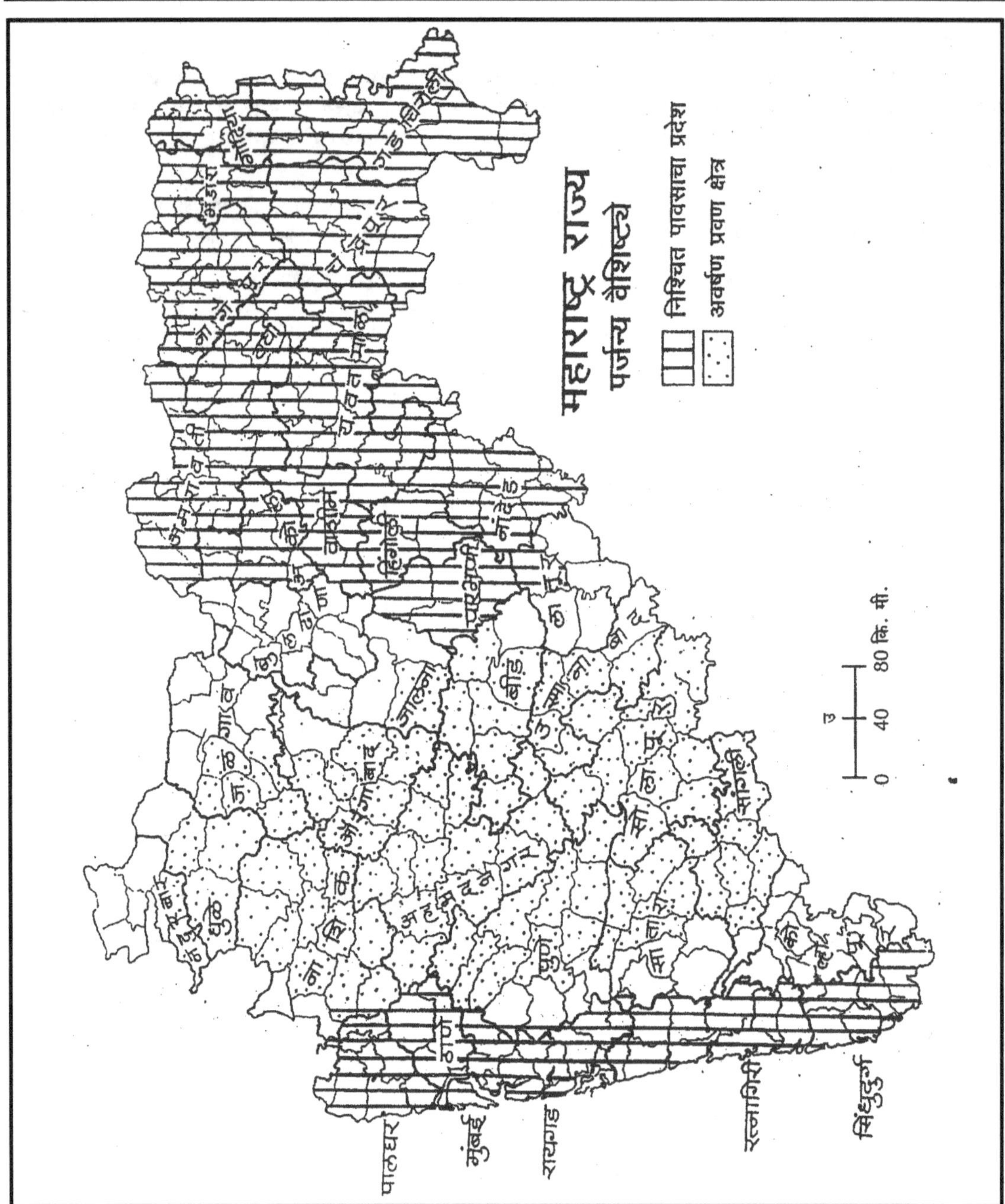

निश्चित पाऊस व अवर्षणप्रवण क्षेत्र :

    महाराष्ट्रात निश्चित पर्जन्याचा प्रदेश कोकणात सिंधुदुर्ग, रत्नागिरी, रायगड, ठाणे व पालघर जिल्ह्यात तसेच विदर्भात बुलडाणा वगळता जवळजवळ संपूर्ण विदर्भ आणि मराठवाड्यातील परभणी व नांदेड या जिल्ह्यांचा समावेश होतो. अवर्षणप्रवण क्षेत्रात पश्चिम महाराष्ट्रात सोलापूर, अहमदनगर पूर्णतः तर सांगली, सातारा, पुणे जिल्ह्याचा पूर्व भाग, नाशिक, धुळे, नंदुरबार व जळगावचा काही भाग तर मराठवाड्यातील बराचसा भाग (औरंगाबाद, बीड व उस्मानाबाद) येतो.

नकाशा क्र. 12.3 : महाराष्ट्र – निश्चित पाऊस व अवर्षणप्रवण क्षेत्र

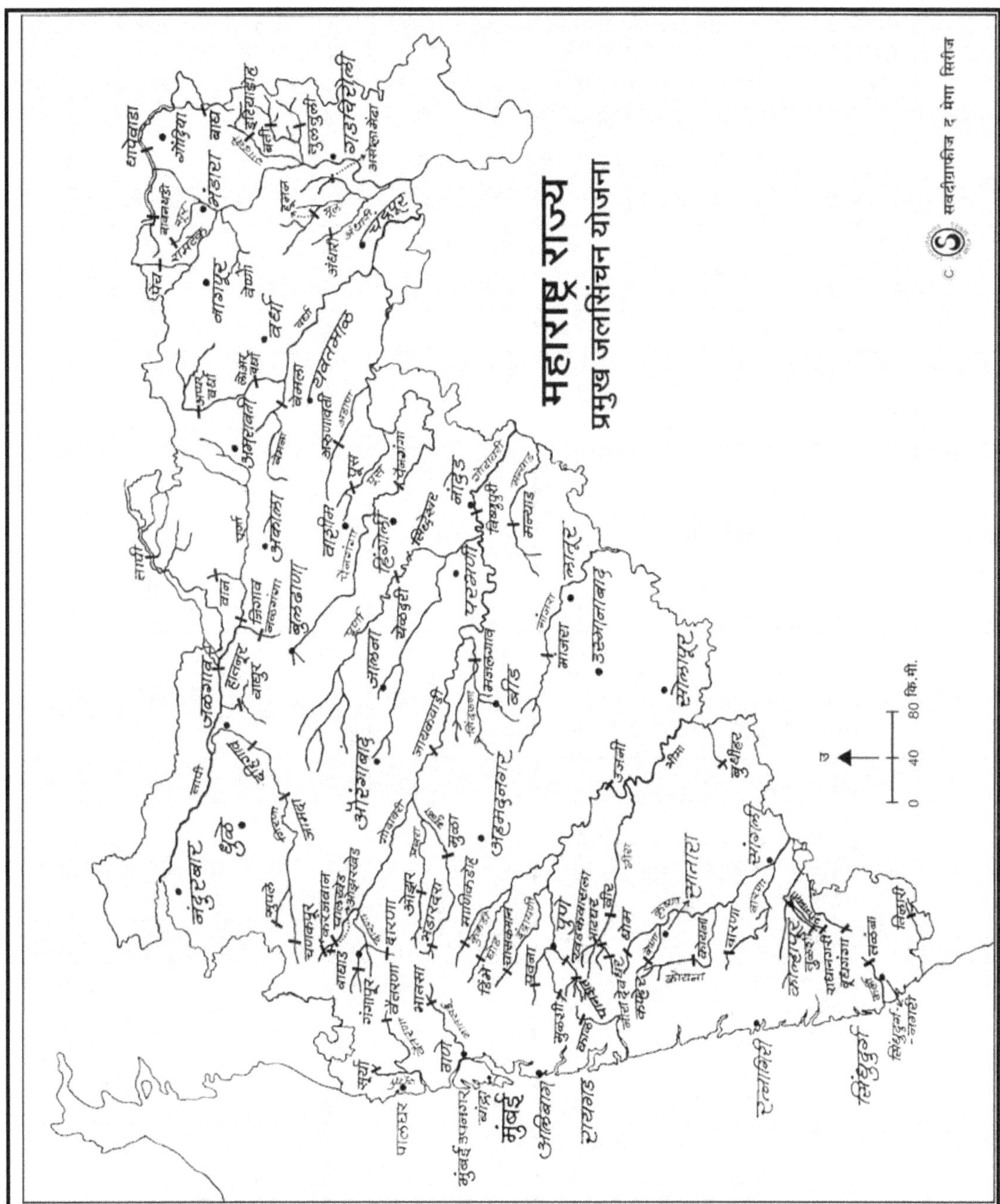

महाराष्ट्र – प्रमुख जलप्रकल्प : महाराष्ट्रात सुमारे प्रमुख 31 जलप्रकल्प पूर्ण झाले आहेत तर 28 प्रकल्प विविध टप्प्यातील आहेत. पुणे विभागात कोयना, खडकवासला, मुळशी धरण, पवना धरण, वरसगाव, पानशेत, भाटघर, वीर, राधानगरी; नाशिक विभागात गंगापूर, सुपले, गिरणा, भंडारदरा; औरंगाबाद विभागात जायकवाडी, येळदरी, पूर्णा, मांजरा; अमरावती विभागात तापी, नळगंगा, पैनगंगा, पूस; नागपूर विभागात रामटेक, बाघ, इटियाडोह, असोला–मेंढा इत्यादी आहेत.

नकाशा क्र. 12.4 : महाराष्ट्र – प्रमुख जलप्रकल्प

महाराष्ट्रात 30 जून, 2011 रोजी पूर्ण मोठ्या प्रकल्पांची संख्या 32 आहे. तर प्रगतिपथावर 54 मोठे प्रकल्प आहेत. मध्यम 186 प्रकल्प पूर्ण असून 72 मध्यम प्रकल्प प्रगतिपथावर आहेत. राज्य स्तरावरील पूर्ण लघु प्रकल्प 2,549 असून प्रगतिपथावर 559 लघू प्रकल्प आहेत. स्थानिक स्तरावरील पूर्ण लघू प्रकल्पांची संख्या 63,145 तर प्रगतिपथावरील लघू प्रकल्पांची संख्या 6,681 आहे. (**संदर्भ** : महाराष्ट्राची आर्थिक पाहणी, 2011-2012)

तक्ता क्र. 12.4 : महाराष्ट्र – मध्यम जलप्रकल्प

विभाग/जिल्हे	मध्यम जलप्रकल्प	विभाग/जिल्हे	मध्यम जलप्रकल्प
कोकण विभाग		**औरंगाबाद विभाग**	
ठाणे-पालघर	खोलसापाडा	औरंगाबाद	अजंठा, कोलही, बोरदेहगाव, लाहुकी, सुखना
रायगड	गांधारी, भावे	जालना	धमना, गलहाटी, काझन, कालन, गिरजा
रत्नागिरी	नातुवाडी	बीड	बिंदुसरा, कुंडलिका, वाणा, वाघेबाबुलगाव, महासंगवी, रूती, सिंदफणा
सिंधुदुर्ग	देवगड, महंमदवाडी, अरुणा, समरबळी	परभणी	कारपासे, मासेली, निवळी
पुणे विभाग		हिंगोली	सावळी
पुणे	पुष्पावती, दहवले, कासारसई	उस्मानाबाद	तेरणा, सुरती, खंडल, बाणगंगा
सातारा	आंधळी	लातूर	खासपुरी, चांदनी, वहाती, रामगंगा, भारजा, पोरू, फुसलगा, साकोल
सांगली	सिधेवाडी, वसाप्पावाडी, दोशी नाला	नांदेड	कुदला, कुंडल, हिंगणवाडी, मानलीख
सोलापूर	पानगाव, आष्टी, एकरूखा, तिसगा, म्हसवड, पालवलकरवाडी, बुधिघाट	**अमरावती विभाग**	
		अमरावती	शहानूर
कोल्हापूर	कुंभी, कासारी, पाटगाव	बुलडाणा	पेंटकाली, कोरडी
नाशिक विभाग		अकोला– वाशीम	सोनल, मोतसवंगा, मुरगी
नाशिक	हरणबारी, केळझर, वाडेल, तेमगोडे, दरसवाडी, माडकीजाब	यवतमाळ	कारले, गोकी, देवगाव, सायखेडा, चापडोह, वाघम
अहमदनगर	अधळा, मंदोहल, सिना	**नागपूर विभाग**	
धुळे	बुराई, पांझरा, अक्कलपाडा, मालनगाव, बंगवाल, अनेर, कारवाडी,	नागपूर	खेकरा, रामटेक, चंद्रभागा, मोरगाव, डोंगर-गाव, कान्होली, मकरढोकला, पांढराबोडी
		वर्धा	बोर, मदन, पंचधर, धाम
नंदुरबार	नागन, रंगावली, देहाली	भंडारा	बोथाली, सोरगा, रंगेपन
जळगाव	सुकी, भोकरबारी, मन्यार्डे अंगवत, तोंडापूर, मणपूर, अनेर	गोंदिया	खुळबंदा, संग्रामपूर, बोदलकसा, पुजारी, टोला, कालीमटोल
		चंद्रपूर	घोडझरी, चांदाई, लाभनसरद, अमूल, पाकडगुंडम, डोंगरगाव, गरडी
		गडचिरोली	रेगडी, कारवाफा

तक्ता क्र. 12.5 : महाराष्ट्र – जिल्हानिहाय प्रमुख तलाव

जिल्हा	प्रमुख तलाव
■ **कोकण विभाग**	
1. मुंबई शहर	–
2. मुंबई उपनगर	(1) तुलसी (2) विहार (3) पवई.
3. ठाणे–पालघर	(1) वैतरणा (मोडक सागर) (2) तानसा (3) भातसा.
4. रायगड	(1) कालोते.
5. रत्नागिरी	(1) तुळशी (2) शेडेघर (3) शेल्डी (4) पंचनदी (5) मालघर (6) फणसवाडी (7) अंबतखोल (8) असुर्डे (9) शीळ (10) निवे (11) शिपोशी (12) गवाणे (13) व्हेल (14) केळवली.
6. सिंधुदुर्ग	(1) तिथवली (2) ओझरम (3) शिवडाव (4) ओसरगाव (5) कट्टा (6) धामापूर (7) पाट (8) निळेली (9) मांडखोल (10) दिगस (11) सावंतवाडी (12) तळकट (13) कन्याळ.
■ **पुणे विभाग**	
7. पुणे	(1) आंदरा (2) गिब्ज (शिरवटा) (3) वेलिंग्टन (4) पवना (5) खडकवासला (6) मुळशी (7) वरसगाव (वीर बाजी पासलकर) (8) कात्रज (9) शिरसूफळ (10) वरवंड (11) पानशेत (तानाजी सागर) (12) नाझर (13) मांगी (14) भाटघर (येसाजी कंक) (15) शेटफळ
8. सातारा	(1) तांबवे (2) धोम (3) वेण्णा (4) कण्हेर (5) नेर (6) कुरवली (7) पिंगळी (8) दरूज (9) राणंद (10) म्हसवड (11) कास (युनेस्को जागतिक वारसा) (12) येरळवाडी (13) मायणी (14) कोयना (शिवसागर).
9. सांगली	(1) आटपाडी (2) वायफळे (3) वंजनीपेठ (4) लांडगेवाडी (5) संरव (6) कोसारी (7) खंडेराजुरी (8) भोसे.
10. कोल्हापूर	(1) रंकाळा (2) राधानगरी (लक्ष्मी तलाव) (3) पाटगाव.
11. सोलापूर	(1) मांगी (2) वडशिवणे (3) पाथरी (4) हिंगणी (5) आष्टी (6) एकरुखा (7) होटगी (8) तिसंगी (9) बुधिहाल.
■ **नाशिक विभाग**	
12. नाशिक	(1) चणकापूर (2) परसूल (3) वाघद (4) दारणा (लेक बिले).
13. अहमदनगर	(1) भंडारदरा (2) नाथसागर (औरंगाबाद जिल्ह्यात विस्तारित) (3) विसापूर (घोड तलाव).
14. धुळे	(1) जायफळ (2) नकाणे (3) डेडरगाव (4) कुळथे.
15. नंदुरबार	(1) नर्मदासागर (गुजरात व मध्य प्रदेशात विस्तारित) (2) तोरणमाळ (यशवंत तलाव) (3) टोकर.
16. जळगाव	(1) पाल (2) हरताळे (3) म्हसवे (4) मेहरुण (5) पद्मालय.

पुढे चालू ➤

जिल्हा	प्रमुख तलाव
■ **औरंगाबाद विभाग**	
17. औरंगाबाद	(1) हरसूल (2) नाथसागर (अहमदनगर जिल्ह्यात विस्तारित).
18. जालना	(1) घाणेवाडी.
19. बीड	–
20. परभणी	(1) आळंद (2) मासोळी.
21. हिंगोली	–
22. लातूर	(1) धरणी (2) तावरजा.
23. उस्मानाबाद	(1) बाणगंगा (2) बोरी.
24. नांदेड	(1) लोणी (2) वारूळ (3) कुंडलवाडी (4) बिलोली.
■ **अमरावती विभाग**	
25. अमरावती	(1) मांडवा (2) सादावाडी (3) सावली (4) शेवदरी (5) वाई (6) दाभेरी (7) घाटखेडा (8) पिंपळगाव.
26. बुलडाणा	(1) लोणार (उल्कापातामुळे निर्मिती – खारे सरोवर).
27. अकोला	(1) पोपटखेड (2) कापशी (3) कुंभारी (4) दगडपारवा (5) पांदुर्णा.
28. वाशीम	(1) डव्हा (2) कोल्ही (3) बोरगाव (4) म्हसला (5) सोनखास (6) सावरगाव (7) एकबुर्जी (8) धुमका (9) काजळांबा (10) कळंब (11) पांगरी (12) कार्ली (13) गावंढाणा – घोडप (14) मांडव (15) गणेश (16) रिसोड (17) इराळ (18) सोमढाणा (19) नांदखेड (20) उमरी (21) पिंप्री (22) वाईगोल (23) पंचाळा (24) चिखली (25) धानो (26) रामगाव (27) मोहगव्हाण (28) शहा.
29. यवतमाळ	(1) निळोना.
■ **नागपूर विभाग**	
30. नागपूर	(1) तोतलाडोह (2) मांगेवाडी (3) खिडसी (4) गोरेगाव (5) अंबाझरी (6) रावणवाडी (7) सनीघाट (8) पांढरवाडी.
31. वर्धा	(1) महाकाली.
32. भंडारा[1]	(1) चांदपूर (2) सिवनी.
33. गोंदिया[1]	(1) परसवाडा (2) चोरखमारा (3) सिलीहुरकी (4) नवेगाव.
34. चंद्रपूर[2]	(1) कसराला (2) गडमौसी (3) ताडोबा (4) मरेगाव (5) नलेश्वर.
35. गडचिरोली[2]	–

---

[1] भंडारा व गोंदिया हे महाराष्ट्रातील तलावाचे जिल्हे म्हणून प्रसिद्ध आहेत. दोन्ही जिल्ह्यांत मिळून एकूण 580 मोठे, 13,758 मध्यम व लहान आकाराचे तलाव आहेत.

[2] चंद्रपूर आणि गडचिरोली जिल्ह्यात मिळून 3,000 बारमाही तलाव व 8,000 हंगामी तलाव आणि तळी आहेत.

नकाशा क्र. 12.5 : महाराष्ट्र – प्रमुख तलाव

सिंचन

राज्यातील सिंचनाखालील स्थूल व निव्वळ क्षेत्र सन 2009-10 मध्ये अनुक्रमे 40.50 लाख हेक्टर व 33.21 लाख हेक्टर होते. सन 2009-10 मध्ये सिंचनाखालील एकूण क्षेत्राचे पिकांखालील एकूण क्षेत्राशी प्रमाण 17.9 टक्के होते. सिंचनाखालील क्षेत्रांपैकी विहिरींद्वारे सिंचित क्षेत्र 21.59 लाख हेक्टर (65%) होते.

सिंचन प्रकल्प : राज्यात जास्तीत जास्त सिंचन क्षमता निर्माण करण्यासाठी शासनाने विविध मोठे, मध्यम व लघू पाटबंधारे प्रकल्प हाती घेतले आहेत. तथापि, मोठे, मध्यम व लघू पाटबंधारे प्रकल्पातील निर्मित सिंचन क्षमता व प्रत्यक्ष वापर यामध्ये बरीच तफावत आहे. जून 2011 अखेर राज्यातील एकूण निर्मित सिंचन क्षमता 48.25 लाख हेक्टर होती; ज्यापैकी 26.71 लाख हेक्टर मोठे, 8.55 लाख हेक्टर मध्यम आणि उर्वरित 12.19 लाख हेक्टर लघु पाटबंधारे प्रकल्पांतील (राज्य स्तर व स्थानिक स्तर) होती.

तक्ता क्र. 12.6 : महाराष्ट्र – पाटबंधारे प्रकल्पांची संख्या, निर्मित सिंचन क्षमता आणि सिंचित क्षेत्र

बाब	जलसंपदा विभागाचे प्रकल्प			लघू प्रकल्प (स्थानिक स्तर)					
	मोठे व मध्यम	लघू (राज्य स्तर)	एकूण	कोल्हापूर बंधारे	पाझर तलाव	उपसा जलसिंचन	लघू पाट-बंधारे	इतर	एकूण लघू (स्थानिक)
(अ) 30 जून, 2015 रोजी प्रकल्पांची संख्या									
(i) पूर्ण	403*$	3,506*$	3,909*$	11,006	21,317	2,652	2,608	37,714	75,297
(ii) प्रगतिपथावरील				1,658	1,178	89	566	4,440	7,931
(ब) सिंचन क्षमता (लाख हेक्टर)									
(i) जून, 2014 पर्यंत निर्मित	34.30*@	14.36*@	48.66*@	3.13	6.48	0.39	2.29	3.96	16.25
(ii) 2014-15 मधील कालव्याद्वारे सिंचित क्षेत्र	15.53++	4.81++	20.34++	1.09	–	0.14	0.80	–	2.03
(iii) लाभ क्षेत्रातील विहिरींद्वारे 2014-15 मधील सिंचन क्षेत्र	9.88	1.15	11.03	–	–	–	–	–	–
एकूण वापरलेली सिंचन क्षमता	25.41*	5.96*	31.37*	1.09	–	0.14	0.80	–	2.03

*   अस्थायी

\$ पूर्ण व प्रगतिपथावरील घटकांची संख्या

@   चितळे समितीच्या शिफारशींनुसार मजविके यांनी मुख्य अभियंता, जसंवि यांच्याकडून प्राप्त माहितीवर आधारित केलेल्या परिगणनेनुसार.

++   प्रकल्प कालव्यांवरील उपसा व धरणातून नदी-नाल्यांमध्ये सोडलेल्या पाण्यामुळे प्रत्यक्ष सिंचित क्षेत्र समाविष्ट

संदर्भ :   (i) जलसंपदा विभाग, महाराष्ट्र शासन; (ii) मुख्य अभियंता लघू पाटबंधारे (स्थानिक), महाराष्ट्र शासन;   (iii) महाराष्ट्राची आर्थिक पाहणी, 2015-16; पान 81

जलाशयातील साठ्यांची स्थिती

राज्यातील सर्व मोठ्या, मध्यम व लघु पाटबंधारे (राज्य क्षेत्र) जलाशयांमध्ये 15 ऑक्टोबर, 2011 रोजीचा एकूण उपयुक्त जलसाठा 26,989 दशलक्ष घनमीटर होता व तो प्रकल्प क्षमतेच्या सुमारे 79 टक्के होता. जलाशयातील उपयुक्त साठे व पाण्याचा वापर याबाबतचा तपशील तक्ता क्र. 12.7 मध्ये दिला आहे.

तक्ता क्र. 12.7 : जलाशयातील उपयुक्त साठ्याची स्थिती व पाणी वापर (दशलक्ष घनमीटर)

वर्ष	प्रकल्पीय आराखड्या-नुसार	15 ऑक्टो. रोजीचा उपयुक्त जलसाठा	उपयुक्त जल-साठ्याची टक्केवारी	बाष्पीभवन व्यय	सिंचनासाठी वापरले जाणारे पाणी	बिगर-सिंचनाकरिता /इतर पाणी वापर	एकूण पाणी वापर	पाणी वापराची 15 ऑक्टो. रोजीचा उपलब्ध जलसाठ्याशी टक्केवारी
2009-10	33,211	19,366	58	3,972	12,113	4,763	20,848	108
2010-11	33,385	27,309	82	5,383	15,447	5,876	26,706	98
2011-12	34,119	26,989	79	5,298	18,617	6,693	30,608	113
2012-13	35,838	20,406	57	4,541	12,500	7,488	24,529	120
2013-14	40,313	29,232	73	5,143	18,239	7,585	30,966	106

संदर्भ : (i) जलसंपदा विभाग, महाराष्ट्र शासन; (ii) महाराष्ट्राची आर्थिक पाहणी, 2014-15; पान 80

तुषार व ठिबक सिंचन

तुषार व ठिबक सिंचनपद्धतीचा अवलंब केल्याने सिंचनासाठी वापरल्या जाणाऱ्या पाण्याची बचत होते व त्यामुळे 25 ते 40 टक्के अतिरिक्त क्षेत्र सिंचनाखाली आणणे शक्य होते. शिवाय त्यामुळे जमिनीची धूप कमी होते, मशागतीची कामे सुलभ होतात, खतांची कार्यक्षमता वाढते, किडींमुळे होणारे नुकसान घटते आणि परिणामतः पीक उत्पादनात वाढ होते. या सिंचनपद्धतीचा अवलंब करण्याच्या दृष्टीने जून 2010 पासून तुषार व ठिबक सिंचन संच खरेदी करण्यासाठी केंद्रशासनाच्या मानकानुसार सर्वसामान्य शेतकऱ्यांना 50 टक्के व अल्पभूधारक व सीमांतिक शेतकऱ्यांना 60 टक्के अनुदान देऊन राज्यशासन उत्तेजन देते. याबाबतचा तपशील तक्ता 12.8 मध्ये दिला आहे.

तक्ता क्र. 12.8 : वर्षनिहाय तुषार व ठिबक संचाचे वितरण आणि खर्च

(₹ कोटी)

वर्ष	तुषार		ठिबक		खर्च
	संचाची संख्या	क्षेत्र (हेक्टर)	संचाची संख्या	क्षेत्र (हेक्टर)	
2007 - 08	35,288	37,719	63,298	63,548	167.28
2008 - 09	34,701	41,851	58,014	74,782	197.55
2009 - 10	36,329	37,552	91,058	81,660	192.11
2010 - 11	38,030	38,029	1,40,764	1,27,967	407.88
2011 - 12	38,959	37,904	1,77,150	1,50,995	448.04
2012-13	79,630	74,630	1,78,310	1,62,100	574.85
2013-14	30,296	30,296	89,108	81,108	305.57
2014 - 15	52,180	43,098	2,00,496	1,70,719	68,841

संदर्भ : (i) जलसंपदा विभाग, महाराष्ट्र शासन आणि कृषी आयुक्तालय, महाराष्ट्र शासन; (ii) महाराष्ट्राची आर्थिक पाहणी, 2015-16; पान 83

बहुपर्यायी प्रश्न

II. जलसिंचन

1. महाराष्ट्रात .... पाऊस पडणाऱ्या प्रदेशात प्रामुख्याने जलसिंचनाची आवश्यकता आहे.
   - (1) 400 सें.मी. पेक्षा जास्त
   - (2) 75 सें.मी. पेक्षा कमी
   - (3) 200 ते 400 सें.मी.
   - (4) 100 ते 200 सें.मी.

2. महाराष्ट्रात कमाल जलसिंचनाची क्षमता .... आहे.
   - (1) 71 लाख हेक्टर
   - (2) 91 लाख हेक्टर
   - (3) 12 लाख हेक्टर
   - (4) 41 लाख हेक्टर

3. महाराष्ट्रात विहिरींची सर्वांत जास्त संख्या .... प्रशासकीय विभागात आहे.
   - (1) पुणे
   - (2) औरंगाबाद
   - (3) नाशिक
   - (4) अमरावती

4. महाराष्ट्रात सर्वांत जास्त विहिरी .... जिल्ह्यात आहे.
   - (1) नाशिक
   - (2) पुणे
   - (3) सोलापूर
   - (4) अहमदनगर

5. पूर्व विभागात प्रामुख्याने .... आढळते.
   - (1) तलाव जलसिंचन
   - (2) विहिरी जलसिंचन
   - (3) तुषार सिंचन
   - (4) उपसा जलसिंचन

6. महाराष्ट्रात ठिबक जलसिंचनद्वारा सर्वांत जास्त क्षेत्र .... जिल्ह्यात भिजविले जाते.
   - (1) पुणे
   - (2) नाशिक
   - (3) औरंगाबाद
   - (4) अहमदनगर

7. महाराष्ट्रात तुषार सिंचनाची सर्वांत जास्त संख्या .... जिल्ह्यात आहे.
   - (1) बुलडाणा
   - (2) परभणी
   - (3) लातूर
   - (4) जळगाव

8. महाराष्ट्रात .... प्रशासकीय विभागात तुषार सिंचनाची संख्या सर्वांत जास्त आहे.
   - (1) अमरावती
   - (2) पुणे
   - (3) औरंगाबाद
   - (4) नाशिक

9. महाराष्ट्रात लघुपाटबंधारे योजनांतर्गत पूर्ण प्रकल्पाद्वारे सर्वांत जास्त जलसिंचनाचे क्षेत्र .... जिल्ह्यात आहे.
   - (1) धुळे-नंदुरबार
   - (2) चंद्रपूर
   - (3) सोलापूर
   - (4) सांगली

10. महाराष्ट्रात लघुपाटबंधारे योजनेच्या पूर्ण प्रकल्पाची सर्वांत जास्त संख्या .... जिल्ह्यात आहे.
    - (1) गडचिरोली
    - (2) धुळे
    - (3) चंद्रपूर
    - (4) बुलढाणा

11. महाराष्ट्रात सध्या जलसिंचन लाभक्षेत्र विकास प्राधिकरणे .... आहेत.
    - (1) 13
    - (2) 10
    - (3) 8
    - (4) 15

12. .... जिल्ह्यात भंडारदरा धरण आहे.
    - (1) अहमदनगर
    - (2) नाशिक
    - (3) पुणे
    - (4) ठाणे

13. परभणी जिल्ह्यात .... धरण आहे.
    - (1) गंगापूर
    - (2) येलदरी
    - (3) रामटेक
    - (4) नळगंगा

14. गोंदिया जिल्ह्यात .... धरण आहे.
    - (1) पूस
    - (2) मनार
    - (3) इटियाडोह
    - (4) ओझरखेड

15. सोलापूर जिल्ह्यात .... नदीवर उजनी धरण आहे.
    - (1) वैनगंगा
    - (2) सीना
    - (3) कृष्णा
    - (4) भीमा

16. गोदावरी नदीवर पैठणजवळ धरणाच्या जलाशयास .... म्हणतात.
    - (1) शिवसागर
    - (2) ताडोबा
    - (3) नाथसागर
    - (4) तानसा

उत्तरसूची

1.	2	2.	1	3.	3	4.	4	5.	1	6.	2
7.	4	8.	3	9.	1	10.	3	11.	2	12.	1
13.	2	14.	3	15.	4	16.	3				

१३   कृषी आणि ऊर्जा साधनसंपत्ती

महाराष्ट्राचे भूमी उपयोजन

भूमी उपयोजन : ''कोणत्याही प्रदेशातील भूमीचा वैशिष्ट्यपूर्ण प्रत्येक विभाग तिच्या सुव्यवस्थित गटात समावेश करणे यालाच भूमी उपयोजन असे म्हणतात.'' भूमी उपयोजनात गटाची वैशिष्ट्ये आणि गुणधर्मांचा विचार करून त्यांची व्याख्या केली जाते.

महाराष्ट्राचे भौगोलिक क्षेत्रफळ 307.58 लाख हेक्टर आहे. त्यांपैकी 1960-61 साली दुबार पिकासहित 188 लाख हेक्टर क्षेत्र पिकाखाली होते तर 1973-74 साली 195 लाख हेक्टर क्षेत्र कृषीखाली आणण्यात आले; 1985-86 साली 203 लाख हेक्टर क्षेत्र पिकाखाली होते. सन 1987 ते 1992 पर्यंतचे सरासरी क्षेत्र 197 लाख हेक्टर आहे. 1994-95 साली 214 लाख हेक्टर कृषीखाली होते. 1996-97 साली कृषीखाली 217 लाख हेक्टर क्षेत्र होते. 2001-02 साली लागवडीचे क्षेत्र 222.4 लाख हेक्टर झाले.

सन 2013-14 अनुसार, एकूण लागवडीचे क्षेत्र 231 लाख हेक्टर आहे.

महाराष्ट्रातील भूमी उपयोजनाचे स्वरूप (सन 2012 - 13)

1. **अरण्ये** (*Forest*) : महाराष्ट्राच्या अरण्याची सविस्तर माहिती प्रकरण क्र. 5 मध्ये आपण पाहिलेली आहे. महाराष्ट्रात सन 2012-13 मध्ये अरण्याचे क्षेत्र 50.07 लाख हेक्टर आहे. एकूण भौगोलिक क्षेत्रफळापैकी जेमतेम 17 टक्के अरण्याखाली आहे. त्याचे वितरणही असमान आहे. सह्याद्री पर्वताच्या रांगा, त्यापासून पूर्वेकडे पसरलेल्या डोंगररांगा, घाटमाथ्याच्या पायथ्याजवळच्या प्रदेशात अरण्ये आढळतात.

महाराष्ट्रात सर्वांत जास्त अरण्याचे क्षेत्र सन 2011-12 मध्ये गडचिरोली जिल्ह्यात (14,265 चौ.कि.मी.; 23.25%) आहे. त्या खालोखाल ठाणे-पालघर (3,881 चौ.कि.मी., 6.33%); अमरावती (3,482 चौ.कि.मी., 5.67%) हे जिल्हे आहेत.

महाराष्ट्रात सर्वांत कमी अरण्याचे क्षेत्र मुंबई उपनगर जिल्हा (1.74 चौ.कि.मी.) आहे. खऱ्या अर्थाने महाराष्ट्रात सर्वांत **कमी अरण्ये लातूर जिल्ह्यात (फक्त 40.06 चौ.कि.मी.)** आहे व त्याची टक्केवारी नगण्य आहे. प्रशासकीय विभागानुसार **नागपूर विभागात सर्वांत जास्त अरण्याचे क्षेत्र (20 लाख हेक्टर, 38.3%)** आहे तर कृषीदृष्ट्या लातूर विभागात म्हणजेच लातूर, उस्मानाबाद, नांदेड, परभणी, हिंगोली या जिल्ह्यांत मिळून फक्त 1.3 लाख हेक्टर क्षेत्र अरण्याचे असून त्याची टक्केवारी 1.9 आहे. कोकणाच्या पर्वताच्या पायथ्यालगतच्या रांगा तसेच पश्चिम महाराष्ट्रात घाटमाथा ओलांडल्यानंतरच प्रदेश अरण्यांनी व्यापलेला आहे तर पुणे, सातारा, सांगली, सोलापूर या जिल्ह्यांच्या पूर्व भागाकडे गेल्यास अरण्ये कमी-कमी होत जातात.

2. **कृषीकरिता उपलब्ध नसलेली जमीन** (*Land not available for Cultivation*) : **कृषीकरिता उपलब्ध नसलेल्या जमिनीत खेडी, शहरे, रस्ते, पायवाट, नदीप्रवाह, पाण्याच्या निरनिराळ्या साठवणाखाली जमिनी, पर्वत-डोंगररांगांवरील वैराण जमीन यांचा समावेश होतो. महाराष्ट्रात कृषीकरिता उपलब्ध नसलेली जमीन 2010-11 साली 37.70 लाख हेक्टर क्षेत्र आहे.**

कृषीखाली उपलब्ध नसलेल्या जमिनीचे दोन उपविभाग आहेत :

(अ) बिगर-शेती उपयोगाकरिता आणलेले क्षेत्र (Land Put on Non-agricultural Uses) : महाराष्ट्रात 1960-61 साली अशा प्रकारची जमीन 7 लाख हेक्टर होती तर 1973-74 साली 9 लाख हेक्टरपर्यंत वाढली. 1985-86 साली सुमारे 11 लाख हेक्टर होती. **2012-13 साली याचे क्षेत्र 14.56 लाख हेक्टर आहे.** कोकणातील डोंगराळ खडकाळ प्रदेश, अनेक लहान-लहान ओढे व नाले यामुळे **ठाणे, रायगड, रत्नागिरी व सिंधुदुर्ग या जिल्ह्यांमध्ये शेतीसाठी योग्य फारसी जमीन नाही.** तर याउलट, **विदर्भातील बहुतेक सर्व जिल्ह्यांत अशा नापीक जमिनीचे प्रमाण साधारणपणे कमी आहे.** मराठवाड्यातदेखील अशा जमिनीचे प्रमाण बरेच कमी आहे.

महाराष्ट्रात बिगर-शेती उपयोगाकरिता सर्वांत जास्त क्षेत्र पुणे जिल्ह्यात (1.1 लाख हेक्टर) आहे. या खालोखाल ठाणे, चंद्रपूर, नागपूर व भंडारा (90,000 हेक्टर) या जिल्ह्यांचा क्रमांक लागतो. महाराष्ट्रात बिगर-शेती उपयोगाकरिता सर्वांत कमी क्षेत्र नंदुरबार जिल्ह्यात (8,500 हेक्टर) आहे. या खालोखाल हिंगोली, धुळे, रत्नागिरी, सोलापूर (14,700 हेक्टर) या जिल्ह्यांचा क्रमांक लागतो.

तक्ता क्र. 13.1 : महाराष्ट्र – भूमी उपयोजन

(क्षेत्र : लाख हेक्टर)

तपशील (एकूण भौगोलिक क्षेत्रफळ : 307.58)	1960 - 61	1985 - 86	2007 - 08	2010 - 11	2012 - 13
1. अरण्ये	54.1	53.5	52..13	52.16	52.07
2. कृषीकरिता उपलब्ध नसलेली जमीन					
(अ) बिगर–शेती उपयोगाकरिता आणलेले क्षेत्र	7.00	10.75	14.27	17.31	14.56
(ब) ओसाड जमीन व मशागतीस अयोग्य क्षेत्र	17.95	17.16	17.18	14.49	17.22
एकूण	**24.15**	**27.91**	**31.45**	**37.70**	**31.78**
3. कृषीखाली नसलेली जमीन (पडीक जमीन वगळून)					
(अ) कायम कुरणे व इतर चराऊ कुरणे	14.41	15.57	12.48	12.42	12.45
(ब) किरकोळ झाडे व झुडपे यांच्या निव्वळ पेरलेल्या क्षेत्रात सामील नसलेले क्षेत्र	1.85	1.79	2.48	2.50	2.51
(क) मशागतयोग्य पडीक जमीन	9.33	10.23	9.16	9.19	9.16
एकूण	**25.59**	**27.59**	**24.12**	**23.91**	**22.12**
4. पडीक जमिनी					
(अ) चालू पडीक जमिनी	11.96	8.42	13.27	13.66	14.18
(ब) अन्य पडीक जमिनी	12.18	8.42	11.88	11.79	12.0
एकूण	**24.14**	**16.84**	**25.15**	**25.45**	**26.18**
5. पेरलेले निव्वळ क्षेत्र	178.79	180.35	174.73	174.06	173.44
6. दुबार/तिबार (दुसोटा/तिसोटा) क्षेत्र	9.50	22.31	51.82	57.69	57.72
पिकाखालील एकूण क्षेत्र	**187.84**	**202.66**	**226.55**	**231.75**	**231.16**

संदर्भ :
   (i) *Maharashtra at a Glance, 1975-76; Page 36*
   (ii) *Maharashtra Key Data, 1997-98; Page 28*
   (iii) *Districtwise Agricultural Statistical Information of Maharashtra, 1997-98; Page 1 to 9*
   (iv) *Maharashtra Economic Survey, 2009-10; Page 93*
   (v) महाराष्ट्राची आर्थिक पाहणी, 2012-13; पान 103
   (vi) महाराष्ट्राची आर्थिक पाहणी, 2014-15; पान 97

(ब) ओसाड जमीन व मशागतीस अयोग्य क्षेत्र (Barren and Uncultivated Land) **:** महाराष्ट्रात 2012-13 साली **17.22** लाख हेक्टर जमीन आहे. वर उल्लेख केल्याप्रमाणे **कोकणात या जमिनीचे प्रमाण जास्त आहे.** उर्वरित महाराष्ट्रात **धुळे-नंदुरबार, जळगाव, पुणे, सातारा या जिल्ह्यांमध्ये वैराण व कृषी अयोग्य जमीन आढळते.** त्या मानाने विदर्भात तिचे प्रमाण कमी आहे.

महाराष्ट्रात प्रामुख्याने कोकणात ओसाड जमीन व मशागतीस अयोग्य क्षेत्राचे प्रमाण जास्त आहे. महाराष्ट्रात या प्रकारच्या जमिनीचे सर्वांत जास्त क्षेत्र रत्नागिरी जिल्ह्यात (2.3 लाख हेक्टर) आहे. या खालोखाल नाशिक, पुणे, जालना, रायगड, सातारा (1.2 लाख हेक्टर) या जिल्ह्यांचा क्रमांक लागतो.

महाराष्ट्रात सर्वांत कमी क्षेत्र उस्मानाबाद जिल्ह्यात (फक्त 6,500 हेक्टर) आहे. या खालोखाल मुंबई उपनगर, जालना, परभणी व हिंगोली (870 हेक्टर) या जिल्ह्यांचा क्रमांक लागतो.

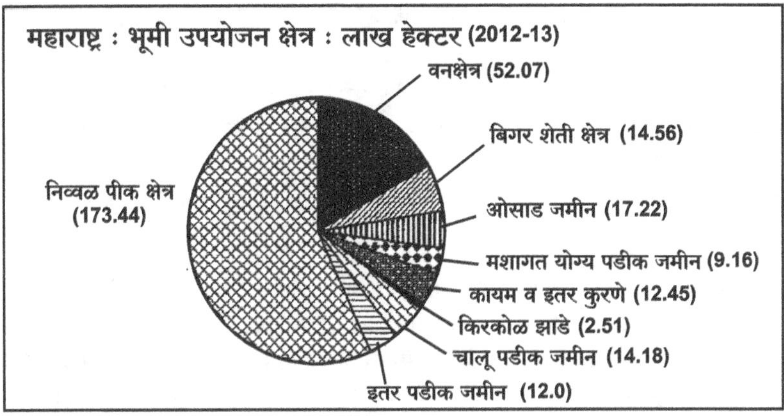

आलेख/आकृती क्र. 13.1 ः महाराष्ट्र – भूमी उपयोजन (सन 2012-13)

3. कृषीखाली नसलेली जमीन (पडीक जमीन वगळून) *(Uncultivable Land Excluding Fallow Land)* ः महाराष्ट्रात कृषीखाली नसलेल्या जमिनीचे क्षेत्र 1960-61 साली (26 लाख हेक्टर) होते. 1985-86 साली (27 लाख हेक्टर) होते. **2012-13 साली हे क्षेत्र 22.12 लाख हेक्टर आहे.**

महाराष्ट्रात कृषीखाली नसलेल्या जमिनीचे सर्वांत जास्त क्षेत्र भंडारा–गोंदिया जिल्ह्यात (1.7 लाख हेक्टर) आहे. या खालोखाल रत्नागिरी, पुणे, सातारा या जिल्ह्यांचा क्रमांक लागतो; तर सर्वांत कमी क्षेत्र अकोला (2,100 हेक्टर), धुळे व हिंगोली या जिल्ह्यांमध्ये आहे.

कृषीखाली नसलेल्या जमिनीचे पुढील तीन उपप्रकार पडतात ः

(अ) कायम कुरणे व चराऊ जमिनी (Permanent Pastures and Grazing Lands) ः **महाराष्ट्रात 2012-13 साली कायम कुरणाखाली सुमारे 12.45 लाख हेक्टर जमीन आहे.** चराऊ कुरणे बऱ्याच प्रमाणात अरण्यात व इतर शेतीखाली नसलेल्या जमिनीत जेथे शक्य आहे तेथे आढळतात. खाजगी अरण्यात व सरकारी अरण्यात चराऊ कुरणाची व्यवस्था पंचायत समितीकडून पाहिली जाते. बऱ्याच वेळा यावर नियंत्रणही असत नाही. **विदर्भात चराऊ जमिनीचे क्षेत्रफळ जास्त आढळते. पश्चिम महाराष्ट्रात नाशिक व कोल्हापूर या जिल्ह्यात कायम स्वरूपातील कुरणे चांगल्या प्रकारची आहेत.** मराठवाड्यात त्यांचे प्रमाण मात्र बरेच कमी आहे.

महाराष्ट्रात कायम कुरणे व इतर चराऊ कुरणात सर्वांत जास्त क्षेत्र भंडारा–गोंदिया जिल्ह्यात (सुमारे 1.3 लाख हेक्टर) आहे. या खालोखाल सातारा, पुणे, यवतमाळ व नागपूर (57,600 हेक्टर) या जिल्ह्यांचा क्रमांक लागतो.

महाराष्ट्रात कायम कुरणे व इतर चराऊ कुरणात सर्वांत कमी क्षेत्र सिंधुदुर्ग जिल्ह्यात (फक्त 2,000 हेक्टर) आहे. यानंतर परभणी, रत्नागिरी, सांगली, अकोला (16,700 हेक्टर) या जिल्ह्यांचा क्रमांक लागतो.

(ब) वृक्षांच्या बागा व मळे (Miscellaneous Tree Crops and Groves) **(किरकोळ झाडे व झुडपे यांच्या निव्वळ पेरलेल्या क्षेत्रात सामील नसलेले क्षेत्र)** ः **महाराष्ट्रात 2012-13 साली बागा व मळ्यांच्या खाली फारच थोडी म्हणजे 2.51 लाख हेक्टर जमीन आहे. विदर्भात बऱ्याच ठिकाणी वृक्षांच्या बागा आढळतात.** पश्चिम महाराष्ट्रातील काही भागात व कोकणात वृक्षांच्या बागांचे सर्वांत जास्त क्षेत्र (80,000 हेक्टर) आहे.

महाराष्ट्रात प्रामुख्याने कोकणात या प्रकारची जमीन आहे. महाराष्ट्रात या प्रकारच्या जमिनीचे सर्वांत जास्त क्षेत्र सिंधुदुर्ग जिल्ह्यात (25,600 हेक्टर) आहे. या खालोखाल रायगड, ठाणे, लातूर, सांगली (13,500 हेक्टर) या जिल्ह्यांचा क्रमांक लागतो.

महाराष्ट्रात या प्रकारच्या जमिनीचे सर्वांत कमी क्षेत्र हिंगोली जिल्ह्यात (फक्त 300 हेक्टर) आहे. यानंतर वाशिम, नंदुरबार, बुलडाणा, धुळे (1,200 हेक्टर) या जिल्ह्यांचा क्रमांक लागतो.

(क) मशागतयोग्य ओस जमीन (Cultivated Waste Land) ः **महाराष्ट्रात मशागतयोग्य ओस जमीन 2012-13 साली 9.16 लाख हेक्टर आहे.** अशा जमिनी कृषीला उपलब्ध होऊ शकतात; परंतु त्या कृषीसाठी वापरल्या जात नाहीत किंवा काही वर्षे जमिनीची मशागत केल्यावर या–ना–त्या कारणामुळे सध्या लागवडीस आणल्या जात नाहीत. या जमिनी पाच वर्षांपेक्षा जास्त काळसुद्धा ओस पडून असतात. **कोकणात रत्नागिरी व सिंधुदुर्ग या जिल्ह्यात ओस जमिनीचे प्रमाण जास्त आहे.**

विदर्भातील बहुतेक सर्व जिल्ह्यांत ओस जमिनीचे प्रमाण बरेच कमी आहे तर सोलापूर, कोल्हापूर, रायगड या जिल्ह्यात साधारण स्वरूपात ओस जमिनी आढळतात.

महाराष्ट्रात मशागतयोग्य पडीक जमिनीचे सर्वांत जास्त क्षेत्र रत्नागिरी जिल्ह्यात 1.4 लाख हेक्टर आहे. या खालोखाल सिंधुदुर्ग, उस्मानाबाद, नागपूर, बीड या जिल्ह्यांचा क्रमांक लागतो. या जिल्ह्यातील मशागतयोग्य पडीक जमिनीचे क्षेत्र 5,000 हेक्टरपासून 4,000 हेक्टरपर्यंत आहे.

महाराष्ट्रात मशागतयोग्य पडीक जमिनीचे सर्वांत कमी क्षेत्र धुळे जिल्ह्यात आहे. या खालोखाल नंदुरबार, अकोला, वाशिम व जळगाव (6,300 हेक्टर) या जिल्ह्यांचा क्रमांक लागतो.

4. **पडीक जमिनी** (*Fallow Land*) : महाराष्ट्रात पडीक जमिनीचे प्रमाण हळूहळू कमी होत आहे. जास्तीतजास्त जमीन लागवडीखाली आणण्याचा प्रयत्न केला जात आहे. 1960-61 साली 24 लाख हेक्टर जमीन पडीक होती तर 1985-86 साली फक्त 17 लाख हेक्टर जमीन पडीक होती. **2012-13 साली पडीक जमिनीचे क्षेत्र 26.18 लाख हेक्टर होते. अशा पडीक जमिनीचे प्रमाण कोकणातील रत्नागिरी व सिंधुदुर्ग या जिल्ह्यात बरेच आहे.** त्याचप्रमाणे घाटमाथा ओलांडल्यावर पूर्वेकडे **पश्चिम महाराष्ट्रात पडीक जमिनीचे प्रमाण जास्त आहे.** मराठवाड्यात पडीक जमिनीचे प्रमाणही बरेच आहे. त्या मानाने विदर्भात मात्र साधारण स्वरूपाची पडीक जमीन आढळते.

महाराष्ट्रात पडीक जमिनीचे सर्वांत जास्त क्षेत्र सोलापूर जिल्ह्यात (2.5 लाख हेक्टर) आहे. या खालोखाल अहमदनगर, उस्मानाबाद, बीड (1.4 लाख हेक्टर) या जिल्ह्यांचा क्रमांक लागतो.

महाराष्ट्रात पडीक जमिनीचे सर्वांत कमी क्षेत्र नंदुरबार जिल्ह्यात (6,800 हेक्टर) आहे. यानंतर जळगाव, अकोला, ठाणे व वाशिम (25,300 हेक्टर) या जिल्ह्यांचा क्रमांक लागतो.

5. **कृषीखालील क्षेत्र** (*Cultivated Area*) : महाराष्ट्रात कृषीखालील क्षेत्रामध्ये गेल्या काही वर्षांत वाढ झालेली आहे. 1960-61 साली 188 लाख हेक्टर तर 1985-86 साली 203 लाख हेक्टर जमिनीवर पिकांची लागवड केली होती. महाराष्ट्रात 1996-97 साली कृषीखालील क्षेत्र सुमारे 217 लाख हेक्टर होते. **2012-13 साली कृषीखालील क्षेत्र 231.16 लाख हेक्टर झाले.**

6. **पेरलेले निव्वळ क्षेत्र** : महाराष्ट्रात सर्वांत जास्त पेरलेले निव्वळ क्षेत्र अहमदनगर जिल्ह्यात (11.1 लाख हेक्टर) आहे. या खालोखाल सोलापूर (10.3 लाख हेक्टर); पुणे (9.4 लाख हेक्टर); नाशिक (8.8 लाख हेक्टर); जळगाव (8.5 लाख हेक्टर) या जिल्ह्यांचा क्रमांक लागतो. महाराष्ट्रातील पहिल्या पाच जिल्ह्यांमध्ये पेरलेले निव्वळ क्षेत्र सुमारे 50 लाख हेक्टर क्षेत्र असून त्याची टक्केवारी 28 आहे.

खऱ्या अर्थाने, सर्वांत कमी पेरलेले निव्वळ क्षेत्र सिंधुदुर्ग जिल्ह्यात (1.4 लाख हेक्टर) आहे. या खालोखाल गडचिरोली, रायगड व रत्नागिरी (2.4 लाख हेक्टर) या जिल्ह्यांचा क्रमांक लागतो.

महाराष्ट्रात 2012-13 साली पेरलेले निव्वळ क्षेत्र सुमारे 173.44 लाख हेक्टर आहे.

7. **दुबार/तिबार (दुसोटा/तिसोटा) क्षेत्र** : महाराष्ट्रात दुबार/तिबार क्षेत्रात जळगाव जिल्ह्याचा (5.7 लाख हेक्टर) प्रथम क्रमांक लागतो. या खालोखाल कोल्हापूर (3.9 लाख हेक्टर); परभणी (3.5 लाख हेक्टर); अहमदनगर (3.2 लाख हेक्टर); अमरावती (3.2 लाख हेक्टर) या जिल्ह्यांचा क्रमांक लागतो.

महाराष्ट्रात सर्वांत कमी दुबार/तिबार क्षेत्र ठाणे जिल्ह्यात (6,000 हेक्टर) आहे. यानंतर गडचिरोली, रत्नागिरी, सिंधुदुर्ग, वर्धा (10,300 हेक्टर) या जिल्ह्यांचा क्रमांक लागतो.

महाराष्ट्रात दुबार/तिबार क्षेत्रात वाढ झालेली आहे. 1960-61 साली दुबार/तिबार क्षेत्र सुमारे 9.5 लाख हेक्टर होते; ते 1996-97 साली 8 लाख हेक्टरपर्यंत वाढले. **2012-13 साली 57.72 लाख हेक्टर क्षेत्रापर्यंत वाढले.**

8. **पिकाखालील एकूण क्षेत्र** : महाराष्ट्रात सर्वांत जास्त पिकाखालील एकूण क्षेत्र अहमदनगर जिल्ह्यात (14.3 लाख हेक्टर) आहे. यानंतर जळगाव (14.2 लाख हेक्टर); पुणे (11.5 लाख हेक्टर); सोलापूर (11.2 लाख हेक्टर); अमरावती (10.7 लाख हेक्टर) या जिल्ह्यांचा क्रमांक लागतो. **2012-13 सालानुसार एकूण पीक क्षेत्र 231.16 लाख हेक्टर आहे.**

महाराष्ट्रात पिकाखालील एकूण क्षेत्रात सर्वांत शेवटचा क्रमांक सिंधुदुर्ग जिल्हा (1,59,000 हेक्टर) आहे. या अगोदर गडचिरोली, रायगड, रत्नागिरी, ठाणे (2.5 लाख हेक्टर) या जिल्ह्यांचा क्रमांक लागतो.

I. कृषी

तक्ता क्र. 13.2 : महाराष्ट्रातील प्रमुख पिके

घटक	हवामान	जमीन	अन्य घटक	वैशिष्ट्यपूर्ण व सुधारित जाती	प्रदेश/क्षेत्र	उत्पादन
तांदूळ	उष्ण व दमट हवामान तापमान : 25° ते 35° से. पर्जन्य : 100 सें.मी. पेक्षा जास्त नैर्ऋत्य मान्सूनवर अवलंबून.	जांभा खडकापासून तयार झालेली जमीन, चिकणमातीची जमीन.	प्रामुख्याने लावणी पद्धतीने लागवड, 'रान भाजल्यामुळे' रोपांची चांगली वाढ.	कोळंबा, झिनिया, आंबेमोहर, कमोद, कृष्णसाल, घनसाल, पांढरी लुचाई, आय.आर. जया, कर्जत 184, रत्नागिरी 24.	कोकण, मावळ, किनाऱ्याची खार जमीन, वैनगंगा खोरे. क्षेत्रानुसार ठाणे, चंद्रपूर, रायगड, भंडारा, गोंदिया, पहिले 5 जिल्हे. भंडारा, गोंदिया गडचिरोली व सिंधुदुर्ग जिल्ह्यांतील खरीप हंगामातील 100% शेतजमीन तांदळाखाली.	तांदळाचे उत्पादन 2013-14 साली 31.08 लाख टन होते; ते 2014-15 साली 29.46 लाख टनांपर्यंत खाली आले. तांदळाच्या उत्पादनात 1.62 लाख टन घट झाली.
गहू	तापमान : हिवाळ्याचे तापमान 10° ते 15° से. कापणीच्या आधी उबदार व कोरडी हवा आणि तापमान 21° ते 26° से. पिकास दंव चांगले. पर्जन्य : 50 ते 75 सें.मी.	गाळ व चिकणमाती- युक्त जमीन, काळी जमीन निचरा होणे आवश्यक.	जलसिंचनाची आवश्यकता. हिवाळ्यातील अल्प पाऊस उपयुक्त.	एच.डी.–2,189 (सरबती), एच.डी.–4,502 (बक्षी) कल्याण सोना, पी.बी.एन.–42, कैलास एन.–59 (बक्षी), एन.आय.– 5,439 (सरबती), अजिंठा	क्षेत्रानुसार अहमदनगर, नाशिक, पुणे, नागपूर, सोलापूर पहिले पाच जिल्हे. अकोला, वाशिम, अमरावती, बुलडाणा, यवतमाळ व वर्धा जिल्ह्यातील रब्बी हंगामातील 90 ते 100% शेतजमीन गव्हाखाली.	गव्हाचे उत्पादन 2013-14 साली 14.80 लाख टन होते; ते 2014-15 साली 13.08 लाख टनांपर्यंत खाली आले. गव्हाच्या उत्पादनात 1.72 लाख टन घट झाली.
ज्वारी	तापमान : 25° ते 26° से. पर्जन्य : कमीत कमी 40 ते 45 सें.मी. 50 ते 75 सें.मी. पावसाच्या प्रदेशात उत्तम पीक.	मध्यम खोलीची, काळी व चिकणमातीची जमीन, रेताड व चोपण जमीन वगळल्यास कोणतीही जमीन चालते.	खरीप व रब्बी हंगामात ज्वारीचे पीक. खरीप ज्वारीबरोबर तूर, चवळी, मूग, उडीद तर रब्बीबरोबर जवस व करडई मिश्र पीक. कापूस, हरभरा, भुईमूगसारख्या पिकांबरोबर फेरपालट.	सी.ए.एच.–1, सी.ए.एच.–2, आर.एस.पी. व्ही.	**खरीप ज्वारी :** क्षेत्रानुसार लातूर, नांदेड, जळगाव व बुलडाणा पहिले पाच जिल्हे. खरीप हंगामाचे 40% क्षेत्र. **रब्बी ज्वारी :** क्षेत्रानुसार सोलापूर, अहमदनगर, पुणे, बीड व औरंगाबाद पहिले पाच जिल्हे. **एकूण ज्वारी :** क्षेत्रानुसार सोलापूर अहमदनगर, पुणे, नांदेड, जळगाव हे पहिले पाच जिल्हे.	ज्वारीचे उत्पादन 2013-14 साली 28.48 लाख टन होते; ते 2014-15 साली 21.01 लाख टनांपर्यंत खाली आले. ज्वारीच्या उत्पादनात 7.47 लाख टन एवढी मोठी घट झाली.

कडधान्ये

(1) तूर : पिकविणारे भारतातील महाराष्ट्र प्रमुख राज्य. मध्यम ते भारी जमीन. मिश्र पीक. 70 ते 100 सें.मी. पाऊस.

सुधारित जाती : बी.डी.एन.-1, बी.डी.एन.-2, टी. विशाखा-1, टी.डी.टी.-10, क्षेत्रानुसार यवतमाळ, उस्मानाबाद, अमरावती, अकोला, परभणी पहिले पाच जिल्हे. सन 2013-14 मध्ये तुरीचे 10.34 लाख टन उत्पादन तर सन 2014-15 मध्ये फक्त 3.53 लाख टन उत्पादन झाले. तूर उत्पादनात 6.81 लाख टन एवढी जबरदस्त घट झाली.

(2) हरभरा : रब्बी हंगामातील हरभरा हे महत्त्वाचे कडधान्य. देशी व काबुली प्रकार. भारी, मध्यम भारी व गाळाची जमीन. पाण्याचा निचरा व ओलावा धरून ठेवणारी जमीन.

सुधारित जाती : चाफा, एन-59, विकास, विश्वास, फुले जी-12, विजया, क्षेत्रानुसार नाशिक, जळगाव, औरंगाबाद, परभणी व अहमदनगर पहिले पाच जिल्हे. सन 2013-14 मध्ये हरभ्याचे 14.01 लाख टन उत्पादन तर सन 2014-15 मध्ये हरभ्याचे उत्पादन 10.88 लाख टन झाले. हरभ्याच्या उत्पादनात 3.13 लाख टन घट झाली.

(3) इतर कडधान्ये : **(अ) मूग** : भारतात मुगाच्या क्षेत्रात व उत्पादनात महाराष्ट्राचा प्रथम क्रमांक. प्रामुख्याने मराठवाड्यात तसेच खानदेश व विदर्भात लागवड. **सुधारित जाती** : टी.ए.जी.-7, फुले मूग-2, एस.-8, पुसा वैशाखी. सन 2014-15 मध्ये मुगाच्या 3.15 लाख हेक्टर क्षेत्रांमधून 84 हजार टन उत्पादन झाले. **(ब) उडीद** : खरीप हंगामाचे अल्प मुदतीचे पीक : जळगाव, उस्मानाबाद, औरंगाबाद, अकोला, बुलडाणा व धुळे जिल्ह्यांत जास्त क्षेत्र. **सुधारित जाती** : टी.-9, टी.ए.यू.-1, सिंदखेडा-1, नं. 55. सन 2013-14 मध्ये 3.63 लाख हेक्टरमधून उडदाचे 2.06 लाख टन उत्पादन झाले. **(क) मटकी** : सर्वत्र पिकविले जाणारे कडधान्य. सांगली, सातारा, सोलापूर, नगर व औरंगाबाद या जिल्ह्यांमध्ये प्रामुख्याने लागवड. **सुधारित जाती** : नं. 88, एम.बी.एस.-27.

एकूण कडधान्याच्या क्षेत्रात अकोला, परभणी, जळगाव, बुलडाणा व यवतमाळ हे पहिले पाच जिल्हे आहेत.

तक्ता क्र. 13.3 : महाराष्ट्र : मुख्य पिकाखालील क्षेत्र, उत्पादन आणि हेक्टरी उत्पादन

(क्षेत्र : 000 हेक्टर, उत्पादन : 000 मे. टन, हेक्टरी उत्पादन : कि.ग्रॅ.)

पीक	वर्ष 1960-61			वर्ष 2013-14			वर्ष 2014-15		
	क्षेत्र	उत्पादन	हेक्टरी उत्पादन	क्षेत्र	उत्पादन	हेक्टरी उत्पादन	क्षेत्र	उत्पादन	हेक्टरी उत्पादन
1	2	3	4	5	6	7	8	9	10
तांदूळ	1,300	1,369	1,054	1,605	3,108	1,936	1,551	2,946	1,907
गहू	907	401	442	1,028	1,480	1,439	1,067	1,308	1,220
ज्वारी	6,284	4,224	672	3,585	2,848	794	3,288	2,109	641
बाजरी	1,635	489	299	762	788	1,035	865	538	622
इतर तृणधान्ये	480	272	567	1,129	3,295	2,919	1,288	2,366	1,838
एकूण तृणधान्ये	**10,606**	**6,755**	**637**	**8,109**	**11,519**	**1,421**	**8,059**	**9,267**	**1,150**
तूर	530	468	883	1,141	1,034	906	1,210	353	292
हरभरा	402	134	333	1,520	1,401	922	1,427	1,088	762
मूग	–	–	–	431	200	465	315	84	268
उडीद	–	–	–	334	206	617	277	92	333
इतर कडधान्ये	1,417	387	273	227	100	438	184	64	346
एकूण कडधान्ये	**2,349**	**989**	**421**	**3,653**	**2,941**	**805**	**3,413**	**1681**	**493**
एकूण अन्नधान्ये	**12,955**	**7,744**	**598**	**11,762**	**14,460**	**1,229**	**11,472**	**10,948**	**954**
भुईमूग	1,083	800	739	326	417	1,280	327	379	1,160
सोयाबीन	–	–	–	3,520	4,273	1,214	3,640	1,821	500
करडई	331	–	–	126	82	654	74	26	353
इतर तेलबिया	454	–	–	209	94	450	169	51	302
एकूण तेलबिया	**1,868**	**–**	**–**	**4,182**	**4,866**	**1,163**	**4,211**	**2,278**	**541**
ऊस	155	10,404	♦66.92	1,048	83,954	90.0	987	91,538	89.0
कापूस (रूई) (गासडी)	2,500	1,673	114	4,160	8,835	361	4,190	3,577	145

टीप : ♦ऊस हेक्टरी उत्पादन : मेट्रिक टन;   कापूस उत्पादन : 000 गासड्यांमध्ये   1 गासडी : 170 कि.ग्रॅ.

संदर्भ : (i) कृषी आयुक्तालय, महाराष्ट्र शासन, मुंबई; 2012-13 (ii) महाराष्ट्र आर्थिक पाहणी, 2015-16; पान क्र. 94 ते 96.

वर्ष 2013-14

तांदळाचे क्षेत्र (हेक्टर) :
(1) भंडारा : 1,94,600
(2) गोंदिया : 1,91,500
(3) चंद्रपूर : 1,63,400
♦ महाराष्ट्र : **16.05 लाख हेक्टर**

तांदळाचे उत्पादन (टन) :
(1) रायगड : 3,65,900
(2) कोल्हापूर : 3,41,800
(3) ठाणे-पालघर : 3,34,000
♦ महाराष्ट्र : **31.08 लाख टन**

तांदळाचे हेक्टरी उत्पादन (कि.ग्रॅ.) :
(1) कोल्हापूर : 3,119
(2) सिंधुदुर्ग : 3,102
(3) रत्नागिरी : 2,960
♦ महाराष्ट्र : **1,936 कि.ग्रॅ.**

नकाशा क्र. 13.1 : महाराष्ट्र – तांदूळ उत्पादन

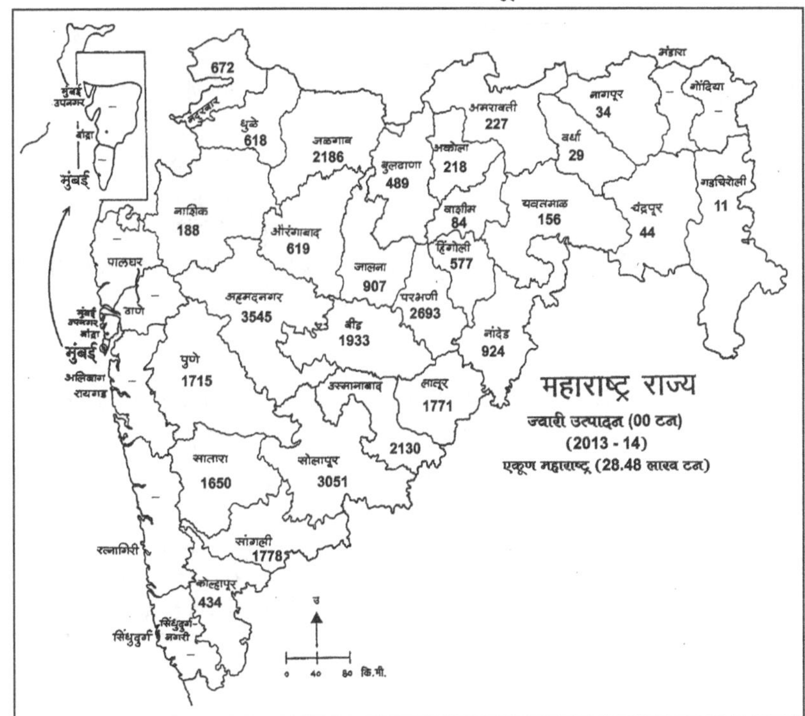

वर्ष 2013-14

ज्वारीचे क्षेत्र (हेक्टर) :
(1) सोलापूर : 5,66,300
(2) अहमदनगर : 5,03,900
(3) परभणी : 3,35,200
♦ महाराष्ट्र : **35.85 लाख**

ज्वारीचे उत्पादन (टन) :
(1) अहमदनगर : 3,54,500
(2) सोलापूर : 3,05,100
(3) परभणी : 2,69,300
♦ महाराष्ट्र : **28.48 लाख**

ज्वारीचे हेक्टरी उत्पादन (कि.ग्रॅ.) :
(1) जळगाव : 2,116
(2) कोल्हापूर : 1,613
(3) धुळे : 1,587
♦ महाराष्ट्र : **794 कि.ग्रॅ.**

नकाशा क्र. 13.2 : महाराष्ट्र – ज्वारी उत्पादन

नकाशा क्र. 13.3 : महाराष्ट्र – एकूण अन्नधान्ये

वर्ष 2013-14

अन्नधान्यांचे क्षेत्र (हेक्टर) :

(1) अहमदनगर : 9,88,700

(2) सोलापूर : 7,18,100

(3) बीड : 6,184

♦ **महाराष्ट्र : 117.62 लाख**

अन्नधान्य उत्पादन (टन) :

(1) अहमदनगर : 11,382

(2) नाशिक : 10,620

(3) औरंगाबाद : 10,125

♦ **महाराष्ट्र : 144.60 लाख**

अन्नधान्यांचे हेक्टरी उत्पादन (कि.ग्रॅ.) :

(1) सिंधुदुर्ग – 2,980

(3) रायगड – 2,571

(2) रत्नागिरी – 2,498

♦ **महाराष्ट्र : 1,229 कि.ग्रॅ.**

नकाशा क्र. 13.4 : महाराष्ट्र – एकूण तेलबिया

वर्ष 2013-14

तेलबियांचे क्षेत्र (हेक्टर) :

(1) अमरावती : 3,715

(2) लातूर : 3,547

(3) बुलढाणा : 3,284

♦ **महाराष्ट्र : 41.82 लाख**

तेलबियांचे उत्पादन (टन) :

(1) लातूर : 7,033

(2) बुलडाणा : 4,843

(2) अमरावती : 3,593

♦ **महाराष्ट्र : 48.66 लाख**

तेलबियांचे हेक्टरी उत्पादन (कि.ग्रॅ.) :

(1) रायगड : 2,755

(2) कोल्हापूर : 2,065

(3) लातूर : 1,983

♦ **महाराष्ट्र : 1,163 कि.ग्रॅ.**

नकाशा क्र. 13.5 : महाराष्ट्र – ऊस उत्पादन

वर्ष 2013-14

उसाचे क्षेत्र (हेक्टर) :
(1) पुणे : 1,439
(2) कोल्हापूर : 1,352
(3) सोलापूर : 1,226
♦ महाराष्ट्र : **10.48 लाख**

उसाचे उत्पादन (टन) :
(1) पुणे : 1,69,63,500
(2) कोल्हापूर : 1,35,80,200
(3) सोलापूर : 1,04,88,200
♦ महाराष्ट्र : **839.54 लाख**

उसाचे हेक्टरी उत्पादन (टन):
(1 सांगली : 119
(2 पुणे : 118
(3 सातारा : 101
♦ महाराष्ट्र : **90 टन**

नकाशा क्र. 13.6 : महाराष्ट्र – कापूस उत्पादन

वर्ष 2013-14

कापसाचे क्षेत्र (हेक्टर) :
(1) जळगाव : 5,588
(3) औरंगाबाद : 4,226
(2) यवतमाळ : 4,163
♦ महाराष्ट्र : **4.16 लाख**

कापसाचे उत्पादन (टन) :
(1) जळगाव : 15,040
(2) औरंगाबाद : 10,361
(3) यवतमाळ : 7,004
♦ महाराष्ट्र : **88.35 लाख**

कापसाचे हेक्टरी उत्पादन (कि.ग्रॅ.) :
(1) अमरावती : 577
(2) लातूर : 548
(3) बुलडाणा : 477
♦ महाराष्ट्र : **361**

संभाव्य कृषी उत्पादन (सन 2015-16)

खरीप पिके : सन 2015 च्या खरीप हंगामामध्ये 141.46 लाख हेक्टर क्षेत्रावर पेरणी पूर्ण झाली; जी मागील वर्षाच्या (150.97 लाख हेक्टर) तुलनेत सहा टक्के कमी होती. या वर्षाच्या खरीप हंगामात अंदाजित उत्पादनामध्ये मोठ्या प्रमाणात घट अपेक्षित आहे.

तक्ता क्र. 13.4 : महाराष्ट्र – प्रमुख खरीप पिकांचे क्षेत्र व उत्पादन

पीक	क्षेत्र ('000 हेक्टर)			उत्पादन ('000 मे. टन)		
	2014-15	2015-16 (अस्थायी)	शेकडा बदल	2014-15	2015-16 (अस्थायी)	शेकडा बदल
तांदूळ	1,508	1,497	(–) 1	2,835	2,548	(–) 10
ज्वारी	680	441	(–) 35	585	314	(–) 46
बाजरी	865	639	(–) 26	538	304	(–) 43
नाचणी	112	97	(–) 13	119	94	(–) 21
मका	801	766	(–) 4	1,496	1,184	(–) 21
इतर तृणधान्ये	64	48	(–) 25	24	16	(–) 33
एकूण तृणधान्ये	**4,030**	**3,488**	**(–) 13**	**5,597**	**4,460**	**(–) 20**
तूर	1,210	1,039	(–) 14	353	407	15
मूग	315	385	22	84	74	(–) 12
उडीद	277	280	1	92	59	(–) 36
इतर कडधान्ये	77	118	53	29	36	24
एकूण कडधान्ये	**1,879**	**1,822**	**(–) 3**	**558**	**576**	**3**
एकूण अन्नधान्ये	**5,909**	**5,310**	**(–) 10**	**6,155**	**5,036**	**(–) 18**
सोयाबीन	3,640	3,774	4	1,821	1,853	2
भुईमूग	244	186	(–) 24	253	189	(–) 25
तीळ	20	21	5	4	3	(–) 25
कारळे	16	14	(–) 13	3	3	0
सूर्यफूल	32	12	(–) 63	10	2	(–) 80
इतर तेलबिया	17	11	(–) 35	4	2	(–) 50
एकूण तेलबिया	**3,969**	**4,018**	**1**	**2,095**	**2,052**	**(–) 2**
कापूस (रूई)■	4,190	3,827	(–) 9	3,577	4,202	17
ऊस◆	1,030	987	(–) 4	91,538	72,089	(–) 21
एकूण	**15,098**	**14,146**	**(–) 6**	**–**	**–**	**–**

टीप : ■ कापूस उत्पादन : 000 गासड्यांमध्ये (1 गासडी : 170 कि.ग्रॅ.); ◆ ऊस : तोडणी क्षेत्र

संदर्भ : (i) कृषी आयुक्तालय, महाराष्ट्र शासन; (ii) महाराष्ट्राची आर्थिक पाहणी, 2015-16; पान 79

रब्बी पिके : सन 2015 च्या खरीप हंगामातील अपुऱ्या पावसामुळे रब्बी पिकांखालील मागील वर्षांच्या तुलनेत 16 टक्के घट अपेक्षित असून अंदाजित उत्पादनामध्ये मोठ्या प्रमाणात घट अपेक्षित आहे.

तक्ता क्र. 13.5 : महाराष्ट्र – प्रमुख रब्बी पिकांचे क्षेत्र व उत्पादन

पीक	क्षेत्र ('000 हेक्टर)			उत्पादन ('000 मे. टन)		
	2014-15	2015-16 (अस्थायी)	शेकडा बदल	2014-15	2015-16 (अस्थायी)	शेकडा बदल
ज्वारी	2,608	2,322	(–) 11	1,524	1,383	(–) 9
गहू	1,067	593	(–) 44	1,308	720	(–) 45
मका	240	210	(–) 12	652	336	(–) 48
इतर तृणधान्ये	17	15	(–) 14	6	4	(–) 33
एकूण तृणधान्ये	3,932	3,140	(–) 20	3,490	2,443	(–) 30
हरभरा	1,427	1,404	(–) 2	1,088	873	(–) 20
इतर कडधान्ये	103	82	(–) 20	34	37	10
एकूण कडधान्ये	1,530	1,486	(–) 3	1,122	911	(–) 19
एकूण अन्नधान्ये	5,462	4,626	(–) 15	4,612	3,353	(–) 27
तीळ	1	1	94	0.2	0.4	110
करडई	74	47	(–) 36	26	15	(–) 42
सूर्यफूल	48	17	(–) 65	21	7	(–) 67
जवस	24	16	(–) 35	5	4	(–) 30
सरसू व मोहरी	10	7	(–) 24	2	1	(–) 33
एकूण तेलबिया	157	88	(–) 44	55	28	(–) 50
एकूण	5,619	4,714	(–) 16	–	–	–

संदर्भ : (i) कृषी आयुक्तालय, महाराष्ट्र शासन; (ii) महाराष्ट्राची आर्थिक पाहणी, 2015-16; पान 79

उन्हाळी पिके : प्रमुख उन्हाळी पिकांचे क्षेत्र व उत्पादनाचे लक्ष्य मागील पाच वर्षांच्या सरासरीवर आधारित असते. तृणधान्य लागवडीखालील क्षेत्र मागील वर्षाच्या 0.97 लाख हेक्टर क्षेत्राच्या तुलनेत सन 2015-16 मध्ये 0.48 लाख हेक्टर असेल. तेलबिया लागवडीखालील क्षेत्र मागील वर्षाच्या 0.85 लाख हेक्टर क्षेत्राच्या तुलनेत सन 2015-16 मध्ये 0.90 लाख हेक्टर असेल. सन 2015-16 मध्ये तृणधान्य व तेलबिया यांचे अंदाजित उत्पादन 1.05 लाख मेट्रिक टन व 1.40 लाख मेट्रिक टन असून ते मागील वर्षी अनुक्रमे 1.81 लाख मेट्रिक टन व 1.28 लाख मेट्रिक टन होते.

सन 2014-15 मधील एकूण उत्पादन : द्वितीय पूर्वानुमानानुसार सन 2015-16 मध्ये गेल्या वर्षीच्या तुलनेत प्रमुख पिकांच्या उत्पादनात मोठ्या प्रमाणावर घट अपेक्षित आहे. ही घट प्रमुख्याने राज्याच्या सर्व भागांत पेरणीच्या कालावधीत तसेच खरीप पिकांच्या वाढीच्या वेळेस झालेल्या अत्यंत अपुऱ्या पावसामुळे झाली आहे.

तक्ता क्र. 13.6 : महाराष्ट्र – प्रमुख पिकांचे अंदाजित उत्पादन (लाख मेट्रिक टन)

प्रमुख पिके	2014-15 (अंतिम अंदाज)	2015-16 (अस्थायी)	शेकडा बदल	प्रमुख पिके	2014-15 (अंतिम अंदाज)	2015-16 (अस्थायी)	शेकडा बदल
तृणधान्ये	92.67	70.06	(–) 24	तेलबिया@	22.78	22.21	(–) 3
कडधान्ये	16.80	14.87	(–) 11	कापूस■	35.77	42.02	17
एकूण अन्नधान्ये@	109.47	84.93	(–) 22	ऊस◆	915.38	720.89	(–) 21

टीप : @ खरीप, रब्बी व उन्हाळी पिकांचा समावेश. ■ कापूस : लाख गासड्यांमध्ये (1 गासडी : 170 कि.ग्रॅ.); ◆ ऊस : तोडणी क्षेत्र.

संदर्भ : (i) कृषी आयुक्तालय, महाराष्ट्र शासन; (ii) महाराष्ट्राची आर्थिक पाहणी, 2015-16; पान 80

तृणधान्ये व कडधान्यांची गरज : राष्ट्रीय नमुना पाहणीच्या (रानपा) 68 व्या फेरीनुसार (2011-12) तृणधान्यांचा व कडधान्यांचा अंदाजित दरडोई मासिक घरगुती वापर अनुक्रमे 9.08 किलो व 0.98 किलो आहे. राज्यातील सन 2015-16 च्या मध्य वार्षिक प्रक्षेपित लोकसंख्येकरिता तृणधान्याची व कडधान्याची घरगुती वापरासाठी अंदाजित वार्षिक गरज अनुक्रमे सुमारे 131 लाख मेट्रिक टन व 14 लाख मेट्रिक टन आहे. रानपा 68 व्या फेरीतील (2011-12) राज्य नमुन्यातील आकडेवारीवर आधारित तृणधान्यांचा व कडधान्यांचा दरडोई मासिक घरगुती वापर तक्ता क्र. 13.7 मध्ये दिला आहे.

तक्ता क्र. 13.7 : महाराष्ट्र – तृणधान्यांचा व कडधान्यांचा अंदाजित दरडोई घरगुती वापर

पीक	दरडोई घरगुती वापर		वार्षिक गरज 2015 - 16[#] (लाख मेट्रिक टन)
	मासिक (किलो)	वार्षिक (किलो)	
तांदूळ	2.96	36.01	42.73
गहू	4.75	57.79	68.57
ज्वारी	0.94	11.44	13.57
बाजरी	0.38	4.62	5.49
इतर तृणधान्ये	0.05	0.61	0.72
एकूण तृणधान्ये	9.08	110.47	131.07
एकूण कडधान्ये	0.98	11.92	14.15

[#] मध्य वार्षिक प्रक्षेपित लोकसंख्येकरिता (1 ऑक्टोबर, 2015 रोजी)

संदर्भ : (i) अर्थ व सांख्यिकी संचालनालय, महाराष्ट्र शासन; (ii) महाराष्ट्राची आर्थिक पाहणी, 2015-16; पान नं. 80

फळफळावळ

तक्ता क्र. 13.8 : महाराष्ट्रातील फळे

क्र.	विभाग	प्रमुख फळझाडे	अन्य फळझाडे
1.	कोकण	आंबा, काजू, नारळ, सुपारी, अननस, चिकू.	कॉफी, कोको, ब्रेड फ्रूट, मसाले पिके (उदा., लवंग, काळी मिरी, दालचिनी, कोकम, वेलदोडे, ऑलस्पाईस).
2.	पश्चिम घाट (महाबळेश्वर व माथेरान)	स्ट्रॉबेरी, मलबेरी, अंजीर, गुजबेरी.	विविध जातींची सफरचंदे, नाशपती व सप्ताळू.
3.	मध्य व पश्चिम महाराष्ट्र	द्राक्षे, मोसंबी, लिंबू, अंजीर, पेरू, डाळिंब, पपई, चिकू.	काजू (कोल्हापूर), फालसा, लिची.
4.	खानदेश	केळी, आंबा, बोर, लिंबू.	पानवेल, फालसा, पेरू.
5.	मराठवाडा (औरंगाबाद विभाग)	संत्री, केळी, द्राक्षे, अंजीर, आंबा.	फालसा, पेरू, सीताफळ.
6.	विदर्भ (नागपूर विभाग)	संत्री, लिंबू, बोर, काही भागात द्राक्षे व पपई.	काही भागात बोर, फालसा, केळी, आंबा.

महाराष्ट्रातील एकूण फळफळावळांचे क्षेत्र व उत्पादन
(सन 2013 - 14 : अंतिम अंदाज)

I.   **एकूण फळफळावळांचे क्षेत्र :**

महाराष्ट्रात सन 2013-14 नुसार, एकूण फळफळावळांचे क्षेत्र 7,40,535 हेक्टर (सुमारे 7.4 लाख हेक्टर) आहे.

★   **वैशिष्ट्ये :**

एकूण फळफळावळ क्षेत्रात सर्वांत जास्त क्षेत्र – आंबा : महाराष्ट्रात सन 2013-14 नुसार फळफळावळ क्षेत्रात सर्वांत जास्त क्षेत्र आंब्याचे असून (1,67,786 हेक्टर/1.68 लाख) याची एकूण फळफळावळ क्षेत्रात टक्केवारी 22.66 आहे.

या खालोखाल **डाळिंब :** 1,39,288 हेक्टर (18.80%); **संत्री :** 1,01,631 हेक्टर (13.72%); **द्राक्षे :** 90,844 हेक्टर (12.27%); **केळी :** 82,474 हेक्टर (11.14%) यांचा क्रमांक लागतो.

वरील पाच फळांचे एकूण क्षेत्र 5,82,023 हेक्टर असून याची टक्केवारी 78.59 आहे. उर्वरित फळफळावळांच्या क्षेत्राची टक्केवारी 21.41 आहे.

◆   **जिल्हावार क्षेत्र :**

1.   **पहिले पाच जिल्हे :**   महाराष्ट्रात सन 2013-14 नुसार, जिल्हावार एकूण फळफळावळांचे सर्वांत जास्त क्षेत्र नाशिक जिल्ह्यात (99,324 हेक्टर) आहे. महाराष्ट्रात याची टक्केवारी 13.41 आहे.

•   या खालोखाल (ii) अमरावती (73,037 हेक्टर, 9.86%); (iii) सिंधुदुर्ग (62,474 हेक्टर, 8.44%); (iv) रत्नागिरी (59,007 हेक्टर, 7.97%); (v) सोलापूर (58,790 हेक्टर, 7.94%) या जिल्ह्यांचा क्रमांक लागतो.

•   वरील पाच जिल्ह्यांत मिळून महाराष्ट्रातील एकूण फळफळावळांचे क्षेत्र 3,52,632 असून याची टक्केवारी 47.62 आहे.

2.   **शेवटचे पाच जिल्हे :**   महाराष्ट्रात सन 2013-14 नुसार, जिल्हावार एकूण फळफळावळांच्या क्षेत्रात सर्वांत शेवटचा जिल्हा चंद्रपूर असून त्याचे फळफळावळांचे क्षेत्र 115 हेक्टर आहे.

•   यानंतर भंडारा (508 हेक्टर); गोंदिया (596 हेक्टर); ठाणे–पालघर (2,015 हेक्टर); गडचिरोली (2,150 हेक्टर) अशी जिल्ह्यांची क्रमवारी आहे.

तक्ता क्र. 13.9 : महाराष्ट्र – एकूण फळफळावळ क्षेत्रातील पहिले व शेवटचे पाच जिल्हे
(सन 2013 - 14)

घटक	1	2	3	4	5	
पहिले पाच जिल्हे	नाशिक	अमरावती	सिंधुदुर्ग	रत्नागिरी	सोलापूर	**एकूण**
क्षेत्र (हेक्टर)	99,324	73,037	62,474	59,007	58,790	**3,52,632**
टक्केवारी	13.41	9.86	8.44	7.97	7.94	**47.62**
शेवटचे पाच जिल्हे	चंद्रपूर	भंडारा	गोंदिया	ठाणे–पालघर	गडचिरोली	
क्षेत्र (हेक्टर)	115	508	596	2015	2,150	**5,384**

संदर्भ : उद्यानविज्ञान विभाग; महाराष्ट्र शासन, 2014 - 15

II.   **एकूण फळफळावळांचे उत्पादन :**

महाराष्ट्रात सन 2013-14 नुसार, एकूण फळफळावळांचे उत्पादन 1,21,62,485 टन (सुमारे 122 लाख टन) आहे.

★   **वैशिष्ट्ये :**

एकूण फळफळावळ उत्पादनात सर्वांत जास्त उत्पादन – केळी : महाराष्ट्रात सन 2013-14 नुसार एकूण फळफळावळ उत्पादनात केळीचे उत्पादन (41,15,208 टन/सुमारे 41.15 लाख टन) असून याची एकूण फळफळावळ उत्पादनात टक्केवारी 33.84 आहे.

या खालोखाल **द्राक्षे :** 28,45,630 टन (23.40%); **डाळिंब :** 16,80,403 टन (13.82%); **आंबा :** 10,32,420 टन (8.49%); **संत्री :** 7,22,804 टन (5.94%) यांचा क्रमांक लागतो.

वरील पाच फळांचे एकूण उत्पादन 1,03,96,465 टन/सुमारे 104 लाख टन असून याची टक्केवारी 85.49 आहे. उर्वरित फळफळावळांच्या उत्पादनाची टक्केवारी 14.51 आहे.

तक्ता क्र. 13.10 : महाराष्ट्र – फळफळावळांचे क्षेत्र व उत्पादन, टक्केवारी आणि हेक्टरी उत्पादन (सन 2013 - 14 : अंतिम अंदाज)

फळे	क्षेत्र		उत्पादन		हेक्टरी उत्पादन (मेट्रिक टन)
	क्षेत्र (हेक्टर)	महाराष्ट्रात टक्केवारी	उत्पादन (मेट्रिक टन)	महाराष्ट्रात टक्केवारी	
1. केळी	82,474	11.14	41,15,208	33.84	49.90
2. द्राक्षे	90,844	12.27	28,45,630	23.40	31.32
3. डाळिंब	1,39,288	18.80	16,80,403	13.82	12.06
4. आंबा	1,67,786	22.66	10,32,420	8.49	6.15
5. संत्री	1,01,631	13.72	7,22,804	5.94	7.11
6. मोसंबी	51,525	6.96	5,80,449	4.77	11.27
7. पपई	7,278	0.98	3,50,326	2.88	48.13
8. लिंबूवर्गीय फळे	18,335	1.91	2,37,321	1.95	12.94
9. पेरू	12,331	1.67	1,99,308	1.64	16.16
10. चिकू	16,587	2.24	1,41,048	1.16	8.50
11. कलिंगड	285	नगण्य	52,467	नगण्य	184.09
12. सीताफळ	3,951	नगण्य	15,385	नगण्य	3.89
13. बोरे	38,999	5.27	1,33,732	1.1	3.43
14. इतर फळे	412	नगण्य	3,835	नगण्य	9.31
एकूण फळे	**7,40,535**	**100%**	**1,21,62,485**	**100%**	**16.42**

संदर्भ : उद्यानविज्ञान विभाग; महाराष्ट्र शासन, 2014 - 15

■ **जिल्हावार उत्पादन :**

1. **पहिले पाच जिल्हे :** महाराष्ट्रात सन 2013-14 नुसार, जिल्हावार एकूण फळफळावळांचे सर्वांत जास्त उत्पादन जळगाव जिल्ह्यात (30,31,096 टन/30.31 लाख टन) आहे. महाराष्ट्रात याची टक्केवारी 25.09 आहे.

• या खालोखाल (ii) नाशिक (28,54,463 टन, 23.47%); (iii) सांगली (11,85,860 टन, 9.75%); (iv) सोलापूर (6,66,880 टन, 5.48%); (v) नांदेड (5,12,010 टन, 4.87%) या जिल्ह्यांचा क्रमांक लागतो.

• वरील पाच जिल्ह्यांत मिळून महाराष्ट्रातील एकूण फळफळावळांचे उत्पादन 77,48,409 टन असून याची महाराष्ट्रातील टक्केवारी 68.66 आहे.

2. **शेवटचे पाच जिल्हे :** महाराष्ट्रात सन 2013-14 नुसार, जिल्हावार एकूण फळफळावळांचे सर्वांत कमी उत्पादन चंद्रपूर जिल्ह्यात (693 टन) आहे.

• त्यानंतर (ii) भंडारा (5,040 टन); (iii) गडचिरोली (10,210 टन); (iv) जालना (10,415 टन); (v) ठाणे-पालघर (11,935 टन) या जिल्ह्यांचा क्रमांक लागतो.

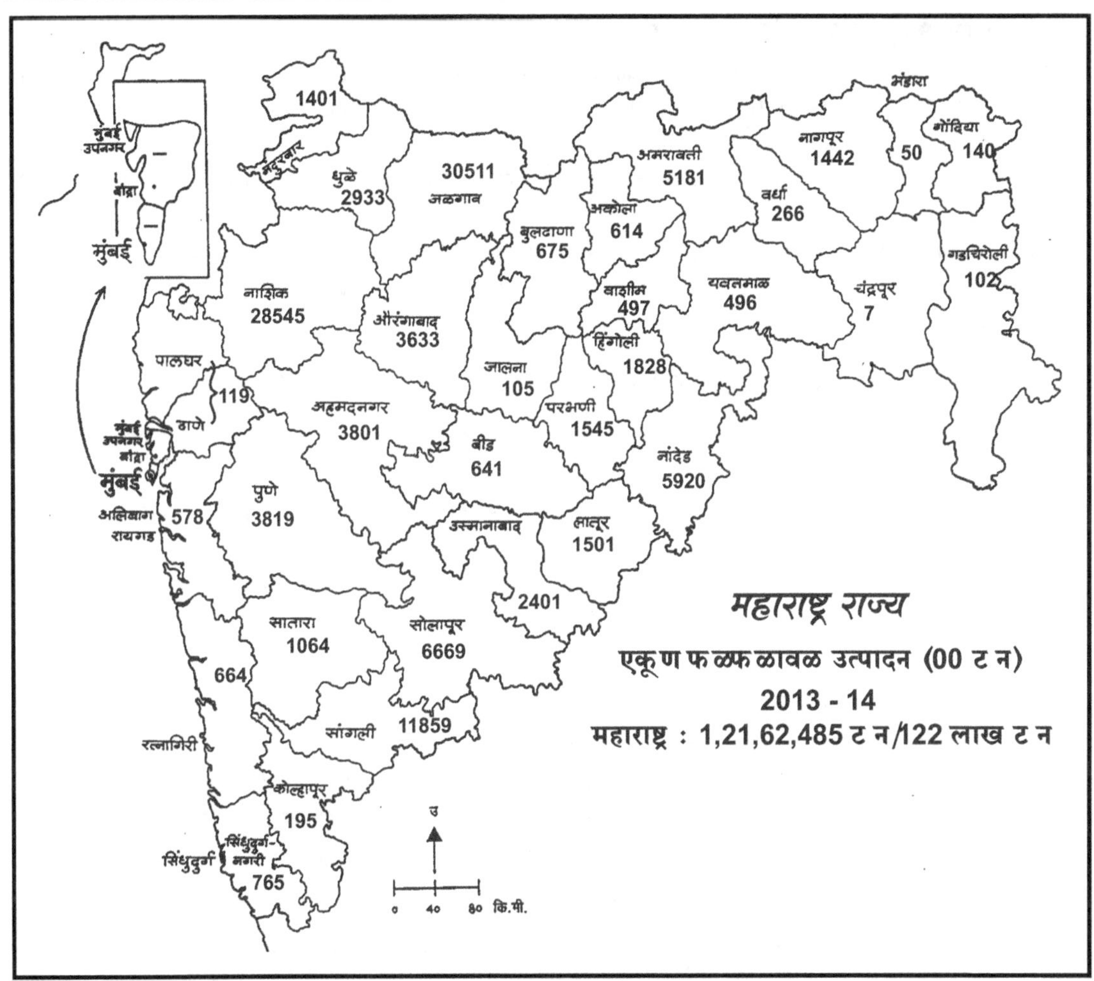

नकाशा क्र. 13.7 : महाराष्ट्र – एकूण फळफळावळ उत्पादन (सन 2013 - 14)

तक्ता क्र. 13.11 : महाराष्ट्र – एकूण फळफळावळ उत्पादनातील पहिले व शेवटचे पाच जिल्हे (सन 2013 - 14)

घटक	1	2	3	4	5	
पहिले पाच जिल्हे	जळगाव	नाशिक	सांगली	सोलापूर	नांदेड	एकूण
उत्पादन (टन)	30,51,096	28,54,463	11,85,860	6,66,880	5,92,010	77,48,309
टक्केवारी	25.09	23.47	9.75	5.48	4.87	68.66
हेक्टरी उत्पादन (टन)	54.20	28.13	20.56	11.33	36.69	–
शेवटचे पाच जिल्हे	चंद्रपूर	भंडारा	गडचिरोली	जालना	ठाणे–पालघर	
उत्पादन (टन)	693	5,042	10,210	10,415	11,935	38,295

संदर्भ : उद्यानविज्ञान विभाग; महाराष्ट्र शासन, 2014 - 15

III. एकूण फळफळावळांचे हेक्टरी उत्पादन :

महाराष्ट्रात सन 2013-14 नुसार, एकूण फळफळावळांचे सरासरी हेक्टरी उत्पादन 16.42 टन आहे. महाराष्ट्रात सर्वांत जास्त हेक्टरी उत्पादन कलिंगडचे (184 टन) आहे. यानंतर केळी (49.90 टन), पपई (48.13 टन), द्राक्षे (31.32 टन) आणि पेरू (16.16 टन) असे फळांचे क्रमांक आहेत.

सर्वांत कमी हेक्टरी उत्पादन इतर फळफळावळांचे 3.43 टन असून यानंतर सीताफळ (3.89 टन), आंबा (6.15 टन) यांचा समावेश होतो.

एकूण फळफळावळांचे जिल्हावार हेक्टरी उत्पादन : महाराष्ट्रात सन 2013-14 नुसार, फळफळावळांचे जिल्हावार सर्वांत जास्त हेक्टरी उत्पादन हिंगोली जिल्ह्यात 65.40 टन आहे. या खालोखाल जळगाव (54.20 टन), नांदेड (36.69 टन), लातूर (34.04 टन), नाशिक (28.73 टन) असे जिल्ह्यांचे क्रमांक आहेत.

महाराष्ट्रातील फळफळावळ विभाग

महाराष्ट्रात कोकण व दक्षिण भागात साधारण हवामान उष्ण व दमट आहे तर उत्तर महाराष्ट्र व पूर्व महाराष्ट्रात साधारण उष्ण आहे.

थंड प्रदेशातील फळाची लागवड करणे शक्य नाही. जास्तीतजास्त राज्यातील उंच डोंगराळ व पर्वतीय प्रदेशात अशा फळांच्या काही विशिष्ट जाती थोड्या प्रमाणात येऊ शकतील.

व्यापारी दृष्टिकोनातून आपल्या राज्यात फळझाडांची लागवड करावयाची असल्यास उष्ण व उप-उष्ण कटिबंधीय फळझाडांची निवड करता येईल व अशीच झाडे येथे वाढतात. निरनिराळ्या फळझाडांना कसे हवामान पाहिजे हे विचारात घेता, हवामानानुसार उद्यानविद्यान तंत्राच्या मते राज्याचे सहा विभाग आहेत.

1. उष्ण सागरी फळबाग विभाग :

प्रदेश :   रत्नागिरी, रायगड, कोल्हापूर, सातारा (पश्चिम भाग), ठाणे.

हवामान :   • 150 ते 500 सें.मी. पाऊस पडतो. • जून ते सप्टेंबर महिन्यात पाऊस होतो; (कधी-कधी एप्रिल महिन्यात). • जास्त आर्द्रता असते. • कमाल व किमान तापमानात विशेष फरक नसतो. • थंडी कमी असते.

फळझाडे :   सुपारी, अननस, आंबा, काजू, नारळ, चिकू, केळी, काळी मिरी, फणस, कोकम.

2. पश्चिम दख्खन (पश्चिम महाराष्ट्र) फळबाग विभाग :

प्रदेश :   सांगली, सातारा, पुणे, नाशिक या जिल्ह्यांचा पश्चिम भाग; कोल्हापूर जिल्ह्याचा पूर्व भाग.

हवामान :   • 75 ते 125 सें.मी. पाऊस पडतो. • पावसाळ्यात जास्त आर्द्रता व कमी तापमान असते. • उन्हाळ्यात तापमान थोडे जास्त असते.

फळझाडे :   आंबा, चिकू, पपई, पेरू, केळी.

3. पूर्व दख्खन फळबाग विभाग :

प्रदेश :   अहमदनगर, सोलापूर, औरंगाबाद, बीड, उस्मानाबादचा पश्चिम भाग, सातारा, सांगली, पुणे, नाशिक जिल्ह्याचा पूर्व भाग.

हवामान :   • उष्ण व कोरडे हवामान असते. • उन्हाळ्यात तापमान 43° से. असते. • हिवाळ्यात तापमान 8° से. पर्यंत असते. • पाऊस 25 ते 62 सें.मी. पडतो. • काही ठिकाणी जलसिंचनाची उपलब्धता.

फळझाडे :   द्राक्षे, संत्री, मोसंबी, लिंबू, केळी, पपई. इतर — आंबा, चिकू, पेरू, बोर, अंजीर.

4. पश्चिम विदर्भ/पूर्व मराठवाडा किंवा मध्यम विभाग :

प्रदेश :   जळगाव, धुळे, अकोला, वाशिम, बुलडाणा, बीड व उस्मानाबादचा पूर्व भाग; परभणीचा पश्चिम भाग.

हवामान :   • मध्यम पाऊस 65 ते 87 सें.मी. पडतो. • येथील विषम हवामान असते. • उन्हाळ्यात अति उष्णता (46° से.) असते तर हिवाळ्यात चांगली थंडी (5° ते 7° से.) असते.

फळझाडे :   केळी, संत्री, पपई, द्राक्षे, लिंबू. इतर — आंबा, पेरू, बोर, सीताफळ.

5. **पूर्व विदर्भ विभाग :**

प्रदेश :   अमरावती, वर्धा, यवतमाळ, नांदेड, नागपूर (पश्चिम भाग).

हवामान :   • मध्यम ते जास्त पाऊस (75 ते 112 सें.मी.) पडतो. • विषम हवामान असते. • उन्हाळ्यातील तापमान 48° से. असते तर हिवाळ्यात 3° ते 7° से. असते.

फळझाडे :   संत्री, पेरू, केळी, आंबा. इतर — पपई, द्राक्षे, बोर.

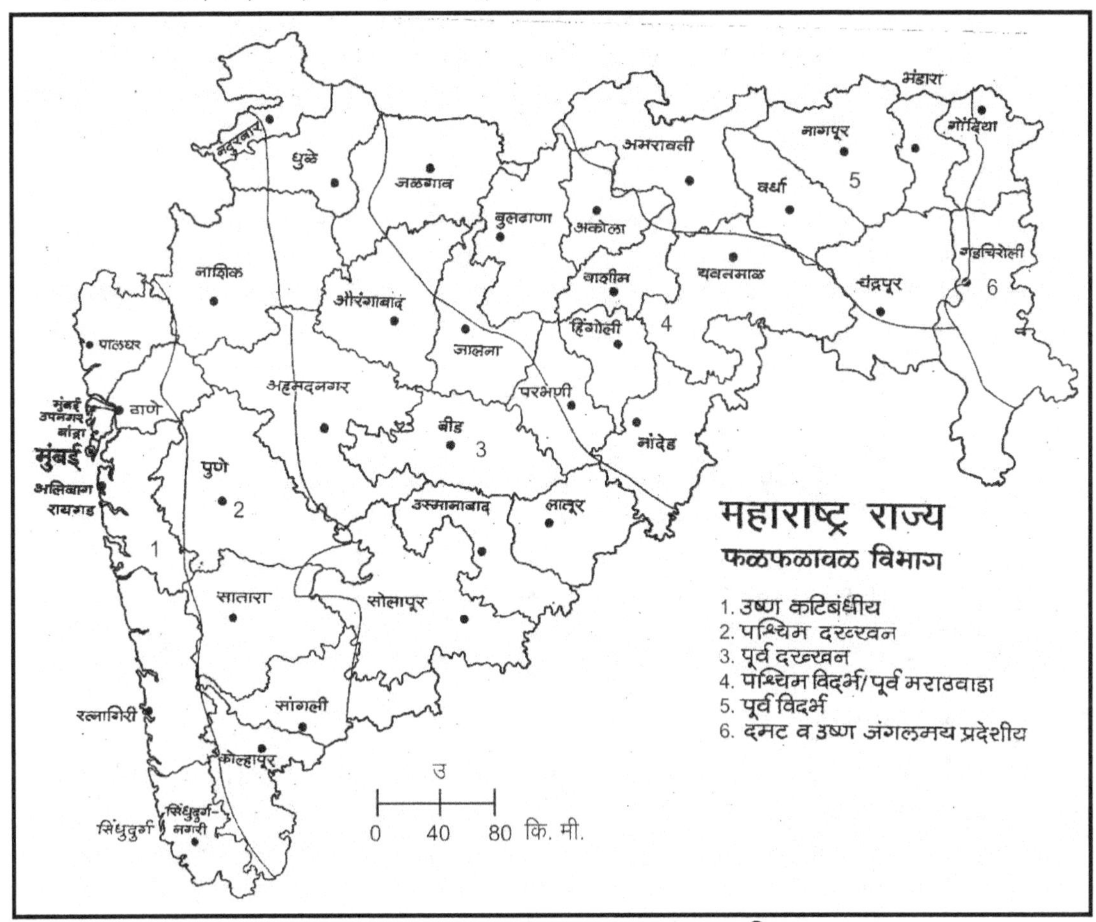

नकाशा क्र. 13.8 : महाराष्ट्र – फळफळावळ विभाग

6. **दमट व उष्ण जंगल प्रदेश :**

प्रदेश :   भंडारा, गोंदिया, चंद्रपूर, गडचिरोली, नागपूर (पूर्व).

हवामान :   • विषम, जास्त पाऊस (85 ते 250 सें.मी.) पडतो. • येथे कडक उन्हाळा असतो. तसेच कडक थंडी असते. • पावसाळ्यात आर्द्रता जास्त असते. • इतर वेळी वातावरण कोरडे असते.

फळझाडे :   संत्री, पेरू, आंबा, सीताफळ, रामफळ. इतर — पपई, चिकू, केळी, द्राक्षे, जांभूळ.

फलोत्पादन अभियान (सन 2014 - 15)

एकात्मिक फलोद्यान विकास अभियानांतर्गत फलोत्पादनाखालील क्षेत्र व उत्पादकता वाढविण्याचा व काढणीपश्चात व्यवस्थापन करण्याच्या मुख्य उद्देशाने राष्ट्रीय फलोत्पादन अभियान राबविण्यात येत आहे. राष्ट्रीय फलोत्पादन अभियान आणि राष्ट्रीय औषधी वनस्पती मंडळाच्या योजना राबविण्यासाठी राज्यशासनाने महाराष्ट्र राज्य फलोत्पादन व औषधी वनस्पती मंडळाची स्थापना केली आहे. हे अभियान 'एकात्मिक फलोत्पादन विकास अभियान' म्हणून राबविण्यात येत आहे. महाराष्ट्र राज्य फलोत्पादन व

औषधी वनस्पती मंडळाला तिच्या स्थापनेपासून नोव्हेंबर 2015 पर्यंत ₹ 1,462.90 कोटी अनुदान प्राप्त झाले; त्यांपैकी ₹ 1,462.65 कोटी खर्च झाले.

राज्यात सन 2014-15 मध्ये अंदाजित 18.46 लाख हेक्टर क्षेत्र विविध फळ–पिकांखाली होते. त्यांपैकी आंब्याखाली (5.27 लाख हेक्टर); संत्राखाली (1.69 लाख हेक्टर); मोसंबीखाली (1.46 लाख हेक्टर); डाळिंबाखाली (1.78 लाख हेक्टर); केळीखाली (0.83 लाख हेक्टर), चिकूखाली (0.85 लाख हेक्टर) आणि द्राक्षांखाली (0.90 लाख हेक्टर) क्षेत्र होते.

राज्यशासनाने फलोत्पादन विकासाला चालना देण्यासाठी फळ–रोपवाटिकांची स्थापना करणे आणि सीमांतिक व अल्पभूधारक तसेच अनुसूचित जाती व अनुसूचित जमातीचे शेतकरी यांना निवडक प्रकारची फळझाडे वाढविण्यासाठी भांडवली साहाय्य देणे हा कार्यक्रम हाती घेतला आहे. फळांखालील क्षेत्रात वाढ होऊन ते मार्च 2015 पर्यंत 18.46 लाख हेक्टर झाले. मार्च 2015 अखेर या योजनेअंतर्गत ₹ 1,913 कोटी खर्च झाले.

सेंद्रिय शेती

राष्ट्रीय शाश्वत शेती अभियानाने सेंद्रिय शेतीच्या प्रसारासाठी शेतकऱ्यांना मार्गदर्शन, प्रमाणीकरणासाठी साहाय्य, विक्री व्यवस्थेच्या अनुषंगाने साहाय्य अशा विविध बाबींचा अंतर्भाव आहे. राज्यातील सुमारे 7.51 लाख हेक्टर क्षेत्र सेंद्रिय शेतीखाली आले आहे. सेंद्रिय शेती करणाऱ्या शेतकऱ्यांचे 17,704 पेक्षा जास्त समूह असून त्यांपैकी प्रमाणित केलेले (44,551 पेक्षा जास्त शेतकऱ्यांचा समावेश असलेले) 1,683 सेंद्रिय शेतीचे गट आहेत.

महाराष्ट्र : भाजीपाला पिके
(सन 2013 - 14 : अंतिम अंदाज)

महाराष्ट्रात भाजीपाला पिकांमध्ये पुढील प्रमुख भाज्यांचा समावेश होतो :

(1) कांदा (2) टोमॅटो (3) वांगी (4) कोबी (5) बटाटा (6) हिरवी मिरची (7) भेंडी (8) घेवडा (सर्व प्रकारचा) (9) काकडी (10) कारले (11) दुधी भोपळा (12) हिरवा वाटाणा (13) लाल भोपळा (14) गाजर (15) रताळे (16) ढोबळी मिरची (17) फ्लॉवर (18) मुळा (19) इतर भाज्या.

यांपैकी कांद्याचे क्षेत्र व उत्पादनाचा आढावा स्वतंत्रपणे घेणार आहोत.

महाराष्ट्र : भाजीपाला पिकांचे क्षेत्र, उत्पादन व हेक्टरी उत्पादन (कांदा वगळून)

(अ) भाजीपाला पीक क्षेत्र : महाराष्ट्रात सन 2013-14 नुसार, एकूण भाजीपाला पीक क्षेत्र 1,59,370 हेक्टर (सुमारे 1.59 लाख हेक्टर) आहे.

भाजीपाला पीक क्षेत्रात सर्वांत जास्त क्षेत्र टोमॅटो : महाराष्ट्रात सन 2013-14 नुसार, टोमॅटोचे क्षेत्र 46,766 हेक्टर असून याची भाजीपाला पीक क्षेत्रात टक्केवारी 29.34 आहे. या खालोखाल वांगी : 28,166 हेक्टर (17.67%); कोबी : 10,108 हेक्टर (6.34%); बटाटा : 9,957 हेक्टर (6.25%) आणि हिरवी मिरची : 11,843 हेक्टर (7.43%) यांचा समावेश होतो.

वरील पाच भाजीपाल्यांचे महाराष्ट्रात पिकांचे क्षेत्र 1,06,840 हेक्टर/सुमारे 1.07 लाख हेक्टर असून त्याची टक्केवारी 67.03 आहे. उर्वरित भाजीपाला पिकांची क्षेत्र टक्केवारी 32.97 आहे.

(ब) भाजीपाला पीक उत्पादन : महाराष्ट्रात सन 2013-14 नुसार, भाजीपाला पिकांचे उत्पादन 29,84,903 टन (सुमारे 29.85 टन) आहे.

भाजीपाला पीक उत्पादनात सर्वांत जास्त उत्पादन टोमॅटो : महाराष्ट्रात सन 2013-14 नुसार, भाजीपाला पीक उत्पादनात सर्वांत जास्त उत्पादन टोमॅटोचे 11,40,703 टन/सुमारे 11.41 लाख टन आहे. याची भाजीपाला पीक उत्पादनात टक्केवारी 38.22 आहे. या खालोखाल वांगी : 6,73,069 टन (22.62%); कोबी : 2,08,022 टन (6.97%); फ्लॉवर : 1,85,892 टन (6.23%); बटाटा : 1,84,741 टन (6.19%) यांचा समावेश होतो.

वरील पाच पिकांचे सन 2013-14 नुसार, एकूण उत्पादन 23,92,427 टन/सुमारे 23.92 टन असून त्याची एकूण टक्केवारी 80.23 आहे. उर्वरित भाजीपाला पिकांची टक्केवारी 19.77 आहे.

(क) भाजीपाला पीक हेक्टरी उत्पादन : महाराष्ट्रात सन 2013-14 नुसार, एकूण भाजीपाला पीक सरासरी हेक्टरी उत्पादन 18.73 टन आहे. सर्वांत जास्त हेक्टरी उत्पादन रताळ्याचे (27.00 टन) आहे. या खालोखाल टोमॅटो (24.39 टन), वांगी (23.90 टन), लाल भोपळा (23.38 टन), कोबी (20.51 टन), बटाटा (18.55 टन) यांचा समावेश होतो.

महाराष्ट्र : भाजीपाला पिकांचे जिल्हावार स्वरूप : क्षेत्र, उत्पादन व हेक्टरी उत्पादन (सन 2013 - 14)

(अ) जिल्हावार भाजीपाला पीक क्षेत्र : महाराष्ट्रात सन 2013-14 नुसार, एकूण भाजीपाला पीक क्षेत्रात पुणे जिल्ह्याचा सर्वांत प्रथम क्रमांक असून याची लागवड 32,640 हेक्टरमध्ये आहे. याची महाराष्ट्रात टक्केवारी 20.55 आहे. या खालोखाल गडचिरोली : 32,320 हेक्टर (20.33%); नाशिक : 20,767 हेक्टर (13.06%); सोलापूर : 7,780 हेक्टर आणि जळगाव : 5,461 हेक्टर (3.43%) या जिल्ह्यांचा समावेश होतो.

सन 2013-14 नुसार, वरील पाच जिल्ह्यांत एकूण भाजीपाला पिकांचे क्षेत्र 98,968 हेक्टर असून याची टक्केवारी 54.61 आहे.

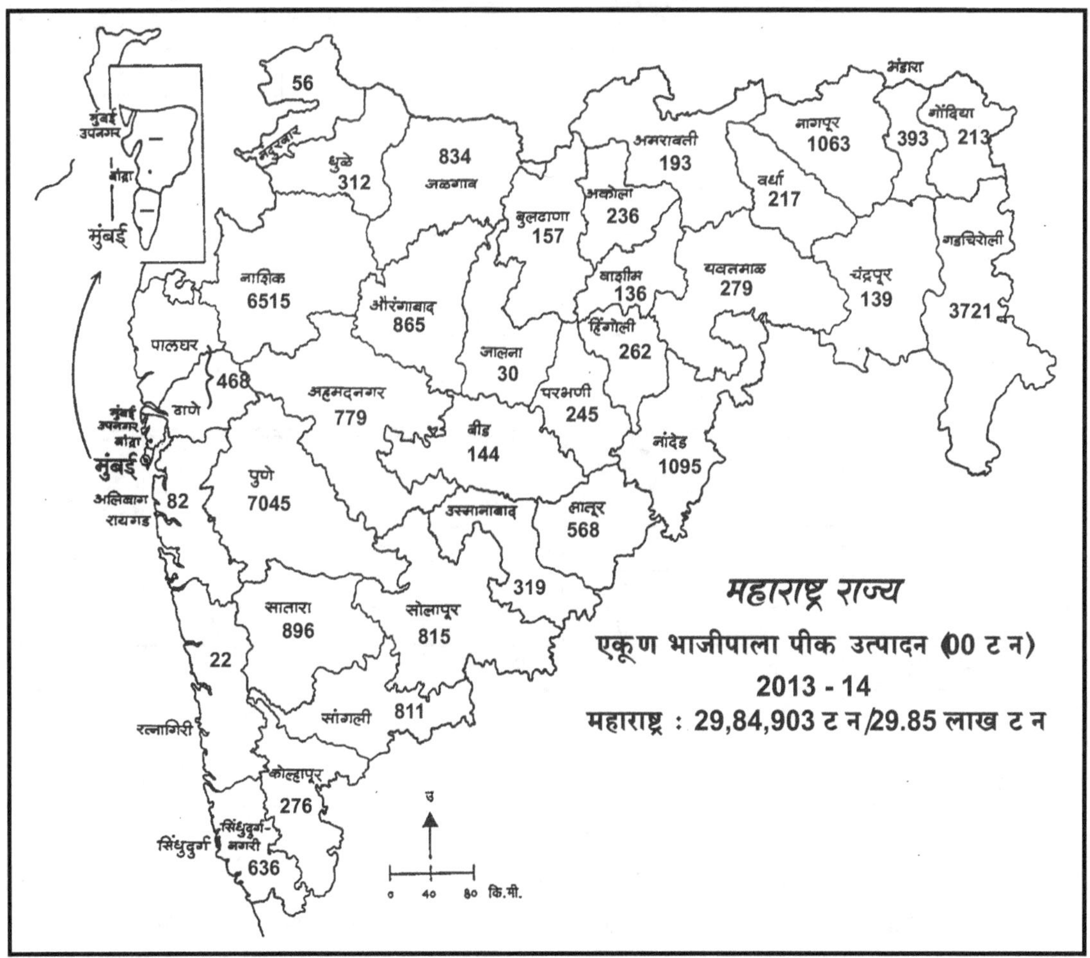

नकाशा क्र. 13.9 : महाराष्ट्र – एकूण भाजीपाला पीक उत्पादन (सन 2013 - 14)

(ब) एकूण भाजीपाला पिकांचे उत्पादन : महाराष्ट्रात सन 2013-14 नुसार, एकूण भाजीपाला पीक उत्पादनात पुणे जिल्ह्याचा प्रथम क्रमांक असून 7,04,550 टन (सुमारे 7.04 लाख टन) उत्पादन आहे. महाराष्ट्रात पुणे जिल्ह्यात एकूण भाजीपाला पीक उत्पादनाची टक्केवारी 23.6 आहे. या खालोखाल नाशिक : 6.51 लाख टन (21.82%); गडचिरोली : 3.72 लाख टन (12.46%); नागपूर : 1.06 लाख टन (3.56%); जळगाव : 83,000 टन (2.80%) या जिल्ह्यांचा क्रमांक लागतो.

वरील पाच जिल्ह्यांत मिळून एकूण भाजीपाला पिकांचे उत्पादन 19,1,847 लाख टन/19.18 लाख टन असून महाराष्ट्रात याची टक्केवारी 64.24 आहे.

(क) एकूण भाजीपाला पिकांचे हेक्टरी उत्पादन : महाराष्ट्रात सन 2013-14 नुसार, एकूण भाजीपाला पिकांचे सरासरी हेक्टरी उत्पादन 18.73 टन आहे. सर्वांत जास्त एकूण भाजीपाला पिकांचे हेक्टरी उत्पादन नाशिक जिल्ह्यात (31.37 टन) असून या खालोखाल नागपूर (21.88 टन), पुणे (21.59 टन), जळगाव (15.28 टन), गडचिरोली (11.51 टन) आहे.

तक्ता क्र. 13.12 : महाराष्ट्र – भाजीपाला पिकांचे जिल्हावार क्षेत्र, उत्पादन आणि हेक्टरी उत्पादन : पहिले पाच जिल्हे (सन 2013 - 14 : अंतिम अंदाज)

घटक	I. एकूण भाजीपाला पिके (कांदा वगळून)					
	1	2	3	4	5	
पहिले पाच जिल्हे	पुणे	गडचिरोली	नाशिक	सोलापूर	जळगाव	एकूण
क्षेत्र (हजार हेक्टर)	32,640	32,320	20,767	7,780	5,461	98,968
टक्केवारी	20.53	20.33	13.06	4.89	3.43	54.61
पहिले पाच जिल्हे	पुणे	नाशिक	गडचिरोली	नागपूर	जळगाव	एकूण
उत्पादन (टन)	7,04,550	6,51,493	3,72,070	1,06,285	83,449	19,17,847
टक्केवारी	23.6	21.82	12.46	3.56	2.80	64.24
हेक्टरी उत्पादन (टन)	21.59	31.37	11.51	21.88	15.28	–
घटक	II. कांदा					
	1	2	3	4	5	
पहिले पाच जिल्हे	नाशिक	अहमदनगर	पुणे	सोलापूर	धुळे	एकूण
क्षेत्र (हजार हेक्टर)	1,24,458	92,000	48,850	36,400	34,139	3,35,847
टक्केवारी	31.31	23.1	12.29	9.16	8.59	84.45
पहिले पाच जिल्हे	धुळे	नाशिक	अहमदनगर	पुणे	सोलापूर	एकूण
उत्पादन (टन)	61,45,020	23,35,635	11,95,000	6,85,300	4,76,100	1,08,37,055
टक्केवारी	52.03	19.78	10.12	5.8	4.03	91.76
हेक्टरी उत्पादन (टन)	180	18.77	12.99	14.02	13.08	–

संदर्भ : उद्यानविज्ञान विभाग; महाराष्ट्र शासन, 2014 - 15

भौगोलिक निर्देशक (Geographical Indicators – G.I.)

व्याख्या व व्याप्ती : जी. आय. टॅग एखाद्या उत्पादनाची ओळख दर्शवितो. (मग ते शेतीमधील असो, नैसर्गिक असो किंवा उत्पादित असो) जे आपल्या मूळच्या प्रदेशाचा दर्जा व प्रतिष्ठा याकडे निर्देश करते. उदाहरणार्थ, सोलापुरी चादरी. असा प्रदेश शहर, प्रांत किंवा देशही असू शकतो. भारत जागतिक व्यापार संघटनेचा (WTO) संस्थापक सदस्य आहे. व्यापारविषयक बौद्धिक संपदा (TRIPS) हा त्याचाच एक भाग आहे. बौद्धिक संपदेच्या प्रकारांपैकी (उदा., पेटंट, ट्रेडमार्क) एक म्हणजे जी.आय. आहे. भारताने ही पद्धत सन 2003 पासून लागू केली.

ट्रेडमार्कपेक्षा वेगळे कसे ? : ट्रेडमार्कमध्ये एका उद्योगाच्या वस्तू व सेवा दुसऱ्यापासून वेगळ्या काढून दाखविल्या जातात; तर जी.आय. मध्ये एका भौगोलिक प्रदेशापासून दुसऱ्याची विशेष वैशिष्ट्ये वेगळी काढली जातात.

फायदे : एकदा जी. आय. टॅग मिळाला की तो भाग सोडून ते नाव इतर कोणी वापरू शकत नाही. नागपुरी संत्री कर्नाटकातही पिकविता येतीलच की; पण मग त्यांनी ती 'नागपुरी संत्री' या नावाने विकू नयेत. त्यातून ग्राहकाची दिशाभूल होऊ शकते. जी.आय. मुळे त्या-त्या भागाची विशेष ओळख जी शतकानुशतकाच्या कौशल्याने व दर्जाने प्राप्त केली असते ती कायम राहते व तिला संरक्षण प्राप्त होते. जी.आय. टॅगमुळे माल विक्री करणे, मालाला चांगला भाव मिळविणे सोपे जाते. 'दार्जिलिंगचा चहा' हा भारताला मिळालेला पहिला जी.आय. होता. भारतासारख्या भौगोलिक व सांस्कृतिक विविधता असलेल्या देशाला तर जी.आय. व्यवस्थेचा खूप फायदा करून घेता येऊ शकतो.

ओळख व आर्थिक परतावा : जी.आय. मुळे त्या भागातील शेती, हस्तकला, कलाकुसर यांना ओळख तर मिळतेच व त्याचबरोबर त्यातून पर्यटन वाढते. भारताच्या सांस्कृतिक वारशाला उजाळा मिळतो. लुप्त होणाऱ्या पारंपरिक कला व कलाकार यांना पुनर्जीवन प्राप्त होते. स्थानिक स्तरावर रोजगारनिर्मिती होते. निर्यातीला चालना मिळते. अमूल्य अशा परकीय चलनाची गंगाजळी वाढते. जवळजवळ सर्वच राज्ये या स्पर्धेत हिरीरीने उतरली आहेत. त्यामुळे स्पर्धात्मक संघराज्य हे आपले प्रतिमान प्रत्यक्षात यायला मदत होते. परिणामी, सध्या भारताची 261 उत्पादने जी.आय. मिळवून आहेत.

महाराष्ट्र व जी.आय. : आपले राज्यही या स्पर्धेत अग्रेसर आहे. महाराष्ट्रातील 'सोलापुरी चादर' व 'सोलापूरचाच टेरी टॉवेल' ही जी.आय. पटकावणारी पहिली दोन उदाहरणे होती. त्यानंतर 'पुणेरी पगडी' त्यात सामील झाली. मग नंबर आला 'नाशिकच्या खोऱ्यातील वाईन'चा. मग 'पैठणी साडी' व 'महाबळेश्वरच्या स्ट्रॉबेरी' यादीत जोडत गेल्या. त्यानंतर नाशिकची द्राक्षे, वारली चित्रे, कोल्हापूरचा गूळ, नागपुरी संत्री यांनी आपली खासियत सिद्ध केली. मग प्रवेश करते झाले आजऱ्याचा घनसाल तांदूळ, मंगळवेढ्याची ज्वारी आणि सिंधुदुर्ग व रत्नागिरी येथील कोकम; नुकताच शेतीप्रकारातील वाघ्या घेवडा, नवापूर तूरडाळ, वेंगुर्ल्याचे काजू, लासलगावचा कांदा यांनी जी.आय. मिळवून राज्याची मान उंचावली आहे. महाराष्ट्राला आतापर्यंत सतरा प्रवेश मिळाले आहेत.

याशिवाय सोलापूरची डाळिंबे, कोल्हापूरच्या चपला, रत्नागिरीचा हापूस व देवगडचा आंबा यांना 'जी.आय.' ची प्रतीक्षा आहे.

बहुपर्यायी प्रश्न

I. कृषी

1. महाराष्ट्रात कडधान्यामध्ये . . . . चे क्षेत्र जास्त आहे.
   - (1) हरभरा
   - (2) तूर
   - (3) मटकी
   - (4) मूग

2. महाराष्ट्रात रब्बी हंगामात . . . . चे क्षेत्र सर्वांत जास्त आहे.
   - (1) रब्बी ज्वारी
   - (2) गहू
   - (3) हरभरा
   - (4) करडई

3. महाराष्ट्रात सर्वांत जास्त तांदळाचे क्षेत्र . . . . जिल्ह्यात आहे.
   - (1) गोंदिया
   - (2) चंद्रपूर
   - (3) रत्नागिरी
   - (4) कोल्हापूर

4. सोलापूर जिल्ह्यात . . . . चे क्षेत्र जास्त आहे.
   - (1) ऊस
   - (2) रब्बी ज्वारी
   - (3) खरीप ज्वारी
   - (4) कापूस

5. कोकणात . . . . येथे तांदूळ संशोधन केंद्र आहे.
   - (1) राधानगरी
   - (2) वडगाव (मावळ)
   - (3) खोपोली
   - (4) साकोली

6. महाराष्ट्रात सन 2012-13 नुसार, सर्वांत जास्त गव्हाचे क्षेत्र . . . . जिल्ह्यात आहे.
   - (1) नागपूर
   - (2) अहमदनगर
   - (3) पुणे
   - (4) यवतमाळ

7. महाराष्ट्रात सन 2012-13 नुसार, हरभऱ्याचे सर्वांत जास्त क्षेत्र . . . . जिल्ह्यात आहे.
   - (1) औरंगाबाद
   - (2) लातूर
   - (3) अमरावती
   - (4) अकोला

8. महाराष्ट्रात भूमी उपयोजनानुसार सर्वांत जास्त अरण्ये . . . . जिल्ह्यात आहेत.
   - (1) चंद्रपूर
   - (2) धुळे
   - (3) रायगड
   - (4) गडचिरोली

9. महाराष्ट्रात कृषीकरिता उपलब्ध नसलेल्या जमिनीचे सर्वांत जास्त क्षेत्र . . . . जिल्ह्यात आहे.
   - (1) भंडारा
   - (2) पुणे
   - (3) रत्नागिरी
   - (4) उस्मानाबाद

10. महाराष्ट्रात सर्वांत जास्त नक्त कृषीखालील क्षेत्र . . . . जिल्ह्यात आहे.

   (1) अहमदनगर   (2) सोलापूर   (3) सिंधुदुर्ग   (4) परभणी

11. महाराष्ट्रात कृषीयोग्य ओस जमिनीचे सर्वांत जास्त क्षेत्र . . . . जिल्ह्यात आहे.

   (1) रत्नागिरी   (2) जळगाव   (3) अहमदनगर   (4) सिंधुदुर्ग

12. महाराष्ट्रात खरीप हंगामातील . . . . या पिकांचे सर्वांत जास्त क्षेत्र आहे.

   (1) खरीप ज्वारी   (2) तांदूळ   (3) कापूस   (4) बाजरी

13. महाराष्ट्रात सन 2012-13 नुसार, कडधान्यांचे सर्वांत जास्त क्षेत्र . . . . जिल्ह्यात आहे.

   (1) सोलापूर   (2) अमरावती   (3) नाशिक   (4) अहमदनगर

14. महाराष्ट्रात एकूण तृणधान्याचे सर्वांत जास्त उत्पादन . . . . जिल्ह्यात आहे.

   (1) यवतमाळ   (2) अहमदनगर   (3) नाशिक   (4) जळगाव

15. महाराष्ट्रात खरीप तृणधान्याचे सर्वांत कमी क्षेत्र . . . . जिल्ह्यात आहे.

   (1) सोलापूर   (2) अहमदनगर   (3) औरंगाबाद   (4) परभणी

16. महाराष्ट्रात रब्बी पिकांचे सर्वांत कमी क्षेत्र . . . . जिल्ह्यात आहे.

   (1) ठाणे   (2) सिंधुदुर्ग   (3) चंद्रपूर   (4) रत्नागिरी

17. महाराष्ट्रात बाजरी सर्वांत जास्त क्षेत्र . . . . जिल्ह्यात आहे.

   (1) नाशिक   (2) बीड   (3) पुणे   (4) अहमदनगर

18. महाराष्ट्रात रब्बी हंगामातील तेलबियामधील प्रमुख वाटा . . . . चा आहे.

   (1) करडई   (2) जवस   (3) सूर्यफूल   (4) भुईमूग

19. महाराष्ट्रात गव्हाचे सर्वांत कमी क्षेत्र . . . . जिल्ह्यात आहे.

   (1) नाशिक   (2) नागपूर   (3) परभणी   (4) गडचिरोली

20. महाराष्ट्रात रब्बी ज्वारीचे सर्वांत कमी क्षेत्र . . . . जिल्ह्यात आहे.

   (1) अहमदनगर   (2) यवतमाळ   (3) पुणे   (4) बीड

21. महाराष्ट्रात बाजरीच्या क्षेत्रात . . . . जिल्ह्याचा शेवटचा क्रमांक आहे.

   (1) पुणे   (2) औरंगाबाद   (3) यवतमाळ   (4) धुळे

22. महाराष्ट्रात इतर तृणधान्यात . . . . जिल्ह्याचा प्रथम क्रमांक आहे.

   (1) कोल्हापूर   (2) रत्नागिरी   (3) धुळे   (4) नाशिक

23. महाराष्ट्रात सन 2012-13 नुसार, तुरीचे सर्वांत जास्त क्षेत्र . . . . जिल्ह्यात आहे.

   (1) अमरावती   (2) यवतमाळ   (3) अकोला   (4) उस्मानाबाद

24. महाराष्ट्रात सन 2012-13 नुसार, भुईमुगाचे सर्वांत जास्त क्षेत्र . . . . जिल्ह्याचे आहे.

   (1) नाशिक   (2) जळगाव   (3) बुलडाणा   (4) कोल्हापूर

25. महाराष्ट्रात एकूण कडधान्याच्या क्षेत्रात . . . . जिल्ह्याचा प्रथम क्रमांक आहे.

   (1) परभणी   (2) जळगाव   (3) अमरावती   (4) अकोला

26. महाराष्ट्रात अन्नधान्याचे सर्वांत जास्त क्षेत्र . . . . जिल्ह्यात आहे.

   (1) पुणे   (2) सोलापूर   (3) अहमदनगर   (4) नाशिक

27. उसाचे आडसाली पीक . . . . महिन्यांनी तयार होते.

   (1) 18   (2) 12   (3) 9   (4) 15

28. महाराष्ट्रात सन 2012-13 नुसार, उसाखालील सर्वांत जास्त क्षेत्र . . . . जिल्ह्यात आहे.

   (1) अहमदनगर   (2) कोल्हापूर   (3) सोलापूर   (4) सातारा

29. महाराष्ट्रात कापसाचे सर्वांत जास्त क्षेत्र . . . . प्रशासकीय विभागात आहे.
    (1) पुणे   (2) नाशिक   (3) अमरावती   (4) नागपूर

30. महाराष्ट्रात भुईमुगाचे सर्वांत जास्त क्षेत्र . . . . जिल्ह्यात आहे.
    (1) सातारा   (2) पुणे   (3) नाशिक   (4) धुळे

31. सोयाबीनच्या क्षेत्रात . . . . प्रशासकीय विभाग आघाडीवर आहे.
    (1) कोकण   (2) औरंगाबाद   (3) नागपूर   (4) पुणे

32. महाराष्ट्रात फळफळावळांच्या बाबतीत सर्वांत जास्त क्षेत्र . . . . या फळाखाली आहे.
    (1) आंबा   (2) संत्री   (3) काजू   (4) केळी

33. सिंधुदुर्ग जिल्हा . . . . साठी प्रसिद्ध आहे.
    (1) केळी   (2) काजू   (3) संत्री   (4) डाळिंब

34. महाराष्ट्रात द्राक्षाखाली सर्वांत जास्त क्षेत्र . . . . प्रशासकीय विभागात आहे.
    (1) नाशिक   (2) पुणे   (3) औरंगाबाद   (4) नागपूर

35. महाराष्ट्रात बोराखाली सर्वांत जास्त क्षेत्र . . . . जिल्ह्यात आहे.
    (1) अहमदनगर   (2) सांगली   (3) उस्मानाबाद   (4) सोलापूर

36. महाराष्ट्रात विविध प्रकारची फळे पिकविणाऱ्या जिल्ह्यात . . . . जिल्ह्याचा प्रथम क्रमांक लागतो.
    (1) अहमदनगर   (2) पुणे   (3) सोलापूर   (4) जळगाव

37. भारतातील पहिले ऊस संशोधन केंद्र . . . . येथे उभारण्यात आले.
    (1) पाडेगाव   (2) कोईमतूर   (3) कानपूर   (4) मांजरी

38. महाराष्ट्रात उसाचे सर्वांत जास्त क्षेत्र . . . . मध्ये आहे.
    (1) पश्चिम महाराष्ट्र   (2) कोकण   (3) विदर्भ   (4) मराठवाडा

39. महाराष्ट्रात कापसाची लागवड . . . . मृदेच्या परिसरात करतात.
    (1) जांभा   (2) गाळ   (3) काळी   (4) पिवळसर

40. महाराष्ट्रात सर्वांत जास्त कापसाचे क्षेत्र . . . . जिल्ह्यात आहे.
    (1) अमरावती   (2) जळगाव   (3) परभणी   (4) अकोला

41. . . . . कृषी विद्यापीठात रंगीत कापसाच्या संशोधनावर लक्ष केंद्रित केलेले आहे.
    (1) अकोला   (2) कोकण   (3) राहुरी   (4) परभणी

42. महाराष्ट्रात सर्वांत जास्त तिळाची लागवड . . . . जिल्ह्यात होते.
    (1) बुलडाणा   (2) जळगाव   (3) चंद्रपूर   (4) धुळे

43. महाराष्ट्रात सूर्यफुलाचे . . . . % क्षेत्र मराठवाड्यात आहे.
    (1) 50   (2) 25   (3) 75   (4) 10

44. महाराष्ट्रात सूर्यफुलाचे सर्वांत जास्त क्षेत्र . . . . जिल्ह्यात आहे.
    (1) उस्मानाबाद   (2) लातूर   (3) बीड   (4) परभणी

45. महाराष्ट्रात करडईचे सर्वांत जास्त क्षेत्र . . . . जिल्ह्यात आहे.
    (1) अहमदनगर   (2) सोलापूर   (3) औरंगाबाद   (4) परभणी

46. महाराष्ट्रात सोयाबीनच्या क्षेत्रात . . . . आघाडीवर आहे.
    (1) मराठवाडा   (2) कोकण   (3) विदर्भ   (4) पश्चिम महाराष्ट्र

47. महाराष्ट्राच्या एकूण तेलबियांच्या क्षेत्रात . . . . प्रशासकीय विभाग आघाडीवर आहे.
    (1) औरंगाबाद   (2) नागपूर   (3) पुणे   (4) नाशिक

48. महाराष्ट्रात नारळाचे सर्वांत जास्त क्षेत्र . . . . जिल्ह्यात आहे.
    (1) रायगड   (2) रत्नागिरी   (3) सिंधुदुर्ग   (4) ठाणे

49. कोकण कृषी विद्यापीठाने बिनकोईच्या आंब्यास . . . . हे नाव दिले आहे.
    (1) गोदा   (2) सिंधू   (3) कृष्णा   (4) भीमा

50. महाराष्ट्रात आंब्याचे सर्वांत जास्त क्षेत्र . . . . जिल्ह्यात आहे.
    (1) रत्नागिरी   (2) नांदेड   (3) सिंधुदुर्ग   (4) अहमदनगर

51. महाराष्ट्रात केळीचे सर्वांत जास्त क्षेत्र . . . . जिल्ह्यात आहे.
    (1) नांदेड   (2) परभणी   (3) धुळे   (4) जळगाव

52. महाराष्ट्रात काजूचे सर्वांत जास्त क्षेत्र . . . . जिल्ह्यात आहे.
    (1) रत्नागिरी   (2) सिंधुदुर्ग   (3) कोल्हापूर   (4) सांगली

53. महाराष्ट्रात डाळिंबाचे सर्वांत जास्त क्षेत्र . . . . जिल्ह्यात आहे.
    (1) नाशिक   (2) सोलापूर   (3) अहमदनगर   (4) सांगली

54. महाराष्ट्रात चिकूचे सर्वांत जास्त क्षेत्र . . . . जिल्ह्यात आहे.
    (1) अहमदनगर   (2) पुणे   (3) ठाणे   (4) औरंगाबाद

55. महाराष्ट्रात सीताफळाचे सर्वांत जास्त क्षेत्र . . . . जिल्ह्यात आहे.
    (1) अहमदनगर   (2) पुणे   (3) सोलापूर   (4) औरंगाबाद

56. महाराष्ट्रात सोलापूर जिल्ह्याचा . . . . या क्षेत्रामध्ये पहिला क्रमांक आहे.
    (1) काजू व आंबा   (2) संत्री व मोसंबी   (3) नारळ व सुपारी   (4) बोरे व लिंबे

57. कोकणात . . . . ची मोठ्या प्रमाणात निर्यात करतात.
    (1) नारळ व चिकू   (2) केळी व सुपारी   (3) आंबा व काजू   (4) द्राक्षे व डाळिंबे

58. नागपूर व अमरावती विभागातील फळांच्या बाबतीत एकमेव वैशिष्ट्य . . . . आहे.
    (1) संत्री   (2) मोसंबी   (3) नारळ   (4) आंबा

उत्तरसूची

1.	2	2.	1	3.	1	4.	2	5.	3	6.	1
7.	4	8.	4	9.	3	10.	1	11.	1	12.	2
13.	2	14.	3	15.	1	16.	4	17.	4	18.	1
19.	4	20.	2	21.	3	22.	4	23.	1	24.	4
25.	3	26.	3	27.	1	28.	3	29.	3	30.	2
31.	3	32.	1	33.	2	34.	1	35.	4	36.	1
37.	4	38.	1	39.	3	40.	2	41.	1	42.	2
43.	3	44.	1	45.	1	46.	3	47.	1	48.	3
49.	2	50.	1	51.	4	52.	2	53.	1	54.	3
55.	2	56.	4	57.	3	58.	1				

II. ऊर्जा साधनसंपत्ती

महाराष्ट्रातील प्रमुख ऊर्जा साधनांचा परिचय आपण पुढील ऊर्जा उगमापासून करून घेणार आहोत.

(1) दगडी कोळसा (2) जलविद्युत (3) औष्णिक विद्युत

(4) खनिज तेल व नैसर्गिक वायू (5) अणुविद्युत (6) अपरंपरागत ऊर्जा साधनसंपत्ती

दगडी कोळसा

भूगर्भशास्त्रीयदृष्ट्या महाराष्ट्रातील दगडी कोळसा हा गोंडवनी संघाच्या व दामुदा मालेतील बाराकार समुदायातील खडकात पाहावयास मिळतो.

महाराष्ट्रात दगडी कोळशाचे साठे पूर्व विदर्भात नागपूर, चंद्रपूर, गडचिरोली व यवतमाळ या जिल्ह्यांमध्ये आढळतात. राज्यात कोळशाचे अंदाजे साठे 5,000 दशलक्ष टन आहेत. भारताच्या दगडी कोळशाच्या एकूण साठ्यापैकी सुमारे **4 टक्के कोळशाचा साठा महाराष्ट्रात आहे. महाराष्ट्रातील सर्व दगडी कोळसा हा अकोकक्षम आहे.**

कोळशाची पुढील तीन क्षेत्रे आहेत :

1. **वैनगंगा खोरे : नागपूर जिल्ह्यातील कामठी, उमरेड, पाटणसावंगी** या प्रदेशांत दगडी कोळसा आढळतो. कामठी व उमरेड क्षेत्रात अंदाजे साठे अनुक्रमे 75 दशलक्ष टन व 70 दशलक्ष टन आहेत. उमरेडचा निम्मा साठा 100 मीटरच्या आत आहे.

2. **वर्धा खोरे : वर्धा खोऱ्यात बांदर (100 दशलक्ष टन), वरोडा (60 दशलक्ष टन), बल्लारपूर (2,000 दशलक्ष टन), दुर्गापूर, वणी (240 दशलक्ष टन), बुन** इत्यादी ठिकाणी कोळशाचे साठे आहेत. **महाराष्ट्रात दगडी कोळशाचे सर्वांत मोठे साठे बल्लारपूर (चंद्रपूर जिल्हा) येथे आहेत.**

3. **यवतमाळ व चंद्रपूर जिल्ह्याचा एकमेकांचा सीमावर्ती भाग :** या प्रदेशात घुगुस-तेलवासा (1,000 दशलक्ष टन), सास्ती-राजुरा (100 दशलक्ष टन), मांजरी (50 दशलक्ष टन) इत्यादी ठिकाणी दगडी कोळशाच्या खाणी आहेत.

जिल्हावार दगडी कोळशाचे वितरण

महाराष्ट्रातील पूर्व विदर्भात चंद्रपूर, यवतमाळ व नागपूर या जिल्ह्यांमध्ये प्रामुख्याने दगडी कोळशाचे साठे आहेत.

चंद्रपूर : चंद्रपूर तालुक्यात **चंद्रपूर व घुगुस**; राजुरा तालुक्यात **सास्ती**; वरोडा तालुक्यात **वरोडा**; भद्रावती तालुक्यात **मांजरी** येथे दगडी कोळशाचे साठे आहेत. **महाराष्ट्रात सर्वांत जास्त दगडी कोळशाचे साठे चंद्रपूर जिल्ह्यात बल्लारपूर तालुक्यात आहेत.**

यवतमाळ : यवतमाळ जिल्ह्यात वणी तालुक्यात **वणी व राजुरा**; मारेगाव तालुक्यात **आष्टोना**; दिग्रस तालुक्यात **चिंचोली**; उमरखेड तालुक्यात **ढाणकी** येथे दगडी कोळशाच्या खाणी आहेत.

नागपूर : नागपूर जिल्ह्यात **उमरेड, सावनेर व कामठी** या तालुक्यांत दगडी कोळशाचे साठे आहेत. **उमरेड** तालुक्यामधील दगडी कोळसा उच्च प्रतीचा आहे. **सावनेर ते कन्हान** भागात दगडी कोळशाचे बरेच साठे आहेत. याशिवाय **सिलेवारा, पाटणसावंगी** व **नागपूरजवळ बोखारा** येथेही कोळशाचे साठे आहेत.

महाराष्ट्रातील **नागपूर, यवतमाळ व चंद्रपूर** या जिल्ह्यांमध्ये 22 खाणींमधून दगडी कोळशाचे उत्पादन काढले जाते.

महाराष्ट्रातील दगडी कोळशाचा उपयोग राज्यामधील औष्णिक केंद्रे (खापरखेडा, बल्लारपूर, पारस) याचप्रमाणे उद्योगधंदे व रेल्वेसाठी केला जातो. प्रोड्यूसर नावाचा जळणाचा वायू निर्माण करण्यासाठी काही कोळसा वापरता येण्यासारखा आहे तर काही कोळशाचे कार्बनीकरण करून कोक, इंधन, वायू, हलके तेल, अमोनिअम सल्फेट इत्यादी पदार्थ मिळविता येऊ शकतील.

दगडी कोळशाचे उत्पादन

महाराष्ट्रात दगडी कोळशाचे उत्पादन वाढलेले आहे. 1961 साली दगडी कोळशाचे उत्पादन 8,56,000 टन होते; ते 1982 साली 75,93,000 टन झाले तर 2000 साली 27,696,000 टन झाले. याचाच अर्थ, सन 2000 नुसार सुमारे वीस वर्षांत कोळशाच्या उत्पादनात तिप्पट वाढ झालेली होती. सन 2011-12 मध्ये कोळशाचे उत्पादन अंदाजे 37 दशलक्ष टन झाले.

जलविद्युत

कोयना जलविद्युत केंद्र

कोयना जलविद्युत केंद्रास 'अर्वाचीन महाराष्ट्राची भाग्यरेषा' असे म्हटले जाते. महाराष्ट्रात अनेक मोठे उद्योगधंदे उभारल्याने भारतातील औद्योगिक विकासात महाराष्ट्र अग्रणी राज्य आहे. यामध्ये कोयना जलविद्युत केंद्राचा सहभाग महत्त्वाचा आहे. या प्रकल्पाचे एक खास वैशिष्ट्य म्हणजे महाराष्ट्रातील आण्विक, औष्णिक व जलविद्युत केंद्रामधून निर्माण होणारी वीज एकत्र करून संपूर्ण राज्यात विद्युत जाळे उभारले आहे. चौथा टप्पा पूर्णपणे कार्यान्वित झाल्यानंतर जगामधील 'भूगर्भातील जलविद्युत प्रकल्पात' कोयनेचे स्थान अग्रेसर राहील.

तक्ता क्र. 13.13 : महाराष्ट्रातील जलविद्युत प्रकल्प

पूर्ण झालेले प्रकल्प		पूर्ण झालेले प्रकल्प	
(अ) कोकण विभाग		**(ड) मराठवाडा विभाग**	
1. कोयना स्तर	2. भिरा अवजल	1. येलदरी	
3. भातसा	4. तेरवानमेढे	2. पैठण	
5. सूर्या	6. सूर्या उजवा कालवा प्रपात	3. माजलगाव	
7. डोलवहाल	8. तिल्लारी	**(इ) अमरावती विभाग**	
(ब) पुणे विभाग		1. शहानूर	
1. राधानगरी	2. कोयना स्तर (1 व 2)	2. वाण	
3. कोयना धरण विद्युत	4. भाटघर	**(ई) नागपूर विभाग**	
5. वीर	6. पवना	1. पेंच – मध्य प्रदेशबरोबर आंतरराज्यीय प्रकल्प	
7. येवतेश्वर	8. खडकवासला	महाराष्ट्राचा वाटा (33 टक्के)	
9. कण्हेर	10. धोम	**(उ) मे. टाटा**	
11. उजनी	12. माणिकडोह	1. भिरा	
13. डिंभे	14. वापणा	2. खोपोली	
15. दूधगंगा	16. कोयना स्तर	3. भिवपुरी	
(क) नाशिक विभाग		4. भिवपुरी	
1. वैतरणा भुयारी विद्युतगृह		5. भिरा उदंचन योजना	
2. वैतरणा धरण पायथा विद्युतगृह		**(ऊ) खाजगीकरणांतर्गतचे प्रकल्प**	
3. करंजवण		1. भंडारदरा विद्युतगृह	
4. सरदार सरोवर प्रकल्प आणि गुजरात, मध्य प्रदेश व राजस्थानबरोबर आंतरराज्यीय प्रकल्प. महाराष्ट्राचा वाटा (27 टक्के)		2. वज्रा प्रपात जलविद्युतगृह	
		3. चासकमान	
		4. भंडारदरा विद्युतगृह क्र. 2	

हेळवाकजवळील 'देशमुखवाडी' येथे कोयना नदीवर धरण बांधून पाणी अडविले आहे. या धरणामुळे विस्तृत जलाशय निर्माण झालेला असून 'शिवसागर' या नावाने तो ओळखला जातो.

- धरणाजवळ एक मोठा डोंगर आहे. या डोंगराच्या पूर्वेच्या बाजूने कोयना नदी वाहते. **या मोठ्या डोंगरातील बोगद्यातून पूर्वेकडचे पाणी पश्चिमेला नेले आहे.** डोंगराच्या पश्चिम उतारावरून बोगद्यातूनच पाणी खाली नेले जाते. चिपळूण तालुक्यातील पोफळी येथे डोंगराच्या पायात एक प्रचंड वीज केंद्र उभारले आहे.

कोयना विजेच्या आधारेच मुंबई-पुणे औद्योगिक पट्ट्यांचा विकास झालेला आहे. याचप्रमाणे दक्षिण महाराष्ट्रात सातारा, सांगली, कोल्हापूर जिल्ह्यासदेखील वीज पुरविली जाते. याचा फायदा कृषीव्यवसायासदेखील झालेला आहे.

पोफळी वीजकेंद्रापासून पाणी आणखी एका 2,000 मीटर लांबीच्या बोगद्यातून नेले जाते व शेवटी वशिष्ठी नदीमध्ये सोडले जाते.

कोयना जलविद्युत प्रकल्पाची एकूण विद्युतनिर्मिती क्षमता 1,920 मेगावॅट आहे. यामध्ये पोफळी (560 मेगावॅट), अलोरे (320 मेगावॅट), धरण पायथा (40 मेगावॅट) आणि तांबटवाडी (1,000 मेगावॅट) अशी विद्युतक्षमता आहे.

- तिसऱ्या टप्प्यात **पोफळी विद्युतगृहातून वीज निर्माण झाल्यावर बाहेर पडणारे पाणी अधःजल भुयारातून पुन्हा एकदा विद्युतनिर्मितीसाठी कोळकेवाडी जलाशयात वळविण्यात आलेले आहे.** या विद्युतगृहात चार जनित्रे असून त्याची **क्षमता 320 मेगावॅट आहे.**

याशिवाय **वशिष्ठी नदीच्या खोऱ्यात** उपलब्ध होणाऱ्या पाण्याचा अधिक विद्युतनिर्मिती करण्यासाठी 1992 साली एक योजना कार्यान्वित केली. यामुळे **पावसाळ्यात अतिरिक्त वीजनिर्मिती करतात.**

- याचप्रमाणे कोयना धरणातून जलसिंचनासाठी पाणी सोडताना **धरणाच्या उंचीचा फायदा घेऊन विद्युतनिर्मितीसाठी कोयना धरणाच्या पायथ्याशी 40 मेगावॅट क्षमतेचे विद्युतगृह आहे.**

- प्रकल्पाच्या चौथ्या टप्प्यात सध्या वापरले जाणारे पाणी वापरून जादा स्थापित क्षमतेचे वीज उत्पादन केले जाणार आहे. यासाठी स्वतंत्र धरण बांधण्याची आवश्यकता नाही. या प्रकल्पासाठी कोळकेवाडी धरणाजवळ हे काम पूर्ण केले जाईल. येथे 250 मेगावॅट क्षमतेची चार जनित्रे बसविली जातील. यामुळे 1,000 मेगावॅट विद्युतनिर्मिती क्षमता वाढेल.

लेक टॅपिंगचा यशस्वी प्रयोग

कोयना जलाशयात 'लेक टॅपिंग'चा यशस्वी प्रयोग 13 मार्च, 1999 रोजी झाला. यामुळे महाराष्ट्र वीजनिर्मितीमध्ये स्वयंपूर्ण होईल अशी अपेक्षा आहे. अत्याधुनिक तंत्रज्ञानावर आधारित स्फोटाने उडविण्याचा लेक टॅपिंगचा प्रयोग आशिया खंडात पहिल्यांदाच यशस्वी झाला आणि कोयना प्रकल्प 1,000 मेगावॅट वीजनिर्मितीसाठी सज्ज झाला. एप्रिल 2012 मध्ये पुन्हा लेक टॅपिंगचा प्रयोग यशस्वी करण्यात आला. महाराष्ट्र लोडशेडिंग मुक्त करण्याच्या दृष्टीने एक महत्त्वाचे पाऊल ठरेल.

पश्चिम घाटामधील इतर जलविद्युत प्रकल्प

पश्चिम घाटात पुढील महत्त्वाची जलविद्युत केंद्रे आहेत :

भिरा, खोपोली व भिवपुरी जलविद्युत केंद्रे : कोकणात रायगड जिल्ह्यात टाटा वीज मंडळाचा भिरा, खोपोली व भिवपुरी येथे जलविद्युत केंद्रे आहेत. यांची क्षमता सुमारे 375 मेगावॅट आहे. **मुळा नदीवर खोपोली (72 मेगावॅट)** व **भिवपुरी (72 मेगावॅट)** जलविद्युत केंद्रे आहेत. भिरा या ठिकाणी टाटा कंपनीच्या विद्युत केंद्राद्वारा 150 मेगावॅट तर भिराची क्षमता 80 मेगावॅट आहे.

जायकवाडी – पैठण जलविद्युत प्रकल्प : मराठवाड्यात गोदावरी नदीवर पैठणजवळ धरण बांधलेले आहे. त्याच्या पायथ्याशी रिव्हर्सेबल टर्बाईन्स बसविलेले आहे. यांच्या आधारे सुमारे **12 मेगावॅट वीजनिर्मिती** करण्याची क्षमता आहे.

औष्णिक विद्युत

दगडी कोळसा, लिग्नाईट कोळसा, खनिज तेल, नैसर्गिक वायूपासून औष्णिक विद्युत निर्माण केली जाते. महाराष्ट्रात प्रामुख्याने दगडी कोळशाच्या आधारे औष्णिक विद्युत निर्माण करतात. ही केंद्रे एक तर कोळशाच्या खाणीजवळ किंवा रेल्वेमार्गावर उभारलेली आहेत. साहजिकच, औष्णिक विद्युतसाठी वेळेवर कोळशाचा पुरवठा करणे शक्य होते. या दृष्टीने विदर्भातील कोराडी, खापरखेडा, बल्लारपूर, दुर्गापूर ही केंद्रे सोईची आहेत.

1. कोकणातील औष्णिक विद्युत केंद्रे : कोकणात चोला व तुर्भे (ट्रॉम्बे) या ठिकाणी औष्णिक विद्युत केंद्रे आहेत.

(अ) चोला (ठाणे) : मध्य रेल्वेचे कल्याणजवळ उल्हास नदीच्या खाडीच्या कडेला औष्णिक विद्युत केंद्र आहे. याची **विद्युतक्षमता 118 मेगावॅट आहे.** या केंद्रापासून **मुंबई, मुंबई उपनगर, कल्याण-पुणे, मुंबई-कल्याण-इगतपुरी रेल्वेमार्गाकरिता विद्युत पुरवठा केला जातो.** चोला औष्णिक केंद्रास विदर्भ व झारखंडमधील कोळसा रेल्वेमार्गाने उपलब्ध होतो तर उल्हास नदीमधून पाणी मिळते.

(ब) तुर्भे : तुर्भे येथे औष्णिक विद्युत केंद्र आहे. याशिवाय टाटा विद्युत मंडळाचे 1,330 मेगावॅटचे विद्युत केंद्रही आहे.

तक्ता क्र. 13.14 : महाराष्ट्रातील औष्णिक विद्युत केंद्रे

विद्युत केंद्र	जिल्हा	विद्युतक्षमता (मेगावॅट)	विद्युत केंद्र	जिल्हा	विद्युतक्षमता (मेगावॅट)
1. चोला	ठाणे	118	7. कोराडी (टप्पा 1 ते 7)	नागपूर	1,100
2. तुर्भे टाटा	मुंबई	1330	8. खापरखेडा	नागपूर	420
3. एकलहरे (टप्पा 1 ते 5)	नाशिक	910	9. दुर्गापूर 10. बल्लारपूर (टप्पा 1 ते 6)	चंद्रपूर	1.840
4. परळी (टप्पा 1 ते 5)	बीड	690	11. डहाणू बी. एस. ई. एस.	ठाणे	500
5. फेकरी (टप्पा 1 ते 3)	भुसावळ	482.5	12. अणुकेंद्र - तारापूर	ठाणे	190
6. पारस	अकोला	62.5	13. उरण	रायगड	532
			एकूण मेगावॅट		**8,175**

2. पश्चिम महाराष्ट्रातील औष्णिक विद्युत केंद्र – एकलहरे (नाशिक) : पश्चिम महाराष्ट्रातील नाशिकजवळ एकलहरे येथे औष्णिक विद्युत केंद्र उभारले आहे. याची **विद्युतक्षमता 910 मेगावॅट आहे.** याच्या विकासाचे 1 ते 5 टप्पे आहेत. यामुळे नाशिकचे औद्योगिक क्षेत्र विकसित होत आहे.

3. खानदेशामधील औष्णिक विद्युत केंद्र – फेकरी (भुसावळ) : खानदेशात जळगाव जिल्ह्यात भुसावळजवळ फेकरी येथे औष्णिक विद्युत केंद्र उभारले आहे. याची **विद्युतक्षमता 482.5 मेगावॅट आहे. याचा फायदा खानदेशच्या कृषी व औद्योगिक क्षेत्रात होत आहे.** हे केंद्र खानदेशात मध्यवर्ती असल्यामुळे वीजनिर्मिती व वितरणाच्या दृष्टीने सोईचे आहे. याची प्रगती तीन टप्प्यांमध्ये झालेली आहे.

4. मराठवाड्यातील औष्णिक विद्युत केंद्र – परळी (बीड) : मराठवाड्यात बीड जिल्ह्यात परळी येथे औष्णिक विद्युत केंद्र उभारलेले आहे. या केंद्राची **विद्युतक्षमता 690 मेगावॅट आहे.** याच्या विकासाचे 1 ते 5 टप्पे आहेत.

5. विदर्भातील औष्णिक विद्युत केंद्रे : महाराष्ट्रात औष्णिक विद्युत केंद्रांचा विकास मुख्यत्वेकरून विदर्भात झालेला आहे. याचे प्रमुख कारण म्हणजे स्थानिक स्तरावर उपलब्ध होणारा दगडी कोळसा होय.

विदर्भात एकूण पाच औष्णिक विद्युत केंद्रे कार्यान्वित झालेली आहेत.

(अ) पारस : पश्चिम विदर्भात अकोला जिल्ह्यात **अकोल्याजवळ पारस औष्णिक विद्युत केंद्र आहे.** याची वीजनिर्मितीची क्षमता 62.5 मेगावॅट आहे.

(ब) कोराडी : महाराष्ट्रातील सर्वांत महत्त्वाचे औष्णिक विद्युत केंद्र नागपूरजवळ कोराडी येथे आहे. याची **विद्युतक्षमता 1,100 मेगावॅट आहे.** याच्या विकासाचे 1 ते 4 व 5, 6, 7 असे टप्पे आहेत.

(क) खापरखेडा : नागपूरच्या वायव्येस खापरखेडा औष्णिक विद्युत केंद्र आहे. याची **विद्युतक्षमता 420 मेगावॅट आहे.** नागपूर जिल्ह्यातील वरील दोन्ही केंद्रे **दगडी कोळशाच्या खाणीच्या परिसरात आहेत.**

(ड) दुर्गापूर : चंद्रपूर जिल्ह्यात चंद्रपूरजवळ दुर्गापूर औष्णिक विद्युत केंद्र आहे.

(इ) बल्लारपूर : चंद्रपूरच्या दक्षिणेस बल्लारपूर औष्णिक विद्युत केंद्र असून चंद्रपूर जिल्ह्यातील **दुर्गापूर व बल्लारपूर** यांची एकत्रित **विद्युतक्षमता 1,840 मेगावॅट आहे.**

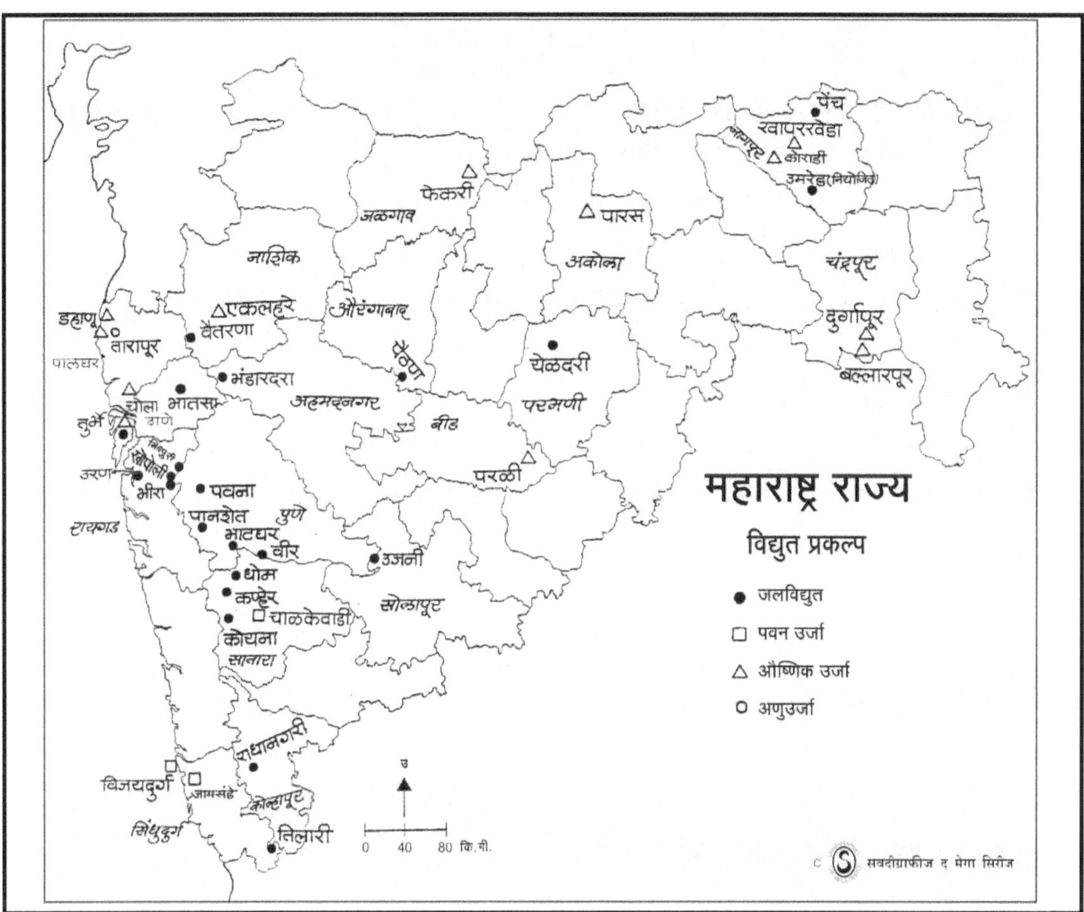

महाराष्ट्र – विद्युत प्रकल्प :

 महाराष्ट्रात प्रमुख **जलविद्युत प्रकल्प** कोयना आहे. याचप्रमाणे भिरा, खोपोली, भिवपुरी (रायगड), वैतरणा (ठाणे), भाटघर, वीर, पवना, पानशेत (पुणे), येलदरी (परभणी). याशिवाय पैठण, पेंच, भंडारदरा, उजनी येथे जलविद्युत प्रकल्प.

 औष्णिक केंद्रे चोला, टाटा, तुर्भे, एकलहरे, परळी, फेकरी, पारस, कोराडी, खापरखेडा, दुर्गापूर, बल्लारपूर, डहाणू.

 अणुकेंद्र तारापूर तर **पवन ऊर्जेची** जामसंडे, विजयदुर्ग (सिंधुदुर्ग), नरकुसवडे, ठोसेघर, चाळकेवाडी (सातारा), गुढे-पाचगणी व ढालगाव (सांगली) येथे उभारणी झाली आहे.

नकाशा क्र. 13.10 : महाराष्ट्र – विद्युत प्रकल्प

खनिज तेल व नैसर्गिक वायू

 बॉम्बे हाय : मुंबईजवळ पश्चिमेला 176 कि.मी. अंतरावर अरबी समुद्रात 3 फेब्रुवारी, 1974 रोजी सागरी सम्राटने पहिली विहीर खोदली. **ते तेलक्षेत्र 'बॉम्बे हाय' या नावाने ओळखले जाते.** या परिसरात सुमारे 2,000 चौ.कि.मी. क्षेत्रात 5.5 कोटी टन तेल असण्याची शक्यता आहे. याशिवाय **'वसई हाय'** येथेही तेलक्षेत्र आहे. बॉम्बे हाय क्षेत्रात खनिज तेल व नैसर्गिक वायू उपलब्ध होतो. खनिज तेल व नैसर्गिक वायूमंडळाद्वारा (ओ.एन.जी.सी.) तेलविहिरी खणल्या जातात. **भारतातील खनिज तेलाचे 50 टक्के उत्पादन बॉम्बे हाय तेलक्षेत्रामधून मिळते.**

 उरण औष्णिक विद्युत केंद्र : या खनिज तेलावर आधारित तेलशुद्धीकरण कारखाने मुंबईला आहेत. उरण बंदराजवळ नैसर्गिक वायू साठविला जातो. तेथे औष्णिक विद्युत केंद्र आहे.

अणुविद्युत/अणुऊर्जा

अणुऊर्जा निर्माण करण्यासाठी युरेनिअम, थोरिअम, लिथिअम व प्लॉटिनम यांसारख्या आण्विक इंधनाचा वापर केला जातो. भारतीय अणुशक्ती मंडळाची स्थापना 10 ऑगस्ट, 1948 रोजी झाली.

महाराष्ट्रात मुंबई (तुर्भे) व तारापूर येथे अणुशक्तीची केंद्रे आहेत.

1.   **भाभा ऑटॉमिक रिसर्च सेंटर, ट्रॉम्बे** : मुंबईला तुर्भे येथे ही संस्था उभारली असून त्याचे प्रमुख कार्य संशोधनाचे आहे. या ठिकाणी सहा अणुभट्ट्या आहेत : (अ) अप्सरा अणुभट्टी (ब) सायरस अणुभट्टी (क) झर्लिना अणुभट्टी (ड) पूर्णिमा – 1 आणि (इ) पूर्णिमा – 2 (ई) ध्रुव.

2.   **तारापूर अणुकेंद्र** : मुंबईच्या उत्तरेला 100 कि.मी. अंतरावर तारापूर येथे अमेरिकेच्या मदतीने ऑक्टोबर 1969 मध्ये अणुकेंद्र उभारले. याची उत्पादनक्षमता 420 मेगावॉट आहे. या केंद्रामधून महाराष्ट्र व गुजरात राज्यास वीज पुरविली जाते.

3.   **उमरेड अणुविद्युत केंद्र (नियोजित)** : नागपूर जिल्ह्यात नागपूरच्या दक्षिणेस उमरेड येथे अणुविद्युत केंद्र उभारण्याची योजना आहे.

अपरंपरागत ऊर्जा साधनसंपत्ती

कोळसा, पेट्रोलिअम, नैसर्गिक वायू ही ऊर्जा साधने अपुनर्नूतनीकरणीय आहेत. याचे साठे मर्यादित असून ते फार काळ टिकणार नाहीत. म्हणून ऊर्जेची काही पर्यायी व अपरंपरागत साधने शोधणे आज काळाची गरज बनली आहे. यांपैकी ज्यांचे नवीकरण किंवा पुनर्नूतनीकरण सहज होते अशा काही अपरंपरागत ऊर्जा साधनांचा येथे विचार करणार आहोत.

महाराष्ट्रामधील प्रमुख अपरंपरागत ऊर्जा

पवन ऊर्जा : वाऱ्याच्या झोताचा वापर करून ऊर्जा मिळविली जाते. पवन ऊर्जेचे विद्युत ऊर्जेत रूपांतर केले जाते.

महाराष्ट्रातील पवन ऊर्जा : महाराष्ट्रात डिसेंबर 2001 मध्ये 845 पवनचक्क्या कार्यान्वित होत्या. सातारा जिल्ह्यात सर्वांत जास्त 703 पवनचक्क्या असून त्याचे वितरण वनकुसवडे (552), ठोसेघर (106), चाळकेवाडी (44), माळेवाडी (25) आहे. सांगली जिल्ह्यात गुढेपाचगणी (34) व ढालगाव (14) पवनचक्क्या कार्यान्वित आहेत. कवठे-महांकाळ तालुक्यात अनेक ठिकाणी पवनचक्क्या उभारल्या जात आहेत. अहमदनगर जिल्ह्यात कवड्या डोंगरावर 40 पवनचक्क्या आहेत. याशिवाय सिंधुदुर्ग जिल्ह्यात 26 — यांपैकी विजयदुर्ग (6) व देवगडला (20) पवनचक्क्या आहेत.

पवन ऊर्जानिर्मितीत महाराष्ट्राचा तमिळनाडूनंतर देशात दुसरा क्रमांक लागतो. देशातील (1414.3 मेगावॉट) 17 टक्के उत्पादन यातून होते. सन 1997 पासून उत्पादनास सुरुवात झाली.

लघू जलविद्युत प्रकल्प

खाजगीकरणातून लहान जलविद्युत प्रकल्प विकसित करण्यास चालना मिळण्यासाठीच्या राज्यशासनाच्या धोरणांतर्गत 283.2 मेगावॉट क्षमतेच्या 104 प्रकल्पांसाठी प्रवर्तक निश्चित करण्यात आलेले असून डिसेंबर 2012 पर्यंत 83.6 मेगावॉट क्षमतेचे 19 प्रकल्प कार्यान्वित झालेले आहेत. उर्वरित 85 प्रकल्प विकासाच्या विविध टप्प्यांत आहेत.

पूर्ण झालेले लघू जलविद्युत प्रकल्प पुढीलप्रमाणे आहेत.

तक्ता क्र. 13.15 : खाजगीकरणांतर्गत पूर्ण झालेले जलविद्युत प्रकल्प

प्रकल्पाचे नाव		स्थापित क्षमता (मेगावॅट)	प्रकल्पाचे नाव		स्थापित क्षमता (मेगावॅट)
भंडारदरा	(1 × 12 मेगावॅट)	12.0	राधानगरी	(2 × 5 मेगावॅट)	10.0
वज्रा प्रपात	(1 × 3 मेगावॅट)	3.0	कुंभी	(1 × 2.5 मेगावॅट)	2.5
चासकमान	(1 × 3 मेगावॅट)	3.0	कासारी	(1 × 2.5 मेगावॅट)	2.5
नीरा देवघर		6.0	घटप्रभा	(2 × 2.5 मेगावॅट)	5.0
कोनाल	(2 × 5 मेगावॅट)	10.0	धोम बलकवडी	(1 × 4 मेगावॅट)	4.0
देवगड	(1 × 1.5 मेगावॅट)	1.5	कडवी	(1 × 1.5 मेगावॅट)	1.5
टेंभू बॅरेज	(4.5 मेगावॅट)	4.5	पेंच उजवा तट कालवा	(2 × 0.7 मेगावॅट)	1.4
सोनवडे	(2 × 2 मेगावॅट)	4.0	वज्रा – 2	(1 × 1 मेगावॅट)	1.0
दारणा	(2 × 2.45 मेगावॅट)	4.9	नीरा डावा तट कालवा	(2 × 2.4 मेगावॅट)	4.8
चित्री	(1 × 2 मेगावॅट)	2.0	एकूण		83.6

संदर्भ : (i) जलसंपदा विभाग, महाराष्ट्र शासन; (ii) महाराष्ट्राची आर्थिक पाहणी, 2012-13; पान 158

नवीकरणीय (अक्षय) ऊर्जा

पवन, सौर, जैविक, बायोगॅस, सागरी लाटा, भू-औष्णिक इत्यादी स्वच्छ व पर्यावरणपूरक अक्षय ऊर्जेचे स्रोत आहेत. अक्षय ऊर्जेच्या विविध क्षेत्रातील ज्ञानास प्रोत्साहन देणे, विकसित करणे व प्रसारित करणे असे विस्तृत उद्दिष्ट महाराष्ट्र ऊर्जा विकास अभिकरणाचे (महाऊर्जा) आहेत. 31 डिसेंबर, 2015 अखेर एकूण 6,932 मेगावॅट क्षमतेचे प्रकल्प स्थापित करण्यात आले आहेत.

तक्ता क्र. 13.16 : नवीकरणीय (अक्षय) ऊर्जेची संभाव्य व त्यापैकी स्थापित क्षमता (मेगावॅट)

नवीकरणीय (अक्षय) ऊर्जा स्रोत	संभाव्य क्षमता	स्थापित क्षमता (संचयी)		
		31 मार्च अखेर		31 डिसेंबर, 2015 अखेर
		2014	2015	
पवन	9,400	4,080	4,444	4,636
लघु जलविद्युत प्रकल्प[#]	732	271	284	284
साखर कारखान्यांकडून (चिपाडांपासून) विजेची सहनिर्मिती	1,500	1,355	1,415	1,415
जैविक ऊर्जा	781	190	200	200
शहरी घनकचरा	287	3	3	3
औद्योगिक कचरा	350	26	32	34
सौर औष्णिक	35/ चौ.मी.[$]	230	329	360
सौर फोटोव्होल्टाईक (पीव्ही)	49/ चौ.मी.[$]			
एकूण	13,050	6,155	6,707	6,932

[#] जलसंपदा विभागाने स्थापित केलेले 25 मेगावॅटपेक्षा कमी क्षमतेचे प्रकल्प.   [$] एकूण संभाव्य क्षमतेत समाविष्ट नाही.

संदर्भ : (i) महाऊर्जा; (ii) महाराष्ट्राची आर्थिक पाहणी, 2015-16; पान 129

स्रोतनिहाय नवीकरणीय (अक्षय) ऊर्जेचे प्रकल्प

दिवसेंदिवस पारंपरिक ऊर्जा स्रोतात घट होत असल्याने नवीन व अक्षय स्रोतांचा शोध ही काळाची गरज आहे. राज्यशासनाचे आणि नवीन व नवीकरणीय ऊर्जा मंत्रालय (एमएनआरइ), भारत सरकार यांचे महाऊर्जेमार्फत राबविण्यात येत असलेले काही उपक्रम खाली नमूद केलेले आहेत.

1. **पवन ऊर्जा** : महाऊर्जाद्वारे 11.09 मेगावॅट क्षमतेचे प्रदर्शक प्रकल्प राज्यात उभारण्यात आले आहेत. शासनाची आकर्षक धोरणे व प्रोत्साहने यामुळे पवन ऊर्जा क्षेत्रात राज्यात ₹ 23,200 कोटींपेक्षा अधिक खाजगी गुंतवणूक झाली आहे.

2. **सौर औष्णिक व सौर फोटो व्होल्टाईक ऊर्जा** : राज्यात डिसेंबर 2015 अखेरपर्यंत 360.25 मेगावॅट क्षमतेचे ग्रीड संलग्न सौर फोटो व्होल्टाईक ऊर्जा प्रकल्प महाऊर्जामार्फत कार्यान्वित झाले आहेत. महानिर्मितीने 895 मेगावॅट क्षमतेचे सौरऊर्जा प्रकल्प प्रस्तावित केले आहेत.

3. **चिपाडांपासून वीज सह-निर्मिती** : राज्यात डिसेंबर 2015 अखेरपर्यंत चिपाडांपासून वीज सह-निर्मितीचे एकूण 84 प्रकल्प कार्यान्वित करण्यात आले आहेत. या क्षेत्रात गुंतवणूकदारांना आकर्षित करण्यासाठी केंद्रशासनाकडून बॉयलर संरचनेवर आधारित वीज सह-निर्मिती प्रकल्पांना भांडवली अर्थसाहाय्य देण्यात येते. तसेच राज्यशासनाकडूनदेखील वित्तीय साहाय्य देण्यात येते.

4. **कृषिजन्य अवशेषांवर आधारित ऊर्जानिर्मिती** : नवीन व नवीकरणीय ऊर्जा मंत्रालय, भारत सरकार यांच्या आर्थिक मदतीतून महाऊर्जाद्वारे राज्यातील 39 तालुक्यांमध्ये कृषी अवशेषांच्या उपलब्धतेबाबत अभ्यास घेण्यात आले आहेत. खाजगी सहभागाबाबत आकर्षक धोरणामुळे डिसेंबर 2015 अखेरपर्यंत कृषिजन्य अवशेषांवर आधारित 19 ऊर्जानिर्मिती प्रकल्प कार्यान्वित झाले आहेत व 17 प्रकल्प मंजूर करण्यात आले आहेत.

5. **लघू जलविद्युत प्रकल्प** : राज्यातील एकूण 732 मेगावॅट संभाव्य क्षमतेपैकी जलसंपदा विभागाकडून 284.30 मेगावॅट क्षमतेचे लघू जलविद्युत प्रकल्प डिसेंबर 2015 अखेरपर्यंत स्थापित करण्यात आले आहेत. लघू जलविद्युत प्रकल्प खाजगीकरणातून विकसित करण्यास चालना देण्यासाठीच्या राज्यशासनाच्या धोरणांतर्गत नोव्हेंबर 2015 अखेरपर्यंत 108.10 मेगावॅट क्षमतेचे 25 प्रकल्प कार्यान्वित झाले असून 52 मेगावॅट क्षमतेच्या सोळा प्रकल्पांचे बांधकाम सुरू आहे.

नवीन व नवीकरणीय ऊर्जा स्रोतांचे महत्त्व व राज्यातील वाव लक्षात घेऊन त्यापासून वीजनिर्मितीच्या पारेषण संलग्न प्रकल्पांना चालना देण्यासाठी राज्याचे एकत्रित धोरण, 2015 जाहीर करण्यात आले आहे. या धोरणांतर्गत एकूण 14,400 मेगावॅट क्षमतेचे नवीन व नवीकरणीय ऊर्जेपासून वीजनिर्मितीचे पारेषण संलग्न प्रकल्प पुढील पाच वर्षांमध्ये आस्थापित करण्याचे उद्दिष्ट निश्चित करण्यात आले आहे.

वीजनिर्मिती

राज्यात सन 2014-15 मध्ये एकूण वीजनिर्मिती (नवीकरण/अक्षय ऊर्जेसह) मागील वर्षापेक्षा 12.8 टक्क्याने वाढून 1,03,779 दशलक्ष युनिट्स झाली. केंद्रीय क्षेत्राकडून राज्याला सन 2014-15 मध्ये 30,401 दशलक्ष युनिट्स इतकी वीज उपलब्ध झाली.

एकूण वीजनिर्मितीमध्ये महानिर्मितीचा वाटा 47.5 टक्के; त्या खालोखाल अदानी पॉवर मर्यादित (एपीएल) 15.9 टक्के; अक्षय ऊर्जा 7.8 टक्के; टाटा पॉवर 7.5 टक्के; जेएसडब्ल्यू एनर्जी 7.4 टक्के; रिलायन्स इन्फ्रास्ट्रक्चर, वर्धा पॉवर कंपनी मर्यादित (डब्ल्यूपीसीएल), एम्को पॉवर (प्रत्येकी 3.5 टक्के); आणि इतर 3.4 टक्के असा होता.

राज्यात सन 2015-16 मध्ये डिसेंबरअखेरपर्यंत 84,558 दशलक्ष युनिट्स वीजनिर्मिती झाली व ती सन 2014-15 मधील तत्सम कालावधीतील वीजनिर्मितीपेक्षा 8.1 टक्के अधिक होती. केंद्रीय क्षेत्राकडून सन 2015-16 मध्ये डिसेंबर अखेरपर्यंत 21,993 दशलक्ष युनिट्स वीज उपलब्ध झाली.

तक्ता क्र. 13.17 : स्रोतनिहाय वीजनिर्मिती (दशलक्ष युनिट)

स्रोत	31 मार्च रोजी		2015 - 16 [+*]	2014-15 मध्ये 2013-14 च्या तुलनेतील शेकडा बदल
	2013-14	2014 - 15		
राज्यामधील	91,987	1,03,779	84,558	12.8
औष्णिक	71,686	84,882	71,425	18.4
नैसर्गिक वायुजन्य	6,055	4,626	3,144	(–) 23.6
जलजन्य	6,763	5,856	4,174	(–) 13.4
नवीकरणीय $	7,483	8,415	5,815	12.5
केंद्रीय क्षेत्राकडून राज्यास उपलब्ध	31,525	30,401	21,993	(–) 3.6

$　　बंदिस्त विजेसह (टीप : 1 युनिट = 1 किलो वॅट तास)

+　　डिसेंबरपर्यंत　　　　*　　अस्थायी

संदर्भ :　(i)　महानिर्मिती, टाटा पॉवर, रिलायन्स इन्फ्रास्ट्रक्चर; महावितरण (आरजीपीएल, केंद्रीय क्षेत्रातून राज्यास उपलब्ध वीज); नवीकरणीय – महावितरणला वीज विक्री करणारे प्रकल्प, केंद्रीय विद्युत प्राधिकरण (खाजगी कंपन्यांसाठी)

　　　　(ii)　महाराष्ट्राची आर्थिक पाहणी, 2015-16; पान 126

विजेची स्थापित क्षमता

मागील वर्षाच्या तुलनेत स्थापित क्षमतेत सन 2014-15 मध्ये 4.8 टक्के वाढ झाली तर केंद्रीय क्षेत्रातील राज्यासाठीच्या वाटपात बदल झाला नाही. राज्याच्या स्थापित क्षमतेत 31 मार्च, 2015 रोजी सार्वजनिक क्षेत्राचा 36.5 टक्के, खाजगी क्षेत्राचा 56.4 टक्के (पारंपरिक 35 टक्के व नवीकरणीय/अक्षय ऊर्जा 21.4 टक्के) आणि सार्वजनिक–खाजगी भागीदारीतून साकारलेल्या प्रकल्पाचा (रत्नागिरी गॅस पॉवर प्रोजेक्ट मर्यादित – आरजीपीपीएल) 7.1 टक्के वाटा होता.

स्रोतनिहाय स्थापित क्षमता तक्ता क्र. 13.18 मध्ये दिली आहे.

तक्ता क्र. 13.18 : स्रोतनिहाय स्थापित क्षमता (मेगावॅट)

स्रोत	31 मार्च रोजी		31 डिसेंबर, 2015 रोजी	2014-15 मध्ये 2013-14 च्या तुलनेतील शेकडा बदल
	2014	2015		
राज्यामधील	29,849	31,281	32,706	4.8
औष्णिक	17,206	18,436	19,636	7.1
नवीकरणीय	6,465	6,707	6,932	3.7
जलजन्य	3,066	3,066	3,066	0.0
नैसर्गिक वायुजन्य	3,112	3,072	3,072	(–) 1.3
केंद्रीय क्षेत्राकडून वाटप	6,627	6,627	6,776	निरंक

संदर्भ :　(i)　महानिर्मिती, टाटा पॉवर, रिलायन्स इन्फ्रास्ट्रक्चर; महाऊर्जा (नवीकरणीय ऊर्जेसाठी); महावितरण; केंद्रीय विद्युत प्राधिकरण (केंद्रीय क्षेत्राकडून वाटप आणि खाजगी कंपन्यांसाठी).

　　　　(ii)　महाराष्ट्राची आर्थिक पाहणी, 2015-16; पान 125

विजेचा वापर

राज्यातील सन 2014-15 मधील विजेचा एकूण वापर 1,12,855 दशलक्ष युनिट्स इतका असून तो मागील वर्षापेक्षा 9.6 टक्क्यांनी अधिक होता तर सन 2015-16 मध्ये डिसेंबर अखेरपर्यंत 78,383 दशलक्ष युनिट्स वापर हा सन 2014-15 मधील तत्सम कालावधीतील वापरापेक्षा थोडा अधिक होता. राज्यातील विजेचा सर्वाधिक वापर औद्योगिक क्षेत्रात (36.8 टक्के) तर

त्या खालोखाल कृषिक्षेत्रात (23.4 टक्के) आणि घरगुती क्षेत्रात (22.5 टक्के) होता. या तीन क्षेत्रांचा एकत्रित वापर राज्यातील एकूण वीज वापराच्या 82.7 टक्के होता. **(तक्ता क्र. 13. 19 पाहा.)**

तक्ता क्र. 13.19 : क्षेत्रनिहाय विजेचा वापर (दशलक्ष युनिट)

क्षेत्र	एप्रिल – मार्च		एप्रिल – डिसेंबर[*]		2015-16 मध्ये 2014-15 च्या तुलनेतील शेकडा बदल
	2013-14	2014 - 15	2014 - 15	2015 - 16	
औद्योगिक	38,949	41,522	24,756	25,526	3.3
कृषी	21,725	26,407	14,469	14,951	2.4
घरगुती	23,679	25,428	20,133	21,374	3.1
वाणिज्यिक	12,469	12,504	9,724	9,956	6.2
सार्वजनिक सेवा[@]	3,634	4,183	3,064	3,351	9.4
रेल्वे	2,389	2,443	1,842	1,680	(–) 8.8
संकीर्ण	144	368	3,664	1,545	(–) 57.8
एकूण	1,02,989	1,12,855	77,652	78,383	0.9

[@] सार्वजनिक दिवाबत्ती व पाणीपुरवठा   [*] अस्थायी

संदर्भ : (i) महावितरण, टाटा पॉवर, रिलायन्स इन्फ्रास्ट्रक्चर, बेस्ट. (ii) महाराष्ट्राची आर्थिक पाहणी, 2015-16; पान 126

प्रमुख क्षेत्रनिहाय भारतातील (सन 2013-14) आणि महाराष्ट्रातील (सन 2013-14 व 2014-15) दरडोई विजेचा अंतिम वापर तक्ता क्र. 13.20 मध्ये दिला आहे.

सरासरी कमाल मागणीच्या वेळी विजेचा पुरवठा व तूट यासंबंधीची माहिती तक्ता क्र. 13.21 मध्ये दिली आहे.

तक्ता क्र. 13.20 : दरडोई विजेचा अंतिम वापर (दशलक्ष युनिट्स)

क्षेत्र	भारत	महाराष्ट्र	
	2013-14	2013-14	2014-15
सर्व क्षेत्र	609.2	888.9	962.6
औद्योगिक	212.5	336.2	354.1
घरगुती	162.0	204.4	216.9
कृषी	123.5	187.5	225.2

टीप : राज्यातील चार वीज वितरण यंत्रणाकडील वीज वापराची आकडेवारी एकत्रित करून त्यास केंद्रीय सांख्यिकी कार्यालय, भारत सरकार यांच्याकडून उपलब्ध झालेल्या सन 2011 च्या जनगणनेच्या आधारे प्रक्षेपित मध्यावधी लोकसंख्येने भागून दरडोई विजेचा अंतिम वापर परिगणित करण्यात आला आहे.

संदर्भ : (i) केंद्रीय विद्युत प्राधिकरण, भारत सरकार; महावितरण, टाटा पॉवर, रिलायन्स इन्फ्रास्ट्रक्चर, बेस्ट.

(ii) महाराष्ट्राची आर्थिक पाहणी, 2015-16; पान 127.

तक्ता क्र. 13.21 : सरासरी कमाल मागणीच्या वेळी विजेचा पुरवठा व तूट (मेगावॅट)

वर्ष	सरासरी कमाल मागणी	पुरवठा	तूट
2011-12	14,043	12,841	1,202
2012-13	14,032	13,309	723
2013-14	14,406	13,830	576
2014-15	15,812	15,392	420
2015-16[+]	15,893	15,750	143

[+] डिसेंबरपर्यंत.

संदर्भ : (i) महावितरण;

(ii) महाराष्ट्राची आर्थिक पाहणी, 2015-16; पान 127

ग्रामीण विद्युतीकरण, जाळ्यांची सुधारणा आणि ऊर्जासंवर्धन

राज्यातील वस्ती असलेल्या एकूण 40,959 गावांपैकी (जनगणना, 2011 नुसार) डिसेंबर 2015 अखेरपर्यंत 40,898 गावांचे विद्युतीकरण झाले आहे. ग्रामीण विद्युतीकरण, जाळ्यांची सुधारणा आणि ऊर्जासंवर्धनासाठी राबविण्यात येत असलेल्या महत्त्वाच्या योजनांचा तपशील पुढीलप्रमाणे आहे.

1. **राजीव गांधी ग्रामीण विद्युतीकरण योजना** : या योजनेअंतर्गत राज्यातील विद्युतीकरण न झालेल्या 4,709 खेड्यांचे विद्युतीकरण करण्यात आले असून दारिद्र्यरेषेखालील 12,11,041 ग्रामीण कुटुंबांना मोफत वीजजोडणी पुरविण्यात आली.

2. **दीनदयाल उपाध्याय ग्राम ज्योती योजना** : केंद्रशासनाने ग्रामीण भागासाठी ही योजना सुरू केली असून राज्यासाठी ₹ 2,163.44 कोटी इतकी रक्कम मंजूर करण्यात आली आहे. कृषी व अकृषक फिडर्स वेगवेगळे करणे, ग्रामीण भागातील उप-परेषण व वितरणाच्या पायाभूत यंत्रणेत वाढ आणि मिटरींगसह बळकटीकरण, वीजजोडणी नसलेल्या ग्रामीण कुटुंबांसाठी (दारिद्र्यरेषेखालील कुटुंबांसह) वीजजोडणी देण्यासाठी आवश्यक पायाभूत यंत्रणांची निर्मिती करणे; संसद आदर्श ग्राम योजनांतर्गत निवड केलेल्या गावांसाठी पायाभूत सुविधांचे आधुनिकीकरण व बळकटीकरण इत्यादी कामांचा समावेश आहे.

3. **दुरस्थ गावांचे विद्युतीकरण कार्यक्रम** : केंद्र व राज्यशासनाच्या या कार्यक्रमांतर्गत सन 2014-15 पर्यंत 543 गावे आणि 694 वस्त्यांचे विद्युतीकरण महाऊर्जामार्फत नवीकरणीय ऊर्जा स्रोतांचा वापर करून करण्यात आले आहे.

4. **स्वतंत्र फिडर योजना** : सन 2014-15 पर्यंत या योजनेअंतर्गत 17,334 गावांना गावठाण व कृषी पंपांसाठी स्वतंत्र फिडर्स पुरविण्यात आले.

5. **कृषी पंपांचे विद्युतीकरण** : सन 2014-15 मध्ये 1,47,993 कृषी पंपांचे व सन 2015-16 मध्ये डिसेंबर अखेरपर्यंत 83,415 कृषी पंपांचे विद्युतीकरण करण्यात आले. डिसेंबर 2015 अखेरपर्यंत विद्युतीकरण झालेल्या पंपांची एकूण संख्या (कायमस्वरूपी जोडणी काढून टाकलेले कृषी पंप वगळून) 38,96,113 इतकी होती.

6. **अटल सौर कृषी पंप योजना** : सौर कृषी पंप आस्थापित करण्याची नवीन योजना राज्यात सन 2015 पासून सुरू करण्यात आली. सदर योजना महावितरण आणि महाऊर्जा या यंत्रणांमार्फत राबविण्यात येत आहे. राज्यात 7,540 सौर कृषी पंप आस्थापित करण्याचे उद्दिष्ट आहे.

7. **पुनर्रचित गतिमान ऊर्जा विकास व सुधारणा कार्यक्रम** : या योजनेत 30,000 पेक्षा अधिक लोकसंख्या असलेली नगरे व शहरे यांचा समावेश आहे. पायाभूत माहिती यंत्रणा प्रस्थापित करणे, जबाबदारी निश्चिती, एकूण तांत्रिक व व्यावसायिक हानीमध्ये कपात, पर्यवेक्षी नियंत्रण व माहिती प्राप्ती/माहिती व्यवस्थापनप्रणाली नियंत्रण केंद्र या बाबी या कार्यक्रमात समाविष्ट आहेत. ऊर्जा वित्त महामंडळाकडून ₹ 1,400.87 कोटी राज्यास वितरित केले असून डिसेंबर 2015 अखेरपर्यंत ₹ 1,490.26 कोटी खर्च झाला.

8. **घरगुती कार्यक्षम दिव्यांसाठी कार्यक्रम (डीईएलपी)** : जून 2015 मध्ये घोषित करण्यात आलेल्या या कार्यक्रमांतर्गत घरगुती ग्राहकांकडील सद्य:स्थितीतील सीएफएल व इनकॅन्डेसन्ट दिवे बदलून एलईडी दिवे लावण्यात येत आहेत. हा कार्यक्रम एनर्जी एफिशियंट सर्व्हिसेस लि. या केंद्रीय वीज मंत्रालयाच्या सार्वजनिक क्षेत्रातील कंपन्यांच्या संयुक्त उपक्रमाद्वारे राबविण्यात येत असून राज्यात त्यासाठी महावितरण साहाय्य करत आहे. महाराष्ट्र विद्युत नियामक आयोगाने मंजुरी दिलेल्या आराखड्यानुसार महावितरणला 3.86 कोटी एलईडी दिवे वितरणासाठी अंदाजित खर्च ₹ 553.93 कोटी आहे. याद्वारे अंदाजित 750 दशलक्ष युनिट्सची वार्षिक बचत व मागणीत सुमारे 293 मेगावॅट घट अपेक्षित आहे. पुढील दोन आर्थिक वर्षांत 3.00 कोटी एलईडी दिवे वितरित करण्याचे उद्दिष्ट आहे. राज्यात सन 2015-16 मध्ये दिनांक 15 फेब्रुवारीपर्यंत सुमारे 92 लाख एलईडी दिव्यांचे वितरण करण्यात आले आहे.

क्षमता वाढ

औष्णिक ऊर्जानिर्मिती : महानिर्मितीने अकराव्या पंचवार्षिक योजनेदरम्यान परळी (संच 6 व 7) आणि पारस (संच 3 व 4) येथे प्रत्येकी 250 मेगावॅट क्षमतेचे असे एकूण 1,000 मेगावॅट क्षमतेचे प्रकल्प कार्यान्वित केले आहेत.

बाराव्या पंचवार्षिक योजनेत महानिर्मितीने एकूण 12,980 मेगावॅट क्षमतेचे प्रकल्प पुढीलप्रमाणे प्रस्तावित केले आहेत.

तक्ता क्र. 13.22 : बाराव्या पंचवार्षिक योजनेत महानिर्मितीने प्रस्तावित केलेले प्रकल्प (मेगावॅट)

प्रकल्प	क्षमता
खापरखेडा संच - 5	500
भुसावळ संच – 4 व 5 (प्रत्येकी 500 मेगावॅट)	1,000
परळी संच – 8	250
चंद्रपूर संच – 8 व 9 (प्रत्येकी 500 मेगावॅट)	1,000
कोराडी संच – 8, 9 व 10 (प्रत्येकी 660 मेगावॅट)	1,980
भुसावळ संच – 6	660
पारस संच – 5	250
नाशिक संच – 6	660
उरण गॅसवर आधारित संयुक्त सायकल विद्युत केंद्र (ब्लॉक 1 व 2 – अनुक्रमे 406 व 814 मेगावॅट)	1,220
लातूर गॅसवर आधारित संयुक्त सायकल विद्युत केंद्र (ब्लॉक 1 व 2 – प्रत्येकी 750 मेगावॅट)	1,500
कानपा (ता. नागभीड, जि. चंद्रपूर) : संच 1 व 2 (प्रत्येकी 660 मेगावॅट)	1,320
मेंडकी (ता. ब्रह्मपुरी, जि. चंद्रपूर) : संच 1 व 2 (प्रत्येकी 660 मेगावॅट)	1,320
मनोरा (ता. तिरोडा, जि. गोंदिया) : संच 1 व 2 (प्रत्येकी 660 मेगावॅट)	1,320

संदर्भ : (i) महानिर्मिती; (ii) महाराष्ट्राची आर्थिक पाहणी, 2012-13; पान 140

या व्यतिरिक्त धोपावे औष्णिक विद्युत केंद्र (संच 1 ते 3 : प्रत्येकी 660 मेगावॅट) आणि दोंडाईचा औष्णिक विद्युत प्रकल्प (संच 1 ते 5 : प्रत्येकी 660 मेगावॅट) हे प्रकल्प महावितरणद्वारा वीजदरावर आधारित स्पर्धात्मक बोली (केस-2 बीडींग) पद्धतीद्वारे राबविणार आहे.

सौर ऊर्जा : महानिर्मितीने चंद्रपूर येथे एकूण पाच मेगावॅट क्षमतेचे तीन सौर ऊर्जा प्रकल्प अकराव्या पंचवार्षिक योजनेदरम्यान कार्यान्वित केलेले आहेत तर बाराव्या पंचवार्षिक योजनेत साधारणपणे 540 मेगावॅट क्षमतेच्या प्रकल्पांचे नियोजन केले आहे. त्याबाबतची माहिती पुढीलप्रमाणे.

तक्ता क्र. 13.23 : बाराव्या पंचवार्षिक योजनेत महानिर्मितीद्वारा प्रस्तावित सौर ऊर्जा प्रकल्प

प्रकल्प	क्षमता	प्रकल्प	क्षमता
साकरी (जि. धुळे)	25	मांगलादेवी-पिंपरी-नवाबपूर (1 व 2)	100
शिवाजीनगर, साकरी (जि. धुळे)	125	मालखेड (ता. नेर, जि. यवतमाळ)	
कौडगाव (जि. उस्मानाबाद)	75	लोहाणा एमआयडीसी (जि. यवतमाळ)	75
गंगाखेड (जि. परभणी)	100	शिर्षुपाल (ता. बारामती, जि. पुणे)	40

संदर्भ : (i) महानिर्मिती; (ii) महाराष्ट्राची आर्थिक पाहणी, 2012-13; पान 140

बहुपर्यायी प्रश्न

II. ऊर्जा साधनसंपत्ती

1. महाराष्ट्र . . . . हा गोंडवनी संघाच्या व दामुदा मालेतील बाराकर समुदायातील खडकात पाहावयास मिळतो.
   (1) दगडी कोळसा   (2) खनिज तेल   (3) मँगेनीज   (4) लोहखनिज

2. महाराष्ट्रातील दगडी कोळशाचा उपयोग प्रामुख्याने . . . . निर्मितीसाठी केला जातो.
   (1) औष्णिक विद्युत   (2) आण्विक विद्युत   (3) जलविद्युत   (4) अपरंपरागत ऊर्जा

3. पूर्व विदर्भात . . . . साठे आढळतात.
   (1) दगडी कोळसा   (2) नैसर्गिक वायू   (3) खनिज तेल   (4) युरेनिअम

4. महाराष्ट्रात दगडी कोळशाचे सर्वांत मोठे साठे . . . . येथे आहेत.
   (1) बल्लारपूर   (2) घुगुस-तेलवासा   (3) कामठी   (4) वणी

5. पश्चिम महाराष्ट्राच्या आर्थिक विकासासाठी . . . . जलविद्युत केंद्राचा सर्वांत मोठा सहभाग आहे.
   (1) राधानगरी   (2) कोयना   (3) भाटघर   (4) जायकवाडी

6. मराठवाड्याचा कायापालट . . . . जलविद्युत प्रकल्पामुळे होत आहे.
   (1) वैतरणा   (2) रायगड   (3) भंडारदरा   (4) जायकवाडी-पैठण

7. . . . . जिल्ह्यात भिरा, खोपोली व भिवपुरी जलविद्युत केंद्रे आहेत.
   (1) सिंधुदुर्ग   (2) रायगड   (3) ठाणे   (4) मुंबई उपनगर

8. उल्हास नदीच्या खाडीजवळ . . . . औष्णिक विद्युत केंद्र आहे.
   (1) तुर्भे   (2) फेकरी   (3) चोला   (4) परळी

9. टाटा विद्युत मंडळाचे औष्णिक केंद्र . . . . या ठिकाणी आहे.
   (1) तुर्भे   (2) एकलहरे   (3) बल्लारपूर   (4) पारस

10. खानदेशातील एकमेव औष्णिक केंद्र भुसावळजवळ . . . . येथे आहे.
    (1) परळी   (2) कोराडी   (3) फेकरी   (4) दुर्गापूर

11. मराठवाड्यात परळी औष्णिक केंद्र . . . . जिल्ह्यात आहे.
    (1) औरंगाबाद   (2) बीड   (3) लातूर   (4) परभणी

12. पश्चिम विदर्भात पारस औष्णिक केंद . . . . जिल्ह्यात आहे.
    (1) अकोला   (2) बुलडाणा   (3) अमरावती   (4) यवतमाळ

13. महाराष्ट्रातील सर्वांत मोठ्या क्षमतेचे औष्णिक विद्युत केंद्र नागपूरजवळ . . . . येथे आहे.
    (1) खापरखेडा   (2) दुर्गापूर   (3) बल्लारपूर   (4) कोराडी

14. पश्चिम महाराष्ट्रातील एकमेव औष्णिक विद्युत केंद्र . . . . जिल्ह्यात आहे.

    (1)   अहमदनगर   (2)   पुणे   (3)   नाशिक   (4)   सातारा

15. चंद्रपूर जिल्ह्यात . . . . ही दोन औष्णिक विद्युत केंद्रे आहेत.

    (1)   कोराडी व खापरखेडा   (2)   दुर्गापूर व बल्लारपूर

    (3)   तुर्भे व चोला   (4)   पारस व परळी

16. नैसर्गिक वायूवर आधारित औष्णिक विद्युत केंद्र . . . . येथे आहे.

    (1)   तुर्भे   (2)   तारापूर   (3)   उरण   (4)   चोला

17. महाराष्ट्रातील एकमेव अणुविद्युत केंद्र . . . . येथे आहे.

    (1)   तारापूर   (2)   तुर्भे   (3)   कोराडी   (4)   पोफळी

18. नागपूर जिल्ह्यात . . . . जलविद्युत प्रकल्प महत्त्वाचा आहे.

    (1)   येलदरी   (2)   पेंच   (3)   भातसा   (4)   उजनी

19. महाराष्ट्रातील भूगर्भातील जलविद्युत प्रकल्प म्हणून . . . . प्रकल्प ओळखला जातो.

    (1)   टाटा भिरा   (2)   तिलारी   (3)   कोयना   (4)   पैठण

20. कोकणात विजयदुर्ग येथे . . . . केंद्र आहे.

    (1)   जलविद्युत   (2)   औष्णिक   (3)   सौर ऊर्जा   (4)   पवन ऊर्जा

उत्तरसूची

1.	2.	3.	4.	5.	6.
1	1	1	1	2	4

7.	8.	9.	10.	11.	12.
2	3	1	3	2	1

13.	14.	15.	16.	17.	18.
4	3	2	3	1	2

19.	20.
3	4

<table><tr><td>**14**</td><td># वाहतूक आणि पर्यटन स्थळे</td></tr></table>

I. वाहतूक

महाराष्ट्रातील वाहतुकीचे प्रमुख प्रकार पुढीलप्रमाणे : (1) रस्ते (2) रेल्वे (3) विमानमार्ग (4) जलमार्ग.

रस्ते वाहतूक

महाराष्ट्रात 1951 साली सुमारे 30,000 कि.मी. लांबीचे रस्ते होते. सन 2011-12 मध्ये 2,42,919 कि.मी. लांबीचे रस्ते झाले आहेत.

रस्त्यांचे प्रकार

रस्त्यांची रुंदी, त्यांचे महत्त्व, प्रादेशिक स्थान इत्यादींनुसार रस्त्यांचे प्रकार पाडण्यात आलेले आहेत.

(अ) राष्ट्रीय महामार्ग (ब) राज्य महामार्ग (क) प्रमुख जिल्हा मार्ग (ड) इतर जिल्हा मार्ग (इ) ग्रामीण रस्ते.

(अ) राष्ट्रीय महामार्ग

भारतातील महत्त्वाची राज्ये एकमेकांशी प्रमुख शहरांच्या आधारे जोडली जातात त्यांना 'राष्ट्रीय महामार्ग' असे म्हणतात. महाराष्ट्रातील काही प्रमुख ठिकाणी शेजारच्या राज्यातील ठिकाणाशी तसेच इतर राज्यांशीही राष्ट्रीय महामार्ग जोडले जातात. राज्यानुसार त्यांची विभागणी पाहिल्यास महाराष्ट्राचा दुसरा क्रमांक लागतो. राज्यामध्ये 1951 साली राष्ट्रीय महामार्गांची लांबी 2,216 कि.मी. होती तर 31 मार्च, 2015 रोजी 4,766 कि.मी. आणि प्रमुख राज्य महामार्गांची लांबी 6,163 कि.मी. आहे.

महाराष्ट्रातील प्रमुख राष्ट्रीय महामार्ग पुढीलप्रमाणे :

भारत सरकारने सर्व राष्ट्रीय महामार्गांना क्रमांक दिलेले आहेत :

(1) **मुंबई-नाशिक-आग्रा महामार्ग** : (महामार्ग क्र. 3, राज्यामधील लांबी : 391 कि.मी.)
मुंबई-ठाणे-भिवंडी-नाशिक-धुळे या शहरांमधून हा महामार्ग आग्राकडे जातो.

(2) **मुंबई-पुणे-बेंगळुरू-चेन्नई महामार्ग** : (महामार्ग क्र. 4, राज्यामधील लांबी : 371 कि.मी.)
मुंबई-पुणे-सातारा-कराड-कोल्हापूर मार्गाने बेंगळुरूला जाता येते. हा महामार्ग प्रामुख्याने **'पुणे-बंगलोर'** या नावाने ओळखला जातो.

(3) **न्हावाशेवा-कळंबोली-पळस्पे महामार्ग** : (महामार्ग क्र. 4-ब, राज्यामधील लांबी : 27 कि.मी.)
मुंबई बंदराचा ताण कमी करण्यासाठी मुंबईजवळ न्हावा-शेवा बंदर उभारलेले आहे. ते महामार्गावर आणण्यासाठी न्हावा-शेवा-पळस्पे महामार्ग बांधलेला आहे.

(4) **हाजिरा-सुरत-धुळे-नागपूर-कोलकता महामार्ग** : (महामार्ग क्र. 6, राज्यामधील लांबी : 813 कि.मी.)
हाजिरा-सुरतहून (गुजरात) धुळे, पुढे अकोला-वडनेरा-नागपूरपर्यंत जाता येते. तेथून मध्य प्रदेश व पुढे कोलकत्यास जाता येते.

(5) **वाराणसी-नागपूर-हैदराबाद-बेंगळुरू (कन्याकुमारी महामार्ग)** :
(महामार्ग क्र. 7, राज्यामधील लांबी : 232 कि.मी.)
महाराष्ट्रातून वाराणसी-कन्याकुमारी हा महामार्ग नागपूर शहरामधून जातो.

(6) **मुंबई-अहमदाबाद-जयपूर-दिल्ली महामार्ग** : (महामार्ग क्र. 8, राज्यामधील लांबी : 128 कि.मी.)
मुंबईहून दिल्लीस बडोदा-अहमदाबादमार्गे राजस्थानातून (जयपूर) जाता येते.

(7) **पुणे-सोलापूर-हैदराबाद-विजयवाडा महामार्ग** : (महामार्ग क्र. 9, राज्यामधील लांबी : 336 कि.मी.)
पुणे-सोलापूर-हैदराबादमार्गे आंध्र प्रदेशातील विजयवाड्याला जाता येते.

(8) **सोलापूर-विजापूर-चित्रदुर्ग** : (महामार्ग क्र. 13, राज्यामधील लांबी : 43 कि.मी.)
सोलापूरहून फक्त 43 कि.मी. लांबीचा महामार्ग महाराष्ट्रात आहे.

(9) **निजामाबाद-जगदलपूर महामार्ग** : (महामार्ग क्र. 16, राज्यामधील लांबी : 30 कि.मी.)
विदर्भमधून 30 कि.मी. लांबीचा महामार्ग जातो.

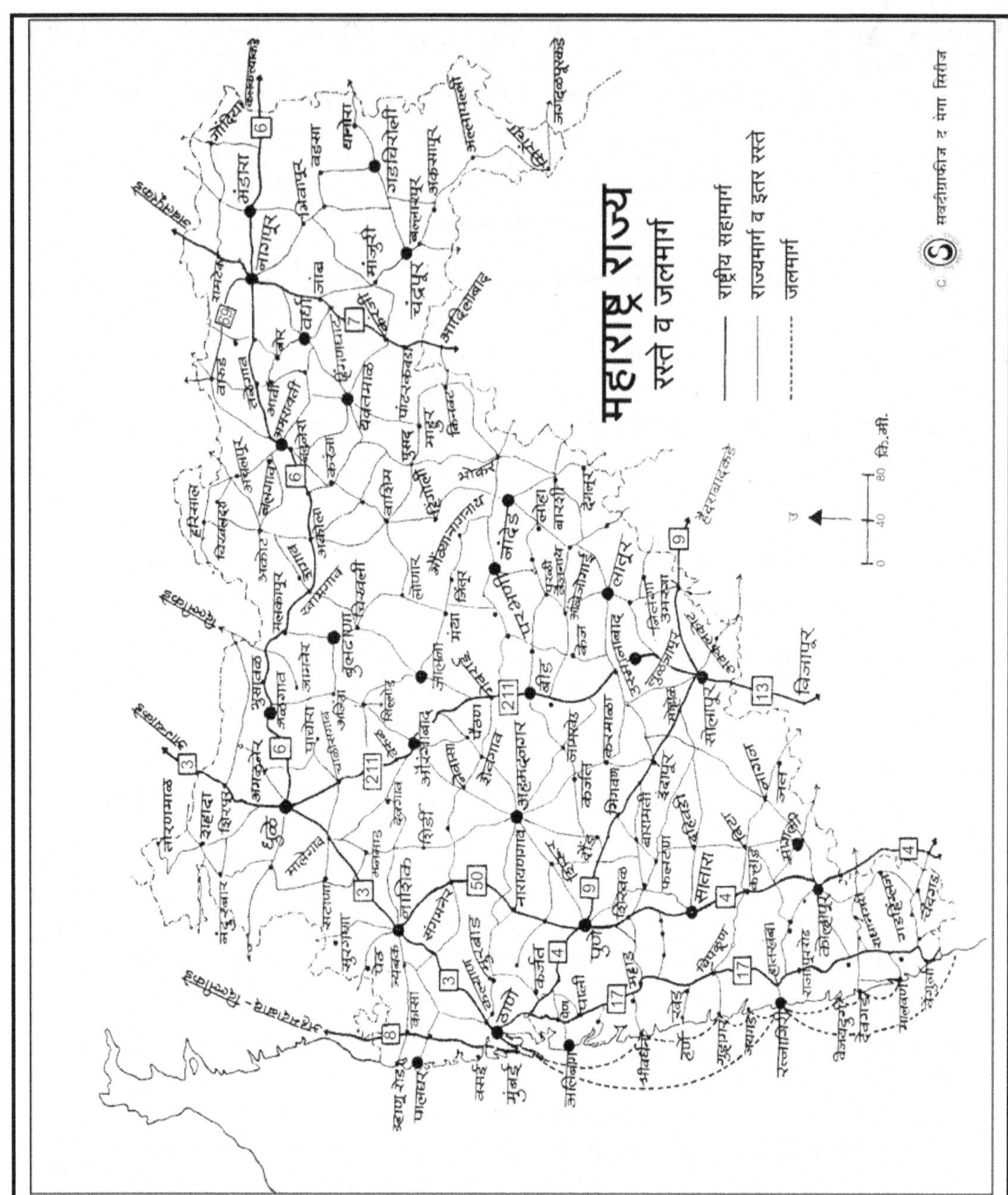

महाराष्ट्र – रस्ते व जलमार्ग :

महाराष्ट्रात मुंबई-आग्रा, मुंबई-बेंगळुरू-चेन्नई, न्हावाशेवा-पळस्पे, धुळे-कोलकता, वाराणसी-कन्याकुमारी, मुंबई-दिल्ली, पुणे-विजयवाडा, निजामाबाद-जगदलपूर, पनवेल-मंगलोर, नागपूर-अब्दुलागंज, पुणे-नाशिक, रत्नागिरी-कोल्हापूर व सोलापूर-धुळे असे राष्ट्रीय महामार्ग आहेत. महाराष्ट्रात जलमार्गांच्या दृष्टीने मुंबई व न्हावाशेवा ही आंतरराष्ट्रीय बंदरे आहेत. डहाणूपासून रेडीपर्यंत 49 बंदरे आहेत. त्याच्या दरम्यान जलवाहतूक चालते.

नकाशा क्र. 14.1. : महाराष्ट्र – रस्ते व जलमार्ग

(10) पनवेल-गोवा-मंगलोर महामार्ग : (महामार्ग क्र. 17, राज्यामधील लांबी : 482 कि.मी.)
या महामार्गाची सुरुवात पनवेलजवळ मुंबई-पुणे रस्त्यावरून होते. महामार्ग रायगड, रत्नागिरी व सिंधुदुर्ग या जिल्ह्यांमधून जातो. पनवेल-पेण-महाड-चिपळूण-राजापूर-सावंतवाडीमार्गे गोव्यात जातो. हा रस्ता **'मुंबई-गोवा'** या नावाने प्रसिद्ध आहे.

(11) पुणे : मच्छलीपट्टणम् सोलापूर-हैदराबाद मार्गे)

(12) पुणे-नाशिक महामार्ग : (महामार्ग क्र. 50, राज्यामधील लांबी : 192 कि.मी.)
राज्यात सुरू होऊन राज्यामध्ये पूर्ण होणारा महामार्ग आहे.

(13) नागपूर-अब्दुल्लागंज : (महामार्ग क्र. 69, राज्यामधील लांबी : 55 कि.मी.) या महामार्गाची लांबी 55 कि.मी. आहे.

(14) रत्नागिरी-कोल्हापूर-धुळे : (महामार्ग क्र. 204, राज्यामधील लांबी : 126 कि.मी.)

(15) सोलापूर - उस्मानाबाद - बीड - गेवराई - औरंगाबाद - धुळे : (महामार्ग क्र. 211, राज्यामधील लांबी : 400 कि.मी.)

(16) कल्याण - अहमदनगर - पाचेगाव - परभणी - नांदेड - निर्मल (आंध्र प्रदेश) : (महामार्ग क्र. 222)

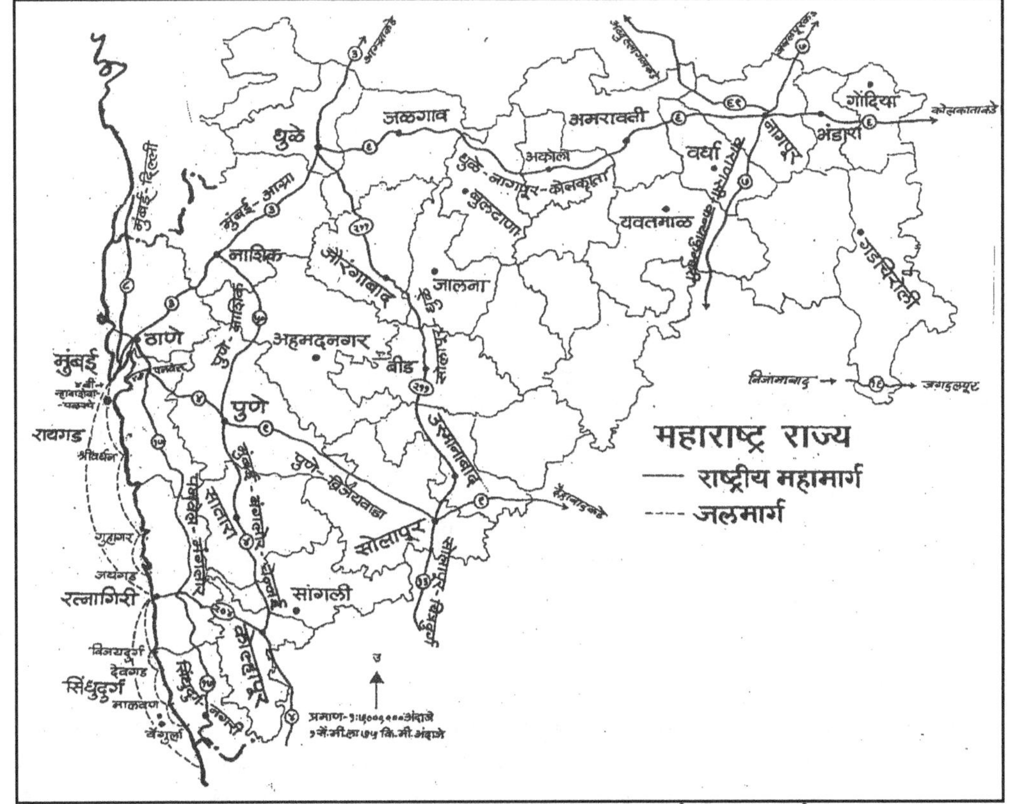

नकाशा क्र. 14.2 : महाराष्ट्र - राष्ट्रीय महामार्ग व जलमार्ग

जलद वाहतुकीचे रस्ते *(Express Highways)* : मुंबई-ठाणे रस्ता हा मुंबईला जाण्याकरिता आणि मुंबईहून येण्यासाठी असलेल्या मार्गांवरील ताण कमी करण्याच्या दृष्टीने दोन राजमार्ग बांधले आहेत.

(1) पूर्व राजमार्ग (Eastern Express Highways) : हा रस्ता शीवपासून सुरू होतो व मध्य रेल्वेच्या पूर्वेला जवळजवळ समांतर रेषेत जातो. पूर्व राजमार्ग चेंबूर-घाटकोपर-विक्रोळी-भांडुप-मुलुंड आणि नंतर ठाण्यास वळसा घालून मुंबई-आग्रा रस्त्याला मिळतो. या राजमार्गाची लांबी सुमारे 24 कि.मी. आहे.

(2) पश्चिम राजमार्ग (Western Express Highways) : हा राजमार्ग माहीमच्या खाडीपासून सुरू होतो आणि पश्चिम रेल्वेलाइनला समांतर रेषेत दहिसरपर्यंत जातो. याची लांबी सुमारे 25 कि.मी. आहे.

मुंबई–पुणे सहा पदरी रस्ता : आता मुंबई–पुणे सहा पदरी रस्ता झालेला आहे. रस्त्याच्या वाहनाची कोंडी कमी करण्याच्या दृष्टीने बांधलेला आहे.

भारतातील एकूण राष्ट्रीय महामार्गांपैकी फक्त 9.2 टक्के महामार्ग महाराष्ट्रात आहेत. राज्याची लोकसंख्या व क्षेत्रफळ विचारात घेता सर्वसाधारणपणे बरोबर आहे. परंतु **महाराष्ट्राचे औद्योगिक उत्पादन देशाच्या एकूण उत्पन्नाच्या 25 टक्क्यांपेक्षा जास्त आहे. त्या मानाने पाहिल्यास राष्ट्रीय महामार्गांची लांबी बरीच कमी आहे.**

पुणे–कागल चौपदरी मार्ग : पुणे–सातारा–कराड–कोल्हापूर–कागल चौपदरी महामार्ग 2006 साली पूर्णत्वाने कार्यान्वित झाला. आता याचे सहा पदरीमध्ये रूपांतर करण्याचे काम प्रगतिपथावर आहे. (सन 2014 नुसार)

जिल्ह्यानुसार राष्ट्रीय महामार्ग : महाराष्ट्रात राष्ट्रीय महामार्गांचे जाळे विषम प्रमाणात आहे. मराठवाड्यात विशेषतः **परभणी, हिंगोली, नांदेड व लातूर** या जिल्ह्यांत राष्ट्रीय एकही महामार्ग नाही. त्याचप्रमाणे विदर्भात **वाशीम व चंद्रपूर** जिल्ह्यातही एकही राष्ट्रीय महामार्ग नाही.

तक्ता क्र. 14.1 : महाराष्ट्र – रस्त्यांची प्रकारांनुसार लांबी

(सार्वजनिक बांधकाम विभाग व जिल्हा परिषदा यांच्या देखभालीखालील)   (लांबी कि.मी. मध्ये)

क्र.	वर्ष	राष्ट्रीय महामार्ग	प्रमुख राज्य महामार्ग	राज्य महामार्ग	रस्ते			
					प्रमुख जिल्हा	इतर जिल्हा	ग्रामीण	एकूण
(1)	(2)	(3)	(4)	(5)	(6)	(7)	(8)	(9)
1.	1950 - 51	2,216	–	7,520	9,936	5,044	5,726	30,442
2.	1960 - 61	2,311	–	9,804	11,058	6,204	7,202	36,579
3.	1970 - 71	2,445	–	14,203	17,684	11,012	20,020	65,364
4.	1980 - 81	2,945	–	18,949	25,233	25,404	68,600	1,41,131
5.	1990 - 91	2,959	–	30,975	38,936	38,573	61,522	1,72,965
6.	2000 - 01	3,688	–	33,212	46,751	43,696	89,599	2,16,946
7.	2012-13	4,376	–	34,222	50,256	47,573	1,06,745	2,43,172
8.	2013-14	5,858	6,337	40,300	50,232	52,761	1,14,557	2,63,708
9.	2014 - 15	4,766	6,163	33,860	50,585	58,115	1,45,879	2,99,368

टीप :   •   ग्रामीण रस्त्यांमध्ये अवर्गीकृत रस्त्यांचा समावेश आहे.

        •   सन 1987 पर्यंतच्या रस्ते लांबीची विभागणी सन 1961 ते 1981 रस्ते विकास योजनेनुसार आणि सन 1987-88 पासून ही विभागणी सन 1981 ते 2001 रस्ते विकास योजनेनुसार केली आहे.

संदर्भ :   (i)   सार्वजनिक बांधकाम विभाग, महाराष्ट्र शासन, मुंबई;

        (ii)   महाराष्ट्राची आर्थिक पाहणी : सन 2013-14; पान 158 आणि सन 2014-15; पान 132 आणि सन 2015-16; पान 145

(ब) राज्य महामार्ग

महाराष्ट्रात प्रमुख शहरे जोडलेल्या रस्त्यांना 'राज्य महामार्ग' असे म्हणतात. त्याची देखरेख, बांधकाम व दुरुस्ती महाराष्ट्र सरकार पाहते. राज्य महामार्गांची लांबी बरीच वाढलेली आहे. **महाराष्ट्रात 1951 साली 7,520 कि.मी. लांबीचे राज्य महामार्ग होते** तर 1971 साली त्यामध्ये 14,203 कि.मी. पर्यंत वाढ झालेली आहे. 1991 साली सुमारे 31,000 कि.मी. तर **31 मार्च, 2015 रोजी सुमारे 33,860 कि.मी. लांबीचे राज्य महामार्ग आहेत. महाराष्ट्रात राज्य महामार्गांची एकूण संख्या 129 आहे.** त्यातील बरेच रस्ते राष्ट्रीय महामार्गांस जोडले जातात. यामुळे राज्यातील अनेक शहरे राष्ट्रीय महामार्गांशी जोडली गेलेली आहेत आणि त्यांचा संपर्क अन्य राज्यांतील शहरांशीदेखील येऊ शकतो.

काही महत्त्वाच्या राज्यमार्गांची माहिती पुढे दिलेली आहे :

- बांद्रा–घोडबंदर–ठाणे रस्ता कोपर बावरी येथे मुंबई–आग्रा राष्ट्रीय महामार्गाला मिळतो.
- वसई–कल्याण–अहमदनगर–भूम रस्ता गोळेगाव येथे मलकापूर–सोलापूर रस्त्याला मिळतो.
- मुंबई–पनवेल रस्ता गोवा महामार्गास मिळतो.
- धुळे–चाळीसगाव–दौलताबाद रस्ता नाशिक–औरंगाबाद–नांदेड रस्त्याला मिळतो.

- पुणे-नगर-औरंगाबाद-जळगाव हा राज्य महामार्ग महत्त्वाचा आहे.
- कोकणातून गुहागर-चिपळूण पुढे कराड-जतमार्गे कर्नाटकात विजापूरला जाता येते.
- विदर्भमध्ये यवतमाळ-वडनेरा रस्ता धुळे-नागपूर-कोलकता या राष्ट्रीय महामार्गाला मिळतो.

(क) प्रमुख जिल्हा मार्ग

जिल्ह्या-जिल्ह्यातील **प्रमुख ठिकाणे रस्त्यांनी एकमेकांनी जोडली जातात.** जिल्ह्यातील उत्पादन केंद्रे आणि बाजारपेठा महामार्गांनी आणि रेल्वेने जोडण्याचा प्रयत्न केला जातो. महाराष्ट्रात या बाबतीतही तशी बरीच प्रगती करण्यात आली आहे. **1951 साली प्रमुख जिल्हा मार्गांची लांबी 9,936 कि.मी.** तर 1971 साली 17,684 कि.मी. लांबीचे प्रमुख जिल्हामार्ग होते. **2010-11 साली हीच लांबी 49,936 कि.मी.** झाली तर 31 मार्च, 2015 रोजी प्रमुख जिल्हा मार्गांची लांबी 50,585 कि.मी. पर्यंत वाढली.

(ड) इतर जिल्हा मार्ग

जिल्ह्यामध्ये इतर शहरे आणि गावे रस्त्यांनी जोडली जातात त्यास 'इतर जिल्हा मार्ग' असे म्हणतात. महाराष्ट्रात **1951 साली सुमारे 5,044 कि.मी. लांबीचे इतर जिल्हा मार्ग होते.** 1971 साली त्याची लांबी सुमारे 11,012 कि.मी. पर्यंत वाढली. **1991 साली राज्यात इतर जिल्हा मार्गांची लांबी 38,573 कि.मी.** झाली. म्हणजे सुमारे वीस वर्षांत साडेतीन पट लांबी वाढली. **2013 साली इतर जिल्हा मार्गांची लांबी 31 मार्च, 2015 रोजी 58,115 कि.मी. पर्यंत वाढली. या रस्त्याच्या बाबतीतही पश्चिम महाराष्ट्र आघाडीवर आहे.** तेथील बहुतेक सर्व जिल्ह्यांत त्यांची लांबी 1,500 कि.मी. पेक्षा जास्त आहे. त्या मानाने मराठवाड्यातील त्यांची लांबी मात्र 1,000 कि.मी. पेक्षा कमी आहे. विदर्भातही इतर जिल्हा मार्गांची लांबी 1,000 कि.मी. च्या आसपास आहे.

(इ) ग्रामीण रस्ते

महाराष्ट्रातील अनेक खेडी रस्त्यांनी एकमेकांशी जोडण्याची जरुरी आहे. या खेड्यांचा संपर्क तालुक्याची ठिकाणे व जवळच्या जिल्ह्यातील रस्त्यांशी साधण्याचा प्रयत्न केला जातो. **1951 साली ग्रामीण भागात 5,726 कि.मी. लांबीचे ग्रामीण रस्ते होते** तर 1971 साली त्यांची लांबी 20,020 कि.मी. पेक्षा जास्त होती. **ग्रामीण रस्त्याच्या विकासाच्या बाबतीत 1971 ते 1981 हे दशक आमूलाग्र क्रांतीचे ठरले;** या काळात ग्रामीण रस्त्यांची लांबी 20,020 कि.मी. वरुन 68,600 कि.मी. पर्यंत वाढली. म्हणजे जवळजवळ साडेतीन पटींवर वाढ झाली. 2000-01 साली ग्रामीण रस्त्यांची लांबी 89,599 कि.मी. झाली. 31 मार्च, 2015 रोजी **ग्रामीण रस्त्यांची लांबी 1,45,879 कि.मी. पर्यंत वाढलेली आहे.**

तक्ता क्र. 14.2 : महाराष्ट्र - सार्वजनिक बांधकाम विभागाच्या व जिल्हा परिषदांच्या देखरेखीखालील साध्य केलेली एकूण रस्त्यांची लांबी (कि.मी.) (सन 2015-16)

घटक	1	2	3	4	5
पहिले पाच जिल्हे	अहमदनगर	नाशिक	पुणे	सोलापूर	जळगाव
रस्त्यांची लांबी	20,662	19,024	18,688	17,073	12,727
शेवटचे पाच जिल्हे	बृहन्मुंबई	वाशिम	अकोला	हिंगोली	वर्धा
रस्त्यांची लांबी	49	2,970	3,288	3,852	4,225

संदर्भ : (i) सार्वजनिक बांधकाम विभाग, महाराष्ट्र शासन, मुंबई; (ii) महाराष्ट्राची आर्थिक पाहणी, 2015-16; पान 146

वाहतुकीचे जाळे

राज्यातील रस्त्यांच्या जाळ्यामध्ये राष्ट्रीय महामार्ग, राज्य महामार्ग, प्रमुख जिल्हा रस्ते, इतर जिल्हा रस्ते आणि ग्रामीण रस्ते यांचा समावेश होतो. राज्यशासनाचा सार्वजनिक बांधकाम विभाग, जिल्हा परिषदा, महानगरपालिका, नगरपरिषदा, नगरपंचायती, कटक मंडळे, महाराष्ट्र राज्य रस्ते विकास महामंडळ, वन विभाग, महाराष्ट्र राज्य औद्योगिक विकास महामंडळ (एमआयडीसी) आणि शहर व औद्योगिक विकास महामंडळ (सिडको) राज्यातील रस्त्यांच्या विकासाची कामे पार पाडतात.

राज्यात 3.37 लाख कि.मी. लांबीच्या रस्त्यांच्या विकासाचे उद्दिष्ट ठेवून रस्ते विकास आराखडा सन 2001 ते 2021 ची अंमलबजावणी सुरू आहे. मार्च 2015 अखेर सार्वजनिक बांधकाम विभाग व जिल्हा परिषदांच्या देखभालीखालील रस्त्यांची एकत्रित लांबी (स्थानिक स्वराज्य संस्थांच्या देखभालीखालील रस्त्यांची लांबी वगळून) 2.99 लाख कि.मी. असून त्यापैकी पृष्ठांकित रस्त्यांची लांबी 2.45 लाख कि.मी. (81.9 टक्के) होती. 31 मार्च, 2015 रोजी (जनगणना 2001 च्या ग्राम निर्देशिकेनुसार) 99 टक्क्यांपेक्षा जास्त गावे बारमाही व हंगामी रस्त्यांनी जोडलेली होती. तथापि, 250 गावे कोणत्याही रस्त्यांनी जोडलेली नव्हती.

तक्ता क्र. 14.3 : सार्वजनिक बांधकाम विभाग व जिल्हा परिषदांच्या देखभालीखालील रस्त्यांची लांबी

वैधानिक विकास मंडळ	31 मार्च रोजी	रस्त्यांचे प्रकार						
		राष्ट्रीय महामार्ग	प्रमुख राज्य महामार्ग	राज्य महामार्ग#	प्रमुख जिल्हा रस्ते	इतर जिल्हा रस्ते	ग्रामीण रस्ते	एकूण
विदर्भ	2014	1,298	2,137	9,727	11,478	14,768	26,511	65,919
	2015	1,599	1,639	9,604	11,899	14,642	26,281	65,664
मराठवाडा	2014	1,297	1,757	7,778	11,527	12,251	24,720	59,330
	2015	816	1,757	7,778	11,527	12,251	31,368	65,497
उर्वरित महाराष्ट्र	2014	3,263	2,443	16,458	27,227	25,742	63,326	1,38,459
	2015	2,351	2,767	16,478	27,159	31,222	88,230	1,68,207
एकूण	2014	5,858	6,337	33,963	50,232	52,761	1,14,557	2,63,708
	2015	4,766	6,163	33,860	50,585	58,115	1,45,779	2,99,368

संदर्भ : (i) सार्वजनिक बांधकाम विभाग, महाराष्ट्र शासन, मुंबई; (ii) महाराष्ट्राची आर्थिक पाहणी, 2015 - 16; पान 132

तक्ता क्र. 14.4 : महाराष्ट्र – प्रशासकीय विभागानुसार रस्त्यांच्या लांबीचे रुंदीनुसार वर्गीकरण (सार्वजनिक बांधकाम व जिल्हा परिषद यांच्या देखरेखीखालील) (सन 2014-15)

प्रशासकीय विभाग / रस्त्यांची रुंदी	रस्त्यांची लांबी (कि.मी.)				
	7.0 मी.	5.5 मी.	3.75 मी.	इतर	एकूण
कोकण विभाग	1,982	2,840	21,877	6,520	33,219
पश्चिम महाराष्ट्र (पुणे)	3,221	5,177	47,518	12,906	68,822
उत्तर महाराष्ट्र (नाशिक)	3,154	5,012	36,274	20,624	66,166
मराठवाडा (औरंगाबाद)	3,126	4,719	44,441	13,211	65,497
अमरावती विभाग	2,111	3,664	11,407	11,104	28,286
नागपूर विभाग	2,033	3,967	14,869	16,510	37,378
महाराष्ट्र	**15,628**	**25,379**	**1,76,386**	**80,875**	**2,99,368**

संदर्भ : (i) सार्वजनिक बांधकाम विभाग, महाराष्ट्र शासन, मुंबई; (ii) महाराष्ट्राची आर्थिक पाहणी, 2015-16; पान 146

प्रधानमंत्री ग्रामसडक योजना : प्रधानमंत्री ग्रामसडक योजनेचा मुख्य उद्देश ग्रामीण भागातील 500 व अधिक लोकसंख्या (आदिवासी भागासाठी 250 व अधिक) असलेल्या व रस्त्याने न जोडलेल्या वस्त्यांना बारमाही रस्त्यांनी जोडणे हा आहे. या योजनेअंतर्गत 24,439 कि.मी. लांबीच्या रस्त्यांनी 8,315 लोकवस्त्यांना जोडण्याचे उद्दिष्ट ठरविण्यात आले आहे. एकूण उद्दिष्टपैकी 31 डिसेंबर, 2015 पर्यंत 8,009 वस्त्यांना 22,898 कि.मी. लांबीच्या रस्त्यांनी जोडण्यात आले आहे.

तक्ता क्र. 14.5 : प्रधानमंत्री ग्रामसडक योजनेअंतर्गत सुरुवातीपासून बांधलेल्या रस्त्यांची लांबी व जोडलेल्या लोकवस्त्यांची संख्या

वैधानिक विकास मंडळ	भौतिक लक्ष्य		संचयी भौतिक लक्ष्य (31 डिसेंबर, 2015 पर्यंत)	
	रस्त्यांची लांबी (कि.मी.)	लोकवस्त्यांची संख्या	रस्त्यांची संचित लांबी (कि.मी.)	लोकवस्त्यांची संचित संख्या
विदर्भ	7,782	2,921	7,289	2,688
मराठवाडा	5,026	1,863	4,909	1,820
उर्वरित महाराष्ट्र	11,631	3,531	10,700	3,501
एकूण	24,439	8,315	22,898	8,009

संदर्भ : (i) ग्रामविकास विभाग, महाराष्ट्र शासन, मुंबई; (ii) महाराष्ट्राची आर्थिक पाहणी, 2015-16; पान 133

ज्या राज्यांनी लक्ष्याच्या तुलनेत लोकवस्त्या जोडणीची शंभर टक्के व रस्त्यांचा दर्जा सुधारण्याची 75 टक्के कामे पूर्ण केली त्या राज्यांसाठी केंद्रशासनाने प्रधानमंत्री ग्रामसडक योजना भाग - 2 मंजूर केली आहे. या योजनेअंतर्गत केवळ रस्त्यांचा दर्जा सुधारण्याची कामे घेता येतात. या योजनेअंतर्गत केंद्रशासनाकडून राज्यास 2,620 कि.मी. रस्ते लांबीचे उद्दिष्ट ठरवून दिले आहे. ही योजना राज्यात सन 2013 पासून सुरू करण्यात आली असून ती केंद्रशासन व राज्यशासनाच्या 75 : 25 व 90 : 10 अशा आर्थिक सहभागाने अनुक्रमे बिगर आदिवासी क्षेत्रात आणि आदिवासी क्षेत्रात सन 2014-15 पर्यंत राबविण्यात आली. केंद्रशासनाने सन 2015-16 पासून या योजनेच्या आर्थिक सहभागात 60 : 40 असा सुधारित केला आहे.

2013-14 साली या योजनेअंतर्गत 440 कि.मी. तर 2014-15 साली 367 कि.मी. लांबीचे रस्ते निर्माण झाले.

महाराष्ट्र राज्य रस्ते विकास महामंडळ : महाराष्ट्र राज्य रस्ते विकास महामंडळाच्या स्थापनेपासून महामंडळाने अठरा कामे पूर्ण केली असून त्यावर ₹ 6,869 कोटी इतका खर्च झाला. 31 डिसेंबर, 2013 पर्यंत पूर्ण झालेल्या व अंशतः पूर्ण झालेल्या प्रकल्पांच्या टोल वसुलीची एकूण रक्कम ₹ 8,401 कोटी इतकी होती.

तक्ता क्र. 14.6 : महाराष्ट्र – रस्ते विकास महामंडळाने पूर्ण केलेले प्रकल्प

प्रकल्पाचे नाव	काम पूर्ण झाल्याचे वर्ष	प्रकल्पाचे नाव	काम पूर्ण झाल्याचे वर्ष
मुंबईमधील उड्डाणपूल	1999 - 2000	राजीव गांधी सागरी सेतू प्रकल्प	2009 - 10
सार्वजनिक बांधकाम विभागाचे प्रकल्प	1999 - 2000	शहर एकात्मिक रस्ते विकास योजना	
शिवणा पूल	1999 - 2000	◆ लातूर	2001 - 02
मुंबई–पुणे द्रुतगती मार्ग	2001 - 02	◆ बारामती	2005 - 06
कल्याण – दुर्गडी पूल	2001 - 02	◆ पुणे	2008 - 09
महाराष्ट्रातील रेल्वे उड्डाणपूल	2002 - 03	◆ सोलापूर	2010 - 11
वर्धा – नाकोडा	2002 - 03	◆ नांदेड	2008 - 09
ठाणे – घोडबंदर रस्ता रुंदीकरण	2003 - 04	◆ नंदुरबार	2010 - 11
नांदगाव रेल्वे उड्डाणपूल	2005 - 06	◆ अमरावती	2011 - 12
सातारा–कोल्हापूर ते राज्य हद्द रा. म. 4 (चौपदरीकरण)	2005 - 06		

संदर्भ : (i) महाराष्ट्र राज्य रस्ते विकास महामंडळ; (ii) महाराष्ट्राची आर्थिक पाहणी, 2012-13; पान 145

महाराष्ट्र राज्य रस्ते विकास महामंडळ : महाराष्ट्र राज्य रस्ते विकास महामंडळाने 19 प्रकल्प पूर्ण केले असून त्यावर डिसेंबर 2015 अखेर ₹ 7,791 कोटी खर्च झाला. 31 डिसेंबर, 2015 पर्यंत पूर्ण झालेल्या व अंशतः पूर्ण झालेल्या प्रकल्पांवरील ₹ 8,581 कोटी खर्चाच्या तुलनेत टोल वसुलीची एकूण रक्कम ₹ 6,885 कोटी होती.

तक्ता क्र. 14.7 : महाराष्ट्र – रस्ते विकास महामंडळाच्या सुरू असलेल्या प्रकल्पांची सद्य:स्थिती

प्रकल्पाचे नाव	प्रकल्प सुरू झाल्याचे वर्ष	प्रकल्पाची अंदाजे किंमत (₹ कोटी)	खर्च (₹ कोटी)	काम पूर्ण होण्याचे अपेक्षित वर्ष
नागपूरमधील रस्त्यांची कामे	2001 - 02	422	460.90	2015 - 16
औरंगाबादमधील रस्त्यांची कामे	2001 - 02	142	277.68	2015 - 16
नागपूर-काटोल-जलालखेडा रस्त्याचे रुंदीकरण	2008 - 09	31	3.64	2015 - 16
वर्सोवा – वांद्रा सागरी सेतू प्रकल्प	2007 - 08	4,419	14.90	उ. ना.
सीमा तपासणी नाक्यांचे आधुनिकीकरण	2008 - 09	1,000	48.94	उ. ना.
पश्चिम मुक्त मार्ग सागरी सेतू	1998 - 99	4,143	16.56	उ. ना.
मुंबई नागरी वाहतूक प्रकल्प (एमयूटीपी)	2003 - 04	472	321.06	2015 - 16
मुंबई नागरी पायाभूत सुविधा प्रकल्प (एमयूआयपी)	2005 - 06	393	167.87	2015 - 16
विस्तारित – एमयूआयपी	2008 - 09	2,065	428.07	2015 - 16
मुंबई – पुणे द्रुतगती महामार्गांशी क्षमता वाढ	2009 - 10	5,000	3.17	2019 - 20
मुंबई-पुणे द्रुतगती महामार्गावर संलग्न सोई-सुविधा	2014 - 15	200	1.68	2015 - 16
पेडर रोड उड्डाणपूल	2012 - 13	380	–	उ. ना.

उ. ना : उपलब्ध नाही.   **संदर्भ** : (i) महाराष्ट्र राज्य रस्ते विकास महामंडळ; (ii) महाराष्ट्राची आर्थिक पाहणी, 2015-16; पान 134

मुंबई महानगर क्षेत्रातील वाहतूक : मुंबई महानगर क्षेत्रात आठ महानगरपालिका, नऊ नगरपरिषदा आणि ठाणे व रायगड जिल्ह्यातील एक हजार गावांचा समावेश आहे. मुंबई महानगर विकास प्राधिकरणाने (एमएमआरडीए) मुंबई महानगर क्षेत्रांत (एमएमआर) विविध प्रकल्प हाती घेतले आहेत. मुंबई मेट्रो रेल्वे प्रकल्प हा सार्वजनिक खाजगी भागीदारी तत्त्वावर राबविण्यात येणारा देशातील पहिला सामूहिक वाहतूक प्रणाली प्रकल्प आहे.

तक्ता क्र. 14.8 : महाराष्ट्र – अपघातांची संख्या व मरामाप महामंडळाकडून दिलेली भरपाई

तपशील	2010 - 11	2011 - 12	2012 - 13	2013 - 14	2014 - 15
अपघातांची संख्या	3,407	3,437	3,078	3,154	3,172
मृत व्यक्तींची संख्या	547	570	445	533	494
जखमी व्यक्तींची संख्या	6,523	7,062	6,163	6,366	6,276
दर लाख कि.मी. मागे अपघात	0.18	0.17	0.15	0.15	0.15
घटनास्थळी दिलेली रक्कम (₹ लाख)	32.00	39.59	49.93	37.27	62.57
अंतिम भरपाई (₹ लाख)	3,549.20	4,388.00	4,022.81	3,778.21	4,607.24

संदर्भ : (i) महाराष्ट्र राज्य मार्ग परिवहन महामंडळ; (ii) महाराष्ट्राची आर्थिक पाहणी, 2015-16; पान 138

रेल्वे वाहतूक

मुंबई शहर, मुंबई उपनगर, पश्चिम महाराष्ट्राचा काही भाग, व-हाड आणि खानदेशातील काही भागांमध्ये रेल्वेचे जाळे विकसित झालेले असून हे सर्व रेल्वेमार्ग 'मुंबई' हे केंद्र गृहीत धरून राज्याची महत्त्वाची शहरे आणि संपन्न भाग तसेच देशातील इतर शहरे रेल्वेमार्गांनी मुंबईशी जोडलेली आहेत. रेल्वेमुळे उतारू व मालाची वाहतूक प्रामुख्याने केली जाते. राष्ट्राच्या उभारणीत रेल्वेचा फार मोठा हातभार आहे.

भारतीय उपखंडात सन 1840 मध्ये ब्रिटिश कॉर्पोरेशनला रेल्वे बांधण्यास परवानगी मिळाली. प्रथम मुंबईपासून उत्तरेस व पूर्वेस; तसेच कोलकत्यापासून उत्तरेस व पश्चिमेस रेल्वे बांधण्यास सुरुवात झाली. **भारतात पहिली रेल्वे 1853 साली मुंबई ते ठाणे दरम्यान सुरू झाली. 31 मार्च, 2015 रोजीच्या आकडेवारीनुसार आज महाराष्ट्रात सुमारे 6,103 कि.मी. लांबीचे रेल्वेमार्ग आहेत. (कोकण रेल्वे : 378 कि.मी.)** ती भारतातील एकूण 65,808 कि.मी. लांबीच्या 9.3 टक्के एवढी आहे.

रेल्वेमार्गांचे प्रकार

रेल्वेमार्गांचे तीन प्रकार आहेत :

(1)   **रुंद मार्ग (ब्रॉड गेज)**   :   या मार्गातील दोन रुळांमध्ये 1.67 मीटर अंतर असते.

(2)   **मध्यम रुंद मार्ग (मीटर गेज)**   :   या मार्गांत रुळातील अंतर 1 मीटर असते.

(3)   **अरुंद मार्ग (नॅरो गेज)**   :   या मार्गातील दोन रुळांमध्ये 0.762 मीटर अंतर असते.

भारतीय रेल्वेचे नऊ विभाग केलेले आहेत. त्यापैकी मध्य व पश्चिम विभागाची स्थापना 5 नोव्हेंबर, 1951 रोजी करण्यात आली व त्याची मुख्य कचेरी मुंबईला आहे. महाराष्ट्रात याशिवाय दक्षिण मध्य रेल्वेचेही काही मार्ग आहेत.

महाराष्ट्रातील काही प्रमुख रेल्वेमार्ग

(अ) ब्रॉडगेज रेल्वेमार्ग

(1)   **मुंबई-दिल्ली मार्ग (मध्य रेल्वेमार्ग)** : मध्य रेल्वेच्या गाड्या मुंबई-कल्याणपर्यंत एकाच मार्गाने येतात आणि पुढे सह्याद्री पर्वत ओलांडण्याच्या दृष्टीने त्याच्या दोन दिशा होतात. यांपैकी मुंबई-दिल्ली रेल्वेमार्गांची रेल्वे कल्याणवरून थळघाट ओलांडून नाशिक-मनमाड-भुसावळमार्गे महाराष्ट्रातून पुढे मध्य प्रदेशातून दिल्लीला जाते.

(2)   **मुंबई-दिल्ली मार्ग (अहमदाबादमार्गे) (पश्चिम रेल्वेमार्ग)** : हा मार्ग मध्य रेल्वेपेक्षा कमी वेळेचा व कमी अंतराचा आहे. या मार्गाने डहाणू-सुरत-बडोदा-अहमदाबादवरून राजस्थानातून पुढे दिल्लीला जाता येते.

(3)   **मुंबई-कोलकता मार्ग** : मध्य रेल्वेचा हा मार्ग मुंबई-कल्याण-भुसावळपर्यंत मुंबई-दिल्लीप्रमाणेच आहे. पुढे या मार्गाने भुसावळ-वर्धा-नागपूर-गोंदियावरून जबलपूरमार्गे कोलकत्याकडे जाता येते.

(4)   **मुंबई-चेन्नई** : हा मार्ग मध्य रेल्वेचा असून कल्याणनंतर बोरघाटातून पुणे-सोलापूर मार्गे चेन्नईला जातो. हा मार्ग महाराष्ट्रात भीमा खोऱ्यातून जातो.

(5)   **मुंबई-सिकंदराबाद मार्ग** : हा मार्ग वरील मार्गाप्रमाणेच मुंबई-पुणे-सोलापूरपर्यंत तोच असून पुढे सिकंदराबादला जातो.

(6)   **मुंबई-कोल्हापूर मार्ग** : पूर्वी पुणे-बंगलोर हा रेल्वेमार्ग मीटरगेजचा होता. नंतर तो ब्रॉडगेजचा केल्यामुळे मुंबई-पुणे-सातारा-कराड-मिरजमार्गे कोल्हापूरपर्यंत रेल्वे वाहतूक होते.

(7)   **दिल्ली-चेन्नई मार्ग (ग्रँट ट्रंक मार्ग)** : या मार्गाची सुरुवात महाराष्ट्रातून होत नाही; परंतु विदर्भाच्या दृष्टीने हा मार्ग महत्त्वाचा आहे. कारण विदर्भात नागपूर-वर्धा-चंद्रपूर व बल्लारपूरवरून हा मार्ग पुढे आंध्र प्रदेशातून चेन्नईला जातो.

(8)   **भुसावळ-सुरत रेल्वेमार्ग** : तापी खोऱ्यातून भुसावळ-जळगावमार्गे गुजरातमधील सुरतकडे जातो.

(9)   **निजामुद्दीन एक्सप्रेस** : गोव्याहून दिल्लीला जाणारी गाडी महाराष्ट्रातून जाते. राज्यात मिरज-पुणे-मनमाड मार्गाने पुढे दिल्लीला जाते.

(10)   **मिरज-परळी वैजनाथ** : नवीन ब्रॉडगेज मार्ग मिरज-पंढरपूर-लातूर-उदगीर-परळी वैजनाथ.

महाराष्ट्रात सन 1995 च्या आकडेवारीनुसार 3,914 कि.मी. लांबीचे ब्रॉडगेज मार्ग आहेत.

सन 2000-01 मध्ये महाराष्ट्रात 4,205 कि.मी. लांबीचे ब्रॉडगेज मार्ग आहेत तर सन 2006-07 नुसार ब्रॉडगेज मार्गाची लांबी 4,474 कि.मी. आहेत.

महाराष्ट्रातील अंतर्गत प्रदेशातील ब्रॉडगेज रेल्वेमार्ग :

(1) **पुणे-मिरज ब्रॉडगेज मार्ग :** पूर्वी हा मीटरगेज होता. सन 1971 मध्ये याचे रुंदीकरण करण्यात आले. हाच रेल्वेमार्ग पुढे कर्नाटकात बेंगलोरपर्यंत जातो. मिरज-बेंगळुरू मार्गाचे रुंदीकरणाचे काम चालू आहे.

(2) **दौंड-मनमाड :** हा रेल्वेमार्ग ब्रॉडगेज असून पुणे, अहमदनगर व नाशिक जिल्ह्यांतून जातो.

(3) **परळी-वैजनाथ-उदगीर :** ब्रॉडगेज मार्ग, पुढे आंध्र प्रदेशातील विकाराबादकडे जातो.

(4) **परळी-वैजनाथ** पर्यंत आलेला मार्ग पुढे परभणी-पूर्णा-हिंगोली-वाशीमपासून पुढे मध्य प्रदेशातील खांडव्यापर्यंत जातो.

(5) **कोल्हापूर-नागपूर-गोंदिया (महाराष्ट्र एक्सप्रेस) :** महाराष्ट्र एक्सप्रेस ही राज्यात सर्वांत जास्त लांबीचा अंतर्गत रेल्वेमार्ग आहे. कोल्हापूर-मिरज-कराड-सातारा-पुणे-दौंड-मनमाड-अकोला-वर्धा-नागपूरमार्गे जाते. या गाडीने गोंदियापर्यंत जाता येते.

याशिवाय राज्यात कर्जत-खोपोली, मिरज-कोल्हापूर, चाळीसगाव-धुळे, जलंब-खामगाव, वडनेरा-अमरावती, मांजरी-वणी-राजुर, तडळी-घुगुस, कन्हान-रामटेक, तुमसर रोड-तिरोडी, नारखेड-अमरावती हे कमी लांबीचे ब्रॉडगेज रेल्वेमार्ग राज्यातील प्रमुख ब्रॉडगेज मार्गांशी जोडलेले आहेत.

मनमाड-औरंगाबाद, औरंगाबाद-जालना, दौंड-बारामतीचे ब्रॉडगेजमध्ये रूपांतर झालेले आहे.

महाराष्ट्रात मुंबई-नागपूर आणि मुंबई-पुणे हे दुहेरी ब्रॉडगेजचे रेल्वेमार्ग आहेत. इतर सर्व एकेरी मार्ग आहेत. तसेच मुंबई-पुणे व मुंबई-नागपूर दरम्यान फक्त विजेवर चालणाऱ्या गाड्या धावतात. दिवा-पनवेल, भुसावळ-नागपूर व पांढुर्णी-बल्लारशाह या मार्गांचे विद्युतीकरणाचे काम पूर्ण झाले. मुंबई परिसराचा औद्योगिक व्याप पाहता पश्चिम रेल्वेवर कसारापर्यंत, मध्य रेल्वेमार्गावर कर्जतपर्यंत लोकल गाड्या धावतात. त्याचप्रमाणे पुणे ते लोणावळा, पुणे-दौंड अशाही लोकल गाड्या आहेत. सांगली-कोल्हापूर मार्गावरून काही लोकल गाड्या धावतात.

(ब) मीटरगेज रेल्वमार्ग

महाराष्ट्रात मीटरगेज रेल्वेमार्गांचे प्रमाण कमी होऊ लागले आहे. बऱ्याच मीटरगेज मार्गांचे रूपांतर आता ब्रॉडगेजमध्ये होऊ लागले आहे. **महाराष्ट्रात सन 2006-07 च्या आकडेवारीनुसार 312 कि.मी. लांबीचे मीटरगेज रेल्वेमार्ग आहेत.**

काही मीटरगेज मार्ग पुढीलप्रमाणे :

सोलापूर-गदग हा मीटरगेज मार्ग आहे.

परभणी-अकोट-खांडवा : हा मार्ग परभणी-पूर्णा-हिंगोली-वाशीम, अकोटवरून मध्य प्रदेशात खांडव्यापर्यंत जातो. याचे रुंदीकरण काही प्रमाणात झालेले आहे.

(क) नॅरोगेज रेल्वेमार्ग

नेरळ-माथेरान, लातूर-चंद्रपूर, पाचोरा-जामनेर, मूर्तिजापूर-अचलपूर, मूर्तिजापूर-यवतमाळ, पुलगाव-आर्वी हे नॅरोगेज मार्ग आहेत. **राज्यात सन 2006-07 च्या आकडेवारीनुसार 733 कि.मी. लांबीचे नॅरोगेज रेल्वेमार्ग आहेत.**

मुंबई उपनगर रेल्वे

स्थानिक रेल्वे हे मुंबईमध्ये सार्वजनिक वाहतूक व्यवस्थेचे प्रमुख साधन आहे. मुंबईची उपनगरीय रेल्वे, सेवा पश्चिम रेल्वे (36 स्थानके) आणि मध्य रेल्वे (62 स्थानके) या दोन क्षेत्रीय रेल्वेद्वारे चालविली जाते. हार्बर मार्ग (38 स्थानके) हा मध्य रेल्वेचा भाग आहे. सन 2011-12 अनुसार, दर दिवशी एकूण 195 गाड्या 2,736 फेऱ्यांद्वारे 7.41 दशलक्ष प्रवाशांची ने-आण करतात.

मुंबई रेल्वे विकास महामंडळ (मुंरेविम), एमयुटीपी - II मधील रेल्वे घटकांची अंमलबजावणी करीत असून या अंतर्गत मध्य रेल्वेच्या सीएसटी-कुर्ला दरम्यान अतिरिक्त पाचवा व सहावा मार्ग, ठाणे-दिवा दरम्यान पाचवा व सहावा मार्ग आणि पश्चिम रेल्वेच्या मुंबई सेंट्रल-बोरिवली दरम्यान सहावा मार्ग, अंधेरी ते गोरेगाव हार्बर मार्गाचा विस्तार ही कामे हाती घेतली आहेत. याव्यतिरिक्त मध्य व पश्चिम रेल्वेच्या मुंबई उपनगरासाठी 72/12 डब्यांच्या गाड्यांची (864 डबे) खरेदी करण्यात आली आहे.

तक्ता क्र. 14.9 : मुंबई महानगर क्षेत्रातील वाहतूक प्रकल्प

प्रकल्पाचे नाव	सद्यःस्थिती	काम पूर्ण होण्याचे अपेक्षित वर्ष
एमयुटीपी : रेल्वेची कामे **टप्पा - 1 :** नवीन मार्ग : माहिम-सांताक्रूझ, कुर्ला-ठाणे, डीसीचे एसीमध्ये रूपांतर इत्यादी नवीन रेक्ससह.	काम प्रगतिपथावर आहे.	उपलब्ध नाही.
पूर्व व पश्चिम उपनगरांना जोडणाऱ्या जोगेश्वरी-विक्रोळी आणि सांताक्रूझ-चेंबूर या दोन प्रमुख रस्त्यांचा विकास करणे.	जोगेश्वरी-विक्रोळी जोडरस्त्याचे काम पूर्ण झाले आहे. सांताक्रूझ-चेंबूर जोडरस्त्यांचे काम प्रगतिपथावर आहे.	उपलब्ध नाही.
मुंबई मेट्रो रेल्वे प्रकल्प : (तीन टप्पे : 75 कि.मी.) **टप्पा - 1 :** वर्सोवा-अंधेरी-घाटकोपर (14 कि.मी.)	95 टक्के स्थापत्य काम पूर्ण झाले असून उर्वरित काम प्रगतिपथावर.	2013
टप्पा - 2 : चारकोप-बांद्रा-मानखुर्द (32 कि.मी.)	वन व रेल्वे विभागाकडून मान्यता प्रलंबित	उपलब्ध नाही.
टप्पा - 3 : कुलाबा-बांद्रा (29 कि.मी.)	जून 2012 मध्ये सल्लागाराची नेमणूक करण्यात आली आहे.	उपलब्ध नाही.
मुंबई मोनो रेल प्रकल्प : वडाळा ते चेंबूर आणि [संत गाडगे महाराज चौक (जेकब सर्कल) ते वडाळा] (20 कि.मी.)	टप्पा - 1 (वडाळा-चेंबूर) 85 टक्के काम पूर्ण. टप्पा - 2 [संत गाडगे महाराज चौक (जेकब सर्कल) ते वडाळा] 44 टक्के काम पूर्ण.	2013
एमयूआयपी : रस्ते, उड्डाणपूल, भुयारी मार्ग	एकूण 15 रस्त्यांची कामे पूर्ण झाली असून बृहन्मुंबई म.न.पा./सां.बा.वि. यांच्याकडे हस्तांतरित केले आहेत. उर्वरित कामे प्रगतिपथावर.	2013
विस्तारित एमयूआयपी : एमयूआयपीचा सह प्रकल्प. या प्रकल्पांतर्गत 24 उपप्रकल्प (11 रस्ते, 7 उड्डाणपूल, 3 खाडीपूल व 3 रेल्वेमार्गांवरील पूल) हाती घेण्यात आले आहेत.	तीन रस्ते व दोन उड्डाण पूल पूर्ण झाले असून उर्वरित प्रगतिपथावर आहेत.	2015
मल्टी मोडल कॉरिडोर विरार ते अलिबाग : वाहनांसाठी आठ मार्गिका व फक्त बसेसकरिता राखीव मार्गिका असलेला खुला मार्ग बांधणे. (140 कि.मी.)	बहूद्देशीय मार्गांपैकी विरार (नवघर) ते चिरनेर (70 कि.मी.) पर्यंतचा तांत्रिक-आर्थिक अभ्यास पूर्ण केला आहे.	2016
मुंबई ट्रान्स हार्बर लिंक शिवडी ते न्हावा सागरी सेतू (22 कि.मी.)	सल्लागाराची नेमणूक करण्यात आली आहे.	2018

एमयुटीपी : मुंबई नागरी वाहतूक प्रकल्प;   **एमयूआयपी :** मुंबई शहर पायाभूत सुविधा प्रकल्प;   @ भूसंपादनासाठीचा खर्च वगळून.

संदर्भ : (i) मुंबई महानगर प्रदेश विकास प्राधिकरण; (ii) महाराष्ट्राची आर्थिक पाहणी, 2012-13; पान 147

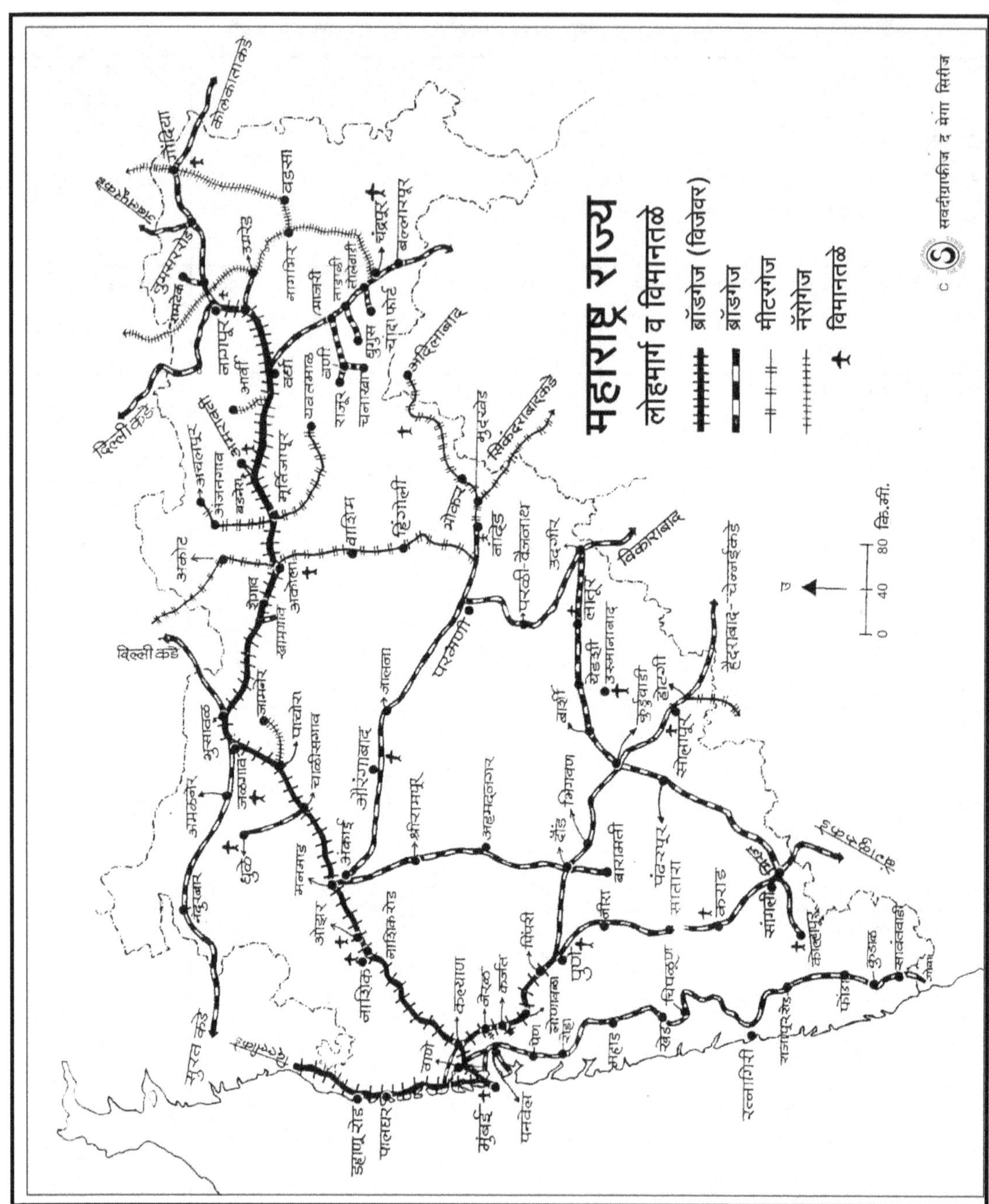

महाराष्ट्र - रेल्वे व विमानतळे :

महाराष्ट्रात मुंबई-दिल्ली (मध्य व पश्चिम रेल्वे), मुंबई-कोलकता, मुंबई-चेन्नई, मुंबई-सिकंदराबाद, मुंबई-कोल्हापूर, कोल्हापूर-नागपूर-गोंदिया, भुसावळ-सुरत असे प्रमुख ब्रॉडगेज मार्ग आहेत. मुंबई हे आंतरराष्ट्रीय विमानतळ आहे. याचप्रमाणे नागपूर-पुणे येथे विमानतळ आहे. तसेच महाराष्ट्राच्या महत्त्वाच्या शहरी वायुदूत सेवा उपलब्ध आहेत.

नकाशा क्र. 14.3 : महाराष्ट्र - रेल्वे व विमानतळे

भविष्यातील विस्तार : एमयुटीपी - III अंतर्गत मुंरेविम यांनी अंदाजे ₹ 52,000 कोटी किमतीचे खालील महत्त्वाचे प्रकल्प सन 2031 पर्यंत विकसित करण्याचा आराखडा तयार केला आहे.

- हार्बर मार्गाचा सीएसटी-पनवेल वेगवान मार्ग
- विरार-वसई रोड-दिवा-पनवेल नवीन उपनगरीय मार्ग
- विरार व डहाणू रोड दरम्यान तिसरा व चौथा अतिरिक्त मार्ग
- हार्बर मार्ग गोरेगाव ते बोरिवलीपर्यंत वाढविणे
- बोरिवली-विरार दरम्यान पाचवा व सहा अतिरिक्त मार्ग
- कल्याण-कसारा दरम्यान तिसरा व चौथा मार्ग
- कल्याण-कर्जत दरम्यान तिसरा व चौथा मार्ग

नवी मुंबई मेट्रो रेल्वे प्रकल्प

सिडकोने प्रस्तावित सेझ व नवी मुंबई आंतरराष्ट्रीय विमानतळाच्या (एनएमआयए) वाहतूक जोडणीच्या बृहत् आराखड्याचा आढावा घेण्याचा निर्णय घेतला. पाच मेट्रो रेल मार्गिकांचा तीन चरणात विकास करण्याचे निश्चित केले आहे. पहिल्या चरणातील सीबीडी बेलापूर-पेंधर-कळंबोली-खांदेश्वर-एनएमआयए मार्गिकेचे काम तीन टप्प्यांत अमलात येईल. यापैकी पहिल्या टप्प्याचे सीबीडी बेलापूर-पेंधर (11.1 कि.मी.) याचे काम प्रगतिपथावर आहे. प्रकल्पाचा अंदाजित खर्च ₹ 2,111.51 कोटी असून जानेवारी 2013 पर्यंत त्यावर ₹ 183.32 कोटी इतका खर्च झाला आहे. सीबीडी बेलापूर-पेंधर (पहिला टप्पा) डिसेंबर 2014 पर्यंत कार्यान्वित करण्याचे नियोजित आहे.

तक्ता क्र. 14.10 : राज्यात सुरू असलेल्या रेल्वे कामांची स्थिती (30 सप्टेंबर, 2015 रोजी)

मार्गाचे नाव	मार्गाची लांबी (कि.मी.)	प्रकल्पाची एकूण किंमत (₹ कोटी)	सद्य:स्थिती
अहमदनगर-बीड-परळी-वैजनाथ	261	2,786.18	अहमदनगर ते नारायण डोह 11.7 कि.मी. रूळ जोडणीचे काम पूर्ण. उर्वरित काम प्रगतिपथावर
बारामती-लोणंद (नवीन मार्ग)	54	138.48	लोणंद-फलटण 27 कि.मी. चे काम पूर्ण. उर्वरित पूर्ण (50%)
बेलापूर-सीवूड-उरण (नवीन मार्ग)	27	2,298.61	15 टक्के
वर्धा-नांदेड (नवीन मार्ग)	284	3,000.35	10 टक्के
पनवेल-पेण (दुपदरीकरण)	35	260.16	पेण-क्रासु 14 कि.मी. चे काम पूर्ण. उर्वरित 13% पूर्ण.
पेण-रोहा (दुपदरीकरण)	40	203.00	
गोधानी-कलमुना (दुपदरीकरण)	13	59.13	65 टक्के
कल्याण-कसारा तिसरा मार्ग (दुपदरीकरण)	68	279.70	5 टक्के
भुसावळ-जळगाव तिसरा मार्ग (दुपदरीकरण)	24	184.06	10 टक्के
वर्धा - सेवाग्राम - नागपूर तिसरा मार्ग (दुपदरीकरण)	76	297.85	10 टक्के

संदर्भ :   (i)   दक्षिण पूर्व, मध्य. दक्षिण मध्य व पश्चिम रेल्वे आणि कोकण रेल्वे महामंडळ

        (ii)   महाराष्ट्राची आर्थिक पाहणी 2015-16, पान क्र. 140.

कोकण रेल्वे

मुंबई ते मंगलोर या मार्गाने धावणारी कोकण रेल्वेची लांबी 843 कि.मी. आहे. महाराष्ट्रात कोकण रेल्वेची लांबी सुमारे 382 कि.मी. आहे. या रेल्वेमार्गावर एकूण 68 रेल्वेस्टेशन्स असून त्यांपैकी महाराष्ट्रात 34 आहेत. मोठे पूल 126 तर लहान पूल 1,359 आहेत. एकूण बोगद्यांची संख्या 73 असून बोगद्याची लांबी 37 कि.मी. आहे. कोकण रेल्वे प्रकल्प पूर्ण झाल्याने कोकणातील मासेमारी, फळफळावळ, पेट्रो-रसायन उद्योग, खनिज उत्पादन व त्यावरील उद्योगधंद्यांना चालना मिळत आहे. याचप्रमाणे पर्यटन व्यवसायाचाही विकास व खऱ्या अर्थाने कोकणचा कॅलिफोर्निया होईल.

कोकण रेल्वेमार्गावर सर्वांत लांब बोगदा - 'कुरबुडे' या रत्नागिरीजवळील बोगद्याची लांबी 6.45 कि.मी. आहे व तो आशियामध्ये सर्वांत मोठा बोगदा होय. रत्नागिरीजवळ 'पानवळ' या ठिकाणी आशियातील सर्वांत उंच पूल असून त्याची उंची 65 मीटर आहे.

कोकण रेल्वेमार्गावरील स्थानके : कोकण रेल्वेमार्गावर **रायगड जिल्ह्यात** रोहा, कोलाड, इंदापूर, माणगाव, गोरेगाव रोड, वीर व करंजाडी ही स्थानके; **रत्नागिरी जिल्ह्यात** दिवान कौठी, खेड, अंजनी, चिपळूण, कामथे, सावर्डे, अरवली रोड, संगमेश्वर, उक्षी, भोके, निवसर, तलवडे, बिलवडे, राजापूर रोड ही स्थानके; **सिंधुदुर्ग जिल्ह्यात** खारेपाटण, नाधवडे, लिंगेश्वर, साकेडी, कणकवली, रानबाबुली, हवेली निरवडे व शेर्ला ही स्थानके आहेत.

कोकण रेल्वे पूर्णपणे कार्यान्वित झाल्यामुळे मुंबई ते कोचीन दरम्यानचे अंतर **513 कि.मी.** ने कमी झाले; बारा तास वेळ वाचला. याचप्रमाणे मुंबई-मंगलोर मार्गावरील 1,127 कि.मी. अंतर कमी झाले; त्यामुळे 26 तास वाचले. मुंबई-गोवा दरम्यानचे अंतर 185 कि.मी. ने कमी झाले व दहा तासांचा वेळ वाचला.

उपनगरी वाहतूक : मुंबई, पुणे, नागपूर या औद्योगिक शहरांमध्ये उपनगरी वाहतूक आहे. मुंबई-विरार याचप्रमाणे कसारा, कर्जतपर्यंत उपनगरी वाहतूक आहे. पुणे ते लोणावळा, पुणे-दौंड, नागपूर-अंजनी तसेच कामठीपर्यंत उपनगरी वाहतूक आहे.

विमानमार्ग वाहतूक

मुंबई आंतरराष्ट्रीय विमानतळ : महाराष्ट्रात **मुंबई हे एक आंतरराष्ट्रीय विमानतळ आहे.** सुरुवातीला सांताक्रूझ विमानतळावर आंतरराष्ट्रीय विमानाची वाहतूक होत असे. त्यानंतर जागतिक स्तरावर विमान वाहतुकीमध्ये क्रांतिकारक बदल झाले व अधिक वेगाची विमाने वापरण्यात आली. यामुळे सांताक्रूझजवळच **'सहार' हे नवीन आंतरराष्ट्रीय विमानतळ** उभारलेले आहे. या विमानतळाची देखरेख व व्यवस्थापन प्राधिकरणामार्फत केले जाते.

अन्य विमानतळे : महाराष्ट्रातील अन्य विमानतळे मुंबईच्या खालोखाल पुणे, नागपूर येथे उभारलेली आहेत. नागपूर हे देशाच्या मध्यवर्ती असल्याने विमान वाहतुकीस त्याला महत्त्वाचे स्थान आहे. राजगुरुनगर (नवीन चाकण, जि. पुणे) येथील नवीन आंतरराष्ट्रीय विमानतळ विकसित होत आहे.

केंद्र सरकारने सोलापूर, कोल्हापूर, नाशिक (देवळाली), औरंगाबाद, अकोला येथे विमानतळे बांधलेली आहेत.

राज्य सरकारने कराड, उस्मानाबाद, धुळे, चंद्रपूर, रत्नागिरी, जळगाव, फलटण, भंडारा, अकोला येथे विमानतळे बांधलेली आहेत. बऱ्याच ठिकाणी वायुदूत सेवा उपलब्ध आहेत.

राज्यात तीन आंतरराष्ट्रीय व पाच देशांतर्गत विमानतळे आहेत. या विमानतळांवरून करण्यात येणाऱ्या प्रवासी व मालवाहतुकीबाबतचा तपशील पुढील तक्ता क्र. 14.11 मध्ये दिलेला आहे.

राज्यशासनाने विशेष उद्देशीय कंपनी म्हणून सन 2002 मध्ये महाराष्ट्र विमानतळ विकास कंपनी मर्यादित (एमएडीसी) स्थापन केली आहे. नागपूर येथील बहुआयामी आंतरराष्ट्रीय प्रवासी व कार्गो हब विमानतळ (मिहान) आणि नागपूर आंतरराष्ट्रीय विमानतळ हे प्रकल्प एमएडीसी मार्फत कार्यान्वित होत आहेत.

मिहान प्रकल्पामध्ये नागपूर येथील विमानतळाला आंतरराष्ट्रीय प्रवासी व कार्गो हब विमानतळामध्ये विकसित करण्याचा समावेश आहे. एमएडीसी व भारतीय विमानतळ प्राधिकरण (एएआय) यांनी स्थापन केलेली मिहान इंडिया लि. (एमआयएल) या संयुक्त भांडवली कंपनीद्वारा सदर प्रकल्प राबविण्यात येत आहे. प्रकल्पाच्या आर्थिक व्यवहार्यतेसाठी एमएडीसीद्वारा विमानतळालगत एका बहुउत्पादक विशेष आर्थिक क्षेत्राचादेखील विकास करण्यात येत आहे. एमएडीसीमार्फत महाराष्ट्रातील सोलापूर, शिर्डी, गडचिरोली, चंद्रपूर, अमरावती, जळगाव अशी इतर अनेक विमानतळे आणि राजगुरुनगर (नवीन चाकण, जि. पुणे) येथील नवीन आंतरराष्ट्रीय विमानतळ विकसित करण्यात येत आहे.

तक्ता क्र. 14.11 : विमानतळनिहाय प्रवासी व मालवाहतूक

विमानतळ	प्रवासी वाहतूक (लाख)		शेकडा बदल	मालवाहतूक (टन)		शेकडा बदल
	2014	2015		2014	2015	
देशांतर्गत						
मुंबई	218.81	252.05	15.2	1,81,101	2,07,720	14.7
पुणे	34.96	40.68	16.4	21,135	27,390	29.6
नागपूर	12.20	13.56	11.1	5,108	5,595	9.5
औरंगाबाद	4.41	4.24	3.9	843	1,250	48.3
कोल्हापूर	#	#	535.0	0	0	0
जुहू	1.65	1.56	(–) 5.5	417	407	(–) 2.4
नांदेड	0.07	#	(–) 98.4	0	0	0
सोलापूर	0.00	0.02	0	0	0	0
एकूण	**272.10**	**312.12**	**14.7**	**2,08,604**	**2,42,362**	**16.2**
आंतरराष्ट्रीय						
मुंबई	100.93	112.03	11.0	4,67,641	4,86,540	4.0
नागपूर	0.44	0.45	2.3	416	436	4.8
पुणे	1.01	1.23	21.8	10	0	0
औरंगाबाद@	0.06	0.02	(–) 66.7	0	0	0
एकूण	**102.44**	**113.73**	**11.0**	**4,68,067**	**4,86,976**	**4.0**

@   चार्टर्ड विमानाने प्रवासी वाहतूक.   #   पाचशेपेक्षा कमी प्रवासी

संदर्भ : (i) भारतीय विमानतळ प्राधिकरण (ii) महाराष्ट्राची आर्थिक पाहणी : 2015-16; पान 142

मुंबई आंतरराष्ट्रीय विमानतळावरील ताण कमी करण्यासाठी नवी मुंबई येथे अतिरिक्त विमानतळ उभारण्याचे प्रस्तावित असून चार चरणातील या प्रकल्पाचा खर्च ₹ 16,704 कोटी इतका आहे. पहिल्या टप्प्याचा प्रकल्प खर्च ₹ 7,277 कोटी इतका असून त्यात ₹ 3,144 कोटी इतक्या उभारणीपूर्व खर्चाचा समावेश आहे. विमानतळ विकासासाठी एकूण 2,072 हेक्टर क्षेत्र आरक्षित केले आहे. त्यापैकी 1,572 हेक्टर क्षेत्र (75.9 टक्के) सिडकोच्या ताब्यात; 25 हेक्टर (1.2 टक्के) शासकीय विभागाच्या मालकीची व 475 हेक्टर (22.9 टक्के) अधिग्रहणाखाली आहे. महाराष्ट्र राज्य औद्योगिक विकास महामंडळाने (एमआयडीसी) रिलायन्स विमानतळ प्राधिकरणास 95 वर्षांच्या भाडे कराराने विकास, सुधारणा, कार्यान्वयन, व्यवस्थापन व देखरेख करण्यासाठी नोव्हेंबर 2009 पासून राज्यातील नांदेड, लातूर, उस्मानाबाद, यवतमाळ आणि बारामती ही पाच विमानतळे दिली आहेत. नांदेड विमानतळावरून दोन्ही नियोजित आणि अनियोजित उड्डाणे होतात. बारामती, यवतमाळ आणि उस्मानाबाद या विमानतळावरून केवळ अनियोजित विमानाची उड्डाणे होतात.

हलकॉन या हिंदुस्थान एरोनॉटिक्स लिमिटेड (एचएएल) आणि कंटेनर कॉर्पोरेशन ऑफ इंडिया लि. यांच्या संयुक्त कार्यकारी गटासह टर्मिनल ऑपरेटर क्ल्यॅरिऑन सोल्युशन्स यांनी ओझर विमानतळ, नाशिक येथे विमान मालवाहतूक सेवेस सप्टेंबर, 2011 पासून सुरुवात केली आहे. ओझर विमानतळ हे केवळ हवाई माल वाहतुकीसाठी कार्यरत असून त्यामुळे मुंबई विमानतळावरील मालवाहतुकीचा ताण कमी झाला आहे. ओझर विमानतळावरून सन 2011-12 व 2012-13 मध्ये (31 डिसेंबरपर्यंत) अनुक्रमे 2,46,835 टन आणि 2,54,342 टन मालाची वाहतूक केली आहे. फलोत्पादन औषधे, ऑटोमोबाईल इंजिनिअरिंग आणि जलद उपभोग्य वस्तू इत्यादी उत्पादनाची आयात-निर्यात करणाऱ्या व्यापारी क्षेत्रास वाजवी दरात विमानतळ उपलब्ध झाले आहे.

जलवाहतूक आणि व्यापार

महाराष्ट्राला 720 कि.मी. लांबीचा सागर किनारा लाभलेला आहे. या किनाऱ्याला उत्तरेस डहाणूपासून दक्षिणेस तेरेखोलपर्यंत 49 बंदरे आहेत.

मोठी बंदरे

राज्याच्या 720 कि.मी. लांबीच्या किनारपट्टीवर मुंबई पोर्ट ट्रस्ट (एमबीपीटी) व जवाहरलाल नेहरू पोर्ट ट्रस्ट (जेएनपीटी) ही दोन मोठी बंदरे आहेत. सन 2015-16 मध्ये 31 जानेवारीपर्यंत एमबीपीटी व जेएनपीटी यांनी अनुक्रमे 514 व 535.37 लाख टन सागरी मालाची वाहतूक केली. एमबीपीटीचा सन 2014-15 चे आधिक्य/नफा ₹ 331.68 कोटी होते; जे मागील वर्षापेक्षा 2.2 टक्क्यांनी कमी होते. जेएनपीटीचा सन 2014-15 साठी कार्यान्वयीन आधिक्य ₹ 836.57 कोटी होते; जे मागील वर्षापेक्षा 13.9 टक्क्यांनी जास्त होते. **या मोठ्या बंदरांची वाहतूकविषयक आकडेवारी तक्ता क्र. 14.12 मध्ये दिली आहे.**

तक्ता क्र. 14.12 : मोठ्या बंदराची वाहतूकविषयक आकडेवारी

बाब	एमबीपीटी		शेकडा बदल	जेएनपीटी		शेकडा बदल
	2013 - 14	2014 - 15		2013 - 14	2014 - 15	
एकूण माल वाहतूक क्षमता (लाख टन)	492.50	502.50	2.0	658.80	658.80	0.0
कर्मचारी संख्या	12,017	10,897	(−) 9.3	1,697	1,669	(−) 1.6
मालवाहतूक (लाख मेट्रिक टन)						
(अ) आयात	389.50	406.96	4.3	313.03	345.68	10.4
(ब) निर्यात	202.34	210.44	4.0	310.30	292.33	(−) 5.8
एकूण	**591.84**	**616.60**	**4.2**	**623.33**	**638.01**	**2.4**
प्रवासी वाहतूक (हजारांत)	2.96	7.92	167.6	ला.ना	ला.ना	ला.ना
बंदरात आलेल्या बोटींची संख्या	4,611	4,584	(−) 0.6	2,526	2,642	4.6
परिचालन उत्पन्न (₹ कोटी)	1,304.88	1,399.78	7.3	1,345.29	1,508.08	12.1
परिचालन खर्च (₹ कोटी)	965.82	1,068.10	10.6	611.03	671.51	9.9
परिचालन आधिक्य/नफा (₹ कोटी)	339.06	331.68	(−) 2.2	734.27	836.57	13.9

ला.ना. : लागू नाही

संदर्भ : (i) एमबीपीटी व जेएनपीटी (ii) महाराष्ट्राची आर्थिक पाहणी, 2015-16; पान 141

लहान बंदरे

शासनाने राज्यातील लहान बंदरांच्या विकासाचे धोरण सुधारित केले आहे आणि हरितक्षेत्र बंदरे, बहूद्देशीय धक्के व मालवाहतूक स्थानके यांच्या जलद विकासासाठी नवीन बंदर धोरण, 2010 जाहीर केले आहे.

- बंदराचा विकास खाजगी क्षेत्राच्या सहभागाद्वारे बांधा-मालकीचा करा-वापरा-भागीदारी करा-हस्तांतरित करा या तत्त्वावर विकसित करण्याचा धोरणात्मक निर्णय घेतला आहे.

महाराष्ट्र मेरी टाईम बोर्ड (एमएमबी) सहा लहान बंदरे विकसित करणार आहे. या सहा बंदरांपैकी पहिल्या टप्प्यात धामणखोल-जयगड बंदरातील दोन माल धक्के कार्यान्वित झाले असून दिघी बंदर वापरासाठी तयार आहे. लवगण-जयगड बंदरातील माल धक्का एप्रिल, 2012 मध्ये कार्यान्वित झाला आहे. रेवस-आवरे, विजयदुर्ग आणि रेडी बंदराच्या बांधकामाची पूर्वतयारी प्रगतिपथावर आहे. याशिवाय लहान बंदरांच्या परिसरात अनेक बंदिस्त व बहूद्देशीय थांबे असून तेथेदेखील मालाची वाहतूक केली जाते. सर्व लहान बंदरांनी मिळून सन 2015-16 मध्ये नोव्हेंबर, 2015 पर्यंत 170.33 लाख टन मालवाहतूक आणि 113.52 लाख प्रवासी वाहतूक केली आहे. **लहान बंदरांची वाहतूकविषयक सांख्यिकी तक्ता क्र. 14.13 मध्ये दिली आहे.**

तक्ता क्र. 14.13 : लहान बंदरांची वाहतूकविषयक सांख्यिकी

बाब	2013 - 14	2014 - 15	शेकडा बदल
माल वाहतूक (लाख टन)			
(अ) आयात	218.99	230.13	5.1
(ब) निर्यात	28.75	43.45	51.1
एकूण	**247.74**	**273.58**	**10.4**
प्रवासी वाहतूक (लाख)			
(अ) यांत्रिकी बोटीतून	165.99	167.03	0.6
(ब) बिगर-यांत्रिकी बोटीतून	12.02	11.32	(−) 5.8
एकूण	**178.01**	**178.35**	**0.2**

संदर्भ : (i) महाराष्ट्र मेरी टाईम बोर्ड; (ii) महाराष्ट्राची आर्थिक पाहणी, 2015-16; पान 142

महाराष्ट्रातील वाहतूक

महाराष्ट्रातील वाहतुकीचे प्रकार : (अ) रस्ते वाहतूक (ब) रेल्वे वाहतूक (क) विमान वाहतूक (ड) जलवाहतूक.

रस्ते वाहतूक

प्रकार : (1) राष्ट्रीय महामार्ग (2) राज्य महामार्ग (3) प्रमुख जिल्हा मार्ग (4) इतर जिल्हा मार्ग (5) ग्रामीण रस्ते.

महत्त्वाचे राष्ट्रीय महामार्ग

क्र.	महामार्ग क्रमांक	महामार्ग	राज्यातील लांबी (कि.मी.)	क्र.	महामार्ग क्रमांक	महामार्ग	राज्यातील लांबी (कि.मी.)
1.	3	मुंबई–आग्रा	391	8.	13	सोलापूर–चित्रदुर्ग	43
2.	4	मुंबई–बंगलोर–चेन्नई	371	9.	16	निजामाबाद–जगदलपूर	50
3.	4-ब	न्हावा–शेवा – पळस्पे	27	10.	17	पनवेल–मंगलोर	482
4.	6	हाजिर–धुळे–कोलकता	813	11.	50	पुणे–नाशिक	192
5.	7	वाराणसी–कन्याकुमारी	232	12.	69	नागपूर–अब्दुल्लागंज	55
6.	8	मुंबई–दिल्ली	128	13.	204	रत्नागिरी–कोल्हापूर	126
7.	9	पुणे–विजयवाडा	336	14.	211	सोलापूर–धुळे	400

रेल्वे वाहतूक

प्रकार : (1) ब्रॉडगेज (2) मीटरगेज (3) नॅरोगेज.

प्रमुख ब्रॉडगेज मार्ग

1. मुंबई–दिल्ली (मध्य रेल्वे)	5. मुंबई–सिकंदराबाद	9. निजामुद्दीन एक्सप्रेस
2. मुंबई–चेन्नई	6. भुसावळ–सुरत	10. कोल्हापूर–नागपूर–गोंदिया
3. दिल्ली–चेन्नई (ग्रँड ट्रंक)	7. मुंबई–कोलकता	(महाराष्ट्र एक्सप्रेस)
4. मुंबई–दिल्ली (पश्चिम रेल्वे)	8. मुंबई–कोल्हापूर	11. मिरज – पंढरपूर – लातूर – परळी वैजनाथ

महाराष्ट्रातील अंतर्गत ब्रॉडगेज मार्ग

▪ पुणे–मिरज	▪ दौंड–मनमाड	▪ परळी–वैजनाथ–उदगीर	▪ कर्जत–खोपोली
▪ मिरज–कोल्हापूर	▪ चाळीसगाव–धुळे	▪ जलंब–खामगाव	▪ बडनेरा–अमरावती
▪ मिरज–पंढरपूर–लातूर	▪ तडळी–घुगुस	▪ कन्हान–रामटेक	▪ तुमसर रोड–तिरोडा
▪ मांजरी–वणी–राजूर	▪ औरंगाबाद–जालना	▪ दौंड–बारामती	▪ नरखेड–अमरावती
▪ मनमाड–औरंगाबाद			
▪ पिंपळकुट्टी–औरंगाबाद			

नॅरोगेज

◉ नेरळ–माथेरान	◉ मूर्तिजापूर–यवतमाळ	◉ पाचोरा–जामनेर ; लातूर–चंद्रपूर
◉ मूर्तिजापूर–अचलपूर	◉ पुलगाव–आर्वी	

विमान वाहतूक

✈ मुंबई	✈ पुणे	✈ नागपूर	✈ नाशिक (ओझर)	✈ नांदेड	✈ औरंगाबाद
✈ सोलापूर	✈ कोल्हापूर	✈ कराड	✈ नाशिक (देवळाली)	✈ अकोला	✈ उस्मानाबाद
✈ धुळे	✈ चंद्रपूर	✈ रत्नागिरी	✈ जळगाव	✈ फलटण	✈ भंडारा

जलवाहतूक

◆ मुंबई व न्हावा–शेवा : आंतरराष्ट्रीय बंदर

अन्य बंदरे

★ डहाणू	★ अर्नाळा	★ दातीवार	★ तुर्भे	★ बेलापूर (उलवा)	★ मनोरी–मार्वे
★ ठाणे	★ सातपाटी	★ मोरा	★ करंजा	★ रेवस	★ अलिबाग
★ कल्याण	★ वर्सोवा	★ दिघी	★ हर्णे	★ दाभोळ	★ जयगड
★ धरमतर	★ रेवदंडा	★ जैतापूर	★ विजयदुर्ग	★ देवगड	★ आचरे
★ रत्नागिरी	★ राजपुरी◆	★ वेंगुर्ला	★ किरणपाणी		
★ मालवण	★ पूर्णगड				
	★ रेडी				

◆ राजपुरी बंदर रत्नागिरी जिल्ह्यात आतमध्ये राजापूर येथे आहे.

बहुपर्यायी प्रश्न

I. वाहतूक

1. महाराष्ट्रात सर्वांत जास्त लांबीचे रस्ते . . . . आहेत.

    (1) राष्ट्रीय महामार्ग   (2) ग्रामीण रस्ते   (3) राज्य महामार्ग   (4) इतर जिल्हामार्ग

2. महाराष्ट्रात . . . . या महामार्गांची लांबी सर्वांत जास्त आहे.

    (1) धुळे–कोलकता   (2) मुंबई–चेन्नई   (3) पुणे–विजयवाडा   (4) मुंबई–आग्रा

3. महाराष्ट्रात . . . . या महामार्गांची लांबी सर्वांत कमी आहे.

 (1) सोलापूर-चित्रदुर्ग   (2) निजामाबाद-जगदलपूर

 (3) न्हावाशेवा-पळस्पे   (4) मुंबई-दिल्ली

4. पनवेल-मंगलोर राष्ट्रीय महामार्गाचा क्रमांक . . . . आहे.

 (1) 4   (2) 3   (3) 7   (4) 17

5. राष्ट्रीय महामार्ग क्रमांक 8 हा . . . . याचा आहे.

 (1) मुंबई-आग्रा (2) मुंबई-चेन्नई (3) मुंबई-दिल्ली (4) धुळे-कोलकता

6. . . . . हा राज्यांतर्गत राष्ट्रीय महामार्ग आहे.

 (1) पुणे-विजयवाडा (2) पुणे-नाशिक (3) सोलापूर-चित्रदुर्ग (4) मुंबई-आग्रा

7. महाराष्ट्रात रेल्वेचे मुख्य केंद्र . . . . आहे.

 (1) मुंबई (2) पुणे (3) नागपूर (4) सोलापूर

8. . . . . या रेल्वेमार्गास 'महाराष्ट्र एक्सप्रेस' म्हणतात.

 (1) धुळे-कोलकता   (2) कोल्हापूर-नागपूर

 (3) मुंबई-कोल्हापूर   (4) मुंबई-सिकंदराबाद

9. नेरळ-माथेरान हा . . . . मार्ग आहे.

 (1) मीटरगेज (2) ब्रॉडगेज (3) नॅरोगेज (4) यापैकी नाही.

उत्तरसूची

1. [2] 2. [1] 3. [3] 4. [4] 5. [3] 6. [2]

7. [1] 8. [2] 9. [3]

II. पर्यटन स्थळे

महाराष्ट्राची भौगोलिक, सांस्कृतिक व धार्मिक वैशिष्ट्यांमुळे भारतातील एक पर्यटनदृष्ट्या राज्य अशी राज्यात वा भारतातच नव्हे तर परदेशातही महती पसरलेली आहे. **भारतातील पहिला पर्यटन जिल्हा म्हणून सिंधुदुर्ग जिल्ह्यास मान मिळालेला आहे.**

पुण्याचा गणेशोत्सव, अष्टविनायक स्थळे, पंढरीचा विठोबा, ज्ञानदेवाची आळंदी, तुकोबांचा देहू, कोल्हापूरची महालक्ष्मी, तुळजापूरची भवानी, शिर्डीचे साईबाबा इत्यादी दैवतं महाराष्ट्राची नव्हे तर भारतीयांचीसुद्धा आहेत.

महाराष्ट्राचा सह्याद्री म्हणजे दुर्गांचा मानबिंदू होय. श्री. छत्रपती महाराजांच्या पदस्पर्शाने पावन झालेले किल्ले आबालवृद्धांना साद घालीत असतात.

महाराष्ट्राच्या काळ्या पत्थराने लेणी व शिल्पस्थाने यांच्या रूपाने आपल्या प्राचीन संस्कृतीचा वारसा जपून ठेवलेला आहे हे पाहणे फारच अद्भुत आहे. सह्याद्रीची गिरिस्थाने, सातपुडा पर्वतरांगा, विदर्भीय डोंगररांगा ही थंड हवेची ठिकाणे म्हणून प्रसिद्ध पावलेली आहेत. राष्ट्रीय उद्याने व अभयारण्ये तर महाराष्ट्राची आगळी-वेगळी ओळख करून देतात. कोकण म्हटले की रूपेरी समुद्रकिनारे, जलदुर्ग यांची आठवण होते.

या सर्वांचा परिचय आपण पुढील मुद्द्यांच्या आधारे करून घेणार आहोत.

तक्ता क्र. 14.14 : महाराष्ट्रातील धार्मिक स्थळे व वैशिष्ट्ये

धार्मिक स्थळे	वैशिष्ट्ये/यात्रा/उरूस	धार्मिक स्थळे	वैशिष्ट्ये/यात्रा/उरूस
■ **मुंबई शहर व मुंबई उपनगर जिल्हा :**			
महालक्ष्मी	देऊळ (आश्विन व चैत्र)	डोंगरी (मुंबई)	पीर सय्यद अहमद अली शाह कादरीचा उरूस
लक्ष्मीनारायण	देऊळ (आश्विन)	माहीम	हजरत मगदुम फकी अली साहेबाचा उरूस
वडाळा	विठोबाचे मंदिर (आषाढ)	माणकेश्वर	स्वयंभू शिवलिंग
माऊंट मेरी (बांद्रा)	पवित्र चर्च (सप्टेंबर)	माऊंट पोइन्सूर (बोरिवली)	चर्च (डिसेंबर)
■ **ठाणे जिल्हा :**			
कल्याण	दुर्गाडी किल्ला, दोन मशिदी, विठ्ठल मंदिर.	माहीम	भुईकोट किल्ला, खाडीत दोन किल्ले.
म्हसे (मुरबाड)	महेश्वराचे लिंग	हाजीमलंग	मलंगगड (माघ)
भिवंडी	बाबा दिवाणसाहेब उरूस	अंबरनाथ	शिवालय अंबरेश्वर
निर्मळ	परशुरामाची भूमी	ठाणे	कोपिनेश्वरांचे मंदिर
शहाड	विठ्ठल-रखुमाईचे मंदिर	लोनाड	रामेश्वराचे मंदिर
टिटवाळा	महागणपतीचे जागृत देवस्थान	वज्रेश्वरी	वज्रेश्वरी देवीचे मंदिर
अकलोली	स्वामी नित्यानंद	गणेशपुरी	स्वामी मुक्तानंद आश्रम
■ **रायगड जिल्हा :**			
कर्नाळा	किल्ला, स्तंभ, शिलालेख	जंजिरा	मुस्लिमांची यात्रा
चौल	हिंगलाज व शितळादेवीचे मंदिर; दत्त व रामेश्वर मंदिर	तकाई (खालापूर)	बोंगल्या विठोबाचे मंदिर (कार्तिक)
हरिहरेश्वर	हरिहरेश्वर व काळभैरव	कुणकेश्वर	डोंगरात शंकराचे मंदिर
भोरप सुधागड	भोराई देवीचे जागृत स्थान	फातिमा	ख्रिस्तीधर्मीयांची वार्षिक यात्रा
शिवथरघळ	रामदासस्वामी रचित दासबोधनिर्मिती स्थळ	श्रीवर्धन	सोमजाई देवी मंदिर
■ **रत्नागिरी जिल्हा :**			
परशुराम (चिपळूण)	काम-परशुराम-काळ यांच्या मूर्ती; भार्गवराम, मारूती, रेणुका व गणपतीची मंदिरे; यात्रा : अक्षय्य तृतीया महाशिवरात्री.	अंजनवेल	तारकेश्वराचे प्राचीन मंदिर
राजापूर	गंगा अवतरण उत्सव, गंगातीर्थ व धोपेश्वर मंदिर	संगमेश्वर	संगमेश्वर व कर्णेश्वर मंदिरे; संभाजी महाराजांची समाधी.

पुढे चालू ↲

धार्मिक स्थळे	वैशिष्ट्ये/यात्रा/उरूस	धार्मिक स्थळे	वैशिष्ट्ये/यात्रा/उरूस
■ **रत्नागिरी जिल्हा :**			
केळशी	याकूब बाबाचा दर्गा	मालेश्वर	प्रसिद्ध तीर्थक्षेत्र (महादेव)
अडिवरे	श्री महाकाली मंदिर	गुहागर	श्री व्याडेश्वर
डेरवण	शिवसृष्टी शिल्परूपात निर्मित	पावस	श्री स्वामी स्वरूपानंद समाधी
मुरूड	दुर्गा देवी मंदिर	रत्नागिरी	भगवती मंदिर, भोगेश्वर मंदिर
वेळणेश्वर	जागृत व स्वयंभू शिवस्थान	कशेळी	कनकादित्य सूर्य मंदिर
■ **सिंधुदुर्ग जिल्हा :**			
कणकवली	श्री भालचंद्र महाराज मठ	दापोली	श्री साटम महाराजांची समाधी
माणगाव	श्री वासुदेवानंद सरस्वती यांचे जन्मस्थान व दत्त मंदिर	वालावल	श्री लक्ष्मीनारायण मंदिर
■ **पुणे जिल्हा :**			
आळंदी	ज्ञानेश्वराचे मंदिर; कार्तिक व आषाढी यात्रा.	जेजुरी	खंडोबाचे प्रसिद्ध देवस्थान (मार्गशीर्ष, पौष, माघ, चैत्र)
देहू	संत तुकारामांचे वसतिस्थान (तुकाराम बीज)	भीमाशंकर	बारा ज्योतिर्लिंगांपैकी महादेवाचे एक मंदिर
चतुःशृंगी (पुणे)	चतुःशृंगी देवी (नवरात्र)	करंजे (बारामती)	सोमेश्वर (श्रावण)
नरसिंहपूर	नरसिंहाचे मंदिर	निंबगाव	खंडोबा
शिवापूर	कमर अली दरवेशचा दर्गा	वढू	संभाजी महाराजांची समाधी
खेड	सिद्धेश्वराचे देऊळ, दिलावरखानाची कबर, तुकाईचे देऊळ, चंडीरामबाबाची समाधी.	जुन्नर	लेणी, हेमाडपंथी देवळे, जामा मशीद
		कोरीगड	कोराई देवीचे मंदिर
■ **सातारा जिल्हा :**			
माहुली	मांगलाई देवी, कृष्णाघाट, छत्रपती शाहू महाराजांची समाधी, जरंडेश्वरावर मारुतीचे देवस्थान.	मांढरदेवी (ता. वाई)	काळूबाई (पौष)
		म्हसवड	सिद्धनाथ नागोबा, विरोबाची देवळे (कार्तिक व मार्गशीर्ष)
शिखर शिंगणापूर	शंभू-महादेव (महाशिवरात्र)	वाई	कृष्णामाई व गणपती मंदिर; राम रथोत्सव.
पाल (ता. कराड)	खंडोबा (पौष)	धोम	शिवपंचायतन व नरसिंह मंदिर
फलटण	राम मंदिर, साईबाबा मंदिर	औंध	यमाई मंदिर
सातारा	अजिंक्य ताऱ्यावर आई मंगलाई मंदिर, जलमंदिर, साईबाबा मंदिर – 'प्रति शिर्डी', नटराजाचे मंदिर.	गोंदवले	श्री. ब्रह्मचैतन्य गोंदवलेकर महाराज जन्म व समाधिस्थान
		चाफळ	श्रीराम मंदिर
कराड	कृष्णामाई मंदिर	क्षेत्र महाबळेश्वर	पंचगंगा मंदिर
पुसेगाव	श्री सेवागिरी महाराज समाधी स्थान	सज्जनगड	श्री समर्थ रामदासांचे समाधी स्थान

पुढे चालू ↵

धार्मिक स्थळे	वैशिष्ट्ये/यात्रा/उरूस	धार्मिक स्थळे	वैशिष्ट्ये/यात्रा/उरूस
■ **सांगली जिल्हा :**			
सांगली	गणपती मंदिर, राम मंदिर	औदुंबर	दत्तात्रेयांचे जागृत देवस्थान, दत्तमंदिर; ब्रह्मानंद स्वामी व भुवनेश्वरी देऊळ.
बत्तीस शिराळा	नागपंचमीस यात्रा, गोरखनाथ व मारुती देऊळ	मिरज	मिरासाहेब साधूचा दर्गा
तासगाव	उजव्या सोंडेचा गणपती मंदिर	रेवणसिद्ध	महाशिवरात्र यात्रा
जत	यल्लमा देवी	खरसुंडी	खरसुंडा सिद्ध (पौष व चैत्र)
कवठे-महांकाळ	महाकाली मंदिर		
■ **कोल्हापूर जिल्हा :**			
कोल्हापूर	अंबाबाईचे प्राचीन देवस्थान; महालक्ष्मी व तुळजाभवानी मंदिरे; टेंबलाई देऊळ, भवानी मंदिर, दत्त भिक्षालिंग मंदिर	बाहुबली	जैन मंदिर
नरसोबाची वाडी	दत्तात्रेयांचे जागृत देवस्थान	वाडी रत्नागिरी	जोतिबा मंदिर (चैत्र)
आजरा	रोझरी चर्च	खिद्रापूर	कपिलेश्वर मंदिर, कोरीव लेणी
■ **सोलापूर जिल्हा :**			
पंढरपूर	महाराष्ट्रातील आराध्यदैव विठ्ठल मंदिर.	अक्कलकोट	प्रसिद्ध दत्तक्षेत्र; श्री स्वामी समर्थांचा मठ
वैराग (ता. बार्शी)	नागपंथाची यात्रा (श्रावण)	मोहोळ	नागनाथ मंदिर (वैशाख)
सोलापूर	श्री सिद्धेश्वर मंदिर	बार्शी	भगवंताचे मंदिर
वडवळ (ता. मोहोळ)	नागनाथ मंदिर (चैत्र-वैशाख)	ब्रह्मपुरी	सिद्धेश्वर
करमाळा	भवानीदेवीचे मंदिर		
■ **नाशिक जिल्हा :**			
वणी	सप्तशृंगीदेवी (चैत्र नवरात्र)	पेठ	खंडोबा (फाल्गुन)
वडनेर-भैरव (चांदोर)	भैरवनाथ (चैत्र)	परघडी (नांदगाव)	शनी देऊळ (शनी अमावस्या)
त्र्यंबकेश्वर	पवित्र क्षेत्र; निवृत्तीनाथांची यात्रा (पौष)	नाशिक (पंचवटी)	काळाराम मंदिर (रामनवमी)
चांदवड	रेणुकादेवी मंदिर	सिन्नर	गोंदेश्वराचे देऊळ, शिल्पकाम प्रेक्षणीय.
इगतपुरी	ब्रह्मदेवाचे मंदिर	मांगी-तुंगी	जैनधर्मीयांचे तीर्थस्थान
पांडव लेणी	लेण्यांसाठी प्रसिद्ध	झोडगा	माणकेश्वर मंदिर
■ **धुळे जिल्हा :**			
धुळे	एकवीरादेवीचे व वाग्देवता मंदिर.	बीजासनदेवी	बीजासनदेवीचे मंदिर
शिरपूर	खंडोबा (माघ)	मुळावद	कपिलेश्वर (महाशिवरात्र)

पुढे चालू ⬎

धार्मिक स्थळे	वैशिष्ट्ये/यात्रा/उरूस	धार्मिक स्थळे	वैशिष्ट्ये/यात्रा/उरूस
■ **नंदुरबार जिल्हा :**			
तोरणमाळ	सीताखाई मंदिर, नागार्जुन मंदिर	तळोदा	कालिकादेवी (वैशाख)
सारंगखेड (ता. शहादे)	दत्तक्षेत्र (मार्गशीर्ष)	प्रकाशे	केदारेश्वर, महादेव व संगमेश्वर मंदिरे
■ **अहमदनगर जिल्हा :**			
शिर्डी	शिर्डी हे साईबाबांचे समाधिस्थान; सर्व धर्मीयांचे दैवत (रामनवमी, गुरुपौर्णिमा, दसरा उत्सव)	नेवासे	ज्ञानदेवांनी ज्ञानेश्वरी कथन केली.
श्रीरामपूर	रामनवमी उत्सव राम मंदिरात	टोके (नेवासे)	सिद्धेश्वरांचे स्वयंभू लिंग (माघ)
प्रवरा संगम (नेवासे)	शिवमंदिर (महाशिवरात्र)	बोधेगाव	बन्नुमाचा दर्गा (आश्विन)
शिंगणापूर	शनी मंदिर	मढी (पाथर्डी)	कानिफनाथ मंदिर (फाल्गुन)
पुणतांबे	चांगदेवाची समाधी	बेलापूर	जुनी महानुभावी मठ
देवगड (ता. नेवासा)	श्री किसनगिरी महाराजांचे समाधिस्थान, दत्त मंदिर.	मोहटादेवी (ता. पाथर्डी)	श्री रेणुकामातेचे देवस्थान
वृद्धेश्वर	शिवाचे पुरातन मंदिर	सोनई	रेणुका शक्तिपीठ
■ **जळगाव जिल्हा :**			
चांगदेव गाव	मंदिर, शिवरात्रीला यात्रा	कोथडी (एदलाबाद)	मुक्ताबाईची समाधी (माघ)
अमळनेर	महादेवाचे मंदिर, राम मंदिर, जैन मंदिर, सखाराम महाराजांची समाधी	जळगाव	राम मंदिर, महालक्ष्मी देऊळ
अट्रावल (ता. यावल)	मुंजोबाचे मंदिर	चोरवड	एकमुखी दत्त मंदिर
चांदसनी (ता. चोपडा)	संत बहिरम मंदिर	पद्मालय (ता. एरंडोल)	गणपती मंदिर
पाटणादेवी	पाटणादेवीचे मंदिर		
■ **औरंगाबाद जिल्हा :**			
औरंगाबाद	खडकेश्वराचे मंदिर	कचनेर	श्री चिंतामणी पार्श्वनाथ तीर्थस्थान
खुल्दाबाद	औरंगजेबाची कबर व दर्गा	म्हैसमाळ	गिरीजादेवीचे मंदिर
आपेगाव	ज्ञानेश्वरांचे जन्मस्थान	पैठण	संत एकनाथांची कर्मभूमी, दक्षिण काशी, एकनाथांची समाधी, दत्तमंदिर
शूलिभंजन	दत्त मंदिर		
■ **जालना जिल्हा :**			
अंबड	खंडोबा व मत्स्योदरी देवीचे मंदिर	जांब	समर्थ रामदासस्वामींचे जन्मगाव
टाको डोणगाव	बोहरी समाजाचा दर्गा	राजूर	गणपतीचे मंदिर
जालना	आनंदस्वामींचा मठ, गणपती मंदिर, दर्गा		

पुढे चालू ↲

धार्मिक स्थळे	वैशिष्ट्ये/यात्रा/उरूस	धार्मिक स्थळे	वैशिष्ट्ये/यात्रा/उरूस
■ **बीड जिल्हा :**			
अंबेजोगाई	मुकुंदराय व दासोपंत या संतांचे जन्मस्थान, खोलेश्वराचे मंदिर	परळी-वैजनाथ	ज्योतिर्लिंगापैकी हे अत्यंत पवित्र स्थान, वैजनाथांचे मंदिर, माघ महिन्यात यात्रा.
तळवाडा	त्वरितपुरी देवीची यात्रा (चैत्र व वैशाख)	बीड	कनकालेश्वर मंदिर (मकर संक्रांत व महाशिवरात्र); दर्गा
आष्टी	शहाबुखारीचा दर्गा	येलंब	खुदाबक्ष पीराचा दर्गा
नेकनूर	बंकटस्वामींची समाधी	मांजरसुभा	मन्मथस्वामींची समाधी
नवगण राजुरी	गणपतीचे मंदिर	पांचाळेश्वर	महानुभाव पंथाचे मंदिर
नामलगाव (ता. बीड)	गणपतीचे प्राचीन मंदिर	कपिलधार	श्री स्वामी मन्मथनाथांची समाधी
राक्षसभुवन	शनीचे मंदिर		
■ **उस्मानाबाद जिल्हा :**			
उस्मानाबाद	शमसुद्दीन गाझीचा दर्गा, कोरीव लेणी	तेर	संत गोरा कुंभाराचे गाव, जैन मंदिर, बौद्धकालीन स्तूप
येडशी	रामलिंग मंदिर व दुर्गादेवी मंदिर	अणदूर	खंडोबाचे मंदिर
परंडा	हंसराजस्वामींचा मठ	सोनारी	भैरवनाथाचे मंदिर
डोमगाव	कल्याणस्वामींचा मठ व ख्वाजा बहुद्दीन साहेबांचा दर्गा	कळंब	सय्यद जाफर अली तहसीलदार यांचा दर्गा
भूम	आलय प्रभूचे मंदिर	उमरगा	महादेवाचे मंदिर
कसगी	सिद्धेश्वराचे मंदिर	तुळजापूर	महाराष्ट्रातील एक कुलदैवत तुळजाभवानी देवी; साडेतीन पीठांपैकी एक मूळ पीठ.
कुंथलगिरी	जैनधर्मीयांचे तीर्थस्थान	मालेगाव	खंडोबाचे मंदिर (पौष)
येरमाळ	येडेश्वरी देवीचे मंदिर (चैत्र)	ढोकी	गोरा कुंभाराची समाधी
■ **परभणी जिल्हा :**			
मुदगळ	मुदगळेश्वराचे मंदिर	सेलू	गोपाळेश्वर सुभेदार, साधु पुरुषांच्या स्मरणार्थ यात्रा; विष्णू-केशव मंदिर.
परभणी	शहा-तुरब-उल-हक् यांचा दर्गा	चारढाणा	प्राचीन मंदिर, दगडी मनोरा
कुलपाक	जैनधर्मीयांचे प्रसिद्ध तीर्थक्षेत्र		
■ **हिंगोली जिल्हा :**			
शिरड-शहापूर	जैन मंदिर	नरसी	संत नामदेवांचे जन्मस्थान; नृसिंहाचे मंदिर
औंढा-नागनाथ	महादेव मंदिर		

पुढे चालू ↴

धार्मिक स्थळे	वैशिष्ट्ये/यात्रा/उरूस	धार्मिक स्थळे	वैशिष्ट्ये/यात्रा/उरूस
■ **लातूर जिल्हा :**			
लातूर	सिद्धेश्वराचे मंदिर, केशवराज मंदिर, अष्टविनायक मंदिर, जैनांचे पार्श्वनाथ मंदिर, दर्गा; महाशिवरात्रीला मोठी यात्रा.	निलंगा	नीलकंठेश्वरांचे मंदिर, स्वयंभू शिवलिंग, शाह पीर पाशा कादरी यांचा दर्गा.
औसा	मल्लीनाथ महाराजांचा मठ	रेणापूर	रेणुकादेवीचे मंदिर
उजनी	नाथसंप्रदायी गणेशनाथ यांची समाधी	उदगीर	उदगीरबुवांची समाधी
■ **नांदेड जिल्हा :**			
माहूर	रेणुकामातेचे मंदिर, दत्तात्रेयांचे निद्रास्थान, दत्तमंदिर, माहूरतीर्थ, अनसूया मंदिर, दत्तजयंती उत्सव	नांदेड	शिखांचे तीर्थस्थान, नरसिंह मंदिर
कंधार	दर्गा	बिलोली	कोरीव कामासाठी प्रसिद्ध असलेली मशीद
हदगाव	दत्त मंदिर	मुखेड	दशरथेश्वर महादेवाचे मंदिर
■ **अमरावती जिल्हा :**			
अमरावती	अंबादेवी (अश्विनी)	सवंग विठोबा	विठोबाची यात्रा, संत विठ्ठल बुवा किंवा अवधूतबुवा यांची समाधी
अचलपूर	मशिदी, कबरी व शाहदौल रहिमान शहा गाझीचा दर्गा	कारंजा बहिरम	बहिरमचे मंदिर (मार्गशीर्ष)
सालबर्डी	शिवमंदिर (महाशिवरात्र)	कौंडिण्यपूर	विठ्ठल-रखुमाई मंदिर, विदर्भ पंढरी म्हणून प्रसिद्ध.
भातकुली	जैनधर्मीयांचे देवस्थान	नांदगाव-खंडेश्वर	खंडेश्वर महाराजांचे मंदिर
मुक्तागिरी	जैन मंदिर समूह	मोझरी	संत तुकडोजी महाराजांची समाधी
रिथपूर (रिद्धपूर)	महानुभाव पंथाचे तीर्थक्षेत्र, दत्त मंदिर व गोविंद प्रभू यांची समाधी	शेंडगाव	संत गाडगे महाराजांचे जन्मस्थान
माधान (ता. चांदूरबाजार)	संत गुलाबराव महाराज यांचे जन्मस्थान	ऋणमोचन	शिवमंदिर
■ **अकोला जिल्हा :**			
अकोला	राजराजेश्वराचे मंदिर, जैन मंदिर, राणी सतीमाता मंदिर	बाळापूर	बाळादेवीचे देऊळ; राजा जयसिंगाची छत्री
पातूर	बौद्ध लेणी, प्राचीन मंदिराचे अवशेष	अकोट	नरसिंग महाराजांचे क्षेत्र
मूर्तिजापूर	संत गाडगे महाराजांचा आश्रम	बार्शीटाकळी	हेमाडपंती मंदिर
■ **वाशीम जिल्हा :**			
मंगरूळ	बीरबलनाथाचे मंदिर व सय्यद मौलाना हजर कलंदर रहमतुल्ला अलम पीराचा दर्गा		
वाशीम	बालाजी मंदिर व पद्मतीर्थ	कारंजा	नरसिंह सरस्वती मंदिर, जैन मंदिर, गुरू मंदिर.
शिरपूर	जैनधर्मीयांचे पार्श्वनाथाचे मंदिर	लोणी बुद्रुक	सखाराम महाराजांचे मंदिर

पुढे चालू

धार्मिक स्थळे	वैशिष्ट्ये/यात्रा/उरूस	धार्मिक स्थळे	वैशिष्ट्ये/यात्रा/उरूस
■　**बुलडाणा जिल्हा :**			
शेगाव	श्री गजानन महाराजांची समाधी	पिंपळगाव सराई	शरीफ सैलीन शहा मियाचा उरूस
देऊळगाव राजा	बालाजी मंदिर (आश्विन)	धानोरा	महासिद्ध बाबाची यात्रा (माघ)
लोणार	दैत्य सूदनाचे मंदिर	खामगाव	बुद्ध विहार
शिंदखेड राजा	जिजामाता यांचे जन्मस्थान; दगडी महाल व तलाव; लखुजीराजे यांची समाधी		
जामोद	प्राचीन जैन मंदिर	मेहकर	नरसिंह, बालाजी, विष्णू यांची मंदिरे.
■　**यवतमाळ जिल्हा :**			
दिग्रस	घंटीबाबाची यात्रा (आश्विन)	वणी	रंगनाथस्वामींची जत्रा (फाल्गुन); विष्णूचे मंदिर.
कळंब	गणपती मंदिर		
■　**नागपूर जिल्हा :**			
रामटेक	प्रभू रामचंद्राचे वास्तव्य, रामचंद्र व लक्ष्मण यांची देवालये, कालिदासाने 'मेघदूत' येथेच लिहिले.		
अंभोरा	चैतन्येश्वर मंदिर व हरिहरस्वामींची समाधी	धापावाडा	विठ्ठल मंदिर, विदर्भातील पंढरपूर म्हणून प्रसिद्ध; कोतोबास्वामींचा मठ
अदासा	गणपतीचे पुरातन मंदिर	काटोल	भवानी मंदिर
■　**वर्धा जिल्हा :**			
कापती (हिंगणघाट)	लक्ष्मीनारायणाचे मोठे मंदिर	सेवाग्राम	महात्मा गांधींचा आश्रम
पवनार	आचार्य विनोबा भावे यांचा परमधाम आश्रम	धाग	शंकराची पाषाण मूर्ती; महाशिवरात्रीला यात्रा.
दत्तपूर	लक्ष्मीनारायण मंदिर	आर्वी	जैनधर्मीयांचे काचेचे मंदिर
टाकरखेडा	संत लहानोजी महाराजांची समाधी	आष्टी	जैन मंदिर
सारंगपुरी	तेलंगराय बाबांचे मंदिर व समाधी स्थान		
■　**भंडारा जिल्हा :**			
भंडारा	बहिरंगेश्वराचे मंदिर	पौनी	मुरलीधर मंदिर व बौद्धकालीन स्तूप
अड्याळ	हनुमान मंदिर	माडगी	नरसिंह मंदिर
■　**गोंदिया जिल्हा :**			
दारकेसा	डोंगरातील गुहा	सालकेसा	गढमातेचे मंदिर
■　**चंद्रपूर जिल्हा :**			
चंद्रपूर	महाकालीचे मंदिर, अचलेश्वर मंदिर व मुरलीधर मंदिर; तसेच दशावताराच्या प्रचंड मूर्तीचे अवशेष.		
भद्रावती	जैनधर्मीयांचे पार्श्वनाथांचे भव्य मंदिर, टेकडीवर बौद्ध लेणी.		
चिमूर	बालाजी मंदिर	सोमनाथ	श्रावण व शिवरात्र यात्रा.
■　**गडचिरोली जिल्हा :**			
मार्कंडा	हेमाडपंती देवालय	वैरागड	भंडारेश्वर व गोरजाईची हेमाडपंती मंदिरे
आरमोरी	शंकराचे मंदिर	ठाणेगाव	शंकराचे हेमाडपंती मंदिर
झाडापापडा	डोंगरातील गुहेत आदिवासी दैवत	मूलचेरा	पहिल्या शतकातील मंदिराचे अवशेष

नकाशा क्र. 14.4 : महाराष्ट्र – प्रमुख पर्यटन स्थळे

तक्ता क्र. 14.15 : पुणे परिसरातील अष्टविनायक स्थळे

स्थळे	जिल्हा	स्थळे	जिल्हा	स्थळे	जिल्हा
मोरेश्वर, मोरगाव	पुणे	चिंतामणी, थेऊर	पुणे	महागणपती, रांजणगाव	पुणे
सिद्धिविनायक, सिद्धटेक	अहमदनगर	विघ्नहर, ओझर	पुणे	गिरिजात्मक, लेण्याद्री	पुणे
बल्लाळेश्वर, पाली	रायगड	वरदविनायक, महाड	रायगड		

तक्ता क्र. 14.16 : विदर्भातील अष्टविनायक स्थळे

स्थळे	जिल्हा	स्थळे	जिल्हा	स्थळे	जिल्हा
नागपूर	नागपूर	मेंढा	भंडारा	कळंब	यवतमाळ
अदासा	नागपूर	पौनी	भंडारा	चंद्रपूर	चंद्रपूर
रामटेक	नागपूर	केळझर	वर्धा		

तक्ता क्र. 14.17 : ज्योतिर्लिंग स्थळे

स्थळे	जिल्हा	स्थळे	जिल्हा	स्थळे	जिल्हा
परळी–वैजनाथ	बीड	भीमाशंकर	पुणे	त्र्यंबकेश्वर	नाशिक
औंढा–नागनाथ	हिंगोली	घृष्णेश्वर	औरंगाबाद		

तक्ता क्र. 14.18 : देवीची साडेतीन पीठे

स्थळे	जिल्हा	स्थळे	जिल्हा	स्थळे	जिल्हा
श्री महालक्ष्मी	कोल्हापूर	श्री तुळजाभवानी	तुळजापूर	सप्तशृंगी (वणी)	नाशिक
माहूरची रेणुकामाता	नांदेड				

तक्ता क्र. 14.19 : श्री दत्तात्रेय पुनित स्थाने

स्थळे	जिल्हा	स्थळे	जिल्हा	स्थळे	जिल्हा
चौल, मुरूड	रायगड	लाडघर, डेरवण, रत्नागिरी	रत्नागिरी	माणगाव	सिंधुदुर्ग
पुणे, बेट केडगाव, नारायणपूर	पुणे	कोल्हापूर (दत्त भिक्षालिंग मंदिर), नृसिंहवाडी, औरवाड, तेरवाड, उदगिरी	कोल्हापूर	औदुंबर	सांगली
अक्कलकोट	सोलापूर			शिर्डी, साकुरी, देवगड, अहमदनगर	अहमदनगर
सटाणा	नाशिक	सारंगखेडे	धुळे	चोरवड	जळगाव
शूलीभंजन, दौलताबाद, पैठण	औरंगाबाद	राक्षसभुवन, पांचाळेश्वर, अंबेजोगाई	बीड	हत्तीबेट, मुरूड	लातूर
माहूर	नांदेड	शेगाव	बुलडाणा	कारंजा	वाशीम
दत्तवाडी, मूर्तिजापूर	अकोला				

तक्ता क्र. 14.20 : श्री नवनाथांची पवित्र स्थळे

स्थळे	जिल्हा	स्थळे	जिल्हा	स्थळे	जिल्हा
मलंगगड	ठाणे	बांदा	सिंधुदुर्ग	डुडुळगाव, बोपगाव, अवसरी	पुणे
मच्छिंद्रगड, शिराळा	सांगली	त्र्यंबकेश्वर, सप्तशृंगी	नाशिक	तोरणमाळ	नंदुरबार
शिगवे गोरक्षनाथ, मढी, वृद्धेश्वर	अहमदनगर	म्हैसमाळ, मिटमिटा, वडोदा, कान्होबा	औरंगाबाद	सावरगाव, गहिनी नाथगड	बीड
उजनी	लातूर	वैराग	सोलापूर	खैरीघुमट	हिंगोली
मंगरुळपीर	वाशीम				

तक्ता क्र. 14.21 : जागतिक वारसा – शिल्पस्थाने

स्थळे	जिल्हा	स्थळे	जिल्हा
अजिंठा, वेरूळ	औरंगाबाद	घारापुरी (एलेफंटा)	रायगड

तक्ता क्र. 14.22 : महत्त्वाची लेणी व शिल्पस्थाने

■ **कोकण विभाग**	
मुंबई उपनगर	कान्हेरी, महाकाली, जोगेश्वरी, मंडपेश्वर.
ठाणे	अशेरी, लोणाद, अंबरनाथ, नाणेघाट, सोपारा.
रायगड	कोतळीगड, आंबिवली, कोंडाणे, चामले, ठणाळे, चौल, सुधागड, खडसांबळे, तळे, कुडा, गांधारपाली, मांदाड, पाले, कोंडगाव, रामधरण.
रत्नागिरी	खेड, पन्हाळकाजी, चिपळूण, संगमेश्वर.
सिंधुदुर्ग	वाडा, कुणकेश्वर, आचरे, भिरवंडे, मालवण, वालावल.
■ **पुणे विभाग**	
पुणे	गणेशलेणी (लेण्याद्री), पूर, मानमोडी (शिवनेरी), भीमाशंकर, कार्ले, बेडसा, भाजे, घोरवडेश्वर, पाताळेश्वर (पुणे), भुलेश्वर, मोहरी, जेजुरी, पांडेश्वर, पुरंदर, लोणी भापकर.
सातारा	पांडुदरा (शिरवळ), वाई-धावडी (लोणार), प्रतापगड, कल्याणगड, सातारा, आश्विनवाडी.
कोल्हापूर	कोल्हापूर, खिद्रापूर, कुंभोज.
सांगली	हरिपूर (सांगली), करगणी.
सोलापूर	करमाळा, माढा, दहिगाव.
■ **नाशिक विभाग**	
नाशिक	मांगी-तुंगी (भिलवाडा), देवळाणे, चांदवड, चांभारलेणी, नाशिक, त्र्यंबकेश्वर, पांडवलेणी, अंकाई.
अहमदनगर	अकोले, भंडारदरा, हरिश्चंद्रगड, पळशी, टाकळी, भातोडी.
नंदुरबार	प्रकाशे
जळगाव	उनपदेव, चांगदेव, कानळदा, वरणगाव गोरखेडा बु.।।, पाटणादेवी, घटोत्कच लेणी.

पुढे चालू ↴

तक्ता क्र. 14.22 : महत्त्वाची लेणी व शिल्पस्थाने (पुढे चालू)

■ औरंगाबाद विभाग	
औरंगाबाद	पितळखोरा, गलवाडा, गौताळा, म्हैसमाळ, घृष्णेश्वर, दौलताबाद, औरंगाबाद, पैठण.
जालना	भोकरदन.
बीड	परळी-वैजनाथ, अंबेजोगाई, पारगाव.
परभणी	जिंतुर, बामणी.
हिंगोली	हिंगोली, नरसी, औंढा-नागनाथ, चौढी.
उस्मानाबाद	धाराशीव, तेर, तुळजापूर.
लातूर	खरोसा (औसा), निलंगा.
नांदेड	माहूर, शिवूर.
■ अमरावती विभाग	
अमरावती	बडनेरा, नांदगाव, खंडेश्वर.
बुलडाणा	मेहकर, लोणार, शिंदखेड राजा, गारडगाव.
अकोला	बार्शी-टाकळी, पातूर.
वाशीम	वाशीम.
यवतमाळ	दारव्हा.
■ नागपूर विभाग	
नागपूर	नागपूर, मंसर, अडम, अंभोरा.
वर्धा	हिंगणघाट, पवनार.
भंडारा	भंडारा, अड्याळ, पौनी.
चंद्रपूर	सोमनाथ, भांडक, भद्रावती, चंद्रपूर.
गडचिरोली	मार्कंडा.

तक्ता क्र. 14.23 : थंड हवेची प्रमुख ठिकाणे

ठिकाणे	जिल्हा	ठिकाणे	जिल्हा	ठिकाणे	जिल्हा
महाबळेश्वर, पाचगणी	सातारा	लोणावळा, खंडाळा	पुणे	आंबोली	सिंधुदुर्ग
पन्हाळा	कोल्हापूर	म्हैसमाळ	औरंगाबाद	माथेरान	रायगड
चिखलदरा	अमरावती	तोरणमाळ	नंदुरबार	जव्हार	ठाणे
रामटेक	नागपूर				

तक्ता क्र. 14.24 : थंड हवेची इतर ठिकाणे

ठिकाणे	जिल्हा	ठिकाणे	जिल्हा	ठिकाणे	जिल्हा
मोखाडा, सूर्यमाळ	ठाणे	राजमाची, कनकेश्वर	रायगड	दापोली, माचाळ	रत्नागिरी
भीमाशंकर	पुणे	नाशिक, इगतपुरी	नाशिक	पाल	जळगाव
चिंचोली	बीड	अंबाझरी, भिंगार	बुलडाणा		

तक्ता क्र. 14.25 : गरम पाण्याचे झरे

ठिकाणे	जिल्हा	ठिकाणे	जिल्हा	ठिकाणे	जिल्हा
गणेशपुरी, वज्रेश्वरी, अकलोली, सातिवली	ठाणे	उन्हे, साव	रायगड	उन्हवरे–ताम्हाने, खेड, आरवली, तुरळ, राजावाडी, गोळवली, फणसवणे, मठ, राजापूर (उन्हाळे)	रत्नागिरी
उनपदेव, अडावद, चांगदेव	जळगाव	सालबर्डी	अमरावती		
उनकेश्वर	नांदेड	कापेश्वर	यवतमाळ		

तक्ता क्र. 14.26 : महत्त्वाचे धबधबे

ठिकाणे	जिल्हा	ठिकाणे	जिल्हा	ठिकाणे	जिल्हा
जव्हार, खोडाळे, कोकणेर, हालोली, येऊर	ठाणे	राजमाची, शिवथरघळ	रायगड	परशुराम, प्रचीतगड, नायरी, मार्लेश्वर, धूतपापेश्वर	रत्नागिरी
आंबोली	सिंधुदुर्ग	लोणावळा, खंडाळा, भीमाशंकर, राजगुरुनगर, ताम्हिणी घाट	पुणे	सोमेश्वर	नाशिक
महाबळेश्वर, ठोसेघर, चांदोली	सातारा	भंडारदरा, रंधा	अहमदनगर	मनुदेवी, पाटणादेवी	जळगाव
सौताडा	बीड	चिखलदरा	अमरावती	सहस्रकुंड	नांदेड
अंबाखोरी	नागपूर	दरकेसा	गोंदिया		

तक्ता क्र. 14.27 : राष्ट्रीय उद्याने

ठिकाणे	जिल्हा	ठिकाणे	जिल्हा	ठिकाणे	जिल्हा
नवेगाव	गोंदिया	ताडोबा	चंद्रपूर	पेंच	नागपूर
बोरिवली	मुंबई उपनगर	गुगामाळ	अमरावती	चांदोली	कोल्हापूर, सातारा, सांगली व रत्नागिरी जिल्ह्यांच्या सरहद्दीलगत

तक्ता क्र. 14.28 : पक्षी अभयारण्य

ठिकाणे	जिल्हा	ठिकाणे	जिल्हा	ठिकाणे	जिल्हा
कर्नाळा	रायगड	नांदूर–मधमेश्वर	नाशिक	जायकवाडी	औरंगाबाद

तक्ता क्र. 14.29 : गेम रिझर्व्ह

ठिकाणे	जिल्हा	ठिकाणे	जिल्हा	ठिकाणे	जिल्हा
मायणी (पक्षी)	सातारा	मालखेड (वन्य प्राणी)	अमरावती	टिपेश्वर (वन्य प्राणी)	यवतमाळ

तक्ता क्र. 14.30 : डोंगरी वनस्पती निरीक्षण स्थळे

ठिकाणे	जिल्हा	ठिकाणे	जिल्हा	ठिकाणे	जिल्हा
जव्हार	ठाणे	आंबोली	सिंधुदुर्ग	माथेरान	रायगड
आंबवणे	पुणे	महाबळेश्वर	सातारा	विशालगड	कोल्हापूर
चंदगड	कोल्हापूर	साल्हेर	नाशिक	मुल्हेर	नाशिक
इगतपुरी, कसारा	नाशिक	तोरणमाळ	नंदुरबार	म्हैसमाळ	औरंगाबाद
येडशी-रामलिंग घाट	उस्मानाबाद	चिखलदरा	अमरावती	अंबाबरवा	बुलडाणा
रामटेक	नागपूर	कारंजा	वर्धा	अल्लापल्ली	गडचिरोली
हेमलकसा	गडचिरोली				

तक्ता क्र. 14.31 : सागरी पक्षी निरीक्षण स्थळे

जिल्हा	स्थळे	जिल्हा	स्थळे
ठाणे	बोर्डी, घोलवड	मुंबई	माहीम
रायगड	किहीम, वालवटी, हेदवी, रत्नागिरी, पूर्णगड	सिंधुदुर्ग	विजयदुर्ग, देवगड, आचरे.

तक्ता क्र. 14.32 : लेक्स, जलाशय, तळी

लेक्स	जिल्हा	जलाशय/धरण	जिल्हा	तळी	जिल्हा
आंध्र लेक	पुणे	भाटघर धरण	पुणे	लोणार सरोवर	बुलडाणा
मुळशी लेक	पुणे	पानशेत धरण	पुणे	घोडझरी तलाव	चंद्रपूर
व्हिक्टोरिया लेक	पुणे	खडकवासला	पुणे	सेवनी तलाव	भंडारा
ऑर्थर हिल लेक	अहमदनगर	कोयना धरण	सातारा		
बिले लेक	अहमदनगर	गंगापूर जलाशय	अहमदनगर		
तानसा लेक	ठाणे	भंडारदरा	अहमदनगर		
		नळगंगा जलाशय	बुलडाणा		

तक्ता क्र. 14.33 : समुद्रकिनारे

जिल्हा	समुद्रकिनारे	जिल्हा	समुद्रकिनारे
ठाणे	बोर्डी, डहाणू, सातपाटी, शिरगाव, अर्नाळा	मुंबई उपनगर	मनोरी, मार्व्हे, एरंगल, मढ, जुहू
रायगड	मांडवी, किहीम, अलिबाग, काशीद, नांदगाव, जंजिरा, मुरूड, श्रीवर्धन, अक्षी-नागाव, हरिहरेश्वर.	रत्नागिरी	केळशी, हर्णे, लाडघर, गुहागर, वेळणेश्वर, जयगड, गणपतीपुळे, भगवती, भाट्ये, पूर्णगड.
सिंधुदुर्ग	देवगड, मिठबाव, मालवण, तारकर्ली, निवती, भोगवे, वेंगुर्ला, शिरोडा, उभा दांडा.		

तक्ता क्र. 14.34 : महत्त्वाच्या संतांची समाधी स्थाने

संत	समाधी स्थाने	जिल्हा	संत	समाधी स्थाने	जिल्हा
गाडगे महाराज	अमरावती	अमरावती	तुकडोजी महाराज	मोझरी	अमरावती
रामदासस्वामी	सज्जनगड	सातारा	संत तुकाराम	देहू	पुणे
एकनाथ	पैठण	औरंगाबाद	साईबाबा	शिर्डी	अहमदनगर
गजानन महाराज	शेगाव	बुलडाणा	जनार्दनस्वामी	दौलताबाद	औरंगाबाद
ज्ञानेश्वर	आळंदी	पुणे	निवृत्तिनाथ	त्र्यंबकेश्वर	नाशिक
गोरोबा कुंभार	ढोकी	उस्मानाबाद	दामाजी पंत	मंगळवेढा	सोलापूर
चोखामेळा	पंढरपूर	सोलापूर	श्रीधरस्वामी	पंढरपूर	सोलापूर
मच्छिंद्रनाथ	सप्तशृंगी	नाशिक	गुरू गोविंदसिंग	नांदेड	नांदेड

तक्ता क्र. 14.35 : महत्त्वाच्या संतांची जन्मस्थाने

संत	जन्म स्थाने	जिल्हा	संत	जन्म स्थाने	जिल्हा
रामदासस्वामी	जाम्ब	जालना	संत तुकाराम	देहू	पुणे
ज्ञानेश्वर	आपेगाव	औरंगाबाद	निवृत्तिनाथ	आपेगाव	औरंगाबाद
सोपानदेव			मुक्ताबाई		
गोविंदप्रभू	ऋद्धिपूर	अमरावती	संत नामदेव	नरसी	हिंगोली
जनाबाई	गंगाखेड	परभणी			

तक्ता क्र. 14.36 : संत वास्तव्याने पुनीत झालेली इतर स्थळे

▶ **मुंबई विभाग : ठाणे** : तानसा. **रायगड** : पोलादपूर. **सिंधुदुर्ग** : ओझर, माणगाव, दापोली.

▶ **पुणे विभाग : पुणे** : पारूडे, राजगुरुनगर, नीलकंठेश्वर, सासवड. **सातारा** : पुसेगाव, वडगाव. **सांगली** : पलूस, वरवंड, ब्रह्मनाळ, मिरज. **कोल्हापूर** : गारगोटी, गगनबावडा. **सोलापूर** : अरण, शिवपूर.

▶ **नाशिक विभाग : नाशिक** : दिंडोरी. **धुळे** : आमळी, सोनगीर. **नंदुरबार** : मोरवड.
अहमदनगर : साकुरी, संगमनेर, बेलापूर, देवळाली, पारनेर, अरणगाव, कर्जत, चौंडी.

▶ **औरंगाबाद विभाग : औरंगाबाद** : धोत्रा, वेरूळ, शुलिभंजन, दौलताबाद, शिवूर, सरलाबेट, धुपखेडा.
जालना : अन्वा. **बीड** : भगवानगड, माऊलीनगर. **परभणी** : जिंतुर, पायरी, गंगाखेड. **हिंगोली** : येळेगाव-तुकाराम.
नांदेड : मुदखेड, गोरठा, देगलूर, होट्टल.

▶ **अमरावती विभाग** : अमरावती, वलगाव, चांदूरबाजार, अंजनगाव. **अकोला** : अकोला, नागझरी.

▶ **नागपूर विभाग : वर्धा** : कापती. **चंद्रपूर** : भांदक.

तक्ता क्र. 14.37 : महाराष्ट्रातील महत्त्वाचे घाट : रस्ते मार्ग

घाट	रस्ते मार्ग	घाट	रस्ते मार्ग
■ कोंडाईवारी घाट	सटाणा – पाटण – पैठण	■ माळशेज घाट	मुरबाड – ओतूर
■ कासारवारी घाट	जुन्नर – पैठण	■ नाणे नाना घाट	मुरबाड – जुन्नर
■ पिंडलवारी घाट	दमण – सटाणा	■ कोताली घाट	मुरबाड – पोडे – आंबेगाव
■ बाभुळगा घाट	डांग – सटाणा	■ भीमाशंकर घाट	आंबेगाव रस्त्यावर
■ काचन मंचन घाट, मोरकंडा घाट	सुरगणा – कळवण	■ घाडे घाट	नेरळ – पनवेल
■ सावळ घाट	पेठ – दिंडोरी	■ कोळंबा घाट, सावळा घाट	कर्जत – कडूस
■ राजबारी घाट	बलसाड – दमण पेठ	■ बोरघाट	खोपोली – लोणावळा – कार्ले
■ सत्ती घाट	दमण – पेठ – नाशिक	■ राजमाची / कोकण दरवाजा घाट	खालापूर – नाणे
■ गोडा घाट, आंबोली घाट	डहाणू – जव्हार – नाशिक	■ कसूर घाट	कर्जत – आंध्र खोरे – वनलाख डांबरे
■ शिर घाट	वाडे – नाशिक	■ वाघजाई घाट	चौल – पौड
■ पिंबी घाट	चौल – नाशिक	■ ताम्हण घाट	जंजिरा – पौड
■ थळघाट	सोपारा – कल्याण	■ उबरखिंड (घाट)	पेण, लोणावळा
■ तोरण घाट	कल्याण – अकोला	■ लिंग घाट, देव घाट, कुंभ घाट	कोलाड – भोर
■ मेंढ्या घाट, चेंढ्या घाट	शहापूर – अकोला	■ भोपे घाट, वरंध घाट, कामठा घाट	महाड – भोर

पुढे चालू ↴

तक्ता क्र. 14.37 : महाराष्ट्रातील महत्त्वाचे घाट : रस्ते मार्ग (पुढे चालू)

घाट	रस्ते मार्ग	घाट	रस्ते मार्ग
■ पारघाट/फिट्झजेरॉल्ड/ आंबेनळी घाट/ रडतोंडी घाट	महाड – पोलादपूर – महाबळेश्वर	■ अणुस्करा घाट	राजापूर – कोल्हापूर
■ कावळ्या घाट, शेवळ्या घाट	माणगाव – भोर	■ नारदाचा घाट	मालवण – कोल्हापूर
■ ढवळा घाट	पोलादपूर – भोर	■ विशाळगड घाट	रत्नागिरी – मलकापूर
■ हातलोट घाट	दापोली – मेढे – सातारा	■ घोटगीचा घाट	मालवण – आजरे
■ आंबोली घाट	खेड – मेढे – सातारा	■ रांगणा घाट	कुडाळ – आजरे
■ पसरणी घाट	वाई – महाबळेश्वर	■ आंबोली घाट	वेंगुर्ला – सावंतवाडी – बेळगाव
■ कुंभार्ली घाट	चिपळूण – पाटण – कराड	■ खंबाटकी घाट, कात्रज घाट	पुणे – सातारा
■ मळा घाट/तिवरा घाट	संगमेश्वर – पाटण	■ दिवे घाट	पुणे – सासवड – जेजुरी
■ कुंडी घाट	देवरुख – कोल्हापूर	■ पिंपरी घाट	कोलाड – मुळशी धरण
■ आंबा घाट	रत्नागिरी – साखरपे – कोल्हापूर	■ राहूड घाट	मालेगाव – चांदवड
■ गगनबावडा घाट	विजयदुर्ग – देवगड – गगनबावडा	■ कशेडी घाट	पोलादपूरच्या दक्षिणेस (मुंबई – गोवा)
■ फोंडा घाट	विजयदुर्ग – देवगड – कोल्हापूर	याशिवाय साल्पे घाट, न्हावी घाट, कुंडल घाट आहेत.	

तक्ता क्र. 14.38 : महाराष्ट्रातील अन्य किल्ले

किल्ले	जिल्हा	किल्ले	जिल्हा
1. ठाणे, घोडबंदर, माहुली	ठाणे	8. परंडा	उस्मानाबाद
2. शनिवारवाडा	पुणे	9. धारूर	बीड
3. अकलूज, करमाळा, अक्कलकोट	सोलापूर	10. चंद्रपूर	चंद्रपूर
4. वेताळवाडी, जंजाळा, सुतांडा, अंतूर	औरंगाबाद	11. गाविलगड	अमरावती
5. जालना	जालना	12. नागपूर भिवगड	नागपूर
6. नांदेड, माहूर, कंधार	नांदेड	13. प्रतापगड	गोंदिया
7. औसा, उदगीर	लातूर		

तक्ता क्र. 14.39 : महाराष्ट्रातील प्रमुख किल्ले (जिल्हावार)

❑ **ठाणे जिल्हा :**
1. अर्नाळा
2. मलंगगड/हाजीमलंग
3. माहुली, भंडारगड व पळसगड
4. वसई
5. अलंगगड
6. अशरगड (अशीरगड)
7. कुलंगगड
8. कोहेज
9. टकमक
10. भूपतगड
11. यशवंतगड
12. विक्रमगड

❑ **रायगड जिल्हा :**
1. अवचित गड
2. पाणकोट/कुलाबा
3. सर्जेकोट व हिराकोट
4. कर्नाळा
5. घोसाळ गड
6. चौल
7. कांसा/पद्मदुर्ग
8. कुर्ई/विश्रामगड
9. कोतळीगड/पेठ
10. खांदेरी-उंदेरी-जयदुर्ग
11. खुबलढा (थळ)
12. खेडदुर्ग/सागरगड
13. चंदेरी
14. जंजिरा
15. ढाक व गडदचा बहिरी
16. पाचगडचा कोट
17. रामगड
18. लिंगाणा
19. शिवथरघळ
20. साकसई किल्ला, दर्ग्याचा किल्ला
21. सुधागड/भोरपगड
22. अलिबाग/कोर्लई
23. सरसगड (सारसगड)
24. तळगड
25. प्रबळगड
26. मंडगड
27. मनरंजन गड

28. माणिकगड
29. रतनगड (1)
30. रेवदंडा
31. राजमाची
32. साक्षीगड
33. सूरगड
34. सोनगिरी

❑ **रत्नागिरी जिल्हा :**
1. गोपाळगड
2. विजयगड
3. पूर्णगड
4. रत्नागिरी
5. कनकदुर्ग
6. फत्तेगड
7. महिपतगड
8. बाणकोट-हिम्मतगड
9. पालगड
10. मंडणगड
11. मैमतगड
12. सुवर्णदुर्ग
13. जयगड

❑ **सिंधुदुर्ग जिल्हा :**
1. देवगड
2. निवती
3. भगवंतगड
4. भरतगड
5. मनोहरगड
6. मनसंतोषगड
7. विजयदुर्ग/घेरीया
8. सिंधुदुर्ग
9. महादेवगड
10. रांगणा (प्रसिद्धगड)

❑ **नाशिक जिल्हा :**
1. अंजनेरी
2. आर
3. मदनगड
4. कांचन/कचना
5. त्र्यंबकगड/श्रीगड
6. घोलप
7. साल्हेर-सालोटा
8. मुल्हेर-मुन्हा
9. हरिहरगड (हर्षगड)
10. अंकाई-टंकाई
11. गाळणा

12. चांदवड
13. कंकराळे
14. कोळघेर (कान्हेरगड)
15. चौलेर
16. खळ्या-जावळ्या
17. धारगड
18. धोडप
19. नांदुरी
20. पिंपळवाडी
21. पिसोळ
22. बहूल
23. माणिक
24. मोरा
25. राजघेर
26. रामशेज
27. हातगड

❑ **अहमदनगर जिल्हा :**
1. कळसूबाई
2. बहादूरगड
3. रतनगड (2)
4. हरिश्चंद्रगड
5. अहमदनगर
6. पेडगाव
7. खर्डा
8. मुंगी

❑ **पुणे जिल्हा :**
1. तुंग/कठीणगड
2. तिकोना/वितंडगड
3. कोकण दिवा
4. कोरिगड/शहागड
5. धनगड
6. चाकण/संग्रामदुर्ग
7. जीवधन
8. तोरणा/प्रचंडगड
9. पुरंदर
10. वज्रगड/रुद्रमाल
11. मल्हारगड/सोनोरी
12. राजगड
13. राजमाची
14. रायरेश्वर
15. रोहिडा/विचित्रगड
16. लोहगड

17. शिवनेरी
18. सिंहगड/कोंढाणा
19. पर्वतगड (हडपसर)
20. विसापूर
21. प्रचंडगड
22. भैरवगड (1)
23. मनरंजनगड (2)

❑ **सातारा जिल्हा :**
1. अजिंक्यतारा
2. कल्याणगड/नांदगिरी
3. चंदन व वंदन
4. ताथवडा/संतोषगड
5. प्रतापगड (1)
6. पांडवगड
7. मकरंदगड
8. वारुगड
9. वासोटा
10. सज्जनगड/परळी
11. सुभानमंगळ/ शिरवळचा कोट
12. कमलगड
13. कांगोरी (मंगळगड)
14. महिपतगड
15. चंद्रगड (ढवळगड)
16. रसाळगड
17. सुमारगड

❑ **कोल्हापूर जिल्हा :**
1. पन्हाळा
2. विशाळगड/खेळणा
3. भुदरगड
4. गगनबावडा
5. मनोहरगड
6. पारगड
7. चंदगड
8. महिपालगड

❑ **धुळे जिल्हा :**
1. लार्लिंग
2. थाळनेर
3. सोनगीर
4. भामेर

<table>
<tr><td>

❑ **जळगाव जिल्हा :**
1. पारोळा
2. लासूर

❑ **बुलडाणा जिल्हा :**
1. तोरणा (2)
2. फत्तेखर्डा (साखरखेर्डा)
3. मलकापूर
4. शिंदखेड राजा

</td><td>

❑ **अमरावती जिल्हा :**
1. गाविलगड
　 (चिखलदरा)
2. भवरगड
3. भैरवगड (2)

❑ **औरंगाबाद जिल्हा :**
1. देवगिरी/दौलताबाद

</td><td>

❑ **अकोला जिल्हा :**
1. नरनाळा
2. बाळापूर
3. अकोला

❑ **उस्मानाबाद जिल्हा :**
1. नळदुर्ग

❑ **वर्धा जिल्हा :**
1. देवळी

</td><td>

❑ **भंडारा जिल्हा :**
1. अंबागड

- - - - - - - - - - - - - - -

</td></tr>
</table>

बहुपर्यायी प्रश्न

II. पर्यटन स्थळे

1. वडाळ्याचे विठोबाचे मंदिर . . . . मध्ये आहे.
   (1) पुणे　　　　(2) मुंबई शहर　　　　(3) औरंगाबाद　　　　(4) नागपूर
2. ठाणे जिल्ह्यात . . . . आहे.
   (1) हाजीमलंग　　　　(2) राजापूर　　　　(3) माहुली　　　　(4) शिंगणापूर
3. जंजिऱ्याच्या वार्षिक यात्रेला प्रामुख्याने . . . . लोक जातात.
   (1) बौद्ध　　　　(2) हिंदू　　　　(3) मुस्लीम　　　　(4) ख्रिस्ती
4. संभाजी महाराजांची समाधी . . . . येथे आहे.
   (1) सांगली　　　　(2) सोलापूर　　　　(3) संगमनेर　　　　(4) संगमेश्वर
5. चतुःश्रृंगी देऊळ . . . . येथे आहे.
   (1) पुणे　　　　(2) सातारा　　　　(3) नाशिक　　　　(4) अमरावती
6. कमरअली दरवेशचा दर्गा . . . . येथे आहे.
   (1) शिंगणापूर　　　　(2) शिरपूर　　　　(3) शिवापूर　　　　(4) सोलापूर
7. कृष्णामाईचा उत्सव . . . . येथे होतो.
   (1) कराड　　　　(2) वाई　　　　(3) सांगली　　　　(4) नरसोबावाडी
8. सांगली जिल्ह्यात . . . . येथे दत्तात्रयाचे जागृत देवस्थान आहे.
   (1) नरसोबावाडी　　　　(2) माहूर　　　　(3) कोल्हापूर　　　　(4) औदुंबर
9. बत्तीश शिराळ्याला . . . . यात्रा भरते.
   (1) महाशिवरात्रीला　　　　(2) चैत्र पौर्णिमेला　　　　(3) नागपंचमीला　　　　(4) माघ नवमीला
10. मिरजेला . . . . दर्गा आहे.
    (1) याकूबबाबा　　　　(2) मिरासाहेब　　　　(3) शहाबुखारी　　　　(4) शमसुद्दीन गाझी
11. उजव्या सोंडेच्या गणपतीसाठी . . . . प्रसिद्ध आहे.
    (1) तासगाव　　　　(2) मोरगाव　　　　(3) ओझर　　　　(4) महड
12. कोल्हापूरचे . . . . देऊळ प्रसिद्ध आहे.
    (1) यमाई　　　　(2) विठ्ठलाई　　　　(3) रेणुकादेवी　　　　(4) अंबाबाई
13. बाहुबली येथे . . . . मंदिर आहे.
    (1) जैन　　　　(2) नागनाथ　　　　(3) साईबाबा　　　　(4) राम
14. ज्योतिबाचे देऊळ . . . . येथे आहे.
    (1) रत्नागिरी　　　　(2) वाडी रत्नागिरी　　　　(3) वडाळ　　　　(4) वाई

15. रोझरी चर्च . . . . येथे आहे.
    (1) मुंबई   (2) अलिबाग   (3) वसई   (4) आजरा

16. महाराष्ट्राचे आराध्य दैवत . . . . येथे आहे.
    (1) वणी   (2) रामटेक   (3) पंढरपूर   (4) अमरावती

17. खंडोबाचे प्रसिद्ध देवस्थान . . . . येथे आहे.
    (1) जेजुरी   (2) भीमाशंकर   (3) चंद्रपूर   (4) शेगाव

18. ज्ञानेश्वराचे मंदिर . . . . येथे आहे.
    (1) देहू   (2) नेवासे   (3) आळंदी   (4) जांब

19. सोलापूरला . . . . चे देऊळ आहे.
    (1) कोपिनेश्वर   (2) सिद्धेश्वर   (3) हरिहरेश्वर   (4) महादेव

20. अक्कलकोटला . . . . यांचे देऊळ आहे.
    (1) महानुभावी   (2) आनंदस्वामी   (3) हंसराय स्वामी   (4) श्री स्वामी समर्थ

21. वणीला . . . . देऊळ आहे.
    (1) गिरिजादेवी   (2) त्वरितपुरी   (3) सप्तशृंगी   (4) महाकाली

22. काळाराम मंदिर . . . . येथे आहे.
    (1) नाशिक   (2) श्रीरामपूर   (3) रामटेक   (4) चंद्रपूर

23. धुळे जिल्ह्यातील सारंगखेड . . . . म्हणून प्रसिद्ध आहे.
    (1) कल्याण स्वामी मठ   (2) शिवमंदिर   (3) बालाजी मंदिर   (4) दत्तक्षेत्र

24. सर्व धर्मीयांचे दैवत . . . . ची ख्याती आहे.
    (1) परळी वैजनाथ   (2) गणपतीपुळे   (3) शिर्डी   (4) भद्रावती

25. ज्ञानदेवांनी सर्वप्रथम ज्ञानेश्वरी . . . . येथे कथन केली.
    (1) आळंदी   (2) नेवासे   (3) पंढरपूर   (4) आपेगाव

26. पैठण ही . . . . ची कर्मभूमी आहे.
    (1) तुकाराम महाराज   (2) चांगदेव   (3) संत गोरा कुंभार   (4) संत एकनाथ

27. समर्थ रामदास स्वामींचे जन्मगाव . . . . आहे.
    (1) जांब   (2) चाफळ   (3) सज्जनगड   (4) श्रीरामपूर

28. परळी वैजनाथ . . . . चे पवित्र स्थान म्हणून प्रसिद्ध आहे.
    (1) शिखांचे गुरुद्वारा   (2) ज्योतिर्लिंग   (3) येडेश्वरी देवीचे मंदिर   (4) हेमाडपंथी मंदिर

29. महानुभाव पंथाचे मंदिर . . . . येथे आहे.
    (1) सैलू   (2) कंधार   (3) पांचाळेश्वर   (4) पुणतांबे

30. तुळजापूर हे . . . . जिल्ह्यात आहे.
    (1) बीड   (2) लातूर   (3) सोलापूर   (4) उस्मानाबाद

31. मल्लिनाथ महाराजांचा मठ . . . . येथे आहे.
    (1) औसा   (2) परभणी   (3) लोणी   (4) सारंगपुरी

32. मराठवाड्यात शिखांचे तीर्थस्थान . . . . येथे आहे.
    (1) जालना   (2) नांदेड   (3) औरंगाबाद   (4) बीड

33. अमरावतीचे . . . . देऊळ प्रसिद्ध आहे.
    (1) लक्ष्मीनारायण   (2) नरसिंह   (3) शंकराचे   (4) अंबादेवी

34. विदर्भ पंढरी म्हणून . . . . प्रसिद्ध आहे.
    (1) बळापूर   (2) अंभोरा   (3) कौंडिण्यपूर   (4) टाकरखेडा

35. संत तुकडोजी महाराजांची समाधी . . . . येथे आहे.
    (1) शिंदखेड राजा   (2) खेड   (3) मोझरी   (4) सारंगपुरी

36. मूर्तिजापूरला . . . . आश्रम आहे.
    - (1) मल्लिनाथ महाराज
    - (2) गाडगे महाराज
    - (3) आनंदस्वामी
    - (4) कानोबास्वामी

37. महात्मा गांधींचा आश्रम असलेले पवनार . . . . जिल्ह्यात आहे.
    - (1) वर्धा
    - (2) नागपूर
    - (3) भंडारा
    - (4) चंद्रपूर

38. आचार्य विनोबा भावेंचा आश्रम . . . . येथे आहे.
    - (1) उरळी कांचन
    - (2) पावस
    - (3) चिमूर
    - (4) पवनार

39. जैनधर्मीयांचे काचेचे मंदिर . . . . येथे आहे.
    - (1) भद्रावती
    - (2) आर्वी
    - (3) आष्टी
    - (4) शिरपूर

40. गजानन महाराजांचे शेगाव . . . . जिल्ह्यात आहे.
    - (1) जळगाव
    - (2) अमरावती
    - (3) अकोला
    - (4) बुलडाणा

41. राम व लक्ष्मणांची देवालये . . . . येथे आहेत.
    - (1) श्रीरामपूर
    - (2) रामटेक
    - (3) राजापूर
    - (4) नागपूर

42. सिद्धिविनायक सिद्धटेक हे . . . . जिल्ह्यात आहे.
    - (1) रायगड
    - (2) पुणे
    - (3) अहमदनगर
    - (4) कोल्हापूर

43. ठाणे जिल्ह्यात गणपतीचे प्रसिद्ध ठिकाण . . . . आहे.
    - (1) महड
    - (2) चिंचवड
    - (3) हेदवी
    - (4) टिटवाळा

44. अष्टविनायकाची सर्वांत जास्त स्थळे . . . . जिल्ह्यात आहेत.
    - (1) पुणे
    - (2) रायगड
    - (3) अहमदनगर
    - (4) रत्नागिरी

45. नाशिक जिल्ह्यात प्रसिद्ध ज्योतिलिंग . . . . आहे.
    - (1) घृष्णेश्वर
    - (2) त्र्यंबकेश्वर
    - (3) भीमाशंकर
    - (4) परळी वैजनाथ

46. प्रसिद्ध ज्योतिलिंग घृष्णेश्वर . . . . जिल्ह्यात आहे.
    - (1) औरंगाबाद
    - (2) बीड
    - (3) परभणी
    - (4) पुणे

47. श्री रामदासस्वामींनी स्थापन केलेली सर्वांत जास्त मारुतीची स्थळे . . . . जिल्ह्यात आहेत.
    - (1) कोल्हापूर
    - (2) सांगली
    - (3) सातारा
    - (4) ठाणे

48. भारतातील सर्वांत जुने शिल्पस्थळ महाराष्ट्रात . . . . येथे आहे.
    - (1) अजंठा
    - (2) पितळखोरा लेणी
    - (3) घारापुरी
    - (4) अंबरनाथ

49. कोल्हापूर जिल्ह्यात . . . . येथील शिल्प प्रसिद्ध आहे.
    - (1) मांदाड
    - (2) अगाशिव
    - (3) सोपारे
    - (4) खिद्रापूर

50. महाराष्ट्रात जगप्रसिद्ध लेणी . . . . येथे आहे.
    - (1) कार्ले-भाजे
    - (2) अजंठा-वेरुळ
    - (3) अंबरनाथ-कान्हेरी
    - (4) मंडपेश्वरी-जोगेश्वरी

51. सिंधुदुर्ग जिल्ह्यातील प्रसिद्ध थंड हवेचे ठिकाण . . . . आहे.
    - (1) जव्हार
    - (2) आंबोली
    - (3) पाचगणी
    - (4) माथेरान

52. जव्हार हे थंड हवेचे ठिकाण . . . . जिल्ह्यात आहे.
    - (1) ठाणे
    - (2) पुणे
    - (3) सातारा
    - (4) अमरावती

53. चंद्रपूर जिल्ह्यात . . . . प्रसिद्ध राष्ट्रीय उद्यान आहे.
    - (1) पेंच
    - (2) नवेगाव
    - (3) ताडोबा
    - (4) बोरिवली

54. पक्षी अभयारण्यासाठी . . . . प्रसिद्ध आहे.
    - (1) राधानगरी
    - (2) कर्नाळा
    - (3) बोर
    - (4) नागझिरा

55. व्याघ्र प्रकल्पासाठी . . . . अभयारण्य प्रसिद्ध आहे.
    - (1) किनवट
    - (2) ढाकणे-कोळखाज
    - (3) मेळघाट
    - (4) तानसा

56. भारतातील पहिला पर्यटन जिल्हा म्हणून . . . . जिल्ह्यास मान मिळाला आहे.
    - (1) रत्नागिरी
    - (2) नागपूर
    - (3) पुणे
    - (4) सिंधुदुर्ग

57. मुंबईजवळ . . . . चा किनारा आहे.
    (1) मार्व्हे   (2) डहाणू   (3) हर्णे   (4) काणकेश्वर

58. . . . . ला चुंबकीय वेधशाळा आहे.
    (1) रत्नागिरी   (2) वेंगुर्ला   (3) अलिबाग   (4) चिपळूण

59. ठाणे जिल्ह्यात . . . . किल्ला आहे.
    (1) वसई   (2) जयदुर्ग   (3) त्र्यंबकगड   (4) नरनाळा

60. महाराष्ट्रात डोंगरी किल्ल्यावरून जिल्ह्याचे नाव असलेला एकमेव किल्ला . . . . आहे.
    (1) सातारा   (2) रायगड   (3) रत्नागिरी   (4) सिंधुदुर्ग

61. . . . . हा प्रसिद्ध जलदुर्ग आहे.
    (1) साल्हेर   (2) राजगड   (3) जंजिरा   (4) पांडवगड

62. श्री रामदासस्वामींच्या वास्तव्याने पावन झालेले ठिकाण . . . . आहे.
    (1) रामगड   (2) रायरेश्वर   (3) कल्याणगड   (4) शिवथरघळ

63. महाराष्ट्रातील सर्वांत उंच किल्ला . . . . आहे.
    (1) प्रतापगड   (2) कळसूबाई   (3) वासोटा   (4) रांगणा

64. पुण्याजवळ प्रसिद्ध किल्ला . . . . आहे.
    (1) कर्नाळा   (2) हरिश्चंद्रगड   (3) अजिंक्यतारा   (4) सिंहगड

65. . . . . या किल्ल्यावर पाणी महाल आहे.
    (1) दौलताबाद   (2) नरनाळा   (3) नळदुर्ग   (4) शिवनेरी

उत्तरसूची

1.	2	2.	1	3.	3	4.	4	5.	1	6.	3
7.	2	8.	4	9.	3	10.	2	11.	1	12.	4
13.	1	14.	2	15.	4	16.	3	17.	1	18.	3
19.	2	20.	4	21.	3	22.	1	23.	4	24.	3
25.	2	26.	4	27.	1	28.	2	29.	3	30.	4
31.	1	32.	2	33.	4	34.	3	35.	3	36.	2
37.	1	38.	4	39.	2	40.	4	41.	2	42.	3
43.	4	44.	1	45.	2	46.	1	47.	3	48.	2
49.	4	50.	2	51.	2	52.	1	53.	3	54.	2
55.	3	56.	4	57.	1	58.	3	59.	1	60.	2
61.	3	62.	4	63.	2	64.	4	65.	3		

संदर्भ ग्रंथ

- प्रा. सवदी ए. बी. : **द मेगा स्टेट महाराष्ट्र : तेरावी आवृत्ती (2016)**
- प्रा. सवदी ए. बी. : **भूगोलाची मूलतत्त्वे : खंड – 1**
- प्रा. सवदी ए. बी. : **हवामानशास्त्र–सागरशास्त्र**
- प्रा. सवदी ए. बी. : **'महाराष्ट्राचा प्रगत ॲटलास'** (प्राकृतिक, सामाजिक व आर्थिक स्वरूप – एक सांख्यिकीय विश्लेषण)
- प्रमुख संपादक तर्कतीर्थ लक्ष्मणशास्त्री जोशी : '**मराठी विश्वकोश खंड**'
- महाराष्ट्र राज्य वनविभाग : **महाराष्ट्रातील अभयारण्ये – माहिती पुस्तिका.**
- **महाराष्ट्राची आर्थिक पाहणी : 2015 - 16**
- वनविभागावर माहिती पुस्तिका : प्रसिद्धी व माहिती अधिकारी, वने, महाराष्ट्र राज्य, पुणे.
- विविध वर्तमानपत्रांतील व मासिकांतील माहिती.
- माहिती व जनसंपर्क कार्यालयाने काढलेली महाराष्ट्रावरील पुस्तिका.
- भटकंती/गृहशोभिका/चारचौघी/साप्ताहिक सकाळ/टाइम्स ऑफ इंडिया/महाराष्ट्र टाइम्स.
- प्रा. रा. तु. भगत; '**स्वच्छता – संत गाडगेबाबा**'.
- **Census Paper-1 of 2001 :** PROVISIONAL POPULATION TOTALS - The Registrar General and Census Commissioner in Series CENSUS OF INDIA 2001 - Series - 1
- **Census Paper-1 of 2011 : Provisional Population Totals :** The Registrar General and Census Commissioner in Series Census of India - Maharashtra.
- **Climate of Maharashtra :** India Meteorological Department
- **India :** Year Book - 2010
- **Maharashtra :** It's Land and People - Iravati Karve
- **Maharashtra :** Marg Publications, Mumbai.
- **Maharashtra in Maps :** *K. R. Dixit*
- **Minerals of India :** *M. N. Wadia*
- **Monsoon :** *P. Das*
- **Population of India - 2001 :** *Ashish Bose*
- **Techno Economic Survey to Maharashtra.**
- **The Land Records Department :** Maharashtra State.